D1679958

புதுமைப்பித்தன் மொழிபெயர்ப்புகள்

புதுமைப்பித்தன் மொழிபெயர்ப்புகள்
பதிப்பாசிரியர்: **ஆ. இரா. வேங்கடாசலபதி**

காலச்சுவடு பதிப்பகம் வெளியிடும் புதுமைப்பித்தனின் மொத்தப் படைப்புகளின் செம்பதிப்பு வரிசையில் நான்காம் வெளியீடு இது.

அன்னை இட்ட தீ (1998), *புதுமைப்பித்தன் கதைகள்* (2000), *புதுமைப்பித்தன் கட்டுரைகள்* (2002) ஆகியவற்றை அடுத்து வெளிவரும் இந்நூலில் புதுமைப்பித்தனின் புனைகதை மொழி பெயர்ப்புகள் எல்லாம் இடம்பெற்றுள்ளன. ஐம்பத்தெட்டு கதைகள், எட்டுத் தழுவல் கதைகள், *பிரேத மனிதன், பலிபீடம்* நாவல் மொழிபெயர்ப்புகள் ஆகியவற்றோடு இதுவரை நூல்வடிவம் பெறாத *பூலோகவாணி* என்ற அறிவியல் புனைகதை மொழி பெயர்ப்பின் முதல் மூன்று இயல்களும் இதில் அடங்கும். புதுமைப்பித்தனின் கருத்துக்கிசைந்த முறையில் மொழிபெயர்ப்புகள் வரிசைப்படுத்தப்பட்டுள்ளன. நம்பகமான பாடம். இதுவரை நூலுருவம் பெறாத புதுமைப்பித்தன் குறிப்புகள். ஏராளமான தகவல்கள் கொண்ட பின்னிணைப்புகள். விரிவான பதிப்பு முன்னுரை - இவை இச்செம்பதிப்பின் சிறப்பம்சங்கள்.

பல்லாண்டு உழைப்பில் உருவாகியுள்ள அரிய பதிப்பு இது.

இந்நூலைப் பதிப்பித்துள்ள **ஆ. இரா. வேங்கடாசலபதி** தமிழ்ச் சமூக வரலாறு தொடர்பாகக் குறிப்பிடத்தகுந்த ஆய்வுகள் செய்துவருபவர். சென்னை வளர்ச்சி ஆராய்ச்சி நிறுவனத்தில் (Madras Institute of Development Studies) பேராசிரியராக இருக்கும் இவர், மனோன்மணியம் சுந்தரனார் (திருநெல்வேலி), சென்னை, சிகாகோ, சிங்கப்பூர் பல்கலைக்கழகங்களில் பணியாற்றியிருக்கிறார்.

ஆசிரியரின் பிற நூல்கள்

எழுதியவை

வ. உ. சியும் திருநெல்வேலி எழுச்சியும் (1987)
பின்னி ஆலை வேலைநிறுத்தம், 1921 (1990)
(இணையாசிரியர்: ஆ. சிவசுப்பிரமணியன்)
அந்தக் காலத்தில் காப்பி இல்லை முதலான ஆய்வுக் கட்டுரைகள் (2000)
நாவலும் வாசிப்பும் (2002)
முல்லை: ஓர் அறிமுகம் (2004)
முச்சந்தி இலக்கியம் (2004)
பாரதி: கவிஞனும் காப்புரிமையும் (2015)
ஆஷ் அடிச்சுவட்டில்: அறிஞர்கள், ஆளுமைகள் (2016)
எழுக, நீ புலவன்!: பாரதி பற்றிய கட்டுரைகள் (2016)
தமிழ்க் கலைக்களஞ்சியத்தின் கதை (2018)
திராவிட இயக்கமும் வேளாளரும் (1927–1944)
வ.உ.சி.யும் காந்தியும்: 347 ரூபாய் 12 அணா

பதிப்பித்தவை

வ. உ. சி. கடிதங்கள் (1984)
மறைமலையடிகளார் நாட்குறிப்புகள் (1988)
வ. உ. சியும் பாரதியும் (1994)
பாரதியின் கருத்துப்படங்கள்: 'இந்தியா' 1906–1910 (1994)
அன்னை இட்ட தீ: புதுமைப்பித்தன் (1998)
வ. உ. சியின் சிவஞான போதவுரை (1999)
புதுமைப்பித்தன் கதைகள்: முழுத் தொகுப்பு (2000)
புதுமைப்பித்தன் கட்டுரைகள் (2002)
அண்ணல் அடிச்சுவட்டில் – ஏ. கே. செட்டியார் (2003)
பாரதி: 'விஜயா' கட்டுரைகள் (2004)
புதுமைப்பித்தன் மொழிபெயர்ப்புகள் (2006)
பாரதி கருவூலம்: 'ஹிந்து' நாளிதழில் பாரதியின் எழுத்துகள் (2008)
திலக மகரிஷி – வ.உ.சி. (2010)
பாரதியின் சுயசரிதைகள்: கனவு, சின்னச் சங்கரன் கதை (2014)
சென்றுபோன நாட்கள்: எஸ்.ஜி. இராமாநுஜலு நாயுடு (2015)
புதுமைப்பித்தன் வரலாறு: தொ.மு.சி ரகுநாதன் (2016)
உ.வே. சாமிநாதையர் கடிதக் கருவூலம் (2018)
சாதிக்குப் பாதி நாளா? ராஜாஜியின் கல்வித் திட்டம் (2021)

தமிழாக்கம்

பாப்லோ நெருடா, துயர்மிகு வரிகளை இன்றிரவு நான் எழுதலாம் (2005)
வரலாறும் கருத்தியலும் (Romila Thapar's Past and Prejudice) (2008)

In English

(trans), Tranquillity -Bharatidasan (1987)
(trans), J.J. Some Jottings -Sundara Ramaswamy (2003)
In Those Days There Was No Coffee: Writings in Cultural History (2006)
(ed.) A.K. Chettiar, In the Tracks of the Mahatma: The Making of a Documentary (2006)
(ed.) Chennai, Not Madras: Perspectives on the City (2006)
(ed.) M.L. Thangappa, Love Stands Alone: Selections from Tamil Sangam Poetry (2010)
(ed.) M.L. Thangappa, Red Lilies and Frightened Birds: 'Muttollayiram' (2011)
The Province of the Book: Scholars, Scribes, and Scribblers in Colonial Tamilnadu (2013)
(co-ed.), Beyond Tranquebar: Grappling Across Cultural Borders in South India (2014)
Who Owns That Song?: The Battle for Subramania Bharati's Copyright (2018)
Tamil Characters: Personalities, Politics, Culture (2018)

புதுமைப்பித்தன் மொழிபெயர்ப்புகள்

பதிப்பாசிரியர்
ஆ. இரா. வேங்கடாசலபதி

காலச்சுவடு பதிப்பகம்

புதுமைப்பித்தன் மொழிபெயர்ப்புகள் / பதிப்பாசிரியர்: ஆ. இரா. வேங்கடா சலபதி / © ஆ. இரா. வேங்கடாசலபதி / முதல் பதிப்பு: டிசம்பர் 2006, நான்காம் (குறும்) பதிப்பு: ஜூலை 2022 / வெளியீடு: காலச்சுவடு பப்ளிகேஷன்ஸ் (பி) லிட்., 669 கே. பி. சாலை, நாகர்கோவில் 629001

putumaippittan mozipeyarppukaL / The third volume of the critical, variorum edition of the complete works of Pudumaippithan (C.Vridha-chalam, 1906-1948) / Edited by A.R.Venkatachalapathy / Compilation, editorial format and arrangement © A.R.Venkata chalapathy / Language: Tamil / First Edition: December 2006, Fourth (Short) Edition: July 2022 / Size: Demy 1x8 / Paper: 18.6 kg maplitho / Pages: 840

Published by Kalachuvadu Publications Pvt. Ltd., 669 K.P. Road, Nagercoil 629001, India / Phone: 91-4652-278525 / e-mail: publications @kalachuvadu.com / Wrapper Printed at Print Specialities, Chennai 600014 / Printed at Clicto Print, Jaleel Towers,42 KB Dasan Road, Teynampet Chennai 600018

ISBN: 978-81-89359-63-8

07/2022/S.No.175, kcp 3409, 18.6 (4) uss

சுந்தர ராமசாமி
நினைவுக்கு

பொருளடக்கம்

நன்றி 13

மண் படர்ந்த மாண்பு: புதுமைப்பித்தன் மொழிபெயர்ப்புகள் / *ஆ.இரா. வேங்கடாசலபதி* 17

I

உலகத்துச் சிறுகதைகள்

1. வீடு திரும்பல் / *பீட்டர் எக்* 47
2. இஷ்ட சித்தி / *ஹான்ஸ் பலாடா* 52
3. துறவி / *ராபர்ட் நியூமான்* 62
4. சித்திரவதை / *எர்னஸ்ட் டாலர்* 69
5. ஒரு கட்டுக்கதை / *பிரான்ஸஸ் காப்கா* 72
6. தந்தை மகற்காற்றும் உதவி / *லூயி கௌப்ரஸ்* 73
7. பூச்சாண்டியின் மகள் / *லூயி கௌப்ரஸ்* 80
8. பால்தஸார் / *அனதோல் பிரான்ஸ்* 87
9. ஷெஹர்ஜாதி - கதைசொல்லி / *ஹென்றி டிரெக்னியர்* 100
10. பைத்தியக்காரி / *மொப்பஸான்* 109
11. ஒருவனும் ஒருத்தியும் / *லூயி கய்ல்லூ* 113
12. துன்பத்திற்கு மாற்று / *ஸீனர் லூயிஜி பிரான்டல்லோ* 124
13. கலப்பு மணம் / *கிரேஸியா டெலாடா* 129
14. மார்க்ஹீம் / *ஆர்.எல். ஸ்டீவன்ஸன்* 133
15. சுவரில் வழி / *ஆர். முரே கில்கிரைஸ்ட்* 147
16. காரையில் கண்ட முகம் / *இ.வி. லூக்காஸ்* 153
17. சூனியக்காரி / *ரோனால்டு ஆக்டன்* 159
18. தேசீய கீதம் / *எல்.ஏ.ஜி. ஸ்ட்ராங்* 166
19. முதலும் முடிவும் / *ஜான் கால்ஸ்வொர்த்தி* 186
20. யாத்திரை / *ஜான் கால்ஸ்வொர்த்தி* 205
21. இனி / *இ.எம். டிலாபீல்ட்* 207
22. தாயில்லாக் குழந்தைகள் / *பிரான்ஸிஸ் பெல்லர்பி* 210
23. ஆட்டுக்குட்டிதான் / *ஜேம்ஸ் ஹானலி* 214
24. அம்மா / *கே. பாயில்* 219

25. தெய்வம் கொடுத்த வரம் / *பியோர்ண்ஸ்டர்ண் பியோர்ண்ஸன்* 229
26. கிழவி / *ஸெல்மா லேகர்லாப்* 234
27. பலி / *ஜொஸப் நையரு* 242
28. லதீபா / *மோஷி ஸ்மிலான்ஸ்கி* 253
29. நட்சத்திர இளவரசி / — 259

II

உயிர் ஆசை

அமெரிக்கக் கதைகள்

1. உயிர் ஆசை / *ஜாக் லண்டன்* 273
2. காதல் கதை / *வில்லியம் ஸரோயன்* 295
3. ரோஜர் மால்வினின் ஈமச் சடங்கு / *நதானியேல் ஹாதார்ன்* 302
4. மிளிஸ் / *பிரட் ஹார்ட்* 310
5. சாராயப் பீப்பாய் / *எட்கார் அல்லன் போ* 318
6. தையல் மிஷின் / *இவான் கூம்ஸ்* 325
7. ஆசிரியர் ஆராய்ச்சி / *ஸின்கிளேர் லூயிஸ்* 333
8. யுத்த தேவதையின் திருமுக மண்டலம் / *தாமஸ் வுல்ப்* 341

III

மணியோசை

ஜப்பானியக் கதைகள்

1. மணியோசை / — 363
2. எமனை ஏமாற்ற . . . / — 370
3. அஷ்டமாசித்தி / — 373
4. மகளுக்கு மணம் செய்துவைத்தார்கள் / — 381
5. சிரித்தமுகக்காரன் / — 395
6. சகோதரர்கள்/*யூஜோ யாம மோட்டோ* 400

IV

பளிங்குச் சிலை

ருஷ்யக் கதைகள்

1. பளிங்குச் சிலை / *வாலரி புருஸ்ஸாப்* 407
2. ஏ, படகுக்காரா! / *மிக்கெய்ல் ஷொலொகோவ்* 412
3. அதிகாலை / *நிக்கோலாய் டிக்கனோவ்* 424
4. கனவு / *ஐவான் டர்ஜனீப்* 457
5. பொய் / *லியோனீட் ஆன்ட்ரீவ்* 469
6. நாடகக்காரி / *ஷெக்காவ்* 481
7. சமத்துவம் / — 489

8. அந்தப் பையன் / மாக்ஸிம் கார்க்கி — 490
9. இந்தப் பல் விவகாரம் / மைக்கேல் ஜோஷிங்கோ — 495
10. ஓம் சாந்தி! சாந்தி! / எலியா எஹ்ரன்பர்க் — 498

V
உலக அரங்கு
நாடகக் கதைகள்

1. டைமன் கண்ட உண்மை / ஷேக்ஸ்பியர் — 510
2. மணிமந்திரத் தீவு / ஷேக்ஸ்பியர் — 518
3. தர்மதேவதையின் துரும்பு / ஷேக்ஸ்பியர் — 529
4. ஆஷாடபூதி / மோலியர் — 544
5. ராஜ்ய உபாதை / ஹென்ரிக் இப்ஸன் — 549

VI
பிரேத மனிதன்
மேரி ஷெல்லி — 565

VII
பலிபீடம்
அலெக்ஸாண்டர் குப்ரின் — 619

VIII
பூலோகவாணி
ஜான் போனான் — 749

IX
தழுவல்கள்

1. நொண்டி — 781
2. நல்ல வேலைக்காரன் — 786
3. பயம்! — 790
4. பித்துக்குளி — 798
5. தமிழ் படித்த பெண்டாட்டி — 801
6. அந்த முட்டாள் வேணு — 804
7. கொலைகாரன் கை — 809
8. சமாதி — 814

பின்னிணைப்புகள்

1. மொழிபெயர்ப்புக் கதைகள்: புதுமைப்பித்தன் குறிப்புகள் — 821
2. மொழிபெயர்ப்புக் கதைகள்: முதல் வெளியீட்டு விவரங்கள் — 831
3. மொழிபெயர்ப்பு நூல்கள்: முதல் பதிப்பு விவரங்கள் — 833
4. புதுமைப்பித்தன் வாழ்க்கை குறிப்பு — 838

நன்றி

புதுமைப்பித்தனின் அச்சிடப்படாத / தொகுக்கப்படாத படைப்புகளைக் கொண்ட *அன்னை இட்ட தீ* (1998), *புதுமைப் பித்தன் கதைகள்* (2000) ஆகிய காலச்சுவடு பதிப்புகள் வெளி வந்து, தமிழுலகின் சிறப்பான கவனத்தைப் பெற்றுள்ளன. 2002இன் முற்பகுதியில் புதுமைப்பித்தன் படைப்புகள் நாட்டுடைமை யான சில மாதங்களில் *புதுமைப்பித்தன் கட்டுரைகள்* வெளி வந்தது. நாட்டுடைமையாக்கத்திற்குப் பின்னர் மேலும் சிறப்பான பதிப்புகள் வெளிவரும் என்ற நம்பிக்கை அடிப்படையற்றது என்பது கடந்த சில ஆண்டுகளாக வெளிவந்துள்ள 'பதிப்பு கள்' காட்டிவிட்டன. காலச்சுவடு செம்பதிப்புகளின் தேவை இன்னும் வலுப்பட்டே உள்ளது. காலச்சுவடு பதிப்புகள் பற்றிய பாராட்டுரைகளின்மீது மேகமூட்டம் போல் கவிய முயன்ற பழிப்புகளும் அவதூறுகளும் இன்று விலகிவிட்டன. செய்ய முனைந்த வினைப்பாட்டுக்கு அடையாளமாகப் பயன்படுத்திய செம்பதிப்பு என்ற தொடர் இன்று தகுதியின்பாற்பட்ட சிறப்புப் பெயராக நிலைத்துவிட்டது. இந்தப் பின்னணியில் புதுமைப் பித்தனின் புனைகதை மொழிபெயர்ப்புகள் அனைத்தும் அடங்கிய இந்தத் தொகுதி வெளிவருகின்றது.

இப்பெரிய நூலின் வெளியீட்டை இயல்வதாக்கிய அன்பர் களின் உதவிகளை எண்ணும்பொழுது மகிழ்ச்சியும் மன நிறைவும் மனத்தை நிறைக்கின்றன.

புதுமைப்பித்தனின் தொகுக்கப்படாத / அச்சிடப்படாத படைப்புகளை வெளியிடும் முயற்சியிலிருந்துதான் செம்பதிப்புத் திட்டம் முகிழ்த்தது.

செம்பதிப்புத் திட்டத்தைச் செயல்படுத்தத் தொடங்குவதற் கென 19 ஏப்ரல் 1998இல் நாகர்கோவிலில் பதிப்பு ஆலோ சனைக் கூட்டம் ஒன்று ஏற்பாடு செய்யப்பட்டது. அதில் கலந்து கொண்டு ஆக்கபூர்வமான கருத்துகளைக் கூறியவர்களுக்கு முதல் நன்றி. புதுமைப்பித்தன் கதைகளின் பதிப்புப் பற்றியே அன்று கலந்துபேசப்பட்டதென்றாலும், அக்கூட்டத்தில்

இறுதிசெய்யப்பட்ட பதிப்பு நெறிமுறைகள் இப்பதிப்புக்கும் அடிப்படையாக விளங்கியுள்ளன. கதைகள் நீங்கலான படைப்புகளைப் பதிப்பிப்பதன் தொடர்பாக 23 - 24 பிப்ரவரி 2001இல் மதுரையில் நடந்த பதிப்பு ஆலோசனைக் கூட்டத்திலும் பல அன்பர்கள் தம் கருத்துகளைக் கூறி தெளிவு ஏற்பட வழிசெய்தனர்.

சித்த வைத்தியர்கள் போல், தம்மிடம் உள்ள அரிய ஆவணங்களைப் பலர் பதுக்கி வைத்துக்கொள்ளும் இன்றைய சூழலில், இப்பதிப்புக்குத் தேவையான ஆதார இதழ்களையும் நூல்களையும் பயன்படுத்திக்கொள்ள அனுமதி வழங்கிய நூலகங்களுக்கும் அவற்றின் பொறுப்பாளர்களுக்கும் போதுமான அளவுக்கு நன்றி சொல்ல இயலுமா என்று தெரியவில்லை. அவர்களுள் முக்கியமானவர்கள்:

சென்னை மறைமலையடிகள் நூல்நிலையமும் அதன் செயலாளர் திரு. இரா. முத்துக்குமாரசாமி அவர்களும்; சென்னை ரோஜா முத்தையா ஆராய்ச்சி நூலகம்; தமிழ்நாடு ஆவணக்காப்பகமும் அதன் சிறப்பு ஆணையாளரும்; காரைக்குடி அழகப்பா பல்கலைக்கழக நூலகமும் அதன் நூலகரும்; ஜவாகர்லால் நேரு பல்கலைக்கழகத்தின் தற்கால வரலாற்றுக்கான ஆவணக்காப்பகமும், அதன் மேனாள் தலைவர் பேராசிரியர் கே. என். பணிக்கர் அவர்களும்.

புதுக்கோட்டையில் மிகச் சிறப்பாக 'ஞானாலயா' நூலகத்தை நடத்திவரும் திரு. பா. கிருஷ்ணமூர்த்தி, திருமதி டோரதி கிருஷ்ணமூர்த்தி இணையர் செய்துவரும் உதவிகள் தனியே பதிவு செய்யப்பட வேண்டியவை.

தினமணி இதழ்களைப் பார்த்துப் புதுமைப்பித்தனின் மதிப்புரைகள் பெரும் பகுதியையும், ரசமட்டம், தழுவலா - மொழிபெயர்ப்பா விவாதக் கட்டுரைகளையும் படியெடுத்த பொழுது, மொழிபெயர்ப்புகளின் பட்டியலையும் தயாரித்தவர் திரு. அ. ராஜமார்த்தாண்டன்.

அதன் பிறகே *தினமணி* நிர்வாகத்தினரிடமிருந்து அனுமதி பெற்று, நுண்படச் சுருள்களிலிருந்து அவற்றின் தாள் பிரதிகளை நான் எடுத்தேன். இதற்குரிய அனுமதியை வழங்கியவர் எக்ஸ்பிரஸ் நிறுவன நிர்வாக இயக்குநர் திரு. மனோஜ்குமார் சொந்தாலியா அவர்கள். அனுமதி பெற உதவியவர் ஆசிரியர் திரு. இராம. திரு. சம்பந்தம் அவர்கள்.

மறைந்த திரு. தொ. மு. சி. ரகுநாதன் அவர்கள் பல செய்திகளைப் பகிர்ந்துகொண்டு உதவினார். அவருடைய சேகரிப்பிலிருந்த நூல்களையும் ஆவணங்களையும் அவருடைய

14   புதுமைப்பித்தன் மொழிபெயர்ப்புகள்

அனுமதியின்பேரில் எட்டயபுரத்தில் அவர் பெயரிலுள்ள நூலகத்தில் பயன்படுத்திக்கொண்டேன்.

மருங்கூர், சண்முகானந்த நூல்நிலையத்தில் சில முதல் பதிப்புகள் கிடைத்தன. இதற்கு உதவியவர்கள் முனைவர் தே. வேலப்பன், முனைவர் அ. கா. பெருமாள்.

தக்க ஆய்வு உதவியாளர் இல்லாமல் பதிப்பு வேலைகள் சுணங்கிய பொழுது, இதற்கென ஒருவரை அமர்த்திக்கொடுத்த பொருநை அறக்கட்டளைக்கும், திரு. ச. சிதம்பரம், திரு. மு. சடையப்பன், திரு. நா. திருவேங்கடநாதன் (ரமணி) ஆகியோர்க்கும் நன்றி உரியது. இதற்கெனப் பெ. பாலசுப்ரமணியனை ஆற்றுப்படுத்தியவர் பெருமாள்முருகன். திருத்தமான பாடங்களை முடிவு செய்வதற்காக, மெய்ப்பு ஒப்புநோக்கும் வேலையில் இவர் பெருமளவு உதவினார்.

தேடல், ஆய்வு, பதிப்பு, அறிவு, நட்பு என அனைத்து நிலை யிலும் உற்ற துணையாக விளங்குபவர்கள் பழ. அதியமானும் பா. மதிவாணனும்.

நூல் உருவாக்கத்தின்பொழுது பல ஆலோசனைகளை வழங்கிச் சில தெளிவுகளை வழங்கியவர் திரு. அ. ராஜமார்த் தாண்டன்.

பெருந்தொகுதியாக்கத்திலே அச்சியற்றுதல் என்பது எளிய செயலன்று. அதன் பல்வேறு சிக்கல்களோடும் நுட்பங்களோ டும் இதனைச் செய்துகாட்டியிருக்கும் காலச்சுவடு பதிப்பக நண்பர்களுக்கு என் நன்றி உரியது. இதன் தொடர்பில் திரு. எம். சிவசுப்ரமணியன் (எம். எஸ்), திருமதி சு. நாகம் ஆகியோரைத் தனியே குறிப்பிட வேண்டும்.

புதுமைப்பித்தன் படைப்புகள் அனைத்தையும் அவற்றின் மூலங்களிலிருந்து கண்டெடுத்துப் பதிவாக்கும் ஆய்வுத்திட்டத் திற்கு, சர் ரத்தன் டாட்டா அறக்கட்டளை வழியே ஒரு நல்கையைக் கலைகளுக்கான இந்திய மையம் (பெங்களூர்) 2000இன் தொடக்கத்தில் காலச்சுவடு அறக்கட்டளைக்கு வழங்கியது. பதிப்பு மற்றும் ஆராய்ச்சித் தேவைக்கென ஒளிநகல் எடுக்கும் நிலைமாறி, நுண்படச் சுருளிலும் குறுந் தகட்டிலும் ஆவணமாக்கம் செய்து ஆய்வாளர் அனைவர்க்கும் பயன்படுவதற்கு இதன் மூலம் வழி ஏற்பட்டுள்ளது.

இப்பெரிய வினைப்பாட்டைச் செய்து முடிப்பதற்கு அறிவாற்றல் மட்டுமன்றி வினைத் திட்பமும் வேண்டும். அதைச் சாத்தியப் படுத்திச் சமன் செய்திருப்பவர் கண்ணன்.

இப்பணியில் திரு. சுந்தர ராமசாமியும் அவருடைய குடும்பத்தினர் ஒவ்வொருவரும் ஏதோ ஒருவகையில் உதவி இருக்கின்றனர்.

புதுமைப்பித்தன் மொழிபெயர்ப்புகள்

இருபதாண்டுகளுக்கு முன்பே சொ. விருத்தாசலம் எழுதிய *நமது இலக்கியம்* நூற்பிரதியைக் கொடுத்தவர் என் முதல் ஆசிரியர்களில் ஒருவரான புலவர் த. கோவேந்தன். 'பாஸ் வெல்லின் ஜான்சனும் ரகுநாதனின் புதுமைப்பித்தனும்' என்ற என் கட்டுரையை *முகம்* மாத இதழில் 1983இல் (அப்போது எனக்குப் பதினைந்து வயது) தொடராக வெளியிட்டவர் 'முகம்' மாமணி அவர்கள்.

புதுமைப்பித்தன் படைப்புகளைச் செம்பதிப்பாக வெளி யிடும் திட்டத்திற்குத் தொடக்கத்திலிருந்து ஒவ்வொரு கட்டத் திலும் மகிழ்ச்சியோடும் இன்முகத்தோடும் எங்களுக்குத் துணைநின்றுவரும் திருமதி தினகரி - ஹெச். சொக்கலிங்கம் இணையர், நூலாக்கத்திற்குத் தேவையான பல ஆவணங் களையும் அன்புடன் வழங்கியுள்ளனர்.

சொல்லப் பயன்படுவர் சான்றோர் என்றவாறு உதவிய இவர்கள் அனைவரையும் கைகூப்பி நன்றி கூறுகிறேன்.

புதுமைப்பித்தன் மொத்தப் படைப்புகளின் மூன்றாம் தொகுப்பைப் பதிப்பித்து முடித்திருக்கும் இவ்வேளையில் என் நினைவுகள் சுந்தர ராமசாமியைச் சுற்றிப் படர்கின்றன. புதுமைப்பித்தன் நினைவுமலரை வெளியிடுவதற்கு 1951இல் எடுத்த முயற்சி தொட்டு, 2005இல் இறுதிமூச்சு விடும்வரை சுந்தர ராமசாமியினுடைய வாழ்வில் இடையறாத ஓர் இழை யாக இருந்தது புதுமைப்பித்தன்மீது அவர் கொண்ட பற்று. புதுமைப்பித்தன் நூல்கள் அனைத்துலகத் தரத்தில் வெளிவர வேண்டுமென்பதில் அக்கறை கொண்டிருந்த சுந்தர ராமசாமி அளித்த ஆதரவு என் பதிப்பு முயற்சிகளுக்கு மிக முக்கிய மானது. மேடையிலும் எழுத்திலும் உரையாடலிலும், சொற்க ளல்லாத முகபாவங்கள், முறுவல்களின் மூலமும் அவர் என்னைப் பாராட்டி ஊக்குவித்தார். அன்பு மட்டுமல்ல பாராட் டும் புனுகுபோல் கொஞ்சமாக இருக்க வேண்டும் என்று கருதிய சுந்தர ராமசாமி எனக்கு விதிவிலக்கு அளித்தார் என்றே நினைக் கிறேன். இந்தத் தொகுப்பை அவர் பார்த்திருந்தால் எவ்வளவோ மகிழ்ந்திருப்பார். சுந்தர ராமசாமியின் நினைவைப் போற்றும் வகையில் இந்நூல் அவருக்குக் காணிக்கையாகிறது.

சென்னை
18 நவம்பர் 2006
வ.உ.சியின் 70ஆம் நினைவு நாள்

சலபதி

மண் படர்ந்த மாண்பு:
புதுமைப்பித்தன் மொழிபெயர்ப்புகள்

ஆ. இரா. வேங்கடாசலபதி

அச்சில் வெளிவந்த புதுமைப்பித்தனின் முதல் நூல் மொழிபெயர்ப்புக் கதைகள் அடங்கிய *உலகத்துச் சிறுகதைகள்* தான். 1939இல் இந்நூல் அச்சேறிய ஓராண்டுக்குப் பிறகே அவருடைய புகழுக்கு அடிப்படையாக விளங்கும் சிறுகதை களின் முதல் தொகுப்பாகப் *புதுமைப்பித்தன் கதைகள்* வெளி வந்தது. புதுமைப்பித்தன் சொந்தமாக ஏறத்தாழ நூறு கதை கள் எழுதினார் என்றால் சுமார் எழுபது கதைகளையும் இரண்டு நாவல்களையும் மொழிபெயர்த்திருக்கிறார். பக்க அளவைக் கொண்டால் மொழிபெயர்ப்புகள் சொந்தக் கதைகளைவிட அதிகம் என்று சொல்லலாம்.

இந்தப் புனைகதை மொழிபெயர்ப்புகளே காலச்சுவடுவின் புதுமைப்பித்தன் படைப்புகள் செம்பதிப்பு வரிசையில் - அச்சிடப் படாத, தொகுக்கப்படாத படைப்புகளைக் கொண்ட *அன்னை இட்ட தீ* (1998); *புதுமைப்பித்தன் கதைகள்* (2000); *புதுமைப் பித்தன் கட்டுரைகள்* (2002) ஆகியவற்றை அடுத்து - இப்பொழுது நூலாக்கம் பெறுகின்றன.

ஐம்பத்தெட்டு மொழிபெயர்ப்புக் கதைகள், எட்டுத் தழுவல் கதைகள், மேரி ஷெல்லியின் நாவலின் சுருக்கமான *பிரேத மனிதன்*, அலெக்ஸாண்டர் குப்ரினின் *பலிபீடம்* ஆகியவற் றோடு இதுவரை நூலுருப் பெறாத 'பூலோகவாணி' என்ற, *தினமணியில்* வெளியான, மொழிபெயர்ப்புத் தொடர்கதையின் கிடைத்த முதல் மூன்று இயல்களும் இத்தொகுதியில் அடங்கும்.

புதுமைப்பித்தனின் அனைத்துப் படைப்புகளுக்கும் நம்பக மான, திருத்தமான பாடங்களோடு, ஆய்வுக் குறிப்புகளுடன்

கூடிய செம்பதிப்பின் தேவை ஏற்கெனவே நிறுவப்பட்டுவிட்டது. அவ்வகையில் புதுமைப்பித்தனின் மொழிபெயர்ப்புகளும் செம்பதிப்பாக இப்பொழுது வெளிவருகின்றன. புதுமைப்பித்தன் மொழிபெயர்ப்புகள் திறனாய்வாளர்களின் கவனத்தைக் கவராத தாகவே இருந்துவந்துள்ளன. இப்பதிப்பு அவர்களை இதன் பக்கம் ஈர்க்கத் தூண்டுகோலாக அமையும் என்று நம்புவோம்.

புதுமைப்பித்தனும் மொழிபெயர்ப்பும்

தம் சொந்தக் கதைகளுக்குச் சற்றும் குறையாத அளவுக்குப் புதுமைப்பித்தன் மொழிபெயர்ப்பும் செய்திருப்பது தற்செய லானது அல்ல. தாம் மொழிபெயர்த்த நூல்களுக்கு எழுதிய முன்னுரைகளிலும், மொழிபெயர்த்த கதைகளுக்கு எழுதிய அறிமுகக் குறிப்புகளிலும், தழுவலா மொழிபெயர்ப்பா என்பது பற்றிய விவாதத்திலும் மொழிபெயர்ப்பு இலக்கியம் பற்றிய தீவிரமான, தீர்க்கமான பார்வையை அவர் முன்வைத்துள்ளார்.

மொழிபெயர்ப்பு என்ற இலக்கியச் செயல்பாடு, அதன் இன்றைய அர்த்தத்தில், நவீன காலத்திற்கே உரியது. தமிழைத் தவிரப் பிற இந்திய மொழிகளில் இதைச் சுட்டும் சொல் / சொல்லாக் கங்கள் மேலைப் பண்பாட்டுத் தொடர்பு ஏற்பட்ட பிறகு, ஆங்கில மொழிச் சொல் உணர்த்தும் பொருண்மைக்கு ஏற்பவே ஆக்கப்பட்டன என்ற கருத்தும் உண்டு. ('மொழிபெயர்த்து அதர்ப்பட யாத்தல்' என்பது தொல்காப்பியத் தொடர்.) இதன் உட்கிடை மூலநூலாசிரியன் உருவாக்கிய பிரதிக்கு உண்மை யாய் இருத்தல் என்பது ஒரு நவீனக் கருத்தாக்கம் என்பதே. தமிழில் இக்கருத்தாக்கம் இருபதாம் நூற்றாண்டின் தொடக்கத் தில்தான் ஏற்படத் தொடங்கியிருக்கிறது. அதற்கு முன்புவரை பிறமொழி ஆசிரியர்களின் கருவை, கருத்தை, கதையை, கதைமாந்தரை உள்வாங்கிக்கொண்டு, மூலஆசிரியர் பெயர் சுட்டியோ, சுட்டாமலோதான் 'மொழிபெயர்ப்பு' செய்யப்பட்டு வந்திருக்கிறது. நவீனக் கல்வி முறை காலூன்றியபோது பாடநூல் தேவைகளுக்காகவும் இது செய்யப்பட்டிருக்கிறது. (ஷேக்ஸ்பியர் இதில் முக்கிய பலியாக இருந்திருக்கிறார்.) நவீன இலக்கிய மொழிபெயர்ப்பில், அதன் இன்றைய பொருளில், ஈடுபட்ட தமிழ் முன்னோடிகளுக்குப் பாரதி, வ.வே.சு ஐயர், மகேச குமார சர்மா ஆகியோர் சில எடுத்துக்காட்டுகள்.

1930களில் ஏற்பட்ட 'இலக்கிய மறுமலர்ச்சி' வழியே மொழி பெயர்ப்பு பற்றிய நவீனப் பார்வையும் அணுகுமுறையும் தமிழ் இலக்கிய உலகில் காலூன்றத் தொடங்கின. இந்தத் தருணத்தில்தான் அதுவரையான மொழிபெயர்ப்புகள் தழுவல் என்றும், மூலத்திற்கு 'துரோகம்' செய்வது எனவும்

இனங்காணப்பட்டன. *மணிக்கொடியிலும் தினமணியிலும்* நிகழ்ந்த தழுவலா, மொழிபெயர்ப்பா என்ற விரிவான விவாதம் இதனைச் சுட்டுகிறது. இவ்விவாதத்திற்குப் பிறகு தழுவல், மொழிபெயர்ப்பு ஆகியவற்றுக்குக் கறாரான இலக்கிய வரையறை ஏற்பட்டதெனச் சொல்லலாம். (புதுமைப்பித்தன் இவ்விவாதத்தில் காத்திரமான பங்காற்றியிருக்கிறார். காண்க: *அன்னை இட்ட தீ*, காலச்சுவடு பதிப்பகம், 1998.)

மொழிபெயர்ப்பு பற்றிய இந்த நவீனப் பார்வையினை அடியொற்றி 1930கள் முதற்கொண்டு தமிழில் ஒரு பெரிய மொழி பெயர்ப்பு அலை அடித்தது. வங்காளம், மராத்தி, இந்தி ஆகிய இந்திய மொழிகளிலிருந்தும், ஆங்கிலத்திலிருந்தும், ஆங்கில வழிப் பிற மேலை மொழிகளிலிருந்தும் ஏராளமான மொழி பெயர்ப்புகள் இதழ்களிலும் நூல்களாகவும் வெளிவரலாயின. புதுமைப்பித்தன், டி.எஸ். சொக்கலிங்கம், க.நா. சுப்ரமண்யம், கு.ப.ரா., தி.ஜ.ர., சிட்டி, அ.கி. ஜயராமன், கி. ராமச்சந்திரன், த.நா. குமாரசாமி, த.நா. சேனாபதி, ஆர். சண்முகசுந்தரம், கா.ஸ்ரீ.ஸ்ரீ. - மொழிபெயர்ப்பில் ஈடுபடாத படைப்பாளிகளே இல்லை என்று சொல்லுமளவுக்கு - எனப் பலர் மொழிபெயர்ப்பு களில் ஈடுபட்டனர். *மணிக்கொடி, கலைமகள், வசந்தம்* என்று அக்கால இலக்கிய இதழ் எதை எடுத்தாலும் மொழிபெயர்ப்புக் கதைகள் இடம்பிடித்திருப்பதைக் காணலாம். அல்லயன்ஸ், கலைமகள் காரியாலயம், ஜோதி நிலையம், சக்தி காரியாலயம் எனப் பல பதிப்பகங்களும் போட்டி போட்டுக் கொண்டு மொழிபெயர்ப்புகளை வெளியிட முந்தி நின்றன.

புதுமைப்பித்தனின் இலக்கிய வாழ்க்கை இந்தக் காலக் கட்டத்தோடு இணைகோடாக இயைந்திருந்தது. தம் எழுத்து வாழ்க்கையின் தொடக்கத்தில் சில கதைகளைத் தழுவி எழுதிய புதுமைப்பித்தன் 1935 தொடங்கிக் கணிசமாக மொழிபெயர்க்க லானார்.

பி.ஏ. பட்டம் பெற்ற புதுமைப்பித்தன், தம் சமகால நவீன எழுத்தாளர்கள் பலரைப் போல ஆங்கிலத்தைச் சரளமாகப் படிக்கவும் எழுதவுமான ஆற்றலைப் பெற்றிருந்தார். அவர் எழுதிய சில ஆங்கிலக் கடிதங்கள் அவருக்கிருந்த ஆங்கில மொழிப் பயிற்சியையும் ஆற்றலையும் காட்டுகின்றன. 1930களில் தமிழில் நிலைபெற்றுவிட்ட சிறுகதை என்ற இலக்கிய வடிவத்திற்கு மேலை இலக்கியமே முன்மாதிரியாக விளங்கியது என்பது தெரிந்ததே. நவீன எழுத்தாளர்கள் பலரும் ஆங்கிலவழி மேலை நாட்டுக் கதைகளை விரிவாகப் படித்திருந்தனர். அந்தவகையில் அறிந்த கதைகளை நேரிடையாகத் தமிழில் அறிமுகப்படுத்தும் முகமாகவே புதுமைப்பித்தன் மொழிபெயர்ப்பில் ஈடுபட்டிருக் கிறார் என்பது கண்கூடு.

புதுமைப்பித்தனுடைய நண்பர்கள் அனைவரும் - க.நா.சு., தொ.மு.சி. ரகுநாதன், மீ.ப. சோமசுந்தரம் முதலானோர் - படிப்பதிலும் புத்தகங்களை வாங்குவதிலும் (முக்கியமாக ஆங்கிலத்தில்) அவருக்கிருந்த ஆர்வத்தைக் குறிப்பிட்டிருக்கின்றனர். புதுமைப்பித்தனுடைய தனி நூலகமும் இதற்குச் சான்றாக விளங்குகின்றது. நவீன மேலை இலக்கியத்தின் குறுக்குவெட்டுத் தோற்றமாக இந்த நூல்கள் விளங்குகின்றன. புதுமைப்பித்தனின் பார்வைக்கு வராத முக்கியமான சமகால நவீன எழுத்தாளர்களே இல்லை என்று சொல்லுமளவுக்கு அவருடைய இலக்கியப் பரிச்சயம் இருந்திருக்கிறது. புதுமைப் பித்தன் மொழிபெயர்க்கவெனத் தேர்ந்த கதைகள், அவருடைய ஆர்வம், அறிமுகம் ஆகியவற்றின் பரப்பைக் காட்டுவதோடு இது பற்றி அவருக்கிருந்த தன்னுணர்வையும் வெளிப்படுத்து கின்றன. 'ஒரே ஒரு ஊரிலிருந்த ராஜாராணிகளையும், பகாசூரர் களையும் விட்டு நெடுந்தூரம் வந்து விட்ட',

தற்போது சிறுகதை என்று மேல்நாட்டவர்கள் குறிப்பிடும் அமைப்பு வேகத்தையே அடிப்படையாகக் கொண்ட ஒரு யந்திர நாகரிகத்தின் துரித உற்பத்தி. அமைப்பு லாவண்யங்களிலும், கையாளப்படும் அசாதாரண, வார்த்தைக்கு மீறிய அதீத விஷயங்களிலும் சிகரங்கள் என்று சொல்லத்தக்க கதைகள் ஒவ்வொரு வருஷமும் பல நூற்றுக்கணக்கில் வெளிவந்துகொண்டிருக்கின்றன

என்று உலகத்துச் சிறுகதைகள் முன்னுரையில் புதுமைப்பித்தன் குறிப்பிடுகிறார். '19ஆம் நூற்றாண்டின் முற்பகுதி(யிலே), யந்திர நாகரிகத்தின் அடிவானத்திலே, முக்கியமாக அமெரிக்காவிலே தோன்றிய புதுப் பரிட்சை' சிறுகதை என்ற இலக்கிய வரலாற்றுணர்வும் அவருக்கு இருந்திருக்கிறது.

இவ்வாறு வெளியாகும் நூற்றுக்கணக்கான கதைகளுக்கு அவை படைக்கப்படும் தேசங்களில் ஒரு பாரம்பரியம், ஓர் இலக்கிய மரபு உள்ளதையும் புதுமைப்பித்தன் கூர்மையாக அவதானித்துள்ளார். 'ஜெர்மனியை நினைத்தால் தத்துவத்தை யும் சங்கீதத்தையும் நினைப்பது என்று சொல்லிவிடலாம். அதைப் போலவே அவர்களது இலக்கியச் செல்வமும்' (காண்க: 'இஷ்ட சித்தி' பற்றிய குறிப்பு; பின்னிணைப்பு 1) என்று எழுதுபவர், பிரெஞ்சு கதை மரபில் உள்ள இரு போக்குகளை இனங்காண்கிறார் ('ஷெஹர்ஜாதி-கதைசொல்லி' பற்றிய குறிப்பு, பின்னிணைப்பு 1). 'புதுத் தன்மைகளையும் புதுப் பரிட்சைகளையும் விலகிச் செல்வது ஆங்கில இலக்கியம்' என்றும், எனவே அது சிறுகதையை இன்னும் கதையாகவே வைத்திருக்கிறது எனவும் பெரும்போக்குடன் அவதானிக்கிறார். ஆங்கிலத்திலேயே எழுதப்பட்டாலும் இங்கிலாந்துக்கும்

அமெரிக்காவுக்கும் இடையேயான இலக்கிய மரபு மற்றும் போக்குகளின் வேறுபாடுகள் பற்றிய விழிப்பு புதுமைப்பித்த னிடம் காணப்படுகிறது (காண்க: *உயிர் ஆசை* முன்னுரை). மூலக்கதையாசிரியர்கள் பலரைப் பற்றியும் புதுமைப்பித்தன் தமக்கென ஒரு மதிப்பீட்டை வைத்திருந்திருக்கிறார்.

அயல்நாட்டு இலக்கிய மரபுகள் பற்றிய அறிவையும், கூர்த்த அவதானிப்பையும், தமிழ் இலக்கிய உலகின் தேவை களோடு ஒத்திசைந்து தம் தேர்வையும் மொழிபெயர்ப்பையும் புதுமைப்பித்தன் செய்திருக்கிறார். 'தமிழ்நாட்டு வாசகர்களின் விருப்புவெறுப்புக்களை மதித்து, கூடுமானவரை ஓரளவு கதைச் சத்து இருக்கக்கூடிய, ஆனால் அமைப்பு விசேஷங்களுடன் பொருந்திய கதைகளை'யே (*உலகத்துச் சிறுகதைகள்*, முன்னுரை) அவர் தேர்ந்தெடுத்திருப்பதாகச் சொல்கிறார்.

புதுமைப்பித்தனின் சொந்தக் கதைகளின் கரு, களம், சொல் முறை, வடிவம் ஆகியவற்றின் பரப்போடு மொழிபெயர்ப்புக் கதைகளும் ஒப்பிடத்தகுந்தவை. எதார்த்தம், சமூக விமரிசனம், பேய்க் கதை, விஞ்ஞானப் புனைவு, தத்துவ விசாரம் எனப் புதுமைப்பித்தனுடைய சொந்தக் கதைகளின் எல்லாக் கோலங் களையும் அவருடைய மொழிபெயர்ப்புகளிலும் காணமுடிகிறது. 'இஷ்ட சித்தி' போன்ற கதைகளில் தம் சொந்த வாழ்க்கையை அவர் இனங்கண்டிருப்பார் என நம்பலாம்.

மொழிபெயர்ப்பதன் அடிப்படை நோக்கம் என்ன என்பதை அவர் பின்வருமாறு வரையறுத்துக்கொள்கிறார்: 'அயல்நாட்டுக் கதையைச் சொல்வதன் விசேஷ நோக்கம் என்ன?... விசித்திர விபரீத உடையுடன், பாஷையுடன் காணப்பட்டாலும், அதற்கும் அப்புறத்திலிருந்து துடிதுடிக்கும் மனித இயற்கையைக் (மொழிபெயர்ப்பாளன்) காண்பிக்க முயற்சிக்கிறான்' (*மணிக் கொடி*, 15 நவம்பர் 1937; *அன்னை இட்ட தீ*, ப. 268).

> காதல், அன்பு, ஆசை, கோபம், வெறுப்பு, சோகம் யாவும் மனிதன் என்ற பொதுப் பிரயோகத்தில் பிரிக்கப்படும் பிராணியின் குணங்கள்தான். ஆனால் மனிதன், கும்பலில் பிறந்தவன், வளர்ந்தவன்... கும்பலை வைத்துத்தான் மனிதன். அவன் வாழ்வே கும்பலைப் பொறுத்திருக்கிறது. அப்படியிருக்கையில், அவனது பொதுத்தன்மைகள் யாவும் அந்தப் பொதுக் கலவையின் தன்மை பெற்றே இருக்கும்.
>
> மதம், சமுதாயப் பழக்கவழக்கங்கள், அதன் மூல மாக ஏற்படும் விருப்பு வெறுப்புக்கள் பற்றி எழுதப் படாத, வெறும் தனி உணர்ச்சிகளை மட்டும் உருவகப் படுத்திய, நமக்குச் சௌகரியமாக இருக்கக்கூடிய

நாவல்கள் எங்கு இருக்கின்றன? அவையும் ஒரு குறிப்பிட்ட சமுதாயத்தின் அம்சமான ஒருவனின் எண்ணக் கோவைகள் தானே?

அதன் சாரத்தைப் பிழிந்துகொள்ளலாமே என்கிறீர்கள்! இலக்கியத்தில் விபரீதவசமாக, நாம் பிழிந்து உதறித் தள்ளும் சக்கைகளில்தானே சாரம் இருக்கிறது! எடுக்கப் படுவது சக்கைதானே! (*மணிக்கொடி, 1 டிசம்பர் 1937; அன்னை இட்ட தீ, ப. 284*)

இந்தக் கருத்தோட்டமே புதுமைப்பித்தன் மொழிபெயர்ப் பில் இழையோடியிருக்கிறது. அயல்மொழி ஆள்பெயர்களைத் தக்கவைத்துக்கொண்டதோடு, அவர்களுடைய புறச்சின்னங் கள், பழக்கவழக்கங்களையும் அவர் அப்படியே வழங்குகிறார். பல சமயங்களில் அவற்றை வாக்கியத்தின் போக்கிலோ, அடைப்புக் குறிகளுக்குள்ளோ, சில சமயங்களில் அடிக்குறிப்பு களிலோ விளக்கியும் செல்கிறார். அதே சமயத்தில் தமிழ் வாழ்வுக்கும் பண்பாட்டுக்கும் மட்டுமே உரிய சில தொடர் களையும் இலக்கிய வழக்குகளையும் இடையிடையே பெய்வதை யும் அவரால் தவிர்க்க முடியவில்லை.

பேச்சுத் தமிழைப் புனைகதையில் படைப்பூக்கத்தோடு பயன்படுத்துவதில் முன்னோடியான புதுமைப்பித்தன், மொழி பெயர்ப்புக் கதைகளில் எப்படி உரையாடலைக் கையாள்வது எனத் தத்தளித்திருப்பதை உணர முடிகிறது. பேச்சு மொழியா, எழுத்து மொழியா என்ற ஈரடி நிலையோடு, பேச்சுத் தமிழிலும் எந்த வட்டாரமொழியைக் கையாள்வது என்று திணறியிருக் கிறார்; கடைசியில் பெரிதும் நெல்லைத் தமிழையும் சென்னைத் தமிழையும் சார்ந்து அவர் தேர்வு அமைந்திருக்கிறது. சில இடங்களில் எழுத்துத் தமிழும் பேச்சுத் தமிழும் மயங்கிக் காணப் படுகின்றன.

'உலகத்தில் சொல்லவேண்டியதையெல்லாம் மூவாயிரம் வருஷங்களுக்கு முன்பே கங்கைக் கரையிலும் காவிரிக் கரை யிலும் சொல்லி முடித்துவிட்டதாக மமதை கொண்டிருக்கும் அரிசி உணவை உட்கொள்ளும் பிராணிக'ளுக்கே தாம் மொழிபெயர்ப்பைச் செய்வதான கடமை உணர்வோடு இறு மாப்பும் புதுமைப்பித்தனிடம் விளங்கியிருக்கின்றன.

காலமும் இதழ்களும்

இப்பொழுது கிடைக்கும் புதுமைப்பித்தனின் மொழி பெயர்ப்புக் கதைகளில் பதினெட்டுக் கதைகளுக்கு மட்டும்

முதல் வெளியீட்டு விவரங்களைக் கண்டுபிடிக்க முடிந்துள்ளது. இவற்றில் பதினைந்து கதைகள் *தினமணி*யில் வெளிவந்துள்ளன. (இவற்றில் ஒன்று மட்டும் 1938 ஆண்டு மலரில் வந்துள்ளது.) நமக்குக் கிடைக்கும் முதல் மொழிபெயர்ப்புக் கதையான 'ஷெஹர்ஜாதி - கதைசொல்லி' *தினமணி* 23 நவம்பர் 1935இல் வெளிவந்ததாகும். புதுமைப்பித்தன் *தினமணி*யில் உதவியா சிரியராகப் பணிக்கு அமர்ந்தது 2 ஜூலை 1935இல். அவர் அந்நாளேட்டில் வேலைக்குச் சேர்ந்த சில மாதங்களிலேயே தம் மொழிபெயர்ப்புகளை வெளியிடத் தொடங்கிவிட்டார் என்று தெரிகிறது. ஏறத்தாழ வாரம் தவறாமல் 1936ஆம் ஆண்டின் இடைப்பகுதிவரை இவ்வாறு மொழிபெயர்ப்புகளைத் தொடர்ந்து வெளியிட்டு வந்திருக்கிறார் (காண்க: பின்னிணைப்பு 2). நமக்குப் பார்க்கக் கிடைக்கும் *தினமணி* இதழ்களிலிருந்து அறியவரும் செய்தி இது. *உலகத்துச் சிறுகதைகள்* நூலிலுள்ள 12 கதைகள் இவ்வாறு *தினமணி*யில் வந்தவை என்று உறுதிபடத் தெரிகிறது; இரண்டு கதைகள் *மணிக்கொடி*யிலும், ஒரு கதை *ஜோதி*யிலும் வந்துள்ளன. பிற கதைகளும் பெரும்பாலும் *தினமணி*யிலேயே வந்திருக்க வாய்ப்புண்டு.

புதுமைப்பித்தன் தம் கைப்பட எழுதியிருக்கும் 'மொழி பெயர்ப்புக் கதைகள்' என்ற பட்டியலில் 16 கதைகள் உள்ளன (காண்க: படம் 1). இவற்றில் இரண்டு கதைகள் - 'பஜனை மடம்', 'பிறவாத குழந்தையின் கதை' - கிடைக்கவில்லை. இவை யார் கதைகள் என்பதோ, எதில் வெளிவந்தன என்பதோ தெரியவில்லை. புதுமைப்பித்தன் தேடல் சொந்தப் படைப்பு கள் மட்டுமன்றி மொழிபெயர்ப்புகள் தொடர்பாகவும் தொடர வேண்டிய பணி.

புதுமைப்பித்தனின் மனைவி கமலா விருத்தாசலம் எழுதி வைத்துள்ள ஒரு பட்டியலிலும் (காண்க: படம் 2) சுவையான சில புதிய தகவல்கள் காணப்படுகின்றன. இப்பட்டியல் புதுமைப்பித்தனின் மடல்தாளில் எழுதப்பட்டுள்ளது. இந்தத் தாளிலிருந்தும் கையெழுத்திலிருந்தும் இப்பட்டியல் காலத்தால் முற்பட்டது என்று தெரிகிறது. (இந்த ஊகத்தை உறுதிப்படுத் தியவர் புதுமைப்பித்தனின் மகள் தினகரி சொக்கலிங்கம்.) 'அன்று இரவு' (*கலைமகள்*, ஜனவரி, பிப்ரவரி 1946 இதழ்களில் முதலில் வெளியானது.) குறிக்கப்பட்டுள்ளதாதலால் 1945க்குப் பிறகானது இப்பட்டியல் என்பது உறுதி. புதுமைப்பித்தன் 30 ஜூன் 1948இல் மறைந்த பிறகு, அவருடைய படைப்புகளை முழுமையாக வெளியிடவும் அதன்மூலமாகத் தம் குடும் பத்தை நடத்துவதற்கு வருவாய் தேடவும் 1950இலிருந்து கமலா விருத்தாசலம் (தொ.மு.சி. ரகுநாதனின் உதவியோடு) கடும் முயற்சிகளை மேற்கொண்டபொழுது இப்பட்டியலை

மொழி பெயர்ப்பு கதைகள்

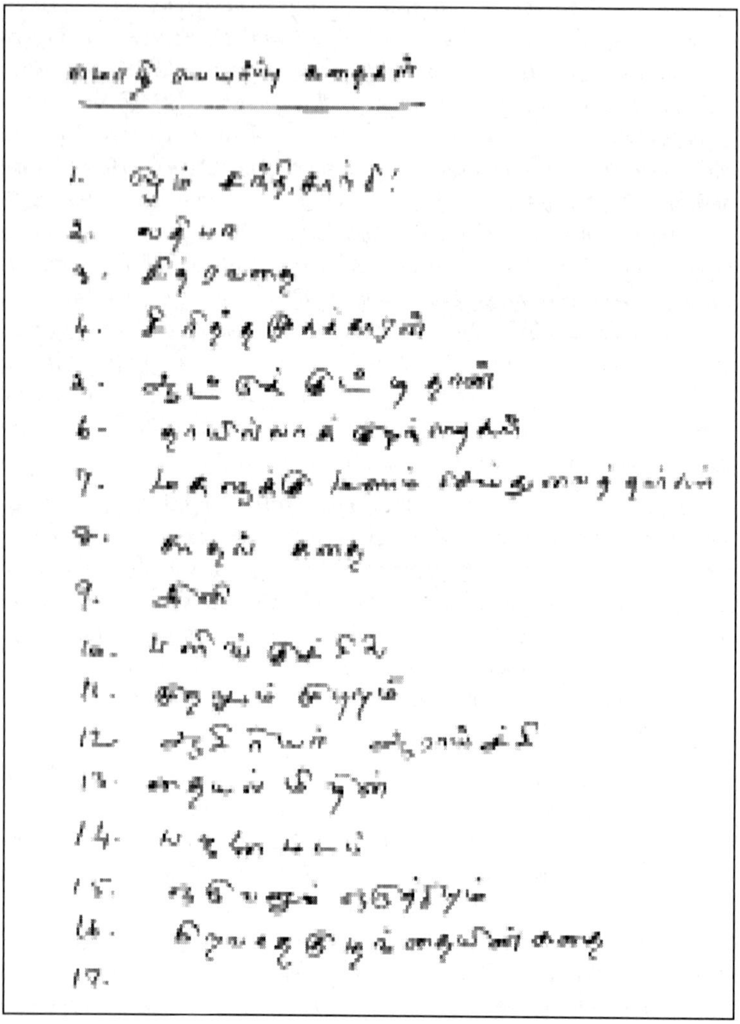

படம் 1

புதுமைப்பித்தன் தயாரித்த
மொழிபெயர்ப்புக் கதைப் பட்டியல்

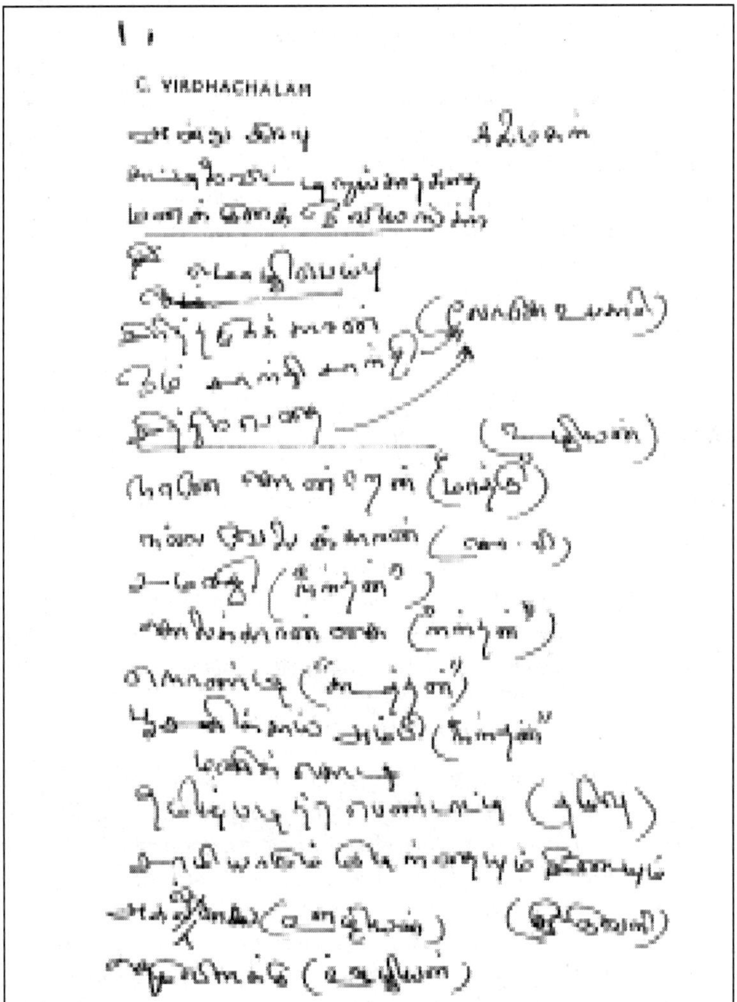

படம் 2
கமலா விருத்தாசலம் தயாரித்த
புதுமைப்பித்தன் கதைப் பட்டியல்

அவர் தயாரித்திருக்கலாம் என்று ஊகிக்க இடமுண்டு. இப்பட்டியலில் 'மொழிபெயர்ப்பு' என்று மூன்று கதைகளை - 'சிரித்த முகக்காரன்', 'ஓம் சாந்தி! சாந்தி!', 'சித்திரவதை' - பட்டியலிட்டதோடு, அடைப்புக்குறிக்குள் *லோகோபகாரி* என்று அவை வெளிவந்த இதழின் பெயரையும் அவர் குறிப்பிட்டிருக்கிறார். (பட்டியலில் உள்ள பிற கதைத் தலைப்புகள், புனைபெயர்கள், இதழ்கள் யாவும் துல்லியமாக இருப்பதை உறுதிப்படுத்திக் கொள்ள முடிகிறது.) அக்காலத்தில் - 1930கள், 1940கள் - *லோகோபகாரி*யின் ஆசிரியராக விளங்கியவர், வ.உ.சி., பாரதி ஆகியோரின் அன்புக்குப் பாத்திரமான, பரலி சு. நெல்லையப்ப பிள்ளை ஆவார். 'மனப்போக்கிலும் பக்குவத்திலும் வெவ்வேறு உலகில் சஞ்சரிப்பதாக நினைத்துக்கொண்டு' *கலைமகள்* இதழிலிருந்து 'வெகுகாலம் ஒதுங்க முயன்ற' (*காஞ்சனை* முன்னுரை) புதுமைப்பித்தன் பரலி சு. நெல்லையப்பரின் *லோகோபகாரி*யில் பங்காற்றியிருப்பது வியப்புக்குரியதே.

(இந்தப் பட்டியல் மேலும் ஒரு சுவையான தகவலைக் கொண்டுள்ளது. 'மாத்ரு' என்ற புனைபெயரில் '*ஊழிய*'னில் வெளியான 'நானே கொன்றேன்!' என்ற கதை இப்பட்டியலில் உள்ளது. இதே புனைபெயரில் வெளியான 'கதைகள்' ('சிறு கதை 3' என்றும் அறியப்படுவது) என்ற கட்டுரையை ஆதாரமாகக் கொண்டே, *புதுமைப்பித்தன் கதைகள்* காலச்சுவடு செம்பதிப்பில் (2000) இக்கதையை நான் சேர்த்திருந்தேன். அண்மையில் கிடைத்துள்ள கமலா விருத்தாசலம் தயாரித்த இப்பட்டியல் இந்தப் பதிப்பு முடிவுக்கு அரண் செய்கிறது.)

புனைபெயர்கள்

புதுமைப்பித்தன், சொ. விருத்தாசலம், சொ. வி., கூத்தன் என்று பல்வேறு பெயர்களில் தம் கதைகளை எழுதியவர், மொழிபெயர்ப்புகளை வெளியிடுவதற்குப் புதுமைப்பித்தன் என்ற பெயரையே பெரிதும் பயன்படுத்தியிருப்பது குறிப்பிடத் தகுந்தது. முதல் வெளியீட்டு விவரங்கள் தெரிந்த பதினெட்டு மொழிபெயர்ப்புக் கதைகளில் 16 கதைகள் புதுமைப்பித்தன் என்ற பெயரிலேயே வெளிவந்துள்ளன. *மணிக்கொடி*யில் வெளிவந்த 'தேசீய கீதம்' கதை மட்டும் சொ. விருத்தாசலம், பி.ஏ. என்ற பெயரில் வந்துள்ளது. 1938 தினமணி ஆண்டு மலரில் வெளியான 'கலப்பு மணம்' எந்தப் பெயரும் இல்லாமல் வெளியாகியுள்ளது. அந்த ஆண்டு மலரைப் பதிப்பித்த புதுமைப் பித்தனின் பெயரே விடுபட்டுள்ளது அவரே வேண்டுமென்று செய்ததா, தற்செயலானதா என்று தெரியவில்லை. இதுவரை நூலுருவம் பெறாத *பூலோகவாணி* என்ற தொடர்கதை சொ.வி. என்ற பெயரிலேயே வெளியிடப்பட்டுள்ளது.

புதுமைப்பித்தன் வாழ்நாளில் வெளியான மொழிபெயர்ப்பு நூல்கள் அனைத்துமே - *உலகத்துச் சிறுகதைகள், பிரேத மனிதன், உயிர் ஆசை, மணியோசை, உலக அரங்கு* - புதுமைப் பித்தன் என்ற பெயரில்தான் வெளியாகியுள்ளன.

நூலாக்கம்

புதுமைப்பித்தன் மொழிபெயர்த்த கதைகளில் 36 கதைகள் அவருடைய வாழ்நாளில் நூலுருவம் பெற்றன: *உலகத்துச் சிறுகதைகள்* (1939) நூலில் 24, *உயிர் ஆசையில்* (1944) 2, *மணியோசையில்* (1945) 5, *உலக அரங்குவில்* (1947) 5. இவை தவிரப் *பிரேத மனிதன்* அவருடைய வாழ்நாளிலேயே இரண்டு முறை (டிசம்பர் 1943, அக்டோபர் 1945) வெளியிடப்பட்டுள்ளது.

உலகத்துச் சிறுகதைகளை வெளியிட்டது *மணிக்கொடியை* வெளியிட்டுவந்த நவயுகப் பிரசுராலயம் லிமிடெட் என்ற நிறுவன மாகும். வெளியான ஆண்டு நூலில் குறிப்பிடப்படவில்லை. ஆனால், 11.3.1939இல் தம் மனைவிக்கு எழுதிய கடிதத்தில் 'இன்று என் *உலகத்துச் சிறுகதைகள்* வெளிவந்துவிட்டது' என்று மகிழ்ச்சியுடன் அவர் அறிவித்திருக்கிறார். மேலும், இலங்கையிலிருந்து வெளியான *ஈழகேசரி*, 7.5.1939 இதழிலும் இதன் வெளியீடு பற்றிய வரப்பெற்றோம் அறிவிப்பு உள்ளது.

உயிர் ஆசை, மணியோசை ஆகிய இரண்டும் ஜோதி நிலையம் வெளியிட்டுவந்த சர்வதேச கதை மலர் என்ற வரிசை யில் அமைந்தன. ஜோதி நிலையம் என்ற வெளியீட்டு நிறுவ னத்தை 1943இல் தொடங்கியவர் அ.கி. ஜயராமன். 1930களின் பிற்பகுதியிலிருந்து 1950களின் முற்பகுதிவரை தமிழில் ஏராள மாக மொழிபெயர்ப்பு நூல்கள் வெளிவந்ததையும், பல பதிப்ப கங்கள் மொழிபெயர்ப்பு இலக்கியங்களை வெளியிடுவதில் முன் னின்றதையும் முன்னரே குறிப்பிட்டோம். அல்லயன்சும், கலை மகள் காரியாலயமும் வங்காளி, மராத்தி, இந்தி மொழிகளிலி ருந்து தமிழாக்கங்களை வெளியிடுவதில் அதிகம் முனைப்புக் காட்டியபொழுது, ஜோதி நிலையம் இவற்றோடு அயல்நாட்டு இலக்கியங்களையும் வெளியிடுவதில் ஆர்வம் காட்டியது.

> மேல்நாட்டு இலக்கியங்களிலிருந்தும் இந்திய இலக்கியங் களிலிருந்தும் தேர்ந்தெடுத்த ரஸமான நாவல்களை மாதாமாதம் வெளியிடத் தீர்மானித்திருக்கிறோம். இவை களைத் தேர்ந்தெடுத்து, மொழிபெயர்க்க அடியிற் கண்ட வர்கள் அடங்கிய ஆசிரியர் கமிட்டி ஒன்று அமைக்கப் பட்டிருக்கிறது. அவர்கள், ரா.ஸ்ரீ. தேசிகன், பி.ஸ்ரீ. ஆசார்யா, 'புதுமைப்பித்தன்', க.நா.சுப்ரமண்யம், கு.ப. ராஜகோபா லன், ந. சிதம்பரசுப்ரமணியன், ந. பிச்சமூர்த்தி, ச.து. சுப்ர மண்ய யோகி, அ.கி. ஜயராமன் முதலியோர்.

என்றுகூட ஜோதி நிலையம் அறிவித்திருந்தது (*ஹேமாங்கினி*, நூலின் பதிப்புரை; ஆண்டு இல்லை). இவர்களெல்லாம் ‘கமிட்டி’யாகச் செயல்பட்டார்களோ என்னவோ தெரிய வில்லை; ஜோதி நிலையம் ஏராளமான மொழிபெயர்ப்புகளை வெளியிட்டது. இந்த வரிசையில்தான், ஓர் இரண்டாண்டு இடைவெளியில், *பிரேத மனிதன், உயிர் ஆசை, மணியோசை* ஆகிய மொழிபெயர்ப்பு நூல்களை ஜோதி நிலையவழிப் புதுமைப்பித்தன் வெளியிட்டார். 1943 டிசம்பரில் *பிரேத மனிதன்* வெளியானது. சர்வதேசக் கதை மலர் 9ஆக வெளிவந்த *உயிர் ஆசை* நூலில் வெளியான காலம் குறிப்பிடப்படவில்லை. ஆனால் உட்பக்க விளம்பரத்தில் *பிரேத மனிதன்* பட்டியலிடப்பட்டுள்ள தால் *உயிர் ஆசை* அதன் பிறகு வெளியாகியிருக்க வேண்டும். சர்வதேசக் கதை மலர் 13ஆக *மணியோசை* 1945இல் வந்துள்ளது. எனவே உயிர் ஆசை 1944இல் வெளிவந்துள்ளதெனக் கணிக்கலாம்.

இலக்கியக் காரணங்களுக்காகவே மொழிபெயர்ப்பதற்குரிய படைப்புகளைப் புதுமைப்பித்தன் தேர்ந்தெடுத்திருந்தாலும், மொழிபெயர்ப்பு நூல்களின் வெளியீட்டை அவருடைய உலகியல் நிலையோடு பொருத்தியே புரிந்துகொள்ள வேண்டியுள்ளது. *உலகத்துச் சிறுகதைகள்* வெளிவந்தபொழுது புதுமைப்பித்தன் *தினமணியில்* பணியாற்றி வந்தார். குறைந்த சம்பளம் என்றாலும் நிரந்தரமான வருமானம். ஆயினும் அப்பொழுதும் பணத்தேவை யிலேயே அவர் இருந்ததை அவர் தம் மனைவிக்கு எழுதிய கடிதங் களிலிருந்தும், அவருடைய கோப்புகளிலிருக்கும் கணக்குவழக்கு களிலிருந்தும் அறிய முடிகின்றது. *தினமணியில்* மொழிபெயர்ப்பு களை வெளியிட்டதற்காகக் கூடுதலாகச் சிறு ஊதியம் பெற்றி ருக்கவும் வாய்ப்புண்டு. அவ்வாறே *உலகத்துச் சிறுகதைகள்* நூலுக்காகவும் சிறுதொகை கிடைத்திருக்கலாம்.

இது எப்படியோ, ஜோதி நிலைய வெளியீடுகள் வருங் காலை புதுமைப்பித்தனின் நிதி நிலைமையில் பின்னடைவே ஏற்பட்டிருந்தது. *பிரேத மனிதன்* வெளியீட்டின்பொழுது, டி.எஸ். சொக்கலிங்கத்தோடு *தினமணியிலிருந்து* விலகிய உதவியாசிரியர்களில் ஒருவராக இருந்தார் புதுமைப்பித்தன். *பிரேத மனிதன்* வெளியானபொழுது புதுமைப்பித்தன் வேலையில் இல்லை. 1944 தொடக்கத்தில் (பிப்ரவரியாக இருக்கலாம்) *தினசரி* வெளிவரத் தொடங்கிவிட்டது. இந்தச் சமயத்தில்தான் *உயிர் ஆசை* வந்திருக்கக்கூடும். எட்டணா விலையிடப்பட்ட *உயிர் ஆசையின்* மூலமும், ஒரு ரூபாய்க்கு விற்ற *பிரேத மனிதன்* மூலமும் எவ்வளவுதான் ‘ராயல்டி’ வந்திருக்க முடியும்! *பிரேத மனிதன்* இரண்டாம் பதிப்பும் *மணியோசையும்* வெளிவந்தபொழுது அவர் *தினசரியிலிருந்து* விலகி, திரைத்துறையில் காலடி வைத்திருந்த நேரம்.

இருப்பினும், அக்காலத்தில் அ.கி. ஜயராமனிடமிருந்து ஐந்தும் பத்துமாகச் சிறுதொகைகளைப் புதுமைப்பித்தன் வாங்கி வந்ததாக ரகுநாதன் ஒரு நேர்காணலில் குறிப்பிட்டிருக்கிறார்.

'அவ்வையார்', 'காமவல்லி' ஆகிய படங்களுக்குக் கதை, உரையாடல் எழுதிவந்தபொழுது (1946) புதுமைப்பித்தனிடம் சிறிது தாராளமாகப் பணப்புழக்கம் இருந்திருக்கிறது. 'பர்வத குமாரி புரொடக்ஷன்ஸ்' என்ற பெயரில் 'வசந்தவல்லி' படத் தயாரிப்பில் ஈடுபட்டதும் அவருடைய பணமுடை அதிகமாகி விட்டது. இந்த நிலையில், 1947இன் பிற்பகுதியில், எம்.கே. தியாகராஜ பாகவதரின் 'ராஜமுக்தி'க்கு வசனம் எழுதப் புனா சென்றதிலிருந்து, உடல்நிலையும் மிகச் சீரழிந்து 1948இல் அவர் காலமானார். புதுமைப்பித்தனின் மொழிபெயர்ப்பு நூல்களின் வெளியீடு அவருடைய நிதிநிலையோடு நேர்விகிதத்தில் தொடர்புகொண்டிருந்தது தெளிவாகவே புலப்படுகிறது.

வருவாய்க்காக எழுதுவது என்ற சமரசம் செய்துகொள்ளாமல், எழுதிக் கைவசம் இருந்தவற்றை நூலாக்கி அதன்வழிச் சிறிது வருவாய் தேடும் மனப்பாங்கு அந்த இக்கட்டான காலக்கட்டத்தில் புதுமைப்பித்தனிடம் தொழிற்பட்டிருக்கிறது. ஏற்கெனவே சுட்டியதுபோல் மொழிபெயர்ப்புகளுக்கு வரவேற்பும் அதற்கான ஒரு சந்தையும் முளைவிட்டிருந்த தருணம் அது. திருச்சி பாலக்கரையில் அப்பொழுதிருந்த 'ஸ்டார் பிரசுரம்' மூலம் தன் மொழிபெயர்ப்புகளை வெளியிடப் புதுமைப்பித்தன் முற்பட்டிருக்கிறார். இதற்காக, திருச்சி வானொலி நிலையத்தில் பணியாற்றிவந்த தம் இளம் நண்பர் மீ.ப. சோமசுந்தரம் மூலமாக ஸ்டார் பிரசுர உரிமையாளர் வி.ஆர்.எம். செட்டியாரை அணுகியுள்ளார். இதன் தொடர்பில் அவர் மீ.ப. சோமுவுக்கு எழுதிய கடிதங்கள், பணத்துக்காக அல்லாடிய ஒரு தமிழ் எழுத்தாளனின் நிலையை மனம் நெக்குருகக் காட்டுகின்றன.

முதலில் தம்மிடமிருந்த பிரதிகளை எல்லாம் புதுமைப்பித்தன் சோமுவுக்கு அனுப்பியிருக்கிறார் என்பது 'நான் அனுப்பியுள்ள காகிதக் குப்பைகள்' என்று அவர் குறிப்பிடுவதிலிருந்து (5. 11. 1945 நாளிட்ட கடிதம். காண்க *'அன்னை இட்ட தீ'*, ப. 199) தெரிகிறது. இதைத் தொடர்ந்து அவர் எழுதிய கடிதத்தில் (2. 12. 1945; *அன்னை இட்ட தீ*, ப. 201-2) தன்னுடைய நெருக்கடியை வெளிப்படையாகவே சொல்கிறார்.

> சாதாரணமாக எனில் நான் பிரசுரகர்த்தர்களை நெருக்குவது கிடையாது. இன்று அந்த நிர்ப்பந்தம் ஏற்பட்டதினால்தான் தங்களுக்கும் சிரமம் கொடுத்துக்கொண்டிருக்கிறேன். அங்கு வாங்கிவந்த ரூ. 300ல் நூறை பைசல்

பண்ணிவிட்டேன். அதனால் நண்பர் அனுப்புவது ரூ.150 ஆக இருந்தால் சவுகரியமாக இருக்கும். மற்றது பிறகு நான் வாங்கிக்கொள்கிறேன். தேவையும், நிர்ப்பந்தமும் பிறகு அவ்வளவு இருக்காது.

இந்தப் பின்னணியில் உலக அரங்கு முதலில் வெளியிடுவ தென முடிவு செய்யப்பட்டதாகத் தெரிகிறது. அதில் ஐந்து மேலைநாட்டு நாடகங்களைத் தம் போக்கில் தழுவிக் கதை வடிவில் தந்திருந்தார் புதுமைப்பித்தன். 'நாடகங்களை கதை யாக அமைத்திருப்பது பொருந்தி வருகிறதா என்பதைத் தெரிந்துகொள்ள விரும்புகிறேன். பிறநாட்டு இலக்கிய பரிச்சயத் துக்கு அந்த முறை சிறந்ததா என்பதுதான் எனக்குத் தெரிய வேண்டும்' (மீ.ப. சோமுவுக்கு 5. 11. 1945 கடிதம்; அன்னை இட்ட தீ, ப. 201) என்று அவர் ஐயத்துடனேயே இருந்திருக் கிறார். அவை அதற்குமுன் அச்சில் வரவில்லை என்று கொள் வது பொருந்தும். அவற்றைக் கவனமாகப் படிக்கும்போது, உடனடியான வெளியீட்டுக்காக அவசரத்தில் எழுதித் தள்ளியது போலத் தோன்றுகிறது. 23. 11. 1945இல் எழுதிய கடிதத்தில் (மீ. ப. சோமு, நீங்காத நினைவுகள், வானதி பதிப்பகம், சென்னை, 1993, ப. 34) 'நான் என்னுடைய நாடகங்களுக்கு உலக அரங்கு என்று பெயர் கொடுக்கலாம் என்று நினைக்கிறேன். உனக்குப் பிடித்திருக்கிறதா? அல்லது நாடகமாடிய கதைகள் என்ற பெயர் உனக்குப் பிடித்தமா?' என்றும் கேட்டிருக்கிறார்.

உலக அரங்குக்கு நல்ல முன்னுரை எழுத வேண்டும் என்ற ஆவலைப் புதுமைப்பித்தன் கொண்டிருந்திருக்கிறார். 'அவ்வையார்' திரைக்கதை உரையாடல் வேலையில் அது தள்ளிப்போய் இருக்கிறது. 1946 ஜனவரி முதல் ஜூலை வரை முன்னுரை எழுதப்படாமல் தள்ளிப்போவதற்கு அவர் பல அமைதிகளைக் கூறியிருக்கிறார் (மீ.ப. சோமுவுக்கு 7. 1. 1946; 12. 6. 1946, 10. 8. 1946 கடிதங்கள்; அன்னை இட்ட தீ, ப. 204, 213, 218). 'நான் எழுதும் முகவுரை நான் எழுதும் முகவுரை யாக இருக்க வேண்டும் என்பதற்காகத்தான் இத்தனை தாமதம்' (3. 7. 1946; அன்னை இட்ட தீ, ப. 216) என்றும் காரணம் கூறியிருக்கிறார். காஞ்சனை, உலகத்துச் சிறுகதை கள் நூல் முன்னுரைகளைப் படித்தவர்களால் இச்சமாதா னத்தை எப்படி ஏற்றுக்கொள்ளாமல் இருக்க முடியும்?

29. 7. 1946இல் மீ.ப. சோமுவுக்கு எழுதிய கடிதத்திலிருந்து உலக அரங்கு நூல் உள்ளடக்கமேகூட முடிவாகாமல் இருந் திருப்பது தெரிகிறது. 'அதிகப்படியாக Ibsen நாடகம் சேர்க் கலாமா என்று வி.ஆர். எம்மை விசாரிக்கவும்' என்று புதுமைப்பித்தன் கேட்டு எழுதியிருக்கிறார் (அன்னை இட்ட தீ, ப. 216). கடைசியில் உலக அரங்கு புதுமைப்பித்தன்

முகவுரை இல்லாமலேதான் **1947** மார்ச்சில் வெளிவந்தது. தம் படத் தயாரிப்பு வேலைகளில் மூழ்கிவிட்ட புதுமைப் பித்தன், 'வி.ஆர்.எம். அவர்களுக்குக்கூட எனது புத்தகங்கள் வந்து சேர்ந்தன என்ற தகவல் எழுதாமல் இங்கு வந்து விட்டேன்' என்று **2. 6. 1947**இல் மதுரையிலிருந்து மீ.ப. சோமு வுக்கு எழுதியிருக்கிறார் **(*அன்னை இட்ட தீ*, ப. 226).**

இந்தக் காலத்தில் புதுமைப்பித்தனுக்குக் கடுமையான பணமுடை இருந்தது. அதனையொட்டியும், திரையுலக அனுபவங்கள் சார்ந்தும் அவரது மனப்போக்கில் கடுமையான மாற்றங்கள் ஏற்பட்டிருக்கின்றன.

1945 நவம்பரில் மீ.ப. சோமுவுக்கு நாடகக் கதைகளுடன் **22** மொழிபெயர்ப்புக் கதைகளையும் குப்ரினின் *யாமா* நாவலின் முதல் ஒன்பது இயல்களையும் அனுப்பியிருந்த புதுமைப்பித்தன் அவற்றைப் பற்றி **29.7.1946**இல் மேலும் எழுதலானார். 'எனது முகவுரைக்காக *உலக அரங்கு* தாமதிக்குமாயின்' மொழி பெயர்ப்புக் கதைகளைப் 'பிரசுரிக்க தூண்டுங்கள்' என்றதோடு,

> ***Yama (Kuprin)*** தயாராக இருக்கிறது. மூன்று பாகங் களாக பிரசுரித்தால் லாபம் உண்டு. என்னிடம் *சக்தி* செட்டியார் பேசுகையில் கதை மொழிபெயர்க்க ஒருவ ரிடம் கொடுக்கப்போவதாகச் சொன்னார். என்னிடம் மொழிபெயர்ப்பு உண்டு, அவரிடம் கொடுக்க விருப்பம் இல்லை என்று சொல்லிவிட்டேன். அவருக்கு (வி.ஆர்.எம். செட்டியார்) விருப்பம் உண்டா? இல்லையெனில் நான் வேறு ஏற்பாடு செய்துகொள்வேன். தகவல் கிடைத்தால் நலம். மூன்று பாகங்களும் பாகத்துக்கு ரூ. **500** விகிதம் எதிர்பார்க்கிறேன். போட்டால் பிரசுரகர்த்தர்களுக்கு லாபம் உண்டு **(*அன்னை இட்ட தீ*, ப. 216).**

என்று வெளிப்படையாகப் பண விவகாரத்தை முன்வைத் திருக்கிறார். உண்மையில், முதலில் ஒப்படைத்த *யாமா* முதல் ஒன்பது இயல்களுக்கு மேல் புதுமைப்பித்தன் மொழிபெயர்த் திருந்தார் என்று எண்ண இடமேயில்லை. (எதார்த்தவாதத்தை இந்தி இலக்கியத்துக்குக் கொண்டுவந்த பிரேம்சந்தும் *யாமா*வை மொழிபெயர்த்திருப்பது கருதத்தக்கது.) அந்தச் சமயத்தில் அவருக்கிருந்த வேலை நெருக்கடியும் பணமுடை யும் அப்படி. 'நான் வர வேண்டுமென்றால் தகவல் சொன்னால் இங்குள்ள கதைகளை பிரேக் போட்டுக்கொண்டு வருகிறேன்' என்று அக்கடிதத்தை அவர் முடித்திருப்பது அவரது அவசரத் தேவையினையே காட்டுகிறது. இதற்குப் பத்து நாளுக்குப் பிந்தைய கடிதத்தில் **(10. 8. 1946)** இடக்கரடக்கல்கூட இன்றிப் பின்வருமாறு அவர் எழுதுகிறார்.

> பணம் கறப்பது பற்றி நான் இப்பொழுது ரத்த வாசனை ஏற்ற பேய் மாதிரிதான். கொடுக்கட்டுமே என்ற கருத்துத் தான். பிரசுரம் என்பது ஒருவித விபசாரம். நல்ல ரேட்டு வருகிற இடத்தில் காலைத் தூக்குவது. இந்தக் காலத் தில் சொம்பு ஜலக் கற்பு வனிதையர்க்கு மட்டுமல்ல; வனப்புக் கனவுகளை எழுப்புவதாக கோழிக் கனவு கண்டுகொண்டிருப்பவர்களுக்கும்தான். $^1/_2$ இட்லிக்கும் ஆசாரப் பேச்சுக்கும் கால் தூக்கக் கூடாது (*அன்னை இட்ட தீ*, ப. 218).

விபசார விடுதியைக் களமாகக் கொண்ட *யாமா* நாவல் பற்றியதேயானாலும்கூட, இந்தப் பத்தியின் பின்னுள்ள கசப்பும் கடுமையும் நோக்கத்தக்கன; கூளப்ப நாயக்கன் விறலிவிடு தூதின் சொற்றொடரை அவர் நயமாகவும் பொருத்தமாகவும் கையாண்டிருப்பதையும் கவனிக்கலாம்.

ஐந்து நாளுக்குப் பிறகு *15. 8. 1946*இல் எழுதிய கடிதத்தில் 'செப்டம்பர் முதல் வாரத்தில் திருச்சிக்கு வரட்டுமா? அப்பொழுது வி.ஆர்.எம். இருந்தால் ஏற்பாடுகளைப் பூர்த்தி செய்துகொள்ளலாம்' (*அன்னை இட்ட தீ*, ப. *221*) என்று புதுமைப்பித்தன் மீ.ப. சோமுவுக்கு எழுதியிருக்கிறார்.

1947 மார்ச்சில் வெளியான *உலக அரங்*கில், 'விரைவில் வெளிவரும்: பளிங்குச் சிலை. கதைகள். "புதுமைப்பித்தன்"' என்று கட்டம் கட்டி அறிவிக்கப்பட்டிருந்தாலும் வெளியீட்டில் எந்த முன்னேற்றமும் இல்லை. ஏறத்தாழ ஒன்பது மாதங்களுக்கு இதன் தொடர்பில் புதுமைப்பித்தனும் எதுவும் முயன்றதாகத் தெரியவில்லை. இக்காலத்தில் திரைத்துறை வேலைகள் அவரை முழுதும் ஆட்கொண்டிருந்திருக்கின்றன. புனாவுக்குச் சென்று, கடும் நலிவுடன் *20. 12. 1947*இல் மீ.ப. சோமுவுக்கு எழுதிய கடைசிக் கடிதத்தில் ('இப்போது என் உடல் நலம் என் வசம் இல்லை. செல்லையாவை பற்றிய நோய் என்னையும் பற்றிக்கொண்டது. நாங்களிருவரும் நண்பர்கள் என்பதை இதன்மூலமாகத்தான் உறுதிப்படுத்திக்கொள்ள முடிந்தது.')

> நான் *V. Rm. Chettiar*க்கு எனது மொழிபெயர்ப்பு கதை கள் பற்றி கேட்டிருந்தேன். பிரசுரமாவதற்கு இத்தனை தாமதமேன். இரண்டு வருஷங்களுக்கு மேலாயிற்றே. அவர் பதில் எழுதலாம். உனக்குத் தெரியலாமே. நீ எழுது. வேறு ஏதாவது பிரசுரத்துக்கு ஏற்பாடு செய்ய இயலுமா? முடிந்தால் வேறு ஒரு செட் கதைகளைத் தருகிறேன்.
>
> . . . எனக்கு கை வலிக்கிறது. நீயாவது சற்று தாராளமாக எழுது. (*அன்னை இட்ட தீ*, ப. 227-28)

இக்கடிதம் எழுதிய ஓர் ஆறுமாத அளவில் புதுமைப்பித்தன் காலமானார். அந்த ஆறுமாதக் காலத்தில் அவருடைய நூல் வெளியீடுகளில் எந்த முன்னேற்றமும் இல்லை. 1948 ஏப்ரலில் தமது *காதம்பரி* மாத இதழில் புதுமைப்பித்தனின் கடைசிக் கதை என்று கருதத்தகும் 'கயிற்றர'வினை வெளியிட்ட அ.கி. கோபாலன், புதுமைப்பித்தன் காலமான உடனே அலெக் ஸாண்டர் குப்ரினின் *யாமா* மொழிபெயர்ப்பினைப் *பலிபீடம்* என்ற பெயரில் ஜூலை இதழிலிருந்து வெளியிடலானார். மொழிபெயர்ப்புக்குப் *பலிபீடம்* என்று புதுமைப்பித்தன் பெயரிட்டதாகத் தெரியவில்லை. மீ.ப. சோமுவழி வி.ஆர்.எம். செட்டியாரிடம் 1945 கடைசியில் புதுமைப்பித்தன் ஒப்படைத்த *யாமா* மொழிபெயர்ப்பின் கையெழுத்துப் பிரதி எப்போது அ.கி. கோபாலன் கைக்கு மாறியது என்பதும் தெரியவில்லை. ஏனெனில், அதே சமயம் ஒப்படைத்த நாடகக் கதைகள் *உலக அரங்கு* என்ற நூலாக வெளிவந்ததோடு, 22 மொழிபெயர்ப்புக் கதைகள் *பளிங்குச்சிலை*, *தெய்வம் கொடுத்த வரம்*, *முதலும் முடிவும்* என்ற தலைப்புகளில் ஆகஸ்ட், செப்டம்பர், அக்டோபர் 1951 என்று அடுத்தடுத்த மாதங்களில் ஸ்டார் பிரசுரங்களாக வெளிவந்தன.* 1948 ஜூலை முதல் *பலிபீட*த்தைத் தொடராக

---

* மீ.ப. சோமுவிடமிருந்து சில 'திடுக்கிடும் தகவல்கள்' கிடைத்ததாகக் கூறும் 'சிட்டி', ஸ்டார் பிரசுரத்திடம் 'தம் கைவசமிருந்த நூற்றுக் கணக்கான கையெழுத்துப் பிரதிக் கதைகளையும் கட்டுரைகளையும் எவருக்காவது விற்றுப் பணம் தேடித் தருமாறு... சோமுவுக்கு (புதுமைப்பித்தன்) எழுதிக் கேட்டார்' என்றும், அவ்வாறே ஸ்டார் பிரசுரத்திடம் 'சோமு விற்றுக் கொடுத்தார்' என்றும், 'இப்படிக் கைமாறிய தொகுதியின் உள்ளடக்கம் தெரியவில்லை' என்றும் எழுதியுள்ளார் (*தமிழில் சிறுகதை: வரலாறும் வளர்ச்சியும்*, க்ரியா, 1989, ப. 343). இவ்வாறு புதுமைப்பித்தன் தெரிந்தே தம்முடைய மொப்பஸான் தழுவல் கதைகளைத் தம் நூல் தொகுதியில் சேர்த்தார் என்று 'சிட்டி' கரவாகப் புரட்டல் செய்கிறார் என்பது வெளிப் படுகிறது. 'காகிதக் குப்பைகள்' என்று புதுமைப்பித்தன் தம் பாணி யில் குறிப்பிட்டது: '1. கதைகள் மொத்தம் இருபத்திரண்டு. 2. நாடகங்கள் ஐந்து. Yama ஒன்பது அத்தியாயங்கள்' (மீ.ப. சோமுவுக்கு 5.11.1945 கடிதம், *அன்னை இட்ட தீ*, ப. 199) என்பதை முன்னரே பார்த்தோம். 'நாடகங்கள் ஐந்து' என்றது *உலக அரங்கை*. 'கதைகள் மொத்தம் இருபத்திரண்டு' என்றது *பளிங்குச் சிலை*, *தெய்வம் கொடுத்த வரம்*, *முதலும் முடிவும்* ஆகிய பின்னைத் தொகுதிகளில் இடம்பெற்ற 22 கதைகள். சற்று ஊன்றிப் பார்த்திருந்தால் தெரிந் திருக்கும் இவ்வுண்மையை, 'சிட்டி'யின் உள்நோக்கம் மறைத்து விட்டதாகவே கொள்ள வேண்டியுள்ளது. 'நூற்றுக்கணக்கான கையெழுத்துப் பிரதிக் கதைகளும் கட்டுரைகளும்' என்பது 'சிட்டி' இட்டுக்கட்டியது என்பதில் எந்த ஐயமும் இருக்க முடியாது.

வெளியிட்ட *காதம்பரியின்* ஆசிரியர் அ.கி. கோபாலன், *யாமா*வின் முதல் பாகத்தின் கடைசி நான்கு இயல்களையும் க.நா.சு.வைக் கொண்டு மொழிபெயர்ப்பை நிறைவு செய்து, 1951இல் நூலாகவும் வெளியிட்டுவிட்டார்.

இதுதான் புதுமைப்பித்தன் மொழிபெயர்ப்புகளின் கதை.

தழுவல் கதைகள்

புதுமைப்பித்தன் தழுவல் கதைகள் பற்றிய விவாதம் பல ஆண்டுகளாகத் தமிழ் உலகில் நிலவி வருகிறது. இதுபற்றி முதலில் ஆதாரபூர்வமாக எழுதியவர் காரை கிருஷ்ணமூர்த்தி என்ற ஆய்வாளர். 'பயம்', 'நொண்டி', 'அந்த முட்டாள் வேணு', 'கொலைகாரன் கை' ஆகியவை மொப்பஸானின் கதைகளைத் தழுவி எழுதப்பட்டவை என்பதை அவர் இனங்கண்டிருந்தார். பிரெஞ்சு மொழிப் பேராசிரியர் கி. மதனகோபாலன் தம் மாணவர்களுக்குக் கொடுத்த மொழிபெயர்ப்புப் பயிற்சியின்போது மேலும் ஒரு கதையை ('சமாதி') புதுமைப்பித்தன் மொப்பஸானிடமிருந்து தழுவியதாகக் கண்டுபிடித்தார் (கி. மதனகோபாலன், *கொலைகாரன் கை*, சாந்தா பப்ளிஷர்ஸ், சென்னை, 1993). புதுமைப்பித்தன் காலம்வரை வெளிவந்திருந்த ஆங்கில மொழிபெயர்ப்புகளின் அடிப்படையில் முன்னெடுத்துச் செல்லப்பட்டிருக்க வேண்டிய இவ்விவாதத்தை, புதுமைப்பித்தனோ நாமோ அறியாத ஓர் அயல்மொழியான பிரெஞ்சு பூச்சாண்டியைக் காட்டி சிட்டி - சிவபாதசுந்தரம் (*தமிழில் சிறுகதை: வரலாறும் வளர்ச்சியும்*, ப. 152 - 62) திசை திருப்பிவிட்டனர். இதற்கடுத்து, சிட்டியின் 'விஷமத்தன'த்தைத் தோலுரித்துக் காட்டிய தொ.மு.சி. ரகுநாதன், 'நல்ல வேலைக்காரன்' என்ற கதையினையும் மொப்பஸானின் தழுவலென இனங்கண்டார். மேலும் 'பித்துக்குளி' என்ற கதை ராபர்ட் பிரவுனிங் எழுதிய கவிதையொன்றின் தழுவல் என்பதையும் கண்டுசொன்னார் (தொ.மு.சி. ரகுநாதன், *புதுமைப்பித்தன் கதைகள்: விமர்சனங்களும் விஷமத்தனங்களும்*, என்.சி.பி.எச்., 1999).

புதுமைப்பித்தன்மீது திருட்டுப் பட்டம் கட்ட முயன்றவர்கள் 'தமிழ் படித்த பெண்டாட்டி' என்ற கதையை 'மொப்பஸான் கதையின் தழுவு' என்ற துணைத் தலைப்புடனேயே புதுமைப்பித்தன் வெளியிட்டார் என்ற செய்தியை மறைத்தனர். புதுமைப்பித்தனின் தழுவல் கதைகள் எல்லாம் அவர் எழுத்துலகில் அடியெடுத்துவைத்த ஓராண்டளவில், 1934க்குள், வெளிவந்துவிட்டன என்பதையும் கணக்கிடத் தவறினர். தழுவல் கதை

எதுவும் புதுமைப்பித்தனின் காலத்தில் நூலாக்கம் பெறவில்லை என்ற தார்மீக முக்கியத்துவமுடைய செய்தியையும், புதுமைப் பித்தனின் படைப்பாற்றல் பற்றிய எந்த மதிப்பீடும் தழுவல் கதைகளின் அடிப்படையில் அமையவில்லை என்ற எளிய, கண்கூடான உண்மையையும் திரையிட்டுவிட்டனர்.

இந்தப் பதிப்பு

இந்தப் பதிப்பில் புதுமைப்பித்தனின் புனைகதை மொழி பெயர்ப்புகள் அனைத்தும் - கதைகள், நாவல்கள், நாடகச் சுருக்கங்கள் - ஒருங்கே வெளியிடப்படுகின்றன. ('கலையும் இலக்கியமும்', 'அரிஸ்டாட்டில் கண்ட ராஜீய பிராணி' ஆகிய மொழிபெயர்ப்புக் கட்டுரைகள் *புதுமைப்பித்தன் கட்டுரைகள்* நூலில் பொருத்தம் கருதி ஏற்கெனவே சேர்க்கப்பட்டுவிட்டன.)

*தினமணி*யிலேயே புதுமைப்பித்தனுடைய மொழிபெயர்ப்புக் கதைகள் பெரும்பாலும் வந்துள்ளதாகத் தெரிகிறது. அவற்றை எல்லாம் 'உலகத்துச் சிறுகதைகள்' என்ற தலைப்பிட்ட வரிசை யிலேயே, ஒவ்வொரு நாட்டின் பெயரையும் குறிப்பிட்டு, ஒரு முன்னுரைக் குறிப்போடு புதுமைப்பித்தன் வெளியிட்டிருக்கிறார். 1939இல் *உலகத்துச் சிறுகதைகள்* என்ற பெயரிலேயே நூலாக்கியபொழுது, பக்க வரையறையைக் கருதி, தாம் மொழிபெயர்த்தவற்றிலிருந்து 24 கதைகளைத் தேர்ந்தெடுத் திருக்கிறார். இந்தக் காலப் பகுதியில் செய்யப்பட்ட மொழி பெயர்ப்புகளையே - அதாவது *தினமணி*யில் பணிக்கமர்ந்த ஜூலை 1935இலிருந்து 1939 முற்பகுதியில் *உலகத்துச் சிறுகதை கள்* வெளிவரும்வரை - அமெரிக்கக் கதைகள் (*உயிர் ஆசை*), ஜப்பானியக் கதைகள் (*மணியோசை*) என்றும் வகைப்படுத்திச் சிறுநூல்களாக வெளியிட்டதோடு, எஞ்சிய 22 கதைகளடங்கிய கட்டினைப் புதுமைப்பித்தன் மீ.ப. சோமுவழி ஸ்டார் பிரசுரத் திடம் கொடுத்திருக்கிறார். *மணியோசை*யில் இடம்பெற்ற 'சிரித்த முகக்காரன்' *லோகோபகாரி*யில் வெளிவந்தது என்ற கமலா விருத்தாசலத்தின் குறிப்பைத் தவிர, *உயிர் ஆசை*, *மணியோசை* தொகுதிகளில் இடம்பெற்ற கதைகளின் முதல் வெளியீட்டு விவரங்கள் தெரியாத நிலையில் இம்முடிவைச் சூழ்நிலைச் சான்றுகளின் அடிப்படையிலான ஊகங்களாகவே கொள்ள வேண்டும். *முதலும் முடிவும்* தொகுப்பிலுள்ள கதை களில் மூன்று *தினமணி*யில் வெளிவந்தவை; இரண்டு *லோகோபகாரி*யில் இடம்பெற்றிருப்பதைக் கமலா விருத்தா சலம் குறிப்பிட்டுள்ளார். புதுமைப்பித்தன் ஸ்டார் பிரசுரத்திடம் ஒப்படைத்த 22 கதைகளில் ஒரு தேர்வு *பளிங்குச் சிலை* என்ற நூலாகப் புதுமைப்பித்தன் காலத்திலேயே விளம்பரமாக

அறிவிக்கப்பட்டதாயினும் அவர் காலமான பிறகு ருஷ்யக் கதைகள் மூன்று அடங்கிய தொகுப்பாக வெளிவந்தது என்பதைப் பார்த்தோம். இந்தத் தேர்வினைப் புதுமைப்பித்தனே செய்தாரா என்பது தெரியவில்லையாயினும், தொடக்கம் முதலே மொழிபெயர்ப்புக் கதைகளை உலகத்துச் சிறுகதைகள் என்ற முறையில் நாடுவாரியாகவே புதுமைப்பித்தன் தேர்ந்து மொழிபெயர்த்து வெளியிட்டிருக்கிறார். தனிநூலாக வெளியிடும்பொழுதும் அமெரிக்கக் கதைகள் என்றும் ஜப்பானியக் கதைகள் என்றும் வெளியிட்டிருக்கிறார். ருஷ்யக் கதைகள் என்ற பிரிவை அவர் ஒப்புக்கொண்டிருக்கிறார் என்று கருதவும் இடமுண்டு. இந்த அளவை இப்பதிப்பில் கைக்கொள்ளப் பட்டுள்ளது.

ஸ்டார் பிரசுரத்திடம் புதுமைப்பித்தன் ஒப்படைத்த 22 கதைகளடங்கிய தொகுப்புக்கு '*அயல்நாட்டுக் கதைகள்* என்ற பெயர் நல்லதா? *மண்படர்ந்த மாண்பு* - எனக்குப் பிடிக்கவில்லை. பெயர் மூலம் ஓர் உருவகம் அமைய வேண்டும்' (23.11.1945இல் புதுமைப்பித்தன் மீ.ப. சோமுவுக்கு எழுதிய கடிதம், காண்க: மீ.ப. சோமு, *நீங்காத நினைவுகள்*, ப. 34; 'சிட்டி', சோ. சிவபாதசுந்தரம், *தமிழில் சிறுகதை: வரலாறும் வளர்ச்சியும்*, ப. 343) என்று புதுமைப்பித்தன் எண்ணிப்பார்த்திருக்கிறார். *உலகத்துச் சிறுகதைகள்* தொகுப்புக்கு இணையான ஓர் அமைப்பையே அவர் விரும்பியிருப்பது இதிலிருந்து புலப்படுகிறது. *பளிங்குச் சிலை* ருஷ்யக் கதைகளடங்கிய சிறுநூலாக உருவானதும் இதே தர்க்கப்படிதான் என்று எண்ணுவது பொருந்தும்.

எனவே, புதுமைப்பித்தன் காலத்தில் வெளிவந்த *உலகத்துச் சிறுகதைகள்* மற்றும் அவர் மறைவுக்குப் பின் வெளியான *தெய்வம் கொடுத்த வரம், முதலும் முடிவும்* ஆகிய தொகுப்புகளிலுள்ள அமெரிக்க, ஜப்பானிய, ருஷ்யக் கதைகள் முறையே *உயிர் ஆசை, மணியோசை, பளிங்குச் சிலை* ஆகிய பிரிவுகளில் சேர்க்கப்பட்டுள்ளன. எஞ்சிய கதைகள் அனைத்தும் *உலகத்துச் சிறுகதைகள்* என்ற தலைப்பின்கீழ் தேசவாரியாக வகைப்படுத்தி வரிசைப்படுத்தப்பட்டுள்ளன.

உலகத்துச் சிறுகதைகள், உயிர் ஆசை, மணியோசை ஆகியவற்றுக்குப் புதுமைப்பித்தன் எழுதிய முன்னுரைகள் அந்தந்தப் பிரிவுகளின் தொடக்கத்திலேயே வைக்கப்பட்டுள்ளன. (எந்த எந்தக் கதைகள் அடங்கிய தொகுப்புகளுக்கு முன்னுரை அமைந்தது என்பதை அறிய பின்னிணைப்பு 3ஐக் காண்க.) நெருக்கடியான வாழ்க்கைச் சூழ்நிலைகளின் காரணமாகவும், பதிப்பக வாய்ப்பு, வசதி, கட்டாயங்களின் காரண

மாகவும் ஏற்பட்ட நூல் அமைப்பையும் வரிசையினையும் ஒரு செம்பதிப்பு கைக்கொள்ள வேண்டியதில்லை. இப் பொழுது கொண்டிருக்கும் பிரிவுகளும் வரிசையுமே புதுமைப் பித்தனின் நோக்கங்களுக்கு அணித்தாகும். (மொழிபெயர்ப்பு களை எல்லாம் முதலில் தொகுத்து வெளியிட்ட ஐந்திணைப் பதிப்பகம் (*புதுமைப்பித்தன் படைப்புகள், III, 1992*) எந்த ஒழுங்கிலுமில்லாமல் அவற்றை வெளியிட்டதோடு, *நாரத ராமாயணம்* பகடி நூல் என்பதை உணராது அதையும் சேர்த்துவிட்டது. 2002இல் வெளிவந்த புதுமைப்பித்தன் பதிப்ப கத்தின் *புதுமைப்பித்தன் மொழிபெயர்த்த உலகச் சிறுகதை கள்* தொகுப்பில் *உயிர் ஆசை* முன்னுரையே இல்லை!)

உலக அரங்கு நூலைப் புதுமாதிரியாக நாடகங்களின் கதைச் சுருக்கமாகப் புதுமைப்பித்தன் முயன்றிருக்கிறார். இவ்வாறு செய்வது 'பொருந்தி வருகிறதா', 'பிற நாட்டு இலக்கிய பரிச்சயத்திற்கு இந்த முறை சிறந்ததா' என்ற ஐயுறவு புதுமைப்பித்தனுக்கு இருந்துள்ளதைப் பார்த்தோம். அதில் இடம்பெற்றுள்ள ஐந்து நாடகக் கதைகளில் இப்ஸன் நாடகம் பின்னரே சேர்க்கப்பட்டது என்பதும் புதுமைப்பித்தன் மீ.ப. சோமுவுக்கு 29.7.1946இல் எழுதிய கடிதத்திலிருந்து தெரிகிறது ('அதிகப்படியாக Ibsen நாடகம் சேர்க்கலாமா என வி.ஆர்.எம்.மை விசாரிக்கவும்'). எப்படியாயினும், முன்னுரை எழுத எவ்வளவோ முயன்றும், முன்னுரை இல்லாமலேதான் *உலக அரங்கு* வெளிவந்தது. அதில் இடம் பெற்ற ஐந்து நாடகக் கதைகளில் மூன்று ஷேக்ஸ்பியரு டையவை; பிற இரண்டும் மோலியரும் இப்ஸனும் எழுதியவை. மூன்று நாடகாசிரியர்கள் பற்றியும் புதுமைப்பித்தன் அறிமுகக் குறிப்புகள் எழுதியுள்ளார். ஆனால் ஷேக்ஸ்பியர் நாடகக் கதைகள் மூன்றும் வரிசையாக இல்லாமல், இரண்டாவதாக மோலியரின் நாடகக் கதை இடம்பெற்றுள்ளது. சீர்மை கருதி, ஷேக்ஸ்பியர் கதைகள் ஒன்றாகவும் அதற்கடுத்து மோலியர், இப்ஸன் கதைகளும் வரிசைப்படுத்தப்பட்டுள்ளன.

பிரேத மனிதன்: மேரி ஷெல்லி எழுதிய *பிராங்கன்ஸ்டீன்* நாவலின் 'கதையின் போக்கை மட்டும் அனுசரித்துக்கொண்டு கோவை தகர்ந்துவிடாமல் எழுதப்பட்ட' சுருங்கிய வடிவமான *பிரேத மனிதன்* புதுமைப்பித்தன் காலத்திலேயே இரண்டாண்டு இடைவெளியில் இரு பதிப்புகள் கண்டதை முன்னரே குறிப் பிட்டோம்.

இரண்டு பதிப்புகளிலும் பெரிய வேறுபாடு உள்ளது. முதல் பதிப்பில் 'விசாரணை' என்கின்ற ஒரு நீண்ட இயலே இல்லை. மேலும் அதற்கு முந்திய 'பழியும் பாவமும்' என்ற

இயலின் கடைசி பத்திகள் மாற்றப்பட்டுள்ளன. தெளிவு கருதிச் சேர்க்கப்பட்ட சில அடிக்குறிப்புகளும் முதல் பதிப்பில் இல்லை. மொத்தத்தில் கதைத் தொடர்ச்சி, விளக்கக் குறிப்புகள், நடை ஆகியன பற்றியவரையில் முதல் பதிப்பு குறையுடையதாகவும், இரண்டாம் பதிப்பே செப்பமுடையதாகவும் உள்ளது. ஆனால் இதுபற்றிய விளக்கம் எதுவும் நூலில் இல்லை. (அண்மையில் வந்த ஐந்திணைப் பதிப்பும், புதுமைப் பித்தன் பதிப்பகப் பதிப்பும் இதுபற்றிய எந்த விளக்கமும் இல்லாமல் முதல் பதிப்பையே மறு அச்சு செய்துள்ளன.) புதுமைப்பித்தன் காலத்திலேயே வெளிவந்த முழுமையுடைய இரண்டாம் பதிப்பை அடியொற்றிய பாடமே இப்பதிப்பில் கொள்ளப்பட்டுள்ளது. (முக்கியப் பாட வேறுபாடுகள் பின்னிணைப்பு 3இல் தரப்பட்டுள்ளன.)

பலிபீடம்: நூலின் இறுதிப் பகுதியாக அலெக்ஸாண்டர் குப்ரினின் *யாமா* நாவல் மொழிபெயர்ப்பான *பலிபீடம்* இடம் பெற்றுள்ளது. முன்னர் குறிப்பிட்டுள்ளவாறு *யாமா* முதல் பாகத்தில் முதல் ஒன்பது இயல்களை மட்டுமே புதுமைப் பித்தன் மொழிபெயர்த்திருக்கிறார். இது *காதம்பரி*யில் புதுமைப் பித்தன் மறைந்த உடனே தொடராக வெளிவந்தது. முதல் பாகத்தில் கடைசி நான்கு இயல்களைக் க.நா.சு. மொழி பெயர்த்து நிறைவு செய்ய 1951இல் தமிழ்ச்சுடர் நிலைய வெளியீடாக அ.கி. கோபாலன் பிரசுரித்தார். *காதம்பரி*யில் வெளிவந்த வடிவத்தை இப்பதிப்பாசிரியரால் ஒப்புநோக்க இயலவில்லை. நூல் வடிவம் பிழை மலிந்ததாகவும், குழப்பம் நிறைந்ததாகவும், தாறுமாறான நிறுத்தற்குறிகளோடும் வெளி வந்துள்ளது. கூடுமானவரை பிரதி, ஒழுங்குக்குள் கொண்டு வரப்பட்டு, சீரான நிறுத்தற்குறிகளோடு இத்தொகுதியில் பதிப்பிக்கப்பட்டுள்ளது. கதைத் தொடர்ச்சி கருதி க.நா.சு. மொழிபெயர்ப்பில் அமைந்த கடைசிப் பகுதியும் இந்நூலில் சேர்க்கப்பட்டுள்ளது.

பூலோகவாணி: *தினமணி* 17. 6. 1936இலிருந்து *பூலோகவாணி* என்ற தொடர்கதையைப் புதுமைப்பித்தன், சொ.வி. என்ற புனைபெயரில் மொழிபெயர்த்து வெளியிட்டிருக்கிறார். இது வரை இத்தகைய ஒரு மொழிபெயர்ப்பைப் புதுமைப்பித்தன் செய்ததாக எந்தக் குறிப்பும் இல்லை. முதல் மூன்று பகுதி களையே கண்டெடுக்க முடிந்துள்ளது. அவற்றை மட்டும் இப்பதிப்பில் கொடுத்திருக்கிறேன். பிற பகுதிகளைத் தேடி எடுக்கவேண்டிய தேவை உள்ளது.

தழுவல் கதைகளாக இதுவரை இனங்காணப்பட்டுள்ள எட்டுக் கதைகள் காலவரிசையில் அடுத்து அமைக்கப்பட்டுள்ளன.

புதுமைப்பித்தன் காலத்தில் வெளிவந்த பதிப்புகளின் குழப்பம் போக, மறைவுக்குப் பின் வெளியான பதிப்புகளும் புதிய பிரச்சனைகளை உருவாக்கியுள்ளன. மூலபாடத்திலுள்ள வடமொழிச் சொற்கள் எல்லாம் ஐந்திணைப் பதிப்பில் தமிழாகத் திருத்தப்பட்டுள்ளதை அ. ராஜமார்த்தாண்டன் ஏற்கெனவே சுட்டிக்காட்டியுள்ளார் (உலக *அரங்குக்கு மதிப்புரை, தினமணி சுடர்,* 2 நவம்பர் 1991). இப்பதிப்பில் முதற் பதிப்புகளே மூலபாடமாகக் கொள்ளப்பட்டுள்ளன. அச்சுப் பிழைகள் திருத்தப்பட்டதோடு, சில சீர்மைகளும் பேணப்பட்டுள்ளன. இதழ்களில் வெளியானவற்றோடு ஒப்பிடுகையில் புதுமைப்பித்தன் நூலாக்கத்தின்பொழுது சிறு திருத்தங்களைச் செய்துள்ளது தெரிகிறது. அவை கணக்கில் கொள்ளப்படவில்லை.

நூலில் மூன்று பின்னிணைப்புகள் வழங்கப்பட்டுள்ளன.

கதைகளை மொழிபெயர்த்து வெளியிட்டபொழுது பெரும்பாலும் முன்னுரைக் குறிப்புகளைப் புதுமைப்பித்தன் அமைத்துள்ளார். மூல ஆசிரியர், மூலக்கதை, மூல மொழியின் புனைகதை இலக்கிய மரபு பற்றிய தகவல்களையும் கூர்மையான அவதானிப்புகளையும் அவர் செய்துள்ளார். நூலாக்கத்தின்பொழுது அவை நீக்கப்பட்டுள்ளன. ('*ஓம் சாந்தி! சாந்தி!')* என்ற கதைக்கு எழுதிய குறிப்பு முதலும் முடிவும் நூலிலும், 'பளிங்குச்சிலை'க்கு எழுதிய சிறு குறிப்பு *பளிங்குச்சிலை* நூலிலும் எப்படியோ இடம் பெற்றுவிட்டன.) கதைகளை மொழிபெயர்த்த புதுமைப்பித்தனின் மனப்போக்கைக் காட்டும் இவ்வறிமுகக் குறிப்புகள் இப்பின்னிணைப்பில் வழங்கப்பட்டுள்ளன. இவை இதுவரை நூலுருவம் பெறாதவை.

புதுமைப்பித்தன் மொழிபெயர்ப்புகளின் முதல் வெளியீட்டு விவரங்கள் - புனைபெயர், வெளிவந்த இதழ் - பின்னிணைப்பு 2இல் பட்டியலிடப்பட்டுள்ளன. இது முழுமையான பட்டியல் அன்று. மேலும் தேடுவதன் மூலமே இது முழுமைபெறும்.

பின்னிணைப்பு 3இல் புதுமைப்பித்தன் மொழிபெயர்ப்பு நூல்கள் அனைத்தினுடைய முதல் பதிப்பு விவரங்களும் வழங்கப்பட்டுள்ளன. ஒவ்வொரு நூலின் உள்ளடக்கமும் பட்டியலிடப்பட்டுள்ளன. இச்செய்திகள் ஆய்வாளர்களுக்கு மிகவும் பயன்படும்.

புதுமைப்பித்தனின் சுருக்கமான, ஆனால் கூடியவரை துல்லியமான, வாழ்க்கைக் குறிப்பு கடைசிப் பின்னிணைப்பாக அமைந்துள்ளது.

оо

I
உலகத்துச் சிறுகதைகள்

முன்னுரை

'பாட்டீ, ஒரு கதை சொல்ல மாட்டியா?'

'ஏலே, இன்னும் தூங்கலியா? உருண்டுகிட்டா கிடக்கே?'

'பக்காசூரன் கதை சொல்லு, பாட்டீ!' என்கிறது மற்றொரு கீச்சுக் குரல்.

பாட்டியார், நீட்டிய முழங்காலைத் தடவிக்கொண்டு, 'ஒரே ஒரு ஊரிலே...' என்று ஆரம்பித்துவிடுகிறார். அவ்வளவு தான். படுக்கை, குத்துவிளக்கு, வீடு, பாட்டி – எல்லாம் மறைந்து விடுகின்றன. குழந்தைகள் அந்த அற்புத ஊருக்குள் பிரவேசித்து விடுகின்றனர். ஒரு கணத்தில் பகாசூரனாகவும், மறு கணத்தில் அவன் உணவாக வண்டிகளில் செல்லும் குழந்தைகளாகவும், முடிவில் காப்பாற்றும் பீமசேனனாகவும் மாறிவிடுகிறார்கள்.

கவலையற்ற குழந்தைப் பருவமென்ற மோட்ச லோகத்தை விட்டு வெளியே தள்ளப்பட்டு, வாழ்க்கையின் மேடு பள்ளங் களில் உருண்டு வருகிறவர்கள்கூட, 'கதை கேட்க வேண்டுமென் றால் எங்கள் பாட்டியிடந்தான் கேட்க வேண்டும்' என்பார்கள்.

கேட்பதும், கதை பின்னுவதும் தொன்றுதொட்டு வந்த கலைதான். கதை ஒன்றாக இருக்கலாம்; ஆனால் ஒவ்வொரு தடவையும் அது ஒரு புதுக்கதையாகவே இருக்கும். சொல்லும் முறையில் கதைக்கு வரம்புண்டு. கதை, கயிற்றுச் சுருணை உலையஉலையப் படிப்படியாக ஆரோகண கதியில் சென்று, முடிவில் வானவெளியில் ஒய்யாரமாக வட்டமிட்டுப் பறக்கும் காற்றாடி போன்றது. காற்றாடியின் நிதானம் வாலிலிருப்பது போல், கதையின் கவர்ச்சி சொல்லுபவரின் சொல்லாட்சியில் இருக்கிறது. இது புராதனப் பழக்கமான ராஜ பாதை. இதிலே ஒருவிதமான அமைப்பு முறையைத்தான் கையாள முடியும்.

கேட்பவனுக்கும் சொல்பவனுக்கும் தூரமிருப்பதனால் பல சௌகரியங்கள் இருக்கின்றன. திடீரென்று ஒரு கட்டத்தில் தொடங்கி, அதேயிடத்தில் முடிந்தாலும், வாசகனை நெடுந்தூரம் அழைத்துச் செல்லக்கூடிய சக்தி வாய்ந்தது எழுதும் முறை. வாழ்க்கையின் எந்த அம்சத்தையும், எந்தக் குறிப்பிட்ட இடத்தி லும் தொடுவதற்கு எழுதுகோல்தான் சிறந்த சாதனம். இன்று கதை, 'ஒரே ஒரு ஊரி'லிருந்த ராஜா ராணிகளையும், பகாசூரர் களையும் விட்டு, நெடுந்தூரம் வந்துவிட்டது. அமீபா பூச்சி முதல் ஆறறிவு படைத்த மனிதன் என்று பெருமை பாராட்டிக் கொண்டு நிமிர்ந்து நிற்கும் இரண்டு கால் பிராணி வரை ஏற்பட்டுள்ள ஜீவ வளர்ச்சி நாடகத்தைத் தொங்கு ஊசலிலிருந்து கொண்டு ஒருவன் பார்ப்பதாகக் கற்பனை செய்து, கதையாகச் சொல்லும் வில்லியம் ஸரோயனுடைய 'தொங்கு ஊசலில் ஆடும் மனிதன்' (*Man in the Flying Trapeze*) என்னும் கதை வரை ஆசிரியன் கையாளக்கூடிய எண்ணத் தொலையாத சரக்குகள் சிதறிக் கிடக்கின்றன. இம்மட்டுமோ? யாக்கோபின் ஏணி வைத்தேறி வான மண்டலங்களிலுள்ள தேவ கணங் களையும் இழுத்துக்கொண்டுவரும் உரிமையும் ஆசிரியனுக்கு உண்டு. கையாளும் விஷயத்தை மட்டுமன்று, சொல்லும், எழுதும் முறைகளிலும் ஒவ்வொரு ஆசிரியனும் தனக்கென்று பாதை வெட்டிக்கொள்ளுகிறான். அமைப்பு விசேஷங்களை வைத்துக்கொண்டு இப்படி இப்படி இருந்தால்தான் கதை என்று முடிவு கட்ட முடியாது.

ஆயின், சிறுகதை என்று சொல்லிக்கொள்ளுகிறார்களே, அதுதான் என்னவென்று கேட்டாலோ . . .?

கவிகளிலே மேல்நாட்டுக்காரர்கள் 'லிரிக்' என்று ஒரு பகுதியைக் குறிப்பிடுகிறார்கள். தமிழிலே அதை அகத்துறை இலக்கணங்களுக்குள்ளடங்கிய ஒரு தனிப்பாடல் என்று கொள்ள லாம். அதாவது, ஒரு குறிப்பிட்ட நிகழ்ச்சி, மனோபாவம், குணவிஸ்தாரம் அல்லது வர்ணனை ஆகியவற்றை அடிப் படையாக வைத்து, ஒரு தனிப் பிண்டமாகச் செய்யும் கவிதைக் கொத்தை மேல்நாட்டினர் லிரிக் என்று கூறுகிறார்கள். சிறுகதை யும் அப்படிப்பட்ட ஒன்றுதான். அது வசனத்தில் அமைந்த லிரிக். வாழ்க்கையை ஒரு சாளரத்தினூடு பார்ப்பது போல், வாழ்க்கையின் அம்சத்தை ஒரு புது விசேஷமோ அர்த்தமோ தொனிக்கும்படி, அல்லது புது விசேஷ அர்த்தம் ஒன்றுமே இல்லாதபடி, அதுவே அதன் பரிபூர்ண இலட்சியமாக இருக்கும் படி அமைக்கும் ஒரு கட்டுக்கோப்பு. அளவில் மட்டும் சிறியதா யிருப்பது சிறுகதையாகாது. உதாரணமாக, ரவீந்திரநாத தாகூரின் 'குமுதினி' சுமார் 300 பக்கங்கள் கொண்ட ஒரு சிறுகதை. நாலு வரிகளில் முடியும் தாகூரின் சிறுகதைகளும் பல உள.

தற்போது சிறுகதை என்று மேல்நாட்டவர்கள் குறிப்பிடும் அமைப்பு, வேகத்தையே அடிப்படையாகக் கொண்ட ஒரு யந்திர நாகரிகத்தின் துரித உற்பத்தி. அமைப்பு லாவண்யங் களிலும், கையாளப்படும் அசாதாரண, வார்த்தைக்கு மீறிய, அதீத விஷயங்களிலும் சிகரங்கள் என்று சொல்லத்தக்க கதைகள் ஒவ்வொரு வருஷமும் பல நூற்றுக்கணக்கில் வெளிவந்து கொண்டிருக்கின்றன. காலம், களம் என்ற இரண்டு மனோ பாவங்களும் வேறுவேறாகத் தோன்றும் ஒரே 'பொரு'ளின் இரண்டு கலைகள் என்ற கொள்கையை அடிப்படையாகக் கொண்ட கதை ஒன்றைச் சமீபத்தில் படித்தேன். அதாவது, 2000 வருஷங்களுக்கு முன் ஆப்பிரிகாவில் இருந்த கார்த்தேஜ் என்ற தேசத்தில் ஒரு நிகழ்ச்சி. மற்றொன்று 1914ஆம் வருஷ யுத்தத்தில் ஐரோப்பாவில் நடைபெறும் சம்பவம். இவ்விரண்டும், சமகாலத்தில், ஒரே இடத்தில் நடப்பதாக, அதாவது, கால – களக் கோளாறுகளால் பேதிக்கப்படாமல் அச்சம்பவம் நிகழ்வ தாக வர்ணிக்கப்படுகிறது. உதாரணமாக, அதிலிருக்கும் ஒரு பாத்திரம் கார்த்தஜீனியத் தளகர்த்தன்; மற்றொருவன் வீயன் னாவில் உள்ள ஒரு இளவரசன். பேச்சு ஆரம்பத்தில் கார்த்த ஜீனியன் பேசுவது போல் ஆரம்பித்து வீயன்னா இளவரசன் வாசகமாக முடியும். இப்படிப்பட்ட விபரீத விளையாட்டும் சிறுகதை லட்சணத்துக்குள் அடங்குகிறது. தமிழ்நாட்டு வாசகர் களின் விருப்பு வெறுப்புக்களை மதித்து கூடுமானவரை ஓரளவு கதைச் சத்து இருக்கக்கூடிய, ஆனால் அமைப்பு விசேஷங் களுடன் பொருந்திய, கதைகளைப் பொறுக்கித் தொகுப்பதே என் நோக்கம். சாதாரண மனிதனுக்குப் பிற நாட்டு நாகரிக சம்பிரதாயங்கள்மீது உள்ள சந்தேகத்துடனும் பயத்துடனும் கலந்த வெறுப்பைப் போக்கி, மற்றவர்கள் இலக்கியங்களை அநுதாபத்துடன் அளவளாவ வைக்கும் நோக்கமே நான் கொண்டிருப்பது.

ஸ்ரீமதி இட்ஸன் பிளாஸும், கள்ளங் கபடற்ற மிளிஸ்ஸும், கொலைகாரன் மார்ஹீமும், கர்ணாமிர்தமான கதைகளை வருஷிக்கும் ஆற்றல் படைத்திருந்தும் தனக்கும் கதை சொல்ல ஆள் தேடிய ஷெஹர்ஜாதியும், மனித சுதந்திரத்தைப் பற்றிப் பேசத் தெரிந்துவைத்திருந்த மீன் குஞ்சும், வேகத்தினால் பூனை யையோ வளையையோ தப்ப முடியாத எலியும் ஒரே வர்க்கத் தவரல்ல. அவரவர் மனப்போக்கும் அவரவர் கண்ட உலகமும் தனித்தனிப் பிரபஞ்சங்கள் என்றே சொல்ல வேண்டும். நம்முட னிருந்து சீடையும் முறுக்கும் தின்று வெற்றிலை பாக்குப் போட்டுக்கொள்ளத் தெரியாதவர்களானாலும், அவர்களைக் கதைகளின் மூலமாகவாவது பரிச்சயம் செய்துகொள்ள வேண் டாமா? எல்லாம் ஒன்றே என்ற விஸ்தாரமான வேதாந்தத்தைக்

கதைத்துக்கொண்டிருந்தாலும், நமது மன வரம்பை ஒட்டுத் திண்ணை எல்லைக்கு வெளியே விட விருப்பமில்லாமல் இருப்பவர்களும், உலகத்தில் சொல்லவேண்டியதையெல்லாம் மூவாயிரம் வருஷங்களுக்கு முன்பே கங்கைக் கரையிலும் காவிரிக் கரையிலும் சொல்லி முடித்துவிட்டதாக மமதை கொண்டிருக்கும் அரிசி உணவை உட்கொள்ளும் பிராணிகளும், தங்கள் மனோரதத்தைச் செலுத்தியாவது தேச யாத்திரை செய்துபார்க்கப் பிற நாட்டு இலக்கியப் பயிற்சியளிப்பதே இத்தொகுப்பின் நோக்கம். உலகம் இத்தொகுதிக்குள் அடங்கி விடவில்லை. இதைப் போல எத்தனையோ வெளிவர வேண்டும்.

புதுமைப்பித்தன்

நார்வே

வீடு திரும்பல்

பீட்டர் எக்

மாலுமி பெடர் ஸோல்பர்க்குடைய மனைவி வசித்த குடிசை, ஜனங்கள் பொதுவாக 'லூக்கள்' தெரு என்று சொல்லு வார்களே, அதற்கெதிரில் இருக்கிறது.

குடிசையின் ஜன்னல் நன்றாகத் திறந்திருந்தது. அப்பொழுது பிற்பகல்; மேலும் ஜூன் மாதத்து மனோகரமான வெயிலடித்துக் கொண்டிருந்தது. விறைத்துப் போகும்படி குளிராட்டும் அந்தப் பகுதிகளில் சூரிய உஷ்ணம் லேசில் கிடைக்காத சுகம். தெருப் பக்கமாக முதுகைத் திருப்பிக்கொண்டு, மடியிலிருந்த துணி களைத் தைத்துக்கொண்டிருந்தாள். தைத்த துணி சுத்தமாகப் பெருக்கப்பட்ட தரையில் விழுந்து கிடந்தது. சிறிது தூரத்தில் மேஜையின் மேல் வைக்கப்பட்டிருந்த தையல் மிஷின் மீது குனிந்தவண்ணம் அவளது சிறிய மகள் உட்கார்ந்திருந்தாள். அவள் நேராகத் தாயாரைப் பார்த்தாள். அதற்கப்புறம் ஜன்னல் வழியாகத் தெரியும் தெருவையும் பார்த்தாள். குடிசையுள் எவ்வளவு அமைதியோ அவ்வளவு தெருவிலும்.

மிஷின் பக்கத்தில் ஒரு கடிதம். அதை அப்பொழுதுதான் தாயாருக்கு வாசித்துக்காட்டி முடித்தாள். இப்பொழுது இருவரும் பேசவில்லை. எல்லாம் அமைதி. அடிக்கடி கடிதத்தை எடுத்துப் பார்த்துவிட்டு மேஜையின் மீது வைத்துக்கொண்டி ருந்தாள் மகள். அப்புறம் தாயைப் பார்த்தாள்; தெருவைப் பார்த்தாள்.

"ஆமாம். அதை லேசாச் செய்யலாம்" என்றாள் குணேலி.

அதற்கப்புறம் வேறு எதையோ பேசிக்கொண்டிருந்தார்கள்.

இரண்டாவது நாள் காலை புது எஜமான் வீட்டில் வேலை பார்க்கக் குணேலி புறப்பட்டுப்போனாள். காலில் மிதியடி போடாத பையன் அவளுடைய பெட்டியைக் கை வண்டியில் வைத்துத் தள்ளிச்சென்றான்.

பெடர் ஸோல்பர்க் வேலை செய்யும் படகு பிற்பகலில் தான் வரும் என்று எதிர்பார்க்கப்பட்டது. அது இங்கிலாந்தி லிருந்து வருகிறது. லண்டனில் புறப்பட்டுவிட்டது என்பது நிச்சயம். எந்த நேரம் இங்கு வந்துசேரும் என்பது யாருக்கும் நிச்சயமில்லை. ஜல்தியாக வந்தாலும் வரலாம். நேரம் கழித்து வந்தாலும் வரலாம். அது வந்துசேருவது எத்தனையோ காரியங் களைப் பொறுத்தது. ஒன்று கப்பல் சாமான்; இன்னொன்று காற்று. அதனால் அவள் சாப்பிட்டுவிட்டுப் பாத்திரங்களை யெல்லாம் கழுவி வைத்துவிட்டுத் தைக்க உட்கார்ந்தாள். மிஷின் இடைவிடாது வீரிட்டுக்கொண்டிருந்தது. அவசரப்படு கிறவள் போல் ரொம்ப ஜரூராக வேலை செய்தாள்.

ஆமாம், பெடருக்கு இப்பொழுது நாற்பத்தாறு வயது. தன் வயதுதான். இந்த விசை வரும்பொழுது எத்தனையோ மாறுதல்களைப் பார்ப்பான். இரட்டைக் குழந்தைகளான ஆந்தானும் ஜோஹனும் சென்ற வசந்தத்தில்தான் கப்பல் வேலையில் சேர்ந்துகொண்டார்கள். ஒரு வேளை அவனுக்கு அது தெரியாமலே இருக்கலாம்; அவர்களை ஏதாவது ஒரு துறைமுகத்தில் சந்தித்திருப்பான் என்று எதிர்பார்ப்பது சாத்திய மில்லை. கிரிஸ்டைன் இறந்துபோனான். அது அவனுக்குத் தெரியும். அது தெரியாது என்று சொல்ல முடியாது. பெடருக்குக் கடுதாசி எழுத வராது . . . அவளுக்கும் அப்படித்தானே! . . . அவன் மறந்தே போய்விட்டான் என்று அவள் ஒருமுறை நினைத்தாள். அவன் வேலை பார்க்கும் இங்கிலீஷ் கப்பல் அப்படி வேலை வாங்குகிறது போலும். இத்தனை காலமாக வரவேண்டும் வரவேண்டும் என்றே நினைத்துவந்தான். ஆமாம், யாத்திரை ஜாஸ்தி. ரொம்ப வடக்கே போகவேண்டியிருந்தது. மேலும் பிரயாணச் செலவும் ஜாஸ்தி. மாலுமிகளின் சம்பளம் அதை எட்டாது. குழந்தைகளைப் படிக்கவைக்க வேண்டாமா? இறந்தால் புதைக்க வேண்டாமா? அதனால்தான் ஊருக்கு வருவதை ஒத்திப்போட வேண்டியதாயிற்று.

மிஷினை ஓட்டிக்கொண்டேயிருந்தாள். தலை நிமிரவே யில்லை. அவ்வளவு அவசரம்!

மணி ஏழிருக்கும். யாரோ முற்றத்திலிருந்து சமையல் அறைக்குள் வந்தார்கள். ஏதோ கனமான சாமானை இழுத்து வந்தார்கள். வேகமாக எழுந்து வெளியே சென்றாள். அங்கு பெடர் ஸோல்பர்க் – புருஷன், கையில் பர்ஸை வைத்துக்

48 உலகத்துச் சிறுகதைகள்

கொண்டு நின்றான். பெட்டியை எடுத்துவைக்க உதவின பையனுக்கு ஒரு ஷில்லிங் கொடுத்துக்கொண்டிருந்தான். அதை மூலையில் வைத்தார்கள். பையன் வெளியே போனான்.

புருஷனும் மனைவியும் ஒருவரையொருவர் பார்த்துக் கொண்டு நின்றார்கள். அப்புறம்தான் அவள் அவன் கையைப் பிடித்து, "வாருங்கள்!" என்று அழைத்தாள்.

"கப்பல் வந்துவிட்டதா?" என்றாள் மறுபடியும்.

"ஆம், இப்பொழுதுதான் வந்தது!" என்றான் ஸோல்பர்க்.

அவனை உள்ளே அழைத்துச்சென்றாள். அவன் மெதுவாக, தரையில் கனம்படத் தள்ளாடித் தொடர்ந்து நடந்தான். தலையில் இருந்த அகன்ற தொப்பியை எடுத்துவிட்டுக் கதவுப்பக்கத்தில் உட்கார்ந்தான். அவன் கண்கள் குழிவிழுந்து கிடந்தன. பார்வை மாறுகண் போல் ஒரு பக்கமாகவே இருந்தது. முகத்தை வேறு பக்கம் திருப்பிக்கொள்ளப் பிரியப்படுவது போலிருந்தது. முகம் வெளிறி, நீண்ட தாடியுடன் ஒரு மாதிரியாக இருந்தது.

"நீ ரொம்ப மாறிவிட்டாய்!" என்றாள்.

"ஆமாம், அப்படித்தான் நினைக்கிறேன்," என்றான். "இனி மேல் உடம்பு விழுந்துபோச்சு!" என்றான் மீண்டும்.

"என் மனசிலும் அதுதான் கவலை. மத்யதரைக் கடலில் கப்பல் உடைந்ததே, அதில்தான் உன் உடம்பை இப்படி உடைச்சுவிட்டதோ?" என்றாள்.

"ஆமாம்."

"கப்பல் உடைந்ததும் நேராக இங்கு வந்திருந்தால் உடம்பு குணப்பட்டிருக்கும், இல்லையா?" என்று கேட்டாள்.

பதில் சொல்லுமுன் யோசிக்க வேண்டியிருப்பது போல் அவன் தயங்கினான்.

"உம் – இந்த ரெண்டு வருஷங்களும் லேசில்லை – லேசில்லை!"

குனிந்து முழங்காலில் முழங்கைகளை ஊன்றிக்கொண் டான்; உடலுக்கு முட்டுக்கொடுக்க வேண்டியிருந்தது போலும். இன்னும் கையில் தொப்பியைப் பிடித்திருந்தான்.

"இன்னும் பையன்கள் வீட்டில்தான் இருக்கிறாங்களா?" என்றான், சிறிதுநேரம் கழித்து.

"வசந்த காலத்திலே போய்விட்டார்கள்."

"நானும் அப்படித்தான் நினைத்தேன். போன வருஷம் நீகூட எழுதியிருந்தாயே!"

"ஆமாம்."

இருவரும் சிறிதுநேரம் மௌனமாக இருந்தார்கள்.

"சாப்பிட ஏதாவது எடுத்து வருகிறேன்" என்றாள். சமையலறைக்குள் கதவைத் திறந்தபடி விட்டுச் சென்றாள். அவன் உட்கார்ந்தே இருந்தான். ஒரு தடவை தலையைத் தூக்கி ஜன்னல் வழியாய்ப் பார்த்தான் – தான் அடையாளம் தெரிந்துகொண்டு பேச வேண்டிய யாரையோ பார்ப்பது போல. ஆனால் ஜன்னல் தூரத்தில் இருந்ததால் நிச்சயம் செய்துகொள்ள எழுந்து செல்லவில்லை. அடுப்பங்கரையில் நெருப்பு எரியும் சப்தம். மேலே காப்பிப் பாத்திரம் தளதள வென்று கொதிக்கிறது. அவள் ரொட்டி அறுப்பதும் கேட்டது. காப்பியைத் தெளியவைத்துவிட்டு, உள்ளே வந்து தையல் துணிகளை எடுத்து ஒதுக்கமாக வைத்தாள்.

"உனக்குச் சரியாக வேலை கிடைக்கிறது போலிருக்கிறதே!" என்றான், துணிகளைப் பார்த்துக்கொண்டு.

"ஆமாம், கொஞ்ச நாளாய். எனக்குத்தான் நன்றாகத் தைக்கத் தெரியாதே! கூலியும் அப்படி இப்படித்தான்."

"உனக்கு என்ன பலமான காயமா?" என்றாள், திடீரென்று அவனது கையைப் பார்த்து.

அவன் தனது வலது கையைப் பார்த்தான். அதில் மோதிர விரலும் சிறுவிரலும் போய்விட்டன.

"இதைப் பத்தி எழுதவில்லையா?" என்றான்.

"இல்லை."

"எழுதிவிட்டதாக நினைத்துக்கொண்டேன். டாக்டர் அதை எடுத்துவிட வேண்டியிருந்தது."

சில நிமிஷங்கள்வரை சிதைந்த கையையே பார்த்துக் கொண்டிருந்தாள்.

"ஐயோ தெய்வமே!" என்றாள்.

காப்பியையும் சாப்பாட்டையும் எடுத்துவந்தாள். நாற்காலியை இழுத்துப்போட்டுக்கொண்டு சாப்பிட ஆரம்பித் தான். நல்ல பசி. அவளுக்குப் பசியில்லை. காப்பியை சாஸரில் ஊற்றி ஆறவைத்துக் குடித்தான்.

பின்பு ஜன்னலண்டையில் போய்க் கதவைத் திறந்தான். இரவு பத்து மணி. அப்பொழுதுதான் சூரியாஸ்தமன சமயம். துருவத்திற்கு அருகிலுள்ள வடக்கு ஐரோப்பியப் பிரதேசங் களில் சூரியாஸ்தமனம் வெகுநேரங் கழித்து. அத்துடன் அந்தி

மாலையும் வெகுநேரம் நீடித்திருக்கும்.) எங்கு பார்த்தாலும் வானத்தில் ஒரே சிவப்பு. நகரத்தின் மீதும் மஞ்சள் வெயில். பார்த்து அதைப் பற்றி ஒரு வார்த்தையாவது சொல்லாமல் இருக்க முடியாது. பூலோகத்திலுள்ள மற்றெல்லா இடங்களையும் விட இங்கு சூரியன் மிகவும் மனோகரமாகக் காய்வது போலி ருந்தது.

"இன்று மாலை மாதா கோவில் பூந்தோட்டமும் சாலையும் எவ்வளவு வாசனையாக இருந்தது, கவனித்தாயா?" என்றாள்.

"ஆமாம். நாம் போன அன்று இரவு இருந்த மாதிரி."

"ஐந்து வருஷத்திற்கு முன்—"

"ரொம்ப ஜாஸ்தியில்லே!"

"அது போதாதா?"

"நீ சொல்வதும் சரியாய்த்தானிருக்கும்"

அவள் படுக்கையை எடுத்து விரித்தாள். அவன் இன்னும் மேஜையண்டையிலேயே உட்கார்ந்திருந்தான். இருவரும் பேச வில்லை. சிவப்பொளி மறைந்தது. வானம் நீலமாயிற்று. ஆனால் இருட்டு வந்துவிடவில்லை. வெளிச்சத்தை வைத்து நேரம் சொல்ல முடியாது. நல்ல தெளிவான அச்சுப் புஸ்தகத்தை வாசிக்க முடியும்.

"நான் என்ன செய்வது — இனிமேல்தான் கப்பலில் வேலை செய்ய முடியாதே!" என்றான்.

"எனக்குத் தைக்கிறதற்குக் கையில் பலம் இருக்கிறவரை என்னோடேயே இருப்பாய்."

இருவரும் சிறிதுநேரம் மௌனமாக இருந்தார்கள். இருவரும் உடைகளை அகற்றிவிட்டுப் படுக்கைக்குப் போனார்கள். தனது பெரிய கரங்களில் அவன் அவளை வெகுநேரம் வரை இறுகப் பிடித்திருந்தான்.

"ஏதோ வீடு வந்து சேர்ந்துவிட்டேன்!" என்றான். அவன் குரல் தழுதழுத்தது.

அவன் மார்பில் வைத்திருந்த தன் தலையை நிமிர்த்தி அவனது முகத்தைப் பார்த்தாள். அவள் கண் கலங்கியது; குரல் தழுதழுத்தது.

"ஆமாம், தெய்வச் செயலாக உனக்கு இங்கு இடமிருக்கிறது. நாம் இருவருந்தானே!" என்றாள்.

○ ○

ஜெர்மனி

இஷ்ட சித்தி

ஹான்ஸ் பலாடா

முதலிலேயே தெரிவித்துவிடுகிறேன். அப்புறம் குறை சொல்லாதீர்கள். என் மனைவி பெயர் இட்ஸன் பிளாஸ். உச்சரிப்பதற்குக் கொஞ்சம் சிரமந்தான்; ஆனால் அவள் மீது இருந்த ஆசையில் அதன் சிரமம் எனக்குத் தெரியவில்லை.

ஒரு நாள் பார்க்கில் நாங்கள் இருவரும் உட்கார்ந்து பேசிக்கொண்டிருந்தபொழுது அவள் சொன்னதுதான் எனக்கு மறக்க முடியவில்லை. "ஒவ்வொரு செப்புக் காசையும் கண்களில் எண்ணெய் விட்டுக்கொண்டு கணக்குப் பார்க்கும்படியான இந்தக் கஷ்டமில்லாதிருந்தால்..." என்றாள்.

"இருந்தால் என்ன?" என்று அவளிடம் வியாக்யானம் செய்யும்படி கேட்டேன்.

"இன்னும் கொஞ்சம் சாமான் வாங்கலாம்" என்றாள் இட்ஸன் பிளாஸ், எதையோ எண்ணிக்கொண்டு. எங்களுக்கு அப்பொழுதுதான் கலியாணமாயிற்று. மொத்தமாகப் பார்க்கப் போனால் கையில் தம்படி கிடையாது என்று சொல்லிவிடலாம். இளவயதிலே புதுக் கலியாணமாகி (அதிலும் ஒருவர்மேலொ ருவர் கண்மூடித்தனமான ஆசை வைத்திருந்தால்) இந்த வறுமை எல்லாம் பிரமாதமில்லை. ஆமாம்! எங்களுக்குச் சில சமயங் களில் மனச்சோர்வு ஏற்படும். எல்லா அதிர்ஷ்டமும் உடனே திரண்டு வந்துவிடவேண்டுமென்று கணக்கா? எப்பொழுதும் இப்படியே இருந்துவிடவா போகிறோம்?" என்று சொல்லிக் கொள்வோம்; எங்கள் சோர்வெல்லாம் பறந்துவிடும்.

"என்ன வாங்குவாய்?" என்றேன்.

இட்ஸன் பிளாஸ் யோசித்தாள். "நம்புகிறதென்றால் நம்புங்கள். இல்லாவிட்டால் உங்கள் இஷ்டம். நல்ல ஒரு ஜதை ஸ்லிப்பர்கள் குளிருக்கு ஏற்றாற் போல் வாங்குவேன்" என்றாள்.

"அடேயப்பா!" என்றேன்.

அப்பொழுது நல்ல வெயில் காலம். எங்கேயாவது குளிர்ந்த ஜலமும் ஒரு சிகரெட்டும் கிடைத்தால் போதும் என்று நினைத்துக் கொண்டிருந்தேன் நான்; அவளுக்கு அப்பொழுது குளிருக்கேற்ற ஒரு ஜதை ஸ்லிப்பர்கள் வேண்டும்! அவளது தர்க்கம் எனக்குப் புரியவில்லை. ஆனால் இதிலிருந்துதான் வருகிற கிரிஸ்மஸுக்கு என்ன வாங்குவது என்பதைப் பற்றி அப்பொழுதே 'பிளான்' போட ஆரம்பித்துவிட்டோம்.

அவள் சொன்னாள்: "டாமி! கிரிஸ்மஸ் அவசரத்தில் கண்டபடி வேண்டாத சாமான்களை வாங்கி ஒருவருக்கொருவர் கொடுத்துக்கொள்ளாமல் இருக்க, அதற்கு இப்பொழுதே லிஸ்ட் தயார் செய்ய வேண்டும்" என்றாள்.

அதிலிருந்து எங்களுக்குப் பிரியமானதையெல்லாம் லிஸ்ட் எடுக்க ஆரம்பித்தோம். நான் எனது கணக்குப் புஸ்தகத்திலிருந்து ஒரு கடுதாசியைக் கிழித்து, 'இட்ஸன் பிளாஸுக்கு ஒரு ஜதை கம்பளி ஸ்லிப்பர்' என்று எழுதினேன். பிறகு, பட்சபாதம் காண்பிக்கக் கூடாதல்லவா? அதற்காக அதன்கீழ் 'டாமிக்கு ஒரு நல்ல புஸ்தகம்' என்று எழுதினேன்.

"அப்படித்தான்!" என்றாள் இட்ஸன் பிளாஸ், உற்சாகத்துடன். போகிற வழியில் ஸ்லிப்பரும் புஸ்தகங்களும் மரத்தில் காய்த்துத் தொங்குகின்றன, பறிக்க வேண்டியதுதான் பாக்கி என்பது போல் இருந்தது.

வெயில் காலமும் சென்று கிரிஸ்மஸ் பண்டிகை வரும் பனிக்காலமும் ஆரம்பித்துவிட்டது. எங்கள் லிஸ்டும் ஏராளமாக வளர்ந்துவருகிறது. "ரொம்ப ஜாஸ்தியிருந்தால் என்ன? எவ்வளவுக்கு ஜாஸ்தியிருக்கிறதோ அவ்வளவுக்குப் பொறுக்க முடியும். அதில் வாங்க முடியாத பொருள்களை அடித்துவிடுகிறது. ஆசைப்படுவதற்குக் கூலி உண்டா? என் இஷ்டம் போல் நான் பிரியப்படலாமல்லவா?"

"உம்!" என்று சிறிது துணிகரமாகவே தலையை ஆட்டினேன்.

'அப்படித்தான்! எனக்கு ஒரு பட்டு கவுன் (நல்ல ரகம்)' என்று சிரித்துக்கொண்டு எழுதினாள்.

எழுதிவிட்டு, சின்னக் குழந்தை வீம்பு காண்பிக்கிற மாதிரி தலையை உயர்த்திக்கொண்டு நின்றாள்.

“அதெல்லாம் சரிதான் ... உனக்குத்தான் ...” என்று வழ வழாவென்று ஆரம்பித்தேன்.

“நீங்கள்தான் இஷ்டம் போல் பிரியப்படலாம் என்றீர்களே!” என்றாள்.

“அதெல்லாம் கிடக்கட்டும். எனக்கு ஒரு ரேடியோ ஸெட் வேண்டும்” என்று நான் எழுதிவிட்டு, அவள் முகத்தைப் பார்த்தேன்.

பிறகு எங்கள் இருவருக்குள்ளும், இரண்டிலும் எது மிகவும் அவசியமானது என்பது பற்றி சாஹஸத்துடன் தர்க்கம் நடந்தது. ஆனால், இன்னும் ஐந்து வருஷம் வரையாவது இதெல்லாம் நடக்காத பேச்சு என்று எனக்குத் தெரியும்.

ஆனால் மேற்சொன்ன பனிக்கால சம்பவம் ரொம்பப் பின்னால் நடந்தது. நாங்கள் பார்க்கை விட்டு வரும்பொழுது வேனிற்காலம். எங்கள் இரண்டு ஆசைகளையும் ஒரு துண்டுக் கடுதாசியில் எழுதியாகிவிட்டது. இட்ஸன் பிளாஸுக்கு மூக்கு கொஞ்சம் பெரிது. சந்தோஷமோ கோபமோ ஏற்பட்டுவிட்டால் மூக்கு சிவந்துவிடும். அதனால்தான் அடிக்கடி மூக்கைச் சொறிவாள். அவள் மூக்கைப் போலக் கண்களும் மிகக் கூர்மையானவை. எப்பொழுது பார்த்தாலும் துருதுருவென்று இருக்கும். “இதோ பாருங்கள், ஒரு கிரிஸ்மஸ் குரோஷன்!” என்று கால் நுனியால் சுட்டிக்காட்டினாள். (குரோஷன் ஒரு ஜெர்மன் நாணயம்.)

“கிரிஸ்மஸ் குரோஷன்?” என்று குனிந்து எடுத்துவிட்டு, “இதோ போய் சிகரெட் வாங்கிவருகிறேன்!” என்றேன்.

“என்னிடம் கொடுங்கள். இது கிரிஸ்மஸ் குரோஷன்! கிரிஸ்மஸ் உண்டியல் பெட்டிக்கு!” என்றாள்.

“ஸ்ரீமதியவர்களே, தங்களிடம் கிரிஸ்மஸ் உண்டியல் பெட்டி எங்கு இருக்கிறது?” என்றேன்.

“பெட்டிக்கென்ன? ஒன்று கிடைக்காமலா போகிறது?” என்று வானத்தைப் பார்த்தாள். நட்சத்திரங்களிலிருந்து உண்டியல் பெட்டி விழாது என்பது நிச்சயம்.

“இப்படிச் செய்வோம். கிரிஸ்மஸ் பிரஸென்டிற்கு எவ்வளவு செலவழிக்க முடியும் என்று கணக்குப் போடுவோம். 50 மார்க்குகள் ஏறக்குறைய” என்றேன். (ஜெர்மன் பிரதம நாணயம் மார்க்குகள் – நமக்கு ரூபாய் போல.)

“ஐயோ பாவம்!” என்றாள்.

“... கிரிஸ்மஸ் வருமுன் இன்னும் ஆறு முறை சம்பளம் வாங்கலாம். ஒவ்வொரு தடவையும் எட்டரை மார்க்குகள்

54 உலகத்துச் சிறுகதைகள்

மிச்சம் பிடித்தால் போதும். சரி, இப்பொழுது அந்தக் குரோஷனைக் கொடு, போய் சிகரெட் வாங்கிவருகிறேன்" என்று, கிரிஸ்மஸ் உத்தேச விகித பட்ஜட் சமர்ப்பித்துவிட்டு, உபமானியங்கள் கேட்டுக்கொண்டு நின்றேன்.

"அதெல்லாம் முடியாது, குரோஷன் கிரிஸ்மஸ் நிதியைச் சேர்ந்தது. மேலும் உங்களுக்கு, இவ்வளவு பெரிய உங்களுக்கு, என்ன அசட்டுத்தனமாய்ப் புத்தி போகிறது! அதற்கெல்லாம் வேறு செலவு இருக்கிறது" என்று ஸ்ரீமதி இட்ஸன் பிளாஸ் டிமாண்டு மசோதாவை ஏகமனதாக நிராகரித்துவிட்டார்.

"அப்படியா? அதென்ன?" கேலியாகக் கேட்டேன்.

அதற்குள் இட்ஸன் பிளாஸுக்கு ஊடல் ஏற்பட்டுவிட்டது. ரொம்பக் கோபம் போல் முறுக்காக முன்னால் எட்டி நடந்தாள். நான் பின்தொடர்ந்தேன். கொஞ்ச நேரம் கழிந்ததும் தெருக்களுக்குள் பிரவேசித்தோம். அவள் தெருவின் ஒரு கோடியில் நடந்தாள். கொஞ்ச தூரம் சென்றதும், "ஏ! அம்மாளு!" என்று கூப்பிட்டேன். தெருவில் போகிறவர்கள் எங்களைத் திரும்பிப் பார்த்தார்கள். தலையைத் திருப்பிக்கொண்டு நடந்தாள்.

போகும்பொழுதே அவளுக்குப் புது நினைப்பு ஏற்பட்டுவிட்டது. வீட்டிலே கிடக்கும் கட்டிப் பால் டின்களை உண்டியலாக உபயோகித்தால்! அதை அவளால் சொல்லாமல் இருக்க முடியவில்லை.

"ரொம்பக் கெட்டிக்காரத்தனம். டின்னுக்குள் மிஞ்சி நாறும் பால் அழுக்குக்குள் ஆறு மாதம் பணத்தைப் போட்டு வைத்தால் மிகவும் நன்றாகத்தான் மணக்கும்" என்றேன்.

உடனே அவளுக்குக் கோபம் வந்துவிட்டது. 'மறுபடியும் வேதாளம் முருக்க மரத்தில் ஏறிக்கொண்டது' என்ற மாதிரி தெருவின் மற்ற கோடிக்குச் சென்றுவிட்டாள்.

என் பங்கிற்கும் ஒரு புது நினைவு வந்தது. ஆபீசில் கிரிஸ்மஸ் போனஸ் கொடுப்பார்களே; அது அத்தனை நேரம் ஞாபகத்துக்கு வராமலே போய்விட்டது.

ஐம்பது மார்க் கிரிஸ்மஸ் போனஸ். ஓடியே போய் அவளிடம் சொன்னேன். முதலில் என் தலையைத் தின்றுவிடுவது போலப் பார்த்தாள். என்னைப் போன்ற முட்டாளுக்கு போனஸ் யார் கொடுக்கப்போகிறார்கள் என்று நினைப்பது போல் இருந்தது. இரண்டு பேரும் விஷயத்தைப் புனராலோசனை செய்தோம். கடைசியில் அவள் அபிப்பிராயம் இதுதான்: "போனஸ் கிடைக்காதென்றே பாவனை பண்ணுவோம் – ஆனால் போனஸ் இருந்தால்–!" என்றாள். பின்பு சமாதானம் அன்று, சமரஸம்.

நான் ஏன் சர்க்கார் மாதிரி இப்படிச் சிக்கனக் கத்தியை அடிக்கடி உபயோகிக்க வேண்டியிருக்கிறதென்ற காரணத்தைக் கூறவில்லையே. கிரிஸ்மஸ் செலவு ஒருபுறம் இருக்கட்டும். எங்கள் பொக்கிஷச் செலாவணியில் திடீரென்று பொருளாதார நெருக்கடி ஏற்படுவதற்கும், பாங்க் விடுமுறை அமலுக்குக் கொண்டு வர வேண்டியிருப்பதற்கும் காரணம், நான் ஒரு பத்திரிகை ஆபிஸில் வேலை பார்த்துவந்ததுதான். எங்கள் பத்திரிகை ரொம்பச் சின்ன விஷயம். நான் அதிலே விடியற் காலம் ஏழு மணிக்குப் போய்விட்டால் அதிலிருந்து 'லோக்கல்' செய்திகள் பிரசுரிக்கப்படும் பக்கம் என் பொறுப்பில் விடப்படும். நான் உப பத்திராதிபர்; சமயா சமயங்களில் கம்பாசிட்டர். இத்தியாதி உத்தியோகங்களை ஏற்று, எனது பக்கத்தை நிரப்பிவிடுவேன். இந்த மகத்தான சேவைக்காக எனக்கு அந்தக் காரியாலயத்தில் 80 மார்க்குகள் சம்பளம் கொடுக்கப்படுகிறது. எனது ஆசிரியர், மற்றப் பக்கங்களை ரேடியோ புரோகிராம், ஆசிரியருக்குக் கடிதம், படம் இத்யாதி விஷயங்களால், ஒரு நொண்டி டைப் ரைட்டர் யந்திரத்தை வைத்துக்கொண்டு, நிரப்பிவிடுவார்.

நான் என் காலை வேலைகளை நிறைவேற்றிய பின், பிழைத்திருந்தால், கமிஷன் ஏற்பாட்டில் விளம்பரமும் வாசகர்களும் சேகரிப்பேன். இதுதான் என் வருமானம். இதற்கும் மேலாக, இந்த ஊர் தேகாரோக்கியச் சங்கத்தின் வியாதி நிதியின் பொக்கிஷதார். அங்கத்தினர் சந்தா, நிதிக்கு அளிக்கப்படும் உதவி மானியம் இவற்றில் 3% எனது சிரமத்திற்குச் சம்பாவனை. எங்களூர் நகர அமைப்பு போர்டு, யாத்திரிகர் போர்டு – இவற்றிற்கு கௌரவ காரியதரிசியும் நான்தான். இதிலே எனக்குச் செலவும் பெருமையும்தான் மிச்சம்; அத்துடன் ஏதாவது 'பெரிதாக' வந்தால், என்னைக் கவனிப்பதாக போர்டின் ஒரு வாக்குத் தத்தமும் வெகு காலமாக இருந்துவருகிறது.

ஆகையால், எனக்கு வேலையில்லாக் கஷ்டம் ஒன்றும் இல்லை. இவ்வளவு வேலையாலும், நானும் என் மனைவியும், உயிரை உடலுடன் ஒட்டவைப்பதற்கு மிகவும் சிரமப்பட்டோம். 'வாங்குவது' என்ற வார்த்தை எங்கள் அகராதியில் கிடையாது. அதனால் பெரும்பாலும் எங்கள் தினசரி வாழ்க்கையில் உடல் களைப்பும் ஏமாற்றமும் மிச்சம்.

என்னதான் நாங்கள் சிரித்து உற்சாகப்பட்டுக்கொண்டிருந்தாலும், எங்கள் கிரிஸ்மஸ் உண்டியல் பெட்டி இன்னும் கற்பனை உலகத்திலிருந்து கீழே இறங்கவில்லை.

அன்று ஒரு நாள் வீட்டுக்குள் நுழைந்தபொழுது இட்ஸன் பிளாஸ் ஒரு நிலக்கரித்துண்டும் கத்தியுமாக நின்றுகொண்டிருந்தாள்.

"என்ன வேலை நடக்கிறது?" என்று ஆச்சரியப்பட்டுக் கொண்டு வினவினேன்.

"உஸ்! சத்தம் போடாதீர்கள். லோகம் பூராவும் எத்தனை துஷ்டர்கள் இருக்கிறார்கள் என்று தெரியாது போல் இருக்கிறது!" என்று கதவைச் சுட்டிக் காண்பித்தாள்.

நாங்கள் ஒட்டுக்குடித்தனம்தான் இருக்க முடியும்; அப்படித் தான் இருக்கிறோம். அவள் காட்டிய இடம் எங்கள் பக்கத்து ஆசாமி ஜாலி ரோஜர் வசிக்கும் அறை.

"என்ன விசேஷம்?" என்றேன் நான் மீண்டும்.

எனக்கு, சதியாலோசனை பந்தாவில், காதோடு காதாக, இரகசியம் அறிவிக்கப்பட்டது. உலகத்திலே திருடர்களும் துஷ்டர்களும் ஜாஸ்தியாம். எங்கள் பொக்கிஷத்தைச் சூறை யாடிக்கொண்டு போய்விடுவார்களாம். அதற்காக ஒரு நிலக்கரித் துண்டை இரண்டாக அறுக்கிறது; இரண்டு பாகங்களையும் குடைகிறது. மறுபடியும் செக்டோடைன் வைத்து ஒட்டிவிடுகிறது. உடனே எங்கள் இரகசிய கிரிஸ்மஸ் உண்டியல் செய்தாகி விட்டதாம். பிறகு அதன்மேல் ஒரு பக்கத்தில் ஒரு துவாரம் போட்டு, அதன் வழியாகப் போட்டுக்கொண்டே வருவது. (என்னத்தைப் போடுவது என்று அவள் சொல்லவில்லை.)

"பின்பு கிரிஸ்மஸ் சமயத்தில் அதை உடைத்து . . . பிறகு என்னவென்பது உங்களுக்குத்தான் தெரியுமே!" என்றாள்.

"உனக்கென்ன பைத்தியமா? இந்த வருஷம் போனஸ் கீனஸ் கிடையாது என்று ஹீபர் சொல்லுகிறான். முதலாளி வருமானம் இல்லை என்று நரமாமிசபட்சணி மாதிரி இருக்கி றாராம்!" என்றேன்.

"அப்படியா சேதி! கிரிஸ்மஸ் அன்றைக்கு யார் மண் டையில் நிலக்கரித்துண்டு விழுந்து உடையப்போகின்றதோ!" என்று மோட்டுக்கூரையைப் பார்த்துக் கொண்டு சொன்னாள்.

நான்தான் உங்களுக்கு முந்தியே சொல்லவில்லையே! ஹெர் பிரஃஸ்போல்டு எங்கள் பத்திரிகை ஆசிரியர். ஆசாமி வற்றல் பேர்வழி. ஆனால், பேச்சுமட்டும் ஏழு காலம் தலைப்பு மாதிரி இருக்கும். அவருடைய ஆணித்தரமான பேச்சுக்கள் அபிப்பிராயங்கள் எல்லாம் காரியாலய நிர்வாகத்தில் மட்டிலும் செல்லாது. அதற்கெல்லாம் ஹெர் ஹீபர்தான் தகுந்த ஆசாமி. ஆசாமியைப் பார்த்தாலே போதும் – நடமாடும் பெருக்கல் வாய்ப்பாடுதான். பொக்கிஷம் கணக்கு எல்லாம் அவர் கையில் தான். கம்பெனியின் வலது கை அவர்.

இவரிடம் கிரிஸ்மஸ் போனஸைப் பற்றிக் கொஞ்சம் ஆராய்ச்சி நடத்தினேன், ஏதாவது பலனுண்டாவென்று. "உனக்

கென்ன பைத்தியமா! நஷ்டமாகிவரும் கம்பெனியில் வேலை பார்ப்பது என்றால் என்ன என்று உனக்குத் தெரியுமா? புது வருஷச் சிட்டை ஆரம்பிக்கு முன் கம்பெனி குளோஸ் ஆகாவிட்டால் உன் அதிர்ஷ்டம்!" என்றார்.

ஹெர் பிரஸ்போல்டு என் அபிப்பிராயத்தை ஆதரிக்காமல், காரியாலயத்தில் கிரிஸ்மஸ் போனஸ் கேட்பதைப் பற்றி ஒரு 'தலையங்கம்' என்னிடம் உபதேசம் செய்ய ஆரம்பித்துவிட்டார். இந்த உபதேசங்கள் எங்கள் கிரிஸ்மஸ் லிஸ்ட் கடுதாசிகளை அந்தரத்தில் பறக்கவிட்டன. கம்பளி ஸ்லிப்பர், புஸ்தகம், ரேடியோ ஸெட், கிரிஸ்மஸ் வாத்து – எல்லாம் என்னைவிட்டு அகன்று செல்வதை எனது மனக்கண் முன் கண்டேன்.

கிரிஸ்மஸ் வாத்து! இந்தச் சந்தர்ப்பத்தில்தான் நான் உங்களுக்கு ஒரு புது நண்பரை அறிமுகம் செய்துவைக்க வேண் டும். அவர்தான் சாக்ஷாத் ஜாலி ரோஜர்ஸ் – அவர் உண்மைப் பெயர் எங்களுக்குத் தெரியாது. நாங்கள் வைத்த காரணப் பெயர் அது. அவரைத் தெரிந்துகொள்ளுமுன் பூகோள சாஸ்திரீக ரீதிப்படி எங்கள் வீட்டின் அமைப்பைக் கொஞ்சம் அறிந்து கொள்ள வேண்டும். நாங்கள் இருந்த இடம் மச்சு. அதிலே வட துருவத்தில் ஜாலி ரோஜர்ஸ்; மரத்தட்டிக்கு இப்புறத்தில் நாங்கள். தாடியும், காற்றுவாக்கில் பறக்கும் மீசையுமுள்ள உயர்திரு காட்டுமிராண்டியார்தான் என்று அவரைச் சொல்ல வேண்டும். ஸ்ரீமான் ஜாலி ரோஜர்ஸ் தொழில் குடிப்பது, சண்டைபோடுவது. அவகாசம் கிடைத்தபொழுது அவர் முனிஸிபல் மின்சாரசாலையில் வேலை செய்துவந்தார். அது உபதொழில் அன்று, பொழுதுபோக்கு. இவரைவிட நெருங்கிய நண்பர் எங்களுக்குக் கிடையாது. அவர் படுக்கையில் திரும்பிப் படுத்தார் என்றால் எங்களுக்குக் கேட்கும்.

நாங்கள் கிரிஸ்மஸ் பண்டிகைக்கு வாத்து வாங்குவது பற்றித் தர்க்கித்துக்கொண்டிருப்பதை அவர் கேட்டுவிட்டார்.

அவள் (என் மனைவி) வீட்டிலும் எங்கள் வீட்டைப் போல்தானாம். 12 பவுண்டு கூஸ் வாத்து வாங்குவார்கள். விவாதத்தின் போக்கில் 12 பவுண்டு கூஸ் வாத்து (எடை குறைந்தால் எலும்பும் தோலுமாகத்தான் இருக்கும்) எங்கள் இருவர் சாப்பாட்டிற்கும் கொஞ்சம் ஜாஸ்தியென்று எங்க ளுக்குப் பட்டது. அதனால் நாங்கள் சின்ன வாத்து வாங்குவது என்று முடிவு கட்டினோம். கூஸ் வாத்து டெமி அளவு என்றால் சின்ன வாத்து கிரௌன் ஸைஸ். அது இருவருக்கும் போதும் என்பது நிச்சயம்; ஆனால் அதை எங்கு வாங்குவது . . . என்ன விலைக்கு . . .?

இந்தச் சந்தர்ப்பத்தில் பூகம்ப அதிர்ச்சியும், எரிமலை நெருப்பைக் கக்கும் உறுமலும் கேட்டது. சுவரில் இருந்த காரைகள்கூடப் பொத்துப்பொத்தென்று விழுந்தன. ஒரு கையில் கால்சட்டையைப் பொத்தான் மாட்டாதபடி பிடித்துக் கொண்டு ஸ்ரீ ஜாலி ரோஜர்ஸ் பிரசன்னமானார்.

"நான் வேணுமானால் கிரிஸ்மஸ் பட்சி வாங்கி வருகிறேன்" என்று எங்களைப் பார்த்துத் திருதிருவென்று விழித்தார்.

நாங்கள் திடுக்கிட்டு நின்றோம். இட்ஸன் பிளாஸ் மூக்கைத் தடவிக்கொண்டு உபசார வார்த்தைகளை முணுமுணுத்தாள். நான் நாஸுக்காக கூஸ் வாத்து வாங்குவதா அல்லது வான் கோழி வாங்குவதா என்று முடிவு கட்டப்படவில்லை என்பதை விளக்கினேன்.

அவ்வளவுதான். "அசடுகள்!" என்றார். வீடு அதிரக் கதவைச் சாத்திக்கொண்டு போய்விட்டார். ஆனால் மனுஷர் நல்லவர். மனத்தில் கல்மிஷமில்லை. அன்றொரு நாள் நான் ஆபீசிற்குப் போயிருந்தபொழுது, என் மனைவி, கிரிஸ்மஸ் சொக்கப்பனைக்காக ஜாதிக்காய்ப் பலகையில் ஆணிகளை அடித்துக்கொண்டிருந்ததைப் பார்த்து, அதை அவளிடம் வெடுக்கென்று பிடுங்கிக்கொண்டு, "நான் பேஷான மரம் ஒன்று செய்துதருகிறேன்" என்று சொல்லிவிட்டுச் சென்றாராம்.

போனஸ் விஷயத்தைப் பற்றி ஆபீசில் எனது முற்றுகை பலனளிக்காததினால் எங்கள் பொக்கிஷ நிலைமையைப் பற்றிச் சிறிது ஆராய்ச்சி நடத்தினோம். இது இட்ஸன் பிளாஸிற்கு லேசான காரியம் அன்று. அவளிடம் ஒவ்வொரு செலவிற்கும் தனிப்பட்ட பொக்கிஷம் உண்டு. வீட்டுச் செலவு நிதி, விறகு நிதி, புதுச் சாமான் நிதி, வாடகை நிதி, கிரிஸ்மஸ் நிதி – இவ்வளவும் சேர்ந்து பொருளாதார நெருக்கடியால் குழம்பி, பட்ஜட் திட்டத்தில் வரவிற்கு மிஞ்சிய செலவைத்தான் காண்பிக்கும்.

கிரிஸ்மஸ் உறைபனியும் வந்தது. இருந்ததை வைத்துக் கொண்டு சாமான்கள் வாங்கினோம். வீட்டிலே வந்து வெகு நேரம் கழிந்த பிறகுதான் இட்ஸன் பிளாஸ் வாங்கின காலர், எங்களுடைய 'ரோரிங் ரூப்பர்ட்' என்ற ஊளையிடும் அடுப்புச் சாமி பிள்ளைக்கு அர்ப்பணமாகிவிட்டது என்று தெரிந்தது. வீட்டிலே பணம் கொழிக்கிறது, மூன்று மார்க் காலர்தான் அடுப்பெரிக்க.

மறுநாள் ஆபீசிற்கு விடியற்காலம் புறப்பட்டேன். அன்றைக்குத் தேதி 14. என்னுடைய அதிர்ஷ்ட எண் 14 என்றால் இரட்டிப்பு அதிர்ஷ்டமல்லவா!

எங்கள் ஆபீசில் நெடுங்காலமாகப் பெருக்குகிறவள் பிரெள லென்ஸ் (பிரெள என்றால் ஸ்ரீமதி). தொண்டு கிழவி.

குழந்தைகுட்டிகள் கை நிறைய. நான் போகும்பொழுது அவள் பெருக்கிக்கொண்டு இருந்தாள்.

என்னைக் கண்டாலே தன் கதையைச் சொல்லாமல் இருக்க மாட்டாள். பேச்சுவாக்கில், "இந்த வருஷம் போனஸ் கிடையாது" என்றேன். அவ்வளவுதான்.

"நான் ஹீபரிடம் பேசுகிறேன்" என்று சொல்லிவிட்டு, படபடவென்று போனாள்.

ஹீபரிடம் போய் நன்றாகப் பேசினாள். ஹெர் பிரஸ் போல்டு தலையங்கம் எல்லாம் அவளிடம் பிச்சை வாங்க வேண்டும். இந்தச் சப்தத்தைக் கேட்டு உள் நுழைந்த பிரஸ் போல்டும் அவளுக்கு அனுசரணையாகப் பேசினார்.

"இந்தக் குறும்புக்கெல்லாம் யார் காரணம் என்று தெரியும். அந்த ஆசாமி கொஞ்சம் ஜாக்கிரதையாக இருக்க வேண்டும்" என்று உறுமினார் ஹெர் ஹீபர். எனது இரண்டாவது படை யெடுப்பும் பலனளிக்கவில்லை.

கிரிஸ்மஸ் சம்பவத்திற்குக் குழந்தைகள் இல்லாவிட்டால் முடியுமா? அதற்காக நாங்கள் இருவரும் எங்கள் குழந்தைப் பருவத்தைப் பற்றிப் பேசி ஆறுதலடைந்தோம். ஆனால் குழந்தையும் எங்களுக்கு வந்தது.

அன்று டிசம்பர் 18. நல்ல குளிர். பகலில் நல்ல வெளிச்சமும் இல்லை. கதவுக்கு வெளியே ஒரு சிறு குழந்தையின் அழுகை மாதிரி சப்தம் கேட்டது. மனைவி கதவைத் திறந்து பார்த்தாள். வெளியே, குளிரால் விறைத்து, மெலிந்த, அழுக்குப் பிடித்த வெள்ளைப் பூனைக்குட்டி ஒண்டிக்கொண்டு நின்றது. அதற்கு ரம்பிள்டில்ஸிகின் என்று ஒரு நீண்ட பெயர் வைத்தாள்.

இருபத்திமூன்றாம் தேதியும் வந்தது; அன்று நாங்கள் இருவரும் முதல்முதலாகச் சண்டை போட்டுக்கொண்டோம்.

கிரிஸ்மஸிற்கு முதல் நாளும் பிறந்தது. 10 மணிக்கு ஹீபர் முதலாளியைப் பார்க்கச் சென்றார். அவருக்காகக் காத்திருக்கும் பொழுது ஸினிமா டிலக்ஸ் தியேட்டர் விளம்பரத்தை வேண்டு மென்றே மோசமாக எழுதிவைத்தேன். சுண்டின கருவாடு மாதிரி மூஞ்சியை வைத்துக்கொண்டு ஹீபர் திரும்பிவந்தார்.

என்னைப் பார்த்து, "ம்யூலர், மறுபடியும் லட்விக் கம்பெனியைப் போய்ப்பார். அவர் என்னமோ கால்பக்கம் என்றாராம்; நீ அரைப்பக்கம் என்று எழுதிக்கொண்டு வந்து விட்டாயாம்; உன் வேலையே இப்படித்தான்" என்றார்.

நான் இட்ஸன் பிளாஸை நினைத்துக்கொண்டே தெருவழியாய் நடந்தேன். கடைசியில் நான் சொன்னதுதான் உண்மை. லட்விக் கம்பெனிக்காரர் சரியாக ஞாபகப்படுத்திக் கொண்டு ஒப்புக்கொண்டார்; திரும்பிவந்தேன்.

"வந்துவிட்டாயா! அவர்களும் கம்பெனி வேறு வைத்து நடத்துகிறார்களே! இந்தா, இதில் கையெழுத்துப் போடு. கடைசியாக அவரிடம் பேசிச் சரிக்கட்டிவிட்டேன்" என்றார் ஹீபர்.

போனஸ்!

50 மார்க் நோட்டை அப்படியே பிடுங்கிக்கொண்டு வீட்டுக்கு ஓடினேன்.

"சீக்கிரம் லிஸ்ட் போட்டுக்கொண்டு ஆபீசிற்கு வா! அங்கிருந்து போவோம்" என்று சமையல் வேலையில் ஈடுபட்டி ருந்த இட்ஸன் பிளாஸிடம் கூறிவிட்டு ஓடிவந்தேன்.

ஆபீசிற்கு வந்ததுதான் தாமதம். சுடுமூஞ்சி ஹீபரும், "ம்யூலர்! ஞாயிற்றுக்கிழமைகளில் பொழுதுபோக்கிற்குக்கூட உன்னைப் போல் பைத்தியக்காரனாக ஆடமாட்டேன்" என்று மொணமொணத்தார்.

இரண்டு மணிக்கு ஹீபர் ஆபீஸைவிட்டுச் சென்றார். இட்ஸன் பிளாஸும் வந்தாள். பிரௌ லென்ஸை ஆபீசில் (நிர்வகிக்க!) காவல் வைத்துவிட்டுப் போனேன். விவரமாகச் செலவு வகைகளைச் சொல்ல நேரமில்லை. மறுபடியும் திருத்தி யமைக்கப்பட்ட பட்ஜட்படி 48.50 மார்க்குகள் செலவாயிற்று. ஜாலி ரோஜர்ஸ் வாக்குக்கொடுத்த கிரிஸ்மஸ் மரம் இன்னும் வருகிறது.

கடைசியாக நாங்கள் ரொம்பக் கோலாகலமாகக் கிரிஸ்மஸ் பண்டிகை கொண்டாடினோம். "அடுத்த வருஷம் இந்தப் பூனைக்குட்டி வேண்டியிருக்காது!" என்று மெதுவாகச் சொன்னாள் இட்ஸன் பிளாஸ்.

❍❍

ஜெர்மனி

துறவி

ராபர்ட் நியூமான்

"நான் முதல்முதலில் ஐரோப்பாவிலிருந்து இந்தக் கீழப் பிரதேசங்களுக்கு வந்தபொழுது அது நடந்தது" என்று அவன் ஆரம்பித்தான்.

அவன் எங்கள் கப்பலில் காப்டன்; பெயர் வான்டர்லான்; ஜாதியில் டச்சுக்காரன். நெட்டையான ஒல்லி ஆசாமி. வயது அறுபது. கிழக்குப் பகுதிகளில் நீண்ட காலமாக வசித்ததின் பலன் அவனுக்குக் கிட்டியிருந்தாலும் முகத்தில் அறுபது வருஷங்களின் முத்திரை தென்படவில்லை. துறவி மனப்பான்மையும் அவனது தொழிலுக்கே இயற்கையாக அமைந்தது.

" . . . இப்பொழுது நாம் எந்த நிலையில் இருக்கிறோமோ அப்படித்தான் அப்பொழுதும். அந்தக் காலத்தில் வயசு வாலிபத்தைத் தாண்டிவிட்டது. டச்சுக் கடற்படையில் லெப்டினன்ட் உத்தியோகம் எனக்கு.

"பாக்ஸர் கலகத்தை அடக்க மற்ற வல்லரசுகளைப் போல ஹாலந்தும் ஒரு யுத்தக்கப்பல் அனுப்பியது; அதாவது, இங்குள்ள 'அயல்' நாட்டுக் குடியேற்றங்களை உள்ளூர்க்காரர் தாக்கிவிடாமல் பாதுகாக்க. எனக்கு அந்தக் கப்பலில்தான் வேலை.

"இந்தக் கூட்டுக் கப்பல் படை பிரெஞ்சு அட்மிரல் பெல்லட் தலைமையில்தான் வந்தது என்பதை இப்பொழுது சொல்லுவதில் ஒன்றுமில்லை. இங்கிலீஷ் குரூய்ஸர் (யுத்தக் கப்பல்களில் ஒரு ரகம்) கென்டில் ஒரு நாட்டியம் நடந்தது; அப்பொழுதுதான் அவருக்குப் பரிச்சயம் செய்து வைக்கப்

பட்டேன். அந்தத் தினத்திலிருந்து – என்ன காரணமோ – என்னிடம் அந்தரங்கமாகிவிட்டார்.

“ஸிங்–டாவ் அருகில் வந்தோம்; அங்குதான் ஐரோப்பியக் குடியேற்றம் ரொம்பக் கெடுபிடியாகத் தாக்கப்பட்டது.

“நகரத்தின் மீதும் அதைச் சுற்றியுள்ள பிரதேசங்களிலும் குண்டுகளை வீசினோம். இரவோடு இரவாய்ச் சீனர்கள் பின்வாங்கிவிட்டார்கள். மருந்துக்குக்கூட ஒரு அடையாள மில்லை. அப்படி ஓட்டம்! வடக்குப் பகுதிகளில் சென்று அமைதியையும் கட்டுப்பாட்டையும் நிலைநிறுத்த மறுநாள் காலை புறப்படுவது என்று நினைத்திருந்தோம். ஆனால் அந்த இராத்திரியே சீனர்கள் பெரும் படையுடன் வந்து, காவல் படைகள்மீது திடீரென்று பாய்ந்து தொலைத்துவிட்டு, இங்கிலீஷ் ஸ்தானிகர் காரியாலயத்தைத் தாக்கி, அங்கிருந்த இருபத்தெட்டு நபர்களைக் கொன்று, கட்டடத்தைத் தீ வைத்தார்கள். அதில் நல்ல விலையுயர்ந்த புஸ்தகங்கள் பல எரிந்து சாம்பலாயின. இந்தக் கலாட்டாவில் ஏற்பட்ட கூக்குரல் எங்களுக்குக் கேட்டது. ஓங்கி எரியும் தீ நாக்குகளும் எங்களுக்குத் தெரிந்தன. உதவி கோரி ஆள் வருமுன்பு பனிரண்டு படைகளை இறக்கிவிட்டோம். அவையெல்லாம் ஜெர்மன், இங்கிலீஷ், இத்தாலிய, டச்சுப் படைகள். அதே இராத்திரி கை–மிஷின் பீரங்கிகளையும், கிரனேட்களையும் கொஞ்சம் தாராளமாகவே உபயோகித்தோம். கை–கிரனேட்கள் அப்பொழுதுதான் பழக்கத்தில் வந்துகொண்டி ருந்தன. இரண்டு மணி நேரந்தான்; சிங்கிப் பயல்களை (சீனர் களை அவமதிக்க வெள்ளையர் உபயோகிக்கும் பதம்) விரட்டி விட்டோம். நானூறு பயல்கள் சாக்கடையில் செத்துக் கிடந்தார் கள். சுமார் இருநூற்று நாற்பது பயல்களைச் சிறைப் பிடித்து ஓடிப்போகாமல் கட்டிப்போட்டோம்.

“மறுநாட் காலை 8 மணி இருக்கும். அட்மிரல்கள் சபை கூடினார்கள். 8:15க்குள் அவ்வளவு பெயரையும் சுட்டுத் தள்ளி விடுவது என்று முடிவு கட்டப்பட்டது. ஐரோப்பியக் குடியேற்றத்திற்கும் சீனர்கள் வசிக்கும் இடத்திற்குமிடையில் வைத்து மற்றவர்களுக்கு எச்சரிக்கை காண்பிக்கச் சுட்டுக் கொல்வது என்று முடிவு கட்டப்பட்டது. இந்தச் சிங்கிப் பயல்கள் தண்டனையை நன்றாகப் பார்த்துக் கொண்டிருக்க வேண்டும் என்பது எங்கள் உத்தேசம்.

“அரை மணிநேரம் கழித்து, கொலைத் தண்டனை அளிக்கும் பட்டாளத்தின் துப்பாக்கி உறுமல் கேட்டது.

“நானும் எத்தனையோ தூக்குத் தண்டனைகளைப் பார்த் திருக்கிறேன்; மூன்று யுத்த களங்களில் அவற்றைப் பார்த்திருக் கிறேன். ஒழுக்கத்தை நிலைநிறுத்துவதற்காக உள்ள ராணுவப்

பகுதியில் உத்தியோக முறையில் சம்பந்தம் வைத்துக்கொண்டி ருந்தபொழுதும் பார்த்திருக்கிறேன். பொழுது போகவில்லை, அதற்காக நான் அங்கு போனேன் என்று நான் சொல்லுவதை நீங்கள் நம்பவே நான் அதை உங்களுக்குச் சொன்னேன். நிஜமாக எனக்குப் பொழுதுபோகவில்லை.

"நான் அங்கு போனேன். சுதேசிகள் வசிக்கும் இடத்திற்குச் சுமார் 400 கெஜ தூரத்திலுள்ள மைதான வெளி. மைதானத்தின் அந்தப் பக்க ஓரத்தில் இரண்டு கிடங்குகள். ஜன்னலே கிடையாது. வெள்ளைவெளேர் என்று நீண்டு உயர்ந்த சுவர். நான் போகு முன்பே 'தண்டனை உற்சவம்' ஆரம்பித்துவிட்டது. அந்த இருநூற்றுநாற்பது கைதிகளில் நாற்பது பேர் தரையில் பிரேதமாகக் கிடக்கின்றனர். மற்றவர்கள் யாவரும் சுவரோரத்தில் வரிசையாக நிறுத்தப்பட்டிருக்கின்றனர். கால்கள் மட்டிலும் கட்டப்பட்டிருக்கின்றன. எதிரே சுட்டுத் தள்ளிக்கொண்டிருக்கும் படை – இத்தாலியப் படை – ஒரு ஜெர்மன் உத்தியோகஸ்தர் தலைமையில் நின்றது. அவன் குள்ளம்; தடியன். மீயர் என்பது அவன் பெயர் என்று இன்னும் எனக்கு ஞாபகம் இருக்கிறது. அதைப் போல, அன்றைக்கிருந்த சகிக்க முடியாத புழுக்கமும் நினைப்பில் இருக்கிறது. இந்தப் பக்கத்தில் ஆகஸ்ட் மாதமெல்லாம் இப்படித்தான். படையோ, சில மாதங்களுக்கு முன்புதான் திரட்டப்பட்டிருக்க வேண்டும். எல்லாம் சிறு பையன்கள். கொடுக்கப்பட்டிருக்கும் வேலையைக் கண்டு பயந்தே அவர்கள் கண்கள் பீதியில் வெளியே தள்ளிக்கொண்டு நின்றன. நான் போன சமயத்தில் பீதி சோர்வாக மாறியது. குண்டுகள் மனிதக் குறிகளைத் தவறி சுவரில் பட்டுத் தெறித்தன. உஷ்ணமும் உணர்ச்சியும் உத்தியோகஸ்தரை ரொம்பப் பாதித்து விட்டது. செக்கச் சிவந்த முகம் வெளிறிக்கொண்டுவந்தது. நான் போன சமயத்தில், சிறிது ஓய்வு எடுத்துக்கொள்ளும்படி கையமர்த்தி நிறுத்தினான் என்றால் நீங்கள் ஆச்சரியப்பட மாட்டீர்கள்.

"சுட்டுக் கொல்லப்படுவதற்காகக் காத்து நிற்கும் பயல்களை நெருங்கிக் கவனிக்க இதுதான் சந்தர்ப்பம். பல மாதிரி ஆசாமிகள். தலை நரைத்த கிழவன் முதல் பள்ளிக்கூடத்துப் பையன் வரை கிழிந்த அழுக்குப் பிடித்த துணி அணிந்த தொழிலாளிகள்; நல்ல உடை அணிந்த பணக்காரர்கள். இவர்களுக்கும் கொலையாளிகளுக்கும் உள்ள வித்தியாசம்தான் என் கண்ணில் பட்டது. எல்லாரும், கிழவனானாலும் பையனானாலும், பணக்காரனோ ஏழையோ, யாவரும் கட்டப்பட்டிருந்தும் சந்தோஷமாக, சுமுகமாக நின்றுகொண்டிருந்தனர். தங்களுக்குச் சம்பந்தமில்லாத ஏதோ வேடிக்கை ஒன்றைப் பார்க்க வந்தவர்கள் போல நின்றுகொண்டிருந்தார்கள். அதில் இரண்டு பேருக்குள் தர்க்கம்

மிக்க மரியாதையாக நடந்தது. மீயர் கையை உயர்த்தியபொழுது அடுத்த குண்டு மாரிக்கு இலக்காக நிற்பவர்கள் இவ்விருவரும். ஒருவன் ஒல்லி, கிழவன்; மற்றவன் வாலிபன் – ஏதோ கௌரவத்திற்கு அறிகுறியான சங்கிலியை அணிந்திருந்தான். இருவரும் கைகளை ஆட்டிக்கொண்டு, புன்சிரிப்புடன், யார் முதலில் மறு உலகத்திற்குப் போகும் கௌரவத்தைப் பெறுவது என்பதைத் தர்க்கித்துக்கொண்டிருந்தார்கள். என்னால் நம்ப முடியவில்லை. இப்படியும் உண்டா? தடி உத்தியோகஸ்தன் மறுபடியும் கையை உயர்த்தினான். பனிரண்டு வெடிகள் தீர்ந்தன. அந்த இரண்டு மரியாதைக்காரர்களும் புன்சிரிப்புடன் மஞ்சள் மண்ணைக் கவ்வினர்.

"இது எனக்கு என்னமோ மாதிரியாக இருந்தது. ஆனால் நான் அதைக் காட்டிக்கொள்ள விரும்பவில்லை. சீட்டுக் கிழிக்கப்பட்ட லயன் வழியாக நடந்து நெஞ்சைத் திடப்படுத்திக் கொள்ள விரும்பினேன். தலையைத் திருப்பிப் பார்க்கவில்லை. என் பின்புறம் காது செவிடுபடும் ஓசைகளைக் கேட்காமல் இருக்கப் பிரமப் பிரயத்தனம் செய்தேன். இந்த இருநூற்றுச் சில்லறை அமைதியான முகங்களைத் தாண்டி கடைசி நபரண்டையில் வந்தேன்.

"கடைசி ஆசாமி ரொம்ப நெட்டை; என் தலைக்கு மேல் உயரம். எனக்கு முப்பது வயசுக்கு மூத்தவன். இவன் கெடு வருவதற்கு இன்னும் 50 நபர்கள்தான் பாக்கி. நேரம் வரும்வரை, இந்த மனிதன், ஒரு புஸ்தகத்தை விரித்துப் பிடித்துக் கொண்டு காத்திருந்தான். அவன் படித்துக்கொண்டிருந்தான். அவனை நெருங்கினேன். அவன் ரொம்ப அழுக்குப் பிடித்த உடைகளை அணிந்துகொண்டிருந்தான். ஆனால் அவற்றில் மூக்கைத் துருவும் ஒருவிதமான வாசனை. அந்தப் புஸ்தகத்தைக் கையில் வாங்கினேன். அது 'புத்த பகவான் உபதேசங்கள்' – இங்கிலீஷில்.

"'உனக்கு இங்கிலீஷ் தெரியுமா?' என்று கேட்டேன்.

"அவன் தலையை அசைத்தான்; கையிலிருந்த புஸ்தகத்தை வாங்கிக்கொண்டான். மரியாதையாக, தலையிட்டுத் தொந்தரவு செய்வதை விரும்பவில்லை என்பதைக் காண்பித்துக்கொண்டு, விட்ட இடத்தைத் தேடிப்பிடித்து மறுபடியும் வாசிக்க ஆரம்பித்தான்.

"'இந்தப் புஸ்தகம் உனக்கு எங்கு கிடைக்கிறது?'

"'இங்கிலீஷ் ஸ்தானிகர் வாசகசாலையில்,' என்று தலையை நிமிர்ந்து பார்க்காமலே சொன்னான்.

"'நீ பௌத்தனா?' என்று கேட்டேன்.

"'இல்லை. இதற்கு முன் இந்தப் புஸ்தகத்தைப் பார்த்ததுகூடக் கிடையாது.'

"அவன் மேற்கொண்டு வாசித்துக்கொண்டே சென்றான். அவனைத் தனியாக விட்டுப்போக மனமில்லை. நான் ஆச்சரியத்தால் பிரமித்துப்போனேன்.

"'பாரையா! இன்னும் இருபது பேர்கூட உயிருடன் இல்லை! நீ இன்னும் நாலு நிமிஷந்தான் உசிருடன் இருப்பாய்! இப்படி வாசித்துக்கொண்டு நிற்கிறாயே!' என்று கத்தினேன்.

"முதல்முறையாக என்னை ஏறிட்டுப் பார்த்தான். சரியான வார்த்தைகளுக்காகத் தயங்கினான்; குளறிக்குளறி இங்கிலீஷ் பேசினான்; எப்பொழுதும் 'ர'கரத்திற்கு 'ல'கரம். (சீனாக்காரர்களுக்கு ரகரம் வராது; லகரத்தையே உபயோகிப்பார்கள்.)

"நான்கு பேர் ஒருவர் பின் ஒருவராகச் செத்து விழுந்தார்கள். புஸ்தகத்தை நிறுத்துப் பார்ப்பது போலத் தூக்கிப்பிடித்தான் அவன்.

"'இது கனமானது; இது அதைவிட முக்கியமானது,' என்றான்.

"என்ன காரணமோ? அவன் பதில் எனக்குக் கோபமூட்டியது. ஒரு வேளை அந்த இரக்கமற்ற வெக்கைதான் காரணமாக இருக்கும்.

"'உன்னைச் சுட்டுக் கொன்றுவிடுவார்கள் என்பதை நினைத்துப் பாரையா!' என்று இரைந்தேன்.

"அவனது கண்கள் புஸ்தகத்தை விட்டு மாறின. வற்றலான நீண்ட கையை உயர்த்தினான். மீயரை நோக்கி நீட்டிக் காண்பித்தான். அவன் பத்துப் பதினைந்தடி தூரத்தில் நின்றுதான் உத்தரவு கொடுத்துக்கொண்டிருக்கிறான். 'அந்த மனிதன் முதலில் செத்துப்போவான்!' அதற்கப்புறம் எதையோ தேடுவது போல் சுற்றிப் பார்த்துவிட்டு, என்னைச் சுட்டிக்காட்டி, 'அதற்கப்புறம் இந்தக் கனவானும்,' என்று சொல்லிவிட்டுப் புஸ்தகத்தில் மௌனமாகிவிட்டான்.

"நான் கிழவன்; இந்த வயசிலே கயிறு திரிக்க மாட்டேன். நீங்கள் நம்பலாம். புஸ்தகத்தை வைத்துக்கொண்டிருந்தவனுடன் பனிரண்டு பேரும் சுவர் ஓரத்தில் நின்றுகொண்டிருந்தார்கள். நான் எண்ணினேன். அதற்கப்புறம் நான்கு பேர் காலியானார்கள். எட்டுப் பேர் மீதி. தலைமை உத்தியோகஸ்தன் மீயர் ஒரு காலில் சரிந்தான்; மற்றொரு காலும் தள்ளாடியது; தரையில் உருண்டுவிட்டான். டாக்டருக்கு ஆள் அனுப்பினார்கள். வலிப்பு.

"மற்றொரு உத்தியோகஸ்தன் தலைமை வகித்தான். அவன் உத்தரவில் நான்கு பேர் மிச்சம். அதில் ஒருவன் புஸ்தகத்தை வாசிக்கும் நபர். மீயர் செத்தபொழுது அவன் தலையை நிமிர்ந்து பார்க்கக்கூட இல்லை. அது அவனுக்கு ரொம்ப சகஜமான காரியமாகப் பட்டது. அந்தச் சமயத்தில் ஸீனியர் உத்தியோகஸ்தர்களும் அட்மிரல் பெல்லட்டும் வந்தனர். அட்மிரல் பெல்லட் நேராக என்னை நோக்கி வந்தார்.

"'என்ன வான்டர்லான், உடம்புக்கென்ன? ஏன் இப்படி முகம் வெளிறிப்போயிருக்கிறது?' என்றார்.

"நான் புஸ்தகம் வைத்திருப்பவனைச் சுட்டிக் காண்பித்தேன்.

"'அவனை லயனில் இருந்து அப்புறப்படுத்த உத்தரவு கொடுங்கள்,' என்று கேட்டுக்கொண்டேன்.

'அதற்கென்ன? அப்படியே செய்யேன்' என்றார் சிரித்துக் கொண்டு.

"அவருக்கு வந்தனமளித்துவிட்டு, அவன் கால் கட்டுக்களை அறுத்தெறிந்தேன். அவன் கையிலிருந்த புஸ்தகத்தை வாங்கி அவன் சட்டைப்பைக்குள் திணித்தேன். அவனை அழைத்துக் கொண்டு சுதேசிகள் வசிக்கும் பக்கத்தில் சென்றபொழுது கடைசி மூன்று நபர்களும் மண்ணைக் கவ்வினர்.

"அகழ் வெட்டியிருந்தது. அதற்கு மேல் ஒரு பலகையைத் தூக்கிப்போட்டு, 'போய்விடு, நீ விடுதலை பெற்றாய்!' என்றேன்.

"அவன் சுருக்கமாக, சிறிதும் ஆச்சரியம் தோன்றாமல், தலையை அசைத்தான். பரஸ்பர துப்பாக்கிப் பிரயோகம், அதாவது, யுத்தம் மறுபடியும் ஆரம்பித்துவிட்டது. அகழிகளுக்கும் சீனர்கள் வசிக்குமிடத்திற்கும் இடையில் அவன் மெதுவாக நடந்துசெல்லும்பொழுது அவனைச் சுற்றி நாலா பக்கத்திலும் குண்டுகள் பறந்தன. முதல் வீட்டுக்கும் அவனிருந்த இடத்திற்கும் நூறு அடி இருக்கும். எதையோ நினைத்துக்கொண்டவன் போலத் திடீரென்று நின்றான். பையைத் தடவிப் பார்த்து 'புத்தனை' எடுத்தான்; விட்ட இடத்தைத் தேடிப்பிடித்து வாசித்துக்கொண்டே சென்றான்.

"அவனைச் சூழ்ந்த நாலா பக்கத்திலும் குண்டுகள் பறந்தன.

"ஏதோ ஒரு சந்தில் திரும்பி மறைந்தான். அதற்கப்புறம் நான் அவனைப் பார்க்கவில்லை."

காப்டன் கதையைக் கேட்டு யாவரும் மௌனத்தில் ஆழ்ந்தனர்.

முதலில் வாயைத் திறந்தவர் ஹெர் ஒபர் ஹாஸர்.

"அந்தச் சீனன் உமக்கு முப்பது வயதுக்கு மூத்தவன் என்றீர்; அவன் சாகு முன் நீர் செத்துப்போவீர் என்று அவன் ஜோஸியம் சொன்னான். உமக்கு அறுபது வயது; அப்படியானால் சீனாக்காரனுக்குத் தொண்ணூறு வயது ஆகியிருக்க வேண்டுமே!" என்றார்.

"அவனுக்குத் தொண்ணூறு வயதுதான் இப்பொழுது" என்றார் வான்டர்லான்.

மற்றவர் பேசு முன் வேறொருவர் அந்நியர் மூலையிலிருந்து ஏதோ சொல்ல ஆரம்பித்தார்.

○○

ஜெர்மனி

சித்திரவதை

எர்னஸ்ட் டாலர்

"உனக்கு இன்னும் ஏதாவது விருப்பம் இருக்குமா?"... சாகக் கிடக்கும் வாலிபனைப் பார்த்து ஸ்டட்கார்ட் இரகசியப் போலீஸ் உத்தியோகஸ்தர் இவ்வாறு கேட்டார்.

வாலிபனுடைய 'வெறிச்சோடிய' கண்கள், ஜன்னலின் கம்பிகள் வழியாகத் தெரியும் வானத்தின் துண்டத்தைச் சதுரம் சதுரமாக அறுத்துக் காட்டுவதில் விழுந்தன – பார்க்கவில்லை. வெளியே சிறையின் முற்றத்தில் குதிரை மசாலி மரம் நிறையப் பூத்துக் காய்த்து நிற்கிறது. அந்தக் காய்கள் தின்பதற்கு ரொம்ப ருசியாக இருக்கும் என்று நினைத்தான். நன்றாகப் பழுத்தால் வாயில் வந்து விழுகிறது. ஏன் வயிறு கொண்டமட்டும் தின்று தீர்க்கலாமே – ஏன் அகப்பட்டுக்கொள்ளும்படியாக நடந்து கொண்டேன்?...

"நான் சொல்வது என்ன, புரிகிறதா?" என்றார் மறுபடியும் அந்த அதிகாரி. "உனக்கு என்னவாவது வேண்டுமா?"

"ஆமாம் எனக்கு ஒன்று வேண்டும்" என நினைத்தான் வாலிபன்.

"... அல்லது நான் வேண்டாததும் உண்டு. மறுபடியும் ஜெயிலுக்கு வர விரும்பவில்லை. அடித்து மிதித்து உதைத்துக் காறி நீங்கள் உமிழ்வதை நான் விரும்பவில்லை. நான் ஜன்னல் வழியாக வெளியே குதித்திருந்தால் விளையாட்டுக்குக் குதித்தேன் என்று நீங்கள் நினைத்துக்கொள்ளுவீர்களாக்கும்..."

"நீ சாகுமுன் உன் தாயாரைப் பார்க்க வேண்டுமா?" என்றார் அந்த அதிகாரி.

புதுமைப்பித்தன் மொழிபெயர்ப்புகள்

"அந்த வார்த்தைதான். ஏன் அதையே அவன் சொல்லிக் கொண்டிருக்க வேண்டும். நான் சாக வேண்டும் என்பதை அவன் சொல்லியா தெரிய வேண்டும்? என் மூஞ்சிக்கெதிரே அந்த வார்த்தையைச் சொல்லுவதென்றால் என்ன அற்பமான தந்திரம் – அற்பமான தந்திரம்...

"நான் சாக மாட்டேன்... வீட்டுக்குத்தான் போகப்போ கிறேன்...

"ஆமாம், எங்கம்மாவைப் பார்க்க வேணும் என்று ஆசை யாகத்தான் இருக்கிறது; அதை நினைக்க வேண்டும் என்றால்... நல்ல பயல் போலிருக்கிறது. யதார்த்தமாகவே சொல்லுகி றானா..."

அவன் அந்த வெறிச்சோடிப்போன கண்களைத் திருப்பி உத்தியோகஸ்தனைப் பார்த்துத் தலையை அசைத்தான்.

"நான் அவளை அப்பொழுதே ஆள் அனுப்பிக் கூப்பிட்டு விட்டேனே; எந்த நிமிஷமும் வந்துவிடுவாள். இன்னும் ஒரு கேள்விக்குப் பதில் தெரிய வேண்டும். உன்னிடம் அந்தத் துண்டுப்பிரசுரங்களை யார் கொடுத்தார்கள்?"

உத்தியோகஸ்தன் பதிலுக்காகக் காத்திருந்தான்.

"அப்படியா?" என்று மனதிற்குள் நினைத்துக்கொண்டான் வாலிபன்; வாய் குமட்டியது... சீ... அப்பொழுது சத்தம் போடாமல் இருக்க வாயில் அழுக்குத் துணியை வைத்துத் திணித்தார்கள்; இப்பொழுது 'ஊளையிட'ச் சொல்லுகிறார் கள்; தோழர்களைக் காட்டிக்கொடுக்கச் சொல்லுகிறார்கள் ...சீ!...சீ!...

"நான் ஒண்ணும் சொல்லப்போவதில்லை."

"உங்கம்மாவை நினைத்துப்பாரு..."

வாலிபன் மோட்டுவளையை நோக்கினான்.

அவன் இன்னும் நான்கு மணிநேரம் உயிரோடிருப்பான். நான்கு மணிநேரத்தில் எத்தனையோ கேள்வி போடலாம்.

மூன்று நிமிஷத்திற்கு ஒரு கேள்வி என்று வைத்துக்கொண் டாலும் எண்பது கேள்வி கேட்க முடியும். உத்தியோகஸ்தன், தகுதி வாய்ந்த உத்தியோகஸ்தன். அவனுக்கு வேலை 'கரதலப் பாடம்.' இதற்குமுன் எத்தனையோ பேரை விசாரித்திருக்கிறான் – சாகக்கிடக்கிறவர்களைக்கூட. எப்படி என்று தெரிந்துகொள்ள வேண்டும். அவ்வளவுதான். அப்புறம் வேலை எளிது. சிலரிடம் இரைந்து பேச வேண்டும்; சிலரிடம் 'குசுகுசு' என்று காதோடு

காதாகக் கேட்க வேண்டும்; சிலரைப் பயமுறுத்த வேண்டும்; சிலரைத் 'தாஜா'ப் பண்ண வேண்டும்.

"எல்லாம் உன் நன்மைக்குத்தான்" என்றான் உத்தியோகஸ்தன். வாலிபன் வேறு கேள்விகளைக் கேட்கவேயில்லை. மௌனமாகக் கிடந்தே செத்துப்போனான்.

மறுநாள் பத்திரிகைகளில் 'ஸ்டட்கார்டைச் சேர்ந்த தொழிலாளியான டி – என்பவனை இரகசியப் போலீஸார் ஆத்திரமூட்டும் பிரசுரங்கள் வழங்கியதற்காகக் கைது செய்ய முயற்சிக்கையில் மூன்றாவது மாடியிலிருந்து வெளியே விழுந்து விட்டான். வெளிமுற்றத்தில் இடுப்பு எலும்பு நொறுங்கிப் போய் அவன் கிடந்தது கண்டுபிடிக்கப்பட்டது. அவன் சில தினங்களுக்கு அப்புறம் ஜெனரல் ஆஸ்பத்திரியில் சிறை வார்டில் காலமானான்' என்ற குறிப்புக் காணப்பட்டது.

○ ○

ஆஸ்திரியா

ஒரு கட்டுக்கதை

பிரான்ஸஸ் காப்கா

எலி சொல்லுகிறது . . .

"ஐயோ, உலகம் தினம்தினம் எவ்வளவு சின்னதாகிக் கொண்டே வருகிறது! முதலில் ரொம்பப் பெரிதாக, நான் பயப்படும்படியாக, அவ்வளவு பெரிதாக இருந்தது. நான் ஓடிக்கொண்டே இருந்தேன்; ஓடியவண்ணம் இருந்தேன். இரண்டு பக்கத்துச் சுவர்களும் தூரத்திலேதான் தெரிந்தன. ஆனால் அந்தச் சுவர்கள் எவ்வளவு வேகமாக நெருங்கிவிட்டன. கடைசியாக அறைக்குள்ளேயே வந்துவிட்டேனே! அதோ தெரிகிறதே பொறி, அதில் அல்லவோ நான் போய் விழ வேண்டும் . . ."

"நீ இந்தப் பக்கமாகத் திரும்பி ஓடினால் பொறியில் விழ வேண்டியிருக்காது!" என்று சொல்லிக்கொண்டே அதைப் பிடித்து விழுங்கிவிட்டது ஒரு பூனை.

o o

ஹாலந்து

தந்தை மகற்காற்றும் உதவி

லூயி கௌப்ரஸ்

டான் ஜுவான் தன் மாளிகையில் விருந்து மண்டபத்தில் உட்கார்ந்து சாப்பிட்டுக்கொண்டிருந்தான். திடீரென்று தலை வெடித்தது. நரக தூதர்கள் வந்து அவனை இழுத்துக் கொண்டு போய்விட்டார்கள் .... (நான் நாடகத்தைக் குறிப்பிடுகிறேன்.)

டோனா எல்வைரா தன்னுடைய ஒரே புத்திரனான டான் ஜுவானிடோவுடன் தன்னந்தனியாக விடப்பட்டாள். அவள்தான் உங்களுக்குத் தெரியுமே, பர்கோஸ் என்றவிடத்தில் வசித்துவந்தாள். கண்டபடி அலையும் புருஷனோடு ரொம்பக் கஷ்டப்பட்டாள். அந்த அம்மாள் ஜெஸுட் பாதிரிகளிடம் தன் புத்திரனை வளர்க்க விட்டாள். தகப்பனாரைப் போல் கெட்டலையாமல் ஒழுங்காக நடக்கப் பழகிக்கொள்வான் என்பது அந்த அம்மாளுடைய நம்பிக்கை. ஜெஸுட் பாதிரிகளைப் பற்றி நான் ஏதோ விரும்பத்தகாத விஷயங்களைப் பற்றிப் பேசுவதாக நீங்கள் நினைத்துக்கொள்ளக் கூடாது; டான் ஜுவானிடோவையும் பற்றித்தான்; ஏன், யாரைப் பற்றியுமே ஒன்றும் சொல்ல விரும்பவில்லை. இருந்தாலும் ஜெஸுட் பாதிரிகளின் சாமியார் பள்ளிக்கூட முத்திரை டான் ஜுவானிடோவின் முகத்தில் அப்படியே பதிந்தது. அவன் மூஞ்சியைத் தூக்கிக்கொண்டு, எப்போதும் ஒருவருடனும் பேசாமல், ஏதோ மற்றவர்களுக்காக இரக்கப்பட்டுச் சிரிக்கிற மாதிரி நடந்துகொள்வான். வாலிபக் களை அப்படியிருந்தது அவனுக்கு.

தகப்பனார் குஷி ஆசாமி. பெண்களைக் கற்பழிப்பதும் பாவம் செய்வதும் ரொம்ப ராஜாங்கமாக நடத்தினவன். அவன் மகன் உள்ளொன்று புறம் ஒன்றாகப் பகட்டு வேஷம் போடும் ஆசாமி ஆகிவிடுவான் போலிருந்தது. முகம் களையுள் ளதுதான்! கறுத்த மயிர்; ஆனால் படிந்து கிடந்தது. டான் ஜுவானுக்கு அது சிங்கத்தின் பிடரி மாதிரி அப்படியே உலுப்பிக்கொண்டு நிற்கும். அதைத் தடவிவிடுவதற்காக அந்தக் காலத்திலே தவம் கிடப்பார்கள் பெண்கள். டான் ஜுவானிடோ வஞ்சகனாகிவிடவில்லை. நிஜமாகவே பக்திமானாகிவிட்டான். நரகத்தில் வாதனைப்படும் தன் தகப்பனாரின் ஆத்மா விடுதலை யடையும்படி இடைவிடாமல் பிரார்த்தனை பண்ண ஆரம்பித்து விட்டான். டோனா எல்வைரா எப்பொழுதுமே கொஞ்சம் அசமந்தம். புருஷன் மனசில் ஒரு பாறாங்கல்லாகவேயிருந்தாள். அவளும் கடைசியில் செத்துப்போனாள். டான் ஜுவானிடோ, நரகத்தில் கிடக்கும் தன் தகப்பனாரின் குற்றங்களுக்காக, தன் ஆயுள் முழுவதும் தவம் கிடப்பான் போலத் தோன்றியது. அந்தச் சமயத்தில் டோனா எல்வைராவின் ஆத்மா மோக்ஷத்தை நோக்கிப் பறந்து சென்றது. அங்கிருப்பவர்கள்கூட இவளைக் கொஞ்சம் அசமந்தம் என்றுதான் எண்ணினார்கள். தாய்க்காக வருந்துவது, தகப்பனாருக்காகப் பிரார்த்தனை பண்ணுவது, பர்கோஸ் தெருக்களை அளந்து பார்ப்பது மாதிரி அடியெடுத்து வைப்பது, இப்படியாக டான் ஜுவானிடோ தன் வாழ்க்கைப் பாதையில் நடந்தான். அப்புறம் வாலிபம் மாறாதிருக்கும் சமயத்திலேயே சேனாதிபதியின் மருமகளைக் கலியாணம் செய்துகொண்டான். சேனாதிபதி யார் தெரியுமா? டோனா அன்னாவின் தந்தை. அந்தப் பெண்ணும் டான் ஜுவானால் ஏறக்குறையக் கற்பழிக்கப்பட்டவள். சிநேகிதர்களும் சொந்தக் காரர்களுமே இந்த இரண்டு குடும்பங்களுக்குமுள்ள சண்டை யைத் தீர்த்துவைக்க இந்தக் கலியாணத்தை முடித்துவைத் தார்கள். கலியாணமும் பர்கோஸில் நடைபெற்றது.

அவளுக்குப் பெயர் டோனா ஸோல். நல்ல யுவதி. கற்பனை கொஞ்சம் ஜாஸ்தி. பெயருக்கேற்ற பெண் என்று சொல்லுவார் கள். கண்கள் இரண்டும் கறுப்புச் சூரியன் மாதிரி பிரகாசித் தனவாம். அவளுடைய பொன்னிறமான தலைமயிர் சூரிய ஒளியில் தகதகவென்று பிரகாசித்தது. அவளுடைய ஆத்மாவில் நிறைந்த சூரிய ஒளி, வாலிப நரம்புகளில் பாய்ந்து துடிதுடித்து ஓடியதாம். டான் ஜுவானால் ஏமாற்றப்படவில்லையாயினும் அவனைப் பற்றி ரொம்பக் கேள்விப்பட்டிருக்கிறாள். நல்லது, புருஷனுடைய தகப்பனார் மேல் அந்தரங்கமான பாசம்கூட உண்டு. அதனால்தான் டான் ஜுவானிடோவைத்தான் கலியாணம் செய்துகொள்ள வேண்டும் என்று வற்புறுத்தப்

74 உலகத்துச் சிறுகதைகள்

பட்டபோது ஆட்சேபியாமல் பேசாமல்விட்டாள். ஸெவயில் பிரதேசத்தில் கணவனோடு வசித்தாள்.

அந்தக் காலத்தில் டான் ஜுவான் விருந்து நடத்தின அதே மண்டபத்தில் எதிரும்புதிருமாக உட்கார்ந்து சாப்பிடு வார்கள். ஜுவானிடோ சாப்பிட ஆரம்பிக்குமுன் கண்ணை மூடிக்கொண்டு பக்தி சிரத்தையாகப் பிரார்த்தனை பூஜை செய்வான். டோனா ஸோல் தலையைக் குனிந்துகொண்டு, இருபது வருடங்களுக்கு முன் டான் ஜுவானை விழுங்க வெடித்த தரையை ஆச்சரியமாகப் பார்த்துக்கொண்டிருப்பாள். ஆனால் பேசுவதில்லை. சாப்பாடானதும் அந்த வாலிபத் தம்பதிகள் படுக்கையறைக்குப் போவார்கள். டான் ஜுவானிடோ, கறுப்பு வெல்வெட்டும் கறுப்பு மெத்தையுமாக, தன்னுடைய இருண்ட மனத்திற்கேற்றபடி அலங்காரம் செய்தி ருந்த படுக்கையறையை அவள் எதிர்பார்க்கவில்லை. அவள் கனவு கண்ட குதூகல ராத்திரிக்கும் இதற்கும் எவ்வளவோ தூரம். பெரிய கப்பல் மேல்தட்டு மாதிரி இருக்கும் படுக்கையில் படுத்திருக்கும்போது லேசாகத் தலையைச் சரித்து நன்றாக அமைதியாக உறங்கிக்கொண்டிருக்கும் ஜுவானிடோவின் முதுகுப்புறத்தைப் பார்ப்பாள். தாம்பத்ய வாழ்க்கையின் மர்மங் களைப் பற்றிக் குறைந்தபக்ஷம் ஒரு மணி நேரமாவது ஆழ்ந்து யோசித்துவிட்டு, ஒரு பெருமூச்சுடன் தூங்கிவிடுவாள்.

அறையே இருட்டு; அதில் மெத்தையும் இருட்டு; டான் ஜுவானிடோவின் முதுகுப்புறமோ இருட்டுப் பிழம்பு. தூரத்து மாடத்தில் சிலுவை மாதாவின் இரண்டு விக்ரகங்களின் முன்புள்ள மினுக்மினுக்கென்ற கைவிளக்கு இன்னும் அதிகச் சாயமேற்றியது. பகற் பொழுதிலும் அவள் அடிக்கடி தலையை அசைத்து ஆயிரக்கணக்கான கேள்விகளைக் கேட்டுக்கொண் டாள். மனத்தில் கவலை அதிகமாயிற்று. புருஷன் பக்திமான், ஒழுக்கத்தில் சிறந்தவன் என்பதைப் பூரணமாகத் தெரிந்து கொண்டாள். தகப்பனாருக்காகப் பிரார்த்தனை பண்ணிக் கொண்டிருக்கும் இவன் முறை பிசகாதவன் என்பதில் அவளுக்குச் சந்தேகமேயில்லை. தன்னை ஏமாற்றாது இருந் தாலும் என்ன? தாம்பத்ய முதுகுதான் வெல்வெட் இருட்டில் அவள் கண்டது. அவளுடைய எண்ணங்களும் உணர்ச்சிகளும் குழம்பின. முழந்தாள் பணியிட்டு – மாதாவுக்கன்று – தான் அந்தரங்கத்தில் கௌரவித்த டான் ஜுவானை நோக்கிப் பிரார்த்தனை செய்தாள்.

அழகும் கவலையும் குடிகொண்ட அந்தச் சிறிய மனைவி, தான் செய்வது பாவமென்று தெரிந்துகொள்ளவில்லை. டான் ஜுவானுக்கு அவள் பிரார்த்தனை காதில் கேட்டது. அதாவது

அவன் ஆத்மாவுக்கு. டான் ஜுவானுடைய ஆத்மா நரகலோக சிகிக்சையில் சுத்தம் செய்யப்பட்டு, மோக்ஷ ராஜ்யத்தின் பரிபூரண கிருபையால் புண்ணிய மெருகு ஏற்றப்படுவதற்காக, இடைலோக மண்டலத்தில் சஞ்சரித்துக்கொண்டிருந்தது. கந்தகத் தீ நாக்குகள் அவனை இன்னும் பூரணமாகப் புண்ணிய வானாக்கிவிடவில்லை. மருமகளின் பிரார்த்தனை காதில் கேட்டதால், இடைலோக மண்டல அதிகாரிகளிடையே கலந்து ஆலோசனை செய்து, அவளுக்கு உதவி செய்வது என்று தீர்மானித்தான்.

டான் ஜுவான் கொஞ்சம் மிதமிஞ்சியே மோசமாக இருந்திருக்கலாம். அதைப் போல டான் ஜுவானிடோ சிறிது நல்லவனாக இருந்தான். இந்த நல்லது கெட்டது என்ற பிரச்னையே விசித்திரமானதுதான். இந்தப் பூலோகத்திலுள்ளவர் களுக்கு அதைப் பற்றித் தெளிவாகத் தெரியாது. பூலோகம், நரகலோகம், மோக்ஷலோகம் எல்லாவற்றிலும் அப்படித்தான். அது எப்படியிருந்தாலும் கெட்டவனான டான் ஜுவான் நல்லவனான தன் மகன் டான் ஜுவானிடோவைக் கொஞ்சம் ஆசைகாட்ட இடைலோக அதிகார வர்க்கத்திடம் அனுமதி பெற்றுக்கொண்டான்.

ஒரு நாள் மாலை டான் ஜுவானிடோ ஸெவயில் நகரத்தின் இருண்ட தெருக்கள் வழியாக – அந்தக் காலத்தி லெல்லாம் ஜல்தியாகவே இருட்டிவிடும் – கை தேர்ந்த சிற்பி குற்றமற்றபடி வகுத்துவைத்தது போன்ற டோனா ஸோலின் சிறிய முதுகுப்பக்கத்தில் தன் புனிதமான முதுகைக் கிடத்தி வைக்கும் எண்ணத்துடன் நடந்துகொண்டிருந்தான். அந்தச் சமயத்தில் திடீரென்று தரை வெடித்துக்கொண்டு – அந்தக் காலத்திலெல்லாம் ஆத்மாக்களெல்லாம் பூமியைப் பொத்துக்கொண்டுதான் வந்தன – தகப்பனாருடைய ஆத்மா செக்கச் செவேலென்று தோன்றியது. மகன் ரொம்பப் பயந்து போனான். கிரேக்கத் தீயில் மூடி நின்ற பெரியவர் கொஞ்சம் வெந்து போனது மாதிரி காணப்பட்டாலும் பழைய குஷி நடை போகவில்லை. புனிதமான பேதுருவின் வரவை எதிர் பார்த்து, தன்னுடைய பாவத்தையெல்லாம் தேய்த்துத் தேய்த்துக் கழுவி விட்டான். இருந்தாலும் பையன் தகப்பனாரைக் கண்டு பயந்து போனான். ஆனால் டான் ஜுவான் மகனுடைய பயத்தைத் தெளிவித்தான். முதலில் தேஜோமயமாகத் தோன்றிய பின்பு மகன் பக்கத்தில் கண்ணுக்குத் தெரியாமல் உருமறைந்து நடந்து வந்தான். தகப்பனாரின் சூட்சுமக் கை மகனுடைய தோள்களைத் தழுவியது. காதில் ரகசியமாகச் சொன்னான். “நீர்தான் என் தகப்பனாரா?” என்றான் ஜுவானிடோ, பயந்து அரைக் கண் போட்டுக்கொண்டு.

“நான்தானப்பா உன் தகப்பனார். உனக்கு அடையாளம் தெரியாது. கடைசியாக உன்னைப் பார்க்க உன்முன் தோன்றி விட்டேன். என்னைக் கண்டு பயப்படாதே. நிஜமாக, உண்மை யாக, நான் புண்ணியவானாகிக்கொண்டு வருகிறேன். போன வெள்ளிக்கிழமை சாபத் இரவில் உன்னைப் போல் ‘பிரமசாரி’ யாகவே இருந்தேன் – வேறு வழி இல்லை என்பதற்காக அன்று. அங்கே மேலே இருக்கிறவர்கள் எல்லோரும் என்மேல் ரொம்பத் திருப்திப்பட்டு வருகிறார்கள். உன் தாயார் – அந்த அசமந்தமான ஆத்மாவைக் கடவுள்தான் காப்பாற்ற வேண்டும். அவள் எனக்கேற்ற ஸ்திரீயல்லள். என் மருமகளைப் போல் எனக்கு ஒரு மனைவி கிடைத்திருந்தால் . . . .”

இப்படியாக டான் ஜுவான் மகனுடைய காதில் உபதேசம் செய்துகொண்டேபோனான். தெருவில் வருகிறவர் போகிறவர் களுக்கு உயிரோடு நடக்கும் மகனோடு தகப்பனாரின் ஆத்மா கூடச் செல்லுகிறது என்பது தெரியாது. எல்லாரும் குறை சொல்லும் தன் தகப்பனார் அப்படி ரொம்பக் கெட்டவரில்லை என்பதை டான் ஜுவானிடோ படிப்படியாகத் தெரிந்து கொண்டான்.

“நான் ஜெஸுட் பாதிரிகள் பள்ளிக்கூடத்திற்குப் போனது கிடையாது. இருந்தாலும் அவர்கள் சரியாகத்தான் படித்துக் கொடுப்பார்கள் என்று நினைக்கிறேன். நான் என்ன சொல் லட்டும்? சிறுவயதிலேயே என்னை அடக்க ஒருவரும் கிடை யாது. சிறுவயதிலேயே என்னை முதலில் கெடுத்தவள் என் ஆயா. என் பெற்றோர் என்னைப் பாதிரிப் பள்ளிக்கூடத்திற்கு அனுப்புவதற்குப் பதிலாக இருட்டறையில் அடைத்துப்போட்ட னர்; அதுதான், சாப்பாட்டு மண்டபத்திலிருக்கிறதே அதுதான் அந்த அறை. அதன் வழியாகத்தான் நரகத்திற்குப் போனேன். மோஸார்ட் நாடகத்தில் இதை ரொம்ப நன்றாகக் காண்பிப்பார் கள். அதாவது, மோஸார்ட் இனிமேல் என்னைப் பற்றி நாடகம் எழுதப்போகிறானே அதில். மேலும் என்னைப் பற்றி இன்னொ ருவன்கூட ஒரு பெரிய காவியம் எழுதுவான். அவன் பெயர் பைரன். அவனுடைய காவியம் காதலின் நெருப்பையும் கக்கும். அப்பா, மகனே! உன்னைப் பற்றிக் காவியம்தான் யார் எழுதப்போகிறார்கள்! . . .” என்றது டான் ஜுவான் ஆத்மா.

“ஓ, அன்பான தந்தையே! நான் உம்மைவிட ரொம்ப யோக்யமானவனாக இருக்கவில்லையா?” என்று கேட்டான் ஜுவானிடோ.

“அப்பா மகனே, யோக்யமென்றால் என்ன, அயோக்யத் தனமென்றால் என்ன?” என்று கேட்டது டான் ஜுவானின் அந்தப் பிசாசு.

அப்புறம் வெகுநேரம் அந்த மௌனமான ஸெவயில் பாதையில் மகனுக்கு நீண்ட உபதேசம் செய்துகொண்டு சென்றது. டான் ஜுவானிடோ கவனமாகக் கேட்டான். சில சமயங்களில் ஆமோதிப்பது போல் தலையையும் அசைத்துக் கொண்டான்.

ஒரு நர்ஸ் சமாசாரம் கேட்ட பிறகு, "இரண்டாவது நபர் யார்?" என்று பையன் கேட்டான், தகப்பனாரைப் பார்த்து. டான் ஜுவான் தன்னுடைய மகனுக்குத் தன் பழைய காதல் கதைகளையெல்லாம் சொன்னான். கடைசியாக மகன் டான் ஜுவானிடோ அந்தத் தத்தாரியான தந்தைப் பிசாசின் கதை களையெல்லாம் புத்திசாலித்தனமுள்ளவன் எப்படி வெறுக்க வேண்டுமோ அப்படி வெறுத்தான். ஏனென்றால் அவன் மனத்தில் என்னென்னமோ தோன்ற ஆரம்பித்துவிட்டது.

"இப்படி யாராவது ஆண்மையை வீணாக்குவார்களா? அது உடம்பிற்கும் ஒழுக்கத்திற்கும் ஒத்துவராது. உன்னைப் போல் காவிய – ஆத்மா படைத்தவர்களுக்குத்தான் அது சரி. பின்னால் கவிராயர்களுக்குப் பாடுவதற்கு வேறு என்ன இருக்கிறது? இருந்தாலும் நான் ஒப்புக்கொள்வது என்ன வென்றால் . . ."

டான் ஜுவானிடோ என்ன ஒப்புக்கொண்டான் என்பதை இப்போது நான் உங்களுக்குச் சொல்ல முடியாது. ஆனால் கலியாணத்தைப் பற்றி, அதைத் தெய்வீகத் தர்ம சாஸ்திர சமூக ஸ்தாபன அம்சங்களாக ஆராய்ந்து தகப்பனார் சொன்ன அபிப்பிராயங்கள் அவனை யோசிக்கவைத்தன.

"அருமை மகனே, என் சொத்தெல்லாம் அழிந்துபோனதை நீ மறந்துவிடக் கூடாது. கடைசியாக நான் நடத்தின விருந்துக்கு 50,000 டுக்கட் (புராதன காலத்து நாணயம்) செலவாயிற்று. அதுதான் ஒரேயடியாக ஏறக்குறைய . . ."

"ஆமாம், என் தாயாரைத் தம்படியில்லாமல் விட்டுச் சென்றீரே!" என்றான் பையன்.

"உன் மனைவி பணக்காரியல்லவா?" என்று திடீரென்று கேட்டான் டான் ஜுவான்.

"எங்களுக்கு ஒரு கஷ்டமுமில்லை" என்றான் டான் ஜுவானிடோ.

"அவள் விவாகரத்துக்கு மனுச் செய்துகொள்ளலாம் என்பது உனக்குத் தெரியுமா? மனதுவைத்தால் செய்துவிடுவாள்."

டான் ஜுவானிடோ திடுக்கிட்டான். "அப்பா, என்ன சொல்லுகிறீர்? நிஜமா? நல்ல காலம் எனக்கு எச்சரிக்கை

கொடுத்தீர். உமது உணர்ச்சி என்னையும் பணிய வைத்து விட்டதே!" என்றான் மகன்.

"அப்படியா? நிஜமா?" என்று கேட்டான் தகப்பன். "நான் அப்படித்தான் நினைக்கிறேன். திட்டமாக அப்படித்தான்!" என்றான் பையன்.

"அப்படியானால் நேரே வீட்டிற்குப் போ. உன் மனைவி காத்திருக்கிறாள்" என்று, அடைத்த வாசல் கதவு வழியாக, தனது அதீத சக்தியால் மகனை உள்ளே தள்ளினான் டான் ஜுவான்.

டான் ஜுவான் வெளியில் நின்று யோசனையில் ஆழ்ந்தான். "அவன் நல்ல யோக்யமான கணவனாகவிருப்பான். குற்றமற்ற கணவன். அவனுடைய தாயார் குணம் கொஞ்சம் இருக்கிறது. தகப்பனார் குணமும் இல்லாமலில்லை..."

ஒளிப்பிழம்பாகத் தெரு வெடிக்கவும் பூமியுள் மறைந்தான் டான் ஜுவான்.

O

அன்றிரவு சூரியன் குஞ்சு போன்ற டோனா ஸோல் கணவன் முகத்தோடு முகம் வைத்துப் படுத்துக்கொண்டிருந்தாள்.

மறுநாள் இருட்டு வெல்வெட்டும் கறுப்பு மெத்தையும் எடுத்து எறியப்பட்டு, புது மோஸ்தரில் அலங்காரம் நடந்து கொண்டிருந்தது அந்த அறையில்.

O O

ஹாலந்து

பூச்சாண்டியின் மகள்

லூயி கௌப்ரஸ்

அவள் பெயர் பத்தேமா. அவள் பாக்தாத் நகர் அருகில் உள்ள கிராமத்தில் வசித்துவந்தாள். அவள் நீலத் தாடிவாலாவின் புதல்வி. கண்டதும் காம வெறியை எழுப்பும் மோகனாங்கி. அவளது மதி முகத்தின் விளிம்பாகச் சுருண்டு தொங்கிய அளகபாரம், பளபளக்கும் அலை வளைவுகள் நிறைந்த போர்வையாக அவளது உடல் முழுவதையும் மறைத்தது...

பொதுவாக, நீலத் தாடிவாலாவுக்கு மகள் ஒருத்தியுண்டென்று யாருக்குமே தெரியாது. அவனது கடைசி மனைவியின் சகோதரர்கள்தான் அவனைக் கொன்றுவிட்டனர். வாரிசில்லாமல் மாண்டுபோனான். அவர்கள் சொத்தை அபகரித்துக் கொண்டனர் என்று பலர் நினைக்கின்றனர். இந்தக் கதை சம்பந்தமான புராதன சாசனங்கள் எல்லாவற்றையும் என்னைப் போல் பரிசோதனை செய்திருந்தால், நீலத் தாடிவாலா தனது மண்டை இரு கூறாகப் பிளக்கப்பட்டு, தன் மகள் மடியில் செத்தான், அவளுக்குத் தன் சொத்தெல்லாவற்றையும் விட்டுச் சென்றான் என்பதை இலகுவில் கண்டுகொண்டிருப்பார்கள்.

பத்தேமா என்ற இந்த அனாதை அழகிக்குத் தகப்பனார் பேரில் அத்யந்தப் பிரீதி; அவனுக்கும் அப்படித்தான். சொன்ன படி கேட்காத மனைவிமாரை அகற்றுவதற்குத் தகப்பனார் கையாண்ட வழிதான் அவளுக்குச் சிறிதும் பிடிக்கவில்லை. அந்த முறை கௌரவமானதில்லை, சிலாக்கியமான வழியில்லை; மேலும் சிறிதும் கற்பனையற்ற ஒரே மாதிரியான வழி என்று அவள் கருதினாள். ஒவ்வொரு சிறியதாயாரும், இரகசியத்தைத் தெரிந்துகொள்ள ஆசைப்படாமல் இருக்க மாட்டாள் என்று

அவளுக்குத் தெரியும். ஆனால் அவள் தன் தகப்பனார் வழி சரியானது என்று சிறிதும் ஆதரிக்கவில்லை. மன்னிக்க முடியாத காம வெறியைத் தணித்துக்கொள்ளச் செய்யப்பட்ட கொலை என்பதே அவளது முடிவான அபிப்பிராயம்.

நீலக்குழலி பத்தேமா ஏராளமான செல்வம், அடிமைகள் சூழ்ந்திருக்க, அனாதையாக வளர்ந்தாள். வேலைக்காரர்கள், சிப்பந்திகள், அடிமைகள் – யாவரும் அவளுக்கு ராஜ மரியாதை செய்தனர். பாக்தாதின் 'பிரபல குடும்பங்கள்', கலிபாவின் மந்திரி பிரதானிகள் எல்லோரும், எங்கும் நீலக்குழல் நங்கையின் செல்வத்தைப் பற்றிப் பேசிக் கொள்வார்கள். அவளது அழகோ செல்வமோ எந்த வாலிபனையும் திருமணப் பாதையில் இறங்கத் துணிவு கொடுக்கவில்லை. ஆகையால் அழகி பத்தேமா தன் பளிங்கு மாடங்களில் தனித்தே வசித்தாள். தூரத்திலே பேரிச்ச மரத் தோட்டங்கள், ரோஜா வனங்கள், பளிங்கு போன்ற தடாகங்கள், தங்கத்தாலும் வெள்ளியாலுமே கட்டப்பட்ட வேனில் மாளிகையின் வைரமிழைத்த தூண்கள் – இவைகளி டையே தனித்து நடமாடினாள்.

முடிவில் அவளால் தனிமையைச் சுமக்க முடியவில்லை. தோட்டக்காரன் மகன் நல்ல அழகன்; அவன் பட்டிக்காட்டான்; ஆனாலும், போகத்திலும் நாகரிகத்தின் நுனிக்கிளைகளிலுமே நடமாடிய பத்தேமாவை அவனது கிராமியத்தன்மை வசீகரித்தது. கலிபாவின் ஆஸ்தான மண்டபத்திலோ அல்லது பாக்தாத் பிரபல குடும்பங்களிலோ என்ன பேசிக்கொள்ளுவார்கள் என்பதைக் கொஞ்சமும் சட்டை செய்யாது அவனைக் கலியாணம் செய்துகொண்டாள் பத்தேமா.

பத்தேமா குதூகலித்திருப்பது போலத் தோன்றியது. தனது பரிவாரங்கள் புடைசூழப் புருஷனுடன் நாலு இடங்களுக்கும் செல்ல ஆரம்பித்தாள்; ஒய்யாரப் படகுகளையும் தங்கப் பல்லக்குகளையும் அடிக்கடி வெளியே பார்க்க முடிந்தது. அவளும் அவளது காதலன் எமீனும் மந்திர சக்தியால் இணைக் கப்பட்ட தம்பதிகள் போல் தோன்றினர். பலமும் அழகும் மிகுந்த வாலிபன், புதிதாகப் பெற்ற செல்வத்தின் மெருகில் திகழ்ந்தான் ... அவளோ எனில் காதலும் அளவற்ற நகைகளும் பிரகாசிக்க, நீலக்குழற் பாரத்துடன் விளங்கினாள். பிரபல குடும்பங்கள், 'மகனை வைத்துக்கொண்டு அசட்டையாக இருந்துவிட்டோமே!' என்று குறைகூறிக் கொள்ளலாயின ...

திடீரென்று ஒரு வதந்தி. எமீன் இறந்துவிட்டானாம் ... அதற்கு முந்திய தினந்தான் அவனை எல்லாரும் மசூதியில் தொழுகை செய்வதைப் பார்த்தார்கள் ... இப்பொழுது அவன்

செத்துப்போனதாகச் செய்தி. நகரமே நடுங்கியது என்று சொல்ல வேண்டும். பிரதம விஜியரும், பிரதம நீதிபதியும் இந்த விஷயத் தில் தலையிட வேண்டிய அவசியமே இல்லை என்று முடிவு கட்டினர். ஏனென்றால், அதற்கு முந்திய தினத்தில் தர்பூஜ் பழங்களை அளவு மிஞ்சித் தின்றதால் கழிச்சல் எடுத்து எமீன் மாண்டுபோனதாகச் சொல்லிக்கொண்டார்கள்.

மூன்று மாதங்கள் கழிந்தன: பாக்தாத்வாசிகள் கண்ணைத் தள்ளிக்கொண்டு ஆச்சரியத்துடன் பார்க்கும்படியாக விதவை பத்தேமா மறுமுறையும் நிக்காஹ் செய்துகொண்டாள். இம்முறை புருஷனாக வாய்த்தவன் அவளது பரிவாரத்தில் உள்ள மெய்க் காப்பாளன். தன் பரிவாரத்திற்குள்ளேயே கணவன் ஸ்தானத்தை வகிப்பவர் இருந்ததால் பாக்தாத் பெரிய குடும்பப் பிள்ளை களுக்குள் தேடிப் பரிசோதனை செய்யும் சிரமம் பத்தேமா வுக்கு இல்லாது போய்விட்டது.

திருமணம் கோலாகலமாக நடந்தது. எமீனைப் போலப் புதிய கணவனும் திடீரென்று சேவகன் ஸ்தானத்திலிருந்து கணவன் என்ற சொர்க்க பதவிக்கு உயர்த்தப்பட்டதில் தன்னை மறந்தான்.

இந்த வாலிபன் – பத்தேமா அவனைத் தன் மெய்க்காப் பாளர் படையின் தலைவனாக்கிவிட்டாள் – திடீரென்று மாண்டு போனான். குதிரையிலிருந்து விழுந்தான் என்று சொல்லிக் கொண்டார்கள். பத்தேமாவின் புருஷன் குதிரையின் பேரில் இருந்ததையோ அல்லது அதன் மீதிருந்து விழுந்ததையோ ஒரு வரும் பார்க்கவில்லை. பாக்தாத் குடும்பங்களிலும் கலிபாவின் அரண்மனையிலும் விஷமேறுவது போல் பீதி கொப்புளித்துப் பொங்கியது. ஏனென்றால், அவள் தகப்பனுக்கு நீலத் தாடி இருந்தது போல அவளது தலைமயிரும் நீலமாக இருக்கிறது என்ற உண்மை அவர்களுடைய நினைவிற்கு வந்தது.

துக்கத்திற்கறிகுறியான கறுப்புப் படுதா அணிந்திருந்த பத்தேமாவின் கண்கள் கருமுத்துக்கள் போல ஜொலித்தன. நடுநிசியின் ராணி போல விளங்கினாள். நீலக் குழற்பாரம் பீதியை யாவருக்கும் விளைவித்ததெனினும் கலியாணம் செய்து கொள்ள அவளுக்கு மூன்றாவது முறையும் புருஷன் அகப்பட் டான். இப்பொழுது பல்லக்குத்தூக்கிகளில் ஒருவன். அவன் பெயர் ஆலி. கட்டுமஸ்தான சரீரம். மாப்பிள்ளை உடையில் வாலிப சுல்தானாகவே விளங்கினான். ஆனால், மூன்று மாதக் கலியாண வாழ்வுக்கப்புறம் அவன் மாண்டுபோனபொழுது அவன் இயல்பாகவே மாண்டானா அல்லது . . . என்ற சந்தேகம் பாக்தாத் குடும்பங்களையும் கலிபா அந்தப்புரத்தையும்

வாட்டியது. மலேரியாவில் செத்துப்போனானாம். கொழுகொழு வென்றிருந்த அவனா அப்படிச் செத்துப்போனான்? பின் ஏன் இப்படி இரவோடிரவாகப் புதைக்கப்பட வேண்டும்? பெரியவர்கள் தலையைத் தலையை அசைத்தனர். அவர்களது கண்கள் பயத்தைக் கக்கின. அந்தரங்க உத்தேசங்கள் அவர்களது உதட்டின் கோணத்தில் துடித்தன. பிரதம விஜியரும், பிரதம நீதிபதியும் இது தலையிட வேண்டிய விஷயந்தானா என்று கலந்துகொண்டனர்.

அவர்களுடைய ஆலோசனை மகாநாடு வெகுவாக நீடித்தது. அதற்குள் பத்தேமா நான்காவது, ஐந்தாவது, ஆறாவது கணவன்மார்களை மணந்து 'பறிகொடுத்து' விட்டாள். நாலாவது மாப்பிள்ளை பாரசீகத்து வர்த்தகன். பூர்விகம் டெஹரான். ஆயுள் ரேகை பலம் என்று சொன்னார்கள். ஐந்தாவது நபர் அவள் படகோட்டிகளில் ஒருவன். ஆறாவது கணவன் பத்தேமா வின் மரகதச் சுரங்கங்களில் வேலை செய்த ஒரு அடிமை. ஒவ்வொரு தடவையும் மூன்று மாதங்களுக்கப்புறம் ஒவ்வொரு அசட்டு மாப்பிள்ளையும் செத்துப்போனான். ஒவ்வொரு முறையும் பத்தேமா நடுநிசி ராணி போல் பாக்தாத்துக்குச் சென்று வந்தாள்.

இனிப் பொறுக்க முடியாது என்று நினைத்துவிட்டனர் விஜியரும் நீதிபதியும். பத்தேமாவின் உல்லாச மாளிகைக்கு அவளைத் தேடிச் சென்றனர். அவள் அங்கில்லை. வேறு மாளிகை ஒன்றிற்குச் சென்றிருப்பதாகக் கேள்விப்பட்டார்கள். அவளுக்குப் பல மாளிகைகள் உண்டு. ஒவ்வொன்றும் ஒவ்வொரு ரத்தினத்தினால் அமைக்கப்பட்டது. பாதரசச் சுனையும், மாந்திரிகப் புஸ்தகங்கள் நிறைந்த மாளிகை ஒன்றும் அவளுக்கு உண்டு. இந்த இரு பெரியார்களும் உல்லாச மாளிகைகள் எல்லாவற்றிலும் ஏறியிறங்கிக் காலோய்ந்தார்கள். அவள் மாந்திரிக மாளிகையில் இருக்கிறாள் என்று கடைசியாகத் தெரியவந்தது. அங்கு சென்றார்கள் . . . .

அவள் அவர்களை வரவேற்றாள். சிறிது வெறுப்புடனேயே வரவேற்றாள். நடுநிசி ராணி போல அவள் உடையணிந்திருக்க வில்லை. ஆறு கணவர்களின் விதவை மாதிரிக் காணப்பட வில்லை. மிகவும் மெல்லிய உடையும் மெல்லிய முகமூடியும் அணிந்து வானுலக ரம்பையாக விளங்கினாள். ஆனால், இந்தச் சந்தர்ப்பத்தில் சிறிது கோபமுள்ள ரம்பையாகவே விளங்கினாள்.

"உங்களுக்கென்ன வேண்டும்?" என்றாள் மிடுக்காக.

"உனது ஆறாவது கணவன் மாண்ட காரணம் என்ன வென்று தெரிய வேண்டும்" என்றனர் அதிகாரிகள்.

புதுமைப்பித்தன் மொழிபெயர்ப்புகள் 83

"ஆறாவது புருஷனுடன்தான் உங்கள் ஆராய்ச்சியே ஆரம்பிக்கிறதா?" என்றாள் பத்தேமா.

"அவசரப்பட வேண்டாம். ஒவ்வொன்றாக, படிப்படி யாகக் கவனிப்போம்" என்று பயமுறுத்தினர் அதிகாரிகள்.

"ஏன் வரிசைக்கிரமமாக ஒன்றிலிருந்து கவனிக்கப்படாது? எனக்கு ரொம்ப ஜாஸ்தியாக விளக்கிச் சொல்லிக்கொண்டி ருக்கத் தெரியாது. எனது ஆறாவது புருஷர் பிடிப்பு ஜுரத்தால் மாண்டுபோனார்" என்றாள்.

அதிகாரிகள் கோபமாகப் பதில் சொல்லப்போனார்கள். அந்தச் சமயத்தில், பத்தேமாவின் ஆறாவது கணவனான மரகதச் சுரங்க அடிமை, கையில் இரண்டொரு புஸ்தகங்களைச் சுமந்துகொண்டு அங்கு வந்தான். அவன் எப்பொழுதும் போல் திடகாத்திரமாகவே இருந்தான். கொஞ்சமாவது இளைப்போ மெலிவோ இல்லை.

"இதென்ன?" என்றனர் அதிகாரிகள்.

பத்தேமா தன் தோள்களைக் குலுக்கிக்கொண்டாள்.

"இதன் அர்த்தமா? அவர் சாகவில்லை என்பதுதான். கொஞ்சம் அசமந்தம். பேசத் தெரியவில்லை. படிப்புக் கற்றுக் கொடுக்க அவரை இங்கு கூட்டிக்கொண்டு வந்திருக்கிறேன்... இப்போ ஏதோ இரண்டெழுத்து வாசிக்கத் தெரியும்" என்றாள்.

"ஆனால் உனது மற்ற ஐந்து புருஷர்கள் எங்கே, நீலத்தாடி – இல்லை, நீலக்குழலீ! அவர்கள் எங்கே?" என்று ஒரு ஆணித் தரமான கேள்வியைப் போட்டார் பிரதம விஜியர். அவர் கண்கள் ஆச்சரியத்தில் விசாலமாகத் திறந்தன.

"எனது சுரங்கக் கணவன் மாதிரி அவர்களும் உயிருடன் தான் இருக்கிறார்கள். எனது படகோட்டிக் கணவனுக்குக் கொஞ்சம்கூடச் சுறுசுறுப்பில்லை. பாதரசச் சுனை உள்ள மாளிகையில் அடைத்துவைத்திருக்கிறேன். ரசத்தைக் கொஞ்சம் கொஞ்சம் உள்ளுக்குச் செலுத்திவந்தால் நரம்புகளில் ரத்தம் வேகமாகப் பாயும். காதல் குளத்தில் தாம்பத்தியப் படகைச் சுறுசுறுப்பாகத் தள்ளிக்கொண்டு செல்ல முடியும். பாரசீக வியாபாரி உடம்பில் ஒட்டக நாற்றம்; அதற்காக அவரை மாணிக்கத் தடாகத்தருகில் உள்ள மாளிகையில் வைத்திருக் கிறேன். நமது பல்லக்குத் தூக்கி மாப்பிள்ளை என் அடிமைப் பெண்கள் ஒருத்தியிடமே சரசம் செய்ய ஆரம்பித்தார். வைடூர்யக் கோபுரத்தில் அடைத்துவைத்திருக்கிறேன். அவரை எனக்கே எனக்காக அடைத்துவைத்துக் காப்பாற்ற ஆசை. எனது மெய்க் காப்பாள மாப்பிள்ளை ரொம்பக் குஷியாக நடனம் செய்கிறார்.

நடன மண்டபத்திலே வளர்த்துவருகிறேன். அந்தரங்கத்தில் செய்ய வேண்டிய விஷயங்களல்லவா? எனது முதல் புருஷர் இருக்கிறாரே – என் கண்மணி – அருகிலேயேதான் இருக்கிறார்; நினைத்த சமயத்தில் அவரிடம் போவேன். இதிலென்ன ஆச்சரிய மிருக்கிறது? நான் நீலத் தாடிவாலாவின் புத்திரி என்பதை மறந்துவிட்டீர்களா? உயிரிலும் மயிரிலும் நான் அவரது சாயை. அவர் பல பெண்டாட்டிகள் வேண்டுமென்று விரும்பி னார். நான் பல புருஷர்கள் வேண்டுமென்று விரும்புகிறேன். ஏதாவது ஒரு காரணத்தைச் சொல்லி அவர் அவர்களைக் கொன்றார். ஆனால் நான் என் கணவர்களைக் கொல்லவில்லை. அவர்களை அடைத்து வைத்து, நாகரீகப்படுத்தி, அவர்கள்மீது ஆட்சி புரிய விரும்பினேன். வெறி அதிகமாக இருந்தாலும் எல்லா அம்சங்களிலும் நான் பெண்தான்; இன்னும் என்ன தெரிய வேண்டும் உங்களுக்கு?"

பத்தேமா, வெகு மிடுக்காகக் கலிபாவின் அதிகாரிகள் முன் நின்றாள். ஆனால் அவ்விருவரும் தங்கள் சேவகர்களை அழைத்து, "இந்தத் தூர்த்த ஸ்திரீயைக் கட்டிப்பிடித்திழுத்து மன்னர்பிரான் முன் கொண்டுநிறுத்துங்கள்" என்று உத்தர விட்டனர்.

அப்படியே நடந்தது. நீலத் தாடிவாலாவின் புத்திரியைப் பாக்தாத் தெருக்கள், சதுக்கங்கள் வழியாக, கலிபாவின் சன்னி தானத்திற்கு இழுத்துச் சென்றார்கள். அவளது நீலக் குழல் விளங்கும் தலையை வெட்டி எறியும்படி கலிபா உத்தரவிட்டார்.

கொலையாளிகள் கையில் ஒப்படைக்கப்பட்டபொழுது, "என்ன ஆச்சரியம்? என் தகப்பனார் மனைவிகளைக் கொன்ற தாகக் குற்றம்சாட்டினர். நானோ அவரது வழியை வெறுத்தேன். அவரது மகளான நான் என் புருஷர்களைக் கொல்லவில்லை. அவர்களை அன்பாக வளர்த்தேன்; நாகரீகப்படுத்தினேன்; அறிவை வளர்த்தேன். ஆனால் கொஞ்சம் தனித்தனியாக வைத்துத்தான் நடத்தினேன்; என்றாலும் இப்படித் தீர ஆலோ சனை செய்து நடத்திய கலியாணத் திட்டமும் ஆட்சேபிக்கப் படுகிறது . . ." என்று நினைத்தாள் பத்தேயா.

"ஆச்சரியமாகத்தான் இருக்கிறது . . . இருந்தாலும் நீலத் தாடி அல்லது நீலக்குழல் இருந்துவிட்டால் . . . கலியாணம் காதல் விஷயங்களில் பொதுஜன அபிப்பிராயத்தைத் திருப்தி பண்ண முடியாதுதான் . . ." இப்படிப்பட்ட ஒரு அசைக்க முடியாத தத்துவத்தை முடிவுகட்டிய பிற்பாடு, தனது நீலக் குழல் அலையும் தலையைக் குனிந்தாள் . . .

பிரச்னையைக் கடைசி நிமிஷத்திலும் முடிவு கட்ட முயன்றாள்.

ஆனால் முயற்சி பலிக்கவில்லை. ஏனெனில் துண்டான கழுத்து வழியாக அவளது எண்ணங்கள் சிவப்பு ஆறாக ஓடின.

நீதி மண்டபத்தில் நீலக்குழலியின் தலை கிடந்தது.

அதற்கப்புறம் அவளது ஆறு கணவர்களும் அவளது சொத்துக்கு வாரிசானார்கள்.

○○

பிரான்ஸ்

பால்தஸார்

அனதோல் பிரான்ஸ்

> கிழக்கே அரசர்களுக்கு மந்திர சக்தியுண்டு
> என்று நினைத்தார்கள்.
> – தெர்த்தூலியன்

அக்காலத்திலே எதியோபியாவை பால்தஸார் ஆண்டு வந்தான். கிரேக்கர் அவனை ஸாரஸின் என்று அழைத்தனர். அவன் கறுப்பாக இருந்தாலும் அழகன்; களங்கமற்றவன்; தாராளமான உள்ளமுடையவன்.

அவன் சிம்மாசனமேறிய மூன்றாவது வருஷத்தில், அதாவது அவனது இருபத்திரண்டாவது வயதில், தன் நாட்டை விட்டு ஷெபா தேசத்து அரசியான பால்கிஸ் அரசியைக் காணச் சென்றான். அவன் தன்னுடன் செம்போடிஸ் என்ற மதகுருவையும், மென்கரா என்ற பணியாளனையும் துணை யாகக் கொண்டுசென்றான். அவன் பரிவாரங்கள் எழுபத்தைந்து ஒட்டகச் சுமை வாசனைத் திரவியங்களும், யானைத் தந்தங் களும், தங்கமும் சுமந்து சென்றன.

இவ்வாறு அவர்கள் பிரயாணம் செய்யும்பொழுது, செம்போடிஸ், அரசனுக்கு வான சாஸ்திரத்தையும் நவரத்தி னங்களைப் பற்றிய இரகசியத்தையும் கற்பித்தான். மென்கரா என்ற அடிமை பக்திப் பாடல்களைப் பாடி அரசனை மகிழ் விக்க முயன்றான். ஆனால், பால்தஸார் இவர்களுடைய முயற்சியைச் சட்டை செய்யாது பாலைவனத்தின் ஓரத்தில் காதுகளை நெரித்துக்கொண்டு உட்கார்ந்திருக்கும் ஓநாய்களைப் பார்த்துப் பொழுதுபோக்கிக்கொண்டு சென்றான்.

பனிரண்டு நாள் பிரயாணத்தின் பிறகு, பால்தஸார் ரோஜா புஷ்பங்களின் வாசனை காற்றுடன் கலந்துவருவதை உணர்ந்தான். சிறிது நேரத்தில் அவர்கள் ஷெபா நகரத்தின் சுற்றுப்புறத்திலுள்ள நந்தவனங்களை அணுகினார்கள். போகும் வழியெல்லாம் நன்றாக மலர்ந்த மாதுளை மரத்தடியில் கூத்திட்டு விளையாடும் யுவதிகளைப் பார்த்துக்கொண்டே சென்றனர்.

“தெய்வத்தை நோக்கிச் செய்யும் பிரார்த்தனைதான் நடனம்” என்றான் செம்போடிஸ்.

“இந்த யுவதிகளை விற்றால் நல்ல பணம் வரும்” என்றான் அடிமை மென்கரா.

இவர்கள் நகரத்தினுள் சென்றதும் அங்குள்ள பெரிய பெரிய வியாபார ஸ்தலங்களையும் குவிக்கப்பட்டிருக்கும் பொருள்களையும் கண்டு ஆச்சரியப்பட்டனர்.

ரதங்களும் கூலிகளும் பொதி கழுதைகளும் நிறைந்த வீதிகளின் வழியாக நெடுந்தூரம் சென்று, பளிங்குச் சுவர்களும், தங்கக் கலசங்கள் ஏற்றிய சிவந்த கோபுர வாயிலும் உடைய பால்கிஸ் அரசியின் அரண்மனை முன்பு வந்தனர்.

ஷெபா அரசி வாசனை பரிமளித்து, முத்துப் போல் உதிரும் செயற்கை யூற்றுக்கள் நிறைந்த நிலா முற்றத்தில் நின்று அவர்களை வரவேற்றாள்.

அரசி புன்சிரிப்புடன், சர்வாபரண பூஷிதையாய் அவர்கள் முன்பு வந்து நின்றாள்.

அவளைப் பார்த்ததும் பால்தஸாரின் மனம் கலங்கியது.

கனவுக்கும் ஆசைக்கும் மீறிய அழகுடன், தேஜஸுடன் அவள் அவன் முன் தோன்றினாள்.

“அரசே! நல்ல வியாபார ஒப்பந்தம் ஒன்று அரசியிடம் செய்துகொள்ள வேண்டும் என்பதை மறந்துவிடாதீர்கள்” என்று செம்போடிஸ் இரகசியமாகக் கூறினான்.

“ஆண்மகனின் காதலைப் பெறுவதற்கு மந்திர சக்தியை உபயோகிக்கிறாள் என்று கூறுகிறார்கள், அரசே! ஜாக்கிரதையாக இருங்கள்” என்றான் அடிமை மென்கரா.

பிறகு அரசியை சாஷ்டாங்கமாக வணங்கிவிட்டு, குருவும் அடிமையும் அவ்விடத்தைவிட்டு அகன்றார்கள்.

பால்கிஸுடன் தனியாக விடப்பட்ட பால்தஸார் பேச வாயெடுத்தான். வார்த்தை வரவில்லை. “எனது மௌனத்தினால்

அரசிக்குக் கோபம் வந்துவிடும்" என்று தனக்குள்ளே சொல்லிக் கொண்டான்.

ஆனால், அரசி கோபப்படாது புன்சிரிப்புடனேயே இருந்தாள். அவளே முதலில் பேசினாள். அவள் குரல் கானத் தினும் இனிமையாக இருந்தது.

"வாருங்கள்! என் பக்கத்தில் வந்து உட்காருங்கள்!" என்று வெண்மையான, மெல்லிய ஒளிரேகை போன்ற சிறு விரல்களால் தன் பக்கத்தில் தரையிலிருந்த சிவந்த மெத்தையைச் சுட்டிக் காட்டினாள். பால்தஸார் பெருமூச்சுடன் அதில் அமர்ந்து, மெத்தையை இரு கையாலும் இறுக்கிப் பிடித்துக்கொண்டு, "இவ்விரண்டு மெத்தைகளும் ராக்ஷஸ பலமுள்ள உனது எதிரி களாக இருந்திருந்தால் அவர்கள் கழுத்தைத் திருகிவிடுவேன்" என்றான்.

அவன் இப்படிக் கூறும்பொழுது மெத்தைகளைப் பிடித்த பிடிப்பினால் அவை கிழிந்து உள்ளிருந்த பஞ்சிறகுகள் வெண் பனிமேகம் போல் சிதறி எழுந்தன. அவற்றில் ஒன்று அந்தரத்தில் சற்று மிதந்து மெதுவாக அரசியின் மார்பில் வந்து தங்கியது.

"அரசே! உங்களுக்கு ராக்ஷஸர்மீது அவ்வளவு கோபம் என்ன?" என்றாள் பால்கிஸ் அரசி.

"நான் உன்னைக் காதலிக்கிறேன்" என்றான் பால்தஸார்.

"உங்கள் தலைநகரிலுள்ள கிணற்று ஜலம் நன்றாயிருக் குமா?" என்றாள் அரசி.

"ஆமாம்" என்றான் பால்தஸார், சிறிது ஆச்சரியப்பட்டு.

"எதியோபியாவில் பழ வற்றல்களைச் சேமித்துவைக்க என்ன செய்கிறார்கள் என்று அறிய எனக்கு ஆசையாக இருக்கிறது" என்றாள் அரசி மீண்டும்.

அரசனுக்கு என்ன பதில் சொல்லுவது என்று தெரிய வில்லை.

"சொல்லுங்கள், தயவுசெய்து சொல்லுங்கள்" என்று கெஞ்சினாள் அரசி.

அரசன், வெகு கஷ்டப்பட்டு ஆலோசனை செய்து, எப்படி எதியோபியப் பரிசாரகர்கள் தேனில் பழ வற்றல்களைப் பதனம் செய்கிறார்கள் என்பதை விஸ்தரிக்க முயன்றான். அரசி அதைக் கவனிக்கவில்லை. திடீரென்று இடைமறித்து, "அரசே! தாங்கள் கான்டஸ் அரசியைக் காதலிப்பதாகக் கூறுகிறார்களே! அவள் என்னைவிட மிகுந்த அழகா? ஏமாற்றா தீர்கள்!" என்றாள்.

"உன்னைவிட மிகுந்த அழகா!" என்று சொல்லிக் கொண்டே அவள் காலடியில் விழுந்து, "அது எப்படி இருக்க முடியும்?" என்றான் பால்தஸார்.

"பிறகு அவள் கண்கள், அவள் கரங்கள், அவள் நிறம், அவள் கழுத்து?" என்றாள் மீண்டும்.

பால்தஸார் அவளை நோக்கிக் கையை விரித்துக்கொண்டு, "உனது மார்பில் தங்கி நிற்கும் பஞ்சு இறகை எனக்கு அளித் தால் எனது ராஜ்யத்தில் பாதியையும் செம்போடிஸையும் மென்கராவையும் உனக்கு அளித்து விடுவேன்" என்று ஆவேசத் துடன் கூறினான்.

ஆனால், அவள் எழுந்து கலகலத்த சிரிப்புடன் ஓடிச் சென்றுவிட்டாள்.

குருவும் அடிமையும் திரும்பிவந்தபொழுது தங்கள் எஜமானன் தனது குணத்திற்கு மாறாக ஆழ்ந்த யோசனை யிலிருப்பதைக் கண்டனர்.

"அரசே! வியாபார ஒப்பந்தத்தை முடித்துக்கொண்டீர் களா?" என்றார் குரு.

அன்று பால்தஸார் ஷெபா அரசியுடன் விருந்துண்டு அந்த நாட்டின் பேரீச்ச மதுவையருந்தினான்.

"பிறகு, கான்டஸ் அரசி என்னைப் போல் அழகியல்ல என்பது உண்மைதானா?" என்று அரசி, இருவரும் புசித்துக் கொண்டிருக்கும்பொழுது கேட்டாள்.

"கான்டஸ் அரசி கறுப்பி!" என்று பதில் சொன்னான் பால்தஸார்.

"கறுப்பாக இருந்தால் அழகில்லாமலா போய்விடும்?"

"பால்கிஸ்!" என்றான் பால்தஸார்.

அவன் மேற்கொண்டு வேறு ஒன்றும் சொல்லவில்லை; அவளைத் தன் கரங்களுக்குள் இழுத்தான்; அவனுடைய முத்தத்தின் வேகத்தில் அவளது தலை அண்ணாந்தது. ஆனால் அவள் கண்களில் நீர் பெருகுவதைக் கண்டுவிட்டான். பிறகு மெதுவாக, கொஞ்சுதலாக, குழந்தையைத் தேற்றுவது போல் அவளைத் தேற்றினான். அவளைத் தனது மலர் என்றும், சிறு நட்சத்திரம் என்றும் கொஞ்சினான்.

"ஏன் அழுகிறாய்? உனது கண்ணீர் அகல நான் என்ன செய்ய வேண்டும்? உனது ஆசையைச் சொல், உடனே நிறை வேற்றிவைக்கிறேன்" என்றான் பால்தஸார்.

அவள் அழுகையை நிறுத்திச் சிறிது யோசனையில் ஆழ்ந் தாள். அவளது ஆசையைத் தெரிவிக்கும்படி வெகு நேரம் கெஞ்சினான். கடைசியாக அவள் பதிலளித்தாள்:

"எனக்குப் பயம் என்பது என்னவென்று தெரிய வேண்டும்!"

முதலில் பால்தஸாருக்கு என்னவென்று அர்த்தமாக வில்லை. அவள் பிறகு மெதுவாக, என்னவென்று அறிய முடியாத அபாயத்தைத் தான் அனுபவிக்க ஆசைப்படுவதாகவும், ஆனால் ஷெபாவின் தெய்வங்களும் வீரர்களும் தனக்கு இதை அறிந்துகொள்ள முடியாதபடி தன்னைக் காப்பாற்றி வருவதா கவும் கூறினாள்.

"ஆனால், இரவில் பயத்தின் குளிர்ந்த சாயை பட வேண்டும் என்றும், தலை மயிர், தறிகெட்ட மிரட்சியால் அலங்கோல மாக நிமிர்ந்து குச்சலெடுத்து நிற்க வேண்டும் என்றும் ஆசைப் படுகிறேன். அப்பா! பயத்தை அநுபவிப்பதில் என்ன சுகம் இருக்கிறது!" என்று பெருமூச்செறிந்தாள்.

சாமள வர்ணனான பால்தஸாரின் கழுத்தில் தன் மெல்லிய கரங்களை வளைத்து, குழந்தையின் குதலை மொழி யில், "இரவாகிவிட்டதே, மாறுவேஷம் போட்டுக்கொண்டு நாம் நகரத்தைச் சுற்றிவருவோமா? நீங்கள் வருகிறீர்களா?" என்றாள்.

அவன் ஒப்புக்கொண்டான். அவள் ஜன்னலண்டையில் ஓடி வெளியே எட்டிப் பார்த்தாள்.

"ஒரு பிச்சைக்காரன் அரண்மனைச் சுவரில் சாய்ந்தபடி தூங்கிக் கிடக்கிறான்; அவனிடம் உங்களுடைய உடைகளை மாற்றிக்கொள்ளுங்கள். சீக்கிரம், நானும் உடையை மாற்றிக் கொண்டு தயாராகிறேன்" என்றாள்.

அவள் விருந்து மண்டபத்தை விட்டு குழந்தையைப் போல் உற்சாகத்துடன் கைகளைக் கொட்டிக்கொண்டு வெளியே ஓடினாள்.

பால்தஸார், பிச்சைக்காரனுடன் தன்னுடைய உடையை மாற்றிக்கொண்டு, தயாராகக் காத்திருந்தான். அரசி சாதாரணப் பணிப்பெண்ணின் உடையில் அவனைச் சந்தித்தாள்.

"வாருங்கள்" என்று அவனைப் பல கதவுகள் வழியாக அரண்மனைப் புறத்திலிருந்த வயலுக்கு அழைத்துச்சென்றாள்.

❍

அன்றிரவு இருள் அதிகமாக இருந்தது. இருட்டில் பால்கிஸ் பார்வைக்கு உயரத்தில் குறுகியவளாகக் காணப்பட்டாள்.

அவள் அவனை ஊர்க் காலாடிகளும் வேசைகளும் வந்துசேரும் ஒரு கள்ளுக்கடைக்கு அழைத்துச்சென்றாள். இருவரும் ஒரு மேஜையின் அருகில் உட்கார்ந்து, அலங்கோல மாகக் கிடக்கும் நாற்றம் பிடித்த மனிதக் கூட்டத்தைப் பார்த்தனர். கடைக்காரன் ஒரு சாக்கின் மீது சாய்ந்துகொண்டு குடிவெறியர்களை ஒற்றைக் கண்ணினால் கவனித்துவந்தான்.

பால்கிஸ், கூரையிலிருந்து சரம் போலக் கோத்துத் தொங்கும் உப்பில் ஊறவைத்த மீன்களைப் பார்த்து, "அவற்றை வெங்காயத் துகையலுடன் சாப்பிட வேண்டும் என்று ஆசையாக இருக்கிறது" என்று சுட்டிக்காட்டினாள்.

பால்தஸார் கட்டளையிட்டான். ஆனால் அவள் சாப் பிட்ட பிறகுதான் பணம் கொண்டுவரவில்லை என்ற ஞாபகம் அவனுக்கு வந்தது. ஆனால் அவன் கவலை கொள்ளவில்லை. ஒருவருக்கும் தெரியாமல் நழுவிவிடலாம் என்று நினைத்தான். ஆனால், கடைக்காரன் வழியை மறித்துக்கொண்டு, அடிமைப் பயல் என்றும் காசுக்குதவாத பெட்டைக் கழுதை என்றும் இருவரையும் வைதான். பால்தஸார் ஒரு குத்துக் குத்தி அவனைக் கீழே வீழ்த்திவிட்டான்.

உடனே பார்த்துக்கொண்டிருந்தவர்களில் சிலர் கையிலி ருந்த கத்தியை உருவி அவர்கள்மீது வீசி எறிந்தனர். ஆனால், சாமள வர்ணமுள்ள எகிப்திய அரசன், வெங்காயம் அரைக்கும் கல்லை எடுத்து எதிரிகளின் மீது வீசி, இருவரைக் கீழே வீழ்த்தி, மற்றவர்களைப் புறங்காட்டச் செய்தான். இவ்வளவு சண்டையிலும் பால்கிஸ் அரசியின் தேகத்தின் ஸ்பரிசம் அவனுக்கு ராக்ஷஸ பலத்தை யளித்தது.

கடைக்காரனது நண்பர்கள் அருகில் வரப் பயப்பட்டு, அங்கிருந்தே பாத்திரங்களையும் கைக்ககப்பட்ட ஒவ்வொன் றையும் அவன்மீது எறிந்தனர். அவர்கள் எறிந்த பெரிய பாத்திரம் ஒன்று பால்தஸார் மண்டையில் தாக்கி யுடைந்து காயப் படுத்தியது. ஒரு நிமிஷம் சித்தப்பிரமை பிடித்தவன் போல் நின்றான். அவ்வளவுதான்! மறு நிமிஷம் அந்தப் பாத்திரம் இன்னும் பன்மடங்கு வேகத்துடன் எதிரிகளை நோக்கிச் சென்றது. இந்தப் பாத்திரம் விழுந்த களேபரத்தில் பால்கிஸைத் தன் கையில் தூக்கிக்கொண்டு வெளியில் ஓடினான். இருண்ட சந்துகளில் ஒருவரும் இல்லை. இரவின் அமைதி பூமியைச் சூழ்ந்தது. துரத்தி வந்தவர்களின் குரல்கள் தூரத்தில் மடிந்தன. சிறிது நேரத்தில் ஒரு சப்தமும் இல்லை. பால்தஸாரின் நெற்றியில் இருந்து வடிந்த ரத்தத்துளி ஒன்று பால்கிஸின் மார்பில் சொட் டென்று விழந்தது.

"அரசே! உங்களைக் காதலிக்கிறேன்" என்றாள் பால்கிஸ்.

மேகப் படலத்திலிருந்து விடுபட்ட சந்திரனொளியில் அவளது பாதி மூடிய கண்களின் அமிர்தமயமான பிரதி பலிப்பைக் கண்டான். இருவரும் ஜலம் வற்றிய ஓடையில் இறங்கினர். பால்தஸாரின் கால் தடுக்கியது. இருவரும் இறுகப் பிடித்தவண்ணம் ஓடையில் மெத்தென்றிருந்த பாசிப் படலத்தில் விழுந்தனர். அவர்கள் எல்லையற்ற இன்பத்தில் மிதந்தனர். வாழ்க்கையின் போக்கு நின்றது. இம்மாதிரி நிலையற்ற நிலையில் இருக்கும்பொழுது மான் கூட்டம் தண்ணீர் குடிக்க வந்து அவர்களது மௌனத் தழுவலைக் கலைத்தது.

அச்சமயம் அவ்வழியாகச் சென்ற கள்ளர் கூட்டமொன்று இருவரையும் பார்த்துவிட்டது.

"இருவரும் ஏழைகளானாலும் அழகாக இருக்கிறார்கள், நல்ல விலைக்கு விற்கலாம்" என்று கழுதையின் பின் கட்டி யிழுத்துச்சென்றனர்.

கட்டப்பட்ட கறுப்பு நிறமுள்ள அரசன் திருடர்களைக் கொன்றுவிடுவதாகப் பயமுறுத்தினான். ஆனால் குளிரில் நடுங்கும் பால்கிஸ், பார்க்க முடியாத ஏதோ ஒன்றைப் பார்த்தவள் போல் புன்சிரிப்புடன் பின்தொடர்ந்தாள்.

ஜன நடமாட்டமில்லாத பாலைப் பிரதேசங்களில் மத்தி யானம் வரை நடந்தனர். உச்சியில் சூரியன் வந்ததும், திருடர்கள் கைதிகளை விடுவித்து, பாறையின் நிழலில் உட்காரச் சொல்லி, கெட்டுப்போன ரொட்டித் துண்டைக் கொடுத்தனர். பால்தஸார் உண்ண மறுத்துவிட்டான். பால்கிஸ் பசியுடன் அதைச் சாப்பிட் டாள்.

அவள் திடீரென்று சிரித்தாள். கள்ளர் கூட்டத் தலைவன், "ஏன் சிரித்தாய்?" என்று கேட்க,

"உங்களை எல்லாம் தூக்கிலிடுவேன் என்ற நினைப்பு வந்ததும் சிரித்தேன்" என்றாள்.

"அப்படியா! அடுக்களைப் புழுக்கை போன்ற உன் வாயிலி ருந்தா இது வருகிறது. ஆமாம், அந்தக் கறுப்பன் உதவியால் எங்களைத் தூக்கிலிடுவாயாக்கும்!" என்றான் கள்வர் தலைவன்.

பால்தஸார், கோபாவேசனாய், அவன்மீது பாய்ந்து, மூச்சுப் போகும்படி கழுத்தை நெருக்கினான்.

ஆனால் மற்றவன், கத்தியை உருவி, அவன் உடலில் குத்திவிட்டான். அரசன் மண்ணில் உருண்டான். தரையில் கிடக்கும்பொழுது பால்கிஸைக் கடைசிப் பார்வையாக விழிக்க, கண்களில் ஒளி மழுங்கியது.

புதுமைப்பித்தன் மொழிபெயர்ப்புகள்

இச்சமயம் ஒரு படையின் அரவம் கேட்டது. தனது மெய்க்காப்பாளனான ஆப்னர் காவலாட்கள் சகிதம் வந்து விட்டான் என்று பால்கிஸ் அறிந்தாள்.

ஆப்னர் மூன்று தடவை அவள் முன்பு நமஸ்கரித்தான். பல்லக்கை அவள் பக்கம் வரும்படி உத்தரவிட்டான். அச்சமயம் காவலாட்கள் திருடர்களைப் பிடித்துக் கட்டினர்.

அரசி கள்வர் தலைவனை நோக்கி, "உனக்கு நான் வீணாக வாக்குக் கொடுத்ததாக இப்பொழுது குறை கூறமாட்டாய் அல்லவா?" என்றாள்.

ஆப்னர் பக்கத்தில் நின்றுகொண்டிருந்த செம்போடிஸுும் மென்கராவும் தங்கள் அரசன் குத்துண்டு கிடப்பதைக் கண்டதும் கூக்குரலிட்டு அவனிடம் ஓடினர். வைத்தியத்தில் தேர்ந்த செம்போடிஸ் அரசனுக்கு உணர்விருக்கிறது என்று கண்டு, காயங்களுக்குக் கட்டுகள் கட்டினான். மென்கரா அரசனின் வாயில் இருந்த நுரையைத் துடைத்தான். இருவரும் மெதுவாக அவனை அரசியின் மாளிகைக்கு எடுத்துச் சென்றனர்

பதினைந்து நாட்கள் வரை பால்தஸார் ஜன்னி கண்டு பிதற்றினான். பாத்திரத்தைப் பற்றியும் பால்கிஸைப் பற்றியும் ஓடையின் பாசி மெத்தையைப் பற்றியும் உளறினான். பதினா றாவது நாள் கண் விழித்ததும் தன் பக்கத்தில் செம்போடிஸுும் மென்கராவும் இருப்பதைக் கண்டு, "அவள் எங்கே? அவள் என்ன செய்கிறாள்?" என்று கேட்டான்.

"அரசே! அவள் கோமக்ன ராஜனுடன் இருக்கிறாள்" என்றார் மென்கரா.

"வியாபாரத்தைப் பற்றி இருவரும் கலந்து பேசிக்கொள்ளு கிறார்களோ, என்னவோ?" என்றார் குரு செம்போடிஸ்.

"நீங்கள் எழுந்திருக்கக் கூடாது; எழுந்தால் ஜுரம் அதிக மாகும்" என்றான் அடிமை மென்கரா.

"நான் அவளைப் பார்க்க வேண்டும்" என்று கூறிக்கொண்டு அவளுடைய அந்தப்புரத்திற்குள் ஓடினான். அவளது சயன அறையைச் சமீபித்ததும், தங்க ஆபரணங்களால் அலங்கரிக்கப் பட்ட கோமக்ன அரசன் வருவதைக் கண்ணுற்றான். பால்கிஸ், புன்சிரிப்புடன் கண்களை மூடியபடி, சிவந்த மெத்தையில் சாய்ந்திருந்தாள்.

"பால்கிஸ், எனது பால்கிஸ்!" என்று கூப்பிட்டான் பால்தஸார்.

அவள் திரும்பிக்கூடப் பார்க்கவில்லை; கனவை நீடிக்க வைப்பது மாதிரித் தோன்றினாள்.

பால்தஸார் அவளை நெருங்கிக் கைகளைப் பற்றினான்; அவள் வெடுக்கென்று பிடுங்கிக்கொண்டாள்.

"உனக்கென்ன வேண்டும்?" என்று கேட்டாள்.

"நீயா இப்படிக் கேட்கிறாய்!" என்றான் பால்தஸார். அவன் கண்களில் நீர் ததும்பியது.

அவள் தலையைத் திருப்பிக்கொண்டாள்.

தன்னைப் பற்றியும், இரவில் ஓடையில் நடந்ததையும் மறந்துவிட்டாள் என்று உணர்ந்தான் பால்தஸார்.

"அரசே! உண்மையாக நீர் கூறுவது விளங்கவில்லை. பேரீச்ச மது தங்களுக்கு ஒத்துக்கொள்ளவில்லை. நீங்கள் கனவு கண்டிருக்க வேண்டும்" என்றாள்.

"என்ன! உனது முத்தங்கள், எனது தேகத்தில் குறியிட்ட கத்தி, இவைகளும் கனவுகளா?" என்றான் அரசன், கையைப் பிசைந்து கொண்டு.

அவள் எழுந்தாள். ஆபரணங்கள் கலங்கிச் சப்தித்தன.

"அரசே! சபை கூடும் நேரமாகிவிட்டது. தங்களது நோயுற்ற மூளையின் கனவுகளை ஆராய நேரமில்லை. தூங்குங்கள்; போய் வாருங்கள்."

பால்தஸார் எங்கோ இழுக்கப்படுகிறதாக நினைத்தான். தனது பலவீனத்தை அக்கொடுமையான பெண்ணின் முன்பு காட்டப் பிரியப்படாமல் தனது அறைக்கு ஓடினான். காயம் மறுபடியும் திறந்துவிட்டது; மயங்கினான்.

○

மூன்று வாரங்கள் மரணமடைந்தவன் போல் மயங்கிக் கிடந்தான். இருபத்தோராவது நாள் பிரக்ஞையடைந்த அரசன் தன் பக்கத்திலிருந்த செம்போடிஸின் கைகளைப் பற்றிக் கொண்டு,

"என்ன சந்தோஷமாக இருக்கிறீர்கள்? ஒருவர் கிழம், மற்றவன் வயதாகிவிடாமலேயே அதன் தன்மையைப் பெற்று விட்டான். அப்படியல்ல! உலகத்தில் இன்பமே கிடையாது. எல்லாம் கொடுமையின் சாயை. காதல் ஒரு தீமை; பால்கிஸ் கெட்டவள்!" என்றான்.

"ஞானம் இன்பத்தை அளிக்கிறது" என்றான் செம்போடிஸ்.

"நான் அதைப் பெற முயல்கிறேன். முதலில் நான் எதியோ பியாவிற்குச் செல்ல வேண்டும்." தான் காதலித்த எல்லாவற் றையும் இழந்ததினால் ஞானமார்க்கத்தில் செல்ல, குருவாக

சன்னியாசத்தை ஏற்றான். இந்த மனவுறுதி அவனுக்குள் ஓர் அமைதியைக் கொடுத்தது. ஒவ்வொரு மாலையிலும் தன் அரண்மனை முற்றத்திலிருந்து தனது நண்பர்களான செம்போடிஸ், மென்கரா – இவர்களுடன், வானத்தின் இரகசியத்தைத் துருவிக்கொண்டும் அல்லது சந்திரனொளியில் – நீல நதியில் – மரத்தினடியில் மிதக்கும் முதலைகளைப் பார்த்துக்கொண்டும் காலம் கழித்தான்.

“இயற்கையின் அழகிற்கு எல்லை கிடையாது; அதை அநுபவிப்பதிலும் களைப்புத் தோன்றுவதில்லை” என்றான் செம்போடிஸ்.

“சந்தேகமில்லை; ஆனால், இயற்கையில் முதலை, பேரீச்ச மரம் – இவற்றைவிட அழகான பொருள்களும் இருக்கின்றன” என்றான் பால்தஸார்.

அப்பொழுது அவன் பால்கிஸைப் பற்றி எண்ணிக் கொண்டிருந்தான்.

ஆனால், மிகவும் முதிர்ந்தவனான செம்போடிஸ், “நீல நதியின் உற்பத்தியின் அதிசயத்தை உனக்குச் சொன்னேன். மனிதன் இவற்றை அறிவதற்காகவே சிருஷ்டிக்கப்பட்டான்” என்றான்

“மனிதன் காதலிப்பதற்காகவே சிருஷ்டிக்கப்பட்டான்” என்றான் பால்தஸார். “விவரிக்க முடியாதவை உலகில் இருக்கின்றன” என்றான் பால்தஸார் மீண்டும்.

“அவை என்னவோ?” என்றான் செம்போடிஸ்.

“ஒரு ஸ்திரீயின் பொய்” என்றான் அரசன்.

பால்தஸார் குருவாக உத்தேசித்ததினால் வானத்து இரகசியங்களை அறிய ஒரு பெரிய கோபுரம் ஒன்று சமைத்தான். அதைக் கட்டுவதற்கு இரண்டு வருஷங்கள் பிடித்தன. அதிலிருந்து செம்போடிஸுடன் தத்துவ விசாரணை செய்ய முற்பட்டான். இதனால் அவனுக்குப் பால்கிஸை மறக்க முடிந்தது.

இப்படித் தத்துவ விசாரணை செய்துகொண்டிருக்கும் பொழுது, ஒரு நாள், பால்தஸார், குருவைப் பார்த்து, “எனது ஜோஸியத்தைத் திட்டமாகக் கணிப்பாயா? தவறினால் உன் தலையைப் பணயமாக வைக்க வேண்டும்” என்றான்.

“ஞானம் தவறாதது; அதைக் கற்றவர்கள் தவறுவது சகஜம்” என்றான் செம்போடிஸ்.

பால்தஸாருக்கு இயற்கை யறிவு உண்டு. “உண்மைதான் தெய்விகமானது; தெய்விகம் நம்மிடமிருந்து மறைக்கப்பட்டி

ருக்கிறது. வீணாக உண்மையைத் தேடியலைகிறோம். இருந்தாலும் நான் ஒரு புதிய நட்சத்திரத்தை வானத்தில் கண்டேன். அது அழகானது, ஜீவனுள்ளது; அது சுடர்விடும்பொழுது தெய்வத்தின் நேத்திரம் போல மெதுவாகக் கண் சிமிட்டுகிறது. பார்! அது நம்மை நோக்குகிறது" என்றான் அரசன்.

செம்போடிஸ் அதைப் பார்க்கவில்லை; ஏனெனில் அவன் அதைப் பார்க்க விரும்பவில்லை. அறிவும் முதிர்ச்சியும் பெற்ற அவன் புதியவற்றை ஏற்க விரும்பவில்லை.

இரவின் அகண்டாகாரமான மௌனத்தில், பால்தஸார், "இன்பம்! இன்பம்! எல்லையற்ற இன்பம்! அந்த நட்சத்திரத்தின் சாயையில் பிறக்கிறவன் அதிர்ஷ்டசாலி!" என்று திரும்பத் திரும்பக் கூறினான்.

எதியோபிய தேசத்தின் சுற்றுப்புறத்தில் அரசன் பால்கிஸைக் காதலிக்கவில்லை என்ற வதந்திகள் பரவின.

இந்தச் செய்தி ஷெபா தேசத்திற்கு எட்டியதும், பால்கிஸ், தான் ஏமாற்றப்பட்டவள் போல் கனத்த கோபங்கொண்டாள். தனது நாட்டையும் நகரத்தையும் மறந்துகொண்டிருக்கிற கோமக்ன அரசன் முன்பு சென்று, "நண்ப, நான் இப்பொழுது கேட்டது என்னவென்று தெரியுமா? பால்தஸார் என்னைக் காதலிப்பதை விட்டுவிட்டானாம்!" என்றாள்.

"நாம் இருவரும் காதலிக்கும்பொழுது அதைப் பற்றி என்ன இப்பொழுது?" என்றான் கோமக்ன அரசன்.

"இந்தக் கறுப்பன் என்னை அவமதித்ததாக நீ கருதவில்லையா?"

"இல்லை! நான் அப்படி நினைக்கவில்லை!" என்றான் கோமக்ன அரசன்.

உடனே அவனை அவமதித்து வெளியே துரத்திவிட்டு, "எதியோபியாவிற்குப் பிரயாணம்" என்று முதல் மந்திரியிடம் உத்தரவிட்டாள்.

"இன்றிரவே புறப்பட வேண்டும்; இல்லாவிட்டால் உன் தலை போய்விடும்" என்று மீண்டும் உத்தரவிட்டாள் பால்கிஸ்.

ஆனால், அவள் தனிமையாக இருக்கும்பொழுது விம்மி விம்மியழுதாள்.

"ஐயோ, நான் அவரைக் காதலிக்கிறேன்! அவர் என்னை ஒதுக்கிவிட்டாரே, அவரைக் காதலிக்கிறேன்!" என்று உள்ளத்திலிருந்த துயரம் வெளிப்பட்டது.

ஒருநாள் இரவு அந்த அற்புதமான நட்சத்திரத்தைப் பார்த்திருந்த பால்தஸார், தரையை நோக்கும்பொழுது தூரத்தில் பாலைவனத்தின் மத்தியில் எறும்புச் சாரைபோல் ஒன்று நெருங்குவதைக் கண்டான். அது நெருங்கநெருங்க, குதிரை, ஒட்டகம், யானை இவற்றின் கூட்டம் என்று அறிந்தான். கூட்டம் நகரத்தின் எல்லையை யடைந்தது. அது ஷெபா அரசியின் பரிவாரங்கள் என்பதையும் ஷெபா அரசி அத்துடன் வருவதையும் கண்டு மனத்தில் பெரும் கலக்கமடைந்தான். அச்சமயம் நட்சத்திரம் அதிக ஒளியுடன் உச்சியில் பிரகாசித்தது. கீழே பல்லக்கில் வரும் பால்கிஸ் அரசி, சர்வாபரண பூஷிதையாக நட்சத்திரத்தைப் போல் பிரகாசித்தாள்.

பால்தஸார் தன்னை அவள் பக்கமாக ஏதோ ஒரு பெரிய கொடிய சக்தி இழுப்பதாக உணர்ந்தான். இருந்தாலும், தன் முழு பலத்துடனும் தலையைத் திருப்பி, நட்சத்திரத்தைப் பார்த்தான். அச்சமயம் நட்சத்திரம் கூறுகிறது . . .

"மோட்சத்தின் அதிபதியின் கடாட்சத்தால் பூமியின் மக்களுக்குச் சாந்தியும் நட்பும் உண்டாகுக!

"மிர் என்ற வாசனைத் திரவியத்தை எடுத்துக்கொண்டு என்னைத் தொடர்ந்து வா! நான் இப்பொழுது உன்னை இவ்வுலகில் பிறக்கப்போகும் குழந்தையிடம் சேர்ப்பிக்கிறேன். அக்குழந்தை அரசர்க்கரசனாக விளங்கும். துன்பப்பட்டவருக்கு உற்ற துணையாக இருக்கும்!

"அவன் உன்னை அழைக்கிறான். உனது ஆத்மா, உன் முகத்தைப் போல் கறுப்பாக இருக்கலாம். ஆனால் உனது உள்ளம் குழந்தையின் உள்ளம் போல் களங்கமற்றது.

"அவன் உன்னிடம், 'வறுமையைக் கடைப்பிடி, அதுதான் உண்மையான செல்வம்' என்று கூறுவான். 'பந்தத்திலிருந்து விடுபடுவதில்தான் உண்மையான இன்பம் இருக்கிறது. எனக்கு அன்பு செய், நான்தான் அன்பு' என்றும் கூறுவான்."

இவ்வார்த்தைகளுக்குப் பின் தெய்வீகமான அமைதி ஒளிப் பிரவாகமாக அவன் முகத்தில் பிரதிபலித்தது.

பால்தஸார் இன்ப வெளியில் அதைக் கேட்டான். புதிய மனிதனாகிவிட்டான்.

அவன் பக்கத்தில் செம்போடிஸூம் மென்கராவும் காலில் விழுந்து அடிபணிந்தனர்.

பால்கிஸ் அரசி அவனைக் கவனித்தாள். அவன் இனி தன்னைத் திரும்பிக்கூடப் பார்க்கமாட்டான் என்றும், தெய்வீக

அன்பு நிறைந்த இடத்தில் தனக்கு இடமிருக்காது என்றும் உணர்ந்தாள். கோபத் தீ பறக்க, தேசத்திற்குத் திரும்பும்படி பரிவாரத்திற்கு உத்தரவிட்டாள்.

நட்சத்திரத்தின் குரல் நின்றதும் தோழர்கள் கோபுரத்தை விட்டு இறங்கினர். மிர் என்ற வாசனைத் திரவியம் தயாரித்துக் கொண்டு நட்சத்திரத்தின் பாதையில் சென்றனர்; பல நாடு களைக் கடந்தனர்; எப்பொழுதும் நட்சத்திரம் முன்னே சென்றது.

ஒரு நாள் இரண்டு சாலைகள் சந்திக்குமிடத்தில் இரண்டு அரசர்கள் பரிவாரங்களுடன் வருவதைக் கண்டனர்; அதில் ஒருவன் வாலிபன். அவன் பால்தஸாரை வரவேற்று, "எனது பெயர் காஸ்பர்; நான் ஒரு அரசன்; யூதேயா தேசத்தில் பெத்லெகமில் பிறக்கப்போகும் குழந்தைக்குத் தங்கத்தைப் பரிசாகக் கொண்டுவந்திருக்கிறேன்" என்றான்.

இரண்டாவது அரசன் கிழவன்; வெள்ளைத் தாடி அவனது மார்பை மறைத்தது.

"எனது பெயர் மெல்ஷியார். நான் ஒரு அரசன். உலகத்தின் சத்தியவஸ்துவான குழந்தைக்கு வாசனைத் தூபம் கொண்டு வந்திருக்கிறேன்" என்றான்.

"நானும் நீங்கள் செல்லும் வழியில்தான் செல்லுகிறேன்; நான் காமத்தை வென்றேன். நட்சத்திரம் வழிகாட்டுகிறது!" என்றான் பால்தஸார்.

"'நான்' பெருமையை வென்றேன்; அதனால் நான் அழைக்கப்பட்டேன்" என்றான் மெல்ஷியார்.

"'நான்' கொடுமையை வென்றேன்; அதனால்தான் நான் அழைக்கப்பட்டேன்" என்றான் காஸ்பர்.

மூவரும் ஒன்றாகச் சென்றனர். நட்சத்திரம், கிழக்குத் திக்கில், குழந்தையிருக்கும் இடம்வரை சென்று, அதற்கு மேல் நிலைத்து நின்றது. நட்சத்திரம் நிற்பதைக் கண்டு அவர்கள் ஆனந்தப்பட்டனர்.

வீட்டிற்குள் சென்றதும் மேரியையும் கண்டு, குழந்தை யையும் கண்டு, குழந்தையை வணங்கினர். விவிலிய நூலில் கூறுகிறபடி, தங்கள் பேழைகளைத் திறந்து தங்கத்தையும் வாசனைத் தூபத்தையும் வாசனைத் தைலத்தையும் கொடுத்தனர்.

○ ○

பிரான்ஸ்

ஷெஹர்ஜாதி - கதைசொல்லி

ஹென்றி டிரெக்னியர்

அன்று இரவு ஷெஹர்ஜாதி நன்றாகத் தூங்கவேயில்லை. பகல் முழுவதும் சுட்டுப்பொசுக்கும் வெய்யில். அதனால் மூச்சுவிடக்கூட முடியாதபடி அவ்வளவு இறுக்கமாக இருந்தது. சிலந்தி வலையையும் தோற்கடிக்கும் மஸ்லின் உடையைக்கூட அவளால் தாங்க முடியவில்லை. ஷெஹர்ஜாதி அவ்வளவையும் கழற்றி எறிந்தாள். கழுத்தணிகள், கைவளை, ஏன் – எல்லா ஆபரணங்களையும் கழற்றிப் பக்கத்திலிருந்த தாம்பாளத்தில் வைத்தாள்.

கதை சொல்லி முடிந்த ஆயிரத்து ஓராவது நாள் சுல்தான் பரிசளித்த முத்திரை மோதிரத்தை – அவளை எந்தக் கஷ்டங் களும் அணுகாமல் காக்கும் அந்த மந்திர மோதிரத்தை – அதையும் கழற்றிவைத்தாள். சிறிதாவது சுகத்தையளிக்கும் என்று நினைத்து, அவள் நந்தவனத்துப் பளிங்கு மண்டபத்தை யடைந்தாள். நிர்மலமான பளிங்கின் மீது செயற்கையூற்றின் தூவானம் பன்னீர் போல வீசிப் பரந்தது. மெல்லிய இறகு விசிறி கன்னத்தை வருடுவது போல் பளிங்கு மண்டபத்தைச் செயற்கை யூற்றின் பனித்துளிகள் தடவிக்கொடுத்தன. நாள் முழுவதையும் அங்கு கழித்தும் பயன் என்ன? சோர்வும் களைப்பும் தீர்ந்தபாடில்லை. தன்னுடைய உயிருக்குயிராகக் கருதி வளர்த்த மாடப்புறாக்களும் அவளுக்குக் குதூகலத்தை யளிக்கவில்லை. இவ்வளவு களைத்த ஷெஹர்ஜாதி அன்று சாயங்காலம் என்ன கதை சொல்லுவது என்று ஆலோசியாது இருந்ததில் ஆச்சரியம் ஒன்றுமில்லை.

பகலைப் போல் இரவும் அவ்வளவு புழுக்கமாக இருந்தது. ஷெஹர்ஜாதி அன்று உறங்கப்போனபொழுது குதூகலமாகவோ அல்லது நிம்மதியாகவோ மஞ்சத்திற்குச் செல்லவில்லை. கொஞ்ச காலமாக சுல்தான் அவளது தினசரிக் கதைகளைச் சிறிது அசட்டையாகவே கேட்டு வந்தான். கதை ஆரம்பித்த உடனேயே சுல்தானுடைய சுவாரஸ்யம் குறைந்து, துன்பம் கவிந்த சிந்தனையில் ஆழ்ந்தான். நெரித்த புருவமும், ஒவ்வோரிடத்தில் நரையோடிய தாடியில் தேங்கித்தேங்கி உலாவும் விரல்களும், சிற்சில சமயங்களில் இரத்தினமிழைத்த வாளையோ, இடையில் சொருகிய கட்டாரியையோ தன்னையறியாமல் தடவும் கைகளும் சுல்தானின் துன்பச் சாயைகளைத்தான் அவளுக்குத் தோற்றுவித்தன. கதையை எவ்வளவு அற்புதமாகப் பின்னினாலும், கதையின் யக்ஷிணியை என்ன நயமாகக் கொண்டுவந்தாலும் சுல்தானின் முகக்குறி மாறுவதேயில்லை. எப்பொழுதும் கதை முடிந்ததும் அவளைக் கதைக்காகப் புகழ்வான். அவளது களைப்பைப் போக்குவதற்காக மலைச் சிகரங்களிலிருந்து தருவித்த உறைபனியைத் தருவான். இவையும் நின்றுவிட்டன.

சுல்தான் வேறு விஷயங்களில் தனது கவனங்களைச் செலுத்திவிட்டான் என்பதற்கு இவ்வளவு போதாதா?

தன்னைப் போல் கதை சொல்லுகிறவர்கள் இந்தப் பூவுலகத்திலேயே கிடையாது என்று நினைத்திருந்தவளுக்கு, சுல்தானின் நடத்தை சிறிது மனத்தில் உறுத்தியது; அவளது தற்பெருமையின் ஜீவநாடியில் குத்தியது. ஸ்திரீகள் எல்லோரும் ஒருமுகமாக அவளைப் பெண்குலத்தின் வெற்றி என்று புகழவில்லையா? அவள்தான் சுல்தானின் குரூர மனவோட்டங்களைத் தடுத்தவள். தன் உயிருக்கே உலைவைத்த வலையிலிருந்து அவளுடைய தந்திரம் அவளைத் தப்புவித்தது. இதற்குமேல் பெண்ணின் பெருமைக்கு வேறு என்ன வேண்டும்? அவள் தன் பெருமைகளைப் பற்றி உணர்ந்தவள். அன்று சாயங்காலம் சுல்தான் ஷாரியார் நடந்துகொண்டவிதம் அவளது தற்பெருமையைச் சிறிது புண்படுத்தியது. அவன் பிரயோஜனமில்லை. ஷெஹர்ஜாதியின் கதை கேட்கும் பேறு பெற்றவர்கள் ஒரு வார்த்தையைக்கூட விடாது கேட்க வேண்டும். அவன் கதை கேட்கும்பொழுது சிடுசிடுவென்று முசுறுபோல் உட்கார்ந்திருக்கலாமா? சுல்தானின் ஞாபக மறதி அவள் மனத்தில் கோபத்தை எழுப்பியது. கற்பனைத் தேவியின் அருளைப் பெற்றவர்கள் எல்லாம் இந்த விஷயத்தில் லேசில் பொறுமையை இழந்துவிடுவார்கள். இவ்வளவிற்கும் மேலாக, அந்தந்தக் கதாபாத்திரங்களைப் பற்றி அடிக்கடி ஆவலுடன் 0கேள்விகள்

கேட்டுக்கொண்டிருக்கும் ஷாரியார், அன்று பேசாது வாயடைத்துக் கிடந்தான்.

சுல்தான் அன்று கதையைக் கேட்கப் பிரியமில்லாமல் தான் கேட்டுக்கொண்டு இருந்தான் என்பதில் சந்தேகம் இல்லை. கதை முடிந்தவுடன், ஷெஹர்ஜாதியைக் கவனிக்காது, ஹுக்காவின் புகைமண்டலத்தில் மறைந்தான். பளிங்குத் தடாகத்தில் பிரதிபலிக்கும் தனது சிரித்த முகத்தில் தோன்றி மறையும் புன்சிரிப்பை லயமின்றி நோக்கினான்.

முதல் மந்திரி கெராந்தர் மாளிகையின் முற்றத்திற்கு வருமட்டும் சுல்தான் மௌனமாகவே இருந்தான். ஷெஹர்ஜாதிக்கு கெராந்தர் என்றால் பிடிக்கவே பிடிக்காது. அவன்தான் அவளுடைய சிறுசிறு ஆசைகளுக்குப் பங்கமாக நின்றவன். சுல்தானிடம் அவனுக்கு மிகுந்த மதிப்பு உண்டு. அவன் வார்த்தைக்கு சுல்தான் எப்பொழுதும் காது கொடுப்பான். கெராந்தர், சில சமயங்களில், அரசாங்கக் காரணங்களுக்காக சுல்தானிடம் கோபித்துக்கொள்ளுவதும் உண்டு. சுல்தான் ஷாரியாரின் வீரப்போர்களின் வெற்றிகளின் கலசம் ஏராளமான ஆள் சேதம், பொருள் நஷ்டம் என்ற அஸ்திவாரத்தின் மீது நிமிர்ந்து நின்றது. ஆனால், அதனால் பொக்கிஷம் காலி; நாட்டின் ஜனத்தொகையிலோ ஏராளமான குறைவு. இவை இரண்டும் சுல்தானிடம் பிரஜைகளுக்கு வெறுப்பைத் தூண்டின. தனது ஆசையை நிறைவேற்றுவதற்காக இரத்தத்தையும் செல்வத்தையும் சிந்தி இறைப்பவன் என்று தூற்றப்பட்டான். கெராந்தருக்கு இவையெல்லாம் தெரியும். அவன் ஒற்றர் பலரை வைத்து, நாட்டிலும் நகரத்திலும் அரண்மனையிலும் என்ன நடக்கிறது என்பதை அறிந்துவந்தான். ஷெஹர்ஜாதியும் இவனுடைய ஒற்றர்களின் பார்வையிலிருந்து தப்பவில்லை. இதனால் சுல்தானின் பொறாமையையும் ஷெஹர்ஜாதியின் வெறுப்பையும் ஏற்றான் கெராந்தர். இதனால் ஷெஹர்ஜாதி சுல்தானுடைய இல்லறப் புனிதத்திற்குப் பங்கம் விளைவிக்க ஆசைப்பட்டாள் என்று நினைத்துவிடக் கூடாது. நிரந்தரமான சந்தேகத்தின் சாயையைத்தான் ஷெஹர்ஜாதி வெறுத்தாள். தன்னிஷ்டத்துடன், தன் பூரண மனத்துடன் சுல்தானுக்கு உண்மையாக இருக்க வேண்டும் என்று ஆசைப்பட்டாள். பலரும் தன்னை அழகிற்காக மரியாதை செலுத்த வேண்டும் என்று ஆசைப்பட்டாள். இவளைச் சூழ்ந்த இந்தச் சந்தேகத்தில் எந்தத் தைரியசாலியும் அவளை ஏறிட்டுப் பார்க்க அஞ்சுவான். அதிலும் கெராந்தர் முன்பு, நடக்காத காரியம். களங்கமற்றுத் தன் அழகிற்குப் பலர் மரியாதை செலுத்துவதை, அழகால் பலர் ஏறிட்டுப் பார்க்கவைப்பதை ஒரோர் சமயங்களில்

சுல்தானின் சிடுசிடுத்த முகம் கெடுத்துவிடும். அது, புகையுண்ட ஓவியம் போல் மனத்தின் குதூகலத்தை விரட்டியது.

கெராந்தர் சுல்தானுடன் இரகசியம் பேசப்பேச, அவனுடைய சிடுசிடுப்பு அதிகரித்தது. தனது இடையில் தொங்கும் வாளின் இரத்தினப் பிடியை அவன் அடிக்கடி இறுக்கினான். கெராந்தர் கூறும் வதந்திகள் பொய்யல்ல. எங்கு பார்த்தாலும் கொந்தளிப்பு. பலர் வரி வசூலிப்பவர்களை எதிர்த்தனர். உழவர்களும் வியாபாரிகளும் தங்கள் லாபங்களைப் பதுக்கினர். பலர் நகரத்தைவிட்டு வெளியேறினர். மாலை நேரம் முழுவதும் வெறும் கதை கேட்பதில் கழித்து, நாட்டைக் கவனிக்காத சுல்தானைப் பற்றிக் குறை கூறுதல் அதிகரித்தது. ஷெஹர்ஜாதி கெராந்தர் குறிப்பாகச் சொல்லுவதையெல்லாம் அறிந்து கொண்டாள். சுல்தானுக்கு எதிராகச் சதியாலோசனை நடக்கிறது. அரண்மனையைத் தாக்கி சுல்தானைக் கொல்லுவது என்று சிலர் இரகசியமாகச் சபதம் செய்திருக்கின்றனர். சதிக் கூட்டத்தின் தலைவர்கள் வெறியர்கள் என்பதில் சந்தேகம் இல்லை. கெராந்தரின் திறமையான ஒற்றர்கள் இருக்கும் சதிகளை எல்லாம் கண்டுபிடிக்காவிட்டால் பாக்தாத் நகரம் வசிக்க லாயக்கற்ற பேய்க்காடாகிவிடும். கெராந்தர் தன்னுடைய வேலையில் பெருமை பாராட்டிக்கொண்டான். அவனுடைய வேலைக்கும் செலவு பிடிக்கும். கெராந்தருக்குப் பணம் சேகரிக்க வசதி கொடுத்தால் பிறகு அவன் ஜவாப்தாரி.

இவ்வளவையும் கேட்டுக்கொண்டிருந்த ஷாரியார், தாடியைத் தடவிக்கொண்டே, ஷெஹர்ஜாதியை ஏறிட்டுப் பார்க்காது கெராந்தருடன் சென்றுவிட்டான். அவன் திரும்ப மாட்டான் என்று அறிந்த ஷெஹர்ஜாதி தனது பணிப்பெண்களை அனுப்பிவிட்டு, வாசனையூட்டிய மஞ்சத்தில் சாய்ந்து படுத்தாள். இரவில் சிறிது புழுக்கம் குறைந்தது. சாளரங்களின் வழியாக அப்பொழுதுதான் புஷ்பிக்கும் ரோஜாவின் வாசனை மெதுவாக வீசியது. அஸ்தமன சந்திரன் சாளரங்கள் வழியாக அவளுடைய சயன அறையில் வெள்ளிக் கோணங்கள் கட்டினான். ஓரோர் சமயம் அரண்மனை வாசலை உருவிய கத்தியுடன் காவல் காக்கும் சேவகர்களின் குரல் கேட்கும். கீழே செல்ல வேண்டும் என்று ஷெஹர்ஜாதிக்கு ஓர் எண்ணம் உதித்தது. இரவில் நந்தவனத்தில் உலாவி, தலையைச் சாய்த்து, வெறும் தலையற்ற முண்டங்களைப் போல் உறங்கும் புறாக்களைக் கவனிப்பதில் அவளுக்கு எப்பொழுதும் ஆசையுண்டு. காலில் பாதரட்சையையும் அணியாமல் எழுந்து நடந்தாள். தனது குழந்தைப் பருவத்தில், தன் தகப்பனார் வீட்டில் எப்பொழுதும் சளசளவென்று பேசிக் குதூகலம் விளைவித்துக்

கொண்டிருந்த மைனாவின் மீது நினைவு சென்றது. அந்த ஏழைச் சக்கிலியக் குடும்பத்தில் அது ஒரு இன்ப விளக்கு. தகப்பனார் தோலில் செருப்புத் தைக்கும்பொழுது அது பக்கத்திலிருந்து கீச்சிட்டுப் பாடிக்கொண்டிருக்கும். தகப்பனார் வேலை செய்துகொண்டிருந்த தோல் கிடங்கை அடிக்கடி ஷெஹர்ஜாதி நினைத்துக்கொள்ளுவாள். கிடைக்கும் பீற்றல் பாவாடையைக்கூட நயமாக உடுத்திக்கொண்டு, முலாம் பழத் துண்டைக் கடிக்கும் அந்தக் காலம் அவளுக்கு மனக் கண்ணின் முன்பு நின்றுகொண்டேயிருக்கும். அந்தத் தோல் கிடங்கில் பலர் வருவார்கள். பல சமாசாரங்கள் அடிபடும். தகப்பனார் அதிகமாகப் பேசமாட்டார். ஆனால் அவர் வார்த்தைகள் அவருடைய தோல் கத்தி போலக் கூர்மை யானவை. அவளுடைய தகப்பனாருடன் இருந்தே அவள் கதை கட்டுவதற்குக் கற்றுக்கொண்டாள். இப்ரஹீம் முதலிய சிலரிடமிருந்து காதல் என்றால் என்ன என்று கற்றுக்கொண் டாள். ஆனால், அவர்கள் இவளுடைய இதயத்தைத் தொடவே யில்லை. அவர்களுக்கு வாலிபமும் அழகும் கிடையாது. ஒரு வேளை அவளுடைய ஏழைக் குடும்பத்திற்கும் அவளுடைய குழந்தை ஆசைகளுக்கும் பணம் கொடுக்கக்கூடிய நிலையில் இருந்தார்கள். அக்காலத்தில் ஷெஹர்ஜாதி தனது இன்பங்களை எல்லாம் கற்பனை உலகத்திலேயே பெற்றாள். இப்படிக் காலமும் சென்றது. தூக்கம் வராது கஷ்டப்படும் சுல்தான் ஷாரியாருக்குக் கதை சொல்லி உயிரையிழக்கும் பெண்மணிகளின் வதந்தியைக் கேட்டாள். முயற்சியில் இருக்கும் அபாயத்தை அறிந்தாள்; ஆனால் அவளது இரகசிய ஆசை அவளைத் தள்ளிச் சென்றது. அவளுடைய முறை வந்தது. ஒரு முறையல்ல, இருமுறையல்ல; அவளது கதைகள் சுல்தானை மயக்கியது. சுல்தானின் கனத்த மோதிரமணிந்த விரல்கள் அவளைத் தடவின. அவனது கறுத்த தாடி அவளது முகத்தில் கிளுகிளுத்தது. தோல் கிடங்கில் சொன்ன மாதிரி அரசன் சமஸ்தானத்தில் பின்னிய கதைகள் அவளை ஷாரியாரின் காதலியாக்கியது. பாக்தாத் நகரம் முழுவதும் அவள் அதிர்ஷ்டத்தில் பொறாமை கொண்டது. அவளது வாழ்க்கையே பெரிய கதையாக அடிக்கடி சொல்லப் பட்டது.

இதையெல்லாம் நினைத்த ஷெஹர்ஜாதிக்கு இமைகள் சொக்கின. கீழ்வானத்தில் உஷையின் வெள்ளைச் சிரிப்பு சாளரத்தின் வழியாய் எட்டியது. தான் ஏழைச் சக்கிலியின் மகளானாலும், அரசாங்கக் காரியத்திற்காக உடனே எழுந்தி ருக்கும் சுல்தானைப் போல் அல்லாது இஷ்டப்படி உறங்கலாம் என்று அவள் உணர்ந்தாள்.

அன்று அவளுக்கு உறக்கம் கிடையாது. கண்ணை மூடியதும் என்றுமிராத சப்தங்கள் கேட்டன. அரண்மனை முழுவதும் காலடிச் சத்தம். எங்கு பார்த்தாலும் கூப்பாடு. என்ன, பூகம்பமா? அல்லது மாளிகை தீப்பற்றிவிட்டதா? கலகமா? தன் கற்பனைதான் இந்த விபரீதக் கோளாறுகளை ஏற்றுக் கூத்தாடுகிறதா? அட! பக்கத்தில் பாகையவிழ்ந்து ஒரு கையை உயரத் தூக்கியவண்ணம் நிற்கும் அந்த மனிதன் பொய்த் தோற்றமல்ல! அந்த வெளிறிய தோற்றம், கோணல் கண்கள், நீண்ட மூக்கு – அவன்தான் கெராந்தர்! கண்களில் என்ன மிரட்சி! வாய் அப்படியே திறந்தபடி இருக்கிறது. கையிலும் உடம்பிலும் இரத்தக்கறை! அவன் நடந்துவந்த திக்கிலெல்லாம் இரத்தத் துளிகள்.

சுல்தானை யாரோ கொன்றுவிட்டார்கள். அவனது காவலாட்கள் வெளியே கழுத்து நெரிக்கப்பட்டுக் கிடந்தனர். காலையில் இதைக் கண்டான் கெராந்தர். அதைக் கண்டுவிட்டு காரியம் மிஞ்சிவிட்டது என்று இவளிடம் அறிவிக்க ஓடிவந்திருக்கிறான். ஷெஹர்ஜாதியின் அழகையும் மேதையையும் பாக்தாத் நன்கறியும்; அவளைப் பாக்தாத் மக்கள் அதிகமாக நேசித்தார்கள். அவளைப் பிரதிநிதி என்று முரசறைவித்தால் தன் கையில் மந்திரிப் பதவி இருக்குமட்டும் கவலை இல்லை என்று கூறினான். அவள் அதற்கு மறுத்தால், நாடு மோஸூல் காரனிடம் சென்றுவிடும். சிறைவாசமோ மரணமோ சம்பவிப்பதில் சந்தேகமில்லை. தனது அற்புதமான சரித்திரத்தின் சிகரமாக ஏன் ராஜ்யாதிகாரம் இருக்கக் கூடாது? இனி தன் இஷ்டம் போல் இருக்கலாம். மனம் சோர்ந்த சமயத்தில் இன்னொருவரின் கட்டாயத்திற்காகக் கதை சொல்ல வேண்டாம். எனவே, அதை ஏற்றுக்கொண்டாள். ஷாரியாரின் மரணச்சடங்கு நடந்த பிறகு அவளுக்கு ராஜ்யாதிகாரமும் சிம்மாசனமும் வந்தன. வந்த கொஞ்ச காலத்திற்கெல்லாம் கெராந்தர் தூக்குமேடையில் தொங்கினான். காரணம் அவனே ஷாரியாரைக் கொன்றான் என்ற சந்தேகம். பாக்தாத் நீதிபதிகள் சாட்சிகள் இல்லாவிட்டாலும் ஏகமனதாகத் தீர்ப்புக் கூறினார்கள். ஆமாம் வேறு என்ன செய்வது? சுல்தானின் கொலையாளி யாரோ ஒருவன்தான். அன்று இரவு வந்து ரத்தக்கறை படிந்த கைகளுடன் முன் நின்றதை ஷெஹர்ஜாதி மறக்க முடியவில்லை, மன்னிக்கவும் முடியவில்லை.

ஷெஹர்ஜாதியின் அரசாட்சியில் முதல் பாதி தொந்தரவு இல்லாது கழிந்தது; பாக்தாத் மக்கள் பழைய துன்பங்களை அநுபவித்துத்தான் வந்தார்கள்; ஆனால் அவர்கள் ஷாரியாரை வெறுத்தார்கள், ஷெஹர்ஜாதியைப் பிரியப்பட்டார்கள்.

பொது மக்கள் நிலைமை எப்பொழுதுமே அப்படித்தான். அவர்களுடைய சுகம் எல்லாம் வெறும் கற்பனை. அவளுடைய அரசாட்சி ஓர் பெரும் பேறு என்று அவர்கள் கூறினார்கள். இவ்வாறு அவர்கள் சொல்லும்பொழுது அவளுக்கு ஆச்சரிய மாக இருந்தது. அவர்கள் சொன்ன அந்த இன்பங்கள் தனக்குத் தென்படவில்லையே என்று எண்ணினாள். தன் பங்கு என்ன? இவர்களுடையதைவிட சொத்தைப் பங்கா? அதிகாரம் தன் கையில் வந்துவிட்டதினால் பொக்கிஷத்தில் இருக்கும் ஆபரணங் களை எல்லாம் அவள் அணிந்துகொள்ள முடிந்தது; வெளிவரும் சமயங்களில் எல்லாம் மக்கள் அவளைச் சந்தோஷ ஆரவாரத் துடன் வரவேற்றார்கள். நந்தவனத்தைப் புதுப்பித்தாள். அதில் இருந்த பளிங்கு மண்டபங்களையும் கொடிகள் படர்ந்த நிழல் மேடைகளையும் இடம் மாற்றி யமைத்தாள். என்ன செய்தும் சுல்தானின் காலத்தில் அநுபவித்ததைவிட இன்பம் ஒரு துளி யாவது அதிகரித்ததாக அவளுக்குப் படவில்லை. அவள் கூரிய அறிவு படைத்தவள். ஆகையால் கதை சொல்லும் வேலைதான் முன்பு உற்சாகத்தையளித்துவந்தது என்று உணர்ந்தாள். இப்பொழுது என்ன செய்வது? தனது பரிஜனங்களைக் கூட்டிக் கதை சொல்ல ஆரம்பித்தால் மனமறிந்த பொய்களைப் பிதற்று வார்கள். இம்மாதிரியான போலிப் புகழுரைகளை ஷெஹர் ஜாதி வெறுத்தாள்; பின்னிய கதைகளை எல்லாம் எழுதலாம்; ஆனால் குரலின் பேதம், முகநொடிப்பின் நயம் எல்லாவற்றையும் இழந்து, வெறும் மொட்டையாக, அவளது அபூர்வப் புன்சிரிப் பின் தேசுபடாது இருக்கும். அதனால் தனது பெயருக்குக்கூடப் பங்கம் வந்துவிடும் என்று பயந்தாள். பகலும் மணிச்சங்கிலிகளாக நீண்டது; ஆனால் இராத்திரியின் வரவு அவளை அஞ்சுவித்தது. பொழுதைப் போக்குவதற்கு மௌனமான – ஆனால், இன்பகர மான விளையாட்டுகள் இருக்கின்றன. இந்திரிய போகங்களை அநுபவிக்கச் சக்கிலியப் பெண்ணுக்கிருக்கும் உரிமைதான் ராஜ பிரதிநிதிக்கும் உண்டு என்று உணர்ந்தாள்.

யாரை எல்லோரும் மதித்து, மரியாதை செய்து, புகழ்ந்து, அஞ்சுகிறார்களோ அவர் காதலை ஒரு இடத்திலாவது எதிர் பார்க்க முடியாது.

பழைய நந்தவனத்தில் இடம் மாறாது இருந்த பழைய பளிங்கு மண்டபத்திலிருந்து அவள் இவ்வாறு எண்ணமிடலா னாள். நீரோடைகளின் சலசலப்பு அவளுக்கு நிம்மதியளித்தது. அவற்றின் இனிய குரல்கள் ஏதோ அற்புதமான இன்பக் கதையைக் கூறுவது போல் எண்ணினாள். ஆனால் நீரோடை யின் சலசலப்பு மனித உள்ளத்தின் குரலாகுமா? உடனே ஒரு எண்ணம் தோன்றியது. கதைப் பரீட்சைகள் ஏற்படுத்தி,

அவளை இன்பப்படுத்தாதவர்களின் காதை அறுத்துத் தண்டித் தால் என்ன? ... அதை நகரத்தில் முரசறைவிக்க வேண்டும்.

இவளுடைய கதையைச் சொல்லிச்சொல்லிப் பழக்கப் பட்ட பலர் நகரம் முழுவதும் இருந்தனர். அதைச் சொல்லுவதே இலக்கியப் பயிற்சியாயிற்று. அதில் எத்தனை கட்சிகள்! ஒவ்வொருவரும் வந்து காதைப் பறிகொடுத்ததுதான் மிச்சம். மார்தூக் கதை சொல்லுவதில் யாரையும் மயக்கிவிட முடியும் என்பதில் தற்பெருமை கொண்டவன். ஆனால் அவனுக்கும் மன்மத ரூபத்திற்கும் வெகுதூரம். அரண்மனைக்குள் பெரு மிதமாக வந்தான். போகும்போது ... ஆமாம், போகும்போது ... பாகை கலைந்து, காதைக் கையில் ஏந்திக்கொண்டு மறைந்தான்.

ஆனால், ஆசை யாரை விட்டது? மார்தூக்கின் விதி மற்றவர்களை வந்து காதுகளை இழக்கத்தான் தூண்டியது. ஷெஹர்ஜாதிக்கு அசட்டுக் கதைகளைக் கேட்டுக்கேட்டுக் காது புளித்துவிட்டது. அரண்மனை உப்பரிகையில் நின்று வானத்தைத் தழுவும் திசை மூலையை நோக்கினாள். யாத்திரை செய்ய வேண்டும் என்ற வேட்கையிருந்தது; வானத்தில் ஒய்யாரமாக வட்டமிடும் கறுப்புப் புள்ளிகள் போன்ற பருந்து களைப் போல் உயரப் பறந்து நின்று உலகத்தைப் பார்க்க வேண்டும் என்ற ஆசை மிகுந்தது.

அன்று ஒரு புதிய ஒட்டகைக் கூட்டத்துடன் எங்கிருந்தோ ஒரு அரசகுமாரன் கதை சொல்ல வந்திருக்கிறானாம். என்ன தைரியம்! அவன் அசட்டுத் தைரியத்திற்குக் காதுகளைக் குருத்துடன் வெட்டியனுப்ப வேண்டும்.

அன்றிரவு சிறிது உஷ்ணமாகவே இருந்தது. ஷாரியார் கொலை செய்யப்பட்ட அன்று போல் வானக் கம்பளத்தில் இருட்டுத் தேவன் நட்சத்திரங்களை வாரி இறைத்து ஜிகினா வேலை செய்தான். ஷெஹர்ஜாதி வாசனை பரிமளிக்கும் மஞ்சத்தில் சயனித்து அவன் வரவை எதிர்பார்த்திருந்தாள். தேகமாத்யந்தமும் கொதித்தது. பளிங்குத் தடாகத்தில் பிறந்த கோலத்தில் முங்கிக் குளித்து நீந்த வேண்டும் என்று தேகம் கட்டுக்கடங்காது தவித்தது. முதலில் அந்தக் கதை சொல்லியைக் கேட்டுவிட்டு ... அவனும் வந்தான்.

அவன் கம்பீரமாக உயர்ந்து வளர்ந்த ஆண் சிங்கம். முகத்தையும் தேகத்தையும் அடையாளம் தெரியாதபடி மூடியிருந் தாலும் அழகை மறைக்க முடியவில்லை. அவள் முன் வந்து அவன் நமஸ்கரிக்கவில்லை. ஷெஹர்ஜாதிக்குத் திடீரென்று அவன்மீது ஒரு பிரேமை ஏற்பட்டது. உடனே மஞ்சமும் நிலவும் என்றுமில்லாதபடி ரம்மியமாகத் தேகத்தில் ஓர் விவரிக்க

முடியாத உணர்ச்சியைப் பாய்ச்சின; எங்கோ ஓர் அன்றில் பேடு குரலெழுப்பியது; ஷெஹர்ஜாதி மௌனமாகத் தலை குனிந்தாள். அவள் இதயம் படபடத்தது.

வந்தவன், முகத்திரையைக் களைந்துவிட்டு, இமைகொட்டாமல் அவளை நோக்கினான்.

அவன் அழகன். பஞ்ச பூதத்தின் அழகு அவனைப் போல் தான் இருக்க வேண்டும். அவன் பேசவில்லை. ஆனால் ஷெஹர்ஜாதி அன்றுதான், அந்த மௌனத்தில், மரணத்தின், வாழ்க்கையின் அற்புதமான கதையைக் கேட்டாள்; அதுதான் காதல்.

O O

பிரான்ஸ்

பைத்தியக்காரி

மொப்பஸான்

"ஆமாம், நீ சொல்லுவது முன்பு பிரான்சிற்கும் ருஷியாவிற்கும் சண்டை நடந்ததே, அப்பொழுது நடந்த பயங்கரமான சம்பவத்தை என் நினைவிற்குக் கொண்டு வருகிறது" என்று கூறத் தொடங்கினார் மூஸே டி' என்டோலின்.

பாபர்க் டி'கார்மீலில் இருக்கிற எனது வீடுதான் உங்களுக்குத் தெரியுமே! ருஷ்யர்கள் படையெடுத்து வந்தபொழுது எனது பக்கத்து வீட்டில் ஒரு பைத்தியக்காரி வசித்து வந்தாள். அவளுக்குப் பைத்தியம் ஏற்பட்டதே ஒரு பெருங்கதை. இந்த உலகத்திலே துன்பத்தில் யாருக்குத்தான் பங்கு கிடையாது! அந்த ஸ்திரீக்குத் துன்பம் தனது ஏகபோக அன்பைச் சொரிந்தது. அவளது இருபத்தைந்தாவது வயதில் தகப்பனாரை இழந்தாள். அவர் இறந்த ஒரு மாதத்திற்குள் அவள் புருஷனும், அப்பொழுது தான் பிறந்த குழந்தையும் அவரைத் தொடர்ந்து சென்றார்கள். இப்படி ஒன்றின் பின் ஒன்றாக வந்த துன்பத்தின் கடாக்ஷத்தால் அவள் படுத்த படுக்கையாகி, பல நாட்கள் ஜன்னி கண்டு பிதற்றினாள். இதன் பிறகு கொஞ்சநாள் சோர்வும் அமைதியும் அவளைக் கவ்வின. அசையாது அலுங்காது, படுத்த படுக்கையாக, வெறுமெனக் கண்களை மிரளமிரள விழித்துக்கொண்டு கிடந்தாள். உடம்பு குணமாகிவிட்டது என்று நினைத்து அவளைப் படுக்கையைவிட்டு எழுந்திருக்கும்படி செய்ய முயற்சித்தார்கள். ஆனால், அவளைத் தூக்க முயன்றவுடன், அவள் கூச்சலிட்டு, கொல்லப்படுபவள் போல் ஓலமிடத் தொடங்கியதால், குளிப்பாட்டி உடைகளை மாற்றுவதற்கு மட்டுமே அவளைப் படுக்கையிலிருந்து எடுக்கவும், மற்றப்படி படுத்த படுக்கையாகவே கிடக்கவும் அனுமதித்தார்கள்.

வயது முதிர்ந்த வேலைக்காரி ஒருத்தி அவள் பக்கத்தில் இருந்து அவளுக்கு வேண்டிய உதவியைச் செய்துகொண்டிருந்தாள்.

அந்தப் பிரமை மண்டிய உள்ளத்தில் என்ன ஏற்பட்டுக் கொண்டிருந்தது என்று ஒருவருக்கும் ஒன்றும் தெரியாது. அவள் மறுபடி பேசியதே கிடையாது. என்ன நடந்தது என்று திட்டமாக அறியாமல் வெறும் துன்பக் கனவு கண்டுகொண்டிருக்கிறாளா? அல்லது அவளது கலங்கிய மூளை சலனமற்று விட்டதா? இப்படிப் பதினைந்து வருஷங்கள் கழிந்தன. இத்தனை காலமும் அவள் உயிர்ப் பிணமாகக் கிடந்தாள்.

சண்டை ஆரம்பித்தது. டிஸம்பரில் ஜெர்மானியர் கார் மீலுக்குள் வந்தனர். எல்லாம் நேற்று நடந்த மாதிரி இருக்கிறது. அப்பொழுது நல்ல மாரிக்காலம். ஜலம் கல்லைப் போல் உறைந்து பாறைகளைக்கூட உடைத்துத் தகர்த்துவிடும் போல் இருந்தது.

எனக்கோ, அங்கு இங்கு அசைய முடியாதபடி கீல் வாதம். நாற்காலியில் சாய்ந்தபடியே அவர்கள் தட்தட் என்று கால் வைத்துப் போகும் சப்தத்தைக் கேட்டுக்கொண்டிருந்தேன்.

ராணுவப் படை இடைவிடாமல் சென்றுகொண்டேயிருந்தது; தட்தட் என்ற சப்தம் காதில் இடித்துக்கொண்டேயிருந்தது. ராணுவ அதிகாரிகள் தங்கள் படைகளைப் பிரித்து, உணவு கொடுக்கும்படி, வீட்டுக்குப் பத்து இருபது பேராக எங்கள் ஊர்க்காரர்மீது சுமத்திவிட்டனர். எனது பக்கத்து வீட்டிற்குப் பன்னிரண்டு பேர் சுமத்தப்பட்டனர். அதில் ஒருவன் ராணுவ அதிகாரி – மேஜர் – வெறும் தடியன், முரடன்.

கொஞ்ச நாட்களுக்கெல்லாம் அமைதியாக நடந்து வந்தது. பக்கத்து வீட்டுக்காரி நோயாளி என்று அதிகாரிக்கு அறிவிக்கப் பட்டது. முதலில் அவன் அவளைக் கவனிக்கவில்லை. கொஞ்ச நாட்களில் அவர்கள் பார்க்க முடியாத ஸ்திரீ என்பது அவனது மனத்தை உறுத்தியது. அவளுக்கு என்ன வியாதி என்று கேட்டான். தீராத் துயரத்தால் பதினைந்து வருஷங்களாகப் படுத்த படுக்கையாக இருக்கிறாள் என்று கூறினார்கள்; அவன் நம்பவில்லை. அந்தப் பைத்தியம் தன் மனத்தில் இதைப் பெருமை என்று நினைத்துக்கொண்டு, 'படுக்கையைவிட்டு எழுந்திருக்கமாட்டேன்' என்கிறது என்று எண்ணிக் கொண்டான். இப்படி நோயாளி என்ற வேஷமிட்டு, பிரஷ்யர் முன்பு வராமல், ஏமாற்ற முயலுகிறாள், அடைந்து கிடக்கிறாள் என்று எண்ணிவிட்டான்.

அவன் அவளைப் பார்க்க வேண்டும் என்று கட்டாயப் படுத்தி, அவள் அறைக்குள் சென்றான்.

"எழுந்து கீழே வா! நாங்கள் எல்லோரும் உன்னைப் பார்க்க வேண்டும்" என்று முரட்டுத்தனமாகக் கூறினான்.

அவள் பதில் சொல்லாமல் மிரளமிரள விழித்தாள்.

"அதிகப்பிரசங்கித்தனத்தை நான் பொறுத்துக்கொண்டிருக்கமாட்டேன். மரியாதையாக நீ எழுந்து நடந்து கீழே வராவிட்டால் உன்னை நடக்கச் செய்ய எனக்குத் தெரியும்!" என்றான் அந்த முரட்டு மேஜர்.

அவள் அவனைக் கேட்டதாகத் தெரியவில்லை. சலனமற்றுக் கிடந்தாள். அவள் பேசாமல் இருப்பதே தன்னை அவமரியாதை செய்வது என்று நினைத்துக்கொண்டு, "நாளைக்கு நீ கீழே இறங்கி வராவிட்டால்..." என்று தலையை அசைத்து உருட்டி விழித்துவிட்டு, அவ்விடத்தை விட்டு வந்துவிட்டான்.

மறுநாள் கிழட்டு வேலைக்காரி பயந்துபோய் அவளுக்கு உடைகளை அணிவிக்க முயன்றாள். அதற்குப் பைத்தியம் கூச்சலிட்டுக்கொண்டு தன் முழு பலத்தோடும் முரண்டியது.

அந்த முரடன் சப்தத்தைக் கேட்டு மேலே ஓடினான். வேலைக்காரி, அவனை இடைமறித்து, காலில் விழுந்து, "அவள் வரமாட்டேன் என்கிறாள், எஜமான். மன்னிக்க வேண்டும். துயரத்தில் மூளை கலங்கியவள்" என்றாள்.

படைவீரன் கோபத்தால் துடித்தாலும் சிறிது தயங்கினான். அவளைப் பிடித்து இழுத்துவரும்படி உத்தரவிடவில்லை.

பிறகு, உடனே கலகலவென்று சிரித்துவிட்டு ஜெர்மன் பாஷையில் உத்தரவிட்டான். சிறிது நேரங்கழித்து, சில சிப்பாய்கள் ஒரு படுக்கையைத் தூக்கிக்கொண்டு வெளியே வந்தார்கள். அந்தக் கலைக்காத படுக்கையில் பித்துக்குளி, மௌனமாக, என்ன நடக்கிறது என்பதைப் பற்றிச் சிறிதும் கவனிக்காது படுத்துக் கிடந்தது. படுக்கையைவிட்டு எழுப்பாதவரை அதற்கு என்ன கவலை? அவள் பின்பு ஒரு சிப்பாய் பெண்கள் உடையை எடுத்துக்கொண்டு நடந்தான்.

அந்த முரட்டு மேஜர், "நீயாக உடுத்திக்கொண்டு நடந்து வருகிறாயா, இல்லையா? அதைத்தான் பார்க்கிறேன்!" என்று கைகளைத் தேய்த்துக்கொண்டான்.

இந்தக் கூட்டம் இமாவில் காட்டுப்பக்கம் சென்றது. இரண்டு மணி நேரங் கழித்து, சிப்பாய்கள் மட்டும் தனியாகத் திரும்பினார்கள். பைத்தியக்காரி என்னவானாள் என்பது தெரியவில்லை. அவளை என்ன செய்தார்கள்? எங்கு கொண்டு சென்றார்கள்? ஒருவருக்கும் ஒன்றும் தெரியாது.

புதுமைப்பித்தன் மொழிபெயர்ப்புகள் 111

பனி அதிகமாகப் பெய்தது. எங்கு பார்த்தாலும் உறைபனி. காடுகள் பனித்திரைகள் மாதிரி நின்றன. ஓநாய்கள் வீட்டுக் கதவண்டைவரை வந்து ஊளையிடத் தொடங்கின.

அந்தப் பைத்தியத்தின் கதி என் சிந்தனையைவிட்டு அகலவில்லை. பிரஷ்ய அதிகாரிகளிடம் இதற்காக மனுச்செய்து கொண்டேன். அதற்கே என்னைச் சுட்டுவிட முயற்சித்தார்கள். வசந்த காலம் வந்தது. வீட்டுக்குத் தலைவரியாகச் சுமத்தப்பட்ட படை சென்றுவிட்டது. ஆனால், எனது பக்கத்து வீடு அடைத்த படியே கிடந்தது. வீட்டைச் சுற்றிய தோட்டத்தில் புல்லும் பூண்டும் கண்டபடி வளரத் தொடங்கின. கிழட்டு வேலைக்காரி மாரிக் காலத்திலேயே இறந்துவிட்டதால் அந்தச் சமாசாரத்தைப் பற்றி ஒருவரும் கவலை கொள்ளவில்லை. நான் ஒருவன்தான் அவளைப் பற்றியே நினைத்துக்கொண்டிருந்தேன். அவளை என்ன செய்தார்கள்? அவள் காட்டுவழியாகத் தப்பித்துக் கொண்டாளா? யாராவது அவளைக் கண்டு ஆஸ்பத்திரிக்கு எடுத்துச் சென்றார்களா? அவள்தான் பேசாமடந்தையாச்சே! சந்தேகம் தீர்ந்தபாடில்லை. காலந்தான் சிறிதுசிறிதாகக் கவலையைக் குறைத்தது.

அடுத்த இலையுதிர் காலம் வந்துவிட்டது. காட்டுக் கோழி ஏராளம். கீல்வாதத்தைக்கூடப் பொருட்படுத்தாமல் காட்டிற்குச் சென்று ஐந்தாறு பட்சிகளைச் சுட்டு வீழ்த்தினேன். அதில் ஒன்று ஒரு குழிக்குள் விழுந்துவிட்டது. அதை எடுக்கப் பள்ளத் தில் இறங்கினேன். அது ஒரு மண்டையோட்டின் பக்கத்தில் கிடந்தது. உடனே அந்தப் பித்துக்குளியின் ஞாபகம் என் மனத்தில் எதை வைத்தோ அடித்தது போல் எழுந்தது. அந்த நாசமாய்ப்போன வருஷத்தில் எத்தனை பேரோ இறந்திருக் கலாம். ஆனால் அந்தப்பித்துக்குளியின் மண்டையோடுதான் இது என்று நான் திட்டமாகக் கூறுவேன்.

உடனே எல்லாம் ஸ்பஷ்டமாக விளங்கிவிட்டது. அந்தக் குளிரில் யாருமற்ற காட்டில் படுக்கையை வைத்துவிட்டு வந்துவிட்டார்கள். பித்துக்குளி, மனப்பிராந்தியைப் பிடித்துக் கொண்டு, குளிரில் விறைத்துவிட்டது. பனி அவளை மூடியது.

ஓநாய்கள் அவளைத் தின்றன. பட்சிகள் மெத்தைப் பஞ்சை எடுத்துக் கூடு கட்டின. அந்த மண்டையோட்டிற்கு மட்டும் ஒரு புழுவும் குடியிருக்க வரவில்லை. அவள் அஸ்தியை நான் சேகரித்து, ‘நமது சந்ததி இனியாவது யுத்தத்தை அறியாமல் இருக்க வேண்டும்’ என்று அதன் மீது பிரார்த்தித்தேன்.

○○

112 உலகத்துச் சிறுகதைகள்

பிரான்ஸ்

ஒருவனும் ஒருத்தியும்

லூயி கய்ல்லூ

மச்சுப் படிக்கட்டு முற்றத்தில் இறங்கியது. அங்கே, அதாவது கடைசிப் படிக்கட்டில் உட்கார்ந்துகொண்டு, அன்று காலை முழுவதும் அவள் அழுதுகொண்டிருந்தாள். அவள் ரொம்பவும் நெட்டை, ஒற்றைநாடி; முப்பத்தி ஐந்து அல்லது நாற்பது வயது இருக்கும். நீண்டு தொங்கும் குதிரை மூஞ்சி. அவள் தேகமே கோளாறு பிடித்த உடம்பாகத் தென்பட்டது. அவள் வாய்விட்டுத் தேம்பித்தேம்பி அழுதாள்; மனத்துக்குள் ளாகவே முனகினாள், சுற்றிலுமுள்ளவர்களை வைகிற மாதிரி. அண்டை வீட்டுக்காரர்கள் பல தடவை அவள் பக்கம் போய்ப் புத்தி சொல்லிப்பார்த்தார்கள். "வீட்டுக்குள்ளே போ; இப்படி அமக்களம் பண்ணாதே; இல்லாட்டா – இப்படி அழுதுகொண்டி ருந்தால் உனக்குத் தலைவலி வரும்; அதனாலே என்ன ஆகப் போகிறது?" இந்த வார்த்தைகள் எல்லாம் அவள் காதில் பட்டதாகத் தெரியவில்லை. 'இந்தக் கிழட்டுப் பிணங்களுக்கு வேறு வேலை இல்லை? என் இஷ்டப்படி செய்வேன்; இவர்களுக் கென்ன; எல்லாத்தையும் ஒரேயடியாகத் தொலைச்சு முழுகினாத் தேவலை' என்று நினைத்தாள்.

சில சமயங்களில் தலையைக் கிராதியில் சாய்த்துக் கொண்டாள், தூக்கம் பிடிக்காத பிரயாணி தூங்க முயலுவது மாதிரி. சில சமயம் முகத்தைக் கை வைத்து மூடிக்கொண்டு மனங்குமுறி அழுதாள்; ஓடைத் தண்ணீர் மாதிரி விரல் வழியாகக் கண்ணீர் பீறிட்டுக்கொண்டு வந்தது. சில சமயம் வாய்விட்டு ஏங்கினாள். சமயா சமயங்களில் மௌனப் பேய் பிடித்த மாதிரி வெறிச்சோடிய கண்களுடன் உட்கார்ந்திருந்தாள். பிறகு கன்னத்தை உள்ளங்கையில் ஏந்தி முழங்கையை முழங்

காலின் மேல் ஊன்றி, பிடித்து வைத்த சிலை மாதிரி வெகு நேரம் உட்கார்ந்திருந்தாள். அவர் ஆபீசிலிருந்து வரும்போது அவரைத் திக்பிரமையடிக்க வைக்க இந்த மாதிரி உட்கார்ந்திருக்க வேண்டும் என்று ஆசைப்பட்டாள். அவள் தன் மனத்திற்குள் நினைத்து நினைத்துப் பார்த்துக்கொண்ட வஞ்சத்தின் ஒரு அம்சமே இது. சண்டை இந்த மாதிரி திரும்பிய நிமிஷத்திலேயே இந்த நினைப்பு அவளுக்கு உதித்தது. எப்படியானாலும், ஞாபக சக்தியைக் கொஞ்சம் அவள் உபயோகித்தால் போதும். மாடிப் படிக்கட்டில் வந்து உட்கார்ந்துகொள்வதும் இதுதான் முதல் தடவை என்பதல்ல. இது அவனுக்கு வெறியூட்டியது; அதுதான் அவள் விரும்பியதும். எப்படி இருந்தாலும் வேறு மாதிரியாக நடந்துகொள்ள அவளுக்கு வழியில்லை. ஆமாம். விட்டுவிட்டு ஓடிப்போய்விடுவதாகப் பயமுறுத்துவார்; நன்றாகப் பிய்த்து வாங்கிவிடுவதாகப் பயமுறுத்தவும் கூடும். கோபாவேசத்தில் வெளிவரும் பயமுறுத்தல்களின் படியெல்லாம் செய்ய மாட்டார் என்பது நிச்சயமாகத் தெரியும். அவர் என்ன செய்தாலும் விட்டுவிட்டு ஓடிப் போகமாட்டார்; அடிக்கவே மாட்டார்; நித்தியம், நித்தியம் இவர்கள் இப்படித்தான்; இதே வழியில்தான் போய்க்கொண்டிருப்பார்கள். ஒருவேளை அதுதான் அவளை இப்படித் தறிகெட்டுக் கொதிக்கும்படி செய்திருக்கலாம்.

மாடிப்படி வழியாகப் போகிறவர்கள், வருகிறவர்கள் அவள் அருகாமையில் நெருங்குகிறபோது ஆச்சரியத்துடனோ அனுதாபத்துடனோ தோளைக் குலுக்கிக்கொண்டு சென்றார்கள். அவள் அவர்களைப் பார்த்ததாகக்கூடக் காட்டிக்கொள்ள வில்லை; வழிவிட்டு விலகுவதுபோலப் பாவனைகூடச் செய்ய வில்லை. யாராவது அவள் பக்கம் விரைவாக மடமடவென்று சென்றால், போகும்போது கைகளை மிதித்துவிட்டால் – அப்படியேதான், பிடித்துவைத்த சிலை மாதிரிதான் உட்கார்ந் திருப்பாள். ஒருவேளை, அவர்கள் அப்படி மிதிக்கக்கூடாதா என்றுகூட அவள் விரும்பியிருக்கக்கூடும். மீண்டும் யாரோ ஒருவர் "எத்தினி நேரமாச்சு, மத்தியானமாச்சே; உள்ளே போகப்படாதா?" என்றார். அவள் பதில் சொல்லவில்லை. ஏன் பதில் சொல்ல வேண்டும்? பதில் சொல்லிக்கொண்டிருக் கவா அவள் அங்கே வந்து உட்கார்ந்துகொண்டிருக்கிறாள். தன் நிலை பற்றி வருத்தப்பட்டுக்கொண்டிருக்க அங்கே உட் கார்ந்துகொண்டிருக்கிறாளா? அப்படி அல்ல. அவர்களுடைய இரக்கத்தில் அவளுக்குப் பொருளே இல்லை. அவள் அங்கே உட்கார்ந்த காரணம் எல்லாரும் பார்க்க வேண்டும் என்பது தான்; அவளை எந்த நிலைக்குக் கொண்டுவந்து விட்டார் என்று அவர்கள் தெரிந்துகொள்ள; அவளை எவ்வளவு படுத்துகிறார் என்று எல்லோரும் பார்க்க; எல்லோரும் பார்த்து

விட்டார்கள், அவர்களுக்கும் தெரியும் என்பதை அவர் தெரிந்து கொள்ள. அதுதான் அவள் விரும்பியதெல்லாம்; அதாவது அந்த நிமிஷத்தில் விரும்பியதெல்லாம்; அதுதான் அவளுடைய யோசனையில் முதல் அம்சம். அவர்கள் என்ன வார்த்தை சொன்னாலும், அனுதாபப்பட்டோ இரக்கப்பட்டோ எந்த வார்த்தை சொன்னாலும் அவள் தேம்பித்தேம்பி அழுதாள்; அந்தத் தலையைச் சாய்க்க இன்னும் ஒரு நல்ல இடம் பார்த்தாள்; தலைக்கு என்ன சீவல் வேண்டிக் கிடக்கிறது?

சண்டை அதிகாலையில் ஆரம்பமாயிற்று. காலை எட்டு மணி முதலே அவள் அந்தப் படிக்கட்டில் உட்கார்ந்து கொண்டிருக்கிறாள். அந்த இடத்தைவிட்டுப் போக வேண்டும் என்று தூண்ட அவளுக்கு வேறு நினைப்பே எழவில்லை. மணியும் பகல் பன்னிரண்டு அடித்தது. இன்னும் சில நிமிஷங்களில் அவர் வீட்டுக்குத் திரும்பலாச்சு. என்ன சொல்லுவார்; முந்தி மாதிரி, ஒருவேளை ஏறெடுத்துக்கூடப் பார்க்காமலே மாடிக்குச் செல்வார். ஆனால் வீட்டுக்குள்ளே போய்த் தனியாக எவ்வளவு நேரந்தான் உட்கார்ந்து கொண்டிருப்பார். போன தடவை பதினைந்து நிமிஷம் கூட அவருக்கு அங்கே இருப்புக்கொள்ள வில்லை. அவளைத் தேடிக்கொண்டு வந்தார். இன்றைக்கும் அதே மாதிரிதான் நடக்கப்போகிறது.

அவர் கொதித்துக்கொண்டு, கதவைப் படால் என்று சாத்திக்கொண்டு, 'இந்த மாதிரிப் பைத்தியக்காரத்தனத்தை இனிமேல் சகிக்க முடியாது. இதுதான் கடைசித் தடவை, கடோசித் தடவை' என்று கருவிக்கொண்டு போனார். ஆனால் ஆபீசில் கோபம் ஆறியிருக்கும்; நினைத்துப் பார்க்கப் புத்தி தெளிந்திருக்கும்.

முற்றத்துக் கதவு திறந்தது; அவருடைய காலடிச் சத்தம் அவளுக்குத் தெரிந்தது. சதை கொஞ்சங்கூட ஆடவில்லை, பிடித்துவைத்த சிலை மாதிரி. அவள் உணர்வு முழுவதும் எத்தனையோ முறை கேட்டுப் பழகிய அந்தக் காலடிச் சத்தத்தில் கவிந்து நிலைபெற்றது; தோற்றத்தில் புற உலக விஷயங்களுக்குச் செவிடாகி, உணர்வற்றிருப்பது போலத் தென்பட்டாள். சத்தம் நெருங்கியது; சீக்கிரத்தில் அவர் கண்ணில் படுவார். இருந்தாலும் சலனமற்று இருந்தாள்; தலை சிறிது கிராதிக் கம்பியில் சாய்ந்த படி, கண்களை அரை வாட்டத்திற்கு மூடிக் காத்திருந்தாள்.

ஏறக்குறைய அவள்மீது விழுந்துவிட்டார்; திடுக்கிட்டு நடுங்கிப் பின்புறமாகப் பாய்ந்தார்; பார்வைக்கு அப்பால் மறைந்தார். எவ்வளவு தெளிவாகத்தான் அவருக்குத் தெரிந்திருந்தாலும், அவருக்கு எதிர்பார்க்கத் தெரியாது. இந்த முறையும் எதிர்பாராத சமயத்தில் அவரைச் சிக்கவைத்தாள்.

புதுமைப்பித்தன் மொழிபெயர்ப்புகள் 115

அதிர்ச்சியில் மேல்மூச்சு வாங்கியது, சிறிது நிதானப்பட்டது; க்ஷணம் சிறிது கண்களை மூடினார். அவர் கொஞ்சம் கனத்த சரீரி; நல்ல 'கருக்காக' மீசையும் உண்டு. வயது ஏறக்குறைய ஐம்பது. உடை ஏதோ ஒரு வற்றல் குமாஸ்தா ரகத்தில். தலையில் பௌலர் தொப்பி அணிந்திருந்தார்.

"இங்கே என்ன பண்றே?" என்று முணுமுணுத்தார்; குரல் வரட்சிக் கோபத்தைக் காட்டவில்லை. அவள் பதில் சொல்ல வில்லை.

அவருக்கு அச்சம் பிடித்தாட்டியது; இதயத்து ரத்தத்தை வரள வைத்தது. குடையைப் பிடித்திருந்த கை நடுங்கியது. எல்லை கடந்த தலைக் குனிவு; அவமானம். தன்மீது ஏற்பட்ட ஒரு துச்சமான நினைவு அவன்மீது படர்ந்து கவிந்தது. அவன் உணர்வில் தயை இடம் பெறவில்லை. அசையாமல் நடையருகில் நின்றான். வெளிப்பக்கமிருந்து வெளிச்சம் விழுந்ததினால் முகத்தின் பாவனை அவளுக்குத் தெரியவில்லை. குடை தூக்கிய கருத்த கனத்த உருவமாகவே அவளுக்குத் தென்பட்டது.

அவன் மறுபடியும் மெதுவாகக் கேட்டான்: "என்ன அங்கே பண்றே?"

அவன் சொல்லுவது ஏதோ ஒரு குழந்தையிடம் பேசுவது போல இருந்தது.

அவள் ஏறெடுத்துப் பார்த்தாள்; பார்வை பதியவில்லை; பார்வை அவனையும் அவனைத் தாண்டியும் ஊடுருவிப் பாய்ந்தது. அந்த லயிக்காத கண்களின் ஈட்டிக் குத்து அவன் கண்களை மறுபடியும் திருப்பிக்கொண்டு கைகளை உதறிக் கொள்ளச் செய்தது.

அவனது கைக்குடை ஓட்டை உடசல் இரும்பு மாதிரி லொடபட சத்தத்துடன் கீழே விழுந்துருண்டது.

"இங்கே எத்தினி நேரமாத்தான் உட்கார்ந்திருக்கே?" 'வெகு நேரமாகத்தான் உட்கார்ந்திருக்க வேண்டும். புழுக்கச்சி முண்டெ' என்று மனசில் எண்ணிக்கொண்டான். தோளைக் குலுக்கிக் கொண்டான்.

அப்படியா . . . ஓய்ச்சல் ஒழிவு கிடையாதா . . . காலம்பர பூராவும் . . . அவனும் அன்னிக்குக் காத்தாலே போட்டுண்ட சண்டெயப்பத்தி நெனச்சுத்தான் பார்த்தான் . . . தன்மேலும் கொஞ்சம் பழிதான் என்று வருத்தப்பட்டுக்கொண்டான் . . . ஆனால் அது தீந்து போயிருக்கும்னு அவன் . . .

"நீ அங்கேயேதான் உக்காந்திருக்கப் போரியா?"

இதுக்கும் பதில் இல்லை.

குரல், கோபம் அவனை ஆட்படுத்துகிறது என்பதைக் காட்டியது; ஜாக்கிரதையாகத் தன்னைக் கட்டுப்படுத்திக் கொண்டான். ஏனென்றால் அந்த ஆவேசம் வந்து சென்று விட்டால் அப்புறம் அடித்துப்போட்ட மாதிரி அசதி.

“சரி வா . . . மேலே போவோம் . . . என்ன அசட்டுத்தனம்” என்று முணுமுணுத்தான்.

‘அசடு’ என்ற அந்த வார்த்தை மறுபடியும் கண்ணீட்டி கொண்டு குத்துப்படும்படி செய்வித்தது. அவளிடமிருந்து நிசாரமான ஏக்கம் பிறந்தது. ‘என்ன பிழைப்பு?’ ‘என்னத்திற்கு இந்தப் பிழைப்பு?’ இந்தச் சிக்கலை அடியோடு தீர்த்துக்கட்டிவிட உறுதிகொண்டவள் போல அவனை ஊடுருவிப் பார்த்தாள். ‘இந்த அடம் ஆகாது’ என்பது போலத் தலையை அசைத்தாள்.

“சரி, சரி உனக்கென்னதான் வந்திருக்கு?”

இப்படிப் பேசவேண்டும் என்று அவன் நினைக்கவில்லை; ஆனால் நடந்தது நடந்தாச்சு; இனிமேல் உள்ளது; இதுவோ எதுவோ.

அவன் மச்சுப்படி ஏற ஆரம்பித்தான்; உடனே சடக்கென்று திரும்பினான்.

அவள் திடுக்கிட்டாள்.

“குழந்தெ?”

அவன் குனிந்துகொண்டு கேட்டான். அவன் சுவாசம் அவள் தலையில் அலையாடியது, குழந்தே?

அதெப்பத்தி அவ கவலையே படலே. குழந்தையை மறந்து விட்டு இருப்பதும் அவள் போட்ட ‘பிளானில்’ ஒரு அம்சம். ஆனா அது மனசை இவ்வளவு படுத்தும் என்று அவள் நினைக்கவில்லை.

“அவளெ என்ன செஞ்சே?”

அடிக்கப்போகிறார் என்று நினைத்தாள். ஆசைப்பட்டிருந் தாலும் அவளால் பதில் சொல்ல முடிந்திருக்காது. அந்தக் குழந்தை . . . அது மனசை இவ்வளவு வேதனை பண்ணும்னு அவ நெனக்கலெ.

“வாயைத் திறந்து பதில் சொல்லப் போறியா இல்லியா?”

கோபம் கை மீறியது. உறுதியோடு மறுபடியும் இறங்கி வந்து அவள் முன் நின்றுகொண்டான். அவள் தலையைக் கீழே போட்டுக்கொண்டாள்.

“நீயோ, ஒம் மூஞ்சியோ!”

கையிலிருந்த குடையைச் சுவரில் சாத்தினான். தொங்கப் போட்டு மறைத்து வைத்துக்கொண்டிருந்த அவளுடைய முகத்தைத் தடவிக்கொடுக்கக் குருட்டுத்தனமாகக் கைகளை நீட்டினான்.

"ஏண்டி என்னை இப்படிச் சித்ரவதை செய்து கொல்லறே; இதெ எப்பத்தான் விட்டுத்தொலைக்கப் போறே... அட கர்மமே" என்று மெதுவாக நயந்தான்.

அவனுக்கு மன உளைச்சல் சொல்ல முடியாதிருந்தது. அன்றொரு நாள் அவள் வீட்டைவிட்டு ஓடிப்போன விவகாரம் அவன் ஞாபகத்துக்கு வந்தது. அவளைத் தேடாத இடம் எல்லாம் தேடி அலைந்த அலைச்சல்... ஆற்றிலோ கிணற்றிலோ விழுந்து தொலைத்திருப்பாளோ என்று நினைத்துக்கொண்டு ...

"வாயைத் தொறந்து பேசேண்டியம்மா ..."

அவளுடைய நாடியைத் தாங்கினான். அவள் உதறித் தள்ளாமல் பேசாமலிருந்தாள். அவளுடைய முக வாய்க்கட்டையைத் தாங்கி முகத்தை நிமிர்த்தினான். அவனுக்கு மனசு இளகி வெள்ளப் பிரவாகமாக எடுத்தது.

"ஏன் இப்பிடி இருக்கே?" என்று கேட்டான். அவள் சற்று நிமிர்ந்தாள். உதடுகள் அழுகை முட்டப் படபடவென்று துடித்தன. அவள் சற்றுக் குனிந்தாள்.

'எனக்குத் தெரியாது' என்று அவள் சொன்னதாகவா அவன் காதுக்குக் கேட்டது?

"என்ன சொன்னே?"

"ஒண்ணுமில்லே."

திடீரென்று தன்மைகள் யாவும் மாறின.

"ஒன்றுமில்லையா ...? நிஜமா? பின்னையேன்? பின் ஏன் இப்படி அழும்பு பண்றே. இன்னிக்குக் காத்தாலே இருந்து என்ன செஞ்சுண்டிருக்கே தெரியுமா? குழந்தையை என்ன பண்ணினே?"

கோபாக்கிறாந்தனாக அவன் உறுமிக்கொண்டு அவளுடைய தோளைப் பிடித்துக் குலுக்கினான். எதிர்பாராத சமயத்தில் இந்தக் கோபப் பேய் அவனையே இப்படி ஒரு உலுப்பு உலுப்பிவிடும்.

இந்த கர்ஜனைகள், வருத்தங்கள், இறக்கத்திலிருந்து நயத் தன்மை, அதிலிருந்து மிருகத் தன்மை யாவும் அவர்களுடைய சண்டைகளின் பரிவாரங்கள்; அவை அடித்துப்போட்ட மாதிரி, சோர்ந்து கிடக்கப் பண்ணிவிடும்.

அவளுக்கு வலிக்கப் பண்ணிவிட்டான்; அவள் எழுந்து தூர விலகிப்போய்நின்று, "அட மிருகமே" என்றாள்.

மாடியில் எங்கோ ஒரு தட்டிலிருந்து குழந்தை தங்களிடம் இருப்பதாக ஒரு குரல் கொடுத்தது.

"குழந்தை எங்களோடு இருக்கிறது. நீங்க கவலைப்பட வேண்டாம்; எங்களோடே சாப்பிடும்" என்றது அந்தக் குரல்.

மனநிம்மதி பிறந்தும் அவனுக்கு உடனே பதில் சொல்ல முடியவில்லை. அண்டை வீட்டுக்காரர்கள் எல்லாம் கூடிநின்று கேட்கிறார்கள், பார்க்கிறார்கள் என்பதைத் தெரிந்துகொள்ள . . .

"கேட்டியா?" என்று கத்தினான்.

"எனக்குச் செவியடச்சுப் போகல்லே."

அவள் சாத்தியிருந்த குடையைச் சூத்திரப் பாவை இயங்குவது போலக் கையில் எடுத்துக்கொண்டாள்.

"சனியன்கள் எல்லாம் ஒரே முழுக்காத் தொலைஞ்சாத் தேவலை; சகிக்க முடியலே."

அவள் திரும்பினாள். முகத்தில் அழுகைக் குறி தெரிந்தது. ஆனால் இமையில் பொட்டு ஜலம் இல்லை.

"சகிக்கலே, என்ன சகிக்கலே?" என்றாள் அவள். அவளுடைய மண்டை வெடித்துவிடும் போலிருந்தது. அவனும் மௌன விரதம் பூண்டவன் போலப் பேசாதிருந்தான்.

"சொல்றதைச் சொல்லுங்களேன். அப்புறம்?"

"எனக்கு இந்தச் சண்டை போடரது சகிக்கலே."

"அவ்வளவுதானா?"

"ஆமாம்."

"அப்படியானா சண்டைக்கெல்லாம் நான்தான் காரணமாக்கும்!" என்றாள் அவள்.

"இல்லை; அந்தக் கறிக்கடைக்காரப் பயல்."

அவனுடைய பதில் அவனுக்கே கோமாளித்தனமாக இருந்தது. வாய்விட்டுச் சிரிக்க வேண்டும் போலிருந்தது. ஆனால் அந்த விருப்பம் உடனே அகன்றது. ஏனென்றால் அவள், "என் கஷ்டம் உங்களுக்கு எங்கே தெரியப் போறது?" என்றாள்.

அவள்தான் அப்படியே இல்லையே; அதுதானே அவளுக்குப் பிரமாதமாகத் தெரிந்தது. இருந்தாலும் . . .

"அதற்குக் காரணமில்லியே?"

அவள் ஏங்கினாள், "தெரியும், தெரியும்" என்று முணு முணுத்தாள்.

அவர்களிடை மௌனம் திரையிட்டது. அமைதி நீடித்தது. நீடித்தது . . . அவர்கள் மேல்மாடியில் நின்று கேட்டுக்கொண்டிருக்கிறார்கள் என்பதை அவள் மறந்துவிட்டாள். தனக்கு ரொம்பப் பசிக்கிறது. அடுப்பில் பூனை படுத்துக் கிடக்கிறது என்பதையும் அவள் மறந்துவிட்டாள். அப்படி இருந்தும் சண்டை என்ற மோஹலாகிரி அவளை மடியைப் பிடித்து இழுத்துவிட்டது. அவளும் வலைக்குள் சிக்கினாள்; விழுகிறோம் என்று தெரிந்துகொண்டே சிக்கினாள். தன் கஷ்டத்தையும் தன் பாசத்தையும் எடுத்துப் பேச ஆரம்பித்தாள். அவன் மனத்தில் நிச்சயம் ஏற்படுத்த ஆசைப்பட்டாள்.

"இதெல்லாம் எவ்வளவு அசட்டுத்தனம்; இத்தினி நேரம் வீணாச்சுன்னு உனக்குத் தெரியலியா. இந்த வைபவம் இல்லாமலேயே வாழ்வு சிக்கிக் கிடக்கலையா? ஏன் ஏன்? கொஞ்சம் சொல்லேன்?"

அவள் தோளில் கையைப் போட்டுத் தன் புறமாக இழுத்தான்.

"எல்லாம் ஓஞ்சுதா?"

அவள் தன்னுடைய கன்னத்தை அவன் கன்னத்தின் மீது வைத்துக்கொண்டு கண்ணீர்விட்டாள்.

"இந்தா பாரு – பாரு அதெல்லாம் ஓஞ்சுதே."

அமைதியாக, பாசங்கலந்து இருந்தது அவர்கள் நிலை. இந்த வார்த்தைகளை அவனிடமிருந்து வெல்லுவதுதான் அவளது ஏக நோக்கம் போலிருந்தது. எல்லாம் அடியோடு மறந்தாச்சு.

"ஹென்றி . . ."

அவன் அவளுடைய கன்னத்தைத் தடவிக் கொடுத்தான்.

"வா போவோம்; இங்கேயே குடியிருக்கிறதா?"

அவள் அவனைப் பின்தொடர்ந்தாள்.

"கொழந்தையைக் கூட்டிண்டு வந்துட்டா?"

"அவள் அங்கேயே இருக்கறதுதான் நல்லது" என்றாள் அவள்.

உள்ளே எல்லாம் ஒரே அலங்கோலமாகக் கிடந்தது. விரித்த படுக்கை சுருட்டாமல் கிடந்தது. ஜன்னல் கதவும் சாத்திக் கிடந்தது. கும்மிருட்டின் நாற்றம் குமைந்தது.

தொப்பியைக் கழற்றி எங்கு வைப்பது என்று சிறிது தடமாடி, நாற்காலிமீது குடைக்குப் பக்கத்தில் வைத்தான்.

அந்த அறையின் நடுமத்தியில் வந்து கைகளைப் புடலங்காய் மாதிரி தொங்கப்போட்டுக்கொண்டு நிற்பதைக் கண்டு, "அப்புறம்?" என்றான்.

அவள் அழப்போகும் குழந்தை மாதிரி உதட்டைப் பிதுக்கினாள். நெற்றிப் புருவத்தைத் தடவிக்கொண்டாள். இன்னும் ஒரு ஆவர்த்தமா...?

"உனக்குத் தலை வலிக்கிறதோ?"

"உச்சி வெடிக்கிறாப்பிலே."

கேட்டு அவன் அதிசயப்பட்டுவிடவில்லை. இப்படி ஏன் இவள் அழும்பு பண்ணி இதையெல்லாம் இழுத்துவிட்டுக் கொள்ள வேண்டும்?

"சரி; அதெல்லாம் மறந்தாச்சா?"

"மறந்தாச்சே" என்று மனநிறைவுடன் சொன்னாள்.

"ஏன் இப்படிப் பண்ணினே? ஏன்?" என்று பரிவோடு கேட்டான்.

"நீங்கள் ஏன் இப்படிப் பண்ணினியள்?"

'நானா?"

"நாம் ரெண்டு பேரு இருக்கமே? குத்தமெல்லாம் ஒரு பக்கமா..." என்றாள் அவள்.

"இதுதான் ரெண்டு பேர் குத்தமுமில்லியே."

"அதனாலெதான்?" என்றாள் அவள்.

"என்ன? இப்படியிருக்கா?"

"ஒருவேளை அப்படித்தான் வச்சுக்கோங்களே."

"எப்படியானாலும் மனசிலே குரோதமில்லியே?"

"ஆமாம் இல்லியே" என்று ஆவலுடன் பதிலளித்தாள் அவள்.

"காலம்பர எப்படி ஆரம்பிச்சுதுன்னு ஒனக்கு ஞாபக மிருக்கோ, எனக்கில்லை. என்னமோ வார்த்தை; அதுக்கென்ன இப்போ; எனக்கு இப்ப மறந்தே போச்சு; அது முக்கியமில்லே; இன்னும் நமக்கு எத்தினி கஷ்டம்..."

அவனுடைய தர்க்கத் தூணியிலுள்ள அஸ்திரங்களில் அது ஒன்று.

"அதைத்தான் மறந்துடுங்களேன்" என்றாள் அவள்.

புதுமைப்பித்தன் மொழிபெயர்ப்புகள்

அவர்கள் இருவரும் அணைத்திருந்த கைகளை விலக்கினர். நாற்காலியில் உட்கார்ந்துகொண்டான். பதில் சொல்ல ஆரம்பித்தான். கோபம் உள்ளிருந்து குமுற ஆரம்பித்தது.

"நல்லாருக்கு நல்லாருக்கு, இண்ணக்கி காலம்பர பேப்பர்லே பாக்கலியோ?"

"இந்தக் கூத்திலே பேப்பர்தான் மனசிலே இருக்குமாக்கும்."

என்ன கேள்வி!

"சரி என்ன? அதுதான், அதைத்தான் சொன்னேன்?"

"தெரியுமே..."

அவள் கர்ஜிக்க ஆரம்பித்தாள்:

"சரி, சரி தெரிந்துகொண்டா; இதெல்லாம் தெரிஞ்சுண்டா ஏன் இப்படி மாடிப்படியிலே உட்கார்ந்துண்டு அழுது வழிஞ்சு இன்னும் என்ன அழும்பு பண்ணினியோ? எல்லாப் பயகளும் நம்ம மண்டையைப் போட்டுண்டு உருட்டரப்போ?"

"சும்மாதான் இருங்களேன்."

அவனுக்கே வாயடைத்துப்போச்சு. அதையெல்லாம் பற்றி யோசித்து அவளை ஏறிட்டுப் பார்க்கும்பொழுது அவளை வெட்டிப்போடலாமா என்று வந்தது. பெண்டாட்டியா? கொல்ல வந்த எமனாட்டமா? அப்பா...

"இன்னிக்கி ஆகாரம் கீகாரம் எதுவும் உண்டா?" என்று பையிலிருந்து கடிகாரத்தை உருவினான்.

தலையை அசைத்துக்கொண்டு "மணி ஜாமத்துக்கு மேலாச்சு."

"கொஞ்சம் முட்டையைப் பண்ணி வைக்கிறேன். அது போருமா?"

"ஏதோ போடு."

அவள் சமையலறைக்குள் மறைந்தாள். அவன் படுக்கையில் உடம்பைக் கிடத்திக்கொண்டு காத்திருந்தான். இத்தினிக்கும்... இவளை இப்படிப் பண்ணிவைக்கக் காலையிலே என்னத்தெச் சொல்லி வைச்சோம்... நினைத்து நினைத்துப் பார்த்தான்; பிடிபடவில்லை.

அவள் சமையலறையில் முட்டைகளை அடித்துக் கடையும் சப்தம் கேட்கிறது.

"மார்ஸெலா!"

"என்ன?" அவள் வேலையைச் சிறிது நிறுத்தினாள்.

"இன்னிக்கிக் காலம்பர நான் ஒங்கிட்ட என்ன வார்த்தையைச் சொன்னேன் . . ."

அவள் சிறிது நேரம் மௌனமாக இருந்துவிட்டுப் பிறகு . . .

"ஒண்ணுமில்லெ."

"என்னமோ சொன்னனே . . . கொஞ்சம் சொல்லேண்டியம்மா?"

"அதனாலெ என்ன ஆகப்போகிறது?"

"தெரிஞ்சாத் தேவலை" என்றான் ஒரு நிமிஷம் கழித்து.

"பிரமாதமாக ஒன்றுமில்லெ."

அவன் அப்புறமும் காத்திருந்தான். அவள் ஏன் சொல்ல விரும்பவில்லை?

அவனுக்கு ஆச்சரியமாக இருந்தது. தவிரவும் அவனுக்கும் ஞாபகத்துக்கு வரமாட்டேன் என்கிறது.

"மார்ஸெலா, உனக்கும் ஞாபகமில்லியோடியம்மா?"

"நன்னா ஞாபகமிருக்கு."

"அப்பொச் சொல்லேன்."

"ஏனோ; மறுபடியும் பழையபடி தொசம் கட்டவா? ரொம்ப அசட்டுத்தனமாப் போச்சு."

அவள் சொல்லவே மாட்டாள் என்பதை அவன் புரிந்து கொண்டான்.

"சரி உன் இஷ்டம். இருந்தாலும்" என்று முணுமுணுத்தான்.

"ஆமாம்." இப்படி ஒய்வதுதான் சரி.

○○

இத்தாலி

துன்பத்திற்கு மாற்று

ஸீனர் லூயிஜி பிரான்டல்லோ

நமது வாழ்க்கையை, முக்கியமாக அதில் காணும் துன்பங்களை, வானவெளியிலே தேஜோமயமாகச் சுழன்று செல்லும் நட்சத்திர மண்டலங்களுடன் ஒப்பிட்டுப் பாரும். அப்பொழுது அது துச்சமாகத் தென்படும்.

– ஆமாம், இந்தச் சித்தாந்தம் எல்லாம் சரிதான்; நான் ஒப்புக்கொள்ளுகிறேன்; உமக்கு மிகவும் பிரியமான ஒருவர் இறந்து, இந்தப் பூமியிலேயே மண்ணோடு மண்ணாகக் கலந்து போகிறார் என்று வைத்துக்கொள்ளும் – அப்பொழுது நீர் என்ன செய்வீர்?

கொஞ்சம் சிரமமான காரியம்தான். மேலும் அந்தப் பிரிவினால் ஏற்படும் துன்பத்தை மறக்க முயற்சிக்கையில்தான் இதன் சிரமம் பல மடங்கு பெரிதாக வளர்ந்து தோன்றும். ஏப்ரல் மாதத்தின் மனோகரமான அஸ்தமன சூரிய ஒளியில் மலர்ந்து தலை தூக்கும் வெள்ளைப் பூக்கள் உமது கண்களில் படுகின்றன; உமது மனத்தில் புதிய உணர்ச்சி பெருகுகிறது. ஆனால் அதே சமயத்திலே உமது மனத்தின் மூலையில் இறந்தவன் இனி இந்த அழகுகளை அநுபவிக்க முடியாதே என்ற எண்ணம் பிறக்கிறது.

சரி, இந்த மாதிரிச் சமயத்தில் உமக்கு ஒரு மகன் இறந்து விட்டால் பிரிவுத் துன்பம் எப்படி மறக்கும்? அதற்குத்தான் நான் ஒன்று சொல்லுகிறேன். இத்துன்பத்திற்கு மாற்று இருக்கிறது என்று எதிர்பார்க்க வேண்டாம். இந்த எண்ணத்தினால் திருப்தியடையவும். இன்பத்திலும் துன்பத்திலும் என்ன

இருக்கிறது? அவற்றை நாம் செவ்வாய் மண்டலத்துடனும், விருச்சிக நட்சத்திரத்துடனும் ஒப்பிடும் பொழுது, ஒன்றுமில்லை தான். அந்த எண்ணத்திலே திருப்தியடைந்துவிடவும்.

இந்தப் பழக்கம் லேசில் வந்துவிடாது. ஆனால், இது எளிதில் அடையக்கூடிய நிலை என்று நான் எப்பொழுதாவது சொன்னேனா? வானசாஸ்திரம் படித்து அறிந்துகொள்ளு வதற்கே கஷ்டம்; அதிலும் அதைக் கொண்டு வந்து, நமது நடைமுறைச் சம்பவங்களுக்குள் புகுத்துவது என்றால் லேசான காரியமா?

மேலும் உமது போக்கே விபரீதமானது. முன்னுக்குப் பின் சம்பந்தமில்லாதது. இந்த உலகத்துக்கு, ஆமாம், இந்தப் பூமி என்ற கிரக கோளத்திற்கு ஒரு மதிப்பிருக்கிறது; மனித உணர்ச்சியுடன் ஒத்துப்பார்க்கும்பொழுது இந்தக் கிரகம் மற்ற வைகளைவிடச் சின்ன விஷயமாகத் தெரியாது என்று நீர் சொல்லுகிறீர். அது உப்பில்லாப் பேச்சு. பட்டுப்பூச்சிப் புழு தன்னைச் சுற்றிக் கட்டிக்கொண்ட கூண்டிலிருந்து சித்தாந்தம் செய்வது போல நீரும் உமது பெரிய துன்பத்திலே சிரத்தையை லயிக்கவிட்டு, உம்மைச் சுற்றிலும் நடைபெறும் அகில சக்திகளின் கதியைக்கூடக் கவனிக்கத் திறமையற்று இருக்கிறீர்.

நீர் என்ன பதில் சொல்லப்போகிறீர் என்று எனக்குத் தெரியும். உணர்ச்சி கண்ணை மறைக்கும்பொழுது கற்பனை வேறு எதில் லயிக்க முடியும் என்று பதிலளிக்கிறீர்; ஆனால், நான் உம்மை அப்படி ஒன்றும் செய்யச் சொல்லவில்லையே! இருந்தாலும், உமது மனந்தான் நீர் செய்ய முடியாது என்று சொல்லுகிறது போல் செய்கிறது. 'அப்படி இருந்திருக்கக் கூடாதா? இப்படி இல்லாமல் இருந்திருக்கலாகாதா?' என்றெல் லாம் ஏங்குவதும் உமது மனந்தான்.

ஆனால் இந்த ஆசைகளால் ஏதாவது பிரயோஜனம் உண்டா? உமது வாழ்க்கை இப்பொழுது இருப்பது போல இல்லாமலிருந்தால் உமக்குத் தற்பொழுது தோன்றும் உணர்ச்சி கள்—நம்பிக்கைகள்—ஆசைகள்—யாவும் ஏன் எழப்போகின்றன! இதனால் விளைவதென்ன தெரியுமா? நீர் நம்பிக்கை வைத்து, எதிர்பார்த்து ஏங்கும் நிலைகள் இருக்கின்றனவே அவற்றைப் பெற்றவர்களைக் கண்டால் உமக்குப் பிடிக்காது. காரணம் என்ன தெரியுமா? நீர் ஆசைப்படும் நிலையில் இருப்பவர்கள் அதை அநுபவிக்கத் திறமையற்று அலைகிறார்கள் என்று நினைக்கின்றீர். நீர் அந்த நிலையில் இருந்தால் . . . ? எவ்வளவு தூரம் அவர்கள் திருப்தியடையத் திறமையற்று இருக்கிறார்கள் என்று அவர்கள் மீது உமக்குக் கோபம் வருகிறது. இந்த உணர்ச்சி அசட்டுத்தனமானது; இதற்குத்தான் பொறாமை என்று பெயர்.

நீர் உமது நிலையிலிருந்து மாற வேண்டும் என்று ஆசைப்படா விட்டால் இது எழாது.

எழாது என்பது திட்டந்தான். ஒரு உதாரணம் சொல்லு கிறேன் - அது என் அனுபவம்.

○

இந்த உண்மையை ஒரு நாள் இரவு கண்டுபிடித்தேன். எப்பொழுது தெரியுமா? எனது தாயார் உயிர்ப்பிணமாக, வாழ்க்கையின் எல்லைக்கோட்டில் அங்குமிங்குமாக இழுப்புண் டிருக்கும்பொழுது. அவளுக்காக, அவள் சாவதற்காகப் பல மாதங்கள் வரை இரவு முழுவதும் கண் இமைக்காது அவள் பக்கத்தில் விழித்திருந்தேன். படுத்த படுக்கையாகப் பல மாதங் கள்வரை கிடந்தாள்.

என் மனைவிக்கு அவள் மாமியார். குழந்தைகளுக்கு என்னைப் பெற்ற யாரோ ஒருத்தி. இதை எதற்காகச் சொல்லு கிறேன் தெரியுமா? நானும் என் மரணப்படுக்கையில் கிடக்கும் பொழுது அவர்களுள் ஒருவர் எனக்காகக் கண் விழித்திருப் பார்கள் என்று நம்புகிறேன். அர்த்தமாகிறதா? அன்று இரவு இறப்பவள் என் தாயார்; அதனால் காத்திருக்கும் வேலை அவர்களுடையதல்ல, என்னுடையது.

"இருந்தாலும் அவர்களுடைய பாட்டியார்தானே!" என்று நீர் சொல்லுகிறீர். ஆமாம்! அவர்களுடைய பாட்டியார்தான்; 'அருமைப் பாட்டி.' மேலும், பகல் முழுதும் உடல் சோர உழைத்துவிட்டு, இரவின் குளிரில் இந்த மாதிரித் தனியாக நிற்கவைப்பதைவிட்டுச் சிறிது இரக்கம் காண்பித்திருக்கலாம்.

உண்மை என்னவென்றால் பாட்டியாரின் காலம் - அதாவது 'அருமைப் பாட்டி'யின் காலம் - வெகு நாட்களுக்கு முன்பே கழிந்துவிட்டது. உடைந்த பொம்மைமீது குழந்தை களுக்குப் பிரியமிருக்குமா? ஆபரேஷன் நடந்த அன்றைய தினத்திலிருந்து குழந்தைகளுக்கு அவள்மீது பிடிப்பு விட்டு விட்டது. படுத்த படுக்கையாய்விட்ட உயிர்ப்பிணமான பாட்டி யினால் அவர்களுக்கு என்ன பெருமை! மேலும் பாட்டிக்குக் காதே கேட்காது. வயதோ எண்பத்தைந்து; சுற்றிலும் என்ன நடக்கிறது என்று உணரச் சக்தியில்லாத வெறும் சதைக் கோளம். அதைப் பொறுமையுடன் தாங்குவதற்கு அன்பு இல்லாவிட்டால் முடியுமா?

ஆனால் தூக்கத்தின் முன்பு எந்த அன்புதான் நிற்கும்? வாழ்க்கையில் சில அவசியங்கள் உண்டு. எவ்வளவுதான்

பாசம் இருந்தாலும் மனவுறுதிக்கு எதிராகவாவது அவற்றைச் சாந்தி செய்துதான் ஆக வேண்டும்.

பகல் முழுவதும் நல்ல வேலை செய்துவிட்டு இரண்டு மூன்று நாள் இரவில் தூங்காது இருந்து பாருங்கள். பகல் முழுவதும் ஒரு வேலையும் செய்யாது திரிந்துவிட்டு, இராத்திரி யில் நிர்விசாரமாகப் போர்வைக்குள் கிடந்து அவர்கள் தூங்க வேண்டும்; நான் மருந்துப் பாட்டில்களின் அருகில் குளிரால் வெடவெடத்துக்கொண்டு விழித்திருக்க வேண்டும்! ஓடிச்சென்று அவர்களை உலுப்பி எழுப்பிக் குளிரில் என்னைப் போல் நிற்கவைக்க வேண்டும் என்ற பேயாசை எழுந்தது. ஆனால் அதே நிமிஷத்தில் அவர்கள் எவ்வளவு கஷ்டப்படுவார்கள் என்பதை என் உடலனுபவமாக உணர்ந்தேன். அவர்கள்மீது எழுந்த வெறுப்பு மறைந்தது. விதியின் கொடுமைமீது சாடினேன். "இவள் கஷ்டத்தை நிவர்த்திக்க ஆவியைப் போக்க மாட்டாயா, கடவுளே!" என்றுகூட நினைத்துவிட்டேன்.

சிறிது நேரத்தில் இழுப்பும் பெருமூச்சும் நின்றது; அத்துடன் – அவ்வளவுதான். அறை முழுதிலும் பயங்கர அமைதி நிறைந்தது. என்ன காரணம் என்று புரியவில்லை. நான் மெது வாகத் தலையைத் திருப்பி அவள் இறந்துவிட்டாளா என்று குனிந்து பார்க்கும்பொழுது சுவரில் இருந்த கண்ணாடியில் எனது பிம்பத்தைப் பார்த்தேன்.

அதைப் பார்க்கவே பயமாக இருந்தது. அவள் இறக்கும் பொழுது என் முகத்தில் காணப்பட்ட குறி, பயமும் சந்தோஷ மும் கலந்த குறி, அதில் தென்பட்டது.

மூச்சு திக்குமுக்காடியது. திணறிக்கொண்டு, ஏதோ ஓர் பெரிய குற்றத்தைச் செய்தவன் போல் கைகளால் முகத்தை மறைத்தேன். உடனே எனக்கு அழுகை வந்தது; குழந்தையைப் போலத் தேம்பித்தேம்பி அழுதேன்! எனது சிறு குழந்தைப் பருவத்திலிருந்து என்னைப் பார்த்து இதுவரை என்னுடன் வளர்ந்த அவளுடைய வாழ்க்கைப் படம் என் முன் விரிந்தது.

சிறிது நேரத்தில் எனக்கு அந்த அறையிலுள்ள ஒன்றையும் பார்க்கச் சகிக்கவில்லை. ஒன்றுந் தோன்றவில்லை. எனது சிறிய புத்திரியின் நாற்காலியில் உட்கார்ந்தேன். அவள் இன்னும் தன் பாடங்களைப் பாட்டியின் அறையிலேயே உட்கார்ந்து படித்தாள். அதற்கப்புறம் இரவு முழுதும் எப்படிக் கழிந்தது என்று எனக்குத் தெரியாது. விடியற்காலையில் நான் அவளு டைய பூகோளப் புஸ்தகத்தில் 75ஆம் பக்கத்தில் இருப்பதாக உணர்ந்தேன். இரவு முழுவதிலும் எத்தனை நாடுகள் சுற்றினேன் தெரியுமா? எத்தனை மலைச்சிகரங்கள், ஆற்றங்கரைகள், சம

வெளிகள், பீடபூமிகள், தலைநகரங்கள்! – அது என்னுடைய சிறிய மகளின் பூகோளப் பாடப் புஸ்தகம்.

○

ஆமாம், துன்பத்திற்கு ஒரு மாற்றுக் கண்டுபிடித்து விட்டேன். அது என்ன தெரியுமா? பூகோள சாஸ்திரம். நமது துன்பத்திற்குச் சிறிதும் சம்பந்தம் இல்லாத – தொடர்பில்லாத – ஒரு சமாசாரம், நமது விருப்பு வெறுப்புகளைக் கவனியாது நடைபெறுகிறது என்று உணர வேண்டும். நமது துன்பத்தினால் ஜீலம் நதி வரண்டுவிடப் போகிறதா? அல்லது நமது சந்தோஷத்தால் ஹிமாலய சிகரம் எழுந்து கூத்தாடப் போகிறதா? உலகில் உம்மைத் தவிர வேறு பல அம்சங்கள் இருக்கின்றன என்பதைப் பூகோள சாஸ்திரம் படித்தால்தான் அறியலாம். இந்த உண்மையை அன்று இரவு கண்டுபிடித்தேன்.

தொந்தரவுகளிலிருந்து விடுதலையாவதற்கு ஒரு சுருக்கமான வழி கண்டுபிடித்தேன் – பூகோள சாஸ்திரத்திலிருந்து. என் நான்கு குழந்தைகளுக்கும் ஒவ்வொரு தனிப் பிரதேசம் ஒதுக்கினேன். என் மனைவிக்கு மட்டிலும் ஒரு தனி நாடு. உதாரணமாக அவள் தொந்தரவு கொடுக்கிறாள் என்று வைத்துக்கொள்ளும். அவளுக்குக் கொடுக்கப்பட்ட நாடு வட இந்தியா. நான் விந்திய மலை மீது நின்றுகொண்டு, "கங்கை, ஸிந்து, பிரமபுத்திரா!" என்பேன்.

"உமக்கென்ன பைத்தியமா?" என்பாள்.

"இல்லையடி – அவை வட இந்தியாவிலுள்ள நதிகள்!"

"வட இந்தியாவிலுள்ள நதிகள்! அவைகளைப் பற்றி எனக்கென்ன?"

"ஒன்றுமில்லை – அவைகள் இப்பொழுது ஓடிக்கொண்டு தான் இருக்கின்றன. அதை உன்னால் மறுக்க முடியாது. அவற்றின் கரையோரங்களில் நாணல் புல் முளைத்திருக்கும். நாணலுக்கும் அந்த ஆறுகளுக்கும் என்ன சம்பந்தம்! ஒன்று மில்லைதான்."

"என்ன சும்மா பொரிகிறீர்களே! அர்த்தமில்லாத பேச்சு. நான் உங்களை என்ன கேட்டேன் தெரியுமா?"

"ஆமாமடி! நீ என்னவோ கேட்டாய். இல்லை என்று சொல்லவில்லை. ஆனாலும் வட இந்தியா இருக்கிறதே –"

இது தான் என் தந்திரம். நான் கண்டுபிடித்த உண்மை.

○○

இத்தாலி

கலப்பு மணம்

கிரேஸியா டெலாடா

அன்றிரவு சுகமாக இருந்தது. பூலோகத்தைக் கடுங் குளிரினால் சித்திரவதை செய்வதில் சலியாத உறைபனிக் காலத்துக்கும் ஒரு ஓய்வு உண்டு என்பதை அந்த ஏப்ரல் இரவு காட்டியது. இதுவரை பனிக்கட்டிப் போர்வையிட்டு மூடிப்படுத்திருந்த பூமி, மலர்ச்சியின் அறிகுறியுடன் போர்வையை அகற்றிவிட்டது. அமைதியான அந்த இரவில் தளிர்ச் சுருணை கள் இரகசியமாக நிமிர்ந்தன. வயல்புறங்களில் பூக்கள் நட்சத்திர இரகசியத்தை ஏறிட்டு நோக்கின. வான வளையத்திலே மங்க லான வெளிச்சம்; ஆனால் காட்டுக்கப்புறம் தீ எரிவது மாதிரி, அதாவது காட்டுக்கு மணமும் வெதுவெதுப்பும் கொடுக்கிறது மாதிரி, சந்திரன் உதயமாகிக்கொண்டிருந்தது.

மந்தை அருகில் படுத்திருந்த நாயும் தூங்கிக்கொண்டிருந்தது. குடிசையிலிருந்த மந்தைக்காரனும் தூங்கிக்கொண்டிருந்தான்; ஏனென்றால், எஜமான் மாப்பிள்ளைக் கோலத்தில் பெண் டாட்டி 'சம்பாதிக்க'ப் பக்கத்தூருக்குச் சென்றிருந்தான். மேய்ப் பனுக்குத் தன்னைவிடத் தன் நாயின் மீது அபார நம்பிக்கை. அது நல்ல குட்டி; சூட்டிகையும் வேகமும் அதிகம்; அதன் காவலில் ஒரு சின்ன ஆட்டுக்குட்டிக்குக்கூட ஆபத்து நேர்ந்த தில்லை. மேய்ப்பனுக்குக் கடுந்தூக்கம்; கும்பகர்ண உபாசனை. நாய்க்கு அறிதுயில். 'இந்த மிருகங்களின் காவலாளி நான் மட்டுந்தான்' என்று நாய் தன் முழுப் பொறுப்பையும் உணர்ந் திருந்தது போலும். ஆனால், வசந்த இரவின் வெதுவெதுப்பு அதன் நரம்புகளையும் பாதித்தது. அதன் முதுகு அடிக்கடி குலுங்கியது; அதன் மயிர் காற்றில் அசைவது போல் தூக்கத்தில்

புதுமைப்பித்தன் மொழிபெயர்ப்புகள் 129

மெதுவாக முனகிக்கொண்டது. புரியாத ஆசைகளும் உணர்ச்சி களும் அதன் கனவுகளைத் தேக்கின – பருவத்தின் துடிதுடிப்பு. அது இன்னும் குட்டிதான் – குல விருத்தியில் ஈடுபடாத குட்டி.

ஆனால் அந்த நரிகள் – பாறை ஓரத்தில் வளர்ந்துகிடந்த குத்துச்செடிகளில் பதுங்கிக்கிடந்த நரிகள், ஆணும் பெண்ணும், தூங்கவில்லை. அவைகளால் தூங்க முடியவில்லை. அவை களுக்குப் பசி; நீண்ட பனிக்காலத்தின் பஞ்சம், வயிற்றை ஒட்டவைத்ததோடு புத்தியையும் கூர்மையாக்கியது.

பருவத்தின் மாறுதலை உணர்ந்த நரிகள் சந்தர்ப்பம் வந்தது என்று நினைத்தன. சந்தர்ப்பத்தைப் பயன்படுத்திக் கொள்ள ஆணுக்குப் புத்தியும் திறமையும் இருந்ததினால் வெளியேறி வந்தது. அது கறுப்பு நிறம், குள்ளம்; வால் நீளமாகவும் செழிப்பாகவும் இருந்தது. கண்கள் நட்சத்திரங்கள் போலச் சுடர்விட்டன. பெண் நரி பெரிது. கொஞ்சம் மங்கின சாம்பல் நிறம்; மழுமழுப்பாகவும் நீண்டும் இருந்தாலும் உடம்பைச் சுருக்கிக்கொண்டு, சின்னக் குருவிக்குஞ்சு மாதிரி தரையோடு தரையாக ஒண்டிக் கிடக்கவும் அதற்குத் திறமையுண்டு.

அது ஆண் நரியைப் பின்தொடர்ந்தது. 'ஏன் தொடர்கி றோம்' என்ற யோசனைகூட இல்லாமல் அது நடக்கிற மாதிரியே உடம்பை ஆட்டிக்கொண்டு நடந்தது. முன்னங்காலடித்தடத்தில் பின்னங்காலடித்தடத்தைப் பதியவைத்து நடந்தது. வால் அடிச் சுவட்டை அழிக்காவிட்டால் ஏதோ இரண்டு கால் பட்சி நடந்தது மாதிரித் தோன்றும். சரிவில் இருந்த ஓடைப் பக்கமாக இரண்டும் வந்துசேர்ந்தன. இராத்திரி குரல் ஏதும் கேட்கிறதா என்று இரண்டும் கவனித்தன. சமீபத்தில் பெய்த மழையால் ஓடையில் வெள்ளம், கரையோரத்துச் செடிகளின் முறுமுறுப்புக் களைக் கவனியாது, பாய்ந்து சலசலத்தது.

ஆண் நரி தண்ணீர் குடித்தது; தாகத்தால் அல்ல, மூக்கின் நுனியைக் குளிரவைத்துக்கொள்ள. பிறகு பின்புறமாகத் திரும்பி வாலைத் தண்ணீரில் தோய்த்து அலசியது – பெண்கள் தலை யைக் கழுவுவது மாதிரி. பெண் நரியும் அதன் போக்கைத் தெரிந்துகொண்டு, அதைத் தொடர்ந்து மேட்டில் ஏறி, புல்வெளி வழியாக அதைப் பின்பற்றியது; ஆனால் அது தன் வாலால் தரையில் சுவடுகளை அழித்துக்கொண்டே சென்றது. எல்லாம் அவை விரும்பியபடியே இருந்தன. ஆண் நரி ஆட்டுக்கிடை யிருந்த புல்வெளி ஓரத்தில் நின்றது. பெண் நரியும் நின்றது. இரண்டும் மோப்பம் பிடித்துக்கொண்டு நின்றன. துளிகூடச் சத்தம் இல்லை. பூமியில் பச்சிலை வாசனை – வைக்கோல், புல், காட்டுப் புஷ்பங்கள் இவற்றின் கதம்ப வாசனை. பெண் நரியும் இதை முகர்ந்தது.

அதுதான் சொந்தமாக வேறு ஒரு பிளான் நினைத்திருந்தது. ஆண் நரியைக் குத்துச்செடியருகில் நிற்கவைத்துவிட்டு, கன வேகமாகத் துள்ளி ஓடியது. வாலிபத் துடிப்பின் வெறி போதை யாக மலர்ந்து, வேகத்தில், பலத்தில் இயங்கியது. அவளது ஒரே ஆசை துள்ளிக் குதித்து விளையாடுவதே. அவள் பசியை மறந்தாள்; ஒரே குதூகலம். திருட்டை நினைக்காததினால், இன்ப நுகர்ச்சியையே நினைத்ததினால், பசியற்ற, திருட்டு நினைப்பற்ற சகபாடியை எதிர்பார்த்தாள். பழைய குடும்ப சிநேகிதம் மாதிரி ஆட்டு மந்தையை அணுகினாள்.

நாய் அவளையும் அவள் நோக்கத்தையும் அறிந்து கொண்டது; அதனால்தான் குரைக்கவில்லை. சடக்கென்று எழுந்து நின்றது. அவளைச் சந்திக்க ஓடியது. கழுத்தைப் பிடித்தது; வலிக்காமல் பிடித்தது. அவள் சடக்கென்று திரும்பிக் காதைக் கடித்தாள். அவள் கடித்ததைவிட சற்று அதிகமாகப் பல் படும்படியாக (தேள் கொட்டியது மாதிரி) நாய் நடுங்கியது. அதன் முதுகு நரம்புகளில் இன்பம் நடுங்கிக்கொண்டு மிதந்து உடலில் பரவியது. நாய்க்கும் விளையாட வேண்டும் என்று வெறி கிளம்பிவிட்டது. மனிதன் பூட்டிய அடிமை விலங்கையும், மிருகங்களைப் பாதுகாக்க வேண்டிய பொறுப்பையும் உதறித் தள்ளிவிட்டு, தன் வாழ்க்கை சூன்யத்திலிருந்து தப்பி ஓடத் தவித்தது. அவன் பெண் நரி மீதிருந்த பிடியை விட்டான் – மறுபடியும் எட்டிப் பிடிப்பதில் உள்ள இன்பத்தை அனுபவிக் கத்தான். பெண் நரியைக் கீழே தள்ளி இரத்தம் வரும்படி உற்சாகத்தில் கடித்தான். திடீரென்று அவன் பிடியிலிருந்து தப்பி ஓட ஆரம்பித்தாள். இருட்டில் ஓடி மறைந்துகொண்டாள். நாயும் அவளைப் பார்த்து, தொடர்ந்து, வேகமாகப் புல்தரைமீது ஓடினான். சந்திரன் வயலில் வெள்ளிக்கோடு போட்ட இடத்தில் பெண் நரி நின்றாள். அதன் அருகில் நீலப் பாதாளம்; அங்கு எப்பொழுதோ ஒரு காலத்தில் நதி ஓடியிருக்கலாம். அங்கு நின்று அவன் வந்ததும் அவனைப் பார்த்துத் திரும்பினாள். நாயும் அவள்மீது பாய்ந்தது. அவளும் அவன்மீது பாய்ந்தாள். இருவரும் ஒருவரையொருவர் தழுவிக்கொள்ளுவது போல இருந்தது. இருவரும் தரைமீது கட்டிப்பிடித்துக்கொண்டு விழுந்து சரிவில் புரண்டனர். விளையாட்டு கடுமையாகவும் பயங்கரமாகவும், ஆனால் பரிவு கலந்த மென்மையுடனும் இருந்தது.

இதற்குள் ஆண் நரி நேராகக் கிடைக்குள் சென்றது. அடர்ந்த ரோமத்துடன் கொழுத்துத் தூங்கும் ஆடுகளை அது ஒன்றும் செய்யவில்லை. அதன் நோக்கம் புதிதாகப் பிறந்த பன்றிக்குட்டிகளே. பெண் பன்றியுடன் அவை ஒரு மூலையில் கிடந்தன. தாய் அவைகளைக் காப்பாற்ற முயன்றது. ஆனால்,

ஆண் நரி மண் ஒட்டின தன் ஈர வாலை அதன் கண்களில் அடித்து அதைக் குருடாக்கியது. பிறகு அந்தக் கொடுமையான பகையாளி தன் கூர்மையான எஃகுப் பல் நுனிகளால் பன்றிக் குட்டிகள் கழுத்தில் இறுக்கி, ஒவ்வொன்றாக ஐந்து குட்டிகளைத் தூக்கிச் சென்றது. முதலில் மைதானத்தின் ஓரத்திற்கும், அப்புறம் தன் இருப்பிடத்திற்கும் இரண்டு நடையாகத் தூக்கிச் சென்றது. அங்கு வந்த பின், உடனே 'விருந்து பண்ண' ஆரம்பித்தது. வெகுநேரம் கழித்துப் பெண் நரி வியர்க்க இளைக்கத் திரும்பி ஓடிவந்தபொழுது பசி அதிகம்; ஒரு முழுக் குட்டியையும் தோலைக்கூட விடாமல் தின்றுவிட்டது.

விடியற்காலையில் மேய்ப்பன் பன்றிக்குட்டிகள் பறி போயின என்று கண்டான்; ஆனால் அதற்காக அவன் கவலைப் படவில்லை. கவலை யீனத்திற்காக மனச்சாட்சி அவனைப் பாதிக்கவில்லை. நாயும் குரைக்காமல் தூங்கியது; இரவு முழுவதும் தன் கடமையைச் செய்ததால் களைத்தது போல இன்னும் தூங்கிக்கொண்டிருந்தது. "பாவம்! திருட்டுப் பசங்கள் மந்திரம் போட்டு உன் வாயைக் கட்டிப் போட்டான்கள். அது உன் குற்றம் அல்ல; என் குற்றமும் அல்ல. எஜமானுக்கும் பேச வாயில்லை. ஒரு பெண்பிள்ளை மந்திரம் போட்டு அவர் வாயையும் கட்டிவிட்டாள். அவரையும் சரியாகக் கட்டிப் போட்டாச்சு."

விபரீத வேடிக்கையான அந்த நிலைமையில் முழு அர்த்தத் தையும் உணராமலே அதற்குத் தலைகுனிந்தான்.

சில நாள் கழித்து காட்டில் சுற்றிக்கொண்டு வரும்பொழுது நரிப் பொந்தை அணுகினான். இரண்டு நாய்க்குட்டிகள் சுற்றிச்சுற்றி ஓடி ஒன்றையொன்று கடித்து விளையாடிக் கொண்டிருந்தன. அவன் நெருங்கியபோதும் தப்பித்து ஓட முயலவில்லை. அவனை ரொம்பக் காலமாகத் தெரிந்தது மாதிரி பார்த்துக்கொண்டு நின்றன. நரியும் ஏமாற்றித் தப்பி ஓடிவிட முடியாத கலப்பு ஜாதி என்பதை அவன் கண்டான்.

O O

இங்கிலாந்து

மார்க்ஹீம்

ஆர். எல். ஸ்டீவன்ஸன்

"ஆமாம்! எங்கள் வியாபாரத்திலே பலவிதம் உண்டு; வாங்க வருகிறவர்களில் சிலருக்கு ஒன்றுமே தெரியாது; வெறும் 'அப்பாவிகள்'. அப்பொழுது எங்கள் அனுபவத்திற்கு ஏற்ற லாபத்தைப் பெறுவோம். சில மோசமான பேர்வழிகளும் நம்மிடம் வந்துசேருவார்கள். அப்பொழுது எங்கள் ஒழுக்கத் தால் லாபத்தைப் பெறுவோம்" என்றான் அந்த வியாபாரி.

மார்க்ஹீம் அப்பொழுதுதான் கண் கூசும் வெயிலிலிருந்து கடைக்குள் நுழைந்தான். கண் கூச்சம் கடையில் இருட்டுத் திரள்களை எழுப்பிப் பார்வையை மறைத்தது. அந்த வார்த்தை கள் அவனை முகத்தைத் திருப்பிக்கொள்ளச் செய்தன. மேலும் கடைக்காரக் கிழவன் கையில் பிடித்திருந்த தீபத்தை அவன் முகத்திற்கு நேராகப் பிடித்தான்.

கடைக்காரன் 'களுக்'கென்று சிரித்தான். "இன்றைக்கு கிரிஸ்மஸ். நான் தனியாகக் கடையை அடைக்கப்போகும் சமயத்தையும், நான் வியாபாரம் செய்ய விரும்பாத சமயத்தையும் தெரிந்துகொண்டு வந்திருக்கிறாய். சரி! அதற்கும் கணக்குப் போடுவேன் என்று தெரிந்துகொள். இந்தச் சமயத்திலே தினசரிக் கணக்கை முடித்துவிடுவேன். அந்த நேரம் நஷ்டமாகிவிட்டது. அதற்கும் நீ சேர்த்துக் கொடுக்க வேண்டும். மேலும் இன்றைக்கு நீ மரியாதையில்லாமலே என்னுடன் நடந்துகொள்ளுகிறாய். அதையும் உன் கணக்கில் சேர்த்துக்கொள். என்னிடம் முகத்தை ஏறிட்டுப்பார்த்து விற்பனை செய்ய விரும்பாதவனிடம் எப்பொழுதும் நான் தட்டுக்கெட்ட கேள்விகளைப் போட்டுத் தொந்தரவு செய்வதில்லை!" என்று சொல்லி, அந்த வியாபாரி

மறுபடியும் 'களுக்'கென்று சிரித்துக்கொண்டான். பிறகு குரலை மாற்றி, கொஞ்சம் நம்பிக்கையற்ற கேவலம் தொனிக்க, "நீ கொண்டு வந்திருக்கும் சாமான் உன்னிடம் எப்படி வந்தது என்று நீ எப்பொழுதும் சொல்லுகிற மாதிரி சொல்லு பார்க்கலாம்? இன்னும் காலியாகவில்லையா? உனது சித்தப்பா பெட்டியும் அவரும் அதிசயமானவர்கள்தான்!" என்றான் அந்தக் கடைக்காரன்.

கடைக்காரன் சிறிது குட்டையானவன். கண்களில் மூக்குக் கண்ணாடி. தோள்பட்டைகள் சிறிது அகன்றவை. அவன் தனது கால் கட்டைவிரல்களின் மீது உன்னி நின்றுகொண்டு, மார்க்ஹீம் சொல்லுவதை எல்லாம் நம்பாதவன் போலத் தலையை அசைத்து, 'ஆமாம்' போட்டுக்கொண்டிருந்தான். மார்க்ஹீமுக்கு அவனைப் பார்க்கச் சகிக்கவில்லை. பரிதாபத்துடனும் சிறிது பயத்துடனும் முகத்தைத் திருப்பிக்கொண்டான்.

"இந்தவிசை உமது யூகம் தவறு. நான் இன்று விற்க வரவில்லை; வாங்குவதற்கு வந்திருக்கிறேன். இன்று என்னிடம் விற்பதற்கு ஒன்றுமில்லை. என் சித்தப்பா பெட்டியும் காலியாகிவிட்டது. அதில் இன்னம் சாமான்கள் இருந்தாலும் நான் விற்பதற்குத் தயாரில்லை. எனக்கு பாங்கி லேவாதேவியில் நல்ல வருமானம் இப்பொழுது வந்துகொண்டிருக்கிறது. இன்றைக்கு எனது வேலை மிகவும் சுருக்கமானது. எனது ஸ்திரீ நண்பர் ஒருவருக்கு ஏற்ற கிரிஸ்மஸ் வெகுமதி ஒன்று வாங்க வந்திருக்கிறேன்." பேசுவதில் சிறிது உற்சாகமடைந்தவன் போல் மார்க்ஹீம் இன்னும் அதிகமாக விஸ்தரிக்க ஆரம்பித்தான்: "ஆமாம் இந்த நேரத்திலே உம்மை வந்து தொந்தரவு செய்வதற்கு எனக்கு வருத்தந்தான். நான் நேற்றே வரவேண்டும் என்று நினைத்தேன். என்னமோ நேரமில்லாது போய்விட்டது. இன்றைக்கு நடக்கும் விருந்தில் நான் அதைக் கொண்டுபோக வேண்டும். நல்ல பணம் வரக்கூடிய இடத்தில் கலியாணம் செய்துகொள்ளப் போகும்பொழுது இந்தக் கவலையீனம் அதைத் தடை செய்துவிடக் கூடாதல்லவா?"

இருவரும் சிறிது மௌனமாக இருந்தனர். கடைக்காரன் இவனுடைய வார்த்தைகளை நம்பாதவன் போல் விழித்தான். அந்த அறையிலே எந்த இருட்டு மூலையிருந்தோ 'டக்டக்' என்ற கடிகாரச் சப்தமும், வெளியே போகும் வண்டிகளின் சப்தமுமே அறையின் மௌனத்தின் கனத்தை அதிகமாகக் காண்பித்தன.

"சரிதான் ஐயா, நீ சொல்லுகிறபடியே இருக்கட்டும். நீயும் பழைய வாடிக்கைக்காரன். உனக்கு நல்ல சம்பந்தம் ஏற்படும்பொழுது நானா அதைத் தடைசெய்ய வேண்டும்?

இதோ இருக்கிறதே இந்த முகம் பார்க்கும் கண்ணாடி, இது உன் ஸ்திரீ நண்பருக்கு ஏற்ற பரிசுதான். 15–வது நூற்றாண்டுச் சாமான். அதில் சந்தேகம் கிடையாது. ஆனால் அதை விற்றவரின் பெயரை மட்டிலும் கூற முடியாது. அந்த மனிதனும் உன்னைப் போல் ஒரு சித்தப்பாவின் ஒரே வாரிசு!"

கடைக்காரக் கிழவன் தனது கரடுமுரடான தொனியில் பேசிக்கொண்டே அந்தக் கண்ணாடியை எடுக்கக் குனிந்தான். அவன் குனிந்ததுதான் தாமதம், மார்க்ஹீமின் உடல் உச்சி முதல் உள்ளங்கால்வரை பதறித் துடித்தது. அவனது உள்ளத்தின் கோபத்தின் பேய்க்கூத்து கட்டுக்கடங்காது முகத்தில் பிரதி பலித்தது. அதுவும் ஒரு கணந்தான் – கோடை இடிபோல் வந்து மறைந்தது. அவன் முகக்கண்ணாடியை வாங்கும்பொழுது கைகள் மட்டிலும் சிறிது நடுங்கின.

"கண்ணாடி?" என்றான் கம்மிய குரலில். "கண்ணாடியா கிரிஸ்மஸுக்குக் கொடுப்பது! ஏன் கொடுக்கலாகாது?" என்று கேட்டுக்கொண்டான் மீண்டும்.

"ஏன் கொடுக்கலாகாது? கண்ணாடி கொடுத்தால் என்ன?" என்றான் அந்தக் கடைக்காரன். மார்க்ஹீம் அவனை ஒரு விபரீதப் பார்வையுடன் பார்த்தான். "ஏனென்றா என்னைக் கேட்கீறீர்? ஏன் – நீர்தான் பாருமே! நீரே பாருமே! உமக்கு அதைப் பார்க்கப் பிடித்திருக்கிறதா? யாருக்குத்தான் அதைப் பார்க்கப் பிடிக்கும்?" என்றான் மார்க்ஹீம்.

மார்க்ஹீம் கண்ணாடியை அவன் முகத்திற்கு நேராகத் தூக்கிப்பிடித்தபொழுது திடுக்கிட்டுப் பின்னடைந்தான்; ஆனால் மார்க்ஹீம் கையில் கண்ணாடியைத் தவிர வேறு ஒன்றுமில்லை என்று கண்டபின் சிரித்துக்கொண்டு, "உனக்குக் கிடைக்கும் மணப்பெண் மனத்தைத் திருப்தி செய்வது லேசான காரியமல்ல போலிருக்கிறதே!" என்றான்.

"நான் உம்மிடம் ஒரு கிரிஸ்மஸ் வெகுமதிக்கு ஏற்ற பொருள் கேட்டால், இதை – பல நூற்றாண்டுகளின் பாபங்களை, அசட்டுத்தனங்களை – என்னிடம் கொடுக்கிறீர்! இது என்ன அர்த்தம்! உமது மண்டையில் மூளையிருக்கிறதா, சொல்லும்? உம்மைப் பற்றி எனக்குச் சொல்லும்! நீர் தர்மசிந்தையுள்ளவரா?"

கடைக்காரன் அவனைக் கூர்ந்து கவனித்தான். மார்க்ஹீம் இதைச் சொல்லிவிட்டுச் சிரிக்காமல் இருந்தது அவனுக்கு அதிசயமாக இருந்தது. வேடிக்கைச் சிரிப்பிற்குப் பதிலாக, ஏதோ ஓர் நம்பிக்கையின் ஆசை எட்டிப்பார்ப்பது போல் இருந்தது கடைக்காரனுக்கு.

"உன் எண்ணம் என்ன?" என்றான் கடைக்காரன்.

“தர்மசிந்தையில்லையா?” என்றான் மற்றவன், சோர்ந்த மனத்துடன். “தர்மசிந்தையில்லை, பக்தியில்லை. தாட்சண்யம், ஒழுங்கு ஒன்றுமில்லை; பணத்தைப் பெருக்கக் கையிருக்கிறது, அதை மூடிவைக்க இரும்புப் பெட்டியிருக்கிறது! அவ்வளவு தானா! ஹே, தெய்வமே! அட மனிதனே! இவ்வளவுதானா!”

சிறிது கோபப்பட்டவன் போல் ஆரம்பித்த கடைக்காரன், சிரித்துக்கொண்டு, “உனக்குக் காதலால் பாட்டில் கொஞ்சம் ஜாஸ்தியாகிவிட்டது!” என்றான்.

“அப்படியா!” என்று தலையை ஆட்டிக்கொண்டு, “நீர் எப்பொழுதாவது யாரையாவது காதலித்திருக்கிறீரா? அதை யாவது சொல்லும், பார்ப்போம்!” என்றான் மார்க்ஹீம்.

“நானா! இந்த அசட்டுத்தனத்திற்கு எனக்கு நேரமும் கிடையாது, பிரியமும் கிடையாது! வெறும் பேச்சிற்கு நேர மில்லை. இந்தக் கண்ணாடியை எடுத்துக்கொள்ளுகிறாயா, என்ன?” என்றான் கடைக்காரன்.

“அதற்குள் என்ன அவசரம்! இப்படி நின்று பேசிக்கொண்டு நிற்கப் பிரியமில்லையா! வாழ்க்கையில் ஆபத்துக்கள் அதிகம். அதனால் கிடைக்கும் சந்தோஷங்களை விட்டு நான் ஓடுவது கிடையாது. ஆமாம் இந்த மாதிரி ரொம்பச் சாதாரணமான இன்பத்திலிருந்தும்கூட ஓடிவிடப் பிரியம் கிடையாது. நாம் எல்லாரும், கிடைக்கும் இன்பங்களை, மரத்தில் தொங்கும் மனிதனைப் போல் விடாப்பிடியாகப் பிடித்துக்கொள்ள வேண்டும். ஒவ்வொரு நிமிஷமும் பிடித்துத் தொங்கும் கிளை. கிளைக்கும் தரைக்கும் நெடுந்தூரம். கீழே விழுந்தால் பிறகு மனிதன் என்ற பெயர் கிடையாது. அதனால்தான் பேச்சில் இன்பமிருக்கிறது. இரண்டு பேரும் பேசுவோமே! ஏன் ஒருவரை யொருவர் திரைபோட்டு மறைத்துக்கொள்ள வேண்டும்? நமது ரகசியங்களைச் சொல்லிக்கொள்ளுவோம். யார் கண்டார் கள்? ஒருவேளை நமக்குள் சிநேகம்கூட ஏற்பட்டுவிடலாம்!”

“ஒரு வார்த்தை சொல்லுகிறேன், கேள்! சாமான் வாங்க வேண்டுமானால் வாங்கு அல்லது கடையைவிட்டு இறங்கு!”

“ஆமாம்! ஆமாம்! அசட்டுத்தனம் போதும்! ஜோலியைப் பார்ப்போம்! வேறு ஏதாவதொன்றைக் காண்பி.”

கடைக்காரன் கையிலிருந்த கண்ணாடியை வைப்பதற்குக் குனிந்தான். சிறிது மயிர் கண்ணில் வந்து விழுந்து மறைத்தது. மார்க்ஹீம் சட்டைப்பையில் கையைவிட்டுக்கொண்டு அவன் பக்கத்தில் நகர்ந்தான். மூச்செடுத்து நிமிர்ந்தான். அச்சமயத்தில் அவன் முகத்தில் பயம், மனவுறுதி, மனக்கவர்ச்சி, வெறுப்பு –

எல்லாம் அலைமேல் அலையாகப் பிரதிபலித்து மறைந்தன. மேல் உதடு சிறிது உயர்ந்தது. இறுகிய பல் வெளியே தெரிந்தது.

"இது உனக்குப் பிடித்திருக்கும் என்று நினைக்கிறேன்" என்று சொல்லிக்கொண்டே கடைக்காரன் நிமிர்ந்தான். மார்க்ஹீம் பின்புறமிருந்து அவன்மீது பாய்ந்தான். மெல்லிய கட்டாரி பளிச்சென்று மின்னி மறைந்தது. கடைக்காரன் கோழிக்குஞ்சு போல் தத்தளித்தான். அவனது கபாலம் இரும்புப் பெட்டியில் இடித்தது. பிடிப்பு விடப்பட்ட சாக்கைப் போல் தரையில் அப்படியே குனிந்து சாய்ந்தான்.

காலத்தின் கதியைச் சிறுசிறு சப்தங்கள் அறிவித்தன. வெளியிலிருந்து வரும் சப்தங்கள் பலவிதமாகக் குழம்பிக் கேட்டன. கடிகாரத்தின் 'டக்டக்' என்ற இடையறாத சப்தம் இந்தக் குழம்பிவரும் சப்த அலைகளின் முடிவற்ற முற்றுப் புள்ளிகள் போலச் சிதறின. வெளியே தடதடவென்று ஓடும் ஒரு இளைஞனின் காலடிச் சப்தம், மார்க்ஹீமைத் தனது சுற்றுநிலைமைகளைக் கவனிக்கும்படி செய்து, அவனுடைய திக்பிரமை ஏற்ற உள்மனத்தை விழிக்கவைத்தது. மூலையில் நின்று அசைந்தாடி எரியும் மெழுகுத் திரியின் ஒளி அறையில் சப்தமற்ற சலனத்தை உண்டுபண்ணியது. அகண்டாகாரமான கடலின் அலை இயக்கங்கள் போல அறையில் குவிந்து கிடக்கும் சாமான்களின் சாயைகளும் இருட்டுப்படலங்களும் உச்சுவாச நிச்சுவாசத்தால் சுருங்கிவிடுவது போல் விளக்கொளியின் அசைவினால் இயங்கிக்கொண்டிருந்தன. சீனத்தெய்வங்களும் படங்களும் அலைமீது தோன்றியசையும் பிரதிபிம்பங்கள் போல நர்த்தனம் செய்துகொண்டிருந்தன. உட்கதவு திறந்து, உள்ளே ஒளிந்திருந்த இருள்திரட்சிகளின் வழியாக வெளியிலிருந்து எட்டிப்பார்க்கும் ஆட்காட்டி விரல் போன்ற வெளிச்சக் கோட்டைக் காண்பித்தது.

மார்க்ஹீமின் கண்கள் இந்தப் பயப் பிராந்திகளிலிருந்து திரும்பி, தனது செய்கையின் விளைவின் மீது விழுந்தது. அந்த உடலம் குவிந்து கை கால்களைப் பரப்பிக் கிடந்தவண்ணம், அது உயிருடன் இருக்கும்பொழுது எவ்வளவு கேவலமாக வாழ்ந்ததோ அதைவிடப் பன்மடங்கு கேவலமாக, கூம்பிச் சாம்பிக் கிடந்தது. கருமித்தனத்தின் எல்லையை விளக்கும் உடைகளில், கோரமாகக் கை கால்களை விரித்தபடி உமி மூட்டை மாதிரிக் கிடந்தான் அந்தக் கடைக்காரன். மார்க்ஹீம் அதைப் பார்ப்பதற்கு அஞ்சினான்! இருந்தாலும் அதில் என்ன இருக்கிறது பயப்படுவதற்கு! அவன் விழித்த கண் விழித்தபடி, அந்தக் கேவலமான உடல் பொதிந்த துணிமூட்டையை நோக்கிக் கொண்டிருக்கும்பொழுது, சிறிது சிறிதாகத் தேங்கும் இரத்தக்

புதுமைப்பித்தன் மொழிபெயர்ப்புகள்

குளம், உணர்ச்சி ஏற்பட்ட குரல்களாக மாறிற்று. அது இங்கு தான் கிடக்க வேண்டும். அதற்குச் சூட்சுமமான சலனங்கள் கிடையாது. அது கண்டுபிடிக்கப்படும்வரை இங்குதான் கிடக்க வேண்டும். கண்டுபிடிக்கப்பட்டால் – பிறகு? இந்த உயிரற்ற சதை இங்கிலாந்து முழுவதிலும் எதிரொலித்து, ஓர் பெருங் கூக்குரலை எழுப்புமல்லவா? 'பிடி, பிடி' என்ற கூக்குரல் இறந்தாலும் இறக்காவிட்டாலும் அது இன்னும் எதிரிதான். 'மூளை அகன்றாலும் காலம் அதுதான்' என்று நினைத்தான். இவ்வார்த்தைகள் மனத்தில் ஆழமாகப் பதிந்தன. இச்செய்கை நிறைவேறிய காலம் எதிரிக்கு முற்றுப்புள்ளி போடப்பட்ட காலம்; அது கொலைகாரனுக்குப் பிரதானமான வினாடியாகி விட்டது!

இவ்வெண்ணம் மனத்தைவிட்டு அகலவில்லை. வெளியிலிருந்து மெதுவாக எட்டும் விதவிதமான சப்தங்கள் மணிக் கூண்டின் கணீரென்ற ஒலியில் அமுங்கின. கோவில் மணிக் கூண்டு மத்தியானம் மணி மூன்று என்பதை உலோகத் தொனியில் ஆகாசத்தில் பரப்பியது.

ஆயிரம் நாவுகள் அந்த நிசப்தமான அறையில் ஒலிப்பது அவனைத் தடுமாறச் செய்தது. மனக்குறளியைக் கட்டுப்படுத்தி, ஒருவாறு எழுந்து, மெழுகுத் திரி விளக்கை எடுத்துக்கொண்டு, அங்குமிங்குமாக நடந்தான். அவன் பின்புறத்தில் சாயைத் திரள்கள் முற்றுகையிட்டன. தற்செயலாகக் கண்ணில் படும் பிரதிபிம்பங்கள் அவன் உள்ளத்தையே தூக்கிவாரிப்போட்டன. சுற்றிலும் இருந்த பலவிதமான நிலைக்கண்ணாடிகளில் அவனுடைய பிரதிபிம்பங்கள், ஆயிரம் ஆயிரம் ஒற்றர்கள் போல், அவனைக் கவனித்தன; அவன் கண்களே அவர்கள் இருப்பதைக் கண்டுபிடித்தன. மெதுவாகத் தரையில் படும் அவன் காலடிகள் அறையின் நிசப்தத்தில் பன்மடங்காகப் பெருகி ஒலி செய்தன. இருந்தாலும் அங்கிருந்த சாமான்களை எடுத்துத் தனது ஜேபி களை நிறைக்க ஆரம்பித்தான். ஆனால், அவனது உள்மனம் அவன் செய்யும் காரியங்களில் ஆயிரம் குற்றங்களை இடித் திடித்துக் காண்பித்தது. வரும் சமயம் இதைவிடச் சிறிது அமைதியான காலமாக இருந்திருக்க வேண்டும்; வேறிடத்தில் இருந்ததாக நிரூபிக்கச் சாட்சியும் முன்பே தயாரிக்க வேண்டும்; கட்டாரியை உபயோகித்தது தவறு; ஆனால் முன்ஜாக்கிரதையாக அந்தக் கடைக்காரனைக் கையையும் காலையும் கட்டி, வாயில் துணியைத் திணித்திருந்தால் போதும். இந்தக் கொலை அனாவசியம். இல்லை! தைரியமாக அவனது வேலைக்காரனையும் சேர்த்துக் கொலை செய்திருக்க வேண்டும். மொத்தமாக இப்பொழுது செய்ததற்கு மாறாக எல்லாவற்றையும் நடத்தி யிருக்க வேண்டும். தவறு செய்தது செய்தாகிவிட்டது. அதற்காக

உயிரைக் கொடுத்து உள்ளத்தைத் தின்னும் கவலைப்பேய்க்கு இடம் கொடுக்க வேண்டிய அவசியம் இல்லை; சென்ற காலத்தை மாற்றியமைக்க யாருக்கு முடியும்? இச்சமயத்தில் இவ்வளவு தீவிரமான மனஓட்டத்தின் முன்பு, மோட்டுவளை களில் சரசரவென்று ஓடும் எலியின் சப்தம், சித்த உலகத்தின் திசை மூலைகளில் தறி கெட்ட மிருக பயத்தை எழுப்பியது. போலீஸ்காரனின் கைகள் அவன் தோள்களின் மீது இருப்புக் கவசம் மாதிரி விழும். தூண்டிலில் அகப்பட்ட மீன் போல அவனது நரம்புகள் துள்ளித் துடிக்கும். அவன் கண் முன்பு, ஒன்றின்பின் ஒன்றாகத் தூக்காந்தகாரமான பல விஷயங்கள் ஊர்வலமாகத் தாவிச் செல்லுகின்றன. அவற்றில் நீதிஸ்தலம், சிறைச்சாலை, தூக்குமேடை, கறுப்புச் சவப்பெட்டி – எல்லாம் தெரிந்தன.

முற்றுகையிடும் எதிரிக் கணங்கள் போல் தெருவில் நடமாடும் மனிதர்களின் மீதிருந்த பயம் அவன் சித்தத்தை அமுக்கியது. இங்கு ஏற்பட்ட சண்டையின் சப்தம் சிறிதாவது அவர்கள் காதில் எட்டியிருக்க வேண்டும். உள்ளே என்ன நடக்கிறதென்ற ஆவல்தான், பின்னர் அவர்களைக் கதவைச் சுற்றி மொய்க்கும்படி செய்துவிடுமே! ஆமாம்! பக்கத்து வீடுகளில், கிரிஸ்மஸ் பண்டிகையைத் தன்னந்தனியாகக் கொண்டாட வேண்டிய தலைவிதியிருக்கிறவர்கள், பழைய நினைவுகளிலே பண்டிகையின் குதூகலத்தைத் திருப்தி செய்து கொள்ள வேண்டியவர்கள், இச்சிறு சப்தத்தைக் கேட்டு, கூர்ந்து கவனித்துச் செவிசாய்த்துக்கொண்டுதான் உட்கார்ந் திருப்பார்கள். கூட்டம் நிறைந்த குடும்பமானால்தான் என்ன! தாயார் விரலைத் தூக்கிச் சைகை செய்தால் எல்லாரும் மௌனமாயிருந்து கேட்கத்தான் செய்வார்கள்! இவர்களுடைய இச்செய்கைகளால்தான் இவனது கழுத்துக் கயிறு பின்னப் படுகிறது. சில சமயம் தன்னால் வேகமாக நடக்க முடியாது என்று நினைத்தான். பையிலிருந்த விலையுயர்ந்த சாமான்கள் நடக்கும்பொழுது கணகணவென்று மணிபோல் ஒலித்தன. கடிகார சப்தம்கூட அவனுக்கு அச்சத்தை அதிகரித்தது. அதை நிறுத்திவிடலாம் என்று நினைத்தான். அவனுடைய பயம் வேறு எல்லைக்குத் தாவியது. கடிகார ஒலி நின்றதும் அந்த அறையின் நிசப்தம் அவனுடைய பயப் பிராந்தியை அதிகப் படுத்தியது. தன் வீட்டில் பயமில்லாது இயற்கையாக நடப்பவன் போல் பாவனை செய்ய வேண்டும் என்றும் பயந்து பதுங்கக் கூடாது என்றும் அவனுக்குப் பட்டது.

அவன் மனம் பல பக்கங்களில் பயத்தால் உந்தப்பட்டது. சித்தத்தின் ஒரு பகுதி தைரியத்தையும் தந்திரத்தையும் விடாது கொண்டிருந்தது. மற்றொரு பகுதி அச்சத்தின் ஜுரத்தால்

மூளைக் கோளாற்றின் எல்லைக்கோட்டில் அசைந்தாடிக் கொண்டிருந்தது. அவன் மனத்தில் ஒரு பிரமை ஆழமாக வேரூன்றியது. வெளியிலே ஆட்கள் நின்று உள்ளே என்ன நடக்கிறது என்று காரைச் சுவர்களைக் கடந்து இரகசியத்தை அறிய முயலுகிறார்கள் என்று அவன் மனம் நம்பிப் பயந்தது. ஆனால் வீட்டினுள் இவன் தனியாகவா இருக்கிறான்! தான் தனியாக இருப்பதாக அவனுக்குத் தெரியும். வேலைக்காரி வெளியே செல்வதை அவனே கண்ணால் பார்த்தான். அந்தக் கடையில் தனியாக இருப்பதில் சந்தேகம் இல்லை. ஆனால் அவனது கற்பனைக்கு அந்தக் கட்டிடத்தில் யாரோ மெதுவாக நடப்பது போல் பட்டது. சுற்றுமுற்றும் பார்த்துத் திக்பிரமை யடைந்தவன் போல் விழித்துக்கொண்டு நின்றான். கடையிருந்த அறையில் வெளிச்சம் அதிகமில்லை; ஆனால் மங்கலான ஒளிப்பிழம்பின் மத்தியில் சாயை போல ஒன்று தோன்ற வில்லையா?

திடீரென்று தெருப்பக்கத்திலிருந்து யாரோ வெளிக் கதவைத் தடதடவென்று தட்டிக்கொண்டு கடைக்காரன் பெயரைச் சொல்லிக் கூப்பிடுவது கேட்டது. வெளியில் நின்ற ஆசாமி கொஞ்சம் குஷிப் பேர்வழி போலும்! கேலியாகவும் வேடிக்கை யாகவும் கடைக்காரன் பெயரைச் சொல்லிக் கூப்பிட்டுக் கொண்டு கதவைத் தட்டிக்கொண்டிருந்தான். மார்க்ஹீம் பயத்தால் பனிக்கட்டியாகச் சமைந்தான். அவன் கூக்குரலின் எல்லையைக் கடந்து நிசப்தக் கடலில் மறைந்தான். இந்தப் புயற் சப்தத்திலும் கேட்கக்கூடிய அவனது பெயர் வெறும் சப்தகோளமாக அர்த்தமற்று மறைந்தது. வெளியில் கதவைத் தட்டிய மனிதனும் நம்பிக்கையை யிழந்து அகன்றான்.

இந்தக் குற்றத்தைச் சுட்டிக்காட்டும் எல்லையிலிருந்து சீக்கிரத்தில் அகல வேண்டும். லண்டனில் எண்ணத் தொலை யாத தொகுதியில் மறைந்து நாளின் மற்றொரு எல்லையில் களங்கமற்ற துறைமுகமான படுக்கைக்குச் சென்றால்தான் பாதுகாப்பு உண்டு. இப்பொழுது ஒருவன் வந்தான். இதைவிட விடாக்கண்டனான மற்றொருவனும் வரக்கூடுமல்லவா? காரி யத்தைச் செய்து அதன் பயனை அனுபவிக்காது போனால் முயற்சியும் சகிக்க முடியாத தோல்விதானே? மார்க்ஹீமுக்குப் பணம் அவசியம்; அதை எடுப்பதற்கு வழி சாவிதான். திறந்த கதவு வழியாக எட்டிப் பார்த்தான். அங்கு இன்னும் சாயைகள் அசைந்தாடிக்கொண்டிருந்தன. மனத்தில் சிறிதும் வெறுப்புத் தோன்றாது (ஆனால் அவனது வயிறு சிறிது குமட்டல் எடுத்தது), தனது கைவேலையின் விளைவினிடம் நெருங்கினான். அதில் மனிதக் களை அகன்றுவிட்டது. அந்தப் பிரேதம் உமி மூட்டை மாதிரி மடிந்து தரையில் கிடந்தது. இருந்தாலும் அவன்

மனது அதனிடம் நெருங்க ஒப்பவில்லை. அதைத் தொடுவ தென்றாலோ அரோசிகமாக இருந்தது. சவத்தைத் தோளைப் பிடித்து உயர்த்தி மலத்திக் கிடத்தினான். பிரேதம், தொடுவதற்கு இலேசாக, கொளகொளவென்று நழுவி விழுந்தது. முகத்தில் களையே இல்லை. மெழுகுப் பதுமை மாதிரியிருந்தது. ஒருபுறக் கபோலத்தில் இரத்தக் கறை படர்ந்திருந்தது. மார்க்ஹீமுக்கு அந்தக் கறை ஒன்றுதான் வெறுப்பைத் தந்தது. அந்தக் கறை அவனது மனத்தைக் குழந்தைப் பருவத்தில் பதிந்த நினைவுக் களஞ்சியத்திற்குச் செலுத்திச் சென்றது. அன்று ஒரு பொம் மலாட்டக்காரன் கொட்டுமேளத்துடன் கொலைகாரப் பதுமை களைக் காண்பித்துப் பணம் பறித்துக்கொண்டிருந்தான். அவன் காட்டிய அந்தப் பதுமைச் சவங்களைப் போல் கிடந்தான் இந்தக் கடைக்காரனும். அன்று கேட்ட பாட்டின் மெட்டு அவன் மனத்தில் உதித்தது; முதன்முதலாக அவனது நெஞ்சத்தில் உதைப்புத் தட்டியது. மனவெறுப்பின் குமட்டலும் காலில் பலவீனமும் அவனைத் தாக்கின. இவற்றை அகற்றி, மனத்தை உடனே திடப்படுத்த வேண்டும்.

இந்த நினைவுகளினின்று மிரண்டு விலகுவதைவிட நேர் நின்று மனத்தைக் கட்டுப்படுத்திக்கொண்டு எதிர்ப்பதே நல்லது என்று புலப்பட்டது. சற்று நேரத்திற்கு முன்பு, பேசி, வாதாடி, ஆசைகளின் நிலைக்களமாக இருந்த முகம், வெளிறி, ஒன்றுமற்ற வெறுமையின் பகைப்புலமாக இருந்தது. கடிகாரத்தின் பெண்டு லத்தில் விரலை வைத்து அதன் ஓட்டத்தைத் தடை செய்வது போல் இந்த ஜீவ துண்டத்தின் போக்கும் தடை செய்யப்பட்டது. எவ்வளவுதான் துருவி ஆராய்ந்தாலும் அவன் உள்ளத்தில் தன் குரூரச் செய்கையின் இடிப்புத் தோன்றாதிருப்பதின் காரணம் அவனுக்குப் புலப்படவில்லை. உலகத்தை இன்பமய மாக்கக்கூடிய வசதிகள் எத்தனையோ இருந்தும், இத்தனை காலமும் வாழாத, ஆனால் இப்பொழுது உயிரற்றுக் கிடக்கும் அந்தக் கடைக்காரன் பேரில் சிறிது இரக்கம் தோன்றியது.

மனத்தைத் திடப்படுத்திக்கொண்டு, கையில் சாவிக் கொத்தை எடுத்தவண்ணம், கடையின் திறந்த உட்கதவின் பக்கம் சென்றான். வெளியே மழை சிறுதூறலாக ஆரம்பித்துப் பிறகு தடதடவென்று பொழிய ஆரம்பித்தது. நீர் கொட்டும் அந்தகாரக் குகையில் சாயையின் திரட்சிகளும், வெளி மழை யின் எதிரொலிப்புகளும் உள்ளத்தைத் திணறவைக்கும் நிசப்தத் தைப் போக்கின. மார்க்ஹீம் கதவண்டை சென்றவுடன் யாரோ ஒருவர் பின்வாங்குவது போலும் ஒரு சாயை அகலுவது போலும் அவனுக்குப் பட்டது.

எங்கு பார்த்தாலும் யாரோ ஒருவர் நடமாடுவது போலும், தனது செய்கைகளைக் கவனிப்பது போலும் மார்க்ஹீம்

மனத்தில் ஒரு பிரமையை உண்டாக்கியது. கதவைத் தாண்டி மேல்மெத்தைக்குச் சென்றான். அங்கு சிறிது வெளிச்சம் அதிக மாக இருந்தது. வெளிக்குரல்கள் மழைச் சப்தத்துடன் கலந்து சிறிது அதிகமாகக் கேட்டன. ஆனால் அவனைத் தொடர்ந்து கவனிக்கும் அந்தச் சூட்சுமப் பேர்வழியின் ஓசை அகன்ற பாடில்லை. சுவர்களும் கூரையும் கொலைக்களத்திலேயே தன்னைச் சிறை செய்வதாக மார்க்ஹீம் நினைத்தான்.

இவ்விடத்தைவிட்டு ஓடிச்சென்று தனது படுக்கையில் ஒளிந்துகொள்ள வேண்டும் என்று ஒரு பயப்பிராந்தி அவனை உந்தித் தள்ளியது. இயற்கையின் தடைசெய்ய முடியாத நியதி களுக்குப் பயந்தான். ஒருவேளை அவை தனது குற்றத்தின் சாட்சியங்களை வெளிப்படுத்துவதற்காகவே காப்பாற்றி வைத்திருந்தால் மனித ஜீவியத் தொடர்பின் பிணிப்புச் சங்கிலி அற்றுவிடுமோ என்ற அமானுஷ்ய பயம் அவனை உந்தியது. இந்தக் கோரமான சதுரங்க விளையாட்டை இயற்கையுடன் மிகவும் திறமையாகவே விளையாடினான். தோற்கடிக்கப்பட்ட கொடுங்கோலன் தனது வீழ்ச்சியில் மற்றவர்களையும் சேர்த்து இழுப்பது போல, நியதிகளின் நிலைக்களமான இயற்கை, சதுரங்கப் பலகையைக் கவிழ்த்து, தொடர்பின் பிணிப்பை வெட்டினால்? நெப்போலியன் போன்ற பெரிய வீரர்களும் இந்த இயற்கையின் விபரீதமான சதிக்கு ஆளானார்கள். மார்க் ஹீமுக்கும் அந்தக் கதி ஏற்பட்டு, இப்பொழுது அவனது குற்றத்தைப் பொதிந்துவைக்கும் இருளும் சுவரும் தம் இயற்கைக் குணங்களை விட்டுவிட்டு, அவனுக்குச் சதி செய்தாலும் செய்யும். இவற்றிற்கே மார்க்ஹீம் பயந்தான். கடவுளின் கைகள் தன் பாபத்தின் மீது விழும் என்று பயந்தான். கடவுளைப் பற்றி அவன் அவ்வளவாகப் பயப்படவில்லை. மனித நாற்றமே இல்லாத அங்கு தனக்கு நியாயம் கிடைக்கும் என்று நினைத்தான்.

கதவைச் சாத்திவிட்டு, அந்த அறையில் தாறுமாறாகக் கிடக்கும் சாமான்களிடையில் தான் தேடிவந்த வஸ்துவைத் துருவி ஆராய்ந்தான். ஆனால் அவனது கடைக்கண் சாத்தப் பட்ட கதவின் மீது இருந்துகொண்டே இருந்தது. இப்படித் தேடுவதிலேயே ஒரு சோர்வு, அந்த வேலை வியர்த்தம் என்ற நினைப்பு ஏற்பட்டது. மார்க்ஹீமுக்கு மழையின் ஒரேவிதமான சளசளப்பு மனத்தில் சிறிது மகிழ்ச்சியை உண்டாக்கியது. திடீரென்று எங்கிருந்தோ ஒரு பியானோவின் இன்னிசை பிரார்த்தனைக் கீதமாக எழுந்தது. அதைத் தொடர்ந்து களங்க மற்ற குழந்தைக் குரல்கள் பிரார்த்தனைக் கீதத்தைப் பாடின.

புன்சிரிப்புடன் அதைக் காது கொடுத்துக் கேட்டுக் கொண்டே சாவிகளை ஆராய்ந்தான். அவனுடைய உள்ளம்

அவனது குழந்தைப் பருவத்தின் நினைவுகளில் ஓடித் திளைத்தது. ஆமாம், அது எவ்வளவு சுகமான இன்பமான காலம்! என்ன விளையாட்டுக்கள், ஆட்டங்கள் – மோட்சலோகந்தான் அது!

மார்க்ஹீமின் உள்ளம் இவ்வாறு சென்ற காலத்திலும் தற்சமயச் செய்கையிலும் திளைத்துக்கொண்டிருக்கும்பொழுது, இறுகிய பனிக்கட்டியும் உருகிய இரும்புக் குழம்பும் ரத்தக் குழாய்களில் தொடர்ந்து செலுத்தப்பட்டது போல் துள்ளிப் பதறித் துடித்துக் கல்லாயச் சமைந்து நின்றான். அவன் நெஞ்சு படபடவென்று அடித்துக்கொண்டது.

பயம் என்ற கிட்டி அவனை இறுக்குகிறது. என்ன? இறந்தவன் நடந்துவருகிறானா அல்லது அரசாங்க அதிகாரிகள் அவனைத் தூக்குமேடைக்கு இழுத்துச் செல்ல வந்துவிட்டனரா? கதவு திறந்தது. ஒரு முகம் அவனை ஏறிட்டுப் பார்த்து வெகுநாள் பழக்கம் போல் புன்சிரிப்புடன் தலையை அசைத்தது. பின்னர் கதவு சாத்திக்கொண்டது. பயம் கட்டை மீறியது. மார்க்ஹீம் ஊளையிட்டான். இந்தச் சப்தத்தைக் கேட்டு அந்த ஆசாமி திரும்பிவந்து, "என்னைக் கூப்பிட்டாயா?" என்றான்.

விழித்த கண் விழித்தபடியே மார்க்ஹீம் அந்த அந்நியன் முகத்தை நோக்கினான். கண்களில் மேகப்படலம் போல் என்னவோ மறைத்தது. அந்த அந்நியனது உருவமும் சுற்றி நிற்கும் பதுமைகள் போல் விளக்கொளியில் அசைந்தாடியது. சமயாசமயத்தில் அந்த அந்நியன் தன்னைப் போல இருப்பதாக நினைத்தான். ஆனால் அவனுடைய உள்ளத்திலுள்ள பயத்தின் பிண்டம் போல எதிரிலிருப்பவன் மனிதனல்லன், தெய்வமும் அல்லன் என்ற எண்ணம் தோன்றி அமுங்கியது.

"பணத்தைத் தேடுகிறாயா?" என்றது அவ்வுருவம்; குரலும் பேச்சும் சாதாரண மரியாதையை வழங்கின.

மார்க்ஹீம் பதிலளிக்கவில்லை.

"வேலைககாரி சீக்கிரத்தில் வந்துவிடுவாள். மார்க்ஹீமை அவள் இங்கு கண்டால் பின் என்ன நடக்கும் என்று நான் சொல்ல வேண்டுவதில்லை!" என்றது அவ்வுருவம்.

"என்னைத் தெரியுமா?" என்றான் கொலைக்காரன்.

"உன்பேரில் வெகுகாலமாக எனக்குப் பிரியம்; உனக்கு உதவி செய்ய வேண்டும் என்று உன்னைப் பல நாளாகத் தேடிவருகிறேன்."

"நீ யார்? பைசாசமா?" என்றான் மார்க்ஹீம்.

“நான் யாராக இருந்தால் என்ன? அதனால் நான் உனக்கு செய்யப்போகும் உதவி தடுக்கப்படப் போகிறதா?” என்றது அவ்வுருவம்.

“நீ யார் என்று தெரிந்தால்தான் உனது உதவிக்குப் பயன் உண்டு. உனக்கு இன்னும் என்னைத் தெரியாது. நல்ல காலமாக உனக்கு என்னைத் தெரியாது!” என்றான் மார்க்ஹீம்.

“உன்னை எனக்குத் தெரியும்; உனது ஆத்மாவை எனக்குத் தெரியும்” என்றது அவ்வுருவம்.

“தெரியுமா? அவதூற்றின் விபரீதந்தான் எனது வாழ்க்கை. இயற்கையின் ஓர் பெரும் பொய்யாக நான் ஜீவித்தேன். எல்லோரும் அப்படித்தான்; உண்மையில் எல்லோரையும் அமுக்க முயலும் இப்பொய் வேடத்தைவிட நல்லவர்கள்தான். தம்மைக் கட்டுப்படுத்தும் திடம் மட்டிலும் இருந்தால் எல்லோரும் வீரர்கள்தான்; அடியார்கள்தான். நான் எல்லோரையும்விடக் கீழ்த்தரமானவன். காரணம் எனக்கும் என் கடவுளுக்கும் தெரியும். அவகாசம் இருந்தால் எனது அந்தரங்கத்தை வெளியிடுவேன்.”

“எனக்கா?” என்றது அவ்வுருவம்.

“உனக்கும், எல்லாருக்கும். நான் ராக்ஷச ராஜ்யத்தில் பிறந்து வளர்ந்தேன். சந்தர்ப்பம் என்ற அரக்கன் என்னை என் தாயின் கர்ப்பத்திலிருந்து பிய்த்து எறிந்தான். எனது செய்கையைப் பார்த்து நியாயம் பேசுகிறாய். சிறிது எனது உள்ளத்தைப் பார்க்கலாகாதா! இவ்விதமான பாவச் செயல்கள் எனக்கு எவ்வளவு வெறுப்பு அளிக்கின்றன! எனக்குத் தெரியவில்லையா? கோணல் வாதம் எனது மனத்தைக் குழப்பிக் கெடுக்கவில்லை என்று உனக்குத் தெரியவில்லை. நான் விருப்பில்லாது இக்காரியங்களைச் செய்யும் பாபிஷ்டன் என்று உனக்குத் தெரியவில்லையா?” என்றான் மார்க்ஹீம்.

“நீ சொல்லுவதெல்லாம் மிகவும் சுவாரஸ்யமாகத்தான் இருக்கிறது. இவற்றைப் பற்றியெல்லாம் எனக்குக் கவலையில்லை. காலமாகிறது. வேலைக்காரி வேகமாக வந்துகொண்டிருக்கிறாள். அவள் வருவது தூக்குமேடையே உன்னை எதிர்நோக்கி வருவது என்று உணர்ந்துகொள். உனக்கு நான் உதவி செய்யட்டுமா? பணம் எங்கிருக்கிறது என்று உனக்குச் சொல்லட்டுமா?”

“அதற்குப் பதிலாக நான் என்ன செய்ய வேண்டும்?” என்று கேட்டான் மார்க்ஹீம்.

“உனக்கு எனது உதவி ஒரு கிரிஸ்மஸ் வெகுமதி.”

"உன் கையிலிருந்து நான் ஒன்றையும் ஏற்க மாட்டேன். தாகத்தால் மடிவதானாலும் உன் கையிலிருந்து ஒரு சிரங்கை தண்ணீர்கூட வேண்டாம்."

"நீ வேண்டுமானால் சாகும்பொழுது பாவமன்னிப்பைப் பெற்றுக்கொள்; அதற்கு நான் தடை செய்யவில்லை" என்றது அவ்வுருவம்.

"நீ அதன் சக்தியை நம்பவில்லை போலும்!" என்றான் மார்க்ஹீம்.

"நான் அப்படி ஒன்றும் சொல்லவில்லை. எனது பார்வை வேறு. இத்தனை நாள் எனது சேவையைச் செய்துவிட்டு, நான் கடைசியாக உதவியளிக்கவரும்பொழுது அதையும் ஏற்றுக் கொண்டு, கடைசியில் பாவமன்னிப்புடன் இறப்பதே சரி. இது உன் பின்னால் நிற்கும் பலவீனர்களுக்கு ஊக்கமளிக்கும். எனது உதவியை ஏற்றுக்கொள். நான் வரும்பொழுதும் அப்படிப் பட்ட ஒரு இடத்திலிருந்துதான் வருகிறேன். அது மிகவும் இலகு" என்றது அவ்வுருவம்.

"நீ என்ன நினைக்கிறாய்? பாவம்! பாவம்! பாவம்! இதைச் செய்வதைத் தவிர எனக்கு வேறு ஆசையில்லையா? மனிதர்களைப் பற்றி உன் அனுபவம் இதுதானா! கொலைக் குற்றம் மனத்தின் ஈரத்தை ஒரேயடியாக வற்ற அடித்துவிடும் என்பது உன் நினைப்பா?" என்று பதறினான் மார்க்ஹீம்.

"எனக்குக் கொலை என்பது பிரத்தியேகப் பகுதியில்லை; எல்லாப் பாவங்களும் கொலைதான். வாழ்க்கை என்பதே ஒரு போர் என்று உனக்குத் தெரியாதா? உன் வம்சம் – அதுதான் இந்த மனித வர்க்கம் – முழுகும் கப்பலில் ஒன்றை யொன்று பிய்த்துத் தின்னும் எலிக் கூட்டங்கள்தானே! பாவங் களை நான் செய்கையாகக் கவனிப்பதில்லை. பிந்திய வாழ்க் கையை அவற்றின் தொடர்ச்சியாகப் பின்பற்றுகிறேன். தாயை எதிர்க்கும் மகளின் செய்கைக்கும் உனது கொலைச் செய்கைக் கும் என்னிடம் வித்தியாசம் கிடையாது. நான் ஒரு மனித னுடைய பாவங்களை மட்டிலுமா தொடர்ந்து கவனிக்கிறேன் என்று நினைக்கிறாய்? புண்ணியத்தையும் கவனிக்கத்தான் செய்கிறேன். இவை இரண்டும் சங்கார தெய்வத்தின் பட்ட யத்தின் இரு முனைகள். பாவம் செய்கையில் இல்லை; குணத்தில் தான். பாவிகள் என் அன்பர்கள்; அவர்களுடைய செய்கையின் விளைவுகள்தான் காலத்தின் நீர்வீழ்ச்சியில் மிகுந்த பலனையளிப் பவை; நீ கடைக்காரனைக் கொன்றதினாலும், நீ மார்க்ஹீம் ஆனதினாலும் உனக்கு உதவி செய்யப்போகிறேன்" என்றது அவ்வுருவம்.

"நான் என் உள்ளத்தைத் திறந்து காண்பிக்கிறேன். இச்செய்கை எனது கடைசிக் குற்றம். எத்தனையோ விஷயங்களை உணர்ந்தேன். இதுதான் எனது மகத்தான அனுபவம். இன்று இச்செய்கையிலிருந்து புதிய மனவுறுதியும் சக்தியும் பெற்றிருக்கிறேன். இனி எனக்கு விடுதலைதான். என் செய்கைகளுக்குத் தளை கிடையாது. அதோ இருக்கிறது எனது பழைய வாழ்வு; இனி என் விதியின் நரகத்தை நோக்கிச் செல்வேன்" என்றான் மார்க்ஹீம்.

அந்த அந்நிய உருவம் தனது முழு பலத்தையும் உபயோகித்து அவனைத் தூண்டியது; மார்க்ஹீம் தனது கடைசி சக்திவரை போராடினான்.

கடைசியாக, "என் கடமை என்னவென்று எனக்குத் தெரிகிறது; என் கண்கள் திறந்துவிட்டன" என்றான் மார்க்ஹீம்.

அச்சமயம் வெளிக் கதவு தடதடவென்று ஒலித்தது.

"அதோடு வேலைக்காரி வந்துவிட்டாள்; கீழே சென்று எஜமானனுக்கு உடலுக்குக் குணமில்லை என்று சொல்லி அவளையும் உள்ளேயழைத்து, உன் கைவேலையைக் காண்பி! சீக்கிரம்!" என்றது அவ்வுருவம்.

"இனியுமா? துன்பம் இழைக்காவிட்டால் சும்மா இருப்பதற்கு எனக்குத் திறமையிருக்கிறது. எனது நல்ல நோக்கங்கள் எல்லாம் பசையற்ற பாலைவனமாயின. ஆனால் எனக்கு இன்னும் சக்தியும் மனவுறுதியும் இருக்கிறது. பார்!" என்றான் மார்க்ஹீம்.

எதிரிலிருந்தவன் முகத்தில் ஒரு தெய்வீகக் களை, அன்பு கனிந்த பார்வை ஏற்பட்டது. இந்த மாறுதல்களைக் கவனியாது கீழே இறங்கினான். இப்பொழுது வாழ்க்கை அவனை ஆசையுடன் இழுக்கவில்லை. மங்கிய ஒளியில் பிரேதத்தைக் கவனித்தான். கடைக்காரனைப் பற்றிய நினைவுகள் மனத்தில் குவிந்தன. வெளியே தடதடவென்ற தட்டல் மறுபடியும் கேட்டது.

புன்சிரிப்புடன் கதவைத் திறந்து, எதிரிலிருந்த வேலைக்காரியைப் பார்த்து, "எஜமானரைக் கொன்றுவிட்டேன்; போய்ப் போலீஸாரை அழைத்து வா!" என்றான் மார்க்ஹீம்.

○○

இங்கிலாந்து

சுவரில் வழி

ஆர். முரே கில்கிரைஸ்ட்

அன்று முற்பகல் சிறிது உஷ்ணமாகவே இருந்தது. பசும் புல் செழித்து வளர்ந்த மைதான வெளியில் ஆங்காங்கு குத்துக் குத்தாகப் பெயர் தெரியாத புஷ்பங்கள் எல்லாம் கணக்கற்று மலர்ந்து கண்ணுக்கு ரம்மியமாக இருந்தன. தூரத்திலே, எங்கோ, இரண்டு மூன்று 'அக்கா' குருவிகள் சோக கீதத்தை எதிரொலிப்பது போல் குரல் எழுப்பின. கூடு கட்டுவதில் மும்முரமாக ஈடுபடும் சிறு குருவியொன்று கலகலவென்று சப்தித்துப் பறந்துகொண்டிருந்தது.

அப்பொழுது கெஸயா அன்வின் என்பவள் ஹாதர்டன் வீட்டிற்குப் புறப்பட்டுச் செல்லுகிறாள். ரூவான் ரகம் வாத்து முட்டைகளை ஸ்ரீமதி புல்குரோவுக்குக் கொடுத்துவிட்டு வரலாம் என்ற நோக்கந்தான். அவளுடைய தகப்பனார் பண்ணை கோழி, வாத்து முதலியவற்றிற்குப் பிரசித்தி பெற்றது. கெஸயா இவற்றை நன்றாக வளர்ப்பதில் கெட்டிக்காரி. பட்சி வளர்ப்பின் சூட்சுமங்களில் உள்ள பெரிய சிக்கலான பிரச்னைகளிலெல்லாம் அவள் முடிவுதான் வேதவாக்கு. இவ்வளவு சிறிய வயதிலேயே இந்த விஷயங்களையெல்லாம் எப்படி அறிந்துவிட்டாள் என்பதில் ஊராருக்கெல்லாம் ஒரு பெரிய ஆச்சரியம். இந்தத் தொழிலில் சம்பாதித்துத்தான் ஜீவனம் நடத்த வேண்டும் என்ற அவசியம் அவர்களுக்கில்லை. ஊரிலே நல்ல பணக்காரன் அவள் தகப்பன். இம்மாதிரி பட்சி வளர்ப்பில் கிடைக்கும் பணத்தையெல்லாம் அவள் அழகான நாஸூக்கான உடைகளை வாங்கி அணிந்து, அந்தக் கிராமத்தாருக்குப் பட்டண மோஸ்தரைக் கொண்டுவந்து காண்பிப்பதிலேயே செலவு செய்வாள்.

அன்று நீலக் கவுன் ஒன்றை யணிந்து நாஸுக்காக வெளியே புறப்பட்டாள்.

அழகான பெண் என்றால் ஊரிலுள்ள வாலிபர்கள் எல்லாரும் அவளைக் கலியாணம் செய்துகொள்ள ஆசைப் படமாட்டார்களா? அவர்கள் குலாசாரப்படி எத்தனையோ வாலிபர்கள் அவளைத் தமக்கு மனைவியாகும்படி கேட்பதற்காக வீட்டிற்கு வருவார்கள். கிழட்டுத் தகப்பனாருக்கு தன்மீதுள்ள அத்யந்த சிநேகத்தால்தான் இவர்கள் வந்து சூழுகிறார்கள் என்ற நினைப்பு; அவர்களிடம் சாரமற்ற கதைகளை நீட்டிக் கொண்டு போவான். பாவம்! அந்த வாலிபர்கள் மெய் வருத்தம் பாரார் – பசி நோக்கார் – இத்யாதி வர்க்கத்தைச் சேர்ந்தவர்கள். இலட்சியம் பலிதமாகும் என்று காது கொடுத்துக்கொண்டு இருப்பார்கள். அவளை விரும்பிக் கேட்டவர் பலரை மறுத்து விட்டாள் கெஸயா. இந்த மாதிரியான அனுபவத்தில் அவள் ஒன்று கற்றுக்கொண்டாள். மொட்டையாக 'மாட்டேன்' என்று சொல்லுவதைவிட வருகிற ஆசாமியை 'நையாண்டி' செய்து தலையிறங்க வைத்துவிட்டால் மறுப்பதில் ஒரு சிரமமும் இல்லை. இந்த மறுப்பு மான்மியத்தில் முக்கியமாக ஜான் ஹாரைக்கின் முயற்சிதான் பிரமாதமாக ஊரார் ஞாபகத்தில் இருக்கிறது. கெஸயா இதைப் பற்றி யாரிடமும் சொல்லவில்லை. அவனே குடிவெறியில் உளறிக் கொட்டிவிட்டான். அவன் காதல் பித்தேறியவனாகக் காலில் விழுந்தபொழுது, தலையில் ஒரு வாளி தண்ணீரைக் கொட்டிவிட்டு, பின்பு அவனிடம், 'ஐயோ, பாவமே! உனக்கு வலிப்பு வந்துவிட்டது என்றல்லவோ பயந்துவிட்டேன்!' என்றாளாம்.

ஒரே ஒரு சமயந்தான் அவள் இதயம் சிறிது இளகியது. ராக்பி எட்ஜ் என்ற இடத்தைச் சேர்ந்த ரேவ் பார்மூர் தன்னைக் கலியாணம் செய்துகொள்ளும்படி அவளிடம் கேட்டான்; அவள் இறுதியில் மறுத்துவிட்டாலும் மனம் சிறிது இரங்கியது என்பது மட்டிலும் நிச்சயம்.

காரணம் இருவரும் சிறுபிராயத்திலிருந்தே தோழராக விளையாடி வளர்ந்தார்கள் என்று கூறுகிறார்கள். அவள் மறுத்ததற்குக் காரணம் தன் ஏழ்மை ஸ்திதியே என்று அவன் கூறிக்கொண்டிருந்தான்.

பாதையில் ஒரு திருப்பம். குத்துச்செடிகள் நன்றாக முளைத்து அடர்ந்த இடம். கெஸயா அங்கு நின்று சிறிது யோசித் தாள். சாலை வழியாகவே நடப்பதென்றால் இன்னும் இரண்டு மைல் தூரம் புழுதியில் செல்ல வேண்டும். குறுக்கு வழியாக, இடையிலிருக்கும் குட்டிச்சுவர்களை ஏறிக் குதித்துச் சென்றால் கால் மணி நேரத்தில் ஹாதர்டன் வீட்டிற்குச் சென்றுவிடலாம்.

'போனால்தான் என்ன? ரேவ் பார்மூர் நிலந்தான். இப்பொழுது அங்கே நிற்கவா போகிறான்! வெயிலோ கொளுத்து கிறது!' என்று நினைத்தாள்.

இடையில் இருந்த கூடையைச் சிற்றோடையின் கரையில் வைத்துவிட்டு, மரத்து மூடுகளின் இடைவழியில் நுழைந்தாள். முதலில்தான் சிறிது கஷ்டம். பின்பு சிற்றோடையின் கரைமீது சாவதானமாக நடக்கலாம். வயல் வரப்புகளில் புஷ்பங்கள் செறிந்த குத்துச்செடிகள், இவற்றின் இடைவழியாகநடந்து, முதல் சுவர்ப் பக்கம் நெருங்கினாள்.

அந்த இடத்தில் சுவர் சிறிது உயரம். கொஞ்ச தூரம் சென்றால் கழுத்தளவாவது இருக்கும். சிறிது சிரமப்பட்டு ஏறி, அப்புறம் குதித்துவிடலாம். அவள் அதன்மீது கை வைத்து ஏறினதுதான் தாமதம். சுவர் கடகடவென்று ஆட ஆரம்பித்தது. நல்ல காலம், உடனே மறுபக்கம் குதித்துவிட்டாள். ஆனால், சுவர் இடிந்து கற்கள் பொலபொலவென்று உதிர்ந்தன.

மெதுவாக எழுந்து நின்றாள். அவள் மனத்தில் பயம் அகன்று, சற்று விஷமப் புன்சிரிப்புத் தோன்றியது.

"வேணும், வேண்டுமானால் பார்மூர் திரும்பக் கட்டட் டுமே! இன்னொருத்தரானால் இந்த மாதிரி இடித்ததற்குக் கட்டாயம் பணம் கொடுக்கத்தான் செய்வேன்! ரேவ் பார்மூர் தானே! திரும்பக் கட்டட்டுமே!" என்று வாய்விட்டுச் சொல்லிக் கொண்டு மேலே நடக்கத் திரும்பினாள்.

திரும்பியதுதான் தாமதம்! அவள் பக்கத்தில், சிறிது தூரத்தில் ரேவ் பார்மூர் உட்கார்ந்து கத்தியால் குச்சி முளை களைச் சீவிக்கொண்டிருந்தான். அவன் ஒரு மாதிரி சிரித்துக் கொண்டு எழுந்தான்.

"கெஸயா, கொஞ்ச நேரத்திற்கு முன்பு என்ன சொன்னாய் என்று கேட்டுக்கொண்டுதான் இருந்தேன். இங்கு இருக்கும் வளமை தெரியுமா? இடித்தவர்தான் கட்டிக் கொடுக்க வேண்டும். நீதான் அதைச் செய்ய வேண்டும்."

முறுக்காக அவனைத் திரும்பிப் பார்த்து, "மாட்டேன்!" என்றாள் அவள்.

"நீ கட்டுவாய்; உன்னைக் கட்ட வைக்கிறேன், பார்!"

அவள் முகம் சிவந்தது.

"எனக்கு இஷ்டமில்லாததைச் செய்யவைக்கத் தைரியமிருக் கிறதோ? உன்னால் முடிந்தால் கெட்டிக்காரன்தான்! வழி விடு, போக வேண்டும்!"

புதுமைப்பித்தன் மொழிபெயர்ப்புகள் 149

"வழிவிட மாட்டேன். என் நிலத்தை மிதித்துக்கொண்டு போவாயோ? போனால், துராக்கிருதமாய் நிலத்தில் பிரவேசித்தாய் என்று போலீஸாருக்கு எழுதி வைப்பேன்."

"வழி விடாவிட்டால் கத்துவேன். யாராவது உதவிக்கு வருவார்கள். அப்பொழுது!"

"இஷ்டம் போல் கத்திப் பார்! யாரும் வரமாட்டார்கள். சுவரைக் கட்டிவிட்டு மற்ற வேலையைப் பார்."

"இம்மாதிரி என்னைத் தொந்தரவு செய்வதற்கு நீ ஒரு மிருக ஜன்மம்தான். சுவரைக் கட்ட எனக்கு எப்படித் தெரியும்?"

அவளைச் சிறிது இரக்கத்துடன் பார்த்தான். "இன்றைக்கு நடப்பது உனக்கு ஒரு படிப்பினை. அன்றைக்கு என்னைக் கேலி செய்தாய்! இன்றைக்கு நான் கேலி செய்கிறேன்! கீழே சரிந்ததே அதில் பெரிய கற்களை எடுத்து முதலில் அடுக்கு. பின்னால் சின்னது . . ."

அவள் அவனை 'மணந்துகொள்ள மாட்டேன்' என்று சொன்ன பிறகு, இன்றுதான் அவன் முகத்தை ஏறிட்டுப் பார்த்தாள். உடனே பார்ஃமூர், முகத்தைக் கோபம் போல் கடுகடுப்பாக்கிக்கொண்டு, 'உம்'மென்று நின்றான்.

அவள் உடனே கையிலிருந்த 'குளோவ்' என்ற கையுறையை எடுத்துவிட்டாள். அவள் உதடுகள் சிறிது துடித்தன. சிரிப்போ அழுகையோ என்று அவளுக்கே தெரியவில்லை. கண்கள் பிரகாசித்தன.

"மனுஷாள் என்றால் என்ன வெறுப்பாக இருக்கிறது! செய்துதான் ஆகவேண்டுமென்றால் செய்கிறேன்; செத்தாலும் பரவாயில்லை!" என்றாள்.

உடனே பார்ஃமூர் வாய்விட்டுச் சிரித்துவிட்டு, "உன் பாவம் என்னைச் சுற்ற வேண்டாம். சிரமம் அதிகமானதும் உன்னை விட்டுவிடுகிறேன். பெரிய கல்லை நான் தூக்குகிறேன். சின்னதை நீ பொறுக்கு" என்றான்.

இருவரும் மௌனமாகக் கற்களை எடுத்துஎடுத்து அடுக்க ஆரம்பித்தார்கள். அவள், உள்ளுக்குள் சிரித்துக்கொண்டு, வேண்டுமென்றே கழற்சிக்காய் போன்ற சின்னக் கற்களைப் பொறுக்கிவருவதைக் கவனித்தான். அவற்றை ஒவ்வொன்றாக எடுத்துவர ஐந்து நிமிஷம். இரண்டு வரிசை வரை இருவரும் பேசவில்லை.

"இந்த மாதிரி கல்லெடுத்தால் ஒரு நாள் பூரா ஆகும். மரத்தடியிலே சாப்பாடு இருக்கிறது. இரண்டு பேரும் சாப்பிடுவோமா?"

"ஊரார் என்ன சொல்லுவார்கள்! நான் மாட்டவே மாட்டேன்!" என்று மெதுவாகச் சொன்னாள்.

"தெரிந்தால் என்ன? நான் ஒருவரிடமும் சொல்ல மாட்டேன்!"

வேறு வழியில்லை. ரொட்டியும் பாலாடையும் தொண்டையில் விக்குவது போல் வெறுப்பாக இருந்தது. அவள் பாத்திரத்தில் வைத்திருந்ததில் ஒரு சொட்டுக்கூடக் குடிக்கவில்லை.

கெஸயா சுவர் கட்டும் வேலையைச் சீக்கிரம் முடித்து விட்டுப் போகத் தயாரானாள். "சாப்பிட்டதும் சுருட்டுப் பிடிக்காமல் ஒன்றும் முடியாது" என்று சொல்லிவிட்டுப் பழங்கதைகளைப் பேச ஆரம்பித்தான் பார்மூர். அவள் கேட்காதவள் போல் முகத்தை அப்புறம் திருப்பிக்கொண்டாள். ஆனால் பார்மூர் வாய் ஓய்வதாக இல்லை. கெஸயா எழுந்து கற்களைப் பொறுக்கிக் குவிக்க ஆரம்பித்தாள். வேகமாக வேலை செய்யச்செய்ய, கற்கள்தான் சேர்ந்தபாடில்லை. மாலை நான்கு மணி மட்டும் சுவரில் பாதி வரைதான் அடுக்கிமுடிந்தது.

கெஸயாவுக்கு அழுகை தொண்டையை அடைத்தது. அழுதுவிட்டாள்.

இதைப் பார்மூர் கேட்டுவிட்டான்.

"கெஸயா, நீ மிகவும் சோர்ந்துவிட்டாய். போய் வா! மீதியை நான் வைத்துக்கொள்ளுகிறேன்" என்றான் பார்மூர்.

அவள் அவன் சொல்வதைக் கேட்கவில்லை. கண்களைத் திறந்து துடைத்துக்கொண்டு, வெகுவேகமாகக் கற்களைப் பொறுக்கிக்கொண்டுவந்து கொடுத்துக்கொண்டிருந்தாள். அவள் மனத்துடன் வேலை செய்கிறாள் என்று கண்ட பார்மூர், வேகமாகக் கல்லை எடுத்து அடுக்க ஆரம்பித்தான். இரண்டு மணி நேரத்தில் சுவர் பழையபடியாயிற்று.

கெஸயா உடனே கூடையை எடுத்துக்கொண்டு வீட்டை நோக்கி நடந்தாள். அவள் தலையைக் குனிந்துகொண்டு, ஒன்றும் பேசாது சோர்ந்து நடந்தாள். தான் மிகவும் முரட்டுத் தனமாக நடந்துவிட்டதாக நினைத்து பார்மூர் மிகவும் வருந்தினான். அவன் மனத்தில் இரக்கம் உண்டாயிற்று. அவள் வெகுதூரம் போகுமுன் அவளிடம் ஓடிச்சென்று, "கெஸயா! என்னை மன்னித்துக்கொள்!" என்றான்.

கூடையைக் கீழே இறக்கிவிட்டு, கைகளை அவனிடம் காணபித்தாள். உள்ளங்கை, விரல்நுனிகளெல்லாம் கீறி ரத்தம் கசிந்துகொண்டிருந்தது. இதைக் கண்டதும் அவன் கண்களில் நீர் ததும்பிற்று.

"கெஸயா! என்னை மன்னிக்கமாட்டாயா?"

அவள் முகம் சிறிது பிரகாசமடைந்தது.

"நீ மிருகமாக நடந்தாய்! நான் உன்னை மன்னிக்கிறேன். மறுபடியும் உன் சுவரை இடிக்கிறேன், பார்!"

"உன்மீது ஆசையில்லாவிட்டால் இம்மாதிரி செய்திருக்க மாட்டேன்."

"அதெல்லாம் சரிதான், ரேவ், நீதான் எஜமான் ராஜா!"

அவனுக்கு ஒரு முத்தமளித்துவிட்டு ஓடிவிட்டாள்.

o o

இங்கிலாந்து

காரையில் கண்ட முகம்

இ. வி. லூக்காஸ்

நேற்று சாயங்காலம் எனது நண்பன் டாப்னி வீட்டில் நடந்ததை மறக்க முடியவில்லை. அந்த அனுபவம் இன்னும் என்னை உறுத்திக்கொண்டிருக்கிறது. அன்றைய தினம் பேச்சு பூத பைசாசங்களைப் பற்றித் திரும்பியது. கூட்டத்தில் ஒவ்வொரு ஆசாமியும் தம் நண்பருடைய, நண்பருடைய நண்பருடைய, யாருக்கோ சம்பவித்த பைசாச அனுபவங்களைக் கூறி எங்களைப் பயப்படுத்தி நம்பவைக்க முயன்றார். அவையெல்லாம் உப்புச்சப் பற்று வெறும் முயற்சிகளாக ஒழிந்தன. அந்தக் கூட்டத்தில் எனக்குத் தெரியாத பலர் வந்திருந்தனர். என் நண்பன் ரட்சன் வெயிட் ஒரு மூஞ்சூறு ஆசாமியை அழைத்துவந்திருந்தான். அந்த ஆசாமி ஒவ்வொருவர் சொல்வதையும் கவனமாகக் காது கொடுத்துக் கேட்டுக்கொண்டு மௌனமாக உட்கார்ந்திருந் தான். கடைசியாக, அவன் பேச்சில் கலந்துகொள்ளாமல் இருப்பதைக் கவனித்த டாப்னி, "இம்மாதிரியான அனுபவங்கள் உங்களுக்கு ஏற்பட்டது கிடையாதோ?" என்று மரியாதையாகக் கேட்டான்.

அந்தப் புதிய ஆசாமி சிறிது நேரம் மௌனமாக யோசித்து விட்டு, "உம்! சாதாரணமாக அதைக் கதை என்று விவரித்துவிட முடியாது. உங்கள் அனுபவமெல்லாம் கேள்வி ஞானந்தானே! என்னுடையது அப்படிப்பட்டது அல்ல. உண்மை எப்பொழுதும் கதையைவிட விபரீதமானது என்று நான் நினைப்பவன். அத்துடன் உண்மை கதையைவிட எப்பொழுதும் சுவாரஸ்ய மானது. எனக்குச் சமீபத்தில் ஏற்பட்ட அனுபவத்தைக் கூறுகி றேன். அதிலும் ஆச்சரியம் என்னவெனில் இன்று மத்தியானம் தான் அக்கதை முடிவடைந்தது."

அதை எங்களுக்குச் சொல்லுமாறு நாங்கள் அவனை வேண்டிக்கொண்டோம்.

"இரண்டு மூன்று வருஷங்களுக்கு முன்பு ஹால்பார்ண் பகுதியில், பெரிய ஆர்மாண்ட் தெருவில் சில அறைகளில் வாடகைக்கு இருந்தேன். அங்கு படுக்கையறையில் முந்திக் குடியிருந்த ஆசாமி வெள்ளையடித்திருந்தான். அதனால் சுவர் முழுவதும் ஈரம் சுவறியதால் பாளம்பாளமாகக் காரை விழ ஆரம்பித்தது. அதில் ஒன்று – இது ஏற்படுவது மிகவும் சாதாரணம் – ஒரு மனிதனுடைய முகம் போலக் கறை படிந்திருந்தது. இதில் அதிசயம் என்னவென்றால் சாதாரணமாக எதிர்பார்ப்பதைவிட அதில் மனித முகஜாடை மிகவும் அதிகமாக இருந்தது.

"காலையில் கண்விழித்தவுடன் எனக்கு உடனே எழுந்திருப்பதற்கு எப்பொழுதும் சோம்பல் அப்பொழுதெல்லாம் அந்தக் காரையில் காணப்பட்ட மனித முகத்தைக் கவனித்துக்கொண்டிருந்தேன். மற்ற இடங்களில் ஈரம் காய ஆரம்பித்ததும் கறைகள் மறைய ஆரம்பித்தாலும் அந்த முகம் மட்டும் மறையவே இல்லை.

"அங்கு குடியிருக்கும்பொழுது எனக்கு ஒரு தடவை இன்புளுயன்ஸா ஜுரம் கண்டது. வியாதியாகப் படுக்கையில் கிடக்கும்பொழுது, வேறு வேலையொன்றும் இல்லாததினால் அதைப் பார்த்து, அதைப் பற்றி யோசித்துப் பொழுதைப் போக்கிக்கொண்டிருப்பேன். அதிலிருந்துதான் அந்த முகம் என் உள்ளத்தில் அதிகமாகப் பதிந்து படிந்துவிட்டது. அதன்மீது எனக்கு நிஜமான உயிருள்ள மனிதன் போல ஆச்சரியமான பற்றுதல் எழுந்தது. இரவும் பகலும் அது என் மனத்தை ஒருங்கே கவ்வியது என்று கூறலாம். அந்த உருவத்திற்கு மூக்கு சிறிது ஒரு பக்கம் வளைந்து, நெற்றி விசாலமாகச் சரிந்து உயர்ந்திருந்தது. அது சாதாரணமாகக் காணப்படுவதாயும், மனத்தில் பதியக் கூடாததாயுமுள்ள முகமில்லை; ஆயிரத்தில் ஒன்று; ஒருமுறை பார்த்தால் மனத்தைவிட்டு அகலாது.

"எனக்கு உடம்பு குணப்பட்டு வந்தது. ஆனால், அந்த முகம் என் மனத்தைக் கட்டுப்படுத்தியது. தெருவில் போகும் பொழுதெல்லாம் அதைப் போன்ற மனிதன் இருக்கின்றானா என்று தேட ஆரம்பித்தேன். 'அந்த முகஜாடையுள்ள மனிதன் எங்கேயிருக்கிறான், அவனை அவசியம் சந்திக்க வேண்டும்' என்று என் மனத்தில் ஒரு பேய் ஆசை எழுந்தது. காரணம்? காரணம் எனக்கு விளங்கவில்லை; கூற முடியவில்லை. அவனையும் என்னையும் விதி ஒரே சங்கிலியால் பிணித்திருக்கிறது என்று திட்டமாக நம்பினேன். மனிதர்கள் ஏராளமாகக் கூடும் இடங்களுக்கு அடிக்கடி சென்று தேட ஆரம்பித்தேன். அரசியல்

கூட்டங்கள், பந்து விளையாடும் மைதானங்கள், ரயில்வே ஸ்டேஷன் இவற்றிலெல்லாம் தேடினேன். காலையிலும் மாலையிலும் சுற்றுப்புறங்களிலிருந்து நகரத்தில் வந்து திரளும் ஆயிரக் கணக்கான மக்களில் அவனும் இருக்கக் கூடாதா என்ற நினைப்பு. எல்லா முயற்சியும் வீணாயின. இந்தக் தேட்டத்திலிருந்தான் மனித முகஜாடைகளில் எவ்வளவு வித்தியாசமிருக்கிறது, அவற்றை எத்தனை பகுதியாகக்கூடப் பிரித்துத் தொகுத்து விடலாம் என்று உணர்ந்தேன்.

"தேடியலையும் ஆசை என்னை ஒரு பைத்தியக்காரனாக்கியது. கூட்டமாக ஜனங்கள் நடமாடும் மூலைகளில் நின்றுகொண்டு விழித்த கண் திறந்தபடி பார்த்திருப்பதைப் பலர் கவனிக்க ஆரம்பித்தார்கள். போலீஸ்காரர்கள் என்னை அடையாளம் கண்டுகொண்டு சந்தேகப்பட ஆரம்பித்தனர். நான் பெண்களை ஏறிட்டுக்கூடப் பார்ப்பதில்லை; எப்பொழுதும் ஆண்கள், ஆண்கள், ஆண்கள்...."

மிகவும் சோர்ந்தவன் போல் அவன் நெற்றியைத் துடைத்துக் கொண்டு மேலும் கூற ஆரம்பித்தான்:

"கடைசியாக நான் அவனைக் கண்டுபிடித்தேன். அப்பொழுது அவன் ஒரு வாடகை மோட்டாரில் ஏறிக்கொண்டு பிக்காடில்லியில் கிழக்குப் பக்கமாகப் போய்க்கொண்டிருந்தான். சுற்றுமுற்றும் பார்த்தேன். பக்கத்தில் ஒரு காலி வாடகை மோட்டார் வண்டி நின்றுகொண்டிருந்தது. அதில் துரிதமாக ஏறிக்கொண்டு முன்னே போகும் வண்டியைத் தொடரச் சொன்னேன். என்னுடைய மோட்டார் ஓட்டி அதை சாரிங் கிராஸ் ரயில்வே ஸ்டேஷன் வரை தொடர்ந்து சென்றான். நான் அதிலிருந்து இறங்கி ஸ்டேஷன் பிளாட்பாரத்திற்கு ஓடினேன். அந்த மனிதன் அங்கு இரண்டு ஸ்திரீகளுடனும் ஒரு சிறு பெண் குழந்தையுடனும் நின்று பேசிக்கொண்டிருந்தான். 2:20க்குப் புறப்படும் வண்டியில் பிரான்ஸுக்குச் செல்லுவதாகத் தெரிந்தது. அவனிடம் ஒரு வார்த்தையாவது பேசலாம் என்று பக்கத்திலேயே நின்றிருந்தேன். முடியவில்லை. அவனுடைய மற்ற நண்பர்கள் திரண்டு எல்லாரும் ஒரே கூட்டமாக ரயிலில் சென்று ஏறினார்கள்.

"நானும் அவசரஅவசரமாக போக்ஸ்டனுக்கு ஒரு டிக்கட் வாங்கிக்கொண்டு வண்டியில் ஏறினேன். அங்கு அவன் படகில் ஏறு முன் சந்திக்கலாம் என்ற நினைப்புத்தான்; ஆனால் அவன் போக்ஸ்டனில் எனக்கு முந்திப் படகில் ஏறிவிட்டான். நானும் படகில் ஏறினேன். ஆனால் அவன் தனியாக ஒரு ஸலூன் பிடித்திருந்ததினால் எனது காபினுக்கும் அவனுடைய இடத்திற்கும் சம்பந்தமற்றுப் போய்விட்டது.

புதுமைப்பித்தன் மொழிபெயர்ப்புகள்

“அங்கும் எனது முயற்சி பலனளிக்கவில்லை. அக்கரையில் இறங்குமுன் எப்படியாவது சந்தித்துவிட வேண்டுமென்று திடப்படுத்திக்கொண்டேன். பிறகு புறப்பட்டதும் அவனுடைய ஸ்திரீ நண்பர்கள் கப்பல் மேல்தட்டில் வந்து உலாவ ஆரம்பித்தனர். என் கையிருப்புப் பணம் எல்லாம் பொலான் (பிரஞ்சுத் துறைமுகம்) வரை போவதற்கு மட்டுந்தான். அங்கு போய்த் தந்தியடித்தால் போகிறது.

“நான் அந்த ஸலூன் கதவண்டையில் நின்று காத்திருந்தேன். அரை மணி நேரம் கழித்து ஒரு சிறு பெண்ணைக் கையில் பிடித்துக்கொண்டு வெளியே வந்தான். எனது இருதயம் கப்பலின் துழாவு கருவி மாதிரி படபடவென்று அடித்துக்கொண்டது. என்னை ஏறிட்டுப் பார்த்துவிட்டு மேல்தட்டிற்குப் போகும் ஏணிப்படிகளை நெருங்கினான்.

“ ‘மன்னியுங்கள்’ என்று பதட்டத்துடன் நாத் தடுமாறக் கூறிவிட்டு, ‘உங்கள் அறிமுகச் சீட்டைத் தருவீர்களா? உங்களுக்கு முக்கியமான விஷயம் ஒன்றைக் கூற விரும்புகிறேன்’ என்று சொன்னேன்.

“அவன் ஆச்சரியத்துடன் என்னை மேலும்கீழுமாகக் கவனித்தான். அவன் நிலைமையில் அதுவும் இயற்கைதானே! ஆனால் அவன் என் ஆசையைப் பூர்த்தி செய்தான். தன் பையிலிருந்த ஒரு அறிமுகச் சீட்டை நிதானமாக எடுத்து என்னிடம் கொடுத்துவிட்டு, அந்தக் குழந்தையுடன் கப்பலின் மேல் கட்டிற்கு விரைந்து சென்றுவிட்டான். அவன் என்னைப் பைத்தியம் என்று திட்டமாக நம்பி, என் இஷ்டப்படி விடுவதே நல்லது என்று கருதிவிட்டான் போலும்!

“அந்தச் சீட்டைக் கையில் இறுக்கிப் பிடித்துக்கொண்டு யாருமற்ற ஒரு மூலையில் சென்று வாசித்தேன். என் பார்வை மறைந்தது; ஏனெனில் அதில் பின்வருமாறு எழுதியிருந்தது: ‘ஸ்ரீ ஆர்மான்ட் வால், பிட்ஸ்பர்க் (அமெரிக்கா).’

“பின்பு என்ன நடந்தது என்று எனக்கு ஞாபகம் இல்லை; எனக்குப் பிரக்ஞை வந்தபொழுது நான் பொலான் துறைமுகத்தில் ஒரு ஆஸ்பத்திரியில் கிடந்தேன். பல வாரங்கள் எனது நிலைமை குணப்படவில்லை. நான் சமீபத்தில்தான் திரும்பினேன். வந்து ஒரு மாதம்கூட ஆகவில்லை.”

பின்பு, அவன் சிறிது நேரம் மௌனமாக இருந்தான்.

நாங்கள் எல்லோரும் அவனையே கவனித்தோம். பின், ஒருவரையொருவர் பார்த்துக்கொண்டோம். அன்று சாயங்காலம் மற்றவர்கள் கூறியதெல்லாம் இந்த நோஞ்சான் ஆசாமியின் அனுபவத்திற்கு ஈடாகாது என்று உணர்ந்தோம்.

"நான் பின்பு பெரிய ஆர்மான்ட் தெருவிற்குத் திரும்பினேன். அங்கிருந்துகொண்டு என் வாழ்க்கையில் ஆச்சரியகரமாகச் சம்பந்தப்பட்ட இந்த அமெரிக்கனைப் பற்றி விசாரிக்க ஆரம்பித்தேன். நான் பிட்ஸ்பர்கிற்கு எழுதினேன். அமெரிக்கப் பத்திரிகை ஆசிரியர்களுக்கு எழுதினேன். லண்டனில் வசித்து வரும் அமெரிக்கருடன் உறவாடினேன். ஆனால், அந்த மனிதன் ஒரு அமெரிக்கக் கோடீஸ்வரன் என்பதும், லண்டனில் வசித்த ஆங்கிலப் பெற்றோருக்குப் பிறந்தவன் என்பதும் தவிர வேறு ஒரு விபரமும் என்னால் அறிய முடியவில்லை. லண்டனில் என்றால், எங்கு? இதற்குப் பதிலே கிடையாது.

"இப்படியே நேற்று காலை வரை கழிந்தது. அதற்கு முந்திய தினம் சிறிது நேரம் கழித்துப் படுக்கச் சென்றதால் வெகுநேரம் கழித்தே விழித்தேன். நான் எழுந்தபொழுது சூரியன் ஒளி முகத்தில் அடித்துக்கொண்டிருந்தது. கண்ணைத் துடைத்துக் கொண்டு எப்பொழுதும் போல் சுவரில் காணப்படும் உருவத்தைப் பார்த்தேன். சூரியன் கண்ணைக் கூச வைக்கவில்லை; ஆனால் கண்களைத் துடைத்துக்கொண்டு பயத்துடன் பதறி எழுந்து சுவரைப் பார்த்தேன். உருவம் மிகவும் மங்கலாகத் தெரிந்தது! அதற்கு முந்திய தினம் எப்பொழுதும் போல் ஸ்பஷ்டமாக இருந்தது; அது பேசுவதைக்கூடக் கேட்கலாம் போல் இருந்தது. ஆனால், அன்று மிகவும் மங்கிய அதன் சாயைதான் காணப்பட்டது.

"நான் மிகவும் சோர்ந்து, மூளை குழம்பி, வெளியே எழுந்து சென்றேன்.

"அன்று மாலையில் பத்திரிகை விளம்பரங்களில் 'அமெரிக்கக் கோடீஸ்வரனுக்கு மோட்டார் விபத்து' என்று காணப்பட்டது! நீங்கள் எல்லோரும்கூட அதைப் பார்த்திருக்கலாம். உடனே ஒரு பத்திரிகையை வாங்கிப் பிரித்துப் பார்த்தேன். அங்கு நான் எதிர்பார்த்தபடியேதான் இருந்தது. 'அமெரிக்கக் கோடீஸ்வரரான ஸ்ரீ ஆர்மான்ட் வாலும் அவரது கோஷ்டியினரும் ஸ்பீஸாவிலிருந்து பைஸா நகரத்திற்கு மோட்டாரில் செல்லும்பொழுது ஒரு வண்டியில் மோதியதால் மோட்டார் கவிழ்ந்துவிட்டது. ஸ்ரீ வாலின் நிலைமை கவலைக்கிடமாகக் கருதப்படுகிறது.'

"நான் மூளை குழம்பி எனது அறையை அடைந்தேன். என் படுக்கையின்மீது உட்கார்ந்துகொண்டு அந்தப் பிம்பத்தையே கவனித்துக்கொண்டிருந்தேன். பார்த்துக்கொண்டிருக்கும் பொழுதே அது திடீரென்று மறைந்துவிட்டது!

"பின்னர், ஸ்ரீ வால் அதே நிமிஷத்தில் இறந்தார் என்று அறிந்தேன்."

அந்த மெலிந்த தேகி பின்னும் சிறிது நேரம் மௌனத்தில் ஆழ்ந்தான்.

"ஆச்சரியம்! ஆச்சரியம்!" என்றோம்.

"ஆமாம்! இதில் மூன்று ஆச்சரியமான விஷயங்கள் அடங்கியிருக்கின்றன. முதலாவதாக லண்டன் குடிக்கூலி வீட்டு ஒரு அறையின் காரைச் சுவர், அமெரிக்க மனிதர் ஒருவரின் முகஜாடையைத் தோற்றுவிப்பது மட்டுமல்லாது, அவருடைய வாழ்க்கைக்கு நெருங்கிய சம்பந்தமுடையதாக இருப்பது. இரண்டாவதாக, அந்த மனிதர் பெயருக்கும் அந்த உருவம் தோன்றிய *இடத்தின் பெயருக்கும் ஒற்றுமை இருப்பதும் பெரிய ஆச்சரியம். அப்படி நீங்கள் நினைக்கவில்லையா?"

அவன் சொல்வதை அப்படியே ஆமோதித்தோம். பூதபைசாச விவரம் முன்னிலும் பன்மடங்கு உற்சாகத்துடன் விவாதிக்கப்பட்டது.

எங்கள் பேச்சு சுவாரஸ்யத்தில் அந்த மனிதன் எழுந்து, "நேரமாகிறது, நான் போய்வருகிறேன்" என்று சொல்லியதையும் கவனிக்கவில்லை. அவன் கதவண்டை நெருங்கியதும் எங்களில் ஒருவன் – அவன்தான் ஸ்டான்டன் – "மூன்றாவது ஆச்சரிய மான விஷயத்தைப் பற்றிச் சொல்லவில்லையே?" என்று கேட்டான்.

"ஆமாம்! மூன்றாவது விஷயம்! எனக்குக்கூடச் சொல்ல மறந்துவிட்டது! இந்த அனுபவத்தில் மூன்றாவது ஆச்சரியமான விஷயம் என்னவென்றால் நான் இந்தக் கதையை அரை மணி நேரத்திற்கு முன்புதான் ஜோடித்தேன்! போய்வருகிறேன்! நேரமாகிறது!" என்று சொல்லிவிட்டுச் சென்றுவிட்டான்.

இந்த நோஞ்சல் பயல் எங்களைக் கிண்டல் செய்தது தூக்கிவாரிப்போட்டது. ஆச்சரியம் தீர்ந்ததும் சுற்றிப் பார்க்கி றோம்; இந்தப் பெருத்த மோசடியை அழைத்து வந்த ரட்ஸன் வெயிட்டும் கம்பி நீட்டிவிட்டான்!

○ ○

---

* வால் (Wall) என்றால் ஆங்கிலத்தில் சுவர் என்று பொருள்

இங்கிலாந்து

சூனியக்காரி

ரோனால்டு ஆக்டன்

அப்பொழுது இலையுதிர் காலம். நானும் ஜேக் மக்கின்ஸனும் பக்கத்து மிராசுதாருடைய காட்டில் திருட்டுத் தனமாகக் கண்ணி வைத்து வேட்டையாடச் சென்றோம். அவனுக்கு வயது இருபதுக்கு மேல் இருக்கும். கறுத்துச் சுருண்ட மயிர் செறிந்த தடியன்.

திருட்டுத்தனமாகக் கண்ணி வைப்பதில் அவனுக்கு மிஞ்சி யவன் அந்தப் பகுதியில் கிடையாது.

எனக்கு வயசு பதினாறு.

எனக்கு எப்பொழுதும் இருட்டு என்றால் ரொம்பப் பிரியம்.

இருட்டு வந்தப்புறந்தான் எல்லாம் உயிர்பெற்று வாழ ஆரம்பிக்கிறது என்று எப்போதும் நினைப்பேன்.

வீட்டுக்குள் விளக்கு வெளிச்சம் தெரிய ஆரம்பித்த பின்பு தான் அது கண்ணை விழிக்கிறது போலத் தோன்றும். அந்த மாதிரி வீடுகளைப் பார்க்கிறதிலே, அவற்றின் பக்கத்தில் உள்ள பண்ணை மைதானத்தில் மனிதக் குரலும் நாய்களின் குரைப்பும் கேட்பதிலே, ஒரு சுகம். பகல் வெளிச்சத்தைவிட அதில்தான் எனக்குத் தைரியம்.

நான் சின்னப் பையனாக இருக்கும்பொழுது எங்கப்பா கூடத் திருடப் போவேன். ஒருவேளை அப்படித்தான் எனக்கு இந்தப் பழக்கம் வந்திருக்கும்.

ஒரு நாள் நான் ஒரு முசல் குட்டியைப் பிடித்தேன்...

புதுமைப்பித்தன் மொழிபெயர்ப்புகள்

(எனக்கு இந்தப் பொஸ்தகம் மாதிரி எழுத வராது. அப்புடி எழுதரதுன்னா மூச்செப் புடிக்கிற மாதிரி இருக்கு. எம் போக்கி லேயே எளுதிப்பாக்கறேன்.)

அது ரொம்பச் சின்னது. அதனாலே அதை எங்கிட்டயெ குடுத்துட்டாங்க; அதை தொட்டா மெத்துன்னு பட்டு மாதிரி இருக்கும். மூக்குக்கிட்ட கொண்டுபோனா பச்சை வேர், மண்ணாங்கட்டி மாதிரி வாசனை வரும். முசலுங்களைக் கொல்லப்படாதுன்னு நெனச்சேன். ஆனா முடியுமா? அந்த மாதிரி மனசு கோழைப்பட்டுப் போகப் படாதுன்னு கட்டுப் படுத்தினேன். ஆனா, முடியலே.

எனக்கு இந்தக் காட்டெலி எப்பவுமே பிடிக்காது. அதன் வெள்ளை மயிரைப் பாத்தால் சூரியனே படாமல் பெட்டி யடியிலே மொளைக்கிற காளான் மாதிரி இருக்கும். அதுக்கு ரோஜா நெறக் கண்கள். வியாதி பிடித்த குழந்தைகள் அளுது அளுது ஓஞ்சு இருக்கிற மாதிரி இருக்கும்.

சில சமயம் பல்லாலெ கடிச்சுடும். அதுக்காக எனக்கு அதுமேலே பயம் கிடையாது.

அதுங்களைப் பார்த்தாலே புடிக்காது.

அன்னிக்கு நிலா காஞ்சுகொண்டிருந்தது. ஆனா அவ்வளவு பிரகாசம் இல்லெ. தரைப் பக்கமெல்லாம் மஞ்சு (மூடுபனி) எல்லாத்துக்கும் ஒரு பொய்த் தோற்றத்தைக் கொடுத்தது. ஆனாக்க அவ்வளவு குளிரில்லை. ஜேக்குக்கு ரொம்ப குஷி. என்னிக்கும் போலெ கைநிறையக் கண்ணி.

அதெப் பத்தி எனக்கு கவலையில்லெ.

அன்னிக்கி எம் மனசு அப்புடி இருந்தது. அதான் கவலையே தோணலே.

நிலா என் உடம்புக்குள்ள ரெத்தத்தைக் குடிக்கிற மாதிரி, அதெ நெருப்பாக்கிற மாதிரி, இருந்தது. இஷ்டம் போலே ஆட்டம் போடணும்னு தோணுச்சு.

காட்டுக்குள்ளெ இருக்கும் ஒரு சின்ன மைதானத்துக்கு வந்தோம். ஜேக் கண்ணியை வைத்தான். அங்கெ நெறைய முசல் துள்ளிக்கிட்டு கெடந்துச்சு. நாங்க வந்தோம். அப்படியே ஓடி ஒளிஞ்சிக்கிட்டுச்சு.

ஜேக் அதுகளைப் பார்த்து, சிரிச்சுக்கிட்டு “புடிக்கிறேன் பா”ருன்னு வருமங் கூறினான். ஊர்க்காரங்க அவனெ பைத்தியம்னு நெனச்சாங்க. இந்தத் திருட்டுத் தொழிலிலெ இத்தினி நாளும் ஆப்டாமெ காலந்தள்ரான்.

கொஞ்ச நேரத்துலெ கண்ணிலெ எத்தினியோ மொசலுங்க ஆப்டுக்கிச்சி. அவன் சுத்திப்போய் பூட்ஸ் காலாலே ஒதிச்சி, கொன்னு கொன்னு சாக்குக்குள்ளே போட்டான். மொத்தம் பத்து மொசல் ஆப்டுச்சி.

ஜேக் குஷியிலெ, 'அக்,அக்' என்னு சிரிச்சான்.

அப்பொத்தான் நான் அந்தப் பொண்ணைப் பாத்தேன்.

அவ நெலா வெளிச்சத்திலே கூத்தாடிக்கிட்டிருந்தா, அம்மணமா!

இதுக்கு மின்னாலெ நான் அப்படி ஒரு பொண்ணையும் பார்த்ததேயில்லே.

அப்போ திடீருன்னு மேலெல்லாம் ஒரேயடியா சில்லிட்டு வெரச்சுப்போச்சுதுன்னு நெனக்கிறேன்.

அவளுக்கு என் வயசுக்கு மேலெ இருக்காது. அவ கை காலை நீட்டி ஒரு மாதிரியா ஆடிக்கிட்டு கெடந்தா. அவ ஒடம்பு, வெள்ளிரிக் கொடி இருக்கு பாரு, அது காத்துலே ஆடற மாதிரி இருந்தது.

அவ ஒல்லி; சுண்டிவிட்ட சாட்டை மாதிரி நேராயிருந்தா, வெள்ளெவெளேலுன்னு. அவ கண்ணு வெறிபுடிச்ச மாதிரி இருந்துச்சு. மொகம் நீண்டு மோவாக்கட்டை கூரா எறங்கி இருந்தது.

அவ மூஞ்சி அளகா இருக்குதுன்னு நெனச்சேன். கண் ரமெ இருக்கு பாரு, அது கன்னங்கரேலுன்னு இருந்துச்சு.

அவளையே பாத்துகிட்டு நின்னேன்; அசையலே.

அவளையே பாத்துக்கிட்டிருந்ததுலெ ஜேக்கைக்கூட மறந்துட்டேன். நான் திரும்பிப் பாக்ரப்பொ அவம் போய்ட்டான்.

மரத்து நெழலிலேயே பதுங்கிப்பதுங்கி அவ கிட்டப் போனேன்.

நான் ரொம்பக் கிட்டப் போரவரை அவ பாக்கவேயில்லை.

திடீலுன்னு நின்னா – என்னைப் பாத்துட்டா!

'இங்கெ வா!'ன்னா. ஆடு மாதிரி முழிச்சுக்கிட்டு கிட்டப் போனேன். ஒரே எட்டா எட்டி, ஒரு குத்துவுட்டா!

நல்ல குத்து. நான் தடுமாறிப்போனேன். மறுபடியும் ஒரு குத்து வுட்டா. அப்புறம் மூஞ்சிலே ஒரு குத்து. எம் மூக்லெ இருந்து ரெத்தம் சொட்டிச்சு. மறுபடியும் கண்ணெப் பாத்து ஒரு குத்து வுட்டா.

மொதல்லெ எனக்கு கோபம் வரலெ. வெவரம் புரியாமெ நின்னேன். அவகூட சண்டெபோட பிரியப்படலெ. ஆனா அவ குத்திக்கிட்டெ இருந்தா. வேறே வழியில்லெ.

நான் அவ மூஞ்சிலே ஒரு குத்து வுட்டேன்.

நான் சின்னப் பயலா இருந்தப்ப ஒரு வஸ்தாது எனக்கு குஸ்தி சொல்லிக்குடுத்திருந்தான். எங்கெ எல்லாம் குத்துனா ஆளெ விளத்தட்டலாம்னு சொல்லிக்குடுத்திருந்தான்.

இப்பொ எனக்கு அது நெனவுக்கு வந்துச்சு.

அவ மூஞ்சிலே பலமா குத்தவேணும்னு நெனச்சேன். அவ மூஞ்சி ரொம்ப அளகா இருந்துது. நல்லா குறி பாத்து நெஞ்சுக்கு கொஞ்சம் கீழே ஒரு குத்துவிட்டேன்.

காத்துப்போன பலூன் மாதிரி சுருண்டு வுளுந்தா.

ஏந்திரிச்சு நிக்கப் பாத்தா! முடியலெ. என் கண்ணப் பாத்தா. கண்ணு நெரஞ்சு போச்சு.

நான் குனிஞ்சு அவ பக்கத்லெ உக்காந்தேன்.

எனக்குள்ளே என்னமோ நடந்துச்சு. உள்ளார பெரிய வெளிச்சம் போட்ட மாதிரி இருந்திச்சு. என் உடம்பே தண்ணி யாலெ பண்ண மாதிரி கொளகொளன்னு ஆயிரிச்சு. அவ என்னை கெட்டியா புடிச்சுக்கிட்டா. நானும் அவளை புடிச்சுக் கிட்டேன்.

எங் கோட்டெ களத்திக் குடுத்துப்புட்டு அவளெ கெட்டி யாப் புடிச்சுக்கிட்டேன். அவ அளுகிற மாதிரி இருந்திச்சு. சமாதானம் பண்ணப்பாத்தேன்.

திடீலுன்னு எழுந்து முறிச்சுக்கிட்டு ஓடினா. அவ அந்த நெழலுக்குள்ள போய் மறையரப்போ என்னெ திரும்பிப் பாத்து, ஒதட்டைத் தன் கையாலே தொட்டு முத்தம் போட்டுக் காமிச்சா. எங் கோட்டை கழத்தி விசிரிப்புட்டா.

கொஞ்ச நேரம் பித்துப்புடிச்சாப்பலே நின்னேன். “திரும்பி வா!”ன்னு கூப்டேன். பதிலெக் காணோம்.

நான் வூட்டுக்குத் திலும்புனப்ப தூக்கம் புடிக்கலெ. ஒடம்புக் குள்ளெ என்னமோ எரியரங்காட்டியும் இருந்திச்சு. மறுபடியும் அவளெ கட்டாயம் பாக்கணும் போல இருந்திச்சு.

மக்காநாள் காத்தாலே அந்த எடத்துக்குப் போனேன். அங்கெ அவளே காங்கலே.

அண்ணைக்கி ராத்திரி ரொம்ப நேரம் அங்கெ போய் அவளுக்காவ காத்துக்கிட்டிருந்தேன். அப்படி எத்தினியோ ராத்திரி.

ஊர்க்காரனுங்க என்னப் பாத்து என்னடான்னு கேக்க ஆரம்பிச்சுட்டானுங்க.

நான் என்னமோ ஒரு குட்டியெ சுத்திக்கிட்டுத் திரிய ரேன்னு கேலிபண்ரானுங்க.

அவுங்க கிட்ட இத்தெ சொல்ல முடியுமா?

சில சமயத்திலெ இது நெசமா நடந்துச்சான்னுகூட எனக்கு சந்தேகமா இருக்கு.

நெலா வெளிச்சத்தைத் தவர வேறே ஒண்ணும் பாக்க லேன்னு ஜேக் சொல்றான். வேட்டெ புடிக்கரதுல ரொம்ப கண்ணா இருந்துட்டிருப்பான். அதுனாலெதான் அப்புடிச் சொல்ரான்.

என்னை கூப்டானாம்; நான் பதில் சொல்லலையாம்; பின்னாலெ வருவேன்னுப்புட்டு வூட்டுக்கு வந்துப்புட்டானாம்.

மக்காநாள் காலம்பர என் ஒடம்பெல்லாம் காயமா இருந்திச்சு.

‘என்னடா’ன்னு கேட்டானுங்க. ஒரு பயகூட சண்டெ போட்டேன்னு பொய் சொன்னேன். யாருன்னு கேட்டாங்க; நான் சொல்ல மாட்டென்னுப் புட்டேன்

ஒருவேளை கொறத்தியா இருக்கும்.

கொறக் கூட்டம் வந்தா அந்தப் பக்கத்லெதான் கூடார மடிக்கும்; ஆனாக்க அவுங்க ஒடம்பெல்லாம் ஒரே கறுப்பு. அவ தந்தம் மாதிரி வெள்ளெவெளேலுன்னு இருந்தா.

இப்போ எனக்கு முப்பது வயசாயிப்போச்சு. இன்னம் என்னாலே அவளெ மறக்க முடியலெ.

வெறும் நெனப்புத்தான்னு சொல்லலாம். பின்னெ எப்படி மேலே உடம்புலே காயம்? மரத்தோட சண்டை போட்டேனா!

அதுக்கப்ரம் நான் திருடப்போரதில்லெ. ஆனா நெலா வெளிச்சத்லெ எப்பவும் சுத்துவேன். ஒருநா ராத்திரி அந்தக் காட்லே இன்னொரு பக்கத்திலே ஒரு பொணத்தெப் பார்த்தென் – ஆம்புளெ; மூஞ்சி அப்படியெ செரஞ்சி போச்சு. கையிலெ யாரோ கடிச்ச மாதிரி பல்லு அடையாளம். கழுத்து நெரிஞ்சு செத்த மாதிரி இருந்துச்சு.

பல்லுக்குறி அளகா, வரிசையா இருந்திச்சு. அந்தப் பொண்ணு கடிச்சா அப்புடித்தான் இருக்கும்.

தரைலே காலடித் தடமே இல்லெ. இல்லாட்ட நான் தான் கொன்னுப்புட்டென்னு என்னை ‘தூக்கி’யிருப்பாங்கள்.

ஊர்க்காரனுங்க இந்தப் பொணத்தை பார்த்தப்பரம் அந்தக் காட்லெ சூனியக்காரி ஒருத்தி இருக்கிறான்னு சொல்ராங்க. 'அவ அம்மணமா ஆடராப்பா தெனம்'னு எத்தினியோ பேரு சொல்ரானுங்க. அப்ரம் ஒத்தரும் தனியா அந்தப் பக்கம் போரதில்லெ.

போனா நான் தனியாத்தான் போவேன்; அதுனாலெ நான் அப்ரம் அந்தப் பக்கத்திலேயெ போரதில்லெ.

ஆனாக்கா இதுவரைக்கும் ஒத்தரும் அவளைப் பாக்கலே.

ஒரு வேளெ அந்தப் பய வாங்கிக்கிட்டது சரியாத்தான் இருக்கும். அவன் ஒரு தடிப் பண்ணி. எனக்கு அந்தப் பயலெ புடிக்கவே புடிக்காது.

இப்பொ நான் ஒரு மாக்கெடங்கிலெ வேலே பாக்ரேன். கொஞ்சம் படிக்கக்கூடத் தெரியும். எப்படியோ கவலையில் லாமெ களியுது. மனசிலே நிம்மதியாக்கூட இருக்குது.

ஆனாக்க இந்த எலை எல்லாம் உதிர்ர காலந்தான் எனக்கு ரொம்பப் புடிச்சிருக்கு.

அந்தக் காட்டுக்கு மேலே, செகப்பு ரெத்தக் கறை மாதிரி மானம் தெரியும். நான் அதையே பாத்துக்கிட்டிருப்பேன், பொளுது போயிரும்.

சமயாசமயத்திலே பீர் கடைக்குப் போவேன். ஜேக் என்னெப் பாத்தப்போ எல்லாம் அதுஇதுன்னு கேலி பண்ணு வான். ஊர்க்காரனுங்க எல்லாம் என்னப் பாத்தா இவன் ஒருமாதிரின்னு பேசிக்கிராங்க. ஏன் தெரியுமா – நான் படிக்கி ரனாம்; தனியா காட்லெ சுத்தரனாம். ஆனாக்க எனக்கு பீரும், பேச்சும்னா ரொம்பப் புடிச்சிருக்கும்.

இப்பொ எத்தினியோ திருடனுங்க இருக்கிரானுங்க, அவங்க அந்த 'சூனியக்காரி' காட்டுப்பக்கம் போரதில்லெ. அவனுங்க வச்ச பேருதான்.

ஒசர மானத்திலெ நெலா நீஞ்சலடிக்கிர மாதிரி போரப்ப எல்லாம் எனக்கு ஒடம்பு நடுங்கும்; அவுமானமா இருக்கும்; அதோட 'குளுகுளு'ன்னு ரொம்ப குஷியா இருக்கும்.

நம்ம வாழ்வு இருக்கே அது என்னெவிட்டு விலகிகிட்டுப் போயிட்டுது. என்னெ ஆசெகாட்டி ஏமாத்திப்புடுச்சு. அந்த ராத்திரியோட நெனப்பு இன்னம் என்னெ கேலி பண்ணிக் கிட்டிருக்கு.

நான் கண்ணாலத்தெப் பண்ணிக்கிட்டு பெத்துப் பெருகி இருக்கணும்னு சொல்லுவிங்க. ஊர்லெ பொண்ணுங்களுக்கா

கொரச்சல் – நல்லாத்தான் இருக்காங்க – இருந்தாலும் அது எனக்கு புடிக்கலெ.

அவுங்களெ பாத்தா மூஞ்சிலெ அசடு வழியுது. மந்தி மாதிரி, கல்லுப் புள்ளையார் மாதிரி இருக்குதுங்க.

ஜேக் சொல்ராப்லெ நான் சூனியக்காரி மேலயோ மோஹினி மேலயோ ஆசை வச்சுமிருக்கலாம்.

நான் அப்படி நெனக்கலெ.

மோகினினாக்கா அப்புடிச் சண்டே போடுமா – நீதாஞ் சொல்லு!

❍❍

இங்கிலாந்து

தேசீய கீதம்

எல். ஏ. ஜி. ஸ்ட்ராங்

லாரி நிறையத் துருப்புக்கள் கனவேகமாகச் சென்று சில வினாடிகள்கூடக் கழியவில்லை. அது இப்பொழுதுதான் நிகழ்ந்தது. வெடியின் அதிர்ச்சி பரீலியை அப்படியே கலங்க வைத்துவிட்டது. ஒரு வினாடி நடைபாதை அதிர்ந்தது. வீட்டுக் கூரைகள் அமுங்கி நிமிர்ந்தன. தெரு முழுவதும் நாசமாகிவிடும் போல் இருந்தது. அடுத்த நிமிஷம் யாவும் முன்போல் உறைந்து விட்டன. பரீலியின் முழங்கால்கள்தான் வளைந்தன; அவனு டைய சுவாசம் எங்கோ ஓடி ஒளிந்துகொண்டது மாதிரி இருந்தது.

அவன் கீழே விழுமுன், அல்லது அவன் கீழே விழாது சமாளித்துக்கொள்ளுமுன், எங்கிருந்தோ மின்வெட்டு மாதிரி ஒரு கை பாய்ந்து அவனது கரத்தைப் பிடித்து அவனைப் பக்கவாட்டில் இழுத்தது. முன்பு அத்தெருவில் ஈஸ்டர் புரட்சி யின்போது ஏற்பட்ட சேதம் இன்னும் பழுதுபார்க்கப்பட வில்லை. அத்தெருவில் வானத்தைத் தொடும் கூரை வளையம் 'தெத்துக்கொத்தாக' முளைத்த பல் மாதிரி இருந்தது. பல கூரைகளில் உள்ள ஓட்டைகள் மரப் பலகை வைத்து மூடப்பட்டி ருந்தன. நல்ல காலம் வரும், நிரந்தரமாகப் பழுதுபார்த்துக் கொள்ளலாம் என்ற நம்பிக்கை போலும்!

அதிர்ச்சியால் ஏற்பட்ட அரை மயக்கம் இன்னும் தெளிய வில்லை. ஏதோ லோகமே பிளான் போட்டுத் தன்னை எதிர்ப் பதாக நினைத்துத் தட்டுத்தடுமாறிக் குளறினான். அவனைத் தாக்கியவன், கெட்டியாகப் பிடித்துக்கொண்டு, அவன் முகத்தைக் குனிந்து கூர்ந்து நோக்கினான்.

“மேலே காயம் கீயம் பட்டதா?” என்று கொச்சை ஆங்கிலத்தில் திரும்பத்திரும்பக் கூறிக்கொண்டு, அவன் உடலைத் தடவி ஆராய்ந்தான். “நல்ல காலம்! உனக்கொன்றுமில்லை!”

பையிலிருப்பதைக் களவாட இதுவும் நூதன விதமான முறையோ என்று பரீலி தன்னை விடுவித்துக்கொள்ளத் திமிறி, பின்பக்கம் கிடக்கும் காரைக்கட்டிகளில் கால் வைத்தான்.

“கொஞ்சம் மெதுவாக ஸார், உங்களுக்கு ஒன்றுமில்லை; இங்கே உட்காருங்கள். தெருவைப் போல இங்கே ஆபத்தில்லை. இங்கே இரண்டு பேருக்கு இடம் இருக்கிறது.”

அந்த அந்நியன் தன்மீது நம்பிக்கை ஏற்படும்படியாகப் பல்லைக் காட்டினான். பரீலிக்கு சுயஉணர்வு வந்தது. பயப்பட வேண்டிய அவசியம் இல்லை என்று கண்டுகொண்டான். உடனிருந்தவன் க்ஷவரம் செய்துகொண்டு எத்தனையோ காலம் கழிந்திருக்க வேண்டும்; அவன்மேல் படிந்திருந்த அழுக்கின் எல்லையைத் தெய்வந்தான் வரையிட வேண்டும். ஆனால் அவனுடைய முகத்தில் ஜொலித்தது சிநேக பாவம் என்பதில் சந்தேகமில்லை என்பதை பரீலி கண்டுகொண்டான்.

பரீலி தன் உலர்ந்த உதடுகளைச் சிறிது உள்மடித்து நனைத்துக்கொண்டான். ஆனால் வாயிலிருந்து சப்தம் ‘எழமாட்டேன்’ என்றது. சிறிது கனைத்துக்கொண்டான்.

“வந்தனம் நீ உதவியதற்கு. திடீரென்று ஏற்பட்டது. நான் எங்கிருக்கிறேன் என்றே எனக்குத் தெரியவில்லை” என்றான் மேல்நாட்டு மோஸ்தரில்.

“அது உங்க குத்தமா? இந்தக் காலத்துலே யாருக்குத்தான் நாம் எங்கே இருக்கோம் என்று தெரியுது?” என்றான் அந்த அழுக்குடை அந்நியன்.

இயற்கை நிலையடையவே, பரீலிக்குக் கோபம் பொங்கிப் பொங்கி எழுந்தது.

“நான் இங்கே முப்பது வருஷத்துக்கப்புறம் வருகிறேன். நான் இந்த மாதிரி எதிர்பார்க்க....”

எங்கோ ‘பிஸ்’ ‘பிஸ்’ என்று இருமுறை வெடிச்சப்தம் கேட்டது. மறுபடியும் அந்தத் துப்பாக்கிச் சப்தம். சாட்டையைச் சொடக்குவது போல் இச்சப்தம் சந்தில் எதிரொலிப்பதைப் பரீலி கேட்டான்.

அந்த ஏழை அந்நியன் தோள்களைக் குலுக்கிக் குவித்துக் கொண்டான்.

“அதோ போகிறார்கள் பாரும். எப்பொழுதும் லேட்தான்; எப்பொழுதும் வேட்டை முடிந்த பின்தான்...” என்றான் அவன்.

அவனும் பரீலியும் ஒருவரையொருவர் பார்த்துக்கொண்டனர். அவனுக்கு நாடோடியின் முகக்களை; பற்களும் கண்களும் விரியத் திறந்து, ஏதோ தப்பிதம் செய்துவிட்டு மன்னிப்பைப் பெற முயற்சிக்கும் ஒரு சிரிப்பை உண்டாக்கும் பரிதாபகரமான முகக்களை. பரீலிக்கும் தன்னை அறியாமல் சிரிப்பு வந்தது; ஆனால் அவன் மனம் எதைப் பார்த்துச் சிரிக்க வேண்டும் என்று கோபித்துக்கொண்டது.

அந்த நாடோடி, ஒரு நிமிஷம் மௌனமாக இருந்து, இருவரையும் மறைத்திருக்கும் வரிசையிலிருந்து ஒரு பலகையை எடுத்துவிட்டு, சர்வஜாக்கிரதையுடன் தலையை நீட்டினான்.

"ஜாக்கிரதையாகப் பார்!" என்றான் பரீலி.

"ஹூ!" என்றான் அந்த நாடோடி. அவன் குரலில் கேவல உணர்ச்சி தொனித்தது. "சுடுகிறது; ஓடுகிறது! எப்பொழுதும் இதுதான்! சுடு, ஓடு! இதுதான் அவர்கள் வேதவாக்கு!"

சில வினாடிகள் அப்புறமும் இப்புறமும் தலையைத் திருப்பிப் பார்த்துக்கொண்டிருந்தான். பின்னர் மெதுவாக எழுந்து பலகையை அப்புறப்படுத்திவிட்டு வெளியேறி நின்றான். மறுபடியும் தெருவை ஆராய்ந்துவிட்டு, பரீலியைப் பார்த்துக் கூப்பிட்டான்.

"இப்போ ஒன்றுமில்லை. நீங்கள் போகலாம்." பரீலி சிறிது ஏக்கத்துடன் வெளியில் வரும்பொழுது, "அவுங்க தாராளமாகத்தான் வெடிகுண்டெ உபயோகிச்சிருக்கானுங்க; கொஞ்சம் ரொம்பத் தாராளந்தான்!" என்றான் அந்த நாடோடி.

பரீலி சிறிது அசட்டுத்தனமாகப் பையில் கைவிட்டுத் துழாவிக்கொண்டு நின்றான்.

"ரொம்ப வந்தனம் – இந்த . . ."

"அதுக்கென்ன பரவாயில்லைங்க" என்றான் அந்த நாடோடி. அவனுடைய பல் பளிச்சென்று பிரகாசித்தது. எதிர்த்திசை திரும்பி வேகமாக ஆடிஆடி நடந்துசென்றான். பரீலி நின்று தயங்கினான். ஒரு அரைக் *கிரவுனைக் கையில் எடுத்துக் கொண்டு அவனைக் கூப்பிட முயற்சித்தான். என்ன நினைத்தானோ, வாயைச் சூள் கொட்டிக்கொண்டு, தியேட்டர் இருக்கும் திசையை நோக்கி நடந்தான்.

தெரு ஒரே காலி. அடுத்த தெருவும் அப்படித்தான். தனியாக நடந்துசெல்லுவது ஏதோ ஒரு கோபுரம் விளக்கைத் தூக்கிக்கொண்டு நடப்பது போன்றிருந்தது. ஒவ்வொரு ஜன்ன

* கிரவுன் – ஐந்து ஷில்லிங் மதிப்புள்ள ஒரு நாணயம்

லிலும் என்ன அபாயம் ஒளிந்துகிடக்கிறதோ! எந்த வாசற்படி யிலிருந்து வெடிகுண்டு விழும் என்று யார் கண்டது! ஓடாமல், மெதுவாக, சாதாரணமாக நடப்பதற்குத்தான் அவனது மன வுறுதி முழுவதையும் உபயோகித்தான்.

பிறகு, திடீரென்று, ஜனநெருக்கமும் சந்தடியும் அதிகமுள்ள தெரு வந்தது. தானாக மெதுவாக நடக்க முடிந்தது. மூச்சும் தட்டுத்தடுமாறாமல் எப்பொழுதும் போல் வந்தது. ஜனங்கள் எப்பொழுதும் போலத் தங்கள் காரியமாகச் சென்றுகொண்டி ருக்கிறார்கள்; ஆனால் அவர்களைச் சிறிது கூர்ந்து கவனித்தால் எதையோ அமுக்கி மறைத்துவைத்திருப்பது போலப் புலப்படும். சிலர் பார்வை எதற்கோ தாழ்ந்து பணிவதைக் காண்பித்தது. சிலர் விழிகளில் கள்ளக் குறுகுறுப்பு மின்னியது. வேறு சிலர் தங்களுக்கு ஏதும் தெரியாது என்பதைக் காட்டிக்கொள்ள இயற்கையாக இருப்பது போல் பாவனை செய்து நடந்தனர். அவர்கள் குரலின் தொனி கொஞ்சம் அதிகமாகவே இருந்தது. அவர்கள் சிரிப்பும் பேச்சும் எதையோ கேட்க விரும்பாது, அதற்கு இடங் கொடுக்காதிருக்க உபயோகப்படுத்தப்படும் ஒரு கருவி போலத் தோன்றின. ஒரு வாலிபன் – பார்த்தால் மாணவன் போலத் தெரிகிறது – எதிரில் வரும் இரு பெண்களைச் சந்தித்தான். இருவரும் இயற்கைக்கு மாறான உற்சாகத்துடன் வரவேற்றுச் சிறிது தயங்கி நின்று பேசினர். கூர்ந்து கவனித்தால் வேகமாகச் செல்ல வேண்டும் என்று மனம் துடித்தும் அதைக் கட்டுப்படுத்தி நின்று பேசுவது போலத் தெரிந்தது. பரீலியின் கண்களில் இது படாமல் இருக்கவில்லை. மறுபடியும் அவன் உள்ளத்தில் கோபம் நாகம் போலப் படம் விரித்தது. தன் எதிரில் வருகிறவர் களையெல்லாம் குற்றவாளிகள் என்று நினைத்தான் அவன். "இந்த அசட்டுத்தனத்தின் கருத்தென்ன? என்னை, பால் பரீலியை, பிறந்த ஊருக்கு வரும்படியாகப் பிரத்தியேகமாக அழைத்து விட்டு இம்மாதிரி முரட்டுத்தனமாக நடந்துகொள்ளுவதாவது!"

தியேட்டர் வாசலையடையுமுன் அவன் மனம் கோபத் தணலால் புழுங்கியது. வாசலில் காவற்காரன் வரவேற்புக்குத் தலையைக்கூட அசைக்கவில்லை.

"கடுதாசி ஒன்றும் வரவில்லை" என்றான் காவற்காரன், அவனது சமிக்ஞைக் கேள்விக்கு.

'இந்த நாசமாய்ப்போன ஊருக்குக் கடுதாசி எப்படி வரும்' என்று நினைத்தவண்ணம் மங்கிய ஒளியுள்ள பாதை வழியாக உட்சென்றான்.

பாயின் என்ற மற்றொரு நடிகன், உள்ளே கண்ணாடி முன் உட்கார்ந்து, முகத்தில் வர்ணத்தைத் தடவிக்கொண்டி

புதுமைப்பித்தன் மொழிபெயர்ப்புகள்

ருந்தான். தன் முன்பிருந்த கண்ணாடியில் பரீலின் முகம் தெரிந்தது. அதைப் பார்த்தவன் அவனைத் திரும்பி நோக்கினான்.

“ஹல்லோ, பரீலி, என்ன விசேஷம்?” என்றான்.

“விசேஷமா? ஒன்றுமில்லை; விசேஷம் எதற்கு இருக்க வேண்டும்?”

பாயின் தன் கண்ணாடியைப் பார்த்துக்கொண்டு, “முகம் என்னமோ மாதிரி இருக்கிறது; அதனால்தான் கேட்டேன்?” என்றான்.

பரீலி பதில் சொல்லவில்லை. மேல்கோட்டையும் ஹாட்டையும் மாட்டிவிட்டு வந்து உட்கார்ந்தான். அவனுடைய சொந்த ஊரே அவனைத் தொந்தரவுக்குட்படுத்தியதுடன், பயப்படும்படியும் செய்துவிட்டது. அவனைத் தலைகுனியும்படி செய்துவிட்டது. தலைகுனிய வைப்பவர்களை அவன் இலகுவில் மன்னித்துவிட மாட்டான்.

பால் பரீலி தன் ஏழாவது வயதில் தன் பெற்றோருடன் டப்ளினை விட்டு வெளியேறினான். அந்த நகரத்தைப் பற்றிய நினைவு மங்கி, உணர்ச்சி என்ற அந்தி மயக்கத்தில் முழுகியது. பரீலிகள், அதாவது அவனது பெற்றோர்கள், லண்டனில் பல வருஷங்கள் வசித்தனர். அங்கு சென்ற கொஞ்ச நாட்களில் பால் ஒரு பள்ளிக்கூடத்திற்கு அனுப்பப்பட்டான். அவன் பச்சோந்தியைப் போல் சுற்றிலும் உள்ள சகபாடிகள் தன்மையைக் கற்றுக்கொண்டான். அடங்காப் பிடாரியான ‘ஐரிஷ்கார’னாக இருப்பதால் லாபமில்லை. பழக்கமுள்ள உச்சரிப்புகளை, தன்னைச் சகபாடிகள் துன்புறுத்தாமலிருப்பதற்காக, மறைக்கவும் கற்றுக்கொண்டான். எல்லாம் அவன் பார்வையில் விழும். ஒரு முறை கேட்டதை அப்படியே தொனிகூடப் பிறழாமல் மறுபடியும் சொல்ல அவனுக்குத் திறமை இருந்தது. மற்ற பையன்களைச் சிரிக்கவைக்கும் இத்திறமையால் அவர்களின் சேஷ்டைகளிலிருந்து தப்பினான். பள்ளிக்கூடம் வந்து கொஞ்ச நாட்கள் ஆகுமுன் அந்த ஸ்தாபனத்தின் ‘ஆஸ்தான விதூஷகன்’ ஆனான். ஒரு நாள் உபாத்தியாயரைப் போல் நடித்துக்கொண்டிருக்கும்பொழுது கண்டுபிடிக்கப்பட்டு உதை வாங்கினான். அதிலிருந்து அவனது விதூஷகத்தன்மை குன்றின் மேல் கட்டிய கோட்டையாயிற்று.

அவனுக்கு வயதும் பதினாறு ஆயிற்று. அவனை ஏதாவதொரு வேலையில் வைக்கலாம் என்று ஏதோ ஒரு விதமாகச் சுற்றுமுற்றும் கவனித்துவந்தனர். அப்பொழுது அவன் தகப்பனார் திடீரென்று இறந்துபோனார். தகப்பனார் கொஞ்சம் செலவாளி; அதிலும் சிரமமில்லாமல் காலம் கழிக்க விரும்பியவர். அதனால் சாகும்பொழுது ஆஸ்தி என்று வைக்க ஒன்று

மில்லை என்பதில் ஆச்சரியமில்லை. எப்படியும் பாலுக்கு ஒரு வேலை பார்த்தாக வேண்டும், அதுவும் உடனே.

அப்பொழுது பள்ளிக்கூடத்தில் பரீட்சை வரும் காலம். வருஷக் கடைசியில் போடும் நாடகம் ஒன்றில் அவன் நடிப்பதாக இருந்தது. தகப்பனார் இறந்துபோனார் என்ற காரணத்துக்காக, ஆசிரியர்கள் அவனை நடிக்க வேண்டாம் என்று சொன்னார்கள். அவன் மிகவும் மன்றாடிக் கெஞ்சிக் கூத்தாடினான். அவனுடைய மனவுறுதியைக் கண்டு – அவனது வாழ்க்கையில் முன்பும் பின்பும் அந்தக் குணம் லவலேசமும் கிடையாது – அதிகாரிகள் இறங்கினர். பின்பு அவனுடைய உடும்புப்பிடியான அந்த மன்றாட்டம் சரியானது என்பது வெளியாயிற்று. நாடகத்தைப் பார்க்க வந்தவருள் ஒருவன், அந்தத் தொழிலில் இருப்பவன். பையனின் அசாதாரணத் திறமையைக் கண்டு அவனுக்கு ஒரு வேலை கொடுத்தான். அதன் பிறகு ஸ்ரீமதி பரீலியை இணங்கவைப்பது பெரும்பாடாகிவிட்டது. நீண்ட விவாதங்களுக்குப் பிறகு அவளும் முடிவாக இணங்கினாள்.

இப்பொழுது பால் பரீலிக்கு முப்பத்தேழு வயசு. அட்லாண்டிக் மகாசமுத்திரத்தின் இரு கரையிலும் இப்பொழுது அவனுக்குப் பெயரும் புகழும் ஏற்பட்டது. அதாவது, இங்கிலாந்திலும் அமெரிக்காவிலும் அவன் பிரபலமடைந்துவிட்டான். ஆரம்பத்தில் பலவிதமான பாத்திரங்களையெல்லாம் நடித்துப் பரீட்சித்துவிட்டு, கடைசியாக ஐரிஷ்காரனின் குணவிஸ்தாரத்தை நடிப்பதில் தனிப்பெருமை பெற்றான். வெளிநாட்டுக்குச் செல்லும் ஐரிஷ்காரனுக்கு மற்றவர்களைத் தமாஷ்படுத்தும் குணம் உண்டு என்பது வெகுஜன வாக்கு. அது அவன் விஷயத்தில் உயர்வு நவிற்சியற்ற சாதாரண உண்மையாகியது. அந்நியர் தன்னிடம் என்ன எதிர்பார்க்கின்றனர் என்பதை உணர்ந்து கொண்டான்; அதைத் தாராளமாக அளித்தான். அவனுடைய குணவிஸ்தார நடிப்புக்களை உண்மைக்கு மாறானவை என்று கூறிவிட முடியாது. அவன் நல்ல திறமைசாலியான ஒரு கலை நிபுணன்; பார்த்ததும் கண்ணில் எது படும் என்பதைத் தெரிந்துகொண்டவன். அவனுடைய ஐரிஷ்கார வேஷங்கள் யாவும் குற்றம் கூற முடியாதபடி 'பதிப்பிக்க'ப் பட்டவை. இங்கிலீஷ்காரனும் அமெரிக்க நாட்டானும் எவ்வளவுக்கு ரஸிப்பார்களோ அந்த அளவில் ஐரிஷ்காரனைப் பற்றி ஹாஸ்யமாக நடித்துக் காண்பித்தான்.

தேசத்தின் அடிப்படையான குணபாவத்தில் எவையெல்லாம் சுருதி லயமின்மையாகப் படுகின்றனவோ அவற்றையெல்லாம் ஒதுக்கிஒதுக்கி நடித்ததால், தனது 'மனோபாவ ஐரிஷ்கார'னுக்குச் சிறிதளவு வித்தியாசம் எங்கு தென்பட்டாலும் அதை

வெறுக்கும் குணமும் அவனுக்கு ஏற்பட்டுவிட்டது. அயர்லாந்துக்கும் இங்கிலாந்துக்கும் இடையில் இருந்துவந்த சச்சரவுகளைத் தனக்கு ஏற்பட்ட அவமானமாக அவன் கருதினான்.

அதாவது, தான் தழைத்து வளரச்செய்த சிநேகப் பான்மை என்ற ஓர் சுற்றமைப்பின் தன்மையைக் குலைக்கும் முயற்சி என்பதற்காக அவற்றை வெறுத்தான். இடையில் ஸின்பீன் இயக்கம் அயர்லாந்தில் பிறந்துவிட்டது. நாலுபேர் விருந்தினர் வந்திருக்கும்பொழுது தன் பிடிவாதத்தினால் பெற்றோரைக் கேவலப்படுத்தும் குழந்தையைப் போலப் பாவித்தான் அயர்லாந்தை. இங்கிலீஷ்காரர்களுக்கு ஒரு நல்லெண்ணம் ஏற்படுவதற்காகப் பால் பரீலி சிரமப்பட்டு உழைத்துக்கொண்டிருக்கும்பொழுது – அதாவது தன் நடிப்பின் மூலம் ஐரிஷ்காரனும் சிநேகப் பான்மைக்கு உரியவன் என்று இங்கிலீஷ்காரர் மனத்தில் உதிக்கும்படி செய்ய முயன்றுகொண்டிருக்கும்பொழுது – அயர்லாந்து இப்படியா நடந்துகொள்ளுவது?

உலகயுத்தம் என்ற ஜெர்மன் சண்டையும் வந்து பிரச்னையைச் சிக்கலாக்கியது. நல்ல காலமாக ராணுவ உத்தியோகஸ்தர்கள், அவனுக்கு ஏதோ வியாதியிருக்கிறது என்ற காரணத்திற்காக, யுத்தமுனைக்கனுப்பப்படும் தளத்தில் சேர்த்துக்கொள்ள மறுத்துவிட்டனர். ஆனால், பிரிட்டீஷ் பொது மக்களும் ஐரிஷ் ஹாஸ்ய குணபாவ நடிப்புகளில் காண்பித்த ரஸிப்பைத் திடீரென்று இழந்துவிட்டனர். இதுவும் நல்ல விடுதலைதான் என்று பரீலி அமெரிக்காவிற்குப் பிரயாணமானான். அங்கே துறைமுகத்தில் இறங்கியதுதான் தாமதம்; புரட்சிக் கீதம் பாடிக்கொண்டு, வார்த்தை மூலம் இங்கிலாந்தை மரணக்குழிக்கு அனுப்பி, போதை மயக்கச் சதிகள் வகுக்கும் பழுத்த ஒரு தேசீயக்கூட்டத்திற்குக் கனவேகமாக அழைத்துச் செல்லப்பட்டான். இவர்களுடைய பேச்சுக்களையெல்லாம் பரீலி பிரமித்திருந்து கேட்டான். அவனும் குடித்தான். கட்டு மீறிய போதை மயக்கத்தில் ‘ஹான் – வான் ஹோஷ்ட்’ ‘பூலா வோக்’ முதலிய தேசிய கீதங்களை அவர்களுடைய *‘ஏ–ஒன்’ தேசீயவாதி போலப் பாடினான். மறுநாட் காலை குடியின் போதை தெளிந்தது. இந்தத் ‘தேசபக்தி’ வழிகளால் பைஸாக்கூட லாபம் இல்லை என்பதைச் சீக்கிரத்தில் உணர்ந்துகொண்டான். இங்கிலீஷ்காரன் மனப்போக்கையுடைய, அல்லது ஏறக்குறைய அப்படிப்பட்ட, பொதுஜனங்களைப் பொறுத்ததுதான் அவனது புகழும் வெற்றியும். ஆகையால் தேசீயவாதிகளின் பேச்சுக்களுக்குச் செவியை இறுக மூடிக்கொண்டான். பிறகு

---

* ‘ஏ – ஒன்’ – முதல்தரமான

172 உலகத்துச் சிறுகதைகள்

இலகுவில் அவர்களை மறந்துவிட்டான். சில மாதங்கள் கழித்து அவனைக் கண்டபடி திட்டி எழுதப்பட்ட ஒரு அநாமதேயக் கடிதம் கிடைத்ததும் ஆச்சரியமாய்த் திடுக்கிட்டான். யாரோ எழுதப் படிக்கத் தெரியாதவன் எழுதியது. அதை எடுத்துக் கொண்டு போலீஸாரிடம் ஓடினான். அதை அவர்கள் பிரமாதப் படுத்தாதது கண்டு சிறிது கோபம்; அத்துடன் சிறிது மனநிம்மதி யும்கூட.

ஆம், அமெரிக்காவில் ஓர் பெருத்த வெற்றி. நியூயார்க்கில் இரண்டு ஆட்டம்; பிறகு அமெரிக்கா முழுவதிலும் ஓர் நீண்ட வெற்றி யாத்திரை; முடிவில் ஹாலிவுட்டில் ஒரு பிலிம்; சமா தானம் ஏற்பட்ட இரண்டொரு மாதங்களுக்கப்புறம் லண்டன்; அங்கு வந்தவுடன் புகழ் இன்னும் பன்மடங்கு பெருகி ஓர் உறுதியான அஸ்திவாரத்தில் அமைந்தது. ஏனென்றால் அவனு டைய ஹாஸ்ய ஐரிஷ் *வெய்ட்டர் நடிப்பை லண்டன் ஒரு வருஷம் முழுவதும் ஒரு நாள் விடாது சளைக்காமல் பார்த்தது. பிறகு நெடுநாள் நடைபெற்ற நீண்டநீண்ட சம்பாஷணைகளுக் கப்புறம் டப்ளினில் நடிக்க ஒப்புக்கொண்டு வந்திருக்கிறான்.

தற்போதிருக்கும் இலகுவான வாழ்க்கை நிலையை இயற்கை யாகப் பரீலியின் மனது நினைத்து அப்படியே சுழல ஆரம்பித்து விட்டது. அவன் சுதேசத்திற்குத் திரும்பும்பொழுது, ஏதோ நன்மை இயற்றியதால் அடையும் தற்பெருமையுடன் கலந்த மகிழ்ச்சியைப் பெற்றிருந்தான்.

பாவனையொன்றுமில்லை. தானும் அயர்லாந்திற்காக ஏதோ நல்ல சேவை செய்திருப்பதாக நினைத்தான். பல வருஷங்களாகத் தொந்தரவு கொடுத்துக்கொண்டிருக்கும் நாஸூக் தெரியாத ஒரு கட்சி அவளுக்கு (அயர்லாந்துக்கு) எப்பொழுதும் கெட்ட பெயர் வாங்கிக் கொடுத்துக்கொண்டி ருந்தது. ஆனால், பரீலி தனது சொந்த விஷயங்கள் பலவற்றைத் தியாகம்செய்து, பொதுமக்களுக்கு மனக்கசப்பு ஏற்படா வண்ணம், அவர்கள் மனத்தில் அயர்லாந்தைப் பற்றி இனிமை யான எண்ணம் நிரந்தரமாக இருந்து வரும்படியாகச் சலியாது உழைத்துவந்திருக்கிறான். ஈஸ்டர் புரட்சி, பதுங்கித் தாக்கல் . . . இப்பொழுது! இங்கு வந்த பிறகும் அந்தச் சிறுபான்மைக் கட்சியின் இடைவிடாத தொந்தரவுகளினால் தியேட்டருக்கு எவ்வளவு நஷ்டம்! பொதுமக்கள் குறிப்பிட்ட நேரத்திற்கு முன்னே வீட்டுக்குப் போக வேண்டும் என்ற கட்டுப்பாடு. தெருக்களில் இங்கிலீஷ் சோல்ஜர்கள் நிறைந்த லாரிகளின் ஆதிக்கம். அந்த சோல்ஜர்களில் ஒருவன், நேற்று முந்திய

* வெய்ட்டர் – வேலைக்காரன்

நாள் இரவு, மரியாதையாக, ஆனால் உறுதியாக, அவனை வீடுவரையிலும் கொண்டுவிட்டுச் சென்றான்.

அப்புறம், இப்பொழுது! அவமதிப்பின் சிகரமாக இருக் கிறதே! தன்னை நடிக்கும்படி பிரத்யேகமாக வரவழைத்துவிட்டு, அதற்காகத் தான் அமைதியாகப் போகும் அந்தத் தெருவிலா வெடிகுண்டை எறிவது!

நிலைக்கண்ணாடியின் முன்பு சாய்ந்து, கண் ஓரத்தில் வயோதிகத் தன்மையைக் காட்டும் காலத்தின் கீறல்களை வர்ண மையினால் தீட்டிக்கொண்டே, 'அடுத்த முறை இவர்கள் என்னை அழைத்தால் ஏமாந்துதான் போக வேண்டும்' என்று மனத்திற்குள் எண்ணிக்கொண்டான். எத்தனை பிரபலஸ்தர்கள், தாய்நாட்டின் அசட்டுத்தனங்களைச் சகியாது, அயர்லாந்தை விட்டு வெளியேறி வசிக்கின்றனர்! அந்த லிஸ்டில் இன்னும் ஒரு பெயர் அதிகமாகும் என்று நினைத்துக்கொண்டான்.

அன்று இரவு நாடகம் தடங்கல் ஏதுமில்லாமல் நடை பெற்றது. கூட்டம் குறைச்சல்தான்; ஆனால் யாவரும் ரஸிகர்கள். வெளியில், யாரோ வாண வேட்டுக்களை விடுவது போல, இரண்டொரு சமயம் டபார்டபார் என்று சப்தம் கேட்டது. ஆனால் நடிப்பில் மனத்தைச் செலுத்திய பரீலி அவற்றைப் பொருட்படுத்தவில்லை.

நாடகம் முடிந்ததும், வந்திருப்போரின் ஆசைகளைத் திருப்திப்படுத்த ஐந்து முறை திரைகளை உயர்த்த வேண்டியி ருந்தது – இரண்டு முறை கோஷ்டி முழுமைக்கும்; ஒரு முறை நாடகத்தின் நான்கு பிரதம நடிகர்களுக்கும்; ஒரு முறை ஐக்கிய ஸ்திரீ நடிகருக்காக; இன்னும் ஒரு முறை பரீலிக்காக. ஐந்து முறையும் கரகோஷம் வானைப் பிளந்தது. வேஷத்தைக் கலைப்பதற்காகப் பக்கத்து அறைக்குச் செல்லும்பொழுது, 'அவ்வளவு மோசமில்லை!' என்று நினைத்துக்கொண்டான் பரீலி. 'இதென்ன கூட்டம்? அந்தப் பயல்கள் மட்டிலும் வெளியே ஒழுங்காக இருந்தால் எவ்வளவு கூட்டம் வந்திருக்கும்!'

முகத்தைக் கழுவிக்கொண்டிருக்கும்பொழுது சகோதரத் தொழிலாளியான பாயினிடம் இவ்விஷயத்தை விளக்கிப் பேச ஆரம்பித்தான்:

"இந்தப் பசங்களெல்லாத்தையும் ஒன்றுமில்லாமல் சாகடிக் கிறார்கள்! தொழில், வியாபாரம் எல்லாம் நாசமாகிறது. அவன்களாலே கெடுதலைத் தவிர வேறெ என்ன செய்ய முடியும்! இதுக்குள்ளே அவன்களுக்குப் புத்தி வந்திருக்கும் என்று நினைக்கிறேன்."

பாயின் முனங்கினான். 'எது எப்படிப் போனால் என்ன?' என்பது அவன் மனநிலை. வயசும் கொண்ட மட்டும் ஆகி விட்டது. தொழிலில் அவ்வளவு திறமைசாலியுமில்லை. அவனைப் பொறுத்தவரை மாதாமாதம் கிடைக்கும் சம்பளந் தான் குறி. அது மட்டிலும் தட்டில்லாமல் கிடைத்துக்கொண் டிருக்க வேண்டும்.

தலையைச் சீவிக்கொண்டே, வீணாய்ப்போன வியாக்கி யானத்தை நினைத்துப் பரீலி பெருமூச்சு விட்டுக்கொண்டான். 'பாயின் கலைஞன் இல்லை. நல்லவன், சொன்னதைச் செய்யக் கூடியவன். ஆனால் கலைஞனல்லன்' என்று மனத்திற்குள் நினைத்துக்கொண்டான்.

பரீலி, தன் வாழ்வை பாயின் ஜீவியத்துடன் ஒப்பிட ஆரம்பித்தான். நல்ல ஸ்வாரஸ்யமான பகற்கனவு.

"வரலியா?"

ஓவர்கோட் அணிந்துகொண்டு பாயின் நடைப்பக்கம் நின்றுகொண்டிருந்தான்.

அவன் கேள்வி பரீலியைச் சொப்பன லோகத்திலிருந்து இழுத்தது.

"இல்லெ! கொஞ்சம் செல்லும்."

"அப்போ – நான் வரேன்!"

"உம், சரி!"

பழைய சம்பவங்களை ஒவ்வொன்றாக எண்ணிக்கை யிட்டுக்கொண்டே மெதுவாக உடைகளை அணிந்துகொள்ள ஆரம்பித்தான். வெளியே வருவதற்குப் பதினைந்து நிமிஷம் ஆயிற்று.

தெருக்களில் ஒரே இருட்டு. ஜனநடமாட்டமே இல்லை. பரீலி ஓவர்கோட் காலரையும் உயர்த்திப் பொத்தான்களை மாட்டினான். என்ன மோசமான ஊர்! சரியான வெளிச்சங் கூட இல்லை. முனகிக்கொண்டே நடக்க ஆரம்பித்தான்.

பக்கத்துத் தெருவில் 'விர்ர்' என்று சப்தம் கேட்டது. துருப்புக்கள் நிறைந்த லாரி செல்லுகிறது என்று அவனுக்குத் தெரியும். 'அதுவும் நல்லதுதான், அவர்கள் நடமாட்டமிருந்தால் பயமில்லாமல் நிம்மதியாக வீடுபோய்ச் சேரலாம் – அதாவது, யாரும் தன்மீது வெடிகுண்டு எறியாவிட்டால்' என்ற நினைப்பு.

முன்பு வெடிகுண்டு எறியப்பட்ட தெருமுனை வந்தது. அதில் நுழையச் சிறிது தயக்கம். 'என்ன அசட்டுத்தனம், மறுபடியும் நடக்காது!' என்ற திடநம்பிக்கை. ஒரேயிடத்தில்

இரண்டு தடவை திரும்பத்திரும்ப எப்படி இடி விழும் என்ற தர்க்கத்தை நினைவுக்கு வருவித்துக்கொண்டு மனத்தைத் திடப்படுத்திக்கொண்டான்.

மறுபடியும் 'விர்ர்' என்ற சப்தம். இந்த முறை சப்தம் வரவர ஓங்கி நெருங்கியது, சிறிது நின்றது, அதிகமாயிற்று, மறுபடியும் நின்றது, மறுபடியும் ஓங்கியது. பக்கவாட்டில் 'கிரீச்' என்ற பிரேக் சப்தம். மனிதக் குரலும் யந்திர ஓலமும் குழம்பி அவன்மீது முட்டி நின்றன.

பேய்க் கனவு கண்டவன் போல் பரீலி பரக்கப்பரக்க விழித்தான். அவனைப் பார்த்துப் பல குரல்கள் ஏகோபித்து அதிகாரத் தொனியில் உறுமின; அர்த்தம் புரிந்துகொள்ள முடியாத உத்தரவுகளை விதித்தன. ஏதோ ஒன்று இவனுக்குப் பின்புறச் சுவரில் மோதியது. 'டிரஞ்ச் கோட்' போட்ட உருவங்கள் லாரியிலிருந்து குதித்து இவனை நோக்கி வந்தன. ஒரு ரிவால்வர் இவன் வயிற்றைக் குத்தியது. என்ன நடக்கிறது என்று புரிந்துகொள்ளுமுன், தலைக்கு மேல் கைகளை உயர்த்திய வண்ணம், பின்புறமாகக் கால் வைத்து கிராதிக் கம்பி வேலிவரை செல்ல வேண்டியதாயிற்று.

"அந்தப் பயலிடம் துப்பாக்கியிருக்கிறதா என்று பார்!"

எல்லோரும் சேர்ந்து அவனைத் தடவித்தடவி, பைகளைத் தட்டிச் சோதிக்க ஆரம்பித்தனர். அவர்களுடைய குரல்களிலிருந்து, அவர்கள் கைப்பதத்திலிருந்து, முகத்தின் பக்கம் அடிக்கும் வாடையிலிருந்து, 'முழுக் குடி' என்ற உண்மை விளம்பரப் பலகையின் எழுத்துக்கள் போல் பரீலியின் மனத்தில் எழுந்தது.

அவர்களுடன் எப்படி நடந்துகொள்ளுவதென்பது, எச்சரிக்கைக் குறிப்புப் போல, வார்த்தைவார்த்தையாக மனக்கண் முன் நின்றது.

அவன் மனம் சுறுசுறுப்பாக இருந்தது. அவர்களுடைய மனங்களைவிட அவனுடையது திறமை வாய்ந்தது. வேட்டைப் பழக்கமில்லாத நாய்க்குட்டிகளின் நடுவில் நின்று இரு திசைகளையும் திரும்பிப் பார்க்கும் மான்குட்டி மாதிரி நின்றான்.

"நீ இங்கே என்ன செய்கிறாய்?"

"தியேட்டரிலிருந்து வீட்டுக்குப் போகிறேன்."

"தியேட்டரிலிருந்து வீட்டுக்கா போறே! நல்லா அளக்கிரியே!"

ஒன்றுள் ஒன்று குழம்பி ஒலிக்கும் பல குரல்கள் எழுந்தன. பல ஜோடிக் கண்கள் அவனைக் கூர்ந்து நோக்கின. அவன்

மீது துர்நாற்றமடிக்கும் உச்சுவாச நிச்சுவாசம். ரிவால்வரை வயிற்றுக்கு நேராகப் பிடித்திருந்தவன் எல்லாம் ஓய்வதற்காகக் காத்திருந்தான்.

"எல்லாத் தியேட்டருந்தான் அரைமணி நேரத்துக்கு முந்தியே மூடியிருக்குமே!"

"நான் ஒரு நடிகன்; வேஷத்தைக் கலைத்துவிட்டு உடுத்திக் கொண்டுவர நேரமாகும்."

"வேஷங் கலைத்து உடுத்த அரை மணி நேரமா?"

"சில சமயத்தில் அதற்கு மேலும் பிடிக்கும்."

"சரிதாண்டா! இனிமே உனக்கு நேரமாகாமே செய்கிறேன்!" என்றான் வேறொருவன்.

இதைக் கேட்டதும் கொஞ்சம் சிரிப்பு. அந்தக் கூட்டத்தில் இருந்த ஒருவன், விசாரணை நடத்திக்கொண்டிருந்தவன் கையைப் பிடித்து இழுத்து காதில் என்னவோ சொன்னான். இதைக் கண்ட பரீலிக்கு வயிற்றைக் கலக்கியது.

கேள்வி கேட்டுக்கொண்டிருப்பவன் கையை உதறித் தள்ளினான். மற்றவர்களைவிட அவனுக்குக் கொஞ்சம் புத்தி தெளிந்தது. பரீலி தன் முழு மனத்தையும் அவன் மீது லயிக்கவிட்டான். தான் பிழைத்துக்கொள்வது அவனைப் பொறுத்துத்தான் இருக்கிறது என்று உறுதிகொண்டான்.

"நீ நடிகன் என்று சொல்லுகிறாயே, உன் பேரென்ன?"

"பால் பரீலி."

"அப்படிப் பேரே கேட்டதுகூட இல்லையே!" என்றான் முன்பு இடைமறித்துப் பேசியவன். மறுபடியும் விசாரணை நடத்துபவன் காதில் குசுகுசுவென்று பேசினான்.

"அப்படி ஒரு நடிகனும் இங்கே கிடையாது; எனக்கு எல்லாரையும் தெரியும்" என்றான் மீண்டும்.

"எனக்கு இந்த ஊரில்லை. லண்டனிலிருந்து இப்போதான் இங்கு வந்தேன்" என்றான் பரீலி.

முகக் குறி மூலம் ஒவ்வொருவர் மனப்போக்கும் என்னவென்பதை அறிந்துகொள்ள ஒவ்வொரு முகமாகக் கவனித்தான். தன் புத்தி தெளிவாக இருப்பது எவ்வளவு சௌகரியம் என்பதை உணர்ந்தான். ரிவால்வர் வைத்திருப்பவன் தயங்குகிறான் என்பது தெளிவாயிற்று. அவன் மறுபடியும் பேசும்பொழுது தொனியில் முன்பிருந்த உறுதியில்லை.

"இங்கே சுற்றுப்பிரயாணம் செய்கிறாயா? இப்பொழுதுதான் வந்தாயா?"

"ஆமாம்! இங்கே வந்து நடிப்பதே இப்பொழுதுதான் முதல் தடவை."

"லண்டனில் இருந்தா?"

"ஆமாம்."

"பிக்காடில்லி எப்படி இருக்கிறது?" அந்தக் கும்பலிலிருந்து ஒரு குரல் அவனைப் பார்த்துக் கேட்டது. பரீலி அத்திசையில் திரும்பினான்; மீறி எழும் ஆசையைக் காண்பிக்கும் அவசரத்துடன் அல்ல; அந்தக் கூட்டத்துக்குத் தலைவன் என்று இவன் ஊகித்த ஒருவனைக் கோபப்படுத்த அஞ்சினான். அந்தத் தலைவனை மரியாதையாகப் பார்த்து விட்டு – அதாவது, அனாவசியமாக இடைக்கேள்விகளுக்குப் பதிலளிக்க வேண்டியதற்காக மன்னிப்புக் கேட்டுக்கொள்ளுபவனைப் போல மரியாதையாகப் பார்த்துவிட்டு – "சுகமாகத்தான் இருந்து வருகிறது" என்றான்.

"இப்போ, அங்கேயிருந்தா நல்லது!" என்றது அக்குரல்.

"என்னுடைய இடம் லெஸ்டர் ஸ்கொயர்டா!" என்றது மற்றொரு குரல்.

"அடே, உன் துருத்தியெ நீ ஊது, தெரியுமா!" என்றது முதல் குரல்.

அபிப்பிராய பேதம் ஏகக் குழப்பத்தில் கொண்டுவிடும் போல் இருந்தது. அவர்கள் தயங்குகின்றனர்; அவனிருப்பதை மறக்கின்றனர். 'தலைவன்' மறுபடியும் அவன் வயிற்றில் ரிவால்வர் முனையால் இடித்தான்.

"நடிகனோ, எவனோ – யாராயிருந்தாலும் இந்த நேரத்தில் நீ தெருக்களில் அலைந்துகொண்டிருக்கக் கூடாது. இது இன்னம் உனக்குத் தெரியாதா?"

"மன்னிக்க வேண்டும். நான் இப்போதான் வந்தேன் என்று சொல்லுகிறேன். வேஷத்தைக் கலைத்துவிட்டு நேராகத் தியேட்டரில் இருந்து வருகிறேன்!"

"அதெல்லாம் உனக்குத் . . ."

"டேய்!" – கும்பலுக்குப் பின்புறமிருந்த ஒரு முரடன் நெட்டித் தள்ளிக்கொண்டு வந்தான். "அவதான் – அவ பேரென்ன – கோரா . . . அவ கிட்ட எங்களைக் கூட்டிக்கிட்டுப் போரியா – அவதாண்டா – அவ, இப்பிடி இப்பிடி ஆட்ராளே!" என்று இடுப்பை நெளித்துக் காண்பித்தான்.

எல்லோரும் ஒரே குரலாக இடியிடி என்று சிரித்தனர்.

"என்னால் முடியாது என்று அஞ்சுகிறேன்." என்றான் பரீலி, ஜாக்கிரதையாக. "நான் அந்தத் தியேட்டரில் நடிக்க வில்லை. நான் . . ."

"அப்பிடின்னாக்கா ஒன்னாலே தம்பிடிக்கிப் பிரயோசன மில்லை." தலைவனைத் திரும்பிப் பார்த்து, "அந்தப் பயலெ தீத்துப்புடு; அவனாலே தம்பிடிக்கிப் பிரயோசனமில்லை!" என்றான்.

தலைவன் தயங்கினான்.

"எங்கே குடியிருக்கே?" என்றான் பரீலியைப் பார்த்து.

"நோலான் தெருவிலே. இந்தச் சந்துக்கு இரண்டாவது சந்திலே."

"அப்படியா, சரி." ரிவால்வரைப் பைக்குள் வைத்துக் கொண்டு, விலகி நின்றான். "நோலான் தெருவுக்கு போ! மூன்று நிமிஷம் கொடுக்கிறேன்; அதற்குள்ளே போகாட்டா – ஜாக்கிரதை! சரிதாண்டா, போ!"

"டேய்! இங்கே வாடா!" அந்த முரடன் பரீலி தோளைப் பிடித்து நெட்டித் தள்ளிக்கொண்டு சென்றான். தன்னை விடுவித்துக்கொள்ளப் பரீலி முயன்றான்.

"தெரு இந்தப் பக்கமில்லே, அப்படிப் போ . . ." பின்புறத்தில் படார் என்று ஒரு பூட்ஸ் கால் அடித்துக் குப்புறத் தள்ளியது. நல்ல காலம், சமாளித்துக்கொண்டு விழாமல் ஓடினான். அவர்களது சிரிப்பும், அசங்கிய வார்த்தைகளும் நடமாட்டமற்ற அந்தத் தெருவில் எதிரொலித்தன.

அவன், அடுத்து எதிர்ப்பட்ட சந்தில் நுழைந்து திரும்பி, தான் குடியிருந்த வீட்டை நோக்கி ஓடினான். ஓடும்போது மறுபடியும் லாரி புறப்படும் சப்தம் கேட்டது.

இந்தச் சம்பவம் பரீலியின் கோபத்தை அதிகரித்தது; ஆனால் பொதுப்படையாக்கியது. இதுவரை தன் தேசவாசி களான புரட்சிக்காரர்மீது கோபங்கொண்டிருந்தான். இப்பொழுதோ இந்த இடத்தின் பேரிலேயே கோபம். அவன் நெஞ்சில் ஆழமாகப் பயம் தட்டியது. எப்பொழுதும் அவனை விட்டு அகலாத வழக்கமாயுள்ள விவேகம், அபாயத்தின் எல்லைக்கோடுகளை அவன் அணுகிவிட்டிருந்ததைத் தெளிவாக எடுத்து உணர்த்தியது; ஆனால் அதைப் பற்றியே மனத்தைக் குழப்பி அங்கலாய்த்துக்கொண்டிருக்க அவன் வெகுவாக விரும்பவில்லை. தன் தொழிற் பெருமைக்கு ஏற்பட்ட அவமா னத்தை எண்ணிப் பிரமாதமாகக் கவலை கொண்டான்.

அவன் அவமானப்படுத்தப்பட்டான். உயிர் தப்பியது அதிர்ஷ்ட வசந்தான்; ஆனால் சீர்தூக்கிப் பார்க்கும்பொழுது அவமானம் அதைவிட எத்தனையோ மடங்கு பிரமாதமாகத் தெரிந்தது அவனுக்கு. அவனை அவமதித்தது இங்கிலீஷ்காரர்கள். இவ் விபரத்தை அவன் மறந்துவிட விரும்பினான். சகிக்கக்கூடாத சம்பவங்கள் டப்ளினில் நடந்துவிட்டன; கூடிய சீக்கிரத்தில் அதை விட்டுப் புறப்பட்டால் போதும் என்று ஆகிவிட்டது அவனுக்கு. இனி திரும்பவும் வரவே கூடாது.

மறுநாட் காலை தெருக்களில் செல்லும்போதெல்லாம் சர்வஜாக்கிரதையாக ஜனநெருக்கடி அதிகமாக உள்ள பாதைகள் வழியாகவே சென்றான். கிராப்டன் தெருவிலுள்ள ஒரு ஹோட் டலில் காப்பி; வழிநெடுக மிகுந்த உற்சாகத்துடன் செல்லும் ஜனக்கூட்டத்தைக் கண்டால் ஒரு வெறுப்புற்ற பார்வை; மத்தியானம் சாப்பிடும்பொழுது அவன் குடியிருந்த வீட்டுக்காரி, முந்திய இரவு நடந்த கலாட்டாவைப் பற்றிச் சொல்லிக் கொண்டிருந்தாள்.

அப்புறம், அதிகாலையிலிருந்து வரப்போவதாகப் பய முறுத்திக்கொண்டிருந்த மழை. பரீலி எங்கும் போகாமல் வீட்டிலேயே உட்கார்ந்து வாசித்துக்கொண்டும், கடிதங்கள் எழுதியும் பொழுதைக் கழித்தான். விலாசதாரர்களுக்கெல்லாம், சங்கேதமாக, இக்கலகத்தைப் பற்றிக் குறிப்பிட்டான். ‘காகிதத்தில் எழுதி வைப்பது அபாயம்; நேரில் விஸ்தாரமாகச் சொல்லுவது நலம்’ என்று சூசிப்பித்தான்.

மாலை ஆறு மணி சுமாருக்கு மழை ஓய்ந்தது. மேகத்திரை சிறிது விலகி, மேகத்தால் கழுவப்பட்ட நிர்மலமான நிலவெளி யைச் சிறிது காண்பித்தது. வானத்தில் மேகப் பிளவு அகன்றது. உள்ளே சிவந்தது. நகரத்தின் சிகரங்களில் முட்டிக்கொள்ளுமோ என்ற நிலையில் காணப்பட்ட சூரியன், தன் கடைசிச் சந்தர்ப் பத்தை உபயோகித்து, வான வீதியில் தன் ஒளிச் சொத்துக்களை எல்லாம் அப்படியே அள்ளிக் கொட்டினான். பளிச்சென்று சுவரில் விழுந்த ஒளித் துண்டம் பரீலியை எழுப்பியது. ஜன்னல் கதவை விரியத் திறந்து, சல்லாப் புடவை மாதிரி முகத்தில் தழுவும் மந்தமாருதத்தைப் பருகினான். வெளியே உலாவிவிட்டு, தியேட்டர் பக்கத்தில் எங்காவது ஒரு ஹோட்டலில் சாப்பிட் டால் போகிறது என்று தீர்மானித்து, அவசரஅவசரமாக ஹாட்டையும் கோட்டையும் எடுத்துக்கொண்டு, படிக்கட்டு களில் இறங்கியவாறே வீட்டுக்காரியிடம் வெளியே போவதாகச் சொல்லிவிட்டு, கதவைப் படார் என்று அடைத்துக்கொண்டு புறப்பட்டான். வீட்டுக்காரியின் புலம்பல்கள் அவன் காதில் விழவில்லை.

ஏதோ ஓர் உணர்ச்சி அவனை ஆற்றங்கரைப் பக்கம் தள்ளிக்கொண்டு சென்றது. நடைபாதையில் கல் பதித்த இறங்கு துறைப் பக்கம் அணுகியதும் வெறும் ஆனந்தத்தால் அவனது சுவாசம் தடைப்பட்டது. மறுபடியும் அதே மஹேந்திரஜாலம்! வெறும் அழுக்கும் சகதியும் நிறைந்த லிப்பி நதி ஒரே ஒளிப்பாதை யாக மாறிக் கிடந்தது. மற்றும் ஓர் அற்புதமும் நிகழ்ந்தது. எங்கிருந்தோ திடீரென்று பல குரல்கள் குழம்பிய கோஷம் வானத்தைப் பிளந்தது; படிப்படியாக அமுங்கி வெறும் கிஸு கிஸுப்பாக மாறியது; மறுபடியும் வானைப் பிளக்கும் அந்தக் கோஷம் இப்பொழுது வெற்றி முழக்கமாகி, சூரியனின் கடைசிக் கிரணத்துடன், அது கவிந்து மூடும் மேகப் படலத்தைக் கிழித்துத் துருவும் வெற்றி முயற்சியுடன் லயித்தது. அப்புறம் பக்கத்துத் தெருக்களிலிருந்து மடை திறந்த வெள்ளம் போல மனிதக் கும்பல், ஓர் எதிர்க்க முடியாத சக்தியால் உந்தித் தள்ளப்பட்டது போல் வந்து, இறங்குதுறைத் தள வரிசைகள் மீது பரந்து நிறைந்தது. ஜனங்கள் பக்கத்துத் தெருக்களிலிருந்து விழுந்தடித்து ஓடிவந்தனர்; கும்பலாகவும், தனித்தனியாகவும், தள்ளாடிக் கொண்டும், பின்னிருப்போர் தள்ள முன்னிருந்தவர்கள் தடுமாற வும் ஓடிவந்தனர். ஆனால் துறையில் வந்து பரவியதும், திரண்ட னர். கைகளைக் கோத்து வரிசைவரிசையாக அணிவகுத்தனர். துறையில் முன்னேறி ஒழுங்காகக் கால்வைத்து நடந்தனர். சிறிது நேரத்திற்கு முன் குழம்பிய வெறும் ஜனக்கும்பலாக ஒருவரையொருவர் தள்ளிக்கொண்டு ஓடிவந்த கூட்டம், வெற்றியின் அணிவகுப்பாக மாறியது. அதே உணர்ச்சி அவர் களைத் தூண்ட, அவர்களது லயமற்ற கூச்சல் ஒழுங்குபட்டு ஐக்கியமாக, ஒரு பயங்கரத்துடன் ஓங்கியது. ஆண்களும் பெண் களுமாக ஐந்நூறு பேர், இறங்குதுறைப் பாதையின் வழியாக, தங்கள் எதிர்ப்பின் கீதமான படைவீரன் பாட்டைக் கோஷித்துக் கொண்டு சென்றனர்.

பாட்டு, சமுத்திர கோஷம் போல உயர்ந்து பக்கத்துச் சுவர்க் கூரைகளைத் தாக்கி, நாதக் கனல்களாகச் சிதறி, ஒலிஒளி இவற்றின் பேய்க் கனவுகளாக உதிர்ந்தன.

பரீலி தன்னையும் மீறி ஓலமிட்டான். பக்கத்துச் சுவரை எட்டிப் பார்த்தான். அவன் உள்ளத்தில் ஏதோ ஒன்று கட்டுக் களை மீறியது; கண்களில் நீர் சுரந்தது. கோஷிக்க முயன்றான்; பாட முயற்சித்தான். கோஷ்டியின் முதல் அணி இவனண்டை வந்தது. ஒரு பெண்; தலை மயிர் குலைந்து ஒரு கண்ணை மறைத்தது. முகம் வியர்வையால் மின்னியது. அவள் பாடும் பொழுது இவன் கையை எட்டிப்பிடித்தாள். இவனும் அணி வகுப்பில் கலந்தான். மகிழ்ச்சியின் – புகழின் ஒரு பகுதியாக இழுத்துச் செல்லப்பட்டான். அவன் இதயம் உயர்ந்தது; இது

வரை நாடக அரங்க வெற்றி அளிக்காத ஓர் குதூகலத்தின் எக்களிப்பின் உச்சநாடியை எட்டியது.

பாலி அரை மைல்வரை அந்த ஊர்வலத்தோடு இழுத்துச் செல்லப்பட்டான். மாலையில் இருக்கும் வேலை நினைவுக்கு வரவே, கையை இழுத்துக்கொண்டு ஒரு பக்கத்துச் சந்தில் நழுவினான். 'எங்கிருக்கிறோம்' என்பதை உணர்ந்துகொள்ள அவனுக்குச் சிறிது நேரமாயிற்று. அவனது உள்ளம் இருந்த நிலையில் அதைப் பற்றி அவன் அவ்வளவு பிரமாதமாகக் கவலை கொள்ளவில்லை. எப்படியானாலும், உத்தேசமாக நதிக்கு நேராக, அது செல்லும் திக்கில் சென்றால் வழி பிடி பட்டுவிடும் என்பது நிச்சயம். சாப்பிடக்கூட முடியவில்லை; அவ்வளவு உணர்ச்சி வேகம். அவசரஅவசரமாகச் சாப்பிட்டான்.

சமீபத்தில் தான் பங்கெடுத்துக்கொண்ட சம்பவங்களை நினைக்க உணர்ச்சித் தீ மூண்டெழுந்தது. அவற்றைப் பற்றி நினைக்கும்பொழுது மூச்சுத் திணறியது. நாடி அதிர்ந்தது. என்ன நடந்தது என்று அவனுக்கே இன்னும் தெரியவில்லை. ஆனால், இதுவரை தான் தன்னைத் தெரிந்துகொள்ளவில்லை என்பதை உணர்ந்தான். அவனுள் ஏதோ விடுதலை பெற்றது – அல்ல – ஏதோ அவனை விடுவித்தது. அவனது உண்மைச் சொரூபம் அன்று வெடித்துக்கொண்டு உருப்பெற்றது.

இந்த உணர்ச்சியை அனுபவிக்கும்பொழுதே, இதைப் பற்றித் தனக்குத் தானே பேசிக்கொள்ளும்பொழுதே, அவனது இரண்டாவது தன்மை, நாடக அரங்கில் தன் ஒவ்வொரு இயக்கத்தையும் அதீதமாக நின்று கவனிக்கும் தன்மை, அவனது உள்ளத்தில் ஒரு மூலையில் இருந்து அபிப்பிராயம் சொல்ல ஆரம்பித்துவிட்டது. அவன் – அதாவது, அத்தன்மை – பால் பாலி தனது தேசிய உணர்ச்சியையும், தான் பிறந்த நாட்டையும் மறுபடியும் கண்டுபிடிப்பதைக் கவனித்துக்கொண்டிருந்தது. பாலி தன் வாழ்க்கையிலேயே முதன்முதலாக, இந்த 'மெய்க்காப் பாளனை' எதிர்த்து, தன் இதயபூர்வமான உணர்ச்சிக்காகவும், தன் உரிமைக்காகவும், வெறும் தனிமனித ஜீவியத்திற்காகவும் போராடினான். 'இல்லவே இல்லை' என்று சொல்லிக் குனிந்த வண்ணம் முன்னேறி நடந்தான். எதையும் இரக்கமற்ற சிந்தை யுடன் மேற்பார்வை செய்யும் தொழிலையே இயற்கையாகக் கொண்ட பால் பாலியின் நடிகத் தன்மை, அவனது உள்ளத்தில் புதிதாகப் பிறந்த தேசபக்தியைக் கேலி செய்து, இலகுவில் கொன்றுவிட முடியும். ஆனால், அதை எதிர்த்துப் போராடி னான் பால் பாலி. அவன் உள்ளத்தில் நடைபெற்ற போராட்டம் ஏக்கத்தையே வளர்த்தது. வானத்தை அளவிய இரவின் குளிர் அவனது உள்ளத்தையும் கவ்வியது. 'உன் உணர்ச்சி இதுவரை

எதிலும் நிலைத்திருந்ததில்லை, நிலைத்திருக்கவும் செய்யாது; உனக்கு இல்லாத தன்மையை ஏன் இருப்பதாகப் பாவனை செய்கிறாய்? உனது தொழில் நடிப்பு; கடைசிவரை அதோடு இருந்துகொள், போதும்!' என்றது அந்த விவகார புத்தி.

உள்ளத்தின் உணர்ச்சி வேகத்தைக் குளிரவைக்க முயலும் இந்த விபரீத விவேகத்தை அமுக்கிக் கொல்ல மல்லாடிக் கொண்டு நடக்கும் பரீலி ஒரு மூலையில் திரும்பினான். சோல்ஜர்களும் தனித்தனியாக அங்கொருவர் இங்கொருவராக, ரஸ்தாவின் பாதசாரித் தளங்களில் சுற்றிக்கொண்டிருந்தனர். அவர்கள் நிற்கின்றனர் என்ற நினைப்பு எழாமலே, பரீலி, முன் வந்த வழியில் தொடர்ந்து நடந்தான். ஆனால் அவர்கள் இருக்கும் தெருக்களை விலகிச் சென்றான். அடுத்தபடி அவன் செல்ல விரும்பிய பாதை ஒரு சிறு சந்து. வழியில் வெளிச்சம் இல்லை. ஆனால் சந்தின் மறுகோடி நன்றாகக் கண்ணுக்குத் தெரிகிறது. தைரியமாக உள்ளே நுழைந்தான். வீட்டுக் கூரைகள் சந்தின் மேல் கவிந்து அமுக்க முயல்வது போல நின்றன. பாதி வழி சென்றதும், 'ஏண்டா இந்த வழியாக வந்தோம்' என்றாகிவிட்டது பரீலிக்கு! நின்றான். வீடுகள் அவன் உள்ளத்தின் ஓட்டங்களுக்குச் செவிசாய்ப்பது போல நின்றன.

திடீரென்று மறுபடியும் நின்றான். கீழ்த்தொண்டையில் பேசும் மனிதக் குரல்களின் குழம்பிய ஒலி – இரண்டுபேர் ஆணும் பெண்ணும். சுய திருப்தியைக் காட்டும் மனிதனின் கனத்த குரல். அப்புறம் மூச்சுத் திணறிய பெண் குரல் – அதில் பயம் தொனித்தது. இவ்விருவரும் அவனுக்கு முன்னால் இரு வீடுகளுக்கிடையில் ஒரு இடத்தில் நின்றிருந்தனர்.

"இல்லை ஐயா! அப்படி நான் செய்ததே இல்லை! ஆணைப் படிக்கி . . ."

"ஸ்! சத்தம் போடாதே!"

பரீலி பதுங்கிப்பதுங்கி முன்னால் சென்றான். அந்த இருட்டில் என்ன நடக்கிறது என்று கடைசியாக அவன் கண்களுக்குத் தெரிய ஆரம்பிததது. ஒரு சோல்ஜர் ஒரு பெண்ணைக் சுவரோடு மடக்கி நிறுத்தியிருந்தான். அவனது ரிவால்வர் அவளது நெஞ்சில் குத்தியது. அவள் பயப்பிராந்தியால் பேச்சற்று, சுவரோடு சுவராக ஒண்டிப்போய் நின்றாள்.

பரீலியின் ஜாக்கிரா புத்தி அவனை எச்சரித்தது. 'அப்படியா! என்ன நடக்கிறது பார்!' என்று மனத்தில் சொல்லிக் கொண்டான்.

அந்த சோல்ஜரோ அவளோ பார்க்கு முன், பரீலி சோல்ஜரின் பின்பக்கமாகப் பதுங்கிப்பதுங்கி நெருங்கிவிட்டான்.

அந்தத் தடியன் குரல் கனத்தது. அந்தப் பெண்ணின் முகத்தருகில் முகம் வைத்தது போல நெருங்கி நின்று மெதுவாகப் பேசினான். அவனுக்கு இவன் நெருங்குவது காதில் விழவில்லை. அவனது தசைக்கோளங்கள் இறுகி விம்மின. பரீலி அசையாமல் பதி வைத்து நின்றான். அந்தப் பெண்ணின் ஒரு அசைவு அவன் கண்களில் விழுந்தது. சோல்ஜரும் அதைக் கவனித்துவிட்டான். அவன் பேச்சு நின்றது. தலையைத் திருப்பப் போகிறான். அந்த க்ஷணத்தில் பரீலி அவன்மீது பாய்ந்தான்.

சோல்ஜரின் இறுகிய குரல்வளையில் ஓலமொன்று வெளி வந்தது. பின்புறமாகத் தள்ளாடி வளைந்தான். பரீலியின் கை களைப் பிடிக்க முயன்றான். பரீலிக்கு ஆவேசமான எக்களிப்பு மிகுந்த கோபத்தைத் தவிர, எதிரியை விழத்தட்ட வேண்டிய பிளான் ஒன்றும் கிடையாது. எலியைப் பிடித்த நாய் அதை உதறுவது போல அவனை உதறினான். வலக்கையைத் தூக்கி சோல்ஜரின் மூஞ்சியில் ஒரு இறுக்கு இறுக்கினான். சோல்ஜரின் குல்லாய் அப்புறம் போய் விழுந்தது. சோல்ஜர் கத்திக்கொண்டு, முன் பக்கம் குனிந்து, பரீலியைத் தலைக்கு மேல் தூக்கிவிட முயன்றான். பரீலியின் உள்ளத்தில் பயம் எழுந்தது. சுவரோடு சுவராக ஒண்டிக்கிடந்த பெண்ணின் பக்கம் தலையைத் திருப்பி னான். அவனது கண்களின் வேண்டுகோளை அறிந்துகொண்டு அவள் உதவிக்கு வர முயன்றாள். அவளால் முடியவில்லை. சோல்ஜர் தனது வலது கையைப் பரீலி பக்கம் திருப்பி அவனைச் சுட்டு வீழ்த்த முயன்றான். பயம் பரீலிக்குப் பலமளித் தது. கடைசி வலிப்பு மாதிரி தன் முழு பலத்தையும் உபயோகித்து, அந்த சோல்ஜரை அப்படியே அலக்காகத் தூக்கிச் சுவர்ப் புறம் தள்ளினான். அப்பெண் விலகிக் குதித்தாள். பிடிப்பை மாற்றி, பரீலி, சோல்ஜர் தலையை, ஒரு முறை, இரண்டு முறை, மூன்று முறை சுவரில் தன் முழுபலத்தோடும் மோதி னான். ரிவால்வர் கையை விட்டு வழுகியது; தலையைப் பிடித்தவண்ணம் தரையில் விழுந்தான் சோல்ஜர்.

புத்தி தெளிவற்றவன் போல பரீலி விழுந்தவனையே ஒரு கணம் பார்த்து நின்றான். மறு நிமிஷம் அந்தப் பெண்ணைப் பார்த்து, “ஜல்தி! ஓடு!” என்றான்.

மேல்போர்வையை இழுத்து மூடியவண்ணம் அவள் துள்ளிச் சந்தின் வழியாக ஓடினாள். பரீலி அவளைப் பற்றிய நினைவே இல்லாமல் மறு திசையை நோக்கி ஓடினான். சந்தை விட்டுப் பெரிய தெருவுக்கு வந்ததும், இரண்டு பக்கமும் திரும்பித்திரும்பிப் பார்த்தான். ஒருவரும் இல்லை! நல்ல காலம் என்று உள்ளத்தில் மகிழ்ச்சி தட்ட வேகமாக நடக்க ஆரம்பித்தான். அவனது வலது விரல் மணிக்கட்டில் வலிக்க

ஆரம்பித்தது. குனிந்து பார்த்தான். கைவிரல் முழுதும், என்ன ஆச்சரியம், ஒரே ரத்தக் களரி. அங்கு நின்ற லாந்தல் கம்பத்தடியில் நின்று வெளிச்சத்தில் காயத்தைக் கவனிக்க ஆரம்பித்தான். திடீரென்று விறைத்து நின்றான். பூட்ஸ் சப்தம்; மனிதக் குரல். மற்றொரு சந்திலிருந்து தன்வசம் அகப்பட்டவனின் இரு சகபாடிகள் தன்னை நோக்கி வருவதைக் கண்டான். காயம்பட்ட கையைப் பையில்விட்டு மறைத்துக்கொண்டு அவர்களை நோக்கி நடந்தான். முதலில் குமட்டலாக எழுந்த பயம், எக்களிப்பின் கூர்மை பெற்றது. 'நீ அபாயத்தில் இருக்கிறாய், அபாயம் – நிஜமான அபாயம்! இது நாடக அரங்கமல்ல; இல்லை; இது உண்மை; கடைசியாக நிஜம்; நிஜமான உணர்ச்சி; அவர்கள் உன்னை நிறுத்தினால், அடிபட்டவன் பிரக்ஞை பெற்று உதவிக்குக் கூக்குரலிட்டால், உனது அடிபட்ட விரல்களைக் கண்டால்...'

அவர்கள் இருவரும் அவனைக் கடந்து சென்றுவிட்டனர். ஒரு சந்தேகமான, சண்டைக்காரப் பார்வை; ஆனால் ஒரு வார்த்தைக்கூடப் பேசவில்லை. அவர்கள் போய்விட்டனர். இனி அபாயமில்லை. வேகமாகச் சென்றுகொண்டே திரும்பிப் பார்த்தான். ஒரு மூலை திரும்பியதும் ஓட ஆரம்பித்தான். பயம் மறுபடியும் அவனைக் கவ்வியது. ஆனால் அவன் கவலை கொள்ளவில்லை. அவன் அதைச் செய்துவிட்டான்.

வேஷம் போடுவதற்காக மேஜையின் முன் சென்று உட்கார்ந்தான். அவனுடைய வாய் அந்தத் தேசீய கீதத்தை – 'படைவீரன் பாட்'டை – முணுமுணுக்க ஆரம்பித்தது.

○ ○

இங்கிலாந்து

முதலும் முடிவும்

ஜான் கால்ஸ்வொர்த்தி

மாலை ஆறுமணியிருக்கும். அந்த அறையில் சுமாரான இருட்டு. 'பச்சை ஷேட்' போட்ட மேஜையின் மீதிருந்த ஒற்றை விளக்கு, தரையில் விரித்த துருக்கிக் கம்பளத்திலும் மேஜையின்மீது சிதறிக்கிடந்த, வாசிப்பதற்காகத் திறந்து வைக்கப் பட்டிருந்த புத்தகங்களின்மீதும், நல்ல வேலைப்பாடு அமைந்த கீழைப்பிரதேச முக்காலியின்மீது வைத்திருந்த நீலக் காப்பிப் பாத்திரங்களின்மீதும் தனது வெளிச்சத்தைச் சிதறியது. நல்ல கொடுமையான மாரிக்காலம். ஜன்னல்கள் எல்லாம் நன்றாக அடைக்கப்பட்டு, திரையால் மூடப்பட்டிருந்தன. முகடும் மரத்தினாலானது. சுவரில் வரிசைவரிசையாகத் தோல் அட்டை போட்ட புத்தகங்கள். குளிர் காய்வதற்காக மூட்டப்பட்ட தீயும் வெளிச்சமும் அந்த விறைத்துப்போகும் 'குளிர்ப் பாலை வனப் பிரதேசத்து' ரம்மியமான பொழில் என்று கூற வேண்டும். கோர்ட்டின் வேலைக்களைப்புத் தீருமட்டிலும் அதில் ஓய்வு எடுத்துக்கொள்ளுவதில் கீத் டரான்டிற்கு மிகுந்த பிரியம். காலில் துருக்கிப் பாதரட்சையணிந்து, அந்த இருட்டுடன் கூடும் அக்னி ஒளியில் அவன் உட்கார்ந்திருந்தான். நல்ல ஓவியக்காரன் அவனது முகத்தின் அமைப்பைக் கண்டால் சித்திரக் கோலைக் கீழே வைக்கமாட்டான் என்பது திண்ணம். செதுக்கி வைத்தது போன்ற, ஆனால் சிறிது வெளிறிய முகம். கருத்த புருவம்; கண்கள் சாம்பல் வர்ணமோ அல்லது சிறிது சிவப்புக் கலந்ததோ என்று கூறும்படியானவை. நாள் பூராவும் வக்கீல்கள் அணியவேண்டிய பொய்ச் சிகையை அணிந்தும் வழுக்கை விழவில்லை. அந்த அறையில் இருக்கும்பொழுது வேலைக் கவலைகளைப் பற்றி நினைப்பதே கிடையாது. அவன்

வக்கீல்; வாழ்க்கையில் மனித நுட்பத்தினால் ஆகும் பின்னல் களை அறிவுக் கத்தியால் பிரித்து, வேண்டாதவற்றை விலக்குவதே அவன் வேலை. சோர்வையளிக்கக்கூடிய வேலைதான். ஆனால், அந்த அறையில் அவன் தனது மூளையை அலட்டிக்கொள்வ தில்லை. ஆமாம்! அன்று நடந்த கேஸில் தன் கட்சிக்காரன் பொய் சொன்னான் என்று அவனுக்குப் பட்டது; அதனால் கேஸை வாதாட மறுத்துவிடலாம் என்றுகூட முடிவிற்கு வந்துவிட்டான். முதலிலிருந்தே அந்தப் பலவீனமான பேர் வழியின் அரைகுறைப் பதில்கள் அவனுக்குப் பிடிக்கவில்லை. ஆழமான மனவுறுதியிலிருந்து எழாத ஒப்புப் பேச்சும், பலவீனத் தினால் பிறக்கும் அனுதாபமும் நிறைந்த இக்காலத்தில், இந்த மாதிரி ஆசாமிகளுக்குக் குறைவில்லை. உதவாக்கரைகள்! பிரயோஜனமற்ற பிரகிருதிகள்!

வாசிப்பதற்கு மூன்று புத்தகங்கள் எடுத்திருந்தான். வால்ட்டேர்; அந்த பிரெஞ்சு எழுத்தாளனின் தர்க்கத்தைப் பிளந்து எறியும் குத்தல் நடையில் அவனுக்கு ஒரு மோகம். இரண்டாவது பர்ட்டன் எழுதிய யாத்திரைகள். மூன்றாவது ஸ்டீவென்ஸன் எழுதிய புது அராபிய இரவுகள். அன்று இரவில் மனத்தை உற்சாகப்படுத்தக்கூடிய புத்தகத்தைப் படிக்க வேண்டும் என்று ஆசைப்பட்டான். கோர்ட்டிலே ஏராளமான கூட்டம். வரும்பொழுது, வழியிலே ஈரம் சுவறிய காற்று. அன்று அவனுக்கு வீடு வெறிச்சென்று இருப்பதாகப்பட்டது.

விளக்கைச் சிறிது இறக்கிவிட்டு, குளிர் காய்வதற்காக நெருப்பின் பக்கம் திரும்பினான். அன்று டெலாஸன் வீட்டு விருந்திற்குப் போகுமுன் சிறிது கண்ணயர்ந்தால் என்ன! அப்பொழுது பள்ளிக்கூட விடுமுறையாக இருந்து, தனது மகள் மெய்ஸி, வீட்டிற்கு வந்திருக்கக் கூடாதா என்று நினைத் தான். கீத் டரான்டின் மனைவி இறந்து வெகுகாலமாகிவிட்டது. வீட்டில் பெண்பழக்கத்தை இழந்து நெடுநாளாகிவிட்டது; ஆனால், அன்று இரவு துருதுருவென்று வரும் தன் மகள் இல்லாதது ஏதோ ஒருமாதிரியாக இருந்தது. சிலருக்குப் பெண் ணின் தோழமை எவ்வளவு அவசியமாக இருக்கிறது! ஆமாம். தம்பி லாரன்ஸ் – எல்லாவற்றையும் பெண்களால் தொலைத் தான்! மனவுறுதிகூடப் போய்விட்டது. எப்பொழுதும் தரித்திரம்! திறமை எல்லாம் போக்கழிந்து போய்விட்டன. வம்சத்தில் இருந்துவரும் ஸ்காட்லாந்து இரத்தம் இவனைப் பாதுகாத்திருக் கும் என்று எதிர்பார்க்கலாம்; ஆனால், ஸ்காட்லாந்துக்காரன் தறிகெட்டு ஆட ஆரம்பித்தால் அவனை யார் தடுக்க முடியும்? ஒரே தாயின் குழந்தைகள்தான். தங்கள் இருவருக்குள்ளும் எவ்வளவு வித்தியாசம்! தனது வெற்றிக்கெல்லாம் தாயின் வம்சம்தான் காரணம் என்று கீத் டரான்ட் நினைத்தான்.

உடனே அவனது மனம் சட்ட விபரத்தில், அவனது மனதை உறுத்திக்கொண்டிருந்த ஒன்றின்மீது சென்றது. தனக்குத் தவறு ஏற்படுவதே இல்லை என்ற அகங்காரம் உடையவன் கீத் டரான்ட். ஆனால் அன்று தான் கொடுத்த ஆலோசனை சரியானதுதான் என்று அவன் மனம் திருப்தியடையவில்லை. ஒரு முடிவான அபிப்பிராயத்திற்கு வரச் சக்தியில்லாதவன், அல்லது சந்தேகமிருந்தாலும் அபிப்பிராயத்தை தைரியமாகக் கொடுக்க சக்தியற்றவன் வக்கீல் தொழிலில் பிரபலமடைய முடியாது. ஏன், வேறு எந்த வேலையிலுமே ஈடுபட முடியாது. அனுபவம் முதிர முதிர அவனுக்கு எதைப் பற்றியும் ஒரு திடமான அபிப்பிராயம் அல்லது திட சித்தத்தில் ஏற்படும் செய்கை இருக்க வேண்டும் என்பது உறுதியாயிற்று. ஒரு வார்த்தை, அதன் பின் ஒரு அடி! இல்லை, இல்லை! முதலில் ஒரு போடு, பின்னரே வார்த்தைகள்! இதுதான் வெற்றியை அளிக்கும். சந்தேகம், தயங்குதல், உணர்ச்சி! ஒளியற்ற – இவை புதிய நாகரிகத்தின் பேர்போன வழி! சீச்சீ! கீத் டரான்டின் அழகிய முகத்தில் ஒரே கோரமான ராக்ஷஸப் புன்சிரிப்பு உதயமாயிற்று. அல்லது விளக்கின் மங்கிய வெளிச்சம்தான் இந்தக் கோர நடனங்களை முகத்தின்மீது ஆடுகிறதா? அதுவும் மெதுவாக மறைந்து முகத்தில் சோர்வு தேங்கியது; அவன் கண் அயர்ந்தான்.

வெளிச்சத்திற்கப்புறம் ஏதோ ஒன்று இருப்பது போன்ற உணர்ச்சி அவனைத் திடுக்கிட்டு விழிக்க வைத்தது. “யாரது?” என்று எழுந்தான். விளக்குத் திரியைப் பிரகாசமடையும்படி உயர்த்திவிட்டு, “யார் அங்கே?” என்றான் மறுபடியும்.

“நான்தான் – லாரி” என்றது ஒரு குரல் கதவுப்புறத்தில்.

தூக்கத்திலிருந்து திடீரென்று விழித்ததினாலோ அல்லது குரலின் தொனியினாலோ கீத் டரான்டிற்கு நடுக்கமெடுத்தது.

“சிறிது கண்ணயர்ந்துவிட்டேன்! வா! உள்ளே வா!”

கீத் டரான்ட் எழுந்திருக்கக்கூட இல்லை. தலையைக் கூடத் திருப்பவில்லை. அரைக்கண் போட்டபடி சகோதரனை எதிர்பார்த்தான். லாரன்ஸ் இவனைக் காணவருவது எப்பொழுதும் நல்ல காலத்திற்கல்ல. அவன் மூசுமூசென்று சுவாசிப்பதையும், பக்கத்தில் சாராய நாற்றம் பரவுவதையும் கீத் டரான்ட் உணர்ந்தான். இங்கு வரும்போதாவது குடிக்காமல் வரக்கூடாதா! கொஞ்சமும் மரியாதையற்ற சிறுபிள்ளைத் தனமாக இருக்கிறது. உடனே சடக்கென்று: “உம்! லாரி என்ன நடந்தது?” என்று கேட்டான்.

அவன் வரும்பொழுதெல்லாம் ஏதாவது ‘நடவாமல்’ இருக்காது. எவ்வளவு தூரம் இவனது அசட்டுத்தனங்களை

எல்லாம் பொறுத்துக்கொண்டுபோகிறோம் என்று கீத் டரான் டிற்கு ஆச்சரியம் ஏற்படுவதுண்டு. எல்லாம் இரத்தப் பிணிப்புத் தான்; அவனது புத்தி இந்த அனுதாபம் எல்லாம் பலவீனத்தின் அறிகுறி என்று எத்தனை தடவையோ இடித்துக் கூறியிருக்கிறது. இப்பொழுதும் குடித்துவிட்டா வந்திருக்கிறான்? ஏன் வெளியில் நின்று தயங்குகிறான்?

"உள்ளே வந்து உட்காரேன்?" என்றான் கீத் டரான்ட்.

அவன் உள்ளே வருகிறான்; ஆனால் வெளிச்சத்திற்கு ஒதுங்கி சுவரோரமாக வருகிறான். இடைக்குக் கீழ் விளக்கின் ஒளிபட்டது. ஆனால் முகமெல்லாம் இருட்டில்தான்.

"உடம்பிற்கு என்னடா?"

தலையசைப்பைத் தவிர வேறு பதில் இல்லை. வெளிச்சத் திலிருந்த கை இருளில் மறைந்து இருட்டின் பேய் போன்ற தலையைத் தடவியது. விஸ்கி நாற்றம் அதிகமாயிற்று.

'அவன் குடித்துவிட்டுத்தான் வந்திருக்கிறான், புதிதாக வந்த பட்லர் இவனைப் பார்த்தால்? இவனுக்கு நடந்துகொள்ளக் கூட –' என்று நினைத்தான்.

ஆமாம்!

அந்த உருவம் ஏதோ ஒரு பெருந்துயரத்தில் இருப்பதுபோல் பெருமூச்செறிந்தது. கீத் டரான்டிற்கு இவன் மௌனமாக நிற்பதின் காரணத்தைக்கூடக் கேட்கவில்லையே என்று தைத்தது. சடக்கென்று எழுந்து நின்றான். என்ன கேட்கிறோம் என்பதைக் கூட யோசிக்காமல், "என்னடா கொலை செய்தவன் மாதிரி நிற்கிறாயே? வாயடைத்து விட்டதா?" என்றான்.

சில நிமிஷம் பதில் இல்லை. சுவாசமும் தாறுமாறாகக் கேட்டது. பின் மெதுவாக, "ஆமாம்" என்ற பதில் வந்தது.

விபரீதமான சம்பவத்தின் இயற்கைக்குப் போதுமான நிலைமை. அது உண்மை என்ற மனப்பான்மையை உள்ளம் ஏற்காது. அதனால்தான் கீத் டரான்டும் நம்பாது, "ஆமாம்! நீ குடித்துவிட்டுத்தான் வந்திருக்கிறாய்!" என்றான்.

உடனே அவன் மனதில் பயம் தட்டியது.

"நீ என்ன சொல்லுகிறாய்? இங்கே வா, உடம்பிற்கு என்ன?"

உடனே அவனது சகோதரன் தள்ளாடி வெளிச்சத்தின் முன்பு ஒரு நாற்காலியில் உட்கார்ந்தான். அவனிடமிருந்து ஒரு நீண்ட பெருமூச்சு வெளிப்பட்டது.

கீத் இரண்டடி எட்டிவைத்து, சகோதரன் முகத்தைக் கூர்ந்து கவனித்தான். அவன் கூறியது உண்மைதான். அந்தக் கண்களில் தோன்றிய பயக்குறி, ஆச்சரியக்குறி வெறும் நடிப் பினால் ஏற்படாது. அக்கண்களைப் பார்ப்பதே இதயத்தை நசுக்கிவிடும். உண்மையான சோகமே அந்தப் பார்வையைக் கொண்டு வரும். கீத் இதயத்தில் தோன்றிய இரக்கம் குழம்பிய கோபமாக மாறியது.

"இதென்னடா? இதென்ன அசட்டுத்தனம்!"

ஆனால் குரல் இறங்கியது. கதவினண்டையில் சென்று தாளிட்டிருக்கிறதா என்று கவனித்தான். லாரன்ஸ் நாற்காலியை முன்பக்கம் இழுத்துக் குளிர்காயப் போட்டிருக்கும் தீயின் முன்பு குனிந்து சரிந்து உட்கார்ந்துவிட்டான். கன்னங்களில் சதையற்று எலும்புகள் தெரிந்தன. ஆனால், முகம் ஒருவித அழகைப் பெற்றிருந்தது. கீத் அவனது தோளின்மீது கையை வைத்து, "என்ன லாரி! தைரியமாக இரு! அளக்காதே. நடந்ததைச் சொல்" என்றான்.

"ஆம்! அது நிஜந்தான்; நான் ஒருவரைக் கொன்று விட்டேன்."

"ஏன் இங்கு வந்தாய்? என்னிடம் ஏன் இதைச் சொல்லு கிறாய்?"

"பின் யாரிடம் சொல்ல? இனி என்ன செய்வது? நேரே போலீஸாரிடம் போய் என்னை ஒப்பித்துக்கொள்ளட்டுமா? அல்லது . . . ."

இவன் சொல்வதெல்லாம் நிஜந்தானா? இனி என்ன செய்வது என்று கீத் டரான்டிற்கு இதயத்தில் தைத்தது.

"சொல்லு! இது எப்படி நடந்தது? – இந்த விஷயம்தான்" என்றான் கீத் அமைதியாக.

இக்கேள்வி நடந்த உண்மையைக் கோரமான பேய்க் கனவுடன் இணைத்தது.

"எப்பொழுது நடந்தது?"

"நேற்று இரவு."

லாரி பொய் சொல்லத் தெரியாத குழந்தை என்பதை அவன் முகக்குறி காட்டியது. கோர்ட்டில் குறுக்குக் கேள்விகளை இவனால் எப்படித் தாங்க முடியும்?

"எப்படி, எங்கு? முதலிலிருந்து நடந்ததைச் சொல். முதலில் இந்தக் காப்பியைச் சாப்பிடு, சிறிதாவது குழப்பம் தீரும்" என்றான் கீத் மெதுவாக.

"உம்! இதுதான் – சில மாதங்களாக ஒரு பெண்ணை எனக்குத் தெரியும் . . ."

பெண்கள்! கீத் பல்லைக் கடித்துக்கொண்டு, "அப்புறம்?" என்றான்.

"அவள் தகப்பன் போலிஷ் ஜாதியான். அவளைப் பதினாறு வயதில் விட்டுவிட்டு இறந்துபோனான். வாலன் என்ற அமெரிக்கன், அதிலும் கலப்புஜாதி, அந்த வீட்டில்தான் வசித்துவந்தான். அவன் அவளைக் கலியாணம் செய்துகொண்டான்; அல்லது செய்துகொண்டதாகப் பாவனை செய்தான். அவள் மிகவும் அழகானவள் – அவளுக்குக் கையில் ஆறுமாதக் குழந்தை, வயிற்றில் கர்ப்பம். அந்தச் சமயம் அவளைவிட்டு ஓடிப்போய் விட்டான். பிரசவித்த குழந்தையும் இறந்தது. அந்தச் சமயம் அவளும் செத்துப் பிழைத்தாள். பின்பு வேறு ஒருவன் அவளைக் கைப்பிடிக்கும்வரை பட்டினி; அவனுடன் இரண்டு வருஷம் வசித்தாள். பின்பு வாலன் திரும்பிவந்து அவளை மறுபடியும் தன்னுடன் இழுத்துக்கொண்டான். அந்த முரடன் ஒன்றுமில்லாததற்கு எல்லாம் அவளைக் குத்துயிராய் கொலையுயிராய் அடிப்பான். மறுபடியும் அவளைவிட்டு ஓடிப்போய்விட்டான். பின்பு அவளது மூத்த குழந்தையும் இறந்துபோயிற்று. நான் அவளைச் சந்திக்கும்பொழுது விபச்சாரத்திலேயே இறங்கி விட்டாள் . . ."

பேசிக்கொண்டே வந்தவன் திடீரென்று கீத் முகத்தை ஏறிட்டுப் பார்த்தான்.

"சத்தியமாகச் சொல்லுகிறேன். அவளைப் போன்ற உண்மையுள்ள, நல்ல குணமுள்ள பெண்ணை நான் பார்த்ததே கிடையாது! அவளுக்கு இருபது வயதுகூட நிரம்பவில்லை. நேற்று இரவு அங்கு போனேன். அந்த முரடன் வாலன் அவள் இருக்குமிடத்தைக் கண்டுகொண்டான். அவன் நேற்று வாயில் வந்தபடி ஏசிக்கொண்டு என்னைத் தொலைத்துவிட நெருங்கினான். நெற்றியைப் பார் – நான் அவன் கழுத்தைப் பிடித்து நெருக்கினேன் பிடியை விட்டவுடன் –"

"அப்புறம்?"

"இறந்துவிட்டான். பின்புதான் அவளும் பின்புறமிருந்து தொங்கிக்கொண்டிருந்தாள் என்று தெரியும்."

லாரன்ஸ் மறுபடியும் கையை நெறித்தான்.

"அப்புறம் என்ன செய்தாய்?"

"அதன் பக்கத்தில் நெடுநேரம் உட்கார்ந்திருந்தோம்; அப்புறம் அதை என் முதுகில் சுமந்து தெரு வழியாகக் கொண்டு

போய் மூலையில் இருக்கும் கமான் வளைவின் கீழ் போட்டு விட்டேன்."

"எவ்வளவு தூரம்?"

"சுமார் 50 கெஜம் இருக்கும்."

"யாரும் – யாரும் உன்னைப் பார்த்தார்களா?"

"இல்லை."

"நேரம் என்ன?"

"மூன்று."

"அப்புறம்?"

"அவளிடம் சென்றேன்."

"அட கஷ்டமே; ஏன் அங்கு போனாய்?"

"தனியாக இருக்க அவள் பயந்தாள்; எனக்கும் அப்படித் தான் இருந்தது."

"அவள் வீடு எங்கே?"

"சோஹோவில் 42 நெ. பரோ தெரு."

"கமான் வளைவு இருக்குமிடம்?"

"குளோவ் சந்து மூலை."

"அட தெய்வமே! ஏன்! அதைப் பேப்பரில் படித்தேனே?"

மேஜையிலிருந்த பத்திரிகையை எடுத்துக் குறிப்பிட்ட பகுதியை வாசித்தான். குளோவ் சந்திலிருக்கும் கமான் வளை வின் கீழ் இன்று காலை ஒரு மனிதனுடைய பிரேதம் காணப் பட்டது. கழுத்திலிருக்கும் அடையாளங்களில் இருந்து விபரீத மான முடிவு ஏற்பட்டிருக்க வேண்டும் என்று கருதப்படுகிறது. பிரேதத்தின்மீது அடையாளம் கண்டுபிடிக்கக்கூடிய ஒன்றும் காணப்படவில்லை. களவும் செய்யப்பட்டிருக்க வேண்டும் என்ற சந்தேகம் இருந்து வருகிறது.

அது உண்மைதான். கொலை! அதுவும் தன் சகோதரனால்! சடக்கென்று அவன் பக்கத்தில் திரும்பி, "பேப்பரில் படித்து விட்டுக் குடிவெறியில் கனவுகண்டிருக்கிறாய்! ஞாபகமிருக் கட்டும்! வெறுங்கனவு!"

"கீத், அது வெறுங்கனவாக இருந்திருக்கலாகாதா? வெறுங் கனவாக இருந்திருக்கலாகாதா?"

கீத்! தன் கைகளை நெறித்துக்கொண்டான்.

"பிரேதத்தின் மேலிருந்த எதையும் எடுத்தாயா?"

உலகத்துச் சிறுகதைகள்

"நாங்கள் சண்டை போட்டுக்கொள்ளும்பொழுது இது அவன் பையிலிருந்து விழுந்தது."

அது வெறும் தபால் கவர். தென் அமெரிக்கத் தபால் குறியிட்டு, 'பாகட்ரிக் வாலன், ஸைமன் ஓட்டல், பாரியர் தெரு, லண்டன்' என்று விலாசமிடப்பட்டிருந்தது.

"அதைத் தீயில் போடு" என்றான் கீத். அப்படிச் சொல்லும் பொழுது அவனது மனம் சுருக்கென்று தைத்தது.

அதைத் தீயிலிருந்து எடுக்க கீத் முயன்றான். இந்த உத்தரவினால், தீயிலிட வேண்டுமென்று கூறியதினால், இந்த – இந்த...த்துடன் கலந்துகொண்டான். மறுபடியும் அதை எடுக்க முயற்சிக்கவில்லை. கடிதம், கருத்து, சுருண்டு சாம்பலாயிற்று.

"ஏனடா அதை என்னிடம் வந்து சொன்னாய்?" என்று மறுபடியும் கேட்டான் கீத்.

"உனக்குத்தான் இந்த விஷயங்களைப் பற்றித் தெரியும். அவனைக் கொல்லவேண்டுமென்றா நினைத்தேன்! நான் அந்தப் பெண்ணைக் காதலிக்கிறேன். கீத், நான் என்ன செய்யட்டும்?"

என்ன சிறுபிள்ளைத்தனம்! என்ன செய்யவேண்டும் என்று கேட்கிறான்! லாரியின் புத்திக்கு என்ன சொல்வது?

"உன்னை ஒருவரும் பார்க்கவில்லை என்று நீ நினைக்கிறாயா?"

"அந்தத் தெருவே இருண்ட தெரு; வெளியில் யாருமில்லை!"

"இரண்டாந்தரம் அவளை விட்டு எப்பொழுது சென்றாய்?"

"ஏழுமணி இருக்கும்."

"எங்கே போனாய்?"

"நேராக என் ரூமிற்கு!"

"பிட்ஜ்ராய் தெருவிலிருப்பதா?"

"ஆமாம்!"

"நீ வருகிறதை யாரும் பார்த்தார்களா?"

"இல்லை."

"அதற்கப்புறம் என்ன செய்தாய்?"

"உட்கார்ந்திருந்தேன்."

"வெளியே போகவில்லையா?"

புதுமைப்பித்தன் மொழிபெயர்ப்புகள்

"இல்லை."

"அந்தப் பெண்ணைப் பார்க்கவில்லையா?"

"இல்லை."

"அதற்கப்புறம் அவள் என்ன செய்தாள் என்று உனக்குத் தெரியாதா?"

"தெரியாது."

"அவள் உன்னைக் காட்டிக்கொடுப்பாளா?"

"ஒருக்காலும் இல்லை!"

"பயத்தில் உளறிக்கொட்டிவிடுவாளா?"

"மாட்டாள்."

"நீ அவளுடன் சம்பந்தம் வைத்திருக்கிறாய் என்று யாருக்காவது தெரியுமா?"

"ஒருவருக்கும் தெரியாது."

"ஒருவருக்கும்?"

"யாருக்குத் தெரியும் என்று எனக்கு எப்படித் தெரியும்?"

"நீ முதலில் அவள் வீட்டின் உள்ளே போகும்போது யாராவது பார்த்தார்களா?"

"இல்லை. அவள் கீழே வசிக்கிறாள். சாவி என்னிடம் இருக்கிறது."

"அவற்றை என்னிடம் கொடு. அவளை உன்னுடன் சம்பந்தப்படுத்தக்கூடிய வேறு பொருள்கள் ஏதாவது வைத்திருக்கிறாயா?"

"வேறு ஒன்றும் கிடையாது."

"உன்னுடைய அறையில்....?"

"கிடையாது."

"புகைப்படம் – கடிதங்கள்?"

"கிடையாது."

"நினைத்துப்பார்த்துச் சொல்."

"இல்லை."

"இரண்டாவது தடவை சென்றபொழுதும் உன்னை ஒருவரும் பார்க்கவில்லையே?"

"இல்லை."

"காலையில் அங்கிருந்து வரும்பொழுதும் ஒருவரும் கவனிக்கவில்லையே?"

"இல்லை."

"அதுவும் உன் அதிர்ஷ்டந்தான். இப்படி உட்கார். நான் சிறிது யோசிக்க வேண்டும்."

யோசிக்க வேண்டும்! கை கடந்த இந்த விபரீதத்தைப் பற்றி யோசிப்பு என்ன இருக்கிறது! அவனால் யோசிக்க முடியவில்லை. சிந்தனை கவிய மாட்டேன் என்கிறது. மறு படியும் கேள்விபோட ஆரம்பித்தான்.

"மறுபடியும் அவன் வந்தது அந்தத் தடவைதானா?"

"ஆமாம்."

"அவள் அப்படி உனக்குச் சொன்னாளா?"

"ஆமாம்."

"அவள் அங்கிருக்கிறாளென்று அவன் எப்படிக் கண்டான்?"

"எனக்குத் தெரியாது."

"எவ்வளவு குடித்திருக்கிறாய்?"

"நான் குடிக்கவில்லை."

"எவ்வளவுதான் குடித்திருக்கிறாய்?"

"இரண்டு பாட்டில் கிளாரட் - அது ஒன்றும் பிரமாதம் இல்லை."

"அவனைக் கொல்ல வேண்டுமென்ற நினைப்பு உனக்குக் கிடையாது என்று நீ கூறுகிறாய்?"

"இல்லை - கடவுள் சத்தியமாக."

"அதுவும் நல்லதற்குத்தான். ஏன் பிணத்தைப் போடுவதற்குக் கமான் வளைவை நினைத்தாய்?"

"அதுதான் முதலாவதாக என் கண்ணுக்குப்பட்ட நல்ல இருண்ட இடம்."

"அவன் முகக்குறி கழுத்து நெரிக்கப்பட்டது போலக் காணப்பட்டதா?"

"அதைக் கேட்காதே!"

"அப்படித்தானா?"

"ஆமாம்."

புதுமைப்பித்தன் மொழிபெயர்ப்புகள்

"அவன் உடைகளில் அடையாளம் ஏதாவது இருக்கிறதா என்று கவனித்தாயா?"

"இல்லை."

"ஏன் கவனிக்கவில்லை?"

"ஏன் கவனிக்கவில்லை! தெய்வமே இந்த வேலையை நீ செய்திருந்தால்...."

"அவன் முகம் கோரமாக மாறியிருந்தது என்கிறாயே? பார்த்தால் அடையாளங் கண்டுபிடிக்க முடியுமா?"

"எனக்குத் தெரியாது!"

"அவனுடன் கடைசியாக அவள் வாழ்ந்தாளே – அது எங்கே?"

"திட்டமாக எனக்குத் தெரியாது; பிலிம்க்கோ என்று நினைக்கிறேன்."

"சோஹோ அல்லவே?"

"இல்லை."

"சோஹோவிற்கு வந்து எத்தனை காலம் இருக்கும்?"

"ஏறக்குறைய ஒரு வருஷம்."

"அந்தக் காலம் முழுவதும் அதே வீட்டில்தானா?"

"ஆமாம்."

"அந்த வீட்டிலோ அல்லது அந்தத் தெருவிலோ அவளை அவனது மனைவி என்று அடையாளம் கண்டு சொல்லக் கூடியவர்கள் யாராவது இருக்கிறார்களா?"

"இல்லை என்று நினைக்கிறேன்."

"அவனுக்கு என்ன வேலை?"

"வேலையா, ஊர்ப் போக்கிரி."

"அப்படியா! ரொம்ப நாள் தண்ணீருக்கு அப்புறம் அயலூரில் கழிப்பான் போல?"

"ஆமாம்."

"போலீஸாருக்கு அவனைத் தெரியுமா?"

"அதைப் பற்றி எனக்கொன்றும் தெரியாது?"

"சரி, நான் சொல்வதைக் கேள். இங்கிருந்து நேராகப் போய் உன் அறையிலேயே இரு; நான் நாளைக் காலை உன்னிடம் வரும்வரை எங்கும் போகக்கூடாது. ஜாக்கிரதை. சத்தியம் செய்துகொடு.

“சத்தியமாக நான் வெளியே போகமாட்டேன்.”

“இப்பொழுது ஒரு விருந்திற்குப் போகவேண்டும். நான் இதைப்பற்றி யோசனை செய்கிறேன். குடிக்காதே. யாரிடமும் பேசாதே. ஆனால், தைரியமாக இரு.”

“அண்ணா! எவ்வளவு சீக்கிரம் வரமுடியுமோ, அவ்வளவு சீக்கிரம் வா.”

என்ன வெளிறிய முகம்; என்ன சோகம் தேங்கிய கண்கள்; கைகளில் என்ன நடுக்கம்; வெறுப்பு, கோபம், பயம் எல்லாம் கீத் டரான்டை வாட்டினாலும், அவன் இதயத்தில் சிறிது இரக்கம் தோன்றியது. சகோதரன் தோளில் கையை வைத்து, “தைரியமாக இரு; தைரியந்தான் வேண்டும்” என்றான்.

உடனே அவன் மனதில் ‘தைரியமாக, அடதெய்வமே! அது எனக்கு எவ்வளவு வேண்டும்?’ என்று தோன்றியது.

லாரன்ஸ் டரான்ட் சகோதரன் வீட்டைவிட்டுப் புறப்பட்டு, முதலில் வேகமாக, பின் மெதுவாக, அப்புறம் வேகமாக வடக்கு நோக்கி நடந்தான். ஏனெனில், சித்த உறுதியினால் ஒரு சமயத்தில் ஒரே காரியத்தைச் சாதிக்கத் திறமைவாய்ந்தவர்கள் இருப்பதுபோல், அது இல்லாமையால் சிலர் இப்பொழுது ஒன்றும், சிறிது கழித்து மற்றொன்றுமாக அதே தீவிர கதியில் செய்வார்கள். இந்த மாதிரி மனிதர்களுக்கு விபத்து சித்தவுறுதியின்மையினால் ஏற்பட்டால், இருக்கும் உறுதியையும் இழப்பதற்கு வேறு காரணம் தேவையில்லை.

“அதற்கென்ன; நாளைக்கு நாம் சாகத்தான் போகிறோம்” என்ற மனப்பான்மை ஏற்படுகிறது. கீத்தியிடம் சென்று, காரியத்தைச் சொல்லவேண்டும் என்ற முயற்சி அவனைக் களைப்பித்து பலத்தை இழப்பித்தது. அந்த மூன்று உணர்ச்சிகளுக்கு ஏற்பவே, அவனது நடையின் கதியும் இருந்தது. சகோதரன் வீட்டைவிட்டுப் புறப்படும்பொழுது, நேரே தன் வீட்டிற்குச் சென்று கீத் டரான்ட் வரும்வரை காத்திருக்க வேண்டும் என்ற நினைப்பிலேயே புறப்பட்டான். சிறிதுதூரம் செல்லுமுன் ஏற்பட்ட மனச்சோர்வு, தற்கொலை செய்து கொள்ளக்கூடிய மனப்பான்மையை ஏற்படுத்தியது. அந்தப் பெண்ணின் பாசங்கூட இந்தச் சோர்வை எதிர்த்து நிற்க சக்தியற்றுவிட்டது. ஏன் இந்த வியர்த்தமான வாழ்க்கையை நீடிக்கவேண்டும்? ஏன்?

லாரன்ஸ் தனது செய்கையின் நிலைக்களமான தெருவின் பக்கம் நெருங்கினான். மனது பழைய நினைவுகளில் சென்று சென்று கவிந்து கடைசியாக அவனது நினைவின் முற்றுப் புள்ளியாக அந்த சமீபத்திய கோர சம்பவத்தில் முடிவடைந்தது.

எதிரில் தென்பட்ட மருந்துக்கடை ஆறுதலையளித்தது. விஷமாத்திரையைச் சட்டை ஓரத்தில் மறைத்துக்கொண்டே இனி நடமாட வேண்டும்! என்ன மன நிம்மதியைத் தரும் நினைவு? பயத்தை அவர்களும் அனுபவிக்கட்டும். நாக்கில் நரம்பில்லாது பேசுபவர்களுக்கு அப்பொழுது தெரியும்! களைப்பை நீக்க, மருந்து குடிக்கக் கடையில் ஏறினான்.

"நன்றாகத் தூக்கம் இல்லையோ?" என்று கேட்டுக் கொண்டே மருந்தைக் கொடுத்தான் கடைக்காரன்.

"இல்லை."

மருந்துக் கடைக்காரன் வாழ்க்கையே விசித்திரமானது. இந்த மனித யந்திரம் ஒடிந்து விழாதபடி, நாள் முழுவதும் மாத்திரையும் பஸ்பமும் விற்பதுதானே! நல்ல வேடிக்கையான வியாபாரம்!

அங்கிருந்த கண்ணாடியில் தன் பிம்பத்தைப் பார்த்தான்! கொலை செய்தவனுக்கு அவ்வளவு அழகான முகம் அவசிய மில்லைதான். மனச்சோர்வு கொஞ்சம் குறைந்தது. வெளியே இறங்கி வேகமாக நடந்தான்.

மனதிலே ஏதோ அமுக்குவது போல் கனமும் அதே சமயத்தில் ஒரு கலகலப்பும் இருந்தது. இந்தப் பெண்ணும் கீத்தும் அவன் மனத்தில் ஒருவித பயத்தை உண்டாக்கினர்.

அந்தப் பிரேதத்தைப் போட்ட பழைய இடத்திற்குப் போய்ப் பார்க்கவேண்டுமென்ற ஒரு பேய் ஆசை அவனை உந்தித் தள்ளியது. பரோ தெருவைத் தாண்டி அந்தச் சந்தில் திரும்பினான். அங்கு ஒரே ஆள்தான் தென்பட்டான். கூனிக் குறுகிய மனிதன் ஒருவன் அந்த மங்கிய வெளிச்சத்தில் அவனை நோக்கி வந்தான். வறுமையின் கோலமாக, பார்ப்பதற்கு பயங்கரமான, ஆனால் பரிதாபகரமான நொண்டி.

"என்ன அண்ணா! உமக்கு 'போராத' காலம்போல் இருக்கிறது!" என்றான் லாரன்ஸ்.

அவனது சிரிப்பு, வயல்களில் பட்சி விரட்டவைத்த துணிப்பதுமையின் சிரிப்பு மாதிரியிருந்தது.

"அதிர்ஷ்டமும் செழிப்பும் என் பாதையில் எதிர்ப்பட வில்லை. நான் வாழ்க்கையின் தோல்வி. எப்பொழுதுமே தோல்விதான். நான் ஒரு காலத்தில் பாதிரியாக இருந்தேன் என்றால் நம்புவாயா?" என்றான் அந்த நொண்டி.

லாரன்ஸ் ஒரு ஷில்லிங்கை எடுத்து நீட்டினான். அந்த அன்னியன் வேண்டாம் என்பது போலத் தலையை அசைத்து

விட்டு, "நீயே வைத்துக்கொள். உன்னிடம் இருப்பதைவிட என்னிடம் ஜாஸ்தி இருக்கிறது என்று நினைக்கிறேன். ஆனால் என்மீது இவ்வளவு சிரத்தை காண்பித்ததற்காக வந்தனம். கீழே விழுந்து போனவனுக்கு, பணத்தைவிட இது எவ்வளவோ ஜாஸ்தி."

"சொல்வது நிஜந்தான்."

"ஆமாம். வெறுமனே நாளை நீடிப்பதைவிட இப்பொழுதே சாகத் தயார். எனது மதிப்பை இழந்தேன். ஒருவன் தன் மதிப்பை இழக்காமல் எத்தனை நாள் பட்டினி இருக்க முடியும் என்று ஆச்சரியப்படுவேன். ரொம்பகாலமல்ல! என் வார்த் தையை நீ நம்பு. ரொம்பக் காலமல்ல" என்றான். மேலும் அதே குரலில், "நீ அந்தக் கொலையைப் பற்றிப் பேப்பரில் படித்தாயா? இங்குதான் நடந்தது. இப்பொழுதுதான் அந்த இடத்தைப் பார்த்தேன்."

"நானும் படித்தேன்!" என்று லாரன்ஸ் வாயிலிருந்து வெளிவரவிருந்தது. அவன் பயத்தினால் அதை அடக்கினான்.

"இனியாவது நல்ல அதிர்ஷ்டம் வரட்டும். போய் வருகிறேன்" என்று சொல்லி வேகமாக அவ்விடத்தைவிட்டு அகன்றான். தொண்டையில் ஒரு பேய்ச் சிரிப்புக் கிடந்து விம்மியது. 'இந்தத் துணிப்பதுமைகள் கூட என் கொலையைப் பற்றியே பேசுகிறது!'

○

சிலருடைய மனவுறுதி விசித்திரமானது. பத்து மணிக்குத் தூக்குமேடையில் தொங்கவேண்டியதாகத் தண்டிக்கப்பட்டா லும் எட்டுமணிவரை சித்தம் கலையாமல் நிதானமாகச் சொக் கட்டான் ஆடிக்கொண்டிருப்பார்கள். இந்த மாதிரி மனிதர்கள் தான் உலகத்தில் முன்னேறி வருகிறவர்கள். இவர்கள்தான் பாதிரிகளாகவும், பத்திரிகாசிரியர்களாகவும், நீதிபதிகளாகவும், பிரதம மந்திரிகளாகவும், பெரிய தளகர்த்தர்களாகவும், பணம் லேவாதேவி செய்பவர்களாகவும், நல்ல சேவை செய்யக்கூடியவர் களாகவும் வருவர். அவர்கள் கற்பனையை நினைத்தமாத்தி ரத்தில் அகற்றி, உணர்ச்சியை அறிவிற்கு அடிமைப்படுத்தி வேலை செய்யக்கூடியவர்கள். அஸ்தமன வேளையில் அழகு லாகிரியிலே தலையசைக்கும் வயல்புறங்களில் நிற்கும்பொழுது யாரும் மேற்படி ஆசாமிகளைப் பற்றி நினைப்பதில்லை.

அன்று டெலாசனில் விருந்து சாப்பிட்டு வெளிவரும் வரை கீத் டரான்ட் மேற்படி வர்க்கத்தில் ஒருவராக இருக்க வேண்டிய அவசியமிருந்தது.

அங்கிருந்து புறப்பட்டதும் கீத் மனது ஒரு வழியாக சாவதானமாகப் பாயவில்லை. அன்று கேட்ட விபரச்சுழலில் இறங்கியது. ஒருபுறம் சகோதரன், மற்றொருபுறம் சமூகப் பாதுகாப்பின் சின்னமான நியாயம்; நீதி ஒருபுறம், மற்றொருபுறம் இரத்த பந்தத்தின் பாசம் என்ற சுய பாதுகாப்பு.

அவனுக்கு ஆலோசனை சொல்லுமுன் . . . என்ன நடந்தது என்று எல்லா விஷயத்தையும் சுயமாக ஆராய வேண்டும். குளோவ் சந்தையும், அந்தக் கமான் வளைவையும் பார்க்க வேண்டும். கீத் டரான்டின் கால்கள் பரோ தெருவில் திரும்பியது. நேராக ஒரு முறை அந்தக் கோடுவரை நடந்துசென்று திரும்பி னான். 42–ம் நம்பர் வீடு சிறியதுதான். சுவரிலே வியாபார விளம்பரங்கள். அடைத்த ஜன்னல்கள். இதிலிருந்து எந்தப் பக்கம் லாரி பிரேதத்தைத் தூக்கிச் சென்றான்? 50 அடிகளுக்கப் புறம்; அப்பா என்ன இருட்டு! சந்து இருப்பதாகவே தெரியவில் லையே! இதுதானா குளோவ் சந்து! சந்து என்றுகூடச் சொல்ல முடியாது. தெருவின் சிறிய இடைவெளி. அந்தக் கமான் வளைவுப் பக்கத்திலேயே வந்து விட்டான்.

“அங்கேதான் சாமி; இந்த இடத்தில்தான்” என்றது ஒரு சிறு குரல். திடுக்கிட்டு குளராமல் சாவதானமாக அவனைத் திரும்பி ஏறிட்டுப் பார்க்க, தனது மனோ சக்தியின் திறமைகளை எல்லாம் ஒருங்கே துணைகொள்ள வேண்டியிருந்தது.

“இங்கேதான் சவத்தைக் கண்டுபிடித்தார்கள். இந்த – இதோ இருக்கே இந்த இடம்தான். அவனை இன்னம் பிடிக்கலே! ரொம்பக் கெட்டிக்காரன் சாமி!”

இருளில் பார்த்துப் பழகிய பின்தான் அதைச் சொன்னவன் சிறுபையன் – பத்திரிகை விற்பவன் – அந்த இடத்திலேயே நின்று வியாபாரம் நடத்துகிறவன் என்று கீத் கண்டான். அவனிடமிருந்து ஒரு பத்திரிகை வாங்கித் தெரு மூலையிலிருந்த மங்கிய விளக்கில் படித்தான். கொலை செய்யப்பட்டவனைப் பற்றி அடையாளம் ஒன்றும் தெரியவில்லை என்று கண்டிருந்தது.

இந்தத் தெருவிலும் ஒரு போலீஸ்காரன் எதிரே வருவதைக் கீத் கண்டான். அவனிடம் சிறிது நேரம் பேசிவிட்டு, மறுபடியும் பரோ தெருவிற்குத் திரும்பி நடந்தான். 42–ம் நம்பர் வீடும் சமீபித் தது. அவளை ஏன் பார்க்கலாகாது? நேராகச் சென்று கதவைத் தட்டினான். பதில் இல்லை. கையிலிருந்த சாவியை வைத்துக் கதவைத் திறந்து, உள்ளே சென்றான். உள்ளே கும்மிருட்டு.

“நீயா லாரன்ஸ்?” என்றது ஒரு பெண் குரல்.

கீத், பதிலளிக்காது மின்சாரவிளக்கு உத்தேசமாக இருக்கும் இடத்தில் கையை வைத்துத் தடவினான்.

“ஏன் கதவைத் தட்டினாய்? நான் பயந்தேபோனேன். விளக்கைப் போடேன்! ஏன் தயங்குகிறாய்?” என்றது அக்குரல். மறுபடியும், திடீரென்று தன்னை யாரோ தழுவுவது போல் கீத் உணர்ந்தான்.

“ஐயோ! இதாரது?” பயந்தலறியது அக்குரல்.

நல்ல காலம்! மின்சாரப் பொத்தான் கையில் தென்பட்டது. அமுக்கினான். வெளிச்சம் வந்தது. சின்ன அறை. சிறிது தூரத்தில் ஒரு திரை. பின்புறம் படுக்கைபோலும். வறுமையிலே அழகு ணர்ச்சியைச் சாந்திசெய்ய முயலும் பரிதாபகரமான முயற்சி.

அவள் முகமோ வெளிறி பயத்தில் கண்கள் விறைத்துப் போனது போல் திறந்தபடி நின்றன. அவள் உருவமோ துன்பத் தால், பலவீனத்தால் பாதுகாப்பை எதிர்பார்த்து மடியும் மலரின் சோகவிலாஸம் நிறைந்த உருவம். உணர்ச்சி என்ற விஷயத்தை அறவே மடியவைத்த கீத் டரான்டின் மனதிலும் சிறிது இரக்கம் தளிர்த்தது.

“பயப்படாதே! உனக்குக் கெடுதி செய்ய வரவில்லை. உட்கார்ந்து பேசட்டுமா? லாரன்ஸ் என்னை நம்பாவிட்டால் இதைக் கொடுப்பானா?” என்று சாவிக்கொத்தைக் காண்பித் தான்.

அவள் அசையவில்லை. பதில் பேசவில்லை.

“ஏன், உட்கார். பயப்படுத்திவிட்டேனா?” என்றான் கீத் மறுபடியும்.

அதற்கும் அவள் அசையவில்லை; ஆனால் மெதுவாக “நீங்கள் யார்?” என்றாள்.

அந்த பயத்தை உணர்ந்த கீத் முன்ஜாக்கிரதையையும் இழந்து, “நான் லாரன்ஸ் உடைய சகோதரன்” என்றான்.

பயம் அகன்றது போல ஒரு பெருமூச்சு வந்தது.

சிறிதுநேரம் கழித்து “உனக்கென்ன வயது?” என்றான்.

“எனக்கு இருபதாகிறது.”

“என் சகோதரன்மீது உனக்கு மிகுந்த பற்றுதலோ?”

“அவருக்காக உயிரையும் கொடுப்பேன்.”

அவளது குரலைச் சந்தேகிக்க முடியாது. சித்தத்திலிருந்து வெளிப்பட்ட உறுதியான சொல்.

கீத் அவளைப் பற்றிய விபரங்களைக் கேட்டான்; சம்பவத் தைப் பற்றிக் கேட்டான். அவள் குழந்தை போல மறைக்காமல் பதிலளித்துவந்தாள். அவளது பேச்சின் இலை மறை காய்போல்,

ஆனால் பிணிப்புவிடாத பொற்சரடு போன்ற லாரன்ஸ்மீது அவளுக்கிருந்த ஒருவித பக்தி, பாசம் அவனைக் காப்பாற்ற உயிரையும் கொடுக்க முன்வரும் மனவுறுதி எல்லாம் வெளிப்பட்டன.

அவளைப் பொறுத்தவரை கவலையில்லை; அவளைப் பற்றிப் பயப்படவேண்டிய அவசியமில்லை.

O

மறுநாட்காலை கீத் பத்திரிகையை வாசிக்கும்பொழுது திடுக்கிட்டான். பத்திரிகையில் ஒருவன் கைது செய்யப்பட்டதாகக் கண்டிருந்தது. சரி, எதிர்பார்த்த இடி விழுந்துவிட்டது.

எதற்கும் சகோதரன் வசிக்கும் இடத்திற்குச் சென்று விஷயத்தை அறியவேண்டுமென்று வேகமாகச் சென்றான்.

லாரன்சின் வேலைக்காரன் அறிவித்த செய்தி அவன் மனதில் பாலை வார்த்தது. வேறு யாரையோ கைது செய்து விட்டார்கள்!

உள்ளே சென்றதும், கீத் தனது சகோதரன் படுக்கையின் மீது உட்கார்ந்து புகைபிடித்துக்கொண்டிருப்பதைக் கண்டான்.

"நீ நாளைக்கு அர்ஜன்டைனாவிற்குப் புறப்பட வேண்டும். தயாராகு. நல்ல காலம். வேறு யாரையோ கைது செய்திருக்கின்றனர்!" என்றான் கீத்.

"என்ன?"

மறுபடியும் லாரன்ஸ் "என்ன?" என்று உரத்துக் கேட்டான்.

இந்த முட்டாளிடம் இதையேன் சொன்னேன் என்று நினைத்துக்கொண்டான் கீத்.

"அவன் நிரபராதி. அவனுக்கு அபாயமில்லை. போலீசார் எப்பொழுதும் இப்படித்தான். அது என் அதிர்ஷ்டம்" என்றான் கீத்.

சகோதரனைச் சமாதானப்படுத்திவிட்டு, கீத் பாங்கியில் 400 பவுன் எடுத்தான். நோட்டுகள் ஒருவேளை காட்டிக்கொடுத்து விடுமோ?

அன்று மாலை சிறிது நிம்மதி ஏற்பட்டது. அன்று கோர்ட்டில் கீத் நன்றாக விவாதித்தான்.

மாலையில் கீத் அவனைப் பார்க்க வரும்வரை லாரன்ஸ் மனம் ஒரு நிலைப்படவில்லை. தனக்காக ஒரு நிரபராதி அகப்பட்டுக்கொண்டான் ...

கீத் நேரே உள்ளே வந்து புறப்படுவதற்குப் பணத்தைக் கொடுத்தான்.

"நான் இருந்து பார்த்துவிட்டுத்தான் போகப்போகிறேன்."

கீத் எவ்வளவோ முயன்றும் ஒன்றும் பலிக்கவில்லை.

"கீத், என்னை மன்னித்துக்கொள்! எனக்கு ஒன்றும் தெரிய வில்லை. மன்னித்துக்கொள்" என்றான்.

கீத் ஒன்றும் பதிலளிக்கவில்லை. வெளியே அகன்றான்.

கடைசியாகத் தீர்ப்பும் கூறப்பட்டது. கைது செய்யப்பட்டவனைத் தண்டித்துவிட்டார்கள். என்ன அநியாயம்!

கீத் சகோதரனைத் தேடி அப்பெண் இருக்கும் இடத்திற்குச் சென்றான்.

அவள்தான் வந்து கதவைத் திறந்தாள். சகோதரன் மனப் போக்கை ஒருவாறு அறிந்த கீத் அவளிடம் லாரன்ஸை நன்றாகக் கவனித்துக்கொள்ளும்படி எச்சரிக்கை செய்தான். அவள் மனதிலும் அந்தச் சிறைத்தண்டனை பெற்றவன்மீது இரக்கம் இருப்பதை அறிந்தான்.

பேசி முடியவில்லை. லாரன்ஸே வந்துவிட்டான்.

இருவரும் பேசவில்லை.

இருவருக்கும் தீர்ப்பைப் பற்றியே மனதில் வாதித்தது.

"நாளைவரை ஒன்றும் செய்வதில்லை என்று சத்தியம் செய்துகொடு" என்றான் கீத்.

"சத்தியம் செய்" என்றான் கீத் மறுபடியும்.

"சத்தியம்" என்றான் லாரன்ஸ்.

○

அன்று இரவு லாரன்ஸும் அவளும் நெடுநேரம் குடித்து, சந்தோஷமாக இருந்தனர். பத்துமணி இருக்கும். அவள் படுக்கைக்குச் சென்றாள்.

பின்பு லாரன்ஸ் விளக்கடியில் உட்கார்ந்துகொண்டு என்னவோ எழுதிக்கொண்டிருந்தான்.

அதுவும் முடிந்தது.

இப்பொழுது விளக்கு, புஷ்பம், ஒளி...

ஆனால் இனி?

புதுமைப்பித்தன் மொழிபெயர்ப்புகள்

திரையின் பக்கத்திலிருந்து அந்தப் பெண் கவனித்திருந்தாள்.

O

கீத் கிளப்பிலிருந்து திரும்பும்பொழுது என்னவோ தோன்றியது. மனதிலே தீர்ப்பின் அநீதி உறுத்திக்கொண்டிருந்தது. பையினுள் கையை விட்டுக்கொண்டு நடந்தான். என்னமோ கையில் சில்லென்று பட்டது. பழைய சாவி! லாரன்ஸ் கொடுத்தது. பரோ தெருவிற்குப் போகவேண்டுமென்று நேரே அங்கு திரும்பி நடந்தான்.

வெளிக்கதவு அடைத்துக் கிடந்தது. உள்ளே விளக்கு வெளிச்சம். தட்டினால் பதில் இல்லை. கதவைத் திறந்து கொண்டு உள்ளே சென்றான். விளக்கு எரிந்தபடி இருக்கிறது. புஷ்பங்கள், பாட்டில்கள், கோலாகலம்! குடிவெறியா? இருவரும் படுத்திருந்தனர். "லாரன்ஸ்! லாரன்ஸ்!" என்று கூப்பிட்டான். பதில் இல்லை.

சந்தேகம் உதித்தது.

மேலே கையை வைத்தான்.

சில்லென்று விறைத்துப்போயிருந்தனர். பக்கத்தில் ஒரு கடிதம் மெத்தையின்மீது குத்தப்பட்டிருந்தது.

அதுதான் குற்றத்தை ஒப்புக்கொள்ளும் பத்திரம்!

கீத் அவ்வளவையும் வாசித்தான்!

கைகளிலிருந்து அந்தத் தாள்கள் விழுந்தன. அவன் மனக் கண் முன்பு தனது வாழ்க்கையின் குலைவு படமாக விரிந்தது. சடக்கென்று குனிந்து அந்தப் பத்திரத்தைத் தீயில் போட்டு எரித்துச் சாம்பலாக்கினான்.

O O

இங்கிலாந்து

யாத்திரை

ஜான் கால்ஸ்வொர்த்தி

நான் ஹாமர்ஸ்மித் பஸ்ஸின் மேல்தட்டிலிருந்து பார்க்கும்பொழுது, அவர்கள் ஆல்பர்ட் ஹால் மெமோரியல் எதிரில் இருந்த ஒரு வீட்டு வாசல்படியில் உட்கார்ந்திருந்தனர். அன்று வெகு உஷ்ணம். வாடகை வண்டிகளும், நாகரிக மக்களின் உல்லாச வண்டிகளும் வெகுவேகமாகப் பறந்து கொண்டிருந்தன. ஜனங்கள் வெய்யிலில் நடமாடிக்கொண் டிருந்தனர். அந்த மூன்று சிறு யாத்திரிகர்களும் வாசல்படியில் மௌனமாக உட்கார்ந்திருந்தனர்.

அவர்களுள் மூத்தவன் ஆறு வயதுப் பையன். அவன் மடியில் ஒரு குழந்தை. குழந்தைக்குப் பெரிய தலை. அத்துடன் கழுத்தில் அம்மைக்கட்டு. வாயில் விரல்களுக்குப் பதிலாகக் கையையே திணித்துக்கொண்டிருந்தது. அதன் கண்கள் மேலே நோக்கியபடி இருந்தன. கால்கள் அக்குத்தொக்கில்லாமல் தொங்கிக்கொண் டிருந்த மாதிரி ஆடிக்கொண்டிருந்தன. அதை வைத்திருந்த பையன், அது வழுக்கிக் கீழே விழுந்துவிடாமல் அடிக்கடி இழுத்துஇழுத்து மடியில் உட்காரவைத்துக்கொண்டிருந்தான்.

பக்கத்திலிருந்தது ஒரு சிறு பெண்குழந்தை. பையனை விடச் சிறியது. சிறிது அழகு; ஆனால் அழுக்குப் படிந்த முகம். கண்ணைச் சுற்றி வளையம் போல் ரத்தம் கன்னிய தடம். சிறிய சட்டை; அதிலிருந்து மேல்ஜோடணியாத குட்டைக் கால்கள். முதுகை வாசல்படியில் சாயவைத்துக்கொண்டு தூங்கியது. அந்தப் பையன் விழித்தபடியே இருந்தான். அவன் தலைமயிர் கருப்பு; எலிக்காதுகள்; நல்ல உடையானாலும் அழுக்குப் படிந்திருந்தது. அவன் கண்கள் சோர்ந்துபோயிருந்தன.

நான் அவனையணுகிப் பேசினேன்.

"அது உன் தங்கையா?"

"இல்லை."

"பின் யார்?"

"எனக்குத் தெரிந்தவள்."

"அது?"

"என் தம்பி."

"எங்கிருக்கிறீர்கள்?"

"ரீஜன்ட் பார்க்கில்."

"இவ்வளவு தூரம் எப்படி வந்தீர்கள்?"

"ஆல்பர்ட் மெமோரியலைப் பார்க்க வந்தோம்."

"உங்களுக்குக் களைப்பாக இருக்கிறதா? இந்தா ஒரு ஷில்லிங். இனி வீட்டிற்கு பஸ்ஸில் போகலாம்."

பதில் இல்லை. சிரிப்பும் இல்லை. அந்த அழுக்குப் பிடித்த கை ஷில்லிங்கைப் பெற்றுக்கொண்டது.

"அது எவ்வளவு என்று உனக்குத் தெரியுமா?"

ஒரு கேவலப் பார்வை பார்த்தான். வழுக்கிக்கொண்டிருக்கும் குழந்தையை இழுத்து மடியில் வைத்துக்கொண்டான்.

"பன்னிரண்டு பென்ஸ்."

நான் திரும்பிப் பார்க்கும்பொழுது தனது பூட்ஸ் காலால் தனக்குத் 'தெரிந்தவளை' அந்த ஷில்லிங்கைப் பார்க்கும்படி எழுப்பிக்கொண்டு இருந்தான்.

○ ○

இங்கிலாந்து

இனி

இ. எம். டிலாபீல்ட்

இதுவரை நடக்காததைப் பற்றி ஒரு கதை எழுதினால் என்ன? அதைக் கதையின் போக்கில் அறிந்துகொள்ள முடியுமானால்....

பதினைந்து இருபது வருடங்களுக்கப்புறம்.

ஓல்ட் பெய்லியில் (நியாயஸ்தலம்) நடக்கிறது.

ஒரு பெண் கொலைக்குற்றம் சாட்டப்பட்டு தண்டனையை எதிர்பார்த்து நிற்கிறாள். யுத்த நெருக்கடியிலும் பொதுஜனங்களிடை ஒரு பரபரப்பை உண்டுபண்ணும் ஒரு கேஸ். இதற்கு நீண்டகாலமாகவில்லை. அந்தப் பெண் தன் குற்றத்தை ஒப்புக் கொண்டாள்.

சாட்சிக் கூண்டில் நிற்கிறாள். நடுத்தரமான வயது. தலை சற்று நரைத்துவிட்டது. குரல் சாந்தமானது. நல்ல படிப்பாளியினுடையது. தன்னுடைய சொந்தப் புத்திரனைக் கொன்றதாக ஒப்புக்கொள்ளுகிறாள்.

இருந்தாலும் குற்றத்தைப் பற்றிய சாட்சிகளை விசாரித்தாக வேண்டியதுதான்.

இந்தத் தேதியில் துப்பாக்கியால் சுடப்பட்டது... இன்னின்னார் குற்றவாளியைத் துப்பாக்கி கையிலிருக்கும்பொழுது பார்த்தார்கள்... அவளது பத்தொன்பது வயதுள்ள புத்திரன் படுக்கையில் இறந்துகிடக்கிறான், தூங்கும்பொழுது மண்டையில் சுடப்பட்டு. குற்றவாளியும் போலீஸாரிடம், 'எனது மைக்கேலைக் கொன்றேன்' என்று வாக்குமூலம் கொடுத்திருக்கிறாள்.

புதுமைப்பித்தன் மொழிபெயர்ப்புகள்

ஜட்ஜ் – வயது சென்றவர் – முன்பக்கமாகத் தலையைச் சாய்த்து, "ஏ குற்றவாளியே! உனது புத்திரனைக் குரோதத்தினால், தீர ஆலோசித்துக் கொன்றாய் என்று உன்மேல் குற்றம் சாட்டப் பட்டிருக்கிறது என்று நீ அறிகிறாயா?"

"ஆம்! பிரபுவே!"

"நீ குற்றவாளி என்று ஒப்புக்கொள்ளுகிறாயா?"

"நான் குற்றவாளி என்று ஒப்புக்கொள்ளுகிறேன் பிரபுவே."

இச்சமயத்தில் கோர்ட் நிசப்தமாக இருக்கிறது.

"உன்மீது மரணத் தீர்ப்புச் சொல்லாமலிருப்பதற்குக் காரணம் ஏதாவது உண்டா?"

"இல்லை."

"ஒன்றுமில்லையா? இந்தப் பயங்கரமானதும் இயற்கைக்கு விரோதமானதுமான ஒரு குற்றத்தைச் செய்யத் தூண்டும் காரணம் ஏதேனும் இல்லையா?"

குற்றவாளியின் கண்கள் கலங்குகின்றன. தேம்பியழுவதில் உடல் முழுதும் குலுங்குகிறது. பேசவேண்டும் என்று சைகை செய்கிறாள். எதையோ ஒன்றைச் சொல்ல வேண்டுமென்று ஆசைப்படுகிறாள்.

ஒரு தம்ளரில் ஜலம் கொடுக்கிறார்கள்.

கடைசியாகப் பேச முடிகிறது.

"பிரபுவே – இந்த யுத்தந்தான் காரணம். முன்பு நடந்த யுத்தம் என் நினைவிலிருக்கிறது. அதுதான், அந்த உலக மகா யுத்தம் என்று சொல்லுகிறார்களே அதுதான். எனது தகப்பனார் அதில் ஈடுபட்டார். அவருடைய இரண்டு கால்களும் போய் விட்டன. அவர் இறந்துபோகவில்லை. முடவனாக வாழ்ந்து வந்தார். யுத்தத்தின் கடைசி வருஷத்தில் எனது கணவனும் சென்றார். அவருக்கு ஷெல்லினால் மூளை கலங்கிவிட்டது. அதற்கப்புறம் குணப்படவேயில்லை. ஒரு வேலையையும் காப்பாற்றிக்கொள்ள முடியவில்லை. அவருக்காகவும் எனது மகனுக்காகவும் நான் உழைக்க வேண்டியதாயிற்று. என் அதிர்ஷ்டம்; என்னால் வேலைசெய்ய முடிந்தது. எனது மகனுக்குக் கல்வி போதிக்க முடிந்தது. அவன் குழந்தையாக இருக்கும்பொழுது . . . ."

மறுபடியும் பேசமுடிந்தது.

"1914இல் நடந்த யுத்தம் எனக்கு நினைவிலிருக்கிறது. அவர்கள் இருவருக்கும் அது என்ன கொடுத்தது என்று தெரியும்.

இந்த யுத்தம் வந்தவுடன் எனது மகனும் அதற்குச் செல்ல வேண்டும் என்று எனக்குத் தெரியும். அவனை அது என்ன செய்யும் என்று யோசித்தேன். அதிலிருக்கும் பாஷாணப் புகை, காயங்கள், கொலைகள் அவைகள் மட்டுமல்ல, அதைப் பற்றிச் சொல்லவரவில்லை. சாந்தமாக இருக்கும்படி, மற்றவரிடம் அன்பு செலுத்தும்படி அவனுக்குச் சொல்லிக்கொடுத்திருந்தேன். நாசம் செய்வதும் பின்னப்படுத்துவதும் தப்பிதம் என்று போதித் திருந்தேன். பகைமை தப்பிதமானது என்று கற்பித்திருந்தேன். அவனால் யுத்தத்தைத் தாங்க முடியாது... அவனைப் போல் இந்தத் தலைமுறையில் எத்தனையோ பேர் இருக்கிறார்கள்.

"இப்படிச் செய்வதுதான் நல்லதென்றுபட்டது. நான் என் மகனைக் கொன்றேன். அவன் தூங்கும்போது அவனுக்குத் தெரியாது... ஒரே நிமிஷந்தான். அது சண்டைக்குப் போகிற மாதிரியல்ல...."

ஒரே வழிதான் உண்டு. கோர்ட்டில் உள்ளவர்கள் தீர்ப்பு அப்படித்தான் ஆகவேண்டும் என்று மனதிற்குள் பிரார்த்தித்துக் கொள்ளுகிறார்கள்.

வைத்திய நிபுணர்களையழைத்து அவள் செய்கைகளுக்கு அவள் உத்தரவாதியல்ல என்று காண்பிக்க முடியுமா? அதாவது பைத்தியக்காரி என்று.

ஒருவேளை முடியும்.

அவள் கொலை செய்தாள். அவள் அதற்குச் சொல்லும் காரணம், அதாவது போன யுத்தம் நினைவிலிருக்கிறது என்பது....

அந்த வயோதிக ஜட்ஜ் கைகள் நடுங்கிக்கொண்டு கறுப்புக் குல்லாயை வாங்கிக்கொள்ளுகிறார். அவருக்கும் போன யுத்தம் நினைவிலிருக்கிறது. கொலையும் பைத்தியமும்... கொலையும் பைத்தியமும், போன யுத்தத்தை நினைவில் வைத்திருக்கிறவர்கள்....

o o

இங்கிலாந்து

தாயில்லாக் குழந்தைகள்

பிரான்ஸிஸ் பெல்லர்பி

வேர்த்து விருவிருக்க, கால்கள் தள்ளாட, இரண்டு குழந்தைகள் நடந்து சென்றன. பையன், பதினொரு வயசிருக்கும், முன்னால் நடந்தான். பெண், எட்டு வயசு போல இருக்கும், பாதை முன் மறு ஓரத்தில் பின்தங்கித் தொடர்ந்துகொண்டிருந் தாள். 'ஏன் உலாத்தப் போயிருக்க வேணும்' என அவள் எண்ணி னாள். 'யாராவது எப்பவாவது அண்ணன்கூட உலாத்தப் போவாளா? . . .' மனசில் வருத்தமும் வெறுப்பும் குமிழியிட் டது. பையன் வீட்டில் உட்கார்ந்து வழக்கம் போல காப்பியா வது எழுதிக்கொண்டிருந்தோமில்லியே என நினைத்தான்.

லிலாக் கொடி அவள் சென்ற பாதை ஓரத்துச் சுவர் மேல் கவிந்து தொங்கியது. சிறுமி கொஞ்சம் நின்றாள். பச்சைப் பசேல் என்று பட்டுப் போல இலை, கிண்ணம் மாதிரி பூ . . . மழையில் நன்றாக நனைந்து பிரகாசித்தால் நன்றாக இருக்காதா என்று நினைத்தாள்.

சுவர்மேல் உடைந்த கண்ணாடித் துண்டுகள் நெடுகக் குத்திவைக்கப்பட்டிருந்தது. வெயில் வெளிச்சம் அதில் பட்டு வைர நகை மாதிரி பளிச்சிட்டது. அவர்களுடைய அப்பா ஒரு பாதிரியார். அவருடைய சர்ச்சுக்கு வார்டனான (டிரஸ்டி மாதிரி) ஸ்ரீ ஹார்ப்பர் அந்த ஊரிலேயே ரொம்பப் பெரிய பணக்காரர். நிஜமான நகை என்றால் அப்படி ஒரு நிமிஷத்திற்கு அதை விட்டுவைத்திருக்கமாட்டாரே. வச்சிருந்தாலும் ஜனங்கள் உடைந்த கண்ணாடித் துண்டுன்னுதான் நெனைச்சிருப்பார்கள்.

"பிலுக்குக்காரி" என்றான் பையன். "என்ன ரொம்ப பிலுக்கிக்கிட்டு நடக்கிறியே. பையிலே கையை வச்சிக்கிட்டு

நடந்தா ஆம்பிளை ஆயிருவியோ. ஒன்னைப் பாத்தா அசட்டுப் பொட்டச்சி மாதிரிதான் இருக்கு" என்று சொல்லிவிட்டுக் காலால் தரையில் உதைத்துப் புழுதியைக் கிளப்பிக்கொண்டு காலில் கிடந்த ஜோடுகளை நிசாரமாகப் பார்ப்பதுபோலப் பார்த்துப் பெருமையடித்துக்கொண்டான் பையன்.

அவன் நிஜத்தைச் சொல்லல்லேன்னு அவளுக்குத் தெரியும். சட்டைப் பையிலே கையிருக்குதுன்னா அது அவளுக்கு வழக்கம். பிலுக்குகிறதுக்கே தைரியம் தனக்குக் கிடையாது என்பது அவளுக்குத் தெரியும். ஒரு தடவை அவன் அப்படிச் சொல்லி விட்டால் இயற்கையாக நடக்கவோ பேசவோ அவளுக்கு முடியாது. அழுகை அழுகையாக வந்தது. ஒன்னும் செய்ய முடியலெ. பைக்குள் கிடந்த வேர்த்துப் புழுங்கும் அழுக்கு விரல்களை இறுக்கி மடக்கி நெறித்துக்கொண்டாள்.

அப்பொழுதுதான் கிழவி கார்லண்ட் வீட்டுக் கிழட்டு நாயைப் பார்த்தான் அவன். "அதோ கிடக்கே சோம்பேறி நாயி. அதெ எழுப்பி 'சூ' விடறேன் பாரு. ஏ, நாயி . . ." நிழலில் படுத்துக்கிடந்த சுகத்தில் அது திரும்பவில்லை. (அது கிழவி வைத்திருந்த கடையின் ஜன்னலுக்குக் கீழே படுத்துக் கிடந்தது.) பையன் குனிந்து ஒரு கல்லை எடுத்தான்.

"கொடுமெ பண்ணாதியேன், போடாதே – போடக் கூடாது . . ." பையன் கல்லை விட்டெறியும் சமயத்தில் அவள் அவனுடைய கையைத் தட்டிவிட்டாள். கல் நாயின் மேல் விழாமல் மேலிருந்த ஜன்னல் கண்ணாடியை உடைத்துக் கொண்டு உள்ளே பாய்ந்தது.

குழந்தைகள் இரண்டும் பயத்தில் விறைத்துப்போய், சில்லு சில்லாகச் சிதறிய கண்ணாடித் துண்டுகளைப் பார்த்துக் கொண்டு நின்றன. அச்சமயம் ஒரு கிழவியின் கீச்சுக்குரல் பீதி கொப்புளித்துக்கொண்டு பிறப்பது கேட்டது. பையனுக்கும் பயம் சற்றுத் தெளிந்துவிட தப்புவதற்காகச் சிறுமியின் கையை எட்டிப் பிடித்துக்கொண்டு "வாடீ ஓடிருவோம்" என்றான். அவர்கள் ஓடியே போயிருப்பார்கள். ஆனால் அந்த நிமிஷத்தி லேயே கிழவி கதவைத் திறந்துகொண்டு லொங்குலொங்கு என ஓடிவந்து குழந்தைகளைச் சுட்டிக் காண்பித்து, ஜன்னலை யும் காட்டிக் கத்த ஆரம்பித்தாள். கிழட்டு நாயும் துணைக்கு நின்று குலைத்தது.

"மாஸ்டர் டிக், மிஸ் ஸாரி – என்னா பண்ணிப்புட்டிங்க பாத்தியா – அந்தப் பெரிய பாறாங்கல்லை விட்டெரிஞ்சு என்னைக் கொண்ணே போட்டிருப்பிகளே. மயிரிழெல்லா தப்பிச்சேன். உங்கப்பா நல்ல பக்திமான், இப்படி இந்தத் தாயில்லாப் புள்ளைங்க கொலெகாரரா அலைஞ்சு திரியுதுன்னு

அவருக்குத் தெரிஞ்சா எப்பிடி இருக்கும்? உங்கம்மா செத்துப் போயி ரெண்டு வாரங்கூட ஆவுலியே. கர்த்தர் கழிச்ச ஞாயிற்றுக் கிழமையிலியா நீங்க இப்படிச் செய்யணும்? நான் வெயிலா இருக்கேன்னு உள்ளே இருந்து கணக்குப் பார்த்துக்கிட்டி ருந்தேன் ...” என அடுக்கிக்கொண்டேபோனாள். மடை உடைத்துக்கொண்டு பாய்ந்தமாதிரி வார்த்தை கங்குகரை யில்லாமல் புரண்டு பிரவகித்தது.

பெண்ணுக்குக் கோபம், பயம். இத்தனையும் சொல்லக் கிடக்கா. தடுக்க வேண்டாமா? ... குழந்தை அவளையே பார்த்துக்கொண்டு இருந்தாள். ஏதாவது நடந்து, பெரிசா நடந்து இந்த வார்த்தையை அணைக் கட்ட வேண்டும். ‘அம்மா ... செத்து ரெண்டு வாரமாச்சு ...’ என்ற வார்த்தைகளே பிறவாதது மாதிரி துடைக்கப்பட வேண்டும்.

பெரிசா ஒன்று நடக்கத்தான் செய்தது.

பையன் முறுக்காக “அந்தக் கல்லைச் சன்னல்மேல் குறி பார்த்து எறியவில்லை – நாயின் மேல் போட்டேன்” என்றான் உரத்த குரலில்.

“அப்படியா?” என்று கிழவி கீச்சிட்டாள். அவளுடைய கைகள் பதறின. வானத்தையும் பூமியையும் மாறிமாறிப் பார்த்து அங்கலாய்த்து, “வாயில்லாப் பிராணியாச்சே, பாவம் இப்பத் தானேடியம்மா ஒன் குழந்தையை மண்ணுக்குப் பறிகுடுத்தே” என நாயிடம் கதற ஆரம்பித்துவிட்டாள்.

நாயின் குலைப்புகளுக்கு இடையே பையன் இடை மறித்துத் தன் பதிலைக் கோஷித்தான். “நாயிமேலே போடரத்துக்கில்லே – ஒரு பெரிய வண்டு அதும் மூக்குக்கிட்டப் பறந்து வந்தது. கொட்டிப்புடுமேன்னு கல்லெப் போட்டேன். வண்டெ வெரட்டிப்புட்டுது. ஆனாக்கக் கல்லுதான் ஜன்னல் மேலே பட்டு ஒடச்சுப்புட்டுது. ரொம்ப வருத்தமாருக்கு, அப்பாகிட்டச் சொல்லிப் பணத்தெ அனுப்பச் சொல்லுறேன்.”

என்ன ஆச்சரியமான பொய். மகா பெரிய இதிகாச உதயத்துக்குகந்த பொய். குழந்தைகளின் பீதி தளர்ந்தது. இருவரும் ஒருவரையொருவர் பார்த்துக்கொள்ளவில்லை. கிழவியின் முன், தொண்டை கம்மிய நாயின் முன் தளர்ந்து போய் நின்றார்கள்.

குழந்தைகள் பொய்யே சொல்லாதவை: தாயாருக்கும் தெரியும்; தகப்பனாருக்குந் தெரியும்; எல்லாருக்கும் தெரியும் பொய் சொல்லமாட்டார்கள் என்று.

அண்ணன்னா இப்படியல்லவா இருக்கணும். அண்ணன்னா இவன்தான் அண்ணன். நம்மை யார் இனி என்ன செய்ய

212 உலகத்துச் சிறுகதைகள்

முடியும் . . . சிறுமியின் மனத்தில் பெருமையும் பரிவும் குமிழி யிட்டது.

கிழவியின் தன்மை அடியோடு மாறியது. "அப்படின்னா அது வேறேதான். வாயில்லாச் சீவனுக்கு உதவி பண்ணினிங்க. எப்படி இருந்தாலும் கல்லு கல்லுத்தான். மாஸ்டர் டிக், நீ இனிமேல் இப்பிடிக் கல்லெ விட்டெறியாதே. கல்லெடுத்தே போடப்படாது. அதுதான் சட்டம். அதெப் பத்தி இனிமே என்ன பேச்சு, உங்கப்பாதான் பணத்தை அனுப்பப் போறாங் களே, அனுப்பிவிடுவாங்கன்னு எனக்குத் தெரியுமே, எப்பிடி இருந்தாலும் அந்த அம்மாவுக்குப் பொறந்த கொளந்தைங்கள் இல்லே. சூரியன் மாதிரி பொய்யே சொல்லாதே . . ." என அலப்பிக்கொண்டே . . . கிழவி கொடுத்த பட்சணங்களைத் தின்றுகொண்டு மேலே நடந்து சென்றன குழந்தைகள். பிளொ (கலப்பை) என்ற பெயர் உள்ள கள்ளுக்கடைக் கதவு சாத்தி யிருந்தது. வாசலில் பூனைக்குட்டி படுத்துக் கிடந்தது. ஒருத்தரு மில்லை. சத்தமே கேக்கலே. குதிரை மசாலி மரச்சோலைக்கப் புறம் பாதிரியார் வீடுதான். நாஸ்திகப் பண்ணையார் (சர்ச்சுக்கு வராததால்) தோட்டத்தில் குதிரைக்குட்டிகள் உண்டு. அவைகூட ஓடக்காணோம்.

வேலி ஓரத்தில் தலையைக் குனிந்து ஆட்டிக்கொண்டு நெருங்கி நின்றார்கள்.

"அப்பாகிட்டவும் அதேயேதான் சொல்லணும்" என்றான் பையன்.

"ஆகட்டும்."

"கிழட்டு முண்டை."

"ஆமாம்."

"ஒன்னெ அவ்வளவு தூரம் நடத்தி இழுத்தடிச்சேனென்று இருக்கு."

"நடக்கரதுக்குக் கஷ்டமாவே இல்லியே – எனக்கும் நல்லாத் தானே இருந்தது."

"கருப்பு வர்ண முட்டாயி ரெண்டுதான் மிச்சம், என் பங்கு."

தோளோடு தோள் ஒட்டும்படியாக ஜோடியாகத் தலை யைக் குனிந்துகொண்டு நெருங்கி நடந்து சென்றார்கள். கவனிப் பாரற்று வெறிச்சோடிக் கிடக்கும் புஷ்பப் பாத்திகளைத் தாண்டி நிசப்தம் கிடந்த பழைய வீட்டுக்குள் புகுந்தார்கள் அந்தக் குழந்தைகள்.

○○

இங்கிலாந்து

ஆட்டுக்குட்டிதான்

ஜேம்ஸ் ஹானலி

செக்கச்செவேலென்றிருக்கும் அந்த பஸ், ஏக இரைச்சலுடன் அந்த வளைவைத் திரும்பியது. சூழ்நிலை தாங்கிய அமைதியான வண்ணக் கலவைகளுக்குச் சவால் கொடுப்பது மாதிரி அந்தச் சிகப்பு கண்களை உறுத்தியது. வண்டியில் இருந்தவர்களுடைய குஷிக்குக் குறைவில்லை. சென்ற இரண்டு மணிநேரமாகத் தொண்டை கம்மும்படி வழி நெடுகத் தங்களது இசைத் திறமையைப் 'பரத்திக்'கொண்டு வந்தார்கள். வண்டியில் உள்ளவர்கள் எல்லாம் அதை 'ஏகமேனியாக' வாடகைக்கு அமர்த்தி இன்று முழுவதும் 'ஊர்சுற்றிப் பார்த்து' வருகின்றனர்.

திடீரென்று வண்டி கிரீச்சிட்டுக்கொண்டு நின்றது. பாட்டு 'கப்' என்று ஓய்ந்தது. ஒரே பீதி. குழப்பம். என்ன நடந்தது? பின்பக்கத்துக் கடைசி ஸீட்டில் இரண்டு சுரங்கத் தொழிலாளிகளுக்கு இடையில் இப்படியும் அப்படியும் திரும்ப முடியாமல் உட்கார்ந்திருந்த பூதாகரமான ஸ்திரீ கிரீச்சிட்டுக் கத்தினாள். டிரைவர் பின்புறமாகத் திரும்பி "அது ஒரு ஆட்டுக்குட்டிதான்" என்று அறிவிக்க எல்லோரும் ஏகோபித்துச் சிரித்தார்கள்.

'ஐயோ, ஆஹா' என்ற குரல்கள் கிளம்பின. முகம் சிவந்து போன டிரைவர் ஸீட்டைவிட்டு இறங்கித் தரையில் குதித்தான். அந்தச் சிகப்புக் கோரத்தில் உட்கார்ந்திருந்தவர்கள் ஆட்டு மந்தைகள் மாதிரி அவனைத் தொடர்ந்து கீழே இறங்கினார்கள். ரோடில் அங்கும் இங்குமாக நடமாடி என்ன செய்வது என்று புரியாமல் வழியை அடைத்தார்கள். எல்லோரும் பேசினார்கள். அவர்களுடைய கூச்சல் ஆட்டுக்குட்டியின் ஹீனமான கதறலை அமுக்கிவிட்டது. அதனுடைய பின்னங்கால்

வண்டியின் பின் சக்கரத்தில் அகப்பட்டு அசைந்து நொறுங்கி விட்டது. வண்டியின் கீழ் சிறைப்பட்டு நிராதரவாகப் பரிதாபகர மாகக் கிடந்தது. அந்த ஆட்டுக்குட்டியின் கண்கள் அகன்று விரியத் திறந்தபடி, மனம் சற்றும் இளகாமல் அர்த்தம் புரிந்து கொள்ளாமல் குனிந்து மாடு மாதிரி விழிக்கும் டிரைவரின் கண்களைக் கவர்ந்தது. இது இப்படியிருக்க அங்கு கூடிய மனிதர்கள் பேசிக் கொண்டிருந்தார்கள். சூரியவொளி மனிதர் களின் வெர்ஜு ஸூட்கள் மேலும், பெண்களின் ட்வீட், சீட்டி உடைகள் மேலும் பளபளத்தது. அதில் இரண்டு பெண்டு கள் மட்டும் எல்லோரையும் கடித்துத் தின்றுவிடுவது போன்ற பார்வை கொண்ட முரட்டாத்மாக்களாக இருந்தார்கள். ஏதோ தப்பு நடந்துவிட்டது என்பது அவர்கள் மூளையில் உதயமாக ஆரம்பித்தது. எல்லோரும் ஒரே கும்பலாக வண்டியின் பின் புறம் திரண்டு நின்றார்கள். எல்லோரும் அந்த ஆட்டிக்குட்டி யைப் பார்த்தார்கள். கால் நொறுங்கிக் கிடக்கும் மிருகமாக அதை அவர்கள் பாவிக்கவில்லை. எங்கிருந்தோ திடீரென்று தங்கள் பாட்டுக்குக் குந்தகமாகக் குறுக்கே வந்து விழுந்த விவகாரமாகக் கருதினார்கள் அவர்கள். டிரைவர் அங்கிருக்கும் மனிதர்கள் யாவரையும் மாறிமாறிப் பார்த்தான்.

"11:10. ஏ.எம். எல்லாம் நான் கான்வேக்கு வண்டியைக் கொண்டு போயிருக்க வேண்டும்" என்றான். பிறகு சிரித்தான். வேறு என்ன செய்ய, சிரித்துத்தான் தொலைக்க வேண்டும். "உம். ஏதாவது செய்துதானே ஆகணும்" என்று சொல்லிக் கொண்டே வண்டியில் ஏறினான். "விலகிக்கொள்ளுங்கள்; ரிவர்ஸ் எடுக்கப் போகிறேன்" என எச்சரித்தான்.

கூட்டம் விலகி, புல் முளைத்த ஓரத்திற்கு ஓடிச்சென்று நின்றது. வண்டி 'ஓட' ஆரம்பித்து, பின்பக்கமாக நகர்ந்தது. இதைக் கண்ட ஒரு ஸ்திரீ "ஐயோ பாவம்" என்றாள். ஜனக் கூட்டம் 'ஹா, ஹோ' என இரைந்தது. வண்டி மெதுவாக விலகியது. ஆட்டுக்குட்டி உடனே மறுபக்கமாகப் பொத்தென்று விழுந்தது. அது கதறியது. ஜனக் கும்பலைப் பார்த்தது. "ஐயோடி யம்மா பாக்கப் பயமா இருக்கே" என்றாள் ஒரு பெண். ரத்தம் புழுதியை நனைப்பதைப் பார்த்துவிட்டாள் அவள். "சனியன், ஒரே ரத்தக்களறி. ஏதாவது செய்யணும்" என்றான் டிரைவர்.

மோட்டார் சுரங்கத் தொழிலாளிகள் இருவரும் ஒருவரை யொருவர் பார்த்துக்கொண்டார்கள். 'ஏதாவது செய்துதான் ஆகணும். ஆமாம், அதுதானே சனியன்' என்கிற மாதிரி இருந்தது அவர்கள் முகம். ஐந்து நிமிஷத்திற்கு முன்வரை எல்லோரும் – குடிக்கக்கூடக் கற்றுக்கொள்ளாமல் கூடவரும்

அந்த சாக்குருவி தவிர மற்றெல்லோரும் – குஷியாகப் பாடிக் கொண்டு 11:10. ஏ.எம். ரெட் லயன் மது ஹோட்டலுக்குப் போய்விடலாம் என எதிர்பார்த்துக்கொண்டிருந்தார்கள். அவர்கள் எல்லோருடைய மனநிலையும் ஒரே ஸ்தாயியில் நின்றது. 'இது என்னடா தொந்திரவாக இருக்கிறது' என்று நினைத்தார்கள். எல்லோரும் ஆட்டுக்குட்டியையே பார்த்துக் கொண்டிருந்தார்கள். திடீரென்று யாவருக்கும் ஒரு எண்ணம் தோன்றியது.

"வயலில் மெதுவாக அதைத் தூக்கிக்கிடத்தி வைத்து விட்டு, நாம் போவோம்."

"ஆமாம். வயலில் அதை எடுத்து வைத்துவிட்டு வாருங்கள், போவோம்" என்றன பல குரல்கள்.

"அதைக் கொன்றுவிட்டால் நல்லதல்லவா?" என்றான் டிரைவர்.

"அப்போ நீயே கொல்லு. நீதானே டிரைவர்" என்றாள் தடித்த ஸ்திரீ.

டிரைவர் பின்வாங்கினான்.

"இங்கே நான் ஒருவன் மட்டுமா ஆண்பிள்ளை. மேலும் ஆட்டுக்குட்டியைக் கொல்லுவது எனக்குப் பிடிக்கவில்லை. இருந்தாலும் சித்தாட்டுக் கறிக்குழம்பு பிடிக்காது என்று சொல்லலே" என்றான் டிரைவர். எல்லோரும் இந்த 'ஆசியத் தைக் கேட்டுச் சிரித்தார்கள். "நீங்க யாராவது ஒருவர் கொல்லப் படாதா?" என்று மற்ற ஆண்களைப் பார்த்துக் கேட்டான் அந்த டிரைவர். ஒருவரும் அசையவில்லை.

"நாம்தான் போவோமே, அதுதான் எப்படியும் செத்துப் போகுமே" என்றான் ஒருவன்.

இப்படிச் சொல்லியும் ஒருவர்கூட நகரவில்லை. பலத்தை இழந்த அந்த மிருகம் அவர்களையும் தன்னைப் போலப் பலமிழக்கச் செய்துவிட்டது போலத் தோன்றியது. அகன்று திறந்து பார்ப்பதற்குப் பரிதாபகரமாக இருந்த அந்தக் கண்கள், தன்னைச் சூழ வட்டமாக நிற்கும் சிவந்த முகங்களை நோக்கி, கும்பலைப் பார்த்து மௌனமாகக் கெஞ்சியது. அவர்களது வெர்ஜு, ட்வீட் உடைகளில் நகரத்தின் முடைநாற்றம் வீசியது போலும். அது மெதுவாகக் கண்களை மூடிக்கொண்டது.

"செத்துப்போச்சு, வாருங்க போவோம்" என்றான் ஒருவன்.

மனப்பாரம் இறங்கியது போல கும்பல் பஸ் கதவை நோக்கிச் சென்றது. ஆனால் மறுபடியும் எல்லோரும் கலக்க

முறும்வண்ணம் ஆட்டுக்குட்டி கண்களைத் திறந்துகொண்டது. "சீ, என்னடா சனியன். இங்கே ஏதும் கல்லுகிடக்கிறதா பாருங்கள்" என்று சீறினான் டிரைவர்.

"வழிய விடுங்கோ – அங்கே" எனக் கத்தினாள் ஒரு ஸ்திரீ. கும்பல் வேகமாக ஓடி புல்வரம்பு அருகில் நின்றது. ஒரு சின்ன 'ஸ்போர்ட்ஸ்' கார் அங்கே வந்தது. அதிலிருந்து ஒரு பெண் இறங்கினாள். ஆட்டுக்குட்டியை ஒரு கணம் பார்த்தாள். பிறகு ஆண்களைப் பார்த்தாள், "மோட்டார் ஏறிவிட்டதோ?" என்று கேட்டாள்.

"கண்ணும் தெரியலியா?"

"அப்படித்தான்."

"பின்னையேன் அதைத் துடிக்கவைத்துப் பார்த்துக் கொண்டிருக்கிறீர்கள்? நிராதரவாகக் கிடக்கும் அந்தச் சின்னக் குட்டியைச் சுற்றி ஆண்களைப் போல் ஏன் நிற்கிறீர்கள்?"

அவள் பஸ்ஸின் பின்புறம் சென்றாள். சில பெண்கள் அவளைத் தொடர்ந்தார்கள். புதிதாக வந்தவளை ஆண்கள் 'உர்' என்று பார்த்தார்கள். "இந்தக் காலத்து நாஸூக்கான முண்டைகளில் ஒருத்தி" என்றான் ஒருவன்.

"ரொம்ப அநியாயமாக இருக்கே. ஐயோ பாவம்" என்று ஒரு ஸ்திரீ தன் அருகில் நின்ற ஒரு பெண்ணைப் பார்த்துச் சொன்னாள். அந்தப் பெண் திடீரென்று காட்டப்பட்ட அந்த அனுதாபத்தைக் கண்டு மலைத்துவிட்டாள். அவள் ரஸ்தாவைக் கடந்து ஓரத்திலிருந்த வேலியில் ஏறினாள். இந்தச் செயல் ஆண்களின் கவனத்தை மட்டும் வெகுவாகக் கவர்ந்தது. வயலுக்குள் சென்று ஒரு கல்லைப் பெயர்த்தாள். பிரகாசமான மண் வர்ண உடையணிந்த 'குருகா' ஒருவன் "என்னடா செய்யப்போறா?" என்றான்.

"என்னையேன் கேட்கிறாய்? அதான் கல்லை எடுத்தாள். அதை வைத்துக் குட்டியைக் கொல்ல போறாள். சீ!" என்றான் வேறொருவன்.

அந்தப் பெண் அந்தப் பெரிய கல்லைத் தூக்கிக்கொண்டு திரும்பி வந்தாள். ஆண்களிடம் வந்து, "இந்தக் குட்டியின் கஷ்டத்தைப் போக்க ஒரு கல்லைப் பார்த்து எடுத்துக் கொண்டு வர இத்தனை ஆண்பிள்ளைகளிலும் ஒருத்தருக்காவது முடிய லியே என்பதுதான் ஆச்சரியமாக இருக்கு" என்றாள். பிறகு ஆட்டுக்குட்டியிடம் சென்றாள். அந்தப் பெரிய கல்லை உயரத் தூக்கிப் பொத்தென்று குட்டியின் தலையில் போட்டாள். அதை இரண்டொரு நிமிஷம் பார்த்துக்கொண்டு நின்றாள்.

பிறகு வேலியருகில் கொண்டு சென்றாள். வேலியின் இடை வழியாக அந்த மிருகத்தை மெதுவாகப் புல்லின் மேல் கிடத்தினாள். பெண்கள் முகத்தை மூடிக்கொண்டார்கள். கிரியை முடிந்துவிட்டதால் பஸ்ஸில் ஏற ஆரம்பித்தார்கள். ஆண்களும் அவர்களைப் பின்தொடர்ந்தார்கள். எல்லோரும் குசுகுசுவென்று பேசினார்கள். ஒவ்வொருவனும் படியில் கால் வைத்து பஸ்ஸில் ஏறும்பொழுது திரும்பித் தன்னுடைய காரில் சென்று உட்கார்ந்துகொண்ட பெண்ணைப் பார்த்தான். "நெஞ்சிரக்கமற்ற பொட்டைக்கழுதை" என்றான் ஒருவன். எல்லோரும் பஸ்ஸில் ஏறி உட்கார்ந்த பிற்பாடு, ஆண்கள் எல்லோரும் ஏகோபித்து "ஆமாம், நெஞ்சிரக்கமற்ற பொட்டைக் கழுதை" என்றார்கள்.

கனடா

அம்மா

கே. பாயில்

பாதை நெடுகலாகத்தான் போய்க்கொண்டிருந்தது. ஆனால் அதற்குச் சின்னக் கிளை ஒன்றும் இருந்தது. இருந்தாலும் மறு பக்கத்தில் ஓடும் சிற்றோடையில் இறங்கி அக்கரைக்குப் போகவேண்டிய அவசியமே இல்லை. மலை வழியாகச் செல்லும் மாட்டடித் தடத்தைத் தொடர்ந்து செல்ல வேண்டும் என்று நினைப்பதும் அதிசயந்தான்.

ஆனால் பள்ளிக்கூடம் போய்விட்டுத் திரும்ப வீட்டுக்கு வந்துகொண்டிருக்கும் அந்தச் சின்னப் பையன், ஒரு நாள் டுரூரி சந்தியில் நின்றுகொண்டு, 'இடது பக்கமாகப் போகும் கிளை வழியாகச் சென்றால் ஷென்டனுக்குத்தான் போக முடியும்' என்று நிர்ப்பந்தமாகச் சொல்லிக்கொண்டிருக்கும் வழிகாட்டிக் கம்பத்தை ஏறிட்டுப் பார்த்தான். அவன் எதிரே செல்லும் வேறு ஒரு பாதை, வேறு எங்கேயோ போகிறதாம். ஆனால் அது எங்கே போகிறது என்பதை அந்த வழிகாட்டிக் கம்பம் சொல்லவில்லை என்ற விஷயம் அவன் மனதில் தட்டியது. தூரத்திலே தெரியும் அந்த மலையை ஆற அமரப் பார்ப்பதற்காக அந்தச் சின்னப் பையன் வாட்டசாட்டமாக உட்கார்ந்துகொண்டான்.

வாய்க்காலுக்கு அந்தப் பக்கத்தில் பச்சைப்பசேலென மெத்துமெத்தென்ற புல் நிறைய நிறைய வளர்ந்து கிடந்தது. அதற்கும் அந்தப் பக்கத்தில் கொம்புங் கிளையுமாக மரங்கள் வளர்ந்து நின்றன. அவை காற்றில் எந்தப் பக்கமாகத் தலை சாய்த்து ஆடுகிறது என்பதுகூட அவனுக்குத் தெரிந்தமாதிரி இருந்தது. ஓடைக் கரையிலே இரண்டொரு வில்லோ செடிகள்

(ஒருவிதமான குளிர்பிரதேச அரளி) ஈரச் சிகையைக் காற்றோட்டத்தில் கோதி ஆற்றிக்கொண்டிருப்பது போல நின்றன.

அந்தப் பாதை ஒரே செங்குத்தாக மலையுச்சியிலே இங்கும் அங்குமாகத் தலையசைத்து நிற்கும் மரங்களை நோக்கி உயர்ந்து செல்லவில்லை. அந்த இடத்தையடையுமுன் அந்தப் பாதை தன் நிர்க்கதியை அறிவிக்க கைகளை விரிப்பது போல் இரண்டு கிளைகளைக் காட்டியது. அந்தக் கிளைகளும் திசை தெரியாது, தலையசைத்தாடிக்கொண்டிருக்கும் குத்துச்செடிகளினூடே மறைந்தன. அந்தச் சின்னப் பையன் தனக்கு எதிரே கிடப்பன எல்லாவற்றையும் பார்த்துக்கொண்டிருந்தான். அந்த வேலியைத் தாண்டி அப்புறம் அந்த ஓடையைத் தாண்டி, அப்புறம் அந்த மலைக்குப் போவதற்காகத் தன் மனதுக்குத் தைரியம் வருவித்துக் கொண்டிருந்தான்.

மலைச்சாரல் நெடுகிலும் சாணிக்குவியல்கள் அம்பாரம் அம்பாரமாகக் குவிந்து மலைக்கு உடம்பெல்லாம் பொட்டுப் போட்டன. மனதில் வந்த தைரியம் மலையிலிருந்து இறங்கி வரும் பசுமாட்டைக் கண்டதும் பறந்தோடிவிட்டது. தண்ணீர் குடிக்க வருகிறதாக்கும் என்று நினைத்தான். அவனை அது கண்டுவிட்டதும் அசையாமல் நின்று அமைதியாக அவனைப் பார்த்தது. வேலிக்கு இந்தப் பக்கமாக நின்றுகொண்டு இவனும் கண்களை உருட்டி விழித்தான். பிறகு கன்றுக்குட்டி ஏதாவது தொடருகிறதா எனக் கூர்ந்து கவனித்தான். அதன் கழுத்துத் தசையும் அலகும் அசைந்தாடுவதைப் பார்த்துக்கொண்டே இருந்தான். கொஞ்சம் பொறுத்து எலும்பெடுத்த பசுவொன்று அங்கு வந்தது. அப்புறம் ஒன்று வந்தது. பையன் எழுந்து நின்று விலகி ஓடுவதற்கு முன்னால் எட்டுப் பசுமாடுகள் கரடுமுரடான பாதையில் தடமாடிக்கொண்டு இறங்கின.

அவன் பாதையில் நின்றுகொண்டு, அவை தலைகுனிந்து தண்ணீர் குடிப்பதைப் பார்த்தான். அவை தலையை நிமிர்த்தின போது தாடிமயிரில் தண்ணீர் முத்துக்கோத்தது. வாயோரத்திலிருந்து இழைவிட்டமாதிரி செள் ஒழுகிற்று. அவை மூக்கை விரியத் திறந்துகொண்டு தண்ணீர் பருகியபோதெல்லாம் மொடமொடவென்று குமிழிகள் தண்ணீர் மட்டத்தில் குதித்துத் தெறித்தன. வேலிக்கு இந்தப்புறத்தில் நின்றுகொண்டு பார்ப்பதில் பெருமை ஒன்றும் இல்லை என்பது அவனுக்குத் தெரியும். மனிதர்கள், வீரம் என்ற வார்த்தைகள் அவனுக்கு அன்னியமானாலும் அந்தப் பெரிய மிருகங்களைக் கண்டதும் படக்குப் படக்கென்று நெஞ்சுக்குள் இருந்துகொண்டு பறையடித்துக் கொண்டிருக்கும் வஸ்து சின்னப் பொட்டைக் குட்டிகளுக்குத் தான் அணிகலன் என்பதை அவன் அறிவான். அவனுடைய

அப்பா செத்து எட்டு வருஷங்கள் ஆகிறது. அவர் எப்படியிருப் பார் என்பதுகூட அவனுக்குத் தெரியாது.

அவனுடைய அம்மாவைப் பற்றி அவன் நினைத்திருந்தது வேறு ஒரு தினுசு. எத்தனை காலமாகத்தான் அவள் 'செத்துப் போயிருக்கா' என்ற விஷயம் அவனுக்குத் தெரியவே தெரியாது. திரும்பி ரோட்டில் ஏறி நடந்துபோனபோது அவன் அவளைப் பற்றி நினைத்துக்கொண்டிருந்தான். நடக்கும்போது சோர்வால் அவனுடைய கால்கள் தரையில் இழுபட்டன. அவை இடை யிடையே திடீல்திடீலென்று புழுதியை எழுப்பியது. பாதம் மரத்துக் குழைந்தது. அவளிடம் திரும்பிச்செல்ல வழி கண்டு பிடிக்க முடியுமோ முடியாதோ என்பதில்கூட அவனுடைய மனம் அசதி காட்டிக்கொண்டது. 'அத்தையம்மா பீட்டு, ஸ்கீடு' என்று நினைத்தான். பசுமாடுகள் வாலை முறுக்கித் தத்தம் முதுகுகளில் பலமாக அடித்து ஈ விரட்டின. 'அத்தை யம்மா பீட்டு, ஸ்கீடு.'

அத்தையம்மாள் வீட்டு வெளிமுற்றத்தில் நின்ற புஷ்பச்செடி கள் முன்னால் உட்கார்ந்துகொண்டு புஷ்பங்களை நோண்டிக் கொண்டிருந்தாள். அவனை ஏறிட்டுப் பார்த்துவிட்டு நெற்றியை மறைத்த வைக்கோல் பனெட்டைப் புறங்கையால் உயரத் தள்ளிக்கொண்டாள்.

பையன் விசையாட்டமாக வெளிக்கேட்டில் ஒற்றைக் காலைவைத்து உந்தி ஊசலாடி உள்ளே வந்தான். "டுரூரி சந்தியிலிருந்து தெரிகிறதே, அந்த மலைக்கு எப்பவாவது போயி ருக்கியா?" என்று கேட்டான்.

கேட்டதைக் காதிலேற்காமல் தலையை அசைத்தாள்.

"நீயுந்தான் வந்தாச்சே; இந்தத் தகரத்தில் கொஞ்சம் தண்ணீர் எடுத்துக்கொண்டு வாயேன்" என்றாள்.

அந்தச் சின்னப் பையன் புத்தகங்களைக் கீழே வைத்தான்.

"பொஸ்தகங்களைக் கண்டகண்ட எடத்திலே போடாதே. வீட்டுக்குள்ளே வரப்போ எல்லாம கேட்டில் ஊஞ்சலாடிக் கிட்டுத்தான் வரணுமோ" என்றாள்.

"டுரூரி சந்திப் பக்கத்திலிருந்து தெரியுதே, அந்த மலைக்கி நீ போயிருக்கியா?" என்றான் அந்தச் சின்னப் பையன்.

"எனக்குத் தண்ணி எடுத்தாரப் போரியா இல்லையா?" என்றாள் அத்தையம்மாள் பீட்டு.

பையன் தகரத்தை எடுத்துக்கொண்டு நடந்தான். அவன் எங்கும் சுற்றிப்பார்த்துக்கொண்டு நடந்தான். உயரக் குருவி கத்திற்று. மரம் தலையைத் தலையை ஆட்டிற்று. வீட்டுமேலே

கொடி சரம்சரமாப் படர்ந்திருக்கு... இம்மாதிரி நானா காரியங்களைப் பரிசீலனை செய்துகொண்டு நடந்ததினால் ஒரு முளைக்கொம்பு தடுக்கிக் கீழே விழுந்தான்.

"எழுந்திரு" என்றான் ரெய்னால்ட்ஸ்.

அந்தச் சின்னப் பையன் முழங்காலைத் தடவிக்கொண்டு எழுந்து உட்கார்ந்து ரெய்னால்ட்ஸ் பூட்ஸ் நுனியைக் கசப்போடு பார்த்தான். அவனுக்கு ரொம்பவும் நன்றாகத் தெரிந்த மனிதன் ரெய்னால்ட்ஸ் ஒருவன்தான். அவன் வேஸ்ட்கோட் போட்டிருந் தான். மஞ்சளும் கருப்பும் கலந்த வேஸ்ட்கோட். அத்தையம்மாள் வீட்டுத்தோட்டத்திலே புல் காடாக வளர்ந்துவிட்டால், வீட்டுக் குதிரைகளை தைதையென்று ஓட்டிக்கொண்டு அவ்வளவு புல்லையும் அறுத்து எறிகிறவன் ரெய்னால்ட்ஸ். பூனைக்குட்டி களைத் தண்ணீருக்குள் முக்கிக் கொன்றுவிடுவதில் கெட்டிக் காரன். முசலுக்கு அவன் ஒரு அறை வைத்தால் போதும், காலி. இதுவுமில்லாமல் அவனுக்கு நீந்தத் தெரியும். அவன் தண்ணீரில் நீந்தும்போது நெஞ்சுச் சதை முண்டு முண்டாக உருண்டு நெளியும். பந்தாடும் புல் தரிசில் அவன் நின்று கொண்டிருந்தான். அவன் காலடியில் அந்தச் சின்னப் பையன் உட்கார்ந்துகொண்டிருந்தான். அப்போது ரெய்னால்ட்ஸுக்கு மூஞ்சி கோபத்தால் சிவந்திருந்தது. கையில் குதிரைச் சவுக்கு வைத்திருந்தான். இன்னொரு கையால் வேறு ஒரு பயலைப் பிடித்திருந்தான்.

"இந்தப் பயலைப் பாரு" என்று அத்தையம்மாளைக் கூட மதிக்காமல் சத்தம்போட்டுச் சொன்னான். "இந்தப் பயல் இங்கே பழத்தைத் திருடவந்தான்."

பயத்தால் முகம் சிவந்துகொண்டு வாய் கோணி எச்சிலைச் சொட்டிய அந்த வாண்டுப்பயல்மீது சூரிய வெளிச்சம் துலாம் பரமாக விழுந்தது. அதைப் பார்த்ததுமே அந்தச் சின்னப் பையன் விம்மிவிம்மி அழ ஆரம்பித்தான். தன் கண்களிலிருந்து வழியும் கண்ணீரைத் துடைக்கக் கைகளை முகத்தில் சேர்த்தி னான். அவன் கை கிடுகிடுவென்று கோழைத்தனம் ஏந்தி நடுங்கியது.

"அந்தப் பயலை என்ன செய்யப் போகிறாய்?" என்று கேட்டான். பீதியால் குரலோசை இரகசியம் பேசியது.

"வெளுக்கப் போகிறேன். அவங்க அப்பங்காரன் அவனுக்குக் குடுக்க வேண்டியதெ நான் குடுக்கப்போறேன். நான் விடப் போறதில்லை. செம்மையாகக் குடுக்கப்போறேன், அத்தையம்மா" என்று எஜமானியம்மாளைப் பார்த்துத் திரும்பிச் சொன்னான். அந்தப் பயலை நன்றாக இறுகப் பிடித்துக்கொண்டு வெயிலில் நின்றான்.

"இங்கே வச்சு அடிக்காதே. அந்தக் களுதைகள் வீச்சு வீச்சென்று கத்தும்" என்றாள் அத்தையம்மாள். பெகோனியா செடியில் அடர்ந்து வளர்ந்துகொண்டிருந்த இலைகளை சர்வ ஜாக்கிரதையாக வெட்டிவிட்டுக்கொண்டிருந்தாள். அவள் உதடு இறுக மூடியிருந்தது. இளகவில்லை. லாயத்துக்குக் கூட்டிக் கொண்டு போய்விடு. இந்தப் புழுகணிகள் நேத்து ராத்திரி அவ்வளவு ஸ்ட்ராபெரியையும் அடித்துக்கொண்டு போய் விட்டதுகள். சாப்பாட்டுக்கு வைக்க மருந்துக்கு ஒரு பழம் இல்லெடா ரெய்னால்ட்ஸ்."

"அத்தையம்மாள், அவனை அடிக்கவாண்டாம்னு சொல்லுங்க" என்றான் அந்தச் சின்னப் பையன்.

பூக்கள்மீது தான் வைத்த பார்வையை அவள் மாற்றினாள். அந்தச் சின்னப் பையன் அவள் பக்கத்தில் நின்றுகொண்டிருந்தான்.

"வேண்டாமே, வேண்டாமே, ஆஹா. அத்தையம்மா தயவு செய்து வேண்டாமே!"

பையன் அமைதியாகத்தான் பேசினான். 'ஆஹா' என்று அவன் வயதுக்கு மீறின வார்த்தையை உபயோகித்தது அவளை நிலைதடுமாற வைத்தது. அது சர்ச்சின் வார்த்தை, காவியத்தின் குரல்.

"ஆ, அவன் திருட்டுப்பயல் இல்லியா . . . திருடர பசங்களை . . ."

அந்தச் சின்னப் பையனின் பார்வை அவன் தன்னுடைய சிறு முஷ்டியை அவள் முகத்தெதிரே காட்டுவது மாதிரி இருந்தது.

"அத்தையம்மா, அத்தையம்மா தயவு செய்து ஆஹா தயவு செய்து அடிக்கவாண்டாம்னு சொல்லுங்க" என்றான் அந்தச் சின்னப் பையன்.

நாள் முழுவதும் கரையாமல் கன்னத்தில் ஒதுக்கிக் கொள்ளக்கூடிய முட்டாசி மாதிரி தோட்டமும் வெளியும் மெதுவாக இளம்பாகமாக இருந்தது.

அத்தையம்மாள் அவனுக்கு இட்ட செல்லப்பெயர் ஸ்கீடு. செல்லப்பெயரைச் சொல்லித்தான் அழைத்தாள். ஆனால் அவள் குரலில் காகம் கரைந்தது.

"டேய், நீ போய் உன் வேலையைப் பாருடா. ரெய்னால்ட்ஸ் அவன் வேலையைப் பாக்கட்டும். தண்ணி எடுத்துக்கொண்டு வா என்று உனக்கு நான் எத்தனை தடவை தான் சொல்லுகிறது" என்றாள்.

அந்தச் சின்னப் பையன் அவள் காலடியில் விழுந்து விட்டான். மன்றாடிக் கெஞ்சினான்.

அத்தையம்மாள் முகம் கருத்தது. அவன் கெஞ்சல் அவள் வாயிலிருந்து வசைவை வாரி இரைத்ததுதான் மிச்சம். தோட்டமே நாற்றமெடுக்கும்படி கொட்டித் தீர்த்துவிட்டாள். ரெய்னால்ட்ஸ் திருட்டுப்பயலைப் பிடித்து இழுத்துக்கொண்டு அந்தப் பக்கமாகப் போய்விட்டான். அந்தச் சின்னப் பையன் அவள் காலடியில் கிடந்து செயலற்ற கோபத்தால் புல்லைக் கடித்துக் கரும்பிக்கொண்டிருந்தான். அவன் கோபம் அப்பாவிப் புல்லின் மேல் பாய்ந்தது.

“டேய் இதைக் கேட்டுக்கோ” என்று அவனுடைய தோளைப் பிடித்துக் குலுக்கினாள். “இன்னிக்கி உங்க சித்தப்பா வரப் போறார். வீட்டிலே நீ இப்படிக் கத்திக்கொண்டு கிடந்தால் அவர் என்ன நினைப்பார்? அவர் யார் தெரியுமா ... சோல்ஜர். ஆம்பிளெப் பையன் இப்படி அழறதானா அவுமானமா இல்லெ. அவருக்கும் இதைப் பாத்தா சகிக்காது.”

அந்தச் சின்னப் பையன் அசையாது கிடந்தான்.

“சித்தப்பான்னா?”

“அப்பாவோட தம்பி” என்றாள் அத்தையம்மாள். “நீளமா மீசை வச்சிருப்பார். நீளமாப் பட்டாக்கத்தி வச்சிருப்பார்.”

பொழுதும் மங்க ஆரம்பித்தது. அந்தச் சின்னப் பையன் பாதைக்கு வந்து நடக்க ஆரம்பித்துவிட்டான். அப்பாகூடப் பிறந்த சித்தப்பா வருகிறார் என்பது மட்டுந்தான் அவன் நினைப்பிலிருந்தது. ஒவ்வொரு மரமும் ஒரு பெரிய எதிரியாகத் தோற்றும்படி அதையே நினைத்துக்கொண்டு நடந்தான். காலில் மாட்டியிருந்த ஷூலேஸ் அவிழ்ந்துகொண்டு அவன் கணுக் காலைச் சுருண்டு கவ்வ, இருளில் வெருண்டு தள்ளாடினான்.

டுரூரி சந்திக்கு வந்ததும் தைரியமாக வேலிக்கிடையில் பாம்பு மாதிரி நெளிந்து கொடுத்து கொண்டு நுழைந்துவிட்டான். ஓடையைத் தாண்டிக் குதித்தான். இச்சத்தம் அவன் காதில் கற்றுண்ட வீணை மாதிரி ஜிவ்வென்று ஒலித்தது. அவன் பயப்படவேயில்லை. அவன் ஓடின வேகத்தில் நாலைந்து ஜீவன்கள் வெருண்டு ஓடின. அவை புல்லுக்கிடையில் ஓடி மறைவதைப் பார்த்துக்கொண்டு நின்றான். கீழே ஓடையில் ஜலம் கண்ணாடி மாதிரிப் பளபளத்தது. வில்லோ செடிகளும் ஓடையில் எற்றுண்ட மென்மையான காற்று போலிருந்தது.

பால் காய்ச்சிச் செடியின் காய்கள் அவன் முழங்காலில் உராய்ந்தன. ஒரு விட்டில் அவனுடைய கன்னத்தை வருடிக்

கொண்டு பறந்தது. வீட்டுக்குள் விட்டில் ஒன்றைப் பார்த்ததுமே அவன் முதுகுக்குள் பயம் ஈட்டி கொண்டு பாய்ச்சும். ஆனால் இங்கே இந்த இருட்டிலே அது அவனுக்குப் பயமூட்டவில்லை. அவன் புல்தரையின் மேல் உட்கார்ந்துகொண்டான். வீட்டில் அனல் அடுப்பு முன்னால் அடைவாக உட்கார்ந்திருப்பதுபோல இருந்தது அவனுக்கு. அந்தத் திறந்தவெளியில் மூச்சுப் போல் பிறந்த காற்று வீட்டில் அவன் கழுத்தில் குளிருக்காகச் சுற்றிக் கட்டப்படும் கம்பளி மயிர்ப்பட்டி மாதிரி வெதுவெதுப்பாக இருந்தது.

அவன் அங்கேயே கிடந்து உறங்கிவிட்டானா அல்லது அத்தனை நேரமும் முழித்துக்கொண்டு கிடந்தானா என்பது அவனுக்கே தெரியாது. ஆனால் அவன் உட்கார்ந்த சிறிது நேரத்தில் அந்தப் பசுமாடுகள் எல்லாம் இருட்டுக்குள் இருந்து பிறந்து ஓடையை நோக்கி நடப்பதைக் கண்டான். அவை மெதுவாக நடந்து சென்றன. அவைகளின் தலைகள் முன்னங்கால் முன்பாகக் கட்டப்பட்ட வெண்கல மணிபோல் தொங்கிக் கிடந்தன. அவை ஓயாமல் அசை போட்டுக்கொண்டே நடந்தன. அவை வாய் ஓய்வதெல்லாம் மெதுவாகத் தலையை நிமிர்த்தி அம்மா என்று திரண்டு வரும் இருளூடே கத்துவதற்கே.

அவை அடித்தொண்டையினின்றும் அப்படிக் கத்துவது அந்தச் சின்னப் பையனுக்கு அழகாக இருந்தது. அவனும் அப்படிக் குரல் எடுத்துப் பார்த்தான். மாடு மாதிரித் தலையை ஏந்தி நிமிர்த்த முயன்றான். மூக்கைப் பசுவின் சிவந்த நாசிகள் போல அகலமாக்கிக்கொள்ள முயன்றான். அவை அறுவடை காலத்துச் சிவப்புச் சந்திரன் போலிருந்தன.

மலையைவிட்டு இறங்குகையில் அவை அவசரம் காட்டவில்லை. இரவு கொழிக்கும் இருளில் நடமாடித் திரிவதில் அவை ஆவல் காட்டின. அவை குதிரைகளாக இருந்திருந்தால், தன் நடமாட்டத்தில் சொற்ப சப்தத்தைக் கேட்டிருந்தால் பயந்துகொண்டு ஓடிவிட்டிருக்கும் என்று அந்தச் சின்னப் பையன் நினைத்தான். ஆனால் அந்தப் பசுமாடுகள் அவன் காலடியின் அருகில் புல்லைக் கறும்பிக்கொண்டு நடந்தன. அவனிருக்கும் மோப்பத்தை அவை பொருட்படுத்தவில்லை எனவிருந்தது. அவன் எப்படி அசைந்தாலும் அவை வெருள வில்லை. மாடுகளுக்கு அவன் இப்படியும் அப்படியும் திரும்புவதெல்லாம் சர்வசாதாரணம் போலும். அவனுக்கு அருகில் நின்ற பசுமாட்டின் முன்னங்கால்களை அவன் தடவிக்கொடுத்தான். அதைக் கண்டு அவை வெருளவில்லை. அதற்குப் பதிலாக அவன் கழுத்தை முகர்ந்து கொடுத்தது. மாட்டின் மூச்சு அவன் முகத்தில் வீசியதும் அவன் உள்ளம் கிளுகிளுத்தது.

புதுமைப்பித்தன் மொழிபெயர்ப்புகள்

அந்தச் சமயத்தில்தான் அவன் தடவிக்கொடுத்த பசு முழங்கால்களை உடம்படியில் முடக்கிக்கொண்டு தரையில் படுத்தது. இருட்டில் அதன் உருவம் முழுவதும் அவனுக்குத் தெரியவில்லை. அது அசைபோடுகிற மாதிரியிலும் மூச்சுவிடும் தோரணையிலுமிருந்து அது படுத்துக்கொண்டுவிட்டதென்று நினைத்தான். அதனண்டையில் இன்னும் சற்று நெருங்கினான். அது கண்டுகொண்டது மாதிரி காட்டிக்கொள்ளவில்லை. அதன் கழுத்தைத் தடவிக்கொடுத்தபோதும் அது அசைய வில்லை. விறைத்துக்கொண்டு நன்றாக வளைந்து சுருண்டிருக்கும் அதன் காதுகளை உள்ளங்கை கொண்டு தடவினான். அது இதமாகக் காதுகளைத் திருப்பிக்கொடுத்துக்கொண்டிருந்தது.

அந்தச் சின்னப் பையன் அதன்மேல் சாய்ந்து படுத்துக் கொண்டான். தன்னுடைய ஒல்லியான முதுகை அதன் எலும்பில் சாத்திக்கொண்டான். அது அசை போட்டு, அசை போட்டு மடக்குமடக்கென்று உள்ளே தள்ளுவதை அவனுடைய தேகம் ஸ்பரிசித்தது. அலைபுரள்வது போல சுருண்டோடும் அசைவு அதன் சதைக் கோளங்களில் புரண்டு சென்றது. அந்தச் சின்னப் பையன் பசுமாட்டின் கழுத்தில் தன் முகத்தை வைத்துக்கொண்டான். பசு போடும் அசை அவன் காதில் இன்பகரமாக ஒலித்தது. மனதில் குளுமை கண்டது. வாயிலிருந்து செல்லும் உணவை எதிரேற்கும் வயிற்றில் பிறக்கும் நாதம் அவன் காதுக்கும் கேட்டது. தழையிலே அது உண்ணக்கூடிய வயலட், குளோவர் செடிகள் அதன் முன்னால் படர்ந்து கிடப்பதைக் கைகளால் தொட்டுப் பார்த்து அறிந்தான். அதன் மடியில் படுத்துக்கிடக்கும்போது அதன் மடுவில் நிறைந்துள்ள பாலை நினைத்தான்.

இந்த வயல்வெளியில் அந்தப் பசுமாட்டின்பேரில் சாய்ந்து கொண்டிருப்பது எவ்வளவு சுகமாக இருக்கிறது என நினைத் தான். இவன் இவ்வாறு நினைத்துச் சோர்ந்து கிடக்கும்போது திடீரென்று தலையை உலுப்பி அவன் விலாவில் பலமான அடி கொடுத்தது. அவனுடைய குழம்பிய மனம் நிதானப்பட்ட போது ஈ எதுவும் அதைத் தொந்தரவு படுத்தி இருக்க வேண்டும்; இல்லாவிட்டால் அப்படிப் பலமாக அடிக்கக் காரணமில்லை என்று நினைத்தான். அது தனது முகத்தைத் திருப்பி அவனுடைய கைமீது உராய்ந்து கொடுத்துக்கொண்டபோது இந்த நினைப்புத் தான் அவன் மனதிலிருந்தது. தாய்ப்பூனைக் குட்டிகளை மோந்துகொடுக்கிற மாதிரி அதன் மூச்சு அவன்மேல் தாக்கியது. அந்தக் காற்றே அவனைத் தூக்கிக்கொண்டுபோய் வயலுக்கு அப்பால் தள்ளிவிடும் என்று நினைத்தான். மோப்பம் பிடித்துத் திருப்தியடைந்தபின் அவன் கையை நக்கிக்கொடுக்க ஆரம் பித்தது. விரல் ஒவ்வொன்றையும் சுரசுரப்பான நாவால்

குளோவர் தண்டுகளை நக்குவது போல நக்கிக்கொடுத்தது. அது முடிந்ததும் அவன் சட்டையை நக்கிக்கொடுத்தது. பிறகு கழுத்து, காது, தலை, தலையிலுள்ள மயிர் எல்லாவற்றையும் நக்கிக்கொடுத்தது. வேறு யாராவது இந்த மாதிரிச் செய்திருந்தால் அந்தச் சின்னப் பையனுக்குத் தோலே உறிந்து போயிருக்கும். அவ்வளவு பரிவுடன் நக்கிக்கொடுத்தது.

அப்போதுதான் அர்த்தசந்திரன் மரங்களுக்கு மேலே வந்தது. 'அம்மா பசு' சமிக்ஞை எதுவும் இல்லாமலே திடீரென்று எழுந்து நின்றது. காலை நிமிர்த்திக்கொடுத்துக்கொண்டது. எல்லையற்ற ஏக்கம் அந்தச் சின்னப் பையன் உள்ளத்தில் பாய்ந்தது. அந்தப் பசு மெதுவாக வாலை ஆட்டிக்கொண்டு சென்றுவிட்டது. பையனும் மனதில்லாமல் மலையிலிருந்து இறங்கி வர ஆரம்பித்தான். சந்திரனொளியில் உலகம் முழுவதுமே மறுபடியும் திரும்பி வர ஆரம்பித்தது. மரங்கள் இருட்டிலிருந்து வெளிவந்தன. கடல் போல் புல் அலையாடியது. தண்ணீர்க் கரையை அடைந்ததும் அந்தச் சின்னப் பையன் சற்று நின்றான். ஓடையின் மத்தியில் உடைபட்ட சந்திரன் அசைவாடிக்கொண்டிருந்தான். அதன் ஓரத்தருகில் கை கொடுத்து அதை அப்படியே தண்ணீரிலிருந்து தூக்கிவிடக் குனிந்து முயன்றான். சில நிமிஷங்கள் கழித்து பழையபடியும் அந்தச் சின்னச் சந்திரன் அசைவாடிக்கொண்டிருந்தான். அந்தச் சின்னப் பையனுடைய கைகள் ஈரம்பட்டுக் குளிரெடுத்தது.

அந்தச் சின்னப் பையன் வேலியைத் தாண்டிப் புழுதி படிந்த பாதை வழியாக நடந்தான். அந்த விபரீத வெளிச்சத்தில் பழைய பாதைத் தடங்கள் தெரிந்தன. வீட்டின் வெளிக் கேட் அருகில் வந்தபோது ஏதோ ஒருவிதமான மனிதப் பிராயத்துப் பீதி அவனைக் கவ்வியது. அவன் கதவைத் தள்ளித் திறந்து கொண்டு உள்ளே புகுந்து நடந்தான். முன்மேடையில் யாரோ ஒரு மனிதன் புகைக்குழாய் பிடித்தபடி உலாத்திக்கொண்டிருந்தான். அந்தச் சின்னப் பையன் சற்றுநேரம் நின்றுகொண்டிருந்தான். அந்த மனிதனும் தோட்டத்தைப் பார்த்துவிட்டுத் தன்னுடைய நடமாட்டத்தை நிறுத்திக்கொண்டான்.

"ஹல்லோ" என்றான். அவனுக்கு மீசையில்லை.

"நீதான் சித்தப்பாவா?" என்றான் அந்தச் சின்னப் பையன்.

"சரியாக் கண்டுபிடிச்சுட்டியே!" என்றார் சித்தப்பா.

"என்னை அடிக்கமாட்டியே?" என்றான் அந்தச் சின்னப் பையன்.

"சித்தப்பான்னா அப்படித்தான் செய்யணுமா?" என்றார் அவர்.

"நான் ஓடியே போனேன்; எங்கப்பா இருந்தா என்னை இப்ப அடிப்பார்" என்றான் அந்தச் சின்னப் பையன்.

"என்னடா ரொம்பப் பெரிய மனுஷனாட்டமா!" என்றார் சித்தப்பா.

அந்தச் சின்னப் பையன் அவரையே பார்த்துக்கொண்டு மௌனமாக நின்றான். சித்தப்பா தலையைத் திருப்பிப் பின்புறமாகப் பார்த்தார்.

"கொஞ்ச தூரம் இந்த ரோட்டில் நடந்துவிட்டு வரலாம் வாரியா" என்று கீழ்த்தொண்டையில் கேட்டார் சித்தப்பா.

○ ○

ஸ்வீடன்

தெய்வம் கொடுத்த வரம்

பியோர்ண்ஸ்டர்ண் பியோர்ண்ஸன்

இந்தக் கதையில் வருகிறவன்தான் அவனுடைய ஊரிலேயே ரொம்பவும் பெரிய பணக்காரன். தவிரவும் அந்த வட்டாரத்திலேயே அவனுக்குத்தான் ரொம்பவும் சொல் சக்தி உண்டு. அவன் பெயர் தார்ட் ஓவராஸ். ஒரு நாள் அவன் உபதேசியார் வீட்டுக்குள் நுழைந்தான். அவர் படித்துக் கொண்டிருக்கும் அறையில் போய் நின்றான். அவன் முகம் வந்த ஜோலிக் கவலையைக் காட்டியது.

"எனக்கு மகன் பிறந்திருக்கிறான், அவனுக்கு ஞானஸ்நானம் கொடுக்க வேண்டும்" என்றான்.

"என்ன பெயர் வைக்கப்போகிறாய்?"

"பின் என்று – எங்கப்பா பெயர்."

"ஓதியிட கூட யார் வரப்போகிறார்கள்?"

பெயர்கள் அறிவிக்கப்பட்டன; தார்டின் உறவினரில் நல்ல பேர் எடுத்தவர்கள்.

"வேறு என்ன வேண்டும்?" என்றார் உபதேசியார்.

அந்த மனிதன் கொஞ்சம் தயங்கினான்.

"அவனுக்கு மட்டும் தனியாக ஞானஸ்நானம் கொடுக்க வேண்டும் என்று ஆசையாக இருக்கிறது" என்றான்.

"அதாவது ஞாயிற்றுக்கிழமை தவிர வேறு ஏதாவது ஒரு நாளில்; உனக்கு எப்பொ சவுகரியம்?"

“வருகிற சனிக்கிழமை பகல் பனிரண்டு என்றால் தேவலை.”

“வேறு ஏதாவது உண்டா?”

“வேறு ஒன்றுமில்லை. அவ்வளவுதான்” என்று தொப்பியை எடுத்துச் சுழற்றிக்கொண்டு புறப்பட யத்தனித்தான்.

உபதேசியார் எழுந்து நின்றார். “இன்னும் வேறு ஒன்றும் இருக்கிறது” என்றுகொண்டே அவனிடம் நெருங்கி வந்து அவனுடைய கைகளைப் பிடித்துக்கொண்டு “குழந்தை உனக்குக் கடவுள் அளித்த நல் ஆசியாக அமைவானாக. அவன் அருள்” என்றார்.

பதினாலு வருஷங்கள் கழிந்த பிறகு மறுபடியும் ஒரு நாள் உபதேசியார் முன்னிலையில் நின்றார்.

“வயசுக் களை உடம்பிலெ கொஞ்சம்கூடத் தட்டலியே” என்றார். அவனிடம் துளி மாறுதல்கூட உபதேசியாருக்குத் தெரியவில்லை.

“அதற்குக் காரணம் எனக்குத் தொல்லை எதுவும் இல்லை என்பதுதான்” என்றான் தார்ட்.

உபதேசியார் இதற்கு ஒரு பதிலும் அளிக்கவில்லை. சிறிது நேரம் மௌனமாக இருந்துவிட்டு “இப்பொழுது வந்திருப்பதற்கு என்ன விசேஷமோ?” என்று கேட்டார்.

“நம்ப புத்திர பாக்கியத்தைப் பற்றித்தான், மதப்பிரவேசச் சடங்குக்காகத்தான்.”

“அவன் ரொம்பக் கெட்டிக்காரப் பயல்.”

“சர்ச்சில் அவன் எங்கே உட்காருவான் என்பது தெரிந்து கொண்ட பிற்பாடுதான் உபதேசியாருக்குக் காணிக்கை வேண்டும் என்று ஆசை” என்றான்.

“அவன் ஒண்ணாவது இடத்தில் உட்காருவான்.”

“அப்படித்தான் சொல்லிக்கொண்டார்கள். இதோ காணிக்கை . . . வைத்திருக்கிறேன்.”

“என்னால் வேறு ஏதாவது தேவையா?”

“ஒண்ணுமில்லை.”

தார்ட் வெளியேறினான்.

எட்டு வருஷங்கள் கழித்து ஒரு நாள், உபதேசியார் உட்கார்ந்து படிக்கும் அறைக்கு வெளியே சந்தடி கேட்டது. கும்பலாகப் பலர் வந்துகொண்டிருந்தார்கள்.

தார்ட் முதலாவதாக உள்ளே நுழைந்தான்.

பாதிரியார் ஏறிட்டுப் பார்த்தார். உடனே அவனை அடையாளம் கண்டுகொண்டார்.

"இன்னிக்குச் சாயங்காலம் ஏது பரிவாரத்தோட வந்திருக்கிறாய்? என்ன விசேஷம்?" என்றார்.

"என் மகனுக்குக் கலியாண கட்டியம் அறிவிக்கணும்னு உங்களிடம் தெரிவிச்சுக்கிட வந்திருக்கிறேன். இதோ என் பக்கத்தில் நிற்கிறாரே குட்மன்ட். இவருடைய மகள் க்ரென் ஸ்டார்லிடனை ... என் மகன் கலியாணம் செய்துகொள்ளப் போகிறான்" என்றான்.

"ஊரிலேயே பணக்காரப் பெண் அல்லவா அவள்" என்றார் உபதேசியார்.

"அப்படித்தான் சொல்லிக்கொள்ளுகிறார்கள்" என்று சொல்லிக்கொண்டு தலையைத் தடவிக்கொண்டான் குடியானவன்.

ரொம்பவும் ஆழ்ந்த யோசனையிலிருப்பவர் போல உபதேசியார் சிறிது நேரம் மௌனமாக இருந்தார். பிறகு வாய் பேசாமல் சர்ச்சு ஜாபிதாவில் பெயர்களைப் பதிந்து கொண்டார். வந்தவர்கள் அதன் கீழ் கையெழுத்திட்டார்கள். தார்ட் மூன்று நோட்டுகளை எடுத்துவைத்தான்.

"இதில் ஒன்றுதான் பெற்றுக்கொள்ள எனக்கு அவகாசம் உண்டு" என்றார்.

"அது எனக்குத் தெரியும். இவன் எனக்கு ஒத்தைக்கொரு மகன். கொஞ்சம் செழிப்பா நடத்தவேண்டும் என்று ஆசை."

உபதேசியார் பணத்தை எடுத்துக்கொண்டார்.

"தார்ட், உன் மகனுக்காக என்னிடம் இப்படி வந்தது இது மூணாம் தடவை" என்றார்.

"ஆமாம், இன்றோடு பொறுப்பு விட்டது" என்று சொல்லி விட்டுப் பையை மடித்துக் கட்டிக்கொண்டு தார்ட் வெளியேறினான்.

கூட வந்தவர்களும் மெதுவாக வெளியேறினார்கள்.

பதினைந்து நாள் கழித்து தகப்பனும் மகனும் ஏரி மார்க்கமாக ஸ்டார்லிடனுக்குப் படகோட்டிச் சென்றார்கள். ஏரியும் அமைதியாக சலனமற்று இருந்தது. காற்றும் துளிக்கூடக் கிடையாது. கலியாணத்துக்கு ஏற்பாடுகள் செய்வதற்காக இவர்களிருவரும் போய்க்கொண்டிருந்தார்கள்.

“இந்தக் குறுக்குப் பலகை உரமாக இல்லை” என்றுகொண்டு மகன் தான் உட்கார்ந்திருந்த பலகையைச் சரிப்படுத்திச் சொருக, நேர்படுத்திச் சொருக எழுந்து நின்றான்.

அதே நிமிஷத்தில் அவன் நின்றிருந்த பலகை கழன்று விழுந்தது. காற்றைப் பிடிப்பது போலக் கைகளை உதறி விரித்து ஒரே ஓலத்துடன் ஜலத்துக்குள் விழுந்தான்.

“இந்தத் துடுப்பை எட்டிப் பிடித்துக்கொள்” என்று கூச்சலிட்டபடி தகப்பன் துள்ளி எழுந்து துடுப்பை நீட்டினான்.

ஆனால் இரண்டொரு முயற்சிக்குள் மகன் விறைத்து விட்டான். புரண்டு சரிந்து தண்ணீருக்குள் மூழ்கினான்.

போகுமுன் தகப்பனைத் தைக்கும் பார்வை, நெடிதாக ஏறிட்டுவிட்டு மறைந்தான்.

தார்ட் பிரமித்துவிட்டான். தனக்கே நம்ப முடியாத சம்பவமாக இருந்தது. படகை ஆடாமல் அசையாமல் நிறுத்தி மகன் மூழ்கிய இடத்தில் ஆழத்தைத் துழாவுவது போல நோக்கினான். அவன் மறுபடியும் மேலே வராமலா போகப் போகிறான் என்ற நம்பிக்கை. அந்த இடத்தில் சில குமிழிகள் மேலே வந்தன. இன்னும் சில வந்தன. கடைசியில் பெரிதாக ஒன்று வெளிவந்து உடைந்தது. ஏரி மீண்டும் அமைதி பெற்று பளிங்குபோலாயிற்று.

மூன்று பகல், மூன்று இரவு தகப்பன் அன்ன ஆகாரமில்லாமல் அந்த இடத்தைச் சுற்றிச்சுற்றி வட்டமிட்டுப் படகோட்டுவதை ஜனங்கள் பார்த்தார்கள். மகனுடைய உடலத்தை எடுக்க ஏரியில் துழாவி அரித்துக்கொண்டிருந்தான். மூன்றாவது நாள் காலை அதைக் கண்டெடுத்துத் தன் கைகளில் ஏந்தி மலைவழியாகத் தன்னுடைய பண்ணைக்கு எடுத்துச் சென்றான்.

அந்த நாள் கழிந்து சுமார் ஒரு வருஷ காலம் ஆகிவிட்டிருக்கும். இலையுதிர் காலத்தில் பொழுது சாய்ந்து வெகு நேரமாகிய பின் யாரோ ஒருவன் உபதேசியார் அறையில் வெளிவாசலில் நின்று கதவைத் திறப்பதற்காகத் தாழ்ப்பாளைத் தடவுவது போலக் கேட்டது. அவர் எழுந்து போய்க் கதவைத் திறந்துவிட்டார். அப்பொழுது மெலிந்து போய் கூறும் நரையும் பட்ட ஒரு மனிதன் உள்ளே வந்தான். அடையாளம் கண்டு கொள்ளுமுன் அவனை நெடிது நேரம் உற்று நோக்க வேண்டியிருந்தது உபதேசியாருக்கு.

வந்தவன் தார்ட்தான்.

“ஏன் இத்தினி நேரங்கழித்து இரவில் நடமாடுகிறாய்?” என்று கேட்டார் உபதேசியார். அவர் அவன் முன்பு நின்று கொண்டிருந்தார்.

“ஆமாம் நேரமாயிட்டுதுதான்” என்று சொல்லிக்கொண்டே தார்ட் ஓரிடத்தில் அமர்ந்தான்.

உபதேசியாரும் உட்கார்ந்தார். எதற்காகவோ காத்திருப்பது போல உட்கார்ந்திருந்தார். நெடிய, நெடியதொரு மௌனம் இடை நின்றது. பிறகு தார்ட் பேசினான்.

“என்னிடம் இருப்பதை ஏழைகளுக்குக் கொடுக்க ஆசைப் படுகிறேன். என் மகன் பேரில் அந்தத் தருமம் தொலங்கும்படி போட்டுவைக்க வேணும்” என்றான் தார்ட்.

அவன் எழுந்துபோய் பணத்தை மேஜைமேல் வைத்து விட்டுத் திரும்பிவந்து உட்கார்ந்தான். உபதேசியார் அதை எண்ணினார்.

“ரொம்பத் தொகையாச்சுதே” என்றார்.

“இது என் பண்ணையின் பாதி விலை. அதை இன்று தான் விற்றேன்.”

உபதேசியார் வெகுநேரம் மௌனமாக உட்கார்ந்திருந்தார். கடைசியாக ஆதரவோடு “இனி என்ன செய்ய உத்தேசித்திருக் கிறாய் தார்ட்?” என்றார்.

“இதைவிட ஏதாவது நல்லதிருந்தால் செய்ய” என்றான்.

அவர்களிருவரும் நெடுநேரம் அப்படியே உட்கார்ந்திருந் தார்கள். தார்ட் குனிந்த தலை நிமிராமல் இருந்தான். உபதேசி யார் அவன்மீது வைத்த கண் மாறாமல் அமர்ந்திருந்தார்.

பிறகு உபதேசியார் ஆதரவும் பரிவும் கலந்த குரலில் கனிவோடு, “தார்ட், உம்முடைய மகன் கடைசியாக உமக்கு வாஸ்தவமான ஆசியைப் பெற்றுத்தந்திருக்கிறான் என்றுதான் நினைக்கிறேன்” என்றார்.

“நானும் அப்படித்தான் நினைக்கிறேன்” என்றான் தார்ட். இரண்டு பெரிய நீர்த்துளிகள் அவன் கண்களில் பிறந்து கன்னங்கள் வழியாக மெதுவாக உருண்டோடின.

❍❍

ஸ்வீடன்

கிழவி

ஸெல்மா லேகர்லாப்

மலைப்பாதை வழியாக ஒரு கிழவி நடந்துகொண்டிருந்தாள். மெலிந்து குறுகியவள்தான். எனினும் முகத்தின் வண்ணம் வாடவில்லை. சதைக் கோளங்கள் மரத்துத் தொய்ந்து திரிதிரியாகத் தொங்கவில்லை. அவளுடைய நடையிலும் கிழடு தட்டவில்லை. நீண்ட சட்டையும் லேஸ் வைத்துத் தைத்த குல்லாயும் போட்டுக்கொண்டிருந்தாள். கையில் ஜெபப் புஸ்தகமிருந்தது. கழுத்துத் துணியில் லவண்டர் பூக்கொத்து ஒன்றைச் சொருகி இருந்தாள்.

மலைச்சரிவிலே மரங்கள் வளரக்கூடிய வளத்தைக் குளிரினால் இழந்துவிட்ட பிராந்தியத்திலே அவள் ஒரு குடிசையில் வசித்துவந்தாள். விசாலமான பனிக்கட்டி ஆறு ஓரத்தில் அந்தக் குடிசை இருந்தது. மலையுச்சிக்கு மூடியிட்ட பனிக்கட்டிகள் திரண்டு இந்த ஆற்றுக்கு ஜீவனைத் தந்து பள்ளத்தாக்கு வரை உந்தித் தள்ளி ஓட்டியது. அங்கே அந்தக் கிழவி தன்னந்தனியாய் வசித்துவந்தாள். அவளது உற்றார் உறவினர் யாவருமே செத்து மடிந்துவிட்டார்கள்.

அன்று ஞாயிற்றுக்கிழமை. கர்த்தருடைய ஓய்வு நாள். அவள் சர்ச்சுக்குப் போய்விட்டுத் திரும்பி வந்துகொண்டிருந்தாள். புனித யாத்திரையால், அவளது மனம் ஏனோ மகிழ்ச்சியால் தழைக்காமல் சோர்வால் தள்ளாடியது. உபதேசியார் சாவைப் பற்றியும் செத்து மடிந்த பாவிகளின் ஆத்மாக்களைப் பற்றியும் அன்று செய்த உபதேசம் அவள் மனத்தில் வெகுவாய்ப் பதிந்திருந்தது. தான் இப்போது வசிக்கும் குடிசைக்கும் மேலே, மலையுச்சியிலே பாவிகளின் ஆத்மாக்கள் கணக்கிலடங்காமல்

திசை கெட்டுத் தடுமாறித் திரிகின்றன என்று சிறுபிள்ளைப் பிராயத்தில் யாரிடமோ கேட்டிருந்தது அவளுக்கு ஞாபகத்துக்கு வந்தது. பனிப்பாறைகள்மீது உலாவித் திரியும் இந்தக் களைப் பறியாச் சாயைகளை ஊசிக் குளிர்காற்று விரட்டிவிரட்டி வேட்டையாடுகிறது என்று கதைகதையாகக் கேட்டதெல்லாம் நினைவுக்கு வந்தது. மலைப்பயம், மகா பயப்பிராந்தி அவளைப் பற்றிக்கொண்டது. அவளது குடிசை பயங்கரத்தைத் தரும் எட்டாத்தொலைவில், உச்சாணிச் சரிவில் இருப்பதாக அவளுக்குப் பட்டது. அந்த மலையுச்சியில் திரியும் மாயாவிச் சமுதாயம் கீழே இறங்கிவிட்டாலோ; என்ன நினைப்பு. தன்னந் தனியாக அந்தக் குடிசையில் அவள் வசிக்கிறாள். தனிமைப்பாடு என்ற அந்த நினைப்பு எப்பொழுதுமே அவள் மனதைத் தின்றுகொண்டிருந்தது. சோகப் படுதாவைப் போட்டு மூடியது. அதை நினைக்க அக்னேட்டாவுக்கு மனம் இன்னும் கொஞ்சம் சோகத்தில் அழுந்தியது. மனிதப் பூண்டற்ற இடத்தில் அவ்வளவு தொலைவில் வசிப்பதென்றால் கஷ்டந்தான்.

அவள் தனக்குள்ளாகவே பேசிக்கொள்ள ஆரம்பித்தாள். அந்த மலைத் தனிமையிலே இருந்திருந்து அவளுக்கு அந்தப் பழக்கம் வந்துவிட்டது. “அடியே நீ அங்கே அந்தக் குடிசையிலே உட்கார்ந்து நூற்றுத் தள்ளுகிறாய். பட்டினி கிடந்து மடியா மலிருக்க ஓயாமல் ஒழியாமல் நூற்றுநூற்றுச் சாகிறாய். நீ உசிரோடே இருப்பதால் யாருக்குச் சந்தோஷம்? ஏண்டி யாராவது இருக்காளா? உன்னுடையவர்கள் யாராவது உசிரோடே இருந்தால் ஒருவேளை அப்படி இருக்கலாம். இன்னும் கொஞ்சம் தள்ளி ஊருக்குப் பக்கத்திலே நீ குடியிருந்தா யாருக்காவது உபயோகமா இருக்காதா? நாயும் பூனையும்கூட உன்னுடன் வளரவொட்டாமல் உன் வறுமை தடுக்கிறது வாஸ்தவந்தான். இருந்தாலும் அகதி என்று வருகிறவன் முடக்க இராத்திரி உன்னால் இடம் கொடுக்க முடியுமே. வழியைவிட்டு அவ்வளவு தள்ளி இருப்பார்களா? ‘அம்மா நாக்கு வரளுது’ என்று வருகிற நாடோடிக்கு ஒரு சிரங்கைத் தண்ணீராவது கொடுக்கலாமே. அப்படி இருந்தாலும் நாலு பேருக்கு உபகார மாப் பொழுதைக் கழிப்பதாக நீ திருப்திப்படலாமே.”

அவள் பெருமூச்சுவிட்டாள். நூற்பதற்குச் சணல் நார் கொடுக்கும் குடியானப் பெண்கள்கூடத் தான் செத்துப்போன தாகக் கேள்விப்பட்டால் ஒரு பொட்டுக் கண்ணீர் விடுவார்கள் என்று நினைத்தாள். மனதிலே குறை வைக்காமே கடவுளுக்குப் பொதுவா உழைக்க அவள் முயன்றதில் சந்தேகமில்லை. அவளை விடத் தொறனயா வேலையைச் செய்யக் கோடானுகோடி இருக்கவும் கூடும்.

சர்ச்சில் இத்தனை வருஷங்களாக அந்த மூலையில் உட்கார்ந்துகொண்டிருப்பதைப் பார்த்துப்பார்த்துக் கண்பூத்துப் போன உபதேசியாருக்கு அவள் அங்கே உட்கார்ந்திருக்கிறாளா இல்லையா என்பதில் அக்கறைகூட இருக்காது என்று அவள் மனதில் ஒரு நினைப்புத் தோன்ற அவளுக்கு அழுகை வந்தது.

'நான் செத்து மடிந்தவள்தான். நான் இருந்தால் என்ன? செத்தால் என்ன? அதில் யாருக்கு அக்கறை? குளிரும் துன்பமும் என்னைப் பனிக்கட்டியோடு பனிக்கட்டியாக உறையவைத்து விட்டது. நானில்லாவிட்டாலும் என் நெஞ்சு அப்படிப்போச்சு. என்னைத் தேடுகிறவர்கள் என்று யாராவது ஒருத்தர் இருந்தால், நான் உபகாரமாக இருக்கக்கூடிய ஒருவரை நீ எனக்குக் காண்பித்துக்கொடுத்தால் நான் இப்படியே உடம்பைக் கீழே போட்டுவிட்டுச் செத்துப்போவேன்' என்று வானத்தை நோக்கி விரலை ஆட்டிப் பத்திரம் காட்டினாள்.

அந்தச் சமயத்தில் நெட்டநெட்டென்று வளர்ந்து முகத்தில் சந்தோஷக்களை அற்ற ஞானம் ததும்பும் முகதேஜஸ் கொண்ட சாமியார் அந்த வழியாக அவளை நோக்கி வந்தார். அவள் மனம் சங்கடப்பட்டிருக்கிறது என்பதைக் கண்டுகொண்டு போகும் திசையை விட்டுத் திரும்பி அவளுடன் நடக்கலானார். தான் உபகாரமாக இருக்கக்கூடிய ஒருவரைக் கடவுள் தன்னிடம் அனுப்பாவிட்டால் பனிப்பாறையில் சஞ்சரித்துத் திரியும் அந்த சஞ்சல ஜீவன்கள் போல ஆகிவிடப்போவதாக அவள் கூறினாள்.

"கடவுளால் அப்படிச் செய்ய முடியுமே" என்றார் சாமியார்.

"இந்த உசரத்தில் கடவுளுக்குச் சக்தி கிடையாது என்பது உங்களுக்குத் தெரியவில்லையா" என்றாள் அக்னேட்டா. "இங்கே குளிரைத் தவிர, தனிமையைத் தவிர வேறு ஒன்றுமில்லே" என்றாள்.

இவர்கள் மலைச்சரிவில் நெடிய தூரம் உயர ஏறிச்சென்றார் கள். பாசியும் ஊசிக்கதிர் போன்று இலைவிடும் குத்துச்செடி களும் இருந்த பாதைவழியாக நடந்தார்கள். ஒருபுறம் பாறைச் சரிவு. பனிப்பாறையின் அடியிலே காணப்பட்ட குடிசையைக் கண்டார் சாமியார்.

"ஓகோ! அங்கேயா நீ குடியிருக்கிறாய்? அங்கே நீ தனியாக இல்லியோ, போதுமான ஆட்கூட்டம் இருக்குமே. அங்கே பாரு!"

இப்படிச் சொல்லிக்கொண்டே சாமியார் விரல்களை வளையம் போல் சுருள வளைத்துக்கொண்டு அதனூடே அவள் பார்ப்பதற்கு இசைவாக இடது கண் அருகில் காட்டி

னார். அக்னேட்டா பயந்துபோய்க் கண்களை மூடிக்கொண்
டாள். "அங்கே எதுவாவது பார்க்கக் கூடியது இருந்தாலும்
எனக்குப் பார்க்கப் பிரியமில்லை. இங்கே இருந்து தொலையறதே
போதும்" என்றாள்.

"சரி போய்விட்டுவா. இன்னொரு தடவை பார்க்கலாம்னா
முடியாது" என்றார் சாமியார்.

வார்த்தை, ஆசையைத் தட்டித் தூண்ட, வட்ட வளையத்
தின் ஊடே பனி மூடிய மலையைப் பார்த்தாள். முதலில்
ஒன்றும் தெரியவில்லை. அதிகமாக ஒன்றும் தெரியவில்லை.
பிறகு கொஞ்சங் கொஞ்சமாக வெள்ளையாக ஏதோ பனிக்கட்டி
மேலே நடமாடுவது மாதிரி தெரிந்தது. முதலில் பஞ்சு என்று
அவள் நினைத்தாள். லேசா நீல ஓட்டத்துடன் கூடிய சாயைகள்
எல்லாம் பாவியான ஆத்மாக்கள். கோடானகோடி.

குறுகிக்கிடந்த கிழ அக்னேட்டா காற்றடிபட்ட இலை
போல வெடவெடவென்று நடுங்கினாள். குழந்தைப் பிராயத்தில்
அவள் கேட்டிருந்ததெல்லாம் அங்கே தெரிந்தது. செத்து மடிந்த
வர்கள் துர்மரணப்பட்டவர்கள். அங்கே நித்தியமான குளிரிலே
சொல்லவொண்ணாத உளைச்சல்களை அனுபவித்துக்கொண்டு
திரிந்தார்கள். மீண்டும் பார்த்தாள். அந்தக் கூட்டத்தில் ஏறக்
குறைய எல்லோரும் ஏதோ நீண்டு வெளுத்த ஒன்றைப் போர்த்தி
யிருந்தனர். ஆனால் தலைக்கும் காலுக்கும் மட்டிலும் ஒன்று
மில்லை. அங்கே கணக்கிலடங்காதோர் சஞ்சரித்துத் திரிந்தார்கள்.
அவள் பார்க்கப்பார்க்க மேலும்மேலும் கூட்டம் ஓய்வில்லாமல்
வந்துகொண்டே இருந்தது. சிலர் நிமிர்ந்து நடை போட்டுத்
தலைவணங்காமல் நடந்தார்கள். மற்றவர்கள் நடந்து செல்லுவதே
குதித்துக்குதித்துப் போவது போல இருந்தது. அவர்கள் ஒவ்வொ
ருத்தர் காலும் பனிக்கட்டி குத்தி இரத்தப் பிரவாகம் வழிந்தபடி
இருந்தது.

கொஞ்சம் சூடு ஏறாதா என்று உடம்போடு உடம்பு
ஒட்டி நெருங்க அவர்களில் பலர் முயன்றனர். ஆனால்
சாவின் விறைத்துப்போன குளிர்ச்சிதான் அவர்களுடைய
உடலை விட்டுப் படர்ந்தது. அதனால் அவர்கள் நெருங்கவும்
பயந்து விலகிச் சென்றார்கள். மலை உச்சியிலே விளைந்த
குளிர்ச்சி அவர்கள் உடலிலிருந்து பிறந்தது. அவர்கள்தான்
பனிக்கட்டியை உருகவிடாதபடி செய்கிறார்கள். மூடுபனிக்கு
இவ்வளவு ஊசிக் குளிர்ச்சி கொடுத்தார்கள் என்று நினைக்கும்
படியாயிருந்தது.

சிலர் நடமாடாமல் பனியில் விறைத்துப்போய் வருஷக்
கணக்காய் நிற்பது போலும் தென்பட்டது. அவர்களுடைய

உடம்பின் மேல்பகுதிதான் தெரிந்தது. மற்றதெல்லாம் பனிக் கட்டியுள் மறைந்து மூழ்கிக் கண்ணுக்குத் தெரியாமல் கிடந்தன.

பார்க்கப்பார்க்க கிழவிக்கு மனத்தில் பதட்டம் நின்றது. பயம் நீங்கியது. முன்போல் பயப்படாமல் துன்பப்படும் அந்த ஆத்மாக்களுக்காக அவள் பரிவு கொண்டாள். அவர்களுக்குத் தங்க இடமில்லை. வெட்டுண்டு சிதைந்த காலைத் தரிக்க இடமில்லை. அவர்களும் அந்தக் கொடும் குளிரில் ஈட்டிக்குத்து போல் உடம்பைத் துளைக்கும் குளிரில் எப்படி நடுங்குகிறார்கள்!

அந்தக் கூட்டத்தில் சிசுக்களும் உண்டு. அவர்கள் முகத்தில் இளங்களை மாறிவிட்டது. முகம் குளிரால் நீலம் பாரித்துப் போயிருந்தது. அவர்கள் விளையாடுவது போலத் தெரிந்தது. ஆனால் அவர்கள் மகிழ்ச்சியெல்லாம் செத்து மடிந்து கிடந்தது. அவர்கள் வெடவெடவென்று நடுங்கிக்கொண்டு தொண்டு கிழங்களைப் போல நடந்தார்கள். பையன்களும் பெண்களும் மாதிரியாகவா தெரிந்தது? அவர்களுடைய கால்களெல்லாம் பனிக்கட்டிகளையே நாடி அதன்மேல் ஊன்றுவது போலத் தெரிந்தது.

சாமியார் கையை எடுத்துவிட்டார். கிழவி கண்களுக்கு வெற்றுப் பனி வனாந்தரம் தவிர வேறு ஒன்றும் புலப்படவில்லை. அங்கும் இங்குமாகப் பனிக்கட்டி சில திக்காலுக்கு ஒன்றாகக் கிடப்பது போலத் தென்பட்டது. ஆனால் அவை மடிந்து மறைந்தவர்களின் உயிரையே அடக்கிவைத்திருந்தது. பனிப் பாறையில் நீலச்சாயம் பனிக்கட்டியில் சிக்கிக்கிடந்த உடம் பிலிருந்து வரவில்லை. பனிச் சிதள்களைக் காற்று எற்றி விரட் டியது. இருந்தாலும் வளையத்துக்குள் பார்த்ததெல்லாம் வாஸ்தவம் என்று நிச்சயித்துக்கொண்டு, "இவர்களுக்கு ஏதாவது உபகாரம் செய்வதற்கேதும் வழி உண்டா?" என்று கேட்டாள்.

"நன்மை செய்வதற்கு அன்புக்கு உரிமை கிடையாது என்றோ அல்லது பரிவுகொண்ட மனம் ஆறுதல் சொல்லக் கூடாது என்றோ கடவுள் எப்போதாவது தடை செய்திருக்கி றாரா?" என்று பதில் கேள்வி போட்டுப் பதில் அளித்தார் சாமியார்.

இப்படிச் சொல்லிவிட்டுச் சாமியார் தன் வழியே சென்றார். அக்னேட்டா வேகமாகத் தன் குடிசைக்கு நடந்தாள். உள்ளே போய் உட்கார்ந்து சிந்திக்க ஆரம்பித்தாள்.

பனிப்பாறையில் திசை கெட்டுத் திரியும் அந்தப் பாவி களுக்கு என்ன விதமாக உதவி செய்ய முடியும் என்பதை அவள் சாயங்காலம் முழுவதும் உட்கார்ந்து யோசித்தாள்.

தான் ஏகாங்கியாக இருப்பதை நினைக்க அவளுக்குப் போதில்லை.

மறுநாள் காலை அவள் கிராமத்துக்குச் சென்றாள். அவளுக்கு மனம் உள்ளுக்குள்ளாகவே பூரித்தது. வயசின் சுமை கழன்றுவிட்டது. போகும்போது தனக்குத்தானே பேசிக் கொண்டு நடந்தாள்.

'செத்துப்போனவர்களுக்கு சிகப்புக் கன்னமும் சிலுக்கு உடையும் வேண்டாம். உடம்பிலே கொஞ்சம் வெதுவெதுப்பு இருந்தால்போதும் என்று அல்லாடுகிறார்கள். சிறுசுகளுக்கு அந்நினைப்பேது? உலகத்தில் மீந்து நிற்கும் கிழடுகெட்டைகள் நெஞ்சைத் திறந்து காட்டி அழைக்காதுபோனால் மரணத்தின் எல்லையற்ற குளிர்க்கொடுமையிலே அவர்களுக்குத் தாரகம் ஏது?'

அவள் பலசரக்குக் கடையில் ஒரு பெரிய கட்டு மெழுகு திரி வாங்கினாள். குடியானத்தி ஒருத்திடம் ஒரு வண்டி விறகு கொண்டுவர உத்தரவுபோட்டாள். என்றும் கொண்டு போவதைவிட இரட்டிப்புச் சுமை சணல் நூற்பதற்காக எடுத்துச் சென்றாள்.

சாயங்காலமாச்சு. வீட்டுக்குத் திரும்பினாள். வந்துவிட்ட பிற்பாடு ஜெபம் செய்தாள். தைரியமூட்டிக்கொள்ள தெய்வ கீதங்களைத் திரும்பத்திரும்பப் பாடினாள். இருந்தும் அது கீழ் நோக்கியே சாய்ந்தது. மனதில் நினைத்ததைச் செய்ய இந்தக் கோழைத்தனம் தடை செய்யவில்லை. தன்னுடைய படுக்கையைக் குடிசையின் உட்கூடத்தில் விரித்துப் போட்டாள். வெளிக்கூடத்திலிருந்த கணப்பு அடுப்பில் கைநிறைய விற கெடுத்துப்போட்டுப் பற்றவைத்தாள். இரண்டு மெழுகு திரிகளை ஏற்றி ஜன்னலில் வைத்தாள். வீட்டு வாசல் கதவை முடிந்த மட்டிலும் விரியத் திறந்துவைத்தாள். அப்புறம் அக்னேட்டா கிழவி போய்ப் படுத்துக்கொண்டாள்.

இருட்டில் கிடந்து சப்தம் கேட்கிறதா என்று காதைக் கூர்மையாக வைத்திருந்தாள்.

ஆமாம்; அதுகள் காலடிச் சத்தமாகத்தான் இருக்க வேண்டும்.

சில பனிப்பாறைகளில் வழுக்கிவருவதுபோல கேட்டது. வேறு யாரோ ஒருவர் முனங்கிக்கொண்டே உள்ளே நுழை வதற்குப் பயந்துபோய் குடிசையைச் சுற்றித் தயங்கி, தயங்கி நடப்பது போல் கேட்டது.

அக்னேட்டாவுக்கு இதற்குமேல் தாங்க முடியவில்லை. படுக்கையைவிட்டுத் துள்ளி எழுந்தாள். ஒரே ஓட்டமாக

புதுமைப்பித்தன் மொழிபெயர்ப்புகள் 239

ஓடி வெளிக்கதவைப் படார் என்று இழுத்து மூடித் தாளிட்டாள். இதை யார் தாங்க முடியும்? ரத்தமும் சதையும் பயந்து துடிக்காமல் எப்படிச் சகித்துக்கொண்டு இருக்கும்?

குடிசைக்கு வெளியே ஒரு நெடிய பெருமூச்சுக் கேட்டது. கால் வலி தாங்கமாட்டாமல் தள்ளாடித் தள்ளாடி நடந்து செல்லும் காலடிச் சத்தம் தூரத்தில் பனிப் பாறை நோக்கி மங்கி மறைவது கேட்டது. தேம்பித் தேம்பியழும் சப்தமும் அவள் காதில் விழுந்தது. அப்புறம் ஒன்றுமே கேட்கவில்லை. அதற்கு அப்புறம் கிழவி அக்னேட்டாவுக்கு மனம் இருப்புக் கொள்ளாமல் தவித்தது.

வழக்கம்போல் தனக்குத்தானே பேசிக்கொண்டாள்.

'அடி முட்டாளே. மெழுகு திரிகள் அணைந்துபோகுமே; அனலும் அணைந்துபோகுமே. அவை என்ன காசா, லேசா. நீ வடிகட்டின கோழை என்பதற்காக இத்தனையும் வீணாகி நாசமாகிறதா?'

அவள் மறுபடியும் படுக்கையைவிட்டு எழுந்திருந்தாள். உடம்பு நடுங்கியது. பல் கிட்டியடித்தது. வெளிக்கூடத்திற்கு வந்து வாசற் கதவை விரியத் திறந்தாள். மறுபடியும் போய்ப் படுத்துக்கொண்டு அவள் காத்திருந்தாள்.

இப்போது பயம் அகன்றுவிட்டது. அகதிகளை விரட்டி விட்டோமே, இனிமேல் தைரியமாகத் திரும்பிவருவார்களோ என்ற பயந்தவிர அவளுக்கு வேறு ஒரு கவலையுமில்லை.

பிறகு இருட்டில் கூப்பிட ஆரம்பித்தாள். சிறு பிராயத்தில் அவள் ஆடுமேய்த்துத் திரிந்தபொழுது மந்தைகளை அப்படித் தான் அழைப்பது வழக்கம்.

'என் குட்டிகளா, அருமைக் குட்டிகளா, வாருங்கள், வாருங்கள்' என்றழைத்தாள். மலைச் சிகரத்திலிருந்து குடிசைக் குள் நேராகப் பெருங்காற்று பாய்ந்தடித்தது போலிருந்தது.

கிழவியின் காதுக்குக் காலடிச் சத்தமோ அழுகைக் குரலோ கேட்கவில்லை. வீட்டுக்குள் நுழைந்த காற்றின் ஓலந்தான் கேட்டது.

'அவர்களைப் பயப்பட வைத்துவிடாதே' என்று யாரோ சொல்லுவது போலக் கேட்டது.

கண்ணுக்குத் தெரியவில்லை. ஆனாலும் வெளியறையில் அது கொள்ளுமட்டும் கூட்டம் வந்திருப்பதாக அவள் உணர்ந் தாள். சுவர்கள் இற்று விழுந்துவிடுமோ என்று நினைக்கும்படி அவ்வளவு நெருக்கம். அப்போது கிழ அக்னேட்டா மனதில் மகிழ்ச்சியும் திருப்தியும் நிறைந்தது. கைகளை நெஞ்சில் மடக்கிவைத்துக்கொண்டு கண்ணுறங்கலானாள்.

விடிந்தபோது நடந்ததெல்லாம் சொப்பனம் என்று நினைத் தாள். ஏனென்றால் வெளி அறை பழையபடியேதான் இருந்தது. நெருப்பு எரிந்து எரிந்து அவிந்துவிட்டது. மெழுகு திரிகளும் அப்படியே. திரிகளில் சொட்டு மெழுகுகூட மிஞ்சவில்லை.

உயிரோடு இருக்கும்வரை அக்னேட்டா இந்தப்படியாகச் செத்தவர்களுக்காகப் பாடுபட்டாள். அவள் கஷ்டப்பட்டுப் பகல் முழுவதும் நூற்றாள். ஒவ்வொரு ராத்திரியும் வெளியறை யில் நெருப்பேற்றிவைக்க இப்படி உழைத்தாள்.

அவள் சந்தோஷமாக வாழ்ந்தாள். ஏனென்றால் யாராவது ஒருவருக்கு உபகாரமாக வாழ முடிகிறது என்பது அவளுக்குத் தெரிந்திருந்தது.

பிறகு ஒரு ஞாயிற்றுக்கிழமை அவள் சர்ச்சில் வழக்கம் போல் உட்காருமிடத்தில் இருக்கவில்லை. கிராமத்துக்காரர்கள் என்னமோ ஏதோ என்று பார்த்துவர அவளுடைய குடிசைக்குப் போனார்கள். அவள் செத்துப் பிரேதமாகக் கிடப்பதைக் கண்டு அடக்கம் செய்வதற்காகச் சவத்தைக் கிராமத்துக்கு எடுத்துவந்தார்கள்.

அக்னேட்டாவின் சவத்துக்குப் பின்னால் கல்லறைத் தோட்டத்திற்கு வெகுபேர் போகவில்லை. கூடப்போனவர்கள் முகத்திலும் வருத்தமிருப்பதாகத் தெரியவில்லை. ஆனால் பெட்டியைக் குழிக்குள் இறக்கப்போகும்போது திடீரென்று கல்லறைத் தோட்டத்துக்குள் நெட்ட நெடிய, மகிழ்ச்சிக்களை யற்ற ஞானத்தேஜசுடைய சாமியார் நின்றார். பனிமூடிய மலையுச்சியைக் காட்டினார். கல்லறைக் குழியருகில் நின்றவர் கள் மலைச்சிகரம் முழுவதும் இளஞ்சிவப்புப் பூத்துச் சிகரம் முழுவதையும் பிரகாசமாக முழுக்காட்டியதைக் கண்டார்கள். சிகரத்தின் குறுக்கே சிறுசிறு ஒளித்திரள் வரிசை வரிசையாகச் செல்வதைக் கண்டார்கள். மெழுகு திரி ஊர்வலமாக நடந்து செல்வது போலிருந்தது. பனிப்பாறையில் அகதிகளாகத் திரியும் பாவிகளுக்குச் செத்துப்போன கிழவி வாங்கிய மெழுகு திரி களின் தொகைக்கு அன்று வெளிச்சம் தெரிந்தது.

'கடவுளைத் துதிப்போமாக. தனக்காக வருந்த ஒருவரும் அற்ற அவள் மலைகளின் மகா தனிமையிலே நேசர்களைப் பெற்றுவிட்டாள்' என்றார்கள் ஜனங்கள்.

○○

ஹங்கேரி

பலி

ஜோஸப் நையரு

மோல்டேவியா நோக்கி நிற்கும் மலைச் சிகரங்களிலே அந்த வருஷத்தில் மந்தைகளுக்குக் கரடிகளால் வெகுதொல்லை ஏற்பட்டுவந்தது. வில் பொறி வைத்து எல்லாம் முயன்று பார்த்தும் ஒன்றும் பயன்படவில்லை. மேய்ப்பவர்களுக்கு என்ன செய்வது என்று தெரியவில்லை. தீப்பந்தம் வைத்துக் கரடிகளின்பேரில் விட்டெறிந்து பார்த்தார்கள்; குண்டு போட்டுக் கூடச் சுட்டுப் பார்த்துவிட்டார்கள். ஜென்ட்யூர்கி என்ற இடத்தைச் சேர்ந்த டோனி டீர்ஸ் என்பவனுடைய முதுகைக் கரடிகள் பிறாண்டிக் கிழித்ததுதான் மிச்சம். தன்னுடைய மந்தையில் உள்ள எருது ஒன்றின்மேல் கரடி தாவிப் பாய்ந்த பொழுது கையிலிருந்த கோடரியை டீர்ஸ் விட்டெறிந்தான். அந்த மிருகம் எருதை விட்டுவிட்டு டீர்ஸ் மேல் பாய்ந்தது. இனிமேல் காயம் ஆறினாலும் அவனுக்குப் பழைய தெம்பு எங்கிருக்கப்போகிறது?

இது நடந்த பிற்பாடுதான் மேய்ச்சல்காரர்கள் எல்லோரும் இனிமேல் என்ன செய்வது என்பதை ஆலோசிக்க மார்ட்டின் உடூவின் குடிசையில் கூடினார்கள். வருகிற ஞாயிற்றுக்கிழமை, சர்ப்பவிழாக் கொண்டாடி, கரடிகளுக்குப் பூசை போடுவது என்று தீர்மானிக்கப்பட்டது. கிருஸ்துவ சமயம் இங்கெல்லாம் பரவுவதற்கு முன்னர் மிலேச்ச காலத்திலிருந்தே இருந்துவரும் ஒருவிதமான ரத்த பலி; அந்த கிரியைகளும் மந்திரங்களும் உடூவுக்குத்தான் தெரியும். அந்தக் காலத்தில் இருந்த டால்ட்டாஸ் என்ற மிலேச்ச மந்திரவாதிகள் போல அவனுக்கு மந்திரவாதம் தெரியும். தீயும் தண்ணீரும் அவன் சொற்படி கேட்கும்.

அவனுடைய குடிசைக்கு அருகாமையில் வந்துவிட்டால் ஓநாய் கள்கூட வாலைக் காலிடை சொருகிக் கொண்டு 'பவ்வியமாக' நடந்து செல்லும். அவன் ஆயுசு முழுதுமே காடுகளில் கழிந்தது. அந்த மலைச்சாரல்களுக்கு வந்தபொழுது இப்போது பிரம் மாண்டமாக ஓங்கி வளர்ந்து கிளையும் கொப்புமாகப் படர்ந் திருக்கும் மரங்கள் எல்லாம் சிறுசிறு குத்துச்செடிகளாக நின்றன என அவன் சொல்லுவான். அந்தச் சுற்றுவட்டாரத்திலேயே அவனை இந்தக் கிழக் கோலத்தில் தவிர வேறு நிலையில் பார்த்தோர் எவருமே கிடையாது. அன்றிருந்ததுபோலவே மெலிந்து, வரண்டு இருந்து வருகிறான். அவனுடைய மனைவி இறந்துபோய் எத்தனையோ வருஷங்களாயின. அவளும் அவளுக்குப் பிறந்த குழந்தைகளும் அவன் நினைவைவிட்டுக் குடியோடி எத்தனையோ நாட்களாயின. அவள் செத்ததும் அவன் கையால்தான் என்றும் ஒரு காலத்தில் பேச்சடிபட்டு அதுவும் செத்து மடிந்தது. அந்தக் காரணத்தால்தான் காடேறிப் போனான் என்றும் அப்போது சொல்லிக்கொண்டார்கள். ஆனால் மந்தைகளை மேய்த்துக்கட்டி வருவதில் எந்த வட்டாரத் திலுமே அவனுக்கு ஈடு இனிமேல்தான் பிறக்க வேண்டும். சென்ற ஐம்பது வருஷங்களாக அவனுடைய கவனக் குறைவால் மந்தைக்குச் சேதம் வந்தது என்ற வார்த்தை பிறந்தது கிடையாது.

ஆனால் இந்த வருஷம் அவனையும் ஒரு கரடி ஆட்டம் காட்டியது. ஒற்றை ஒருநாள் இராத்திரியில் அவன் மந்தையிலே தளதளவென்றிருந்த நான்கு எருதுகளின் கழுத்தைக் கடித்துத் துண்டாக்கிவிட்டது அந்த மிருகம். இந்த 'அநியாய'த்தைக் கண்டதும் கோபாவேசத்தால் அவன் முகத்தில் ரத்தம் பரவி நின்றது. 'உன் ஆட்டமெல்லாம் அந்தமட்டுக்குந்தான்' என்று சபதம் செய்தான்.

இது வெள்ளிக்கிழமை நடந்தது. ஆனால் சனிக்கிழமைக்குள் மந்தை அவன் கைவிட்டு வேறு கை மாறியது. குடிசையிலிருந்த அவனுடைய தட்டுமுட்டுகள் வெளியே எடுத்து எறியப்பட்டு அவன் ஸ்தானத்திற்குக் கருந்தாடியனாக ஒருவனை நியமித்து விட்டார்கள்.

"நீ யாரடா?" என வந்தவனைத் தலை முதல் கால்வரை ஏற இறங்கப் பார்த்துவிட்டுக் கேட்டான் கிழவன்.

அந்த மனிதன் வாய்விட்டு உரக்கச் சிரித்துவிட்டு "என்னை மார்ட்டின் உடுவின் மகன் என்பார்கள்; என் பேர் ஆண்டி" என்றான்.

கிழவன் திகைப்பூண்டு மிதித்தவனைப் போல நின்றான்.

"என் மகனா?"

“ஆமாம்.”

“என் வயிற்றுக்கு வைரியாக வந்துவிட்டாய் என்று மேய்ச்சல்காரர்கள் சொல்லுகிறார்களே, அது நிசமா?”

“இந்த ஐம்பது வருஷமாகத்தான் தின்னாயே அது போதாதா? எங்களைப் பத்தி ஒருதடவை நினைச்சுப் பார்த்திருப்பியா? எனக்கு மூணு பிள்ளைகள் இருக்குது. அதுகள் பட்டினி கிடந்து வாடுவதைப் பார்த்துக் கண்கள் பூத்துப்போச்சு. இப்போ நீதான் கொஞ்சம் பட்டினிகிடந்து அது எப்படியிருக்குது என்று பாரேன். இல்லாவிட்டா நாசமாப் போயேன். செத்தொழியத்தான் காலம் ஆச்சே!”

மார்ட்டின் உடூ பதில் சொல்லவில்லை. அமைதியாக வெளியே சிதறிக் கிடந்த சாமான்களைச் சேகரித்து அருகில் உள்ள பள்ளத்தாக்கு ஒன்றுக்கு எடுத்துச் சென்று நெட்ட நெடுகலாக வளர்ந்து நின்ற பைன் மரத்தடியில் அவைகளை அடுக்கினான். பொழுது சாய்கிற நேரமாய்விட்டபடியால் சுள்ளி பொறுக்கி அடுக்கி நெருப்பு மூட்டினான். எல்லாம் முடிந்ததும் தரையில் சாவதானமாக உட்கார்ந்துகொண்டு யோசிக்க ஆரம்பித்தான்.

மற்ற மேய்ச்சல்காரர்கள் மந்தையைக் கொண்டு அடைத்துவிட்டுப் பசியைத் தீர்த்துக்கொண்டபின் நாளைக்கு நடக்க வேண்டிய பலியைப் பற்றி அவனிடம் பேசித் தீர்த்துவிட அங்கு வந்தார்கள். நெருப்பருகே அசையாது சிலை போல் உட்கார்ந்து அனல் விட்டு நிகிரும் தீக்கொழுந்துகளுக்குள் கண்ணைச் சொருகியவன் போல பார்த்து யோசனையிலாழ்ந்திருப்பதைக் கண்டார்கள்; அசைந்தாடும் அனல் ஒளி மயிர் செறிந்தடர்ந்த நெஞ்சில் செக்கச் செவேலென்று கூத்தாடின.

“மாமா உங்களுக்கு இந்த மாதிரித் துன்பம் வந்திருப்பதாகக் கேள்விப்பட்டோம்” என்றார்கள்.

கிழவன் தலையசைத்தான்.

“துன்பந்தான்; அது வரும் என்று எனக்கு முன்னமே தெரியும்.”

சுற்றிலும் உட்கார்ந்திருந்தவர்கள் மனசு படக்குப்படக்கென்று பறையடித்தது. மந்திர சக்தி அவர்களை அவ்வளவு பயத்துள் ஆழ்த்தியது.

“அவர் சொல்லுவது சரிதான்” என்றான் ஆட்டுமந்தை மேய்க்கும் டேவிட் டூருக். “ஒருநாள் நான் வீட்டுக்குத் திரும்பரச்சே என்னுடைய நாய் – நான் வளர்த்த நாய் – மனிசன் குரலெடுத்து என்னிடம் பேசிச்சு: ‘டேவிட் டூரு, நீ வீட்டுக்குப்

போடா, உன் பெண்டாட்டி செத்துப் போனா' என்று சொல்லிச்சு; நான் ஓட்டம் ஓட்டமென்று வீட்டுக்கு ஓடியாந்து பார்த்தேன். அது சொன்னாப்பிலே, அவ செத்து மடிஞ்சு கெடந்தா" என்றான்.

நெருப்பு மங்க ஆரம்பித்தது. சாயைப் படலம் இருளேற ஆரம்பித்தது. தணலைச் சூழ உட்கார்ந்திருந்தவர்கள் மௌன மாக இருந்தார்கள். கீழே சரிந்து விழுந்த கங்கை எடுத்துப்போடக் கை நீட்டியவன், தன்னருகில் உஸ் என்ற சத்தம் கேட்கத் திடுக்கிட்டுக் கையை இழுத்துக்கொண்டான்.

'பாம்பு' என்று மெதுவாகச் சொன்னான். சூழ அமர்ந்திருந் தவர்கள் நடுநடுங்கினார்கள்.

ஆமாம், அவர்களுக்கு எதிரிலே கல்லெறி தூரத்தில், தன்னுடைய மொண்ணைத் தலையைத் தூக்கிக்கொண்டு வழவழவென்று நிலா வெளிச்சத்தில் நெளிந்தது அந்தப் பாம்பு. கிழட்டு மார்ட்டின் அதன் திசையில் திரும்பினான். ஒரு கணம் மனிதனும் பாம்பும் வைத்த கண் மாற்றாமல் ஒருவரை யொருவர் பார்த்திருந்தனர். பிறகு அந்தப் பாம்பு உஸ் என்ற சப்தத்துடன் தலையை இழுத்துக்கொண்டு மறைந்தது.

கிழவனுடைய தலை நெஞ்சில் படிந்து தொங்கியது. நாள் முழுவதும் இம்மாதிரி பல உற்பாதங்கள் தோற்றிக்கொண்டி ருந்தன. மந்தை வெறித்துக்கொண்டு நாலா திசைகளிலும் கலைந்து ஓடியது. ஸ்வாலோ குருவிகள் வானத்து உச்சியிலே கிறீச்சிட்டுக்கொண்டு காற்றோடு மல்லாடிப் பறந்தன. அதிசய மான மிருகங்கள் தம் குகைகளை விட்டு வெளியேறிச் சஞ்சரித் தன. மரங்கள் காற்றில் அழுதன. உயர் சிகரக் கோடுகள் தம்முள் மறைந்து கிடக்கும் அபாயங்கள் எல்லாவற்றையும் வெளிக்காட்டிப் பயமுறுத்தின.

"அதற்கு அர்த்தம் மரணம்" என்றான் கிழவன் நெருப்புக் குள் பார்த்துக்கொண்டே.

"ஆமாம், ஆமாம்" என்றார்கள் மற்ற மேய்ச்சல்காரர்கள். தலையைத் தூக்கி ஏறெடுத்துப் பார்க்க ஒருவருக்காவது தைரிய மில்லை. யாருடைய பார்வை கிழவன் கண்ணில் விழுகிறதோ அவனுக்குத்தான் கெடுவு என்பது அவர்களுக்குத் தெரியும்.

சாவு....

அந்தச் சமயத்திலே மந்தைக்குக் காவல் நின்ற நாய் ஓலமிட்டு அழுதது.

"அது பேய்க்கனவு காணுகிறது" என்றான் ஒரு வாலிபன் அறியாமையால்.

“பேய்க்கனவா? ஒனக்கு ரொம்பத் தெரியுண்டா!” என்றார்கள் மற்றவர்கள்.

“ஒரு வேளை டோனி டீர்ஸ்தான் செத்துப்போனானோ என்னமோ? நாய் தெரிந்துகொண்டு ஓலமிடுகிறது” என்றான் வேறொருவன்.

“அப்படியிருந்தால்தான் தேவலியே” என்றான் மற்றொருவன்.

அது அப்படியானால் மரணத்தின் கண்ணி அவர்கள் மீது விழுந்துவிடாது.

கிழவன் இல்லை என்பது போலத் தலையசைத்துவிட்டு, “எனக்காகத்தான் அந்த நாய் அழுகிறது” என்றான்.

மனதில் ஏற்பட்ட ஆறுதலை வெளிக்காட்டிக் கொள்ளாமலிருக்க அவர்கள் ரொம்பவும் சிரமப்பட்டார்கள். அவனுடைய வார்த்தையைச் சந்தேகிப்பது போல பாசாங்கு செய்தார்கள். ‘யாரிடம் இந்த வார்த்தை. மார்ட்டின் உடூவைச் சாவு வந்து இழுத்துக்கொண்டுபோவதா? அதற்கு அந்த சக்தி ஏது?’ அது நிச்சயந்தானா என்பதைத் தெரிந்துகொள்ள டேவிட் சாலக்காக வலை வீசினான்.

“மாமா உங்களைப் போல ஆயுசோட இருப்பேன் என்று எனக்கு நிச்சயமாகத் தெரிந்தால்” என்றான்.

“அத்தனை காலம் உன்னால் வாழ முடியாதுபோனால் நீ நாளைக்குக் காலம்பர ஆட்டுக்கிடாவுலே பால் கறப்பே” என்றான். ஆட்டுக்கிடா நரக லோகாதிபதியான சாத்தானுக்கு உருவகம்.

“நீ செத்துப்போவே என்பது எப்படி நிச்சயம்?” என்று கேட்க ஆட்டிடையன் துணிவு கொண்டான்.

“எனக்குத் தெரியும்!” என்று உறுமினான் கிழவன்.

இந்த வார்த்தைகள் அவர்களுடைய உள்ளத்தைக் கிளறி பயமூட்டியது. ஆனால் இனிமேலும் சந்தேகப்பட்டுக்கொண்டிருக்க அவர்கள் துணிவுகொள்ளவில்லை.

“என்ன கஷ்டம், என்ன கஷ்டம்” என்று சொல்லிக்கொண்டு தலையைச் சொரிந்தான் ஆட்டிடையன். “நீ இல்லாமல் நாங்கள் எப்படிப் பலி கொடுப்போம்?”

“ஆமாம் பலி பூஜை?” என்று அலறினார்கள் இதரர்கள். பயம் அவர்களுடைய குரல்வளையில் தாண்டவம் நடத்தியது. அதைச் செய்யாமலிருப்பது எப்படி?

"நீங்கள் இல்லாவிட்டா மாமா எங்களுக்கு என்ன செய்யத் தெரியும். கழுத்தில் கயிற்றைக் கட்டிக்கொண்டு தொங்கவேண்டி யதுதான்."

கிழவன் கைப்புடன் சிரித்தான்; யாருக்கு எது செய்ய முடியும் என்பது அங்கீகரிக்கப்படுவதே இனிப்பாகத்தான் இருக்கும்.

"நீங்கள் பயப்பட வேண்டாம்; பலி நடந்தே தீரும்."

அவன் சொன்ன மாதிரி அவ்வளவு அபூர்வமாக இருந்ததி னால் அவன் வார்த்தையை மதிக்க அவர்கள் விரும்பவில்லை. உள்ளத்தில் கோபம் கொதித்தது. சாகப் போகிறேன் என்று சம்பிரதாயமாகப் பேசுவதெல்லாம் நடுவாந்திரத்தில் விட்டு விட்டா போய்விடுவது?

"ஞானம் படைத்தவர்கள் தங்களுக்குத் தெரிந்ததைத் தங்களுடன் கல்லறைக் குழிக்குள் புதைத்துக்கொள்ளக்கூடாது" என்றான் ஆட்டிடையன் அர்த்த புஷ்டியுடன்.

கிழவனிடமிருந்து இரகசியத்தைப் பகிர்ந்துகொள்ள முடியுமா எனப் பெருவேட்கையுடன் பார்வை தாவின.

"நாளைக் காத்தாலைக்கு உங்கள் எல்லோருக்கும் அது காட்டப்படும்" என்றான் கிழவன். குரலில் கேலி கலந்திருந்தது.

"அதுவும் நல்லதுதான்" என்றார்கள். அவர்கள் ஆத்திரம் தணிந்தது. தத்தம் தடியையும் கோடரியையும் எடுத்துக்கொண்டு புறப்பட்டார்கள். இரவு நெடுநேரமாகிவிட்டது. கொஞ்சமாவது உடலைக் கிடத்த வேண்டாமா?

"எந்த இடத்தில் பலிக்கு விறகு அடுக்கியிருக்கிறீர்கள்?" என்று கேட்டான் கிழவன்.

"வழக்கம் போல்தான், குழிக்கல்லுக்கிட்டே" என்றார்கள்.

'போய் வருகிறேன்' என விடை பெற்றுக்கொண்டு இருளில், இருளோடு இருளாகக் கரைந்து போனார்கள், நிசாசர கணங்கள் மாதிரி.

கிழவன் தணலைப் பார்த்துக்கொண்டே உட்கார்ந்திருந் தான். மகன் நினைப்பு வந்தது. அதோடு குடும்ப ஞாபகமும் படர்ந்தது. எத்தனை குழந்தைகள் என்பதை விரல் மடக்கி எண்ண முயன்றான். 'அமலி... சின்ன ஸ்டிபன்... மார்ட்டின்... வீரா... சீச்சி அது தப்பு... ஜோப்பாவைக் கணக்கிலே சேக்கலியே.'

ஒருமகன் அவன் வயிற்றுக்கு வைரியாக முளைத்தான்... அவனுடைய சதையும் ரத்தமுமே அவனுக்குப் பகை....

புதுமைப்பித்தன் மொழிபெயர்ப்புகள் 247

‘அவன் இப்போ என்ன செய்கிறானோ’ என்று மனசு உலாவியது. அடுத்த பள்ளத்தாக்கை நோக்கிக் கண்கள் சஞ்சரித்தன. ‘போய்ப் பார்க்கிறேன்.’

புதிய உணர்ச்சி ஒன்று ஜீவத் துடிப்புடன் அவனிடை கனிவுடன் ததும்பிப் பாய்ந்தது.

‘பையன் செய்தது சரிதான்’ என மகனுக்காகப் பரிந்து கொண்டான். ‘மூணு குழந்தைகள். கடவுள் கட்டின மண்ணில் தனக்கென்று ஒன்றும் கிடையாது. சுரண்டிப் போட்ட வால்நட் ஓடுகூட அவனுக்கு என்னிடமிருந்து கிடைத்தது கிடையாது. அவன் சொன்னது சரிதான். இந்தச் சாப்பாடு அவனுக்குத்தான் சொந்தம். எனக்குச் சாவுதான் சொந்தம்.’

கையில் கோடரி எடுத்துக்கொண்டு தடமாடித் தடமாடி, மகன் படுத்துறங்கிய அடுத்த பள்ளத்தாக்குக்குச் சென்றான். அவனுடைய நாய்கள் வாலைக் குழைத்துக்கொண்டு ஓடிவந்தன. பிறகு வேகமாக மந்தைக் காவலுக்கு ஓடிவிட்டன. தூரத்திலே, பள்ளத்தாக்கிலே மங்கலாக மந்தை படுத்துக் கிடந்தது தெரிந்தது. அதை விட்டுப்பிரிவதென்றால் மனதில் உளைச்சல் எடுத்தது. வேறு வழியில்லாதபோது . . . .

மெதுவாகக் குடிசைக்குள் புகுந்தான். மார்ட்டினுடைய கட்டிலில் மகன் நீட்டிப் படுத்துக்கிடந்து உறங்கினான். தூங்கும் தலையை ஒரே வெட்டில் தறித்துச் சாய்த்துவிடும்படி தீமையின் தேவன் தூண்டினான். ‘அவனுக்கு மூணு குழந்தைகள்’ என்ற நினைப்பு அவனுடைய மனதின் அடிவானத்தில் மின்னியது.

‘என்னுடைய பேரன் பேத்திகள்’ என்று சொல்லிக் கொண்டான். உள்ளுக்குள் மனம் பூரித்தது. மனம் மனிதத் தன்மை கொண்டு விம்மியது. குனிந்து, தூங்கியவன் முகத்தில் உதடுகளைச் சேர்த்தினான்.

“இதையாவது அவர்களுக்குக் கொடு” என்று மெதுவாகச் சொன்னான்.

உறங்கியவன் விழிக்கவில்லை. முகத்தில் படர்ந்திருந்த துன்பக்களை போன்ற அசைவுகள் அகன்றன. மூச்சு அமைதி கண்டது.

மனதிலிருந்த சுமை இறங்கியது மாதிரி மார்ட்டின் உடு நிம்மதி கொண்டான். வழி சொல்லிக்கொள்ளுவது போல மற்றும் ஒருமுறை குடிசையில் சுற்றுமுற்றும் பார்த்துக் கொண்டான். பிறகு வெளியே வந்தான். கடைசித் தடவையாக மந்தையைக் கணக்கெடுத்தான். அவன் ஜீவியத்திலேயே முதல் முதலாக அவன் கண்களில் பொட்டு ஜலம் தெறித்தது. ஆனால் வெகுவேகமாகத் திரும்பினான். நேரம் இறகு கட்டிப் பறப்ப

248 உலகத்துச் சிறுகதைகள்

தால் அவன் வேகமாகச் செல்ல வேண்டும். ஏற்கெனவே பனியுண்ட நட்சத்திரங்கள் உறங்கி வழிந்தன.

தான் மூட்டிய தணலருகில் வந்தான்; தோல் வாரில் செய்த சாட்டையை இடுப்பில் வரிந்து சுற்றிக் கட்டிக்கொண்டு, வெளிச்சத்திற்காகத் தணலிலிருந்த ஒரு கொள்ளியை எடுத்துக் கொண்டு, அதை மலைக்கு மேலே உயரப் பிடித்து ஏந்திய வண்ணம் 'இதோ புறப்பட்டாச்சு' என்றான்.

குழிக்கல்லுக்குப் போகும்வழி மாட்டடித் தடந்தான். நெட்டநெடுகலாக, செங்குத்தாகச் செல்லும் பாதை அது. எப்படியோ உச்சியை அடைந்தான். உச்சியில் புல் அடர்ந்த மைதான வெளி. சூழவும் அடர்ந்த கானகம். மைதான மத்தியில் ஏதோ இருண்டு அம்பாரமாகக் கிடந்தது. மேய்ப்பர்கள் அடுக்கி வைத்துள்ள விறகுக்குவியல்தான் அது. மறுநாள் பலியிடுவதற்காக அவர்கள் ஆசையுடன் சேகரித்துவைத்த விறகு. இந்தக் கானகங் களில் அழிந்து மடியாமல் காப்பாற்றப்பட்டுவரும் இந்த மந்திரக் கிரியையில் ஈடுபடுகிறவர்கள் இரகசியத்தை வெளிவிடவே கூடாது என்று பிரமாணம் செய்துகொடுத்தவர்களேயாகும்.

விறகுக்குவியலைச் சுற்றிச்சுற்றி வந்து கவனமாகப் பார்த்து விட்டு, 'நல்லாத்தான் செய்திருக்கிறார்கள்' என்று சொல்லிக் கொண்டான் மார்ட்டின் உடீ.

கானகம் உறங்கியது. ஆனால் கீழ்த்திசை வானத்தில் வெள்ளை படர்ந்து உதயத்தின் வரவுக்குக் கட்டியம் கூறியது. பகலுக்காகக் காத்திருக்கக் கூடாது என்று மார்ட்டின் உள்ளூர உணர்ந்தான்.

'பகல் பலத்தை வாங்கிவிடுகிறது' என்று நினைத்தான்.

குத்துச்செடிகளினடியில் கிடந்த சருகுகளையும் குச்சி களையும் வாரிக் கொணர்ந்து சேர்த்து விறகுக் குவியலடியில் போட்டு அதில் நெருப்பு மூட்டினான். புகை, அடுக்கிய விறகிடை॥ில் வெளிவந்தது. அழல் குதித்தெழுந்து அடிக்கட் டையில் பற்றியது.

'அந்த வேலை முடிந்தது' என்று மனத்திருப்தியுடன் சொல்லிக்கொண்டான். எந்த இடத்தில் பற்றி ஏற வழியிருக்கிறது என்று விறகுக்குவியலை ஆராய்ந்து கவனித்தான்.

இரண்டு முறை கால் தவறக் கீழே வழுக்கினான். ஆனால் மூன்றாவது தடவை விறகுக்குவியல் உச்சிக்கு ஏற முடிந்தது.

பல நிமிஷங்கள் அவன் அதன்மீது அசைவற்று நின்றான். செறிந்த தலைமயிரில் பனி முத்துக் கோத்தது. பிறகு குனிந்து, தான் கொண்டுவந்திருந்த தோல் வாரினால் தன் கால்களை

இறுகச் சேர்த்து வரியவரியக் கட்டிக்கொண்டான். நிமிர்ந்தெழும் புகை அவன் உருவத்தை மறைத்தது.

'இந்த லோகத்தை நான் கண்டதெல்லாம் போதும்' என்று கண்களைக் மூடிக்கொண்டு சொன்னான்.

அவன் தீரன், பிடிவாதம் கொண்டவன். இருந்தும் தன் சதைக்கு ஏற்படவிருப்பதை நினைக்க மனம் வெருண்டது. சீக்கிரம் காரியம் நடந்துவிட்டால் தேவலை என்று ஆசைப் பட்டான்.

'நெருப்பே நீ சீக்கிரம் உன் வேலையை முடி' என்று கத்தினான்.

ஆனால் நெருப்பு அவனைப் போல அவசரப்படவில்லை. தீக்கொழுந்து அடிக்கட்டுகளுக்கு மேல் தாவவில்லை. ஆனால் அதன் வெதுப்பு அவனிடம் ஒருவித மயக்கத்தை ஏற்படுத்தியது. கடைசி மந்திரத்தை உச்சாடனம் செய்யுங் காலம் வந்துவிட்டது என்பதை உணர்ந்தான்.

அதிசயமான, புராதனமான வார்த்தைகளை அவன் வாய் கொட்டிற்று:

'அக்னி பவித்திரமான அக்னி; சகல வஸ்துக்களையும் உண்டு பசி தீரும் அக்னி, எனக்கு முன்னால் போ. எனக்கு வழி காட்டு; வானத்தை நோக்கிக் குரல் கொடு; எட்டாத வானத்தை நோக்கிக் கூப்பிடு; கடவுளைக் கூப்பிடு; கடவுளைக் கூப்பிட்டு அவரது பட்சியை அனுப்பச் சொல்; என்னை அவரிடம் அழைத்துச் செல்ல அவருடைய பட்சியை அனுப் பட்டும்; அதன் சிறகின் அரவணைப்பிலே என்னை அவரிடம் அழைத்துச் செல்லட்டும்.'

விறகின் வெடிப்பும் நெருப்பின் குமுறலும் அவன் குரலை அமுக்கியது. நிமிர்ந்தவாக்கில், இயற்கைக்கு மாறாக நெட்டை நெட்டென்று மண்டிச் சுருளும் புகைகளினூடே அவனுடைய உருவம் தெரிந்தது. தழல் மேலேறி வளர்ந்து அவனை நோக்கி ஊர்ந்து வந்தது. இன்னும் அவை அவனைத் தொடவில்லை. ஆனால் கழுத்தளவு படர்ந்து மூடியிருந்த அவனுடைய தலை மயிரைக் கருக்கி மேலோங்கிச் சுருள வைத்தது. கண் குழியில் வெள்ளை விழி மட்டும்தான் தெரிந்தது. அவனுடைய கைகள் காற்றில் சிறகடித்தன. அவன் வாய் அகன்று திறந்திருந்தது. வானலோகத்தில் அவனுடைய குரல் எங்கோ ஓலம் கேட்டது. அக்கினிச் சர்ப்பங்கள் விறகுக் கட்டுகளுக்குக்கிடையிலே தாவிப் பாய்ந்தபோது, அவனுடைய வீங்கிய நாக்கு வெடித்து இரத்தத்தைத் தெறித்தது. அவன் பக்கவாட்டாகச் சிதையில் சரிந்தான்.

மந்தைதான் முதலில் நெருப்பைக் கண்டது. அவற்றிடை கலவரம் கிளம்ப வேலியை உடைத்துக்கொண்டு வெளியேற முயன்றன.

முதல் ஆள் விழித்துக்கொண்டபோது வானமே செங்கோள மாகத் தழல்விட்டது. அவசரஅவசரமாகக் குழலெடுத்தூதினான். ‘மலையில் நெருப்புப் பத்திக்கிச்சு’ என்று கூப்பாடு போட்டான்.

அவன் சொல்லி ஆகவேண்டியதொன்றுமில்லை; அவர்களுடைய கண்களுக்கே தெரிந்தது. கோடரியை எடுத்துக் கொண்டு நெருப்புப் பற்றியுள்ள இடம் நோக்கி ஓடினார்கள்.

அவர்கள் அங்கு வந்தபோது சிதை அக்கினிமயமாக இருந்தது. அக்கினிக் கொழுந்தின் மத்தியிலே கிழட்டு மார்ட்டின் உடுவின் கரிக்கட்டையான உடலம் கிடந்தது.

‘பலி; உலகம் இதற்கு முன்னால் கண்டிராத பலி’ என்று சொல்லிக்கொண்டார்கள்.

கருகிப்போன சவத்தை இமை கொட்டாமல் வெகு நேரம் பார்த்து நின்றார்கள். அது சற்றும் உருக்குலையாமல் இருந்தது.

‘செத்தும் சாவைக் கேலி செய்து நிற்கிறான் பார். அவன் தான் உண்மையான டால்ட்டாஸ்’ என்றார்கள்.

“அவரைப் போல இனிமேல் யார் வரப்போரா?” என்றான் டேவிட் துயரத்தோடு.

புதிய மேய்ப்பனான ஆண்டி உடுதான் கடைசியாக அங்கு வந்துசேர்ந்தவன். அவன் தூரத்தில் வருவதைக் கண்டதுமே கோடரியை இறுக்கிப் பிடித்துக்கொண்டு தயாரானார்கள்.

“சீக்கிரம் வா, உன்னுடைய ரொட்டி இங்கே சுட்டு வைத்திருக்கிறது வா” என்று உறுமினார்கள்.

பயந்து போய் “அது என் தப்பல்ல” என்று அலறினான் அவன்.

“அவனையும் தூக்கி நெருப்பில் போட்டுவிடுவோம்” என்றான் ஒருவன்.

கும்பல் அவனைப் பயமுறுத்திக்கொண்டு நெருங்கியது. ஆனால் அவன் கலங்கிப் பின்வாங்கவில்லை. நெருப்பிடையில் கருகிக் கிடந்த உடம்பைக் கண்டு வெருண்டு ஸ்தம்பித்து நின்றான்.

‘அப்பா’ என்று வாய்விட்டு அலறினான்.

குரல் பயங்கரமானது. யாவரும் வெருண்டு விலகினார்கள். நெருப்பினிடையிருந்த உடலம் குரலைச் செவியுற்றது போலச் சிறிது குவிந்து உதடற்ற சிரிப்புச் சிரித்த மாதிரி இருந்தது.

'கிழவன் சாப்பாட்டைப் பறிக்க எப்படி உனக்கு மனம் வந்தது' என்று தாக்க ஆரம்பித்தார்கள் மேய்ப்பர்கள்.

கண்கள் கலங்க அவன் அவர்களை நோக்கினான்.

"என் மூணு குழந்தைகளும் பட்டினி கிடந்து வாடுகின்றன" என்றான்.

"அவர்களுக்காகத்தான் அவர் அதைச் செய்தார்" என்று ஆண்டி நெருப்பைச் சுட்டிக்காட்டினான்.

மேய்ப்பர்கள் பதில் எதுவும் சொல்லவில்லை. ஆட்டி டையன் டேவிட்டுக்குத்தான் வார்த்தை வந்தது.

"ஒருவன் சாப்பிடுவது என்றால் இன்னொருவன் பட்டினி; உயிர் வாழ எல்லா ஜீவன்களும் கொன்றுகொண்டுதான் இருக்க வேண்டும். அது அப்படித்தான். அதற்கென்ன செய்ய லாம், வீட்டுக்குத் திரும்புவோம் வாருங்க."

ஒவ்வொருவராக மேய்ப்பர்கள் பதுங்கினார்கள். மாட்டை ஓட்டிப்போக வேண்டாமா? காலம்பரப் பசியாத்திக்கிட நேரமாச்சே.

o o

பாலஸ்தீனம்

லதீபா

மோஷி ஸ்மிலான்ஸ்கி

'லதீபாவின் கண்களை நீ பார்த்திருக்காவிட்டால் கண்களுக்கு எவ்வளவு அழகு இருக்க முடியும் என்பது உனக்குத் தெரிந்தே இருக்காது.'

இப்படி நான் எப்பொழுதும் சொல்லிக்கொண்டிருப்பது வழக்கம். சிறுபிராயத்திலிருந்தே எனக்கு அவளைத் தெரியும். லதீபா ஒரு அழகிய சிறுமி.

இப்பொழுதும் அப்படித்தான் சொல்லுவேன்.

அப்போது ஜனவரி மாதம்; நல்ல மழைக்காலம்.

நான் வயலில் விவசாயத்தைக் கவனித்துக்கொண்டிருந்தேன். அரபுகள் சிலர் என்கீழ் வேலை பார்த்துக்கொண்டிருந்தார்கள். அப்பொழுதுதான் நான் எனது முதல் திராட்சைத் தோட்டம் போட நிலத்தைக் கொத்திக் கொடுத்துக்கொண்டிருந்தேன்; மனம் குதிபோட்டுக்கொண்டிருந்தது. சூழ்நிலையும் அப்படியே குதிபோடுவதாக எனக்குப் பட்டது. நல்ல பிரகாசமான பகல்; காற்று ஜீவ தாது ஏந்தி 'குளுகுளு'வென்று அடித்தது; உடலுக்கும் மனதுக்கும் சுகத்தைக் கொடுத்தது. இன்னும் அதிகாலையின் சோபை மாறவில்லை. காலைக் கிரணங்களின் சிவப்பு வர்ணம் மாறவில்லை. நெஞ்சு கொண்ட மட்டும் மூச்சை இழுத்து வெளிவிடுவதிலேயே ஒரு சுகம் இருந்தது. பார்த்த பார்த்த இடமெல்லாம் பச்சைப்பசேல் என்று அழகாகத் தலையசைத்து நின்றது.

கல்லையும் செத்தையும் பொறுக்கி எறிந்துகொண்டிருந்த அரபுப் பெண்களிடையே ஒரு சிறுமியும் வேலைசெய்து

கொண்டிருந்தாள். பதினாலு வயதிருக்கும். ரொம்பத் 'துடி'. நீலச் சிற்றாடை அணிந்து தலையில் ஒரு துண்டின் முனையைக் கட்டியிருந்தாள். மறுமுனை தோளில் தொங்கியது.

"உன் பெயரென்ன?" என்று கேட்டேன்.

சின்ன முகம் – வெயில் பட்டதால் கறுத்த முகம் – நாணத்துடன் என்னை நோக்கியது. இரு கண்கள் என்னை நோக்கி ஜொலித்தன.

"லதீபா."

அவள் கண்கள் – என்ன அழகு! – அகன்று கறுத்து ஜொலித்தன. கருமணிகள் களியோடும் ஜீவ களையோடும் குதியாட்டம் போட்டன.

"ஷெய்க் ஸஊர்பாஜி மகள்" என்றான் பக்கத்திலிருந்த பெரிய கல்லைப் புரட்டிக்கொண்டிருந்த அட்டாலா என்ற வாலிப அரபு.

'வேனில் இரவின் ஜொலிக்கும் நட்சத்திரங்கள் போலே . . .' என ஆரம்பிக்கும் ஒரு அரபுப் பாட்டைப் பாட ஆரம்பித்தான். அப்படிப் பாடுகையில் அவனது கண்கள் விஷமத்துடன் என்னைப் பார்த்தன.

அன்றிலிருந்து என் வேலையில் எனக்கு ஒரு புதிய சிரத்தை தட்டியது. மனம் இருண்டு குமையும்பொழுதெல்லாம் லதீபாவைப் பார்ப்பேன் – கண்கள் எல்லாம் மணிமந்திர மாத்திரைக் கோல் வித்தை மாதிரி அதே கணத்தில் அகன்றுவிடும்.

அவள் கண்கள் அடிக்கடி என்னைப் பார்ப்பதை நான் கவனித்திருக்கிறேன். அவை எப்பொழுதும் ஜொலிக்கும்; ஆனால் சில சமயங்களில் அவைகளில் வருத்தம் தேங்கும்.

ஒரு தடவை நான் வயல் காடுகளில் ஒரு கோவேறு கழுதை மேல் சவாரி போய்க்கொண்டிருந்தேன். கிணற்றருகில் லதீபாவைக் கண்டேன். தலையில் மண்ஜாடியை வைத்திருந்தாள்.

"லதீபா – எப்படி?" என்று விசாரித்தேன்.

"அப்பா என்னை இங்கே வந்து வேலை செய்யக் கூடாது என்கிறார் . . ."

வார்த்தைகள் குமுறிக்கொண்டு வந்தன, மனதில் வெகு காலமாக அழுந்திக்கிடந்த ஏதோ ஒன்றைக் கொட்டுகிற மாதிரி. ஏதோ துன்பம் கவ்விய மாதிரி குரல் மட்டும் தேங்கியது.

"ஏன் வீட்டிலேயே இருக்க உனக்குப் பிரியமில்லையா, வேலை எதற்குச் செய்ய வேண்டும்?" என்றேன்.

அவள் என்னைப் பார்த்தாள்; ஏதோ மேகம் படர்வது போல் கண்கள் சிறிது மங்கின. சில நிமிஷங்கள் மௌனமாயிருந்தாள்.

"ஷெய்க் ஆகாருடைய மகனுக்கு என்னைக் கலியாணம் செய்துகொடுக்க அவர் ஆசைப்படுகிறார்."

"நீ . . . ?"

"அதைவிடச் செத்துப்போவேன்!"

சிறிது நேரம் மௌனமாயிருந்தாள்; பிறகு என்னைக் கேட்டாள் . . .

"*க்வாஜா! உங்களில் எல்லாம் ஒரே ஒரு பெண்ணைத் தானே கலியாணம் செய்துகொள்வீர்களாம் – வாஸ்தவமா?"

"நாங்கள் ஒரே ஒரு பெண்ணைத்தான் லதீபா."

"உங்களில் பெண்களை அடிக்க மாட்டார்களாமே!"

"ஆமாம், ஆசைப்பட்டவர்களை, நம்மேல் ஆசை கொண்டவர்களை எப்படி அடிக்க முடியும் . . ."

"உங்களில் பெண்கள் ஆசைப்பட்டவர்களைத்தானே கலியாணம் செய்துகொள்ளுவார்களாம் . . . ?"

"ஆமாம், நிச்சயமாக அப்படித்தான்."

"எங்களை ஆடுமாடு மாதிரி விற்கிறார்கள்."

இப்படிப் பேசிவருகையில் அவள் கண்கள் கன்னக் கனிந்து இருண்டது, ஒளிவிட்டது.

"எங்கப்பா சொல்லுகிறார் . . . நீங்கள் இஸ்லாத்தைத் தழுவிக்கொண்டால் என்னை உங்களுக்குக் கலியாணம் செய்து கொடுக்கிறேன் என்று."

"எனக்கா . . ."

என்னையும் மீறி விழுந்து சிரித்தேன். லதீபா என்னைப் பார்த்தாள். சொல்ல முடியாத மன உளைச்சல் கண்களை நிறைத்தது.

"லதீபா, நீ யூதச்சியாகிவிடு; நான் உன்னைக் கலியாணம் செய்துகொள்ளுகிறேன்."

"எங்கப்பா என்னையும் கொல்லுவார் – உங்களையும் கொல்லுவார்."

---

* க்வாஜா – எஜமான்

மறுநாள் ஷெய்க் ஸூர்பாஜி என் திராட்சைத் தோட்டத்திற்கு வந்தான்.

ரொம்ப தொண்டு கிழவன். நீண்ட வெள்ளைத்தாடி, பெரிய தலைப்பாகை. துள்ளிக் குதிபோடும் ஒரு வெள்ளைக் குதிரைமீது வந்தான். நிறுத்தியும்கூட மண்ணைப் பிறாண்டிக் குதிபோட்டு நின்றது. என் வேலைக்காரர்களுக்குச் 'சலாம்' சொன்னான். வேலைக்காரர்கள் பணிந்து குனிந்து சலாமிட்டார்கள். என்னைக் கடுகடுப்போடு பார்த்து வந்தனம் செய்தான். வார்த்தை சீறிப்பாய்ந்தது. நானும் அமைதியாகப் பதில் சொன்னேன். குடியேற்றத்திற்கும் ஷெய்க்குக்கும் நட்புக் கிடையாது. யூதர்கள் மீது குரோதமே உருக்கொண்டு நின்றான் ஷெய்க்.

தன் மகளைக் கண்டதும் ஷெய்க்குக்குக் கோப ஆவேசம் கொண்டது. "யூதனிடம் போகக்கூடாது என்று நான் உத்தரவு போடவில்லையா?" என இரைந்தான்.

தொழிலாளர்களைப் பார்த்து, "நம்பிக்கையில்லாதவர்களிடம் உழைப்பை விற்கும் நீங்களும் மூமீன்களா? உங்களுக்கு வெட்கமில்லை!" என்றான்.

அவன் கையிலிருந்த கம்பு பலமுறை லதீபா தலைமீதும் தோள்மீதும் விழுந்தது. எனக்கும் கோபம் வந்துவிட்டது. நான் அவனை நெருங்கினேன். துயரம் நிறைந்த லதீபாவின் கருங்கண்கள் என்னைப் பேசாமல் இருக்கும்படி கெஞ்சின.

ஷெய்க் மகளை அழைத்துக்கொண்டு போய்விட்டான். வேலைக்காரர்கள் பயம் தெளிந்து மூச்சுவிட்டார்கள்.

"ஷெய்க் ஸூர்பாஜி இரக்கமில்லாதவர்" என்றான் ஒருவன்.

"வேலைக்காரர்களை முன்போல் பாதிக் கூலிக்கு அமர்த்தி உழைக்கவைக்க முடியவில்லை; அதுதான் கோபம் – யூதர்கள் போட்டி போடுகிறார்கள்" என்றான் மற்றொருவன்.

"இன்றைய கோபத்துக்குக் காரணம் எனக்குத் தெரியும்" என்றான் அட்டாலா. அவன் உதட்டில் குசும்புச் சிரிப்புத் தோன்றிப் படர்ந்தது.

அப்புறம் லதீபா வேலைக்கு வரவில்லை.

❍

சில வாரங்கள் கழித்து ஒரு நாள் மத்தியானம், நான் வாடிக்கையாகச் சாப்பிடும் வீட்டிலிருந்து சாப்பிட்டுவிட்டுத் திரும்பி வருகிற வழியில் அவளைக் கண்டேன்.

அவள் வெளியே தரையில் உட்கார்ந்துகொண்டு கோழிக் குஞ்சு விற்றுக்கொண்டிருந்தாள். அவள் என்னைக் கண்டதும் எழுந்து நின்றாள். கண்களின் அழகும் பெருகியிருந்தது; துயரமும் பெருகியிருந்தது.

"லதீபா எப்படியிருக்கே?"

"வந்தனம் க்வாஜா!" என்றாள். அவள் குரல் கம்மியது.

லதீபா கோழிக்குஞ்சு விற்க வருவாள்; எப்பொழுதும் அந்த மத்தியான நேரத்தில்தான்...

ஒரு நாள் அட்டாலா என்னிடம் சொன்னான்...

"க்வாஜா, லதீபா ஆகாருக்குப் போய்விட்டாள். ரொம்பக் குள்ளமான குரூபி..."

இந்த வார்த்தைகள் என் நெஞ்சில் குத்தி ஏறின.

அப்புறம் கேள்விப்பட்டேன்... லதீபாவின் புருஷன் வீடு தீப்பற்றிக்கொண்டது; அவள் தகப்பன் வீட்டுக்கு ஓடிவந்து விட்டாள்; அவள் இஷ்டத்திற்கு விரோதமாக அவளைப் புருஷன் வீட்டுக்குக் கொண்டுபோய் விட்டுவிட்டார்களென்று கேள்விப்பட்டேன்.

சில வருஷங்கள் கழிந்தன. எனக்கு என்று நான் கட்டிக் கொண்ட வீட்டில் நான் வசித்து வந்தேன். வேறு கருங்கண்கள் லதீபாவின் கண்களை மறக்கடித்தன.

ஒரு நாள் காலை நான் வெளியே வந்தேன். இரண்டு அரபுக் கிழவிகள் கோழிக்குஞ்சுகளை வைத்துக்கொண்டு நின்றிருந்தனர்.

"என்ன வேண்டும்?" என்று கேட்டேன்.

ஒருத்தி எழுந்து நின்று என்னைப் பார்த்தாள்.

"க்வாஜா மூஸா?"

"லதீபா?"

ஆமாம், லதீபாதான். முகத்தில் சுருங்கலும் திரையும் விழுந்த கிழவி லதீபாதான். வயதாகிவிட்டது; இருந்தும் கண்களில் பழைய பிரகாசம் மாறவில்லை.

"உங்களுக்கும் தாடி வளர்ந்துவிட்டதே – எப்படி மாறி விட்டீர்கள்" என்றாள். அவள் கண்கள் என்னையே பார்த்துக் கொண்டிருந்தன.

"நீ எப்படி இருக்கிறாய், ஏன் இப்படி மாறிப்போனாய்?"

"எல்லாம் அல்லஹ்தாலா விட்ட வழி, க்வாஜா" என்றாள்.

புதுமைப்பித்தன் மொழிபெயர்ப்புகள்

சிறிதுநேரம் மௌனமாக இருந்துவிட்டு "க்வாஜா மூஸா! கலியாணம் செய்துகொண்டீர்களா?"

"ஆமாம், லதீபா?"

"நான் பார்க்கவேணுமே..."

நான் என் மனைவியை வெளியே கூப்பிட்டேன்.

லதீபா அவளையே வெகுநேரம் பார்த்துக்கொண்டு நின்றாள்.

அவள் கண்களில் நீர் ததும்பியது....

அதற்கப்புறம் லதீபாவை நான் பார்க்கவேயில்லை.

○ ○

தென் கடல் தீவுகள்

நட்சத்திர இளவரசி

"நம்மிடம் இருப்பதையெல்லாம் சாப்பிட்டுவிடுவோம்" என்றான் டபூதி.

அவனது சகோதரனான அய்ட்டோ சந்தேகத்துடன் ஏறிட்டுப் பார்த்தான்.

"அப்படியானால் நமக்கு மிகுந்த பலம் உண்டாகிவிடும்; நம்மை எதிர்க்க ஒருவருக்கும் தைரியம் வராது; அல்லது அப்படித் தைரியமாக நம்மை எதிர்த்தாலும் அவர்களைத் தோற்கடித்துப் புகழும், ஏராளமான செல்வமும் பெறலாம்" என்றான் டபூதி.

"அவர்கள் எல்லாரும் ஒன்றாகச் சேர்ந்துகொண்டு நம்மை எதிர்த்தால் நமது கதி என்ன?" என்றான் அய்ட்டோ.

"நம்மிடம் அதற்கேற்ற தைரியம் இருந்தால் அவர்களை வெல்வோம், வா! நாமிருவரும் இத்தீவு முழுவதையும் சுற்றி இருக்கும் தலைவர்களையும் தைரியசாலிகளையும் வென்று, மங்கரேவா முழுவதிலுமே மிகுந்த வீரர்கள் நாம்தான் என்று புகழ் சூடிக்கொள்வோம்" என்றான்.

அய்ட்டோ அரை மனத்துடன் சம்மதித்தான்.

பின்பு இருவரும் தம் தீவிலிருந்த தேங்காய்களையும் வேறு கனிகளையும் சேகரித்தனர்.

இரண்டு பன்றிகளைக் கொன்று அவற்றை அப்படியே முழுசாகச் சுடுகற்கள்மீது வைத்து வாட்டினார்கள். மாலையில் தங்கள் குடிசை முன்பு இருந்த புல் தரையில் உட்கார்ந்து சாப்பிட ஆரம்பித்தார்கள்.

புதுமைப்பித்தன் மொழிபெயர்ப்புகள்

அய்ட்டோவிற்கு வரவரப் பசி குறைய ஆரம்பித்தது. மெதுவாகச் சுவைத்துச் சாப்பிட்டுக் கடைசியில் உண்ண மறுத்து விட்டான்.

"இதென்ன? நீ இப்படிச் சாப்பிடாவிட்டால் நாம் சண்டை யில் வெற்றி பெறுவது எப்படி?" என்றான் டபூதி. முதலில் கெஞ்சினான், பின் பயமுறுத்தினான். ஒன்றிலும் பயனில்லை. அய்ட்டோ வேண்டாமெனத் தலையை அசைத்தான்.

"அவசியமானால், நீ தனியாகவே வேண்டுமானாலும் புறப்பட்டுப் போ; ஆனால் இனி என்னால் சாப்பிட முடியாது" என்றுவிட்டான் அய்ட்டோ.

மனத்திருப்தியில்லாது டபூதி தன் பங்கைச் சாப்பிட்டான்; பின்பு அய்ட்டோ மீதி வைத்ததையும் உண்டான்.

அன்றிரவு உறங்கிவிட்டு, விடியற்காலம், உதய சூரியன் முதுகில் எரிக்க, கடற்கரை மார்க்கமாக நடந்தார்கள்.

சிறிது நேரம் கழித்து ஒரு கிராமத்தை யடைந்தார்கள். அதன் நடுவில் பிரவேசித்து, டபூதி ஊரிலுள்ள தைரியசாலி களைப் போருக்கு அழைத்தான்.

அவ்வூர்த் தலைவன் அதற்குப் பதில் சவால் கூறினான். ஊரில் தைரியசாலிகள் என்று கருதப்படும் மூவர் தங்கள் ஈட்டிகளை எடுத்து வந்தனர். தலைவனும் அம்மூவரும் ஈட்டி களைச் சரித்து பதி வைத்து சகோதரர் இருவர் மீதும் பாய்ந்து வந்தார்கள். டபூதி கோஷித்துக்கொண்டு அவர்கள் மீது பாய்ந் தான். அய்ட்டோவும் பின்னால் பாய்ந்தான். சிறிது நேரத்தில் நான்கு வீரர்களும் பிணமாகச் சரிந்தனர்.

அய்ட்டோ கிராமத்திலுள்ள மிகவும் வயோதிகப் பருவ மடைந்த கிழவனிடம் சென்று, "நாங்கள் திரும்பி வரும்பொழுது அந்தத் தலைவனின் சொத்துக்களையும் மனைவி மக்களையும் கப்பமாக எடுத்துக்கொண்டு போவோம்" என்று சொன்னான்.

○

இம்மாதிரி சகோதரர் இருவரும் கிராமம் கிராமமாகச் சென்று வெற்றி பெற்றவண்ணம் பிரயாணம் செய்யலாயினர். அவர்கள் புகழ் தீவெங்கும் பரவியது.

ஓர் நாள், ஒரு கிராமத்தை யடைந்தனர். அதற்கு ஒரு ஸ்திரீ தலைமை வகித்தாள். அவள் தீய பழக்கமுள்ளவள் என்பது பிரசித்தம். அவள் பெண்ணாகையால் இருவரும் போர் தொடுக்கவில்லை.

அவள் அவர்கள் இருவரையும் வரவேற்று, உணவருந்திக் களைப்பாற்றிக்கொள்ளும்படி கேட்டாள். முதலில் டபூதி மறுத்தான். அவள் கட்டாயப்படுத்தி வேண்டிக்கொண்டதினால் ஒப்புக்கொண்டனர்.

சாப்பிட்டு முடிந்ததும் அவள், அவ்விருவரையும் இந்தப் போர்த் தொழிலை விட்டுத் தன்னுடன் சிறிது நாள் வசிக்கும்படி சொன்னாள்.

"கொஞ்ச காலம் தங்கலாமே" என்று அய்ட்டோவும் அவள் அபிப்பிராயத்தை ஆமோதித்தான்.

குளிர் காய்வதற்காக எரிந்துகொண்டிருந்த தீயினுள் பார்த்துக்கொண்டிருந்த டபூதி, "முடியாது, முடியாது! இத்தீவிலேயே நாங்கள்தான் பலிஷ்டர்கள் என்று சொல்லப்படும் வரை ஓரிடத்திலும் தங்குவதில்லை என்று சபதம் எடுத்திருக்கிறோம்" என்றான்.

மறு நாள் காலை இருவரும் புறப்பட்டுக் கடற்கரையை விட்டுச் செங்குத்தான மலைமீது ஏற ஆரம்பித்தார்கள். பகல் முழுவதும் உயரச் சென்றுகொண்டேயிருந்தனர். மாலையானதும் அய்ட்டோவிற்குக் களைத்துவிட்டது. "சிறிது உட்கார்ந்து சிரமபரிகாரம் செய்துகொள்ளுவோம்" என்று வேண்டினான். டபூதி தங்குவதற்கு மறுத்து, சகோதரனைப் பலமில்லாதவன் என்று கேலி செய்தான். இருவரும் சிரமப்பட்டுக்கொண்டு நடந்தார்கள். அய்ட்டோ சோர்ந்து விழுந்துவிட்டான். டபூதிக்குக் கோபம் வந்துவிட்டது. அவன் இரவிற்குள் தூரத்தில் தெரியும் கணவாயை அடைந்துவிட வேண்டும் என்று நினைத்திருந்தான்.

"இதுவரை பலமில்லாதவனையா அழைத்துவந்தேன்! இவ்வளவிற்கும் காரணம் நீ உன் பங்கைச் சாப்பிடாததுதான். உன்னால் தொடர்ந்துவர முடியாவிட்டால் நான் தனியாகவே போகப்போகிறேன்" என்று சொன்னான்.

அய்ட்டோ எழுந்திருக்க மறுத்துவிட்டான்; பாதையின் ஓரத்தில் களைத்துச் சாய்ந்தான். கோபாவேசனாக, டபூதி, மலைக் கணவாய் தெரியும் திசையில், சிரமத்தையும் பொருட்படுத்தாது நடந்து சென்றான். அதற்கப்புறம் டபூதி தனது சகோதரனை இவ்வுலகில் பார்க்கவே யில்லை. ஏனெனில் அன்றிரவை யாருடன் கழித்தார்களோ அந்த ஸ்திரீ இவர்களைத் தொடர்ந்துகொண்டே வந்திருந்தாள். டபூதியின் தலை மறைந்ததும் பாதையில் சோர்ந்து கிடக்கும் அய்ட்டோவின் மார்பில் கத்தியைப் பாய்ச்சிவிட்டாள்.

டபூதி நெடுந்தூரம் அலைந்து கணவாய் வழியாக ஒரு அழகான பள்ளத்தாக்கை அடைந்தான். அங்கு கண்ணில்

பட்டவிடமெல்லாம் வனத்தின் எழில் கொழித்தது. முல்லைக் கொடிகள் படர்ந்த ஒரு பாதை அவனைக் கடற்கரை அருகிலுள்ள கிராமத்திற்குக் கொண்டுவிட்டது. அந்தப் பாதை வழியாகச் சென்று, ஊரின் மத்தியிலுள்ள பசும்புல் செழித்து வளர்ந்த மைதானத்தை அடைந்தான்.

சுற்றிலும் மரங்களின் அடியில் குடிசைகள்.

கிராமவாசிகள், இலட்சிய உலகத்தில் வசிப்பவர்கள் போல் சிரித்து உல்லாசமாக விளையாடியும் தத்தம் வேலையைச் செய்தும் காலத்தைப் போக்கிக்கொண்டிருந்தார்கள். சிலர் மைதானத்தில் புஷ்பச் செண்டுகளை வீசி எறிந்து நடனங்கள் பயின்றுகொண்டு தம்மை மறந்திருந்தனர்.

சற்றுத் தூரத்திலே பாறைகளில் மோதி உடையும் சமுத்திர அலைகளின் ஹுங்கார சப்தம் கேட்டது. அங்கிருந்து செம்படவர்கள், அப்பொழுதுதான் பிடித்த மீன்களை அவற்றின் அடிவயிறு சூரிய ஒளியைப் பிரதிபலிக்கத் தூக்கிக்கொண்டு சிரித்துப் பேசியவண்ணம், கிராமத்தின் பக்கமாக வந்துகொண்டிருந்தனர்.

மீன்கள்தான் என்னென்ன வர்ணங்கள்! அவை காட்டுப் புஷ்பங்களின் சோபையைத் தோற்கடித்தன.

டபூதி மைதானத்தின் நடுமத்தியில் சென்று நின்று, உரத்த குரலில் திறமையுள்ளவர்களைத் தன்னிடம் சண்டைக்கு வந்து பார்க்கும்படி கொக்கரித்தான்.

உடனே, இருந்த சிரிப்பும் பேச்சும் சட்டென்று நின்றன. எல்லோரும் ஆச்சரியப்பட்டு நின்றனர். காதில் விழுந்ததை நம்பாதவர் போல் அவனைப் பார்த்தனர்.

டபூதி மறுபடியும் அறைகூவினான். கடைசியாக அவ்வூர்த் தலைவன் – அவன் பெரிய பராக்கிரமசாலி என்று பெயர் பெற்றவன் – டபூதியிடம் வந்து, “இங்கு பல வருஷங்கள் வரை யாரும் சண்டை போட்டுக்கொள்ளவில்லை என்றாலும் உன்னுடன் போர் செய்கிறேன், வா!” என்று கூறினான்.

இருவரும் புல் தரையில் நின்று ஒருவரையொருவர் தாக்கிப் போர் புரிந்தார்கள். நெடுநேரம் வரை இருவரும் சளைக்காமல் தாக்கிக்கொண்டார்கள். ஆனால் வரவரத் தலைவனுக்குப் பலம் குறைந்துகொண்டே வந்தது. கடைசியாக டபூதி அவன் நெஞ்சில் ஈட்டியைச் சொருகி அவனைத் தரையில் பிணமாகக் கிடத்திவிட்டான்.

உடனே கிராமம் முழுமையும் அழுகையும் கூக்குரலும் ஏகமாக எழுந்தது. ஏனெனில் ஜனங்கள் யாவரும் அத்தலைவனை நேசித்தார்கள்.

டபூதி இறந்தவன் கையில் கிடந்த ஈட்டியை எடுத்துக் கொண்டு அவன் வீட்டுக்குள் சென்றான். அங்கு இறந்தவனின் மனைவி மக்கள் நடுநடுங்கி மூலையில் ஒண்டிக்கிடந்தார்கள்.

தலைவாசலண்டையிலேயே சென்றதும் அவன் நின்று விட்டான். தன் முன்னிலையில் இதுவரை பார்த்தேயிராத ஒரு ரூபவதியைக் கண்டான். அவள் மாண்ட அரசனின் புத்திரிகளில் ஒருத்தி.

அவன் அந்த அரசன் வீட்டில் இளவரசியின் முன்பு உட்கார்ந்திருந்தான். 'இவ்வளவு அழகாக, குற்றமே இல்லாத ஒன்று உலகத்திலே பிறக்க முடியுமா?' என்று ஆச்சரியப் பட்டான்.

அவள், அவன் முன்பு, ஒரு காலை மற்றொரு கால் மீது போட்டு உட்கார்ந்துகொண்டு, கட்டை விரலால் நிலத்தைக் கீறிக்கொண்டிருந்தாள்.

கறுத்தடர்ந்த கூந்தல். ஆசையை அடிமைப்படுத்தும் அதரங் கள். உலகத்தின் கற்பனையை அடக்கும் கண்கள். இவற்றைப் பார்த்தவண்ணமே இருந்துவிட்டான் டபூதி.

வீட்டிலிருந்த யாவரும் வேலை காரணமாகச் சென்று விட்டார்கள். இருவரும் எதிரெதிரே உட்கார்ந்தவண்ணம் நெடுநேரம்வரை பேசாதிருந்தனர்.

கடைசியாக டபூதி மௌனத்தைக் கலைத்து, "பேதியா, உன்னைக் கலியாணம் செய்துகொள்ள வேண்டும் என்று ஆசைப்படுகிறேன்" என்றான்.

அவள் கண்களில் சிறிது பயம் தோன்றியது போல் இருந்தது. ஆனால், கோபமாக, "என் தகப்பனாரைக் கொன்றதுமல்லாது என்னையும் வலிந்துகொள்ளப் பார்க்கிறாயா?" என்றாள்.

பராக்கிரமசாலியான டபூதி சிறிது வெட்கினான். அவளைப் பார்க்காது தலையை வேறு புறம் திருப்பிக் கொண்டான்.

"தோற்றவனது மகளை அடிமையாகவோ அல்லது மனைவி யாகவோ எடுத்துக்கொள்ள எனக்கு உரிமையுண்டு. இப்பொழுது என்னைத் தூண்டுவது அந்த முரட்டு ஆசையன்று. ஒரு குழந்தை யானது சூரியாஸ்தமனத்தை அடிக்கடி பார்த்திருந்தாலும் திடீரென்று ஒரு நாள்தான் அதன் அழகு அதற்குத் தெரிகிறது. அப்பொழுது, அழகில் சொக்கிய அக்குழந்தைக்கு மூச்சுத் திணறுகிறது. அதன் மனத்தில் பெரிய பெரிய சிந்தனைகள், கற்பனைகள் வந்து குவிகின்றன. உன்னை அன்றைய தினம் முதல்முதலாகப் பார்த்தபொழுது எனக்கு அப்படியிருந்தது.

எனது பாவஜன்மம் உன் தந்தையைக் கொன்று, பாவ மூட்டையை மும்மடங்கு அதிகரித்துக்கொண்டது. அதற்கு மாற்று இருந்தால் உடனே இயற்றுவேன். இந்த உலகத்தில் அது ஏது? பேதியா! நான் இன்று முதல் வேறு மனிதன். என்னைக் கலியாணம் செய்துகொள்" என்றான்.

இளவரசி மெதுவாகத் தலையை உயர்த்தி, "உனக்காக நான் பரிதாபப்படலாம். இப்பொழுது சொன்னது உண்மை யானால் நீ இவ்விடத்தைவிட்டுப் போய்விடுவாய்" என்றாள்.

டபூதி தலையை அசைத்தான்.

"அதைத்தான் நான் செய்யவே மாட்டேன். உன்னைப் பார்த்த பிறகு அன்பின் அழகையும் சக்தியையும் உணர்ந்து கொண்டேன். உன்னை விடமாட்டேன். உன்னை என் மனைவி யாக்கிக்கொள்ளுவேன்."

"அது உன்னால் முடியாது" என்றாள் பேதியா.

டபூதி முன்னுக்குச் சரிந்து, "பேதியா! தயவு செய்து இரங்கு. புத்திசாலித்தனமாக நடந்துகொள். எனக்கு உன்மேல் அன்பு இருக்கிறது; உனக்கும் என்மேல் அன்பு வர வேண்டும் என்று எதிர்பார்க்கிறேன். ஆனால் உன்னைவிட்டுச் சிறிதும் பிரிய மாட்டேன்" என்றான்.

"இந்த ஜன்மத்தில் நான் உன்னைக் கலியாணம் செய்து கொள்ள மாட்டேன். இது நிச்சயம். என் பெயருக்கு என்ன அர்த்தம் என்று தெரியுமா?"

"தெரியாது; ஆனால், ஒன்று தெரியும். பேதியா என்றால் இசையில் ஒரு ஸ்தானம்; அதன் அர்த்தம் நீதான்."

இளவரசி புன்சிரிப்புடன், "எங்கள் பாஷையில் நட்சத்திரம் என்று அர்த்தம். என்னை 'நட்சத்திர இளவரசி' என்று கூப்பிடு கிறார்கள்."

"சரியான பெயர்தான் வைத்திருக்கிறார்கள். உனது கண்கள் நட்சத்திரம் போலப் பிரகாசிக்கின்றன."

"காரணம் அதுவன்று. ஒரு கதை சொல்லுகிறேன் கேள்: பல காலமாக என் தகப்பனார் இந்த ஜனங்களுக்குத் தலைவராக இருந்தார். எல்லோரும் அவரை நேசித்தார்கள். அவர் ஆட்சி யில் அமைதி இருந்தது. சண்டை வந்தபொழுது தைரியமாகப் படையின் முன் அணியில் சென்றார். ஆனால் எங்களுக்கு மலை அரண் இருப்பதால் சண்டை எற்படுவதே இல்லை. ஆனால் அவருக்கு ஒரு குறை இருந்தது. தன் பெயரை வகிக்க ஒரு குழந்தையும் இல்லையே என்று வெகுவாக வருந்தினார். மாலை நேரங்களில் உட்கார்ந்து குனிந்தவண்ணம் துயரத்தில்

ஆழ்ந்துவிடுவார். அவரைத் தேற்ற ஒருவராலும் முடியாது. ஒருநாளிரவு, இதே அறையில் உட்கார்ந்து கஷ்டப்பட்டுக் கொண்டிருக்கும்பொழுது, ஜன்னல் வழியாக வெளியே பார்த்தார். வானத்திலிருந்து தங்கமயமான ஒரு நட்சத்திரம் கீழ் நோக்கி விழுந்துகொண்டிருந்தது. அது வீட்டை நெருங்குவது போல் இருந்தது. கிட்ட வரவரப் பார்க்க முடியாதபடி கண் கூசியது. கண்ணை மூடினார். திறந்து பார்த்தபொழுது நட்சத்திரம் ஒன்றும் காணப்படவில்லை; வானம் பழையபடி எப்பொழுதும் போல இருந்தது. இது என்ன புதுமை என்று எண்ணியிருக்கும்போது அடுத்த அறையில் ஒரு குழந்தையின் அழுகை கேட்டது. அவர் உள்ளே ஓடினார். என் தாயாரின் பக்கம் ஒரு சிறு பெண்குழந்தை இருந்தது. அதற்குப் பேதியா என்று பெயரிட்டார்கள். பேதியா என்றால் ஒரு நட்சத்திரம்."

டபூதி அவள் சொன்ன கதையின் அர்த்தத்தைப் பற்றி யோசனை செய்துகொண்டே தலையைக் குனிந்திருந்தான். இளவரசி, மெதுவாக எழுந்து, ஜன்னலண்டையில் நின்று வானத்தைப் பார்த்துக்கொண்டு நின்றாள்.

மெதுவாக டபூதி தலையை நிமிர்த்திப் பார்க்கும் பொழுது அவள் நின்ற இடத்தைப் பார்த்தான். பேதியாவைக் காணோம். வானத்தில் தங்கமயமான நட்சத்திரந்தான் தெரிந்தது. அதை அவன் அதற்கு முன் பார்த்ததே இல்லை.

○

அவன் முன்னால் பாதை வளைந்துவளைந்து புதர்களுக்குள் மறைந்து சென்று பாறைகளை அடைந்தது.

டபூதி பாறையில் சாய்ந்து தூரத்தில் தெரியும் சமுத்திரத்தைப் பார்த்தான்.

அவன் உள்ளத்திலும் உடலிலும் சோர்வு தட்டியது.

ஏழு வருஷங்களாக இளவரசியைத் தேடி அலைந்தான்.

ஏழு வருஷங்களின் சம்பவங்களும் கண்முன் படம் போல் விரிந்து ஓடின.

தீவு முழுவதும் தேடியாகிவிட்டது. அந்தத் தங்கமயமான நட்சத்திரம்தான் அவன் நினைவில் இருந்தது. அது தன்னை அவளிடம் சேர்ப்பிக்கும் என்று நம்பினான். அந்த நட்சத்திரம் தன்னை அவளுடன் இறுகப் பிணிப்பதாக நினைத்தான். ஏழு வருஷங்களின் அலைச்சல் அவசியம் அவன் பாவத்தைப் போக்கியிருக்க வேண்டும். அவள் நினைவு வரவர வளர்ந்து பக்திக் காதலாக மாறியது.

புதுமைப்பித்தன் மொழிபெயர்ப்புகள்

இராத்திரி இராத்திரியாக நட்சத்திரம் வழிகாட்ட, தீவுதீவாக அலைந்தான். என்ன பயங்கர மனித ஜாதிகள், தலையைக் கொய்து திரியும் தலை வேட்டையாடிகள், தீயில் நடக்கும் மாந்திரீகர்கள், ஐமியோ தீவில் பாறைகளில் வசிக்கும் ஓணான் மனிதர்கள், மனிதச் சிலைகள் பிரமாண்டமாக நிற்கும் தீவுகள்! எப்பொழுதும் நட்சத்திரம் அகலவே, எட்டவே இருந்தது.

பல தடவை மரணத்தைச் சந்தித்தான். தங்கள் தெய்வத் திற்குப் பலி கொடுப்பதற்காக இவனை உயிருடன் பிடிக்கப் பதிவைத்துத் தாக்கிய போர்வீரர்களுடன் போராடி, ஒவ்வொரு அடியையும் திறமையால் தப்பி, படகின் பக்கம் வந்ததும் சுறாமீன் பற்களை அவர்கள் முன்பு வீசித் தப்பித்துக் கொண் டதும் நினைவுக்கு வந்தன. அடுத்த தடவை ரெஹு ரெஹு தீவின் தலைவனுடைய மகள் அவனைத் தன்னுடன் இருக்கும் படி மன்றாடியதும், அவன் ஏறக்குறைய இசைந்ததும், அவர்கள் இருவரும் கடற்கரையில் உலாவும்பொழுது நட்சத்திர மீன் அவன் கண்ணில் பட்டதும், அன்றிரவே தோணியில் யாத்தி ரையை ஆரம்பித்ததும் ஞாபகத்திற்கு வந்தன. உயரே சிகரத்தில் ஏறிக்கொண்டேபோனால் நட்சத்திரத்தை அடைய முடியும் என்று காலாகாலத்தில் ஒரு யோசனை தோன்றியது.

தென் சமுத்திரத் தீவுகளிலேயே மிகவும் உயர்ந்த மலையை ஏறியாகிவிட்டது. இங்கும் அவனது ஆசைக்கும் அவனுக்கும் பழைய தூரமே இருந்தது.

பெருமூச்செறிந்து மலையின் உச்சியைப் பார்த்து நடந்தான்.

வழியும் மெதுவாக உயர்ந்து சென்று செடிகொடியடர்ந்த புதருக்குள் மறைந்தது. கை அரிவாளால் வழி செய்துகொண்டு புதர் வழியாக நடந்தான். சில சமயம் மக்கிப்போன மரத்துண்டு கள் சடக்கென்று ஒடிபட்டுக் கீழே விழும். புதரும் தாண்டியாய் விட்டது; எதிரே செங்குத்தான பாறை உயர்ந்து நிமிர்ந்தது. சளைக்காமல் ஏறினான். சூரிய உஷ்ணம் பொசுக்கியது. நா வரண்டது. கடைசியாகப் பாறையின் உச்சியை அடைந்தான். தென் உலகத்தின் முகட்டின் மேல் நின்றான்.

அவன் காலடியில் பாதாள லோகம் போல் தீவு கிடந்தது. தூரத்திலே கடலும் வானும் கலந்தன. சூரியன் பொன்மயமான துகிலுடுத்திச் சமுத்திரத்தில் மறைந்தான். உட்கார்ந்து மூச்சு வாங்கினான் டபூதி. அந்தி மாலை இரவாக மயங்கியது. உயரத்திலே, உச்சிக்குமேல் தங்க மயமான நட்சத்திரம் பிரகா சித்தது – முன்போல்தான் – பழைய தூரந்தான். தலையைக் கைகளில் தாழ்த்தி விம்மிவிம்மி யழுதான்.

இரவு முழுதும் பாறையிடுக்கில் ஏமாற்றத்தால் விறைத்துக் கிடந்தான். மறுநாள் சிகரத்திலிருந்து இறங்கினான். இரண்டு நாட்கள் கழித்துக் கடற்கரையை அடைந்தான்.

அவன் கடற்கரையை அடைந்தபொழுது இருட்டிவிட்டது. ஜலத்தின் ஓரத்தில் இருந்த பாறைமீது ஏறி, சந்திரனொளியில் மின்னும் கடல் அலைகளைக் கவனித்தான். நேராகக் குனிந்து தண்ணீரடியில் பார்க்கும்பொழுது ஜலத்தினடியில் நட்சத்திரம் பிரகாசிப்பதைக் கண்டான். உள்ளத்தில் புது எண்ணம் உதயமாயிற்று. எழுந்தான். மூச்செடுத்து அடக்கி, நட்சத்திரத்தை நோக்கிக் கடலுக்குள் தலை குப்புறப் பாய்ந்தான்.

சொல்ல முடியாத ஆழம். பவளக் கொடிகளும், இருண்ட ஜல மட்டத்தின் கீழுள்ள குகைகளும் சந்திர ஒளியைப் பிரதி பலித்தன. பிரகாசமான மீன்கள் ஒளித்துண்டங்கள் போல வளைந்து மின்னி மறைந்தன. ஆழக் குகைக்குள் சென்றான். எங்கும் பவளக் கொடிகள். பிரகாசம் அதிகமாவது போல் தெரிந்தது. பிரம்மாண்டமான மீன்கள் அவன்மீது உராய்ந்து சென்றன. பவளக் கொடிகள் வளைந்து உருமாறி மங்கி வளர்ந்தன. தீ ஒளி வரவரப் பிரகாசமடைந்தது. வெறும் புள்ளியாக இருந்த நட்சத்திரம் பிரம்மாண்டமான ஜோதியாக மாறியது. பூமியைவிட, சூரியனைவிட, இப்பிரபஞ்சத்தைவிட பிரம்மாண்டமாக வளர்ந்தது. பின் ஒளி மாறியது. அதன் மத்தியிலே பேதியா நட்சத்திர இளவரசி இரு கைகளையும் விரித்து நின்று இவனை வரவேற்றாள்.

○○

II
உயிர் ஆசை
அமெரிக்கக் கதைகள்

முன்னுரை

சர்ச்சில், உருக்கமாக, இங்கிலீஷ் பாஷை பேசும் மகா சமாஜம் என்று பேசி, அமெரிக்க மக்களுடன் உறவுகொண்டாடு கிறார். அமெரிக்க மக்களைப் பொறுத்தவரை பாதி உண்மை; இன்று யுனைடெட் ஸ்டேட்ஸ் ஆப் அமெரிக்கா என வரம்பு படுத்தப்பட்ட ராஜாங்கத்துக்குள் வாழ்வு நடத்தும் ஜனங்கள், சரித்திரத்தின் குறிப்பிட்ட ஒரு கட்டத்தில் ஐரோப்பாக் கண்டத் தில், நிகழ்ந்த சமய – பொருளாதாரச் சூழலின் விளைவாக அங்கிருந்து கடல்கடந்து, அமெரிக்காவில் வந்து பல ஜாதி மக்கள் குடியேறினார்கள். அதில் பிரெஞ்சுக்காரர்கள் உண்டு; ஜெர்மனியர் உண்டு; ஸ்பானியர் உண்டு; இங்கிலீஷ்காரரும் உண்டு. அங்கு வந்து குடியேறிய ஜனங்கள் சேர்ந்து வாழ்வதில் தான் பலம் உண்டு (பலன் உண்டு) என்பதை அறிந்ததின் விளைவாக ஒரு ராஜாங்கம் உருவாயிற்று. அதன் ராஜாங்க பாஷை ஆங்கிலமாயிற்று. இப்படியாக அமெரிக்காவை இங்கிலீஷ் பாஷை பேசும் ஜன சமுதாயம் என சர்ச்சில் சொல்லுவதற்கு சவுகரியமும் சந்தர்ப்பமும் வாய்த்தது.

இந்தத் திருக்கூட்டத்தில் இடம்பெயர்ந்து உருவான இங்கிலீஷ் பாஷை வெகுகாலமாக இங்கிலீஷ் இலக்கியத்தின் எதிரொலி யாக இருந்துவந்து பத்தொன்பதாம் நூற்றாண்டின் கடைசிச் சாகையிலே அமெரிக்காவில் புதுவிதமான பொருளாதார கட்டுக் கோப்பு உதயமாயிற்று. இதன் பலன் இலக்கியத்தில் வடிவம் பெற்றது. அமெரிக்க இங்கிலீஷுக்கு ஒரு தனிப் பாணியும், இலக்கியத்துக்குத் தனித்தன்மையும் வாய்த்தது. இரண்டு யுத்தங் களுக்கிடையில் அமெரிக்க இலக்கிய வளர்ச்சி மலைக்கும்படி யாக இருக்கிறது. வருங்காலம் வரம்பு அறிவித்து நிர்ணயிக்க முடியாதிருக்கிறது.

இந்தத் தொகுதியில் இரண்டு கதைகளை நான்–அதாவது எனக்காக எனது சில நண்பர்களுடன்–தெரிந்தெடுத்தேன் (தெரிந்தெடுத்தோம்). முன் கதை ஜாக் லண்டன் எழுதிய உயிர்

ஆசை. பின் கதை வில்லியம் ஸரோயன் எழுதிய காதல் கதை. முன்னது முன் சாகையிலும், பின்னது இரண்டு யுத்த இடைக் காலத்திலும் முறையே குறிப்பிடத்தக்க பிரமாதமான கதைகள் என்று நான் நினைக்கிறேன்.

ஜாக் லண்டன் என்பவரின் முழுப் பெயர் ஜான் கிரிப்பித் லண்டன் என்பது. ஆயுசு 1876–1916. ஜனனம் ஸான்பிரான்ஸிஸ் கோவில். நாடோடியாக ஜோசியம் பார்த்து திரிந்த வில்லியம் ஹென்ரி சானி என்பவருக்குப் பிறந்தவர். ஜாக் லண்டனும் தகப்பனாருடைய நாடோடிக் குணத்தைப் பெற்றிருந்தார். இவருக்கு ஜெர்மன் சித்தாந்திகளான நீட்ஷேயிடமும் மார்க்ஸிடமும் அபார பக்தி. அவரது கருத்துக்கள் யாவும் நீட்ஷேயும் மார்க்ஸும் மனசில் ஏற்றிய பௌருஷ சித்தாந்தங்கள், வாழ்வு கொடுத்த கைப்பு ஆகிய இரண்டின் மலர்ச்சி. சக்தி உபாசகன், அதிமானுஷ்ய உபாசகன் என்று சொல்லவேண்டிய நீட்ஷே, சகல தர்மங்களும் கவந்தபந்தத்தினடியாகவே பிறந்தவை என்று சொல்லும் மார்க்ஸ் ஆகியவர்களே நாடோடியின் மனசில் தர்ம ஸ்தாபகர்கள் என நிர்ணயமாவது இயல்பு. அதில் பிறந்தவைகளே வாழ்வின் உயிர்ப் போரைப் பற்றிய கதைகள். இக்கதை 1907ல் எழுதப்பட்டது.

ஸான் பிரான்ஸிஸ்கோவில் பிறந்த மற்றொரு பிரதான புருஷர் வில்லியம் ஸரோயன். இவர் ஒரு அர்மீனியர். இவருக்கு அமெரிக்க இலக்கிய ரசிகக் கூட்டம் என்று சொல்லிக்கொள்ளும் கேந்திர ஸ்தான பெருச்சாளிகள் இடம்கொடுக்க மறுத்தன. தினசரி ஒரு கதை எழுதி பத்திரிகைக்கு தபாலில் அனுப்பி விடுவது என வைராக்கியத்துடன் வரிந்துகட்டிக்கொண்டு உட்கார்ந்தார். பெயரும் புகழும் வந்தன. அவருடைய இலக்கிய துறை சிறுகதைகள் மட்டுமல்ல; நாவல்கள், நாடகங்கள் உண்டு. அமெரிக்காவின் இன்றைய யுக தர்மத்தின் ஒரு சாகையை பிரதிபலிக்கும் ஆலிவர் கோல்ட்ஸ்மித் என இவரை நான் எண்ணுகிறேன். ஆலிவர் கோல்ட்ஸ்மித் என்பவர் இங்கிலீஷ் இலக்கியத்திலே 18ம் நூற்றாண்டில் கள்ளங் கவடு அற்ற வேக்பீல்ட் விக்கார் (மத போதகர்) கதையை சொன்ன மாதிரி யிலேயே இன்று அர்மீனியர் சுக துக்கங்களை ஸரோயன் சொல்லுகிறார். கொழுந்தோடிப் படரும் இலக்கியத்தின் திசை காட்டியாக அமெரிக்காவிலிருந்து வெளிவரும் 'நியூ டைரக்ஷன்ஸ்' (புது வழிகள்) என்ற பத்திரிகையிலிருந்து எடுத்த கதை இது.

கதைகளின் தாரதம்மியத்தைப் பற்றியோ அவற்றை எப்படி அனுபவிக்க வேண்டும் என்பதையோ உபதேசித்துக்கொண்டி ருப்பது ரசக் குறைவான காரியமாகையால் அதை வாசிப்பவர் களுக்கும் மதிப்புரை செய்வோருக்கும் விட்டுவிடுகிறேன்.

புதுமைப்பித்தன்

உயிர் ஆசை

ஜாக் லண்டன்

அவர்கள் இருவரும் நொண்டிநொண்டி ஆற்றங்கரை வழியாகத் தள்ளாடி நடந்தார்கள். கத்திபோல ஊசியாக, தெத்துக்குத்தாகக் கிடந்த பருக்கைக் கற்கள் காலை வெட்டியது. அவர்களிருவரும் சோர்ந்துவிட்டார்கள்; உடம்பு வலுவிழந்து விட்டது. நெடிய துன்பம் முகத்திலே விதியற்ற பொறுமையைக் காட்டியது. அவர்களது முதுகில் தோளோடு சேர்த்து இறுகக் கட்டிய கம்பளி மூட்டை அமுக்கியது. முதுகுச்சுமைக்கு அண்டை கொடுத்து, நெற்றியைச் சுற்றி மண்டைக் கட்டு. ஒவ்வொருவனும் கையில் துப்பாக்கியை ஊன்றி நடந்தான். தலையும் தோளும் முன்னே சாய, கண்களைத் தரையில் ஊன்றிய படி நடந்தனர்.

"அந்தக் குடிசையிலிருக்கும் இரண்டு தோட்டாக்களும் நம் கையிலிருந்தால் தேவலை" என்றான் பின்னால் வந்தவன்.

குரலிலே நயப்பு அற்றிருந்தது. உற்சாகமற்றுப் பேசினான்.

பாறைகளின்மீது நுரைத்துக்கொண்டு ஓடும் ஆற்றுப் படுகையில் நொண்டிச் சென்றவன் பதிலே சொல்லவில்லை.

பின்னவன் அவனது சுவட்டைத் தொடர்ந்து வந்தான். இருவரும் காலில் போட்டிருந்த ஜோடுகளைக் கழற்றவில்லை. தண்ணீர் உறைபனி மாதிரி காலை வெட்டியது. அதனால் அவர்களது கணுக்கால் வலித்தது; பாதம் மரத்துப்போயிற்று. சில சமயம் தண்ணீர் முழங்கால்வரை நனைத்தது. எதிர்பாராத ஆழம் அவர்களைத் தள்ளாட வைத்தது. பாறை வழுக்க பின்னால் வந்தவன் விழுந்துவிட்டான். ஆனால் திக்குமுக்காடித்

தடுமாறி காலை ஊன்றிக்கொண்டான். அதே சமயத்தில் வலி பொறுக்கமாட்டாமல் கத்தினான். தலை கிறங்கியது. விழாமல் நிற்பதற்கு பற்றுக்கோடு தேடுவதுபோல் காற்றில் துழாவினான். கடைசியாக ஊன்றி நின்று, பிறகு மேலே கால் எட்டிவைக்க, தள்ளாடி முன்னால் விழப்போனான். பிறகு நிலையாக நின்று மற்றவனை நோக்கினான். அவன் தலையைத் திரும்பிகூடப் பார்க்கவில்லை.

தனக்குள் ஆலோசிப்பது போல ஒரு நிமிஷம் நின்றான். பிறகு வாய்விட்டு முன்னவனுக்குக் குரல் கொடுத்து, "ஏ டோய், என் கணுக்கால் மொழி புரண்டுவிட்டது" என்றான்.

முன்னவன் நுரைத்துக்கொண்டு பாயும் ஆற்றில் தள்ளாடித் தள்ளாடி நடந்தான். பின்புறம் திரும்பிப் பார்க்கவே இல்லை. பின்னவன் கண்கள் அவனையே தொடர்ந்தன. கண்ணிலே களையில்லை; அம்பு பட்ட மானின் வேதனை அவன் கண்களில் தேங்கியது.

முன்னவன் எதிர்கரைக்குத் தள்ளாடித்தள்ளாடி நேராக நடந்தான். திரும்பிப் பார்க்கவே இல்லை. பின்னவன் உதடு சற்று நடுநடுங்கியது. அதனால் அவன் முகத்தை மறைத்த மயிர் அசைந்து குலுங்கியது. நாக்குகூட சற்று எட்டிப் பார்த்து உதட்டைத் துழாவி நனைத்தது.

முன்னவனைப் பெயர் சொல்லிக் கூப்பிட்டான்.

உடல் வலு மிக்கவன் நொடிந்து இற்றுப்போய் கூவி அழைக்கும் ஓலம் அது. முன்னவன் போவதைப் பார்த்துக் கொண்டே இருந்தான். முன் நோக்கிக் குனிந்து நொண்டித் தள்ளாடி சரிவின் மேலேறி தூரத்தில் வானத்தைக் கோடிட்டுக் காட்டும் மலைச்சரிவை நோக்கினான். தூரத்து மேட்டில், தாண்டி அந்தப் புறமாக இறங்கி மறைந்துவிட்டான்; முன்னவன் போயே போய்விட்டான். இனி என்ன, தன்னையும் தனிமை யையும் சூழ்ந்த உலகைச் சுற்றி நோக்கினான். தூரத்திலே சூரியன் மங்கலாகத் தெரிந்தது. மஞ்சும் பனியும் அதை மறைத்துத் திரையிட்டு, அது இருந்த இடத்தை வெள்ளை வெளிச்சத்தால் காட்டியது. ஒற்றைக்காலில் பலத்தை ஊன்றி நின்றுகொண்டு கடிகாரத்தை எடுத்துப் பார்த்தான். மணி நாலு. மாசம் ஜூலை யோ ஆகஸ்டோ என அவனுக்கு நிச்சயமாகத் தெரியவில்லை. தேதி விட்டுப்போய்விட்டது. சூரியன் உத்தேசமாக வட மேற்கைத்தான் காட்டுகிறது என்பது அவனுக்குத் தெரியும். அவன் தென்திசை நோக்கினான். தென்படும் குளிர்மலைகளைத் தாண்டி எங்கோ தூரத்தில் கிரேட் பேர் ஏரி இருக்கிறது என்பது அவனுக்குத் தெரியும். அந்தத் திசையில்தான் ஆர்க்டிக் வட்டம் கனடா பனிப் பாலைவனத்தை ஊடுருவுகிறது என்பது

அவனுக்குத் தெரியும். இவன் நிற்கும் சிற்றாறு தாமிரச் சுரங்க நதிக்கு ஒரு உபநதி. தாமிரச் சுரங்க நதி வடதிசை நோக்கி ஓடி காரனேஷன் வளைகுடாவில் சங்கமுகமாகிறது. அவன் அங்கு சென்றதில்லை. ஆனால் ஹட்ஸன் பே கம்பெனியின் பூமிப் படத்தில் அதைப் பார்த்ததுண்டு.

மறுபடியும் தன்னைச் சூழ நோக்கினான். நெஞ்சில் நம்பிக்கை வளர்க்கும் காட்சியல்ல அது. சுற்றிலும் அஷ்ட திசையிலும் வானவளையம் அவனைச் சிறையிட்டது. மலைகள் உயரமற்றவை. மரமோ, செடியோ, புல்லோ எதுவும் கிடையாது. எங்கு பார்த்தாலும் அத்துவானமாகக் கிடந்தது. பயம் கண்ணுக்குள் உதயமாயிற்று.

முன்னவனைப் பெயரிட்டழைத்து மெல்லிய குரலில் இரண்டொரு தடவை கூப்பிட்டான்.

சுக்காம்பாறைத் தண்ணீரில் வெடவெட என்று நடுங்கினான். எல்லையற்ற பெருவெளியும் தனிமையும் அவனை மூச்சுத் திணற அமுக்குவதுபோல் இருந்தது. நிர்த்தாட்சண்யமாக மனசில் சற்றும் கசிவு இல்லாமல் அவை அப்படியே அமுக்கி கொன்றுவிடும் போன்றிருந்தது. காக்கைவலிப்பு போல அவனது கைகள் வெடவெடவென்று நடுங்கின. பிடித்திருந்த துப்பாக்கி தண்ணீருக்குள் 'சளப்'பென்ற சப்தத்துடன் விழுந்தது. இந்தச் சத்தம் மீண்டும் அவனுக்கு சுதாரிப்பு கொடுத்தது. பயத்தோடு போராடினான். நீரில் துழாவி, துப்பாக்கியை எடுத்துக்கொண்டான். முதுகுச் சுமையை சற்று மேலே இழுத்துக் கொண்டான்; புரண்டுபோன கணுக்காலில் பளுவைக் குறைக்க முயன்றான். மெதுவாக, ஜாக்கிரதையாக, வலி ரம்பம் போட்டு அறுக்க கரைக்கு வந்தான்.

அங்கு அவன் நிற்கவில்லை. வலியையும் மதியாது, வெறி பிடித்த வேகத்துடன் தன் சகா மறைந்துபோன மேட்டின்மேல் ஏறினான். முன்னவனைவிட நெளிந்துநெளிந்து தள்ளாடி நடக்கவேண்டியிருந்தது. மேட்டில் நின்று பார்த்தான். எதிரே பள்ளத்தாக்கு; உயிர்ச் சலனமற்ற பள்ளத்தாக்கு. பள்ளத்திலே தண்ணீர் தேங்கிக் கிடந்தது. அதனடியில் பஞ்சு போல பாசி படிந்து கிடந்தது. அவன் காலை ஊன்றி நடக்கும்போது 'ஈச்' 'ஈச்' என்று உறிஞ்சி காலைக் கவ்வியது. பாசிப் படர்மேல் முன்னவன் காலடித் தடத்தைத் தொடர்ந்தான். பாசிக்கிடையே பாறைக்குவியல்கள் தீவுக் கூட்டங்கள் போல் தலைதூக்கி நின்றன.

அவன் தனித்துப்போனான் என்றாலும் திசை தப்பிவிடவில்லை. இப்படியே நடந்துசென்றால் குறுகிக் குட்டையாக வளர்ந்துள்ள ஸ்புரூஸ், பர் மரங்கள் நிறைந்த பிராந்தியத்துக்குத்

போகலாம் என்பது அவனுக்குத் தெரியும். அங்கே ஒரு ஏரி உண்டு; ஏரிக்கு ஒரு சிற்றாறு உண்டு. அங்கே தண்ணீர் பால் போல சுக்காம்பாறைத் தண்ணீராக இராது. ஆற்றுப் படுகையிலே கோரை வளர்ந்திருக்கும். அது அவனுக்கு நினைவிருந்தது. அங்கே உத்தரத்துக்கேற்ற பெரிய மரமில்லை. அந்த நதியை ஒட்டியே சென்றால் அதுவும் குறுகி, குறுகி, நீர்க்கோலமாகச் சிறுத்துவிடும். அங்கே அதைக் கடந்து மற்றொரு சிற்றாறு. அது மேற்கு நோக்கி ஓடுகிறது. அது கடைசியில் டியூஸ் நதியில் கலக்கிறது. அங்கே கவிழ்த்துப்போட்ட படகு குடிசை யாக இருக்கிறது. அதிலே தோட்டா இருக்கிறது. மீன் பிடிக்கத் தூண்டில் உண்டு. சின்ன வலை உண்டு. உணவைப் பிடித்துத் தின்ன வகையுண்டு. அது மட்டுமா? மாவு இருக்கிறது. பன்றிக்கறி இருக்கிறது. பயறு வகையும் கொஞ்சம் உண்டு.

முன்னே நடந்துவிட்டவனும் அங்கே இவனுடைய வருகைக்காகக் காத்திருப்பான்; பிறகு இரண்டு பேருமாக டியூஸ் நதியில் படகேறித் தண்டு வலித்து கிரேட் பேர் ஏரிக்கு சென்று, அங்கிருந்து ஏரியில் குறுக்கே தெற்கு நோக்கி மக்கன்ஸி வரை செல்ல முடியும். வடதிசையிலிருந்து விரட்டிவரும் உறைபனிக்காலத்தை முந்திக்கொள்ள இவர்கள் மேலும்மேலும் தென்திசை நோக்கி ஓடினாலும், ஜலத்தில் உறைபனிக் கட்டிகள் மிதந்து சுழித்து ஓடத்தான் செய்யும். இப்படியாக இவர்கள் தெற்கு நோக்கி படகில் சென்றுகொண்டே இருந்தால் வான ளாவிய விருட்சங்கள் அடர்ந்த பகுதியில் ஹட்சன் பே கம்பெனிக் கிடங்கு ஏதாவது ஒன்றுக்கு செல்லுவது நிச்சயம். அங்கே போனால் சாப்பாட்டுக்குக் கவலை இல்லை.

பின்னவன் முக்கி முனகி நடந்துகொண்டிருக்கும்போது அவன் மனதில் ஊசலாடிய எண்ணங்கள் இவைதான். முன்னேறி நடக்க தன்னை அவன் நிர்ப்பந்தப்படுத்தி ஈடுபடுத்தி னான். அதேமாதிரி, முன்னே சென்றவன் தன்னை இடைவழி யில் விட்டுவிட்டு ஓடிப்போய்விடவில்லை என்றும் குடிசையில் தனக்காகக் காத்திருப்பான் எனவும் நம்பும்படி மனசைப் பலவந்தப்படுத்தினான். இம்மாதிரி நினைக்கும் நிர்ப்பந்தம் அவனுக்கு ஏற்பட்டது. இல்லாவிட்டால் நடப்பதற்கு முயற்சி செய்வதில் பலனே கிடையாது. வழியிலே கிடந்து செத்து மடிந்திருக்க வேண்டியதுதான். மங்கிமங்கித் தெரியும் சூரிய வட்டமும் வடமேற்கில் மூழ்கி மறைந்தது. இதற்குமுன் இதே மாதிரி பல தடவை தொடர்ந்து எட்டிப்பிடிக்க ஓடிவரும் பருவத்தைத் தப்பி ஓடுவதற்கு தன் சகாவுடன் ஓடியதை எல்லாம் ஒவ்வொரு அடி வைக்கும்போதும் நினைத்தான். மறுபடியும் குடிசையில் இருக்கிற உணவு, ஹட்ஸன் பே கம்பெனி கிடங்கில் உள்ள உணவு அத்தனையையும் நினைத்

தான். அவன் இரண்டு நாட்களாக சாப்பிடவில்லை. வெகு நாளாகவே எதுவும் சாப்பிடவே வேண்டியிருக்கவில்லை. வழியிலே காய்த்துக் கிடந்த காட்டுக் காய்களைப் பறித்து வாயில் போட்டான். காட்டுக்காயில் பொட்டுத் தண்ணீரும் கசக்கும் வித்தும்தான் உண்டு. கடித்து சுவைத்தான். இந்தக் காயைத் தின்றால் பசி ஆறாது என்பது தெரியும். ஆனால் அனுபவத்தையும் அறிவையும் மீறியதொரு நம்பிக்கை அவனைத் தின்ன வைத்தது.

இரவு ஒன்பது மணி இருக்கும். குத்துக்கல்லில் கட்டைவிரல் மோத, சோர்வும் பலவீனமும் அவனை மேற்கொண்டது. அவன் விழுந்தான். இப்படியும் அப்படியும் அசையாமல் கிடந்தான். முதுகுச்சுமைக் கயிற்றை தளர்த்தி நழுவவிட்டு உட்கார்ந்தான். வடதிசைப் பிராந்தியமாகையால் இன்னும் நன்றாக இருட்டவில்லை. பாறையில் தடவித்தடவி காய்ந்து லர்ந்த பாசியைச் சேகரித்தான். அதைக் குவித்து வைத்து நெருப்பு மூட்டினான். நெருப்பு நின்று எரியவில்லை. புகைந்து குமைந்தது. தகரப் போணியில் தண்ணீர் சுட வைத்தான்.

மூட்டையை அவிழ்த்தவுடன் முதல் வேலையாகக் கையிலிருந்த தீக்குச்சிகளை எண்ணினான். மொத்தம் அறுபத்தி ஏழு தீக்குச்சிகள் இருந்தன. நிச்சயப்படுத்திக்கொள்ள மூன்று தடவை திருப்பித்திருப்பி எண்ணினான். அவற்றைச் சில கூறுகளாகப் பிரித்து, ஒவ்வொன்றையும் ஈரம் கசியாத வெண்ணெய்க் கடுதாசியில் சுருட்டி ஒன்றை சுங்கான் புகை யிலைப் பையிலும், மற்றொன்றைத் தொப்பியின் சுற்றுப்பட்டி யிலும், இன்னொன்றை உள்சட்டைக்குள் மாரிலும் சொருகிக் கொண்டான். திடீரென்று பயம் உந்தித் தள்ள மறுபடியும் எல்லாவற்றையும் எடுத்து ஒன்றாக எண்ணிப் பார்த்தான். அறுபத்தியேழுதான் அப்போதும் இருந்தது.

ஜோடுகளை நெருப்பருகில் வைத்துக் காயவைத்தான். காலைச் சுற்றுவதற்கிருந்த மொக்காஸின் தோல் தொப்பலாக நனைந்து திரிதிரியாகக் கிழிந்துபோயிருந்தது. கம்பளி மேஜோடு ஓட்டை விழுந்துவிட்டது. பாதம் புண்ணாகி ரத்தம் கசிந்தது. கணுக்காலில் வலி தெறித்தது. சற்றுத் தடவிப்பார்த்தான். முழங்கால் பருமனுக்கு வீங்கிவிட்டது. கம்பளிப் போர்வையில் ஒரு துண்டை எடுத்துக் கிழித்து கணுவை இறுக வரிந்து கட்டினான். பாதத்தைக் குளிரிலிருந்து பாதுகாக்க இன்னும் இரண்டு துண்டுகளைக் கிழித்து பாதங்களையும் கட்டிக் கொண்டான். பிறகு வென்னீரைக் குடித்தான். போர்வைக் கடியில் சுருண்டான். பிரேதம் மாதிரி தூங்கிக் கிடந்தான். சூரியன் வடகிழக்கில் உதயமாயிற்று. மேகம் சூரியனை மறைத்தது.

காலை ஆறு மணிக்கு விழித்தான். மல்லாந்தபடி படுத்துக் கிடந்தான். சாம்பல் பூத்த வானத்தைப் பார்த்தே கிடந்தான். வயிறு பசிக்கிறது என்பது தெரியும். ஒருக்களித்துச் சரிந்து படுக்கும்போது ஒரு முக்காரச் சத்தம் கேட்டது. ஒரு காட்டுமான் இவனையே பார்த்துக்கொண்டு நின்றது. மிருகம் ஐம்பது அடி தூரத்தில்தான் நின்றது. மனிதனுக்கு உடனே காட்டுமான் கறி நெருப்பில் தளதளவென்று பொறிவதுதான் மனக்கண்ணில் தெரிந்தது. பக்கத்திலிருந்த துப்பாக்கியை எடுத்து, தெய்வத்தைக் கும்பிட்டு, குதிரையை இழுத்தான். மிருகம் துப்பாக்கியைக் கண்டதும் குதிபோட்டுக்கொண்டு ஓடிப்போயிற்று.

வாயிலே வந்தபடி திட்டிக்கொண்டு துப்பாக்கியை எறிந்தான். எழுந்து நிற்பதற்கு வலிபொறுக்க மாட்டாமல் அலறினான். நடப்பது பகீரத பிரயத்தனமாகிவிட்டது. கால்களை இழுத்துஇழுத்துப்போட்டு மெதுவாக நடந்தான். துருப்பிடித்துப் போனது மாதிரி கால்கள் மடங்க மறுத்தன. மனசை இழுத்துப் பிடித்து பலவந்தமாக வலியைப் பொருட்படுத்தாமல் காலை மடக்கி நீட்டவேண்டி இருந்தது. கடைசியாக எழுந்து நின்றான். இம்முயற்சியில் இவனது தெம்பு முழுவதும் இற்றுவிட்டது.

சற்று மேடான இடத்தில் சென்று சுற்றுமுற்றும் பார்த்தான். நாலா திசையிலும் மரமோ, குத்துச்செடியோ பெயர் சொல்லக் கூடக் கிடையாது. பாசியும் பாறையும் குட்டையும் சிற்றோடை யுந்தான் தென்பட்டது. வானம் சாம்பல் பூத்திருந்தது. தரையும் தண்ணீரும் சாம்பல் பூத்துக் கிடந்தது. வானத்தில் சூரியனோ, சூரியன் இருப்பதாக அறிகுறியோ தென்படவில்லை. வடக்கு எங்கிருக்கிறது என்பது தெரியவில்லை. நேற்றிரவு இந்த இடத் துக்கு வந்த தடம் மறந்துபோயிற்று. ஆனால் வழிதப்பி விட வில்லை. அவனுக்கு அது தெரியும். நிச்சயமாக, சீக்கிரத்தில் குத்துச்செடிகள் செழித்து வளரும் பிரதேசத்துக்குப் போவான். அது இடது பக்கமாக, எங்கோ, வெகு அருகிலேயே, ஒரு வேளை, அதோ தெரியும் அந்த மலையைத் தாண்டியதும் இருப்பதாக அவன் நினைத்தான். திரும்பிப்போய் மூட்டையைக் கட்டினான். மூன்று பொட்டணங்களாக மடித்துவைத்த தீக்குச்சி கள் வைத்த இடத்திலேயே இருக்கிறதா என்று நிச்சயப்படுத்திக் கொண்டான். ஆனால் அவன் அதை மறுபடியும் எண்ண உட்காரவில்லை. ஆனால் சற்றுத் தயங்கினான். எதிரில் இருந்த ஒரு மூட்டை, தோற் பை மூட்டையைப் பார்த்துத் தயங்கினான். அதை வெடுக்கென்று எடுத்தான். வெறிச்சோடிக் கிடந்த பனிவனாந்தரம் அதையும் அவனிடமிருந்து பிடுங்கிக்கொள்ள முயன்றது போலப் பட்டது. அதன் எடை பதினைந்து பவுண்டு கள். மறுபடியும் அவன் பகலுக்குள் தள்ளாடி நுழையும்போது அதுவும் அவன் மூட்டைக்குள் நுழைந்தது.

278 உயிர் ஆசை

இடது பக்கமாக நடந்தான். காட்டுக் காய்களைப் பறித்துத் தின்னுவதற்காக மட்டும் இடையிடையே நின்றான். கணுக்கால் மடங்க மறுத்தது. நொண்டுதல் ஜாஸ்தியாயிற்று. ஆனால் வயிற்றில் உண்டான வலியைவிட இந்த வலி பெரிதாகத் தென்படவில்லை. பசி குடலைப் பின்னி முறுக்கியது; பிய்த்துப் பிய்த்துத் தின்றது. குத்துச்செடி முளைத்துக் கிடக்கும் பிரதே சத்தை அடைவதற்கு, தடம்பிடித்துச் செல்லுவதற்கு வேண்டிய சிரத்தையைக்கூட குலைத்தது அந்தப் பசி. காட்டுக் காய் பசியை ஆற்றவில்லை. நாக்கையும் அண்ணாக்கையும் நமைச் சலால் துன்புறுத்தியது.

கடைசியாக ஒரு பள்ளத்தாக்கில் வந்திறங்கினான். பாறை யில் முட்டையிட்டு வாழும் காட்டுப் பட்சி கிர்கிர் என்ற கூச்சலிட்டு சிறகையும் படபடவென்றடித்து பறந்தது. கல்லெடுத்து வீசினான். கல் அதன்மீது விழவில்லை. மூட்டையைக் கீழே இறக்கிவிட்டு, பூனை குருவியைப் பிடிக்கப் பதிவைப்பதுபோல் அவற்றைத்தொடர்ந்தான். கூர்மையான பாறையின் முனை, கால்சட்டையைக் கிழித்து முழங்காலையும் தேய்த்து, வழிநெடுக ரத்தக்கசிவு கொண்டு தடக்கோலமிட்டது. பசியின் வலியிலே இந்த வலி அஸ்தமித்தது. பாசியிலே புழுப் போல நெளிந்து ஊர்ந்தான். சட்டை தொப்பலாயிற்று. உடம்பும் நனைந்தது. அது அவனுக்குப் படவில்லை. பசியின் வேகம் ஜன்னி மாதிரி இருந்தது. எப்போதோ பட்சிகள் சிறகெடுத்துப் பறந்துவிட்டன. அவற்றின் கிர்கிர் என்ற சப்தம் அவனைக் கேலிசெய்வது போல் இருந்தது. அவற்றை சபித்தான். அவற்றின் குரல் காட்டி அவற்றைக் கேலிசெய்தான்.

ஒன்று தூங்கிக்கொண்டிருக்கையில் அதனிடம் நெருங்கி விட்டான் போலும். பாறைக் குடுவையிலிருந்து அவன் முகத்தில் மோதிக்கொண்டு பறந்தது. சடக்கென்று எட்டிப் பிடித்தான். பட்சியைப் போல அவனுக்கும் அது எதிர்பாராத நிகழ்ச்சி. கையில் அகப்பட்டது மூன்று இறகுகள். அது பறந்து செல்லு வதைப் பார்த்துக்கொண்டே இருந்தான். அதனிடம் அவனுக்கு வந்த கோபம் சொல்லி மாளாது. அது ஏதோ மன்னிக்க முடியாத ஒரு தப்பிதத்தை செய்துவிட்டது போலிருந்தது அவனுக்கு.

நாட்களும் ஓடின. காட்டு ஜீவராசிகள் ஓடியாடித் திரியும் பள்ளத்தாக்குகளை அடைந்தான். மான் கூட்டம் ஒன்று, இருபது இருக்கும், துப்பாக்கி லெக்குக்கு ரொம்பவும் அருகில் துள்ளி ஓடின. அவற்றை விரட்டிக்கொண்டே ஓடினால் சோர்ந்து விழுந்துவிடுவது நிச்சயம் என்று நினைத்தான். ஒரு கரு நரி, வாயில் காட்டுப் பட்சியொன்றைக் கவ்விக்கொண்டு

அவனருகே ஓடிவந்தது. அவன் இரைந்து கூச்சலிட்டான். சத்தம் பயங்கரமாக இருந்தது. நரி பதறிப்போய் ஓட்டமெடுத்தது. பட்சியைப் போடவில்லை.

பிற்பகலில் சுக்காம்பாறைத் தண்ணீர் பிரவாகமாக ஓடும் சிற்றோடையைத் தொடர்ந்து சென்றான். அது கோரைப் புல் ஊடே ஓடியது. கோரையைக் கையில் இறுகப் பிடித்துக் கொண்டு பிடுங்கினான். கோரைத் தண்டினடியில் வெங்காயம் மாதிரி குருத்து இருந்தது. அது மெதுவாக இருந்தது. நெரநெர வென்று அவற்றை மென்று தின்றான். உணவு கிடைத்துவிட்டது போலிருந்தது. ஆனால் நார் மென்று விழுங்க முடியாமல் திப்பிதிப்பியாக இருந்தது. தண்ணீரும் நாரும் கலந்த ஒரு தாவரச் சேர்க்கை. பசியாற்ற லாயக்கற்றது. மூட்டையை இறக்கிவைத்துவிட்டு, ஆடுமாடு மாதிரி கோரைக்கிழங்குகளைப் பிடுங்கித் தின்ன ஆரம்பித்தான்.

உடம்பில் ரொம்பவும் அசதி தட்டியது. அடிக்கடி படுத்துத் தூங்க வேண்டும்போலிருந்தது. ஆனால் கால் ஓயாமல் நடந்து சென்றான். பசி அவனை உந்தித் தள்ளிச் சென்றது. தண்ணீர்க் குட்டைகளில் தவளைகள் இருக்குமா எனவும், மண்ணுக்குள் நிலப் புழுவாவது இருக்குமா எனவும் பார்த்தான். இவ்வளவு வடக்கில் தவளையோ, நிலப்புழுவோ இருக்காது என்பதை அறிந்தவன்தான். இருந்தாலும் நோண்டிப் பார்த்தான்.

குளம் குட்டைகளில் எல்லாம் குனிந்துகுனிந்து பார்த்துக் கொண்டே சென்றான். பொழுது மயங்கும் சமயத்தில் ஒரு நீர்த்தேக்கத்தில் சின்ன மீன் இருப்பது அவன் கண்ணுக்குத் தெரிந்தது. தோள்வரை கையைத் தண்ணீரில் இட்டு பிடிக்க முயன்றான். அது அகப்படவில்லை. இரண்டு கைகளையும் போட்டுப் பிடிக்கப் பார்த்தான். அதிலும் தப்பிவிட்டது. சகதியைக் குழப்பிவிட்டான். அவசரத்தில் உள்ளே விழுந்து விட்டான். இடுப்பு வரை நனைந்தது. தண்ணீர் கலங்கிவிட மீன் தெரியவில்லை. வண்டல் மறுபடியும் படிந்து ஜலம் தெளியும்வரை காத்திருக்க வேண்டியதாயிற்று.

ஜலம் தெளிந்ததும் மறுபடியும் முயன்றான். மறுபடியும் குட்டை கலங்கியது. நேரத்தை மேலும் வீணாக்கிக் கொண்டிருக்க அவனுக்கு அவகாசம் இல்லை. தகரப் போணியை வைத்து குட்டையை இறைக்க ஆரம்பித்தான். முதலில் அவசரப்பட்டுத் தண்ணீரைக் கண்டபடிவீச, மறுபடியும் மறுபடியும் அது குட்டைக்குள்ளாகவே வந்து விழுந்தது. பின்பு சற்று ஜாக்கிரதை யோடு வேலை செய்தான். நெஞ்சு திக்குத்திக்கென்று அடித்துக் கொண்டது. கைகள் நடுங்கின. அரைமணி சாவகாசத்தில் குட்டை வரண்டு விட்டது. சொட்டுத் தண்ணீர்கூட கிடையாது.

மீனும் இல்லை. பாறைகளுக்கு இடுக்கில் பெரிய நீர்த்தேக்கத் துடன் சேரும் ஒரு சிறு இடுக்கு இருந்தது. அந்தக் குட்டையை இரவு பகல் ஓயாமல் இறைத்தாலும் வடியாது. இடுக்கு இருப்பது முன்னமே தெரிந்திருந்தால் கல்லை வைத்து முதலில் அதை அடைத்திருப்பான். மீன் அவனுடையதாகி இருக்கும்.

இப்படி நினைத்து நொடிந்துபோய் சகதியில் உட்கார்ந்து விட்டான். முதலில் மனசுக்குள் அழுதான். பிறகு வாய்விட்டு ஓங்கி மனவலி பொறுக்கமாட்டாமல் நாலா திசையிலும் தன்னை விலங்கிடும் அத்துவானத்தை நோக்கி அழுதான். நெடுநேரம் விம்மிவிம்மி அழுதுகொண்டிருந்தான்.

நெருப்பு மூட்டி குளிர்காய்ந்தான். முந்திய இராத்திரி போல பாறையில் வென்னீரைப் பருகி உடலில் வெக்கை உண்டுபண்ணிக்கொண்டு பாறைமீது போர்வையை மூடிப் படுத்தான். படுக்குமுன் கடைசியாக, கெடிகாரத்துக்கு சாவி கொடுத்துவிட்டு நெருப்புக்குச்சி நனையாமல் இருக்கிறதா எனப் பார்த்துக்கொண்டான். கம்பளிப் போர்வை ஈரம்பட்டு நசுநசுவென்றிருந்தது. கணுக்காலில் வலி தெறித்தது. நாடி அடிப்பது போல அடித்தது. பசி ஒன்றைத்தான் அவன் அறிந்தான். தூக்கத்திலே கலங்கிய நினைப்பிலே கண்ட சொப்பனத்தில் எல்லாம் சாப்பாடும் விருந்துமே தென்பட்டன.

விறைத்துப்போய் விழித்துக்கொண்டான். உடம்பெல்லாம் நொந்தது. மண்ணும் விண்ணும் சாம்பல் பூத்து இன்னும் இருண்டு கிடந்தது. வாள் போல் வாடைக்காற்று வெட்டியது. உறைபனி பஞ்சு மலையுச்சியில் வெள்ளையிட ஆரம்பித்து விட்டது. சுற்றிலும் காற்று கனத்தது. வெண்மையாயிற்று. அவனைச் சூழ மஞ்சு மூடியது. சிரமப்பட்டு நெருப்பேற்றி வென்னீர் காயவைத்தான். மழையும் பனிப் பஞ்சுமாகப் பெய்ய ஆரம்பித்தது. உறைபனிச் சிதள்கள் அகலமாக நொது நொதுவென்றிருந்தன. முதலில் அவை தரையில் பட்டதும் உருகியோடின. ஆனால் மேலும்மேலும் விழுந்து தரையை நனைத்து, நெருப்பை அணைத்து, பாசி விறகையும் ஈரமாக்கியது.

மூட்டையைக் கட்டிக்கொண்டு முன்னேறு என உத்தரவு கொடுப்பது போலிருந்தது பருவம். எங்கு போவது? குத்துச்செடி முளைத்த பிரதேசமோ, முன்னே சென்ற சகாவோ, டியூஸ் நதி அருகே கவிழ்த்துப்போட்ட படகுக் குடிசையோ ஒன்றும் அவன் மனசில் ஊன்றி நிலைக்கவில்லை. 'உண்ணு' என்ற வினைச்சொல் அவனை ஆட்டி வைத்தது. உறைபனி வழியாகக் காட்டுக் காய்களையும் கோரைக் கிழங்குகளையும் நாடி பசி வெறிபிடித்து அலைந்தான். அது சப்பென்றிருந்தது; பசி ஆற்றவில்லை. புளித்துக் கிடந்த காட்டுத் தழையைத் தின்றான்.

அதுவும் நிறைய வளரவில்லை. தரையோடு தரையாகப் படர்ந்து கிடந்தது. உறைபனி விழுந்து அதை மூடி மறைத்தது.

அன்று அவன் நெருப்பு மூட்டவில்லை; வென்னீர் போட்டுப் பருகவில்லை. போர்வையை இழுத்து மூடிக்கொண்டு பசி கொல்ல தூக்கத்தில் விழுந்தான். பனி மாறி மழை பெய்ய ஆரம்பித்தது. பல தடவை, இடையிடையே, பிரக்ஞை வர மலர்ந்துகிடந்த முகம் நனைவதை உணர்ந்தான். பகல் வந்தது. பழைய மேகம் மொய்த்த பகல்தான். சூரியனில்லை. மழையும் ஓய்ந்தது. பசியின் வேகம் மடிந்துவிட்டது. உணவின் மீதிருந்த பற்றுதலும் வாடியது. வயிற்றிலே கனத்துக் கிடந்த வேதனை மட்டுமே இருந்தது. ஆனால் அறிவு மழுங்கவில்லை. மறுபடியும் குத்துச்செடி முளைத்துக் கிடக்கும் நிலமும் டியூஸ் நதிப் படகுக் குடிசையும் நினைவுக்கு வந்தது.

மிஞ்சிக்கிடந்த மற்றொரு போர்வைத் துண்டை நீளமாகக் கிழித்து ரத்தம் கசியும் கால்களைக் கட்டினான். மறுபடியும் மொழிபெயர்ந்த கணுக்காலை இழுத்துக் கட்டி நடப்பதற்கு ஆயத்தம் செய்தான். மறுபடியும் மூட்டை கட்ட முனையும் பொழுது தோல்பொதியை ரொம்ப நேரம் பார்த்துக்கொண்டே இருந்தான். கடைசியாக மூட்டைக்குள் வைத்துக் கட்டிக் கொண்டு புறப்பட்டான்.

உறைபனி, மழையின் வேகத்தால் உருகிவிட்டது. மலையுச்சி மட்டுமே வெள்ளை பூத்திருந்தது. சூரியன் வெளியில் வந்தது. அதை வைத்து லெக்கு நிர்ணயம் செய்துகொண்டான். இப்பொழுது அவனிருக்குமிடத்திலிருந்து தடம்பிடித்துப்போவது கஷ்டம் என்பதை உணர்ந்தான். முந்திய தினங்களில் இடது பக்கமாக வெகு தொலைவில் வந்துவிட்டான் போலும். சரியான தடத்துக்கு வருவதற்காக வலது பக்கமாக நடக்க ஆரம்பித்தான்.

பசி தன்னைப் பிடுங்கித் தின்னவில்லை என்றாலும் தனக்குத் தெம்பு போய்விட்டது என்பதை உணர்ந்தான். அடிக்கடி நின்றுநின்று போகவேண்டியிருந்தது. காட்டுக் காய்களையும் கோரைக் கிழங்குகளையும் பிடுங்கித் தின்றான். நாக்கு வரண்டு பெருத்து சிலிர்த்துக்கொண்டு வலித்தது. நாக்கில் மயிர் முளைத்த மாதிரி ஒரு பாவனை. அது கசந்தது. நெஞ்சு ரொம்பவும் தொந்திரவு கொடுத்தது. சில நிமிஷங்கள் நடந்தால் நெஞ்சுக்குள் ஏதோ குதிபோட்டது. மூச்சுத் திணறியது. தலை கிறங்கியது.

அன்று மத்தியானம் ஒரு பெரிய குளத்தில் இரண்டு சின்ன மீன்களைக் கண்டான். குளத்தை இறைக்க முடியாது. பதறாமல் அவற்றைத் தகரப்போணியில் பிடித்தான். அவை

இரண்டும் சிறு விரல் பருமன்கூட இல்லை. மேலும் அவனுக்கு அவ்வளவாகப் பசியும் இல்லை. வயிற்றிலிருந்த வேதனைகூட படிப்படியாக மடிந்து வந்தது. அவற்றைப் பச்சையாகத் தின்றான். மெதுவாக, ஜாக்கிரதையாக மென்றுமென்று தின்றான். பசி வேட்கையில் பிறந்த செயல் அல்ல அது. அறிவு தூண்ட அவன் தின்றான். தின்னும் ஆசை கிடையாது. பிழைத்துக் கிடக்கத் தின்பது அவசியம் என்று தின்றான்.

மாலையில் மூன்று மீன் குஞ்சுகளைப் பிடித்தான். இரண்டைத் தின்றுவிட்டு ஒன்றை மறுநாள் காலைக்கு என்று சேமித்து வைத்தான். சூரியன் மீண்டும் பாசியை உலர்த்திவிட நெருப்பு மூட்டி வென்னீர் பருகி உடம்பை சூடாக்கிக்கொள்ள முடிந்தது. அன்று பத்து மைலுக்குமேல் அவனால் நடக்க முடியவில்லை. இதன் பிறகு மறுநாள் நெஞ்சில் வலி இல்லாத போதெல்லாம் தினத்துக்கு ஐந்து மைல் நடந்தான். வயிற்றில் அவனுக்கு வேதனையே கிடையாது. அது துயில் கொள்ள ஆரம்பித்துவிட்டது. புதியதொரு பிரதேசத்தில் அவன் நடந்து கொண்டிருக்கிறான். காட்டுமான் கூட்டமும் ஓநாய் ஊளையும் ஜாஸ்தி. மூன்று ஓநாய்கள் அவன் கண்ணெதிரில் பதுங்கிச் சென்றன.

மீண்டும் ஓரிரவு. மறுநாள் காலையில் சற்று புத்தித் தெளிவு இருந்தது. தோல் பொதியைத் தூக்கி அவிழ்த்தான். தரையில் கொட்டினான். தங்கப் பொடியும் கட்டிகளும் வந்து விழுந்தன. அதை இரண்டு கூறாகப் பிரித்து, ஒன்றை கம்பளித் துண்டில் கட்டி பாறைக்கிடுக்கில் வைத்தான். மற்றதைப் பையில் போட்டுக் கட்டிக்கொண்டான். மிஞ்சியிருந்த மற்றொரு கம்பளிப் போர்வையையும் காலைக் கட்டுவதற்கு உபயோகப் படுத்த ஆரம்பித்தான். ஆனால் துப்பாக்கியை விட்டெறிந்து விடவில்லை. டியூஸ் நதிப் படகுக் குடிசையில் தோட்டாக்கள் உண்டு.

இன்று மஞ்சு மூடி இருந்தது. பசியும் அவனைத் தட்டி யெழுப்பியது. ரொம்பவும் வலுவிழந்துவிட்டான். அடிக்கடி தலைக்கிறக்கம் வந்தது. கண்ணும் பஞ்சடைந்தது. தடுமாறித் தடுமாறி விழுவது இயல்பாகிவிட்டது. ஒரு தடவை காட்டுப் பட்சியின் கூட்டிலேயே விழுந்தான். முட்டையிலிருந்து வெளி வந்த குஞ்சுகள் நான்கு, பிறந்து ஒரு நாள்கூட கழியவில்லை, ஜீவத்துடிப்போடிருந்தன. நாலும் சேர்ந்தாலும் ஒரு வாய்க்குத் தான் வரும். அவற்றை ஒவ்வொன்றாக உயிருடன் தன் வாய்க்குள் திணித்து முட்டையின் ஓட்டை நொறுக்குவதுபோல நெறநெறவென்று மென்று தின்றான். தாய்க்குருவி அவனைச் சூழவந்து கூக்குரலிட்டு வட்டமிட்டது. அதையும் அடிக்க

துப்பாக்கி மட்டையை ஓங்கினான். அடிபடாமல் தப்பியது. கல்லை வாரி வீசினான். அதன் சிறகு ஒடிந்தது. ஆனால் ஒடிபட்ட சிறகைப் பாட்டில் போட்டு தத்தித்தத்திப் பறந்தது. அவனும் அதைத் தொடர்ந்தான்.

குருவிக் குஞ்சுகள் பசியை எழுப்பின. நொண்டிநொண்டி பின்தொடர்ந்தான் கல்லை விட்டெறிந்தான். சமயத்தில் 'ஊங்' 'ஆங்' என்று கூச்சலும் போட்டான். பிறகு ஜாக்கிரதையாக நொண்டினான். தடுமாறி விழுந்தான். தத்திப்பற்றி எழுந்தான். பஞ்சடைய ஆரம்பித்ததால் உள்ளங்கை கொண்டு கண்களை உறுத்தித் தேய்த்தான்.

இந்த வேட்டை இவனைப் பள்ளத்தாக்கின் அடி மட்டத்துக்கு இழுத்துச் சென்றது. அங்கு உளைசேறு. அதில் காலடித் தடம் தெரிந்தது. தன்னுடையதல்ல என்பது நிச்சயம். முதலில் பெட்டைக்குருவியைப் பிடித்துவிட்டு, பிறகு வந்து முன்னே சென்றவனுடையதா என்பதைப் பார்ப்போம் என்று தீர்மானித் தான்.

தாய்க் குருவியும் சோர்ந்துவிட்டது. தானும் சோர்ந்து விட்டான். அது ஒருச்சாய்த்துக் கிடந்தது. அதற்கு பன்னிரண்டடி தூரத்தில் அவன் சோர்ந்து கிடந்தான். அவன் ஊர்ந்தால், அது ஊர்ந்தது. அவனது பசிக் கை எட்டாத் தொலையில் தத்தி விழுந்து சோர்ந்தது. மீண்டும் தொடர்ந்தான். ஆனால் இரவு வழி மறித்தது. அது தப்பியது. சோர்ந்து போய் குப்புற விழுந்தான். விழுந்தவாக்கில் முகத்தில் காயம்பட்டது. முதுகில் அப்படியே மூட்டை இருந்தது. வெகுநேரம் அப்படியே கிடந் தான். பிறகு ஒருக்களித்துச் சாய்ந்து கெடிகாரத்தை எடுத்துச் சாவி கொடுத்தான். விடியுமட்டும் அப்படியே கிடந்தான்.

மறுநாளும் மஞ்சு மூடிக் கிடந்தது. போர்வையில் பாதியைக் கால்கட்டுக்காகக் கிழித்துத் தீர்த்தாகிவிட்டது. முன்னவன் சென்ற தடம் தெரிந்துகொள்ள முடியவில்லை. முன்னவனும் வழி தவறிவிட்டானோ என்ற சந்தேகம். முதுகில் மூட்டை உறுத்த ஆரம்பித்தது. மறுபடியும் தங்கத்தில் பாதியைத் தரையில் கொட்டினான். மத்தியானம் மீதியிருந்ததையும் வீசிவிட்டான். கையிலே தகரப் போணியும் பாதிப் போர்வையும் துப்பாக்கி யுந்தான் மிச்சம்.

வீண் பிரமைகள் மனசைக் குமைக்க ஆரம்பித்தன. ஒரு தோட்டா கையில் நிச்சயமாக இருப்பதாகத் தெரிந்தது. துப்பாக்கி யில் சொருகி இருக்கிறது. அது மறந்துபோய்விட்டதாம். உண்மை யில் துப்பாக்கியில் தோட்டா இல்லை. உள் மனசுக்கு அது காலி என்பது அவனுக்குத் தெரியும். ஆனால் இந்த வீண்

உயிர் ஆசை

நினைப்பு விடாப்பிடியாகப் பற்றியது. இதைப் போக்கிக்கொள்ளு வதற்காகத் துப்பாக்கியைத் திறந்து பார்த்தான். தெரிந்திருந்தும் அது காலியாக கிடந்தது அவனுக்கு ஏமாற்றத்தைத் தந்தது.

அரைமணி நேரம் நடந்தான். மறுபடியும் இந்த பிரமை கவ்வியது. அதை எதிர்த்துப் போராடினான். ஆனால் மனசைக் கவ்வியது. அதைக் கொல்லுவதற்குத் துப்பாக்கியைத் திறந்து காட்டவேண்டி இருந்தது. சிலசமயம் மனம் இதையும் தாண்டி உலாவியது. அவன் வெறும் யந்திரம் போல நடந்தான். விபரீத நினைப்புகளும் வக்கரித்த எண்ணங்களும் பிரமைகளும் மூளையைத் தின்னும் புழுக்கள் போல மொய்த்தன. நிஜத்தை விட்டு அகன்று அவன் செய்த யாத்திரை கொஞ்ச நேரந்தான். பசியென்ற பாசக் கயிறு அவனை மறுபடியும் இழுத்துவந்தது. மனக் குறளியின் ஓட்டசாட்டத்தில் திடுதிப்பென்று அதிரடித்து நின்றான். எதிரில் நின்றது, அவனைத் தள்ளாட வைத்தது. அவன் எதிரே ஒரு குதிரை நின்றது. குதிரை! கண்களையே நம்ப முடியவில்லை. கண் பஞ்சடைந்திருந்தது. அதிலே நட்சத் திரம் தெறித்தது. கண்களை முரட்டுத்தனமாகக் கசக்கிக்கொண்டு பார்த்தான். எதிரே நின்றது ஒரு செங்கரடி. அவன்மீது பாயும் நோக்கத்துடன் பார்த்து நின்றது.

மனிதன் துப்பாக்கியைத் தோளுக்கு நேராகத் தூக்கினான். பாதியில்தான் தோட்டா இல்லை என்ற நினைப்பு வந்தது. அதைக் கீழே போட்டுவிட்டு வேட்டைக் கத்தியை உருவினான். எதிரே கறியும் உயிரும் நின்றது. கத்தியின் முனை கூராக இருக்கிறதா என்று கட்டைவிரலில் தடவிப் பார்த்துக்கொண் டான். கூராக இருந்தது. நுனியும் கூராக இருந்தது. கரடியின் பேரில் பாய்ந்து அதைக் கொல்ல வேண்டும். ஆனால் நெஞ்சில் இடதுபக்கம் ஏதோ குதிபோட ஆரம்பித்தது. நெற்றியைச் சுற்றி யாரோ இரும்புக் கிடுக்கிபோட்டு அமுக்குவது போல இருந்தது. மூளையிலே மயக்கம் படர்ந்தது.

உள்ளிருந்து பொங்கிய பயமே அவனுக்கு நெஞ்சுத் தெம்பைக் கொடுத்தது. நொய்ந்து கிடக்கும்போது அந்த மிருகம் அவனைத் தாக்கிவிட்டால் என்னவாவது. நெட்ட நிலையாகக் கைகளை உயரத் தூக்கி கத்தியைக் காட்டியபடி நிமிர்ந்து நின்று கரடியையே பார்த்தான். கரடி இரண்டடி முன்னுக்கு வந்து முன்னங்காலைத் தூக்கி நின்று முக்காரம் போட்டது. மனிதன் ஓடினால் அவனைத் தொடர்வது என்பது அதன் நினைப்பு. அதற்கும் பயத்தின் தைரியம் பிறந்தது. மனிதனும் முக்காரமிட்டு பயங்கரமாக, பேய்த்தனமாக கத்தி னான். பயத்தின் பிளிறல் அது. உயிரின் மூலாதார வேர்களிலே பின்னிக் கிடக்கிறது அந்த பயம்.

புதுமைப்பித்தன் மொழிபெயர்ப்புகள்

கரடி ஒரு புறமாக ஒதுங்கி உறுமியது. பயமற்று நிமிர்ந்து நிற்கும் மிருகத்தைக் கண்டு அது பயந்துவிட்டது. மனிதன் அசையவில்லை. அபாயம் அகலும்வரை கற்சிலை போல் நின்றான். பிறகு உடம்பெல்லாம் வெடவெடவென்று நடுங்கியது. பாசி படர்ந்த மண்ணில் விழுந்தான்.

பிறகு தெளிந்து எழுந்து நடக்க ஆரம்பித்தான். புதிய பயம் ஒன்று பற்றியது. பட்டினியால் வழியில் மடிந்துவிடுவோம் என்ற பயம் அல்ல அது. உயிரிச்சை அவனை இழுத்துச் செல்லுமிடத்துக்குச் செல்லுவதற்கு, உடம்பில் உள்ள வலு அவ்வளவும் போகுமுன்பே, பட்டினி அவனை ஹதம் செய்து விடக் கூடாதே என்பதுதான் அந்த பயம். ஓநாய்கள் சஞ்சரித்தன. முன்னும் பின்னும் அவை ஊளையிட்டு, வனாந்தர வெளியிலே தம் குரலில் இழைகளால் ஆபத்தைப் பின்னி வலை வீசின. அந்த வலை அவன்மீது விழுந்து அமுக்குவது போலவே பயந்தான்.

அடிக்கடி ஓநாய்க் கூட்டம் இரண்டும் மூன்றுமாக அவனுக்கு குறுக்கே ஓடின. ஆனால் அவனை நெருங்கவில்லை. போதுமான எண்ணிக்கையில் வரவில்லை. மேலும் அவை காட்டுமானை வேட்டையாடி ஓடின. மான்கள் எதிர்த்துப் போர் புரியவில்லை. ஆனால் இந்த அதிசய மிருகமோ நிமிர்ந்து நடந்தது; கடிக்கலாம், பிராண்டிவிடவும் கூடும் என பயந்தன.

ஓநாய்கள் கிழித்துத் தின்றுபோட்டுவிட்டுப்போன எலும்புக் குவியல்களைப் பிற்பகலில் அவன் நெருங்கினான். சிதைந்து கிடக்கும் தோலும் எலும்பும் ஒரு மணி நேரத்துக்குமுன் மான்குட்டியாக இருந்தது. எலும்புகளையே பார்த்துக்கொண்டு நின்றான். துளி தசைகூட இல்லாமல் நக்கி தின்றுபோட்ட எலும்பு. சிகப்பு நிறம் பாரித்த எலும்பின் அணுக்களில் உயிர் மடியவில்லை. இன்று கழியுமுன் இவனும் இப்படி இருக்கக்கூடும். இதுதான் வாழ்வு. வீணான தோற்றத்திலே மறையும் விவகாரம். வாழ்வில்தான் வலியுண்டு. மரணத்தில் வேதனை கிடையாது. சாவது தூங்குவது. அதன் பொருள் அற்றுப்போதல், ஓய்வு என்பதுதான். பின் ஏன் சாவதில் திருப்திப்படக் கூடாது?

வெகுநேரம் இவ்வாறு சிந்திக்கவில்லை. பாசியில் உட்கார்ந்து, எலும்பைக் கடித்து உறிஞ்சிக்கொண்டிருந்தான். சதைப்பற்று சொப்பனம் போல அவனை வாட்டியது. எலும்பைக் கடிக்க ஆரம்பித்தான். சில சமயம் எலும்பு தெறித்தது. சில சமயம் பல் தெறித்தது. பாறையில் போட்டு கல்லை வைத்து எலும்பை நொறுக்கினான். அவசரத்தில் விரல் நைந்தது. அதிலே வலி அவ்வளவில்லாதது கண்டு ஆச்சரியப்பட்டான். எலும்பை நொறுக்கி விழுங்கினான்.

உயிர் ஆசை

அதன் பிறகு எத்தனையோ நாள் பனியும் மழையும் பயங்கரமாக வாட்டியது. எங்கே தங்கினான், எப்போது எழுந்து நடந்தான் என்ற பேதமே அற்றுவிட்டது. பகலிலும் இரவிலும் நடந்தான். விழுந்தபோதெல்லாம் ஓய்வெடுத்தான். மடிந்துவரும் உயிர் சற்று நிமிர்ந்து எரியும்போது ஊர்ந்தான். பிறகு மறுபடியும் மங்கி எரிய ஆரம்பித்தது. மனிதன் என்ற நிலையில் அவன் முயலவில்லை. சாக மறுத்த உயிர்தான் அவனை உந்தித் தள்ளிச் சென்றது. அவனுக்கு வேதனை மங்கிவிட்டது. நரம்புகள் மழுங்கி மரத்துப்போயின. மனது மட்டும் விபரீத சொப்பனங் களும் ருசிக்கும் கனவுகளும் நிறைந்திருந்தது. நொறுக்கிவைத்த மான்குட்டி எலும்பை எப்போதும் சுவைத்துக்கொண்டிருந்தான். அவன் மலையையும் பள்ளத்தையும் கடக்கவில்லை. அகண்ட தொரு பள்ளத்தாக்கில் சென்ற சிற்றோடையைத் தொடர்ந்து நடந்தான். கனவுகளைத் தவிர அவன் வேறு எதையும் பார்க்க வில்லை. உயிரும் உடம்பும் பக்கத்தில் பக்கத்தில் ஊர்ந்தோ நடந்தோ சென்றன. அருகில்தான் சென்றன. பந்தம் இருந்தது.

பாறைமீது படுத்துக் கிடந்தவன் சுயப் பிரக்ஞையுடன் விழித்துக்கொண்டான். சூரியன் காய்ந்துகொண்டிருந்தது. காட்டு மான் குட்டிகளின் சப்தமும் தூரத்தில் கேட்டது. சித்தத்தின் அடிவானத்தில் மழையும் காற்றும் பனியும் எங்கோ எப்போதோ அடித்தது. அது இரண்டு நாளோ, இரண்டு வாரமோ அவனறி யான்.

சிறிதுநேரம் ஆடாமல் அசையாமல் கிடந்தான். சூரிய வெப்பம் அவனை 'நனைத்து' நொடிந்த உடலுக்கு உயிர் கொடுத்தது. 'சுகமான நாள்' என்று நினைத்தான். இன்று லெக்குத் தெரிந்துகொள்ள முடியும். ரொம்பவும் சிரமப்பட்டு ஒருக்களித்துப் புரண்டான். அவனடியில் நதி ஒன்று ஓடியது. ஆனால் லெக்கு புரியவில்லை. நதியைத் தொடர்ந்தே, சாவதான மாக, சிரத்தை இல்லாமல் கண்களை ஓட்டினான். தூரத்திலே, வானம் தொடும் எல்லையிலே இந்த நதி சமுத்திரத்தில் சங்கமுகமாயிற்று. அவனுக்கு இன்னும் அதிர்ச்சி. சாத்திய மில்லை, வெறும் சொப்பனம், மனக் குறளி என்று நினைத்தான். தூரத்திலே கப்பல் ஒன்று நங்கூரம் பாய்ச்சி நிற்பது தெரிந்தது. சற்று நேரம் கண்களை மூடிக்கொண்டிருந்துவிட்டு மறுபடியும் திறந்து பார்த்தான். காலித் துப்பாக்கி ஏமாற்றவில்லையா! கப்பலும் கடலும் தெரிவதா அதிசயம்! இன்னும் தெரியத்தான் செய்தது.

அருகே யாரோ செருமுவது மாதிரி கேட்டது. உடம்பு மரத்துப்போய் வலுவிழந்துவிட்டதினால், மெதுவாக ரொம்ப மெதுவாகத் திரும்பினான். அருகே எதுவும் தென்படவில்லை.

பொறுமையுடன் காத்திருந்தான். மறுபடியும் கனைப்பு கேட்டது. சற்று தூரத்தில் இரண்டு பாறைகளுக்கு இடுக்கில் சாம்பல் பூத்த நிறத்தில் ஒரு ஓநாயின் தலை தெரிந்தது. அது காதுகளை நெறித்துக்கொண்டு நிற்கவில்லை. கண்களில் அழுக்கு நுரைத்தது. விழிகள் ரத்தம் போல சிவந்திருந்தது. தலை தொங்கித்தொங்கி விழுந்தது. வெயிலைப் பார்க்க முடியாமல் அது கண்களை மூடிமூடி விழித்தது. அது நோய்ப்பட்டது போல தெரிந்தது. மறுபடியும் செருமியது. பிறகு இருமியது.

இதுவாவது நிஜமாக இருக்கும் என்று நினைத்தான். பிறகு மறுபுறம் திரும்பி, சொப்பனம் திரையிட்டு மறைக்க முயன்ற உலகத்தைப் பார்க்க முயன்றான். ஆனால் தூரத்திலே கடலும் அந்தக் கப்பலும் தெரியத்தான் செய்தது. அது நிஜமே தானா! கண்களை மூடிக்கொண்டு வெகுநேரமாக யோசனை செய்தான். அப்புறம் ஞாபகம் வந்தது. அவன் கிழக்கிலிருந்து வடக்கு நோக்கி வந்துவிட்டான். டியூஸ் நதிப் பக்கமிருந்து தாமிரச் சுரங்கப் பள்ளத்தாக்குக்கு வந்துவிட்டான். அகன்று கிடக்கும் அந்த ஆறுதான் தாமிரச் சுரங்க நதி. எதிரே இருக்கும் கடல் ஆர்க்டிக் சமுத்திரம். கப்பல், திமிங்கில வேட்டைக் கப்பல்; ரொம்பவும் கிழக்கே தள்ளி மக்கன்ஸி நதி முகத்து வாரத்திலிருந்து வந்துவிட்டது. காரனேஷன் வளைகுடாவில் நங்கூரம் பாய்ச்சி நிற்கிறது. ரொம்ப நாட்களுக்கு முன் ஹட்ஸன் பே கம்பெனி படத்தில் பார்த்த இடமே இது. எல்லாம் தெளிவாக மனசில் தெரிந்தது.

எழுந்து உட்கார்ந்து ஆகவேண்டிய காரியத்தைக் கவனித் தான். காலில் கட்டியிருந்த கம்பளிப் போர்வைத்துண்டுகள் தேய்ந்து நைந்துவிட்டன. காலும் நைந்து உருவற்ற சதைக்கோள மாக இருந்தது. போர்வையும் எங்கோ போய்விட்டது. கத்தியும் துப்பாக்கியும் விழுந்த இடம் தெரியவில்லை. தொப்பியும் அதில் சொருகி இருந்த தீக்குச்சிப் பொட்டணமும் போய் விட்டது. நெஞ்சருகில் சொருகி வைத்திருந்தது ஜாக்கிரதையாக இருக்கிறது. புகையிலைப் பையில் போட்டுவைத்ததும் அப்படியே. கெடிகாரத்தை எடுத்துப் பார்த்தான்; நிற்கவில்லை. பதினோரு மணி காட்டியது. மறக்காமல் சாவி கொடுத்து வந்திருக்கிறான்.

சாவதானமாக சிந்தனையைச் சிதறவிடாமலிருந்தான். உடம்பு ரொம்பவும் சோர்ந்துவிட்டது. ஆனால் வலி இல்லை. சாப்பாட்டு நினைப்புகூட இப்பொழுது அவனுக்கு ருசிக்க வில்லை. கால்சட்டையை முழங்காலுக்குக் கீழ் கிழித்து காலை இறுக்கிக் கட்டினான். எப்படியோ தகரப் போணி மட்டும் தவறிப்போகாமல் கூடவந்துகொண்டிருந்தது.

கப்பலுக்குப் போவது மகா கஷ்டமான வேலை. அதற்குமுன் சற்று வென்னீர் வைத்துப் பருக விரும்பினான்.

அவனால் அசைய முடியவில்லை. நடுக்கல் வாதம் போல உடம்பெல்லாம் நடுங்கியது. உலர்ந்த பாசியை சேகரிக்க முயன்றான். எழுந்து நிற்க முடியவில்லை. ஊர்ந்து சென்று முயன்றான். ஒருதடவை நோய்ப்பட்டு நிற்கும் ஓநாய் அருகிலேயே சென்றுவிட்டான். அது ரொம்பவும் சங்கடத்துடன் பின்னுக்கு வாங்கியது. நாக்கு சதைக்கோளமாகத் தொங்கியது. வளைத்து நக்கக்கூட அதற்கு இயலவில்லை. நாக்கு செக்கச் செவேல் என்றில்லை. மஞ்சள்பூத்து அழுக்குப் படிந்து காய்ந்திருந்தது.

ஒரு போணி தண்ணீரைக் குடித்ததும் உடம்புக்கு தெம்பு வந்தது. எழுந்து நிற்கவும் முடியும் என்று கண்டான். நடக்கவும் முயன்றான். நிமிஷத்துக்கு நிமிஷம் ஓய்வு எடுத்துக்கொள்ள வேண்டி இருந்தது. அவனும் தடமாடி நடந்தான்; ஓநாயும் தடமாடி நடந்தது. இருட்டு வந்து கடலை மறைத்தது. அன்று நான்கு மைல்தான் வந்திருக்க முடியும் என்று நினைத்தான்.

இராத்திரி முழுவதும் ஓநாயின் கனைப்பு கேட்டுக்கொண்ட இருந்தது. சமயாசமயத்தில் காட்டு மான்குட்டியின் சத்தமும் கேட்டது. தன்னைச் சூழ உயிர்த் துடிப்பு இருந்தது எனக் கண்டான். அதாவது பலமும் உயிரும் கூடிய ஜந்துக்கள் திரிந்தன. நோயாளியை, நோய் பற்றிய ஓநாய், அவன் முதலில் சாக மாட்டானா என்ற நினைப்பில் தொடர்ந்து வந்தது என்பது அவனுக்குத் தெரியும். விடியற்காலையில் விழித்ததும் அதன் முகத்தில்தான் விழித்தான். செத்துவிட மாட்டானா என்ற ஒரு ஏக்கத்துடன் அது அருகில் நின்று பார்த்துக்கொண்டிருந்தது. வாலை காலுக்கிடையில் சுருட்டிக்கொண்டு நின்றிருந்தது. பார்ப்பதற்கே பரிதாபகரமாக இருந்தது. குளிர்காற்றில் நடுங்கியது. மனிதன் ஏதோ அடித்தொண்டையில் பேசியதைக் கேட்டுப் பல்லை இளித்தது.

சூரியன் தேஜோமயமாக உதயமாயிற்று. மனிதன் விழுவதும் எழுவதுமாகக் கடலில் உள்ள கப்பலை நோக்கிச் சென்றான். பருவம் சீராக இருந்தது. வடகோடியிலும் திடீர்திடீரென்று இப்படி சுகமான பருவம் வருவதுண்டு. அது ஒரு வாரம் இருக்கலாம்; அல்லது ஒரு நாளைக்குக்கூடத் தங்காமல் ஓடிப் போகலாம்.

அன்று பிற்பகலில் மனிதத் தடம் ஒன்று தென்பட்டது. முன்னவனுடையதுதான். அவன் நடந்து செல்லவில்லை. ஊர்ந்து சென்றான். முன்னே சென்றுவிட்ட சகபாடியாக

இருக்கக்கூடும் என நினைத்தான். நினைப்பில் சிரத்தை கவிய வில்லை. அவன்தானா என்று ஊன்றிப் பார்க்கும் கவலைகூட அற்றுவிட்டது. ஸ்பரிசனையும் உணர்ச்சியும் மரத்துப்போயின. வலி அகன்று நெடுநாளாகிவிட்டது. வயிறும் நரம்பும் ஆழ்ந்த தூக்கத்தில் ஒடுங்கிவிட்டன. இருந்தும் உயிரின் வலுதான் அவனை உந்தித் தள்ளிச் சென்றது. அவன் சோர்ந்துவிட்டான்; ஆனால் சாக மறுத்தான். சாக மறுத்ததினால்தான் காட்டுக் காய்களையும் மீன் குஞ்சையும் தின்று வென்னீரைப் பருகி நோய் பற்றிய ஓநாயை கவனித்து வந்தான்.

ஊர்ந்து சென்றவன் தடத்திலேயே தொடர்ந்து சென்றான். அதுவும் முடிவடைந்தது. நன்றாக சதைப்பற்று இழந்த சில எலும்புகளும் கொஞ்சம் காய்ந்துலர்ந்த பாசியும் ஓநாய்த் தடங்களும் தென்பட்டன. தான் வைத்திருந்தது போன்ற தோல் பொதியும் அங்கே உட்கார்ந்து கிடப்பதைக் கண்டான். அதுவும் ஓநாயின் பல் பட்டு கிழிந்திருந்தது. அதைக் கையிலெடுத் தான். ஆனால் அதைத் தூக்க அவனது விரல்களில் பலம் இல்லை. முன்னவன் அதை இவ்வளவு தூரம் சுமந்துகொண்டு வந்துவிட்டான். சபாஷ்! இப்போது யார் கெட்டிக்காரர்? தப்பி மீண்டு கப்பலுக்கு அந்தப் பொதியை நான்தானே கொண்டுபோவேன் என்று நினைத்தான். எக்ளக் என்று சிரிப்பு அவனது குரல் வளையை விக்கியது. காகம் கரைவது போலிருந்தது அவன் சிரிப்பு. நோய்ப்பட்ட ஓநாயும் அவனு டன் ஒத்துக் குரல் எடுத்தது. மனிதன் திடீரென்று சிரிப்பதை நிறுத்தினான். கிடப்பவன் சகாவாக இருந்தால் அவனை எப்படித் துரோகிப்பது? அந்த எலும்புகள் – அவைதானே ஒரு காலத்தில் என் சகாவாக இருந்தன.

முகத்தை வேறு திசையில் திருப்பிக்கொண்டான். அவன் என்னை நடுவழியில் விட்டுவிட்டு சென்றுவிட்டான். இருந் தாலும் அவனுடைய தங்கப்பொதியை எடுத்துக்கொள்ளக் கூடாது. நான் செத்து அவன் மிஞ்சி இருந்தால், அவன் எடுத்துக்கொண்டுதான் போயிருப்பான்... இருந்தாலும்... இப்படியே நினைத்துக்கொண்டு தள்ளாடித்தள்ளாடி நடந்தான்.

வழியிலே சிறு நீர்த்தேக்கமிருந்தது. மீன் எதுவும் இருக்குமா என்பதைக் கவனிக்க குனிந்து பார்த்தான். திடுக்கிட்டு தலையை இழுத்துக்கொண்டான். நீரிலே தென்பட்ட தன் முகத்தின் பிம்பத்தைப் பார்த்தான். அவ்வளவு கோரமாக இருந்தது. அந்த திக்பிரமை தீர வெகுநேரம் பிடித்தது. அதிலே மூன்று மீன்களிருந்தன. குளத்தை இறைக்க முடியாது. தகரப் போணியில் அவற்றைப் பிடிக்க இரண்டு மூன்று தடவை முயன்றுபார்த்து விட்டுவிட்டான். ரொம்பவும் சோர்வு தட்டி இருப்பதினால்

குளத்துக்குள் விழுந்து மடிந்து விடுவோமோ என்ற பயம். இந்த பயத்தின் காரணமாகவே கரையில் ஒதுங்கிக்கிடந்த கட்டையை மிதக்கவிட்டு அதில் உட்கார்ந்துகொண்டு செல்லுவதற்கும் பயந்தான்.

அன்று கப்பலுக்கும் தனக்குமிடையிலிருந்த தூரத்தை மூன்று மைல் குறைவாக்கினான். மறுநாள் இரண்டு மைல். ஏனென்றால் முன்னவனைப் போல இவனும் ஊர்ந்துஊர்ந்து சென்றான். ஐந்தாவது நாள் வந்தது. கப்பலுக்கும் தனக்கும் இன்னும் ஏழு மைல் தூரம் இருக்கிறது என்று கண்டான். அன்று அவனுக்கு ஒரு மைல்கூட செல்ல முடியவில்லை. பருவம் கெட்டு பாழ்படவில்லை. ஊர்ந்து சென்றான். மயங்கினான். நெளிந்துநெளிந்து கொடுத்தான். நோய்ப்பட்ட ஓநாயும் களைத்துக்கொண்டே தொடர்ந்து வந்தது. பாதத்தைப் போல முழங்காலும் தேய்ந்து சதைக்கோளமாயிற்று. முதுகுப் பக்கத்தில் சட்டையைக் கிழித்துக்கட்டிக்கொண்டான். இருந்தாலும் பாசியிலும் பரல் கல்லிலும் ரத்தக்கோலம் அவனைத் தொடர்ந்தது. ஓநாயும் அதை நக்கிக்கொண்டே தொடர்ந்து வந்தது. அந்த ஓநாயைத் தீர்த்துக்கட்டாதவரை தன் கதை எப்படி முடியும் என்பதைத் தெளிவாக அறிந்துகொண்டான். அதிலிருந்து பிறந்தது உயிர்வாழ்வுக்காக நடைபெறும் கோரமான போராட்டம். நோயாளி ஊர்ந்து சென்றான். நோய்ப்பட்ட ஓநாய் சாயை போல நொண்டி நொண்டித் தொடர்ந்தது. உயிர்ப்பசை போக்கும் வனாந்தரத்திலே செத்து மடிந்துவரும் சடலங்களை இழுத்துக்கொண்டு இரண்டு ஜீவன்கள் ஒன்றையொன்று வேட்டையாடித் தொடர்ந்தன.

ஓநாய் ஆரோக்கியமுள்ளதாக இருந்திருக்குமாகில் மனிதன் அவ்வளவு கவலைப்பட்டிருக்க மாட்டான். பார்ப்பதற்கே குமட்டலெடுக்கும், செத்து மடிந்துவிட்டது என்று சொல்லத் தக்க மிருகத்தின் பசிக்காளாவது என்ற நினைப்பை மனம் ஒப்பவில்லை. மனசு 'நுறநாட்டியம்' பிடித்த மனசு. மீண்டும் அவனது சித்தம் நெறிகெட்டு அலைய ஆரம்பித்தது. நினைப்புச் சொப்பனங்கள் அவனை அலைக்கழிக்க ஆரம்பித்தன. புத்தித் தெளிவும் அரிதாகிவர ஆரம்பித்தது.

காதருகே சற்று பனிக்காற்றுடன் மோதும் ஈச்சுச்சத்தம் கேட்க ஒருதடவை புத்தி சற்று தெளிந்தது. ஓநாய் பின்னுக்குப் பாய்ந்தது. பாய்ச்சலில் கால் தவறி விழுந்தது பார்ப்பதற்கு வேடிக்கையாக இருந்தது. ஆனால் அவனுக்குச் சிரிப்பு வரவில்லை. அதற்கு உடம்பில் வலு இல்லை. அந்த நிமிஷம் புத்தி தெளிவாக இருந்தது. கிடந்துகொண்டே யோசித்தான். கப்பல் நாலு மைல் தூரத்தில்தானிருந்தது. பூத்துப்போன

கண்களைத் துடைத்துக்கொண்டு பார்த்தால் சிறு படகின் வெள்ளைப் பாய்ச்சீலை தெரிந்தது. படகு மினுமினுக்கும் கடலைக் கிழித்துவந்தது. அது அவனுக்குத் தெரிந்தது. அந்த ஞானம் அவனைப் பதற வைக்கவில்லை. இன்னும் அரை மைல்கூட ஊர்ந்து செல்ல முடியாது என்பதை உணர்ந்தான். இருந்தாலும் உயிர் வாழ விரும்பினான். இவ்வளவும் பட்டு அனுபவித்துவிட்டு சாவது தப்பு.

விதி அவனிடம் சக்திக்கு மீறியதைக் கேட்கிறது. மடிந்து கொண்டிருந்தான்; ஆனால் சாகச் சம்மதிக்கவில்லை. அது வெறும் வெறித்தனம் என்று சொல்ல வேண்டும். மரணத்தின் கைக்குள் சிக்கிவிட்டான்; ஆனால் அதை எதிர்த்தான். சாகச் சம்மதிக்கவில்லை.

சர்வஜாக்கிரதையுடன் கண்களை மூடிக்கொண்டு ஒடுங்கினான். தன் உடம்பின் ஒவ்வொரு அணுவிலிருந்தும் பொங்கி எழும் சோர்வை, அவனையே மூழ்கடித்துவிட முயலும் சோர்வை சமாளித்து சித்தத்தெளிவைப் பெற முயன்றான். இந்த மரணச் சாயையான சோர்வு கடலைப் போல் பொங்கிப் பொங்கி அவனது பிரக்ஞையைக் கொஞ்சம் கொஞ்சமாக மூழ்கடித்தது. சிலசமயம் அதில் அடியோடு மூழ்கிவிட்டான். தடிமாடித்தடமாடி அதில் முக்குளித்து நீச்சடிக்க முயன்றான். ஜீவன் கற்ற வேதிநூல் அவனுக்கு சமயத்தில் துணை கொடுத்தது. சிதறுண்ட புத்தியை எட்டிப் பிடிப்பான்; சற்றுத் தெம்புடன் மிதப்பான்.

அசைவே இல்லாமல் மலர்ந்து கிடந்தான். நோய்ப்பட்ட ஓநாய் மூசுமூசென்று இளைத்துக்கொண்டு தன்னை நெருங்குவதை உணர்ந்தான். வரம்பற்ற காலத்தினூடே எத்தனையோ யுக சஞ்சாரங்களுக்குப் பின் அது அவனை நெருங்கிக்கொண்டே வந்தது. அவனது காதருகே நெருங்கியது. வரண்டுபோன நாக்கு பரபரவென்று முகத்தை வருடியது. அவனது கைகள் பாய்ந்தன. அதாவது பாயும்படி அவன் புத்தி கொண்டு நினைத்தான். விரல்கள் கூரிய நகங்கள் போல வளைந்திருந்தன. ஆனால் காற்றைத்தான் எட்டிப்பிடித்தது. நிச்சயத்துடனும் சடக்கென்றும் பிடிப்பதற்கு பலம் வேண்டும். அது அவனிடம் இல்லை.

ஓநாயின் பொறுமை பயங்கரமாக இருந்தது. மனிதனுடைய பொறுமையும் அதைப் போல பயங்கரமாக இருந்தது. அரை நாள் வரை மயக்கத்தை உதறித் தள்ளி எது தன்னைத் தின்ன விரும்புகிறதோ அதற்காக, எதைத் தின்ன அவன் விரும்புகிறானோ அதற்காகக் காத்திருந்தான். சில சமயங்களில் சோர்வு பொங்கியது. அவன் நெடிய கனவுகளில் மிதந்தான். விழிப்பிலும்

கனவிலும் செருமிவரும் அந்த மூச்சுக்கும் நாக்கின் கரகரப்புக்கு மாகக் காத்திருந்தான்.

மூச்சு அவனுக்கு கேட்கவில்லை. ஏதோ கனவிலிருந்து வழுவி கையில் நாக்கு பட்டதை உணர்ந்தான். காத்திருந்தான். பற்கள் மெதுவாக அழுத்தின. பல் பதிய ஆரம்பித்தது. இத்தனை நாட்களாகக் காத்திருந்த உணவில் பல்லைப் பதியவைக்க அந்த ஓநாய் தனது பலம் முழுவதையும் உபயோகித்தது. மனிதன் வெகுநேரம் காத்திருந்தான். கிழிபட்ட கை மிருகத்தின் வாயைப் பற்றியது. ஓநாய் தெம்பிழந்து உதற முயற்சித்தது. கையும் வலுவற்ற நிலையிலும் பற்றுவிடவில்லை. இந்த நிலையில் மற்றொரு கையும் சேர்ந்து பிடித்துக்கொண்டது. ஐந்து நிமிஷங் கழித்து மனிதனின் முழு கனமும் ஓநாய் மீது விழுந்தது. ஓநாயை மூக்கை அமுக்கிக் கொல்ல கையில் பலம் இல்லை. மனிதனுடைய முகம் ஓநாயின் கழுத்தில் விழுந்து கிடந்தது. அவன் வாயில் அதன் மயிர் அரை மணி நேரம் கழித்து தனது தொண்டைக்குள் வெதுவெதுப்பாக ஒழுகிச் செல்வதை உணர்ந்தான். அது ருசிக்கவில்லை. உருக்கிய ஈயத்தை வயிற்றுக் குள் நிர்ப்பந்தமாக செலுத்துவது போல இருந்தது. அவனது சித்தத்தின் உறுதியே அதை உள்ளே செலுத்தியது. பின்னர் அந்த மனிதன் திரும்பி மலர்ந்து படுத்து உறங்கினான்.

திமிங்கில வேட்டைக் கப்பலான 'பெட்போர்ட்' என்பதில் சில விஞ்ஞான பண்டிதர்கள் இருந்தார்கள். கப்பலின் மேல் தட்டில் நின்று பார்த்தபோது கரையில் ஏதோ ஒரு புதுமாதிரி யான பொருள் தெரிந்தது. அது கரையில் தண்ணீரை நோக்கி வந்துகொண்டிருந்தது. என்னதென்று ரகவாரியாக அத்தனை தூரத்திலிருந்து நிர்ணயிக்க முடியவில்லை அவர்களுக்கு. என்ன வென்று பார்க்கப் படகில் ஏறிக் கரைக்குப் போனார்கள். உயிரோடிருந்தது. மனிதன் என்று சொல்ல முடியாது. அது கண்ணிழந்து, பிரக்ஞையிழந்து இருந்தது. பெரிய புழுப் போல தரையில் நெளிந்தது. அதன் முயற்சிகள் பயனற்றவை என்றாலும் இடைவிடாது முயற்சித்தது. உருண்டு நெளிந்து மணிக்கு இருபதடி தூரம் சென்றது.

மூன்று வாரங்கள் கழித்து பெட்போர்ட் கப்பல் பங்கில் படுத்துக் கிடந்த மனிதன், ஒட்டிப்போன கன்னங்களில் நீர்வழிய தான் யார் என்று சொன்னான்; தான் பட்டனுபவித்ததைச் சொன்னான். அப்பாவையும் ஊரையும் ஆரஞ்சுத் தோட்டத் தையும் பற்றிப் பிதற்றினான்.

விஞ்ஞான பண்டிதர்களுடனும் கப்பல் உத்தியோகஸ்தர் களுடனும் உட்கார்ந்து சாப்பிடும் காலமும் வந்தது. சாப்பாட் டைப் பார்ப்பதிலேயே அவனுக்குப் பரம திருப்தி. மற்றவர்கள்

புதுமைப்பித்தன் மொழிபெயர்ப்புகள் 293

வாயினுள் செல்லுவதை வெகு கவலையுடன் கவனித்தான். ஒவ்வொரு கவளமும் வீணாகிறதே என்ற கவலையை அவன் முகம் காட்டியது. அவனுடைய புத்தி தடுமாறிவிடவில்லை. இருந்தாலும் சாப்பாட்டு நேரத்தில் அவர்களை அடியோடு வெறுத்தான். உணவற்றுப் போய்விடுமோ என்ற பயம் நெஞ்சில் புரை ஏறி இருந்தது. குசினிக்காரனை, காபின் பையனை, காப்டனை எல்லாம் சாப்பாடு எவ்வளவு இருக்கிறது என்று கேட்டான். நிறைய இருக்கிறது என்று பல தடவை சொல்லி அவன் கவலையைப் போக்க முயன்றார்கள். அவர்களை நம்பாமல் திருட்டுத்தனமாக உக்கிராணத்துக்குள் சென்று தானே பார்த்தான்.

இந்த மனிதன் வரவரப் பருத்துவருவது தென்பட்டது. நாளொரு மேனியாகப் பருத்து வந்தான். விஞ்ஞான பண்டிதர் கள் தலையை ஆட்டிக்கொண்டு சித்தாந்தம் பண்ணிப் பார்த்தார்கள். அவனுக்கு சாப்பாட்டைக் குறைத்தார்கள். அப்படியிருந்தும் அவன் ஷர்ட்டுக்கடியில் எல்லையில்லாமல் பருத்து வந்தான்.

மாலுமிகள் சிரித்தார்கள். அவர்களுக்குத் தெரியும். விஞ்ஞான பண்டிதர்கள் ஒருவனைக் காவல் போட்டார்கள். அவர்களும் தெரிந்துகொண்டார்கள். காலையில் சாப்பிட்ட வுடன் திருட்டுத்தனமாக அவன் கையை நீட்டிப் பிச்சை யெடுக்கப் போவதைக் கவனித்தார்கள். அவனது ஏந்திய கையில் மாலுமிகள் ஒரு பிஸ்கோத்துத் துண்டைப் போடுவார் கள். உடனே அவன் அதை ஷர்ட்டுக்கு அடியில் ஒளித்துவிடு வான். பணப்பேய் பிடித்தவன் போல அதை வாங்கிக் கொண்டான். மாலுமிகள் கருமித்தனம் செய்யவில்லை.

பண்டிதர்கள் விவேகிகள். அவன் இஷ்டப்படி விட்டு விட்டார்கள். அவனில்லாதபோது அவனிருந்த அறைக்குச் சென்று பார்த்தார்கள். எங்கு பார்த்தாலும் தலையணை முதல் மெத்தை வரை எங்கும் உணவுப் பொருள்களை ஒளித்து வைத்திருந்தான். இருந்தாலும் அவனுக்குப் பைத்தியமில்லை. மீண்டும் பஞ்சம் ஏற்படாதபடி முன்ஜாக்கிரதையுடன் தடுத்துக் கொள்ளுகிறான். அவ்வளவுதான். அதுவும் தெளிந்துவிடும் என்றார்கள் பண்டிதர்கள். அப்படியே தெளிந்தது. பெட்போர்ட் கப்பல் ஸான் பிரான்ஸிஸ்கோ வளைகுடாவுக்குள் போகுமுன் அவனுக்குப் புத்தி தெளிந்துவிட்டது.

○○

காதல் கதை

வில்லியம் ஸரோயன்

"இந்தப் பக்கத்திலேயே உட்கார்ந்துகொள்ளுகிறீரா அல்லது அந்தப் பக்கமாக உட்காருகிறீரா?" என்று *சிகப்புக் குல்லா கேட்டான்.

"ஊம்ம்...?" என்று அந்த வாலிபன் கேட்டான்.

"இந்தப் பக்கமே சரிதானே?" என்று சிகப்புக் குல்லா கேட்டான்.

"ஓ!" என்றான் வாலிபன். சரிதான்.

சிகப்புக் குல்லாவுக்கு ஒரு டைம் (அமெரிக்க சில்லரை) கொடுத்தான். சிகப்புக் குல்லா அந்த சின்ன மெல்லிய காசை வாங்கிக்கொண்டு வாலிபனுடைய கோட்டை மடித்து ஸீட்டில் வைத்தான்.

"சிலருக்கு ஒரு பக்கம் பிடிக்கும், இன்னும் சிலருக்கு மறுபக்கம் பிரியம்" என்றான் அவன்.

"என்ன?" என்றான் வாலிபன்.

'சிலருக்கு ரயில்லெ போகும்போது ஒரு பக்கத்திலிருந்து கொண்டு சிலதைத்தான் பார்க்கப் பிரியம். இன்னும் சிலருக்கு போகும்போதும் வரும்போதும் இரண்டு பக்கமும் எப்படி

---

* நம்மூர்களில் சிகப்புத் தலைப்பாய் என்றால் போலீஸ்காரன் என்பது வழக்கு. இங்கு ரயில்வே கண்டக்டரைக் குறிக்கிறது. அமெரிக்க ரயில்களில் கண்டக்டர் உண்டு; அவர்கள் பெரும் பான்மையாக நீகிரோவர்கள்.

புதுமைப்பித்தன் மொழிபெயர்ப்புகள்

இருக்கு என்று பார்க்க ஆசை. ஆனால் இதற்கு எதிரிடையாகவும் மனுஷாள் இருக்கிறார்கள். ஒரு ஸ்திரீக்கு வெய்யில் மேலே படுவதிலே பிரியம். உடம்புக்கு நல்லது என்று படுத்திருப்பாள். வரும்போது அந்தப் பக்கத்திலெ வெயிலிலே உட்காரணுமாம், இந்தமாதிரி இதை எல்லாம் வாலிபனுக்கு விவரமா சொல்ல ணுமா, எல்லாத்தையும் சொல்ரதுன்னா ரொம்ப நேரமாகுமே, மேலும் இன்னிக்கி காலெ மொதல்லெ இருந்தே உடம்புக்கு ஒருமாதிரியாக இருக்கு, எல்லாவிடத்திலும் முகத்தை சிரிச் சாப்பிலே வைத்திருக்க முடியலியே, அப்படியிருந்தால்தானே நல்லது' என சிகப்புக் குல்லா நினைத்தான்.

'நான் அப்படி இருக்கணும்னுதானே எல்லாரும் எதிர் பார்க்கிறார்கள்' என்றும் நினைத்தான்.

'இந்த வாலிபன் குமாஸ்தாவாக இருக்கவேண்டும். ஞாயிற்றுக்கிழமை – லீவு – அதுதான் ஒரு பெரிய நகரத்திலிருந்து இன்னொரு சின்ன ஊருக்கு குசாலாகப் போயிட்டு அன்னிக்கே திரும்ப நினைச்சிருக்கான்; ஆனா ஏன் இந்த வாலிபன் எதையோ பறிகொடுத்த மாதிரி, எல்லாரும் சொல்ராளே – லோகத்துக்கே செத்துப்போன மாதிரி – ஏன் இருக்கணும்னுதான் புரியலெ. பையன் சிறிசு. காலேஜ் பட்டம் இருக்காது; ஹைஸ்கூல் வரை படிச்சுப்புட்டு, ஏதாவது ஒரு ஆபீஸ்லெ வேலெ கெடச் சிருக்கும், இருபத்திமூணு வயசுன்னு சொல்லலாம், காதலோ என்னமோ. எப்படி இருந்தாலும் யார் மேலும் எந்த நிமிஷத் திலும் காதல் கொண்டுவிடுவான். தூண்டுகோல் வேண்டாம்' என சிகப்புக் குல்லா நினைத்தான். சோகமோ, கனவோ கண்ணில் குடியிருக்கு – வர்ணப் பட்டும், வளர்ந்த கேசமும், வயணமான மெதுவான சர்மமும் தென்பட்டால் கட்டாயம் காதல் கொள்ளுவான்.

திடீரென்று விழித்துக்கொண்ட மாதிரி வாலிபனுக்கு சொப்பனாவஸ்தை நீங்கினது; சிகப்புக் குல்லாவுக்கு என்னமோ ஒரு மாதிரியாப் போச்சு.

"ஓ, கோழிக்கனவு மாதிரி கண்டுகொண்டிருந்துவிட்டேன்" என்றான் வாலிபன்.

அவன் தனது தலை வலதுபக்கத்தருகில் விரல்களை ஆட்டிக் காண்பித்தான். அந்தப் பக்கம்தான் கோழிக்கனவு தோணும் என்று நினைக்கிறவர்கள் செய்கிற மாதிரி.

"உனக்கு பக்ஷிஷ் குடுத்தேனா?" என்றான்.

சிகப்புக் குல்லாவுக்கு ஒரு மாதிரியாப் போச்சு.

"ஆமாம் சார்" என்றான்.

வாலிபன் தன் முகத்துக்கு நேராக இடது விரல்களை ஆட்டினான்.

"என்ன செய்கிறேன் என்பது எப்பவும் அடிக்கடி மறந்து போகும். ரொம்ப காலம் கழித்து, சில வருஷத்துக்கு அப்புறம் தான் ஞாபகம் வரும். நான் உனக்கு எவ்வளவு குடுத்தேன்?"

'பையன் என்ன விளையாடுறானோ, வேலை உடுறானா, என்னா நேத்து பொறந்தே எங்கிட்ட இந்த' – என நினைத் தான் சிகப்புக் குல்லாய். 'அவன் குடுத்தது ஒரு டைம்; ஐந்து டாலர் தங்க நாணயம் எதுவும் குடுத்தேன்னு கதைவுட் டான்னா இதுதான் குடுத்தேன்னு காமிச்சுப் புடுவேன்.'

"நீ ஒரு டைம் குடுத்தே" என்றான்.

"வருத்தப்படறேன், இந்தா" என்றான் வாலிபன்.

சிகப்புக் குல்லாவுக்கு இன்னொரு டைம் கொடுத்தான்.

"தாங்ஸ், சார்" என்றான் சிகப்புக் குல்லா.

"நாம வரும்போது என்னமோ சொன்னியே?" என்றான் வாலிபன்.

"பிரமாதமா ஒன்னுமில்லெ. சில பேருக்கு ஒரு பக்கத்திலெ உக்காரப் பிரியம், இன்னஞ் சில பேருக்கு அந்தப் பக்கத்திலே இருக்கப் பிரியம்'னேன்" என்றான் சிகப்புக் குல்லா.

"அப்படியா, இது சரிதானே" என்றான் வாலிபன்.

"சரிதான், வெய்யில் படாத இடத்திலே இருக்கணும்னு பிரியமில்லாட்டா" என்றான் சிகப்புக் குல்லா.

"இல்லெ, எனக்கு வெய்யில் பட்டா பரவா இல்லெ" என்றான் வாலிபன்.

"சுகமா இருக்கு" என்றான் சிகப்புக் குல்லா.

"அப்படித்தானா" என்று பகல் வெளிச்சத்தைப் பார்க்கிற மாதிரி வாலிபன் ஜன்னல் வழியாக எட்டிப்பார்த்தான்.

"இங்கே எல்லாம் சூரியன் படாது, கூரை போட்டிருக்கி றார்கள். ஊருக்கு வெளியே வண்டி போரப்ப நல்லா வெய்யில் உழும். கலிபோர்னியாக்காராளுக்கு எல்லாம் அது பிடிக்கிற தில்லை. அந்தப் பக்கமாக போய் உட்கார்ந்துகொள்ளுவார்கள். நியூயார்க்கிலிருந்தா?" என்றான் சிகப்புக் குல்லா.

அந்த வாலிபன் நியூயார்க்கிலிருந்துதான் வர்ரான் என்று சொல்லுவதற்கு ஆதாரமே இல்லெ, வேறே எந்த எடத்திலிருந்தும் வர்ரான் என்று சொல்றதுக்குக்கூட அத்தாட்சி இல்லெ.

அப்படி இருக்கலாமோன்னு சிகப்புக் குல்லா நெனச்சான், கேட்டான்.

"இல்லெ, நான் கலிபோர்னியாவெவிட்டு வெளியே போனதே கிடையாது" என்றான் வாலிபன்.

சிகப்புக் குல்லாவுக்கு அவசரம் ஒன்றுமில்லை. இருந்தாலும் ரயில்லெ நடமாட்டம் ஜாஸ்தியாயிட்டது. ஜனங்கள் குப்பங் குப்பமாக வண்டிக்குள் வந்தார்கள். வேறு சிகப்புக் குல்லாக்கள் பெட்டியும் பையும் தூக்கிக்கொண்டு ஓடியாடித் திரிந்தார்கள். இருந்தாலும் அவன் 'காலைத் தேச்ச' மாதிரி நின்று பேச்சுக் கொடுத்துக்கொண்டிருந்தான். கொஞ்சம் தள்ளி உட்கார்ந்திருந்த பெண் இவர்கள் பேச்சைக் கவனித்துக்கொண்டிருந்தாள். வாலிபனும் தானும் அவள் மனசில் பதிகிற மாதிரி நினைத்துக் கொண்டான். அவன் என்ன நினைத்தால் என்ன! ரசமான பேச்சு, நல்லதனமாக, வாழ்வு –அந்தஸ்தில் வேறுவேறு துறையில் இருக்கும் இரண்டு மனுஷாளிடை, அமெரிக்கருக்கும் மேற்கத்தி யாருக்கும் உள்ள சகோதர பாவத்தோடு நடக்கிறது.

நானும் கலிபோர்னியாவைவிட்டு வெளியே போனதே இல்லேங்றான் சிகப்புக் குல்லா.

"உன்னைப் பார்த்தா ரொம்பச் சுத்தி இருப்பேன்னு சொல்லணும்" என்றான் வாலிபன்.

"ஆமாம். அப்படித்தான். ரயில்லெதான் வேலை. அதுக்குப் பக்கத்திலையாவது, இப்படியா பதினெட்டு வயசிலெருந்து முப்பது வருஷத்தை கழித்துவிட்டேன். ஆனா இந்த மாகாண எல்லைக்கு அப்பாலெ காலடி வைக்கலெ'ன்றது நெசம்" என்றான் சிகப்புக் குல்லா.

"ஆனா இந்தப் பக்கமா வர்ரவங்க ரொம்பப் பேர பாத்தி ருக்கேன்" என்றான் மீண்டும்.

"நியூயார்க்குக்குப் போகப்படாதுன்னு இல்லே. என்னிக் காவது போனாப் போச்சு" என்றான் வாலிபன்.

"உன்னெப் போல வாலிபன் போகணும்னு ஆசெப் படர திலே குத்தம் ஒண்ணுமில்லெ. இந்த வட்டாரத்திலெ நியூயார்க் ரொம்ப நல்லாத்தான் இருக்கணும்" என்றான் சிகப்புக் குல்லா.

"லோகத்திலேயே பெரிய பட்டணம்" என்றான் வாலிபன்.

"ஆமாம்" என்றான் சிகப்புக் குல்லா. தன்னை ரொம்ப வருத்தத்தோடு இழுத்துக்கொண்டுபோகிற மாதிரி அங்கிருந்து புறப்பட்டான்.

"சுகமாய் போய் வா" என்றான்.

"நல்லது" என்றான் வாலிபன்

சிகப்புக் குல்லா வண்டியைவிட்டுப் போய்விட்டான். வாலிபன் ஜன்னல் வழியாக எட்டிப்பார்த்தான். அந்தப் பக்கத்தில் உட்கார்ந்திருக்கிற பெண் தன்னைப் பார்க்கிறாள் என்பதை தலையை உள்ளே இழுக்கும்போது பார்த்துவிட்டான். அவள் அவசரமாகத் தலையை அந்தப் பக்கம் திருப்பிக் கொண்டாள். அவளைத் தட்டுக்கெட வைக்காமல் இருக்க இவன் கழுத்து சுளிக்கிக்கொள்ளும்படி அவசரமாகத் திரும்பினான். வெளியே பார்த்துக்கொண்டு ஜன்னல் பக்கத்திலிருந்த தலையை உடனே திருப்பி பழைய இடத்துக்குக் கொண்டு வந்தான். அதே சமயத்தில் கடைசியாக எத்தனையோ இடத்துக்குப் போக ஆரம்பிச்சுட்டோம். அவளைப் போல் பலரைப் பார்க்க ஆரம்பிச்சுட்டோம், யாராவது ஒருத்தியெ கலியாணம் பண்ணிக்கொண்டு எங்கேயாவது ஒரு இடத்திலே குடியேறி, வீடும் வாசலுமா ... கொஞ்ச நாளிலே குஞ்சும் குழந்தையுமா வாழ ஆரம்பிச்சுட்டோம் என நினைக்க ஆரம்பித்தான்.

ரொம்ப ஆசையாத்தான் இருந்தது என்றாலும் அவளெ கொஞ்சநேரம் பாக்கலெ. கடைசியா அவளைப் பார்த்தான், தட்டுக்கெட்டு முழித்தான், முகம் சிவந்தது, வாயை மென்று முழுங்கிக்கொண்டு சிரிக்க ரொம்ப சிரமப்பட்டுப் பார்த்தான், முடியல்லெ. அந்தப் பெண்ணாலையும் முடியல்லெ.

வண்டி புறப்பட்டு பத்து நிமிஷம் கழிச்சு நடந்தது. அப்பொ ரயில் ரசமான சத்தம் கொடுத்துக்கொண்டு மலைப்பாங்கு வழியாக ஓடிக்கொண்டிருந்தது. ஆச்சரியமான சக்தி (காதல் மாதிரி), சிரித்துப் பேச, இயற்கையாய்ப் பேச வசதி அவளை மெதுமெதுவாகப் பேச்சுக்கொடுத்து கடைசியில் காதலிக்க வசதி எல்லாவற்றையும் ரயில் அளித்தது.

அப்புறம் ஒரு நிமிஷம் வரை இருவரும் ஒருவரையொருவர் பார்த்துக்கொண்டிருந்தார்கள். அப்புறம் நாலு நிமிஷம் கழித்து அப்படியே பார்த்தார்கள். எதிர்ப்பக்கத்தில் ஜன்னல் வழியாகத் தெரிவதைப் பார்ப்பது போல பாவனை செய்துகொண்டு பார்த்தார்கள். கடைசியாக இருவரும் ஒருவரையொருவர் பார்த்துக்கொண்டே இருந்தார்கள், வெளியில் பார்க்கிற மாதிரி.

கடைசியாக வாலிபன் கேட்டான், "நியூயார்க்கிலிருந்து வருகிறாயா?" என்று.

என்ன சொல்லுகிறோம் என்று அவனுக்கு தெரியல்லெ. என்னடா அசட்டுத்தனமா இருக்கேன்னு நினைத்துக்கொண்டான். சினிமாப் படங்கள்ளெ இந்த ரயில் காட்சியில் தோன்றும் வாலிபர் மாதிரி இருக்க முடியல்லெ.

“ஆமாம் அங்கிருந்துதான் வரேன்” என்றாள் அந்தப் பெண்.

“என்ன?” என்று கேட்டான் வாலிபன்.

“‘நியூயார்க்கிலிருந்து வருகிறாயா’ன்னு என்னைக் கேட்கலெ?” என்றாள் பெண்.

“ஓ, ஆமாம் கேட்டேன்” என்றான் வாலிபன்.

“ஆமாம், அங்கிருந்துதான்” என்றாள் பெண்.

“நீ நியூயார்க்கிலிருந்து வருகிறாய் என்று எனக்குத் தெரியாது” என்றான் வாலிபன்.

“உனக்குத் தெரியாதுன்னு எனக்குத் தெரியும்” என்றாள் அவள்.

சினிமா படத்திலே அந்த வாலிபர்கள் சிரிக்கிற மாதிரி சிரிக்க அந்த வாலிபன் ரொம்பக் கஷ்டப்பட்டான்.

“உனக்கு எப்படித் தெரியும்?” என்றான் அவன்.

“ஓ எனக்குத் தெரியாது” என்றாள். “சேக்ரமன்டோவுக்கு போகிறியா?”

“ஆமாம்” என்றான். “நீ?”

“நானுந்தான்” என்றாள்.

“ஊரெ விட்டுவிட்டு அவ்வளவு தூரத்திலே என்ன செய்யரே?” என்றான்.

“நியூயார்க் என் ஊரில்லெ. அங்கே நான் பிறந்தேன். வளர்ந்ததெல்லாம் ஸான் பிரான்ஸிஸ்கோவில்தான்” என்றாள்.

“நானும் அங்கேதான் வளர்ந்தேன், அங்கேயேதான்” என்றான்.

“நானும் அப்படித்தான். சில மாசமாத்தான் நியூயார்க்கிலிருக்கேன்” என்றாள்.

“நான் பிறந்தது ஸான் பிரான்ஸிஸ்கோவில்” என்றான். “இங்கே நிறைய எடமிருக்கே, வெயில் சுகமாக இருக்கும்” என்றான், வாலிபன் ரொம்ப சிரமத்தின்பேரில்.

“சரி” என்றாள்.

நடைபாதையைத் தாண்டி அவன் உட்கார்ந்திருப்பதைத் தாண்டி உட்கார்ந்தாள்.

“ஞாயிற்றுக்கிழமெ டிக்கட் குறைச்சல் இல்லியா; சேக்ர மென்டோவுக்குப் போகலாம்னு நெனச்சேன்” என்றான்.

"நான் அந்த எடத்திற்கு மூன்று தடவை போயிருக்கிறேன்" என்றாள்.

வாலிபனுக்கு சந்தோஷமாக இருந்தது. வெயிலும் சுள் என்று சுகமாகக் காய்ந்தது. பெண்ணும் அற்புதமாக இருந்தாள். அவன் நினைப்பு தப்பாதெ போனாக்கா, திங்கட்கிழமை காலையில் வேலைச்சீட்டுக் கிழியாமப் போனாக்கா, அமெரிக்கா சண்டை ஆரம்பிக்காமல் போனாக்கா –ஆரம்பிச்சா சிப்பாயாகச் சேர்ந்து காரணமே இல்லாமெ செத்து விழவேண்டியதுதான் – என்னிக்காவது ஒருநாள் முயன்று அவளைப் பழக்கம் பிடிச்சு கலியாணம் செய்துகொண்டு குடியும் குடித்தனமுமாக....

அவனும் வெயிலில் சாய்ந்துகொண்டான். ரயில் ரசமாக சப்தித்து ஓடியது. காதலோடு சிரித்தான். அவளும் காதலுக்குத் தயாரானாள்.

௦௦

ரோஜர் மால்வினின்
ஈமச் சடங்கு

நதானியேல் ஹாதார்ன்

எல்லைப்புறத்தைப் பாதுகாப்பதற்காக 1725-ம் வருஷம் ஆரம்பிக்கப்பட்ட படையெடுப்பு சரித்திரத்திலேயே கற்பனைக்கு இடந்தரும் பகுதி. அதை எல்லோரும் சாதாரணமாக 'லவல் சண்டை' என்று கூறுவார்கள். சில விஷயங்களை ஜாக்கிரதை யாக மறந்துவிட்டு, கற்பனை, அங்கு மடிந்தவர்களின் வீரத்தைப் புகழ்கிறது. போர் செய்த இரு கட்சியினரும் (அந்நாட்டுப் பூர்வீகக் குடிகளான சிவப்பு இந்தியர்களும் வெள்ளையர்களும்) நாகரீக சமூகம் அக்காலத்தில் வீரம், ஆண்மை என்று போற்றக் கூடிய யுத்த தர்மத்திற்கு ஏற்பவே போர் புரிந்தனர். போரில் படையெடுத்த வெள்ளையர்கள் சிதறினாலும், அப்போர் பூர்வீகக் குடிகளைப் பல வருஷங்கள் வரை ஒடுக்கிவிட்டது என்று சரித்திரக்காரர்கள் சொல்லுகிறார்கள். லவல் சண்டை யில் முறியடிக்கப்பட்டுத் தப்பி ஓடிவந்த வீரர்களின் சரித்திரம் சிறிதும் வழுவில்லாமல் காப்பாற்றப்பட்டுவருவதால் கீழே தரப்படும் கதையின் உண்மைப் பெயர்கள் – அவை கற்பனை யால் மறைக்கப்பட்டிருப்பினும் – தெரிந்துவிடும் என்று அஞ்சு கிறேன்.

காலை நேரம் சூரிய கிரணங்கள் மரக்கிளை உச்சியில் அசைவாடிக்கொண்டிருந்தன. அதன் அடியில் முந்திய இரவு படுகாயத்துடன் சோர்ந்து படுத்திருந்த இருவர் இன்னும் கண் விழிக்கவில்லை. அவர்களுடைய படுக்கை காய்ந்துலர்ந்த சருகுகள்தான். அவர்கள் பக்கத்தில் ஒரு பெரும் கருங்கற்பாறை கல்லறைமீது நிறுத்தப்படும் பிரமாண்டமான குத்துக்கல்லைப்

போல் நின்றது. இவ்விரு பிரயாணிகளின் சமீபத்தில் சிறுசிறு ஓக் மரக்கன்றுகள் நின்றன.

இருவரில் ஒருவன் வயோதிகன்; மற்றவன் வாலிபன். கிழவன் ஏற்ற படுகாயம் அவனை உறங்கவிடவில்லை போலும். சூரியோதயமானவுடனேயே அவன் மிகவும் சிரமத்துடன் எழுந்து உட்கார்ந்தான். தலை நரைத்திருந்தது; காயமில்லா விட்டால் எதையும் தாங்கக்கூடிய தேக வலிமை படைத்தவன்; ஆனால் அவன் முகம் வெளிறி, கோடுகள் விழுந்து, வாழ்க்கை யின் முடிவான யாத்திரை ஆரம்பித்துவிட்டது என்பதைக் காண்பித்தது.

பக்கத்திலிருந்த வாலிபன் நன்றாகத் தூங்கிக்கொண்டி ருந்தான். தூக்கத்திலும் ஒரு கைத் துப்பாக்கியைப் பிடித்தவண்ண மாக இருந்தது. கனவில் மறுபடியும் போரை நடத்துகிறான் போலும். திடீரென்று கூக்குரலிட்டுக்கொண்டு எழுந்தான். உடனே கனவுதான் என்ற பிரக்ஞை வந்தது. உடனே தன்னுடன் இருப்பவனின் உடல் நலத்தைப் பற்றி விசாரித்தான்.

"ரூபன், இதோ இந்தப் பாறைதான் எனது தலைக்கல். இனி என்னால் நடப்பது கஷ்டம். நான் ஏற்ற குண்டு எதிர் பார்த்ததைவிட அதிக சிரமத்தைக் கொடுக்கிறது. இந்த மலையின் அடுத்த பக்கத்தில் நமது வீடு இருந்தாலும் என்னால் இனி ஒரு அடி எடுத்துவைக்க முடியாது" என்றான் அந்தக் கிழவன்.

"மூன்று நாள் பிரயாணம் உங்களுக்கு மிகுந்த களைப்பைத் தந்துவிட்டது. ஏதாவது காய்கிழங்குகள் இருந்தால் பார்த்து வருகிறேன். அதன் பிறகு என்மேல் சாய்ந்துகொள்ளுங்கள்; மெதுவாக நான் உங்களைக் கைத்தாங்கலாக அழைத்துச் செல்லுகிறேன்."

"இன்னும் இரண்டு நாள்கூட நான் பிழைத்திருக்க மாட் டேன். உனக்கோ என்னைவிடப் படுகாயம். நீயாவது உன்னைக் காப்பாற்றிக்கொள். எனக்கோ நம்பிக்கை கிடையாது. நான் இங்கிருந்தே சாகிறேன்."

"அப்படியானால் நானும் உம்முடன் இருப்பேன்."

"அது வேண்டாம். சாகப்போகிறேன். இந்த ஆசையை யாவது நிறைவேற்று. ரூபன்! உன்னை நான் என் மகன் போல் பாவிக்கிறேன். உன் தந்தையின் உத்தரவை ஏற்று இங்கிருந்து புறப்பட்டுப் போ!"

"நீர் என்னை மகன் போல் பாவித்து நடத்தியதற்காக நான் உம்மை இந்தக் காட்டிலே விட்டுவிட்டு நடையைக் கட்டிவிட வேண்டுமாக்கும்! நீர் இறப்பது உண்மையானால்,

கடைசிவரையிருந்து உமக்கு வேண்டிய சரமக் கிரியைகளை நடத்திய பின்பே போவேன். எனது பலமும் போனால் நாம் இருவரும் ஒரே குழியில் படுத்துக்கொள்வோம். பின்பு தெய்வம் சக்தியைக் கொடுத்தால் நான் போகிறேன்."

"பட்டணங்களிலே, உயிருடன் இருப்பவர் பார்க்காமல் இருக்க, இறந்தவர்களைப் புதைக்கிறார்கள். இவ்விடத்திற்கு இன்னும் 100 வருஷங்களுக்குள் யார் வரப்போகிறார்கள்? தெய்வ மணம் கமழும் காற்றில் நான் ஏன் அமைதியை ஏற்கலாகாது? சாகும்பொழுது இந்தப் பாறையில் உன் பெயரை எழுதுவேன். அதன் பின் அமைதிதான். முட்டாள் தனமாகத் தாமதிக்காதே!"

இவன் வார்த்தைகள் ரூபன் மனத்தில் ஆழமாகப் பதிந் தன. "போரில் மரணத்தை ஏற்பது கஷ்டமில்லை. வீட்டிலே குடும்பத்தின் மத்தியிலும் அப்படித்தான். ஆனால் தனியாக, தனியாக, மரணத்தைக் சந்திப்பது . . ."

"ரூபன் போர்ன், அதற்கு நான் அஞ்சவில்லை. நீ வாலிபன், உன் முன்பு வாழ்க்கை காத்திருக்கிறது."

"உமது மகள் – அவளை எப்படிச் சந்திப்பேன்? காட்டில் உம்மை மடியும்படியாக விட்டுவிட்டு வந்தேன் என்று அவளி டம் சொல்லவா நான் அங்கு போக வேண்டும்! அவளிடம் அதைச் சொல்லப்போவதைவிட இங்கு உம்முடன் மடிவது நல்லதல்லவா?" என்றான் ரூபன் போர்ன்.

"எனது கட்டாயத்தின் பேரிலேயே வந்ததாகச் சொல்லு. இருவரையும் நான் ஆசீர்வதித்ததாகச் சொல்லு. நான் இறக்கும் பொழுதாவது இருவரும் வாழ்க்கைப் பாதையில் சுகமாகச் செல்லுவீர்கள் என்ற நினைப்பில் என் உயிர் போகட்டும்." இவ்வாறு பேசும்பொழுது, மிகுந்த ஆவேசத்துடன், தன் ரணத்தின் வலியையும் பொருட்படுத்தாதவன் போல் நிமிர்ந்து உயர்ந்தான். வாலிபன் அவனது ஆவேச முகக்குறியெல்லாம் தன் நன்மைக்காகச் செய்யும் முயற்சி என்றே நினைத்தான்.

ரோஜர் மால்வின் மறுபடியும் தொடர்ந்து, "நான் அனாவசியமாகப் பயப்படுத்திக்கொள்ளுகிறேன். ஒரு வேளை க்ஷேமமாய்த் திரும்பிவந்து என்னை அழைத்துப்போகலாம். முன் தடவை இதே மாதிரி ஒரு சம்பவம் நடந்தது. நானும் எனது நண்பனும் படுகாயப்பட்டோம். எனது நண்பன் என்னைப் போகும்படி கட்டாயப்படுத்தி அனுப்பினான். அப்பொழுது உன்னைப் போலவே நான் வேண்டா வெறுப்பு டன் மறுத்து, பின்பு போனேன். சிறிது தூரத்திலேயே உதவி கிடைத்தது. இப்பொழுது அந்த நண்பன் இன்னும் உயிரோ டிருக்கிறான்" என்றான்.

"நான் சமயத்தில் வந்து உம்மைக் காப்பாற்ற முடியு மென்று நினைக்கிறீரா?" என்று ரூபன் வயோதிகனைக் கேட்டான். "அன்று நான் அவனைக் காப்பாற்றினேன்" என்றான் வயோதிக ரோஜர் மால்வின்.

இதைக் கேட்டதும் போனால் சீக்கிரம் உதவி அழைத்துக் கொண்டு வரலாம் என்று ரூபனுக்குப் பட்டது.

"என்னை இந்தப் பாறையின்மீது சாய்ந்து உட்கார்ந்திருக்கும் படியாகத் தூக்கி வை. அப்பொழுது நீ நெடுந்தூரம் போகும் வரையில் உன்னைப் பார்த்துக்கொண்டிருக்க முடியும். என்னைத் தூக்கி வைத்துவிட்டு நீ சீக்கிரம் புறப்படு!" என்றான் வயோதிகன்.

ரூபன் கிழவன் இஷ்டப்படியே அவனைப் பாறையில் சாயவைத்துவிட்டு, அவன் உணவுக்காகச் சில கிழங்குகளை யும், அவன் படுத்திருப்பதற்காகத் தழைகளையும் சேகரித்து வைத்துவிட்டு, மனம் இரு பக்கமும் இழுக்க, ரணம் ஒருபுறம் வருத்த, தள்ளாடித்தள்ளாடி நடந்துசென்றான்.

ரூபன் புறப்பட்ட நேரம் நல்ல நேரம் இல்லையென்று தான் சொல்ல வேண்டும். வழியிலே புயலும் சண்டமாருத மாக ஆரம்பித்துத் திசை தெரியாமல் செய்துவிட்டது. ரூபன் வழி தவறினான். காடுகளில் வழிதவறினவர்களுக்கு, அதுவும் பலவீனமாகப் படுகாயப்பட்டு வழிதவறினவர்களுக்கு, என்ன கதி தெரியுமா? சித்தப்பிரமை ஏற்படுவது இலகு. ரூபனுக்கும் அந்தக் கதிதான் கிடைத்தது. வயிற்றில் பசி, சிறுகுடல் பெருங் குடலைத் தின்னும் பசி. எதிரே மான்கள் கூட்டம்கூட்டமாக வந்து என்ன பயன்? கையில் இருந்த துப்பாக்கிக்கு மருந்து இல்லை. வழியில் முளைத்த பெயர் தெரியாத செடிகளின் பழங்கள் அவனுடைய உயிரை உடலுடன் ஒட்டவைத்தன.

இந்த நிலையிலே அவனைக் கண்ட சிலர் காட்டிற்கு மிகவும் அருகில் உள்ள ஒரு ஊருக்கு அழைத்துச்சென்றனர். நல்ல காலம், அது அவனுடைய ஊராக இருந்தது. ரணத்தால் புத்தி கலங்கியவன் என்ன சமாசாரத்தைச் சொல்ல முடியும்?

டோர்க்காஸ் (அதுதான் அந்த வயோதிக ரோஜர் மால்வி னின் மகள் பெயர்) வியாதியஸ்தனான ரூபனை ஏற்று சிகிச்சை செய்துவந்தாள். நெடுநாள் வரை ரூபன் ஜன்னி கண்டு பிதற்றி னான். ஆனால், காயம் வரவரக் குணம் அடைந்துகொண்டு வந்தது.

ரூபனுக்குப் புத்தியும் தெளிந்தது.

ரூபன் குணம் அடைந்தான் என்பதைக் கண்டதும் டோர்க் காஸுக்குத் தகப்பனாரைப் பற்றிய விவரங்களை அறிய வேண்டு மென்று பல நாள் வளர்ந்த ஆவல் கட்டை மீறியது.

புதுமைப்பித்தன் மொழிபெயர்ப்புகள்

"ரூபன்! என் தகப்பனார் கதி என்ன!" என்று அவனைக் கேட்டுவிட்டு, முகத்தையே கவனித்தாள்.

"உன் தகப்பனாருக்கு, சண்டையில் பலத்த காயம் பட்டது. மெதுவாக நான் அவரை அழைத்துக்கொண்டு ஒரு குளக் கரைக்கு வந்தேன். அங்கே தண்ணீர் குடித்துவிட்டு, மெதுவாகக் கைத்தாங்கலாக அவரை அழைத்துக்கொண்டு, காட்டுவழி யாக வந்தேன். மூன்று நாள் இப்படிக் காட்டுவழியாக நடந்துவந்தோம். நான் எதிர்பார்த்ததைவிட அதிகதூரம் அவரால் நடக்க முடிந்தது. நான்காவது நாள் காலை, அவரால் எழுந்திருக்க முடியவில்லை. உயிர் மெதுவாக..."

"பின்பு, இறந்துபோனார்!" என்று மெதுவாக முடித்தாள் டோர்க்காஸ்.

ரூபன் பதில் பேசவில்லை; வெட்கத்தாலும் பலவீனத்தா லும் தலையணையில் முகத்தை மறைத்துக்கொண்டான். டோர்க்காஸ் இதை நெடுநாளாக எதிர்பார்த்திருந்தாள்; ஆனாலும் அவளுக்கு வருத்தம் சகிக்க முடியவில்லை; கண்ணீர்விட்டாள்.

"எனது தகப்பனாருக்குக் கடைசிக் கிரியைகளைச் சரிவரச் செய்தாயா?" என்று ஏங்கிக்கொண்டே கேட்டாள்.

"எனக்கு மிகவும் சோர்வாக இருந்தது. ஆனாலும், என்னால் முடிந்ததைச் செய்தேன். அவர் தலைப் பக்கத்தில் உயர்ந்த தலைக்கல் இருக்கிறது. ஐயோ, அவர் இருக்கும் இடத்தில் நானும் இருக்கக்கூடாதா?" என்றான்.

இந்தச் செய்தி ஊரில் பரவியது. ஊரார் எல்லோரும் அவனைப் புகழ்ந்தார்கள்.

நீங்களும் எதிர்பார்க்கிறபடி டோர்க்காஸுக்கும் ரூபனுக் கும் கலியாணம் நடந்தது. ஆனால், என் கதை காதல் கதை அன்று. கலியாணச் சமயத்தில் புதுப் பெண், சந்தோஷத்தில் ஏற்பட்ட நாணத்தால், முகம் சிவந்தாள்; ஆனால், கலியாண மாப்பிள்ளையின் முகம் சவம் போல் வெளுத்திருந்தது.

ரூபன் மனத்தில் ஒரே எண்ணம் பேய் போல் நின்று தலை விரித்தாடியது. அவன் தனது கோழைத்தனத்திற்காக எப்பொழுதும் வருந்தினான். ரோஜர் மால்வினை விட்டு விட்டு வந்ததற்கு ஊரார் சுடுசொல் ஏற்படாவிட்டாலும் உள்ளம் அவனை இடித்துஇடித்துக் காண்பித்தது.

வருஷங்கள் கழிந்தால் ஞாபகம் மறையும் என்பார்கள். ஆனால், ரூபன் விஷயத்தில் அதற்கு நேர்மாறாக நடந்தது.

அவன் காதில் யாரோ ஒருவர், இடைவிடாது, "நீ அவ்விடத்திற்குப்போய் உனது பிரதிக்ஞையை நிறைவேற்று" என்று கூறுவது போல் கேட்டுக்கொண்டே இருந்தது.

வருஷங்கள் ஏறஏற, துன்பம் வளர்ந்ததே ஒழியக் குறைந்தபாடில்லை.

ரூபனின் குடும்ப வாழ்க்கையும் அப்படித்தான். டோர்க்காஸுக்கு ஏராளமான சொத்து இருந்தது. இருந்தும், ரூபனுக்கு அதைப் பண்படுத்தி வளர்க்கத் தெரியவில்லை. காலப்போக்கில் வறுமையும் வீட்டில் குடியேறியது.

இந்தச் சம்பிரமத்தில் டோர்க்காஸுக்கு ஓர் ஆண்குழந்தை பிறந்தது. பிள்ளையின் அச்சும் அசலும் தகப்பனாரைப் போல இருந்தன. அதற்கு ஸைரஸ் என்று பெயரிட்டார்கள்.

குழந்தையைப் பார்க்கும்பொழுதெல்லாம் ரூபனுக்குத் தனது குழந்தைப் பருவ ஞாபகம் வந்தது. தன்னை, சென்று போன தனது வாழ்க்கையை மீண்டும் ஞாபகப்படுத்தும் குழந்தையின் மீது அவனுக்கு வெறுப்பு அதிகரித்தது.

இப்படியாகப் பதினாறு வருஷங்கள் கழிந்தன. அதற்குள் ரூபனும் காட்டில் போய் மரங்கள் வெட்டிவந்து ஜீவனம் செய்ய வேண்டிய நிலைமைக்கு வந்துவிட்டான்.

மே மாத ஆரம்பம். ரூபன் காட்டிற்குப் புறப்பட்டான். அங்கெல்லாம் காடுகளுக்குப் போவது என்றால் ஒரு நாளில் திரும்பும் வியாபாரம் அல்ல. குடும்பத்துடனேயே செல்ல வேண்டியிருக்கும். ரூபனும் அவ்வாறு புறப்பட்டான்.

காடுகள் வழியாகச் செல்வதற்கு, மனத்தில் கவலை இல்லாவிட்டால், அந்தரங்கமான வேறொரு ஆசை இல்லாவிட்டால், சந்தோஷமாக இருக்கும். டோர்க்காஸுக்கும் அவளுடைய மகனுக்கும் அப்படித்தான். ஆனால் ரூபன்?

ரூபன் சாதாரணமாகப் போகும் பாதைகளை விட்டு வேறு ஒரு திசை நோக்கியே சென்றான். அவன் மகன் இதைக் குறித்துக் கேட்டும் பதில் அளிக்காததினால் அவனும் கேட்பதை விட்டுவிட்டான்.

இப்படியாக நெடுந்தூரம் சென்று, ஒரு நாள் சாயங்காலம் ஓர் இடத்தில் தங்கினார்கள்.

ரூபனுக்கு அந்த இடத்தைப் பார்த்தவுடன் பழைய நினைவு வந்தது. அவர்களை ஒரு மரத்தடியில் தங்கும்படி சொல்லிவிட்டுத் துப்பாக்கியை எடுத்துக்கொண்டு புறப்பட்டான்.

அப்பொழுது டோர்க்காஸ், "இன்று என்ன நாள் என்பது ஞாபகம் இருக்கிறதா?" என்றாள்.

ரூபன் பதில் பேசாது திரும்பி ஏறிட்டுப் பார்த்தான்.

சிறிது நேரம் கழித்து, "எனக்கு ஞாபகம் இல்லாமல் இருக்குமா?" என்று சொல்லிக்கொண்டு, தலைகுனிந்தபடியே போய்விட்டான்.

சிறிது தூரம் சென்றபின் அவனுக்கு சுயபிரக்ஞை வந்தது போல் நின்று விழித்துப் பார்த்தான். அதே இடந்தான். தனது பாவத்தைத் தீர்க்க வேண்டிய இடம். இவ்வாறு யோசித்துக் கொண்டிருக்கும்பொழுது, சற்று உயர்ந்த இடத்தில் புதருக்குள் சலசலவென்று சப்தம் கேட்டது. உடனே துப்பாக்கி எடுத்துக் சுட்டான். அந்த இடத்திலிருந்து ஏதோ ஒரு ஹீனசுரத்தில் குரல் ஓங்கி மடிந்தது.

டோர்க்காஸ் வெகுநேரமாக உட்கார்ந்திருந்தாள். பக்கத்தில் இருந்த பையன் தகப்பனார் வருகிறதற்கு நேரம் ஆகிறது என்று தானாவது உணவுக்கு ஏதாவது மிருகம் அடித்துக் கொண்டு வருவதாகச் சொல்லிப் புறப்பட்டான். காட்டில் நன்றாகப் பழகிய மகனை அனுப்புவதற்குத் தாயாருக்கு ஏன் பயம் தோன்றப்போகிறது!

இவன் போய் நெடுநேரம் ஆகியும் ஒருவராவது திரும்பவில்லை.

தூரத்தில் எங்கோ துப்பாக்கி வெடிச் சப்தம் கேட்டது. டோர்க்காஸ் தனது மகன்தான் ஏதோ ஒரு மானைச் சுட்டு விட்டான் என்று நினைத்து, சப்தம் கேட்ட திசையை நோக்கி, மகன் பெயரைச் சொல்லிக் கூப்பிட்டுக்கொண்டு நடந்தாள். அந்த ஒரு சப்தத்தைத் தவிர வேறு கேட்காததினால் உத்தேசமாக அத்திசையையே நோக்கி நடந்தாள்.

சிறிது தூரம் சென்றதும் எதிரே ஒரு பாறை தென்பட்டது. அதைச் சுற்றிக்கொண்டு, மகன் பெயரை கூவி அழைத்துக் கொண்டு நடந்தாள்.

எதிரில் ரூபனும் வேறு திசையில் அவளை நோக்கி வந்தான்.

இவர்களுக்கிடையில் ஏதோ ஒரு உருவம் கீழே கிடந்தது. முதலில் டோர்க்காஸ் அது ஒரு மான் என்று நினைத்தாள். நெருங்கியதும் ஸைரஸ் தலையைக் கையில் வைத்துப் படுத்துத் தூங்குவது போல் இருந்தது. இங்கே தனியாகத் தூங்குகிறானே என்று அவன் பெயரை உரக்கச் சொல்லிக் கூப்பிட்டுக்

கொண்டு குனிந்தான். அவன் எழுந்திராத தூக்கம் தூங்குகிறான் என்று அவளுக்கு எப்படித் தெரியும்?

தெய்வம் இரத்தத்திற்கு இரத்தம் ஏற்றுப் பாபத்தைப் போக்கிவிட்டது என்று ரூபன் உணர்ந்தான். மகன் இறந்த தினால் அவனுக்குத் துயரம் ஏற்படவில்லை. ஆனால் இத்தனை வருஷங்களாகத் தன்னை விட்டு நீங்காத சுமை ஒன்று கீழே விழுந்து தன்னைப் பரிசுத்தமாக்கியது என்ற மன நிம்மதி ஏற்பட்டது. உள்ளத்தில், இத்தனை காலம் தெய்வம் என்ற வார்த்தையைக்கூட நினைத்தறியாத உள்ளத்தில், ஒரு பிரார்த்தனை எழுந்தது.

அமைதியான குரலில், "இவ்விடத்தில்தான் உன் இரண்டு இரத்தமும் மரணத்தில் சந்திக்கிறது. இந்த இடந்தான் என் தகப்பனாருக்கும் மகனுக்கும் ஏற்பட்ட ஒரே கல்லறை" என்றான்.

டோர்க்காஸ் மகன்மீது விழுந்து அழுதாள்.

அன்று முதல் ரூபன் மனத்தில் சாந்தி பிறந்தது.

லவல் சண்டையிலே போர்க்களத்தில் குண்டுபட்டு வீர மரணத்தை ஏற்பது ஒன்று; தர்மசங்கடத்தால், உள்ளத்தின் சுடுசொல்லால், பல வருஷங்கள் ஓர் பெரும் இரத்தச் சுமையைத் தாங்குவது வேறு ஒன்று. இது சரித்திரமில்லாமல் இருக்கலாம். ஆனால் இதுதான் வாழ்க்கையின் சிலுவை.

○ ○

மிளிஸ்

பிரட் ஹார்ட்

ஸிரா நிவாடா மலைத்தொடரில் சமவெளிக்குப் பக்கத்தில் இருக்கும் சிவந்த மலைகளில்தான் 'ஸ்மித் பாக்கெட்' என்ற இடம் இருக்கிறது. அது ஒரு சுரங்க ஸ்தலம். அதாவது ஒரு காலத்தில் தங்கம் இருக்கிறது என்ற நம்பிக்கையில் பிறந்த சுரங்க ஸ்தலம். தற்பொழுது அதற்கிருக்கும் பெருமை யெல்லாம், புராணங்களைப் போல, பழம் பெருமைதான்.

முதன்முதலில் ஸ்மித் என்ற ஆசாமி அங்கு சுரங்கம் வெட்டி 5,000 டாலர்கள் சம்பாதித்தான்; பின்பு அதில் மேற்கொண்டு 3,000 டாலர் செலவழித்து, தங்கம் இனிக் கிடைக்காது என்ற உண்மையைக் கண்டுபிடித்தான். பொன் என்றால் ஆசை யாரை விட்டது? அவனைத் தொடர்ந்து பல குடும்பங்கள் அங்கு குடியேறின. நாளாவிர்த்தியில் பள்ளிக்கூடமும் ஒரு மாதா கோயிலும் அங்கு தோன்றின. ஸ்ரீ ஸ்மித் அவர்கள் படிப்படியாய்த் தங்க ஆராய்ச்சியிலிருந்து பலவித இன்ஜினியர் தொழில்கள் எல்லாம் அனுபவித்து, கடைசியில் சாராயக்கடை வைத்தார். அதில் ஸ்ரீ ஸ்மித் அவர்கள் பெற்ற லாபம் மிதமிஞ்சிக் குடிக்கப் பழகியதுதான்.

அன்று பொழுது மங்கி வெகுநேரமாகிவிட்டது. ஸ்மித் பாக்கெட்டினுடைய எதிர்காலச் சமூகத்தைப் பண்படுத்தும் பொறுப்பை வகிக்கும் 'வாத்யாரய்யா', பள்ளிக்கூடத்திலே உட்கார்ந்துகொண்டு, காப்பிநோட்டுகளைத் திருத்திக்கொண் டிருக்கிறார். பள்ளிக்கூடக் கதவைத் தட்டும் சப்தம் கேட்டது. அன்று முழுவதும் 'டொக்' 'டொக்' என்று கூரையின் மீது தட்டிக்கொண்டிருந்த மரங்கொத்திக் குருவிகளின் வேலை

யென்று நினைத்து அவர் பேசாமல் இருந்து பார்த்தார். சப்தம் ஓய்கிற பாட்டைக் காணோம்.

"யாரது?" என்று ஏறிட்டுப் பார்த்தார். ஒரு சிறு பெண். அழுக்குப் படிந்த உடை, கறுத்து விசாலமான கண்கள், கவனிப்பாரற்றுச் சடை ஏறிய தலை மயிர் – எல்லாம் அவள் யார் என்பதை நினைவிற்குக் கொண்டுவந்தன. அவள் வேறு யாருமில்லை. ஸ்மித் பாக்கெட்டின் நிர்மாணகர்த்தரான ஸ்ரீ ஸ்மித் அவர்களின் ஏக புத்திரி ஸ்ரீமதி மெலிஸா ஸ்மித் – சுருக்கமாக 'மிளிஸ்' என்று அழைப்பார்கள். தாயைப் போல் பிள்ளை என்ற பழமொழியை உத்தேசித்துத்தான் கடவுள் மிளிஸின் தாய்க்கு வசை ஏற்பட்டுவிடாதபடி குழந்தை பிறந்தவுடனேயே தம் பக்கம் அழைத்துக்கொண்டார் என்று கருத வேண்டியிருக்கிறது.

"உனக்கு என்ன வேண்டும்?" என்றார் உபாத்தியாயர். மிளிஸ் கதை முழுவதும் அவருக்கு நன்றாகத் தெரியும். இயற்கை யிலே வளர்ந்த பிள்ளை. ரெவரண்டு மக்ஸ்னாக்லி ஊருக்குப் பெரிய பாதிரியார். அவள் 'குணப்படுவதற்காக' (சீர்திருத்துவது என்பதற்கு கிறிஸ்தவப் பதப்பிரயோகம்) அவளை ஹோட்டலில் சிறு கையாளாக அமர்த்தினார். பின்பு ஞாயிற்றுக்கிழமைகளில் நடைபெறும் மதபோதனைப் பள்ளிக்கூடத்தில் உள்ள மற்ற குழந்தைகளுக்கு இவளை அறிமுகம் செய்துவைத்தார். அந்தப் பெரிய குடும்பக் குழந்தைகளுக்கிடையே இவளது மட்ட ரக வேடிக்கைப் பேச்சுக்கள் ஒரு பெரும் புரட்சியை உண்டு பண்ணிவிடும் என்று பயந்து, பாதிரியார் அவளை வெளியே துரத்திவிட்டார். இதுதான் அவளது பூர்வகதை. அந்த மோசமான கிழிசல் உடைகளிலும் பளிச்சுப்பளிச்சென்று ஒளி வீசும் அவள் கண்கள் அவளுக்கு ஒரு கண்ணியத்தைத் தந்தன.

"இன்று ராத்திரி நீர் தனியாக இருப்பீர் என்று தெரிந்து தான் இங்கே வந்தேன். அந்தக் குட்டிகள் இருக்கும்பொழுது எனக்கு வர இஷ்டமில்லை. ஏன், அவர்களைப் பிடிக்கவில்லை; அவர்களுக்கு என்னைப் பிடிக்கவில்லை. அதுதான். நீர் பள்ளிக் கூடந்தானே வைத்திருக்கிறீர். எனக்குப் படிக்க வேண்டும்" என்று திடுதிடுவென்று பேசினாள்.

உபாத்தியாயர் பேசாமல் அவளைக் கவனித்தார்.

"என் பெயர் மிளிஸ், மெலிஸா ஸ்மித். குடிகார ஸ்மித்தின் மகள். நான் பள்ளிக்கூடத்திற்கு வருகிறேன்."

"அப்புறம்?" என்றார் வாத்தியார் வெகு சாவதானமாக.

இதுவரை அவளை யாவரும் எதிர்த்தார்கள். அதில் பிறந்தது ஆரம்பத்திலேயே சூட்டுடன் பேசும் அவளது பாஷை. உபாத்தியாயரின் அமைதியை அவள் எதிர்பார்க்கவில்லை.

முதலில் அவள் முகம் சிறிது வெட்கத்தால் சிவந்தது. பின்னர் மேஜையின் மீது குப்புறப் படுத்துக்கொண்டு தேம்பித் தேம்பி அழ ஆரம்பித்தாள். இத்துக்க ஆவேசம் அடங்கும்வரை உபாத்தியாயர் அமைதியாக இருந்தார். அவள் தேம்பல்களுக் கிடையே, "இனி ஒழுங்காக இருப்பேன்" என்றாள்.

உபாத்தியாயர், அவள் ஞாயிற்றுக்கிழமைப் பள்ளிக் கூடத்தை விட்டதற்குக் காரணத்தைக் கேட்டார்.

"என்னை வெறுக்கும் கடவுளை நான் ஏன் மதிக்க வேண்டும்? எனக்கு அப்படி ஒன்றும் செய்ய வேண்டியதில்லை."

"மக்ஸ்னாக்லியிடம் நீ அப்படியே சொன்னாயா?"

"ஆமாம்! அப்படித்தான் சொன்னேன்."

உபாத்தியாயருக்குச் சிரிப்பு வந்துவிட்டது.

அந்த நிசப்தமான மலைச்சரிவில், ஊருக்கு வெளியே யிருந்த பள்ளிக்கூடத்தில், வெளியே பைன் மரங்கள் பெரு மூச்சு விடுவது போல் அலையும் காற்றில் ஒன்றுபடாது ஒலித்தது அவருடைய சிரிப்பு.

அவள் தகப்பனார்?

"அப்பாவைப் பற்றி எனக்கென்ன? அவர் எனக்கென்ன செய்திருக்கிறார்? நான் போகும்பொழுது 'குடிகார ஸ்மித் மகள் போகிறாள்!' என்று பேசும்படியாக வைத்தார். அவர் செத்தாலும் நல்லதுதான். எல்லாரும் செத்தாலும் நல்லது தான்!" மறுபடியும் அழுகை வந்தது அவளுக்கு.

உபாத்தியாயர், தமது அமைதியான குரலில், அம்மாதிரி யெல்லாம் சொல்லக் கூடாது என்று வெகுநேரம் போதனை செய்தார்.

இப்படியாக ஆரம்பித்தது மிளிஸின் வித்தியாப்பியாசம்.

மூன்று மாதங்கள் கழிந்தன.

மறுபடியும், பொழுது சாய்ந்து வெகுநேரமாகியும் உபாத்தி யாயர் 'காப்பி புஸ்தக' ஆராய்ச்சியில் ஈடுபட்டிருக்கும் பொழுது, மிளிஸ் திடுதிடுவென்று வந்தாள்.

"என்ன ரொம்ப வேலையா, ஸார்?" என்றாள்.

"என்னுடன் வருவீர்களா?"

அவர் தயாராக இருப்பதை அறிந்து, "அப்படியானால் உடன் புறப்படுங்கள்!" என்றாள்.

இருவரும் வெளியே சென்றார்கள். வழியில், "எதற்காக?" என்றார் உபாத்தியார்.

“அப்பாவைப் பார்க்க” என்றாள் மிளிஸ். இதுவரை இதுதான் முதல் தடவையாகத் தகப்பனாரை ‘அப்பா’ என்று அவள் அழைத்தது.

மிளிஸ் ஒவ்வொரு சாராயக்கடையாகத் தேடினாள். உபாத்தியாயரும் அமைதியாகப் பின்தொடர்ந்தார். இவ்வாறு ஒரு மணி நேரம் கழிந்தது. காட்டாற்றுக்கு அப்பால் இருக்கும் மரக் குடிசையில் இருக்கலாம் என்று அங்கு சென்றார்கள். போகும் வழியிலே, நிசப்தமான இரவிலே துப்பாக்கி வெடிச் சப்தம் கேட்டது. மிளிஸ் குறுக்குப் பாதைகள் வழியாக அவரை யழைத்துக்கொண்டு மரக்குடிசையை நோக்கி வேகமாகச் சென்றாள்.

அவ்விடத்திலே திகிலடைந்த சிலர் கூடி நின்றனர். குழந்தை மிளிஸ் அவர்களைச் சட்டை செய்யாது, உபாத்தி யாயரை அழைத்துக்கொண்டு அங்கு சென்றாள். அங்கே ஸ்மித், அந்த ஸ்மித் பாக்கெட் கிராமம் உண்டாவதற்குக் காரணபூதரான ஸ்ரீமான் ஸ்மித், முதலில் தாம் அமைத்த மரக்குடிசையில் தமது பயனற்ற வாழ்வை ஒரு துப்பாக்கிக் குண்டிற்கு அர்ப்பணம் செய்துவிட்டுக் கிடந்தார். குழந்தை முகத்தில் அப்பொழுது வருத்தம் தோன்றவில்லை. குழம்பிய மனதுடைய ஆசிரியருக்கு அவள் திருப்தியடைந்தது போன்ற முகக் குறியுடன் இருந்ததாகத் தென்பட்டது. மிளிஸ் உண்மை யிலேயே அனாதையானாள்.

○

ஸ்மித்தின் மரணச் சடங்கும் ஒருவாறு முடிவடைந்தது.

உபாத்தியாயர் மிஸிஸ் மார்பர் என்ற ஸ்திரீயின் வீட்டில் மிளிஸ் வசிப்பதற்கு ஏற்பாடு செய்துவைத்தார். மிஸிஸ் மார்பர் குழந்தை விவகாரத்தில் சிறிது தாராளம் என்றுதான் சொல்ல வேண்டும். அத்தனை குழந்தைகளுக்கும் நாகரிகமான லத்தீன் பெயர்களும் கிரேக்கப் பெயர்களும் கொடுத்திருந்தாள். கஸாண் டிரா என்ன, அரிஸ்டைடீஸ் என்ன, கிளிஸ்டம்னஸ்டிரா என்ன! எல்லாம் பழைய பெயர்கள்தான். ஆனால் அவளுக்கு அத்தனை குழந்தைகளிலும் கிளிஸ்டம்னஸ்டிரா மீதுதான் அபாரப் பிரேமை. செல்லமாகக் ‘கிளைடி’ என்று அவளை அழைப்பாள்.

மிளிஸ் அவள் வீட்டிற்கு வந்ததிலிருந்து, ‘கிளைடியைப் போல் பேசு’, ‘கிளைடியைப் போல் நட’ என்ற மிஸிஸ் மார்பரின் ஓயாத உபதேசத்தைத்தான் அவள் கேட்க வேண்டி யிருந்தது. இந்தக் கிளைடி மான்மியம் மிளிஸிற்கு வெறுப்பைத் தான் எழுப்பியது என்பது நிச்சயம்.

கிளைடி வாலிபத்தின் அழகைப் பெற்றவள்; அதை உணர்ந்த அவளுடைய பாவனை நாணங்களும், ஒய்யார அபலைக் குணங் களும் புயல் காற்றைப் போன்ற மிளிஸிக்குப் பிடிக்கவில்லை.

கிளைடியும் பள்ளிக்கூடம் வந்தாள். அவள் வாத்தியாருடன் பேசுவது முதல் அவர் காப்பி எழுதிக் கொடுக்கும்பொழுது அனாவசியமாக அவர்மீது படும்படி சாய்ந்திருப்பதுவரை சாதாரணமாக ஏற்கத் தகுந்ததல்ல. நான் உங்களுக்கு ஒன்று சொல்ல மறந்துவிட்டேன். உபாத்தியாயர் என்றதும் நரைதிரை விழுந்த சம்பாதி என்று கருதிவிட வேண்டாம். ஆயினும் அவர் கிளைடியின் கண் வீச்சுகளைப் பொருட்படுத்தவில்லை.

மனவுறுதி படைத்தவர்; இவ்வாறு இந்திரியங்களைக் கட்டுப்படுத்த அவருக்கு உணவின்மையும் சிறிது துணை புரிந்தது என்று கூற வேண்டும். பொதுவாக அவர் கிளைடியை விட்டு விலகியே நடந்தார். ஒரு நாள் மாலை அவள் எதையோ வைத்துவிட்டதாகப் பள்ளிக்கூடத்திற்குத் திரும்பிவந்து தேட ஆரம்பித்தாள். இருட்டும்வரை தேடியும் அது அகப்படாது போயிற்று. அன்று இரவு வாத்தியார் அவளுக்குத் துணையாக வீடுவரை சென்றார்.

இது நடந்த மறுநாள் மிளிஸ் பள்ளிக்கூடம் வரவில்லை. அன்று முழுவதும் மிளிஸைக் காணவில்லை. உபாத்தியாயர் அவளை எல்லா இடத்திலும் தேடிவிட்டு, மிகுந்த வருத்தத்துடன் பள்ளிக்கூடத்திற்குத் திரும்பினார். மேஜையின் மேல் மிளிஸ் கையெழுத்தில் ஒரு கடிதம் இருந்தது. குறிப்புப் புஸ்தகத்திலிருந்த தாள் கிழிக்கப்பட்டு மெழுகுத் திரியில் உருகிய மெழுகினால் ஆறு இடங்களில் ஒட்டி வைக்கப்பட்டிருந்தது. அதைப் பிரித்து வாசித்தார் :

‘வாத்தியார் ஸாருக்கு,

‘நீங்கள் வாசிக்கும்பொழுது நான் ஓடிப்போய்விட்டேன். அப்புறம் திரும்பவே மாட்டேன். என் பாசி மணியை மேரி ஜென்னிங்ஸிற்குக் கொடுத்துவிடுங்கள்.

‘என் பொம்மைப் படத்தை ஸாலிக்குக் கொடுத்துவிடுங்கள். கிளைடிக்கு ஒன்றுமே கொடுக்கக் கூடாது. அவளைப் பற்றி என்ன நினைக்கிறேன் தெரியுமா? ரொம்ப மோசமானவள். அவ்வளவுதான். இனிமேல் ஒன்றும் இல்லை.

இப்படிக்கு,
மிளிஸ்’

உபாத்தியாயர் அதை வாசித்துவிட்டு நெடுநேரம் யோசித்த வண்ணம் இருந்தார். நெடுநேரங் கழித்துக் காகிதத்தைத் துண்டுதுண்டாகக் கிழித்து ரோட்டில் எறிந்துவிட்டார்.

மறுநாள் விடியற்காலம். உபாத்தியாயருக்கு மிளிஸ் எங்கு செல்லுவாள் என்று தெரியும். காட்டிலே மிளிஸிற்குத் தெரியாத இடம் கிடையாது. ஆனால் அதிலும் ஒரு பிரத்தியேக இடம் அவளுக்கு உண்டு. அவ்விடத்திற்குச் சென்றார்.

அவள் அங்குதான் ஒளிந்துகொண்டிருந்தாள்.

"என்ன வேண்டும்?" என்றாள் மிளிஸ்.

எப்படி அவளிடம் பேசுவது என்று திட்டப்படுத்தி விட்டார் உபாத்தியாயர்.

"தின்கிறாயே அதில் எனக்கும் கொஞ்சம் வேண்டும்."

"கொடுக்க முடியாது. வேண்டுமானால் கிளிஸ்டம்னஸ்டிரா விடம் கேளுங்கள்." மிளிஸிற்கு, கிளைடியின் முழுப் பெயரை யும் நீட்டி முழங்குவது அவளைத் திட்டுவது என்று அர்த்தம்.

"மிளிஸ், எனக்குப் பசியாக இருக்கிறது. கொஞ்சம்!"

இப்படி மெதுவாக அவளைச் சமாதானம் செய்து அழைத்துவந்துவிட்டார்.

வெயிற் காலம் வந்தது. அதற்குள் கிளைடிக்கும் மிளிஸிற் கும் இருந்த வெறுப்பு முறுகிக்கொண்டே வந்தது என்று கூற வேண்டும்.

பரீட்சை என்ற ஒன்றும் வந்தது. ஸ்மித் பாக்கெட்டில் நடக்கும் பரீட்சை வழியே வேறு. சாட்சிகளைக் கூண்டில டைத்துக் கேள்விகள் போட்டுத் திடுக்கிடச் செய்வது போல, ஊரில் பெரிய மனிதர்கள் எல்லாரும் கூடிக்கொண்டு, குழந்தை களை அசந்தர்ப்பமான கேள்விகளைக் கேட்டுத் திருதிருவென்று விழிக்கவைத்துப் பரீட்சை பண்ணி மகிழ்வார்கள். இந்த விதமான சந்தர்ப்பங்களில் அசட்டுப் பதிலையும் முரட்டுத் தைரியத்துடன் சொல்லக்கூடிய குழந்தைகளே தேறும்.

பரீட்சை நடந்தபொழுது கிளைடியும் மிளிஸூம் அங்கு இருந்தவர்களைக் கவர்ச்சித்தார்கள் என்று கூற வேண்டும். கிளைடியின் நடை நொடி பாவனைகளும், மிளிஸின் உடன் பதிலும் எல்லோரையும் அவர்களைக் கவனிக்க வைத்தன.

அன்று வானசாஸ்திரத்தில் பரீட்சை செய்தார்கள். மிளிஸ் வானத்து அற்புதங்களையெல்லாம் வாத்தியாரிடம் கேட்ட மாதிரி வருணித்து வந்தாள். பாதிரியார் மக்ஸ்னாக்லி அவளை இடைமறித்து, "என்னமோ சூரியன் சந்திரன் எல்லாம் சுற்றிவருகிறது என்று சொல்லுகிறாயே, அது சிருஷ்டி ஆரம்பத் திலிருந்து அப்படியேதான் சுற்றி வருகிறதா?" என்று கேட்டார்.

"ஆமாம்!" என்றாள் மிளிஸ்

"அப்படித்தானா!" என்றார் பாதிரியார் மறுபடியும்.

"அதையே சொல்!" என்று வெளியிலிருந்து ஜன்னல் வழியாகத் தலை நீட்டிக் கவனிக்கும் பெரியவர்கள் அவளுக்கு ஊக்கமளித்தார்கள்.

மக்ஸ்னாக்லி, பெருமூச்செறிந்துவிட்டு, உபாத்தியாயரைப் பரிதாபகரமாகப் பார்த்தார்.

கிளைடி, 'பதில் சொல்லலாமா?' என்று கேட்பது போல உபாத்தியாயரை நோக்கினாள். அவர் தலையை அசைத்தார்.

மெதுவாக எழுந்து, "ஜோஷுவா தீர்க்கதரிசி உத்தரவிட்ட பொழுது சூரியன் அவர் கட்டளைப்படி நின்றது" என்றாள்.

எல்லோரும் கரகோஷம் செய்தனர். மக்ஸ்னாக்லி வெற்றிப் புன்முறுவலுடன் சுற்றுமுற்றும் கவனித்தார். அன்று வான சாஸ்திரம் முறியடிக்கப்பட்டு விவிலிய நூலின் காலடியில் விழுந்து மண்ணைக் கவ்வியது. மிளிஸ் வான சாஸ்திரப் புத்தகத்தைப் பரபரவென்று புரட்டிப் பார்த்தாள். தட்டென்று மூடிவைத்தாள். "அது பொய். அதை நான் நம்பமாட்டேன்!" என்று மேஜையை ஒரு குத்துக் குத்திக்கொண்டு சொன்னாள்.

○

மழைக் காலம் முடிவடையும் சமயம் ஸ்மித் பாக்கெட்டிற்கு ஒரு நாடகக் கம்பெனி வந்தது. நோட்டீசுகள் ஒட்டப்பட்டன.

இந்த விஷயங்கள் எல்லாம் ஸ்மித் பாக்கெட்டிற்கு விதிவிலக்காகையால் மிளிஸை அதற்கு அழைத்துச் செல்லுவதாக உபாத்தியாயர் வாக்களித்திருந்தார். டிராமா எல்லாம் அப்படியப்படித்தான். ஆனால் இதுவரை ஒன்றுமே பார்த்திராத மிளிஸின் கற்பனை உள்ளம் அந்த மோசமான கோரத்தையும், தனது கனவு பொதிந்த உள்ளத்தின் துணையால் பிரமாதமாக எண்ணிவிட்டது. நாடக உலகத்தில் காணும் இளவரச இளவரசிகள் போல் வாழ்க்கை நடத்த வேண்டும் என்று நினைத்துவிட்டாள். டிராமாவில் சேர வேண்டும் என்ற ஆசை தோன்றிவிட்டது.

நாடகக் கம்பெனி வந்து இரண்டு மூன்று நாள் கழித்து, வெள்ளிக்கிழமை மாலை மிளிஸ் நாடகக் கம்பெனியில் சேர்ந்துவிட்டாள் என்ற செய்தியை உபாத்தியாயர் ஸ்ரீமதி மார்பனின் குழந்தைகளில் ஒன்றினால் அறிந்துகொண்டார்.

நேராகச் சாராயக்கடைக்குச் சென்றார். அங்கே நாடகக் கம்பெனியில் ராஜபார்ட் போட்டு நடித்த ஒருவன் மேஜை யருகில் உட்கார்ந்து குடித்துக்கொண்டிருந்தான்.

உபாத்தியாயர், நேராக அவனிடம் சென்று, "மிளிஸ் எங்கே?" என்றார்.

அவன் சடக்கென்று திமிரான பதில் ஒன்று சொன்னான்.

வாக்குவாதம் பலத்தது; அடிதடியில் இறங்கியது. நாடகக்காரன் பதில் அவருக்குக் கோபமூட்டியதால் ஒரு குத்துவிட்டார். பின்னர் ஏக தடபுடல். இரண்டு துப்பாக்கி வெடி கேட்டது. அந்தச் சந்தடியில் யாரோ அவர் கையில் ஒரு கத்தியைத் திணித்தார்கள்.

கூட்டம் விலகியதும், குண்டு தன் கையில் பாய்ந்து காயப்படுத்திவிட்டது என்று உணர்ந்தார். கையில் கத்தியை யார் கொடுத்தது என்று ஒன்றும் புரியவில்லை.

பள்ளிக்கூட ஆசிரியர், மாணவர்களுக்கு முன்மாதிரியாக இருக்க வேண்டியவர், இந்த வெறும் அற்பத்தனமான சண்டையில் இறங்குவதா? அவசரத்தில் புத்தியிழந்ததற்கு மனம் நொந்து தலை குனிந்தவண்ணம் வெளியேறி நடந்தார்.

வழியிலே ஸ்ரீ மார்பர், "மிளிஸ் வந்துவிட்டாள், உம்மை யாரோ கொல்லுகிறார்கள் என்றல்லவா உளறினாள்" என்று சொல்லிக்கொண்டு வேறு பக்கமாக நடந்தார்.

உபாத்தியாயர் நேராகப் பள்ளிக்கூடத்திற்குச் சென்றார். அங்கு மிளிஸ் நின்றுகொண்டிருந்தாள்.

"மிளிஸ், எனக்கு வேலையிருக்கிறது. நீ போ!"

மிளிஸ் அதற்குப் பதில் சொல்லவில்லை. "அவனைக் கொன்றுவிட்டீர்களா?" என்றாள்.

"யாரை?"

"நாடகக்காரனை! நான்தானே கையில் கத்தியைக் கொடுத்தேன். பின் எதற்கு?"

"நீ ஏன் ஓடிப்போனாய்?" என்றார் ஆசிரியர்.

"நீங்கள் பாதிரியாரிடம் இந்த ஊரைவிட்டே போகப் போகிறதாகச் சொன்னீர்களே! நான் மட்டும் இங்கே ஏன் தனியாக இருக்க வேண்டும்?" என்றாள் மிளிஸ்.

உபாத்தியாயர் வெகு நேரம் பேசாமல் இருந்தார். பின்பு அவளைப் பார்த்து, "மிளிஸ், நீயும் என்னுடன் வருகிறாயா?" என்றார்.

"எப்பொழுது?"

"இப்பொழுதே – ராத்திரிக்கு!" என்றார் ஆசிரியர்.

மிளிஸ் ஒரே பாய்ச்சலில் அவரைக் கட்டிக்கொண்டாள்.

இருவரும் சாலையில் இறங்கி அந்த நிசப்தமான இரவிலே நடந்தார்கள்.

○○

சாராயப் பீப்பாய்

எட்கார் அல்லன் போ

அவன் ஆயிரங் குற்றங்களைச் செய்தான்; ஆனால் என்னால் இயன்றவரை பொறுத்தேன். அவன் என்னைத் திட்டி அவமதித்தான். இனி, பழிக்குப் பழி தீர்க்க வேண்டியது தான் என்று மன உறுதி கொண்டேன். எவ்வளவு காலம் ஆனாலும் சரி, வஞ்சம் தீர்த்துவிட வேண்டியதே என்று முடிவு கட்டிவிட்டேன். அதிலே எனக்கு ஒரு ஆபத்தும் நேரக்கூடாது. ஒருவனைக் தண்டிக்கும்பொழுது, தண்டனை கொடுப்போனுக்கு அபாயம் ஏற்பட்டால், அது தண்டனை யாகாது. ஆதலால், ஜாக்கிரதையாக இருக்க வேண்டும் என்று மனத்தில் உறுதி செய்துகொண்டேன்.

இதனாலேயே அவனுக்கு என் விஷயத்தில் சந்தேகம் ஏற்படவில்லை. எப்பொழுதும் போல, அதாவது எனக்கு இந்தக் கோபம் ஏற்படுவதற்கு முன் இருந்தபடி, நான் அவனுடன் சிரித்துப் பேசிக்கொண்டிருந்தேன்.

அவன் ஒரு விஷயத்தில் மிகவும் பலவீனமானவன். மற்ற விஷயத்தில் எல்லாம் அவனுக்கு எல்லோரும் மரியாதை செய்து பயப்படுவார்கள். ஒரு விஷயத்தில் மட்டும் அவனுக்குத் தலைக்கு மிஞ்சிய அகங்காரம். திராக்ஷைச் சாராயத்தில் தனக்குத்தான் எல்லா விஷயங்களும் தெரியும் என்றும், மோசமான சாராயத்தைக் கொடுத்துத் தன்னை ஏமாற்றிவிட முடியாது என்றும் தலைக்கு மிஞ்சிய தற்பெருமை. எல்லா இத்தாலியருமே அப்படித்தான். சமயம் ஏற்பட்டால் பிரிட்டிஷ், ஆஸ்திரிய கோடீஸ்வரர்களையும் ஏமாற்றுவதற்கு முயலு வார்கள். இந்த விஷயத்தில் அவன் தன் தேசத்தார்களைப்

பார்க்கிலும் கொஞ்சம் உண்மையானவன். அவன் பெருமை கொள்ளுவதில் அதிசயமில்லை. உண்மையிலேயே அவன் கெட்டிக்காரன்தான்.

அப்பொழுது கார்னிவல் என்ற திருவிழாக் காலம். பொழுது சாயும் சமயம். அவனை வழியிலே சந்தித்தேன். அவன் அதிகமாகக் குடித்திருந்தாலும் என்னை உடனே அடையாளம் கண்டுகொண்டான். அவனை அன்று பார்ப்பதற்கே விசித்திரமாக இருந்தது. கோமாளி வேஷம்; கோணல் குல்லாய்; அதிலும் மணி கட்டிய குல்லாய். அவனைப் பார்ப்பதற்கு நான் மிகவும் சந்தோஷம் கொண்டவன் போல் அவனது கையைப் பிடித்துக் குலுக்கினேன்.

"பார்ச்சுனாடோ! நல்ல காலமாக உன்னைச் சந்தித்தேன். இன்றைக்கு என்ன, ரொம்பக் குஷால் போலிருக்கிறது! நான் ஒரு சாராயப் பீப்பாய் வாங்கியிருக்கிறேன். அதை மிகவும் விலை உயர்ந்த 'அமான்டிலாடோ' என்று சொல்லு கிறார்கள். ஆனால் எனக்கு சந்தேகமாயிருக்கிறது."

"அது எப்படி? அமான்டிலாடோவா? இந்தத் திருவிழாக் காலத்திலா!" என்று அவன் கேட்டான்.

"எனக்குச் சந்தேகந்தான். ஆனால், முட்டாள்தனமாக அதற்கு முழு விலையும் கொடுத்துவிட்டேன். உன்னைச் சந்தித்து, உன்னிடம் அபிப்பிராயம் கேட்க அவகாசமில்லை. ஒருவேளை சாமான் கிடைக்காமல் போய்விடுமோவென்று அவசரத்தில் வாங்கிவிட்டேன்" என்று நான் பதில் சொன்னேன்.

"அமான்டிலாடோவா?"

"எனக்குச் சந்தேகமாய்த்தான் இருக்கிறது! உனக்கு வேலை இருக்கிறது போல் தெரிகிறது. நான் லூசேஷியிடம் கேட்டுக்கொள்ளுகிறேன். அவனுக்கு இந்த விஷயத்தில் நல்ல பரிச்சயம் உண்டு. நான் அவனிடம் போய்க் கேட்டுக்கொள்ளு கிறேன்" என்றேன் நான்.

"அவனுக்கு என்ன தெரியும்?"

"சில முட்டாள்கள் அவனுக்கு என்னமோ தெரியும் என்று சொல்லுகிறார்களே!"

"சரி, வா, போகலாம்!" என்றான் அவன்.

"எங்கே?"

"உன்னுடைய சாராயப் பீப்பாய் வைத்திருக்கும் அறை களுக்குத்தான்."

“சிரமம் வேண்டாம். நீ நல்லவன் என்று உன்னிடம் அதிகக் கஷ்டத்தைக் கொடுப்பதா? நான் லூசேஷியிடம்...”

“இல்லை; இல்லை. எனக்கு வேறு வேலை இல்லை. வா, போகலாம்” என்றான் அவன்.

“என்னத்திற்கு இவ்வளவு சிரமம்? மேலும், உனக்கு ஜலதோஷம் பிடித்திருக்கிறது போல் தெரிகிறது. மேலும் அந்த அறை பூமிக்குக் கீழே கட்டப்பட்டிருக்கிறது. அதனாலே எப்பொழுதும் ஈரம் சுவறியிருக்கும். மேலும் அந்த இடத்திலே விஷவாயு நிறைந்திருக்கும். உனக்கு ஒத்துக்கொள்ளாது” என்றேன் நான்.

இருந்தாலும், “போகலாம் வா; ஜலதோஷம் ஒன்றும் பிரமாதமில்லை. அமான்டிலாடோ! உன்னை ஏமாற்றிவிட்டான்! லூசேஷி – அவனுக்கு என்ன தெரியும்!” என்று சொல்லிக்கொண்டே அவன் என்னை என் வீட்டிற்கு இழுத்துக் கொண்டுபோனான்.

வீட்டிலே வேலைக்காரர்கள் எல்லாரும் திருவிழாப் பார்க்கக் கம்பி நீட்டிவிட்டார்கள். “நாளை காலைவரை நான் வீட்டிற்குத் திரும்பமாட்டேன்” என்று சொல்லியிருந்தேன்; அவர்கள் ஏன் வீட்டிலேயே காத்துக்கொண்டிருக்கப் போகிறார்கள்?

வீட்டிற்குள் சென்று, இரண்டு தீப்பந்தங்களை ஏற்றி, ஒன்றை அவன் கையில் கொடுத்துவிட்டு, மற்றொன்றை வைத்துக்கொண்டு சாராயப் பீப்பாய் இருக்கும் நிலவறைக்குப் புறப்பட்டேன். படிக்கட்டுகளில் ஜாக்கிரதையாக இறங்கும்படி சொல்லிவிட்டு, வழிகாட்டிச் சென்றேன். கடைசியாக ஈரம் சுவறும் நிலவறைகளை அடைந்தோம்.

அவன் தள்ளாடித்தள்ளாடி நடந்தான். குல்லாயில் இருக்கும் மணிகள் கிணுகிணு என்று அடித்தன.

“பீப்பாய் எங்கே?” என்றான் அவன்.

“இன்னும் கொஞ்ச தூரத்தில் இருக்கிறது. சுவரைக் கவனித்தாயா?” என்றேன் நான்.

அவன் என்னை ஏறிட்டுப் பார்த்தான். கண்கள் இரண்டும் குடிவெறி உச்ச ஸ்தாயியை எட்டிவிட்டது என்று காண்பித்தன.

“விஷ வாயுவா?” என்றான் அவன்.

“ஆமாம். அதுதான் – உனக்கு இருமல் வந்து ரொம்ப நாள் ஆகிறதோ?” என்றேன் நான்.

அதற்குப் பதிலாக, வெகுநேரம் தொடர்ந்தாற்போல் இருமினானே ஒழிய, பதில் சொல்லவில்லை.

"அது ஒன்றும் பிரமாதமில்லை" என்றான் கடைசியாக.

"வா, திரும்புவோம். உனக்கோ உடம்பு சரியாக இல்லை. உள்ளே வந்து உயிரைப் பறிகொடுக்க வேண்டாம்" என்றேன்.

"சரி, போதும்போதும், இருமல் ஒருவனைக் கொன்று விடாது. அது எங்கே இருக்கிறது?" என்றான் அவன்.

"ஆமாம், உன்னை அனாவசியமாகப் பயப்படுத்த வேண்டும் என்பது என் எண்ணமல்ல. உன்னை எச்சரிக்கை செய்ய வேண்டியது என் கடமை. இதோ இந்தப் புட்டியில் இருக்கும் சாராயத்தைக் குடித்தால் குளிருக்கு ஜோராக இருக்கும்" என்று அவன் கையில் ஒரு பாட்டிலை எடுத்துக் கொடுத்தேன்.

அவன் பாட்டிலைக் கழுத்தைத் தட்டிவிட்டு மடமட வென்று குடித்தான்.

"நம்மைச் சுற்றிலும் புதையுண்டு கிடக்கும் மனிதர்களின் ஞாபகத்திற்காக இதைக் குடிக்கிறேன்" என்று சொல்லிக் கொண்டே நான் குடித்தேன்.

"உனது சுக வாழ்விற்கும்" என்றான் அவன்.

பிறகு இருவரும் கைகோத்துக்கொண்டு மேலே நடந்தோம்.

என் குடும்பப் பெருமைகளை அவனிடம் சொல்லிக் கொண்டே நிலவறைகளின் வழியாக அவனை வெகுதூரம் அழைத்துச் சென்றுவிட்டேன். விஷ வாயுவின் கோரம் அதிகரித்ததினால் அவன் இன்னொரு பாட்டிலைக் காலி செய்தான்.

காலி செய்துவிட்டுச் சிரித்துக்கொண்டே ஒரு விசித்திரமான சமிக்ஞை செய்தான். நான் அவனை ஆச்சரியத்துடன் ஏறிட்டுப் பார்த்தேன். மறுபடியும் அதே மாதிரிக் காண்பித்தான்.

"உனக்கு அர்த்தமாகவில்லையோ?" என்றான் அவன்.

"இல்லை" என்றேன் நான்.

"அப்பொழுது நீ மேஸன் இல்லை போல் இருக்கிறது" என்றான் அவன்.

(மேஸன் என்றால் இங்கிலீஷில் கொற்றன் என்று அர்த்தம். மேலும் மேஸன் சங்கம் என்று ஒரு இரகசிய சங்கமும் உண்டு. அது உலகம் பூராவும் பரவியிருக்கிறது. இந்தியாவிலும் இப்பொழுதும் அந்தச் சங்கம் இருந்துவருகிறது.

புதுமைப்பித்தன் மொழிபெயர்ப்புகள்

அதில் இப்பொழுது அதிகாரவர்க்கத்திற்கு ஆதரவு கொடுப் போர்களும் அதிகாரிகளுமே அங்கத்தினர்களாய் இருந்துவரு கிறார்கள். அந்த இரகசியச் சங்கத்திற்குக் கொற்றனுடைய சுண்ணாம்புக் கரண்டி ஒரு சின்னம்.)

"ஆமாம், ஆமாம் நானும் அப்படித்தான்" என்றேன் நான்.

"நீ! இருக்க முடியாது. நான் நம்பவில்லை" என்றான் அவன்.

நான் என் சட்டைப்பையில் இருந்து ஒரு சுண்ணாம்புக் கரண்டியை எடுத்துக் காண்பித்தேன். அவன் திடுக்கிட்டு நாலைந்து அடி பின் நடந்து, "நீ வேடிக்கை பேசுகிறாய்! வா! அது எங்கே இருக்கிறது? காண்பி!" என்றான்.

நாங்கள் போகும் இடத்தில் விஷ வாயு அதிகமாக இருந்த தினால் கையில் இருந்த வெளிச்சங்களும் சுவாலையிட்டு எரியாமல் மங்கி மினுமினுத்தன.

கடைசியாக ஒரு சிறு அறைக்கு அவனை அழைத்துச் சென்றேன். அது மிகவும் சிறியது. நாலடி நீளம், மூன்றடி அகலம், ஏழு அடி உயரம். சுவரைக் குடைந்து அதில் இருந்த சுண்ணாம்பையும் எலும்புகளையும் தோண்டி எடுத்துச் சிறுகுகை போல் சுவரில் குடையப்பட்ட இடம்.

அவன், மங்கிய வெளிச்சத்தைக் கண்டு அங்கே என்ன இருக்கிறது என்று எட்டிப் பார்க்க முயன்றான்.

"உள்ளே தாராளமாகப் போ. அங்கேதான் அமான்டி லாடோ இருக்கிறது. பாவம்! லூசேஷி...."

"அவன் ஒரு முட்டாள்" என்று சொல்லிக்கொண்டே தள்ளாடியவண்ணம் உள்ளே சென்றான்.

உள்ளே போய் அந்தப் பக்கத்துச் சுவரின் பக்கம் சென்ற தும் சுவரில் இருக்கும் சங்கிலியை அவனது இடுப்பைச் சுற்றிப்போட்டுப் பூட்டிவிட்டேன்.

"சுவரைத் தடவிப் பார். அங்கெல்லாம் விஷ வாயு எவ்வளவு ஜாஸ்தியாக இருக்கிறது! ஜில் என்று குளிர்ச்சியாக இல்லையா? இங்கே வந்துவிடு! உனக்கு வேண்டிய உதவி எல்லாம் நான் செய்கிறேன்."

அவன் ஆச்சரியத்தால் திடுக்கிட்டான். ஆனாலும் "அமான்டிலாடோ!" என்று கேட்டான்.

"ஆமாம், ஆமாம்" என்று சொல்லிக்கொண்டே கீழே யிருந்த கல், எலும்பு இவைகளையெல்லாம் வைத்து அந்தச் சிறு நிலவறையின் வாயை அடைக்க ஆரம்பித்தேன்.

ஒரு வரிசை கல் வைத்து முடிவதற்குள் அவனுக்குக் குடிவெறி எல்லாம் தீர்ந்துவிட்டது என்று தெரியும்படியாக ஒரு குரல் கேட்டது. அது குடிவெறியில் இருப்பவனின் ஒலம் இல்லை.

இரண்டாவது, மூன்றாவது, நாலாவது வரிசையை வைத்துக்கொண்டு போக ஆரம்பித்தேன். அதுவரை அவன் மௌனமாக இருந்தான். ஆனால் சங்கிலி சலசலவென்று சப்தம் போட்டது. அதுவும் பின்பு நின்றுவிட்டது. மறுபடியும் நான் சுவரை எழுப்பிக்கொண்டே போக ஆரம்பித்தேன். சுவர் என் நெஞ்சுவரை உயர்ந்துவிட்டது. பந்தத்தை வைத்துக்கொண்டு உள்ளே எட்டிப் பார்த்தேன்.

சப்தமும் கூப்பாடும் அதிகரித்தன. அவனது துன்பத்தைப் போக்க எண்ணி இடையில் இருந்த பட்டாக்கத்தியை எடுத்து இருட்டில் துழாவினேன். சுவரில் கைகளை வைத்தேன். அது பலமாக நின்றது. அவன் கூப்பாடுகளுக்குப் பதில் சப்தம் போட்டுக்கொண்டே சுவரைக் கட்ட ஆரம்பித்தேன்.

நடுநிசி ஆகிவிட்டது. பத்தாவது வரிசைவரை கட்டி முடித்தேன். கடைசியாக ஒரு கல்லை வைத்தால் சுவர் முடிந்துவிடும்.

அதைச் சிரமப்பட்டுத் தலைக்கு மேலாகத் தூக்கி அதன்மேல் வைக்க முயன்றேன். அப்பொழுது உள்ளிருந்து ஒரு மெதுவான சிரிப்புக் கேட்டது. பின்பு, துயரம் நிறைந்த குரல்களுடன் என்னமோ சொல்ல ஆரம்பித்தது. அது, அந்தச் சிரிப்பு, அந்தப் பேச்சு, அந்தக் குரல் – எல்லாம் என் மனத்தில் ஒரு பெருத்த பயத்தை உண்டாக்கின.

என்ன வேடிக்கை! எத்தனை நாள் சிரிப்பு! அப்புறம், அந்தச் சிரிப்பு?

"அமான்டிலாடோ!" என்றேன் நான்.

"ஆமாம், அதுதான் வேடிக்கை! வீட்டிலே மனைவி காத்திருப்பாள், நேரமாகிறது போவோம் வா!" என்றான் அவன்.

"ஆமாம், போவோம் வா" என்றேன் நான்.

"கடவுளுக்காக!" என்றான் அவன்.

"கடவுளுக்காக" என்றேன் நான்

அதற்குப் பதிலே கிடையாது. நெடுநேரம் கழித்து அவன் பெயரைச் சொல்லிக் கூப்பிட்டேன். பதில் இல்லை.

வெளிச்சத்தை வைத்து உள்ளே எட்டிப் பார்த்தேன். மணிச் சப்தம்தான் கேட்டது. நிலவறையின் குளிர்ச்சியாலும் கெட்ட நாற்றத்தாலும் எனக்கு மயக்கம் வந்தது. மீதி ஒரு கல்லையும் வைத்து மூடிவிட்டுத் திரும்பினேன். சென்ற இருபத்தைந்து வருஷங்களாக ஒருவரும் அங்கு வரவில்லை. இனி? ஓம் சாந்தி!

○ ○

தையல் மிஷின்

இவான் கூம்ஸ்

அங்கு மனிதனைத் தூங்காது விழிக்கவைத்திருக்க ஒரு வித சந்தடியும் கிடையாது. இருந்தாலும், அந்தச் சிறிய கட்டிலில் சுருண்டு முடங்கிக்கொண்டு, நெடுநேரமாக நிசப்தத்தைக் கேட்டுக்கொண்டிருந்தான்.

வீட்டில் அவனைத் தவிர அவனது இரு பெண்பிள்ளைகள்தான். அவர்கள் படுக்கச்சென்று நெடுநேரமாகிவிட்டது. வெளியே ஒரு நாட்டியக் கச்சேரிக்குச் சென்றுவிட்டுத் திரும்பி, மெதுவாக மெத்தைக்குப் போவது கேட்டது. வீட்டுக்குள் வந்ததும் என்றும் கேட்கக்கூடிய 'குசுகுசு'ப் பேச்சும் 'களுக்' என்ற சிரிப்பும் கேட்கவில்லை. ஒரு பேச்சும் இல்லாது வெளிக்கதவைத் தாளிட்டுச் சென்றனர். பனியுறை மாதிரி நிசப்தம் கவிந்தது.

உடம்பு 'துருதுரு'வென்றதால் உருண்டு புரண்டு படுத்தான். ஆனால் மனது மட்டிலும் ஒரே விஷயத்தில் கவிந்தது. தனது மனைவியைப் பற்றி அன்று நினைத்துக் கொண்டிராவிட்டால் அதைப் பொறுக்க முடிந்திருக்காது. ஆனால் அவன் மனது லூயிஸாவைக் கண்டிப்பாக அகற்றியது. அவளது உருவத்தையும் நினைவிற்குக் கொண்டுவருவதைத் தடுத்தது. அவள் இறந்ததினால் ஏற்பட்ட வருத்தத்தை மறக்கவே, அவள் உபயோகித்து வந்த தையல் மிஷினை யாரிடம் கொடுப்பது என்று ஆலோசிக்க ஆரம்பித்தான்.

சின்ன விஷயந்தான், ஆனால் அவன் ஒரு திட்டமான முடிவிற்கு வந்தான். "என் சகோதரியின் தையல் மிஷின்;

அதை எனக்குத் தரவேண்டும்” என்று மின்னா கேட்டாள். அவன் கொடுக்க மறுத்துவிட்டான். தனது முடிவை மாற்றுவதாக அவனுக்கு எண்ணமில்லை. ஆனால் அவன் மனக்கண் முன்பு மின்னா வந்து மிஷினைக் கேட்டுக்கொண்டிருப்பது போன்ற உருவெளித் தோற்றம் நிரந்தரமாக இருந்துவந்தது. அதை அவனால் அகற்ற முடியவில்லை. அன்று பிற்பகல் அவள் தன்னிடம் எதிர்ப்பட்ட மாதிரி பழைய மோஸ்தரில் விதவையின் கருப்பு உடை அணிந்துவந்த மாதிரி தோற்றியது. அழுதுஅழுது சிவந்த கண்களும் நனைந்த கைக்குட்டையும் சகோதரியின் பிரிவால் ஏற்பட்ட துயரத்தைக் குறித்தன. இருந்தாலும் தையல் மிஷின் வேண்டும் என்று அவளால் கேட்க முடிந்தது. இந்த வேண்டுகோள் அவனைத் திடுக்கிட வைத்து, வெறுப்பை ஊட்டியது. மரணத்திற்கு முன் சாமானைப் பங்குபோட வந்துவிட்டது மட்டுமல்ல, வேறு ஒரு காரணமும் உண்டு.

அப்பொழுதுதான் ஹாலிற்குள் நுழைந்து சாவியைப் பைக்குள் போட்டான். ஏதோ சப்தம் கேட்டு அது வந்த திசையை நோக்கினான். எப்பொழுதும் மிஷின் சப்தம் கேட்டுப் பழக்கம். அன்றும் கேட்பது போல் பிரமை ஏற்பட்டது. கேட்க இயலாத நிசப்தத்தில் வெகுநேரம் ஆழ்ந்திருந்த பின்தான் மின்னா எதிரில் இருப்பதாக உணர்ந்தான். எப்பொழுதும் போல் அவனைக் கண்டதும் விலகிப்போகாமல் சுவரில் சாய்ந்தவண்ணம் ஒதுங்கி நின்றாள். அவள் ஏதோ சொல்லப் போகிறாள் என்று எதிர்பார்த்தான். அவள் உடையைவிட அவள் மனத்திலிருப்பது அவ்வளவு கனமா? வார்த்தையும் அவள் தலையணியும் அவளை அழுத்தியது போலப் பேசினாள், அம்மாதிரி மிஷின் வேண்டும் என்று கேட்கும்போது.

“அதை யாருக்காவது கொடுக்க வேண்டும் என்று நீ நினைப்பாயே?” என்று அப்பொழுது கேட்டாள்.

வெடுக்கென்று ‘ஏன் அதை நாங்கள் கொடுத்துவிட வேண்டும்?’ என்று கேட்டமாதிரி மறுபடியும் இப்பொழுது கேட்டுக்கொண்டான்.

(அச்சமயம் அவள் குறிப்பிட்ட ‘அது’ என்னவென்றுகூட வினவவில்லை) வெடுக்கென்ற பதிலைக் கேட்டவுடன் குழப்பமடைந்து பின்னடைந்தபொழுது சுவரின் பக்கம் நிற்காவிட்டால் நழுவி விழுந்திருப்பாள்.

அவள் உபசாரமாக மன்னிப்புக் கேட்பதுபோல், “இந்தக் காலத்துப் பெண்கள் தையல் மிஷினைத் தொடமாட்டார்கள் என்று நினைத்தேன்” என்று சொன்னாள். அந்த நிமிஷத்திலும் தன் மகள் பிளாரன்ஸ் பணமில்லாததால்தான் மிஷின்

வாங்காது சும்மா இருக்கிறாள் என்று அவளுக்கே தெரியும். அவளை இடைமறித்து "லூயிஸா மிஷின் இருபது வருஷ காலமாக மேலேயே இருந்து வருகிறது; இனியும் அப்படித் தான்" என்று பதிலளித்துவிட்டான். பெண்கள் உபயோகித்தார் களோ என்னவோ; அவர்களுடைய உடைகள் எல்லாம் அவர்கள் பிறந்தது முதல் அதில்தான் தைக்கப்பட்டன. அவள் மொட்டமொழுக்கென்று சொன்ன மாதிரி அதைத் தொலைத்து விடுவதற்காக நினைப்பே கிடையாது. அதைச் சுற்றி ஒரு பாசம் வளர்ந்திருக்கிறது.

மின்னா, தலையை வேறு பக்கம் திருப்பிக்கொண்டு நழுவிவிட்டாள். "அந்தமாதிரி நினைக்கவில்லை" என்று ஏதோ புருபுருத்துக்கொண்டு வெளிக்கதவை, வார்த்தைகளை முடிக்கு முன் அடைத்துக்கொண்டு போய்விட்டாள். அவள் போய் நெடுநேரம் ஆன பின்னும் வார்த்தைகள் ஆகாயத்தில் ஒலித்துக் கொண்டிருந்தன. அவன் அவற்றைக் கேட்டபடி நின்றிருந்தான். அவளுக்கு அந்த நினைப்பு இல்லை. அவள் உபசாரமாக மன்னிப்பு கேட்டது அவ்வளவுதான்; அது அவனுக்குப் பிடிக்கவில்லை. அந்தத் தையல் மிஷினைப் பற்றி அவர்கள் பெரிதாக நினைப்பார்கள் என்று அவள் கருதவில்லை. அதுதான் அவள் வாக்கியத்தின் முடிவு. அதுவும் அங்கு கேட்பதுபோல் இருந்தது. அவளது பெட்டிக்குள் நெடுங்காலம் கிடந்து பின் உடுக்கப்பட்ட உடை போல் கமழ்ந்தது.

அவன் அதை ஒரு பெரிய விஷயமாகக் கருதுவான் என்று ஒருவரும் எதிர்பார்க்கவில்லை; ஆனால் படுக்கையில் புரண்டுபுரண்டு, அந்த நினைவை மனத்தை விட்டு அகற்ற முடியவில்லை. அன்று பிற்பகல் கேட்டமாதிரி அப்பொழுதும் யந்திரத்தின் ரீங்காரத்தைக் கேட்டான். அது இயற்கையான சப்தம் போல் கேட்கவில்லை. சப்தத்தின் ஞாபகம் போல் நினைவில் ஒலித்துக்கொண்டிருந்தது. அதனுடன் லூயிஸாவின் குரல் போன்ற அவளது சகோதரி மின்னாவின் குரலும், படபடத்து ஆனால் அதிக சப்தமில்லாது, கேட்டது. அவர்கள் இருவரும் கோழை உள்ளம் படைத்திருந்ததினாலும், சிறுமை நினைவு தெளிவாகப் படைத்திருந்ததினாலும் படபடவென்று துரிதமாகப் பேசினார்கள். தாங்கள் சொல்வதெல்லாம் மற்றவர்கள் முக்கியம் என்று கருதிக் கேட்பார்கள் என்று அவர்கள் உணரவில்லை. இதனால் பாதியிலேயே தைரியத்தை யிழந்து 'அப்படி நினைக்கவில்லை... பெண்கள் ஒரு நாளும்...' என்று விட்டுவிடுவார்கள்.

ஆமாம். அவன் பெண்கள் ஒருநாளும் தையல் வேலை செய்யமாட்டார்கள். அவர்கள் குடும்ப வேலையில்

கவனமில்லாது, ஆசை இல்லாது இருப்பது அவனுக்குத் திருப்தியளித்தது. அவர்கள் ஒருநாளும் தையல்வேலை செய்ய மாட்டார்கள்; ஏழைப்புருஷர்களை மணந்துகொண்டு ஒரு மந்தை பிள்ளைகளைப் பெறமாட்டார்கள். லூயிஸாவும் அவர்களது இக்குணத்தைத் தட்டித் திருத்தாது வளருவதற்கு ஒத்தாசை செய்ததுதான் ஆச்சரியம்.

அவர்கள் காலேஜுக்குப் போய் வருவதற்கான வசதிகள் எல்லாம் செய்து, வீட்டு வேலைகளை அவர்கள்மீது சுமத்த வில்லை. நல்ல மாணவிகளாக முன்னுக்கு வந்து அவளுக்குத் திருப்தியளித்தார்கள். அவர்கள் ஒரு பாடத்தை நன்றாகப் படித்து அதில் பாண்டித்யம் பெற்று வருகின்றனர். இனி அவர்கள் ஒருவருடைய கை பார்த்துப் பிழைக்க வேண்டாம். மேலும் அவர்கள் புத்தகங்களை மொண்ணை உருப்போடும் புத்தகப் புழுக்கள் அல்ல. வெளியில் ஓடியாடித் திரிந்து அனுபவிக் கின்றனர். என்ன நடந்தாலும் அவர்கள் ஒருவருடைய தயவைப் பார்க்காது சுகமாக ஜீவனம் செய்வார்கள் என்பது அவனுக்குத் திட்டம். தன்னைப் போல் இலட்சியத்தைக் கட்டிச் சுமந்துகொண்டு விலை போகாத புத்தகங்களை எழுதிக் குவிக்க மாட்டார்கள். ஆனால் அதற்கும் இதற்கும் சம்பந்தம் இல்லை என்று உருவெளியான மின்னாவுடன் கோபமாகச் சொன்னான். அவனுக்கு மிஷினைக் கொடுத்து விட வேண்டும் என்ற நினைப்பே கிடையாது.

வெளியிலே திறந்த ஜன்னல் புறத்தில் மரக்கிளைகள் சலசலத்தன. வெளியே ஒரு விளக்கின் மஞ்சள் ஒளி.

அந்த அசையும் இலைக்குவியலுடன் மின்னாவைப் போல் தெரிந்தது. அவளது விசித்திரத் தலையணியுடன் குருவி மாதிரி தெரிந்து, மெதுவாக அவளது கருப்புத் தலையணி அவள் அறையின் இருள் கவிந்த முகடு ஆயிற்று.

கண்களைத் துடைத்துக்கொண்டு இருளில் மறையும் பிரமையைத் தேடினான். அன்று மத்தியானம் அவள் ஓடியது போல் அதுவும் மறைந்துவிட்டது.

அவனாக மறக்க முடியாத பல விஷயங்கள் மனதைக் கவ்வின; அவளது சூசனை வார்த்தைகள், அந்த மிஷினின் ரீங்காரத்துடன் ஒட்டிவரும் அந்த வார்த்தைகள், அவை அவன் காதில் ஒலித்தன. அவை கேட்கவில்லை என்று அவனுக்கு நிச்சயமாகத் தெரியும். இந்த வித்தியாசத்தை அவன் உணர்ந்தான். ஆனால் சப்தத்தை ஒழிக்க இவ்வித்தியாசம் பயன்படவில்லை. அது அம்மாதிரிக் கேட்கவில்லை என்று அவனால் நிச்சயம் செய்ய முடியவில்லை. அடுத்த அறையில்

யாரோ மிஷினை உபயோகிப்பது போல் நிச்சயமாகத் தெரிந்தது.

அதில் சந்தேகமில்லை. நம்பிக்கையற்ற செவிகளுக்கு உண்மையை எடுத்துக் காண்பிப்பது போல் எழுந்து படுக்கை மீது உட்கார்ந்தான். கண்களை மூடியவன், தனது உணர்வு முழுவதையும் செவியின் செயலில் நிறுத்தினான். அவனது உணர்வுப் புலன் முழுவதும் பரிபூரணமாகச் சங்கின் உள் வளைவுகள் போன்ற காதின் சுழிப்பு முனையான கேந்திர ஸ்தானத்தில் நிலைத்தது.

அப்போது உயிர் நீங்கினால் அது செவியின் வழியாகவே வெளிப்பட வேண்டும் என்று அவன் நினைத்தான். இவ்வாறு 'கேட்பில்' லயித்த அவனது செவிகள் இயற்கையான உண்மை யாகக் கேட்கும் சப்தத்தைப் பிரித்து உணர்ந்தது. ஜன்னலுக்கு வெளியே கேட்கும் மரக்கிளைகளின் சலசலப்பு, பின் உள்வீட்டில் கேட்கும் சிறுசிறு சப்தங்கள்; நடுநிசிக்கு அப்புறம் வீட்டில் எல்லோரும் படுத்த பின்பும் வீடு நிசப்தமாக இருப்ப தில்லை. வீட்டில் தட்டுமுட்டுகள், சுவர்கள் மெதுவாக அசைகின்றன. ஏதோ ஓர் பிரமாண்டமான பிராணி தனது தூக்கத்தில் ஏற்பட்ட கனவுகளில் உதறிக்கொள்வது மாதிரி.

வீட்டினுள் அவனுக்கு ஒன்றும் கேட்கவில்லை. நிசப்தம் அவனது காதுகளில் பஞ்சுவைத்து அடைத்தது போல் அவனைச் செவிடாக்கியது. திடீரென்று காது செவிடாகிவிட்டதோ என்ற சந்தேகம். விரல்களைச் சுடக்குவிட்டுப் பார்த்துக்கொண் டான். அமைதியான இரவில் படுக்கையில் உட்கார்ந்து சுடக்குவிட்டுக்கொண்டிருப்பதும் விசித்திர அனுபவந்தானே. அந்தச் செயலில் ஒரு சூட்சும அர்த்தம் இருக்கிறது. ஆனால் அச்சமயத்தில் அது என்னவென்று அவனுக்கு நினைவுக்கு வரவில்லை. ஒருவரைத் துச்சமாகக் கருதுவதற்கா? அச்சமின்மை எதற்கென்று தெரியவில்லை.

ஆமாம். அறையில் ஒருவரும் இல்லை. தையல் மிஷினின் மேல்பாகத்தை மரப்பெட்டி மூடியிருந்தது. அதன் சக்கரமும் பாதமும் அசைவற்று நின்றன. அவ்விடத்தில் லூயிஸாவின் உருவத்தை சிருஷ்டித்து நிறுத்த அவனால் முடியவில்லை. பல வருஷங்களாக அவளைப் பற்றிச் சிந்தனை செய்யாது அவளது பணிவிடைகளை ஏற்றதின் பயனாக இருக்கலாம். தன் மனைவி வேறு குணம் படைத்தவளாக இருந்திருக்க வேண்டும் என்று அவன் சில சமயங்களில் ஆசை கொண்டதும் உண்டு. அதை அவனால் மறுக்க முடியவில்லை. எந்தக் கணவன்தான் அவ்விதமாக நினைக்காமல் இருக்கிறான்? அதனால் ஆசையில்லை என்று கூறிவிடலாகாது.

லூயிஸா எவ்வளவு பாசத்தை வைத்திருந்தாலும் அவளது தனிமையை உணர்ந்திருப்பான். அவனுக்குத் தன் புத்தகங் களைப் பற்றி அவளுடன் விவாதிக்க வேண்டும் என்ற ஆசை இருந்தது. ஆனால் அவளது ஆசையில் பிறந்த மரியாதை அவற்றில் உள்ள குணாகுணங்களை மறைத்துவிட்டது. மரி யாதை என்பதை ஒப்புக்கொள்ளத்தான் வேண்டும். ஆனால் அறியாமையினால் பிறந்த மரியாதை. வீட்டின் முற்றத்தில் சாயங்காலங்களில் உட்கார்ந்துகொண்டு பூவேலைகள் சிறிது செய்வதில் தடை ஒன்றுமில்லை. அதில் என்ன தவறு இருக்கிறது.

மிகவும் சங்கோஜப் பிராணிதான். தையல்காரியைக் கலியாணம் செய்துகொண்டதாக வருந்துவான். எப்பொழுதும் வீட்டில் வேடிக்கையாய்ப் பேசிக்கொண்டிருக்கும்பொழுது 'வீட்டின் முன்னால் போர்டு ஒன்றுதான் போடவில்லை' என்று அவளைக் கேலிசெய்வது வழக்கம்.

அதெல்லாம் அசட்டுத்தனம். அவளுக்குத் துண்டுத் துணி களை எல்லாம் சேர்த்துத் தைத்து உபயோகமாக்கும் திறமை இருந்தது. ஆனால் அவள் தனக்கென்று ஒன்றும் வைத்துக் கொள்வதில்லை.

அவள் தனக்கென்று ஏதாவது தைத்துக்கொண்டிருக்க வேண்டும் என்று நினைக்காததால் கடைசியாக அவளுக்கு உடையணிவிக்கப் பெட்டிகளைக் கிளறிப்பார்த்தும் ஒன்றாவது அவளுக்கு ஏற்றதாக இல்லை. அதை நினைத்து எல்லாரும் அழுதார்கள். பெண்களும் தங்கள் குற்றமல்ல என்று சொல்லிய ழுதார்கள். அது யாருடைய குற்றம்? அவளுடையதுதான் என்று அவர்களை அன்று சமாதானப்படுத்தினான்.

ஆனால் அவனை யாரோ தோளைப் பிடித்து அழுத்திப் பிரக்ஞையுலகில் இருத்துவதாகத் தோன்றியது. மெதுவாகச் சக்கரங்கள் சுழன்றன; மிஷினின் பாதக்குறடு மேலும் கீழுமாக அமுங்கியது. நூல் சுருணை மெதுவாக அவிழ்ந்து நீண்டது. மெதுவாகத் தையல் யந்திரம் ரீங்காரத்தை ஆரம்பித்தது. பிறகு வேகம் அதிகரித்தது. வேகம், வேகம், வேகம்! வண்டுக் கூட்டத்தின் ரீங்காரம் போல் அறை முழுதும் பம்மியது. யந்திரம் தீவிரமாக இதயத்தைத் தைக்க ஆரம்பித்தது. பயப் பிராந்தியால் படுக்கையினின்றும் துள்ளிக் குதித்தான்.

மிஷினை நிறுத்த வேண்டும். எப்படியாவது நிறுத்திவிட வேண்டும். இந்தச் சப்தத்தில் யார் உறங்க முடியும்? தனது பெண்களைக் கூவியழைக்க நினைத்தான்.

எழுப்பினால் கனவு என்று தேற்றுவார்கள்; அதற்காக அவன் கூவவில்லை. இருண்ட ஹால் வழியாகப் பார்த்தான்.

அறையில் இருவர் நிற்பது போல் தெரிந்தது. மூடப்பட்ட கல்லறையில் நிற்கும் தேவதூதர் போல அவர்கள் அவனைப் பார்த்தனர். அவர்கள் பேசவில்லை. அவனால் பேச முடிய வில்லை.

பயப்பிராந்தியில் அவர்களையே நோக்கினான். பயம் அதிகரித்தது. தேவதூதரா? அல்லது தன் பெண் குழந்தைகளா? ஆனால் அசம்பாவிதம் என்ற எண்ணம் அவன் மனதைவிட்டு அகலவில்லை.

கனவில் நடப்பவன் போல் அத்திசையில் இழுக்கப்பட் டான். கதவின் அப்புறம் தெரிந்தது. ஆனால் கதவைத் திறக்க முடியவில்லை.

அங்கு யார் தைத்துக்கொண்டிருந்தாலும் காலத்திற்கு எதிராக, விதிக்கு எதிராகத் தைத்துக்கொண்டிருக்கிறார்கள். ஓரங்கள் சேரவில்லை. ஊசி நுழைந்தாலும் இரண்டையும் சேர்த்துப் பிணிக்கவில்லை. சாத்தியமில்லாத காரியம் நடை பெறுகிறது. நூலற்ற தையல்.

என்றும் இந்த ஒலியைக் கேட்டுச் சகிக்க வேண்டுமா – இத்தனை காலம் பெண்ணின் உழைப்பின் ஒலியைக் கேட்டி ருந்தது போல? கேட்பது அல்லது காதை அடைத்துக்கொள்வது – இதைத் தவிர வேறு ஒன்றும் செய்ய இயலாதா? கைமுஷ்டி களை மடக்கிக்கொண்டு கதவில் இடிஇடியென்று தட்டினான். உள்ளிருந்து எழும் சப்தத்தை அமுக்கும் கதவின் படபடப்பு வீட்டை நிறைத்தது. கதவும் பூட்டும் அவனது முஷ்டி பலத்தால் ஓலமிட்டன. மிஷின் சப்தம் கேட்காதிருக்கும்வரை கதவைத் தட்டும் சப்தம் காதை நிறைத்து, உள்ளத்தை நிறைத்து உன்மத்த நிலையில் அவனைக் கொண்டுசேர்த்தது. தேக பலத்தின் குதூகலம் அவனைக் கவ்வியது; அப்பெண் உருவங்கள் அவனைக் கூக்குரலிட்டுக் கையைப் பிடித்துத் தடுக்க முயன்றன. அவனைப் பிடித்துத் தொங்கினர். கீழே இழுத்துத் தள்ளினர். அவன் தோல்வியுற்றான். மகத்தான சப்தமும் நின்றது. அப்பெண் கள் சும்மாவிருந்தனர். அவன் செவிசாய்க்க ஆரம்பித்தான். “தையல் வேலையை நிறுத்தினேன்” என்றான்.

காலையில் தன் குமாரத்திகளுடன் உட்கார்ந்து சாப்பிடும் பொழுது “மின்னாவிற்குத் தையல் மிஷினைக் கொடுத்துவிடப் போகிறேன்; உங்கள் தாயாரின் ஆசையும் அப்படித்தான்” என்றான். அவர்களும் ஒத்துக்கொண்டனர். உடனே அவனுடன் மெத்தைக்கு வந்து அந்த அறையின் கதவுகளைத் திறந்தனர். “உள்ளிருந்த காற்று அப்படியே கும்மிப்போய்விட்டது” என்றனர். ஜன்னல்கள் திறக்கப்பட்டதும் அவ்வறை உயிர்பெற்றது.

அங்கிருந்த சாமான்கள் காற்றில் புரண்டன. உழைத்துக் கிழமான யந்திரத்தைக் கடைசி முறையாகப் பார்த்தான். குமாரத்திகள் மோட்டாரில் அதைச் சிறியதாயார் மின்னா வீட்டிற்கு எடுத்துச் சென்றனர்.

○ ○

ஆசிரியர் ஆராய்ச்சி

ஸின்கிளேர் லூயிஸ்

டாக்டர் ஸ்லீக் பிரம்மச்சாரி; அதிலும், வழுக்கை விழவிருக்கும் வாலிபப் பிரம்மச்சாரி. அவர் இராஸ்மஸ் கலா சாலையில் சரித்திரமும் பொருளாதாரமும் கற்பித்து வந்தார்.

அதாவது, மேடைமீது ஏறி நின்று, வாழ்க்கையின் இலட்சி யமே மோட்டார் சவாரியும் காதலும் என்று நினைக்கும் சுமார் ஐம்பது மாணவர்களுக்கு (ஆண் பெண் இரு வகுப்பின ரும் உண்டு) கி.பி., கி.மு.க்களின் மீதும் நாணய பரிவர்த்தனை, வருமானக் குறைவு நியதி முதலிய விஷயங்கள் மீதும் அவர்கள் தம்மை மறந்த பரவசத்தால் ஆழ்ந்துவிடுவார்கள் என்ற நம்பிக்கையில் 'லெக்ச்சர்' அடித்துக்கொண்டிருந்தார்.

தற்பொழுது அவர் மிகவும் தைரியமாக ஒரு பெரும் சரித்திர ஆராய்ச்சி நடத்திக்கொண்டிருக்கிறார்.

ஆமாம்! எல்லாரும் ஆராய்ச்சி நடத்திக்கொண்டுதான் இருக்கிறார்கள். ஆனால் டாக்டர் ஸ்லீக் வழி வேறு. அது 'ஆழ்ந்த' ஆராய்ச்சி. புத்தகம் முக்கால் பங்கு எழுதியாகி விட்டது. அதற்குள்ளாகவே 15,000 மேற்கோள் குறிப்புகள் அதில் அடங்கியிருக்கின்றன. அது சரியான புத்தகம்; வெறும் மேலோட்டமான பொழுதுபோக்கன்று. வியாபார முறையாகப் பார்க்கப்போனால் புத்தகம் அப்படி அப்படித்தான் இருக்கும். அதற்காகவே அந்தப் புத்தகத்திற்கு வெகு நீளமான பெயர் இட்டிருந்தார்.

'பான் யூரப்பா நாடுகளின் உள்நாட்டு விவகாரங்கள்மீது அமெரிக்க ராஜதந்திரம்.'

சும்மா வெறுமென மொட்டை மொழுக்கட்டையாக ஐரோப்பா என்று சொல்லுவதைவிட 'பான் யூரப்பா' என்ற லத்தீன் பெயர் சூட்டுவதில் ஒரு மதிப்பிருக்கிறது என்று டாக்டர் ஸ்லீக் நினைத்தார்.

இலக்கியம் எவ்வளவுக்கெவ்வளவு ஒன்றும் புரியாமல் கடினமாக இருக்கிறதோ அவ்வளவுக்கவ்வளவு அது உயர்ந்தது என்ற அபிப்பிராயம் உள்ளவர் டாக்டர் ஸ்லீக். பழைய செல்லரித்துப்போன தாள்கட்டுக்களில் ஒளிந்துகிடக்கும் அமெரிக்காவை ஒரு மாபெரும் நாடாக நிர்மாணித்த வீராதி வீரர்களின் சரிதத்திலே அவர் தமது சித்தாந்தத்தின் பல அம்சங்களைக் கண்டுபிடித்தார்.

ஸெனட்டர் ரைடரின் சரித்திரத்தை மறுபடியும் ஆராயும் பொழுது அவருக்கும் அவரது பண்டிதத்தன்மைக்குத் தகுதியற்ற கோபம் பிறந்தது.

குரேவர் கிளீவ்லன்ட் அமெரிக்கக் குடியாட்சியின் தலைமைப் பதவி ஏற்ற முதல் வருஷம் ஸெனட்டர் லேபேயட் ரைடர் அமெரிக்காவிற்கும் இங்கிலாந்திற்கும் ஏற்படவிருந்த யுத்தத்தைத் தடுத்தவர். அக்காலத்தில் அரசாங்கக் காரியதரிசியாகவும், பிரான்ஸில் அமெரிக்க ஸ்தானிகராகவும் பிரக்யாதி பெற்றிருந்தார் என்பது டாக்டர் ஸ்லீகிற்குத் தெரியும். ஸெனட் சபை அங்கத்தினராக இருந்தபொழுதுதான் அவர் டைரர் ஹாங்கிலின் மசோதாவைப் பெற்றுப் பாலூட்டிச் சீராட்டி வளர்த்துச் சட்டமாக்கி, அமெரிக்கக் கோதுமை வியாபாரத்தைப் பாதுகாத்தார். மேலும் ஸெனட்டர் ரைடர் எழுதிய 'ஆயுத பரிகரணத்திற்கு வழி', 'ஆங்கிலோ அமெரிக்க சாம்ராஜ்யம்' என்ற இரண்டு புத்தகங்கள் வெறும் பிரச்சாரப் பிரசுரங்கள் அல்ல; அந்தக் காலத்தில் அவரைப் போல் அரசியல் ஞானம் படைத்த பன்னிரண்டு பேர் இருந்திருந்தால் – போயர் யுத்தம் மட்டுமா – ஸ்பானிய அமெரிக்க யுத்தம், உலக மகாயுத்தம் என்ற இந்த ஜெர்மன் சண்டை எல்லாம் ஏற்படாது தடுத்திருக்கலாமே?

டாக்டர் ஸ்லீகிற்கு ஆராய்ச்சியிடையில் கோபம் வந்த காரணத்தைச் சொல்லுகிறேன், கேளுங்கள். ஸெனட்டர் ரைடர் செத்துப்போனாரா, இன்னும் உயிருடன் இருக்கிறாரா என்று உடனே ஞாபகம் வரவில்லை.

பிறகு ஆராய்ச்சி செய்ததில் உண்மை அவரைத் திடுக்கிட வைத்தது, ஸெனட்டர் ரைடர் சாகவில்லை! உயிருடன் இருக்கிறார்! 92 வயதான பழுத்த கிழம். அக்காலத்தில் அவரது சேவையைப் பிரமாதமாகப் பாராட்டிய தேசம் அவரைப் பற்றி மறந்துவிட்டது.

இப்படித்தானா அமெரிக்கா தன் தவப் புதல்வர்களை ஆதரிப்பது? ஆனால் இது ஜனநாயக யுகம்.

ஒரு வாரம் வரை அமெரிக்கப் பத்திரிகைகள் அட்மிரல் டூயின்யை, நெப்போலியன், நெல்ஸன், பேயார்டு எல்லாரும் திரண்டு உருவெடுத்த மாபெரும் வீரன் என்று ஏக அமர்க்களப் படுத்திவிட்டு, அப்புறம் சாகும்வரை சந்துசந்தாகப் பிய்த்துக் கொண்டிருந்தன. டாக்டர் ஸ்லீகிற்கு மனம் கசந்துவிட்டது.

அமெரிக்காவிலே ஒரு நாடக ஆசிரியன் ஏதோ ஒரு சமயம் பிரபலம் அடைந்துவிட்டான் என்றால் அன்றோடு அவனுக்குப் பிடித்தது சனியன். அதற்கப்புறம் அவனது நாடகங் களை ஒன்றுவிடாது பார்க்க ரஸிகர்கள் திரள்திரளாக வரு வார்கள். எதற்காகத் தெரியுமா? அது மோசமாக இருக்காதா என்ற நம்பிக்கைதான்.

டாக்டர் ஸ்லீகிற்குப் பிரமாதமான கோபம். தமது புத்தகத்தின் முடிவுரையில் ஸெனட்டர் ரைடர் புகழுக்கு மறுமலர்ச்சியளிக்க அமெரிக்கப் பொது மக்களுக்குச் சவுக்கடி கொடுக்க வேண்டும் என்று கருதினார். ஸெனட்டர் ரைடர் சாகுமுன் புத்தகம் வெளிவந்து அவரது உள்ளத்தைக் களிப்பிக் கும் என்ற சிறிய ஆசை டாக்டர் மனத்தில் எங்கோ ஒரு மூலையில் ஒட்டிக்கொண்டிருந்தது.

ஸெனட்டரின் பிரசங்கங்களையும், அவர் காலத்து மாதப் பிரசுரங்களிலுள்ள படங்களையும் படித்தும் பார்த்தும் டாக்ட ருக்கு அவரிடம் நெடுநாள் பழகியது போல ஒரு பிரமை ஏற்பட்டுவிட்டது.

ஸெனட்டர் ரைடருக்குக் கடிதங்கள் எழுதிப் பல புரியாத விவரங்களைப் பற்றிக் கேட்க வேண்டும் என்று டாக்டருக்கு ஆசை. இதுவரை பிரசுரிக்கப்படாத, அந்த விக்டோரியா அரசி பிரசிடெண்ட் ஹாரிசனுக்கு எழுதிய கடிதத்தில் நியூ பவுண்ட் லாந்து முத்துக்குளிப்பு இடங்களைப் பற்றி என்ன எழுதியிருந் தாள்? இதைப் போல ஆயிரம் விஷயங்கள் – ஒன்றா, இரண்டா? அவருக்கு எப்படி எழுதுவது? இங்கிலாந்தின் பிரதம மந்திரி யான கிளாட்ஸ்டனையே ஒரு சமயத்தில் இந்த ஆசாமி, ‘எங்கேயாவது தொலை’ என்று சொன்னவராச்சே! இவர் கடிதத்தையா பொருட்படுத்தப் போகிறார்?

ஆசை யாரை விட்டது! ஸெனட்டர் ரைடரின் விலாசத் திற்காக, பல டைரக்டரிகளை எல்லாம் புரட்டிப் பார்த்தார். ஒன்றிலும் கிடைக்கவில்லை. என்ன செய்வது என்று ஒரு வழியும் தோன்றவில்லை. தமக்குமேல் உயர்ந்த பதவி வகிக்கும் ஆசிரியர் ஸ்ரீ மங்க் என்பவரிடம் விசாரித்தார்.

“என்ன, டாக்டர் ஸ்லீக், இது தெரியாதா? ஸெனட்டர் ரைடர் எந்தக் கல்லறையின் கீழ் வசிக்கிறாரோ? அவர் செத்து எத்தனை காலமாகிறது! கி.பி. ஆயிரத்துத் தொளாயிரத்து ஒன்றாம் வருஷம் அவர் இறந்துபோனதாக எனக்கு ஞாபகம்!” என்றார் ஆசிரியர் ஸ்ரீ மங்க்.

டாக்டர் ஸ்லீகுக்கு ஹிம்சை முறைகளில் கடுகளவாவது நம்பிக்கை கிடையாது. இருந்தாலும் அந்தக் கணத்தில் அவரது மனப்போக்கு, நீக்ரோவர்களை உயிருடன் இழுத்து வந்து ‘லிஞ்சிங்’ மரியாதை நடத்தும் (அதாவது துடிக்கத்துடிக்க உயிருடன் வதைத்துக் கொல்வது) அமெரிக்க மகாஜனங்களில் அவரும் ஒருவர்தான் என்பதை நிரூபித்துவிட்டது. ஆனால் ஸ்லீக் பண்டிதரல்லவா? செயலில் தீவிரமாக மனத்தை இறங்கவிடாது கட்டுப்படுத்தும் தீரரல்லவா?

கடைசியாக டாக்டர் ஸ்லீகிற்கு ரைடரின் விலாசமும் கிடைத்தது. முயற்சியுடையார் வர்க்கத்தின் பயன் கிட்டியது.

மதுவிலக்குத் தடைச் சங்கத்தின் நிர்வாகஸ்தர்கள் லிஸ்டில் ‘லேபேயட் ரைடர் (ஒரு காலத்தில் அமெரிக்க ஸெனட்டின் அங்கத்தினர்), விக்லி, (மேற்கு) வெர்மாண்ட்’ என்று காணப் பட்டது. விலாசம் தெரிந்தது என்ற உற்சாகத்தில் ஒரு டோஸ் புகையிலை அதிகமாயிற்று.

பின்பு ஒரு வாரப்பத்திரிகையில் பின்வரும் விளம்பரத்தைப் படித்தார்:

> எழுத்தாளருக்கு ஏற்ற இடம் ஸ்கைபீக், விக்லி.
> வாடகைக்கு விடப்படும் (வாடகை சரசம்)

என்று கண்டிருந்தது.

வேனிற்கால விடுமுறை ஆரம்பித்ததும் டாக்டர் ஸ்லீக் விக்லிக்குப் பிரயாணமானார். எழுத்தாளரல்லவா?

அந்த ‘வாடகைக்கு விடப்படும் எழுத்தாளருக்கு ஏற்ற இடம்’ விக்லியில் ஒரு மாஜி குதிரை லாயம். தற்பொழுது இளநீலவர்ணம் பூசப்பட்டு, ‘ஷெல்லி’ என்று நாமகரணம் சூட்டப்பட்டுக் கோலாகலமாக விளங்கியது. ‘ஷெல்லி’ என்பது ஓர் ஆங்கில மகாகவியின் பெயர்.

டாக்டர் ஸ்லீக் ‘ஷெல்லி’ வாசத்தில் பிரமாதமாக லயித்து விடாவிட்டாலும் மெய்வருத்தம் பாரார், பசி நோக்கார் இத்யாதி வர்க்கத்தைச் சேர்ந்தவரல்லவா?

முதல் சாப்பாடு நடக்கும்பொழுதே வீட்டுக்காரனிடம், மெதுவாக, “ஸெனட்டர் ரைடர் இங்குதான் வசிக்கிறாரோ?” என்று ஒரு கேள்வி போட்டார்.

“அதோ தெரிகிறதே, அந்த மலைச்சிகரத்திலேதான் வசிக்கிறார். இங்கிருந்து நாலு மைல்தான் இருக்கும். அவரிடம் வேண்டுமானால் கூட்டிப்போகிறேனே. அதிருக்கட்டும், சாயங்கால பஜனைக்கு நீர் கட்டாயம் வர வேண்டும்” என்றான் வீட்டு முதலாளி.

சாயங்காலம் எட்டு மணியிருக்கும். டாக்டர் ஸ்லீக், லொகார்னோ ஒப்பந்தத்தையும், வெர்ஸேல்ஸ் உடன்படிக்கையையும் ஒரு கோர்வையாக முடிச்சுபோட்டு வைக்க விடப்படாமல் பஜனைக்கு இழுத்துச் செல்லப்பட்டார்.

பெரிய டாக்டரல்லவா! அங்கே ஆட்கள் எல்லாரும் அவரைச் சூழ்ந்து பஞ்சரிக்க ஆரம்பித்தனர். அதிலும் ஒரு உபாத்தினிப் பெண் – சிறிது அழகுள்ளவள் – இந்தப் பஞ்சரிப்புத் தொழிலில் மிகவும் சிரத்தை காண்பித்தாள்.

வேனிற்காலம் முழுமையுமாவது, அதாவது விடுமுறை முழுதுமாவது, எழுத்தாளனாக வாத்தியார் தொழிலுக்கு லீவு கொடுப்பதென்ற முடிவிற்கு வந்த டாக்டர் ஸ்லீக், தமது ஆராய்ச்சியில் மனத்தைத் திருப்பித் தப்பித்துக்கொண்டார்.

மறுநாள் டாக்டர் ஸ்லீக்கும், வீட்டுக்காரனும் ஸெனட்டர் ரைடர் வாசஸ்தலத்திற்குச் சென்றனர். மாஜி ஸெனட்டர் தொண்ணூற்றிரண்டு வயதானவரானாலும் நல்ல முரடர் என்பதை டாக்டர் உணர்ந்தார். ‘அறிவும் திடமும் ஒருங்கே அமையப்பெற்றவர் போலும்’ என்று எண்ணினார் டாக்டர் ஸ்லீக்.

இருவரும் அறிமுகமாக்கப்பட்டுச் சம்பாஷித்தனர்.

டாக்டர் ஸ்லீக், மெதுவாகத் தான் வந்த உத்தேசத்தைக் கூறினார்; அதிலும் இடைஇடையே நயமாக ‘ஆங்கிலோ – அமெரிக்க சாம்ராஜ்யம்’ என்ற புத்தகத்தை வர்ணித்தார்.

ஸெனட்டர் பழைய கதையைப் பேசினார். கிழவர்கள் பேச ஆரம்பித்தால் உலகத்தில் அவற்றிற்கு முற்றுப்புள்ளிதான் உண்டா! அவர் பேச்சில் எட்வர்ட் அரசர் என்ன, பிரஞ்சு ஆசிரியர் அனதோல் பிரான்ஸ் என்ன, லார்டு ஹால்டேன் என்ன, பெரியபெரிய ஆசாமிகள் எல்லாரும் தண்ணீர்பட்ட பாடுதான். அந்த இரண்டு மணிநேரமும் டாக்டர் ஸ்லீக் உலகத்துப் பெரியார்களுடனெல்லாம் உறவாடினார்.

ஸெனட்டர் வீட்டு விருந்தும் அவரது பேச்சு மாதிரி இருக்கும் என்று எண்ணினார். அன்று டாக்டர் ஸ்லீகிற்கு அது ஒரு பெருத்த ஏமாற்றம்.

அவர் போன பிற்பாடும் ஸெனட்டர் ரைடருக்கு உற்சாகம் குறையவில்லை. பாட்டில்கள் போடவேண்டும் என்ற விருப்பம். ஆனால் அவருடைய தேகசுகத்தைப் பாதுகாக்கும் நர்ஸ் இல்லாவிட்டால் என்ன நடந்திருக்குமோ! பழைய ராஜீய முறைப்படி ஸெனட்டர் ரைடருக்கும் அவரது நர்ஸுக்கும் அன்று ஒரு சமரச ஒப்பந்தம் ஏற்பட்டது!

(1) ஒரு பாட்டிலுக்குப் பதில் ஒரு கிளாஸ் குடிப்பது.

(2) இரவு முழுவதும் விழிப்பதற்குப் பதில் 11 மணி வரை விழித்திருப்பது.

நீடித்த ராஜீய நோக்கம் படைத்தவரல்லவா? மேலும் சாம்ராஜ்யங்களுக்காக சமரசத்திற்கு உடன்பட்ட தீரரல்லவா? அந்த இளம் போதையில் டாக்டர் ஸ்லீகிற்குத் தமது உடைமை முழுவதையும் எழுதிவைத்து அவரைத் தூக்கிவிட வேண்டு மென்றுகூட நினைத்துவிட்டார்.

இரண்டாம் முறையாக ஸெனட்டரைப் பார்க்கச் சென்ற பொழுது, டாக்டர் ஸ்லீகிற்கு, கிராமபோனுக்குச் சாவிகொடுத்து, ஒரு பிளேட்டையே மறுபடியும் வைத்துக் கேட்பதுபோல் இருந்தது. ஆனால் இன்று சமாசாரங்கள் எல்லாம் அதே மோஸ்தரில் சென்றாலும் அதில் சாராயக் கிடங்கு வாசனை அதிகமாகவே அடித்தது. டாக்டர் ஸ்லீகின் பொறுமைக்கும் எல்லை ஒன்று உண்டு. அன்று அவர் மனம் பேச்சில் செல்லாது அந்த உபாத்தினிப் பெண்மீதே சென்றது.

ஸெனட்டர் பேச்சைத் திருப்பி ஒரு சாவி கொடுத்தார். அந்தப் பழைய கடிதம், வெளிவராத விக்டோரியா மகாராணி யின் அந்தரங்கக் கடிதம்! டாக்டருக்குத் தூக்கி வாரிப் போட்டது.

"என்றாவது அதை ஒருமுறை பார்க்கலாம்" என்றார் ஸெனட்டர்.

ஆனால் மறுபடியும் ஸெனட்டர் பேச்சு சாரமற்ற குடிவெறியில் விழுந்தது.

டாக்டர் ஸ்லீகிற்குத் தப்பித்தால் போதுமென்றாகிவிட்டது.

செலவு பெற்றாகிவிட்டது.

கிழவனார் தமது கம்பளிச் சால்வையிலிருந்து ஒரு நீண்ட தஸ்தாவேஜை எடுத்தார். "இதற்கு உலகில் ஆறு நகல்கள்தான் இருக்கின்றன. வேண்டுமானால் பாரும்!" என்று கொடுத்தார். "இதுதான் பாரிஸ் கம்யூனின் அந்தரங்கத் தகவல்!" என்றார்.

டாக்டர் புறப்பட்ட அவசரத்தில் புரட்டிப்பார்த்தார். இருந்தாலும் "முன்பே பத்திரிகைகளில் வெளிவந்த விஷயத் தொகுதிதான்" என்று பட்டது. திரும்பினார்.

இனி, போனபின் எழுத முடியுமா? வழியிலே ஸ்ரீமதி உபாத்தினியைச் சந்தித்தார். அவளுடன் உலாவச் சென்று விட்டார்.

இரண்டு நாட்கள் கழித்து ஸெனட்டரிடமிருந்து ஒரு அழைப்பு வந்தது.

டாக்டர், "வரச் சௌகரியமில்லை" என்றார்.

"இரவு விருந்திற்காவது."

"அப்படியானால் சரி."

மறுநாள் விருந்தை மறந்து டாக்டர் ஸ்லீக் ஸ்ரீமதி உபாத்தினியம்மாளுடன் உலாவச் சென்றுவிட்டார். அவருக்கு ரைடர் விலங்கிலிருந்து தப்பியதால் காதல் நினைப்பும் ஏற்பட்டது. இப்படி இவர்கள் ஸெனட்டரை மறந்து குதூகல மாகப் பொழுதுபோக்கினார்கள்.

அங்கு . . .

ஸெனட்டர் ரைடர் வெகுநேரம் காத்திருந்தார். அவர் கையில் ஒரு நீண்ட கடிதம் இருந்தது. அதே கடிதம் – பழைய இரகசியக் கடிதம். விக்டோரியா மகாராணியின் கடிதம்.

அதன் தலைப்பில் 'எனது நண்பன் எல். ரைடருக்கு – பி. ஹாரிஸன்' என்று அமெரிக்கக் குடியரசினுடைய தலைவரின் கையெழுத்து இருந்தது.

ரைடர் வெகுநேரம் காத்திருந்தார்.

டாக்டர் ஸ்லீக் வரவில்லை. அவரைப் பற்றிய தகவலும் கிடைக்கவில்லை.

இருட்டி நெடுநேரமாகிவிட்டது. நம்பிக்கை குறைந்தது. வேலைக்காரன் பார்க்க வந்தான். "அவரைக் காணவில்லை" என்ற தகவல் கிடைத்தது.

"முட்டாள் பயல்! அந்த வேலைக்காரப் பயல் ஏன் காத்திருந்து அழைத்து வரக்கூடாது? இந்த மலைக்காட்டில் அவர் வழி தவறியிருந்தால்...." என்றார்.

"நர்ஸைக் கூப்பிடு" என்று கட்டளையிட்டார்.

நர்ஸ் வந்ததும் திடுக்கிட்டுவிட்டாள்.

ஸெனட்டரின் தலை சோர்ந்து கவிழ்ந்துவிட்டது.

புதுமைப்பித்தன் மொழிபெயர்ப்புகள்

"என்னைப் படுக்கைக்குக் கொண்டுபோய் விடமாட்டாயா? எனக்கு என்னமோ போல் வருகிறது" என்றார்.

நர்ஸ், அவருடைய போர்வை எல்லாம் சரியாகப் போட்டு, கைத்தாங்கலாக எடுக்க முயற்சிக்கையில் அவரது கண்கள் எல்லாவற்றையும் கடைசியாகப் பார்ப்பதுபோல் நின்றன.

ஸெனட்டருக்குத் திடீரென்று தைரியம் வந்தது. தன்னிட மிருந்த கடிதத்தைப் பரபரவென்று கிழித்தெறிந்தார்.

அவ்வளவுதான். அவருடைய சீட்டும் கிழிக்கப்பட்டது.

○ ○

யுத்த தேவதையின் திருமுக மண்டலம்

தாமஸ் வுல்ப்

ஈவிரக்கமற்றுக் கொதிக்கும் அந்த வருஷம் ஆகஸ்டில் யுத்தம் நின்றது. யுத்த தேவதையின் பவனியின்போது நான்கு கணங்கள் கீழே தரப்பட்டுள்ளன. ஒன்று லாங்லிவயல்; விமான மைதானத்தில் உள்ள குத்தகைக் கம்பெனியின் ஷெட்டுகளிலிருந்து ஒரு நீக்ரோ ஜாதியான் சர்வ ஜாக்கிரதை யாக அடிமேல் அடியாகப் பின்புறம் கால் எட்டி வைத்துப் பின்வாங்குகிறான். பீதியும் வெறுப்பும் அவன் முகத்தில் பயங்கரமாகப் பல்லிளிக்கின்றன. வாட்டசாட்டமான உடல் ஆகிருதி; மனிதக் குரங்கு மாதிரி தாவவோ ஓடவோ லாவகம் படைத்த கட்டமைதி. கரத்தையும் கருப்புப் பாதங்களையும் – அவற்றை முஷ்டி என்று சொல்லுவது பொருத்தமல்ல, அகன்றபடி விரித்து ஆகஸ்ட் மாதச் சூரியன் கன்னக்கனிந்த கருப்பில் பளபளக்க சர்வஜாக்கிரதையாகப் பின்வாங்குகிறான். காய்ந்து கருங்கட்டையாகப் புல்லற்று மலடடித்துப்போன களிமண் கட்டாந்தரைமீது கால் ஊன்றிப் பின்வாங்குகிறான். வெள் விழிகள் ஆழங்காண முடியாத, மூங்கையான வெறுப்பும் பீதியும் கொப்புளிக்கிறது. அவனை விரட்டிக்கொண்டு தென்னாட்டு வெள்ளையன் – காங்கித் தலைவனோ ஓவர்ஸீயரோ – கொழுப்பேறிய சதைப்பற்று மிகுந்த கைகளில் தடியேந்தி, சளக்குபளக்கென்று அவனைத் தொடர்கிறான். அவனுடைய அடித்தொண்டை கொலையையும் ரத்த வெறியையும் குமுறிக் கனைக்கிறது. "கருப்புக் கூத்தியா மவனே, ஒன் கொடலைக் கொதறிப்புடறேன் பாரு; நாசமாப்போன

மூளையைச் சிதற அடிக்கிறேன் பாரு.” தடி நீக்ரோவ் மண்டையில் பொட்டுபொட்டு என்று விழுந்து மைதானம் முழுவதிலும் கேட்டது. கட்டை உயிரடிக்கும் எலும்பில் அடித்துக்கொண்டிருந்தது. இந்தத் தொந்தி பெருத்த வெள்ளையனுக்குப் பின்புறம் உலகத்தின் தலையாட்டிப் பிராணியான ஆபீஸ் குமாஸ்தா, ஷர்ட் போட்டு நடமாடும் எலி மாதிரி தொடர்ந்துகொண்டிருந்தது. ஆபத்து என்றால் எலி மாதிரி பொடுக்கென்று ஒளிந்துகொள்ளும் திறமையும், ஆபத்து அகன்றது என்றால் அசகாய சூரத்தனத்தோடு கொல்லவரும் தன்மையும் படைத்த ஜந்து இது. இது எலிப் பல்லை இளித்துக்கொண்டு, தன்னைப் பாதுகாப்பவன் நிழலில் தொடர்ந்துவந்தது. பயத்தின் தலையாட்டும் அடிமை, கொலையின் குனிந்து கொடுக்கும் மெய்க்காவல், இரக்கமோ தயவோ இல்லாமல் அடியோடு கொல்ல வேண்டும் என்ற கோழையின் ஆசையோடு கூடி எலி பல்லைக் காட்டிக்கொண்டு வந்தது. ஈவிரக்கமற்ற சூரியன் கை பட்டனிலும், கஞ்சியேறி மொடமொடக்கும் ஷர்ட் அணிந்த கையில், அது ஏந்திய மங்கிய நீலக் கைத்துப்பாக்கி மீதும் பிரகாசித்தது. துப்பாக்கியை ஏந்திய அவன் கை நடு நடுங்கியது. ரத்த வெறிகொண்ட எஜமானுக்குத் துப்பாக்கியை நீட்டி “இந்தாருங்க . . . இந்தாருங்க, மிஸ்டர் பார்ட்லட், பய எதுத்தா தாட்சண்யமில்லாமல் சுட்டுத்தள்ளுங்க” என்று காதில் ஓதியது.

இந்த நிலையில் நீக்ரோ ஜாதியான் க்ஷணங்கூட நிற்காமல் பின்வாங்கி நடந்துகொண்டே இருக்கிறான். பயங்கரமான அவனுடைய வெள்ளை விழிப்பார்வை, பீதியும் வெறுப்பும் குடிகொண்ட பார்வை, எதிரியைப் பார்க்கவில்லை; அவனுக்கும் பின்னால் பளபளத்த மங்கிய நீல உருக்குக் குழலை இடைவிடாமல் பார்த்தது. அவனுடைய கரங்கள் குருட்டுத்தனமாக, பயனற்ற ரீதியில் முன்னுக்கு நீண்டு மறித்தன. வெறும் காற்றைத்தான் மறித்தன. அவன் வெறுப்பைக் கொட்டிக்கொண்ட எதிரி, மேலுக்கு மேல் அடித்துக்கொண்டே வந்தான். அவனுடைய கருப்பு முகத்தில் வாய்க்கால் வாய்க்காலாகச் சிவப்பு ரத்தம் பிரவாகமெடுத்தது. மண்டையில் பொட்டுப்பொட்டென்று குறுந்தடி விழுந்துகொண்டிருந்தது.

“ஒங்க . . . நாசமாப்போன கருப்புக்களுக்கு . . . நாப்பய மவனே.” கொலை நிறைத்துக் குமுறியது அந்தக் குரல். “எப்பிடி இருக்கணும்னு சொல்லிக் குடுக்கேன் பாரடா.” படார். தடி மூக்கந் தண்டில் விழ சில எலும்பு சரசரவென்று நொறுங்கியது. “நாசமாப்போன கருங்களுதே வெள்ளைக்காரனை எதுத்துப் பேசரதா?” படார். பக்கவாட்டாகச் சரிந்து வாக்கற்று விழுந்த அடி வாயை ஒரே ரத்தக் குமையலாக்கி

விடுகிறது. உருக்குக் குழலின் நீலப் பளபளப்பில் வைத்த கண் மாறாமல் அந்த நீக்ரோ ஜாதியான் நொறுங்கித் தூளாகிவிட்ட பற்களைத் துப்புகிறான். "அந்த நாசமாப்போன பய மண்டையை உடைத்துத் தருகிறேன் பாரு. கழுசடைக் கருப்புக் கூத்தியா மவனெ – என்னமாச் சொல்லிக்கொடுக் கிறேன் பாரு." படார். சுருண்டு வளர்ந்த மயிர் நிறைந்த மண்டையோட்டின் மத்தியில் இப்பொழுது அடி விழுந்து குறுகிய நெற்றிக்கு மேல் மாங்காய் மாதிரி பிளந்துவிட்டது. சக்தி துளும்பும் கருப்புருவம் கிறங்கித் தள்ளாடி முழங்கால் வளைய, தலை குனிய, கரங்கள் இன்னும் முன்போல் பரசலாக விரிந்தபடி, முதலில் ஒரு முழங்காலை வளைத்து, ஒரே ரத்த மயமான தலையை நெஞ்சில் மடியத் தொங்கவிட்ட படி கால் பூட்டுகள் குருட்டுத்தனமாகத் தள்ளாட, அடியற்றது போல் மண்ணில் குப்புறச் சரிந்து விழுந்தான். அடிக்குடலோடு குமட்டலெடுக்கும் இந்தக் கோரத்தனத்தின் சிகரமாக, பிரக்ஞை இழந்து ரத்தச் சகதியாக நைந்த முகத்தில் பூட்ஸ் காலின் கொலைகார உதை விழுந்தது. அப்புறம் யாவும் ஒடுங்கிய நிசப்தம். பார்க்கவோ கேட்கவோ ஒன்றுமில்லை. வெள்ளைத் தொந்தியில் முட்டிமுட்டி திக்குமுக்காடி எழும் சுவாசமும் எலிப்பல்லைக் காட்டிய வெள்ளை எலி மூஞ்சியின் பீதிமுடிந்த மூச்சும், மங்கி நீலம் இமைக்கும் விஷமுண்ட உருக்குந்தான் மிச்சம்.

அப்புறம்.

பீதியும் வெறுப்பும் குடி கொண்ட கோழையின் நெஞ்சு, தனக்கு ஆபத்து வராமல் கொல்ல விரும்பும் ஏக வழியில் செல்லும் கோழையின் கொலைக்காமம், சுயமதிப்புக் கப்பல் உடைந்ததும் எலி சாயுஸ்யத்தைப் பெற, கையில் துப்பாக்கி ஏந்தி, காக்கியணிந்து, அதிகாரக் குதிரையில் ஆரோகணித்து இங்கு இப்போது கொலைத் தொழில் நடத்துகிறது. மூன்று பையன்கள்; எல்லோருக்கும் அந்தக் குத்தகைக் கம்பெனியில் தான் வேலை. இராத்திரிச் சாப்பாடு முடிந்தபின், கருக்கிருட்டில், இருளின் வருகையில் விமான மைதானத்தின் ஓரத்தின் பக்கமாக நடந்து செல்லுகிறார்கள். தண்ணீர்க் கரையோரமாக, சமதளமான சதுப்புமண்வழியாக, வீட்டைப் பற்றியும் ஊரைப் பற்றியும் படித்த படிப்பைப் பற்றியும், வாரக் கடைசியில் சம்பளம் வாங்கியதும் கடற்கரைக்கு உல்லாசப்பயணம்போவது பற்றியும் பேசிக்கொண்டு போகிறார்கள்; சர்க்கார் வெள் ளோட்டம் பார்த்து பரீட்சை செய்துகொண்டிருக்கும் போர் விமானம் நிறுத்தப்பட்டிருக்கும் கொட்டடியண்டையில் வந்து விடுகிறார்கள். அப்படிப்பட்ட இரகசிய இடம் என்பது அவர் களுக்குத் தெரியாது. திடீரென்று அந்த இடத்தைக் காவல்

காத்து நிற்கும் சோல்ஜர் இடுப்பு பெல்டில் தொங்கும் ரிவால்வரில் கை வைத்தபடி அவர்களை நெருங்குகிறான். திருட்டு விழிகள் இமைகளை 'இடுக்கி'க் கொண்டு பார்க்கின்றன. நகர எலிகள் மூஞ்சி, சாம்பல் பூத்து வரண்டு, திருட்டுப் பார்வை போட்டு, உதப்பும் உதடு சலசலத்து, மலடுதட்டி, ஜீவனற்ற சரசல் பேச்சை உதிர்க்கிறது.

"என்ன செய்யிரீங்க, தேவடியா மகனுகளா? இங்கே யாரு வரச்சொன்னா? கொட்டடியைச் சுத்தி ஏன் வட்டம் போடுறே?"

தெற்குக் கீழ் பிராந்தியங்களிலிருந்த சிறுவன் ஒருவன் – செக்கச் சிவந்து அழகு குடிகொண்ட முகம் – நேசமும் பரிவும் பேச்சில் குழைய, தயங்கித்தயங்கிப் பதில் சொல்ல முயன்றான்.

"ஏனையா, இப்படிப் போகலாம்..."

மின்வெட்டுப் போல அந்த எலி பையனை வாயில் அறைந்தது. பையனுடைய செக்கச்சிவந்த கன்னத்தில் அழுக்குக் கறை பிடித்த விரல்நுனிகள் முத்திரையிட்டன. அவன் ஜீவனுடைய முக மண்டலத்தில் அழித்துத் துடைக்க முடியாத அசிங்க முத்திரையை வைத்தன.

"பதில் பேசாதேடா. நீ என்ன நெனைச்சா எனக் கென்னடா. மறுவார்த்தை பேசினா சுட்டுக் கொதிக்க வச்சுப் புடுவேன். ஹூம் யாருகிட்டே!" அவன் இடுப்பிலிருந்த துப்பாக்கியை உருவித் தயாராகக் கையில் எடுத்துக்கொண் டான். மந்தித்த பீதி, மந்திரம் போல் கட்டுண்ட நம்பிக்கை யின்மை கவிந்து ஒரே சொருகாக நீலக் குழலின் மங்கிய பளபளப்பின் மீது மூன்று சிறுவர்களின் பார்வையும் தைத்தது.

"சரிதாண்டா. போங்கடா" என்று பையனை அறைந்த வீரன் கதாவன கைவைத்து அவர்களை நெட்டித் தள்ளு கிறான். "எல்லாரும் ஓடிப்போங்க, இல்லாட்டாக்க..." அந்த மகாப் பெரியவர் உறுமுகிறார். கண்கள் பாம்பு மாதிரி பளபளக்கிறது. முகம் பயமுறுத்தி அவர்களை நெருங்குகிறது. "இன்னும் பேசினா சுட்டுத்தள்ளுவேன். ஓடுங்கடா, சுட்டுத் தள்ரத்துக்கு முன்னாலே ஓடிப்போங்க!"

மூன்று சிறுவர்களும் திக்பிரமையடித்து, மனங்குழம்பி, வெட்கத்தால் குன்றிப்போய், ஒரு கணத்திற்கு முன் நெஞ்சில் சுனையூறிய சந்தோஷம், நம்பிக்கைகளும் அஸ்தமித்துவிட, திரும்பி, மௌனமாக மரத்துப்போய் வெட்கச் சுமையால் முதுகு குனிய, யுத்தம் சாகுபடி செய்த மிருகத்தனமான,

உள்ளத்தைக் கரும்பும் குரோதம் உள்ளத்தைச் செல்லரித்துத் துளைக்க நடந்தார்கள்.

இனியும் . . .

மனிதனுடைய ஆசை நிர்வாணமாக, மிருகத்தனமாக, அதிகாரத்துடன் பற்றியிழுத்து, கண்டகண்ட உணவை எல்லாம் பசியின் அகோரத்தால் கிழித்துக் குதறி எதையும் சட்டை செய்யாது தன்வசமாக்கும் அடிமாண்டுபோன நிலையில் இங்குபோல அங்கும் நிலவுகிறது.

பாலத்துக்கு அப்பால், ரயில் பாதையைத் தாண்டி, நியூபோர்ட் நியூஸ் நீக்ரோச் சேரியில் முடைநாற்றமெடுத்து வரண்டு புகையடித்து துரு ஏறிய குடியிருப்புகளிலும் குப்பங் குடிசைகளிலும் இது சஞ்சரிக்கிறது. வர்ணம் பூசாத மொட்டை மொழுக்கென்று பைன் மரப்பலகைகளை இணைத்துத் தைத்து யுத்தத்தின் அதிரடி வேகத்தில் எழுப்பப்பட்ட குடில்; பசியைப் போல் தெவிட்டுதல் காணாது வாழ்வைப் போல் வயசுற்ற மிருகத்தனமான குருட்டாசையைத் திருப்திப்படுத்த அதே அகோரரூபத்தில் அமைந்து நிற்கிறது. உலக மாத்யந்தமும் உலாவித் திரியும் தேசமற்றோர் வீடற்றோர் தேவையே இது.

கரடுமுரடான, புதுத்தன்மை மங்காத அழுக்கு மண்டும் இந்த இடத்தின் முன்பகுதி சாப்பிடும் அறை, பானம் அருந்தும் முன்கூடம் என்று இரண்டாகப் பலகை அடைத்துப் பிரிக்கப் பட்டிருக்கிறது. உள்ளே நாலைந்து மேஜைகள். சாப்பாட்டு லிஸ்ட் காட்டி, ஈ மொய்த்திருக்கும் கார்ட்கள் அதன்மேல் குத்தி நிறுத்தப்பட்டிருக்கின்றன. வந்தாதரிப்போர் அதை ஏறெடுத்துப் பார்ப்பதில்லை. மரப்பலகை கணக்கு மேஜை என்று ஒருபுறம் அத்துவான வனாந்தரமாக, அதன் ஜோடனை களுடன், வெதுப்பு இறங்கும் சோடா ஸிரின்ஜ், நாலைந்து சிகரெட் பெட்டி, ஒரு சுருட்டுப் பெட்டி முதலிய வகையராக் களைத் தன்னுள் அடக்கும் ஒரு கண்ணாடி கேஸ், நாற்ற மெடுத்த பாலேடும் பன்றிக்கறியும் கொண்ட கண்ணாடிப் பெட்டி முதலிய ஜோடனைகளுடன் அங்கே நிற்கிறது. பாலேடும் பன்றிக்கறியும் கடை வைத்த நாள் முதல் குடிபுகுந்து வாழுகின் றன. யுத்தம் முடியுமட்டும் அப்படியே அங்கேயே குடி வாழும்.

அறை முழுவதிலும் வேசிகள், மெல்லிய நீண்ட அங்கி போட்ட வேசிகள், பரிமாறுவோராகக் கூட்டத்திடை இடைவிடாது சஞ்சரித்துத் தம் தொழிலை நடத்துகின்றனர். அங்கு உட்கார்ந்திருந்த மனிதர்கள் யாவரும் வகுப்பு வள முறைக்குள் அடங்காத வர்க்கம். திசையற்று ஜீவ நதியிலே மிதந்து செல்லுகிறவர்கள். இன்று உழைப்பு நாள், ஓய்ச்சல்,

மறுபடியும் திறையற்ற மிதப்பு, பட்டினி, சற்று சிறைவாசம், சற்று வெளிவாசம், அழுக்கும் அடிமாண்ட வரட்சியும் பட்டினியும் பசியும் பிய்த்துத் தின்ன அதிர்ஷ்டமிழந்து, ரயில் வண்டிகளில் அடிக்கம்பிகளைத் தொத்திக்கொண்டோ அல்லது மிருக ராசிகளுக்கான குட்ஸ் பெட்டிகளிலோ சவாரி செய்து, ஊர்ப் பயணம் செய்து கொந்தளித்து வெந்து காயும் நாடோடிக் கானகத்தில் உணவு பறித்து உயிரைப் பற்றி உலாவித்திரியும் உடலங்கள். திடீரென்று பணமும், அற்ப சுபிட்சமும் அவர்களைத் தலைதெறிக்க வைத்துவிடும். அர்த்தராத்திரியில் குடை பிடித்து விடுவார்கள். ஜீவ நதியிலே மிதந்து செல்லும், பெயரற்ற, வீடு வாசலற்ற வேரூன்றா வர்ஜா வர்ஜமற்ற வகுப்பு இந்த மனிதப் பிராணிகள். இவை தேசத்தை மொய்த்துச் சுற்றுபவை.

இவர்கள் இந்தப் பூவுலகத்திலே மனிதக் கரிப்பிண்டங்கள். எரிந்து கருகிப்போன கரிக்கட்டைகள். கருப்போல் வரண்டு அழுக்கேறி, வருஷம் வரையும் கோடுகள் சுமந்த முகம் பெற்று, வேற்றுமை காட்டாது வறுமையின் ஏகஜாடை பெற்று அலைபவர்கள் இவர்கள். அன்று காலைதான் வேறு நகரத்து ரயில் ஸ்டேஷனில் கூட்ஸ் வண்டியிலிருந்து ஊர்ந்து வெளியே வந்த ஜந்துக்கள் போலத் தோன்றும். சற்றும் கவலையற்றுப் பார்த்துக்கொண்டு கையில் அட்டைப்பெட்டி ஒன்று சுமந்து (ஒரு ஷர்ட், இரண்டு காலர், ஒரு கழுத்துப்பட்டி – இவைதான் அதிலுள்ள ஆஸ்தி.) நடமாடுவார்கள் இந்தப் பிராணிகள். எங்கிருந்தோ நெடுந்தூரம் கடந்துவந்தவர்கள் என முகத்தில் எழுதி ஒட்டியிருக்கும். அவர்கள் அனாதைப்பட்டது போன்ற ஒரு அவலம் அவர்கள் முகத்தில் தெறிக்கும். துரு ஏறி இயங்கும் ஒரு மனிதப் புள்ளி நிர்வாணமாக, அவனைக் கவித்து மூடும் வரட்சியுள்ள வானத்தின் கீழே அகோரமான மகாகானகம் என்ற பூலோகத்தில் எற்றுண்டு கூட்ஸ் வண்டியடிக் கம்பிகளில் ஒட்டித் தொங்கும் துருவாக இயங்குகிறது.

நிர்வாகனமாக, பெயரற்று, வேரற்று, ஒரு ஜீவனுடன் பொருந்தியுள்ள தனித்தன்மையும் அந்தரங்கமும் வாய்ந்த விசேஷங்கள் யாவும் உறிஞ்சப்பட்டு, துரு இரும்பு – வியர்த்தம் என்ற வரம்பற்ற சூன்யத்திலே, ஏகாங்கியாக, தொடர்பற்ற தொலைவுகளிலே உந்தப்பட்டு இயங்கும் மனிதக் கரிக்கட்டைகள் இந்த ஜீவராசிகள்.

கடைசியாக இந்த மனித அணுக்கள் இந்தக் கண்டத்தின் கண்ணற்ற இடத்தில், கொல்லிப்பாவையின் கண்ணெதிரில் உயிரைக் கக்கி வெடித்து மடிகின்றனர். தடத்தில் தெரிந்த ரத்தமும் அலறிக் கழலும் சக்கரக் குமுறலில் இடுங்கி மடியும் மனிதக் கிரீச்சுக் குரலும் ரயில் வண்டியின் அடித்தண்டுகளில்

சுற்றித் தொங்கும் குடலும் ரயில் பாதைக் கட்டையில் என்னவென்று அடையாளம் பிரிக்க முடியாதபடி மூளையும் சதையும் எலும்பும் ரத்தமும் சொட்டுச் சொட்டாகத் தெரியும் தடங்களுமே அதன் சமாதி. அல்லது நகரத்துத் தலைவாச லிலோ பாலத்து அடியிலோ சுருண்டு, வடிவம் மாறி அழுக்குக் கந்தை சுற்றிய மனித மூட்டையாக விறைத்துப்போய் ஜீவனற்று, போலீஸார் வந்து வண்டியிலேற்றி அகற்ற, வாழ்விலே பெயரற்று மறக்கப்பட்டு அலைந்தது போல் சாவிலேயும் அந்தப்படியே அகற்றப்படும்படி காத்திருக்கும்.

இப்படிப்பட்டவர்களே இந்த மேஜைகளருகில் சூழவிருந் தனர். இந்த அவசர ஆசைக்கொட்டிலில் அமர்ந்து இருந்தார் கள். திருட்டுவிழி போட்டு வலை போட்டு அரிப்பது போல் கணக்கெடுக்கும் பாவனையில் தயங்கி, கோணல் சிரிப்போடு ஆட்டு விழி விழித்து அமர்ந்திருந்தார்கள்.

அவர்களுக்குப் பரிமாறியவர்களோ வடக்கு, மத்யகிழக்கு மாகாணங்களிலிருந்து திரட்டிக்கொண்டு வரப்பட்ட வேசிகள். மிலேச்சப் பேராசையும், பேய்ப்பசியும், சோர்வுற்ற கண்ணும், வரண்ட முகமும், தம்முடைய ஜீவனோபாயமான தொழிலில் யந்திரம் போல் இயங்கி, இடம் கொடுத்து சொற்ப அவகாசத் திற்குள் கிடைத்ததைச் சுருட்டுவதையே ஏக நம்பிக்கையாகப் பற்றிப் பிடித்து உயிர் வாழும் ஜாதி அது. குரல் கரடுமுரடாகத் துருவேறிக் கிறீச்சிட்டது. வேண்டுமென்றே அசிங்க வார்த்தைப் பாராயணம் பண்ணித் தன்னை முரடியாய்க் காட்டிக்கொண்டு தன்னைப் பாதுகாத்துக்கொள்ள முயன்றது. பெரிய நகரத்துச் சேரிக் குடில்களில் வசிக்கும் ஜீவராசிகளின் குணம் அது. அங்கு தழைக்கும் குழந்தைகளிடமும் அதைக் காணலாம்.

ஓயாத ஆணை, ஓயாத வசவு, ஓயாத கேலி, நையாண்டி, நாக்கில் நரம்பற்றுப் பேசுவது, ஓயாத பீதி, ஓயாத கொடுமை – இவை யாவும் அவர்களைச் சூழ உலாவித்திரியும் பேய்ப்பசி யின் பிடுங்கலின் விளைவாகப் பிறந்தவை. கைத்துப்போன வாழ்வில் கையில் பட்டதை 'கல்நார் உறிச்சு' எப்படியோ காலந்தள்ளும் ரீதியில் நடமாடித் திரிவதால் இவர்கள் தம்மிடம் நல்ல தன்மை இருப்பதாக, இளகிய மனசு குடி கொண்டிருப்பதாகக் காட்டிக்கொள்ளப் பயப்படுகின்றனர். இந்தக் குணங்கள் இவர்களை 'இவர்கள் போன்ற சகாக்களான ஆபத்துக்களில் சிக்கவைத்து அவர்களது தாக்குதல், கொடுமை, ஜபர்தஸ்து முதலியவற்றிற்குத் தம்மை ஆட்படுத்திவிடலாகாது' என்பதே இவர்களது ஓயாத கவலை.

இந்தப் பெண்டுகளும் அப்படித்தான். புகை மண்டும் அந்த அறையில் அவர்களது கமறல் குரல், கரகரத்துக்

கேலி மண்டும் சிரிப்பு, 'அட, சேங். அடகிருஸ்து, எனக்கென்ன ஆத்தரண்டா வாயேன். இப்போ என்னடா பண்ணப்போறே. எனக்கு வேறே வேலையில்லை வேணும்'னா காசெக் களத்து இல்லாட்டா கம்பியை நீட்டு' என்று வாய்க்கு வந்தபடியெல் லாம் வெடிபடும் பேச்சு – இவைதான் இவர்கள் சரக்குகள்.

இப்படியிருந்தும், இந்த நைந்துபோய் மிருகமாகி, பீதி உந்த நடமாடித் திரியும் ஸ்திரீ ஜாதியில், வாழ்விலிருந்து நசுக்கித் தேய்த்துவிட முடியாததொன்று பரிதாபகரமாகக் கனிந்துகொண்டு இருக்கத்தான் செய்கிறது. உள்ளுக்குள்ளே புதைபட்டு சமாதியாகிக்கிடக்கும் பரிவு, பீதியோடு, நேசத்தை, உள்ளன்பைத் தேடித் துழாவும் மனசு, மென்மை, ஏன் அன்புகூட, இந்த நாசமாகி அஸ்தமித்துப்போன மனிதக் கரிக்கட்டைகளிடத்தே தேடித் திரிகிறது.

தயங்கித் தயங்கி மறியும் உடலொட்டிய இந்த வேட்கை, தங்கள் ஜோலியைச் செய்து இவர்கள் நடாத்தும் வாழ்வினி டையிலும் வெளிக்கு அகோரக் கேலிக்கூத்தாகத் தோன்றினா லும், மேஜைக்கு மேஜை போஷகர் தேடி நடக்கும்போது சர்வஜாக்கிரதையோடு எட்டி எட்டிப் பார்க்கத்தான் செய்கிறது. இப்படியாக, இவர்களிடம் வைது முரட்டுத்தன மாகப் பேசுகிறவனிடத்தில் அதுதான் இங்கே சாதாரண வழக்கம். அதே ரீதியில் அவனுக்குப் பதில் சொல்லுவார்கள். ஆனால் அதற்கு மாறாக அமைதியாகப் பேச்சுக் கொடுத்தால், சற்றுப் பரிவோடு 'பார்வை விட்டால்' அவர்கள் தங்கள் கமறல் குரலை அடக்கி, மூச்சாக வெளிவரும் குசுகுசுப்புப் பேச்சோடு, அவனை இடித்துக்கொண்டு பயங்கரமான, பரிதாபகரமான குழைவு காட்டி, வர்ணமேற்றிய மூஞ்சிகளை அவனருகில் கொண்டுவந்து, கவர்ச்சிப் பாவனையைக் காட்டி நடப்பார்கள். இது மாதிரி:

'ஹெலோ, பெரிய தம்பி. ஏண்டா தனியா குந்திக்கிணு நிக்றே, சும்மானாச்சு உக்காந்து மடியிரே. பேச்சுத் தொணைக்கி ஆளு வாணாம், உம்.' வர்ணமேற்றிய உதட்டிடை பல்லிளித்துக் காட்டி அவன் மீது ஒண்டிச் சாய்ந்துகொண்டு 'வெள்ளாட வாரியா கண்ணுக்குட்டி, வாடா எந்தொற மவனே – வாயேன்' ... என போஷகன் கை பிடித்திழுத்து, 'பொளுது களியுதே தெரியாது' என அழைப்பார்கள்.

இந்த மாதிரி ஒரு கூத்தில் சிக்கிய ஒரு பையன் மேஜையை விட்டு எழுந்து, ஒருத்தியுடன், புகைமண்டும் அறையைவிட்டு ஒரு பக்கத்தில் செல்லும் ஒடுங்கிய பாதைக்கப்புறமிருந்த கதவைத் திறந்துகொண்டு பின்புறமிருந்த விபசார விடுதியின் – தனிக்கொட்டடிகளுக்குப் போனான்.

இங்கே, காத்திருக்க வேண்டிய நிலைமை ஏற்பட்டது. எதிரிலிருந்த தனி அறைகளில் ஆட்களிருப்பது சப்தம் கேட்டது. இந்த இடவசதி நோக்கி ஜோடிஜோடியாக ஆடம்பர வெறி 'சக்தி – சிவங்கள்' காத்து நின்றன.

இந்த ஜோடி உள்ளே நுழைந்ததும் அங்கு நின்ற ஒருத்தியைப் பார்த்து, "ஹலோமே. கிரெஸைப் பார்த்தியா?" என்றாள்.

வாயிலிருந்து புகைப்படலத்தை வெளிவிட்டுக்கொண்டு, "ஏழாம் நம்பரிலே பாரு. ஒருவேளை அங்கே இருப்பா" என்றான்.

இப்படித் தனக்குத் தெரிந்த தகவலை 'மெட்டாக' வெளி விட்டுவிட்டு, தன் பக்கத்திலே நிற்கும் அமெரிக்கக் கடற் படையைச் சேர்ந்த முரட்டு மாலுமியைப் பார்த்து, "ஏண்டா பையா காத்துக் காத்து கால் கடுத்துப்போச்சா?" என்று கேலி செய்தாள். "இன்னம் நேரமாவாது. அடுத்த நிமிசம் நாம் போவோம்" என்றாள்.

இந்த ரீதியிலே பேச்சு பாவனையும், காமம் மண்டும் கேலியும் சிரிப்பும் அந்த வரிசையில் ஓயாது எழுந்தது. வேறு சிலர் உள்ளிருப்பவர்களைக் கதவைத் தட்டி முடுக்கிக் கொண்டிருந்தார்கள்.

அது வெந்து வழியும் ஆகஸ்ட் இரவு . . . என்பதில் துளிக்கூட ஐயமில்லை. ஹால் வெந்து ஒழுகியது. கும்மிப் போன முடைநாற்றம் எண்ணெயக் கசடு பிசுபிசுத்துக் குமட்டலெடுக்க வைத்தது. அறை முழுவதும் நாற்றம் பிடித்த சிகரெட் புகை வெளிச்செல்லாது மண்டிச்சுருண்டு, மனிதர் களுடைய உடலின் கற்றாழை நாற்றம், 'பெண்டுகள் போட் டிருந்த மூக்கை அறுக்கும் வாசனை', கடைசியாக நிர்வாண மாக மிலேச்சத்தனமாக மனிதனுடைய காமக் கரும்பு மறக்க முடியாத நாற்றமாக உருவெடுத்து, தைத்துக் கோத்த பைன் பலகைச் சாவடியில் மரக்கந்தத்துடன் கலந்து மனத்தில் அதே அகோர ரூபத்தில் ஒட்டிக்கொண்டது.

கடைசியாக, இந்த மூச்சு திக்குமுக்காடும் ஹாலில் நெடுநேரம் காத்திருந்து அதனிடை எத்தனை ஜோடியோ வெளியே வந்தது; எத்தனை ஜோடியோ உள்ளே சென் றது; பையனும் பெண்ணும் வரிசையின் முதல் ஸ்தானத்தைப் பெற்றார்கள். பின்னால் ஓயாது அலப்பிக்கொண்டிருக்கும் ஜோடி வகைகள், முன்னால் குருட்டுக் காமக் குமுறல்.

கடைசியாக அவர்கள் காத்து நின்ற கதவு திறந்தது. ஒருவன் வெளியேறிப் பின்னால் கதவை யடைத்துக்கொண்டு

சென்றான். பிறகு ஒரு கணம் நிசப்தம். மறுபடியும் வாயசப்பல். 'இன்னும் என்ன செய்துகொண்டிருக்கிறாள்?' என்ற ஜோடியின் முணமுணப்பு. கடைசியாக அந்தப் பெண் "ஏண்டி. உள்ளே யாரு, வாயேண்டி வெளியே. வளியை மறிச்சுக்கிட்டு கிடக்காதே" என்று உறுமினாள்.

உள்ளிருந்து ஒரு ஸ்திரீயின் சோர்வுக்குரல் கேட்டது.

"சரிதாண்டி, ஒரு நிமிசத்திலே வாரேன். சித்த பொறுத்துக்கோ!" என்றது.

"ஓ!" என்றாள் அந்தப் பையனுடன் நின்ற பெண்.

"அவள் மார்கெரட்டு. பாவம் சோந்து களைச்சுப் பூட்டிருக்கும்" என்று இளகிய குரலுடன் சொன்னாள்.

"குட்டியம்மா. என்னமா இருக்கு? ஒத்தாசைக்கு வரட்டுமா?" என்று பரிவுடன் குரல் கொடுத்தாள்.

"அதெல்லாம் வேண்டாம்" என்று சர்வ சோர்வுடன் தள்ளாடியது உள்ளிருந்த பெண் குரல். "ஒரு நிமிசத்திலே வந்துடுறேன், ஏன் நீயுந்தான் வாயேன்" என்று குரல் கொடுத்தது.

அந்தப் பெண் மெதுவாக ஓசைப்படாமல் கதவைத் திறந்துகொண்டு உள்ளே நுழைந்தாள். கொதிப்பேறிப் பச்சைக் கழைபோல் சீர்குலைந்து பயங்கரமாகக் கிடக்கும் அந்த அறையின் சீர்வரிசைகளைச் சொல்லி முடியாது. ஒரு நாற்காலி. அதற்குப் பக்கத்திலே குலைந்துகிடக்கும் படுக்கை. பக்கத்திலே ஒரு குட்டி மேஜை. மேஜையின் பேரில் ஒரு பொம்மை. இடுப்பில் ஒரு ரிப்பன் கட்டியிருந்தது. பக்கத்தில் அதனுடன் சேர்த்துக்கட்டின ஒரு மாலுமித்தடியன் போட்டோ. 'எனக்கு நிசமாகக் கிடைத்த ஒரே சினேகிதி மார்கெரட்டு' – எட்டி நின்ற ஷரத்துகள் நின்றது. பக்கத்திலே ஒரு சிகரட் பெட்டி, மேலே ஒரு மின்சார விசிறி ஆடியது. புழுங்கி வழியும் காற்றைச் சுருட்டிச் சுருட்டியடித்தது.

அடிக்கடி அந்த விசிறிகள் சுழற்சியில் ஒரு கோணத்தில் வரும்போது, கட்டிலிலே களைப்பே உருவாய் அல்லித் தண்டு போலக் கிடந்த பெண்ணின் முகத்திலே வீசியது. அப்போது பட்டுப் போல் மென்மையான கபோல ரோம ராசி ஒன்றைத் தலைசுற்றி ஆடவைத்தது.

அந்தப் பெண் சற்று நெட்டையாக, ஒல்லியாகக் கட்டிலிலே நீட்டிப் படுத்துக்கிடந்தாள். ஒருபுறம் மறிந்து கிடந்த கையில் சோர்வு கொழுந்தோடியது. மற்றொரு கையை மடக்கித் தலைக்கடியில் வைத்துப் படுத்திருந்தாள். முகம், அழகு குடிகொண்டிருந்த இடத்தைச் சோர்வும் பட்டினியும்

வதங்க வைத்துவிட்டது. அவள் ஒருபுறமாகக் கண்களை மூடிக் கைகளை முட்டுக்கொடுத்துக் கிடந்தாள். கண் இமைகள் ரத்த ரேகையைக் காட்டின. சோர்வால் நொந்துகிடந்தன.

வந்தவள் மெதுவாகச் சென்று கட்டிலில் அவள் பக்கத்தில் உட்கார்ந்து, பரிவோடு பேச ஆரம்பித்தாள். படுத்துக் கிடந்தவள் கண்ணைத் திறந்தாள். சிரித்தாள். போதையில் தூரத்தில் அலைந்த புத்தி தயங்கித்தயங்கி குடிபுகுவது போல இருந்தது அந்தச் சிரிப்பு.

"என்னம்மா, என்ன கண்ணே சொன்னே. எனக்கு ஒன்றுமில்லே" என மெதுவாகச் சொன்னாள். உட்கார்ந்திருந்தவள் ஒத்தாசையுடன் எழுந்து உட்கார்ந்தாள். நாற்காலியில் கிடந்த உடையை இழுத்துப் போட்டுக்கொண்டாள். பிறகு புன்சிரிப்போடு எழுந்து நின்றாள். மேஜையிலிருந்து ஒரு சிகரெட்டை எடுத்துப் பற்றவைத்துக்கொண்டாள். வெளிவாசலண்டை காத்து நின்ற பையனைப் பார்த்துக் கிண்டலாக "இப்ப உள்ளே வரலாண்டா ஜார்ஜியா" என்றாள். அவள் குரலில் கமறல் லேசாகத் தொனித்தது. இருந்தாலும் மகிழ்ச்சியோடு பேச்சு வெளிவந்தது என்பதை தொனிப்புக் காட்டியது. போஷகர்களை எல்லாம் 'ஜார்ஜியா' என்று குத்துமதிப்பாக ஒரு பேர் வைத்துக் கூப்பிடுவது வழக்கம்.

அவன் தயங்கித்தயங்கி உள்ளே வந்தான். பார்வையில் திக்பிரமை வெறித்துக்கொண்டு தெறித்தது. அவனைப் பார்த்த நிமிஷத்திலேயே அவனை அடையாளம் கண்டுகொண்டுவிட்டாள். அந்தப் பையன் படித்த சர்வகலாசாலை இருந்த ஊரிலே ஏழைகளானாலும் நாணயமாக ஜீவித்த குடும்பத்தில் பிறந்தவன்தான் அவன். நகரத்தில் எல்லோருக்கும் தெரிந்த குடும்பம் அது. இரண்டு வருஷங்களுக்கு முன்னால் அவள் திடீரென்று எங்கோ மறைந்துபோனாள். அங்கே படித்த மாணவனோடு 'தப்புத் தண்டாவில் சிக்கிக்கொண்டவன்' என்ற வதந்தி சற்று அடிபட்டது. அதற்கப்புறம் அவனைக் கண்டதோ கேட்டதோ கிடையாது.

"ஊரிலே எல்லாரும் எப்படி, சௌக்கியந்தானே!" என்று கேட்டாள் அவள்.

சாம்பல் வர்ணத்தில் பளபளத்த அவன் கண்கள் கடினம் காட்டியது. மெலிந்து வாடிய சின்ன முகத்துச் சின்ன வாய் கத்தி போல் கடினம் காட்டியது. குரல் கடினங் காட்டி ஈட்டி போல் கிண்டி, கிண்டல் செய்தது. ஆனால் எதிர்த்து அடிக்கும் பாவனையிலும் ஒரு அபூர்வமான பரிவு ஒட்டி இயங்கியது. அவனுடைய தோளில் மெலிந்த கைகளைப்

போட்டாள். அன்னியமான உலகத்திலே எதிர்பாராதபடி தெரிந்த முக தரிசனம் கிட்டியதால் ஏற்படும், ஞாபகத்துடன் இயங்காத, திடீர் பரிவு அச்செயல்.

"அவர்கள் சௌகரியமாகத்தான் இருக்கிறார்கள்" என்று குழறினான் அவன். தட்டுக்கெட்டு நிற்பதால் முகம் சிவக்க ஆரம்பித்தது.

"எனக்குத் தெரிஞ்சவர்களைப் பார்க்க நேர்ந்தால் எனக்காக அவர்களிடம் குரல் கொடுத்து நானும் நன்றாகத்தான் இருக்கிறேன் என்று சொல்லு. என் அன்பைச் சொல்லி அனுப்பிவைத்ததாகச் சொல்லு" என்றாள்.

"சரி அப்படியே ஆகட்டும். நிச்சயமாகச் செய்கிறேன்" என்றான் அவன்.

"ஜார்ஜியா, ஒம்மேலே கன கோவம் எனக்கு. வந்தவன் எனக்குச் சொல்லி அனுப்ப வாண்டாம்? அடுத்த தரம் வந்தா என்னைக் கூப்பிட்டுவிடு. இல்லாட்ட எனக்குப் பெரிய கோவம் வரும். ஒரு ஊருக்காரர் ஒண்ணா ஒட்டி வாழாமே முடியுமா? மார்கரெட்னு கேளு. எங்கேயிருந்தாலும் ஓடியாந்துடறேன் – தெரிஞ்சுச்சா?" என்று மறுபடியும் உத்யோக கொச்சையில் இறங்கினாள்.

"சரி ஆகட்டும். ஒன்னையே கூப்பிட்டுவிடுகிறேன்" என்று குழறினான் அவன். அவள் அவனை ஒரு கணம் கடின பார்வையுடன் நோக்கினாள். கசந்த, அபூர்வங்கலந்த சிரிப்புக் குலையவில்லை. விரல்களை அவன் சிகைகளில் விட்டுக் கோதிக்கொடுத்தாள். மற்றவளைப் பார்த்து "அவனைப் பரிவாப் பார்த்துக்கொள். எங்கூர்க்காரன். போய்ட்டு வாரேன், ஜார்ஜியா. அடுத்த தடவை வந்தா எம் பேரைச் சொல்லிக் கேக்கணும். போய்ட்டுவாரேன்" என்றுவிட்டு வெளியேறி, மூச்சுத் திணறி முடைநாற்றம் வீசி, குருட்டாசை கைகாட்டி அழைத்துத் திரியும் குறுகிய உலகுக்குள் நைந்த மெல்லிய உடம்பை ஆயிரத்தோராந் தடவை விற்பனை செய்ய அங்காடிக் கடைக் குள் மறைந்துவிட்டாள். கூப்பிடவும், கைப்பற்றவும், வந்தவரை அங்கீகரிக்கவும் அந்த இருட்டென்ற நாழி குலுக்கிப்போடும் ஆயிரமாயிரம் பெயரற்ற பிராணிகளில் ஒன்றைப் பொறுக்கி எடுக்க மறைந்துவிட்டாள்.

அதன் பிறகு அவன் அவளைப் பார்க்கவே இல்லை. யுத்தம் என்ற சுழிப்பு அவனைத் தன்னுள் இழுத்துச் சொருகி விட்டது. விஸ்தாரமான, குரூரமான, மந்திரோச்சாடனம் போன்ற மகா அமெரிக்கா என்ற ஆழங்காண முடியாத பாதாளம், குருட்டாட்டமாடும் குழப்பத்தினுள் அவனை இழுத்துக்கொண்டுவிட்டது. அங்கேதான் நாமும் ஜீவிக்கிறோம்.

அன்னியராக நடமாடுகிறோம். அங்கேதான் நாமும் குள்ள மனிதர்களாக, தனிமைப்பட்டு, கைவிடப்பட்டு, கடைசியாக ஒரே கவளமாக உள்ளிழுக்கப்பட்டு, பெயரற்ற அனந்த கோடிகளின் சமாதியான இருளுக்குள் மறக்கப்பட்டு மறைகிறோம்.

இதுதான் யுத்த தேவதையின் பேரழிவு என்ற மூன்றாவது முகமண்டலம். ஆசையின் உருவச்சிலை. யுத்தத்தின் முகம்.

அப்புறம் . . . .

யுத்தத்தின் திடீர் தீர்மானத்தின் வேகம். அவசரம், கொடுமை, மிருகத்தனமான ஹாஸ்யம் . . . .

வேர்த்து வடியும் மத்யானம்.

நியூபோர்ட் நியூஸ் நகரத்தில் வெடிமருந்து ஏற்றுமதி செய்யும் துறைமுகம். அங்கே ஒரு பையன் தணிக்கைக் கணக்கனாக வேலை செய்கிறான். துறைமுகத்துக்குள் இருக்கும் பெரிய ஷெட்டில் உள்ள 110 டிகிரியில் மூச்சைத் திக்குமுக்காட வைக்கும் வெக்கை, மௌனமாடும் புழுக்கம். அழுக்கேறி காற்றில் தூசித்தூள் மிதக்கிறது. உயரமாக நிற்கும் சூட் யந்திரத்திலிருந்து தான்ய வகை ஓயாத பிரவாகமாகக் கீழே விழவிழ சாக்குச் சாக்காகக் கட்டப்பட்டு அம்பாரம் அம்பாரமாக அடுக்கப்படுகிறது. இந்தத் தான்யத் தூசிதான் தகதக வென்ற தங்கத்தூள் மாதிரிக் காற்றைக் கொழுக்கவைக்கிறது.

துறையில் மற்றொரு பக்கத்தில் யுத்தத்தின் கருவிகள் கோபுரமெடுக்கிறது. பெரியபெரிய கிரேட்டுகள் (மரப்பெட்டிகள்). நிறைய சகலவிதமான உணவு வகைகளும் கறி, பழம், பயறு, வெடிமருந்து – வாழ்வையும் மரணத்தையும் போஷிக்கும் சகலவிதமான உணவு வகைகளும் அடுக்கடுக்காக வைக்கப்பட்டிருக்கிறது. தொலையிலே தீராப்பசியோடு வாங்கி வாங்கி உண்ணுகிறது அரசு செலுத்தும் யுத்த தேவதை.

கொதித்துக் குமையும் வெப்பக் காற்றில் சகலவிதமான மணங்கள் கமழ்கின்றன. தான்யக் கமறல், நைந்த சாக்கு நெடி, புதிதாக அறுத்துத் தைத்த கிரேட்டுப் பலகை வாசனை, போழை போல் கதம்பக் கமறலாக பல்லாயிரங் கோடி அடைபடா அசுத்தங்கள், நாற்றங்கள் இறங்குதுறையில் முட்டித் ததும்பி முளைத்தெழும் சோதியாய் சர்வ பரிபூரணமாய் நினைவில் குடியேறித் தனியரசு செலுத்துகிறது. அதிலே தண்ணீரில் கிடந்துகிடந்து ஈரங்கசிய நாறும் மரஉத்தர வீச்சம் வேறு.

இப்பொழுது வேலை எல்லாம் ஓய்ந்துவிட்டது. அதனுடன் அந்தத் துறைமுகத்தின் சந்தடியும் ஓய்ந்துவிட்டது. டிரக்கு

வண்டிகளின் கடமுடா, கப்பல் மேல்தட்டில் தரையிட்டு நிற்கும் சாமான் தூக்கும் யந்திரச் சங்கிலியின் சணசணப்பு, சாமான் ஏற்றுமதியில் காணப்படும் சகல சந்தடிகளும் ஒடுங்கி விட்டன. அதற்குப் பதிலாக அதிகாலையிலிருந்து துறைமுகத்துக் குள் காக்கியுடை அணிந்த தளவரிசைகள் சாரைசாரையாகக் கப்பலுக்குள் ஏறி அதன் வயிற்றுள் அஸ்தமனமாகிவிடுகின்றனர். அந்தக் கப்பல் இன்னும் இன்னும் என்று காத்து நிற்கிறது.

நீக்ரோ மாட்டுக்காரர்கள் மூட்டைமேல் சரிந்து கண்ணயரு கின்றனர். கணக்கர்கள் மூட்டைக் கிடுவலில் குமைந்து ஜன்னி வேகத்தில் சூதுருட்டுகிறார்கள்.

துருப்புகள் பட்டாளம் பட்டாளமாக வந்துகுவிகின்றன. சாரைசாரையாக வரும் வரிசைகள் இடையில் சற்று நிற்கின்றன. முதுகுச் சுமைகளை நகர்த்திவிட்டு வலியை நகர்த்திக்கொள்ளு கின்றன. தொப்பியை அகற்றுகின்றன. நெற்றியில் வடியும் வேர்வையைப் புறங்கையால் துடைக்கின்றன. தனக்குள் வைதுகொள்ளுகின்றன. மறுபடியும் சாரை ஊர்வதற்காகப் பொறுமையுடன் காத்து நிற்கின்றன.

கப்பலின் பக்கத்தில் ஏறுபாதை ஓரத்தில் சில ஆபீஸர்கள் மேஜையருகில் உட்கார்ந்து துருப்புகள் கப்பலுக்குள் ஏறும் போது ஒவ்வொருவருடைய தஸ்தாவேஜியையும் பரிசீலனை செய்துகொண்டு கையெழுத்தைக் கிறுக்கி, உடமஸ்தன் ஆசைப் பட்டுத் தவிக்கும் யாத்திரைக்கு, புதிய தேசத்துக்கு, அவன் வேட்கைகொண்ட புகழுக்கு, சண்டையில் கணக்கிட முடியாத அபாயங்களுக்கு, மரணத்திற்கு, வியாதிக்கு, விவரம் தெரியாத பீதிக்கு, குமட்டலுக்கு அவனை ஏற்றிச் செல்லக் காத்திருக்கும் கப்பல் என்ற சாயுஜ்ய பதவி கிட்டும்படி செய்விக்கிறார்கள்.

இப்போது கருப்பர்கள் பட்டாளம் (நீக்ரோக்கள்) ஒன்று வருகிறது. டெக்ஸாஸ் நீக்ரோ ரெஜிமெண்டின் ஒரு பகுதி பலாட்டியர்களான மனிதர்கள்; ஆனால் எதைக் கண்டும் ஆச்சரியப்பட்டு நிற்கும் களங்கமற்ற குழந்தைகள்; ராணுவத்தின் கட்டுப்பாட்டுக்குச் சற்றும் ஒவ்வாதவர்கள். தளத்திலிருந்த ஒவ்வொருவனும் எதையோ மறந்தான், எதையோ இழந்தான் என்ற தொல்லைதான். ஒருவன் தலைக்குல்லாயை இழந்துவிட் டான். இன்னொருவனுக்கு இடுப்பு பெல்ட் போய்விட்டது. மற்றவன் சட்டையில் இரண்டு பொத்தான்கள் காணோம். இன்னொருவன் தன் மூட்டையிலிருந்த சாமான்களில் பெரும் பகுதியைத் தொலைத்துவிட்டான். எப்படிப் போச்சு என்பது அவனுக்குப் புரியவில்லை. தன்னிடம் இருந்த ஏதோ ஒன்று தொலைந்தது. ஏதோ தப்பிதம் செய்துவிட்டோம் என்பது தவிர வேறு ஒரு பிரக்ஞையும் கிடையாது.

துறைமுகத்தில் காத்து நிற்கும்போது ஒவ்வொருவனும் தன்னுடைய கவலையைச் சொல்லி அழுகிறான். வெப்பப் புழுக்கத்தில் கருப்புக் குரல் சளசளப்பு அதிகரிக்கிறது. இவர்களது அங்கலாய்ப்புக்களும் தொல்லைகளும் குவிக்கப் படுவதற்காகக் காலடியைக் காட்டி நிற்கும் வெள்ளைக்காரக் கமாண்டர் சீறிச்சீறி விழுகிறான். ஒவ்வொருவனும் தான் சிக்கிக்கொண்டிருக்கும் தப்பிதவலையை வெட்டிவிட வேண்டும் என்று அவனைக் கெஞ்சிக் கூத்தாடிக் குழைகிறான். கமாண்டரோ வெறித்துக்கொண்ட காளை போலத் துறைமுகத்தில் உலாவுகிறான். அவனுடைய சர்வசக்தியில் பரிபூர்ண நம்பிக்கை கொண்டு பொறுமையுடன் காத்திருக்கிறது இந்த மனித சிசுக்கள்.

கமாண்டர் கழுத்துப் பட்டியைப் பிய்த்துக்கொள்ளுகிறான். அவர்களுடைய தொல்லைப் பரம்பரை அம்பாரம் அம்பாரமாகக் குவிந்து கோபுரமெடுக்க, கோபம் மீறிப் பேய்ச் சிரிப்புச் சிரிக்கிறான்.

அப்படியிருந்தும் அவனிடம் நம்பிக்கையிழக்காமல், குழந்தைகளின் நிச்சயத் தன்மையுடன் ‘எஜமான் சொன்னால் எல்லாம் சரியாகிவிடும்’ என்று தம் குறைபாட்டைப் பிரலாபிக்கிறார்கள். ஒருவன் காணாமற்போன பெல்டைக் கதைக்கிறான். இன்னொருவனுடைய தகரப்போணி, மற்றவனுடைய காலிப்பை. எல்லாரும் ஆசையோடும் பரிவோடும் ‘எசமானே, எசமானே’ என்று அழைக்கிறார்கள். இவர்களுடைய பேச்சுக்கள் அவனை வசவுக்குள் இறக்கிவிடுகிறது.

“அட, வாலில்லாக் கொரங்குகளா. கட்டி மூளைக் களிமண்ணே. குருட்டுக் கழுதைக்கு அண்ணன்மார்களா. நாய்க்குப் பொறந்த கொரங்கு மூஞ்சிகளா. குருவிமூளைக் கோட்டான்களா. மூளையிருக்கிற எடத்திலே வெடிமருந்து வச்சா, மூக்கைச் சிந்தினாக்கூட வெடிக்காதே. ஆந்தைக்கி அண்ணாத்தை மகனுகளா. பாருங்க ஒங்களே மொதல் லயன்லே நிறுத்தி அந்த ஜெர்மன் தேவடி॥ா மகன்களை வைத்துச் சுட்டுத்தள்ள வைக்கிறேன்” என்று வைது கொழிகிறான்.

“எஜமானே” என்கிறது ஒரு குரல்.

“எத்தனை தரண்டா மாரடிக்கிறது. எஜமானே, எஜமானேன்னு சொல்லாதேடா சொல்லாதேன்னு எத்தனை தரம் சொல்லித் தொலைக்கிறது” என்று கதறுகிறான்.

“எனக்குத் தெரியும் எஜமான். ஆனாக்க என் பெல்டு அறுந்துபோச்சே. ஒங்ககிட்டே சின்னக் கயறு இருக்கா?” என்று கெஞ்சுகிறது அந்தக் குரல்.

‘கயறு இருக்கா.’ கமாண்டர் தொண்டை கம்முகிறது. ‘கயறு இருக்கா’ என்று பிணத்திக்கொண்டே சொல்லி முடி யாத கோபத்தால் தன் தொப்பியைக் காலடியில் போட்டுத் துவைத்து மிதிக்கிறான்.

இதைவிட இன்னும் பெரிய பேரிழவு ஒன்று அவனுக்காகக் காத்திருக்கிறது. கப்பல் பக்கத்தில் பரிசோதனை நடத்தும் ஆபீசர்கள், வரிசையில் சென்ற ஆறுபேரை வெளியேற்றித் தடுத்துவிடுகிறார்கள்.

அவன் தொப்பியைத் தூக்கிக்கொண்டு ‘அட ஆண்டவனே. அங்கேயென்ன தொல்லை’ என்று கோஷிக்கிறான். ஆறு பேரும் சோகமே உருவெடுத்தது போலக் கண்ணீர் மாலை மாலையாக வடித்துக்கொண்டு நிற்கிறார்கள். ஆபீசர்களை ஆத்திரத்தோடு கேட்க விஷயம் புலனாகிறது. இந்த ஆறுபேரும் சிற்றின்ப வியாதிக்காக முகாமில் சிகிச்சை பெற்றுவந்தார்கள். உடம்பு குணமாகுமுன் எப்படியோ ‘டபாய்’த்துக்கொண்டு உடம்பு சரி என்ற அத்தாட்சியில்லாமல் இதுவரை வந்துவிட் டார்கள். இப்போது அவர்கள் திருட்டுத்தனம் வெளிப்பட்டது. போகப்படாது என்று தடுக்கப்பட்டுவிட்டார்கள். கமாண்டர் சொன்னால் எல்லாம் சரியாகிவிடும் என்ற பரிதாபகரமான நம்பிக்கையுடன் குழைகிறார்கள். கூழைக்கும்பிடுபோட்டுக் கெஞ்சிக் கூத்தாடுகிறார்கள்.

“எசமானே, எங்களுக்கு ஒண்ணுமே இல்லே. ஒண்ணுமே இல்லே. இந்த நாசமாப்போன ஊருலே இருக்கவே மாட்டோம். ஒங்ககூட பிரான்ஸுக்கு போகத்தான் ஆசை. ஒங்ககூடக் கூட்டிக்கொண்டு போய்ட்டா என்ன வேணும்னாலும் செய் ரோம்” என்று கருத்த பலாட்டியன் அழுதழுது கெஞ்சினான்.

“நீங்க எக்கேடும் கெட்டு நாசமாப் போங்கடா! இப்ப வந்து கடசி நிமிஷத்திலே சொல்லித் தொலைச்சா என்னடா பண்றது!” என்று கொழிக்கிறான். அவர்களுக்கிடையில் பாய்ந்து வெறிகொண்ட காளை மாதிரி வைது ஒழிக்கிறான். அவர்கள் கெஞ்சலும் அழுகையும்தான் மிஞ்சிவிடுகிறது. காதைப் பொத்திக்கொண்டு ‘நாய்ப்பய மகனுவ எல்லாரையும் அவன் கொன்று தொலைக்கணும்’ என்று கத்திக்கொண்டு பரிசீலனை ஆபீசர்களிடம் வாதம் செய்து தன் கட்சிக்குத் திருப்புகிறான்.

பெத்லெத்திலேயே பரிசோதித்துச் சரியாக இருந்தால் அனுமதிப்பது என்று தீர்மானமாகிறது. சிகப்பு மூஞ்சி ஆபீசர் ஒருவன் அவர்களை மறைவிடத்திற்கு அழைத்துச் செல்லு கிறான்.

சுமார் பத்து நிமிஷம் கழிகிறது.

நீக்ரோவர்கள் துள்ளிக் குதித்துக்கொண்டு ஓடி வருகிறார்கள். அவர்களது கருப்பு முகம் பெரும் களிப்புக் களை கொப்புளிக்கிறது. குழந்தைகள் மாதிரி எஜமானைச் சுற்றி வட்டமிட்டுக் கொம்மாளமடிக்கிறார்கள்.

நெட்டைநெட்டென்று கறுத்து நின்ற ராணுவ வைத்ய பரிசோதகனும் இருக்கிச் சிரித்துக்கொண்டு நேர்பார்வை போட்டுத் திரும்புகிறான். அந்தச் சின்னக் கமாண்டர் இன்னும் வையத்தான் செய்கிறான். ஆனால் அவன் வசவில் ஒரு பரிவும் பாசமும் கலந்திருக்கிறது.

கடைசியாக மனிதச் சாரையும் ஊர்ந்துஊர்ந்து கப்பலுக்குள் குடிபுகுந்துவிட்டது. துறைமுகத்தில் அது இழந்த சப்தமும் மௌனமுந்தான் குடிகொண்டிருக்கின்றன. மெல்லிய, இதழ் பூத்த மாலை சகலரையும் தழுவித் தன்னுள் மறைக்கும் ஆழ்ந்த நெஞ்சுடைய இருளின் வரவைக் கட்டியங்கூறிக் குளிர்வித்தது.

೦೦

III
மணியோசை
ஜப்பானியக் கதைகள்

முன்னுரை

ஜப்பானிய இலக்கிய வளர்ச்சி பற்றி போதுமான அளவில் அறிந்துகொள்ளுவதற்கு ஒத்தாசையாக தகுந்த புஸ்தகங்கள் கிடைப்பது அருமையாக இருக்கிறது. லவ் கேடியோ ஹெர்ண் ஆங்கிலத்தில் தொகுத்துள்ள புஸ்தகத்தைப் பார்த்தால் ஆசிய நாகரிகத்தின், கலாசாரத்தின் போக்கு ஒரே அமைதியில்தான் இருக்கிறது என்பது தெரியவரும். பெயர்களை மட்டும் சற்று மாற்றிவிட்டால், கதைகளில் வருகிறவர்கள் நம்மூர்வாசிகளாகிவிடுவார்கள். அவ்வளவு நெருங்கிய பந்தம் இருக்கிறது. இது பழைய வளமை.

இதிலுள்ள முதல் மூன்று கதைகளும் லவ் கேடியோ ஹெர்ண் என்பவர் ஆங்கிலத்தில் தொகுத்துள்ள 'ஜப்பானியக் கதம்பம்' என்று நூலிலிருந்து எடுக்கப்பட்டவை.

இந்த யுத்தத்துக்குமுன் மேல்நாட்டு நாகரிகம், ஜப்பானை அமெரிக்கா மூலமாக எவ்வளவு தூரம் பாதித்திருக்கிறது என்பதற்கு 'மகளை மணம் செய்துவைத்தார்கள்' என்ற கதை தகுந்த சான்று. பிரிட்டிஷ் பாவங்களையொட்டி நமது மனப்பான்மைகள் மாறி கலாசாரம் ஒரு இரண்டுங்கெட்டான் விவகாரமாக நிற்பதைப் போலத்தான் அங்கும் இந்தச் சரக்கு இறக்குமதியாகி இருக்கிறது என்பதைப் பார்க்கலாம். இந்த ஆசிரியரைப் பற்றியோ இவரது இதர கதைகளைப் பற்றியோ எனக்கு எதுவும் தெரியாது. பலசரக்குக் கடைப் பொட்டணக் கடுதாசியிலிருந்து இந்தக் கதையை வாசித்தேன். வெகு காலத்துக்கு முன்பு இதை மொழிபெயர்த்து வைத்திருந்தேன். கதம்ப விபரீதத்துக்கு இது ஒரு நல்ல எடுத்துக்காட்டு.

டோஷியோ மோரியின் 'சிரித்த முகக்காரன்' என்ற கதை அமெரிக்காவில் சாசுவதமாகக் குடியேறிவிட்ட ஒரு ஜப்பானியனின் ஏக்கத்தையும் வேதனையையும் காட்டுவது. அமெரிக்காவிலிருந்து வெளியாகும் 'நியூ டைரக்ஷன்' என்ற இலக்கிய விசாரப் பத்திரிகையிலிருந்து பெயர்த்து எழுதப் பட்டது.

புதுமைப்பித்தன்

மணியோசை

"நான் சாவதற்குப் பயப்படவில்லை" என்றாள் உயிருக்குப் போராடிக்கொண்டிருந்த மனைவி.

"இப்பொழுது என் கவலை எல்லாம் ஒன்றே ஒன்றுதான்; நான் போன பிறகு யாரைக் கலியாணம் செய்துகொள்ளப் போகிறீர்கள்?"

வேதனைப்பட்டுக்கொண்டிருந்த கணவன் சொன்னான்: "உனக்குப் பதிலாக யாரும் இந்த வீட்டில் காலடி வைக்க மாட்டார்கள்; நீ போய்விட்டால் கலியாணமே செய்து கொள்ளமாட்டேன்."

அவன் இவ்வார்த்தையைச் சொன்னபோது மனப்பூர்வ மாகத்தான் சொன்னான்; அவள்மீது அவ்வளவு ஆசை அவனுக்கு.

"இது ஸாமுராய் வாக்குத்தானே" என்று கேட்டாள் மனைவி.

"சத்தியமாகச் சொல்லுகிறேன், இது ஸாமுராயின் வாக்குத் தான்" என்று முகத்தைத் தடவிக்கொடுத்தான் கணவன்.

"அப்படியானால் நம்முடைய தோட்டத்திலேயே என்னை அடக்கம் செய்துவிடுவீர்களா – அந்தக் கோடியிலே நாம் இரண்டு பேரும் நட்டுவைத்தோமே அந்தச் சீமை வாதுமை நிழலில்? வெகு நாட்களாகவே இதைக் கேட்க வேண்டும் என்று எனக்கு ஆசை; நீங்கள் ஒரு வேளை கலியாணம் செய்து கொண்டால், என்னுடைய கல்லறை வீட்டருகில் இருப்பது உங்களுக்குப் பிடிக்காமல் இருக்கலாம் என்று நினைத்தேன். ஆனால் நீங்கள்தான் வேறொருத்தி வரமாட்டாள் என்று

புதுமைப்பித்தன் மொழிபெயர்ப்புகள்

வாக்குக் கொடுத்துவிட்டீர்களே, அதனால் என் ஆசையைச் சொன்னேன். நான் தோட்டத்திலிருந்தால் உங்கள் குரல் கேட்கும்; வசந்தத்துப் பூக்களைப் பார்க்கவும் முடியும்" என்றாள்.

"உன் ஆசையை நடத்திவைக்கிறேன். இப்பொழுதே ஏன் அடக்கத்தைப் பற்றி நினைத்துக்கொண்டிருக்கிறாய். உன் உடம்புக்கு அவ்வளவு மோசமில்லையே?" என்றான்.

"எனக்கு நம்பிக்கை இல்லை. காலையிலே நான் செத்துப்போவேன் ... நீங்கள் என்னைத் தோட்டத்தில்தானே புதைத்துவிடுவீர்கள்?" என்று மறுபடியும் கேட்டாள்.

"ஆமாம். நாம் நட்டுவைத்த அந்தச் சீமை வாதுமை நிழலில் ... உனக்கு அழகான கல்லறை கட்டிவைக்கிறேன்" என்றான் கணவன்.

"எனக்கு ஒரு மணி கொடுப்பீர்களா?"

"மணியா ... என்ன மணி?"

"ஆமாம்; மணிதான். என்னுடன் ஒரு மணியையும் – புத்த பிக்ஷுக்கள் கொண்டு நடக்கிறார்களே அந்தமாதிரி மணி ஒன்றையும் என்னுடன் வைத்து அடக்கம் பண்ணி விடுங்கள்."

"மணியும் தருகிறேன்; வேறு என்ன வேண்டும் உனக்கு?"

"இனி ஒன்றும் வேண்டாம். இருக்கிறவரை என்னை ஆசையோடு வைத்திருந்தீர்கள்; இனிமேல் சந்தோஷமாக செத்துப்போவேன்" என்று சொல்லிக் கண்ணை மூடினாள். உயிர் அகன்றது. செத்தும் தூங்குவது போலத்தான் கிடந்தாள். முகத்திலே ஒரு புன்சிரிப்பு இருந்தது.

அவள் ஆசைப்பட்டபடி தோட்டத்திலே அவளை அடக்கம் பண்ணினார்கள். அழகான கல்லறை கட்டினார்கள். 'கருணாஸாகர மாளிகையில், ஒளி மிகுந்த சீமை வாதுமை நிழல் மண்டபத்தில் வாழும் பெரியக்காள்' என சிலாசாசனம் பண்ணுவித்தார்கள்.

○

மனைவி செத்த பனிரெண்டு மாதங்களுக்குள் ஸாமுராயின் உற்றார் உறவினர்கள் அவனை மறுபடியும் கலியாணம் பண்ணிக்கொள்ளும்படி நிர்ப்பந்தப்படுத்தினார்கள். "உனக்கு என்ன வயதாகிவிட்டதா; கலியாணம் செய்துகொள்வது ஸாமுராய் கடமை அல்லவா; குழந்தைகுட்டி இல்லாமல் நீ மாண்டுபோனால் பித்ருக்களை வழிபடுவதற்கு யார் இருக்கிறார்கள்?" என்று சொல்லி நெருக்கினார்கள்.

இடைவிடாது புத்திசொல்லி அவனைக் கலியாணம் செய்து கொள்ளவைத்தார்கள். பெண்ணுக்கு வயது பதினேழுதான். மூங்கையாக நின்று இடித்துக்காட்டும் கல்லறைத் தோட்டத்தில் நின்றும், அவளையும் ஆசையோடு நடத்த முடியும் என்று கண்டான்.

2

கலியாணமாகி ஏழு நாட்கள்வரை புதுப்பெண்ணின் குதூகலத்தைப் பாழ்படுத்த எதுவும் நிகழவில்லை. ஏழாவது நாளன்று, கணவனுக்கு இராத்திரி நேரத்தில் அரண்மனைக் காவல் செய்யவேண்டி ஏற்பட்டது. அன்று மாலையிலேயே, ஏதோ காரணமற்ற பயம் அவள் மனசைக் கவ்வியது. தூங்கலாம் என்று படுத்தபோது தூக்கம் வரவில்லை. புயலுக்கு முந்திய புழுக்கம் மாதிரி உள்ள ஒரு சூழ்நிலை அவளை அமுக்கியது.

நடுநிசி. ரிஷப நேரம். வெளியிலே இருட்டில் ஒரு மணிச் சத்தம் கேட்டது. இந்த அர்த்தராத்திரியிலே யார் ஸாமுராய் வீதி வழியாகப் போகக்கூடும் என்று அதிசயப்பட்டாள். சற்றுநேரம் கழித்து மணிச்சத்தம் அருகில் கேட்டது. ஒரு வேளை அந்த யாத்திரிகன் வீட்டுக்குத்தான் வருகிறானோ? ஆனால் ஏன் அவன் புறவாசல் வழியாக வரவேண்டும்? அங்கே பாதையே கிடையாதே ... திடீரென்று நாய்கள் அழுது ஓலமிட்டன. என்ன பயங்கரமாகப் பிலாக்கணம் தொடுக்கின்றன! பேய்க்கனவு போல பயம் அவளது மனசைக் கவ்வியது ... ஆமாம் மணிச்சத்தம் தோட்டத்தில்தான் கேட்கிறது ... எழுந் திருந்து சென்று வேலைக்காரனை எழுப்ப விரும்பினாள். எழுந்திருக்க முடியவில்லை... குரல் கொடுக்க முடியவில்லை ... வாயிலிருந்து சத்தம் எழமாட்டேன் என்கிறது. ஆனால் மணிச் சத்தமோ வீட்டை நெருங்கிக்கொண்டே இருந்தது. நாய்கள் என்னமாக அலறுகின்றன! வீட்டுக்குள்ளே ஏதோ நிழல் நுழைந்த மாதிரி ஒருத்தி வந்தாள். கதவும் தட்டியும் தாளிட்டு இறுகித்தான் மூடிக்கிடந்தன. பிணவுடை தரித்து கையிலே ஒரு மணியேந்தி ஒருத்தி நுழைந்தாள். அவளுக்குக் கண் இல்லை. வெறும் குழிதான் இருள் தேக்கியது. அவள் செத்து நெடுங் காலமாயிற்று. அவிழ்ந்துகிடந்த கூந்தல் முகத்தில் விழுந்து தொங்கியது. கண்ணில்லா முகத்தாள், மயிர்ச்செறிவூடே நாக்கு இல்லாமல் பேசினாள்.

"இந்த வீட்டிலே நீ இருக்கக் கூடாது. இதற்கு நான்தான் எஜமானி. நீ போய்த்தானாக வேண்டும். ஏன் போகிறாய் என்று நீ யாரிடமும் சொல்லக் கூடாது. நீ அவரிடம் சொன் னால் உன்னைச் சுக்குநூறாகப் பிய்த்துவிடுவேன்."

இப்படிச் சொல்லிவிட்டு அவள் மறைந்துவிட்டாள். புதுப்பெண் பயத்தினால் பிரக்ஞையிழந்தாள். விடியும்வரை அப்படியே கிடந்தாள்.

பட்டப்பகலில், நேற்று ராத்திரி கண்டதும் கேட்டதும் நிஜமா பிரமையா என்று அவளுக்கே சந்தேகம் வந்துவிட்டது. எச்சரிக்கை அவள் நெஞ்சை அழுத்தியது. அதனால் புருஷனிடமோ வேறு யாரிடமுமோ தான் கண்டதைச் சொல்ல அவள் துணியவில்லை. வெறும் துர்சொப்பனம், அதுதான் உடம்புக்குப் பண்ணியது எனத் தன்னைத்தானே தேற்றிக்கொண்டாள்.

ஆனால் மறுநாள் இரவு, சந்தேகத்துக்கு இடமற்றுப்போய் விட்டது. ரிஷப நேரம் வந்ததும் மறுபடியும் நாய்கள் அழுகுரல் தொடுத்தன. மறுபடியும் மணிச்சத்தம் கேட்டது. தோட்டத்திலிருந்து வீட்டை நெருங்கியது. மணியோசை கேட்டதும் அவள் எழுந்திருக்க எவ்வளவோ முயன்றாள். மறுபடியும் நேற்று வந்த அவள் வந்தாள்.

"நீ போய்விட வேண்டும். ஏன் போகிறாய் என்று நீ யாரிடமும் சொல்லக் கூடாது. நீ அவரிடம் ரகசியமாகச் சொன்னாலும் உன்னை நான் கிழித்தெறிந்துவிடுவேன்!"

இந்தத் தடவை அவள் படுக்கைக்குக் கிட்டவே வந்துவிட்டாள். குனிந்து முணுமுணுத்தாள். கைகளை ஆட்டி ஆட்டிப் பேசினாள்.

மறுநாள் காலை ஸாமுராய் அரண்மனையிலிருந்து வந்ததும் மனைவி அவனைத் தெண்டனிட்டு வணங்கி "எனது நன்றிகெட்ட நடவடிக்கைக்காகவும் வாக்குத்துடுக்குக்காகவும் தாங்கள் மன்னிக்க வேண்டும். நான் என் வீட்டுக்குப் போக வேண்டும். உடனே நான் போய்விட வேண்டும்" என்றாள்.

"உனக்கு இங்கே என்ன குறை?" என்று அவன் ஆச்சரியப் பட்டுக் கேட்டான். "நான் இல்லாதபோது யாராவது உன்னைத் துன்பப்படுத்தினார்களா?" என்றான்.

"அப்படியொன்றுமில்லை" என்று அவள் விம்மிவிம்மி அழுதாள். "எல்லோரும் என்னை அன்பாகத்தான் நடத்துகிறார்கள்; ஆனால் நான் தங்களுக்குப் பெண்டாட்டியாக இருக்க முடியாது. நான் போக வேண்டும்" என்றாள்.

"அடி என் பெண்ணே, இந்த வீட்டில் உனக்கு வேதனையாக இருக்கிறது என்று கேட்க வருத்தமாக இருக்கிறது. யாரும் குறைவாக நடத்தாவிட்டால் நீ போக வேண்டிய காரணம் என்ன? நீ விவாகத்தை ரத்துப் பண்ணிக்கொள்ளத்தான் விரும்புகிறாயோ?"

"என்னை நீங்கள் விலக்கிவிடாவிட்டால் நான் செத்துப் போவேன்" என்று அவள் நடுங்கியழுதாள்.

அவன் சிறிதுநேரம் மௌனமாக இருந்தான். இந்த விபரீத நடத்தைக்குக் காரணம் என்னவென்று யோசித்து யோசித்துப் பார்த்தான். கடைசியாக மனசில் உள்ளதைக் காட்டிக்கொள் ளாதபடி பின்வருமாறு பதில் சொன்னான்.

"உன்மேல் குற்றமில்லாதபோது உன்னை உன் ஜனங்களிடம் அனுப்பிவிடுவது மகா கேவலமான காரியம். காரணத்தைச் சொல்லு; கௌரவமாக விவகாரத்தை நான் விளக்குவதற்கு ஒரு வழி சொல்லு; உனக்கு விவாகரத்துப் பத்திரம் எழுதித் தந்துவிடுகிறேன். சரியான காரணத்தைச் சொல்லாமல் நான் உன்னை அனுப்பிவிடமாட்டேன். குடும்பத்தின் கௌரவத்துக்கு ஹானி வரக்கூடாது" என்றான்.

வேறு வழி இல்லாமல் நடந்ததைச் சொல்ல வேண்டியதா யிற்று. எல்லாவற்றையும் சொன்னாள். கடைசியாக "நான் தங்களிடம் சொல்லிவிட்டேனா – இனிமேல் அவள் என்னை நிச்சயமாகக் கொன்றே போடுவாள்" என்று அழுதாள்.

ஸாமுராய் தீரன். பேய் பிசாசுகளை நம்புகிறவனல்ல. இருந்தாலும் அந்த க்ஷணத்தில் அவன் திடுக்கிட்டுப்போனான். ஆனால் பயத்துக்குச் சாதாரண காரணங்களை எடுத்துக்காட்டி னான். அதைத் தீர்ப்பதற்கு மனதிற்குள் ஒரு யோஜனை தட்டியது.

"நீ அதிகமாக பயந்துவிட்டிருக்கிறாய். யாரோ உன்னிடம் ஏதோ அசட்டுக் கதைகளை எல்லாம் சொல்லிக்கொண்டிருந் திருக்கிறார்கள். இந்த வீட்டில் நீ பேய்க் கனவு கண்டாய் என்பதற்காக நான் உன்னைத் தள்ளிவைத்துவிட முடியுமா? நானில்லாதபோது நீ இந்தமாதிரி வேதனைப்பட்டுக்கொண்டிருந் தாய் என்பது தெரிய கஷ்டமாக இருக்கிறது. இன்றிரவும் நான் அரண்மனைக்குப் போக வேண்டும். ஆனால் உன்னைத் தனியாக விட்டுவிட்டுப் போகமாட்டேன். என்னுடைய பணி யாட்கள் இருவரை உன் அறையிலேயே தூங்காமலிருந்து காவல் செய்யச் சொல்லுகிறேன். நீ நிம்மதியாகத் தூங்கலாம். அவர்கள் யோக்கியர்கள்; தீரர்கள்" என்றான்.

இணக்கமாகப் பேசி அவளுடைய பயத்தைத் தெளிவித் தான். அவளும் வீட்டில் இருக்கச் சம்மதித்தாள். தன் பயத்தை நினைக்க, தனக்கே வெட்கமாக இருந்தது அவளுக்கு.

3

இளமனைவியைப் பாதுகாக்க நிறுத்திச்சென்ற காவலாளி கள் தீரர்கள்; பெண்களையும் சிசுக்களையும் பாதுகாப்பதில்

அனுபவம் உள்ளவர்கள். அவளது மனசை உல்லாசப்படுத்த வேடிக்கையான கதைகளைச் சொன்னார்கள். அவள் பயத்தை மறந்துவிட்டாள். தூங்குவதற்குப் படுத்துக்கொண்டாள். காவலாளிகள் இருவரும் அதே அறையில் ஒரு தட்டிக்குப் பின்னால் உட்கார்ந்து தூங்காமல் இரவைக் கழிப்பதற்காக தாயமாடினார்கள். தூங்குகிறவள் விழித்துக்கொள்ளாமலிருக்க மெதுவாகப் பேசிக்கொண்டார்கள். அவளும் தொட்டில் குழந்தை மாதிரி தூங்கினாள்.

மறுபடியும் ரிஷப நேரம் வந்தது. பயந்து அலறிக்கொண்டு எழுந்தாள். ஏனென்றால் அவளது காதருகில் மணியோசை கேட்டது... அது நெருங்கிவிட்டது. இன்னும் நெருங்குகிறது... எழுந்து கூக்குரலிட்டாள்... ஆனால் அந்த அறையில் கூச்சலே இல்லை... மரணத்தின் மௌனம் நிலவியது... மௌனம் வளர்ந்தது... மௌனம் கனத்தது... காவலாளிகளிடம் ஓடினாள்... தாயக்கட்டத்தின்முன் அவர்கள் விறைத்துப்போய் உட்கார்ந்திருந்தார்கள். ஒருவரையொருவர் நிலைகுத்திய கண்ணுடன் பார்த்துக்கொண்டிருந்தனர். கூச்சலிட்டாள்... அவர்களை உலுப்பினாள். அவர்கள் விறைத்துப்போயிருந்தார்கள்....

பிறகு அவர்களிருவரும் மணியோசையைத் தாமும் கேட்டதாகவும், அவளது கூச்சல் காதில் விழுந்தது என்றும், அவள் தொட்ட ஸ்பரிசம்கூடத் தெரிந்தது என்றும், ஆனால் தங்களுக்கு எழவோ பேசவோ முடியவில்லை என்றும் சொன்னார்கள். அதன்பிறகு காதும் கண்ணும் செயலற்றுப் போயிருந்தும் கடுந்தூக்கம் கவ்வியதாம்.

4

உதய நேரத்தில் படுக்கையறைக்குள் புகுந்த ஸாமுராய் மங்கி மடியும் தீபவொளியில் மனைவியின் தலையற்ற முண்டத்தைக் கண்டான். அது ரத்த வெள்ளத்தில் இருந்தது. முடியாத விளையாட்டு பாதியில் நிறுத்தப்பட்டுக் காவலாளிகள் உட்கார்ந்தபடி தூங்கினார்கள். எஜமானனுடைய கூக்குரல் கேட்கத் துள்ளி எழுந்தார்கள். தரையில் கிடந்த கோரத்தைக் கண்டு மருண்டார்கள்....

தலையை எங்கும் காணவில்லை. உடற்குறை, தலை துண்டிக்கப்படவில்லை, திருகி பிய்த்து அகற்றப்பட்டது என்பதைக் காட்டியது. ரத்தம் சொட்டுச்சொட்டாக வெளிக்கூடத்துக்குச் சென்றது. புயல்கதவுகளை யாரோ பிய்த்து அகற்றி

இருக்கிறார்கள். புல்தரையில் ரத்தக் கசிவைத் தொடர்ந்து சென்றார்கள் மூவரும். மணல் வழியாகச் சென்றது. அல்லிக் குளத்து ஓரமாகச் சென்றது. மூங்கில்செறிவடியில் சென்றது. திடீரென்று வௌவால் மாதிரிக் கிரீச்சிடும் பேயுருவம் ஒன்றைக் கண்டார்கள். நெடுங்காலத்துக்குமுன் புதையுண்ட அவளுடைய உருவம் கல்லறைக்கு அருகே நின்றது. ஒரு கையில் மணியும் மறு கையில் ரத்தம் சொட்டும் தலையுமிருந்தது. காவலாட்களில் ஒருவன் புத்த நாமத்தைச் சொல்லிக் கொண்டு கத்தியை வீசினான். உடனே அது பொலபொல வென்று உதிர்ந்து விழுந்தது. சவத்துணியும் எலும்புமாயிருந்தாள். சிதறின மணியும் ஓசையுடன் கீழே விழுந்து உருண்டது. ஆனால் தசையற்ற வலது கை மணிக்கட்டிலிருந்து இற்று விழுந்தாலும் துடித்தது; ரத்தம் சொட்டும் தலையை எலும்பு விரல்கள் விடவில்லை, விழுந்த பாகங்களைப் பழுப்பு நண்டு கவ்விய மாதிரி. . . .

"இது கொடுமையான கதை. செத்தவர்கள் இருப்பவர்கள் மீது வஞ்சம் தீர்ப்பது சரியானால், இதில் ஆண் மகன்தானே ஜவாப்தாரி" என்று கதை சொல்லியவரிடம் சொன்னேன்.

"ஆண்கள் இப்படி நினைக்கிறார்கள்; ஆனால் பெண்களின் மனசு வேறுவிதம்" என்றார் அவர்.

அவர் சொன்னது வாஸ்தவம்.

○○

இது இஜுமோ கதைத் தொகுதியிலிருந்து எடுக்கப்பட்டது. ஸாமுராய் என்பவர்கள் ஜப்பானில் க்ஷத்திரியர்கள் மாதிரி.

நடுநிசிக்கு ஜப்பானியர் ரிஷப நேரம் என்கிறார்கள். அதற்குக் காரணம் என்னவென்று எனக்குத் தெரியாது.

எமனை ஏமாற்ற . . .

மொங்காக்கு ஷோனின் என்ற மகானான புத்த பிக்ஷு தான் எழுதியுள்ள கியோ – ஜியோ – ஷின் – ஷோ என்ற கிரந்தத்தில் பின்வருமாறு எழுதுகிறார்: "ஜனங்கள் வழிபடும் தெய்வங்களில் பல துர்தேவதைகளாகும். அவலோகிதன், தர்மம், பிக்ஷுக்கள் என்ற முத்திறங்களையும் மதித்து வழிபடுவோர் இந்தத் துர்தேவதைகளை வணங்க மாட்டார்கள். இந்தத் தேவதைகளிடமிருந்து இஷ்டசித்தி பெறுகிறவர்கள் முடிவில் தாம் பெற்ற வரத்தினாலேயே துன்பப்படுவார்கள்." நிபான் – ரீயி – இக்கி என்ற கிரந்தத்தில் உள்ள கதை இதற்குத் தகுந்த சான்று.

ஷோசி மகாராஜா ஆட்சியின்போது ஸானுகி பிராந்தியத்தில் யமாதகோரி என்ற ஊரில் புஷுகி நோஷின் என்று ஒருவன் வாழ்ந்துவந்தான். அவனுக்கு ஒத்தைக்கொரு குழந்தை தான் உண்டு. அது பெண்; அதன் பெயர் கினூமி. கினூமி நல்ல அழகி; வனப்பும் உருவும் ஒருங்கே அமைந்திருந்தன. அவளுக்கு வயது பதினெட்டானபோது தேசத்தில் ஒரு கொடிய தொற்றுநோய் கண்டது. அவளும் அந்த நோய்க்கு ஆளானாள். அவளுடைய பெற்றோரும் உறவினரும் ஒரு துர்தேவதையை வணங்கி அவள் உயிரைக் காப்பாற்றும்படி வரங்கிடந்தார்கள்.

பல நாட்களாக மயங்கிக்கிடந்த பெண் தெளிந்து ஒரு நாள் மாலை தான் கண்ட கனவைச் சொன்னாள். அந்த துர்தேவதை தன் முன் தோன்றி பின்வருமாறு சொல்லியதாம். "உன்னுடைய பெற்றோர்கள் உருக்கமாக என்னை வழிபட்டதினால் உன்னைக் காப்பாற்ற விரும்புகிறேன். வேறு ஒருவருடைய உயிரை உனக்குக் கொடுக்காமல் உன்னை என்னால் காப்பாற்ற முடியாது. உன் பெயருள்ள பெண் யாரும் உனக்கு ஞாபகம் வருகிறதா?" என்று இந்த தெய்வம் கேட்டது.

"உத்தரிகோரியில் என் பெயர் கொண்ட ஒரு பெண் இருக்கிறாள் என்று எனக்குத் தெரியும்" என்று கினூமி சொன்னாள். "அவளை எனக்குக் காட்டு" என தேவதை என்னைத் தொட்டது. அதன் ஸ்பரிசம் பட்டதும் நானும் உடன் எழுந்தேன். மறு க்ஷணத்தில் உத்தரிகோரி கினூமி வீட்டில் நின்றோம். "அதோ அந்தப் பெண்தான்" என்று யமாதகோரி கினூமி சொன்னாள். தேவதை சிகப்புப் பையிலிருந்து உறி மாதிரி ஏதோ ஒரு இரும்பு ஆயுதத்தை எடுத்தது. உத்தரிகோரி கினூமியின் வீட்டுக்குள் புகுந்து அவள் நெற்றியில் அதைச் சொருகியது. அலறிக்கொண்டு உத்தரிகோரி கினூமி தரையில் சாய்ந்தாள். யமாதகோரி கினூமி விழித்து இந்தக் கனவைத் தனது பெற்றோரிடம் சொன்னாள்.

இதைச் சொன்ன பிற்பாடு அவள் மறுபடியும் மயங்கி விட்டாள். மூன்று தினங்கள் உலகப் பிரக்ஞையே இல்லாமல் கிடந்தாள். உயிர் போய்விடுமோ என்று பெற்றோர் தவித்தனர். ஆனால் மறுபடியும் அவள் கண்ணை விழித்தாள். உடனே பாயிலிருந்து எழுந்தாள். சுற்றுமுற்றும் வெறித்துப் பார்த்து விட்டு, "இது என் வீடில்லையே, இது என் பெற்றோரில்லையே" என்று கத்திக்கொண்டு வெளியே ஓடினாள்....

விபரீதமாக ஏதோ நிகழ்ந்துவிட்டது.

உத்தரிகோரி கினூமி, துர்தேவதையிடம் குத்துப்பட்டு மாண்டுபோனாள். அவளுடைய பெற்றோர்கள் ரொம்பவும் வருந்தினார்கள். பௌத்த மடாலய பிக்ஷுக்கள் அவளுக்கு பிரார்த்தனை நடத்தினார்கள். கிராமத்துக்கு வெளியே அவளது சடலத்தை எடுத்துச்சென்று எரித்துவிட்டார்கள். பிறகு அவளது ஆவி மீய்டோவுக்குச் சென்றது. அதை எம்மோதாவோ என்ற எமதர்மராஜன் சன்னிதியில் கொண்டுபோய் நிறுத்தினார்கள். எமன் அவளை ஏறிட்டுப் பார்த்தவுடன் "இது உத்தரிகோரி கினூமி அல்லவா? அவளை ஏன் இவ்வளவு சீக்கிரத்தில் அழைத்துவந்தீர்கள்? ஷாபா லோகத்துக்கு (மானுட உலகத்துக்கு) அவளை உடனே அனுப்பிவிட்டு, யமாதகோரி கினூமியின் உயிரைக் கொண்டுவாருங்கள்!" என்று உத்தரவிட்டான். உத்தரிகோரி கினூமி எமதர்மன் காலில் விழுந்து, "தர்மராஜா நான் மாண்டு மூன்று நாட்கள் கழிந்துவிட்டதே; என்னுடைய உடம்பை எரித்துவிட்டிருப்பார்களே! என்னை ஷாபா உலகத்துக்கு அனுப்பினால் நான் என்ன செய்வேன்? என் உடம்பு சாம்பலாகிவிட்டதே! எனக்கு இனி உடம்பேது?" என்று அழுதாள்.

எமதர்மன் சொன்னான்: "பெண்ணே கவலைப்படாதே. யமாதகோரி கினூமியின் உடம்பை உனக்குக் கொடுக்கிறேன்.

அவள் உயிரைத்தான் இங்கு கொண்டுவர வேண்டும். உடம்பு எரிந்துபோய்விட்டதே என்று கவலைப்படாதே. யமாதகோரியின் உடம்பும் உனக்குப் பிடித்திருக்கும்" என்றான். அவன் பேசி முடியுமுன் யமாதகோரி கினூமியின் உடம்பில் உத்தரிகோரி யின் ஆவி புகுந்தது.

நோயுற்ற பெண் எழுந்து ஓடுவதைக் கண்ட யமாதகோரி பெற்றோர்கள், முதலில் அவளுக்கு புத்தி கலங்கிவிட்டது என்று நினைத்தார்கள். "எங்கே ஓடுகிறாய், ஓடாதே, ஓடாதே!" என்று தொடர்ந்தார்கள். சிறுமியோ நிற்காமல் நிலைக்காமல் உத்தரிகோரியில் உள்ள மாண்டுபோன கினூமியின் வீட்டுக்கு ஓடிவந்தாள். பெற்றோர்களைக் கண்டதும் வணங்கி, "மறுபடி யும் வீட்டுக்குள் நுழைவது என்றால் எவ்வளவு சுகமாக இருக்கிறது; நீங்கள் சுகமா?" என்று கேட்டாள். பெற்றோருக்கு அவளை அடையாளம் தெரியவில்லை. அவளுக்குப் பைத்தி யமோ என்று நினைத்தார்கள். "நீ எங்கே இருந்து வருகிறாய் பெண்ணே?" என்று தாயார் உருக்கமாகக் கேட்டாள். "நான் மீய்டோவிலிருந்து வருகிறேன். நான் உங்களுடைய குழந்தை தான்; ஆனால் உடம்புதான் வேறு" என்றாள் கினூமி. பிறகு நடந்ததை எல்லாம் பெற்றோருக்குச் சொன்னாள். முதியவர்கள் ஆச்சரியப்பட்டார்கள். நம்புவதா கூடாதா என்று தயங்கினார் கள். அந்தச் சமயத்தில் யமாதகோரி பெற்றோர்கள் குழந்தையைத் தொடர்ந்து உள்ளே நுழைந்தார்கள். இரண்டு குடும்பமும் பரஸ்பரம் கலந்து பேசி, பெண்ணை நன்றாக விசாரித்துப் பார்த்தார்கள். வார்த்தைகளை நம்பத்தான் வேண்டி இருந்தது. யமாதகோரி கினூமியின் தாயார் தன் மகள் கண்ட கனவை விவரித்துவிட்டு, "பெண்ணின் உயிர் உங்கள் மகளின் உயிர் என்று நாங்கள் நம்புகிறோம். ஆனால் உடம்பு எங்கள் குழந்தை யின் உடம்பு என்பதை நீங்கள் நினைவில் வைக்க வேண்டும். ஆகையால் இந்த இரண்டு குடும்பங்களுக்கும் இந்தக் குழந்தை யில் பங்கு உண்டு. இனிமேல் இந்த இரண்டு குடும்பத்தின் குழந்தையாக நாம் இவளை மதிக்க வேண்டும்" என்றாள். உத்தரிகோரி பெற்றோர்கள் இதற்கு இணங்கினார்கள். கினூமிக்கு இவ்விரண்டு குடும்பங்களின் சொத்தும் கிடைத்தது என்று எழுதிவைத்திருக்கிறார்கள்.

○○

புக்யோ – ஹ்யாக்வா – ஜென்ஷோ என்ற கிரந்தத்தை எழுதிய ஜப்பானியர், "நிபான் – ரீயீ – இக்கி என்ற புஸ்தகத்தில் முதல் பாகத்தில் பனிரெண்டாவது கடுதாசியில் இடது பக்கத்தில் இருக்கிறது" என்று எழுதுகிறார்.

எம்மோதாவோ என்ற வார்த்தையை எமதர்மன் என்று பெயர்த்திருக்கிறேன். ஷாபா உலகம் – சஹலோகம்.

அஷ்டமாசித்தி

டென்ஷோ வம்சத்தின் ஆதிக்கத்தின்போது கியொட்டோ என்ற வடக்குப்பிராந்தியத்தில் குவான்ஷின் கோஜி என்ற வயோதிகன் வாழ்ந்துவந்தான். நீண்டு நெஞ்சை மறைக்கும் வெள்ளைத் தாடியுடன், ஷின்டோ குருக்கள்மார் போல உடையணிந்து பௌத்த சித்திரங்களைக் காட்டியும் தர்மத்தை ஜனங்களிடை உபதேசித்தும் பிழைத்துவந்தான். தினம்தினம் அவன் கியோன் ஆலயத்தின் பிராகாரத்தில் உள்ள பெரிய மரத்தில் ஒரு பெரிய படச்சீலையைத் தொங்க விடுவான். அதிலே யமலோக சிட்சைகள், தண்டனைகள் எல்லாம் தீட்டப்பட்டிருந்தன. எத்தனை நரகங்கள், எத்தனை வித வாதனைகள்! படத்தைப் பார்த்தால் நிஜம் போலத் தோன்றும். அதைப் பார்க்கக்கூடும் ஜனத் திரளுக்கு இந்தக் கிழவன் தன் கையிலுள்ள நியோயி தண்டை நீட்டி, படத்துச் சிட்சைகள் ஒவ்வொன்றையும் சுட்டிக்காட்டி காரண காரிய நியதியையும் விளக்குவான். பிறகு புத்த பகவான் உபதேசங்களைக் கடைப்பிடிக்கும்படி வற்புறுத்துவான். படத்தைப் பார்க்கவும் அவனது பேச்சைக் கேட்கவும் ஜனங்கள் ஏராளமாகக் கூடுவாாகள். சில சமயங்களில் கிழவன் தனக்கு முன்னால் பிச்சைக்காக ஒரு பாயை விரித்திருப்பான்; அதில் வந்து விழுகிற காசு பாயையே மறைத்துவிடும்.

அந்தக் காலத்தில் ஓடா நோபு நாகன் என்பவன் கியோட் டோவையும் அடுத்துள்ள பிராந்தியங்களையும் ஆண்டு வந்தான். அவனுடைய பரிவாரத்தில் ஆரகாவா என்று ஒருவன் உண்டு. அவன் ஒரு நாள் கியோன் ஆலயத்துக்கு வந்தபோது படத்தைப் பார்த்தான். பிறகு ராஜசன்னிதானத் திலே அதைப் பற்றி விஸ்தரித்தான். ஆரகாவனுடைய பேச்சை

நோபு நாகன் சுவாரசியமாகக் கேட்டான். உடனே படத்தை எடுத்துக்கொண்டு அரண்மனைக்கு வரவேண்டும் என்று குவான்ஷின் கோஜிக்கு உத்தரவிட்டான்.

சித்திரச் சீலையைப் பார்த்தவுடன் நோபு நாகன் ஆச்சரியத்தால் பிரமித்துப்போனான். படம் நிஜம் போல் கண்ணுக்கு முன்னால் நின்றது. யமகிங்கரர்களும் தண்டனையனுபவித்துத் தவிக்கும் ஜீவன்களும் தனக்கு முன்னால் நடமாடுவது போல் தெரிந்தது. ஜீவன்கள் வாதனை பொறுக்க முடியாமல் ஓலமிடுவதும் கேட்டது. படத்தில் தீட்டியிருந்த ரத்தம் பிரவாக மெடுப்பது போலவே தோன்றியது. தன்னையறியாமலே படத்தில் ஈரக்கசிவு இருக்கிறதோ எனப் படத்தை விரல் கொண்டு தொட்டுப் பார்த்தான். படச்சீலை காய்ந்துதான் கிடந்தது. ஆச்சரியம் மேலிட்டவனாய், நோபு நாகன், "இந்தப் படத்தை எழுதியவன் யார்?" என்று கேட்டான். புகழ்பெற்ற ஓகூரி ஸோட்டான் என்ற சித்திரக்காரன் இந்தப் படத்தைத் தீட்டினான் என்று குவான்ஷின் கோஜி அறிவித்தான். நூறு தினங்கள் தவமிருந்த பிற்பாடு கியோமிட்ஸீ ஆலயத்து குவானான் என்ற தெய்வத்தை வணங்கியபின் சித்திரக்காரன் இந்தப் படத்தை வரைந்தானாம்.

நோபு நாகனுக்குப் படத்தில் நாட்டமிருப்பது கண்டு ஆரகாவன், மன்னனுக்குக் காணிக்கையாகப் படத்தைக் கொடுத்துவிட சம்மதமா என்று குவான்ஷின் கோஜியைக் கேட்டான். கிழவன் அதற்குப் பதில் சொன்னான்: "இந்தப் படம் ஒன்றுதான் நான் மதிக்கும் சொத்தாக என்னிடம் இருந்து வருகிறது. அதை ஜனங்களிடம் காட்டி வயிறு பிழைக்கிறேன். இதை நான் மன்னனுக்குக் காணிக்கையாக செலுத்திவிட்டால் வேறு எனக்குப் பிழைப்புக்கு வழி ஏது? மகாராஜாவுக்குப் படத்திலே ரொம்பவும் ஆசை என்றால் நூறு பொற்காசுகள் எனக்குக் கொடுக்கட்டும். அந்தப் பணத்தைக் கொண்டு நான் ஜீவனம் செய்துகொள்வேன். இல்லாவிட்டால் படத்தைக் கொடுக்க முடியாது."

நோபு நாகனுக்கு இந்த பேரம் பிடிக்கவில்லை. மவுனமாக இருந்துவிட்டான். ஆரகாவன் ரகசியமாக இவன் காதில் எதுவோ ஓதினான். அவனும் சம்மதித்துத் தலையை அசைத்தான். குவான்ஷின் கோஜிக்கு ஏதோ சொற்பத்தொகை பரிசில் வழங்கி அவனை அனுப்பிவிட்டார்கள்.

கிழவன் மாளிகையைவிட்டு வெளியேறியதும் ஆரகாவனும் ரகசியமாக அவனைத் தொடர்ந்தான். படத்தை எப்படியாவது மோசடியாகக் கிழவனிடமிருந்து பறித்துவிட வேண்டும் என்பது அவன் நினைப்பு. சவுகரியமும் கிடைத்தது. நகரத்துக்கு வெளியே

உள்ள மலையை நோக்கிச் செல்லும் பாதையை மேற்கொண் டான் குவான்ஷின் கோஜி. மலையடிவாரத்திலே பாதை திடீரென்று திரும்பும் தன்னந்தனிமையான இடத்தில் ஆரகாவனிடம் அவன் அகப்பட்டுக்கொண்டான். 'படத்துக்கு நூறு பொன் கேட்க பேராசை பிடித்து ஆட்டுகிறதோ? அதற்குப் பதிலாக மூன்றுமுழ இரும்புத் துண்டு உனக்குப் பரிசாகக் கிடைக்கிறது பார்' என்று மிரட்டி வாளையுருவி கிழவனைக் குத்திவிட்டு படத்தை எடுத்துக்கொண்டு திரும்பினான்.

மறுநாள் சித்திரச் சீலையை நோபு நாகன் பாதத்தில் சமர்ப்பித்தான். குவான்ஷின் கோஜி முந்திய தினம் கடைசியாக அரச சன்னிதானத்தில் எப்படி படச்சீலையைச் சுருட்டிக் கட்டியிருந்தானோ அப்படியே இருந்தது. உடனே படத்தைத் தொங்கப்போடும்படி நோபு நாகன் உத்தரவிட்டான். படச் சீலையை விரித்துத் தொங்கப்போட்டபொழுது மன்னனும் ஆரகாவனும் அதிசயித்துப்போனார்கள். வெறும் சீலை மட்டுந்தான் தொங்கியது. அதில் படத்தைக் காணவில்லை. எப்படிப் படம் மறைந்தது என்பதை விளக்க முடியாமல் தவித்தான் ஆரகாவன். தெரிந்தோ தெரியாமலோ எஜமானனை ஏமாற்றிய குற்றத்துக்காக சிறைத்தண்டனை பெற்றான்.

தண்டனைக்காலம் முடிவடைந்து வெளிவந்த க்ஷணத் திலேயே குவான்ஷின் கோஜி, கிட்டானோ ஆலயத்தில் படத்தைக் காட்டிக்கொண்டு பிழைப்பதாகக் கேள்விப்பட்டான். கேட்டதை நம்பமுடியவில்லை. ஆனால் இந்தச் சேதி அவனது நெஞ்சில் அற்ப நம்பிக்கையை விதைத்தது. எப்படியாவது கிழவனைச் சந்தித்து, சித்திரச்சீலையைப் பெற்று, தனது குற்றத்துக்குப் பரிகாரம் தேடிக்கொள்ள முடியும் என நம்பினான். உடனே தனது பணியாட்களைத் திரட்டிக்கொண்டு கோயிலுக்குப் போனான். ஆனால் குவாஷின் கோஜி சென்றுவிட்டான் என்ற தகவல்தான் கிடைத்தது.

சில நாட்கள் கழித்து கியோமிட்ஸீ ஆலயத்தில் கிழவன் படங்காட்டிக்கொண்டிருப்பதாகத் தகவல் கிடைத்தது. ஆரகாவன் கோயிலுக்கு ஓடினான்; கூட்டம் கலைவதைத்தான் கண்டான்; கிழவனைக் காணவில்லை.

கடைசியாக ஆரகாவன் கிழவனைத் திடீரென்று ஒரு மதுக்கடையில் கண்டுபிடித்துக்கொண்டான். தன்னைப் பிடித்துக் கட்டுவதைப் பார்த்து, சிரித்துக்கொண்டே "கூப்பிட் டால் உம்முடன் வருவேனே; ஆனால் அவசரப்பட வேண்டாம், சற்று மது அருந்திவிட்டு வருகிறேன்" என்று குவான்ஷின் கோஜி சொன்னான். ஆரகாவன் அதனை ஆட்சேபிக்கவில்லை. ஆனால் அங்கு கூடியிருந்தவர்கள் அதிசயிக்கும்படியாகப்

பனிரெண்டு மதுக்குடங்களைத் தீர்த்து உருட்டிவிட்டான் கிழவன். பனிரெண்டாவது குடம் உருண்டது; தாகவிடாய் தீர்ந்தது என்றான் கிழவன். அவனைக் கட்டி நோபு நாகன் மாளிகைக்கு இழுத்துச் செல்லும்படி உத்தரவு போட்டான் ஆரகாவன்.

குவான்ஷின் கோஜி மறுபடியும் ராஜ சபையிலே விசாரிக்கப் பட்டான். தலைமை அதிகாரி கடுமையாக, “நீ ஜனங்களிடை மந்திரவித்தைகளைக் காட்டி ஏமாற்றிப் பிழைத்து வருவதாகத் தெரிகிறது. அதற்குக் கடுந்தண்டனை கிடைப்பது நிச்சயம்; இருந்தாலும் மரியாதையுடன் எங்கள் மன்னர் நோபு நாகரிடம் படத்தைக் கொடுத்துவிட்டால் அந்தப் பிழையை மன்னித்து விடுகிறோம்; இல்லாவிட்டால் நீ நினைத்து அறியாத கடுந் தண்டனை கிடைப்பது நிச்சயம்” என்றான்.

இதைக் கேட்டு மதிமருண்டவனைப் போல் சிரித்து குவான் ஷின் கோஜி பின்வருமாறு சொல்லலானான்: “நான் ஜனங்களை ஏமாற்றவில்லை” என்றுகூறி ஆரகாவனைத் திரும்பிப் பார்த்து “நீதான் ஏமாற்றுக்காரன்; படத்தை வாங்கி மன்னனைக் காக்கை பிடிக்க முயன்றாய்; அதைத் திருடுவதற்காக என்னைக் கொல்ல முயன்றாய்; குற்றம் என ஒன்று இருக்குமாகில் அது உன் குற்றம். ஆனால் அதிருஷ்டவசமாக என்னைக் கொல்ல முடியவில்லை. நீ அதில் ஜெயித்திருந்தால், ஆசைப் பட்டது போல் நடந்திருந்தால், அந்தச் செயலுக்காக என்ன சொல்லிப் பரிந்து பேச முடியும் உன்னால்? எப்படியானாலும் நீ படத்தைத் திருடினாய். உன்வசம் இருப்பது அதன் நகல் தான்; படத்தைத் திருடியபின் மனம் மாறியது. மன்னனுக்கு ஏன் கொடுக்க வேண்டும், நாமே வைத்துக்கொண்டால் என்ன என்று நினைத்து அதற்குத் தந்திரம் செய்தாய். வெறும் படமில்லாச் சீலையை மட்டும் மன்னனிடம் கொடுத்தாய்; கடைசியில் நான் ஏமாற்றிவிட்டதாகவும் போடுகிறாய்; நிஜப்படம் எங்கிருக்கிறது என்பது எனக்குத் தெரியாது; ஒருவேளை உனக்குத் தெரிந்திருக்கக்கூடும்” என்றான்.

இதைக் கேட்ட ஆரகாவனுக்கு ஆக்ரோஷம் வந்தது. கைதியை நோக்கி ஓடினான். காவலர்கள் வந்திராவிட்டால் அவனை அடித்துப்போட்டிருப்பான். இவனது சினம் தலைமை அதிகாரிக்கு அவன்மீது சந்தேகத்தைத் தூண்டியது. குவான் ஷின் கோஜியைச் சிறைச்சாலைக்குக் கொண்டுபோகும்படி உத்தரவு போட்டுவிட்டு ஆரகாவனை நெருக்கிக் கேள்விகள் கேட்க ஆரம்பித்தான். ஆரகாவனுக்கு இயல்பாகவே தாராள மாகப் பேசத் தெரியாது. தயங்கித்தயங்கிப் பேசுவான். மனம் குழம்பிவிட்டதால் இப்போது பேசவே முடியவில்லை.

முன்னுக்குப் பின் முரணாக உளறிக்கொட்டி சந்தேகத்தை வலுக்கவைத்துக்கொண்டான். அவன் உண்மையைக் கக்கும் வரை தடி கொண்டு நையப் புடைக்கும்படி பிரதம அதிகாரி உத்தரவிட்டான். ஆரகாவன் அடிவலி பொறுக்க முடியாமல் பிரக்ஞையை இழந்தான்.

சிறையில் கிடந்த குவான்ஷின் கோஜிக்கு ஆரகாவன் பட்ட அவஸ்தையை எல்லாம் சொன்னார்கள். கிழவன் சிரித்தான். சிரித்துவிட்டு சற்று சிந்தனை செய்தான். சிறைக் காவலனிடம், "நான் சொல்லுவதைக் கவனமாகக் கேள்; ஆரகாவன் வாஸ்தவத்தில் அயோக்கியன்தான்; அவனைத் திருத்துவதற்காகவே அவனுக்குத் தண்டனை கிடைக்கும்படி செய்தேன். ஆரகாவனுக்கு உண்மை தெரியாது; என்னால் எல்லாவற்றையும் திருப்திகரமாக விளக்க முடியும் என்று தலைமை அதிகாரியிடம் போய்ச்சொல்லு" என்றான்.

மீண்டும் கிழவனைத் தலைமை அதிகாரியிடம் அழைத்து வந்து நிறுத்தினார்கள். குவான்ஷின் கோஜி அதிகாரியிடம் பின்வருமாறு அறிவித்தான்:

"வாஸ்தவத்திலேயே சிறப்பான சித்திரங்களுக்கு உயிர் உண்டு. அதற்கு மனம், புத்தி, சித்தம் ஆகிய எல்லாம் உண்டு. அதற்கு உயிர் வழங்கியவனிடமிருந்தோ அல்லது அதனுடைய நியாயமான சொந்தக்காரனிடமிருந்தோ பிரிக்கப்படுவதற்கு இணங்காது. சிறந்த படங்களுக்கு உயிர் உண்டு என்பதற்கு எத்தனையோ அத்தாட்சிகள் உண்டு. ஹாகன் என்ஷின் என்ற சித்திரக்காரன் புஸீமாத் தட்டியில் சிட்டுக்குருவிகளை வரைந்தான்; அவை உயிர்பெற்றுப் பறந்துவிட, படத்தில் வரைந்த இடம் காலியாகி வெறிச்சோடிக் கிடந்தது. படச்சீலையில் வரைந்த குதிரை இரவில் புல்மேய்வதற்காக வெளியே போவதைக் கேட்டிருப்பதில்லையா. அதிருக்கட்டும்; அந்த வழக்கில் மன்னன் நோபு நாகனை எந்தவிதத்திலும் படத்துக்குச் சொந்தக்காரன் என்று சொல்ல முடியாது. நான் முதலில் கேட்ட விலையைக் கொடுத்தால் படம் மீண்டும் திரைச்சீலையில் தானாகவே தெரியும் என்று நினைக்கிறேன். வேண்டுமானால் சோதித்துப் பாருங்களேன். இதில் நஷ்டமென்ன இருக்கிறது. படம் தெரியாவிட்டால் பணத்தை உடனே திருப்பிக்கொடுக்கிறேன்" என்றான்.

இந்த அதிசயமான வார்த்தைகளைக் கேட்ட நோபு நாகன், தொகையைக் கொடுக்கும்படி உத்தரவு போட்டுவிட்டு விளைவைக் காணத் தானே நேரில் வந்தான். அவன் முன்பு சித்திரச் சீலையை விரித்தார்கள். அங்குள்ளோர் யாவரும் அதிசயிக்கும்படி படம் முன்போல் தென்பட்டது; ஆனால்

வண்ணக் கலவைகள் முன்போல் பளிச்சென்று தெரியவில்லை; சற்று மங்கிப்போயிருந்தது. ஜீவன்களும் கிங்கரர்களும் முன் போல் ஜீவகளையுடன் தென்படவில்லை என்பதைக் கவனித்த மன்னன், "ஏன்?" என்று கேட்டான். குவான்ஷின் கோஜி அதற்குப் பின்வருமாறு பதில் சொன்னான்:

"முதல்முதலில் படத்தை நீ பார்க்கும்போது அதற்கு விலை இல்லை; விலைமதிப்புக்குள் அடைபடாத சித்திரமாக இருந்தது. ஆனால் இப்பொழுது நீ பார்க்கும் படத்தின் மதிப்பு நீ கொடுத்த நூறு பொற்காசுகள்தான். அந்தத் தொகைக்கு ஈடான அழகுதான் இப்போது அதில் உமக்குத் தென்படுகிறது" என்றான். கிழவனை உடனே விடுதலை செய்தார்கள். ஆரகா வனையும் விடுவித்தார்கள். அவன் செய்த அக்கிரமத்திற்குப் பட்டதே போதும்.

ஆரகாவனுக்கு பூயிச்சி என்று ஒரு தம்பியுண்டு. அண்ண னுக்கு அடியும் சிறையும் கிடைத்தது கண்டு மிக்க கோபம் கொண்டான். அந்தக் கொதிப்பிலே குவான்ஷின் கோஜியைக் கொன்றுவிடத் தீர்மானித்தான். கிழவன் விடுதலை கிடைத்த தும் நேராக மதுக்கடைக்குச் சென்றான். அவனைத் தொடர்ந்து கடைக்குள் சென்ற பூயிச்சி, அவனைக் கீழே தள்ளி தலையை வெட்டினான். கிழவனுக்குக் கிடைத்த நூறு பொற்காசுகளை யும் எடுத்துக்கொண்டான். தலையையும் தொடையையும் மூட்டையாகக் கட்டிக்கொண்டு அண்ணனிடம் சென்று அவன் காலடியில் வைத்தான். மூட்டையை அவிழ்த்து விரித்தான். உள்ளே மதுக்குடுக்கையும் மலமும்தான் இருந்தது! கடையில் கிடந்த தலையில்லா முண்டமும் மறைந்துபோயிற்று என்பதையும் கேட்டு இன்னும் அதிகமாக திக்பிரமை பிடித்துப்போனார்கள் சகோதரர்கள் இருவரும்.

பிறகு ஒரு மாத காலம்வரை குவான்ஷின் கோஜியைப் பற்றி ஒன்றுமே தெரியவில்லை. ஒரு மாதம் கழித்து ஒரு நாள் நோபு நாகன் மாளிகை வாசலில் குவான்ஷின் கோஜியைப் போன்ற ஒருவன் குறட்டைவிட்டுத் தூங்கிக்கொண்டிருந்தான். குறட்டை இடியின் கர்ஜனை போல் இருந்தது. மது மயக்கத் தில் கிடப்பவன் அவன்தான் என்று காவலன் ஒருவன் கண்டான். தூங்கிக்கிடந்தவனைத் தூக்கிப் போய்ச் சிறையில் போட்டு அடைத்தான். அங்கும் கிழவன் விழிக்கவில்லை. பத்து நாட்கள் இரவு பகல் ஓயாமல் தூங்கினான். அவனது குறட்டை தூரத்துப் போர் முரசு போல் ஒலித்துக்கொண் டிருந்தது.

இச்சமயத்தில்தான் நோபு நாகன் தன்னுடைய படைத் தலைவர்களுள் ஒருவனான அக்கெச்சி மிட்ஸுஹீடே என்பவ

னுடைய சதிக் கத்திக்கு இலக்காகி மாண்டான். மிட்ஸுஹீடே ஆதிக்கம் பனிரெண்டு நாட்கள்தான் நிலைத்தது.

மிட்ஸுஹீடே, கியோட்டோவுக்கு மன்னனானவுடன், குவான்ஷின் கோஜியின் வழக்கை அவனிடம் அறிவித்தார்கள். கைதியைத் தன் முன்னால் அழைத்துவரும்படி உத்தரவிட்டான் மிட்ஸுஹீடே. கிழவனைக் கொண்டுவந்து நிறுத்தினார்கள். மிட்ஸுஹீடே அவனைப் பரிவுடன் நடத்தினான். அவனுக்குத் திருப்தியாக நல்ல உணவு பரிமாறும்படி உத்தரவிட்டான். குவான்ஷின் கோஜி சாப்பிட்ட பிற்பாடு, "தங்களுக்கு மதுவில் அத்யந்த ப்ரீதி என்று சொல்லுகிறார்கள்; ஒரே தடவையில் நீங்கள் எவ்வளவுதான் சாப்பிடுவீர்கள்?" என்று கேட்டான் புது மன்னன்.

"எவ்வளவு குடிப்பேன் என்று தெரியாது. மதி மயங்கும் சமயத்தில் நிறுத்திவிடுவேன்" என்றான் கிழவன்.

மதுக்குடத்தை குவான்ஷின் கோஜிமுன் கொண்டுவந்து வைக்கும்படி கட்டளையிட்டான் அரசன். கிழவனுடைய கலசம் வற்றவற்ற ஊற்ற வேண்டும் என்று கட்டளையிட்டான். கிழவன் கிரமமாகப் பத்துக் குடங்களைக் காலிசெய்துவிட்டான். "இன்னும் இருக்கிறதா?" என்று கேட்பான். பணியாள் "மதுக்குடங்கள் யாவும் காலி" என்று சொல்ல, கூடியிருந்தவர்கள் பிரமித்துப் போனார்கள்.

"இன்னும் உங்களுக்குத் திருப்தி வரவில்லையா?" என்று கேட்டான் அரசன்.

"அரசே ஒருவாறு திருப்திதான்; உனது கருணைக்கு பதிலாக எனக்குத் தெரிந்த சில வேடிக்கைகளைக் காண்பிக்கிறேன்" என்றான் குவான்ஷின் கோஜி.

"அரசே அந்தத் திரையில் தெரியும் படத்தைச் சற்று கவனியுங்கள்" என்றான் குவான்ஷின் கோஜி.

ஓமித் தடாகத்தின் எட்டு அழகுகளைக் காட்டும் சித்திரம் அது. அங்குள்ளவர்கள் யாவரும் படத்தையே பார்த்தார்கள். படத்திலே ஒரு மனிதன் ஒரு படகை ஓட்டிச்செல்லுவது போல வரைந்திருந்தான் சித்திரக்காரன். படத்திலே படகு ஒரு அங்குல நீளந்தானிருந்தது. குவான்ஷின் கோஜி படகை நோக்கிக் கையை நீட்டி அழைத்தான். படகு படத்தில் திரும்பியது. முன்னோக்கிவர ஆரம்பித்தது. நெருங்கநெருங்கப் படகும் பெரிதாயிற்று. சிறிதுநேரத்தில் படகோட்டியின் முகஜாடையும் தெளிவாகத் தெரிய ஆரம்பித்தது. படகும் ரொம்ப அருகில் நெருங்கிவிட்டது. திடீரென்று படத்திலிருந்த ஏரித் தண்ணீர் படத்தைவிட்டு வழிந்து அறைக்குள் பெருக

ஆரம்பித்தது. அறையில் கூடியிருந்தவர்கள் உடைகள் நனைந்து போகாமல் வரிந்து தூக்கிக்கொண்டனர். ஜலம் முழங்கால் அளவு வந்தது. மேலும் பெருக ஆரம்பித்தது. அதே சமயத்தில் படகும் திரையைவிட்டு வெளிவந்தது. நிஜமான செம்படவன் படகு. அதன் துடுப்பு வலிப்பதும் கேட்டது. தண்ணீர் மேலும் மேலும் பெருக ஆரம்பித்தது. அங்கு நின்றிருந்தவர்கள் இடுப் பளவு நனைந்தனர். படகு குவான்ஷின் கோஜியிடம் வந்தது. குவான்ஷின் கோஜி அதில் ஏறிக்கொண்டான். படகுக்காரன் படகைத் திருப்பி வெகு வேகமாக ஓட்டிச் சென்றான். படகு செல்லச்செல்ல ஜலமும் வடிய ஆரம்பித்தது. படகும் ஜலமும் படத்துக்குள்ளாகவே வடிந்து மறைய ஆரம்பித்தன. படகு, படத்தின் முன்பக்கமிருந்து செல்ல ஆரம்பித்ததும் அறையில் ஒரு சொட்டு ஜலம்கூட இல்லை. முன்போல் காய்ந்து ஈரக்கசிவு கூட இல்லாமல் போய்விட்டது. ஆனால் படத்துக்குள் சென்ற படகும் வேகமாகச் சென்றுகொண்டே இருந்தது. அது தூரத்தில் செல்லச்செல்ல, சிறிதாகி வெறும் புள்ளிபோலாயிற்று. பிறகு அந்தப் புள்ளியும் மறைந்தது. குவான்ஷின் கோஜியும் அதோடு மறைந்துபோனான். அதன் பிறகு அவன் ஜப்பானில் தென்படவே இல்லை.

○ ○

டென்ஷோ வம்சத்தின் ஆதிக்கம் கி.பி. 1573 முதல் 1594 வரை இருந்தது. நோபு நாகன் கி.பி. 1582ஆம் வருஷத்தில் மாண்டுபோனதாகத் தெரிகிறது.

யாஸோ – கிதான் என்ற அபூர்வமான புராதன ஜப்பானிய கிரந்தத்திலிருந்து எடுக்கப்பட்டது.

மகளுக்கு மணம் செய்துவைத்தார்கள்

1

அவர்களுடைய மூத்த பெண்ணின் படிப்பு அடுத்த மார்ச் மாதத்தோடு முடிவடைகிறது. வயசும் 'அப்படி இப்படி' என்று சீக்கிரத்தில் பதினெட்டு ஆகிவிடும். டோக்கியோ விலேயே நாகரீகத்திற்குப் பெயர்போன இடத்திலே நிலம் வாங்கினார்கள். அதிலே ஒரு நல்ல வீடு கட்டினார்கள். வெளியே பார்த்தால் 'மேற்கத்தி' மோஸ்தர்; ஆனால் வீட்டுக்குள்ளே எல்லாம் ஜப்பானிய 'வளமுறைதான்' – தரையில் பாய், கடுதாசித் திரை எல்லாம். ஆனால் முன்கூடத்தை மட்டும் மேற்கத்தி மோஸ்தரில் ஜோடித்து நாற்காலி மேஜை போட்டிருந்தார்கள். தரையில் மரப்பலகையைப் பாவி இருந்தார்கள். அதற்குமேல் சீனக் கம்பளத்தை விரித்தார்கள். தற்காலத்தில் பிரபலம் பெற்ற ஜப்பானிய சிற்பிகள் செய்த சிலைகள், சித்திரக்காரர்கள் தீட்டிய படங்கள் எல்லாவற்றையும் வாங்கி முன்கூடத்தை அலங்கரித்தார்கள். 'இந்தக் காலத்திலே எல்லாரும் பியானோ ஒன்று வாங்கி இந்த மாதிரி அறைகளில் வைத்திருக்கிறார்களே' என்றுகொண்டு ஒரு பியானோ வாத்தியத்தையும் வாங்கி வைத்தார்கள். மூத்த பெண்ணுக்கு இனிமேல் பியானோ கற்றுக்கொடுப்பது என்றால் முடியாது. ஆகையால் மூன்றாவது பெண்ணையும் கடைசிப் பெண்ணையும் (ஒன்பது வயசு) பியானோ கற்றுக்கொள்ள அனுப்பினார்கள். இன்னும் கொஞ்ச நாளில் வீட்டில் பியானோ சத்தம் கேட்கும்; அப்படிக் கேட்பதும் பெரிய குடும்பத்துக்கு அடையாளம் என நினைத்து திருப்தியடைந்தார்கள். வீட்டுக்கு டெலிபோன் வைக்கவும் மறக்கவில்லை; டெலிபோன் நம்பரைக் கொட்டை எழுத்தில் வீட்டு வாசல் கதவில் பதிக்கவும் மறந்துவிடவில்லை.

புதுமைப்பித்தன் மொழிபெயர்ப்புகள்

இனிமேல் மக்களைப் போட்டோ எடுக்க வேண்டும். எடுத்த எடுப்பிலேயே வெற்றி கிடைத்துவிடுமா? பெண்கள் படங்களைப் பிடிப்பதில் ரொம்பக் கெட்டிக்காரன் என்று டோக்கியோ முழுவதிலுமே பேர் வாங்கிய ஒரு புகைப்படக் காரனிடம் மக்களை அழைத்துக்கொண்டு போனார்கள். ரொம்பக் காக்கப் போட்டுவிட்டான். அழகழகான பூங்கொத்துக் கள் மாதிரி உடையுடுத்து அலங்காரம் செய்துகொண்டு பல பெண்கள் இவர்களுக்கு முன்பே வந்து காத்திருந்தார்கள். கடைசியாக அவர்கள் முறையும் வந்தது. அவர்கள் மக்கள் சிரித்த முகத்தோடும் மலர்ச்சியோடும் இருக்க வேண்டும்; தவிரவும் குளுமையும் களங்கமற்ற தன்மையும் முகம் நிறைந் தாற்போல் இருக்க வேண்டும். படத்திலே உடம்பு புஷ்டியாக – கூடுமானவரை புஷ்டியாகத் – தெரிய வேண்டும்; ஏனென்றால் அவள் கொஞ்சம் ஒற்றைநாடி; 'நோஞ்சான்' என்று நினைத்து விடக் கூடாது. போட்டோ பிடிக்கிறவன் இதை எல்லாவற்றை யும் புரிந்துகொண்டான். ஐந்து வாரங்கள் கவலையோடு காத்திருந்த பிற்பாடு, டோக்கியோவிலேயே ரொம்பப் பெரிய 'பில்' – எதுக்கென்றாலும் அவ்வளவு பெரிசு இருக்காது – அவர் களுக்கு வந்துசேர்ந்தது. படம் வந்தது; படமும் பாதகமில்லை; இதுதானே முதல் தடவை.

பெண்ணைக் கலியாணம் செய்துகொடுப்பது என்றால் பெற்றோர் யார் என்று பார்க்கமாட்டார்களா? அதற்காக நல்லபடி உடுத்துக்கொள்ள வேண்டும்; கூடியவரை அன்னி யோன்னியமாக நடந்துகொள்ளுவது போலக் காட்டிக்கொள்ள வேண்டும். சண்டை போட்டுக்கொள்ளுவதை நிறுத்திக்கொண் டார்கள். இரண்டு பேரும் அடிக்கடி குழந்தையைக் கூட்டிக் கொண்டோ அல்லது இரண்டு பேர் மட்டும் தனியாகவோ உலாவப்போனார்கள். புருஷன் இரண்டு வருஷத்திற்குமுன் செய்தது மாதிரி பெண்டாட்டி கருப்பு 'பர்' மயிர் வாங்கு வதைத் தடுக்கவில்லை. ஒரு வைர மோதிரம்கூட வாங்கிக் கொடுத்துவிட்டான். நாடகம் பார்க்கப் போனார்கள்; மூத்த மகளையும் அழைத்துக்கொண்டு போனார்கள். அவர்கள் பேஸ்பால் விளையாட்டு, நாடகம், சினிமா எல்லாவற்றிற்கும் போனார்கள். தாங்கள் தற்காலத்திய நாகரிகப் பெற்றோர்கள் என்பதைக் காட்டிக்கொள்ளுவதற்கு பேச விஷயங்களாவது வேண்டாமா?

மூத்த மகளை அதே போட்டோகிராபர் இரண்டாந் தடவையும் எடுத்தான். மூன்று மாசம் கழித்து எடுத்தார்கள்; அது ரொம்ப நன்றாக வந்திருந்தது. பழைய காலத்து நீண்ட கிமோனோ அங்கியும், 'ஒபி' ஜரிகைக் காலரும் போட்டிருந்தா லும் புஷ்டியாக, ஆரோக்கியமாக, மலர்ந்த முகத்துடன்

படத்தில் விழுந்திருந்தாள். பன்னிரண்டு காப்பிகள் (நகல்கள்) எடுக்கும்படி உத்திரவு கொடுத்து அவைகளை வாங்கி நண்பர்கள், சொந்தக்காரர்கள் முதலியோரிடை வினியோகித்தார்கள்.

2

படம் கிடைத்த இரண்டு மூன்று நாட்களுக்கு அப்புறம், "உங்களுக்கு ஒரு நல்ல சமாச்சாரம் சொல்லப்போகிறேன்" என்றார் அவர்களுடைய நண்பர்களில் ஒருவர். இப்பொழுது தான் பாசாகி பட்டம் பெற்று சர்வகலாசாலையிலிருந்து வெளிவந்திருக்கிறான். தகப்பனார் பணக்காரன். ஆணும் பெண்ணுமாக எட்டுக் குழந்தைகள்; அதில் மூத்த பையன் இந்த வாலிபன்; பையன் சர்வகலாசாலையில் பட்டம் வாங்கிய வுடனேயே சர்க்கார் நிதி இலாகாவில் வேலை கிடைத்துவிட்டது. வேலை கிடைக்காத இந்தக் காலத்தில் இது அதிசயமல்லவா!

ஆணும் பெண்ணுமாக எட்டு அண்ணன் தங்கைமாரா? மூத்தவன் என்றால் நல்லதுதான்; ஏனென்றால் பாரம்பரிய சொத்தில் அவனுக்குத்தான் பங்கு ஜாஸ்தி; இருந்தாலும் மற்றக் குழந்தைகள் கஷ்டத்தில் மாட்டிக்கொண்டால் அவனும் அவன் மனைவியும்தானே குடும்பத்துக்குப் பெரியவன் என்ற ஹோதாவில் தலையிட வேண்டியிருக்கும். நம்ம பெண் ரொம்ப சிறிசு; கல்யாணமாகிப் பெரிய குடும்பத்தை நடத்த அதற்குத் திறமை போதாது; மேலும் இப்பொழுதுதானே ஹைஸ்கூல் படிப்பை முடித்திருக்கிறாள்; கலியாணம் பண்ணி வைப்பது என்றால் இன்னும் எவ்வளவோ சொல்லி வைக்க வேண்டும். 'இப்பொழுது அந்த யோசனையில்லை' என்று சொல்லி மரியாதையாகத் தட்டிக்கழித்துவிட்டார்கள்.

மகளும் சர்வகலாசாலையில் பட்டம் வாங்கினாள்; பெற்றோர்கள் நன்றாக நாஸுக்காக உடை உடுத்திக்கொண்டார்கள்; ஒரு மோட்டார்காரை வாடகைக்கு அமர்த்திக்கொண்டு அவள் வாசித்த ஹைஸ்கூலகளுக்கெல்லாம் போய் சொல்லிக் கொடுத்த வாத்திமார்களுக்கெல்லாம் திருப்தியான பரிசு, ஒவ்வொருவருக்கும் கொடுத்துவிட்டு வந்தார்கள். காரணம் உபாத்தியாயர்கள் தம் பெண்ணைப் பற்றி நல்லபடியாகவே சிபாரிசு செய்வார்கள் என்பதுதான். பிறகு அவளுக்குத் தேநீர்ச் சடங்கு, பூ அலங்காரம், நோஹ் பாடுவது (நலங்கு பாட்டு மாதிரி), பின்னல் வேலை, எழுத்து வேலை, மேற்கத்தி சுயம்பாகம், தையல்வேலை எல்லாம் கற்றுக்கொடுத்தார்கள். அவளுக்கு மேற்கத்தி, ஜப்பானிய வளமுறைகள் இரண்டும் தெரிந்திருக்க வேண்டாமா? யார் மாப்பிள்ளையாக வரப்

போகிறான் என்று என்ன கண்டார்கள். ஜப்பானியத் தேநீர் விருந்தென்றால் நீள கிமோனோவைப் (ஜப்பானியப் பெண்கள் அணியும் நீள அங்கி) போட்டுக்கொண்டு போனாள்; பேஸ்பால் விளையாட்டுக்கு அழைப்பு வந்தால் தானே தைத்துவைத்துக் கொண்டிருக்கும் அன்னிய மோஸ்தர் உடைகளை அணிந்து கொண்டு சென்றாள்; விருந்தாளிகள் வீட்டுக்கு வந்தால் பிரெஞ்சு முறையில் மகள் செய்துவைத்த பக்ஷணத்தை அவர்கள் முன்னிலையில் புகழ்ந்தார்கள்; அதுவும் பியானோ மேல் ஜோடித்து வைத்த புஷ்பமும் திரைகளும் குஷன்கள் மேல் போட்டுள்ள பூ வேலைகள் எல்லாம் அவள் செய்தது தான். அவள் திறமைகளையெல்லாம் எடுத்துக்காட்ட வேண்டாமா; கூடுமானவரை எல்லாவிதமான திறமைகளையும் பெறும்படி செய்ய வேண்டாமா?

இரண்டாம் முறை ஒரு வரன் வந்தது. அவன் ஒரு என்ஜினியர். அவனும் பணக்காரக் குடும்பத்தில் மூத்த பையன்; ஆனால் வேலை காரணமாக அவன் எப்பொழுதும் பிரயாணம் செய்துகொண்டிருக்க வேண்டும்; அதனாலே அவன் மனைவி அவனது பெற்றோருடன் இருந்து அவர்களுக்குப் பணிவிடை செய்துகொண்டிருக்க வேண்டியிராது. விவரங்களைப் பார்த்தால் நப்புத் தட்டுகிறது; ஆனால் ஐந்தடி மூன்றங்குலந்தான் உயரமாம். அவளும் அதே உயரம். பெண்ணுக்கு ஏற்ற வளர்த்திக்கு மேல் இருக்கிறார் என்று பெருமூச்சு விட்டுக்கொண்டு பேச்சை நிறுத்திக்கொண்டார்கள்.

அப்புறம் நெட்டை அபேட்சகரும் வந்தார். ஐந்தடி எட்டங் குலம். அனிகாவா வம்சத்தைச் சேர்ந்த பிரபு. கேட்டபோதே மகிழ்ச்சி தாங்க முடியவில்லை. மகளுக்கு இந்தப் பேறு கிடைப்பதென்றால் சும்மாவா? அவருக்கு நந்தவனம் போடுவ திலும், புஷ்பச் செடி வளர்ப்பிலும் அபாரப் பித்தாம். தம்மு டைய மாளிகையில் நந்தவனமும், உஷ்ணப்பிரதேச பூச்செடி களுக்கு என்று செயற்கை உஷ்ணம் கொடுக்கும் 'பூ வீடும்' வைத்து நடத்துகிறாராம். தாயாருடனும் சகோதரிகளுடனும் வசிக்கிறாராம். பேச்சு ஆரம்பிக்கலாம் என்று நினைத்தார்கள். மாப்பிள்ளை வீட்டார் நிபந்தனைகள் என்னவோ? ஜமீன் தாரனியம்மாள், பெண் வீட்டுக்கு வரும்பொழுது சீர்வகை களில் எட்டு சொருகு உள்ள அலமாரி, மூன்று பெரிய பெட்டி, இதுக்கேற்ற துணிவகைகள் கொண்டுவர வேண்டும் என்பதாக 'தரகன்' சொன்னான்; அன்னிய மோஸ்தர் உடைகள் கூடவே கூடாதாம். அவள் கொண்டுவரும் சாமான்கள் அவள் இஷ்டம் போல் விற்கக்கூடியதாக இருக்க வேண்டுமாம். தவிரவும் வருஷத்திற்கு இரண்டு தடவை பெற்றோரைப் போய்ப் பார்த்துவிட்டு வரலாமாம்; வருஷப் பிறப்பின்போதும்,

வருஷ மத்தியிலுமாக இரண்டு தரம் அவர்களுக்குக் கடுதாசி எழுதலாமாம்; வருஷத்திற்கு ஒரு தடவை ரொம்பவும் அன்னியோன்னியமான சினேகிதைகளைப் போய்ப் பார்த்துவிட்டு வரலாமாம். இதற்கு மேல் இஷ்டப்படி வெளியே போகவோ எழுதவோ அனுமதி கிடையாதாம். 'இந்த மாதிரி பிடிவாதம் பிடித்த பழம்பசலிகளுக்குப் பெண்ணைக் கொடுக்க முடியாது' என்று சொல்லிவிட்டார்கள். பொறாமை பிடித்த, குருட்டுத் தனமான, தங்களது பெருமையாலும் ஞானவிருத்தி, விவகார ஞானசூன்யத்தாலும் படிப்படியாக வறுமையில் அழுந்திக் கொண்டிருக்கும் பிரபுக்குடும்பத்தில் சம்பந்தம் செய்து கொள்ள உலகத்தில் உள்ள செல்வம் பூராவும் கொடுத்தாலும் முடியாது என்று விட்டுவிட்டார்கள்.

3

அப்புறம் புதுசாப் பணம் படைத்த குடும்பம் பெண் கேட்டு வந்தது.

தகப்பனார் ஒரு பெரிய தொழிற்சாலை வைத்து நடத்து கிறார். பத்து லட்சம் 'என்' (ஜப்பானிய நாணயம்) ஆஸ்தி என்று தரகன் சொன்னான். மாப்பிள்ளை இப்பொழுதுதான் இம்பீரியல் சர்வகலாசாலையிலிருந்து ஹானர்ஸ் பட்டத்துடன் வெளியே வந்திருக்கிறான். 'பார்க்கிறதற்கு அழகாக இருப்பான்; நெட்டையாகவும் இருப்பான். பையனும் தகப்பனார்கூட அதே தொழிலில் ஈடுபட்டிருக்கிறான். இரண்டு தங்கைகள் உண்டு; சகோதரன் கிடையாது. சொத்து முழுவதும் அவனைத் தான் சேரும்.' தரகனிடம் மகள் படத்தையும் பள்ளிக்கூட மார்க்குகளையும் கொடுத்தனுப்பினார்கள். ஒரு வாரம் கழித்து தரகன் திரும்பி வந்து, மாப்பிள்ளையும் பெண்ணும் ஒருவரையொருவர் பார்த்துக்கொள்ளுவதை அந்தக் குடும்பம் விரும்புவதாகச் சொன்னான். 'அவசரப்படாதே' எனச் சிறிது அச்சத்தோடு சொன்னார்கள். ஒவ்வொருவர் அந்தஸ்தையும் அறிந்து சொல்லும் இரகசிய விசாரணை இலாகாவுக்கு மனுச்செய்துகொண்டிருந்தார்கள். அது வரட்டும் கொஞ்சம் பொறுத்துக்கொள்ளும் எனத் தரகரிடம் சொன்னார்கள். தகவல் வந்தது. அவருக்கு சுமார் ஒரு லட்சத்து ஐம்பதினாயிரம் 'என்' இருக்கலாம். அவருக்கு இரண்டு வைப்பாட்டிமார் உண்டு; அந்த வழியில் ஐந்து குழந்தைகளும் உண்டு. சொத்துக்கு வாரீசான வாலிபன் ஒரு ஹோட்டல் பணிப்பெண்ணிடம் 'சம்பந்தம்' வைத்துக்கொண்டிருந்தான். அது போதாதா? பார்த்ததும் நடுநடுங்கினார்கள். ஆதிமுதலே தரகர்மேல் சந்தேகம். அவள் முழிக்கிற முழியைப் பார்த்தாலே பழைய

காலத்து நினைப்புள்ளவள்; அவளுக்குக் கலியாணம் என்றால் இரண்டு குடும்பங்களுக்குள் ஏற்படும் வெறும் தொடர்புதான். கலியாணத்திற்கு அப்புறம் கமிஷன் வாங்கியபின் அந்தப் பொறுப்பைப் பற்றி அவள் ஜவாப்தாரியல்ல. 'தரகச்சி வார்த்தையில் சவாரி செய்வதா' என நினைத்தார்கள்.

அப்புறம் பல அபேட்சகர்கள் வந்தார்கள். ஒரு கெட்டிக் கார ஏழை வாலிபன்; அவனுக்கு டாக்டர் ஆக வேண்டும் என்று ஆசை. கொஞ்சம் கனமாகவே ஸ்ரீதனம் கொண்டு வந்தால் பொருட்படுத்துவான்; ஆனால் இப்பொழுதுதான் எத்தனையோ பேர் அந்தமாதிரி கிடைக்குமே. பெண்டாட்டி யின் பணத்தை வைத்துக்கொண்டு முன்னுக்கு வருவது, பிறகு அதை மறந்துவிட்டு வைப்பாட்டிகளை விலைக்கு வாங்குவது. அப்புறம் ஒரு வாலிப நீதிபதி. வயசு இருபத்தி ஒன்பதுதான். இருந்தாலும் ஒன்பது வருஷ வித்தியாசம் இருக்குமே. ஒன்பது அதிர்ஷ்டம் கெட்ட எண். ஒன்பது வயசு வித்தியாசமுள்ள தம்பதிகள் வயசாகும்வரை ஒன்றாக வாழ்ந்ததில்லை. அப்புறம் ஒரு காலேஜ் புரொபஸர்; சம்பள மும் ரொம்பக் கொஞ்சந்தான். பிறகு ஒரு ராணுவ உத்தியோ கஸ்தர்; ஒரு பேரன் (பிரபு அந்தஸ்து) 'வேண்டாம் ஐயா; சோல்ஜர்கள் பேச்சே நமக்கு வேண்டாம்.'

'பொண்ணைக் கலியாணம் செய்துகொடுப்பது என்றால் என்ன சிரமம்' எனப் பெற்றோர்கள் ஒருவரையொருவர் பார்த்துப் பெருமூச்சுவிட்டுக்கொண்டார்கள். மூன்று வருஷமாக ஆகிறதே, இன்னும் எத்தனை நாள் இந்த மன உளைச்சல். இரண்டாவது பெண்ணுக்கும் கலியாணத்துக்கும் வயதாகிவிட்டது. குழந்தை களை வேனிற்காலம் முழுவதும் கடல்கரை சுகவாசஸ்தலத் திற்கு அழைத்துக்கொண்டுபோவது என்று தீர்மானித்தார்கள். மூத்த பெண் ரொம்ப ஒற்றைநாடியாகவும் இளைத்துப்போன வள் போலவும் காணப்பட்டாள். வேனிற்காலத்தில் இந்த மாதிரி பெண்களே நாஸுக் இல்லை.

4

இப்படியாக, தாயார் குழந்தைகளை அழைத்துக்கொண்டு நாஸுக்கான கடல்கரை சுகவாசஸ்தலத்திற்குச் சென்றாள். வேனிற்காலம் முழுமையும் அங்கேயே தங்கினார்கள். தகப்ப னார் மட்டும் வாரக் கடைசியில் வந்துபோய்க்கொண்டிருந் தார். புருஷனைவிட்டுத் தனியாக இருப்பதிலும் ஒருசுகம் இருக்கத்தான் செய்கிறது. ஏவின வேலைக்கு ஏன் என்று கேட்க ஹோட்டலில் பணியாட்கள். சுகமாகத்தான் இருக்கிறது

என நினைத்தாள் தாயார். மகள் கலியாண வயசில் இருப்பதினால் அல்லவா இந்தப் பாக்கியம். 'வெயிலிலே உடம்பைக் கருகவைத்துக்கொள்ள வேண்டாம்; மாப்பிள்ளைக்கு ஏற்ற வாலிபன் வருகிறானா என்று கவனி!' என்று தகப்பனார் தாயாருக்கு உத்திரவு போட்டார்.

ஆனால் தாயாருக்கு அங்கு தென்பட்ட வாலிபர்களிடம் பேசவோ அல்லது பழக்கப்படுத்திக்கொள்ளவோ தைரியம் போதவில்லை. அவளால் செய்ய முடிந்தது எல்லாம் இதுதான்; மகளை அழகாகச் சீவிச் சிங்காரித்து, கடல்கரைக்கு 'உலாவ' அழைத்துக்கொண்டுபோவாள். நல்ல வம்சத்தில் பிறந்த கற்பனை மிகுந்த வாலிபன் யாராவது மகளைக் கண்டதும் காதல் கொள்ளுவான் என்று நம்பினாள். மகளுக்கு ஸ்நானவுடை ஏற்றதாக இல்லை; தகப்பனார் ரொம்பப் பணத்திற்குத்தான் வாங்கிக்கொடுத்தார்; ஆகையால் வாலிபர்கள் தென்பட்டால் தான் அதை உடுத்துக்கொண்டு குளிப்பதற்கு மகளை அனுமதிப்பாள் தாயார்.

உடன் பலன் ஏதும் ஏற்படவில்லை; ஆனால் தகப்பனாரும் தாயாரும் 'குழந்தையை' மறுபடியும் ஊருக்கு அழைத்துக் கொண்டுபோகையில் கொஞ்சம் திடமாக இருப்பது கண்டு திருப்தியடைந்தார்கள். ரொம்பச் செலவில் குஷியாகக் கழிந்த 'விடுமுறை'யைப் பற்றிப் பேசிக்கொண்டார்கள். செலவைக் கொண்டுவந்த வேனில் நல்ல பலனைத்தான் அளித்தது என்று பேசிக்கொண்டார்கள்.

'வாஸ்தவமாகவே நல்ல சமாசாரம்' என்று சொன்னார் அவர்களுடைய நண்பர்களில் ஒருவர். வாலிபன் பாங்கி குமாஸ்தா; ஆனால் தகப்பனார் தென்கடல் வர்த்தகக் கம்பெனி ஒன்றில் டைரக்டர். குடும்பத்தில் மூன்று ஆண் குழந்தைகள். இவர் இரண்டாவது; தவிர ஒரு பெண்ணும் உண்டு. அவள் இம்பீரியல் சர்வகலாசாலையில் பட்டதாரி; இருபத்தியேழு வயசு. நெட்டையாக, அழகாக இருப்பாள். அவனுடைய அண்ணா ஒரு பேரனுடைய மகளைக் கலியாணம் செய்து கொண்டு சமுத்திரக்கரையருகில் உள்ள தங்கள் சிறுவீட்டில் மனைவியுடனும் மகனுடனும் வசித்துவருகிறான்; ஏனென்றால் மோட்டார் விபத்தால் நிரந்தர வியாதியஸ்தனாக ஆகிவிட்டான்.

'இரண்டாவது பிள்ளை; மூத்தவன் வியாதியில் படுத்து விட்டான்'...தகப்பனார் இரண்டையும் எடை போட்டுப் பார்த்தார். சொத்தில் முக்கால்வாசி மூத்தவனுக்குப் போகும்; அவன் இறந்தால் அவனுடைய மகனுக்குப் போகும். இரண்டாவது மகனும் தன் மனைவியும் டோக்கியோவில் பெற்றோருடன் வசித்து அவர்களுக்குப் பணிவிடை செய்ய வேண்டும்;

ஆனால் குடும்பச் சொத்து கிடைக்காது. இது நியாயமா, தகப்பன்தான் நல்ல சொத்தும் பிரபலமும் வாய்ந்தவராச்சே. யோசித்துப்பார்க்கிறோம் . . .

அந்தஸ்து விவர அறிவிப்பு ஸ்தாபனத்திற்கு மனுச் செய்து கொண்டார்கள். தகவல்கள் வருமாறு: குடும்பச் சொத்து ஐந்து லட்சம்; உறவினரும் நல்ல செயலில் இருக்கிறார்கள்; வைப்பாட்டியோ, தலைமுறை தலைமுறையாகத் தொடர்ந்து வரும் குடும்ப வியாதியோ கிடையாது; பையனும் யோக்கிய மாகவே நடந்துவந்திருக்கிறான். எல்லாம் விரும்பத்தக்கதாகத் தான் இருந்தது. அந்த ஐந்து லட்சத்தில் எவ்வளவு இந்தப் பையனுக்குக் கிடைக்கும் என்பதைத் தெரிந்துகொள்ள விரும்பினார்கள்; அதைப் பற்றிக் கேட்பது மரியாதையா? எல்லா அம்சங்களிலும் பூரணமாகத் திருப்தி ஏற்படுகிறது என்றால் நடக்கிற காரியமா? மகள் கலியாணமாகும் பருவத்தை இப்பவும் பரிசீலனையிலேயே கழித்துவிடுவதா? நான்கையும் யோசித்துவிட்டு வாலிபனைப் பார்க்க வேணும் என்றனர்; அதன் அர்த்தம் என்ன; மகளை அவனுக்குக் கலியாணம் செய்துகொடுக்கத் தயார் என்பதுதான். எதிர்த்தரப்பிலிருந்தும் 'சரி' என்றே பதில் வந்தது.

5

வரன்கள் இருவரும் ஒருவரையொருவர் பார்த்துக்கொள்ளு வதற்கு நாள் நிச்சயிக்கப்பட்டது. இந்த நிகழ்ச்சிக்கு 'கபூக்கி' நாடகக் கொட்டகையில் தரகர் இரண்டு 'பாக்ஸ்'களை அமர்த் தினார், இரண்டு குடும்பங்களும் பக்கத்தில் பக்கத்தில் அமர்ந்து கொள்ள. அன்று விடியற்காலை அழகு நிபுணி பெரிய அலங்காரப் பெட்டியும் கையுமாக வந்தாள்.

அவள் பெண்ணின் முகத்தைக் கழுவி 'மாலீஸ்' செய்து வர்ணம் ஏற்றினாள். தலைமயிரைத் தற்கால நாகரிக மோஸ்தரில் நெற்றியில் சுருள்சுருளாக விழும்படி சீவிப் பணிய வைத்தாள். அடுக்கடுக்காகக் கண்ணைப் பறிக்கும் பட்டு கிமோனோவை அணிவித்து அகலமான 'ஒபி' உத்தரியத்தை வைத்து இறுகக் கட்டினாள். பெண் நாணத்தால் முகம் சிவந்து முழுநேரமும் ஒரு வார்த்தைகூடப் பேசாமல் உட்கார்ந்திருந்தாள். மோட்டார் காரில் நாடகக் கொட்டகைக்குப் போனார்கள்; 'பாக்ஸு'களுள் மரியாதையாக அழைத்துச் செல்லப்பட்டார்கள்; பாய்த் தரையில் போட்ட குஷன் மெத்தைகளில் உட்கார்ந்தார்கள்.

அப்பொழுதுதான் திரை உயரச் சென்றது. ஆனால் பல வர்ணப் படாடோப உடைகளில் தோன்றியவர்கள்

என்ன செய்கிறார்கள் என்பதைப் பார்க்கக்கூட சிரத்தை கொள்ளவில்லை. அப்புறம், அந்தக் கோஷ்டியும் வந்தது; ஜப்பானிய சம்பிரதாய உடையில் பெற்றோர்கள்; நாஸூக் வெட்டுகளில் தைக்கப்பட்ட மேற்கத்தி உடையில் அழகான அந்த வாலிபன் வந்தான். தரகர் தம்பதிகளும் அவர்களுடன் வந்து அறிமுகம் செய்துவைத்தார்கள். பெண் நாணத்தால் குனிந்த முகத்தை நிமிரவே இல்லை; சமயாசமயங்களில் புன் சிரிப்புடன் தலை வணங்கினாள். வாலிபனும் அவன் பெற்றோர் களும் அவள் முகத்தைப் பார்த்தார்களோ என்னவோ!

மறுநாள் தரகரும் அவர் மனைவியும் வந்தார்கள்; ஜாதகத்தையும் பஞ்சாங்கத்தையும் பார்த்தார்கள். சீர்வரிசை பரிமாறிக்கொள்ளும் தினத்தையும் கலியாண நாளையும் நிச்சயித்தனர். முன்னது நவம்பர் மூன்றாந் தேதி என்றும் மற்றது டிஸம்பர் பதினைந்தாம் தேதி என்றும் நிச்சயித்தார்கள். 'காயை உருட்டியாகிவிட்டது' என்றார்கள் பெற்றோர்; பெண்ணை இருளடித்துப்போன விதி என்ற பாதாளத்தில் உருட்டியது மாதிரிக் கருதினார்கள். அவர்கள், முக்கியமாக அவளது தகப்பனார், சோகத்திற்கு ஆட்பட்டார். பிரமாதமான அசட்டு நம்பிக்கைகள் எல்லாம் அவரைக் கவ்விக்கொண்டன. முதல் நட்சத்திரத்தின் வர்ணம் வெள்ளை (அது மகளின் ஜன்ம நட்சத்திரம்), ரொம்ப அதிர்ஷ்டமுள்ளது; மூன்றாவது நட்சத்திரம் (மாப்பிள்ளையாக வரப்போகிறவரின் நட்சத்திரம்) நீல வர்ணமுடையது. இரண்டிற்கும் ஒரு பொருத்தம் உண்டு என்றது பஞ்சாங்கம். ராசி மண்டல சின்னங்களைப் பொறுத்த வரை மகளுடையது கோழி; வரப்போகும் வரனுடையது புலி – இரண்டின் இணைப்பும் கெடுதல் அல்லவே அல்ல – முதல் வெண் நட்சத்திர ஸ்திரீக்கு நவம்பர் மூன்றாந் தேதி ரொம்ப சுகமான தினம்; டிஸம்பர் பதினைந்தாம் தேதியோ அந்த வருஷத்தில் யாவருக்கும் அதிர்ஷ்டம் மிகுந்த தினம். எல்லாம் பொருத்தமாகத்தான் இருந்தது. இருந்தாலும் தகப்ப னாருக்கு என்னவோ கவலைதான்.

சாமான்களைத் தனித்தனி இலாகாவாகப் பிரித்து நிர்வகிக் கும் பெரிய கடை ஒன்றுக்கு அவர்கள் சென்று நிச்சயதார்த்த சீர்வரிசைகளை வாங்கினார்கள். மறுநாள் எல்லாச் சாமான் களும் சடங்குகளுக்கு உபயோகிக்கக்கூடிய மாதிரியில் வீட்டுக்கு வந்துசேர்ந்தன. பெரிய மரப்பெட்டியில் இங்கிலீஷ் 'செர்ஜ்' கம்பளித் துணி சுருணையாகச் சுருட்டி வைக்கப்பட்டு, நல்ல முரட்டு வெள்ளைக் கடுதாசியில் பொதிந்து, ஜரிகை நாடாக் களில் கட்டி 'ஷின்டோ' மரவையில் வைக்கப்பட்டிருந்தது. இந்த இங்கிலீஷ் செர்ஜ் மாப்பிள்ளைக்கு நாஸூக்கான ஸூட் தைக்க; ரொம்பவும் நாகரிகமான சீர். சம்பந்திகளின் வாடாத

செழிப்புக்கு அடையாளமாக வெள்ளை சிகப்பு வர்ணங்களில் காகித விசிறிகள். அந்தக் குடும்பத்தில் ஒன்றுவிட்ட மைத்துனன் வரை எல்லோருடைய பெயரையும் கிரமமாகப் பட்டியல் செய்து சேர்த்து 'வாழ்த்தி' வைக்கப்பட்டது. இவை தரகர் வீட்டில் வைத்துப் பரஸ்பரம் பரிமாறிக்கொள்ளப்பட்டது. மாப்பிள்ளை வீட்டுக்காரர்கள் பெண்ணுக்கு இடுப்பில் சுற்ற வேண்டிய அகலமான 'ஒபி' உத்தரியத்தை அழகாக வைத்துக் கொடுத்தார்கள். நிச்சயதார்த்த சீர்களை மாற்றிக்கொண்ட பின் கலியாண பந்தகத்தை யாரும் மீற முடியாது; கூடாது.

மாப்பிள்ளை வீட்டுக்காரரும் விவேகிகள், லௌகிகம் தெரிந்தவர்கள்; பெண் கொண்டுவர வேண்டிய சீர் சீதனம் முதலியவை பற்றி 'அறுத்துப்' பேசவில்லை. இது பெண்ணின் தகப்பனாருக்கு ரொம்ப திருப்தியாக இருந்தது; தகப்பனார் லோகம் தெரிந்தவர்; அனுபவசாலி; சீர்களைக் குறைந்த அளவில் வைத்துக்கொண்டு சீதனத் தொகையை அழியாத என்றைக்கும் பணமாக்கக்கூடிய பங்குகள், பத்திரங்களாகக் கொடுக்க வேண்டும் என்று நினைத்தார். பணத்தை ரொக்க மாகக் கொடுத்தால் – தான் மனைவியிடம் அந்தக் காலத்தில் நடந்துகொண்டதை வைத்து நினைத்து – 'ஷோக் சுந்தரி'களுடன் விளையாடிவிடுவதற்கு வசதி செய்வதாகும் என நினைத்தார். 'விலையுயர்ந்த துணிமணிகளில்தான் ஆபத்தில்லை; மேலும் மாப்பிள்ளையின் அண்ணன் மனைவி பெரிய குடும்பத்துப் பெண். அவள் கொண்டுவந்த திருமண ஜவுளி வகைகளைவிட இவளுக்கு விலையுயர்ந்ததாக இருந்தால்தான் இவளை துச்சமாக நினைத்து அவமதிக்காமல் இருப்பாள்' என்று தாயார் தினசரி இரவும் பகலும் கலியாணச் சாமான்கள் வாங்கப்போகும்பொழுது எல்லாம் சொன்னாள்.

வெள்ளி, தங்கம்; கீல்வைத்த கருங்காலி அலமாரி, ஐந்து சொருகு உள்ளது; அது நிறைய கணக்கில்லாமல் பட்டுக் கிமோனோ அங்கி; ஜரிகை பின்னல் வேலைகள் செய்த ஒபி உத்தரியங்கள்; அலமாரியைத் திறந்துபார்த்தால் வான வில்லை எல்லாம் மடித்து 'இஸ்திரி' போட்டு பெட்டியில் மடக்கிவைத்த மாதிரி இருக்கும். தலைவாரி சீவி முடித்துக் கொள்ள ஒரு தனி மேஜை; அதிலே முத்துப் பதித்த ஆமை யோட்டு கொண்டை ஊசிகள், நீலக்கல், பவளரகங்கள். இன்னும் மூன்று பெரிய பெட்டிகள் நிறைய படுக்கை மெத்தை, தலையணை, தேநீர் செட்டுகள், மேற்கத்தி மோஸ் தரில் அமைந்த வீட்டுக்கு வேண்டிய தட்டுமுட்டு சாமான்கள், பாத்திர வகைகள். இதற்கப்புறம் ஒரு பெரிய பெட்டியும் சேர்க்கப்பட்டது. இதில் மணப்பெண் மாப்பிள்ளை வீட்டுக்குச் சென்றவுடன் தன்னுடைய பெற்றோர், உறவினர், பந்துக்கள்,

சிநேகிதர்கள், ஊழியர்கள் முதலியோருக்குப் பரிசாக வழங்க வேண்டிய பட்டு, ஜரிகைப்பெட்டி, கொண்டை ஊசி, வெண்கலத் தாலங்கள், பொம்மைகள் முதலியன நிறைத்து வைக்கப்பட் டது. எல்லாம் மொத்தம் ஐம்பத்தியைந்து பேருக்குப் பரிசுகள்.

மணப்பெண் ஜவுளி வகைக்கு மட்டும் இருபத்தி ஐயாயிரம் என் செலவாச்சு; 'என் அருமந்த மகளுடன் இவ்வளவையும் கொடுக்க வேண்டுமே' எனத் தகப்பனார் பெருமூச்சுவிட்டார். இவை எல்லாவற்றையும் மாப்பிள்ளை வீட்டுக்கு எடுத்துக் கொண்டு போகுமுன் பெண்ணின் அத்தை, சித்தி, மைத்துனி மாருக்கெல்லாம் காட்டப்பட்டது. ஒவ்வொரு சாமானும் என்ன விலையாச்சு என்று சுற்றி நின்ற சொந்தக்காரர்களிடம் பெருமையாகச் சொல்லிக்கொண்டார். அலங்கார உடை யணிந்த ஊழியர் தலையிலேற்றி ஊர்வலமாக மாப்பிள்ளை வீட்டுக்குக் கொண்டுபோக வேண்டும் என விரும்பினார். ஆனால் டோக்கியோவில் அந்தப் பழக்கம் பழசாய்ப் போச்சு. அதனால் கல்யாணத்திற்கு இரண்டு நாள் முன்னதாக இரண்டு மோட்டார் லாரிகள் நிறைய ஏற்றி அங்கு கொண்டுபோனார் கள். சம்பிரதாயப்படி, சீர்வகைச் சாமான்களைப் பெண்ணின் தகப்பனார் இனம்இனமாகச் சொல்லிக் கொடுத்துவிட்டு விவரப்பட்டியலையும் சாவிக் கொத்தையும் ஒப்படைத்தார்.

கலியாணச் சடங்கின்போது பெண்ணுக்கு மேலங்கியைப் போடுவதில்லையென்ற உறுதிமொழியைப் பெண்ணின் பெற்றோர்கள் மாப்பிள்ளை வீட்டுக்காரரிடமிருந்து பெற்றுக் கொண்டு திரும்பினார்கள். இந்த மேலங்கியை ஒரே ஒரு தடவைதான் உபயோகிக்க முடியும். அதில் ஜரிகை, பின்னல், சித்திரவேலை எல்லாம் சேர்த்து, பல நூறு 'என்'னுக்குச் செலவு இழுத்துவிட்டது. மேலும் டோக்கியோவில் இந்தக் காலத்தில் அதைப் போடும் வழக்கமே போய்விட்டது. மணப் பெண்ணுக்கு, 'கைகள்' தரையில் புரளும் சம்பிரதாயக் கிமோனோ அங்கி அணிவிக்கப்பட்டது. அங்கியின் 'உடல்' கறுப்பு; ஆனால் சவுக்கையின் ஊசிஇலைகள், பழக்கொத்துக் கள், மூங்கில் இலைகள் இவை நிறைத்துப் பின்னப்பட்டிருந்தன. கற்பு, உறுதி, தன்னடக்கம் மூன்றின் உருவகங்கள் அவை மூன்றும். அந்த உடைக்குள் வெள்ளை, சிகப்பு கிமோனோ அங்கிகளைப் போட்டிருந்தார்கள்; சம்பிரதாய 'ஒபி' உத்தரீயம் தங்க, வெள்ளி ஜரிகையில் மின்னியது. கேசம், மணப்பெண் ணுக்குரிய சம்பிரதாயக் கொண்டையிடப்பட்டு ஊசி குத்தப் பட்டிருந்தது. கொண்டையை மறைக்க வெள்ளைச் சல்லாப் பிட்டு முக்காடு இட்டார்கள். இந்த முக்காடு பெண்களின் பணிவைக் குறிக்கிறது. கொண்டை பெண்ணுக்குரிய பொறுமைக் குணத்தைக் காட்டுகிறது. கணவன் பரஸ்திரீ நாட்டத்தில்

ஈடுபடுவதாகத் தெரிந்தாலும், தன் வாழ்வு முழுவதும் அந்தப் பொறாமையை மறைத்துக்கொள்ளுவதாக உறுதி கொடுப்பதற்கு அடையாளம் அந்த முக்காடு. இவ்வளவு கேவலமான அர்த்தம் பொதிந்த முக்காட்டைப் போடுவதில் பெண்ணின் தகப்பனாருக்குச் சிறிது அதிருப்தி; 'என்னடா காட்டுமிராண்டிப் பழக்கம்' என வாழையடிவாழையாக வந்த சடங்கைப் பற்றி நினைத்தார். எப்படியானாலும் எந்த நிலைமையையும் பொறுமையுடன் சகிப்பதுதான் பெண்ணுக்கு அழகு. பெண்ணைப் பழைய முறையில் சிங்காரித்து மேற்கத்தி மோஸ்தரில் ஸூட் போட்ட வாலிபன் கையில் பிடித்துக்கொடுப்பது விபரீதமாகப் படவில்லை மகள் மேல் ஆசை தழுவும் தகப்பனாருக்கு! ஏன், அங்கு கூடியிருந்தவர்களில் ஒருவருக்காவது அது விபரீதமாகப் படவில்லை. நாகரிக டோக்கியோவில் அந்த மாதிரிதான் எல்லா இடத்திலும் கலியாணம் நடக்கிறது.

6

கலியாணச் சடங்கு அமாதராஸு என்ற *சூர்யதேவியின் மகாலயத்தில் நடந்தது. தேவியின் சன்னிதானத்தில் ஷின்டோ அர்ச்சகர்கள் தம்பதிகளைப் பரிசுத்தப்படுத்தினார்கள். உற்றார் உறவினர் சேகாகி மரக்கொப்புகளை அவர்கள் தலைமீது விசிறினார்கள். பிரதம அர்ச்சகர் தேவியையும் அவள் பரிவார மான எண்பது லட்சம் தெய்வங்களையும் அழைக்க மூன்று முறை கைகளைத் தட்டினார். பவித்திரமான அரிசிபானத்தை மண்கலசத்தில் அளித்தார்; தம்பதிகள் அதை மூன்று முறை அருந்தினார்கள். சம்பந்தி ஐக்கியத்தைக் காட்ட இருதிறத்து உறவினரும் கலசங்கள் பரிமாறிக்கொண்டனர். 'இட்டிலிகள்', பட்சணங்கள், பழவகைகள், காய்கறிகள் மலைமலையாக சன்னிதானத்தில் குவிக்கப்பட்டன. ஷின்டோ இசை புராதன சுருதிகளைத் தாங்கி எழுந்தன.

ஷின்டோ திருமணக் கிரியைக்குப் பிறகு, டோக்கியோ விலேயே மேற்கத்தி மோஸ்தருக்குப் பேர்பெற்ற இம்பீரியல் ஹோட்டல் விருந்து மண்டபத்தில் மறுவீட்டு விருந்து நடந்தது. சம்பந்திகள் விருந்தினர் யாவரும் ஹோட்டலுக்கு மோட்டாரில் சென்றார்கள். தம்பதிகள் இருவரும் ஒரு காரில் தரகுத் தம்பதிகள் துணைவரத் தனியாகச் சென்றார்கள். வரவேற்பு மண்டபத்திற்கு வருமுன் சம்பளத்திற்கு அமர்த்தப்பட்ட தோழி

* ஜப்பானில் சூரியன் பெண்தெய்வம். ரசக்குறைவு இல்லாமல் இருக்க சூரியனுக்கு பெண்பால் உபயோகிப்பதற்குப் பதிலாக சூரியதேவி எனக் குறிப்பிட்டிருக்கிறேன்.

கள் திருமண உடையைக் கழற்றி இளம் லவங்கப்பட்டை வர்ணத்தில் உள்ள பூப்போட்ட பட்டாடையை அணிவித்தார்கள். மண்டபத்தின் நடுவில் போடப்பட்ட பெரிய மேஜையின் மத்தியில் மாப்பிள்ளைக்கு அருகில் உட்கார வைக்கப்பட்டாள். அவர்களுக்கு இரண்டு பக்கத்திலும் தரகரும் அவர் மனைவியும் உட்கார்ந்துகொண்டார்கள். இருநூறு விருந்தினருக்கு மேல் வந்திருந்தார்கள். ஆண்கள் மேற்கத்தி மோஸ்தர் 'குருவி வால்' சட்டையிலும், கலியாணமான ஸ்திரீகள் கறுப்பு கிமோனோ அங்கியிலும், கலியாணமாகாத பெண்கள் பல வர்ண கிமோனோக்களிலும் வந்திருந்தனர். விருந்து மேற்கத்தி மோஸ்தரில் இருந்தது. இரு சம்பந்தி வீட்டுக்காரர்களும் பழக்கமில்லாத கத்தியும் 'முள்ளும்' உபயோகித்து உணவுவகைகளுடன் போராடினார்கள்; மதுவும் வான்கோழிக் கறியுமானாலும் சாப்பிடும்போது பேசுவது மரியாதைக்குறைவு.

சாப்பாடு முடிந்து, பழங்கள் பரிமாறப்படும்போது தரகுத் தம்பதிகள் எழுந்து நின்றார்கள். மணமகனும் மணப்பெண்ணும் எழுந்து நின்றார்கள். தரகர், தம்பதிகளை விருந்தினருக்கு அறிமுகம் செய்துவைத்து இருவருடைய படிப்புத்திறமை பற்றிய விவரங்களை வாசித்து, விருந்தினர் யாவரும் அநுபவம் இல்லாத இந்த யுவ தம்பதிகளுக்கு வாழ்வில் எப்படி நடந்துகொள்ள வேண்டும் என புத்தி சொல்ல வேண்டும் என்று பேசி முடித்தார். விருந்தினர் சார்பாக சில பெரியவர்கள் எழுந்து ஆசி கூறினார்கள். ஐஸ்கிரீமும் காப்பியும் பரிமாறப்பட்டது.

விருந்து முடிந்தும் மணப்பெண் மாமியாருடனும் தரகர் மனைவியுடனும் உள்ளே சென்றாள். உள்ளே சென்று குளித்து, முகத்தில் அப்பியிருந்த வெள்ளை வர்ணத்தைத் தேய்த்துக் கழுவினாள். கலியாணக் கொண்டை அவிழ்க்கப்பட்டு, மின்சார விசிறியால் உலர்த்திக் கோதப்பட்டு, தற்கால மோஸ்தர்படி சுருள்சுருளாக சிங்காரிக்கப்பட்டது. முந்தியைப் போல் அடியோடு சம்பிரதாயத்தைப் பின்பற்றாமலும் ஆனால் அதை விட்டு அடியோடு விலகாமலும் உள்ள ஒரு கிமோனோ அங்கியை அணிந்துகொண்டாள். அவள் இப்பொழுது * திருமண யாத்திரைக்குத் தயார். தாயாரும் தகப்பனாரும் கவலையுடன் காத்திருந்தனர். யாத்திரை உடையில் மாமியாருடன் அவள் வருவதைக் கண்டதும் பெற்றோர் இருவருடைய உள்ளத்திலும் பொறாமையும் தோல்வியும் ஆழமாகக் குத்தியது.

---

* திருமண யாத்திரை என்பது மேற்கத்தி வழக்கம். கலியாணமானவுடன் தம்பதிகள் பரஸ்பரம் அறிந்துகொள்ள தனியாக யாத்திரை செய்தல், வாழ்வின் தாம்பத்ய யாத்திரைக்கு உருவகம்.

சம்பந்திகளை மரியாதையாக வணங்கினார்கள். 'பெண் சிறிசு; அனுபவமில்லாதவள், சம்பந்தியவர்கள் ரெண்டுபேரும் தாட்சண்யமில்லாது கண்டிப்பாக வளர்க்க வேண்டும்' என வேண்டிக்கொண்டார்கள்.

மோட்டார் தயாராக வாசலில் நின்றது. விருந்தினர்கள் ஹோட்டல் முகப்பில் நின்று வழியனுப்பினார்கள்; தம்பதிகள் டோக்கியோ ஸ்டேஷனுக்குச் சென்றார்கள். 9:15க்குச் செல்லும் அடாமி பிளாட்பாரத்தில் தயாராக நின்றது. பூமாலைகளில் புதையுண்டு முதல் வகுப்பு வண்டியில் உட்கார்ந்திருந்தார்கள். வருஷம் முழுவதிலும் இதுவே ரொம்ப அதிர்ஷ்டம் வாய்ந்த நாளாகையால் அன்று பல ஜோடிகளுக்குக் கலியாணம் நடந் திருந்தது; அவர்களைப் போல முதல் இரவை மகாஅடாமி ஹோட்டலில் கழிக்க தீர்மானித்து இருந்தார்கள்; ஏனென்றால் இது ஜப்பானிய முறையில் அல்லாமல் பெரிய சுவர்கள் வைத்த அறைகளும் சாவியும் தாழ்ப்பாளும் உள்ள கதவுகளும் அமைந்த ஹோட்டல்; ஜப்பானிய ஹோட்டல் என்றால் கடுதாசித் திரைதான் போட்டிருக்கும். மேலும் அந்த ஹோட்ட லில் சுகமாக வெந்நீரில் ஸ்நானம் செய்ய வசதியுண்டு. மறுநாள் மலைச்சாரல்களிலும் கடற்கரையிலும் கைகோத்து உலாவித் திரிய வசதியுண்டு. குதூகலம் நிறைந்த வாலிபர்கள் மேற்கத்தி ஸூட் அணிந்திருந்தனர்; நாணங்கனிவால் சிவந்த புதுமணப் பெண்கள் சிவந்த கிமோனோ அணிந்திருந்தனர்; சிகப்பு மாரிக்கு அடுத்த வர்ணம்; உறவினரிடம் வழியனுப்பிக் கொள்ள ஜன்னல் வழியாகத் தலை நீட்டினர். 'ஒரு ஜோடியி லிருந்து மற்றொரு ஜோடியை அடையாளம் கண்டுபிடிப்பது எவ்வளவு கஷ்டம்' எனப் பெற்றோர்கள் ஒருவருக்கொருவர் சொல்லிக்கொண்டனர். 'அவள் புருஷன் கையைக் கெட்டி யாகப் பிடித்துக்கொள்ள வேண்டும்; ஒரு தடவை தவறிவிட்டால் அப்புறம் அவனை அடையாளம் கண்டுகொள்ளுவாளோ என்னவோ; அவனை ஒரு முறைதானே இதற்கு முன் பார்த் திருக்கிறாள்' என்ற கவலை பெற்றோருக்கு. பெண்ணின் முகம் 'தூங்கி' இருந்தது. அவள் உள்ளே தலையை இழுத்தாள்; வண்டியும் புறப்பட்டது.

'அவள் போய்விட்டாள்; இனி வேறு ஒரு குடும்பத்திற்குச் சொந்தம்' என வருத்தத்துடன் சொல்லிக்கொண்டு, ஈடு செய்துகொள்ள முடியாத தங்கள் நஷ்டத்தைப் பற்றிச் சிந்தித்தார்கள்.

❍❍

சிரித்தமுககாரன்

அவன் சோகமாக இருக்கிறான், தனியாக இருக்கிறான் என்று சொல்லிவிடுவது எளிது; ஆனால் அவன் எப்பொழுது பார்த்தாலும் சிரித்த முகத்தோடேயே இருக்கிறான். அப்படிச் சொல்லிவிட்டாலும் அவனைப் பாட்டிலில் போட்டு அடைத்து லேபில் ஒட்டிவைத்த மாதிரியாகும்; 'ஐயோ பாவம்! என்ன துயரமான கதை, என்ன சோகப்பட்ட மனுஷன், லோகத்திலே நம் கண்ணில் படாமல் எவ்வளவு தீரர்கள் இருக்கிறார்கள்!' என்று எல்லாம் சொல்லச் சொல்லும்படி ஒன்றுமில்லை. அவன் ரொம்ப சாதாரண மனுஷன்; அவனைப் போன்றவர் களை எங்கும் பார்க்கலாம். அவனுடைய நிலைமையும் சாதாரணம்; ரொம்ப சர்வசாதாரணம். அதனால்தான் அவன் உலகத்தின் கண்ணில் விழாமல், மறைந்து, உலகம் இழந்த ஒருவனாக இருக்கிறான்.

அவன் ஜப்பானியன். ஹாரிஸன் ஏழாந் தெரு பார்க் பெஞ்சில் உட்கார்ந்து, போய்க்கொண்டும் வந்துகொண்டு மிருக்கும் ஜனங்களை நிர்விசாரமாகப் பார்த்துக் கவனித்துப் பொழுதைப் போக்குகிறான். இன்று ஞாயிற்றுக்கிழமையானதி னால் தன் நேரத்தை (உலகத்தின் நேரத்தைச்) செலவு செய்து கொண்டிருக்கிறான். இந்த மகா லோகத்துடன் மறுபடியும் உறவுகொண்டுவிடுவதற்காக, 'நாம் ஏன் கஷ்டப்படுகிறோம்' என்பதைக் கண்டுபிடிப்பதற்குச் சோகமாக, தனியாக உட் கார்ந்து பொழுதைக் கழிக்கிறான். அவன் ரொம்ப நேரம் யோசிக்கவில்லை. பெரிய சித்தாந்திகள் மாதிரி ஆர அமர உட்கார்ந்து மனசைத் துருவவில்லை. அதற்குப் பதிலாகச் சும்மா உட்கார்ந்து இருந்தான். அப்புறம் வெகு சீக்கிரத்தில், சோகத்தின் தனிமையிலிருந்து வெளி வந்தது சிரிப்பு; மகிழ்ச்சி

யால் அல்ல; சோகத்தாலும் அல்ல. அப்போதுதான் நான் அவன் முகத்தைப் பார்த்தேன். அழகானதொன்றல்ல; சர்வ சாதாரணமானதுதான்; எங்கேயும் பார்க்கக்கூடியதுதான்.

அவன் பெயர் என்னவானால் என்ன? அதனால் பிரமாத மாக வித்தியாசம் எதுவும் ஏற்பட்டுவிடப்போவதில்லை; இருந்தாலும் அவன் பெயர் த்ஸுமூரா. ஹாரிஸன் ஏழாந் தெரு பார்க் பெஞ்சில் அவன் உட்கார்ந்திருக்கும்பொழுது அவனைக் கண்டேன். நான் ஒரு மரத்தடியிலிருந்து ஒரு புஸ்தகத்தை வாசித்துக்கொண்டிருக்கையில் ஏறிட்டுப் பார்த்தபொழுது அவனைக் கண்டேன். அன்னியன் ஒருவன் யார் என்பதை நிர்ணயிக்க மனசு செய்யும் முயற்சியே ஒரு ரசமான யாத்திரை. நான் புஸ்தகத்தை வாசிப்பது போன்ற பாவனையில் அவனைக் கவனித்தேன். ஞாயிற்றுக்கிழமை களில் பார்க்கு பெஞ்சில் உட்காரும் நபர்களைப் போலத்தான் அவனும் இருந்தான். யார் என்ற யோசனை ஆரம்பிக்கையில் அவன் என் மனசில் விசுவரூபம் எடுத்துவிட்டான். என் அண்டையில் வாழுகிறவன், எனக்குத் தெரிந்தவன், பேசினவன் மாதிரி எல்லாம் ஆகிவிட்டான். அப்பொழுது திடீரென்று எதிர்பாராத சமயத்தில் அவன் சிரித்தான். பித்துக்குளிச் சிரிப்பு அல்ல. ஆனால் யாரையும் கவனிக்க வைக்காத சிரிப்பு. யாரும் கவனித்தாலும் பார்க்கிலோ, தெருவிலோ எதையோ வேடிக்கையாகப் பார்த்திருக்க வேண்டும் அல்லது வேடிக்கை யான வார்த்தையைக் கேட்டிருக்க வேண்டும் எனக் கருதி அத்துடன் விட்டுவிடுவார்கள். ஆனால் அது மாத்திரமல்ல. அவனுடைய பார்வையில் விசித்திரமில்லை. எல்லோரையும் போலத்தான் இருந்தான். இருந்தும் அவனிடம் அலாதியாக ஏதோ விசேஷம் இருந்தது.

அவன் யார், எங்கு வேலை செய்கிறான் என்று யோசிக்க ஆரம்பித்தேன். உள் மனத்தின் சர்க்கஸ் வித்தைகளில் நடக்கும் ரசமான வேடிக்கைகளுக்கு வரம்பே கிடையாது. என்னத்தைப் பார்த்து சிரித்துக்கொண்டிருந்தான்? அதைத் தெரிந்துகொள்ள விரும்பினேன்; அவன் யார், ஜீவனோபாயத்திற்கு என்ன செய்துகொண்டிருக்கிறான்... நான் பலமுறை யோசித்தேன்.

'எழுத்தாளனோ? சித்திரக்காரனோ? சாஹித்ய கர்த்தனோ? அவன் யாராக வேண்டுமானாலும் இருக்கக்கூடும். அவனுடைய சோக முகத்திற்கும் சிரிப்புக்கும் சம்பந்தமில்லை. ஆனால் எப்பொழுது பார்த்தாலும் சிரித்துக்கொண்டிருந்தான்; உலகமே தன்னில் ஓர் அம்சம் மாதிரி. சிரிப்பதற்கு விஷயமோ அர்த்தமோ இல்லாதபோது பித்துக்குளி மாதிரி சிரித்துக்கொண்டிருந்தான். அவன் பித்துக்குளியாக இருக்க முடியாது – காரண காரியமற்ற வாழ்வை அவனது உடை காட்டவில்லை. பாதிரியோ? பலருக்குத்

தலைமை வகித்து முன்னே வழிகாட்ட வந்தவனோ? தன் 'தலைமை' வேஷத்தைக் களைந்து அடையாளம் தெரிந்து கொள்ள முடியாதவகையில் ஜனங்களுடன் அளவளாவிப் பழக வந்தவனோ? ஆனால் ஞாயிற்றுக்கிழமையாச்சே. ஞாயிற்றுக் கிழமைதான் பாதிரியாருக்குப் பழி வேலை இருக்கும் தினம். இருந்தாலும் ஞாயிற்றுக்கிழமைகளில்தான் பார்க்குக்கு வருவ தென்றால் யாருக்கும் இயலும்? ஒரு சமயம் அவனை மளிகைக் கடைக்காரனோ பூக்கடைக்காரனோ என்றெல்லாம் நினைத் தேன். இப்படியாக நினைத்துக்கொண்டுபோனேன்; நினைப்பு களுக்கு முடிவில்லை.

திங்கட்கிழமை அதிகாலையில் அவன் பார்க்கில் உட்கார்ந் திருப்பதைப் பார்த்தேன். முந்தின நாளில் போல, மற்ற ஞாயிற்றுக் கிழமைகளில் போல பார்த்துக்கொண்டு உட்கார்ந்திருந்தான். ஜனங்கள், யந்திரங்கள் இவற்றின் ஓட்ட சாட்டம், உலகத்திலே பொழுது கழிவது எல்லாவற்றையும் சோம்பேறித்தனமான, சிரமமெடுத்துக்கொள்ள விரும்பாத, அதே 'ஞாயிற்றுக்கிழமைக் கண்' கொண்டு பார்த்துக்கொண்டிருந்தான். அவசரப்படாமல், துடிப்பில்லாமல் (அவன் உயிருடன் இருக்கிறான் என்பதில் சந்தேகமில்லை) பார்த்துக்கொண்டிருந்தான். வேலையும் வேகமும் வேர்வையும் உழைப்பும் கஷ்டமும் மிகுந்த வார நாள். கோயில் மணிச்சத்தம் கேட்காது என்ற கவலையில்லா மல் பார்த்துக்கொண்டிருந்தான். அவன் வார்த்தை ஒன்றும் பேசாமல் மற்ற நாட்களில் போலவே அமர்ந்து இடையிடையே தன்னையறியாமலே சிரித்துக்கொண்டு, தன்னை மனுஷக் காதுகளும் மனுஷக் கண்களும் கேட்டு, பார்த்துத் துருவித் துருவி ஆராய்கின்றன என்பதே தெரியாமல் இருந்தான். கௌர வத்தின் முகச்சுளிப்பு இல்லாமலும், சோகமே இல்லாமலும் உட்கார்ந்து வெயில் காய்ந்துகொண்டு இருந்தான். ஆனந்தக் கண்ணீர் வரும்படி எழுதவில்லை. நாடக அரங்கத்தில் பாட வில்லை. தன் திறமையை உபயோகிக்கவில்லை. திறமையுடன் விளையாடவில்லை. தன் திறமை கொண்டு தீரமாக வாழ வில்லை. ஒரு வார்த்தையில் சொல்லப்போனால் சும்மா உட்கார்ந்து, உயிரோடு உட்கார்ந்து, 'ஜீவகளை அமைந்த நிழலில்' சிறிது இருந்து எதிரொலியற்று மறையும் வாழ்வு என்ற தோற்றத்தில் அமிழ்ந்திருந்தான்.

பிறகு செவ்வாய்க்கிழமையும் அவனைப் பார்த்தேன். அப்புறம் புதன், வியாழன், வெள்ளி எனத் தினசரி அங்கு வந்தான். சுகவாசியோ? வேலையிழந்தவனோ? அல்லது உபகாரச் சம்பளம் பெறுபவன் ஒருவனைப் பின்பற்றிக் கவனிப்பதாகவும் நம்ப ஆரம்பித்தேன். அந்த நினைப்பும் ரொம்ப நாள் நீடிக்கவில்லை. அதற்கப்புறம் ஒரு வாரம்

அவன் வரவில்லை. நான் மட்டும் தனியாக மரத்தடியில் உட்கார்ந்து, அவன் இனிமேல் வரவேமாட்டானோ என எண்ணியிருந்தேன். இங்கு உட்கார்ந்து, அவன் இனிமேல் வரப்போவதில்லை; நிச்சயமாகப் போயே போய்விட்டான் என நினைக்கையில், அந்த நபர் என் மனசில் பூதாகாரமாக வடிவெடுத்து அந்தத் தெரு, பார்க் எல்லாவற்றையும் அவனைப் பற்றிய நினைப்பு என்ற வடிவம் எடுத்துக் கவித்துவிட்டான். நான் உட்கார்ந்து வாசித்துக்கொண்டிருந்தேன். அவனை யாரென்று அடையாளம் கண்டுபிடிக்காமல், பேச்சுக்கொடுத்து நடை, நொடி, வார்த்தை பாவனைகளால் அனுமானித்து அவன் யாரென்பதைக் கண்டு பிடிக்காமல் விட்டுவிட்டேனே என்பதில் வருத்தம்.

ஆனால் ஒரு ஞாயிற்றுக்கிழமை அந்த ஜப்பானியன் திரும்பவும் பார்க் பெஞ்சுக்கு வந்து உட்கார்ந்தான். சிரிப்பைக் கொஞ்சம்கூட இழக்காமல், சோகம் முகத்தில் கோடு போட, முந்திப் பார்த்த மாதிரியிலேயே பார்த்தும், இடையிடையே தன்னையறியாமல் சிரித்தும், பார்க் பெஞ்சில் ஆயிரம் ஞாயிற்று முகங்களில் ஒன்றாகத் தன்னையிழந்து உட்கார்ந்திருந்தான்.

இந்தச் சமயம் அவனிடம் போய் பேச்சுக் கொடுக்கத் தயங்கவில்லை. 'ஹலோ' என்றேன். அவன் என்னைப் பார்த்து அதிசயப்படாமல் சிரித்தான். "நான் எப்போதும் அந்த மரத்தடியில் உட்கார்ந்து வாசித்துக்கொண்டிருப்பேன். உன்னை எப்பொழுதும் பார்க்கிறது வழக்கம். ஒரு வாரமாகக் காண வில்லை. என்னவோ ஏதோ?" என்று சொன்னேன்.

"உட்காரேன்" என்றான்.

பெஞ்சியில் நகர்ந்து எனக்கு இடம் கொடுத்தான்.

"என் பெயர் த்ஸுமூரா; ஜப்பானில் ஷின்னோ ஜில்லாவி லிருந்து வந்திருக்கிறேன்" என்றான். தன் பெற்றோர்கள் ஹீரோஷி மாவில் இருப்பதாகச் சொன்னான். ஹீரோஷிமாவில் பலரைத் தனக்குத் தெரியும் என்று அவன் எனக்குச் சொன்னான்.

"இனிமேல் நீர் வரமாட்டீர், அதனால் மறுபடியும் பார்க்க முடியாது என்று நினைத்தேன்" என்றேன்.

அவன் சிரித்தான். "அப்படி ஒன்றும் பயப்பட வேண்டாம். நான் எப்பவும் இங்கேதான் இருப்பேன். உல்லாச யாத்திரை போக என்னிடம் பணம் கிடையாது" என்றான்.

"இங்கே என்ன செய்கிறீர்?" என்று கேட்டேன்.

"ஹினோதே சலவைக் கம்பெனியில் வேலை. அங்கே நான் லாரி டிரைவர்; ஈஸ்ட் பேயில் உள்ள வீடுகள், ஆபீஸ்களுக்கு

வண்டியை ஓட்டிக்கொண்டுபோய்ச் சாமான் கொடுத்து எடுத்து வருவது உத்தியோகம். பதினான்கு வருஷமாக அங்கேதான் வேலை. சில சமயம் அரை நேர வேலை. அதனால்தான் வாரநாட்களில் இங்கு வந்து உட்கார்ந்திருப்பேன்" என்றான்.

ஒரு நிமிஷம் கழித்து நான் போக வேண்டும் எனப் புறப்பட்டான். "சலவைக் கம்பெனியில் இராத்திரிச் சாப்பாடு ஆறுமணி; இப்போது புறப்பட்டால்தான் நேரத்திற்குப் போய்ச் சேரலாம்" என்றான்.

மறுபடியும் சந்திப்பதாகப் பரஸ்பரம் சொல்லிக்கொண்டு பிரிந்தோம். முகத்தில் காணும் சோகத்தைப் பற்றியோ அல்லது வாழ்வின் வருத்தத்தைப் பற்றியோ அவன் ஒரு வார்த்தைகூடச் சொல்லவில்லை. ஏன் சோர்ந்தாற்போலிருக்கிறான், எப்பொழுதும் சிரித்துக்கொண்டிருக்கிறான் என்பது பற்றி நானும் கேட்கவில்லை. நாங்கள் அதைப் பற்றி ஒரு வார்த்தைகூடப் பேசவில்லை. உலகத்துக்கே பொதுவான ஒரு கேள்வியைக் கேட்டு அசட்டுப் பட்டம் கட்டிக்கொள்ள நாங்கள் விரும்பவில்லை. அந்தக் கேள்வியைக் கேட்க நாம் யார்? ஒவ்வொரு சிறுபேச்சும், ஒவ்வொரு சிறு வம்பும், சிரிப்பைத் தூண்டும் விஷயமும் உலகத்தின் சோகத்திலேதான் பிறக்கிறது; அதுதான் உண்மை. மனிதர்கள் பரஸ்பரம் சந்தித்துக்கொள்ளுவது குதூகலமோ, துக்கமோ எதுவானாலும் உலகத்தின் சோகத்திலும் சத்தியத்திலும் பிறக்கிறது.

அவன் சலவைக் கம்பெனி லாரி டிரைவர். வண்டியை ஓட்டிக்கொண்டு போகும்போது அவன் முகத்தில் அறையும் காற்றைவிட எந்தவிதத்திலும் சற்றும் வித்தியாசமில்லாத இந்தப் பார்க் காற்று வாங்க வருவது ஏன்? அவன் வெறும் சலவைக் கம்பெனி டிரைவர்தான்; நகரத்தில்தான் வசிக்கிறான். ஓய்வுக் காகப் பார்க்குக்கு வருகிறான். பெரிய நினைப்புக்காக அல்ல; வாழ்விலிருந்து தப்பி வந்து அதை மறக்க அல்ல; கசப்பில்லாமல், 'பம்மாத்து' இல்லாமல், கனவை விரும்பாமல், கூரையைக் கிழித்துக்கொண்டு விழும் அற்புதங்களை எதிர்பார்க்காமல், அடுத்த மணியில், அடுத்த வினாடியில் என்ன ஏற்பட்டாலும் என்ன என்று நிர்விசாரமாக உட்கார்ந்து சிரித்துக்கொண்டிருக்க வருகிறான்... என்பன போன்றவையே அவனைப் பற்றிய விஷயங்கள்.

இதுதான் தினசரி நிகழும் 'மகா விஷயம்'. ஆகையால் தான் சோகம், துயரம், உலக வருத்தம் இவைகளின் காரணம் சிரிப்பிலும் மூங்கையான மகாகால மௌனத்திலும் அரை குறையாகத் தெரிகிறது.

○ ○

சகோதரர்கள்

யூஜோ யாம மோட்டோ

"அண்ணா, இது நல்லதுதானே?"

"எங்கே, இப்படிக் கொண்டா பார்ப்போம்" என்று மூத்தவன், தன்னிடம் காட்டப்பட்ட காளானைப் பார்ப்பதற் காகத் திரும்பினான். "உங் ஹூம், நல்லதில்லை; நான் பிடுங்குவது போல இருக்கவேண்டும்."

தான் பிடுங்கிய காளானைச் சின்னவனிடம் காட்டினான்.

"இல்லியா?" என்றான் சின்னவன். அவன் குரலில் ஏமாற்றம் தொனித்தது. கையிலிருந்த நாய்க்குடையைப் பார்த்தபடியே நின்றான்.

"அதில்லை" என்றான் மூத்தவன். "குடைக்குக் கீழே துணி கொசுவி வைத்தமாதிரி இருக்கணும், நீ பிடிங்கியது வெறும் நாய்க்குடை."

இவனுக்கு வயசு பதினொன்றுதான். என்றாலும் தம்பி யுடைய அறியாமையைச் சகித்துக்கொள்ளக்கூடிய பொறுமை இருந்தது. அவனுக்காக இவன் மனசும் கஷ்டப்பட்டது. இவர்கள் இருவரும் நடந்துவந்ததும் வெகு தொலைவு சின்ன வனுக்குக் கால் கடுத்துவிட்ட மாதிரி தெரிந்தது. அதனால் மஞ்சள் நிறத்தில் தரையில் படர்ந்த செடிகளினூடே எதுவும் இருப்பது தெரிந்தால், "ஷின் – சான் இங்கே பாரு, ஒனக்கு இதோ ஒண்ணு இருக்கு" என்று குரல் கொடுத்தான்.

குழந்தையும் தன்னால் முடிந்தவரை தேடியது. அதன் கண்களுக்கு வாடி மஞ்சளேறிப்போன இலைகள்தான் பட்டது.

"அதோ உன் காலடியில் இருக்கு பாரு. உனக்குத் தெரியலே" என்றான் அண்ணன்.

"எங்கே?"

"அங்கேதான்."

கடைசியில் அவன்தான் தொட்டுக் காண்பிக்க வேண்டும்.

"எலை நெரையா இருக்கு பாரு. அதான் எனக்குத் தெரியலை. இதுதானே?" என்றது குழந்தை.

அண்ணன் 'ஆமாம்' என்ற பிற்பாடே குழந்தை செத்தை குப்பைகளைத் தள்ள ஆரம்பித்தது.

"இது நாய்க்கொடெ இல்லியே?"

"நெசமா அதுதான் காளான்."

"அதெப் பிடுங்கட்டா?"

"ஊம்."

சிறுவன் அதைப் பிடுங்கினான். ஆனால் அதை உடனே கீழே எறிந்துவிட்டான், அசிங்கத்தைத் தொட்ட மாதிரி.

"ஏன்டா? ஏன் எறிஞ்சுட்டே?"

"அசிங்கமா இருக்கு."

"ஏன்?"

குழந்தை பதில் ஒன்றும் சொல்லவில்லை. தலையைத் தொங்கப்போட்டுக்கொண்டிருந்தது. அண்ணனுக்குப் புரிந்ததினால் புன்சிரிப்பு வந்தது.

"அது அப்படித்தான். நீ தொட்டதும் அதன் வர்ணம் மாறினதைப் பார்த்துத்தானே ஆச்சரியப்பட்டே? காளானைத் தொட்டா அப்படித்தான் வர்ணம் மாறும்" என்றான் அண்ணன்.

"அப்படின்னா ஒண்ணுஞ் செய்யாதே?"

"ஒன்றும் பண்ணாது."

சிறுவன் பயம் தெளிந்து சிரித்தான்.

"எல்லாத்தோடையும் அதைப் போட்டுவச்சுக்கோ" என்று தரையில் வைத்திருந்த தொப்பியைக் காட்டினான் அண்ணன். அது நிறைய அவன் சேகரித்த காளான்கள் நிறைந்திருந்தன.

குழந்தை அந்தக் காளானை எடுத்து அந்தத் தொப்பியில் போட்டு வைத்தது. அண்ணன் கண்டுபிடித்த காளான்கள் எத்தனை என்று அவன் எண்ண ஆரம்பித்தான். மூத்தவன் செத்தை குப்பைகளை எல்லாம் தள்ளித்தள்ளிக் காளான் முளைத்திருக்கிறதா என்று தேடிப்பார்த்துக்கொண்டிருந்தான்.

புதுமைப்பித்தன் மொழிபெயர்ப்புகள்

கழுத்தை நீட்டிக்கொண்டு அவன் நிற்பதைப் பார்த்தால் அவனுடைய பாட்டியார் மாதிரி இருந்தது. அதுவும் அவள் விடியற்காலையில் எழுந்து நின்றுகொண்டு தன் படுக்கையில் மொய்க்கும் ஈக்களை விரட்டுவது போல இருந்தது. அவன் அப்படித் தலையை நீட்டிக்கொண்டு தேடுவதைப் பார்க்கத் தம்பிக்கு வேடிக்கையாக இருந்தது. தனக்கும் அப்படித் தேட முடியும் என்று அவன் நினைத்தான். அவனும் குனிந்தபடி கண்ணைச் சாயவைத்துக்கொண்டு பைன் மரத்தினடியில் (குளிர்ப்பிரதேசங்களில் வளரும் ஒருவிதமான சவுக்கு மரம்) தேட ஆரம்பித்தான். அவன் கண்ணுக்குக் காளான் எதுவும் தென்படவில்லை என்றாலும் மனசில் மட்டும் குதூகலம் குதிபோட்டுக்கொண்டிருந்தது.

திடீரென்று தொப்பெனக் காதில் விழுந்த சத்தம் மூத்தவனைத் திடுக்கிடவைத்தது. அவன் நிமிர்ந்து பார்க்கும்போது சின்னவன் லேசான சரிவில் சற்று தூரத்தில் விழுந்து உருண்டுருண்டு செல்வதைப் பார்த்தான். ஒருவேளை காலில் வேர் எதுவும் தடுக்கியிருக்கும். அதைப் பார்க்க அவனுக்கு வேடிக்கையாக இருந்தது. அவனுடைய உதவிக்குப் போகாமல் குழந்தையைக் கேலிபண்ண விரும்பினான். இருந்தாலும் மறு நிமிஷம் அவன் சின்னவனருகில் சென்றுவிட்டான். அதற்குள் மற்றொரு வேர் உருண்டு சென்ற குழந்தையைத் தடுத்துவிட, எழுந்திருந்து நிற்க ஒத்தாசை செய்தான். அவன் கண்களில் தேங்கிய கவலை அவனுடைய உள்ளப் பரிவைக் காட்டியது. அவனைக் கண்டவுடன் சின்னவன் சிரிக்க ஆரம்பித்தான். பெரியவனும் சிரித்தான். கண்ணீருக்கு அவசியமில்லை. எனவே மனச்சுமை அகன்றது.

சிரிக்க முடிந்தால் அவனுக்கு அடிபடவில்லை என்று தான் அர்த்தம். ஆனால் அந்தச் சிரிப்புச் சற்றுக் கோணியிருந்தது. அது என்னமோ விபரீதமாக இருந்தது. இளையவன் கன்னத்தில் மண் ஒட்டியிருப்பது மூத்தவன் கண்ணில் விழுந்தது. கீழே விழுந்தபோது ஒருவேளை ஒட்டிக்கொண்டிருக்கக்கூடும். கையால் தேய்த்துத் துடைத்துவிட முயன்றான். அது போக வில்லை. பிறகு சட்டைக்கைக்குள் கையை இழுத்துக்கொண்டு, அந்தத் துணியைப் பிடித்துக் கன்னத்தில் வைத்துத் துடைத்தான். அப்படியும் போகவில்லை. கடைசியாகச் சட்டைத் துணியில் எச்சிலை உமிழ்ந்து அந்த ஈரத்தைக் கொண்டு சின்னவன் கன்னத்தைச் சுத்தமாகத் துடைத்துவிட்டான். இத்தனைக்கும் சின்னவன், கொஞ்சங்கூடப் புகார் பண்ணாமல் பேசாமல் நின்றுகொடுத்தான்.

பிறகு இருவரும் மறுபடியும் காளான்கள் சேகரிக்க ஆரம்பித்தார்கள். சிறிது நேரம் கழித்துப் பெரியவன் தன்னு

டைய தொப்பியை நிறைத்து அம்பாரமாகக் காளான்களை ஏற்றிக்கொண்டிருந்தான்.

"ஷின் – சான், போதும் போதும், நெறையப் பறிச்சாச்சு" என்றான் மூத்தவன்.

"டேய், பசங்களா, அந்தக் காளான்களை அப்படியே கீழே வச்சுடுங்க" என்று ஒரு இடிக்குரல் கேட்டது.

பையன்கள் பயந்தே போனார்கள். அவர்கள் திரும்பிப் பார்க்க பின்புறம் காவல்காரன் நிற்பதைக் கண்டார்கள். கண்ணி வைத்துப் பிடித்தவனுடைய நிச்சயம் அந்தக் கிழவனுடைய கண்களில் ஜொலித்தது. தொப்பியைப் பிடுங்கிக் கொண்டு பெரியவன் கன்னத்தில் ஒரு அறை கொடுத்தான்.

"திருட்டுக் கழுதைங்களா!"

மூத்தவன் அழவில்லை; வெட்கத்தால் தலைகுனிந்தான். மேலே விரல் படாதுபோனாலும் வீச்சென்று குரலெடுத்தான் சின்னவன். தோட்டத்திற்குள் புகுந்து கொள்ளையடிக்க முயன்றதாக அவர்களிருவரையும் மூச்சுவிடாமல் வைதுகொண்டிருந்தான் தோட்டக்காரன்.

"இந்தப் பக்கத்திலே காலெட்டி வச்சிங்களா முறிச்சுத் தொங்கவிட்டுடுவேன்" என்று கூவிக்கொண்டே கிழவன் அவர்களை விரட்டிக்கொண்டு சென்றான். தோட்டத்தின் எல்லையை அடைந்ததும், தொப்பியிலிருந்த காளான்களைத் தன் கூடையில் போட்டுக்கொண்டு குல்லாவை அவர்கள் பக்கமாக விட்டெறிந்தபின் 'லொங்குலொங்'கென்று வேறு திசை சென்றுவிட்டான்.

சின்னவன் தேம்பித்தேம்பி அழுதுகொண்டே விழுந்த குல்லாயைத் தரையிலிருந்து எடுத்து அண்ணனிடம் நீட்டினான். அண்ணன் அதை வாங்கிக்கொள்ளாமல் அவனுடைய கன்னத்தில் பளீரென்று அறைந்தான். கிழவன் மேலிருந்த ஆத்திரத்தைக் காட்ட வேறு ஒரு ஆள் கிடைத்தது என்ற நினைப்பில் அவன் அடிக்கவில்லை. தனக்கும் சின்னவன் வந்து தன்னைப் பார்த்துக்கொள்ளுவதா என்ற கோபந்தான். வலியாலும் திக்பிரமையாலும் சின்னவன் இன்னும் உரக்க வீரிட்டழ ஆரம்பித்தான்.

பிறகு மூத்தவன் கண்களும் கலங்கின. அவனும் அழ ஆரம்பித்தான். இருவரும் வாய்விட்டு உரக்க அழுதுகொண்டு நின்றார்கள். சிறிது நேரம் கழித்துக் கண்ணீர்ப் பிரவாக வேகம் குறைந்து நின்றது.

"அண்ணே தெரியாமச் செஞ்சிட்டேன்" என்றது குழந்தை.

'உம்' என்று ஒப்புக்கொண்டான் மூத்தவன், தன்னுடைய விம்மலுக்கிடையில்.

கீழே விழுந்த மண் படிந்த குல்லாயையெடுத்துத் தன் முழங்காலில் நாலைந்து தடவை தூசி தட்டினான். அதை யொரு கையிலும் சின்னவனையொரு கையிலும் பிடித்துக் கொண்டு வீடு நோக்கிப் புறப்பட்டான்.

வழியெல்லாம் விம்மிவிம்மிக் குமுறிக்கொண்டு நடந்தார் கள்.

○ ○

IV
பளிங்குச் சிலை
ருஷ்யக் கதைகள்

பளிங்குச் சிலை

வாலரி புருஸ்ஸாப்

அவனுக்குத் திருட்டுக் குற்றத்திற்காக ஒரு வருஷம் கடுங்காவல் தண்டனை விதித்து சிறையிலிட்டார்கள். கோர்ட் டில் விசாரணை நடக்கும்பொழுது அந்தக் கிழவனுடைய நடத்தை என் மனத்தைப் பிடித்திழுத்தது. வழக்கும் விசித்திர மானதுதான். அனுமதி பெற்று அவனைச் சிறையில் பார்க்கச் சென்றேன். முதலில் பார்க்க மாட்டேன் என்றான். பிறகு என்னுடன் பேச மறுத்தான். கடைசியாக அவன் தனது கதையைச் சொன்னான்.

"நீர் சொல்வது உண்மைதான். எப்பொழுதும் இதே மாதிரி நாடோடியாகத் திரிந்துகொண்டிருக்கவில்லை. ஒரு காலத்தில் என்னிடம் பணம் இருந்தது. வாலிப முறுக்கு, குஷியாக செலவழித்துக்கொண்டு இருந்தேன். அப்பொழுது எனக்கு இன்ஜினீயர் வேலை. சாயங்காலத்தில் ஏதாவது ஒரு விருந்து அல்லது நாட்டியக் கச்சேரி, குடி – இதுதான் தினசரி. ஒவ்வொன்றும் ஞாபகத்தில் இருக்கிறது. எனது நினைவுகளில் எல்லாம் மறக்க முடியாத பொக்கிஷம், ஒரு வஸ்து இருக்கிறது. அவள்தான் நினா.

"அவள் பெயர் நினா. ஆமாம், நினா. அதில் சந்தேகமே யில்லை. அவள் புருஷனுக்கு ரயில்வேயில் ஏதோ ஒரு சின்ன உத்தியோகம். ஏழைகள். அந்தச் சிறு வருமானத்தில் மிகவும் செட்டாகக் குடித்தனம் செய்ய அவளுக்குத்தான் தெரியும். தொட்டதெல்லாம் பொன்தான். அவள்தான் அவ்வளவு வேலையையும் செய்வாள். மலிவான உடைதான்; கிழிந்துகூட இருக்கும். ஆனால், அவளுக்குத்தான் உடை

எப்படி உபயோகப்படுத்துவதென்று தெரியும். அவளைக் கண்டவர்கள் எல்லோரும் அவளைப் பற்றி வெறி கொண்ட மாதிரி போற்றுவார்கள். நானும் அவளைச் சந்தித்தேன். அவளால் புனிதமாக்கப்பட்டேன்.

"என்னைக் காதலித்த குற்றத்திற்காகக் கடவுள் அவளை மன்னிக்க வேண்டும். அவளைச் சுற்றிலும் வறுமை துன்பம்; அவளால் என்னைக் காதலிக்காதிருக்க முடியவில்லை. அந்தக் காலத்தில் நானும் பார்ப்பதற்குச் சிறிது அழகாக இருப்பேன். எப்படி அவளைச் சந்தித்தேன்? – நன்றாக ஞாபகமில்லை – சென்ற நினைவுகள் என்ற இருளில் இருந்து பலவிதமான காட்சிகள் என் கண் முன்பு வருகின்றன. அவள் சந்தோஷமாக, உற்சாகமாக – இவை எல்லாம் அவளுக்கு விதிவிலக்கு – இருந்தாள். நாடகத்தில் ஒவ்வொரு வார்த்தையையும் அப்படியே பருகிக்கொண்டிருந்தாள். அவளது புன்சிரிப்பு என் மனத்தை விட்டு மறையவில்லை. 'இந்த இன்பம் வெகு நாள் நீடிக்காது; பரவாயில்லை; அதையும் அனுபவித்துவிட்டேன்' என்று இரகசியமாக என்னிடம் சொன்னாள். இந்த வார்த்தைகள் என் ஞாபகத்தில் இன்னம் இருக்கின்றன. அதன் பிறகு என்ன நடந்தது, இவையெல்லாம் நான் நினாவுடன் இருக்கும்பொழுது நடந்தனவா என்பதெல்லாம் எனக்குத் தெரியாது.

"நான்தான் முதலில் அவளைக் கைவிட்டேன். இது இயற்கைதான். எனது நண்பர்கள் எல்லாம் அப்படித்தான் செய்துவந்தார்கள். கலியாணமான பெண்களுடன் சில காலம் பழகினார்கள். பிறகு கைவிட்டார்கள். நானும் எல்லோரையும் போலவே நடந்தேன். திருடுவது, வாங்கிய பணத்தை மோசடி செய்வது, கள்ளச் சாட்சி சொல்வது, இவை எல்லாம் குற்றந் தான். ஆனால், தான் காதலித்த பெண்ணைக் கைவிட்டுவிடுவது உலக இயற்கை. எனக்கு இன்னும் எத்தனையோ நல்ல அதிர்ஷ்டங்கள் எல்லாம் ஏற்படும்பொழுது, அதற்காக ஒரு பெண்ணைக் கட்டிக்கொண்டு அழுவதா? முதலில் கஷ்டமாகத் தான் இருந்தது; ஆனால் கடைசியில் வெற்றி எனக்குத்தான். மனக்கஷ்டத்தை மன உறுதி வென்றது.

"நினா தன்னுடைய புருஷனுடன் தெற்கே எங்கோ போனதாகவும், அதன் பிறகு இறந்துவிட்டதாகவும் கேள்விப்பட்டேன். ஆனால் எனது உள்ளத்தில் மட்டும் நினாவைப் பற்றிய நினைவுகள் உறுத்திக்கொண்டிருந்தன. அவளைப் பற்றி ஒரு சமாச்சாரமும் தெரிந்துகொள்ளாமல் அவளை மறக்க முயன்றேன்; அவள் படமோ, கடிதமோ ஒன்றும் வைத்துக்கொள்ளவில்லை. எங்கள் இருவருக்கும் தெரிந்த பொதுவான நண்பர்களும் கிடையாது. நினாவின் உருவம் சிறிதுசிறிதாக என் உள்ளத்திலிருந்து மறைந்தது. அவளைப்

பற்றியே ஒன்றும் என் வாழ்க்கையில் ஏற்படாதது போல் அவ்வளவு பூரணமாக நான் மறந்தேன்.

"காலாகாலத்தில் அதிர்ஷ்டமும் என்னை ஏறெடுத்துப் பார்த்தது. உலகத்திலே செல்வம், புகழ், இவற்றின்மீது என் ஆசை சென்றது. ஒருதடவை என் நோக்கமும் பலித்தது. அப்பொழுது எனக்கு ஆயிரக்கணக்காகச் செலவு செய்ய முடியும், உலகத்தின் எந்த மூலைக்கும் நினைத்த மாத்திரத்தில் செல்ல முடியும். அவ்வளவு வருமானம்! கலியாணம் செய்து கொண்டேன். குழந்தைகள் பிறந்தன.

"அதன் பிறகு எல்லாம் கீழ்நோக்கி உருண்டன. எனது மனைவி இறந்தாள். கை வைத்ததெல்லாம் நஷ்டம். குழந்தை களைச் சுற்றத்தாரிடம் அனுப்பிவிட்டு – அதற்குக் கடவுள் என்னை மன்னிக்க வேண்டும்; அவர்கள் உயிரோடு இருக்கிறார் களோ என்னவோ? – கண்டபடி இருந்தேன். சீட்டாட்டம், குடி! ஏஜென்ஸி ஆரம்பித்தேன். அதிலும் நஷ்டந்தான். சூதாடி இழந்ததைப் பெறலாம் என்று நினைத்தேன். அவையும் போனதைத் தொடர்ந்து சென்றன. எனது நண்பர்களும் என்னைவிட்டு விலகினார்கள்.

"கொஞ்சங்கொஞ்சமாக நான் இப்பொழுதிருக்கும் நிலை மையை அடைந்தேன். எப்பொழுதும் குடி. குடி மயக்கத்தில் இல்லாதபொழுது தொழிற்சாலைகளில் வேலை பார்த்தேன். குடிக்கும் நேரம் எல்லாம் கள்ளர்களும் சூதாடிகளும் கூடுமிடந் தான். எனக்குப் பார்த்தவர்கள் மேல் எல்லாம் வெறுப்பு ஏற்பட்டது. பழையபடி என் செல்வத்தை அடைவேன் என்று கனவு காண ஆரம்பித்தேன். எனக்கு எங்கிருந்தோ எதிர்பாராதவிதமாகப் பணம் வந்து குவியப்போகிறது என்று நம்பினேன். எனது நண்பர்கள் அவ்வாறு நம்பவில்லை. அதனால் அவர்கள்மீது எனக்கு வெறுப்பு.

"ஒரு நாள் பசியும் குளிரும் என்னை வாட்டியது. காரணமில்லாது ஒரு வீட்டின் முற்றத்திற்குள் நுழைந்தேன். வீட்டின் சமையல்காரி, 'உனக்குப் பூட்டைச் சரியாக்கத் தெரியுமா?' என்றாள். 'தெரியும்' என்றேன். யாருடைய மேஜை யின் பூட்டையோ சரிப்படுத்த வேண்டுமாம். என்னை உள்ளே அழைத்துச்சென்றாள். நல்ல சுகமான அறை. தங்கமும் பட்டும் செல்வ நிறைவைக் காண்பித்தன. என் வேலையைச் செய்தவுடன் அந்த வீட்டு எஜமானி எனக்கு ஒரு ரூபிள் (ருஷ்ய நாணயம்) கொடுத்தாள். அதைப் பெற்றுக்கொண்டு எதேச்சையாகத் திரும்பும்பொழுது...

"திரும்பும்பொழுது என்னவென்று நினைக்கிறீர்? எனது கண் முன்பு ஒரு பளிங்குச் சிலையைக் கண்டேன். அது

யாருடைய சிலை தெரியுமா? சொன்னால் நீங்கள் நம்ப மாட்டீர்கள். நினாவினுடையது!

"நான் அவளைப் பூரணமாக மறந்துவிட்டேன். அந்த நிமிஷத்தில், முக்கியமாக, அந்த நிமிஷத்தில்தான் அவளைப் பூரணமாக மறந்துவிட்டேன் என்பதை உணர்ந்தேன். உடனே என் கண்கள் சுழன்றன. நினைவுகள் கனவுகள் எல்லாம் எங்கெங்கோ சென்றன. அந்தச் சிலையைப் பார்த்துக் கொண்டு, பயத்துடன் 'அது யாருடைய சிலை?' என்று எஜமானியம்மாளைக் கேட்டேன்.

" 'அதா! மிகவும் விலை உயர்ந்தது. 15வது நூற்றாண்டில் ஒரு இத்தாலியச் சிற்பியடித்த சிலை. அதை வாங்கினதினால் இத்தாலிய அரசாங்கத்திற்கும் நமது அரசாங்கத்திற்கும் நீண்ட கடிதப் போக்குகூட நடந்துவிட்டது. அது நன்றாக இருக்கிற தென்றா சொல்லுகிறாய்? அதன் காதைப் பார்த்தாயா? அது சரியான இடத்திலா இருக்கிறது? மூக்கும் கொஞ்சம் கோணலாக இருக்கிறது பார் –' என்றெல்லாம் அவள் கூறினாள். பிறகு அவள் போய்விட்டாள்.

"வீட்டைவிட்டு வேகமாக வெளியேறினேன். சிலையில் ஏதோ ஜாடை தென்பட்டது என்று சொல்லிவிட முடியாது. சிலை தத்ரூபம். பளிங்கில் மறுபடியும் உயிரைப் பெய்து வைத்த மாதிரி. ஐந்து நூற்றாண்டுகளுக்கு முன்பு அதேமாதிரி கண்கள், காதுகள் எல்லாம் செதுக்கிவைத்த சிற்பியின் திறமை ஏதோ அமானுஷ்யமாக இருந்தது. 15வது நூற்றாண்டிலும், இந்த நூற்றாண்டிலும் அதே மாதிரித் தோற்றத்துடன் எப்படி இரண்டு பெண்கள் வாழ முடியும்? அந்தச் சிற்பி பார்த்துச் செதுக்கிய ஸ்திரீயும், நினாவின் குணமுடைய வளாகவே இருக்க வேண்டும் என்று நான் நினைத்தேன்.

"அன்று என் வாழ்க்கையின் போக்கு மாறியது. விதி எனக்கு அனுப்பிய சீதேவியை – நினாவை – அவளைக் கைவிட்டபொழுது, எனது முட்டாள்தனத்தினால் உதறித் தள்ளியதாகத் தோன்றியது. சென்றதை எப்படிக் கொண்டு வர முடியும்? உடைந்த கிண்ணத்தின் துண்டுகள் போல் சிதறிக் கிடந்த என் எண்ணங்களை எப்படிக் கொண்டு வர முடியும்? அவற்றை எனது மனம் மறுபடியும் உயிர்ப்பித்தது. மணிக்கணக்காக அதில் லயித்திருப்பேன். பலர் என்னைக் கேலி செய்தார்கள். ஆனால், நான் சந்தோஷமாக இருந்தேன். எனது உள்ளத்து அழுக்குகளைத் துடைக்க இன்னும் அவகாசம் இருந்தது!

"மறுபடியும் அச்சிலையைப் பார்க்க வேண்டும் என்று எனக்கு ஆசை எழுந்தது. ஜன்னலிலிருந்து வெகு தூரத்திலிருந்த

தால் அதைப் பார்க்க முடியவில்லை. வீட்டு முன்பு இரவெல்லாம் கழித்தேன். வீட்டில் யாரெல்லாம் வசிக்கிறார்கள் என்று தெரிந்துகொண்டேன். பிறகு வேலைக்காரனுடன் சினேகமானேன். கோடைக் காலத்திற்காக அந்த எஜமானியம்மாள் கிராம வாசத்திற்குச் சென்றுவிட்டாள். அந்தச் சிலையைப் பார்க்க வேண்டும் என்ற ஆசை கட்டுக்கடங்காது மீறியது. மறுபடி ஒரு முறை பார்த்துவிட்டால் நினாவைப் பற்றி முழு நினைவும் ஒன்றுகூட மறக்காமல் ஏற்படும் என்று நினைத்தேன். அதுதான் என் மோட்சம். இதற்காகத் தான் என்னைத் தண்டித்துவிட்டார்கள். எப்படி எனது ஆசை ஈடேற முடியவில்லை என்பது உமக்குத் தெரியும். வீட்டுக்கூடத்திலேயே என்னைப் பிடித்துக்கொண்டார்கள். விசாரணையின்போது, பூட்டு சரிப்படுத்துபவன் மாதிரி அந்த அறைக்குள் வந்தது, அடிக்கடி வீட்டின் பக்கத்தில் காணப்பட்டது, நான் பிச்சைக்காரன், பூட்டை உடைக்கக் கூடியவன் என்பதெல்லாம் நிரூபிக்கப்பட்டன. இதுதான் என் கதை" என்று முடித்தான் அந்தக் கிழவன்.

"உனக்கு மறுபடியும் வேண்டுமானால் அப்பீல் செய்து பார்ப்போம்; உன்னை விடுவிப்பார்கள்" என்றேன் நான்.

"என்னத்திற்கு? யார் என்னைத் தண்டித்ததற்காக வருந்தப் போகிறார்கள்? எனக்காக யார் ஜாமீன் கொடுக்கப்போகிறார்கள்? இங்கு இருந்தால் என்ன, சாராயக் கிடங்கில் இருந்தால் என்ன? எங்கிருந்தாலும் அவளை – நினாவை – பற்றி நினைக்க யார் தடை செய்யப்போகிறார்கள்?"

என்ன பதில் சொல்வதென்று எனக்குத் தெரியவில்லை. இந்தக் கிழவன் திடீரென்று என்னைப் பார்த்து "ஒன்றுதான் எனக்குக் கவலையாக இருக்கிறது; உண்மையில் நினா ஜீவிக்காமல், நான் சொன்னது குடித்து பலவீனமான எனது மூளையின் கோளாறோ என்னவோ? பளிங்குச் சிலையைப் பார்க்கும் பொழுது இந்தக் கதை என் மூளையில் உதயமாகி இருக்கலாம். யாருக்கு என்ன தெரியும்?" என்றான் அக்கிழவன்.

○ ○

ஏ, படகுக்காரா!

மிக்கெய்ல் ஷொலொகோவ்

அந்த காஸக் கிராமத்தைச் சூழ்ந்து வளர்ந்துநின்ற சாம்பல் பூத்த பசிய நிறம் படைத்த செடிச் செறிவின் மீது சூரியவொளி தெம்பாக விழவில்லை. அருகே ஒரு பரிசல்துறை இருந்தது. அங்கே படகேறி டான் நதியைக் கடக்க வேண்டும் என நான் எண்ணியிருந்தேன். ஈரம் ஏறி சொதசொதவென அழுகல் நாற்றம் நாறும் மணல் வழியாகக் கால்களை 'உழுது' சென்றேன். மணலில் கால்கள் அழுந்தியதால் கலப்பை போட்டு இழுப்பது போன்று இருந்தது. தடமும் பித்துக் குளித்தனமாகச் செடிகொடிகளிலுமே மடங்கிமடங்கி ஓடியது. கிராமத்துச் சர்ச்சுத் தோட்டத்துக்கு அப்பால் சிகப்புப் பந்து போல வடிவெடுத்த சூரியன் வீங்கி விழுந்தது. என் பின்புறம் கருக்கிருட்டு என்னைத் தொடர்ந்தது.

இறங்கு கரையில் படகு கட்டியிருந்தது. படகின் கீழ் டான் கொப்புளித்துச் சுழித்துக்கொண்டு அல்லி மலரின் மெல்லிய வெள்ளைக் கலவையுடன் பளபளத்து ஓடியது. நிலை நீச்சலில் நிற்பவனுடைய கைகள் போலப் படகின் துடுப்புகள் ஜலத்தில் இங்குமங்கும் நோக்கற்றுத் துழாவி மிதந்து அசைவாடின. துடுப்புகள் படகுடன் தடையிட்டிருந்த தால், அவற்றின் சலனத்துடன் மடக்குமடக்கென்ற சத்தமும் கேட்டது.

படகுக்குள் கசிந்து ஏறிய ஜலத்தை வாரிவாரி வெளியே கொட்டிக்கொண்டிருந்தான் படகோட்டி. அவன் தலையை நிமிர்த்தி என்னைப் பார்த்தான். மஞ்சள் பூத்த காலுகள் அவனுக்கு.

“அக்கரைக்குப் போக வேண்டுமா? இதோ ஒரு நிமிஷத்தில் வந்துவிடுகிறேன். நீயும் காத்திருக்கையில் கயிற்றை அவிழ்த்து விட்டு ஏறிக்கொள்” என்றான் அவன். குரலில் குஷியில்லை.

“நம்ம ரெண்டு பேருமா இதை ஓட்டிக்கொண்டு போக முடியுமா?” என்று கேட்டேன்.

“அதைத்தான் பார்ப்பமே. கொஞ்ச நேரத்திலே இருட்டி விடும், வேற யாரும் இந்தப் பக்கமா வந்தாலும் வரலாம்” என்றான்.

வாயகன்ற கால்சராய்களை மடித்துவிட்டுக்கொண்டே “உம்மைப் பார்த்தால் இந்தப் பக்கத்துக்குப் புதுசு போல தோணுதே. எங்கேயிருந்து வராப்பிலே” என்றான்.

“பட்டாளத்திலே இருந்து” என்றேன்.

அவன் தன்னுடைய குல்லாவை எடுத்துப் படகுக்குள் போட்டுவிட்டு மயிரைக் கோதிவிட்டுக்கொண்டான். கருப் போடிய நரைதான். கண்ணை ஒரு புறம் சுளித்துக்கொண்டு நொந்து அழியும் பல்வரிசையைக் காட்டினான். “ரஜாவிலே போராப்பிலேயாக்கும் . . .”

“இல்லே, என் பட்டாளத்தைக் கலைத்துவிட்டார்கள். நான் இனிமே உத்தியோகத்துக்குப் போக வேண்டியதில்லே.”

“வாஸ்தவமா? அப்படினா, உன் மனசிலே மறுவிருக்காதே” என்றான்.

என்னுடைய சேவை காலத்தில் ராணுவம் நடத்த வேண்டிய காரியம் எதுவும் ஏற்படவில்லை என்று அவன் எதிர்பார்த்தான்.

இருவருமாகத் துடுப்புப் பிடித்தோம். டான் நதி எங்களைத் தள்ளிவிட்டு வேடிக்கை பார்க்கிற மாதிரி கரையிலிருந்து அவிந்து ஆற்றின் அல்லாடி வேலி போல் வழிமறிக்கும் மரக் கிளைகளிலே கொண்டு சிக்கவைத்தது. படகின் அடித்தட்டில் ஓட்டை; அதன் வழியாகத் தண்ணீர் குபுகுபுவென்று கொப்புளித்துக்கொண்டு ஓடியது. படகுக்காரன் வெற்றுக் காலால் அதன் விலாப் பகுதிகளை மிதித்தமுத்திக்கொண் டிருந்தான். காலின் அரைக் கோளங்கள் நீல நாளங்களைக் காட்டி வலிமையையும் காட்டியது. அவன் கைகள் நீண்டு எலும்பெடுத்துப்போயிருந்தன. விரல்கள் முண்டுமுண்டாக மடங்கல்கள், முடிச்சேறி இருந்தன. ஒல்லியான தோள்பட்டை களைக் குறுக்கிக்கொண்டு முதுகு குனிந்து தண்டு வலிப்பது படகோட்டுதலில் சாகசத்திற்கு அறிகுறியாகக் காணப்படவில்லை.

ஆனால் அவன் வலித்த துடுப்புகள் அலைச் சிகரங்களை லாகவமாக வெட்டி நீரில் வெகுதொலை வரை முங்கி நிமிர்ந்தன.

அவனுடைய மூச்சும் திக்குமுக்காடாமல் சாவதானமாக ஒழுங்காக ஆடிக்கொண்டிருந்தது. அவன் பின்னல் சட்டை போட்டிருந்தான். வேர்வையும் புகையிலையும் ஈரம் குமையும் 'கும்பிய' நாற்றமும் கதம்பமாக என் நாசியைச் செல்லரித்தன. திடீரென அவன் தன்னுடைய துடுப்பின் பேரில் சாய்ந்து கொண்டு, என் பக்கமாகத் தலையைத் திருப்பி, "இனிமேல் நம்மால் போக முடியாது என்று நினைக்கிறேன். நாம் மரங்களுக் கிடையில் சிக்கிக்கொண்டுவிட்டோம். என்னடா கஷ்டகாலம்!" என்றான்.

திடீரென்று எழுந்த ஒரு சுழிப்பு படகுக்கு அதிரடித் தாக்குதல் கொடுத்து, சுழலவைத்து அதை நேரே மரத்தடியில் கொண்டு பாய்ச்சியது.

அரைமணி நேரத்துக்கு அப்புறம் நாங்கள் ஜலத்தில் தொங்கிக் கிடக்கும் கிளைகளுக்கிடையில் வசமாக மாட்டிக் கொண்டு நின்றோம். எங்களுடைய துடுப்புகள் ஒடிந்துபோயின. துடுப்புத் தண்டுகள் மட்டும் முடமான கை மாதிரிப் படகின் பாரிசத்தில் பரிதாபமாகத் தொங்கின. படகின் அடித்தட்டி லிருந்த ஓட்டை வழியாகத் தண்ணீர் மதமதவென்று உள்ளேறிக் கொண்டிருந்தது. இராத்திரியை ஒரு மரத்தில் கழிப்பது என்று தீர்மானித்தோம். படகுக்காரன் கிளையில் கால்களை இறுகப் பின்னிக்கொண்டு என் பக்கத்தில் ஒண்டி உட்கார்ந்து கொண்டான்.

புகை பிடிக்கும் சுங்கானைச் சப்பி இழுத்துக்கொண்டு என்னோடு பேசிக்கொண்டிருந்தான். தொட்டால் கரி ஒட்டிக் கொள்ளும் போல் குமைந்திருந்த காரிருளில் எங்கள் தலைக்கு மேல் பறக்கும் தாராக் கூட்டத்தின் சிறகோசைகளைக் கவனித்தான்.

"சரி, நீர் வீட்டுக்குப் போகிறீராக்கும். நீர் வருவீர்வருவீர் என உம் தாயார் காத்திருப்பார். ஆமாம், வயசு காலத்திலே ஊன்றுகோல் போல இருக்கும் மகன் வருகை ஆவலாக இருக்காதா? வீட்டிலே இந்தக் குளிருக்கு இதமான வெது வெதுப்பு உம்மை வரவேற்கும். வயது உறைய வைத்த இருதயத் திலும் அன்பு குதுகுதுவெனக் கனியும். ஆமாம் உம்முடைய தாயார் இதயத்தினின்றும் கவலையோடு அல்லாடிக்கொண்டு கண்ணீர் சிந்திக் காத்திருந்தாள் என்றால் அது உம் மனத்தில் உறைக்கப்போவதில்லை. ஆசைப் பிள்ளைகள் மனம் எல்லாம் இப்படித்தான். உமக்கும் பிள்ளை குட்டி என்று பிறந்து உம்

காலைக் கட்டாவிட்டால் உம்முடைய பெற்றோர் மனத்தை அறிந்திருக்க முடியாது. அப்படி இருந்தும் பிள்ளைகளுக்காக ஒவ்வொரு அப்பனும் அம்மையும் எத்தனை துன்பத்தைத் தாங்கிச் சுமக்க வேண்டும் தெரியுமா?"

"பொம்பிளெ ஒருத்தி கறி பண்ணுகிறதற்கு மீனை அறுக் கிறாள் என்று வைத்துக்கொள். கை தவறி, பித்தப்பையையும் சேர்த்து அறுத்துவிடுகிறாள் என்று வைத்துக்கொள். நீ ஒரு வாய் எடுத்துப் போடுகிறாய். ஒரே கசப்பாகக் கசக்கிறது. அந்தக் கதைதான் எங்கதையும். நானும் வாழத்தான் செய்கிறேன். வாழ்வென்னும் விருந்தில் நான் எடுத்துப் போட்டுக்கொள் ளும் ஒவ்வொரு கவளமும் கசப்பாய்க் கசக்கிறது. அதைச் சகிக்கிறேன். அவ்வளவா இன்னும் எத்தனை காலம் வேண்டு மானாலும் விடாமல் சகித்துக்கொண்டிருக்க முடியும்? சில சமயத்தில் எனக்கு இந்த மாதிரித் தோணுகிறது. வாழ்வு, அட வாழ்வே, உன் கடைசி அஸ்திரத்தை நீ இன்னும் எத்தனை காலம் கழித்துப் போடப்போரே?

"நீர் இந்த வட்டாரத்துக்காரரல்ல. நீர் அன்னியன். நீரே யோசித்துப்பார்த்துச் சொல்லும் . . . கழுத்திலே கயிற்றை மாட்டிக்கொண்டு விழுவது நல்லதல்லவா . . .

"எனக்கு மகள் இருக்கா. அவ பேரு நடாஷா. வயசு இப்பத்தான் பதினேழு ஆகிறது. 'அப்பா உன்கூட இருந்து சாப்பிடரத்துக்கே மனங்கொள்ளலே' என்று சொல்லுகிறாள் அவள். 'உன் கையைப் பாரு அந்தக் கையை வச்சுத்தான் உன் மக்களெக் கொல்றே. அதெ நெனக்கிறப்பக் குமட்ட லெடுக்கிறது' என்கிறாள் அவள்.

"அவளுக்காகவும் சின்னதுகளுக்காகவுந்தான் நான் அந்தப்படி செய்தேன் என்பது அந்தச் சிறுக்கிக்குத் தெரிய வில்லை.

"நான் இளசுலேயே கலியாணம் பண்ணிக்கிட்டேன். முசல் பீச்சித் தள்ளுகிற மாதிரி பெத்துப் பெருகும் பெண்ணை ஆண்டவன் எனக்குக் கட்டிவச்சார். ஒன்று மாறி ஒன்றாக எட்டுச் சின்னச்சின்ன வாய்களுக்கு உணவு சம்பாதிக்கும் சுமை என் முதுகில் ஏறி உட்கார்ந்துகொண்டது. ஒன்பதாவது பிள்ளையோடே அவ போய்ச் சேந்தா. பேறுகாலம் எல்லாம் பிசகில்லாமல் நடந்தது. அஞ்சாம் நாள் ஜுரம் கண்டு அடித்துக் கொண்டு போயிற்று. நானும் ஏகக் கட்டையானேன். நான் என்னதான் விழுந்துவிழுந்து பிரார்த்தனை பண்ணியும் அந்தக் குழந்தைகளில் எதையும் அந்த ஆண்டவன் தன்னிடம் அழைத்துக்கொள்ளவில்லை. ஐவான்தான் எல்லாத்துக்களுக்கும்

மூத்தவன். ஜாடையெல்லாம் என்னையே போலெ. கருத்த முடி. நல்ல வாட்டமான முகம். காஸக் அழகு சொட்டும். நல்ல உழைப்பாளியும்கூட. அடுத்த பையன் ஐவானுக்கு நாலு வருஷம் சின்னவன். அவன் அவுங்க அம்மாவெப் போல. சின்னப்பயதான்; ஆனால் வாட்டசாட்டமாத் திம்பான். அவனுடைய தலைமயிர் நரை பூத்தது மாதிரி சணல் வண்ணத்துப் பழுப்பேறியிருக்கும். கண்ணும் துருப்பிடித்த நீலம். அவன் பேர் டானில்லோ. எனக்குச் செல்லப்பிள்ளை. மத்த ஏழு பிள்ளைகளில் மூத்ததுகள் எல்லாம் பொட்டெ. மத்தது வெறும் சிசுக்கள்.

“இந்த நிலையிலே எங்க கிராமத்திலேயே ஐவானுக்குக் கலியாணம் பண்ணிவச்சேன். கொஞ்ச நாளெக்கெல்லாம் அவனும் ஒரு குட்டி போட்டான். டானில்லோவுக்கும் ஏழையா ஒன்றைப் பிடித்துக் கட்டிப்போடுவமேண்ணு பார்வையிலே இருக்கிற சமயத்தில் ‘சங்கடங்கள்’ பிறந்தன. எங்கள் காஸக் கிராமத்து ஜனங்கள் சோவியத்துகளுக்கு எதிராகக் கலகம் செய்தார்கள். ஐவான் என்னிடம் ஓடி வந்தான். ‘அப்பா, சிகப்புக்கட்சியுடன் சேர்ந்துவிடுவோம், என்னுடன் வந்துவிடு’ என்று விழுந்துவிழுந்து கெஞ்சினான். கிருஸ்து மேல் ஆணை வைத்தான். ‘சிகப்புக் கட்சியினர் பக்கம்தான் நாம் நிற்க வேண்டும். அவர்கள் பக்கத்தில்தான் நியாயம் இருக்கிறது’ என்றான்.

“டானில்லோவும் என்னிடம் பிரமாதமாக லெக்சரடிக்க ஆரம்பித்தான். இருவருமாக என்னிடம் வெகுநேரம் விழுந்து விழுந்து கெஞ்சினார்கள். ‘உங்களை இந்தப் பக்கம் சேரு அல்லது அந்தப் பக்கம் சேரு என்று நான் நிர்ப்பந்தப்படுத்தப் போவதில்லை. நீங்கள் உங்கள் இஷ்டம் போல நடந்து கொள் ளுங்கள். நான் இங்கேதான் இருப்பேன். நீங்கள் போய்விட்டா லும் என் கை நோக்கி ஏழு சின்ன வாய்கள் இருக்கின்றன. அவை ஒவ்வொன்றையும் நான்தான் வாடாமல் பார்த்துக் கொள்ள வேண்டும்’ என்றேன்.

“அவர்களும் போய்விட்டார்கள். எங்கள் கிராமத்துக்காரர் கள் ஆயுதம் பூண்டார்கள். ஒவ்வொருத்தனும் தன் கையில் அகப்பட்டதைத் தூக்கிக்கொண்டு தயாரானான். அவர்கள் என்னைச் சூழ்ந்து பிடித்துக்கொண்டு முதலில் களத்துக்குப் போக வேண்டும் என்று முடுக்கிவிட்டார்கள். ஊர்ச்சதுக்கத்தில் அவர்கள் என்னை இழுத்துச்சென்றபோது, ‘தேசத்தார்களே, தகப்பன்மார்களே நான் பெரிய குடும்பி. ஏழு சிசுக்கள் வீட்டில் படுத்துக்கிடக்கின்றன. நான் செத்தால் அவர்களை யார் பார்ப்பார்கள்’ என்று சொல்லிப்பார்த்தேன். பலிக்கவில்லை. கொஞ்சம்கூட இரக்கம் காட்டாமல் என்னைப் படுகளத்துக்கு

அனுப்பினார்கள். சண்டை நடந்த இடம் எல்லாம் ஊருக்கு அருகாமையில்தான்.

“ஈஸ்டர் பண்டிகைக்கு முந்தி ஒரு நாள் ஒன்பது கைதிகள் பிடித்துக்கொண்டு வரப்பட்டனர். என் செல்வப் பிள்ளையான டானிலுஷ்காவும் (அவனுடைய முழுப்பெயர்) அதில் ஒருவன். அவர்களை ஊர்ச்சந்தை வெளியில் இழுத்துக்கொண்டுவந்து காப்டன் முன்பாக நிறுத்தினார்கள். வீட்டுக்குள் காயப்பட்டுக் கிடந்த காஸக் ஜனம் அவ்வளவும் அங்கே திரண்டது. ஆண்டவன் தான் அதைப் பார்க்கணும். ஒரே கலாட்டா. ‘கோழைப்பயல் கள். காலிப் பயல்கள். வெட்டிச் சாயி’ என்று ஒரே கூச்சல். ‘விசாரணை நடந்த பிறகு வெளி வரட்டும் நாமளே தீத்துப்புடு வோம்’ என்று கறுவினார்கள்.

“தொடை நடுங்கிக்கொண்டு நானும் அங்கே நின்றேன். என் மகன் டானிலோவுக்காக என் நெஞ்சு எப்படி வெந்தது என்பதை நான் காட்டிக்கொள்ளப் பயந்தேன். காஸக்குகள் தலையை ஆட்டிஆட்டி என்னைச் சுட்டிக்காட்டி இரகசியம் பேசுவது எனக்குத் தெரிந்தது. சார்ஜன்ட் மேஜரான அர்க்காஷா என்னிடம் வந்தான். ‘இந்தப் பொதுவுடமைக் கிருமிகளை அழித்துவிடுவதில் நீ எங்களோடு சேருவாயா?’ என்று கேட்டான்.

“ ‘நிச்சயமாக் காலிப்பசங்க . . .’ என்றேன் நான்.

“ ‘அப்படியானால் இந்தா, இந்தப் பயனட்டை வச்சுக்கோ. இங்கேயே வாசலண்டை நில்லு’ இப்படிச் சொல்லிவிட்டு அவன் கண்கள் ஒரு விபரீதப் பார்வையைப் பாய்ச்சியது. ‘நாங்களும் உம் மேலே ஒரு கண் வைத்திருப்போம். ஜாக்கி ரதையா நடந்துகொள்ளப்பா, இல்லாவிட்டால் பிறகு எங்களெக் குத்தம் சொல்லாதே’ என்றான்.

“நானும் வாசலண்டை நின்றுகொண்டிருந்தேன். என் மூளை கலங்கிச் சுழன்றது. ‘ஏ மரியதாயி, ஆண்டவனெப் பெத்தவளே, நான் என் கையாலே என் மகனெக் கொல்லணுமா?’

“காவல்காரன் அறையிலிருந்து வந்த சத்தம் அதிகமாயிற்று. கைதிகளைக் கூட்டிக்கொண்டு வந்தார்கள். முதலில் டானில்லோ தான் வந்தான். அவனைப் பார்த்ததும் பீதி என்னை விறைக்க வைத்தது. அவனுடைய தலை பீப்பாய் மாதிரி வீங்கியிருந்தது. இரத்தம் கட்டிகட்டியாக அவன் மூஞ்சியில் வழிந்துகொண்டிருந் தது. மண்டையில் தோல் உறிந்துவிட்டது. கம்பளிக் கையுறையை அவன் தலையில் சொருகி இருந்தார்கள். நன்றாக அடித்த பிற்பாடு உராய்ந்துபோன பாகங்களைக் கம்பளி மயிர் உறை வைத்து மூடியிருந்தார்கள். உறை ரத்தத்தை உறிஞ்சி மயிரோடு மயிராய் ஒட்டிக்கொண்டிருந்தது. கைதிகள் கிராமத்துக்கு

இழுத்து வரப்படும்போது வழி நெடுக நடந்த சம்பவங்கள். என் டானில்லோ தள்ளாடித்தள்ளாடி நடந்துவந்தான். என்னைக் கண்டதும் என்னை நோக்கிக் கைகளை நீட்டினான். அவன் சிரிக்க முயன்றான். அவனுடைய கண்களில் ஒன்று வெறும் ரத்தப் பிண்டமாக அசைவற்றுத் துருத்திக்கொண் டிருந்தது.

"நான் அவன்மீது விழுந்து கொல்லாவிட்டால் கிராமத் தார்கள் என் மேல் விழுந்து அந்த இடத்தில் வைத்தே பலியிட்டுவிடுவார்கள் என்பது எனக்குப் புரிந்துபோயிற்று. என் சிசுக்கள் அனாதைகளாக ஆண்டவன் படைத்த உலகத்தில் திக்கற்றுத் தவிக்கும். டானில்லோ நான் நின்ற இடத்தை அணுகினான்.

"'அப்பா – அப்பா நான் போயிட்டு வாரேன் அப்பா' என்றான். அவன் கண்கள் உதிர்த்த கண்ணீர் ரத்தக் கறையைக் கழுவிப் புரண்டன. உம், என் கை உயரவில்லை. தூக்க முடியாமல் மரத்துவிட்டன. வெறும் கட்டை மாதிரி பயனட்டு என் தோள் பட்டையை அமுக்கிக்கொண்டிருந்தது. துப்பாக்கியை மாறித் திருப்பிக்கொண்டு அடிமட்டையால் என் பசலையைக் கீழே வீழ்த்தினேன் . . . இதோ இந்தப் பொட்டில், காதுக்குப் பின்புறத்தில் . . . 'ஓ . . . ஓ . . .' என்ற தொனிப்பில்தான் ஒரு ஓலமிட்டான். முகத்தை மூடிக்கொண்டு கீழே விழுந்தான். என்னுடைய காஸக் சகாக்கள் விலா வெடித்துவிடுவது போல விழுந்துவிழுந்து சிரித்தார்கள். 'குடுடா மிக்கிஷாரா குடுடா. ஒன் டானில்லோ மேலே ரொம்பக் கடுப்பு இருக்காப்லே இருக்கே. இன்னொரு தரம் குடு. இல்லாட்ட ஒன் ரத்தமும் கொஞ்சம் வெளியே சிந்தும் ஜாக்கிரதை' என்றார்கள்.

"காப்டன் லிட்டிஸ் தலை வாசல் பக்கம் வந்து நின்று கொண்டு, தன் சிப்பந்திகளை நோக்கி வெறும் ஒப்புக்காக என்னமோ கத்தினான். ஆனால் அவன் கண்களில் சிரிப்புத் துள்ளி மறைந்தது.

"காஸக்குகள் பாய்ந்து விழுந்து கைதிகளைக் குத்திச் சாய்க்க ஆரம்பித்தார்கள். என் கண் இருண்டது. நானும் தெருவில் இறங்கி ஓடினேன். என் டானில்லோ தரையில் உருண்டு விழக் கண்டேன். அந்த சார்ஜெண்ட் மேஜர் அவனு டைய தொண்டையில் பயனட்டைப் பாய்ச்சி விட்டான். டானில்லோ கொடுத்த குரல் ஒன்றுதான்: 'கொர்ர்' என்ற சத்தம் கேட்டது . . . அவ்வளவுதான் . . ."

படகுக் கட்டைகளும் நாங்கள் உட்கார்ந்திருந்த மரக்கிளை களும் 'கொர்ர்' 'கொர்ர்' என்று அவலக் குரல் எடுத்தன.

படகு தண்ணீர்மட்டத்துக்குள் அடியோடு அமிழ்ந்துவிட்டது. குப்புற மிதந்த அந்தப் படகின் அடித்தண்டு ஒரு நிமிஷம் ஜல மட்டத்துக்கு மேல் தலை காட்ட, மிக்கிஷாரா ஜலத்திற்குள் காலை விட்டு அது அமுங்கிய இடம் நோக்கித் துழாவினான். பிறகு கண்களில் இருந்த புகையிலைச் சாம்பலைத் தட்டிவிட்டு, "படகு முங்குகிறது. நாளைக்கு மத்தியானம் வரை இந்தக் கிளையில்தான் நாம் உட்கார்ந்து தொலைக்கணும். நாசமாப்போன அதிர்ஷ்டம்."

அவன் வெகு நேரம் மௌனமாக உட்கார்ந்திருந்தான். பிறகு மறுபடியும் அடித்தொண்டையில் அவன் கதையை ஆரம்பித்தான்.

"அந்த நாள், நான் செய்த கைங்கரியத்துக்காக எனக்கும் போலீஸ் வேலை கொடுத்தார்கள். அது நடந்த பிறகு டான் நதி எத்தனை வெள்ளத்தையோ பார்த்துவிட்டது. அப்படியிருந்தாலும் ராத்திரியாச்சுன்னா திக்குமுக்காடித் தொண்டை நெறிஞ்சு மரணக்குரல் என் காதில் கேட்டுக்கொண்டே இருக்கிறது. டானில்லோவின் கடைசி அலறல் கேட்டுவிட்டு ஓடினேனே. அன்று கேட்ட அந்தக் குரல் திரும்பத்திரும்பக் கேட்டுக்கொண்டிருக்கிறது.

"மனசு இப்பத்தான் என் மேல் வஞ்சம் தீர்த்துக்கொண்டு வருகிறது.

"வசந்த காலம் வரை நாங்கள் சிகப்புக் கட்சிக்காரர்கள் ஓங்கிவிடாமல் நிலையாகத் தடுத்து நின்றுகொண்டிருந்தோம். அப்புறந்தான் ஜெனரல் செக்ரெட்யேவ் எங்கள் உதவிக்கு வந்தார். நாங்கள் பொதுவுடமைக்காரர்களை டான் நதிக்கு மறுகரைக்கு விரட்டி, ஸாரட்டோவ் மாகாணம் வரை ஓட்டிச்சென்று விரட்டிவிட்டுத் திரும்பினோம்.

"என் மகன்கள் பொதுவுடமைக் கட்சியில் சேர்ந்துவிட்டிருந்ததால் உத்தியோகத்திலும் எனக்குச் சங்கடந்தான். நான் பெரிய குடும்பி என்பதும் அவர்களுக்குப் புரியவில்லை.

"பாலாஷார் என்ற பட்டணம் வரை நாங்கள் போனோம். என்னுடைய மகன் ஐவானைப் பற்றித் தகவலே இல்லை. எங்கிருக்கிறான் என்ற விவரம் தெரியவேயில்லை. இப்படியிருக்கையில் காஸக்குகளிடையே ஒரு வதந்தி உலாவ ஆரம்பித்தது. அவர்கள் எப்படித்தான் கண்டுபிடித்தார்களோ? ஐவான் பொதுவுடமைக் கட்சியைவிட்டுத் தொலைத்துவிட்டு 36ஆவது காஸக் பீரங்கிப் படையிலிருப்பதாகச் சொல்லிக்கொண்டார்கள்.

"'அந்த ஐவாஷ்கா பயலைப் பிடித்துக்கொண்டுவந்து புல்லைத் தின்னும்படி வைக்காவிட்டால் பார்' என்று கிராமத்தார்கள் என்னை மிரட்டினார்கள்.

"நாங்கள் ஒரு கிராமத்துக்கு வந்துசேர்ந்தோம். அங்கே அந்த 36ஆவது தளம் காவல் நிறுத்தப்பட்டிருந்தது. உடனே அவர்கள் ஐவானைத் தேடிப்பிடித்து இழுத்துவந்தார்கள். காவல் கிடங்கில் போட்டு அவனைக் கொடூரமாக அடித்து வதை செய்தார்கள். கடைசியாக என்னைக் கூப்பிட்டு, ராணுவத்தின் தலைமைக் காரியாலயத்திற்கு அவனை அழைத்துக்கொண்டு போக வேண்டும் என்று எனக்கு உத்தரவு போட்டார்கள்.

"இந்தக் கிராமத்திலிருந்து சுமார் பன்னிரண்டு விரெஸ்டுகள் தலைமைக் காரியாலயம் இருந்த இடம்.

"என்னை ஏறெடுத்துப் பார்க்காமல் கண்ணை மாறி வைத்துக்கொண்டு என் பட்டாளத்தின் தலைவர் என்னிடம் உத்தரவுப் பத்திரங்களைக் கொடுத்தார்.

" 'மிக்கிஷாரா, இதோ இருக்கிறது உத்தரவு. பயலைத் தலைமைக் காரியாலயத்துக்குக் கூட்டிக்கொண்டு போ. அவனை நீ கூட்டிக்கொண்டு போவதுதான் நல்லது. அப்பா விடமிருந்து தப்பி ஓடிவிடுவானா?'

"அவர்கள் சூழ்ச்சி இன்னதெனப் பளிச்சென்று எனக்கு உதயமாயிற்று. 'நான் தகப்பனாராகையால் அழைத்துச் செல்லும் போது தப்ப சௌகரியம் பண்ணிக்கொடுப்பேன்.' அப்போது எங்கள் இருவரையுமே ஒழித்துக்கட்டிவிடலாம் என்பதுதான் அவர்கள் ஆசை.

"ஐவான் நிறுத்தப்பட்டிருந்த சிறையருகே சென்றேன். அங்கே காவலிருந்தவர்களிடம், 'கைதியை என்னிடம் ஒப்புவித்து விடுங்கள்: அவனைத் தலைமைக் காரியாலயத்துக்கு அழைத்துக்கொண்டு போகும்படி எனக்கு உத்தரவு' என்றேன்.

" 'நல்லாக் கூட்டிக்கொண்டு போ, அவனை வைத்திருப்பதில் எங்களுக்கென்ன ஆச்சு!' என்றார்கள்.

"ஐவான் தன்னுடைய பெரிய கோட்டைத் தோளில் போட்டுக்கொண்டான். தன் குல்லாவை எடுத்துக்கொண்டு சற்று நடமாடினான். பிறகு அதைப் பெஞ்சி மேலேயே போட்டுவிட்டு என்னுடன் நடந்தான்.

"நாங்கள் கிராமத்தைவிட்டு வெளியேறினோம். எங்கள் பாதை மலைச்சரிவு வழியாகச் சென்றது. நானும் பேசவில்லை; அவனும் பேச்சுக் கொடுக்கவில்லை. பாதி வழி வரை இந்த ரீதியில் நடந்தோம். வழியில் ஒரு கோவில் இருந்தது. அதையும் கடந்தோம். எங்கள் பின்புறம் யாரும் தொடர்வதாகத் தெரிய வில்லை. ஐவான் என் பக்கமாகத் திரும்பினான். அவன் குரல் கெஞ்சியது. 'அப்பா என்னை அங்கே கொன்றுவிடுவார்

கள். சாகக் கொடுப்பதற்கே என்னைக் கூட்டிக்கொண்டு போகிறாய். உன் மனசு கேட்கிறதா?' என்றான்.

"'இல்லை மகனே இல்லை' என்றேன்.

"'அப்படியானால் என் மேல் உனக்கு இரக்கமில்லையா?'

"'இரக்கமா; நெஞ்சு வெந்து மடிகிறதடா மகனே'

"'அப்படியானால் என்னை விட்டுவிடேன். நினைச்சுப் பார், என் ஆயுசு எத்தனை சின்னதென்று. லோகத்தை நான் இன்னும் நல்லாக்கூடப் பாக்கலியே?'

"அவன் என் காலில் விழுந்து மூன்று தடவை கெஞ்சினான். 'அந்தச் சரிவு வரை நாம் போவோம். அப்புறம் ஓடிவிடு. நானும் ஒப்புக்கு இரண்டு மூன்று தடவை உன்னைத் தொடர்ந்து துப்பாக்கி வெடி தீர்க்கிறேன்.'

"அவன் சிறிசாக இருக்கும்போது பட்சமான வார்த்தை என்று அவன் வாயிலிருந்து வெளிவந்ததில்லை: அப்படிப்பட்டவன் என் கழுத்தில் விழுந்து முத்தமிட்டான் . . . ?

"இன்னும் இரண்டு விரெஸ்டுகள் நடந்தோம். அவன் பேசவில்லை; நானும் பேச்சுக் கொடுக்கவில்லை. சரிவை அடைந்தோம். ஐவான் நின்றான்.

"'போய் வருகிறேன் அப்பா. நாம் இருவரும் தப்பிப் பிழைத்தால் உன் ஆயுசு முழுவதும் நான் உன்னைப் பார்த்துக் கொள்ளுகிறேன். என் வாயிலிருந்து ஒரு கடுஞ்சொல் பிறக்காது' என்றான்.

"என்னைக் கட்டிக்கொண்டான். என்னுடைய நெஞ்சு வெடித்துவிடும் போல இருந்தது.

"'ஓடு மகனே ஓடு என்றேன். அவன் சரிவில் ஓடினான். அடிக்கடி திரும்பிக் கைகளை என்னை நோக்கி அசைத்துக் கொண்டிருந்தான். நாற்பது கஜ தூரம் அவனை ஓடும்படி விட்டேன். தோளில் தொங்கிய துப்பாக்கியை எடுத்தேன். முழங்கால் படியிட்டு நின்று குறி பார்த்தேன். குதிரையை விரலால் சுண்டி இழுத்தேன்... குண்டு அவன் மேல் முதுகில் நட்ட நடுவில் பாய்ந்தது."

மிக்கிஷாரா தன் பையில் கையைவிட்டுச் சிறிது நேரம் புகையிலையை எடுக்கத் துழாவினான். பிறகு சக்கிமுக்கிக் கல்லடித்துப் பொறி உண்டுபண்ணிச் சுங்கானை ஏற்றி ஆர அமர நெஞ்சு நிறையப் புகையிழுத்து வெளிவிட்டான். சக்கிமுக்கிக் கல் ஏற்றிய பஞ்சு அவன் உள்ளங்கையில் கனிந்தது. முகத்துச் சதைகள் துடித்தன. சிகப்பேறிய மாறுகண் இரக்கமற்று விழித்தது.

“ஆமாம். அவன் ஆகாசத்தில் துள்ளிக் குதித்தான். உளைச் சலோடு இன்னும் சில கெஜதூரம் ஓடினான். அடிவயிற்றைப் பிடித்துக்கொண்டு, திரும்பி என்னைப் பார்த்து... ‘அப்பா ... ஏன்...’

“அவன் தரையில் விழுந்து உதறிக்கொண்டான். நான் அவனருகில் ஓடிக் குனிந்து பார்த்தேன். அவனுடைய கண்கள் ஏறச் சொருகின. வாயில் இரத்த நுரை தள்ளியது. காரியம் தீர்ந்துவிட்டது என்று நினைத்தேன். ஆனால் திடீரென்று தெளிச்சல் ஏற்பட்டு, என் கைகளை எட்டிப் பிடிக்க முயன்று தடமாடினான். ‘அப்பா எனக்கு ஒரு சிசுவும் பெண்டாட்டியும் உண்டு...’ அவன் தலை ‘சொளக்கிட்டு’ச் சாய்ந்துவிட்டது. அவன் தன் காயத்தை அமுக்கி மூடித் தடவிக்கொண்டான். அதெங்கே... அப்படியிருந்தும் விரலுக்கிடையில் ரத்தம் கொப்புளித்துக்கொண்டு பீறிட்டது. அவன் அனத்தினான். பிறகு மலர்ந்து உருண்டு என்னைப் பயங்கரமாக ஒரு பார்வை பார்த்தான். நாக்கு வசப்பட்டு நிற்கவில்லை. இன்னும் என்னமோ சொல்ல ஆசைப்பட்டான். என் காதில் விழுந்த தெல்லாம் ‘... அப்பா... அப்பா’ என்ற வார்த்தைகள்தான். என் கண்கள் பலபலவென்று சிந்தின. ‘மகனே இந்த முள் கிரீடத்தை எனக்காகச் சுமந்திடு. உனக்கு மனைவியும் சிசுவும் உண்டு என்று எனக்குத் தெரியும். வீட்டிலே ஏழு அனாதைச் சிசுக்கள் எனக்கு இருக்கின்றன. நான் உன்னை விட்டால் காஸக்குகள் என்னைக் கொன்றுபோடுவார்கள். அப்போ என் குழந்தைகள் தெருவில் பிச்சை எடுத்து ஏங்கும்’ என்றேன்.

“இன்னும் சற்று நேரந்தான் அவனுக்குப் பிரக்ஞை இருந்தது. அவன் தீர்ந்தான். அவன் கைகள் என் கைகளைப் பிடித்திருந்த பிடிப்பு உலையவில்லை. அவனுடைய பெரிய கோட்டையும் பூட்ஸையும் கழற்றி எடுத்தேன். முகத்தில் ஒரு துணியைப் போட்டு மூடிவிட்டுக் கிராமத்துக்குத் திரும்பினேன்.

“உன் மனதாரச் சொல்லு. என் குழந்தைகளுக்காக இத்தனை கஷ்டத்தையும் சுமந்தேன். அதில்தான் என் தலை யும் நரைத்தது ... அவர்கள் ஒரு ரொட்டித் துண்டுக்காகத் திண்டாடாமலிருக்க உழைக்கிறேன். இராத்திரியானாலும் பகலானாலும் மனத்தில் ஓய்ச்சல் இல்லை ... அவர்கள் அப்படிச் சொல்லுகிறார்கள் ... என் மகள் நாடாஷா அப்படிச் சொல்லு கிறாள்: ‘அப்பா உன்கூட உட்கார்ந்து சாப்பிட முடியவில்லை...’ இதைச் சுமந்துகொண்டிருக்க எந்த மனிதனாலும் முடியுமா?”

படகுக்கார மிக்கிஷாரா தலையைச் சொளக்கென்று முன்னே தொங்கப் போட்டான். என்னையே இமையாடாமல் பார்த்து விழித்தான். அவன் பின்புறம் சோகம் மூண்ட

உதய கன்னி பிரவேசித்தாள். வானம் வெண்கீறல் காட்டி மலர்ந்தது. நதியின் வடகரை இருள் மூட்டத்திலிருந்து தூங்கி வழியும் குரல் ஒன்று, கம்மிப்போய்க் கரடுமுரடாகக் காட்டு வாத்துக்களின் கமறல் தொனிக்கு மேல் ஓங்கி எழுந்தது.

"ஏ படகுக்காரா மிக்கிஷாரா, நாசமாப் போக, படகைக் கொண்டா ..."

оо

அதிகாலை

நிக்கோலாய் டிக்கனோவ்

1918-ம் வருஷம் ஆகஸ்ட் மாதத்தில் துருக்கியர் பாக்கூ என்ற இடத்தை முற்றுகை இட்டார்கள். மென்ஷ்விக் நிர்வாகத் தலைமை போர்டின் ஐந்து தலைவர்கள் மூளையும் சுழன்றது. சர்வ குழப்பம்; அது விஷயத்தைப் புரிந்துகொண்ட பிரமையைத் தோற்றுவிக்கும் ஒருவித வெளிச்சக் குழப்பம். ஆயுதபாணி களாகப் பலர் நகரத்துக்கு உள்ளேயும் உள்ளிருந்து வெளியே யும் ஓடிக்கொண்டிருந்தார்கள்; அவர்கள் ரணகளத்துக்குப் போகிறார்களா அல்லது அங்கிருந்துதான் வருகிறார்களா என்பது தெளிவுபடவில்லை.

குட்டித்தளம் ஒன்று கூபூ ஜில்லாவுக்கு அனுப்பப்பட்டது. அதன் உத்யோகம் ஓடிப்போன முஸல்மான் குடியானவர் களை ஊருக்குத் திரும்பிவந்து வீடும் குடித்தனமுமாகக் குடியிருந்து, ஏற்கனவே காற்றைப் புசித்து ஜீவித்துவரும் பாக்கூ வாசிகளுக்குத் தானியச் சாகுபடி செய்யும்படி தூண்ட வேண்டும் என்ற நோக்கத்தை அடிப்படையாகக் கொண்டது. ஆனால் இந்தத் தளமானது எடுத்து வைக்கும் ஒவ்வொரு அடிக்கும் வீதாச்சாரமிட்டது போல அதன் எண்ணிக்கை தேய்ந்துகொண்டு வந்தது. நிர்வாக இலாகா போட்ட உத்த ரவைக் காற்றுவாக்கில் விட்டுவிட்டு, தன்தன் காரியத்தைப் பார்த்துக்கொண்டு நடையைக் கட்டிவிடுவதிலேயே அதிகக் கவனம் காட்டினார்கள் அந்தத் தளத்தைச் சேர்ந்தவர்கள். மாஜி பாங்கி குமாஸ்தாவும் சோல்ஜருமான குருட்டிக்காவ் என்பவன் தன்னால் முடிந்தவரை அந்தத் தளத்தை நடத்திக் கொண்டுபோனான்.

ஒருநாள் மாலை அந்தத் தளம் மலைச்சரிவின் அருகாமையில் போகும்போது துருக்கியர் அதைச் சூழ்ந்துகொண்டார்கள். திக்காலுக்கொன்றாக இரண்டொரு முறை சுட்ட பிறகு, குருட்டிக்காவ், தளத்துடன் வந்த ஏக ஸ்திரீ ஜாதியான டாஷாவைப் பார்த்து, தன்னுடைய மொண்ணைக் கத்தியின் முனையில் அவள் வசமிருந்த மிகவும் வெண்மையான கைக்குட்டையைக் கட்டச் சொன்னான்.

வைதுகொண்டும் சபித்துக்கொண்டும் அவனுடைய சோல்ஜர்கள் துருக்கியத் துருப்புகளைத் தொடர்ந்து காலை யிழுத்துப் போட்டன; துருக்கியத் துருப்புகளின் சோர்வுக்கும் குறைவில்லை.

துருக்கிய உதவித் தளபதி நீலக்கண்ணாடி அணிந்து ஒற்றன் மாதிரி விளங்கும் செம்பட்டைச் சிகையுள்ள மனிதன். அவன் குருட்டிக்காவையும், அவனுடைய உதவித் தளபதியையும் டாஷாவையும் தணிந்து தஞ்சமான கூரையுடைய வீட்டுக்குள் அழைத்துச்சென்றான். கருக்கல் வெளிச்சம் இயங்கும் ஒரு அறைக்குள் நுழைந்தார்கள். அதன் மத்தியில் உள்ள மேஜை மீது தடியான ரபிவே மெழுகுவத்தி குத்தி நிறுத்தப் பட்டு எரிந்து வழிந்தது. வத்தி வெளிச்சத்தைச் சூழ இதர கைதிகளும் உட்கார்ந்திருந்தார்கள். இந்தத் தளத்துடன் வந்த விவசாய நிபுணர், ஒரு தபால் உத்தியோகஸ்தர், ஒரு உத்தியோகஸ்தரின் விதவை – இவள்மட்டும் மெய்ஸ் அரிசி வைத்துச் செய்த பெரிய ரொட்டித் துண்டை சர்வசம்மாரம் செய்து கொண்டிருந்தாள் – எல்லோரும் உட்கார்ந்திருந்தார்கள்.

‘மறுபடியும் சண்டைக் கெடுபிடியைப் பார்க்கிறோம் அன்ட்ரூய்ஷா’ என்று டாஷா வெகு உற்சாகமாகச் சொல்லிக் கொண்டு, தன் பைக்குள்ளிருந்த சின்ன முகக் கண்ணாடிக் காகத் துழாவினாள். குருட்டிக்காவின் முழுப்பெயர் அன்ட்ரூய்ஷா குருட்டிக்காவ். கழுத்தைச் சுற்றி அணிந்திருந்த கம்பி போட்ட கைக்குட்டையை அவிழ்த்தான். ஆனால் கொஞ்ச நேரத்துக்குள் குளிர் உறைக்க ஆரம்பித்ததினால் அதை மறுபடியும் கட்டிக்கொண்டான். காலைத் தூக்கி பூட்ஸில் படிந்திருந்த புழுதியைக் கந்தை ஒன்று கொண்டு துடைத்தான்.

குருட்டிக்காவ் அறையில் அங்குமிங்குமாக நடைபோட்டுக் கொண்டிருந்தான். இரட்டைக்குழல் தூரதிருஷ்டிக் கண்ணாடி ஒன்று கழுத்தைச் சுற்றிய வாரில் தொங்கி அவனுடைய நெஞ்சில் இடித்துக்கொண்டிருந்தது. அவனிடமிருந்த ஆயுதங்களையெல்லாம் பிடுங்கிவிட்டார்கள்.

“என் இஷ்டப்படி, எனக்கே எனக்கு என்று நான் சொல்லிக் கொள்ளக்கூடிய நிலைமையில் வாழுவதுதான் என் விருப்பம்.

என்னை ஏன் பாங்கியிலிருந்து இழுத்துப்போட்டார்கள்? நான் – குருட்டிக்காவ் – என்ன சோல்ஜரா? என்னை என்ன நெப்போலியன் என்றும் கெரன்ஸ்கி என்றும் நினைத்துக் கொண்டார்களா? கடைசியாகப் பித்துக்குளித்தனமாக அகப் பட்டுக்கொண்டு முழிக்கிறேன். என்னமோ ஜெர்மன்காரர் பெட்ரோகிராடைப் பிடித்துக்கொண்டார்கள், இங்கிலீஷ்காரர் பெர்லினைப் பிடித்துக்கொண்டார்கள் என்றெல்லாம் சொல்லுகிறார்கள். பிடித்துக்கொள்ளட்டுமே, எனக்கென்ன? என்னைச் சும்மா விட்டுவிடுன்னுதானே கேட்கிறேன். சமயத் திலே வெள்ளைக் கொடியைக் காட்டியிருக்காது போனால் என்னைக் கொன்றே போட்டிருப்பார்கள். அது ஒனக்கு எப்படியிருக்கும்? எனக்கென்னமோ பிடிக்கல்லே . . .” என்று ஆத்திரத்தை உலுப்பிக் கொட்டிக்கொண்டிருந்தான்.

“அன்ட்ரூய்ஷா, ஆத்திரப்படாதே. இந்தா ஒரு முத்தம் வேணும்னாலும் வாங்கிக்கோ. இம்மாதிரி அகப்பட்டுக் கொள்ளுகிறது வேடிக்கையாக இல்லை” என்றாள் டாஷா.

“வேடிக்கையா வித்தாரமா! நாவல் படிச்சுப்படிச்சு இந்தப் பெண்டுக மூளையைக் கரியடுப்லேதான் போடணும்” என்று குருட்டிக்காவ் கூச்சல் போட்டான். அந்தச் சமயத்தில் இவனைச் சிறைபிடித்த துருக்கிய ராணுவ உத்தியோகஸ்தர் உள்ளே நுழைந்தார்.

“அந்த தூரதிருஷ்டிக் கண்ணாடியைக் கொடுத்து விடு. அது ராணுவச் சொத்து”ன்னு ரஷ்ய பாஷையில் முரட்டுத் தனமாகச் சொன்னான்.

“ஏன்? என் கால்சட்டையை எடுத்துக்கோ, என் பூட்ஸை எடுத்துக்கோ, என் தொப்பியை எடுத்துக்கோ, அதுவும் ராணுவச் சொத்துத்தான்” என்று கத்திக்கொண்டு குருட்டிக்காவ் குதித்தான்.

“உனக்கு வெக்கமில்லையா? தூரதிருஷ்டிக் கண்ணாடியை வச்சுக்கொண்டு யாரையாவது சுட முடியுமா?” என்றாள் டாஷா.

துருக்கியன் முகத்தில் அசட்டுக்களை தட்டியது. அவளுக்குப் பதில் சொல்லப்போவது போல டாஷாவையே விறைத்துப் பார்த்தான்.

“பாக்ஷா, கூப்பிடுகிறார் வா, நட” என்று உத்தரவு போட் டான். அவனுடைய கண்கள் நீலக்கண்ணாடிக்குப் பின்னால் கொந்தளித்தன.

பாக்ஷா, பாசறை நடுவில் போடப்பட்ட நெருப்புக்கு எதிரே மடக்கு நாற்காலியில் உட்கார்ந்திருந்தார். அவருக்கு

எதிரே பிரபல ஷெய்க் ஒருவர் உட்கார்ந்திருந்தார். பிரபல அரபு பண்டிதர், பெயர் நாஷிமுத்தீன் ஹாட்ஸின்ஸ்கி. பாக்ஷா வானவர் நாஷிமுத்தீன் கையைப் பார்த்துக்கொண்டிருந்தார்.

நாஷிமுத்தீன் சந்தேகத்துடன், தலையசைத்து ஆமோதித்துக் கேட்டுக்கொண்டிருந்தார்.

"ரேகை சாஸ்திரம் வருங்காலக் குழப்பம் பற்றியது" என்று தொடர்ந்து பேசிக்கொண்ட போனார் பாக்ஷா. ஆனால் குருட்டிக்காவ் முகம் சுளிப்பதைக் கண்டுகொண்டார். நீலக் கண்ணாடிகளையும் பார்த்தார். தலையை நிமிர்த்தி நெருப்புக்கு மறுபுறம் பார்வையைச் செலுத்தி மடமடவென்றும் அமைதி யாகவும் சில வார்த்தைகளைச் சொன்னார்.

"பாக்ஷா, உன் வசம் இருக்கும் சம்பளத் தொகையை ஒப்புவித்துவிடும்படி உத்தரவு போடுகிறார்" என்று தர்ஜமா செய்தான் நீலக்கண்ணாடிக்காரன்.

"யாரிடம் ஒப்புக்கொடுக்க? வேண்டுமானால் பாங்கியில் என் ஆபீஸ் அறையில் 20–ந் தேதி வந்து என்னைப் பார். இங்கே நான் யாரிடம் கொடுக்கிறது? அது கிடக்கட்டும், எப்படி கொடுப்பது? எனக்கு இரண்டு கட்சியும் ஒன்றுதான். இப்படியிருக்கும்போது என்னை ஏன் இந்தக் கேள்வியைப் போட்டு வதைக்கிறீர்கள்? கேட்கிறதா, இரண்டு கட்சியும் எனக்கு ஒன்றுதான். நான் இரண்டுக்கும் பொது. எனக் கொன்றும் தெரியாது."

துருக்கியன் இன்னும் சற்று உரத்த குரலில் உத்தரவை மறுமுறையும் சொன்னான்.

"சண்டை ஆரம்பமாகுமுன் உன்னுடைய தளங்களிடை சம்பளத்தைப் பட்டுவாடாச் செய்ய உனக்கு அவகாசம் கிடைக்கவில்லை என்பது பாக்ஷாவுக்குத் தெரியும்."

"எந்தச் சண்டைக்கு முன்னாலே? என்ன பேத்துகிறாய்? அந்தப் புளூகெல்லாம் என்கிட்ட விட்டுப்பார்க்காதே. அளந்து கொட்டாதே. சண்டை எதுவும் நடக்கவில்லை."

"உன்னுடைய தளத்துக்கு இங்கேயே, இப்போதே சம்ப ளத்தைப் பட்டுவாடாச் செய்ய வேண்டும் என்று பாக்ஷா உத்தரவு போடுகிறார்" என்று அந்தத் துருக்கியன் மறுபடியும் வற்புறுத்துகிறான்.

"ரொம்பச் சந்தோஷம்" என்று தோளைக் குலுக்கிக் கொண்டான் குருட்டிக்காவ். "இந்த நெருப்பு முன்னாலே, இந்த இடத்திலே, என்ன உங்கள் பாக்ஷா சம்பளம் பட்டு வாடாப் பண்ணுவதைப் பார்த்ததே கிடையாதோ? ஆனால் என்னுடைய சிப்பந்தி கிட்ட அல்லவா சம்பளப் பணம்..."

உதவி லெப்டினன்ட் தருவிக்கப்பட்டான். நெருப்பில் இன்னும் சில உலர்ந்த கொப்புகள் போடப்பட்டன. சோல்ஜர் கள் வரிசையாக நின்றார்கள். காசு பெறாத காகிதப் பணத்தை மௌனமாக வாங்கிக்கொண்டார்கள். அதில் கெரன்ஸ்கி ரூபிள்களும் (ரூபிள்: ரஷிய நாணயம்) கலந்திருந்தது. வாங்கி முண்டும்முடிச்சுமான கைக்குள் வைத்துக் கசக்கி அடக்கினார் கள். உதவி லெப்டினன்ட் பட்டியலின் பெயர்களுக்கெதிரே குறிபோட்டுப் பதிவு செய்துகொண்டான்.

பாக்ஷா சுருட்டுப் பிடித்தபடி அரைக்கண் போட்டு இந்த நபர்கள் இருளுக்குள் இருந்து வெளிவருவதைப் பார்த்துக் கொண்டிருந்தார்.

குருட்டிக்காவ் திரும்பியபொழுது, டாஷா அந்த நீலக் கண்ணாடிக்காரனுடன் உற்சாகமாகப் பேசிக்கொண்டிருப் பதைக் கவனித்தான்.

"இதுவும் வேறெயா? நானோ வெளியே போக முடியாது. அந்தப் பயல் கூட என்ன பேச்சோ?" என்று உறுமினான்.

"கத்தாதே. நீ பேசறதெல்லாம் அவனுக்குப் புரிகிறது. அவன் பேர் ஆலி ஹஸன்."

துருக்கியன் விழுந்துவிழுந்து சிரித்துக்கொண்டு வெளி யேறினான்.

உத்யோகஸ்தனுடைய விதவை வெறும் ஜல பானமாக இருந்த தேயிலைப் பானத்தைப் புட்டியிலிருந்து குடித்துக் கொண்டிருந்தாள். அந்த விவசாய நிபுணர் செக்காவ் கதைகள் படித்துப் பொழுதைக் கழித்தார். உதவி லெப்டினன்டும், தபால் அதிகாரியும் வீட்டில் போட்டு முளைக்கவைத்த புகையிலைத் தழையைத் தமக்குள் ஒருவருக்கொருவர் கொடுத்து உதவிக் கொண்டார்கள். ஆலி ஹஸன் மறுபடியும் உள்ளே வந்தான்.

"பெண்டுகள் வேறு ஆண் பிள்ளைகள் வேறு என்று தனித்தனியாகப் பிரித்துவைக்க வேண்டும் என்று பாக்ஷா உத்தரவு கொடுத்திருக்கிறார்" என்றான்.

"ஒன் இஷ்டம்" என்று மறு பக்கத்தைப் புரட்டினார் விவசாய நிபுணர்.

"பெண்டுகள் இன்னம் கொஞ்சம் ஜாஸ்தியா இருந்தாத் தேவலை யென்றல்லவா நினைத்தோம்" என்று மூலையிலிருந்து கொண்டு கத்தினான் தபால் உத்யோகஸ்தன்.

"உம். நாங்களும் ஒரு காலத்திலே கட்டுமஸ்தா இருந்தவங்க தான்" என்றான் உதவி லெப்டினன்ட்.

குருட்டிக்காவ் அந்தத் துருக்கியன் எதிரில் போய் நின்று கொண்டு அவன் முகத்தருகில் முஷ்டியைக் குலுக்கினான். “அதோ அங்கே இருக்கே அந்தப் பெண் ஜன்மம் அதை வேண்டுமானால் அப்புறப்படுத்து” என்று சாயா குடித்துக் கொண்டிருக்கும் கிழவியைச் சுட்டிக்காட்டிவிட்டு, “இவளை அகற்ற முயன்றயோ” டாஷாவை கையில் பிடித்துக் கொண்ட படி, “தூரதிருஷ்டிக்கண்ணாடியை வைத்துக்கொண்டு சண்டை போடுவேன். கண்டித்துப் பத்திரிகைகளுக்குக் கடுதாசி எழுது வேன். பாக்ஷா கிட்ட என்கூட வேண்டுமானால் வா, அவ ருடைய மூஞ்சிக்கு நேரே இதைச் சொல்லுவேன்; சொல்லத் தான் செய்வேன்; அவருக்குச் சுருட்டுக் குடிக்கத்தான் தெரியும், உத்யோகம் பார்க்கத் தெரியவில்லை என்று நிச்சயமாச் சொல்லுவேன்” எனக் கூறினான்.

“நானும் கூடப் போவேன்” என்றாள் டாஷா. கிழவியை யும் கையைப் பிடித்து இழுத்து, “நீயும் போய் பாக்ஷாவிடம் புகார் செய். இந்த அவமானத்தைச் சகித்துக்கொண்டு கிடப்பதா? எழுந்திரு போகலாம்” என்று கூப்பிட்டாள்.

நெருப்பு இடம் பெயரவில்லை. அதே இடத்தில்தான் எரிந்துகொண்டிருந்தது. பாக்ஷா இப்போது தன்னுடைய இடது கையுடன் நாஷிமுத்தீனுடையதை ஒப்பிட்டுப் பார்த்துக்கொண்டு உரத்த குரலில் “ஆள்காட்டி விரலிலிருந்து மைய விரலுக்கு மெல்லிய ரேகைகள் ஓடுகின்றன. எபஸ்டி, உமக்கு மண்டையில் அடி விழுந்து காயமேற்படும் என்று அதற்கு அர்த்தம்” என்று சொல்லிக்கொண்டிருந்தார்.

பாக்ஷாவோடு வாதம் பண்ண நாஷிமுத்தீனுக்கு ஆசை கிடையாது. நிலச்சுவான்தாராக இருப்பதோடு மந்திரியாகவும் இருக்க வேண்டும் என்பதுதான் ஆசை. நளினமான அரபு பிரயோகித்து ஆட்சேபித்துக்கொண்டார்.

“நான் ஐரோப்பாவிலே ஐந்து வருஷம் இருந்திருக்கிறேன், என்னை நம்பும். அங்கெல்லாம் இந்த ரேகை சாஸ்திரம் பெரியதொரு சித்தாந்தமாகிவிட்டது” என்றார் பாக்ஷா.

இந்தச் சமயத்திலே இளமை ததும்பும் டாஷாவின் செக்கச் கனிந்த முகம் நெருப்பிடையே எழும் பீனிக்ஸ் புள் போலத் தோன்றியது.

“இந்தப் பெண் யார் என்று பாக்ஷா கேட்கிறார்” என்றான் ஆலி ஹஸன்.

“அவள் என் பெண்டாட்டி” என்றான் குருட்டிக்காவ், அவசரஅவசரமாக.

“அங்கே நிற்கிற அவள் யார் . . . அவளும் உன் பெண்டாட்டி தானா?” என்று கிண்டலாகக் கேட்டான் துருக்கியன்.

“அவள் என் பாட்டியார். துருக்கியப் பட்டாளத்து ஆபீஸரைக் கலியாணம் பண்ணிக்கொள்ள நேராகக் கன்னியாஸ்திரீ மடத்திலிருந்து வந்திருக்கிறாள்” என்றான் குருட்டிக்காவ்.

துருக்கியன் மீசையை உருவிவிட்டுக்கொண்டு கைகளை நெறநெறவென்று நெறித்தான்.

டாஷாவின் அழகை ரசித்தபடி, பாக்ஷா, “இந்தப் பெண்ணுக்கு என்ன வேண்டும்?” என்று கேட்டார்.

“அவளுக்குத் தன் புருஷனைவிட்டுப் பிரிந்துபோக வேண்டும் என்று ஆசை. அவன் எப்போதும் மொணமொண என்று கொண்டே இருக்கிறானாம். பேய் போல நடக்கிறானாம்” என்று ஆலி அவசரஅவசரமாகத் தர்ஜமாச் செய்தான்.

“அது சரியான தர்ஜமா அல்ல” என நாஷிமுத்தீன் விடுதலை பெற்ற தன் கையை முழங்காலில் தட்டினான். “அப்படியல்ல . . . அவள் புருஷனோடேயே இருக்க ஆசைப்படுகிறாள்.”

பாக்ஷா சுருட்டில் ஒட்டிநின்ற சாம்பலை நாஷிமுத்தீன் சட்டையில் தட்டிக் கீழே உதறினார்.

“நான் ரஷ்யர்கூடச் சண்டை போடவில்லை என்று அவர்களிடம் சொல்லுங்கள். இன்னும் மோசமான விவகாரங்களிலிருந்து அவர்களைத் தப்புவிக்க என் பாதுகாப்பில் அழைத்துக்கொண்டேன் என்று சொல்லுங்கள். ஆலி ஹஸன், முன்போல இல்லாமல் நாளைக்கு ஏதாவது ஒரு வண்டியை அமர்த்தி இந்த இரு பெண்டுகளையும் அதில் உட்கார வை; அவர்களையும் மற்றக் கைதிகளையும் நாளைக்கு நூஹுவுக்கு அனுப்பப்போகிறேன். கேட்கிறதா? அவர்கள் கைதிகள்தான். என்றாலும் கௌரவமான கைதிகள். இரவு இவர்களிடம் சொல். முன்போல உன் சொந்தத்திலே தர்ஜமா செய்யாதே. ஜாக்கிரதையாக இருக்கட்டும்” என்றார்.

டாஷா, பாக்ஷாவுக்குத் தலை வணங்கினாள். ஒரு கையில் தொலைக் கண்ணாடிகளை இறுகப் பிடித்துக்கொண்டபடி குருட்டிக்காவ் ஸல்யூட் செய்தான். ஆனால் டாஷா வீட்டுக்குள் நுழையும்போது ஆலி ஹஸன் அவளுடைய கைகளைப் பற்றிக்கொண்டு, “என்கூட வந்துவிடு, சுகமாக இருக்கலாம்” என்றான்.

“கையை விடு, இருக்கிற இடத்தில் சௌகரியமாகத்தான் இருக்கிறது” என்று இரகசியமாகக் கைகளை உதறித் தட்டிவிட்டாள் டாஷா.

அவள் கிள்ளின கிள்ளில் துருக்கியன் உதறியடித்துக் கத்திக்கொண்டு துள்ளினான்.

வண்டி கனமானது. அதை இழுப்பதற்குப் பூட்டிய இரு குதிரைகளோ சன்னமானவை. சக்கரம் சற்று சுழன்றால் வண்டி பூட்டோடு குலுங்கியது. அவ்வளவு ஓடசல். அதன் ஆயுசைக் கண்டு ஆலி ஹஸன் ஆத்திரப்பட்டான். வழி ரொம்பவும் குறுகலாக இருந்ததால் வண்டிக்குப் பக்கவாட்டில் குதிரையூர்ந்து வரமுடியாது. வண்டிக்குப் பின்னால் லொங்கு லொங்கு என்று தொடர்ந்தான். ஜாடை காட்டினான், சிரித்தான், விரல்களை முத்தமிட்டுக் காட்டினான், வாய் ஓயாது பேசினான். வண்டி நின்ற இடங்களில் எல்லாம் டாஷாவைக் கைகொடுத்து வண்டியை விட்டு இறக்கி விட்டான். அந்தக் கும்பலில் எஜமானக் கொட்டம் போட்டான்.

அவனை அவமானப்படுத்துவதற்காக குருட்டிக்காவ் தொலைக் கண்ணாடியை மாற்றிப் பிடித்துக்கொண்டு அதன் வழியாகப் பார்த்தான். பிம்பம் துருக்கியனைக் கொசுவாக்கியது. அதற்கப்புறம் குருட்டிக்காவ் வழிகாட்டிச் செல்லும் பரிவாரக் கோஷ்டித் தலைவனான போடாவி என்பவனுடன் பேச்சுக் கொடுத்து உறவு பண்ணிக்கொண்டான். அந்த நபர் இவனுடைய தளத்தில் இவனுக்குக் கீழ் சேவை செய்தவன். போடாவியும் உறவு கொண்டாட குருட்டிக்காவ் நெஞ்சின் கொதிப்பை எல்லாம் அவனிடம் திறந்து கொட்டினான். வழிகாட்டியாகப் போவதுடன் இராத்திரியில் தங்குமிடம் தேடிக் கொடுக்கும் வேலையும் போடாவிற்கு ஒப்புவிக்கப் பட்டிருந்தது.

“நாம் அந்தக் கிராமத்தில் தங்காமல் நெடுகப் போய்விடுவோம். அங்கே போனால் நம் தலையைக் கொய்து போடுவார்கள். அது கலகக்காரக் கிராமம். ரஷ்யர்கள் என்று தெரிந்தால் யாரிடமும் தாட்சண்யம் காட்டமாட்டார்கள்” என்றான் போடாவி.

இராத்திரி ஒரு ஊரில் தங்கினதும் ஆலி ஹஸன், டாஷா பக்கத்தில் வந்து உட்கார்ந்துகொண்டு சளசளவென்று மணிக்கணக்காகப் பேசிக்கொட்டினான். உத்யோகஸ்தரின் விதவை மெய்ஸ் அரிசி ரொட்டியை அசைபோட்டுக்கொண்டிருந்தாள். விவசாய நிபுணரையும் தபால் உத்யோகஸ்தரையும் பாக்ஷா, கூபூவில் வைத்தே விடுதலை செய்துவிட்டார். உதவித் தளபதி ‘டிமிக்கி’ கொடுத்துவிட்டுக் கம்பி நீட்டினான். மலைஜாதிப் பையன் ஒருவனிடம் குத்துக் கத்தி ஒன்றை குருட்டிக்காவ் வாங்கி பூட்ஸுக்குள் ஒளித்து வைத்துக்கொண்டான். ஆலி ஹஸன் வெகுமானத்திற்கு மேல் வெகுமானமாக டாஷாவுக்குக்

கொடுத்துக் குவித்துக்கொண்டிருந்தான். பாசி மணி, பழைய அபூர்வ நாணயங்கள், மலர்கள், அபூர்வமான ரத்தினக் கல்லுகள் எல்லாம் கைமாறின. "வாங்கிக்கொள்ளாமல் இருப் பாயா மாட்டாயா" என்று குருட்டிக்காவ் கோபாவேசத் துடன் கத்தினான்.

"அவனை ஏன் சங்கடப்படுத்த வேண்டும்? அவன் யோக்கியஸ்தன்" என்றாள் டாஷா.

"ஆமாம். ரொம்ப யோக்யஸ்தன்" என்று பதிலுக்கு இறைந்து கொண்டு தொலைக் கண்ணாடியைத் தூக்கிப் பயமுறுத்தினான். "நீ அவன்கூடக் கண்ணடித்துகொண்டிருந் தால் நூஹூ ஊரைப் பார்க்கமாட்டே" என்றான்.

"நானும் அங்கே போவேன். நீயும் அங்கே என்கூட வரத்தான் போறே" என்றாள் டாஷா.

கூடவந்த ரஷ்யர்கள் எங்கோ வாங்கிவந்த மட்டமான வோட்கா சாராயத்தைக் குருட்டிக்காவ் குடித்துவிட்டுப் போதையுடன் டாஷாவிடம் போனான்.

"என்கிட்ட வராதே. போ. எங்கிட்ட வராதே. குடிகார னுக்குப் பொறக்கிற கொழந்தை குடிகாரனாகத்தான் இருக்கும்" என்றாள்.

"ஆமாம் அதுவும் நெசந்தான்" என்று சொல்லிவிட்டு அகன்று போய் போடாவியின் கழுத்தைக் கட்டிக்கொண்டு அழுதான்.

இந்த மாதிரியாக இவர்கள் எத்தனையோ கிராமங்களைத் தாண்டிச் சென்றார்கள். வழியிலே எல்லோருக்கும் சளி பிடித்துக்கொள்ளத் தும்மிக்கொண்டும் இருமிக்கொண்டும் நடந்தார்கள்.

வாய் குழற குருட்டிக்காவ் போடாவியிடம் "அந்தத் துருக்கிப்பயலை எனக்காகத் தொலைத்துப் போடு" என்றான்.

"அப்படியே தீத்துப்புடவா? அவன் உன்னை என்ன செய்தான்?"

"என் பெண்டாட்டியைத் தட்டிக்கொண்டு போகப் பார்க்கிறான்."

"ஆஹா, டாஷா" என்று பல்லிளித்தான் போடாவி.

"அவனை விரட்டிப்புடு, கொல்ல வேண்டாம்" என்றான் குருட்டிக்காவ். "அவனை வழியில் எங்காவது தங்க வைத்து விடு. அந்தப் பயல் தொல்லையில்லாமல் நூஹூவுக்குப் போய்ச் சேருவோம்."

"இப்பவே செய்கிறேன்" என்றான் போடாவி.

போகிற வழிநெடுக அவன் நாள் முழுதும் பாதையில் எதையோ தேடிக்கொண்டு வந்தான். அன்று மாலை காரட் கிழங்கு போன்ற ஒரு வேரைக் குருட்டிக்காவிடம் கொடுத்து, "இதை இடித்து காபியில் போட்டுக்கொடுத்துவிடு. அப்புறம் டாஷா நமக்குத்தான்" என்றான். கண்ணை ஒரு சொருகுச் சொருகிச் சுழற்றிவிட்டு வெளியே போனான். குருட்டிக்காவ் நினைவு ரொம்ப ஆழமாகப் பாய்ந்து யோசித்தது. 'டாஷா நமக்குத்தான்' என்றானே அதற்கு என்ன அர்த்தம்.

டாஷா, ஆலி ஹஸனுடன் சிரித்துப் பேசிக்கொண்டிருந் தாள். துருக்கியன், குடிசையின் நடுத்தூணில் சாய்ந்து நின்று கொண்டிருந்தான். அவன் பல்லும் கண்ணும் மகிழ்ச்சியைத் தான் கொப்புளித்துக்கொண்டிருந்தன. நீலக்கண்ணாடியைக் கழற்றித் துடைத்துக்கொண்டான்.

"காலையிலே எங்ககூடக் காப்பி சாப்பிட வா" என்றாள் டாஷா.

"உன் புருஷன்தான் சங்கடப்படுகிறானே" என்றான் துருக்கியன்.

அவள் திரும்பிக் குருட்டிக்காவ் முகத்தில் பார்வையைப் பதியவைத்துச் சிரித்தாள்.

மறுநாள் காலை குருட்டிக்காவ் உட்கார்ந்துகொண்டு காப்பிக் கிண்ணத்துக்குள் பார்வையைச் சொருகிக்கொண்டிருந் தான். அவன் எதிரே காப்பி சுடச்சுட வரிசையாக ஊற்றி வைக்கப்பட்டிருந்தது. டாஷா கண்ணாடி எதிரில் நின்று தலைவாரிக்கொண்டிருந்தாள். வேலைக்காரி, அவளுடைய உடையைத் தொட்டுத்தொட்டுப் பார்த்துச் சிரித்து மகிழ்ந்து கொண்டிருந்தாள்.

குருட்டிக்காவ் வெளியே ஆளரவம் கேட்டுக் கோப்பைக் குள் பொடித்த வேரைப் போட்டான். நான்கு பேர் மூலை திரும்பி வந்தார்கள். அவர்கள் ஆலி ஹஸனைத் தூக்கிக் கொண்டு வந்தார்கள். அவன் பல்லை நெறநெறவென்று கடித்துக் கூப்பாடு போட்டுக்கொண்டிருந்தான்.

"பே கீழே விழுந்து காலை ஒடித்துக்கொண்டார்" என்றான் அந்த நால்வரில் ஒருவன்.

ஹஸன் டாஷாவைப் பார்த்து, அவள் சார்பாகத் தன் கைகளை முத்தம் கொடுத்துக்கொண்டான். போடாவி ஊருக்குள் போய் ஒரு நாட்டு வைத்தியனை அழைத்து வந்தான். வைத்தியனுக்குத் தலைகால் தெரியவில்லை.

புதுமைப்பித்தன் மொழிபெயர்ப்புகள் 433

இவ்வளவு பெரிய மனிதனுக்கு வைத்தியம் செய்வதா? மகிழ்ச்சி திக்குமுக்காடிவிட்டது. நோயாளியைத் தன் வீட்டுக்கே தூக்கிக்கொண்டு போய்விட வேண்டும் என்று உத்தரவு போட்டான். ஆலி ஹஸன் தாகத்துக்குக் கேட்டான்.

குருட்டிக்காவ் பொடி கலந்த காப்பியைத் தன் காலடியில் ஊற்றிவிட்டான்.

"உன்னுடைய புருஷன் கொடுமைக்காரன்" என்று சொல்லிக்கொண்டே தன் பதவியை உதவி உத்தியோகஸ்தன் வசம் ஒப்புக்கொடுத்தான்.

ஆலி ஹஸனை பின்னால் தங்கவைத்துவிட்டு இவர்கள் புறப்பட்டபின், "டாஷா உன்கிட்ட ஒரு விஷயம் பேசியாகணும். என் இஷ்டப்படி வாழணும். இந்த மலையும் காடும் எனக்குப் பிடிக்கவே பிடிக்கலை. எனக்கு நன்றாகக் கணக்குப் பதியத் தெரியும். இந்தா எனக்கு இந்த ஜெனரல் உத்யோகம் பார்க்கத் தெரியாது. நான் நம்பக்கூடிய பெண் எனக்கு வேண்டும். எதிர் வருகிற பயல்களிடம் எல்லாம் பல்லிளித்துக்கொண்டிருக்கிறவள் அல்ல" என்றான்.

"வாயைப் பொத்திக்கோ அன்ட்ரீய்; லொழ்கோமொயேவை மறந்து போனியா?" என்று சொல்லிக்கொண்டு கைகளை வைத்து அவன் வாயைப் பொத்தினாள்.

"அவனைப் பத்தி என்ன இப்போ, மறைத்துமறைத்து என்ன சொல்லுகிறாய்" என்று அவள் கையைத் தட்டிவிட்டுக் கத்தினான் குருட்டிக்காவ்.

"லொழ்கோமோயெவ் பத்தி என்னவா? அவன் ரொம்ப சரஸமாப் பேசுவான். சோல்ஜர், துரோகி; துருக்கியர் கூடச் சேர்ந்துகொண்டான்" என்று மீண்டும் இறைந்தான் குருட்டிக்காவ்.

"அவன் ஒரு காலத்திலே என்னெக் கலியாணம் பண்ணிக் கொள்ள ஆசைப்பட்டான். ஆனால் வேறு ஒரு பொக்கிஷத்தை எனக்கென்று எடுத்துக்கொண்டேன்."

இந்தச் சமயம் பார்த்துப் போடாவி வண்டியை ஓட்டிச் செல்லும்படி உத்தரவு போட்டான். வண்டி திரும்பும் ஒவ்வொரு மூலையிலும் எங்கே அந்தத் துருக்கிப் பயல் வந்துவிடப் போகிறானோ என்று சுற்றுமுற்றும் பார்த்துக்கொண்டே இருந்தான்.

"நீயெல்லாம் இந்த இயற்கையழகைப் பார்த்து ஆனந்தப் பட வேண்டும். அந்த அபூர்வமான தழைகளைப் பாரு" என்றாள் டாஷா.

"ஊருக்கு ஊர் மரம் மட்டை ஒவ்வொரு மாதிரியாத் தான் இருக்கும். உன் மரத்தையும் சோலையையும் பார்த்தாச்சு. அப்புறம் வேறெ என்னத்தைப் பார்க்க வேண்டும்?"

"அந்த மேகத்தைப் பார்; எவ்வளவு அழகா இருக்கிறது? ஹத்துவச்ச வாணாலிச் சட்டிமாதிரி வட்டமா இருக்கு பாரு."

"மேகம் என்றால் நீராவி எல்லாம் சேர்ந்து குவியாகச் சேர்ந்திருப்பதுதான். அதைத் தவிர அங்கொன்றுமில்லை."

"போ. போ, உனக்கு என்பேரில் பிரியமே இல்லை" என்று பெருமூச்சுவிட்டாள் டாஷா.

அவன் மூஞ்சியைத் தொங்கப் போட்டுக்கொண்டு தன்னுடைய குதிரையை முன்னால் ஓட்டிச்சென்றுவிட்டான். போடாவி அவனுக்குக் கொடுத்தது ஒரு நொண்டிக் குதிரை. அவனுக்குக் குதிரைச் சவாரியில் நல்ல பழக்கமில்லாததினால் அதைப் பற்றி அவன் கவலைப்படவில்லை. ஒவ்வொரு நாளும் அவன் சொப்பனத்தில் எல்லாம் பாங்கியையும் பெட்டியடி யையும் கணக்குப் புஸ்தகத்தையுமே கண்டு ஏங்கினான்.

"உனக்கு ஒரு பெண்ணின் மேல் ஆசை என்றால் அவளுக் காக நீ சண்டை போடத் தயாராக இருக்க வேண்டும்" என்று அவன் முகத்தைத் தடவிக்கொடுத்தாள் டாஷா.

"யாருகூடச் சண்டை போட? என்ன சொல்றே, புரியலியே. நான்தான் உயிரோட இருக்கிறதற்காக மல்லாடினேன். அப்புறம் ரஷ்யாவுக்காக, தாயான ரஷ்யாவுக்காகச் சண்டை போட்டேன். அப்புறம் புரட்சிக்காகச் சண்டை போட்டேன். அப்புறந்தான் சிறைப்பிடித்துக்கொண்டார்கள். அங்கேகூட எனக்கு ஓய்வு கிடையாதா; இனிமே நான் ஒரு பெண்ணுக்காக வேறெ சண்டை போட வேண்டும் போலிருக்கிறது. எவளுக்கு?"

"எனக்காகத்தான்" என்றாள் டாஷா.

"உனக்காகவா? அந்தத் துருக்கிய ஜாதி அமிஞ்சிப்பயல் தான் காலை ஒடித்துக்கொண்டானே?"

"அடெ, என்ன முட்டாளாட்டம் பேசுகிறே. நான் அந்தத் துருக்கியனைப் பத்தியே யோசிக்கலெ. போடாவி என்ன ...?"

"போடாவிக்கு என்ன? போடாவிக்கு என்ன இப்போ? அவனும் விளையாட ஆரம்பிச்சுட்டானா? நீயே ஒப்புக்கொள்ளு கிறாயா? அட கர்மமே ..."

டாஷா அவன் கன்னத்திலறைந்துவிட்டு ஓடிவிட்டாள்.

"இவள் கூத்தே ஒரு கூத்துத்தான். என்னை இவள் ஒரேயடியாக நாசமடிக்கத்தான் போகிறாள். ஏன் இவள்

கையில் சிக்கிக்கொண்டேன். கையிலிருப்பதோ குறுங்கத்தி; அப்படி இருந்தாலும் இவளுக்காக நான் சண்டை போட்டு ஆக வேணுமாம். இதுவும் நல்ல கூத்துத்தான்” என்று நினைத்தான் குருட்டிக்காவ்.

மறுநாள் முழுவதும் வண்டியைச் சுற்றி வட்டமிட்டான் போடாவி. டாஷாவுடன் வாய் ஓயாமல் சளசளவென்று பேசிக்கொண்டிருந்தான். அவளுக்கு மலர்கள், அதிசயமான கல்லுகள், கிராமத்திலிருந்து பால் முதலியவற்றை அடிக்கடி கொண்டுவந்து கொடுத்துக்கொண்டிருந்தான். அவன் கீச்சுக் கீச்சு என்று குருவி மாதிரி பேசுவதைக் கண்டு விழுந்துவிழுந்து சிரித்துக்கொண்டே வந்தாள் டாஷா.

‘இதென்னடா கதையா இருக்கு. குடியும் குடித்தனமுமாக வளர்ந்த பெண் இப்படியும் இருப்பாளோ? இவளுக்கு இதற்கெல்லாம் எங்கேயிருந்து தெம்பு வருகிறது? கண்ட கண்டபேரயெல்லாம் பார்த்துப் பல்லை இளித்துக்கொண்டுதான் நிற்க வேண்டுமோ? நானோ வாடி வதங்கிப் போகிறேனே, கொஞ்ச மேனும் ஏறெடுத்துப் பார்த்தாளா?’

மந்திரத்தில் கட்டுண்டவன் போல போடாவி வண்டிக்குப் பின்னால் தொடர்ந்துகொண்டிருந்தான்.

அவன் வண்டியை ரொம்பவும் நெருங்கிச் சவாரி செய்து கொண்டு வருகிறான் என நினைத்துக்கொண்டால், “டேய் போடாவி” என்று குருட்டிக்காவ் கூப்பிடுவான்.

“என்னைக் கூப்பிட்டாயா? என்ன?” என்று குதிரையை நிறுத்திக்கொண்டு திரும்புவான் போடாவி.

“சரி சரி, இப்போ ஒன்றுமில்லை” என்பான் குருட்டிக்காவ். அடுத்த நிமிஷம் “அடே போடாவி” என்று கூப்பிடுவான்.

இப்படியாக ஒரு வார காலம் பிரயாணம் செய்தபின் நூஹுவுக்கு வந்துசேர்ந்தார்கள்.

கவசம் அடித்துக்கொடுக்கும் பட்டறை ஒன்றிற்கு மேல் உள்ள மாடியறை ஒன்று குருட்டிக்காவுக்கும் டாஷாவுக்கும் ஒழித்துவிடப்பட்டது. போடாவி வழி சொல்லிக்கொள்ள அங்கே வந்தான். அவனுக்குப் பாலேடும் தர்பூஜ் பழமும் ரொட்டியும் கொடுத்திருந்தார்கள். யுத்தகளத்துக்குப் போகும் படி அவனுக்கு உத்தரவு.

“உன் சின்னச் சிங்காரக் கையைக் கொடுத்து அவனுக்குப் போக விடைகொடுத்து வழியனுப்பிக்கோ” என்றான் குருட்டிக்காவ் அவன் மனத்தில் பாரம் கொஞ்சம் இறங்கிய மாதிரி இருந்தது. “அவன் வேண்டுமானால் எனக்காகக்

கொஞ்சம் சண்டை போடட்டுமே. எப்பொழுதும் நான்தானா சண்டைக்குப் போக வேண்டும்?"

குருட்டிக்காவ் கொஞ்சம் காலாற நடந்துவிட்டுவரத் தெருவிலே இறங்கினான். வழியிலே கமாண்டரின் உதவி உத்யோகஸ்தனாக இருந்த ஒரு ஜெர்மன் ஆபீஸரைச் சந்தித்தான்.

"என் பேர் ஆட்டோ ஸ்டெர்னர்" என்று ஞாபகமூட்டிக் கொண்டு கையை நீட்டினான் அந்த ஜெர்மனியன்.

"யாரு எனக்குத் தெரியவில்லையே?" என்று கொஞ்சம் சந்தேகத்துடன் பார்த்தான் குருட்டிக்காவ். "எனக்கு ஒரு அட்சரம் ஜெர்மன் பாஷை தெரியாது என்று சொல்லிக் கொள்ள வெட்கமாக இருக்கிறது" என்றான் மீண்டும்.

"என் பெயர் ஆட்டோ ஸ்டெர்னர். உன்னைப் பார்க்கத் தான் வந்துகொண்டிருந்தேன்" என்று சுத்தமான ரஷ்ய பாஷையில் இறைந்தான் அந்த ஜெர்மனியன்.

"என் பெயர் குருட்டிக்காவ். உனக்கு எப்படி இந்த மாதிரி சுத்தமாக ரஷ்ய பாஷை பேசத் தெரிந்தது. ரொம்ப அதிசயமா இருக்கே. அரசியல் தோரணையில் உன்னைச் சந்தேகப்பட்டு நான் கேட்கவில்லை. நான் ஒரு பாங்கி குமாஸ்தா, அதுதான் இந்தச் சிரத்தைக்குக் காரணம். எங்க பாங்கிலே நாலைந்து பாஷைகள் பேசக்கூடியவர்கள் இருந்தார்கள்" என்றான்.

"நீ எப்பொழுதாவது பெட்ரோகிராடில் இருந்ததுண்டா?" என்றான் அந்த ஜெர்மானியன். இருவருமாகத் திரும்பி குருட்டிக்காவ் இருந்த இடத்துக்கு வந்துகொண்டிருந்தார்கள்.

"சண்டைக்கு முன்னாலே கொஞ்ச காலம் அங்கே இருந்ததுண்டு."

"ஆர்க்கெட் என்ற இடத்துக்கு எதிராக பாஸேஜ் என்று ஒரு கட்டடம் இருந்ததே ஞாபகம் இருக்கா. பெரிய கண்ணாடிக்கடை?"

"ஆமாம், ஆமாம், லொட்டு லொஸுக்கு எல்லாம் விற்றுக்கொண்டிருப்பார்களே அந்தக் கடை – தொப்பி முதல் தேக்கரண்டிவரை அங்கே கிடைக்கும் . . .'

"அந்தக் கடைதான்" என்று உற்சாகத்தோடு எதிரொலித்தான் அந்த ஜெர்மனியன்.

"ஒனக்கு அந்த இடம் நன்றாக ஞாபகத்திலிருக்கிறது போலிருக்கே. பாஸேஜிலிருந்து வெளியே வரும்போது இடது பக்கமாகத் திரும்பினால் முதல் கடை என்னுடையதுதான்.

புதுமைப்பித்தன் மொழிபெயர்ப்புகள்

எங்கப்பா பெயர் ஸ்டெர்னர். எனாமல், செப்புப் பாத்திரங்கள் விற்றுக்கொண்டிருப்பார்."

டாஷா பொழுதைக் கழிக்கத் தனிச்சீட்டாடிக்கொண்டிருந்தாள். அவளைப் பார்த்ததுமே ஜெர்மன்காரன் முகம் மலர்ந்தது.

"நீ எப்படி ஜெர்மன் ராணுவத்தில் சிக்கிக்கொண்டாய்? உன்னையும் சிறைப்பிடித்துக்கொண்டார்களா?" என்று கேட்டான் குருட்டிக்காவ்.

"என்னை ஒருவரும் சிறைப்பிடிக்கவில்லை. நான் பிறந்ததும் வளர்ந்ததும் பீட்டர்ஸ்பர்க்தான். இருந்தாலும் நான் ஜெர்மனியன். அதுக்காக ஜெர்மனிக்குப் போனேன். அப்புறம் பெல்ஜியம், பிரான்ஸ், ஸெர்பியா, போலந்து, ருமேனியா, கிரிமியா, காகஸஸ் எல்லாத்தையும் ஜெயித்தேன். பெர்ஷியாவையும் ஜெயிக்கத்தான் ஆசை. ஆனால் அவ்வளவு தூரம் முடியாது என்றுதான் நினைக்கிறேன்" என்றான் ஆட்டோ ஸ்டார்னர்.

"நானும் அப்படித்தான் நினைக்கிறேன்" என்றான் குருட்டிக்காவ் கவலையோடு. "உனக்குச் சண்டை போடுவது என்றால் ரொம்பப் பிரியம் போலத் தெரிகிறது" என்றான் தொடர்ந்து.

"என் தந்தையர் நாட்டைப் பாதுகாக்கச் சண்டை போடத்தான் செய்வேன். வாழ்விலேயே மகா வஸ்து அழகுதான்" என்று சொல்லிட்டு டாஷாவையே இமை கொட்டாமல் பார்த்துக்கொண்டிருந்தான் ஸ்டார்னர்.

"என்னப்பா என்னமோ சொல்லுகிறாய்? நீ பிறந்தது பெட்ரோகிராடில் இல்லையா, உன் தந்தையர் நாடு . . ."

"அன்ட்ரீய், பேசத் தெரியாமல் பேத்தாதே, நீ சும்மா வாயை மூடிக்கொண்டு கிட, காப்டன் ஸ்டார்னர் எத்தனையோ அழகிகளைப் பார்த்திருப்பார்" என்றாள் டாஷா.

"இதோ நாங்க புறப்பட்டாச்சு. தர்பூஜ் பழத்தை அறுக்க ஏதாவதிருந்தால் கொடு" என்று சொன்னான் குருட்டிக்காவ்.

"சிரமப்பட வேண்டாம். என்னிடம் மடக்குக் கத்தியிருக்கிறது; பெண்களைப் பற்றிக் கதைகதையாகச் சொல்லுகிறேன் கேளு."

ராணுவ தர்பார் கோலாகல வெடிச்சத்தங்களுடன் நூஹூ நகருக்குள் பாக்ஷாவும் பிரவேசித்தார். வந்து களைப்பாறினார். இன்னும் கொஞ்சம் பீரங்கிவாணம் விட்டார். சிப்பாய்கள் சம்பளத்தை உயர்த்தினார்.

நிம்மதியாகக் குருட்டிக்காவ் அறையில் பொழுது கழிந்தது. டாஷா இடுப்பில் சுற்றிப்போட்டிருந்த கைகளை அகற்றிவிட்டு, பாக்கூவுக்குப் போனதும் பாங்கியில் வேலை பார்க்கப் போவதாகவும் குருட்டிக்காவ் குஞ்சு கிடக்கும் தொட்டிலை அவள் ஆட்டிக்கொண்டிருப்பாள் என்றும் சொன்னான்.

ஒரு நாள் நல்ல மழை பெய்துகொண்டிருக்கும்போது போடாவி திரும்பிவந்தான். வீட்டுக்குள் நுழைந்தபோது தொப்பலாக நனைந்துபோயிருந்தான். குருவிக்குஞ்சு மாதிரி வாயைத் திறந்து சிரித்துக்கொண்டு சட்டைப்பையுள் இருந்த கடிதம் ஒன்றை வெளியே எடுத்தான்.

"லொழ்கோமோயெவ் என்ற ஒரு உத்யோகஸ்தர், ஸுல்தா னுக்குக் கீழே வேலை பார்க்கிறார். பிறப்பில் ரஷியர். அந்த மனிதன் உன்னைப் பற்றி பாக்ஷாவுக்குக் கடிதம் கொடுத்தனுப்பி யிருக்கிறார், வாசித்துப்பார்" என்றான் போடாவி.

கடுதாசி முத்திரையை உடைத்துப் பார்க்கக் குருட்டிக்கா வுக்குக் கை நடுங்கியது, தலை சுழன்றது. டாஷா கடுதாசி உறையைக் கிழித்து அதை எடுத்துக் கீழே விட்டெறிந்தாள்.

"அதிலே பிரமாதமாக ஒன்றுமில்லை. ராணுவ முகாம் பொக்கிஷத்தைக் கொள்ளையடித்துவிட்டாய் என்றும், ஐயாயிரம் தங்கம் உன் பையிலிருக்கிறது என்றும் அதில் எழுதியிருக்கிறது. என்னை மனத்தில் வைத்துக்கொண்டு இந்தக் கதை கட்டியிருக்கிறான்" என்றாள் டாஷா.

"நானா திருடன்! அயோக்கிய ராஸ்கல்!" என்று உறுமிக் கொண்டு ஆவேசத்துடன் அறையைச் சுற்றிச்சுற்றி நடக்க ஆரம்பித்தான்.

"இனிமேல் என்ன செய்வேன். இந்தப் பயல்கள் என்னைச் சுட்டுத் தள்ளிவிடுவார்களே. பாத்தியா. வரவன் போரவனை யெல்லாம் பாத்து நீ பல்லிளிக்கப் போய், என் தலையில் வந்து விடிகிறது. நான் அப்பவே சொன்னேன். இப்போ உனக்குத் திருப்திதானே. என்னைச் சுட்டுத்தள்ளுவார்கள், என் காரியம் முடிஞ்சுது" என்றான் குருட்டிக்காவ்.

டாஷா கண்ணீர்விட்டு அழுதாள்.

"நான்தான் அந்தக் கடுதாசியைக் கொண்டுவந்துவிட்டேனே. அதைக் கிழித்துப் போட்டாச்சே' என்று போடாவி மூஞ்சியைத் தொங்கப்போட்டுக்கொண்டு கடுதாசியைச் சுக்குசுக்காகக் கிழித்தெறிந்தான்.

திக்பிரமை தெளிந்து குருட்டிக்காவ், "அதைக் கிழித்துப் போட்டுவிட்டாயே! இனிமேல் அதற்குப் பதில் கொண்டு போக வேண்டாமா? என்ன செய்யப் போகிறாய்?" என்றான்.

“பதிலா? நான் திரும்பிப்போகும்பொழுது பதில் எதுவும் பார்த்துக்கொள்வேன்” என்றான் போடாவி மூஞ்சியைத் தொங்கப்போட்டுக்கொண்டு.

டாஷா அப்படியே அவன்மேல் விழுந்து அவன் கழுத்தைக் கட்டிக்கொண்டு முகமெல்லாம் முத்தமிட்டாள்.

“டாஷா, நன்றியைக் காட்டிக்கொள்ள அது கொஞ்சம் அனாவசியந்தான்” என்றான் குருட்டிக்காவ். ஆவேசத்தில் உடம்பு நடுங்கியது. “இருந்தாலும் போடாவி, நான் உனக்குக் கடமைப்பட்டவன்தான். இந்த மாதிரி அநியாயமாக அந்த அயோக்கியன் குற்றம் சாட்டுவான் என்று யார் நினைத்தார்கள்? அவனே இங்கு வந்துவிட்டானானால்?” என்றான் மீண்டும்.

“அப்படி வரமாட்டான். எனக்காகக் காத்திருப்பான். அங்கே ஓயாமல் சண்டை நடந்துகொண்டுதான் இருக்கிறது” என்றான் போடாவி.

அன்று சாயங்காலம் பாக்ஷாவின் சிப்பந்தி ஒருவன் வந்து, சாப்பிடக் குருட்டிக்காவை பாக்ஷா அழைத்திருப்பதாகச் சொல்லிவிட்டுச் சென்றான்.

“போச்சு, குடிகெட்டுதா, அவர்களுக்கு எல்லாம் தெரிந்திருக்கும். கிழக்கு நாட்டார் பேமாளங்கள்தான் உனக்குத் தெரியுமே. முதலிலே ஒரு கோப்பை சாயா, அப்புறம் சித்திரவதைதான். பெற்ற தாய்க்கும் அடையாளம் தெரியாதபடி குதறித் தள்ளி விடுவார்கள். எனக்கோ பலமில்லை. அழுது விழுந்துகொண்டு தங்கத்தைக் கொட்டிக் கொடுத்துவிடுவேன்” என்று கண்ணீர் விட்டான் குருட்டிக்காவ்.

“நம்ம கிட்டத் தங்கம் ஏது? அதெல்லாம் பொய்யில்லை?” என்றாள் டாஷா.

“பொய்யா இருக்கலாம், ஆனால் சித்திரவதையில்லை, உன்னைக் காட்டிக்கொடுப்பேன், என்னைக் காட்டிக்கொடுத்துக் கொள்வேன், எனக்கு ஞாபகத்துக்கு வந்தவர்களையெல்லாம் காட்டிக்கொடுப்பேன். உனக்குச் சித்திரவதை என்றால் எப்படி இருக்குமென்று தெரியுமா?” என்றான் குருட்டிக்காவ்.

“சீ போ. அசட்டுத்தனமாய் உளறாதே. என் கொண்டை ஊசி எங்கேயிருக்குன்னு தேடிப்பாரு. நானும் உன்கூட பாக்ஷாவிடம் வருகிறேன். ஒரு வேளை அவருக்கும் என்மேல் ஜோர் பிறந்திருக்கலாம்” என்றாள்.

ஸ்டெர்னர் துபாஷாக இருந்து பாக்ஷாவுக்கு தர்ஜமாச் செய்தான். டாஷா சிரித்தாள். பாக்ஷா அவளுடைய கைபார்க்க

ஆரம்பித்தார். ஸ்டெர்னர் அவள் காதில் 'கீழக்கோடி' அசப்பியங்களில் அவள் காதுக்குள் தர்ஜமாச் செய்தான். பாக்ஷா அவளுடைய கையைத் தடவிக்கொண்டே அரபு காவியங்களை அலற ஆரம்பித்தார்.

அன்றிரவு, கம்பளியை இழுத்துப்போட்டுக்கொண்டு மூடிப்படுத்திருந்த குருட்டிக்காவ், அதை அப்புறம் தள்ளிப் போட்டுவிட்டு, தலையை நீட்டிக்கொண்டு அவளை வைய ஆரம்பித்தான். எல்லாவற்றையும் சீர்தூக்கி அளந்து பார்த்தாகி விட்டதாகவும், தான் எவ்விதத்திலும் பாக்ஷாவுக்குச் சமனிட இல்லையென்றும், அவள் கழுத்தை அறுத்துப்போடுவதுதான் நல்லதென்றும் தீர்மானித்துவிட்டதாக அறிவித்தான்.

"வாலைக்கீலே ஆட்டினால் கண்ணை நோண்டி எடுத்து விடுவேன்" என்று சொல்லிவிட்டு மறுபுறம் திரும்பிப் படுத்துக் கொண்டு தூங்கலானாள் டாஷா.

குருட்டிக்காவ் சபித்தான். கண்ணீர் விட்டான். ஆர்யிஸ் குருட்டிக்காவ் பிரபஞ்சத்தை ஐந்து முறை வலம் வருமுன் போடாவியும், கையில் ஒரு கடுதாசியுடன் தலைவாசலில் வந்து ஆஜரானான்.

"அவன் இன்னொரு கடுதாசி எழுதியிருக்கிறான். அதை யும் கொண்டுவந்திருக்கிறேன்" என்று காலைத் தேய்த்தான் போடாவி.

குருட்டிக்காவ் அந்தக் கடுதாசியைப் படித்தான். அவனு டைய தலை சுழன்றது. போடாவி அடிசாய்ந்த மரம் போல் அவன் கண்களுக்கு ஆடினான். அந்தக் கடுதாசியில் லொழ் கோமேயெவ், "அங்கே இருக்கும் ரஷ்யக் கைதியும் சிப்பாயு மான குருட்டிக்காவ் ஒரு போல்ஷிவிக், சதிகாரன், துருக்கியத் துருப்புகளிடை கொஞ்சங்கொஞ்சமாக அதிருப்தியைப் பரப்பி வருகிறான் என்பதற்கு அசைக்க முடியாத சாட்சியங்கள் இருக்கின்றன" என்று எழுதியிருந்தான்.

டாஷா அந்தக் கடுதாசியை எரித்துப்போட்டுவிட்டு, போடாவி காதில் ஏதோ ஓதினாள். குருட்டிக்காவ் ஏகமாக பீதியடித்துப்போய் நடமாட ஆரம்பித்தான். நாலு நாளைக்கு ஒரு தடவை முறை ஜுரம் மாதிரி தபால் பிசாசாகக் கடிதமும் கையுமாக ஆஜராக ஆரம்பித்தான்.

"அதைப் படிக்காதே. ஒன்றுமில்லை" என்று அதைப் பிடுங்கி டாஷா கிழித்து எறிந்துவிடுவாள்.

அப்படிச் சொல்லியும் குருட்டிக்காவ் அவற்றில் சில கடுதாசிகளை வாசிக்காமல் விடவில்லை. குற்றச்சாட்டுகள்

கடிதத்துக்குக் கடிதம் ஆரோகணக்கிரமத்தில் சதிகாரன், சூழ்ச்சிக்காரன், சர்வதேச விஷமி, ஒற்றன், அராஜகன், ராஜாங்க கலாட்டாக்களைக் கிளப்பி அதில் லாபம் தட்டி ஜீவிப்பவன் என்றெல்லாம் வளர்ந்துகொண்டு சென்றது. திடீரென்று, ஈசல் மறைவது மாதிரி பருவம் மடிவது போல போடாவி வருகையும் அஸ்தமித்தது. எதிர்பாராதபடி அது நின்றுபோயிற்று.

ஆட்டோ ஸ்டெர்னர் அவர்களை வந்து கண்டு போய்க் கொண்டிருந்தான். வந்து உட்கார்ந்தான். ஆனால், அவன் போட்ட சண்டையும் வீரமும் மணிக்கணக்காகக் கொப்பும் இலையுமாகத் தழைத்துக்கொண்டிருக்கும். அவன் ஜெயித்த நாடுகள் கணக்கிலடங்காது. ஜெயங்கள் எண்ணிக்கையும் கணக்கிலடங்காது. ஆனால் ஒரே பல்லவிதான். சண்டை – ரணகளம் – பிரேதக் காடு – ஜயப்பிரவேசம் – ஒயின் – பெண்கள் – இத்யாதி, இத்யாதி – கீறல் விழுந்த கிராமபோன் தட்டு மாதிரி. கதை கேட்டுக்கொண்டே தூங்கிப் போவான் குருட்டிக்காவ். கண்ணை முழித்துப் பார்க்கும்போதும் ரணகளம் – பிரேதக் காடு – ஜயப்பிரவேசம் – ஒயின் – பெண் கள் விவகாரம் – அதேமாதிரி வேறு ஒரு பட்டணத்தைப் பற்றி விவரித்துக்கொண்டிருக்கும் – டாஷா சிரித்துக்கொண்டு உட்கார்ந்திருந்தாள்.

ஒரு நாள் ஸ்டெர்னர் வீட்டுக்குள் வந்து மூட்டை கட்டிக்கொண்டு தயாராகும்படி டாஷாவிடம் சொன்னான். பாக்ஷா அங்கேயிருக்கும் சோல்ஜர்கள் அல்லாத சாதாரணக் கைதிகளை ஜியார்ஜியாவுக்கு ஆர்மேனிய சிப்பாய்த்தளம் ஒன்றின் பந்தோபஸ்தில் அனுப்பிவிட உத்தரவு போட்டு விட்டாராம்.

“என்னை என்ன செய்யச் சொல்லுகிறாய்? நான் மூட்டை கீட்டை கட்டவேண்டாமா?” என்றான் குருட்டிக்காவ்.

“நீ எங்கேயும் போகப்போவதில்லை. சாதாக் கைதிகளும் ஆர்மேனிய சிப்பாய்களும்தான் அனுப்பப்படுகிறார்கள். நீ ஆர்மேனியனுமல்ல. சாதாரணக் கைதியுமல்ல” என்றான் ஸ்டெர்னர்.

“இவன் என்னுடைய பெண்டாட்டியைத் தட்டிக் கொண்டு ஓடிவிடப் பார்க்கிறான். எனக்கு இந்தத் தந்திரம் எல்லாம் தெரியும். சரி, சரி நீ சிங்காரித்துக்கொண்டு தயாரா இரு. ஆனால் நீ எந்தப் பக்கம் போகப்போரே என்பது பின்னால் தெரியும். நானே நேரில் போய் இந்தப் பாக்ஷாவைப் பார்க் கிறேன்” என்று குருட்டிக்காவ் ஊளையிட்டான்.

உள்ளம் கொதிக்க அவன் வெளியே ஓடினான். சதுக்கத்தின் மத்தியில் மடக்கு நாற்காலியில் பாக்ஷா உட்கார்ந்து கொண்டிருந்தார். அவருக்கு எதிராக ரஷ்ய யுத்தக் கைதிகளின் தூதர்கள் நான்கு பேர் நின்றுகொண்டிருந்தார்கள்.

"உங்களிடை ஆர்மினியர் யாரும் உண்டா?" என்றார் பாக்ஷா.

"ஆமாம் இருக்கிறார்கள்" என்று அவர்கள் பதில் அளித்தார்கள்.

"நீங்கள் ஜியார்ஜியாவுக்குப் போகிறதுதானே, அங்கே போனால் எல்லாரையும் அவரவர் வீட்டுக்கு அனுப்பிவிடுவார்கள்" என்றார் பாக்ஷா.

ஆர்மேனியர்கள் புருவத்தை நெறித்துக்கொண்டு மௌனமாக நின்றார்கள். ரஷ்ய சோல்ஜர் ஒருவன் வரிசையிலிருந்து முன்னுக்கு வந்து, தன் செம்பட்டைத் தாடியைச் சொறிந்து கொண்டு நின்றான்.

"மாட்சிமை தங்கிய எஜமானே, தோழர் பாக்ஷாவே, அவர்களை எங்களிடமிருந்து பிரித்துத் தனியாக அனுப்பினால், ஒன்றுமில்லாத விவகாரத்துக்கு எல்லாம் கழுத்து அறுப்புண்டு போகும் என்று அவர்கள் பயப்படுகிறார்கள் என அறிவித்துக்கொள்ள விரும்புகிறேன்."

ஸ்டெர்னர் மொழிபெயர்த்துச் சொன்னான். பாக்ஷாவுக்குக் கோபம் ஆவேசமாகப் பொங்கியது. "ஏன் அப்படி நீ நினைக்க வேண்டும்?" என்று கேட்டார்.

"இதைப் பற்றி யோசிக்கவே வேண்டாம். இந்த விவகாரம் எங்கே பார்த்தாலும் நடக்கிறது. ஆனால் இந்த இடத்திலே ஆண்டவனுடைய உத்தரவு அப்படி. அவர்கள் போனால் அப்புறம் 'கீச்சுப்பீச்சு'தான்."

"'கீச்சுப்பீச்சு' என்றால் . . ." என்றார் பாக்ஷா.

"குருவிகள் கீச்சுப்பீச்சு என்று கத்திக்கொண்டு பறந்து போகிற மாதிரி ஜீவன் ஓடி விடும் என்கிறான்" என ஸ்டெர்னர் ஆயாஸம் பண்ணினான்.

இந்த உத்பிரேட்சை பாக்ஷா மனதைக் குளிர வைத்துவிட்டது.

"அப்படியானால் சரி, நீங்கள் எல்லோரும் ஒன்றாகப் போகவேண்டியதுதான். ஆனால் நாளைக்கு அல்ல. யோசித்துச் சொல்லுகிறேன்" என்றார் பாக்ஷா.

மகிழ்ச்சியில் குதிபோட்டுக்கொண்டு குருட்டிக்காவ் வீடு திரும்பினான். பாக்ஷாவின் சிப்பந்தி டாஷாவுடன்

உட்கார்ந்து கொண்டிருந்தார். இருவரும் தர்பூஜ் பழம் சாப்பிட்டுக்கொண்டிருந்தனர்.

பாக்ஷா, சாயா சாப்பிட்டுப் போகும்படி குருட்டிக்கா வுக்கும் அவனது மனைவிக்கும் அழைப்பு விட்டிருந்தார்.

தூங்கிக்கொண்டிருந்தவன் நடு ராத்திரியில் விழித்துக் கொண்டு, அவள் பக்கமாகத் திரும்பி, "இந்த விவகாரத்தை முடிச்சுப்பிட்டுத்தான் தூங்க வேண்டும். நீயோ எப்பப் பார்த் தாலும் நான் என்னுடைய பெண்டாட்டியைக் காப்பாத்திக் கொள்ளச் சண்டை போட வேண்டும் என்று சொல்லிக் கொண்டிருக்கிறாய். இன்னிக்கு அந்த மாதிரிச் சண்டை போட்டாச்சு. இன்னும் தொடை நடுங்கிக்கொண்டிருக்கிறது" என்றான்.

"என் கூட இருக்கும்போது உனக்குப் பைத்தியம் பிடித்துவிடக் கூடாது. இன்னும் வேறே என்னவெல்லாம் செய்யப்போகிறதாக நீ நினைத்துக்கொண்டிருந்தாய்" என்று டாஷா பேச்சை இடைமறித்து வெகு கண்டிப்பாகக் கேட்டாள்.

"பாக்ஷாவைக் கத்தியால் குத்த அப்போ நான் நேரே ஓடினேன். கால் பூட்ஸடியிலே அதைச் சொருகித் தயாராக வைத்துக்கொண்டிருந்தேன். பாக்ஷா தன்னைத் தப்ப வைத்துக் கொண்டார். உத்தரவை ரத்து பண்ணி ஒருவரும் ஜியர்ஜியா வுக்குப் போகவேண்டியதில்லை என்றார்" என்றான் குருட்டிக்காவ்.

"அந்தக் கத்தி எங்கே? எந்த ஜெனரலாவது பூட்சுக்குள்ளே கத்தியை வைத்துக்கொண்டு நடப்பானா? நாளையிலிருந்து என் கூட நடக்கிறதென்றால் நீ அந்தக் கத்தியை வைத்துக் கொண்டு வரக்கூடாது. இதுதானா நீ சொல்லிக்கொண்டிருக் கிற பாதுகாப்பு? பாக்ஷாதான் என்கூடக் கொஞ்சநேரம் சிரித்துப் பேசிக்கொண்டிருந்துவிட்டால் என்ன குடிமுழுகிப் போய்விட்டது? கைபார்க்கத்தானே செய்தார். ஏதேதோ கோடு செல்லுகிறதாக உளறிக்கொட்டினார். அவ்வளவு தானே!" என்று இரைந்தாள் டாஷா.

"நல்ல கதையாகப் போச்சு. இப்போ அப்படிச் சொல்லு கிறே. இத்தனை காலமான பிறகா இந்த மாதிரி? நல்ல தொல்லையடா. நானோ யோக்கியமான பிரஜை, சாந்தமான மனுஷன். என்னைப் பிடித்து சோல்ஜராக்கி என்னிடம் உத்தரவு போட்டா. பிறகு என்னைச் சிப்பாய்த் தலைவனாக்கி உத்தரவு போடும்படி சொன்னா. அப்புறம் புரட்சி வருகிறது. என்மேலே உத்தரவு போடுகிறது. அப்புறம் சோவியத் சர்க்கார். இப்போ நான் உத்தரவு போடுகிறேன். அப்புறம் துருக்கிக்காரர்

கள் எனக்கு உத்தரவு போடுகிறார்கள். அப்புறம் பாக்ஷாக்கள் கோடையிடி மாதிரி என் தலையில் உதிருகிறார்கள். அத்தெப்பாட்டி கதை கேட்டபோதுதான் அவர்கள் யார் என்று கேள்விப்பட்டிருக்கிறேன். இப்போ என்னடான்னா வந்து மடக்கு நாற்காலியிலே உட்கார்ந்து கொண்டு என் பெண்டாட்டிக்குக் கை பார்க்கிறான். உனக்கு அது சர்வ சாதாரணமாகப் படுகிறது. நாளைக்கு ஆப்பிரிக்காவிலே இருந்து ஒரு மந்தை குரங்குகள் வரும். அதுகளையும் பார்த்துப் பல்லையிளிக்கப்போரியாக்கும்" என்றான் குருட்டிக்காவ்.

"போதும் போதும் வாயை மூடிக்கோ. பார்த்தவாள் எல்லார் கண்களுக்கும் கவர்ச்சியாக இருக்கிறேன் என்பதில் நீ பெருமை கொள்ள வேண்டாமோ? மலைக்காட்டுப் போடாவி கண்களுக்குக்கூட என் அழகு புரிகிறதே" என்றாள் டாஷா.

"என்ன?" என்று போர்வையை உதறித் தள்ளிவிட்டுத் துள்ளி உட்கார்ந்தான் குருட்டிக்காவ். "காட்டுமிராண்டி போடாவி என்று அவன் பெயரையும் சேர்த்துக்கொள்ளு கிறாயே, அர்த்தம் என்ன?"

"நேற்றுச் சாயங்கலம் வந்து என்னை மலையூருக்குத் தூக்கிக்கொண்டு ஓடிப்போய்விடுவது என்று நிச்சயம் பண்ணி யிருந்தான் போடாவி" என்றாள் டாஷா.

"டாஷா என்ன பேச்சுப் பேசறே?" என்றான் குருட்டிக்காவ்.

"என்ன சொல்லுகிறேனா? அட முட்டாள் அண்ட்ரீஸ். இது புரியலியா? நல்ல தெளிவான ரஷ்ய பாஷையில்தானே சொல்லுகிறேன். பெண்களுக்கு என்ன பிடிக்கும்? நிஜத்தை எப்பப் பார்த்தாலும் சொல்லிக்கொண்டிருக்கும் காமிராவா அல்லது வாட்டசாட்டமா சட்டை போட்ட புருஷனா?"

"ரொம்ப சரி" என்று சொல்லிக்கொண்டு பூட்ஸுக்குள் கைகளைவிட்டுத் துழாவ ஆரம்பித்தான் குருட்டிக்காவ்.

"என்ன ரொம்ப சரி, என்பேரில் உனக்கு விசேஷ பாத்யதை என்ன இருக்கிறது? நீதான் இன்னும் என்னைக் கலியாணம் செய்துகொண்டு புருஷன் ஆகவில்லையே. இது எனக்கும் தெரியும் உனக்கும் தெரியும்."

"என்ன, என்ன சொல்லிக் கொட்டுகிறாய் என்று நினைத்துப்பார்த்து பேசுகிறாயா?" என்று பளிச்சென்று அவள் பக்கம் முகத்தைத் திருப்பிக்கொண்டு கேட்டான் குருட்டிக்காவ்.

"வாயைப் பிளந்துகொண்டிருக்காதே. எனக்கு இஷ்டமான பேரைப் பொறுக்கி எடுத்துக்கொள்ள இப்போ எத்தனையோ

பேர் இருக்கிறார்கள். போடாவி அப்புறம் பாக்ஷா. இன்னும் வேறே எத்தனையோ பேரும் உண்டு.”

குருட்டிக்காவ் போர்வையை இழுத்து மூடிப் படுத்துக் கொண்டு அவள் வார்த்தைகளைச் செவியேற்க மறுத்துவிட்டான். இந்த நாசமாய்போன வக்கில் பாக்கூ யாங்க் குமாஸ்தாவான இவன், அடிமாண்டு போகாமல் ஆற்றாமையைச் சொல்லி ஆறுதல் அடைய ஒரே ஒருவன்தான் இருந்தான். அவன் ஐரோப்பியன், ஜெர்மன். இந்த மிலேச்சர்களிடம் அகப்பட்டுக் கொண்டு தத்தளிக்கும் ஒரு ஐரோப்பிய ஜீவனுடைய சங்கடங் களை அவனே உணர முடியும். போர்வைக்குள் கிடந்து குமையும் குருட்டிக்காவ் அவனை எப்படியும் போய்ப் பார்த்தே தீருவது என்று நிச்சயம் பண்ணிக்கொண்டான்.

விடியற்காலை எழுந்ததும் முதல் வேலையாக ஆட்டோ ஸ்டெர்னரைப் போய்ப் பார்த்தான். அந்த ஜெர்மனியன் தன் அறையில் உட்கார்ந்துகொண்டு காப்பி சாப்பிட்டுக் கொண்டிருந்தான். கிராமபோன் ஒன்றில் நாட்டிய மெட்டு சுழன்றுகொண்டிருந்தது.

“உன்னைத்தான் பார்க்க வேண்டும் என்று நினைத்துக் கொண்டிருந்தேன். ரொம்பப் பெரிய சமாச்சாரம் வைத்திருக் கிறேன் கேள். இந்த ஊரிலே போடாவி என்ற ஒரு நாட்டுப் புறத்தான் அலைந்துகொண்டிருந்தானே தெரியுமா?”

“உம் . . . உம் . . .” என்று இழுத்தான் குருட்டிக்காவ். “நல்ல கிராமபோனாக வைத்திருக்கிறாயே” – பேச்சைத் திருப்பப் பார்த்தான்.

“ரொம்பப் பெரிய சமாச்சாரம். இந்தப் போடாவி என்கிறவன் நமக்குத் தபால் கொண்டுவருகிறவன். அவன் இங்கு ஒரு கடுதாசி கொண்டுவந்ததில்லை. ஆனால் அவன் கொண்டுவந்து சிலவற்றை . . .” என்று சொல்லிக்கொண்டு ஸ்டெர்னர் அவன் கண்ணுக்குள் ஊடுருவிப் பார்த்தான்.

“சில சமயத்தில் கணக்குகளை . . .” என்று விழுங்கி விழுங்கிப் பேசினான் குருட்டிக்காவ்.

“என்ன சொன்னாய்?”

“சில சமயங்களில் கணக்குகள் வரவு செலவு தீர்த்துக் கட்ட முடியாமலிருக்கும்” என்ற வரண்ட வார்த்தைகள் வெளிவந்தன.

“என்ன கணக்குகள்?” ஸ்டெர்னர் ஆச்சரியமுற்றான். “அவன் பணம் கொடுக்கல் வாங்கல் செய்யும் ஏஜண்டல்ல. வெறும் தபால் சுமக்கும் நாட்டுப்புறத்தான். இதைக் கேளு,

அவன் அவைகளை என்ன செய்தான் என்பது தெரிய வில்லை. ஆனால் அதில் சிலவற்றில்..."

"ஆமாம் அதில் சிலவற்றில் பணம் இருந்தது..." என்று பீதி பிடித்த குருட்டிக்காவ் சொல்லி முடித்தான்.

"நீ பெட்டியடி குமாஸ்தாதான் போ. அதிலே பணம் இல்லை. அதைவிட முக்கியமான விஷயங்கள், இரகசிய அறிக்கைகள் இருந்தன."

"அப்புறம் என்ன ஆச்சு?" என்றான் குருட்டிக்காவ் வெளிறிப்போய்.

"அவனைக் கைது செய்யும்படி உத்தரவிட்டோம்" என்றான் ஸ்டெர்னர்.

குருட்டிக்காவ் தலை சுழன்றது. கத்தும் கிராமபோன் குழலுக்குள் பார்வையைச் செலுத்தினான்.

"ஆனால் அவன் மேலதிகாரி லொழ்கோமோயெவைக் கொன்றுபோட்டுவிட்டு மலைக்கு ஓடிவிட்டான். இது பெரிய சமாச்சாரமில்லை."

"கொன்றுவிட்டானா?" என்று மெல்ல எதிரொலித்தான் குருட்டிக்காவ். வார்த்தைகள் அவன் மனத்தில் பதியவில்லை. முகத்தில் வியர்வை ஆறாகப் பிரவாகமெடுத்தது.

"ஆமாம். அவனைக் கத்தியால் குத்திவிட்டு ஜன்னல் வழியாகக் குதித்து ஓடிவிட்டான். ஆட்டை வெட்டிச் சாய்க்கிற மாதிரி கொன்று கிடத்திவிட்டான். உனக்கு உடம்புக்கென்ன? என்னமோ ஒரு மாதிரியாக இருக்கிறாயே, ஒரு நிமிஷம் கொஞ்சம் பொறு. மது கொண்டுவரச் சொல்லுகிறேன். இதில் சிக்கிக்கொண்டிருப்பவர்கள் மேலதிகாரிகள். நீ ஏன் இப்படிச் சங்கடப்பட வேண்டும்? நீ என்ன துருக்கியனா, உனக்கு என்ன ஒரு பெண்டாட்டிதானே உண்டு' என்று சொல்லிக்கொண்டு வாய்விட்டுக் கலகலவென்று சிரித்தான் ஸ்டெர்னர்.

"நீ பொதிந்துபொதிந்து என்னமோ சொல்லுகிறாயே? அதன் அர்த்தம் என்ன?" என்றான் குருட்டிக்காவ்.

"அர்த்தம் ஒன்றுமில்லை" என வெடுக்கென பதில் அளித்தான் ஸ்டெர்னர்.

"உனக்கும் எனக்கும் கொஞ்சம் ஒயின் ஊற்றிக்கொண்டு வருகிறேன். சாப்பிடுவோம்."

குருட்டிக்காவ் ஒரு கிளாஸ் ஒயினையும் ஒரே மடக்காகக் குடித்துவிட்டான்.

"என்ன யாரையும் நினைத்துப்பார்க்கிறதில்லையா? இந்த உலகத்து அழகிகளை நினைத்துக்கொண்டு அருந்து கிறேன்" என ஸ்டெர்னர் கிளாஸை உயர்த்தினான்.

"எனக்குச் சொந்தம் என்று நான் சொல்லிக் கொள்ளக் கூடிய ஒரு வாழ்வை நினைத்து அருந்துகிறேன். அதாவது என்னை யாரும் தொந்திரவுபடுத்தாத ஒரு வாழ்வுக்கு" என்றான் குருட்டிக்காவ்.

இந்த நினைவுக்கு 'மரியாதை' செலுத்த ஒரு கிளாஸில் இன்னும் கொஞ்சம் ஒயின் அவனுக்கு ஊற்றிக் கொடுத்தான்.

பிறகு இன்னும் கொஞ்சம் ஊற்றிக் கொடுத்துத் தானும் ஊற்றிக்கொண்டான்.

"உன் கலியாண தினத்தின் ஞாபகத்திற்குக் கொஞ்சம் அருந்துவோம்" என்று கண்ணைச் சுடக்கடித்தான் ஸ்டெர்னர்.

"நீ சொல்வதன் அர்த்தம் புரியவில்லையே?" என்றான் குருட்டிக்காவ்.

"உன் ஆயுசிலேயே மிகவும் சந்தோஷகரமான நாளுக்கு என்று சொல்லுகிறேன். உன் பெண்டாட்டி பேரில் எனக்கு ரொம்பப் பிரியம்" என்றான் ஸ்டெர்னர்.

"என்ன சொல்லுகிறாய்? நல்லா காதில் விழவில்லையே, என்ன சொன்னாய்?" என்றான் குருட்டிக்காவ்.

"கல்மிஷமில்லாத நினைப்பு அப்பா, அது ஜெர்மனியர் சம்பிரதாயம் அவ்வளவுதான். உங்கலியாண நாளை நினைத்து அருந்துவோம். அது எந்தத் தேதி?" என்றான் ஸ்டெர்னர்.

ஸ்டெர்னர் மேஜை மேல் சாய்ந்து அவனைப் பார்த்தான். அவன் கண்கள் கொஞ்சம் கருத்தது. குருட்டிக்காவ்மீது பக்கென்று வியர்வை அரும்பி அவனைக் குளிப்பாட்டியது. கலியாண தேதியை அந்த ஜெர்மனியனுக்குச் சொல்வதென்றால் சாத்தியமில்லை. ஏனென்றால், தன் சம்பந்தப்படி சட்ட பூர்வமானதாக்கிக்கொள்ள அவன் பதிவு செய்துகொள்ள வில்லை; அவன் அதற்காக எந்த ஆபீஸுக்கும் செல்லவில்லை. டாஷா, அவன்கூட யாத்திரை வருகிறதென்றால் நல்ல யோசனைதான் என்றான். சம்மதித்துக் கூட வந்தாள். அவ்வளவுதான். இருண்ட குழியடியில் அகப்பட்டுக்கொண் டவன் போல விழித்தான் குருட்டிக்காவ்.

"ஏன் தயங்குகிறாய்? ஒருவேளை போடாவி மாதிரி நீயும் எங்களை ஏமாற்றிவருகிறாயா? டாஷா உன் மனைவியே அல்லவா?" என்று கேட்டுவிட்டுக் கைகளைத் தட்டினான் ஸ்டெர்னர்.

உள்ளே ஒரு வேலைக்காரன் வந்தான். ஸ்டெர்னர் அவன் காதில் இரகசியமாக ஏதோ உத்தரவு போட்டான். வந்த துருக்கியன் அந்தரப் பிறவி போல் அனாயாசமாக மறைந்தான்.

"நீ என்னமோ எதிலாவது என்னைச் சிக்கவைத்துவிடலா மென்று யோசிக்கிறாப்போல இருக்கே. அது நல்லா இருக்கா, கௌரவமான ஒரு மனிதன் செய்கிற வேலையா" என்றான் குருட்டிக்காவ். குடியே முழுகிப்போச்சு என்ற நினைப்புத் தவிர அவன் மனத்தில் வேறு எதுவும் இல்லை.

"நானா? எனக்கு கௌரவம்தான் பெரிது. சரி நாம் . . ."

"செப்டம்பர் ஒன்பதாந் தேதி" என்று குருட்டிக்காவ் ஒரு தேதியைச் சொன்னான். டாஷா அவனுடன் ஓடி வந்துவிட்ட தேதி அது.

"செப்டம்பர் ஒன்பதாம் தேதிக்கு" என்று நினைவு தேங்கி வார்த்தைகளைச் சொன்னான் ஸ்டெர்னர்.

குருட்டிக்காவுக்குத் திடீரென்று மனப்பாரம் இறங்கியது போல இருந்தது. "டாஷா நல்ல அழகி என்பதை நீயும் ஒப்புக்கொண்டுதான் ஆக வேண்டும். அவளுக்குக் காலும் கையும் எவ்வளவு அழகாக இருக்கிறது தெரியுமா?" என்றான் குருட்டிக்காவ்.

"எனக்குத் தெரியும்" என்றான் ஸ்டெர்னர் அமைதியாக.

"உனக்கு எப்படித் தெரியும்?" என்று கேட்டான் குருட்டிக் காவ். மூன்றாவது கிளாஸிலேயே அவன் மூளை சுழன்று விட்டது.

"புதுசாக் கலியாணம் பண்ணிக்கொண்டவாள் எல்லாரும் அப்படித்தான் பேத்துவார்கள். அதைப் பற்றி நாம் இப்போ சர்ச்சை பண்ணிக்கொண்டிருக்க வேண்டாம். நீ பூர்ஷுவா மாதிரி பேசுகிறாய். அவ்வளவுதான். அதற்கென்ன, அவளுக் கென்ன இப்போது?"

"அவள் இப்பொழுது ரொம்பப் பெரிய ஆபத்திலே சிக்கி இருக்கிறாள்" என்று உளறிக்கொட்டினான் குருட்டிக்காவ்.

"ஆபத்தா? என்ன ஆபத்து? கூரை இடிந்து விழுந்துவிடும் என்று பயப்படுகிறாயா அல்லது கொலைகாரர்கள் உன்னை இரகசியமாகத் தொடர்ந்துகொண்டிருக்கிறார்களா?'

"இரண்டும் இல்லை. நீ ஒரு ஐரோப்பியன், நான் சொன் னால் புரிந்துகொள்ளுவாய். இங்கே இருக்கும் ஆண்பிள்ளைப் பசங்கள் எல்லாம் அவளைத் தொடர்ந்து திரிகிறார்கள்" என்றான் குருட்டிக்காவ்.

“ஆஹா. அப்படியா? பாக்ஷாதான் வயிற்றுக்கடுப்பால் கழிந்துகொண்டிருக்கிறாரே. இன்னும் கொஞ்ச காலத்துக்கு அவரைப் பற்றித் தொந்திரவில்லை. தவிரவும், உன்னுடைய ஆயுதங்களை உன்னிடம் கொடுத்துவிட வேண்டும் என்று உத்திரவு வேறு போட்டுவிட்டார்.”

“அந்த ஆயுதங்களை வேண்டுமானால் அவரே வைத்துக் கொள்ளட்டுமே” என்றான் குருட்டிக்காவ். பாக்ஷாவுக்கு வியாதி என்று கேட்டதும் அவன் மனத்துக்குச் சங்கடமாக இருந்தது. திடீரென்று எப்படி வியாதி வந்துவிட்டது? அவர் தான் புஸ்தகம் மாதிரி கைரேகைகளைப் படித்துவிடுவாரே. தன் கையை ஏன் அவர் பார்த்துக்கொள்ளக் கூடாது?

இந்தச் சமயத்தில் ஸ்டெர்னருடைய வேலைக்காரன் வந்து அவனுடைய காதுக்குள் ஏதோ ஓதினான். ஜெர்மனியன் மறுபடியும் கிளாஸ்களை நிறைத்துவிட்டு அதிசயமான குரலில், “இப்பொ உம்ம மனைவியை நினைத்து அருந்துவோம்” என்றான்.

“சரி, இவனும் அவள் மேல் கண் வைத்துவிட்டான்” என்று உள்ளுக்குள் நடுங்க ஆரம்பித்தான் குருட்டிக்காவ். ‘இந்தப் பயல்தான் அவள் வலையில் தலைகுப்புற விழுந்து சிக்கிக்கொண்டிருக்கிறான். என் கதி அதோ கதிதான்.’

கிளாஸை ஏந்திய கை நடுங்கியது.

டாஷா வாசல் சன்னலில் நின்றுகொண்டு பாடிக் கொண்டிருந்தாள். ‘உன்னை என்னிடமிருந்து பிரித்து விடுவார் கள், அப்புறம் நீ யாரோ நான் யாரோ?’ என்பது அந்தப் பாட்டின் அர்த்தம்.

அவன் உள்ளே நுழைந்ததும் பாடுவதை நிறுத்திக்கொண் டாள். தள்ளாடிக்கொண்டே வந்து கீழே விரித்திருந்த ஜமுக் காளத்தின் பேரில் உட்கார்ந்துகொண்டான் குருட்டிக்காவ். அமிதமான போதையால் முகம் நீலம் பாரித்திருந்தது. அவளிடம் சென்றான். முதுகில் இரண்டறை கொடுத்தான்.

“ஏன் இப்படிக் குடித்துவிட்டு வந்தாய்? நம்ம கலியாணத் தேதி என்னவென்று ஸ்டெர்னர் ஏன் ஒரு துருக்கிப் பயலை ஏவிக் கேட்டுவிட்டான்? இஷ்டமிருந்தால் சொல்லு?” என்றாள் டாஷா.

குருட்டிக்காவ் மூஞ்சி நீலத்திலிருந்து பீதி பீடிக்கும் பச்சை பூத்தது.

“ஸ்டெர்னர் சொல்லிவிட்டானா? சரிதான்... நம்ம கதி அதோ கதிதான்.”

“எப்பப் பார்த்தாலும் அதோகதியாகப்போனதாக ஊளையிடத்தான் உனக்குத் தெரியும். நீ இப்படிப் பேசும் போதெல்லாம் எனக்குத் தும்மணும் போல வருது” என்றாள் டாஷா.

குருட்டிக்காவ் பரிதாபகரமாகக் கைவிரித்தான்.

“கொஞ்சம் பொறுத்துக்கோ. எத்தனையோ வருஷத்துக்கு முந்தி கணக்குத்தான் என்னைக் கொல்லும் என்று சொன்னார்கள். அப்போ நான் பாங்கியிலே வேலை செய்துகொண்டிருக்கும்போது தப்பாப் பதிந்து வேலைக்குக் கத்திவைத்துக் கொள்ளுவேன் என்று நினைத்தேன். ஆனால் இப்பொத்தான் எனக்குப் புரிஞ்சுது. ஒரே ஒரு எண், ஒரு சின்ன எண் நிலைமையை அடியோடு மாற்றிவிட்டது. இப்பத்தான் நானும் கேட்க வேண்டும் என்று நினைத்தேன். நம்ம கலியாணத் தேதி என்ன? கேட்டுத் தெரிந்துகொண்டு அப்புறம் நிம்மதியாக இருந்து தொலைக்கிறேன்” என்றான் குருட்டிக்காவ்.

“செப்டம்பர் ஒன்பதாம் தேதி என்று நான் அவனிடம் சொல்லிவைத்தேன்” என்றாள் டாஷா.

‘என்ன’ என்று ஆச்சரியத்தால் கத்திக்கொண்டு, காலும் கையும் கொப்பும் கிளையுமாக உயர நிற்க ஐமுக்காளத்தில் உதறியடித்துக்கொண்டு சரிந்தான்.

“என்ன? இந்தக் காலத்திலேயும் அதிசயங்கள் நடக்குதா!” என்றான் மீண்டும்.

“என்ன உளறிக்கொட்டுகிறாய்! புத்தியாய்ப் பேசு, செத்த தவக்களை மாதிரி காலையும் கையையும் விரித்துக்கொண்டு கிடக்காதே” என்று கூறினாள் டாஷா.

“டாஷா, தீரச் செயல்கள் வீரச் செயல்கள் செய்ய வேண்டும் என்று அவைகளைத் தேடிக்கொண்டு அலைபவனல்ல நான். எனக்கு அதிலே கொஞ்சங்கூடப் பிரியமில்லை. ஆனால் என்ன நடந்திருக்கிறது தெரியுமா – நானோ சாதாரண பிரஜை. ஆயிரத்தில் ஒன்று. நானோ வாதம் பண்ணுகிறதில்லை. சர்ச்சை பண்ணுகிறதில்லை. எல்லாம் அந்தக் காலத்திலே நடந்த மாதிரி நடக்கட்டும் என்று சொல்லுகிறதில்லை. ஆனாக்க எல்லாம் நல்லா நடக்கட்டும் என்றுதான் சொல்லுவேன். டாஷா, உனக்கு ஞாபகமிருக்கா – அப்போ ஒரு சண்டையிலே யாரோ ஒருத்தன் கொய்த தலை ஒன்றை என் காலடியில் கொண்டுவந்து போட்டானே அதை வைத்துக் கொண்டு நான் என்ன செய்வது? அதை உச்சி மயிரைப் பிடித்துத் தூக்கி வேலி ஓரத்தில் கொண்டுபோய் வைத்தேன். யாருக்கு ஆசையோ அவர்கள் அதை எடுத்துக்கொள்ளட்டும்.

ஆனால் இப்பொ. இப்பொ என்ன செய்யறதென்றே புரியல்லே" என்றான் குருட்டிக்காவ்.

"சரிதான் உனக்கு இது தெரியாதா? உன் பெண்டாட்டியை உன்னிடமிருந்து தட்டிக்கொண்டு ஓட, அவளைக் கெடுத்து விட, குடித்துக்குடித்து சீ என்று போகும்படி அவளைச் சாயாக் குடிக்க வைக்கிறார்கள். என்ன செய்வது என்று தெரியவில்லை என்று நீ சொல்லிக்கொண்டிருக்கிறாய்."

"எனக்குக் களேபரம் எதுவுமில்லாமல் சாகத் தெரியும். வேறு என்ன எனக்குத் தெரியும்?" என்றான் குருட்டிக்காவ்.

"மறுபடியும் பழைய கதையை ஆரம்பித்துவிட்டாயே. என்னைக் காப்பாற்று என்று நான் ஒரு ஆண்பிள்ளையிடம் கேட்டால், எனக்குச் சாகத்தான் தெரியும் என்று சொல்லுகிற வனிடம் என்னத்தைச் சொல்கிறது? அப்படியானால் செத்துத் தொலை. எக்கேடும் கெட்டு நாசமாய்ப் போ. இத்தனை பலம் கொண்ட உனக்கு ஒரு பெண்ணைக் காப்பாற்றத் தெம்பில் லையா?" என்று சொல்லிவிட்டு வீட்டைவிட்டு வெளியே ஓடிப்போனாள்.

அவன் ஐமுக்காளத்தில் 'செத்த தவளை' மாதிரி கிடந் தான். தலையைப் பிடித்துக்கொண்டு யோசனை செய்தான். பகல் கழிந்தது. நன்றாக இருட்டின பிற்பாடு முற்றத்தில் காலடிச் சப்தம் கேட்டது. எழுந்து ஜன்னலண்டை போனான். முற்றத் தில் அவனுடைய மனைவியும் ஸ்டொர்னரும் நின்றுகொண் டிருந்தார்கள். வெளிவாசலில் குதிரைத் தலைகள் தெரிந்தன.

"அவர்கள் ஓடிப்போகிறார்களாக்கும், சரிதான் ஓடிப் போகட்டுமே. வேறு எதையாவது யோசிப்போம்" என்று சொல்லிக்கொண்டே இறங்கி முற்றத்திற்கு வந்தான்.

ஸ்டொர்னர் உதட்டில் விரல் வைத்து மௌனமாக இருக்கும் படி சமிக்ஞை செய்தான்.

"சரி, நீ நினைத்ததை முடித்தாயா?" என்று சொல்லிக் கொண்டு டாஷா கைகளை முத்தமிட்டாள். அவன் அவளைப் பலமாக இழுத்துத் தழுவ பற்கள் இடிபட்டன.

ஸ்டொர்னர் ஒரு குதிரையைக் குருட்டிக்காவ் முன்னால் கொண்டு நிறுத்தி, "உங்கள் ரெண்டு பேரையும் நகரத்துக்கு வெளியே அழைத்துக்கொண்டுபோய் விட்டுவிடுவார்கள்" என்றான்.

டாஷாவும் குருட்டிக்காவும் மௌனமாகக் குதிரை மேல் ஏறிக்கொண்டார்கள். ஸ்டொர்னருடைய வேலைக்காரன்

குதிரையின் லகானைப் பிடித்து அழைத்துச்சென்றான். ஜனநடமாட்டமில்லாத சந்துபொந்துகள் வழியாக அவர்கள் நகரத்தை விட்டு வெளியேறினார்கள். ஊருக்கு வெளியே வந்துசேர்ந்ததும் இரண்டு குதிரைகளையும் ஒன்றுக்குப் பக்கத்தில் ஒன்றாக ஒரு வரிசையில் நிறுத்திவிட்டு மறைந்தான்.

"இதற்கு என்ன அர்த்தம்?" என்றான் குருட்டிக்காவ். குதிரை மேல் சற்று நகர்ந்து உட்காரவும் பயப்பட்டான் அவன். அங்கு படி காலிலிருந்து நழுவியது. கட்டைவிரல் இருளில் நுழைந்து துழாவி வெகு சிரமப்பட்டான் குருட்டிக்காவ்.

"அர்த்தமா? அட முட்டாளே, உபயோகமில்லாத கந்தல் களுக்காணி மூட்டை, அட வடிகட்டின அசடே, கட்டித்தங்கமே, அதோ தெரியுது பார் வெளிச்சம். அந்தக் கிராமத்துக்கு நாம் விடியரதுக்கு முன்னாலே போய்ச் சேரணும்... புரிஞ்சுதா? குதிரையை ஜாக்கிரதையாக நடத்திக் கொண்டு போ."

"சரி" என்றான். குதிரைகள் நடந்தன.

வீட்டுக்குள் அந்தத் தொலைக்கண்ணாடிகளை வைத்து விட்டு வந்துவிட்டோமென்று திடீரென்று ஞாபகத்திற்கு வந்தது. நினைக்கநினைக்க வெட்கமாக இருந்தது. இந்த உணர்ச்சி படிப்படியாக வளர ஆரம்பித்தது. சுமார் ஒரு மணி தேசாலத்திற்கு அப்புறம் அவனையே ஆட்படுத்தியது. குதிரைகள் நாலு பாறைச் சந்தியை எட்டின.

"இப்பொழுது பேசுவதற்கு எனக்கு அவகாசம் உண்டு..." என்று ஆவேசம் கொண்டவனைப் போல் ஆரம்பித்தான் குருட்டிக்காவ். நான் ஒன்று சொல்லித்தான் தீர வேண்டும். நான் ஒரு பெண்ணுக்காகச் சண்டை போட்டுப்பார்த்தேன். அது ஒண்ணுமில்லாமல் போச்சு. ஒருத்தனுக்கு விஷம் கொடுக்கணும்னு ப்ளான் போட்டேன்; அவன் காலை ஒடித்துக் கொண்டான். இன்னொரு போட்டிக்காரனைக் கண்டு மிரண்டேன். அந்த அப்பாவிப் பயலைக் கொன்று போட்டார்கள். நாலாவது நபரைக் கத்தியால் குத்த நினைத்தேன். அவனுக்கு வயிற்றுக்கடுப்பு கண்டது. ஐந்தாவது நபரை நம்பவே இல்லை. அவன் பூரண யோக்யனாக இருந்தான். ஈ, கொசு ஆடாத இந்தக் கிராமத்திலே ஆறாவது ஏழாவது எட்டாவது நபர்களைச் சந்திக்கத்தான் போகிறேன். என்ன நேருமோ எனக்கே தெரியவில்லை. இனிமேற்கொண்டும் இப்படிச் சுமந்துகொண்டு போக எனக்குப் பலம் இல்லை. நான் கதாநாயகனாகப் பிறக்கவில்லை. என் குடும்பத்திலேயே பரம்பரையாகக் காச நோய் உண்டு. இனிமேல் என்னால் தாங்க முடியாது" என்று சொல்லிக் கண்ணீர்விட்டான்.

கண்ணீர் குதிரையின் கழுத்தில் உதிர்ந்தது. திடீரென்று ஒற்றைக்கொரு துளியாக மழை பெய்வதைக் கண்டு ஆச்சரியத் தால் தலையை நிமிர்த்தியது. பிறகு அந்த ஸ்திரீ தன் குதிரையைப் பக்கத்தில் கொண்டு நெருங்க அது அவன் காலில் இடிபட்டது. டாஷா கைகளை நீட்டி, அவனுடைய குதிரையின் லகானைப் பற்றிக்கொண்டாள்.

❍

'விசேட உரை'

சாம்பல் பூத்த ஆட்டு மந்தை டிப்லிஸ் என்ற இடத்தில் உள்ள ஷோட்டா ரஸ்டா வேலி குடியேற்றத்தின் வழியாகப் போய்க்கொண்டிருந்தது. மந்தையின் இடுகலில் கிடாக்களின் தாடி தரையைப் பெருக்கியது. துணிச்சலான குட்டி டிராம் லயன்கிட்ட நெருங்கிவிட்டால், செம்பட்டை படிந்த மந்தைக் காவல் நாய்கள் அங்குமிங்கும் ஓடிக் குரைத்து அவற்றை வழிக்குக் கொண்டுவந்தன.

தாங்க முடியாத புழுதிப் பொம்மலில் தும்மிக்கொண்டு குருட்டிக்காவிடம் இது என்ன என்று கேட்டேன்.

"இந்த மந்தைகள் மேய்ச்சலுக்காக ஆட்டிடையர்களுடன் இடத்துக்கிடம் போகும் என்பதுதான் உங்களுக்குத் தெரியுமே. இப்பொழுது பட்டணத்துக்குள் வந்துவிட்டன. வெகு சீக்கிர மாகப் பட்டணத்தைக் கடந்து ஆக வேண்டும். அதற்காகத் தான் பட்டணத்துக்கு உள்ளே குறுக்காக விழுந்து ஓடுகின்றன."

நாடகக் கொட்டகையைத் தாண்டிக்கொண்டு கடைசி ஆடு போகும்போது பொழுது சாய்ந்து இருட்டிவிட்டது.

"நேரமாகிவிட்டது. சாயங்காலம் பார்க்க வேண்டிய கடமைகளைக் கவனிக்கப் பாங்கிக்குப் போக வேண்டும், நான் உழைத்தாக வேண்டும். இல்லாவிட்டால் சீட்டுக்கொடுத்து விடுவார்கள் . . ." என்றான் குருட்டிக்காவ்.

சிறிது தொலைவிலே, ஒரு சின்ன வேலிக்கு மறுபுறத்தில், ஆபீஸ் 'அமர்த்தலுடன்' ஒரு சர்ச் நின்றது. பைஜாந்திய மனையடி சாஸ்திரத்தைக் காப்பி அடித்த தினுசில் கட்டப் பட்ட புராதனக் கட்டுக்கோப்பு. கருங்கல் அடுக்கு வரிசைகள் மங்கலாகப் பளபளக்கும் கலசங்களாகப் பூத்தன. கட்டடத்தின் மேல்சன்னலில் வெளிச்சம் தெரிந்தது. நிர்க்கதியானது போல மௌனமேறிய கருங்கல் முன் மண்டபத்தின் வழியாக உள்ளே சென்றோம். எந்தவிதமான சமய சம்பிரதாயத்திற்கும்

அந்தஸ்துடன் கூடிய கிறீச்சலுடன் செப்புத்தகடு பதித்த, செதுக்குளிச் சிற்பம் மலிந்த கதவு உட்புறம் நோக்கித் திறக்க, நாங்களும் உள்ளே நுழைந்தோம். அவசரஅவசரமாக வந்த சிரிப்பை அடக்கிக்கொள்ள எனக்கு முடியவில்லை.

வெறிச்சோடிக் கிடக்கும் சர்ச்சின் மத்தியில் சாப்பாட்டுக் கடை மாதிரி மேஜைகள் வரிசையாகப் போடப்பட்டிருந்தன. வாலிப கம்யூனிஸ்டுகள் மேஜையருகில் கும்பல்கும்பலாக உட்கார்ந்து சதுரங்கம் முதலிய விளையாட்டுகள் ஆடிக் கொண்டிருந்தார்கள். அகண்டாகாரமான வயல்வெளியின் நிசப்தம் அங்கு குடியேறியிருந்தது.

சுவரில் அகழ்ந்திருந்த மாடங்கள் இரண்டில் ஸாக்ரட்டீஸ் சிலையும் கோகால் சிலையும் எனக்கு அடையாளம் கண்டு பிடிக்க முடிந்தது. சர்ச் விதானத்தில் பொருளாதார சூத்திரங் கள் தீட்டப்பட்டிருந்தன. சுவர்களில் புகைப்படங்களும் விளம்பரங்களும் ஒட்டப்பட்டிருந்தன. மையக் கலசத்தின் குடைவுக்குள் நீளமான தாடியுடைய ஒரு கிழவன் படம் தீட்டப்பட்டிருந்தது. அவனுடைய தாடிச் சிக்கலில் இரண்டு புறாக்கள் அகப்பட்டுத் தத்தளித்தன. அவன் அந்தக் காலத்தில் கடவுளாக இருந்தான்.

“சாம்பிராணி வாசனையிலே சதுரங்கம் விளையாட நான் அடிக்கடி வருவது வழக்கம். பொதுவாகப் பார்க்கப் போனால் என் வாழ்வு அப்படிக்கு ஒன்றும் மோசமில்லை. சுமாராக சுகமாகத்தான் இருக்கிறது. சமயம் கிடைத்தபோது நீயும் இங்கே வா என்று சொல்லிவைக்க விரும்புகிறேன். இங்கே நல்ல ஆட்டக்காரர் பலர் உண்டு. கலசத்தில் தொங்கு கிற கிழவனைத்தான் கூப்பிட்டுக்கொள்ள அவர்களுக்கு முடிய வில்லை. அவன் அவர்களுக்கு எட்டாத் தொலைவில் இருக் கிறான்” என்று குருட்டிக்காவ் பிரமாத ரகசியம் எதையோ ஓதுவதுபோலக் காதுக்குள் வந்து குசுகுசுவென்றான்.

“ஏன் இப்படிக் குசுகுசு என்கிறாய்?” என்று நான் குரல் கொடுத்தேன்.

“ஏன் இப்படிக் குசுகுசு என்கிறாய்?” எனக் கலசத்திலிருந்து கிழவன் கத்தினான்.

“ஏன் குசுகுசு என்கிறாய்?” என்று ஸாக்ரட்டீஸும் கோகாலும் போட்டி போட்டுக்கொண்டு தத்தம் மாடங்களி லிருந்து கத்தினார்கள்.

“நல்ல அபூர்வமான வேலைப்பாடு!” சப்தத்தை அபூர்வ கோணங்களிலிருந்து திருப்பிவிட கணக்குப் போட்டுக் கட்டி யிருக்கிறார்கள் என்றேன்.

“இந்தச் சர்ச்சில் இருந்த சப்தத்தை இப்படித் தெறிக்கவிடாமல் அமுக்கிவந்த சிலைகளும் விரிப்பும் அகற்றப்பட்டபோது எதிரொலியைக் காது கொடுத்துக் கேட்க முடியல்லே” என்று சொல்லிக்கொண்டு குருட்டிக்காவ் என்னைப் பலிபீடத்தினருகில் அழைத்துச்சென்றான். இந்த இடத்தில் நாடகம் போட முடியாது. ஆனால் மௌனபிலிம் காட்சி நடத்த சௌகரியமாக இருக்கும்” என்றான்.

பலி மேடையில் மூன்று மேஜைகள் போடப்பட்டிருந்தன. மூன்றின் பேரிலும் விலாசமிட்டிருந்தது. காம்ரேட் யாஸ்ட்ரெப் மேஜை, காம்ரேட் பிரான் டாஷ்விலி மேஜை, காம்ரேட் கிரான்ட்ஸ் மேஜை. அவைகளை எல்லாம் பார்த்துவிட்டு வெளியேறி நடந்தோம். மாலையிருட்டு மயங்கி வந்துகொண்டிருந்தது. பூக்கடை ஒன்றில் வெள்ளை மஸ்லின் உடுத்திய ஒருத்தி எங்களுக்காகக் காத்திருந்தாள்.

“என் மனைவி, காம்ரேட் டாஷா” என்று குருட்டிக்காவ் அறிமுகம் செய்துவைத்தான்.

“உம்முடைய மனைவி கலகலப்பாக உழைப்பவள் என்று கேள்விப்பட்டிருக்கிறேன்” என்றேன்.

“கலகலப்பு இருக்கலாம். உழைப்பைப் பற்றி அவ்வளவாகச் சொல்வதற்கில்லை. ஒரு தடவை ஒருவன் ஏறியிருந்த குதிரையின் லகானைப் பிடித்து அதை வேறு திசையில் திருப்பினதென்னவோ உண்மை” என்றாள்.

“லகான் இல்லை, சேணத்தைப் பிடித்துக்கொண்டு” என்று திருத்தினான் குருட்டிக்காவ்.

“கடிவாளமோ?” என்றேன் நான்.

“அது என்னமோ எனக்குப் பெயர் எல்லாம் தெரியாது. தொழிலாளர் தேகப்பயிற்சிக்கூடத்திற்குப் போகிறேன். உங்களுக்கு வேறு ஒரு வேலையும் இல்லை என்றால் என்னை அங்கே அழைத்துச்செல்லலாம்” என்றாள்.

❍❍

கனவு

ஐவான் டர்ஜனீப்

அந்தக் காலத்தில் நான் என் தாயாருடன் ஒரு சிறு துறைமுகப் பட்டினத்தில் வசித்துவந்தேன். எனக்கு அப்பொழுது தான் பதினேழு வயது நிரம்பிற்று. தாயாருக்கு முப்பத்தைந்து வயது. சின்ன வயதிலேயே அவளுக்குக் கலியாணமாகியிருந்தது. எனது தகப்பனார் இறந்தது எனக்கு நன்றாக ஞாபகத்திலிருக் கிறது. அப்பொழுது எனக்கு ஏழு வயதிருக்கும். என் தாயார் நல்ல அழகிதான்; ஆனால், முகத்தில் எப்பொழுதும் சோகக் களை தட்டியிருக்கும். அவளைச் சிறுவயதிலேயே எல்லாரும் ரொம்ப அழகி என்று சொல்லிக்கொள்வார்களாம். ஆனால் அவளது கண்களில் மிதக்கும் சோக விலாசத்தைப் போல் நான் வேறு எங்குமே கண்டதில்லை. எனக்கு அவள் மீது அத்யந்தப் பற்றுதல்... அவளும் என்னைப் பிரியமாக நடத்தினாள்... ஆனால் வாழ்க்கை சந்தோஷகரமானதாக இல்லை. ஏதோ அந்தரங்கமான பெருவியாதி போன்ற துயரம் அவளைத் தின்றுகொண்டிருந்தது. அது எனது தந்தை யின் மரணத்தால் மட்டிலும் ஏற்பட்டது என்று கூறிவிட முடியாது. என் தந்தையின் நினைவும் அவள் மனத்தில் வெகு ஆழமாகப் பதிந்திருந்தது. அது மட்டிலும் இல்லை, அதைவிட வேறு ஏதோ ஒன்று அவளை வாட்டிக்கொண் டிருந்தது என்று எனக்குப் பட்டது.

என் தாய் என்மீது பாசமாக இருந்தாள் என்று கூறினேன். ஆனால், சில சமயம் என்னை வெறுத்தாற்போல் நடந்து கொண்டாள்; என்னை ஒரு சுமையாகப் பாவித்து உதறித் தள்ளினாள். சில சமயங்களில் அவளாலேயே தடுக்க முடியாத

வெறுப்பு அவளைக் கவ்வியது. பிறகு அதற்காக மிகவும் வருந்துவாள். கண்ணீருடன் என்னைக் கட்டித் தழுவிப் பொருமுவாள். இதற்கெல்லாம் அவளது உடைந்துபோன தேக ஸ்திதியும், எனது நடத்தைகளுமே காரணம் என்று எண்ணினேன்.

ஆனால், அவளுடைய வெறுப்புக்கள், நான் மோசமாக – போக்கிரித்தனமாக – நடந்துகொண்ட சமயத்தில் எழவில்லை. எனது தாய் எப்பொழுதும் துஷ்டிக்கு அறிகுறியாகிய கறுப்பு உடையே அணிந்துவந்தாள். நாங்கள் தாராளமாகச் செலவு செய்து சௌகரியமாகத்தான் வாழ்ந்துவந்தோம். ஆனால் நாங்கள் ஒருவருடனும் பழகாது தனியாகவே வசித்து வந்தோம்.

2

எனது தாயின் நினைவுகள், கவலைகள் எல்லாம் எனது வளர்ப்பில் கவிந்தன. அவள் எனக்காவே வாழ்ந்தாள் என்று சொல்லிவிடலாம். அப்படியிருந்தது அவள் பராமரிப்பு. இம்மாதிரியாகப் பெற்றோரின் கவலையெல்லாம் கவிழ்வது குழந்தைகளுக்கு நல்லதன்று; கெடுதலை விளைவிப்பதும் சகஜம். ஒற்றைக்கொரு பிள்ளை என்றால் கண்டபடி வளரும். தங்களைப்போல் பிள்ளைகளும் இருக்க வேண்டுமே என்று பெற்றோர்கள் நினைப்பதில்லை. ஆனால் நான் சீர்கெட்டுப் போகவில்லை. எனக்குப் பிடிவாதமும் கிடையாது. ஆனால் எனது நரம்புகள் மிகவும் தளர்ச்சியடைந்துவிட்டன. அதிலும் நான் மிகவும் பலவீனப்பட்ட பிள்ளை. என்னைப் பார்த்தால் என் தாயைப் பார்க்க வேண்டாம். அவ்வளவு முக ஜாடை ஒத்திருக்கும். என் வயதிற்கேற்ற சிநேகிதர்கள் கிடையாது. யாருடனும் பேசுவதற்குச் சங்கோஜம். என் தாயாருடன்கூட அதிகமாகப் பேசமாட்டேன். எனக்குப் புஸ்தகம் என்றால் பெரிய பைத்தியம். வெறுங் கனவு கண்டுகொண்டு, தனியாகத் திரிவதில் எனக்கு இச்சை. என்ன கனவுகள் என்று சொல்லுவது கஷ்டம். ஏதோ ஒரு கனவு. கதவு பாதி திறந்திருக்கிறது. அதற்குப் பின்புறம் ஏதோ மறைத்து வைக்கப்பட்டிருக்கிறது. ஆசை சொக்கும்படி அதன் முன்பு நான் நின்று காத்துக் கொண்டே இருப்பேன். வாசற்படியைத் தாண்டுவதில்லை. அதற்கப்பால் என்ன இருக்கிறது என்று யோசித்துக்கொண்டே, ஆசை உந்தித்தள்ள, வாசற்படியில் நின்றுகொண்டே சில சமயம் அப்படியே தூங்கிப்போவதும் உண்டு. கவிதையுள்ளம் படைத்திருந்தால் பாட்டெழுதத் தொடங்கியிருப்பேன்; மதப் பற்று இருந்தால் சன்னியாசம் பெற்றிருப்பேன். இரண்டும்

என்னிடம் கிடையாததினால் கனவு கண்டுகொண்டே காத்திருந்தேன்.

3

விபரமற்ற எண்ணங்கள், சிந்தனைகளுடன், சில சமயங்களில் தூங்கிவிடுவேன். முக்கால்வாசி எனது வாழ்க்கையே தூக்கந்தான். ஒவ்வொரு நாளும் கனவுகள் கண்டேன். இவற்றை நான் மறப்பதில்லை. அவற்றிற்குக் காரணம் கற்பித்து, எந்த இரகசியத்தை அறிவிக்கத் தோன்றியிருக்கின்றன எனக் கண்டு பிடிக்க முயற்சித்தேன். சில கனவுகள் ஒரே மாதிரியாகத் திரும்பத்திரும்ப வந்தன. அவை இப்படி வருவது ஆச்சரியமாக, விபரீதமாக எனக்குத் தென்பட்டது. முக்கியமாக ஒரு கனவு என்னை அலட்டியது: ஒரு கரடுமுரடான குண்டும் குழியும் நிறைந்த சிறிய தெரு; பட்டணமும் பழைய காலத்து மோஸ்தர். ஊசிக் கூரையுள்ள பல மச்சுக்களடங்கிய கட்டிடங்கள்; வழிநெடுக நான் அந்தத் தெரு வழியாக என் தகப்பனாரைத் தேடிக்கொண்டு போகிறேன். எந்தக் காரணத்தாலோ அவர் எங்களை விட்டு ஒளிந்துகொண்டிருக்கிறார். அந்தத் தெருவிலே தான் ஏதோ ஒரு வீட்டில் ஒளிந்துகொண்டிருக்கிறார். நான் ஒரு சிறு வாசல் வழியாக நுழைந்து, கட்டையும் பலகையும் நிறைந்து கிடக்கும் முற்றத்தைக் கடந்து, இரண்டு வட்டமான ஜன்னல்கள் உள்ள சிறு அறைக்குள் செல்லுகிறேன். அந்த அறையின் மத்தியில் ஒரு நீண்ட அங்கியைப் போட்டுக் கொண்டு என் தகப்பனார் நிற்கிறார். அவர் வாயில் ஒரு சுங்கான் இருக்கிறது. ஆனால், அவரைப் பார்த்தால் என்னுடைய நிஜத் தகப்பனார் மாதிரியே இல்லை. நெட்டையாக, ஒல்லியாக, வளைந்த கிளி மூக்கும், கறுத்து இருண்ட கண்களும் உள்ளவர். அவரை நான் கண்டுபிடித்தது அவருக்குச் சிறிதும் பிடிக்கவில்லை. எனக்கும் அப்படித்தான். தயங்கித் தயங்கி நிற்கிறேன். அவர் வேறு பக்கம் திரும்பி, என்னவோ முனகிக்கொண்டு, இப்படியும் அப்படியுமாக நடக்கிறார்.

முனகிக்கொண்டே என்னைப் பார்த்தவண்ணமாகத் தூரச் செல்லுகிறார். அறையும் வளர்ந்துகொண்டே அவர் நடப்பதற்கு இடம் கொடுக்கிறது. பிறகு மூடுபனியில் மறைந்து விடுகிறார். நான் தகப்பனாரை இழந்துவிட்டேன் என்று பயந்து, அவரைப் பின்பற்றி வேகமாக ஓடுகிறேன். அவரைக் காணவில்லை. அவருடைய கோபமான உறுமல்தான் கேட்கிறது. நான் திடீரென்று விழித்துக்கொள்ளுகிறேன். பிறகு தூக்கம் வரவில்லை. மறுநாள் முழுவதும் இது என்னவாக இருக்கும் என்று யோசித்துப் பார்த்தேன். பயனில்லை.

4

ஜூன் மாதம் வந்தது. நாங்கள் வசித்த பட்டினத்தில் அந்தக் காலந்தான் இறக்குமதிக் காலம்; கப்பல்கள் ஏராளமாகத் துறைமுகத்தில் வந்து சரக்குகளை இறக்கும். தெருவிலே புதுப்புது ஆட்களின் நடமாட்டமும் அப்பொழுதுதான் அதிகம். அந்தச் சமயத்தில் துறைமுகப் பக்கத்தில் சுற்றுவதற்கு எனக்கு மிகவும் பிரியம். ஒரு நாள் காப்பிக்கடைப் பக்கமாகச் சென்று கொண்டிருக்கும்பொழுது, அங்கு ஒரு மனிதன் தென்பட்டான். மேலே நீளமான கறுப்புச் சட்டை; தலையிலே வைக்கோல் தொப்பி; கைகளை இறுக மார்பில் கட்டிக்கொண்டு உட்கார்ந் திருந்தான். நீண்ட கறுத்த முடி நெற்றியிலிருந்து மூக்குவரை தொங்கிக் கொண்டிருந்தது. வாயில் ஒரு சுங்கான். அந்த மனிதனை எங்கோ பார்த்த மாதிரி இருந்தது. எங்கோ? மனத் தில் இவ்வளவு ஆழமாகப் பதிந்த முகம் யாருடையது? என் நினைவு என்னைத் தூக்கிவாரிப்போட்டது. நான் கனவில் தேடிக்கொண்டிருக்கும் எனது கனவுத் தந்தைதான். சந்தேகமே யில்லை; பட்டப்பகலின் சுயப் பிரக்ஞையுடன்தான் அவனைப் பார்த்தேன். காப்பிக் கடையில் நான் நுழைந்து, ஒரு கிண்ணம் பீரும், ஒரு பத்திரிகையும் கொண்டுவரும்படி கட்டளையிட்டு விட்டு, காலியாகக் கிடந்த மேஜையின் பக்கத்தில் உட்கார்ந்தேன்.

பத்திரிகையினால் நன்றாக முகத்தை மறைத்துக் கொண்டு, அதன் விளிம்புகளின் மேலாக எனது கனவுத் தந்தையின் முகத்தைப் பார்க்கிறேன். அவர் யாருக்காகவோ காத்திருப்ப தாக எனக்குப்பட்டது. அவர் தமது குனிந்த தலையை நிமிரவே இல்லை. சில சமயங்களில், 'இந்த முகஜாடையெல்லாம் நானாகக் கற்பனை செய்து கொண்டது, உண்மையில் நான் இரவில் காண்பவருக்கும் என் முன்பு உட்கார்ந்திருப்பவருக் கும் சம்பந்தமே கிடையாது' என்று பட்டது. அந்தச் சமயத்தில் அவர் என் பக்கமாக முகத்தைச் சிறிது நிமிர்த்தினார். என் வாயிலிருந்து சிறு சப்தம்கூட வெளிப்பட்டது. அவரேதான் என்பதில் சந்தேகமே இல்லை. கொஞ்ச நேரத்தில் அவர் நான் அடிக்கடி அவரைப் பார்ப்பதைக் கண்டுகொண்டார். முதலில் அவர் முகத்தில் கோபம் ஜொலித்தது; எழுந்திருக்க முயன்று மேஜையில் சாத்தியிருந்த பிரம்பைத் தள்ளிவிட்டார். நான் உடனே அதை எடுத்து அவரிடம் கொடுத்தேன். சிறிது வேண்டா வெறுப்புடன், புன்சிரிப்புத் தவழ, எனக்கு வந்தனமளித்துவிட்டு, எதையோ கண்டவர்போல் புருவத்தை நெரித்து, என்னையே நோக்கினார்.

"நீ மரியாதையான பையன் போலிருக்கிறது. இந்தக் காலத்தில் அதேது? வீட்டில் உன்னை நன்றாக வளர்த்திருக்

கிறார்கள்" என்று திடீரென்று என்னிடம் சொன்னார். நான் என்ன பதில் சொன்னேன் என்று ஞாபகம் இல்லை. அப்படித்தான் பேச்சு வளர்ந்தது. அவரும் நம் தேசத்தினராம்; சமீபத்தில்தான் அமெரிக்காவிலிருந்து திரும்பினாராம். அங்குதான் ரொம்பக் காலம் தங்கியிருந்தாராம்.

அவர் யாரென்று கேட்டதற்கு ஏதோ ஒரு பெயரைச் சொன்னார். எனது கனவுத் தந்தை மாதிரி உறுமலுடனேயே அவர் பேச்சை முடித்தார். என் பெயரைக் கேட்டதும் அவர் முகத்தில் ஆச்சரியக் குறி தோன்றியது. அந்த ஊரில்தான் நான் ரொம்பக் காலம் இருந்தேனா என்றும், யாருடன் வசிக்கிறேன் என்றும் கேட்டார். நான், "தாயுடன் வசிக்கிறேன்," என்றேன்.

"அப்படியானால் உன் தகப்பனார்?"

"அவர் இறந்து ரொம்பக் காலமாகிறது."

என் தாயார் பெயரைக் கேட்டார். நான் சொன்னதும் ஒரு அசட்டுச்சிரிப்புச் சிரித்துவிட்டு, தாம் ஒரு விபரீதப் பிராணி என்று சொல்லிக்கொண்டார். நாங்கள் எங்கே வசிப்பது என்று கேட்டார். எங்கள் இடத்தைச் சொன்னேன்.

5

சம்பாஷணை ஆரம்பித்தபொழுது இருந்த பயம் பின்னர் தெளிந்தது. ஆனால் அவர் சிரிப்பும் கேள்விகளும் எனக்குப் பிடிக்கவில்லை. அவருடைய கண்களில் தோன்றிய குறிகளும், அவை என்னைக் குத்துவன போலிருந்தன. அவற்றில் ஒரு பேய் ஆசை, ஒரு பெருமிதம் எனக்குப் பயத்தை அளித்தது. எனது கனவில் இந்தக் கண்கள் இல்லை. அவர் முகத்தில் காணப்பட்ட வெட்டுக்காயம் இல்லை. முகம் களைத்திருந் தாலும் அந்தக் கனவில் அதற்கு வாலிபக் களையிருந்தது. எனது கனவுத் தந்தைக்கு இவர் முகத்தில் இருக்கும் வெட்டுக் காய வடு கிடையாது – நான் எனது விபரத்தைச் சொல்லும் பொழுது ஒரு நீக்ரோவன் உள்ளே வந்து அவரை அழைத்தான். "அப்பா! எவ்வளவு நேரம்?" என்று சொல்லிக்கொண்டே உள்ளே அவனுடன் எழுந்து சென்றுவிட்டார். வெகுநேரம் கழித்து உள்ளெல்லாம் சென்று தேடினேன். அவர்கள் பின்புறமாகச் சென்றுவிட்டார்கள் போலிருக்கிறது.

என் தலை வலிக்க ஆரம்பித்தது. கடற்கரையில் சிறிது சுற்றிவிட்டு வீடு திரும்பினேன்.

6

வெளிவாசலில் எங்கள் வேலைக்காரி என்னை எதிர் நோக்கி ஓடிவந்தாள். என்னமோ விபரீதம் ஏற்பட்டிருக்க வேண்டும் என்று விரைந்து சென்றேன். வேலைக்காரி, அரை மணி நேரத்திற்கு முன்பு எனது தாயாரின் படுக்கையறையி லிருந்து ஒரு பயத்தினால் வீறிட்டெழும் கூக்குரலைக் கேட்டு அங்கு ஓடிப் பார்க்க, எனது தாயார் மயங்கிக் கிடந்தாளாம். சிறிது நேரத்தில் பிரக்ஞையைப் பெற்றாலும், படுக்கையிலேயே கிடக்க வேண்டியதாயிற்று. என்ன கேட்டாலும் ஒன்றும் பதில் சொல்லாது பயந்து நடுங்கிக்கொண்டு மிரளமிரள விழித்தாளாம். வேலைக்காரி வைத்தியருக்கு ஆள் அனுப்ப, அவர் மருந்து கொடுத்த பிறகும், காரணம் கூற மறுத்துவிட்டா ளாம். தோட்டக்காரன், சப்தம் கேட்ட சமயத்தில் பூந்தொட்டி களைத் தள்ளிக்கொண்டு யாரோ காம்பௌண்டு கேட்டிற்கு ஓடியதைக் கண்டதாகச் சொன்னான். அவன் சொன்ன அடையாளம் நான் சிறிது முன்பு சந்தித்த ஆசாமியினுடையது போல இருந்தது.

நான் என் தாயாரிடம் சென்று, "இங்கு யாராவது வந்தார்களா?" என்று கேட்டேன்.

"யாரும் வரவில்லை" என்று படபடவென்று சொல்லி விட்டு, "ஏதோ ஒரு சொப்பனம் கண்ட மாதிரித் தோன்றியது," என்று முகத்தை மூடிக்கொண்டாள்.

"பகலிலா?" என்றேன்.

"இப்பொழுது என்னைத் தொந்தரவு செய்யாதே. ஒரு காலத்தில் உனக்குச் சொல்லுகிறேன்," என்று என்னை அனுப்பிவிட்டாள். அன்றிரவு வரை எழுந்திருக்கவேயில்லை. எல்லோருக்கும் அதிசயமாக இருந்தது. ஒன்றும் புரியவில்லை.

7

இரவில் நான் அவளிடம் சென்றேன்.

பக்கத்தில் உட்காரவைத்து, "நான் சொல்வதைக் கேள்," என்று ஆரம்பித்தாள்.

"நீ இன்னும் சிறுவனல்ல. உனக்கும் தெரிய வேண்டியது தான். எனக்கு அந்தக் காலத்தில் ஒரு சிநேகிதை உண்டு. அவள், தான் காதலித்த புருஷனைத்தான் மணந்தாள். சிறிது நாள் கழித்துப் பட்டணத்திற்கு குஷாலாக இருக்கச் சென்றார் கள். நாடகமென்ன, சங்கீதக் கச்சேரியென்ன, கேட்க வேண்

டுமா பணம் இருந்தால்? எனது சிநேகிதையும் அடக்கஒடுக்க மானவள் அல்ல: படாடோபக்காரி. ஆனால் மனசில் கல்மிஷமில்லாத வாலிபர்கள் அவள்மீது கண் வைத்தார்கள். அவர்களிலே முக்கியமான ஒரு ராணுவ அதிகாரி எப்பொழுது பார்த்தாலும் அவளையே இமை கொட்டாமல் பார்த்துக் கொண்டிருப்பான்.

"ஆனால் அவளிடம் சிநேகம் பண்ணிக்கொள்ளவில்லை; பேசியதுகூடக் கிடையாது. எப்பொழுது பார்த்தாலும் முரட்டுத் தனமாக அவளையே விழித்துப் பார்த்துக்கொண்டிருப்பான். அதனால் அவளுக்குப் பட்டண வாசத்தின் சுகம்கூட விஷமா யிற்று. புருஷனை ஊருக்குப் புறப்படும்படி அவசரப்படுத்தி னாள். ஒருநாள் அவள் புருஷன் அந்த ராணுவ உத்தியோகஸ் தனுடைய சிநேகிதர்கள் கிளப்பிற்குச் சீட்டு விளையாடச் சென்றான். முதல்முதலாக, அவள் அன்றுதான் அங்கு தனியாக இருந்தது. வெகு நேரமாகப் புருஷன் வரவில்லை. அவள் மனத்தில் பயம் தட்டியது. வேலைக்காரியை அனுப்பி விட்டுப் படுக்கச் சென்றாள். சுவரில் யாரோ தட்டுவது மாதிரிக் கேட்டது. பயம் அவள் உடம்பையெல்லாம் நடுக்கியது. சுவரையே பார்த்துக்கொண்டிருந்தாள். ஒரு மூலையில் விடி விளக்கு மட்டும் எரிந்துகொண்டிருந்தது. சுவரில் ஒரு பக்கம் திறந்தது. அதிலிருந்து அந்தக் கறுப்புக் கண்களுடைய முரடன் வெளிப்பட்டான். பயம் அவள் வாயை அடைத்தது. அவள் பக்கமாக நெருங்கினான். மிருகம் மாதிரி அவள் தலையில் எதையோ போட்டு மூடினான்.

"அதற்கப்புறம் என்ன நடந்தது என்று எனக்கு ஞாபக மில்லை! சுத்தமாக ஞாபகமேயில்லை. மரணவேதனையாக, கொலை மாதிரி... மூடுபனி விலகியது. நான்... எனது சிநேகிதைக்குப் புத்தி தெளிந்தது.

"பிறகு சத்தமிடப் பலம் வந்தது.

"பிறகு அவள் கணவன் வெகுநேரம் கழித்து வந்து அவளைப் பார்த்தான். அவள் முகம் அடையாளம் தெரியாதபடி பயங்கர மாக மாறியது. அவளைப் பல கேள்விகள் கேட்டான். அவள் பதில் சொல்லவில்லை. திரைக்குப் பின் கள்ளக்கதவு இருந்தது. அவளுடைய கையிலிருந்த திருமணக் கணையாழியும் அத்துடன் காணாமற் போய்விட்டது. அது சாதாரணமானதல்ல. அதில் ஏழு தங்க நட்சத்திரங்களும், ஏழு வெள்ளி நட்சத்திரங்களும் செதுக்கப்பட்டிருந்தன. அது குடும்பச்சொத்து. அவள் அதைப் போக்கடித்துவிட்டாள் என்று பிரமாதமாக நினைத்தான். அவனும் கவலையில் ஆழ்ந்தான். என் சிநேகிதைக்கு உடம்பு குணப்பட்டதும் ஊருக்குப் புறப்பட்டார்கள். அவர்கள் புறப்படும்

தினத்தில் குப்பைத் தொட்டியில் ஒருவனுடைய பிரேதம் கிடந்தது. மண்டையில் பலத்த காயம். அந்த முரட்டு அதிகாரிதான் சீட்டாட்டத்தில் கொல்லப்பட்டான்.

"எனது சிநேகிதையும் ஊருக்குப் போனாள். சிறிது காலத்தில் அவளுக்கு ஒரு குழந்தை பிறந்தது. அவளுடைய புருஷனுக்கு 'அது' தெரியாது. அவளால் எப்படிச் சொல்ல முடியும். அவளுக்கே திட்டமாகத் தெரியாது. ஆனால் பழைய சந்தோஷம் மறைந்தது. அதன் பிறகு வந்த மன இருள் அகல வில்லை. அதற்கு முன்னும் பின்னும் அவர்களுக்குக் குழந்தை கள் பிறக்கவில்லை . . . அந்த ஒரு பையன்தான் . . ."

என் தாயாரின் உடல் முழுவதும் நடுங்கியது. அவள் தனது முகத்தை மூடிக்கொண்டாள்.

"அவள் குற்றமென்று நீ சொல்லுவாயா? அவளுக்குக் கிடைத்த இந்தத் தண்டனை அநியாயமானது என்று கடவுள் முன்பு கூறவும் அவளுக்கு உரிமை இல்லையா? இத்தனை காலம் கழித்து மறுபடியும் வந்து துன்பத்தால் செல்லரிக்கப் பட்ட இருதயத்தை ஏன் தாக்க வேண்டும்? கொலைகாரனுக்குப் பேய்க்கனவு தோன்றுவதில் அதிசயமில்லை . . . ஆனால் எனக்கு—"

அவள் பிரக்ஞையிழந்து ஜன்னியில் பிதற்ற ஆரம்பித்து விட்டாள்.

8

என் தாய் எனக்குக் கூறிய கதை எனதுள்ளத்தை எப்படிச் சிதறவடித்தது! முதல் வார்த்தையிலிருந்தே அவள் தன்னைப் பற்றித்தான் சொல்லிவருகிறாள் என்பதை அறிந்துகொண்டேன். அவள் வாயிலிருந்து தவறுதலாக நழுவிய வார்த்தை எனது உத்தேசத்தைத் திடப்படுத்தியது. எனது கனவில் நான் கண்ட வர்தான் எனது உண்மையான தந்தை. அவர் அவள் நினைத் திருந்தது போல் கொல்லப் படவில்லை. அவளைப் பார்க்கவந்து பயப்படுத்திவிட்டார். என்மேல் அவளுக்கிருந்த வெறுப்பு, அவளது துயரம், எங்கள் தனிப்பட்ட வாழ்க்கை இவற்றை யெல்லாம் நினைக்க நினைக்க எனது மூளை சுழன்றது. இப்படிக் கொதித்துச் சுழன்ற எனது மூளையில் ஒரு எண்ணம் மட்டிலும் தறையிட்டது போல் பதிந்தது. அந்த எனது தந்தையை நான் திரும்பவும் சந்திக்க வேண்டும். ஏன்? எதற்காக? அது மட்டும் புரியவில்லை. அவரைப் பார்க்க வேண்டும் என்ற ஒரே எண்ணந்தான் எனக்குப் பெரிய பைத்தியமாயிற்று.

9

முதல்முதலாக நான் அவரைச் சந்தித்த காப்பிக்கடைக்குச் சென்றேன். அங்கு ஒருவருக்காவது அவரைப் பற்றித் தெரிய வில்லை. கடைக்காரன் நீகிரோவனை ஞாபகத்தில் வைத்திருந் தான். ஆனால் அவர்கள் எங்கு சென்றார்கள், எங்கு தாமதிக் கிறார்கள் – ஒன்றும் அவனுக்குத் தெரியாது. இந்த நிலையில் ஒவ்வொரு ஹோட்டலாகத் தேடியும் பயன் இல்லை. திரும்பிய பொழுது என் தாய் படுக்கையைவிட்டு எழுந்துவிட்டாள்; ஆனால் என்னுடன் பேசப் பிரியப்படவில்லை.

இப்படியிருக்கையில் வெளியில் பயங்கரமான புயல் ஒன்று எழுந்தது. கதவுகளும் ஜன்னல்களும் காற்றுத் தேவனின் கோபத்தில் தறிகெட்டு அடித்துக்கொண்டிருந்தன. ஏதோ ஒரு பெரும் பிரம்மராக்ஷஸு, தெரு வழியாக ஓலமிட்டுக் கொண்டு, வீடுகளைத் தவிடுபொடியாக்கிச் செல்லுவது போல் இருந்தது அப்பெரும் புயல். இரவு முழுவதிலும் எனக்குத் தூக்கமில்லை.

உஷைத் தேவி திசைச் சாளரத்தில் எட்டிப்பார்க்கும் காலை நேரம். சற்று கண்ணயர்ந்தபொழுது யாரோ என்னை அதிகாரத் தொனியுடன் கூப்பிடுவது போல் கேட்டது. என்ன ஆச்சரியம்! நான் அக்குரலைக் கேட்டவுடன் பயப்படவில்லை. மிகுந்த சந்தோஷத்துடன் ஆடைகளை எடுத்தணிந்துகொண்டு, எனது எண்ணம் நிறைவேறும் என்ற உற்சாகத்துடன் வெளியேறினேன்.

10

புயல் நின்றுவிட்டது. ஆனால் காற்றின் வேகம் கொஞ்சம் அசாதாரணமாகவே இருந்தது. வழியெல்லாம் இரவில் அடித்த புயலால் இடிந்து விழுந்த வீடுகளின் பாகங்கள். "நேற்று இரவில் கடலில் என்ன நடந்திருக்கும்?" என்று எனக்குள் ஒரு எண்ணம் தோன்றியது. தூரத்தில் காணும் துறைமுகத்தின் பக்கம் திரும்பினேன். கால்கள் என்னையறியாமலே அத்திசையில் நடந்தன.

அட, என்ன! இருபது அடி தூரத்தில் நான் முன்பு கண்ட நீகிரோவன் என் முன்னால் நடந்துகொண்டிருந்தான்! அவனை வேகமாகப் பின்தொடர்ந்து ஓடினேன். அவன் திடீரென்று திரும்பி, தெருப்பக்கம் முன்னால் நீண்டிருந்த ஒரு வீட்டின் மூலையைக் கடந்து திரும்பினான். நான் ஓடிச் சென்றேன். அந்தச் சந்து வெறிச்சென்று கிடந்தது. தெருவில்

ஒரு மனிதன் எப்படித் திடீரென்று மறைந்து விட முடியும்! இப்படி ஆச்சரியத்தால் நான் திக்பிரமையடைந்து நிற்கையில் வேறு ஒரு அதிசயமான விஷயத்தை உணர்ந்தேன். அந்தச் சந்துதான் நான் கனவில் கண்டது. நான் முன் நடந்தேன். பழைய கனவில் தோன்றிய வீடு! கதவைத் தட்டினேன். வெகுநேரம் கழித்து ஒரு ஸ்திரீ வந்து கதவைத் திறந்தாள்.

நான் என் தந்தையைப் பற்றி விசாரித்தேன். அவர் அமெரிக்காவிற்குச் சென்றுவிட்டாராம். பிறகு அந்த நீகிரோவனைப் பற்றி விசாரித்தேன். அதற்குள், "எஜமான் வந்ததும் பேசிக் கொள்ளுங்கள்," என்று சொல்லிவிட்டார்கள் அங்கிருந்தவர்கள்.

இனி என்ன செய்வது?

11

சோர்ந்து கடற்கரைப் பக்கமாகச் சென்றேன். கடலில் அமைதியில்லை. நுரை கக்கும் அலைகள் மணலில் மோதிக் கொந்தளித்து மடிந்து வெறும் உப்புத் தண்ணீராகிக் கொண்டிருந்தன. மேலே கடற்பறவைகள் ஓலமிட்டுப் பறந்தன. சற்றுத் தூரத்தில் ஏதோ ஒன்று கிடந்தது. நெருங்கிப் பார்த்தேன்.

ஒரு பிரேதம்!

பாறையின் பக்கத்தில் பாசியும் செத்தையும் மூடிக்கிடந்தது. விதி இழுப்பது போல் கால்கள் என்னை இழுத்துச்சென்றன.

அவர்தான்! என் தந்தை! புயற்காற்று தன் வேலையைச் செய்துவிட்டது. அவர் அமெரிக்காவைப் பார்க்கவில்லை.

என் தாயின் வாழ்வைக் குலைத்த என் தந்தை! வஞ்சம் தீர்ந்ததாக என் மனத்தில் ஒரு திருப்தி ஏற்பட்டது. ஆனால் அதே சமயத்தில் உள்ளத்தில் அர்த்தமாகாத ஒரு சுமை ஏறியது.

'இதுதான் இரத்த சம்பந்தமோ!' என்று எனக்குப் பட்டது.

இன்னும் நெருங்கிப் பார்த்தேன்.

அவர் கையில் ஏதோ இறுகப் பற்றப்பட்டிருந்தது. அதுதான்! எனது தாயின் கலியாண மோதிரம்.

எனது பலம்கொண்டமட்டிலும் முயற்சித்து அதை எடுத்துக்கொண்டு, திரும்ப ஓடிவந்துவிட்டேன்.

என் தாயிடம் கிரமமாகச் சொல்லவேண்டுமென்ற நினைப்பு. ஆனால் சொல்ல முடியவில்லை. மோதிரத்தை மட்டிலும் அவளிடம் கொடுத்தேன். அவள் பதறினாள்.

பிரக்ஞையிழப்பாள் போலிருந்தது. பிறகு நான் சொல்லியதைக் கேட்டாள். அவள் உடல் பலமுறை நடுங்கியது.

"நான் பார்க்கவேண்டும்; அடையாளம் கண்டுகொள்ள வேண்டும்!" என்றாள்.

என்ன தடுத்தும் பயன் இல்லை. இருவரும் சென்றோம்.

இருவரும் கடற்கரையில் பாறையின் பக்கத்தில் சென்றோம். பழைய பாசி மட்டிலும் இருந்தது. சடலத்தைக் காணவில்லை.

நானும் என் தாயும் ஒருவரையொருவர் பார்த்துக் கொள்ளுவதற்குக்கூடப் பயம்!.

எழுந்து சென்றுவிட்டாரோ?

"இறந்துகிடந்ததைப் பார்த்தாயா?" என்று மெதுவாகக் கேட்டாள்.

நான் தலையை அசைத்தேன். நான் கண்ட மூன்று மணி நேரத்திற்குள் பிரேதத்தை யாரோ அகற்றிவிட்டார்கள். அது என்னவாயிற்று என்று கண்டுபிடிக்க வேண்டியது அவசியம்.

ஆனால், முதலில் என் தாயைக் கவனிக்க வேண்டும்.

போகும்பொழுதே என் தாயாருக்கு ஜுரம். மனவுறுதி தான் அவளைக் கொண்டுசென்றது. மிகவும் சிரமத்துடனேயே அவளை வீட்டுக்குக் கொண்டுவர வேண்டியிருந்தது.

அவள் உடல் குணப்பட்டவுடன் நான் 'அவரை'த் தேட வேண்டும் என்று கட்டளையிட்டாள்.

என்ன செய்தும் பயன்படவில்லை. கடற்கரை, கிராமம் எல்லாம் சுற்றியாகிவிட்டது. ஓரிடத்தில் கடலில் கிடந்த ஒருவரைப் புதைத்தார்களாம். அங்கு சென்று விசாரித்தேன். அவர் அடையாளமாகத் தெரியவில்லை. அவர் சென்ற கப்பலைப் பற்றி விசாரித்தேன். முதலில் கப்பல் புயலில் முழுகிவிட்டது என்று கூறினார்கள். பிறகு நியூயார்க்கில் வந்துசேர்ந்தது என்று கூறினார்கள்.

என்ன செய்வது என்று தெரியாது. நீகிரோவனைப் பற்றி விசாரிக்கத் தொடங்கினேன். பரிசுகள் கொடுப்பதாகப் பத்திரிகையில் பிரசுரித்தேன்.

நான் வீட்டில் இல்லாதபொழுது அவன் வந்து காத்திருந்து சென்றுவிட்டான் என்று வேலைக்காரி கூறினாள். சென்றவன் திரும்பவே இல்லை.

என் தந்தையைப் பற்றிய புலனும் ஒன்றும் தெரியாது மறைந்தது. அதைப் பற்றி என் தாயார் பிறகு பேசவே

இல்லை. ஒரு தடவைதான் அந்தக் கனவைப் பற்றி, "ஆமாம்! அப்படித்தான்–" என்று ஆரம்பித்தவள் முடிக்கவேயில்லை.

நெடுங்காலம் வியாதியுற்றிருந்து குணப்பட்டு, பிறகு அவள் மரணமடைந்தாள். ஆனால், அந்தச் சம்பவத்திற்கப் புறம் பழைய வாஞ்சையுடன் என்னிடம் பழகியதேயில்லை. காலதேவன் பழைய நினைவுகளை – பழைய விஷயங்களை – மாற்றுவதில் நிபுணன். ஆனால் இருவரிடையில் சங்கோஜம் ஏற்பட்டுவிட்டால் அவனுக்கு ஒன்றும் செய்ய முடியாது.

பிறகு அந்தக் கனவு எனக்கு ஏற்பட்டதே இல்லை. இப்பொழுது எனது தந்தையை நான் தேடுவது கிடையாது. சிற்சில சமயங்களில் சுவருக்கப்புறம் ஓலங்கள் கேட்பது போல் துயரத்தின் பிரலாபங்கள் கேட்கின்றன. மதில் சுவரோ கடக்க முடியாதது. அந்த ஓலங்கள் என் இதயத்தைக் கிழிக் கின்றன. அவை என்னவென்று எனக்குப் புரியவேயில்லை. சில சமயம் மனித ஓலம் மாதிரியும், மறுகணம் சமுத்திர கோஷம் மாதிரியும் கேட்கிறது. இதோ மிருகத்தின் உறுமல் மாதிரி கேட்கிறது. துயரமும் பயமும் என்னைக் கவ்வி எழுப்புகின்றன. விழிக்கிறேன்.

○ ○

பொய்

லியேனீட் ஆன்ட்ரீவ்

"நீ சொல்லுவது பொய், அது உனக்குத் தெரியும்!"
"அதற்கேன் இப்படிக் கத்த வேண்டும்? பக்கத்திலிருக்கிறவர்களுக்கும் தெரிய வேண்டும் என்ற ஆசை போலிருக்கிறது!"

இப்பொழுதும் பொய் சொன்னாள். உண்மையில் நான் கூச்சல் போடவில்லை. மெதுவாகத்தான் சொன்னேன். அவளது கைகள் என் கைக்குள்ளிருந்தன. ஆனால் அந்தப் 'பொய்' என்ற வார்த்தை நாகசர்ப்பத்தின் சீறல் மாதிரி என் உதட்டைவிட்டுப் புறப்பட்டது.

"நான் உன்னைக் காதலிக்கிறேன். நீ என்னை நம்பத்தான் வேண்டும். இப்பொழுதாவது..." என்று எனக்கு ஒரு முத்தம் கொடுத்தாள். நான் அவளை மார்புறத் தழுவுவதற்காகக் கைகளை எடுக்குமுன் சென்றுவிட்டாள். நாங்கள் நின்று கொண்டிருந்த இடம் பாதி இருள். நான் அவள் பின்னாக, விருந்தினர்கள் கூடியிருந்த அறைக்குள் சென்றேன். விருந்து முடிவாகி எல்லோரும் புறப்பட வேண்டிய நேரம். இந்த விருந்து இங்கு நடக்கிறதென்று எனக்கெப்படித் தெரியும்? "நீயும் அங்கு வரலாம்" என்றாள்.

அங்கு நடந்த நர்த்தனத்தைச் சென்று பார்த்துக் கொண்டிருந்தேன். என்னிடம் யாரும் நெருங்கவில்லை. என்னிடம் யாரும் பேசவில்லை. அங்கிருந்தவர்களுக்கு என்னைத் தெரியாது. நான் வாத்தியக்காரர்கள் பக்கத்திலிருந்த ஒரு நாற்காலியில் உட்கார்ந்தேன். எனக்கு நேராக அந்தப் பித்தளைக் குழல்காரன் உட்கார்ந்துகொண்டு வாசித்தான். அவனது

குழல் ஒவ்வொரு நிமிஷமும் 'ஹோ', 'ஹோ', 'ஹோ' என்று என் காதில் சப்த அலைகளால் இடித்துக்கொண்டே இருந்தது.

சிற்சில சமயம் என் பக்கத்தில் சுகந்த வாசனை தவழ்ந்தது. அருகில் அவள்தான், மற்றவர்கள் அறியாது என்னிடம் வருவதற்கு என்ன சாமர்த்தியம் செய்தாளோ! ஒரு நிமிஷம், ஒரு வினாடி, அவளது கரங்கள் எனது உடலைத் தழுவும், அவளது தோள் எனது தோளில் சற்று அழுந்தும். ஒரு வினாடி, குனிந்து எனது கண்களால் வெள்ளுடையிலிருந்து எழும் வெண்மையான மாசுமறுவற்ற கழுத்தை நோக்குவேன்; சற்று நிமிர்ந்து அவளது முகத்தை – வெண்மையான, மாசுமறுவற்ற, சத்தியத்திற்கு இருப்பிடம் போன்ற முகத்தை – நோக்குவேன். அவள் முகம், கல்லறைகளின் மீது செதுக்கப்பட்டிருக்குமே, அந்தத் தெய்வப்பெண்கள், அவர்களுடைய முகத்தை என் நினைவிற்குக் கொண்டுவந்தது. அவள் கண்களில் நோக்கினேன். அவள் கருவிழிகள், நான் பார்க்கும்பொழுதெல்லாம், இன்னும் அதிகக் கருமையாக, எனது புலனுக்கு, அர்த்தத்திற்கு, எட்டாத படி நோக்கின. ஒருவேளை நான் சிறிதுபோதுதான் அவற்றுள் பார்த்திருக்கலாம் போலும்! ஆதலால்தான் எனது ஹிருதயம் அதில் சிறிதாவது தனது ஆசையைப் பதிய வையாது போயிருக் கலாம். ஆனால் எல்லையற்ற அன்பு, உணர்ச்சி என்பவற்றின் அர்த்தத்தை, அவற்றின் சக்தியை, அவற்றின் வேகத்தை, அவற்றின் பயங்கர உண்மையை அப்பொழுதுதான் அறிந்தேன். அவள் கண்களினின்றும் பாய்ந்த ஒளி ரேகையிலே எனது உயிரானது அவளிடம் மெதுவாக இழுக்கப்படுவதாக எனக்குப் பட்டது. அதிலே, அந்த சுகத்திலே ஒரு பயம், ஒரு வலி என்னையே எனக்கு அந்நியனாக்கியது; என்னைத் தமியனாக் கியது; என்னை உயிரற்ற சவம் போலாக்கிவிட்டது. பிறகு என்னைவிட்டுத் தனியாகப் போய்விடுகிறாள். அதுவும் என்னு டைய உயிருடன், அந்த நெட்டையான அந்நியனுடன் நர்த்தனம் செய்ய. அவனுடைய நடையுடை பாவனைகளைக் கவனித்தேன். அவனுடைய பூட்ஸின் வளைவுகளை, அவனுடைய நாட்டியத் திறமையை, தொங்கி ஆட்டத்தில் அலையும் அவனது சிகையை, கவனிக்க கவனிக்க, என்னை எனது உணர்ச்சிகள் சுவரோடு சுவராக ஒண்டவைத்து, அந்தச் சுவரைப் போல என்னையும் உயிரற்றவனாக்கி விட்டது.

நெடுநேரமாகிவிட்டது.

விளக்குகளை ஒவ்வொன்றாக அணைக்கவாரம்பித்தனர். உடனே நான் அவளிடம் சென்று, "போவதற்கு நேரமாக வில்லையா? போகும்பொழுது நான் உன்னுடன் வருகிறேன்" என்றேன்.

அவள் ஆச்சரியமடைந்தவள் போல் புருவத்தைச் சற்று உயர்த்தினாள்.

"நான் அவருடன்தான் போகிறேன்" என்று அந்த அந்நியனைச் சுட்டிக் காண்பித்தாள். அவன் எங்களைக் கவனிக்கவில்லை. யாருமற்ற ஒரு தனியறைக்கு அழைத்துச் சென்று என்னை முத்தமிட்டாள்.

"நீ பொய் சொல்லுகிறாய்!" என்று மெதுவாகக் கூறினேன்.

"நாளைக்கு நாம் சந்திப்போம். நீ அவசியம் வரவேண்டும்," என்பதுதான் அவள் பதில்.

நான் வீட்டிற்கு வண்டியில் செல்லும்போது விடியற்கால மாகிவிட்டது. சற்று பச்சைப்பசேலென்ற வெளிச்சம் வீட்டுக் கூரைகளின் மேல் பரந்தது. எங்கு பார்த்தாலும் உறைந்த பனிக்கட்டி. அந்தத் தெரு முழுவதிலும், என்னையும் அந்த *ஸ்லெட்ஜ் வண்டிக்காரனையும் தவிர வேறு ஒரு மனிதப் பிராணியும் கிடையாது. அவன் முகம் வரை மூடிக்கொண்டு வண்டியின் முன்பு குனிந்து உட்கார்ந்திருந்தான். நானும் அவனுக்குப் பின் நன்றாகப் போர்த்திக்கொண்டு உட்கார்ந்திருந் தேன். வண்டிக்காரன் மனத்தில் என்ன நினைவுகள் ஓடினவோ! ஆனால், என் மனத்தில்! இந்தத் தெரு வரிசையிலுள்ள வீடுகளுக்குள் எத்தனையாயிரம் மக்கள் தங்கள் கனவுகளுடன், எண்ணங்களுடன் உறங்கிக்கொண்டிருப்பார்கள்! அவளை நினைத்தேன். அவள் எப்படிப் பொய் சொன்னாள் என்பதை நினைத்தேன். மரணத்தைப் பற்றி நினைத்தேன். ஆமாம், அந்தச் சுவர்கள், மங்கிய ஒளியில் நெட்டை நெடுகலாக நிற்கும் சுவர்கள், அவைகள் என் மரணத்தைப் பற்றி ஒரு முடிவிற்கு வந்துவிட்டன போலும். அதனால்தான் அப்படி நிற்கின்றன. அந்த ஸ்லெட்ஜ் வண்டிக்காரனின் நினைவுகள் என்னவென்று எனக்குத் தெரியுமா? பிறகு அந்தச் சுவரின் கனவுகளை நான் எப்படி அறிய முடியும்? ஆமாம். அவர் களுக்கு எனது எண்ணங்களை, எனது ஓடிக்குவியும் நினைவு களைப் பற்றி என்ன தெரியும்?

வண்டியும் இந்த முடிவற்று நீளும் தெருக்களின் வழியாகச் சென்றது. உதயமும் கூரையின் மீது வெள்ளை வெளிச்சத்துடன் பரந்தது; பார்த்தவிடமெல்லாம் அசைவற்ற வெண்மை; கவிந்து தவழும் மஞ்சு என்னைச் சுற்றியது. எனது காதினுள், 'ஹோ!' 'ஹோ!'வென நகைத்தது.

---

* ருஷியாவில் மாரிக்காலத்தில் ஜலம் உறைந்துவிடுவதால் சக்கரமற்ற வண்டியை உபயோகப்படுத்துவார்கள். அதற்கு ஸ்லெட்ஜ் என்று பெயர்.

2

அவள் சொன்னது பொய். அவள் வரவேயில்லை. வீணாக அவளுக்காகக் காத்திருந்தேன். எங்கும் ஒன்று போல இருள் ஒளியற்ற வானத்தினின்றும் உலகைக் கவ்வியது. எப்பொழுது சாயங்காலம், அந்திமாலையாகி, இரவாக மாறியது என்ற உணர்ச்சியே அற்று இருந்தேன். எனக்கு அவ்வளவும் ஒரே இரவாகத்தான் இருந்தது.

முன்னும்பின்னுமாக அளவு எடுத்துவைப்பது போல் நடந்துகொண்டே இருந்தேன். நம்பிக்கையும் நடையைப் போல் முன்னும்பின்னுமாகச் சென்றுகொண்டேயிருந்தது. அந்தப் பெரிய வீட்டண்டையில் நான் நெருங்கவில்லை. அதில்தான் அவள் வசிக்கிறாள். அந்த இரும்புக் கேட்டுக்குப் பின் உள்ளேயிருக்கும் மஞ்சள் வெளிச்சத்தைக் காண்பிக்கிறதே அந்தக் கண்ணாடிக் கதவு, அதன் பக்கம் செல்லவில்லை. அந்தத் தெருவின் எதிர்ப் பாரிசத்தில் முன்னும்பின்னுமாக நடந்துகொண்டேயிருந்தேன். வீட்டை நோக்கி முன் செல்லும்பொழுது அந்தக் கண்ணாடிக் கதவில் வைத்த கண்ணை மாற்றவில்லை. திரும்பிவரும்பொழுது நின்று பின்பக்கம் பார்த்துக்கொண்டே சென்றேன். உறைபனி ஊசிமுனை போல் முகத்தில் குத்தியது. அந்த உறைந்த பனி நீர் உள்ளத்திலேயே சென்று குத்தியது. துக்கமும் கோபமும் ஹிருதயத்தைச் சல்லடைக் கண்களாகத் துளைத்தன. வீணாகக் காத்திருந்தேன். என்ன பயன்? வாடைக்காற்று ஒளியுள்ள வடக்கிலிருந்து இருள் கவ்விய தெற்கு நோக்கி அடித்தது; பனி உறைந்த கூரைகளில் 'உஸ்' என்ற சப்தத்துடன் விளையாடியது. உறைந்த பஞ்சு போன்ற பனிநீர் முகத்தில் குத்தியது. அர்த்தமற்ற விளக்குகளைத் தழுவியது. தீபம் குளிரில் வளைந்து அசைந்தாடியது. இரவில் மட்டும் உயிர் பெறும் அந்தத் தீபத்தைக் காண எனக்கு வேதனையாக இருந்தது. நான் சென்றவுடன் இந்தத் தெருவில் உயிர் முடிவடைந்து விடும். வெறும் பாழ் வெளியில்தான் இந்தப் பனிப் பஞ்சு விழும் என்று நினைத்தேன்; ஆனால் அந்தத் தீபம்மட்டிலும் குளிரில் வளைந்து நடுங்கும்.

அவளுக்காகக் காத்திருந்தேன். அவள் வரவில்லை. அந்தத் துணையற்ற தீபமும் நானும் ஒன்றுதான் என்று எனக்குப் பட்டது. ஆனால், எனது உள்ளமாகிய தீபம் ஒன்றுமற்ற பாழ் அன்று. நான் அளவு போட்டு நடக்கும் அந்த ஆள் நடமாட்டமற்ற பாழில் சமயாசமயம் மனிதரும் காணப் பட்டனர். நான் பாராத சமயத்தில் எனக்குப் பின் இருண்ட சாயை போல் அவர்கள் முளைத்தார்கள். அருவங்கள் போல் மூலையைத் திரும்பி மறைந்தார்கள். மறுபடியும் அந்த மூலையி

லிருந்து வந்தார்கள். என் பக்கத்தில் சென்றார்கள். பிறகு படிப்படியாகத் தூரத்திலே விழும் பனிக்கட்டியில் மறைந்தார்கள். அடையாளம் தெரிய முடியாதபடி மூடிச் சென்றதினால் அவர்கள் எல்லோரும் என்னைப் போல் முன்னும்பின்னுமாக நடந்து, என்னைப் போல் காத்து, என்னைப் போல் குளிரில் நடுநடுங்கி, என்னைப் போலவே விடையற்ற புதிர் போன்ற எண்ணங்களை நினைத்திருப்பது போல் தோன்றியது.

அவளுக்காகக் காத்திருந்தேன். அவள் வரவில்லை. துக்கத்தினால், அதன் உளைச்சலினால், வலியினால், ஏன் நான் அழவில்லை, கூச்சல் போடவில்லை என்று எனக்குத் தெரியவில்லை. ஆனால், நான் ஏன் சிரித்தேன் என்று, ஏன் சந்தோஷமாக இருந்தேன் என்று, ஏன் என் கை விரல்களை மிருகத்தின் நகங்களைப் போல் வளைத்து, கையில் ஒரு சிறு சர்ப்பத்தைப் பிடித்திருப்பது போல் மடக்கினேனென்று புரியவில்லை. அந்தப் பொய்... அது கையைவிட்டு நழுவி எனது ஹிருதயத்தில் கடித்தது. அந்த விஷத்தில் எனது தலை சுற்றியது. எல்லாம் பொய். வருங்காலத்திற்கும் இப்பொழுதிற்கும் இடையேயிருக்கும் எல்லைக்கோடு, இப்பொழுதிற்கும் சென்ற காலத்திற்கும் இடையில் இருக்கும் எல்லைக்கோடு... எல்லாம் மறைந்தன. நான் பிறப்பதற்கு முன், நான் பிறந்த பின் என்ற கால எல்லை மறைந்தது. நான் எப்பொழுதும் இருந்திருக்க வேண்டும்; அல்லது எப்பொழுதும் இல்லாமலிருந்திருக்க வேண்டும் என்று பட்டது. நான் இங்கு உயிருடனிருக்கு – முன்னும், உயிருடன் வந்த பின்னும் எப்பொழுதும் அவள் மீது ஆட்சி கொண்டிருக்க வேண்டும். அவளுக்கு ஒரு பெயர், ஒரு உடல், அவளுடைய ஜீவியத்திற்கு ஒரு ஆரம்பம், ஒரு முடிவு – எல்லாம் அதிசயமாகத்தான் இருக்கிறது! அவளுக்குப் பெயரே கிடையாது. அவள் பெயர் எப்பொழுதும் பொய் சொல்லுகிறவள், எப்பொழுதும் காத்திருக்க வைப்பவள்; ஆனால், ஒரு காலத்திலும் வராதவள் என்பதே. எனக்குக் காரணம் தெரியாது. ஆனால் நான் சிரித்தேன். என் ஹிருதயத்தில் கூர்மையான ஊசிகள் குத்தின. என் காதினுள் நான் காணாமல் யார் யாரோ 'ஹோ ஹோ ஹோ!' என்று நகைத்தார்கள்.

கண்களை விரியத் திறந்து, தீபம் பிரகாசித்த மாளிகை ஜன்னல்களைப் பார்த்தேன். அவை, சாந்தமாகக் கண்சிமிட்டும் நீலச் சிவப்பு ஒளி வார்த்தைகளில், "அவள் உன்னை ஏமாற்றிவிட்டாள்! நீ காத்துக் கஷ்டப்பட்டுக் கொண்டிருக்கும் இந்தச் சமயத்திலே அவள் ஒய்யாரமாக, நளினமாக, உன்னை வஞ்சித்து, உன்னை வெறுக்கும் அந்த ஒய்யார நெட்டையனின் காதல் மொழிகளைக் கேட்டுக்கொண்டிருக்கிறாள். கட்டுப்பாட்டை மீறி உள்ளே சென்று அவளைக்

கொல்வதினால் நீ ஒரு நன்மையைச் செய்யலாம்; ஏனென்றால் நீ பொய்யைக் கொன்றுவிடுவாய்" என்று கூறியது. கையிலிருந்த கத்தியை இறுக்கிப் பிடித்துக் கொண்டேன். "சரி, அவளைக் கொன்றுவிடுகிறேன்!" என்று சிரித்தேன்.

அந்த ஜன்னல்கள், என்னைப் பரிதாபகரமாகப் பார்த்து, "உன்னால் அவளைக் கொல்ல முடியாது; உன் கையிலிருக்கும் கத்தியும் அவள் கொடுத்த முத்தத்தைப் போல் ஒரு பொய்" என்று கூறின.

என்னைப் போல் காத்திருந்த சாயைகள் மறைந்து வெகு நேரமாயிற்று. நிர்க்கதியாக நாவைப் போல் சுழலும் தீபவொளிகள், குளிராலும் ஏக்கத்தாலும் நடுங்கின. மாதா கோவில் கடிகாரம் மணியடிக்க ஆரம்பித்தது. அதன் ஹிருதயமற்ற உலோகத் தொனியும், கீழே விழுந்து மறையும் உறைபனி மாதிரி நடுங்கி ஏக்கமிட்டு அழுது, வான வெளியிலே மறைந்தது. நானும் மணியை எண்ண ஆரம்பித்தேன்; கூக்குரலிட்டுச் சிரித்தேன். அது 15 மணியடித்தது! மணிக்கூண்டும் கடிகாரத்தைப் போல வயது சென்ற கிழம்; கடிகாரம் மணியைச் சரியாகக் காண்பித்தாலும், கோயில் மணி அடிப்பவன் ஏறி நிறுத்தும்படி தாறுமாறாக அடிக்க ஆரம்பித்துவிடும். இந்தக் குளிர்ந்த இரவைத் தழுவி, துயரம் நிறைந்து ஒடுங்கும் அந்த மணியொலி யாருக்காகப் பொய் சொல்ல வேண்டும்? இந்தப் பொய்யினால் என்ன பிரயோஜனம்? அதைக் கேட்கப் பரிதாபமாக இருந்தது.

அந்தப் பொய் நிறைந்த மணிச்சப்தம் நின்றும் நிற்காமலும் இருக்கும்பொழுது, மாளிகையின் கதவைத் திறந்துகொண்டு, அந்த நெட்டையன் படிகளில் இறங்கி வந்தான்.

எனக்கு அவன் முதுகுதான் தெரிந்தது. ஆனால் நான் நேற்றுப் பார்த்த அந்தப் பயல்தான் என்று தெரிந்து கொண்டேன். அந்தப் பெருமையும், மற்றவரை மதிக்காத நடையும் நேற்றுப் பார்க்கவில்லையா? அதே நடைதான் இன்றும். ஆனால் இன்று அவன் நடையிலே ஒரு நம்பிக்கையின் பாவனை, எப்பொழுதையும்விட, முக்கியமாக சாயங்காலம் இருந்ததைவிட, அதிகமாக இருந்தது. பெண்ணின் பொய் முத்தம் பெற்ற ஒருவனின் நடை போல இருந்தது.

3

நான் அவளைப் பயமுறுத்தினேன், கெஞ்சினேன், பற்களை நெறநெறவென்று கடித்துக்கொண்டு, "உண்மையைச் சொல்" என்றேன்.

அவள் முகம் அந்த உறைந்த பனி போல் இருந்தது. புருவத்தின் கீழ், சலித்த கண்கள், அர்த்தம் புரியாத, ஆழம் அறியக் கூடாத கண்கள், சற்று ஆச்சரியத்தால் நோக்கின. ஆர்வமற்ற, அர்த்தம் புரியாத குரலில், "நான் உங்களிடம் பொய் சொல்லவில்லை," என்று சொன்னாள்,

அவள் கூறுவது பொய் என்று என்னால் நிரூபிக்க முடியாதென்று அவளுக்குத் தெரியும். என்னுள்ளத்தில் குமுறிக்கொண்டிருக்கும் எண்ணக்கோட்டைகள் எல்லாம், அவள் கூறும் ஒரு வார்த்தையில், ஒரு பொய் வார்த்தையில் தகர்ந்துவிடும் என்று எனக்குத் தெரியும். அதனால் உண்மை போல், அவள் அதரத்திலிருந்து, அந்தப் பாழ் இருட்டான உள்ளத்தின் ஆழத்திலிருந்து வந்தன.

"உங்களைக் காதலிக்கிறேன் – நான் தங்களுடைய வளல்லவா?"

நாங்கள் இருந்த இடம் ஊருக்குச் சற்று வெளியே தள்ளி இருந்தது. ஜன்னல் வழியாகப் பார்த்தால் உறைந்த பனி; பரந்த பாழ்வெளி; எங்கு பார்த்தாலும் இருள்; உறைந்தபனி யின் மீது, அதைச் சுற்றித் தொடும் வான வளையத்தின் மீது இருள். அந்த இருளிலே, பனி உறைந்த பாழ்வெளி, சவத்தின் முகம் போல், வெளிறிக்கிடந்தது. நாங்கள் இருந்த அறையினுள் ஒரே ஒரு மெழுகுவத்தியின் வெளிச்சம். அறைக் குள்ளே ஏகமான உஷ்ணம். மெழுகு திரி அசைந்துஅசைந்து எரிவது, உருகித் துடித்து உயிரை விடுவது போல் இருந்தது.

"உண்மை என்ன துக்கத்தைக் கொடுத்தாலும், எனக்கு அது அவசியம் தெரிய வேண்டும். தெரிந்தால் ஒருவேளை நான் இறந்துபோகலாம். மரணம் இதைவிட எவ்வளவோ மேலானது. உனது முத்தத்திலே, உனது ஆலிங்கனத்திலே பொய்யை ஸ்பரிசிக்கிறேன். உனது கண்களின் பிரகாசத்திலே அதைப் பார்க்கிறேன். உண்மையைச் சொல்லிவிடு. இனி உன்னைத் தொந்தரவு செய்யாமல் உன்னைவிட்டே போய் விடுகிறேன்" என்றேன்.

அதற்கு அவள் மௌனமாக இருந்தாள். அவளது முகத் திலுள்ள பார்வை உறைந்த பனிக்கட்டி மாதிரி உள்ளத்தில் பாய்ந்தது. எனது ஆவியையே துருவுவது போல் இருந்தது.

"சொல். இல்லாவிட்டால் உன்னைக் கொன்று விடுவேன்!" என்று இரைந்தேன்.

"அப்படியே செய்துவிடுங்கள்; சில சமயங்களில் இந்த வாழ்க்கையே எவ்வளவு சோர்வாக இருக்கிறது! ஆனால்

உண்மையைப் பயமுறுத்திப் பறிக்க முடியுமா?" என்று மிகவும் சாந்தமாகக் கேட்டாள்.

பிறகு அவள் காலடியில் வீழ்ந்தேன். அவள் கரங்களைப் பற்றிக்கொண்டு கெஞ்சினேன், அழுதேன், இரக்கப்பட்டு உண்மையைக் கூறும்படி அழுதேன்.

அவள் கரங்களால் எனது தலையை மார்புடன் அணைத் தாள். "ஐயோ! ஐயோ! பாவம்!" என்றாள்.

"என் மீது இரங்கு. எனக்குக் கட்டாயமாக உண்மை தெரிய வேண்டும்" என்றேன்.

அந்த நெற்றியின் பின்பக்கம், மண்டையோட்டின் பின் னால் இருக்கும் உண்மை – உண்மையை உடைத்துப் பார்க்க வேண்டுமென்ற வெறி பிடித்தது. அவளது மார்பை, மாசுமறு வற்ற கொங்கைகளைக் கிழித்து உள்ளிருக்கும் ஹிருதயத்தை எனது நகங்களால் பிய்த்து எடுக்க ஆசைப்பட்டேன். சிகரம் போன்ற தீபவொளி மஞ்சளாக எரிந்தது. சுவர்ப்பக்கம் எல்லாம் இருண்டது. அது தூரமாக விலகிச் செல்வது போல் தெரிந்தது. துக்ககரமாக, தனிமையாக, பயங்கரமாக இருந்தது.

"ஐயோ பாவம்! ஐயோ பாவம்!" என்றாள்.

அந்த மஞ்சள் தீபம் நடுங்கியது, உள்ளடங்கியது, நீல நிறமாயிற்று. பிறகு, அணைந்துபோயிற்று. இருள் எங்களை மூடியது. அவள் முகத்தைப் பார்க்க முடியவில்லை; அவள் கண்களைப் பார்க்க முடியவில்லை; அவள் கரங்கள் எனது தலையைத் தழுவின. கண்களை மூடினேன். எண்ணமும் நின்றது. வாழ்க்கையும் நின்றது. அவள் கரங்களின் ஸ்பரிசம் தான் ஜீவித்தது. அது உண்மை போல் தோன்றியது. அந்த இருளில் மெதுவாகப் பேசினாள்: குரலில் பயம் தொனித்தது.

"என்னைத் தழுவிக்கொள்ளுங்கள். எனக்குப் பயமாக இருக்கிறது."

மறுபடியும் மௌனம். மறுபடியும் மெதுவாகக் கூறினாள். குரலில் பயம் தொனித்தது.

"நீங்கள் உண்மையைக் கேட்கிறீர்கள். அது எனக்குத் தெரியுமென்று நினைக்கிறீர்கள். ஐயோ! எனக்கே தெரிந்திருக்கக் கூடாதா என்று இருக்கிறதே! என்னை நீங்களே கவனித்துக் கொள்ளுங்கள். ஐயோ! பயமாக இருக்கிறதே!"

நான் கண்களைத் திறந்தேன். இருள், ஜன்னலருகிலிருந்த வெளிறிய இருள், அறையின் மூலைகளில் திரண்டு ஒளிந்தது. ஆனால், அந்த ஜன்னலின் வழியாக, ஏதோ ஒன்று பூதாகார

மாகச் சவம் போல் வெளிறிப் போய் எட்டிப் பார்த்துக்கொண் டிருந்தது. இறந்தவனுடைய கருவிழியற்ற வெள்ளைக் கண்கள் எங்களைத் தேடுவது மாதிரி, எங்கள் இருவரையும் அதன் உறைபனி போன்ற பார்வையில் கட்டிப் பிடிப்பது மாதிரி இருந்தது. நாங்கள் இருவரும் இறுகத் தழுவிக்கொண்டோம். "ஐயோ பயமாக இருக்கிறதே!" என்று மெதுவாகச் சொன்னாள்.

4

நான் அவளைக் கொன்றேன். நானே அவளைக் கொன் றேன். அவள் உயிரற்று ஜன்னல் பக்கத்தில் கீழே கிடக்கும் பொழுது, அந்த ஜன்னலின் வெளியே, உயிரற்ற வெள்ளைப் பாழ்வெளி. அவள் சவத்தின் மீது காலை வைத்து மிதித்துக் கொண்டு விழுந்துவிழுந்து சிரித்தேன். அது வெறியனின் நகைப்பல்ல. இல்லை, இல்லை, நான் நகைக்கும்பொழுது எனது நெஞ்சு பைத்தியக்காரனுடையது மாதிரி படபட வென்று அடித்துக்கொள்ளவில்லை. எனது உள்ளத்திலே குதூகலம், சாந்தம்.

என் ஹிருதயத்தைக் கடித்துத் தின்ற புழு விழுந்து விட்டது. குனிந்து அவளது உயிரற்ற கண்களை நோக்கினேன். விரிந்து, வெளிச்சத்திற்காகத் தேடிப் பேராசைப்படுவது போல் திறந்தபடியிருந்தன. பீங்கான் பொம்மையின் கண்கள் மாதிரி இருந்தன. அவற்றை என் விரல்களால் தொட்டேன்; என் இஷ்டப்படி மூடினேன், திறந்தேன். எனக்கு அவற்றைப் பற்றி பயமில்லை. அந்தக் கருவிழிகளில், அர்த்தம் புரியாத கருவிழிகளில், எனது இரத்தத்தை உறிஞ்சிய பொய் என்ற பேய் ஜீவித்திருக்கவில்லை,

அவர்கள் என்னைக் கைதுசெய்தபொழுது நான் சிரித்தேன். அவர்களுக்கு அது பயங்கரமாகவும், காட்டுத்தனமாகவும் இருந்தது. சிலர் என்னைப் பார்க்காமல் வெறுப்புற்று விலகிக் கொண்டார்கள். சிலர் என்னைப் பயமுறுத்திக்கொண்டு, திட்டிக்கொண்டு நெருங்கினார்கள். குதூகலத்துடன் நோக்கும் என் கண்களைப் பார்த்தவுடன் அப்படியே மரம் போல் நின்றார்கள்.

"பைத்தியம்!" என்றார்கள். அந்த வார்த்தை அவர்களுக்கு ஒரு சமாதானத்தையளித்தது போலும்! பிறகு காதலித்தவளைக் கொன்றுவிட்டு எப்படிச் சிரித்துக்கொண்டிருக்க முடியும்? அவர்களில் ஒருவன் கூறிய வார்த்தைகள்தான் எனது கண்களி லிருந்து களிப்பைப் போக்கியது.

புதுமைப்பித்தன் மொழிபெயர்ப்புகள்

"ஐயோ பாவம்!" என்றான். அவன் குரலில் கோபமே இல்லை. அவன் இரட்டை நாடி சரீரமுடையவன்; களிப்புத் தவழும் முகம்.

"ஐயோ பாவம்!"

"என்னை அப்படிச் சொல்லாதே!" என்று கத்தினேன். ஏனென்று தெரியவில்லை! அவன்மீது பாய்ந்தேன். அவனைக் கொல்ல வேண்டுமென்று ஆசைப்படவில்லை. அவனைத் தொடக்கூடப் பிரியமில்லை. பயந்து நின்றிருந்தவர்கள், பைத்தியம் பிடித்த கொலைகாரப் பாவி என்று எண்ணி இன்னும் அதிகமாகப் பயந்து நடுங்கினார்கள். அவர்களைப் பார்ப்பதற்கு எனக்கு வேடிக்கையாக இருந்தது.

அந்தப் பிணம் இருந்த அறையைவிட்டு என்னை அவர்கள் கூட்டிக்கொண்டுபோகையில், அந்தத் தடித்த மனிதனைப் பார்த்துக்கொண்டே, "நான் சந்தோஷமாக இருக்கிறேன்! சந்தோஷமாகவே இருக்கிறேன்" என்று திருப்பித் திருப்பிச் சப்தம்போட்டுச் சொன்னேன்.

அதுதான் நிஜம்.

நான் சிறுபிள்ளையாக இருக்கும்பொழுது ஒரு சர்க்கஸ் கூண்டில் புலி ஒன்றைப் பார்த்தேன். அது எனது நினைவை விட்டு அகலவே இல்லை. அது மற்ற மிருகங்களைப் போல் கண்ணை மூடித் தூங்கிக்கொண்டோ அல்லது பார்க்க வருபவர்களைப் பார்த்துக்கொண்டோ இருக்கவில்லை. கூண்டில் ஒரு மூலையிலிருந்து இன்னொரு மூலைக்குக் கோடு கிழித்த மாதிரி அது ஒரே பாதையில் நடந்துவந்து, கணக்குப் பார்த்தது போல் குறித்த ஓரிடத்தில் திரும்பி, கூண்டுக் கம்பியைத் தனது விலாவினால் உராய்ந்துகொண்டே நடந்தது. அதன் கூர்மையான பேய்ப் பசி தேங்கும் தலை, குனிந்து, கண்கள் நேராக நோக்கியபடி இருந்தன. நாள் பூராவாகவும், இரைச்சல் போடும் கூட்டம் அதன் பக்கமாகப் போய்க்கொண்டே இருந்தது. ஆனால், அது கவனியாமல் நடந்துகொண்டேயிருந்தது. ஒரு தடவையாவது திரும்பிப் பார்க்கவில்லை. பார்க்க வந்தவர்கள் சிலர் சிரித்தார்கள். ஆனால் கூட்டத்தில் முக்கால் வாசிப் பேர் அதைப் பார்த்துச் சிரிக்கவில்லை – துக்கப்பட்டார்கள். நம்பிக்கையற்ற, பிரயோஜனமற்ற, நினைவு குவிந்த அதன் நடையைப் பார்த்துப் பெருமூச்சுவிட்டுச் சென்றார்கள். போகும்பொழுது மறுபடியும் திரும்பிப் பார்த்தார்கள். பெருமூச்சுவிட்டார்கள்.

அவர்கள் சுதந்திரமாக இருந்தாலும் அதன் நிலைமைக்கும் அவர்கள் நிலைமைக்கும் ஒற்றுமை இருப்பது போலப்

478 பளிங்குச் சிலை

பெருமூச்சு விட்டார்கள். நான் பெரியவனாக வளர்ந்த பிறகு, மனிதர்களும் புத்தகாசிரியர்களும் எல்லையற்ற காலத்தைப் பற்றி, நித்தியத்துவத்தைப் பற்றி எனக்குச் சொன்னார்கள்.

அப்பொழுதுதான் அந்தப் புலியைப் பற்றிய நினைவு வந்தது. காலமற்ற காலத்தைப் பற்றியும், அதன் கஷ்டங்களைப் பற்றியும் எனக்குத் தெரிந்தது போல் இருந்தது.

எனது கல்கூண்டில் நானும் அந்தப் புலி மாதிரியானேன், நடந்தேன், நினைத்தேன். ஒரே கோட்டில் நடந்தேன். கூண்டின் ஒரு மூலையிலிருந்து இன்னொரு மூலைக்கு நடந்தேன். ஒரே பாதை வழியாகத்தான் எனது எண்ணங்கள் சென்றன. அவைகளின் கனம், கடைசியில், தலைக்குப் பதிலாக நான் ஒரு உலகத்தையே சுமக்கிற மாதிரி அழுத்தியது. அது ஒரே வார்த்தை. எவ்வளவு பெரியது! எவ்வளவு பயங்கரமானது!

"பொய்!"

அதுதான் அந்த வார்த்தை.

அது மறுபடியும் பாம்பு மாதிரிச் சீறிக்கொண்டு எனது ஆவியைப் பின்னியது. ஆனால் இப்பொழுது அது சிறிய பாம்பாக இராமல் கிருஷ்ண சர்ப்பம் போல் மாறியது. அது என்னைக் கடித்தது. அது தனது இரும்பு போன்ற உடல் சுருணையில் என்னை அமுக்கியது. வலி பொறுக்க மாட்டாமல் கூவியழுதேன். எனது நெஞ்சினுள் பாம்புகள் கூட்டம்கூட்ட மாக நெளிந்தன. என்னால் அந்த ஒரு வார்த்தையைத்தான் கூற முடிந்தது.

"பொய்!"

நான் நடக்கும்பொழுதும், எண்ணும்பொழுதும் கருங்கல் தளவரிசை ஆழங்காண முடியாத பாதாளம் போல் தோன்றி யது. எனது பாதம் தரையைத் தொடுவதாக உணர்ச்சியில்லை. மூடுபனிக்கும் மஞ்சிற்கும் மேல் எங்கோ உயரப்போவது போல் தோன்றியது. எனது உள்ளம் 'உஸ்'ஸென்று குமுறியது. கீழிருந்த மேகப் படலம் மெதுவாக எதிரொலித்தது. ஆயிரம் வருஷங்களுக்கப்புறம் இருந்து வருவது போல் மெதுவாகக் காதில் வந்து தொனித்தது. சில சமயம் மூடுபனி விலகியது. சப்தம் சிறிது குறைந்தது. ஆனால் கீழே, காற்று மரங்களுக் கிடையில் இரைந்துகொண்டிருப்பது எனக்குத் தெரியும். மெதுவாக அந்த வார்த்தைகள் காதுக்கெட்டின.

"பொய்."

இந்த அசட்டுத்தனமான மெல்லிய குரல் எனக்குக் கோபமூட்டியது. தரையைக் காலால் உதைத்துக்கொண்டு கத்தினேன்.

புதுமைப்பித்தன் மொழிபெயர்ப்புகள்

"பொய்யே கிடையாது – பொய்யைக் கொன்று விட்டேன்!"

எனக்குத் தெரியும். அதற்காகவே தலையைத் திருப்பிக் கொண்டேன். அது பதில் சொல்லும் என்று எனக்குத் தெரியும். பதிலும் அடியற்ற பாதாளத்திலிருந்து வந்தது.

"பொய்!"

நீங்கள் இதற்குள் அறிந்துகொண்டிருப்பீர்கள். உண்மை என்னவென்றால் நான் ஒரு தவறு செய்துவிட்டேன். பெண்ணைக் கொன்று, பொய்யை நித்திய வஸ்துவாக்கி விட்டேன். 'மன்றாடியும், தீயில் போட்டும், சித்திரவதை செய்தும், உண்மையை அறிகிறவரை, அவள் உள்ளத்திலிருந்து பிடுங்குகிறவரை, நீ எதையும் கொல்லாதே!

இப்படி நினைத்தவண்ணம் ஒரு மூலையிலிருந்து இன்னொரு மூலைக்கு நடந்துகொண்டிருந்தேன்.

அவள் உண்மையையும் பொய்யையும் கொண்டு சென்ற இடம் பயங்கரமானது. அந்தகாரம் நிறைந்தது. நானும் அங்கேதான் போகிறேன். சாத்தானின் சிங்காதனத்தின் முன்பு அவளை எட்டிப்பிடித்து அவள் காலில் விழுந்து, "உண்மையைச் சொல்லு!" என்று அழுவேன்.

ஐயோ கடவுளே! இதுவும் ஒரு பொய்தானே! அங்கே... அங்கே அந்தகாரம், அங்கே யுகத்தின் பாழ்வெளி. அங்கே எல்லையற்ற அகண்டம்... அங்கே அவள் இல்லை. அவள் ஒரு இடத்திலும் இல்லை. ஆனால் பொய் இருக்கிறது. நித்தியவஸ்துவாக இருக்கிறது. காற்றின் ஒவ்வொரு அணுவிலும் அதை உணருகிறேன். நான் மூச்சை இழுக்கும்பொழுது எனது நெஞ்சில் 'உஸ்'ஸென்ற சப்தத்துடன் செல்லுகிறது. பிறகு நெஞ்சைக் கிழிக்கிறது – ஆமாம், கிழிக்கிறது.

ஐயோ! என்ன பைத்தியக்காரத்தனம் – மனிதனாக இருந்துகொண்டு பிறகு சத்தியத்தைத் தேடுவது! என்ன கஷ்டம்! என்ன பைத்தியம் இது!

○ ○

நாடகக்காரி

ஷெக்காவ்

அவள் ஒரு நாடகக்காரி. அந்தக் காலத்திலே அவளுக்கு யௌவனக் களை மாறவில்லை. குரல் கணீர் என்று இருக்கும். பலர் வந்து போவார்கள். ஆனால் குறிப்பாக நிக்கோலாய் பெட்ரோவிச் கோல்ப்பக்கோவ் என்பவனுக்குத்தான் அவள் வைப்பாக இருந்துவந்தாள்.

அன்று அவளும் கோல்ப்பக்கோவும் முன்னறையில் உட்கார்ந்து பேசிக்கொண்டிருந்தார்கள். வெயில் சகிக்க முடியவில்லை. கோல்ப்பக்கோவ் அப்பொழுதுதான் சாப்பிட்டுவிட்டு மிகவும் மட்டரகமான போர்ட் ஒயின் பாட்டிலைக் காலிசெய்ததினால், சிடுசிடு என்று பேசிக்கொண்டிருந்தான். இருவருக்குமே அன்று பேச்சில் லயிப்பில்லை. வெயில் தணிந்தால் வெளியே சென்று காற்று வாங்கிவிட்டாவது வரலாம் என்ற நினைப்புத்தான் இருவருக்கும்.

திடீரென்று வெளிக்கதவை யாரோ படபடவென்று தட்டி உடைத்தனர். கோல்ப்பக்கோவ், பக்கத்து நாற்காலியில் தொங்கிக் கொண்டிருந்த கோட்டை எடுத்துக்கொண்டு, வேறு அறைக்குச் செல்லலாம் என்று எழுந்தான். அவன் முகக்குறி, "வெளியில் யார்?" என்று பாஷாவைக் கேட்பது போல் இருந்தது.

"தபால்காரன், அல்லது வேறே யாராவது நம்ம குட்டிகள்," என்றாள் பாஷா.

தபால்காரனாவது அல்லது பாஷாவின் ஸ்திரீ நண்பர்களாவது தன்னை அங்கு கண்டுகொள்வதை, கோல்ப்பக்கோவ் பொருட்படுத்தவில்லை. ஆனால், எதற்கும் முன்ஜாக்கிரதை

யாக இருப்பதற்காகவே துணிமணிகளைச் சேர்த்து வாரிக் கொண்டு, மற்றொரு அறைக்குச் சென்றான்.

பாஷா முன்பக்கம் சென்று வெளிக்கதவைத் திறந்தாள்.

அவள் கதவைத் திறந்ததும், எதிரில் தான் முன்பின் அறியாத அந்நிய ஸ்திரீ நிற்பதைக் கண்டு, ஆச்சரியத்துடன் பார்த்தாள். பாஷாவின் முன் நின்றவள் வாலிப நங்கை; அவளுடைய உடையிலும் நின்ற நிலையிலும் குடும்ப ஸ்திரீ என்று ஸ்பஷ்டமாகத் தெரிந்தது.

வந்தவள் முகம் வெளிறிப்போயிருந்தது; 'மூசுமூ'சென்று பெருமூச்சு விட்டுக்கொண்டிருந்தாள். அவள் நெடுந்தூரம் ஓடிவந்தவள் போல் தென்பட்டாள்.

"என்ன வேண்டும்?" என்றாள் பாஷா.

வந்தவள் உடனே பதில் சொல்லவில்லை. முன் ஒரு அடி எடுத்துவைத்து அறையைச் சுற்றுமுற்றும் பார்த்தாள். பின்பு சோர்ந்தவள் போல உள்ளே வந்து உட்கார்ந்தாள்; அவளது வெளிறிய உதடுகள் பேசுவதற்கு முயன்று அசைந்தன; ஆனால் அவளால் பேச முடியவில்லை.

நெடுநேரம் கழித்து, வந்தவள் தனது சிவந்த கண்களால் பாஷாவின் முகத்தை ஏறெடுத்துப் பார்த்தாள். பின்பு, "என் புருஷன் – அவர் இங்கு வந்தாரா?" என்றாள்.

"புருஷனா? . . ." என்று ஈன ஸ்வரத்தில் எதிரொலித்தாள் பாஷா. அவளது கைகளும் கால்களும் குளிர்ந்து விறைத்தன.

"எந்தப் புருஷன்?" என்றாள் பாஷா மறுபடியும்.

"என் புருஷன் . . . நிக்கோலாய் பெட்ரோவிச் கோல்ப்பக் கோவ்" என்றாள் அந்த ஸ்திரீ.

"தெ . . . ரி . . . யா . . . து! அம்மா! நான் ஒருவருடைய புருஷனையும் பார்க்கவில்லை" என்றாள் பாஷா.

ஒரு வினாடி இருவரும் மௌனமாக இருந்தனர். அந்த அந்நிய ஸ்திரீ தனது கைக்குட்டையால் முகத்தைத் துடைத்து, விம்மிக்கொண்டுவரும் அழுகையைக் கைக்குட்டையால் அடக்க முயன்றாள். அவளது முகத்தைப் பார்க்கப்பார்க்கப் பாஷாவிற்கும் பயம் அதிகரித்தது. கல்லாய்ச் சமைந்தது போல் நின்றாள்.

"அவர் இங்கே இல்லையென்று சொல்லுகிறாயாக்கும்?" என்றாள் அவள் மறுபடியும். இப்பொழுது அவளது அழுகை அடங்கிவிட்டது; குரல் கணீரென்றது. உதட்டில் ஒருவிதமான புன்சிரிப்பு நிலவியது.

“நீங்கள் யாரைப் பற்றிக் கேட்கிறீர்கள்? ஒன்றும் தெரியவேயில்லையே!” என்றாள் பாஷா.

“சீ! நீ ஒரு மோசமான தரித்திரம் பிடித்த கழுதை!” என்றாள் வந்தவள்.

அவளது முகக்குறி பாஷாவை எப்படி வெறுக்கிறாள் என்பதைக் காண்பித்தது.

“நீ... நீ ஒரு மோசமான கழுதை! கடைசியாக உன் மூஞ்சிக்கி நேரே இதைச் சொல்லுவதற்குச் சமயம் கிடைத்ததே!”

பாஷாவிற்குப் புதிதாக வந்த ஸ்திரீ சொல்லுவது மனத்தில் தைத்தது. உண்மையிலேயே தான், மோசமாக, பார்ப்பதற்கு விகாரமாக இருப்பது போல அவளுக்குத் தோன்றியது. உப்பிய கன்னமும், அம்மை வடு நிறைந்த முகமும், என்ன சீவினாலும் பணியாது முகத்தில் வந்து விழும் தலைமுடியும் பார்ப்பதற்கு விகாரமாகத்தான் இருக்கும் என்று அவள் மனத்தில் பட்டது. இதனால் வெட்கினாள். சிறிது ஒல்லியாக, நெற்றியில் வந்து விழாத கூந்தலுள்ளவளாக, முகத்தில் நிறைய பவுடர் அப்ப வேண்டாதவளாக இருந்தால் தானும் ஒரு குடும்ப ஸ்திரீ போல் பாவனை செய்ய முடியும் என்று நினைத்தாள். எதிரில் நிற்கும் அந்நிய ஸ்திரீயின் முன்பு நிற்கவும் வெட்கப்பட்டாள் பாஷா.

“என் புருஷன் எங்கே! அவர் இங்கு இருக்கிறாரா இல்லையா என்பது பற்றி எனக்குக் கவலையே கிடையாது. ஆனால் ஒன்று சொல்லுகிறேன், கேள். பணம் காணாமற் போய்விட்டது. அதற்காக அவரைத் தேடிக்கொண்டிருக்கிறார்கள். அவரைக் கைது செய்வதற்கு முயற்சி செய்கிறார்கள். இவ்வளவும் உன் வேலைதான், தெரிந்ததா?” என்றாள் கோல்ப்பக்கோவின் மனைவி.

அவளுக்கு இருப்புக் கொள்ளவில்லை. எழுந்து அங்குமிங்கும் உலாவினாள். அவளைப் பார்ப்பதற்கே பாஷாவிற்குப் பயமாக இருந்தது. அவளுக்கு இன்னதென்றே புரியவில்லை.

“இன்று அவரைக் கண்டுபிடித்து ஜெயிலில் அடைத்து விடுவார்கள்!” என்றாள் ஸ்ரீமதி கோல்ப்பக்கோவ். அதை நினைக்கும்பொழுதே அவளுக்குத் துக்கமும் கோபமும் நெஞ்சையடைத்தன. “அவரை இந்தக் கதிக்கு ஆளாக்கினது யார்? மோசமான மூதேவி! பண ஆசை பிடித்த ஜடமே!” அவள் மூக்கும் உதடும் தாங்க முடியாத துர்நாற்றத்தை ஏற்றது போல் நெளிந்து மடிந்தன.

“எனக்கு வேறே விதியில்லை! கேட்கிறாயா? எனக்கு வேறே வழியில்லை. இப்பொழுது உன் பக்கத்திலேதான்

பலம் இருக்கிறது. ஆனால் உதவியில்லாத என் குழந்தை குட்டிகளைப் பாதுகாக்கத் தெய்வம் இருக்கிறது! அவருக்குத் தெரியும். அவர் உனக்குத் தகுந்த கூலி கொடுப்பார்! அனாதை விட்ட கண்ணீர் நிலத்தில் மறையாது. காலம் வரும். அப்பொழுது நீ என்னை நினைப்பாய்!"

பிறகு அந்த அறையில் நிசப்தம் குடிகொண்டது. ஸ்ரீமதி கோல்ப்பக்கோவ் கையை நெறித்துக்கொண்டு அறையில் அங்குமிங்கும் நடந்தாள். பாஷா பயத்தால் அப்படியே விறைத்துப்போய், தலையில் அப்பொழுதே இடிவிழுமோ என்று நடுங்கி நின்றாள்.

"எனக்கு ஒன்றும் தெரியாது, அம்மா!" என்றாள் பாஷா. இந்தக் கோடையிடி போன்ற சூடான வார்த்தைகளை அவளால் தாங்க முடியவில்லை. மாலைமாலையாகக் கண்ணீர் வடித்து, குலுங்கிக்குலுங்கிக் கதறினாள்.

"புளுகாதே! எனக்கு எல்லாம் தெரியும்! ரொம்பக் காலமாகத் தெரியும்! போன மாசம் முழுவதும் இங்கேதான் வந்துகொண்டிருந்தார் என்று எனக்குத் தெரியும்," என்றாள் ஸ்ரீமதி கோல்ப்பக்கோவ். அவளது கண்கள் தணல் வீசின.

"ஆமாம்! அதற்கென்ன? எத்தனையோ பேர் வருகிறார் கள்! நான் என்ன கையைப் பிடித்தா இழுக்கிறேன்! அது அவரவர்கள் இஷ்டம்!" என்றாள் பாஷா.

"நான் சொல்வதைக் கேள்! ஆபீசில் பணத்தைக் காண வில்லை. அவர் பணத்தைத் திருடிவிட்டார். தரித்திரம் பிடித்த உன் மூஞ்சிக்காக அவர் ஆபீசிலே குற்றத்தைச் செய்திருக் கிறாரே! உனக்கு நியாயம், கட்டுப்பாடு, ஒழுங்கு ஒன்றும் கிடையாது. உன் வாழ்க்கையே மற்றவர்களைக் கஷ்டப்படுத்து வதுதான். ஆனால் கொஞ்சமாவது இரக்கம் இல்லாமல் உன் நெஞ்சு வெந்து உலர்ந்துபோயிருக்காது! அவருக்குப் பெண்டாட்டி பிள்ளைகள் எல்லாம் உண்டு. அவரைத் தண்டித்து *நாடுகடத்திவிட்டால் அவர் குழந்தைகளும் நானும் தெருவிலே கிடந்து பட்டினியால் மடிய வேண்டியது தான். அதை உணர்ந்துகொள்! அவர்களை இந்தக் கதியிலிருந்து தப்புவிக்க ஒரே வழியிருக்கிறது. இன்றைக்கு நான் 900 ரபிள் (ருஷிய நாணயம்) சம்பாதித்தால் அவரை விட்டுவிடுவார்கள். 900 ரபிள்கள்தான்!"

---

* ருஷியாவில் ஜாரரசன் ஆட்சியில் திருட்டுக் குற்றத்திற்காகவும் சைபீரியா என்ற குளிர்ப் பாலைவனத்திற்கு நாடுகடத்திவிடுவார்கள்.

"என்ன, 900 ரபிள்களா? ... எனக்குத் தெரியாது ... நான் எடுக்கவில்லை" என்றாள் பாஷா.

"நான் உன்னிடம் 900 ரபிள்கள் கேட்க வரவில்லை, உன்னிடம் பணமில்லை என்று எனக்குத் தெரியும் ... மேலும், உன் காசு எனக்கு வேண்டாம்! நான் கேட்பது வேறு! உன்னைப் போன்ற பெண்களுக்கு ஆண்பிள்ளைகள் விலை யுயர்ந்தவற்றைப் பரிசளிப்பார்கள். என் புருஷன் உனக்குக் கொடுத்தவைகளை மட்டிலும் திருப்பிக் கொடுத்துவிடு!"

"அம்மா! உன்னுடைய புருஷன் எனக்கு ஒன்றும் கொடுக்க வில்லை" என்று பாஷா கதறினாள். அப்பொழுதுதான் அவளுக்குச் சிறிது புரிய ஆரம்பித்தது.

"கொடுத்த பணம் எல்லாம் எங்கே? அவர் பணத்தையும் என் பணத்தையும் எங்கு கொண்டு தொலைத்தார்? கேள்! உன் காலில் விழுந்து பிச்சையாகக் கேட்கிறேன். கோபத்திலே கண் தெரியாமல் பேசிவிட்டேன், என்னை மன்னித்துக்கொள். நீ என்னை வெறுப்பாய்; அது எனக்குத் தெரியும். ஆனால் என் நிலைமையை யோசித்து, கொஞ்சம் இரங்கு. காலில் விழுந்து கேட்கிறேன். அவர் கொடுத்த சாமான்களை மட்டும் திருப்பிக்கொடுத்துவிடு"

"உம்" என்று தோளைக் குலுக்கினாள் பாஷா.

"உனக்குக் கொடுக்கிறதில் சந்தோஷந்தான். கடவுள் சாட்சியாகச் சொல்லுகிறேன். உன் புருஷன் எனக்கு வெகுமதி கொடுத்தது கிடையாது. நெஞ்சில் கையை வைத்துச் சொல்லு கிறேன். என்னை நம்பு. இருந்தாலும் நீ சொல்வதிலும் கொஞ்சம் உண்மையிருக்கிறது. அவர் ஒன்றிரண்டு சாமான் களை எனக்குக் கொடுத்திருக்கிறார். அவைகளை வேண்டு மானால் கொடுத்துவிடுகிறேன்" என்றாள்.

உடனே மேஜையைத் திறந்து, அதிலிருந்து ஒரு ஜதை தங்க வளையலையும் ஒரு சிவப்புக்கல் பதித்த மோதிரத்தையும் எடுத்தாள்.

"இந்தா!" என்று வந்தவளிடம் அவற்றைக் கொடுத்தாள்.

கோல்ப்பக்கோவ் மனைவியின் முகம் சிவந்தது. உதடுகள் துடித்தன. பாஷாவின் நடத்தையால் அவளுக்குக் கோபம் வந்தது.

"என்னிடம் எதைக் கொடுக்கிறாய்? நான் உன்னிடம் தானம் கேட்க வரவில்லை. நியாயமாக உனக்குப் பாத்தியதை இல்லாத, உன் சந்தர்ப்பத்தை வைத்து அவரிடம் கசக்கிப் பிடுங்கிய நகைகளைக் கேட்கிறேன். அன்றைக்கு, வியாழக்

கிழமை, என் புருஷனுடன் துறைமுகத்திற்கு வந்தாயே; அப்பொழுது நீ போட்டுக்கொண்டிருந்த விலையுயர்ந்த புரூச்சு களும் கை வளைகளும் எங்கே? ஒன்றுமறியாதவள்போல் என்னிடம் பாசாங்கு பண்ணாதே! கடைசியாகக் கேட்கிறேன். அந்த நகைகளைக் கொடுப்பாயா, மாட்டாயா?"

"நல்ல வேடிக்கைக்காரியாக இருக்கிறாய்!"

இப்பொழுது பாஷாவிற்கும் சிறிது கோபம் வந்தது.

"உனது நிக்கோலாய் பெட்ரோவிச்சிடமிருந்து ஒரு நகையா வது நான் பெற்றதில்லை. அவன் வரும்பொழுதெல்லாம் பட்சணந்தான் வாங்கி வருவான்."

"பட்சணமா?" என்று சிரித்தாள் ஸ்ரீமதி கோல்ப்பக்கோவ்.

"வீட்டிலே குழந்தைகளுக்கு வயிற்றிற்கு ஒன்றும் கிடையாது. பட்சணமா உனக்கு! நன்றாக இருக்கிறது? அவர் கொடுத் ததைத் திருப்பிக்கொடுக்க முடியுமா முடியாதா?"

பதில் ஒன்றும் பெறாததினால் அவள் மௌனமாக உட்கார்ந்து யோசித்தாள். கண்கள் வெறிச்சென்று பார்த்தபடி இருந்தன.

"இனி என்ன செய்வது? நான் 900 ரபிள் சம்பாதிக்காவிட் டால் அவர் கதி அதோகதிதான்... பின்... குழந்தைகள், நான்... எல்லோருக்கும் அந்தக் கதிதான்! அவளைக் கொல்லட்டுமா? காலில் விழட்டுமா?" என்று தனக்குத்தானே பேசிக்கொண்டாள் ஸ்ரீமதி கோல்ப்பக்கோவ்.

அவளுக்கு அழுகை பொருமிக்கொண்டு வந்தது. கைக்குட்டையை எடுத்து வாயை அமுக்கிக்கொண்டாள்.

விம்மல்களுக்கிடையே, "நான் உன் காலில் விழுந்து கெஞ்சிக் கேட்டுக்கொள்கிறேன். நீதான் என் புருஷனை நாசப்படுத்தி விட்டாய். அவரைக் காப்பாற்று! அவர்மீது இரக்கமில்லை யானால் இந்தக் குழந்தைகளுக்காவது கொஞ்சம் தயவு பண்ணு! குழந்தைகள் உனக்கு என்ன செய்தன?"

குழந்தைகள் ஆதரவற்றுப் பசியால் தெருவில் நின்று கதறுவது போல் பாஷாவின் மனக்கண் முன்பு தோன்றியது. குழந்தைகளை நினைத்ததும் பாஷாவிற்கும் துக்கம் வந்தது. அவளும் விம்மியழுதாள்.

"என்னை என்ன செய்யச் சொல்லுகிறாய்? நான் மோச மானவள், நிக்கோலாய் பெட்ரோவிச்சை நாசப்படுத்தியதாகச் சொல்லுகிறாய்! சத்தியமாக, தெய்வத்தின் மீது ஆணையாகச்

சொல்லுகிறேன் – அவரிடமிருந்து நான் ஒன்றும் பெற்றது கிடையாது. எங்கள் நாடகக் கம்பெனியில் ஒரு பெண்ணைத் தான் பணக்காரன் ஒருவன் வைத்திருக்கிறான்; மற்றவர்கள் எல்லாருக்கும் தினசரி சாப்பாட்டுக்கே கஷ்டம்! நிக்கோலாய் பெட்ரோவிச் படித்தவர், மரியாதைக்காரர், பெரிய மனிதர். அதனால் அவரை வரவேற்றேன். பெரிய மனிதர்கள் எல்லாருக்கும் வரவேற்பளிப்பது எங்கள் கடமை.”

“நான் அந்த நகைகளைக் கேட்கிறேன். அவற்றைக் கொடு. நான் உன் காலில் விழுந்து கண்ணீர் விடுகிறேனே! சாஷ்டாங்கமாக விழுந்து கும்பிட வேண்டுமானாலும் செய்கிறேன்!”

அவள் குனிவதைக் கண்டு பாஷா பயந்து வீரிட்டாள். இந்தத் தெய்வம் போன்ற ஸ்திரீ நாடகக்காரியின் காலில் விழுவதால் பன்மடங்கு உயர்ந்து விளங்குவதாக மனத்தில் நினைத்தாள்.

“சரி! இந்தா! நான் கொடுத்துவிடுகிறேன்!” என்று பாஷா கண்ணைத் துடைத்துக்கொண்டு மேஜையண்டை ஓடினாள்.

“இந்தா! ஆனால், இவற்றை நிக்கோலாய் பெட்ரோவிச் கொடுக்கவில்லை! வேறோரு பெரிய மனிதர் தந்தார்!” என்று மேஜையுள்ளிருந்த வைர புரூச்சையும் பவள மாலையையும் மோதிரம், கை வளையல் முதலியவற்றையும் எடுத்துக்கொடுத்தாள்.

“இந்தா எல்லாவற்றையும் எடுத்துக்கொள்! ஆனால் இவைகளை உன் புருஷன் கொடுக்கவில்லை. இவைகளை எடுத்துக் கொண்டுபோய்ப் பணக்காரராகுங்கள்!” பாஷாவிற்கு, அவள் ‘காலில் விழுவேன்’ என்றதில் பெருத்த கோபம். “நியாயமாக நீ அவர் மனைவியாக இருந்தால் இவைகளை நீயே கட்டாயம் எடுத்துக்கொண்டு போகவேண்டும்! நீயே வைத்துக்கொள்ள வேண்டும்! அப்படித்தான்! நீயே வைத்துக்கொள்ள வேண்டும்! நான் அவரைக் கூப்பிடவில்லை. அவராக வந்தார்!”

கண்களில் பார்வையை மறைக்கும் கண்ணீர் வழியாக, கொடுக்கப்பட்ட நகைகளைக் கவனித்து, “இன்னும் பாக்கியிருக்கிறது. இங்கிருப்பவை 500 ரபிள்கூடப் பெறாது!” என்றாள் ஸ்ரீமதி கோல்ப்பக்கோவ்.

உடனே பாஷா மேஜையிலிருந்த தங்கக் கைக்கடிகாரம், சிகரட் பெட்டி, பொத்தான்கள் எல்லாவற்றையும் எடுத்து எறிந்து, “இவ்வளவுதான்! இனி வேறு ஒன்றும் என்னிடம் கிடையாது. வேண்டுமானால் சோதனை போட்டுக்கொள்ளு!” என்றாள்.

ஸ்ரீமதி கோல்ப்பக்கோவ் ஒரு பெரிய பெருமூச்செறிந்து, நகைளை எல்லாம் கைக்குட்டையில் சேர்த்து முடிந்து கொண்டு, ஒரு வார்த்தைகூடப் பேசாது வெளியே சென்று விட்டாள். உள்கதவு திறந்தது. கோல்ப்பக்கோவ் அங்கு வந்தான். அவன் முகம் வெளிறியிருந்தது. கசப்பு மருந்தை விழுங்கியவன் போல் தலையை அசைத்துக்கொண்டு நின்றான். அவன் கண்களில் கண்ணீர் ததும்பியது.

"நீ எனக்கு என்ன கொடுத்தாய்? எப்பொழுதுதான் வெகுமதி கேட்பதற்கு அனுமதித்தாய்!" என்று பாஷா அவன்மீது சீறி விழுந்தாள்.

"வெகுமதி! அதைப் பற்றி இப்பொழுதென்ன? தெய்வமே! உன் காலிலா அவள் விழ வேண்டும்!"

"நீ எனக்கு என்ன வெகுமதி கொடுத்தாய் என்று கேட்கிறேன்!" என்று பாஷா மறுபடியும் சீறினாள்.

"தெய்வமே! பெருமையையும் மதிப்பையும் விட்டுவிட்டு இவள் காலில் விழவா! நானல்லவோ அதற்குக் காரணம். இவ்வளவையும் நான் அனுமதித்தேனே!"

கோல்ப்பக்கோவ் தன் தலையைக் கையில் பிடித்துக் கொண்டு வேதனையால் முனகினான்.

"இதற்கு மன்னிப்பு உண்டா? என்னால் என்னை மன்னித்துக்கொள்ள முடியாது. கிட்ட வராதே! மூதேவி!" என்று பாஷாவை உதறித் தள்ளிவிட்டு, "உன் காலிலா விழ வேண்டும்! உன் காலில்! ஐயோ தெய்வமே! உன் காலில்!" என்று முனகிக்கொண்டே அவசரஅவசரமாக உடுத்திக்கொண்டு, கதவைத் திறந்து வெளியேறினான்.

பாஷா கீழே விழுந்து புரண்டு ஓலமிட ஆரம்பித்தாள். அவசரத்தில் முட்டாள்தனமாக நகைகளைக் கொடுத்ததற்காக வருத்தப்பட்டுக்கொண்டாள். அவளை அவள் மனமே இடித்தது. மூன்று வருஷங்களுக்கு முன்பு ஒரு வியாபாரி தன்னைக் காரணமில்லாது அடித்தது ஞாபகம் வந்தது! அதை நினைத்துக் கொண்டும் இன்னும் அதிகமாக ஓலமிட்டு அழுதாள்.

❍❍

சமத்துவம்

ஒரு ருஷ்ய ஆசிரியர்

நீலக் கடலின் அடிமட்டத்திலே, பிரமாண்டமான மீன் ஒன்று இரை தேடிக்கொண்டு உல்லாசமாக நீந்தி வருகிறது.

எதிரே ஒரு சின்ன மீன் – அதன் உணவு.

பெரிய மீன், அதை விழுங்குவதற்காக, தன் வாயை அகலத் திறக்கிறது.

சின்னது இதைக் கண்டு பயந்து கீச்சிட்டுக் கத்துகிறது. "ஐயோ என்னை விழுங்காதே. நீ என்னைத் தின்பது நியாய மில்லை. இந்த உலகத்தில் வாழ உன்னைப் போல எனக்கும் உரிமையுண்டு. தர்மத்தின் எதிரில் எல்லா மீன்களும் சமம்."

இதைக் கேட்ட பெரிய மீன் கர்ஜிக்கிறது... "அதற்கென்ன இப்பொழுது? உன்னிடம் சமத்துவத்தைப் பற்றி விவகாரம் பண்ண வரவில்லை. நான் உன்னைத் தின்ன வேண்டாம் என்றால், நீயே என்னை விழுங்கிவிடு. எங்கே பார்ப்போம்! பயப்படாதே! உம்!"

சின்ன மீன், தன் வாயை முடிந்தவரை அகலத் திறந்து கொண்டு, அதை விழுங்குவதற்காகச் சுற்றிச்சுற்றிவந்து, முயற்சித்தது.

பிறகு, கடைசியாக, ஒரு பெருமூச்சு விட்டுக்கொண்டு சொல்லுகிறது: "நீதான் செய் – என்னை விழுங்கிவிடு!..."

○ ○

அந்தப் பையன்

மாக்ஸிம் கார்க்கி

இந்தச் சின்னக் கதையை எப்படிச் சொல்லுவது என்று புரியவில்லை. அவ்வளவு எளிதானது.

நான் வாலிபப்பருவத்தில், ஞாயிற்றுக்கிழமைகளில் தெருக் குழந்தைகளை எல்லாம் கூட்டிக்கொண்டு ஊருக்கு வெளியே உள்ள வயல்வெளிகளுக்கும் காடுகளுக்கும் அழைத்துச் செல்வது வழக்கம். குருவிக்குஞ்சு மாதிரி சுற்றித்திரியும் இந்தச் சின்னவர் களோடே சிநேகமாகப் பழகுவதில் எனக்கு ஒரு அபாரப் பிரேமை.

புழுக்கமும் புழுதியும் குமையும் தெருக்களை விட்டுவிட்டு வெளியே வந்துவிடுவதில் குழந்தைகளுக்கும் ஆசைதான். தாய்மார் ரொட்டித் துண்டுகள் கட்டிக் கொடுத்தார்கள். நானும் கொஞ்சம் லாஸஞ்சர் வாங்கிக்கொண்டு, ஒரு பாட்டில் நிறைய க்வாஸ் (ஒருவகைப் பானம்) நிறைத்துக்கொண்டு புறப்படுவேன். கவலை தெரியாத இந்தச் சித்தாட்டுக்குட்டிகளை நகர் வழியாக வயற்புறம் கூட்டிச்சென்று, பசிய நிறம் படர்ந்து கண்ணுக்கு ரம்மியமாக இருக்கும் வசந்தம் அணிந்த கானகத்துக்குக் கூட்டிக்கொண்டு போவேன்.

அதிகாலையிலேயே ஊரைவிட்டுப் புறப்பட்டுவிடுவது வழக்கம். மாதாகோயில் மணி உதயகால ஜபத்துக்குக் கூப்பிடும் நேரத்திலேயே புறப்பட்டுவிடுவோம். இளங்குதிகால்கள் புழுதியைக் கிளப்பிக்கொண்டு பரிவாரமாக ஓடிவரும். மத்தி யானத்தில் சூரிய வெப்பம் உச்சத்தில் இருக்கும்போது, விளையாடிக் களைத்த என் நேசர்கள் கானகத்தின் ஓரத்தில்

வந்து கூடுவார்கள். சாப்பிட்ட பிறகு சிறுசுகள் மர நிழலில் படுத்துக் கிடந்து உறங்கும். சற்றுப் பெரிய குழந்தைகள் என்னைச் சுற்றி உட்கார்ந்துகொண்டு கதை சொல்லச் சொல்லி வற்புறுத்தும். இவர்களுடைய இடையறாத சளசளப்புடன் என் கதாகாலட்சேபமும் நடைபெறும். வாலிபத்துடுக்கும் தலைக்கொழுப்பும் அனுபவமற்ற சிற்றறிவுக்கு நிலைத்திருக்கும் வேடிக்கையான நிச்சயத்தன்மையும் எனக்கு இருந்தாலும், சின்ன விவேகிகளிடையே சிக்கிக்கொண்ட இருபது வயதுக் குழந்தையாக இருக்க வேண்டிய நிலைமை எனக்கு அடிக்கடி ஏற்பட்டதுண்டு.

தலைக்கு மேல் என்றும் இருக்கும் வானம் எங்களைக் கவித்தது. கண்ணெதிரே கானகத்தின் வண்ணக்கலவைகள் வாரி எடுத்துக்காட்டி அரிதுயில்போல் ஆழ்ந்த மௌனத்தில் கூடிக்கிடந்தது. ஊசல் காற்று காதில் குசுகுசுப் பேசியது. கானகத்தின் மகரந்த நிழல்கள் சற்றே நடுங்கி மற்றும் மௌனத்தில் ஆழ்ந்தன. இந்தப் புனிதகரமான மௌனம் ஜீவனிலும் துளும்பிப் பரிபூர்ணப்படுத்தியது.

கரைகாணா நீலவானத்தில் வெள்ளை மேகங்கள் மெதுவாக நீந்தின. சூரிய வெதுவெதுப்பில் ஒண்டி வளரும் மண்ணிலிருந்து பார்க்கும் நமக்கு, வானம் உயிர் தரும் வெப்பம் அற்றதாகத் தெரிகிறது. அப்படி இருந்தும் அந்த மேகங்கள் அங்கு கிடந்து உருகுவதும் புதிர்போலத்தான் நமக்குத் தெரிகிறது.

என்னைச் சூழ இந்தக் குழந்தைகள் வாழ்வின் இன்ப துன்பங்களைக் கற்றுத் தெரிந்துகொள்வதற்காக இவ்வுலகிற்குத் தருவிக்கப்பட்டிருக்கின்றனர்.

அந்தக் காலத்தை என்னுடைய நல்ல தசை என்றே சொல்ல வேண்டும். அந்தச் சாப்பாடு எல்லாம் வாஸ்தவமான விருந்துகள். என் ஜீவன் அந்தக் காலத்திலேயே வாழ்வின் இருள் நதியிலே முழுகுண்டு மாசுபட்டிருந்தாலும் குழந்தைகளின் சிந்தனைகள் உணர்ச்சிகள் என்ற தெளிவான விவேகம் என்னைத் தளிர்க்க வைத்தது.

ஒரு நாள், நான் என் குழந்தைப் பரிவாரத்துடன், ஊருக்கு அப்புறமிருந்த வயல் வெளியை மிதிக்கும்போது, நாங்கள் ஒரு அன்னியனைச் சந்தித்தோம். ஒரு சின்ன யூதப் பையன். காலில் ஜோடு கிடையாது. உடம்பில் கிழிசல் சட்டை, கருப்புப் புருவம், வெண்மையான சுருட்டைத் தலை, ஆட்டுக்குட்டி மாதிரி. அவனை ஏதோ தொந்திரவுபடுத்தியிருக்க வேண்டும். அழுதுகொண்டிருந்தான் போல் தெரிகிறது. ஒளியற்ற கருங்கண்களைப் பாதுகாத்த இமை வீங்கிச் சிவந்திருந்தது. முகத்தில் பசிகாட்டும் நீலப்பூப்பு படர்ந்தது. குழந்தைகள் மத்தியில் ஓடிவந்து தெருவின் மையத்தில் நின்றுகொண்டான். குளிர்ந்த

காலைப்புழுதியில் காலை ஊன்றி நின்றான். அழகமைந்த அவன் உதடுகள் பயக்குறிகாட்டி மலர்ந்தன. அடுத்த வினாடி ஒரே குதியில் நடைபாதைக்குத் தாவிவிட்டான்.

"அவனைப் பிடியுங்கள். சின்ன யூதப் பயல். அந்தச் சின்ன யூதப் பயலைப் பிடியுங்கோ!" என்று குழந்தைகள் உற்சாகமாகக் கத்தின.

அவன் ஓடிவிடுவான் என நினைத்தேன். அகன்ற கண் ஏந்திய ஒல்லிய முகம் பயக்குறி காட்டியது. உதடுகள் நடுங்கிப் படபடத்தன. கேலி செய்யும் குழந்தைக் கும்பலின் நடுவே நின்றான். உயரத்தைப் பெரிதுபடுத்திக்கொள்ள முயலுவது போல நிமிர்ந்துகொண்டான். தோள்களை வேலியோடு அமுக்கிக்கொண்டு கைகளைப் பின்னுக்கு இறுகக் கட்டிப் பிடித்துக்கொண்டு நின்றான்.

அவன் திடீரென்று அமைதியாகத் தெளிவாக, "ஒரு வித்தை காட்டுகிறேன் பார்க்கிறீர்களா?" என்று கேட்டான்.

தன்னைத் தற்காத்துக்கொள்ள அவன் செய்யும் சூழ்ச்சி யென நான் முதலில் எண்ணினேன். குழந்தைகளுக்கு அந்த வித்தையில் உடனே ஆசை தட்ட விலகி நின்று வழி கொடுத்தார்கள். சற்று வயசும் முரட்டுத்தனம் வலுத்தவைகளே அவனைச் சந்தேகத்துடன் கவனித்து நின்றன. எங்கள் தெருக் குழந்தைகளுக்கும் மற்ற எல்லாத் தெருக்குழந்தைகளுக்கும் சண்டை. தாங்கள்தான் அந்தஸ்து மிகுந்தவர்கள் என்பதில் ஸ்திரமான நம்பிக்கை. இதரர்களின் உரிமைகளைப் பற்றி அவை சட்டை செய்வதில் சிரத்தை கொள்ளுவதில்லை. அவை சட்டை செய்யாதிருந்தன என்பதே உண்மை.

சிறுசுகள் அவனை நம்பின.

"உம், உன் வித்தையைக் காட்டு, பார்ப்போம்" என்றன.

அந்த அழகான, ஒல்லியான சிறுவன் வேலி ஓரத்திலிருந்து வந்தான். மலர்ந்த உடலை வளைத்துத் தரைமீது கை ஊன்றி வில்போல் வளைந்து நின்றான். காலை உதறி ஒரே துள்ளலில் கைகளைத் தட்டிக்கொண்டு எழுந்து நின்றான்.

"ஹப்!"

பிறகு சகடக்கால் மாதிரிக் கைகளையும் கால்களையும் விரித்துப் பக்கவாட்டில் சரிந்து சுழன்று சக்கரடித்தான். அக்னி தீய்த்துக்கொண்டு போவது போலிருந்தது அவனுடைய கதி. சட்டை ஓட்டை வழியாகத் தோள்பட்டையும் சாம்பல் பூத்த சர்மமும் விலாவெலும்பும் தெரிந்தன. கழுத்து எலும்புகள் கண்டமாலை மாதிரி கிடந்தன. அதை அவன் வலுவாக

அமுக்கினால் எங்கே ஒடிந்துவிடுமோ என்றிருந்தன. முயற்சி யால் வேர்வை கொட்டி முதுகுப்புறத்தை நனைத்தது. ஒவ்வொரு தரம் விதவிதமான வித்தை காட்டும்போது ஜீவனற்ற ஒரு சிரிப்போடு குழந்தைகளை ஏறிட்டுப் பார்த்தான். ஒளி மங்கிய கண்கள் விரியத் திறந்திருப்பது பார்ப்பதற்கு அகோரமாக இருந்தன. பார்வையில் சிசுத்தன்மையற்ற ஒரு வெறி இருந்தது. குழந்தைகள் கூச்சல் போட்டு அவனை உத்சாகப்படுத்தின. அவனைப் பின்பற்றி அவைகளும் புழுதியில் குட்டிக்கரண மடிக்க ஆரம்பித்துவிட்டன. லாவகமற்ற முயற்சிகளால் சரிவதும் விழுவதும், சமயத்தில் கரணம்போட்டு விழுவதும் பொறாமைப் பட்டுப் பார்த்துக்கொண்டிருப்பதுமாகக் குழந்தைகள் குமைந்தன.

இந்தக் கோலாகலம் திடீரென்று முடிவுற்றது. அவன் துள்ளியெழுந்து நின்று அனுபவசாலியான வித்தைக்காரன் மாதிரி புன்சிரிப்போடு கைகளை நீட்டி "ஏதாவது கொடுங்கள்" என்றான்.

குழந்தைகள் மௌனமாக நின்றன. ஒரு குழந்தை 'துட்டா' என்று கேட்டது.

"ஆமாம்" என்றான் பையன்.

"இது நல்ல வேடிக்கையா இருக்கே?"

"துட்டுன்னா நாங்களே நல்லா அது மாதிரி செஞ்சிருப் பமே . . ."

இந்த வேண்டுகோள் வித்தைக்காரனைத் துச்சமாக மதிக்கும்படி செய்வித்தது. குழந்தைகள் சிரித்துக்கொண்டு, கொஞ்சம் வைதுகொண்டு வயற்புறமாக ஓடின. அவர்களிடை பணம் கிடையாதுதான். என் வசம் ஏழு கொபெக்குகள் தான் வைத்திருந்தேன் (ருஷ்யச் சில்லரை நாணயம்). அழுக் கேறிய அவனுடைய உள்ளங்கையில் இரண்டைக் கொடுத் தேன். அவன் அவற்றை விரலால் தொட்டுப் பார்த்துவிட்டு வந்தனம் கூறினான்.

அவன் போகும்போது முதுகை மூடியிருந்த சட்டையில் கறை படிந்திருப்பதைப் பார்த்தேன். அது தோள்பட்டையுடன் ஒட்டிக்கொண்டுவிட்டது.

"நில்லுடா, அதென்ன?" என்றேன்.

அவன் நின்றான். திரும்பினான். என்னை ஊன்றிக் கவனித்தான். பழைய 'நல்லதனச்' சிரிப்போடு சாந்தமாகப் பதில் சொன்னான். "முதுகில் இருப்பதா? ஈஸ்டர் பண்டிகை யில் சர்க்கஸ் ஆடுகிறபோது டிரிபீஸிலிருந்து நாங்கள் விழுந்து

விட்டோம். அப்பா இன்னும் படுத்த படுக்கையாகத்தான் இருக்கிறார். எனக்குக் குணமாகிவிட்டது."

நான் சட்டையைத் தூக்கிப் பார்த்தேன். இடதுதோள் பட்டையிலிருந்து துடை வரை முதுகுத் தோல் அப்படியே உறிந்துபோய் ஒரே பெரிய வடுவாக மாறியிருந்தது. புண்வாய் ஆறி உலர்ந்து காய்ந்து பொருக்கேறியிருந்தது. அவன் வித்தை காட்டியபோது பொறுக்கில் பல இடங்களில் கீரல் விழுந்து அதன் வழியாக ரத்தம் பீறிட்டுக் கொப்புளித்தது.

"இப்போது வலிக்கவேயில்லை... வலிக்கவேயில்லை அரிக்கத்தான் செய்கிறது..."

வீரனுடைய நெஞ்சழுத்தப் பார்வையுடன் அவன் பெரிய மனுஷன் குரலோடு "எனக்காக நான் இப்படி வேலை செய்தேன் என்றா நினைக்கிறாய்? சத்தியமா அப்படியே இல்லை. எங்கப்பா – எங்கிட்டத் தம்பிடி கிடையாது. எங்கப் பாவுக்கு ரொம்பக் காயம். அதனாலே எப்படியும் வேலை செய்துதானே ஆகணும். மேலும் நாங்கள் யூதர்கள். எல்லோரும் எங்களைப் பார்த்தால் கேலி செய்கிறார்கள்... போயிட்டு வாரேன்."

அவன் மலர்ந்த முகத்துடன் குதூகலத்துடனேயே பேசினான். பிறகு விசுக்கென்று வாய்திறந்த வீடுகளைத் தாண்டிச் சென்று மறைந்துவிட்டான்.

இதெல்லாம் அற்ப விவகாரந்தானே. ஆனால் என் ஆயுளில் கஷ்டம் வந்தபோது இந்தச் சின்னப் பையனுடைய தைரியத்தை அடிக்கடி நினைத்தேன். நன்றியுடன் நினைத்தேன்.

494 பளிங்குச் சிலை

இந்தப் பல் விவகாரம்

மைக்கேல் ஜோஷெங்கோ

எங்கள் சகா எகோரிச்சுக்குப் பல், தொந்திரவு கொடுத்து வந்தது. என்ன காரணத்தினாலோ விழ ஆரம்பித்தது.

காலம் என்ற ஒன்று இருக்கே, அதற்கும் இந்த விவகாரத் துக்கும் சம்பந்தமிருக்கலாம். வருஷங்களும் ஓடி மடிகின்றன. மனுஷ சரீரமும் நைந்துபோக ஆரம்பிக்கிறது. எலும்புகளும் ஒடிய ஆரம்பிக்கின்றன. பல்லுக்கும் அந்தக் கதிதானே!

சுருக்கமாகச் சொல்லப்போனால் ஐவான் எகோரிச் ஸாசகெவ் பற்களை ஒவ்வொன்றாக இழக்க ஆரம்பித்தார். இவர் எங்களோடு வந்து வசிக்க ஆரம்பித்து சுமார் ஒரு வருஷ காலமிருக்கும்.

பேச்சு முற்றியபோது அவருடைய பற்களில் ஒன்று வெளி யேற வேண்டிய நிலைமை ஏற்பட்டது என்பது வாஸ்தவந்தான். ஆனால் மற்றவையெல்லாம் சுய இஷ்டத்தின் பேரிலேயே வெளியேற ஆரம்பித்தன. அவை 'சம்பவங்க'ளுக்காகக் காத்திருக்க வில்லை. அடை சுவைக்கும்போது அவை ஒடிந்து விழுந்தன. சம்பள விகிதம் பற்றி அவர் பேசிக்கொண்டிருந்தபோது சில நொறுங்கின. அல்லது யாருமே இல்லாத சமயத்திலும் அவை வெளியேறின. மிகவும் ஆச்சரியப்படத்தக்கதுதான். சொற்ப காலத்தில் அவர் ஆறு பற்களை இழந்தார்.

ஆனால் எங்கள் எகோரிச் இதைக் கண்டு கவலை கொள்ள வில்லை. பொக்கை வாய்ப் பயம் அவருக்குக் கிடையாது. அவர் இன்ஷுூர் செய்துகொண்டிருந்தார். அவருக்குத் தேவை யான சமயத்தில் வேறு பல் ஒரு ஸெட் வந்து சேரும். அதை நினைக்கநினைக்க அவருக்கு ஆனந்தம் குதி போட்டது.

“பல் விவகாரத்திலே நமக்குக் கஞ்சத்தனமே கிடையாது. யாரும் பல்லைத் தட்டவந்தால் எனக்கு அதை இழக்க எப்போதும் சம்மதந்தான். எந்தப் பயலும் அடிக்க வந்தால் மூக்கிலோ மூஞ்சியிலோ குத்துவிட அனுமதிப்பதில்லை. ஆனால் இந்தப் பல் விவகாரம் வேறே. அதைப் பற்றிக் கவலையே கிடையாது. எங்களைப் போல இன்ஷூர் செய்துகொண்டவர்களுக்கெல்லாம் ஆபத்தே கிடையாது” என்று எகோரிச் தம்முடைய கொள்கையை சாயனம் செய்துகொண்டிருப்பது வழக்கம்.

பல் ஆறு போனதும், மூலாதார ரிப்பேருக்காக ஏற்பாடு பண்ணுவது என்று தீர்மானித்தார். இன்ஷூரன்ஸ் கடுதாசிகளை எடுத்துக்கொண்டு ராஜாங்கப் பல் ஆஸ்பத்திரிக்கு நடையை நீட்டினார்.

பல் ஆஸ்பத்திரியிலே அவரைப் பார்க்கச் சந்தோஷம் என்றார்கள். “ஒரு ஸெட் செய்து கொடுக்கத் தயார்தான். உங்களுக்கு எத்தனை பல் போச்சு. அடாடா . . . குறைந்தபட்சம் எட்டுப் பல் போனால்தான் செய்துகொடுக்க வேண்டும் என்பது எங்களுக்குச் சட்டம். உமக்கு அதைவிட ஜாஸ்தி போயிருந்தால் உம்முடைய அதிர்ஷ்டம். எங்கள் துரதிர்ஷ்டம். எட்டுக்கும் குறைந்திருந்தால் எங்களால் உமக்கு எதுவும் செய்து தருவதற்குச் சாத்தியப்படாது. சில்லறை வேலைகளை வைத்துக்கொண்டு நேரத்தை வீண்படுத்த ஆஸ்பத்திரியால் முடியாது. இன்ஷூரன்ஸ் சம்பந்தமான சட்டம் எல்லாம் அந்தப்படிதான்.”

“எனக்கு ஆறு பல் போச்சு” என்றார் எகோரிச்.

“காம்ரேட், என்ன செய்யலாம்? ரொம்ப வருத்தமாகத்தான் இருக்கு. நாங்கள் ஒன்றும் செய்வதற்கில்லையே. எட்டு விழுகிறவரை நீர் காத்திருக்க வேண்டியதுதான்” என்றார்கள்.

எகோரிச்சுக்கு ரொம்பக் கோபம் வந்தது.

“நான் சுத்தியை வைத்துப் பல்லைத் தட்டிக்கொள்ள வேண்டும் என்று சொல்கிறீர்களா? உங்கள் அர்த்தந்தான் என்ன?”

“நீர் பல்லைக்கில்லைத் தட்டிக்கொண்டிருக்க வேண்டுவதில்லை. இயற்கையின் போக்கில் நீர் தலையிடலாமா? நீர் காத்திருக்க வேண்டும். அதிர்ஷ்டமிருந்தால் இரண்டு மூன்று தானே விழுந்துவிடக்கூடும்.”

ஆஸ்பத்திரியிலிருந்து திரும்பி வீட்டுக்கு வரும்போது எகோரிச் மனம் நிலைகொள்ளவில்லை. இந்தப் பல் விவகாரத்தில் அவ்வளவு நிச்சயமிருந்தது அவருக்கு. ஆனால் இப்பொழுது பார்க்கப்போனால் எல்லாம் ஏகக் குளறுபடியான சிக்கலாகக் கிடக்கிறது.

இந்த அதிர்ஷ்ட குந்தகமான அந்தப் பற்கள் விழும்வரை காத்திருப்பது என்று தீர்மானித்து மனதைச் சாந்தப்படுத்திக் கொண்டார்.

ஒன்று வெகுசீக்கிரத்தில் விழுந்தது. இன்னொரு பல்லுடன் எகோரிச் கொஞ்சகாலம் . . . தச்சனுடைய அரத்தை வைத்துப் பல்லுக்கு மெருகு கொடுக்க முயன்றார். அது ஆட்டம் கொடுத்து ஈறை விட்டு வெளியே கழன்று விழுந்தது.

எகோரிச் கால்கொண்ட வேகத்தில் ஆஸ்பத்திரிக்கு ஓடினார்.

"இப்பொழுது – சட்டப்படி எட்டுப் பல் விழுந்தாச்சு" என்று அறிவித்தார்.

"ரொம்ப நல்லது. வேலையை இனிமேல் ஆரம்பிப்போம். இந்த எட்டுப் பல்லும் ஒரே இடத்தில் விழுந்திருக்கிறதா எப்படி? எட்டுப் பல்லும் ஒரே வரிசையில் விழுந்திருக்க வேண்டும் என்பது எங்கள் சட்டம். ஒரே வரிசையில் இல்லா விட்டால் எங்களால் ஒன்றும் செய்ய இயலாது. இங்கொன்றும் அங்கொன்றுமாக விழுந்திருக்கும் பற்களைப் பற்றிக் கவனிக்க முடியாது. உமக்குப் புரிந்திருக்கும் என்று நினைக்கிறோம். திக்காலுக்கு ஒன்றாக விழுந்திருந்தால் உம்மால் இன்றும் சுவைத்துச் சாப்பிட முடியு"மென்றார்கள்.

"அவை ஒரே இடத்திலிருந்து விழவில்லை" என்றார் எகோரிச்.

"அப்படியா? ரொம்ப வருத்தப்படுகிறோம். நாங்கள் எதுவும் செய்வதற்கில்லை."

இதற்கு என்ன பதில் சொல்லுவது என்று எகோரிச்சுக்குப் புரியவில்லை. மீந்து நின்ற பல்லை நெறநெறவென்று கடித்துக் கொண்டு ஆஸ்பத்திரியைவிட்டு வெளியே வந்தார்.

எதிர்பாராதவிதமாய் எப்படி வந்து முடிந்துவிட்டது? இனிமேல் நமக்கென்ன கவலை என்ற நம்பிக்கையில் நிம்மதியாக ஜீவித்து வந்தார். ஆனால் இப்பொழுது நம்பிக்கையெல்லாம் நாசமாய்ப் போச்சு.

அன்றிலிருந்து எகோரிச் ஜீவியமே மாறியது. இப்பொழுது ரொம்பவும் அமரிக்கையாகக் காலத்தைக் கழிக்கிறார். திரவ பானமாகத்தான் ஆகாரம். தினசரி மூன்று முறை பல் விளக்க ஆரம்பித்துவிட்டார்.

இந்தமாதிரியில் பல் ஆஸ்பத்திரிச் சட்டம் ஒரு நல்ல காரியத்தைச் செய்தது!

○○

ஓம் சாந்தி! சாந்தி!

எலியா எஹ்ரன்பர்க்

அதோ கண்ணுக்குத் தெரிகிறதே, அந்த நட்சத்திரங் களிலிருந்து ஒளி ரேகைகள் வருவதற்கு எத்தனை ஆயிரம் வருஷங்கள் செல்லுகின்றன. அதன் யாத்திரையுடன் மனித வாழ்வை ஒப்பிட்டால் வெகு சுருக்கம் – குழந்தைப்பருவம், விளையாட்டு, கலியாணம், உழைப்பு, வியாதி, மரணம் – எல்லா விவகாரங்களும் மிகச் சுருக்கம்தான். சக்திவாய்ந்த தூரதிருஷ்டிக்கண்ணாடிகள், கணித சாஸ்திரத்தின் நுணுக்க வாய்ப்பாடுகள் எல்லாம் நம் வசம் இருக்கின்றன. ஆனால் நம்முடைய இந்தச் சுருக்க ஜீவியத்தின் கனத்தை நிறுக்கும் தராசை யார் கண்டுபிடிக்கப் போகிறார்கள்? ஒரு தட்டில் அந்த ஓசைப்படாத ஒளி ரேகைகள்; மறுதட்டில் வந்துவந்து மடிந்துகொண்டிருக்கும் மனித வித்துக்கள் – வருகிறது, பழுக்கிறது, கருகிவிடுகிறது, இப்படி அளந்துபார்க்கத் தராசு இருக்கிறதா?

அப்பொழுது போர் நடந்தது.

இனிமேல், காலா காலத்தில் மனிதர்கள் அதற்கு 'மகா' என்றோ 'சின்ன' என்றோ அடைமொழி சேர்த்து அடையாளம் போட்டுவைப்பார்கள். அந்தக் காலத்திலிருந்தவர்களுக்கு அது வெறும் யுத்தம்தான். பிளேக்குக்கு வேறு பெயர் உண்டா? மரணத்திற்கு வேறு பெயர் உண்டா? அதே மாதிரிதான்.

ஒரு குறிப்பிட்ட சின்னப்புள்ளி போன்ற இடத்தில் சண்டை நடந்தது. இப்பொழுது வெறும் கல்லும் கட்டியுமாகக் கிடக்கிறதே, அதற்கு ஒரு காலத்தில் இட்பிரஸ் என்று பெயர். அதன் அருகில் அந்த வட்டாரத்தைச் சேராத மனிதர்கள்

தூங்கினார்கள், எழுந்தார்கள், நடமாடினார்கள், சாப்பிட்டார்கள், செத்துப்போனார்கள். திடீரென்று, கைகாட்டி மரம் சரிந்த மாதிரி, கைகளை விரியப்போட்டு விழுந்து செத்துப் போனார்கள். அவர்களுக்குப் பிரஞ்சு சேனையில் 118–வது பட்டாளம் என்று பெயர். இந்தப் பட்டாளம் தெற்கே பிராவன்ஸ் மாகாணத்தில் திரட்டப்பட்டது. அங்கே எல்லோரும் குடியானவர்கள், திராட்சைக்கொடித் தோட்டம் போடுகிறவர்கள், மேய்ப்பர்கள். ஆறு மாதங்களாக அந்தச் சுருட்டத்தலை மனிதர்கள், களிமண் தரையில் வெட்டப்பட்ட இந்தக் குழிகளில் இருந்து சாப்பிட்டார்கள், தூங்கினார்கள், துப்பாக்கி கொண்டு சுட்டார்கள்; ஒருவர் ஒருவராகக் கையை விரித்துப்போட்டு விழுந்து மடிந்தார்கள். ராணுவத் தலைமைக் காரியாலயத்தில் இவர்கள் செய்யும் இந்த வேலை 'கரிசல் வாய்க்கால் அருகில் 118–வது பட்டாளம் இடங்களைப் பாதுகாக்கின்றது' என்று பதிவு செய்யப்பட்டது.

அவர்களுக்கு எதிராக 500 தப்படி தூரத்தில் வேறு மனிதர்களும் நிறுத்தப்பட்டிருந்தனர். அவர்களும் துப்பாக்கி கொண்டு சுட்டார்கள். அவர்கள் தலைமயிர் சணல் மாதிரி பழுப்புவர்ணம் கொண்டது; கண்களும் சாம்பல் பூத்த மாதிரி இருக்கும். ஆகிருதியில் திராட்சை சாகுபடிக்காரர்களைவிடத் தடியர்கள். பழக்க லாவகத்தில் கிராமியர்கள்; அவர்கள் பொமெரியானாவில் கோதுமை சாகுபடி செய்கிறவர்கள். வேறு ஒரு ராணுவக் காரியாலயத்திற்கு அவர்கள் பிரஷ்ய ராணுவத்தின் 87–வது ரிஸர்வ் பட்டாளம் எனத்தான் தெரியும்.

இவ்விருவரும் பகைவர்கள். இவ்விரு பகைவர்களுக்கும் இடையில் ஒரு நிலம். திராட்சை சாகுபடி செய்கிறவர்களும் கோதுமைப் பயிர் இடுகிறவர்களும் அதை 'மனித சூன்யப் பிரதேசம்' என்று குறிப்பிட்டார்கள்.

இந்த நிலம் ஜெர்மன் ஏகாதிபத்தியத்திற்கோ அல்லது பிரஞ்சுக் குடியாட்சிக்கோ அல்லது பெல்ஜிய முடியாட்சிக்கோ சொந்தமானதல்ல. வெடிகுண்டுகளால் குண்டும் குழியுமாகத் தோண்டப்பட்டு நாலாபக்கமும் எலிவளை மாதிரி வெட்டி, நிர்மானுஷ்யமாகக் கிடக்கும் டிரஞ்சுகள் கொண்ட இந்த மண், மனித எலும்புகள், துருப்பிடித்த இரும்பு இவைகளால் உரமிடப்பட்டுக் கிடந்தது. இந்த நிலம் செத்துக் கிடந்தது. இது ஒருவருக்கும் சொந்தமில்லை. இந்த மண்ணில் ஒரு குத்துப்புல்கூட முளைக்கவில்லை. ஜூலை மத்தியானங்களில் வெடிமருந்து 'கரிந்த' நாற்றமும் ரத்த நெடியும்தான் வீசும். மனிதவர்க்கம் கற்பகத்தருவுக்குக்கூட, இந்த அழுகி நாறும் மண்ணுக்குப் போரிடுவது போல் போரிட்டதில்லை. தினசரி

பிரஞ்சு நிலத்திலிருந்தும் ஜெர்மன் நிலத்திலிருந்தும் மனிதர்கள் ஊர்ந்துவந்து பிசுபிசுவென்று ஒட்டும் தங்களுடைய ரத்தத்தை இந்த மஞ்சள் களிமண்ணுடன் கலப்பார்கள்.

பிரான்ஸ் சுதந்திரத்திற்காகப் போர் புரிவதாகச் சிலர் சொல்லிக்கொண்டார்கள்; நிலக்கரியும் இரும்பும் பெறப் போர்புரிகிறது என்கிறார்கள் சிலர். ஆனால் பியரி துப்பாய் என்ற 118-வது பட்டாளத்துச் சிப்பாய் யுத்தம் என்பதற்காகத் தான் சண்டை போட்டான். யுத்தத்திற்கு முன் திராட்சைத் தோட்டம்தான் அவன் வாழ்வாக இருந்தது. மழை அமோக மாகப் பெய்தால், திராட்சைக் கொடிகளில் நோய் விழுந்தால் பியரிக்கு முகம் கருக்கும்; சுள்ளியைப் பொறுக்கித் தன் நாயை அடிப்பான் – கண்டபடி தின்று தொலைக்கிறதென்று. பயிர் நல்லபடி கண்டால் உடம்பில் வெளுத்த சட்டைதான். பக்கத்துப் பட்டணத்துக்குப் போவான். அங்குள்ள 'ராஜாக்கள் ஹோட்டல்' என்ற படாடோப விடுதியில் சில்லரையை வீசி, பாட்டுக் கேட்பான், வாயைப் பிளந்துகொண்டு. ஒரே ஒரு வருஷம் வியாதி கண்டு படுத்துக்கொண்டான். காதில் கட்டி புறப்பட்டது. அது ரொம்ப வலித்தது. சின்னப் பையனாக இருக்கும்பொழுது ஆட்டுக்குட்டிகள்மீது 'குதிரை சவாரி' செய்வான். அவன் மனைவியின் பெயர் ஜீனி. அவள் அங்கும் இங்கும் நடமாடுகையில் அவள் முதுகைத் தட்டிக் கொடுப்பதில் அவனுக்கு ஒரு குஷி. இதுதான் பியரி துப்பாய் வாழ்க்கை. பிரான்ஸ் சுதந்திரத்திற்கும் நிலக்கரிக்கும் போர் தொடுத்த பொழுது 118-வது பட்டாளத்தில் சேர்ந்தான்.

பியரி துப்பாய்க்கு ஐந்நூறு தப்படி தூரத்தில் பீட்டர் தீயபு இருந்தான். அவன் வாழ்வு இவன் வாழ்வு மாதிரியல்ல – எங்காவது உருளைக்கிழங்கு திராட்சைப் பழம் மாதிரி இருக்குமா? ஆனால் உலகத்தின் பழவர்க்கங்களும் தேசங்களும் மனித வாழ்வும் எப்படி அடிப்படையில் ஒரே மாதிரியோ அப்படித்தான். பீட்டர் திராட்சைப் பழமே தின்றதில்லை. பணக்காரர்களுக்கு என்று தனியாகக் கடைகள் இருக்கிற தல்லவா அதில் திராட்சைப் பழத்தைக் கண்ணால் பார்த்திருக் கிறான். அவனுக்குப் பாட்டுப் பிடிக்காது. சும்மா இருக்கும் நேரங்களில் கிட்டி விளையாடுவான். வெயில் ரொம்ப அடித்தால், மழை தவறினால் நிலம் வரண்டுபோகும், பசுவின் மடுவில் பால் வற்றிவிடும் – அதனால் அவன் முகம் சுளிக்கும். அவனுக்குக் காதுக்குள் கட்டி புறப்படவில்லை. ஒரே ஒரு வருஷம் அவனுக்கு மார்பில் சளி கட்டிக்கொள்ள ஒரு வாரம் காய்ச்சலாகப் படுக்கையில் படுத்தான். சிறு பையனாக இருக்கும்பொழுது தகப்பனார் வளர்த்த வேட்டை நாயுடன் விளையாடுவான். அவன் மனைவி ஜோஹன்னா பால்

மாதிரி வெளுப்பு; உருளைக்கிழங்கு மாவு மூட்டை மாதிரி கொழுகொழு என்றிருப்பாள். அப்போது – யாரோ சிலர் ஜெர்மனி சுதந்திரத்திற்காகச் சண்டை போடுகிறது என்றார்கள்; வேறு சிலர் நிலக்கரி, இரும்புக்காகச் சண்டை போடுகிறது என்றார்கள். பீட்டர் தீயபு 87வது ரிசர்வுப் பட்டாளத்தில் சேர்ந்தான்.

மனித சூன்யப் பிரதேசத்தில் சுதந்திரமும் கிடையாது, நிலக்கரியும் கிடையாது. அங்கே மனித எலும்புகளும் வளைந்து நொறுங்கிய கம்பிகளும் தவிர வேறு ஒன்றும் கிடையாது. ஆனால் அங்குள்ள அந்த மனிதர்கள் எப்படியும் அதை ஆக்கிரமித்துக்கொள்ள விரும்பினார்கள். 1916 ஏப்ரல் 24ஆம் தேதி லெப்டினண்ட், பியரி துப்பாயைத் தன்னிடம் அழைத்துக் 'காட்டுப்பூனை வழி' என்ற நடமாட்டம் ஒழிந்த டிரஞ்ச் வழியாக ஜெர்மன் அணிவகுப்புவரை சென்று எதிரி நிலைமை களை அறிந்துவர வேண்டும் என்று உத்தரவு இட்டார்.

பியரி துப்பாய்க்கு வயது இருபத்தெட்டு. அதொன்றும் பிரமாதமல்ல. அந்த நட்சத்திரங்களிலிருந்து வரும் ஒளி ரேகை கள் இப்படி எத்தனையோ நூற்றுக்கணக்கான வயதுவரை வந்துகொண்டே இருக்கவில்லையா? உத்தரவைக் கேட்டவுடன் திராட்சைத் தோட்டத்தைப் பாழ்படுத்திய நோயைப் பற்றி நினைத்தான்; மனிதனுக்கு வரக்கூடிய கஷ்டங்கள் எல்லாவற் றையும் பற்றி நினைத்தான்; இப்பொழுது யுத்தமாகையினாலே ஒவ்வொருவனும் தன் வயதை வருஷம் வருஷமாகக் கணக்கு வைத்து எண்ணாமல் நாள்நாளாகக் கணக்குப்பண்ண வேண் டும் என்பது அவனுக்குத் தெரியும். இராத்திரி இரண்டு மணிக்குத் தான் போக வேண்டும். போவதற்கு இன்னும் மூன்று மணி நேரம் பதினைந்து நிமிஷம் கிடக்கிறது. ஒரு பொத்தானைத் தைத்துவிட்டு ஜீனிக்குக் கடுதாசி எழுத நேரமிருந்தது. 'கொடி களுக்குக் கந்தகப்பொடி தூவ மறந்துபோக வேண்டாம்' என்று எழுதினான். சுடச்சுடக் கடுங்காப்பியை ரொம்ப ரசித்துக் குடித்தான்.

இராத்திரி இரண்டு மணிக்கு மனித சூன்யப் பிரதே சத்தைக் கைப்பற்றுவதற்கு வழுக்கும் களிமண் பாதையில் ஊர்ந்து சென்றான்; அந்தப் பாதைக்குக் காட்டுப்பூனை வழியென்று பெயர். வழி ரொம்பக் கடுமை. ஒவ்வொரு அடியிலும் செத்த மனிதர் எலும்பும் முள் கம்பியும் தடுக்கி விட்டது. அதனால் நடக்கத் தாமதப்பட்டது. கடைசியாகப் பாதையின் அந்தத்திற்கு வந்தான். இரண்டு பக்கமும் அது வேறு டிரஞ்சுகளுக்குக் கிளையாகப் பிரிந்தது. எந்த வழியாகப் போகலாம் என்று யோசித்தான். இரண்டும் பகைவர்கள் இடத்திற்கே – மரணத்திற்குத்தான் – சென்றன. பியரி உட்கார்ந்து

களைப்பாறத் தீர்மானித்தான்; ஒரு சுங்கானை, பட்டாளத்துச் சிப்பாயின் மலிவான சுங்கானை, எடுத்துப் பற்றவைத்தான்; அதன்மீது களிமண் ஒட்டிக்கொண்டிருந்தது; எங்கும் ரொம்ப அமைதியாக இருந்தது. சாதாரணமாகப் பகலில் இருவரும் பரிமாறிக்கொள்ளும் துப்பாக்கிச் சத்தம் எப்பொழுதும் கேட்டுக்கொண்டே இருக்கும். இராத்திரியிலே சத்தமில்லாமல் ஒருவரையொருவர் கொன்றுகொண்டனர், பியரியைப் போலத் தனித்தனியாக மனிதர்களைப் பாம்பு போல ஊர்ந்து சென்று குரோதம் மிகுந்த கண்ணிகளை வைக்கும்படி ஏவிவிடுவார்கள்.

பியரி 'பம்பம்' என்று புகைபிடித்து நட்சத்திரம் நிறைந்த வானத்தை அண்ணாந்து பார்த்தான். எட்ட நின்று பிரகாசிக்கும் அந்த உலகங்களைத் தன்னுடைய பிராவன்ஸ் மாகாணத் துடன் ஒப்பிட்டு அளந்தோ கணித்தோ அவன் பார்க்கவில்லை. தூரத்திலே, தெற்கிலும் இப்படித்தான் இருக்கும்; திராட்சைத் தோட்டத்திற்கு நல்லதுதான், ஜீனிக்கும் நல்லதுதான் —'ஏனென்றால் ஜீனிக்கு இந்தமாதிரி ராத்திரிதான் பிடிக்கும்' எனச் சொல்லிக்கொண்டான். அவன் அங்கு படுத்துக்கிடந்து புகை குடித்தான்; அவனுடைய மயிர் செறிந்த மிருக உடம்பு அந்தச் செத்து மடிந்த மனித சூன்யப் பிரதேசத்திலே, கால் கைகளை இஷ்டம் போல அசைக்கக்கூடிய தெம்பிலே உயிருடன் இருப்பதையே ஒரு இன்பமாக ரசித்து, அனுபவித்துக்கொண்டிருந்தது.

ஆனால் பியரியின் சுங்கான் நன்றாகக் கனிந்து பிடித்துக் கொள்ளுமுன் டிரஞ்ச் திருப்பத்தில் ஒரு முகம் தெரிந்தது. யாரோ ஒருவன் தனக்கு எதிராக ஊர்ந்து வருவதைக் கண்டான் பியரி. ஒரு தட்டையான அகன்ற முகத்தைப் பார்த்தான். பிராவன்ஸ் திராட்சைத் தோட்டக்காரர்கள், மேய்ப்பர்கள் ஜாடை அதில் இல்லை. வேறுநாட்டு முகம், அன்னியத் தொப்பி, அன்னிய நாட்டு ராணுவப் பொத்தான் கள். அவன்தான் பீட்டர் தீயபு. ஆனால் பியரிக்கு எதிரி. அவன் 'பகைவன்', 'யுத்தம்', 'சண்டையில் கொல்லப்பட்டான்' என்ற பதங்கள் போல வெறும் எதிரி. அன்று சாயங்காலம் ஜெர்மன் லெப்டினன்ட், பீட்டரைக் கூப்பிட்டான். உத்தரவு போட்டான். அவனும் கோட்டைப் பழுதுபார்த்தான், ஜோகன்னாவுக்குக் கடுதாசி எழுதினான், பசுவுக்கும் கன்றுக் கும் என்ன செய்ய வேண்டும் என்பதை எழுத மறக்கவில்லை. அவனும் அசைபோட்டுத் தன் கஞ்சியை ரசித்துக் குடித்தான் – இவையெல்லாம் பியரிக்குத் தெரியாது; தெரிந்தாலும் புரிந்திருக்காது; ஏனென்றால் பூமியின் மேலுள்ள அந்தப் பாத்தியில், மற்ற எத்தனையோ பாத்திகளில் நடப்பதுபோல யுத்தம் அல்லவா? பியரிக்கு பீட்டர் வெறும் பகைவன்; இப்பொழுது பகைவனுடைய முகத்துக்கு எதிராக, ஊர்ந்து

வரும் பகைவனுக்கு எதிராக நிற்கிறான்; எதிரியின் மூச்சு இவன் நெற்றியில் படுகிறது. பியரி, புராதன காலத்து மூதாதை களில் ஒருவன் போல, காட்டில் வசிக்கும் ஓநாய் போல அவன்மேல் பாய்ந்து விழுந்து பிடிக்கத் தயாரானான். பீட்டரும் தனக்கு எதிராகப் பகைவனைக் கண்டான்; பகைவனுடைய நெஞ்சு அடித்துக்கொள்ளுவது அவனுக்குக் கேட்டது. தனது புராதன காலத்து மூதாதைகளில் ஒருவன் மாதிரி, ஓநாய் மாதிரி கைகளைத் தளர்த்திக் காலை ஊன்றிப் பாய்வதற்குத் தூரத்தைக் கண்ணால் அளந்தான்.

இருவரும் கொஞ்சநேரம் ஒருவரை ஒருவர் பார்த்து மற்றவன் ஆரம்பிக்கட்டுமே என்று காத்திருந்தனர். ஒருவன் மற்றவனுடைய கையைப் பார்க்க முடியும். அதைப் பரஸ்பரம் கூர்ந்து கவனித்துக்கொண்டனர்.

இப்படியான சமயத்திலே பியரியின் சுங்கானிலிருந்து புகை எழுந்தது. இரு பகைவர்களும் எதிரெதிராகப் படுத்துக் கிடந்தனர். ஒருவரையொருவர் கொன்றுகொள்ள விரும்ப வில்லை. ஆனால் கொன்றுகொள்ள வேண்டும் என்பதைப் பரிபூரணமாக உணர்ந்தவர்கள் – முகத்துக்கு முகம் மூச்சுப் படும்படி கிடந்தனர். மோந்து பார்த்துக்கொள்ளும் மிருகங்கள் மாதிரி இருந்தது அவர்கள் நிலை. இருவருடைய நாற்றமும் இருவரும் அறிந்ததுதான்; நனைந்த கோட்டு நாற்றம், வேர்வை நாற்றம், சாப்பிட்ட ஸூப் நாற்றம், களிமண் நாற்றம் – எல்லாம் இருவரும் அறிந்ததுதான். அதில் ஒரு தொடர்பு.

அவர்கள் தொலைதூரத்திலிருக்கும் பிரதேசங்களிலிருந்து வந்தவர்கள்; பிரான்ஸிலிருந்தும் பொமெரியானாவிலிருந்தும் இந்த இடத்திற்கு, இந்த மனித சூன்யப் பிரதேசத்திற்கு, இந்த அன்னிய நாட்டுக்கு வந்திருக்கின்றனர். இது அவர்களுக்குத் தெரியும். இதுதான் எதிரி – அடியோடு நசித்துப்போவது. இருவரும் பேச முயற்சிக்கவில்லை; எத்தனையோ அன்னிய நாடுகள்; எத்தனையோ அன்னிய பாஷைகள். ஆனால் அவர் கள் முகத்துக்கு முகம் எதிராகக் கிடந்தனர். பியரியின் சுங்கான் புகைந்தது. தன் சுங்கானைப் பற்றவைக்க முடியாது எனப் பீட்டருக்குத் தெரியும். கொஞ்சம் கை அசைந்தால் ஜீவமரணப் போராட்டந்தான். அவன் மூக்கு மற்றவன் விட்ட புகையை உறிஞ்சியது; உதடுகள் விரிந்தபடி; பியரிக்குப் புரிந்தது. அவன் முகத்தை எட்டி நெருங்கினான். பீட்டர், பியரியின் பல்லிடை யிலிருந்து சுங்கானைத் தன் பல்லால் பற்றிக்கொண்டான்.

பீட்டர் நன்றாக ஒரு தம் உறிஞ்சிவிட்டுப் பியரிக்குக் கொடுத்தான். பியரி தானும் உறிஞ்சிவிட்டு முன்போல் வேண்டுகோள் இல்லாமல் தன் எதிரிக்கு உடனே சுங்கானைக்

கொடுத்தான். ஆனால் ஒரு நிமிஷம் அவர்கள் கண்கள், சர்வ ஜாக்கிரதையான, தளர்ந்த பாவனை முயற்சியில் கிடக்கும் கைகளைக் கவனித்துக்கொண்டன. அவர்கள் பலமுறை ரொம்ப ரசித்து அந்தப் பட்டாளத்துச் 'சிப்பாய்' சுங்கானைப் பிடித்தனர்; மனித சூன்யப் பிரதேசத்தில் உள்ள அந்த அவர்கள் 'தம்' பிடித்தனர். அந்த நிலம் எப்படியாவது கைப்பற்றப்பட வேண்டும். அவர்கள் ரொம்ப ஜாக்கிரதையாக, ரொம்ப மெதுவாக, ரொம்ப ரொம்ப மெதுவாகப் புகை பிடித்தனர். வரம்பெற்ற வெளியில் ஒளி ரேகைகள் ஓசையில்லாது ஆயிரக் கணக்கான வருஷங்கள் ஓடித் திரிகின்றன. இந்த இரண்டு மனிதர்களுக்கும் குறைந்தபட்சம் தம்மில் யாராவது ஒருவருக்கு இதுதான் கடைசி 'தம்' என்பது தெரியும். அப்புறம் வந்தது துரதிஷ்டம். புகையிலை ஆகிவிடுமுன் குழல் அணைந்துவிட்டது. அந்த இருவரில் ஒருவன் சுங்கானின் 'அல்பாயுசை' நினைத்துப் பெருமூச்சுவிட்டான். நினைவு வேறு திசை திரிந்தது. பியரி தன் ஜீனியைப் பற்றி நினைக்க ஆரம்பித்தானோ . . . அல்லது பீட்டர்தான் ஜோகன்னாவை நினைக்க ஆரம்பித்துவிட்டானோ. பையிலிருக்கும் தீப்பெட்டியை எடுக்க முடியாது என்பது இருவருக்கும் தெரியும். கொஞ்சம் அசைந்தால் மரணப்போர் தான். ஆனால் ஒருவன் எடுத்தே விடுவது என்று தீர்மானித்து விட்டான்; பிரஞ்சுக் குடியாட்சியைத் தற்காக்கும் பியரியோ அல்லது ஜெர்மன் ஏகாதிபத்தியத்தைப் பாதுகாக்கும் பீட்டரோ?

இருவரில் ஒருவர்தான் . . .

இருவரும் ஒருவரையொருவர் பற்றிக் கழுத்தை நெறிக்க முயன்றனர். சுங்கான் மண்ணுக்குள் விழுந்து புதையுண்டது. இருவரும் ஒருவரையொருவர் நெறித்துக் கொல்ல முயன்றனர். கட்டிப் புரண்டனர்; மேலெல்லாம் களிமண் ஒட்டிக்கொண்டது; இருவரும் ஒருவரையொருவர் வெல்ல முடியவில்லை; பற்கள் ஆயுதமாயின; சிரைக்காத முகத்தையும் தமக்குத் தெரிந்த நாற்றமெடுக்கும் முறுக்கேறிய கழுத்தையும் ஒருவரையொருவர் கடித்துக்கொண்டனர். தங்களுடைய பிசுபிசுத்த ரத்தத்தை மஞ்சள் களிமண்ணில் ஓடவிட்டுக் குழப்பினர். அப்புறம் ஒருவருக்கொருவர் அருகில் கிடந்தனர்; இப்பொழுது சுங்கான் இல்லை; செத்துப்போனார்கள்; செத்த மனித சூன்யப் பிரதேசத்தில் செத்துக் கிடந்தார்கள். பூமிக்கு ஓசைப்படாமல் ஆயிரக் கணக்கான வருஷம் திரியும் ஒளி ரேகைகள் கொண்ட நட்சத்திரங்கள் மறைந்தன. பகல் வந்தது. இரவு மண்ணில் வளை தோண்டி ஒருவரை ஒருவர் கொன்றுகொண்ட மனிதர்கள் இப்பொழுது சப்தம் மிகுந்த துப்பாக்கி வேட்டுக்களைப் பரிமாறிக்கொண்டார்கள். இரண்டு இராணுவத் தலைமைக் காரியாலயங்களிலும் இரு சிப்பாய்களின் பெயர்களுக்கு

எதிரில் 'காணாமல் போனார்கள்' எனப் பதிவு செய்துகொண்டார்கள். மறுபடி ராத்திரி வந்ததும் பியரியும் பீட்டரும் போல மனித சூன்யப் பிரதேசத்திற்கு மற்றவர்கள் வந்தார்கள்.

அந்த வருஷம், 'யுத்தம்.'

பிரான்ஸில் உள்ள குக்கிராமத்தில் ஜீனி பியரிக்காக அழுதாள்; திராட்சைக் கொடிகளில் கந்தகப் பொடியைத் தூவினாள். அழுதுஅழுது ஓய்ந்த பிறகு புதுக்கணவன் பாலுக்கு வாசல் கதவைத் திறக்க ஆரம்பித்தாள். திராட்சையை அறுக்க ஒரு ஆள் வேண்டாமா; அங்கும் இங்கும் நடமாடுகையில் முதுகைத் தட்டிக்கொடுக்க ஒரு ஆள் வேண்டாமா? ரொம்பத் தூரத்திலே, பூமிக்கும் நட்சத்திரத்திற்குமிடையில் எவ்வளவு தூரமோ அவ்வளவு தூரத்திலே, அருகிலே, பொமெரியானாவில் ஒரு குக்கிராமத்திலே பசுவுக்கும் கன்றுக்கும் புல்லெடுத்து வைக்கும்பொழுது ஜோகன்னா கண்ணீர் சிந்தினாள். பசுக்களைப் பார்த்துக்கொள்ளுவதே பெரிய வேலை; மேலும் தனியாக எப்படி வாழ முடியும்? வீட்டுக்குப் புதிய புருஷன் வந்தான். அவன் பெயர் பால். அந்த வருஷம் மற்ற வருஷங்களைப் போல வாழ்வுதான்.

1917ஆம் வருஷம் ஏப்ரல் மாதம் மனித சூன்யப் பிரதேசம் யாருக்கும் சொந்தமற்றது என்ற தன்மையை இழந்தது. ஒரு தெளிவான பகலில், பலருடைய ரத்தத்தால் செழிப்பான மண் யாருக்கோ சட்டப்படி சொந்தமாயிற்று. முதல்முதலாகக் காட்டுப்பூனைப் பாதை என்ற டிரஞ்சில் மனிதர்கள் பயமில்லாமல் நடந்தார்கள்; குனியாமல் ஊர்ந்து போகாமல் நடந்தார்கள். அந்தப் பாதையின் அந்தத்தில் இரண்டு எலும்புக் கூடுகள் திடீரென்று மாண்ட காதலர்கள் மாதிரி கட்டித் தழுவிக்கிடப்பதைக் கண்டார்கள். அவைகளுக்கு அருகில் ஒரு சுங்கான் கிடந்தது.

நான் எழுதிக்கொண்டிருக்கையில் அதோ அது என் முன்னால் கிடக்கிறது. வெறும் சிப்பாய் சுங்கான்தான்; ஆனால் யுத்தம் உற்பத்தி செய்த சமாதானக் குழல். சாம்பல் ஒட்டிக்கிடக்கிறது; அதில் இரண்டு ஜீவன்களின், புகையிலையைவிடச் சீக்கிரம் கரிந்துபோன இரண்டு ஜீவன்களின் சின்னம்; அற்பமானதுதான், ஆனால் அழகானது. அந்த ஓசைப்படாத ஆயிர வருஷ ஒளி ரேகைகளை ஒரு தட்டில் போட்டு மறுதட்டில் கடைசி இழுப்பை இழுத்த சிப்பாயின் சுங்கானைப் போட்டு மனித வித்தின் மடிவை நிறுக்கும் தராசை நாம் எப்படிச் செய்வது . . .?

❍❍

V
உலக அரங்கு
நாடகக் கதைகள்

ஷேக்ஸ்பியர்

1564–1616

இங்கிலீஷ் நாடகாசிரியர் ஷேக்ஸ்பியரைத் துவிதப் பிரம்மா என்பார்கள். உலகத்தின் சிருஷ்டி தத்துவம் புரிந்துகொண்டவன் போல் தமது பாத்திரங்களை நடமாடவிடுவார். அவர் உலகில் பேய்களும் உண்டு; சாணக்கியர்கள், வீரர்கள், கொலைகாரர்கள், முட்டாள்கள், தேவதைகள், வெறியர்கள் யாவரும் உண்டு. அவர் உலகத்தில் முடிவில் தர்மத்துக்கே வெற்றி.

ஷேக்ஸ்பியர் 1564–ல் வார்விக்ஷயரில் உள்ள ஸ்டாபோர்ட்–ஆன்–அவான் (அவான் நதிக்கரையில் உள்ள ஸ்டாபோர்ட்) என்ற ஊரில் செயலுள்ள குடும்பத்தில் பிறந்தார். 1616–ம் வருஷம் அந்த ஸ்டாபோர்ட்–ஆன்–அவானிலேயே செயலுள்ள பிரபலஸ்தராக உயிர் துறந்தார். சிறுபோதில் அவரது குடும்பம் நொடிந்துவிட்டது. அவர் மணவினை சொத்தைக் கொண்டுவந்தாலும் மகிழ்ச்சியைக் கொண்டுவரவில்லை. அத்துமீறி ஒரு காட்டில் மான் வேட்டையாடியதாலோ, மற்றெந்தக் காரணத்தினாலோ ஊரைவிட்டு வெளியேறும்படி நேர்ந்தது.

லண்டனில் முதலில் பழைய நாடகங்களைத் திருத்திக் கொடுப்பவனாகவும், நடிகனாகவும், நாடகாசிரியனாகவும், பிறகு நாடக இலக்கியத்தின் சாம்ராட்டாகவும் பேரும் புகழும் பணமும் சம்பாதித்தார். பிறகு அந்திம காலத்தை சுகவாசியாகக் கழிக்க, பிறந்தவூர் திரும்பினார்.

கைப்பழக்கம் முதிர்ந்து உலகின் ஆழ்ந்த புதிர்களை எடுத்து நாடகங்களாக அமைத்த காலத்தில் பிறந்த நாடகங்கள் கீழே தந்திருக்கும் மூன்றும். 'டெம்பஸ்ட்' என்ற நாடகத்தில் அவர் பிராஸ்பிரோவாக வந்து உலக நாடக மேடையில் பிரியாவிடை பெற்றுக்கொள்ளுகிறார் என்று சொல்லுவார்கள்.

மூன்று நாடகங்கள்:

டைமன் கண்ட உண்மை *(Timon of Athens)*
மணிமந்திரத் தீவு *(The Tempest)*
தருமதேவதையின் துரும்பு *(Hamlet)*

டைமன் கண்ட உண்மை

டைன்	:	ஏதென்ஸ் நகரத்துக் குபேரன்
பிளேவியஸ்	:	யோக்யமான வேலைக்காரன்
அல்கிப்யாடிஸ்	:	உண்மையான வாஞ்சையுள்ள சேனாதிபதி
அப்பெமெண்டாஸ்	:	லோகத்தை திட்டும் சித்தாந்தி

அயோக்ய நண்பர்கள், கவிராயர்கள், கடன்காரர்கள், செனட் சபையினர் முதலியோரும் வந்துபோவார்கள்.

○

பணக்கார டைமன்

டைமன் குபேர சம்பத்துடையவன். கிரேக்க நாகரிகத்தின் நாற்றங்கால் என்று சொல்லவேண்டிய ஏதென்ஸ் நகரத்தின் பிரதான பிரஜை. உலகத்தின் சௌபாக்கியங்கள் யாவும் அவன் காலடியில் கிடந்தன. பணம் இருந்தால் மட்டும் போதுமா? தாராளமாக இரு கைகளாலும் வாரி வழங்கும் மனசும் இருந்தது.

அவன் மாளிகையிலே நண்பர்களுக்கு ஓயாத விருந்து. எடுத்த வார்த்தைக்கெல்லாம் பரிசு. அவனுடைய ஜீவியமே பெருங் களியாட்டமாக இருந்தது.

ஏதென்ஸ் நகரத்தின் குடியாட்சியில் அவனுக்கு சொல் சக்தி உண்டு; ஏனென்றால் நகரத்துச் சேனையில் தலைமை வகித்துப் போர்புரிந்து, பவித்திரமான வடுக்கள் பெற்றவன்.

டைமனை ஏதேன்ஸ் நகரின் அதிர்ஷ்ட தேவதை என்றே சொல்ல வேண்டும். அவன் வீட்டில் 'ஐயோ' என்று வருகிறவன் மனம் ஒடிந்து திரும்பமாட்டான். பாட்டுக் கட்டிவரும்

கவிராயரும், வர்ணப்படம் தீட்டிவரும் ஓவியக்காரரும் பட்டினியோடு திரும்பியதில்லை. நகை வியாபாரிகளுக்கு அவன் முற்றத்தில் கொள்ளை லாபம்.

டைமன் அவ்வூரில் மூன்று பேரைத் தன் உயிருக்குயிரான நண்பர்களாக மதித்திருந்தான். அவன் வீட்டுக்கு அவர்கள் விருந்தாடிவந்து பரிசில் பெற்றுப்போகாத நாள் கிடையாது. ஆனால், அவர்கள் அவனைப் பணம்காய்ச்சி மரம் என்று நினைத்திருந்தார்கள். அவன் புன்சிரிப்பின் தன்மையிலே தளிர்த்தார்கள்.

டைமன், வாரி வழங்கும் துருதுருப்புக் கொண்டவனாதலால் இரண்டு கைகளாலும் கடன் வாங்கி வந்தான். வென்டிட்டஸ் என்ற நண்பன் ஒருவன் கடன்காரன் கையில் சிக்கிக் கொண்டான். உடனே அவனை மீட்க டைமனின் பணம் விரைகிறது. ஒரு ஏழைக் கிழவன். அவனுக்கு ஒரு மகள். அவளை டைமனுடைய வேலைக்காரன் காதலிக்கிறான். கிழவனுக்கோ தட்டுத் தூக்குகிறவன் தன் மகளைக் கலியாணம் செய்துகொள்வதா என்பது. இந்தச் செய்தி காதில் விழுந்ததும் அந்த இரண்டு இளம் ஜீவன்களும் சுகமாக இருக்க, வேண்டிய பணத்தை வேலைக்காரனுக்குக் கொடுத்து, அவனை அடிமைத் தளையிலிருந்து விடுவித்து, கலியாணமும் செய்துவைக்கிறான்.

டைமனுக்கு வாழ்விலே கஷ்டம் தெரியவில்லை. பணத்தின் சிக்கல்கள், மனிதகுணத்தின் ஆழம் – இவற்றை அறிந்து கொள்ள அவகாசம் இல்லை; அப்படிப் பெரியதொரு கேளிக்கையாக இருந்தது அவன் வாழ்வு. ஆனால் அவனுடைய கொடுக்கல் வாங்கல் விவகாரங்கள், அவனது ஆசைகள் ஓடும் திசையில் போக்கு அறிந்து அவற்றை நடத்திவைப்பது அவனுடைய மாளிகைக் கணக்குப்பிள்ளையான பிளேவியஸ். அவன் யோக்கியன்; டைமனின் சிறுபிள்ளைத்தனமான விளையாட்டின் விபரீதம் எங்கு வந்து விடியும் என்பதை உணர்ந்தவன்; எஜமான்பேரில் மாறாத பாசம் வைத்த பணியாளன்.

ஏதென்ஸ் நகரத்தைக் காப்பதற்காக, முன்பு டைமன் தலைமையில் நடைபெற்ற போரில், துணையாக நின்ற அல்கிப்யாடிஸ் என்ற சேனாதிபதிக்கு உண்மையான நட்பும் விசுவாசமும் உண்டு. அவன் இப்போது ஏதென்ஸ் நகரக் குடியாட்சியின் ஸ்தானாதிபதி.

ஆனால் நகரக் குடியாட்சியோ உளுத்துப்போனதொரு செனேட் சபையின் நிர்வாகத்தின்கீழ் சிக்கிக் கிடந்தது. சபை அங்கத்தினரோ உடலும் நெஞ்சும் வரண்ட பேர்வழிகள். பணத்தைக் குட்டிபோடவிட்டுப் பெருக்குவதிலேயே பொழுதையும் வயதையும் கழிப்பவர்கள். இவர்களுக்கு டைமன் என்றால்

பிடிக்காது. 'கெவுருதை பிடித்த பயல், படாடோபக்காரன்' என்று வெறுப்பவர்கள். டைமனுடைய கிரகம் உச்சத்திலிருக்கும்வரை அவனை இவர்களது வெறுப்புத் தீண்டுவதற்குத் திராணியற்று முடங்கிக் கிடந்தது.

இந்த நகரத்தின் கோலாகல வாழ்வுக்கும் சீர்கேட்டுக்கும் மாற்றுமருந்து போல ஒரு சித்தாந்தி நடமாடித் திரிந்தான். லோகத்தின் பகட்டு, படாடோபம், நம்பிக்கை மோசடி இவற்றைக் குத்திக்குத்திக் காண்பிக்கும் சுபாவம் உள்ளவன். அழையா விருந்தினனாக எல்லா இடங்களிலும் நுழைவான், திட்டுவான், தூற்றுவான். மனிதர்கள் என்றால் சகல துர்க்குணங்களுக்கும் தாயகமான 'கெட்ட ஜாதி' பிராணி என்று நினைப்பவன். வலிய போய் ஒருவன் முன்னால் உட்கார்ந்துகொண்டு அவனை வாய்க்கு வந்தபடி திட்டுவான். ஏதென்ஸ்வாசிகள் தங்களுக்குப் பொழுது போகாவிட்டால் இவனது திட்டுக்களை உல்லாசமாக ரசிப்பார்கள். இவன் பெயர் அப்பெமெண்டாஸ். இவனுக்கு ஒரு சீடன் உண்டு. அவன் பெயர் முட்டாள்.

கடைசி விருந்து

செல்வம் என்பது என்ன வற்றாத ஊற்றா? டைமனுக்கும் பணமுடை என்ன என்பது தெரியும் சமயம் வந்தது. ஒரு நாள் வேட்டையாடிவிட்டு உத்சாகமாக விருந்துக்குத் திரும்புகிறான் டைமன். கடன்காரர்களுடைய வேலைக்காரர்கள் பணத்துக்கு அவனிடம் நேரில் இடைமறித்துக் கேட்கிறார்கள். சிறிது மண் கரைந்தால் போதுமல்லவா? கரை உடைத்துக் கொண்டது போல் நாலா திசையிலும் கடன்காரர்கள் பிச்சுப் பிடுங்குகிறார்கள். கணக்குப்பிள்ளை பிளேவியஸ் எத்தனையோ நாள் சால்ஜாப்புச் சொல்லிப் பார்த்தான். கடன்காரர்கள் எத்தனை நாட்கள்தான் பொறுத்திருப்பார்கள்? டைமனோ 'கொடுகொடு' என்பதைத் தவிரக் கணக்குப் பார்க்க உட்கார வில்லை.

டைமனுக்கு உட்கார்ந்து கணக்கைப் பார்த்ததும் பயமாகத் தானிருந்தது. இத்தனை நாள் ஏன் சொல்லவில்லை என்று கோபிக்கிறான். சொல்லுவதற்கு வாயெடுக்க விட்டால்தானே? பணத்தைத் திருப்பிக்கொடுப்பதில் என்ன பிரமாதம். உயிர்த் தோழர்களுக்கும், உதவி பெற்றவர்களுக்கும் ஆள் அனுப்புகிறான். அவர்களுக்கு என்ன பைத்தியமா! "இப்பொழுதில்லையே", "ஒருமணி நேரத்துக்குமுன் வந்திருக்கக் கூடாதா?", "என் பணம் வேறு ஒரு இடத்தில் சிக்கிக்கிடக்கிறதே", "ஐயோ பாவம், டைமனுக்கா இப்படி வரவேணும்" என்று சொல்லி அனுப்பி விடுகிறார்கள்.

"இத்தனை நாள் வெறும் அந்தரத்தில் அல்லவா நடமாடிக் கொண்டிருந்தோம்", "தடுமாறிய காலுக்குத் தாங்கல் இல்லை" என்ற உண்மை டைமனை நிலைகுலையச் செய்கிறது. அவனுடைய சித்தம் கலங்கிவிடுகிறது. ஒரே நாளில் பிச்சைக்காரனாகி, இத்தனை நாள் கூடிக்குலாவியவர்கள் ஏறெடுத்தும் பார்க்காமல்போனால் யாருக்குத்தான் மூளை கலங்கிவிடாது. மனம் கைத்துப்போய் நண்பர்களை மறுபடியும் விருந்துக்கு அழைக்கும்படி பிளேவியஸுக்கு உத்தரவு போடுகிறான்.

எஜமானுடைய கோபத்தைச் சமாளித்துக்கொண்டு வந்த கணக்குப்பிள்ளைக்கு, இன்னுமா வெறித்தனம் என்று படுகிறது.

"போ, போய் அழைத்துக்கொண்டு வா" என்று கர்ஜிக்கும் போது என்ன செய்ய முடியும்?

அழைப்பைக் கண்ட நண்பர்கள், டைமன் அடியோடு அழிந்துவிடவில்லை என்று நினைக்கிறார்கள். அவனுடைய மனசு கள்ளங்கபடு அற்றது, பிறரை சந்தேகிக்காதது என்பது அவர்களுக்குத் தெரியும். பஞ்சப்பாட்டுப் பாடி இன்னும் கிடைக்கிறதைத் தட்டிக்கொண்டுபோகலாம் என்று நினைக்கிறார்கள். ருசி கண்ட பூனைகள் அல்லவா?

டைமன் மாளிகைக்கு ஒவ்வொருவராக வந்து பழைய கும்பல் கூடுகிறது. அதிதிகளுக்கு மூடியிட்ட பாத்திரங்களில் பரிமாறப்பட்டிருக்கிறது. நம்மை பிரமிக்க வைத்து மகிழ வைக்கப் புது தினுசான பரிசில் வந்திருக்கும் என்று மனப்பால் குடிக்கிறது இந்தச் சீலைப்பேன் கும்பல்.

"தகுதிக்குத் தகுந்தபடி விருந்து; கொடுக்கிற விருந்தை ரசியுங்கள்; கொடுக்கிறவனை நினைக்க வேண்டாம்! இருபது பேர் கூடினால், இருபது பேரில் யோக்கியர்களே இருக்கக் கூடாது; லோகம் அப்படி. அழைப்புப் பற்றி எனக்குக் கவலையில்லை; பாத்திரத்தைத் திறந்து நக்குங்களடா நாய்களா" என்கிறான் டைமன். பாத்திரத்தில் மூடிவைத்திருந்தது வெறும் வெந்நீர்தான்.

வெந்நீரை இந்த அயோக்கியக் கும்பல்மேல் ஊற்றி அடித்துத் துரத்திவிடுகிறான் டைமன்.

இதற்கிடையே அகில்ப்யாடிஸ், தன்னுடைய நண்பனுக்காக செனட் சபையில் பரிந்து பேசுகிறான்; வரட்டுக் கிழங்கள் அவனையும் நாடுகடத்திவிடுகின்றன. டைமன் மீதும் கடுந் தண்டனை விதிக்கப்போவதாகக் கொக்கரிப்பு. அதற்காக அவன் காத்திருந்தால்தானே. மனிதர்களுடன் கூடிவாழ்வதை விட, மிருகங்களிடை காட்டில் திரிவது நல்லது என்று

நாகரீகத்தின் பகட்டை, பசையற்ற தன்மையை வைது கொண்டே போய்விடுகிறான்.

மிஸ் ஆந்த்ரபாஸ்

சித்தம் கலங்கிக் காட்டில் மனம்போனபடி நடமாடித் திரிகிறான் டைமன். அவன் உள்ளம் அக்கினியாகக் கொதிக் கிறது. லோகமானது அன்பு, பாசம் என்பவை சற்றும் தளிர்விடமுடியாத சுடுகாடாகத் தோன்றுகிறது அவனுக்கு. மிஸ் ஆந்த்ரபாஸ் என்று தனக்குப் பெயர் வைத்துக்கொண்டு உலகத்தையும் அதன் அயோக்கியத் தன்மைகளையுமே திட்டுபவனாகக் காலத்தைக் கழிக்கிறான். வெறிகொண்ட மனசுக்குக் குழிதோண்டும் குணம் ஒன்று ஏற்பட்டுவிடுகிறது.

இவன் இவ்வாறு தோண்டிக்கொண்டிருக்கையில் ஒரு புதையல் கிடைக்கிறது. மனம் கலங்கிய டைமனுக்குத் தங்கத்தின் உபயோகம் புதுமாதிரியாகப் படுகிறது. உலகத்தை அழிக்க, அதை நாசம் செய்ய உபயோகப்படுத்த வேண்டும்.

கடற்கரை அருகிலே உள்ள குகை ஒன்றில் டைமன் குடியிருக்கிறான். இந்தச் சமயத்தில் அல்கிப்யாடிஸ் தன்னு டைய சைன்யத்துடனும் வைப்பாட்டிகள் இருவருடனும் அங்கு வருகிறான். டைமன் மனசுக்கு ஆறுதல் சொல்லி அழைத்துப்போக வேண்டும் என்ற ஆசை. டைமனைக் கொடுமைப்படுத்திய ஏதென்ஸ் நகரத்தின்மேல் படை எடுத்துச் சென்று அதை அடக்க வேண்டும் என்று விரும்புகிறான்.

ஆனால் டைமனுடைய மனம் அடியோடு சிதைந்துவிட் டது. அல்கிப்யாடிஸையும் அவனுடன் வந்த இரு பெண்களை யும் வாய்க்கு வந்தபடி வைகிறான். ஈவு இரக்கம் காட்டாமல், ஏதென்ஸ்வாசிகளைக் கிழம், குஞ்சு, பெண் என்ற பேதம் பாராமல் கொல்லு என்று கூவுகிறான். லோகத்தில் நோயைப் பரப்பும்படி, பெண்களுக்கு புத்திசொல்லி, கண்டெடுத்த பொன்னைக் கொடுக்கிறான்.

இவன் போன பிறகு அப்பெமெண்டாஸ் வருகிறான். "யாரடா என் வேஷத்தைப் போட்டுக்கொண்டு உலகத்தைத் தூற்றுகிறவன்?" என்று கோபிக்கிறான். இரண்டு பேரும் மனமார, வாயார வைதுகொள்கிறார்கள். "உன் மேல் ஒரு கல்லெடுத்து அடித்தால், கல் நஷ்டம்" என்கிறான் டைமன்.

"அடே! உன்னை ஏமாற்றினவனைப் போல் வேஷம் போட்டு அவனை ஏமாற்று; அதுதான் லோக சம்பிரதாயம்" என்கிறான் அப்பெமெண்டாஸ்.

'நாயே', 'பேயே' என்று திட்டிக்கொள்ளுகிறார்கள்.

"நீடூழி வாழ்ந்து உன் கசப்பைக் கட்டிக்கொண்டு அழு" என்று ஆசிர்வதிக்கிறான் அப்பெமெண்டாஸ்.

"நீடூழி வாழ்ந்து பிறகு செத்துத் தொலை" என்று மறு ஆசீர்வாதம் கொடுக்கிறான் டைமன்.

டைமனிடம் இன்னும் பணம் இருக்கிறது என்ற ரகசியம் எப்படியோ பரவிவிடுகிறது. அவனிடம் கொள்ளையடிக் கலாம் என்று சில திருடர்கள் வருகிறார்கள். அவர்கள் எதிர் பார்த்ததற்கு மாறாக, அவர்களுக்குப் பணத்தைக் கொடுத்து லோகத்தைக் கொள்ளையடிக்கும்படி சொல்லியனுப்புகிறான். "லோகமே ஒரு பெரும் திருட்டு; சந்திரன் சூரியனிடமிருந்து வெளிச்சத்தைத் திருடுகிறது; சூரியனும் திருடன்; கடலிலிருந்து தண்ணீரைத் திருடுகிறான்; உலகமும் திருடுகிறது; உங்களைப் பிடித்துக் கட்டும் சட்டம், அதுவும் திருடுகிறது! இதோ இன்னும் பொன் இருக்கிறது; எடுத்துக்கொண்டுபோய் இன்னும் கொள்ளையடியுங்கள்" என்று அனுப்புகிறான்.

டைமன் பித்தம் பிடித்துப் புறப்பட்டுவிட்டதைக் கண்டு மனம் நொந்துபோன பிளேவியஸ் இவனைத் தேடிக்கொண்டு கடைசியாக இந்தக் குகைக்கு வந்துசேருகிறான்.

கோலாகலமாக வாழ்ந்துவந்த டைமன் இருக்கும் நிலையைக் கண்டதும் அவனது நெஞ்சம் வெதும்புகிறது. தன்னிடம் பணம் இருக்கிறது; இன்னும் பழையபடி அவரிடம் பணியாளாக வேலைபார்க்க விரும்புவதாகச் சொல்லுகிறான்.

"லோகத்திலுள்ள தனி யோக்கியனே! இதோ என்னிடம் கொஞ்சம் பணம் இருக்கிறது; அதை எடுத்துக்கொண்டு போய்ச்சேர்; மனுஷன் முகத்தைப் பார்க்க எனக்குப் பிடிக்க வில்லை; நாயைப் பட்சமாகப் பார்த்துக்கொள்; மனுஷனுக்குக் கொடுக்காதே" என்று பதில் கொடுக்கிறான் டைமன்.

"வேறு ஒன்றும் வேண்டாம். உமது பக்கத்திலிருந்து ஆறுதல் சொல்ல அனுமதி கொடுங்கள்" என்று கெஞ்சுகிறான் பிளேவியஸ்.

"சாபத்துக்கு பயம் இருக்குமானால் இங்கே இருந்து ஓடிப்போ, இந்தப் பக்கம் தலைகாட்டாதே" என்று சொல்லி விடுகிறான்.

டைமனிடம் பணம் இருக்கிறதென்ற செய்தி ஏதென்ஸ் நகருக்குள்ளும் பரவிவிடுகிறது. கவிராயரும், படம் போடுகிற வனும் இவனைத் தேடிக்கொண்டு வருகிறார்கள். கூழைக்கும்பிடு போட்டு, வாயாரப் புகழ்கிறார்கள். கவிராயர் தம் கற்பனைச்

சரடுகளை எல்லாம் அள்ளி வீசுகிறார். கொஞ்சநேரம் இவர்களை நையாண்டி செய்துவிட்டு, "சில அயோக்கியர்கள் இருக்கிறார்கள்; அவர்களைப் போக்கிவிட்டால் உங்களுக்குப் பொன் தருகிறேன்" என்கிறான் டைமன்.

"சொல்லுங்கள், நிமிஷத்தில் தீர்த்துவிட்டு மறுவேலை பார்க்கிறோம்" என்று ஆரவாரம் செய்கிறது இந்தக் கற்பனைக் கும்பல்.

"நீங்கள்தானடா அந்த அயோக்கியர்கள்" என்று அவர்களை உதைத்து விரட்டிவிடுகிறான்.

இந்த நிலையில் அல்கிப்யாடிஸின் சைன்யம் ஏதென்ஸ் நகரை நெருங்குகிறது. பீதியடித்துபோன செனட் சபைக்கு டைமன் ஞாபகம் வருகிறது. அவன் காலடியில் விழுந்து மன்னிப்புக் கேட்டுக்கொண்டு அவனை அழைத்துவந்து, அவனது வீரத்தை உபயோகித்துத் தன்னைக் காப்பாற்றிக் கொள்ள முயலுகிறது.

மன்னிப்புக் கேட்டுக்கொண்டு சமாதானம் செய்து டைமனை அழைத்துப்போவதற்காக ஏதென்ஸிலிருந்து இரண்டு செனட்டர்கள் வருகிறார்கள். பிளேவியஸ் அவர்களை அழைத்துக்கொண்டு வருகிறான், ஆனால் எச்சரிக்கிறான் – டைமன் யாரையும் ஏறெடுத்துப் பார்ப்பதில்லை என்று.

இருந்தாலும் ஆசை யாரை விட்டது – அதுவும் அபாயம் பின்புறம் நின்று துரத்தும்போது.

குகைக்கு வெளியே வந்து நின்றுகொண்டு பெயர் சொல்லி அழைக்கிறார்கள்.

"அடே, நாசமாய்ப்போக; நாக்குப் புழுத்துப்போக" என்று ஏசிக்கொண்டே வெளியே வருகிறான்.

ஏதென்ஸ் நகரத்தின் சார்பாக மன்னிப்புக் கேட்கிறார்கள். அல்கிப்யாடிஸின் சீற்றத்தைத் தடுக்கத் தாங்களே வந்து தலைமைபூண்டு சேனையை நடத்திச்செல்ல வேண்டும் என்று கோருகிறார்கள்.

"அல்கிப்யாடிஸிடம் இதைச் சொல்லுங்கள்: அவன் எப்படிக் கொலைசெய்து குடலைப் பிடுங்கி எறிந்தாலும் டைமனுக்குக் கவலையில்லை. கிழவர்களை, கன்னிகளை, வாலிபர்களைக் கொன்று யுத்தம் என்ற யாக குண்டத்தில் போடட்டும்; டைமனுக்குக் கவலையில்லை. பணக்காரக் கடவுள்கள் எங்களைக் காப்பாற்றும்; திருடர்கள், பணக்காரர்களைக் காப்பாற்றுவதைப் போல" என்று சொல்லுகிறான் டைமன்.

"அவரிடம் பேசிப் பிரயோஜனம் இல்லை; திரும்பிப் போங்கள்" என்று சொல்கிறான் பிளேவியஸ்.

"ஏதென்ஸ் நாசமாகப்போகிறதென்றால் வருத்தமாகத் தானிருக்கிறது. எப்படியிருந்தாலும் தாய்நாடு அல்லவா" என்று ஆரம்பிக்கிறான் டைமன்.

செனட்டர்களுக்கு நம்பிக்கை பிறக்கிறது.

"பிரபுவே" என்று வாயார வாழ்த்துகிறார்கள்.

"ஏதென்ஸ் நகரவாசிகளிடம் இதைப் போய்ச் சொல்லுங் கள். இங்கே ஒரு பெரிய மரம் ஒன்று தளதளப்பாக வளர்ந்திருக் கிறது. அதை என்னுடைய உபயோகத்திற்காக வெட்டிவிட லாம் என்றிருக்கிறேன். ஏதென்ஸ்வாசிகள் எல்லாரும் அவகா சத்தை நழுவவிடாமல் சீக்கிரம் வந்து அந்த மரத்தில் தூக்குப் போட்டுக்கொள்ளட்டும்; பிறகு மரம் இருக்காது" என்று கிண்டல் செய்கிறான் டைமன்.

"அவரிடம் பேசிப் பயனில்லை. அவர் இப்படியேதான் சொல்லிக்கொண்டிருப்பார்" என்கிறான் பிளேவியஸ்.

"டைமன் கடற்கரையருகிலே அழியாத மாளிகை கட்டிக் கொண்டான்; கடல் அலைகள் அந்த மாளிகையைத் தினசரி குளிப்பாட்டும்; என்னுடைய கல்லறைக் குத்துக்கல், கைத்த வார்த்தைகளில் நோய்க்கும் போருக்கும் மிஞ்சுகிறவர்களைச் சபிக்கும் என்று ஏதென்ஸுக்குச் சொல்லுங்கள். டைமன் ஆட்சி முடிந்தது."

அல்கிப்யாடிஸ் ஏதென்ஸ் நகரத்தின் மதில்களை எட்டி விட்டான். தொடை நடுங்கித் தலைவர்கள் சரணாகதி செய்து விட்டார்கள். டைமனுக்குக் கொடுமை இழைத்தவர்களுக்கு அவர்கள் வகுத்த சட்டமே நியாயம் சொல்லும் என்று எச்சரிக் கிறான். எதற்கும் சம்மதிக்கிறார்கள்; யுத்தமில்லாவிட்டால் போதும்.

ஆனால் வெற்றிக்கு முந்திவிட்டான் டைமன். அவனைத் தேடிச்சென்ற சோல்ஜர் அங்கு ஒரு கல்லறையைத்தான் பார்க் கிறான். அதிலே 'இங்கு கிடக்கிறது ஒரு சடலம்; என் பெயரைக் கேட்காதே; லோகத்தில் எஞ்சிய அயோக்கியர்கள் நாசமாய்ப் போக. உலகம் வெறுத்த டைமன் இது. ஆசை தீரச் சபித்துவிட்டுப் போ. நிற்காதே போ.'

தாராளமாக வழங்கிய கை, மண்ணாகி மக்கி சபிக்கிறது.

○ ○

மணிமந்திரத் தீவு

பிராஸ்பிரோ	:	மந்திர சக்தியும் மன்னிக்கும் குணமும் இருந்ததினால் கதை பிறக்கிறது.
மிரண்டா	:	அவன் மகள் அழகி.
அன்டோனினோ	:	பிராஸ்பிரோவைவிட தனக்கு ஆளத் திறமையுண்டு என்று நினைத்த சகோதரன்.
அலான்ஸோ	:	மகன் செத்துப்போனதாக நினைத்து வருந்தும் நேப்பிள்ஸ் அரசன்.
பெர்டினான்ட்	:	மிரான்டாவுக்காக ராஜ் யத்தை இழந்து விறகுவெட்டி யாக இருப்பது பரமபதம் என்று நினைத்த நேப்பிள் ராஜ்யத்து பட்டத்திளவரசன்.
ஸெபாஸ்டியன்	:	அண்ணனைத் தீர்த்துவிட ஆசைப்பட்டவன்.
கொன்ஸாலோ	:	கிருத யுகம் ஸ்தாபிக்க விரும்பிய மந்திரி.
ஸ்டிபானோ	:	குடிமயக்கத்தில் ராஜ பவிஷு பெற்ற பரிசாரகன்.
டிரின்குலோ	:	அவனுக்கு பிரதான மந்திரி.
கலிபான்	:	சூனியக்காரி பெற்றுப் போட்டுவிட்டுப்போன மிருக மனுஷன்.
ஏரியல்	:	யக்ஷணிக்குழந்தை.

மற்றும் வனதேவதைகள், மாலுமிகள், கப்பல், கடல், புயல் எல்லாம் உண்டு.

மந்திரவாதி

நடுக்கடலிலே நாலைந்து கப்பல்கள் தத்தளித்துத் தடுமாறு கின்றன. கடலலைகள் சினங்கொண்ட கருநாகங்கள் போல ஆயிரமாயிரமாகப் படம் விரித்துத் தலை சுற்றி மோதுகின்றன. உயிரை வாங்கவரும் கால தூதர்களின் கோரச் சிரிப்புப் போல் அலைவிளிம்புகள் நுரைகக்கிச் சுழிக்கின்றன. காற்றோ உன்மத்தம் கொண்ட பேய்க்கூட்டம் போலக் குதியாட்டம் போடுகிறது. வெட்டு மின்னலும் ஹுங்காடி இடியும் வானத் திருட்டை எல்லாம் கம்பியிட்டுப் பிழிகின்றன.

இயற்கையின் இப்பெருஞ் சீற்றத்துக்கு எதிராகத் தரை யிட்ட மரக்கட்டையும் சீலைப்பாயும் என்ன செய்ய முடியும்?

மாலுமி தீரன்தான்; அனுபவஸ்தன்தான்; கைத்த மனதுடன் உப்பந் தண்ணீர் கப்பலின் மேல்தட்டில் புரண்டோடிக் கப்பலையே ஆழத்தில் அமுக்க முயலுவதைப் பலமுறை கண்டவன்தான். ஆனால் இப்பொழுது தன் சாகசத்துக்கு எல்லை வந்துவிட்டது என்பதைக் கண்டுகொண்டான்.

'தெய்வத்தின்மேல் பாரத்தைப் போட்டு எல்லோரையும் பிரார்த்தனை செய்யச் சொல்லு' என்று கீழ்த்தட்டில் உயிரை மடியில் கட்டிக்கொண்டிருக்கிறவர்களுக்குச் சொல்லியனுப்பி விடுகிறான்.

அதே நிமிஷத்தில் கப்பல் பாறையில் மோதுகிறது.

அத்தனை ஜீவன்களும் அவனவன் உயிருக்காக ரௌத்ரா காரமான கடலுடன் மல்லாடுகின்றன.

இப்படியாக ஒரு கோஷ்டி ஜனங்களை ஒரு தீவில் நாடகாசிரியன் எடுத்துச் சிதறுகிறான். அதிலே மனுஷ குண விகர்ப்பங்கள் எத்தனை உண்டோ அத்தனையும் அதில் உண்டு. நேப்பிள்ஸ் தேசத்து மன்னனான அலான்ஸோ; அவனுடைய சகோதரனான ஸெபாஸ்டியன்; அண்ணனை விரட்டிவிட்டு ஆட்சியைக் கைப்பற்றிக்கொண்ட மிலான் நகரத்து ட்யூக் – அவன் பெயர் அன்டோனியோ; நேப்பிள்ஸ் அரசனின் மந்திரியான கொன்ஸாலோ; அலான்ஸோவின் மகன் ஆணழகன் பெர்டினான்ட்; குடிகார ஸ்டிபானோ; விதூஷகன் டிரின்குலோ; மற்றும் மாலுமிகள், மந்திரிகள் முதலிய அத்தனை பேரும் கரையில் தொத்தி ஏறுகிறார்கள்.

○

"இன்றுதான் என் கிரகங்கள் உச்சத்தில் நிற்கின்றன. காலதாமதம் ஏற்பட்டால் காரியம் கெட்டுப்போகும். ஏவின வேலையைச் சரிவரச் செய்தாயா?"

அந்த நிர்மானுஷ்யமான தீவிலே முடிசூடாத மன்னனாக ஆட்சி புரிந்துவரும் மந்திரவாதியான பிராஸ்பிரோ கேட்கிறான். அவன் உடம்பிலே யந்திரமும் சக்கரமும் பொறித்த ஒரு மந்திர அங்கி கிடக்கிறது. கையிலே மாத்திரைக் கோல்.

"ஆமாம் எஜமானே, அத்தனை பேரையும், ஒரு சிறு காயம்கூட இல்லாமல் கரை சேர்த்துவிட்டேன். பயங்கரமான புயலை உண்டுபண்ணினேன். கப்பலைக் கரை அருகே கொண்டுவந்தேன். இப்பொழுது எல்லாரும் தீவின் நாலா கரைகளிலும் ஏறிவிட்டார்கள். இனி எனக்கு விடுதலை எப்போது?" என்று கெஞ்சுகிறது அவன் முன் நின்ற யக்ஷிணிக் குழந்தை. அதன் பெயர் ஏரியல். மெல்லிய காற்றைப் போல் அவ்வளவு பசலை.

"உனக்கு அதற்குள் அத்தனை அவசரமா? வேலை எல்லாம் குறைவற முடியட்டும்; அந்தச் சூனியக்காரி ஸிக்கோராக்ஸ் உன்னை மரத்தில் ஆணியடித்து விடவில்லையா? அதை மறந்துவிட்டாயா? நான்தானே உன்னை மீட்டு வளர்த்தேன். சொன்ன வேலையைச் செய்; அப்புறம் கேள்" என்கிறான் பிராஸ்பிரோ.

இந்த மந்திரவாதி தனது கையில் சிசுவையும் மந்திரத்தையும் ஏந்தி இந்தத் தீவுக்குள் குடியேறுவதற்கு முன் ஸிக்கோராக்ஸ் என்ற சூனியக்காரி இதைத் தனது கொடுமையால் அளந்தாள். அவள் பிறந்தவூர் ஆல்ஜியர்ஸ். அவளது அட்டூழியங்களை சகிக்கமுடியாமல் கப்பலேற்றிவிடுகிறார்கள். அப்பொழுது அந்த சூனியக்காரி கர்ப்பிணி. இங்கே வந்த பிறகு ஒரு குழந்தை பிறக்கிறது. அது மனிதனுமல்ல; மிருகமுமல்ல. மனித உருக்கொண்ட மிருகம். பன்னிரண்டு வருஷங்கள் இந்தத் தீவிலே உள்ள தேவதைகளையெல்லாம் ஆட்டிவைத்துவிட்டுச் செத்து மடிகிறாள். மனித மிருகமான அல்லது மிருக மனிதனான அக்குழந்தை அனாதையாகிறது.

இந்த நிலையில்தான் மந்திரவாதி பிராஸ்பிரோ கையிலே பெண்குழந்தையும் மந்திர சாஸ்திரமும் தாங்கி இந்தத் தீவில் தஞ்சம் புகுகிறான். பிராஸ்பிரோ பிழைப்புக்காக மந்திரவித்தை கற்றவனல்ல. மிலான் நகரத்து ட்யூக் அவன். நிர்வாகத்திலே கவலை செலுத்தி அரசியல் களரில் காலைவிட்டுக்கொண்டு உழலாமல், சகபாடிகளான மனுஷ வர்க்கத்தைச் சட்டத்தையும் வாளையும் காட்டி வசக்கி நடத்த ஆசைப்படாமல், புஸ்தகத்திலே கவனம் செலுத்தி தேவதைகள்மீது ஆட்சி செலுத்துவதில் மோகம் கொண்டதுதான் அவன் குற்றம். இது இவனுடைய சகோதரனான அன்டோனினோ 'சமயமிது, சமயமிது' என்று ஆட்சியைத் தன்வசப்படுத்திக்கொண்டான்.

முதுமையும் கருணையும் கொண்ட கொன்ஸாலோவின் உதவியால், பிராஸ்பிரோ காதல் வைத்த மந்திரப்புஸ்தகங்கள் அவன் வசம் சிக்கிவிட்டன. சகோதர வைரியான அன்டோனினோ பிராஸ்பிரோவையும் குழந்தையையும் இனி எக்காலத்திலும் உயிருடனோ அல்லது செத்து மடிந்தோ தனக்கு வைரிகளாகி விடக்கூடாதபடி ஒரு படகில் ஏற்றிக் கடலுக்கும் காற்றுக்கும் அர்ப்பணம் செய்துவிடுகிறான். நாகரிக மக்கள்மீது ஆட்சி செலுத்துவதில் லயிப்பற்ற பிராஸ்பிரோவை அவன் நாட்டங் கொண்ட வனதேவதைகள் மீதே ஆட்சி செலுத்தும்படி இந்தக் கண்ணற்ற தீவில் கொணர்ந்து தள்ளிவிடுகிறது.

கரையேறிய பிராஸ்பிரோ ஏரியலை மீட்கிறான்; அனாதையாகக் கிடந்த மிருகக் குழந்தையை மடிந்துபோகாமல் காப்பாற்றி காலிபன் என்று பெயரிட்டு வளர்க்கிறான். பிராஸ்பிரோவின் நெஞ்சில் பாசம் வரண்டுவிடாதபடி மூன்று குழந்தைகள் வளர்கின்றன. ஒன்று காற்றில் மாயாவியாக அலைந்து அவன் ஏவிய பணியைச் செய்யும் ஏரியல். தாமசகுணமும் க்ஷாத்திரமும் கொண்ட காலிபன், அடிமையாக வீட்டுக்கு வேண்டிய தேவைப் பொருள்களைத் தேடிக்கொடுக்கும் வேலை செய்துவருகிறான்; தனக்குத்தான் தீவை ஆள உரிமை உண்டு; மந்திரவாதி தன்னை ஏமாற்றி அதைப் பிடுங்கிக்கொண்டான் என்ற கோபம் மடியவில்லை. பிராஸ்பிரோவுடன் காற்றையும் கடலையும் தாண்டிவந்த சிசு, அவன் மனசில் வாஞ்சைக் கொழுந்து படர வளர்கிறது. அவளுக்கு மிராண்டா என்று பெயர்.

இப்படியாகப் பன்னிரெண்டு வருஷங்கள் கழிந்தன. மிலான் சம்பவம் எப்போதோ நடந்த கதையாகி எல்லோரும் பிராஸ்பிரோவை மறந்துவிட்டார்கள்.

நேப்பிள்ஸ் அரசனான அலான்ஸோ தன் மகளை ட்யூனிஸ் ராஜ்யத்து இளவரசனுக்குக் கலியாணம் செய்துகொடுத்தான். மணவினைக்காகச் சென்றிருந்த கோஷ்டிதான் இது; ஏரியலின் சக்தியால் எற்றுண்டு மணிமந்திரத் தீவில் கரையேறியது.

“இப்படிப்பட்ட செழிப்பான தீவு ஒன்றுக்கு நான் அரசனாக இருந்தால் ...” பழுத்து முதிர்ந்த கிழவனான கொன்ஸாலோ ஆரம்பிக்கிறான்.

கடலுக்குத் தப்பிய கோஷ்டி ஒன்று உட்கார்ந்திருக்கிறது. பட்டத்து இளவரசனும் தன் பாசத்துக்குக் கொழுகொம்புமான பெர்டினான்ட் மாண்டு மடிந்துவிட்டான் என்று அலான்ஸோ மனம் வேகிறது. ஆழக்கடலுக்குள் மகன் மூழ்கி மூச்சடைந்து மாண்டுபோனான்; இனி என்ன வாழ்வு என்று மனங் கைத்துச் சோர்ந்துவிட்ட அரசனுக்கு மனசை வேறு திசையில் திருப்பக்

கிழவன் முயற்சிக்கிறான். அந்தக் கோஷ்டியில் உள்ள மற்றவர்கள் கிழவனின் கனவை நையாண்டி செய்கிறார்கள்.

கொன்ஸாலோ மேலும் விவரிக்கிறான்: "இந்த ராஜ்யம் அங்குள்ள யாவருக்கும் பொதுச்சொத்து. அங்கே பேரமும் பித்தலாட்டமும் இருக்காது. நீதி கண்டு சொல்ல ஒருவனும் இருக்கமாட்டான். அதிகாரம் கிடையாது. செல்வமோ வறுமையோ இருக்காது. கொத்தடிமை, சேவகம் கிடையாது. பந்தகம், வாரிசு, எல்லை, வேலி எதுவும் இருக்காது. வரி இருக்காது. மதுவனம் இருக்காது. நாகரிகத்தின் பலன்களான உலோகம், தான்யம், மது, எண்ணெய் எதுவும் இருக்காது. அங்குள்ள யாவரும் உழைக்க வேண்டாம். ஆண்கள் சும்மா இருப்பார்கள்; பெண்களும் அப்படித்தான்; களங்கமற்று, குணம் திறையாது இருப்பார்கள். அங்கே ராஜ்யாதிகாரமும் இருக்காது..."

"ஆனால் நீ அதற்கு ராஜா" என்று சிரிக்கிறான் ஸெபாஸ்டியன்.

"கிழவனார் பொதுச்சொத்தின் பின்பாதியை முன்கதை மறக்கிறதையா" என்கிறான் அன்டோனினோ.

கொன்ஸாலோ அதைக் காதில் வாங்கிக்கொள்ளவில்லை. "அங்கே இயற்கை கொடுப்பது யாவருக்கும் பொது. வியர்வையோ, உழைப்போ சிந்த வேண்டிய அவசியம் கிடையாது. துரோகம், அயோக்கியத்தனம், வாள், வல்லீட்டி, துப்பாக்கி, யந்திரம் எதையும் நான் அனுமதிக்க மாட்டேன். இயற்கை தனக்குள்ள செழிப்பிலே, வளத்திலே, கல்வியிலே கைநிறையக் கொடுப்பது எனது மக்களை போஷிக்கும்..."

"பெரியார் பிரஜைகளிடை கலியாணம் கிடையாதோ!" என்று கிண்டல் பண்ணுகிறான் ஸெபாஸ்டியன்.

"எல்லாம் சும்மா அப்பா, அயோக்கியர்களும் அவிசாரிகளுந்தான்" என்றான் அன்டோனினோ.

கிழவன் இவர்கள் பேச்சை சட்டை செய்யவில்லை. "இம்மி பிசகாது என் ஆட்சியில்; அதற்கு எதிரே கிருதயுகம் கூட ஈடாக நிற்க முடியாது...."

"மன்னர் நீடூழி வாழ்வாராக."

"கொன்ஸாலோ நீடூழி வாழ்வாராக."

"நான் சொன்னதைக் கவனித்தீர்களா?" என்று அலான்ஸோவைக் கேட்கிறான் கொன்ஸாலோ.

"பேசாமலிரு; அது என் காதில் விழாது இப்பொழுது" என்றுவிடுகிறான் அரசன்.

அந்த நிலையிலே ஏரியல் மாயாவியாக வந்து கண்ணைச் சொருகும் இசை ஒன்றை எழுப்புகிறான்.

புத்திரசோகத்தில் ஆழ்ந்த அலான்ஸோவுக்கும் கண்ணுறக்கம் வந்துவிடுகிறது.

மிஞ்சியவர்கள் அன்டோனினோவும், மன்னனுடைய சகோதரனான ஸெபாஸ்டியனுமே.

இந்திரபோகத்தில் அமர்ந்தாலும் இயற்கை.

ராஜ்ய லக்ஷியத்தைப் பற்றிய கொன்ஸாலோவின் கனவு விழித்துக் காவல் நிற்பவர்கள் மனசில் ராஜ்ய மோகத்தைக் கிளப்புகிறது.

அயோக்கியத்தனத்தால் நல்ல பயனும், அதைச் சாதிக்க வசதியும் கிடைத்தால் யாருக்குத்தான் அயோக்கியனாக விருப்பமிராது?

அண்ணனை விரட்டி ஆட்சியை லகுவில் கைப்பற்றிக் கொண்ட அன்டோனினோ, ஸெபாஸ்டியன் மனசில் ஆசை வித்தை விதைக்கிறான். ஆதி கொலைகாரனான கெய்ன் ஆரம்பித்துவைத்த சகோதரத் துரோகம், மனுஷ உடம்பின் நாடியோடு நாடியாக ஒன்றி, சமயம் ஏற்பட்டபோதெல்லாம் உச்சத்தில் ஓடுகிறது என்று சொல்லுகிறது விவிலிய வேதம். அலான்ஸோவைத் தீர்த்துவிட்டால் வாரிசு யார்? மகள் ட்யூனிஸிலிருந்து கடலைத் தாண்டிக்கொண்டு உரிமை கொண்டாடி வரப்போகிறாளா? மணிமுடி உடனே ஸெபாஸ்டியன் தலையில் வந்து அமர்வதைத் தவிர அதனால் வேறு என்ன செய்ய முடியும்? அன்டோனினோ சக்கரவட்டமாகச் சுற்றி வளைத்துச் சொல்லி ஸெபாஸ்டியன் மனசைக் கெடுத்துவிடுகிறான். கிழவனை ஒருவனும் மன்னனை ஒருவனும் தீர்த்துவிடுவது என்று சதி போடுகிறார்கள்.

யக்ஷணிக் குஞ்சான ஏரியல், தன் எஜமான் ஏவல்படி இவர்களுடைய உயிருக்கு ஆபத்து வராமல் காத்து நிற்க வேண்டியவன்.

கொன்ஸாலோ காதில், “குறட்டை போடாதே, அருகே கொலைக் கும்பல் கும்மாளம் போடுது பார்” என்று ஓதுகிறான்.

கொன்ஸாலோவும் மன்னனும் திடுக்கிட்டு விழித்துவிடுகிறார்கள். ஏதோ சத்தத்தைக் கேட்டுக் கத்தியை ஓங்கியதாகச் சொல்லி, சதிகாரர்கள் தப்பித்துக்கொள்ளுகிறார்கள்.

இந்தக் கோஷ்டி பட்டத்து இளவரசன் பெர்டினான்ட் கதியென்ன என்று தேடிச் செல்லுகிறது.

குடிகார ராஜா, கோமாளி மந்திரி

ஸ்டிபானோ ஒரு பட்லர். புட்டியிலே சொர்க்கத்தை தரிசித்தவன். கப்பல் போய்விடும் என்று நிச்சயமாகத் தெரிந்த வுடன் கடலில் குதிக்கத் துணிந்துவிட்டான். ஆனால் ஒரு பீப்பாய் சாராயத்தை உருட்டிக்கொண்டுவந்து ஒரு மிதப்புக் கட்டையாக உபயோகித்து, பீப்பாயும் தானுமாகக் கரை சேருகிறான். கரைக்கு வந்தவுடன் முதல் வேலையாகப் பீப்பாயைப் பத்திரமான இடத்தில் பதுக்கிவைத்துவிட்டு, புட்டி நிறைய சாராயத்தை ஊற்றி எடுத்துக்கொண்டு தீவைச் சுற்றிப்பார்க்கப் புறப்படுகிறான். புட்டிதான் அவனுக்கு பயத்தைத் தெளிவிக்கிறது. பேச்சுக் கொடுக்கும் தோழனாக, பசி போக்கும் மாமருந்தாக இருக்கிறது. போதைஜன்னியில் தன் ஞாபகத்துக்கு வந்த பாட்டுகளையெல்லாம் பாடிக்கொண்டு வருகிறான்.

விதூஷகனான டிரின்குலோ வேறு ஒரு பக்கத்தில் கரை யேறி, திசைகெட்டு நடந்துவந்துகொண்டிருக்கையில், வேலை செய்வதற்கு மனமில்லாமல் சோம்பிப் படுத்துக் கிடக்கும் காலிபனைக் கண்டுவிடுகிறான். அவனுடைய ஆராய்ச்சிக்குக் காலிபன் ஒரு காட்டு மனுஷனாகத் தோன்றுகிறது; மறுபடியும் இடிச்சத்தம் கேட்டு காலிபனுடைய அங்கிக்குள் நுழைந்துவிடு கிறான்.

போதையில் தன்னை மறந்து பாடிக்கொண்டுவரும் ஸ்டிபானோவும் அந்த இடத்துக்கு வந்துசேருகிறான். அவன் கண்ணிலும் காலிபன் தென்படுகிறான். அவனை மெதுவாகப் பிடித்துக்கொண்டு, ஊருக்குக் கொண்டுபோய்விட்டால், பணங் காய்ச்சி மரத்தைக் கொல்லையில் நட்டுவிட்ட மாதிரி என்று தோன்றுகிறது.

மிருகத்தினிடம் நெருங்குகிறான். அது மனுஷ பாஷை பேசுகிறது. இன்னும் அந்த மிருகத்துக்கு நாலு கால், இரண்டு குரல்; இதென்ன விபரீதம். மிருகம் இரண்டாகப் பிரிந்து அதிலிருந்து விதூஷகன் பிரசன்னமாகிறான். பிசாசு அல்ல, பழைய நண்பன் டிரின்குலோதான் என்று நிச்சயமான பிறகு, காலிபனிடம் பேச்சுக் கொடுத்துப் பார்க்கிறார்கள். பேச்சுக்கு மசியாத பிசாசு, புட்டிக்கு மசிந்துவிடுகிறது. உள்ளே என்று மில்லாத சுறுசுறுப்புத் தட்டவும், காலிபனுக்குத் தன்னைக் கைதூக்க வந்த கடவுளாகவே ஸ்டிபானோ தென்படுகிறான். இவனுக்கு அடிமையாகிவிட்டால் விறகு சுமக்கும் வேலைச் சள்ளை கிடையாது. புட்டி பொருளுக்காகத் தனக்குச் சொந்த மாகி இருந்திருக்க வேண்டிய ராஜ்யத்தையே இவன் காலடியில் வைத்து ஏற்றுக்கொள்ள வேண்டும் என்று கெஞ்சுகிறான்.

புட்டி கொடுத்த புதிய புத்தித் தெளிவிலே ஸ்டிபானோவுக்குப் பட்டாபிஷேகம் க்ஷண காரியமாக நடந்துவிடுகிறது. அவனுடைய பிரதான மந்திரி டிரின்குலோ; பிரதான பிரஜை மிருகப் பிராயம் நீங்காத காலிபன்.

"இந்தத் தீவு எனக்குத்தான் சொந்தம்; எங்கம்மா கொடுத்தது. இதைப் பிராஸ்பிரோ என்கிற ஒருத்தன் என்னிடமிருந்து ஏமாற்றிப் பிடுங்கிக்கொண்டு என்னை அடிமையாக்கிவிட்டான். இந்தத் தீவிலே பசித்திருக்க வேண்டாம்; வகைவகையாய்ப் பழங்களுண்டு. கண்ணை மூடிப் படுத்துவிட்டால், அதிலே சுகமான பாட்டுக் கேட்டுக்கொண்டேயிருக்கும்; எழுந்திருக்கவே ஆசை எழாது. அவ்வளவு சுகம். இந்தத் தீவு உனக்கே உனக்கு. உன் அடிமை நான்" என்று ஸ்டிபானோ காலடியில் வைத்துவிட்டான்.

"அந்தக் கொடுங்கோலன் மத்தியானத்தில் கொஞ்ச நேரம் தூங்குவான். அவனைக் கொன்றுவிடு; அப்புறம் நமக்குக் கவலையே கிடையாது." இதுவே காலிபன் முறையீடு.

"அகோ வாராய் மதிமந்திரி புறப்படு புரட்சி செய்வோம்" என்று பிறக்கிறது சுக்ரீவ ஆக்ஞை.

இந்த நிலையில் ஏரியல் மாயாவியாக வந்து அவர்களை மோகன இசையொன்றில் மதிமயங்க வைத்து, குரல் செல்லும் திசையில் கோவேறு கழுதைகள் போல் தொடரும்படி கல்லிலும் முள்ளிலுமாக இழுத்துச் செல்லுகிறான்.

எந்த ராஜ்யம் எப்படிப் போனால் என்ன?

பெர்டினான்ட் மடியவில்லை. நீந்திக் கரையேறி ஏரியலின் மோகனப் பாட்டைப் பின்தொடர்ந்து பிராஸ்பிரோ மகளைக் கண்டுவிடுகிறான். கண்டவுடன் காதல். காட்டுக்கொடி போலும், வனதேவதை போலும் கண்முன் நின்ற மிரண்டாவுக்காக எந்த ராஜ்யத்தை வேண்டுமானாலும் தியாகம் செய்யவும் தயாராகிவிட்டான். தகப்பனைத் தவிர மனுஷ வர்க்கத்தையே பார்க்காமல் வளர்ந்த மிரண்டாவுக்கு அவன் இந்த உலகத்தவன் அல்லவென்றே படுகிறது. அப்படி இருவரும் காதல் பித்தேறி விடுகிறார்கள்.

பிராஸ்பிரோவுக்கு இவர்கள் மனநிலை புரிந்துவிடுகிறது. இவர்களது பாசம் நிலைத்ததுதானா என்று பரீட்சிக்க, பெர்டினான்டை விறகு வெட்டச் சொல்லிப் பணியாள் நிலைக்கு ஆக்கிவிடுகிறான். மிரண்டா நடமாடும் உலகில் விறகுவெட்டியாகக் காலம் கழித்தாலும் போதும், அதுவே பரமபதம் என்று கருதுகிறான். பெர்டினான்ட் – மிரண்டா

இருவருடைய காதல் வழி அவ்வளவு கரடுமுரடாக இல்லை. பிராஸ்பிரோ மன்னித்து, மணவினைக்கு ஆசியளித்துக் காத்திருக்கக் கட்டளையிடுகிறான். தன்னுடைய திறமையால் இந்திரஜால வித்தை நடத்துகிறான். மாத்திரைக் கோல் சுழற்றியதும் கவியின் உள்ளத்தில் குதித்தெழும் கற்பனைகள் போல வனதேவதைகள் அவர்கள் முன் தோன்றிப் பாட்டுப் பாடி மகிழ்விக்கிறார்கள்.

காதல் வளம் பாடி நடனம்புரிய நதித் தேவதைகளும் அறுவடைக்காரர்களும் வந்து ஆடுகிறார்கள்.

இந்த நிலையில் குடிகார ராஜாவின் சதிக்கும்பல் தனது இருப்பிடத்தை நோக்கித் தேடி வருவது நினைவுக்கு வருகிறது. சட்டென்று வனதேவதைகளை அனுப்பிவிட்டுப் புறப்பட்டு விடுகிறான்.

பிராஸ்பிரோ மாயவலை

மகனைத் தேடி வரும் மன்னன் கோஷ்டி, சமயத்தை எதிர்பார்க்கும் உள்ளூறை நோய் போன்ற கொலைக் கும்பலு டன் தீவுக்குள் வெகுதூரம் வந்துவிட்டது. கிழவன் கொன் ஸாலோ இனி ஒரு அடி எடுத்துக்கூட வைப்பதற்குச் சக்தி யில்லை என்று உட்கார்ந்துவிடுகிறான். மன்னனுக்கும் தளர்வு தட்டுகிறது. யாவருக்கும் பசி காதை அடைக்கிறது.

இந்தச் சமயத்திலே ஏரியல் அசரீரியாக வந்து மறுபடியும் தனது மோகனப் பாட்டைப் பாடுகிறான்.

யாவரும் பிரமித்து நிற்கையிலே தேவதைகள் கோஷ்டி ஒன்று அவர்கள் முன்னிலையிலே விருந்து படைக்கிறது. பசி கழுத்தைப் பிடித்து நெட்ட மன்னனும் மற்றோரும் நெருங்குகிறார்கள்; ஆனால் ஏரியல் பயங்கரமானதொரு கூளியாகத் தோன்றி உணவு வகைகளைச் சிறகில் தட்டிக் கொண்டு மறைகிறான். ஆசைக்கும் நுகர்ச்சிக்கும் இடையில் எதிர்பாராத இந்த மதில் எழுந்துவிட்டது.

“ஆயிரம் பேய்களானாலும் சரி, ஒவ்வொன்றாய் வந்து பார்க்கட்டும்” என்று கர்ஜிக்கிறான் ஸெபாஸ்டியன்.

சோர்ந்த கோஷ்டி பட்டினியுடன் தோழமை கொள்ளுகிறது.

ஐயோ, வேட்டை நாய்

ஸ்டிபானோ புரட்சிக் கும்பல், பாட்டில் சொக்கி, கல்லிலும் முள்ளிலும் இழுபட்டுக் கடைசியில் சகதிக் குட்டை ஒன்றில் விழுந்து புட்டியையும் பறிகொடுத்து பிராஸ்பிரோ

குகையை அணுகுகிறது. "வந்துவிட்டோம்; வீரா, உன் வினைத் திறமையைக் காண்பி" என்று காலிபன் அவசரப்படுகிறான்.

பட்டங்கட்டினாலும் பழமை வாசனை போகவில்லை. கொடியில் உலர்த்தப்பட்டிருந்த பட்டும் பட்டாடையும் கண்டு அதைத் தட்டிக்கொண்டு போவதுதான் தன் ராஜ காரியத்தின் முதல் கடமை என்று நினைக்கிறான் ஸ்டிபானோ. ராஜாவே இப்படி என்றால் மந்திரியைக் கேட்க வேண்டுமா? 'எனக்கிது, இது' என்றுகொண்டே துணிமணிகளை மூட்டை கட்டிக் காலிபன் முதுகில் ஏற்றுகிறார்கள். கதி மோட்சம் நாடிய காலிபன் பொதி கழுதையானான். வீரமெல்லாம் இவ்விருவர் சற்றுமுன் எழுப்பிய நம்பிக்கை போல் குட்டையில் விழுந்து சகதியைப் பூசிக்கொண்டன. காலிபன் அங்கலாய்க்கிறான்; அவசரப்படுகிறான். முதலில் திருடுவோம்; அப்புறம் புரட்சி என்பது ஸ்டிபானோ பத்வா. இந்தச் சமயத்தில் வேட்டை நாய்களின் ஹுங்காரம் கேட்கிறது. பிராஸ்பிரோவும் ஏரியலும் பயங்கரமான நாய்களை ஏவி முயல் வேட்டையாடி வருகிறார்கள். முயல் வேட்டை மனுஷ வேட்டையாகிறது.

புரட்சிக்கும்பல் பிளிறிக்கொண்டு ஓட்டமெடுக்கிறது.

'இவர்களை விரட்டிக்கொண்டு போ! உடம்பெல்லாம் குத்தும் குடைச்சலும் உண்டாக்கக் குட்டிச்சாத்தான்களை ஏவி விடு' என்று உத்தரவு போட்டுவிட்டு வேறு திசை செல்லுகிறான் பிராஸ்பிரோ.

மந்திரவட்டம்

மன்னன் கோஷ்டி, பிராஸ்பிரோ மந்திரம் ஜபித்து மாய வட்டம் கீறிய பிரதேசத்துக்குள் பிரவேசித்துத் திகைப்பூண்டு மிதித்தவர்கள் போல அடியெடுத்துவைக்க முடியாமல் சிக்கிக் கொள்ளுகிறார்கள்.

மந்திரச் சட்டையணிந்து, மாத்திரைக்கோல் ஏந்தி பிராஸ்பிரோ அவர்கள் முன் தோன்றுகிறான்.

"எனது மந்திர சக்தியின் வலிமையால் சூரியனை இருட்டாக்கி, புயலை எழுப்பி உங்கள் எல்லோரையும் என் கைக்குள் சிக்கவைத்தேன். நான் மந்திரவாதி, தீவின் அதிபதி, மிலான் ஆட்சி இழந்த பிராஸ்பிரோ. இப்பொழுது சிறுமை மனிதர்கள் செயல்கள்மீதுள்ள என் சினம் அடங்கிவிட்டது. அரசே வருக. குணசம்பன்னனான கொன்ஸாலோவே வருக. சகோதரத் துரோகிகளே, உங்கள் வரவும் நல்வரவாகட்டும். நீங்கள் என் அதிதிகள்" என்கிறான் பிராஸ்பிரோ.

புத்திர சோகம் தீரவில்லை, அலான்ஸாவுக்கு. 'நானும் உம்மைப் போல ஒரு மகனை இழந்துவிட்டேன். இதோ பாருங் கள்' என்று மாத்திரைக்கோலைத் தூக்குகிறான் பிராஸ்பிரோ.

மிரண்டாவும் பெர்டினான்ட்டும் குகையில் சதுரங்கம் ஆடும் காட்சி தெரிகிறது.

"உமது மகன் என் மகளைக் கவர்ந்துவிட்டான்" என்கிறான் பிராஸ்பிரோ.

ஏரியல் விரட்ட, திருடிய துணிமூட்டைகளுடன் ஸ்டிபானோ – காலிபன் கோஷ்டி வருகிறது. வேறு திசையி லிருந்து மாலுமிகளும் மற்றுமுள்ளோரும் வருகிறார்கள்.

நேப்பிள்ஸில் கலியாணம் முடிந்த பின் மிலானில் படித்துப் பொழுதுபோக்க இடம் கிடைத்தால் போதும்; இதுதான் பிராஸ்பிரோ ஆசை.

"எங்களை நேப்பிள்ஸ் சேர்த்த பின் நீ உன் இஷ்டம் போலக் காற்றில் ஓடியாடித் திரிந்து மகிழ்" என்று ஏரியலுக்கு விடை கொடுக்கிறான். யக்ஷிணிக் குழந்தையானாலும் பிராஸ்பிரோவுக்குப் பிரிய மனமில்லை. அதன்மேல் அவ்வளவு ஆசை படர்ந்துவிட்டது. இருந்தாலும் அதன் ஆசை இருக்கிறதே.

தான் வழிபட்ட தெய்வம், போதை மயக்கம் தெளியாத பரிசாரகன் என்பதில் காலிபனுக்கு மகாவெட்கம்.

காலிபன் காதிலே வனதேவதைகளின் இசை நிரம்ப, எழுந்திருக்க மனமில்லாதவனாக, கண்மூடிக் கிடந்து, ஏக சக்ராதிபதியாக ஆளுகிறான்.

தீவும் தனிமை கண்டது.

○○

தர்மதேவதையின் துரும்பு

ராஜகுடும்பம்

கிளாடியஸ்	:	அண்ணனைக் கொன்று அரசாட்சி பெற்றவன்.
ஜெர்ட்ரூட்	:	அண்ணன் மனைவியாயிருந்த அவன் மனைவி.
ஹாம்லெத்	:	அண்ணன் மகன் – அல்லாடும் மனத்தன்.

மந்திரி குடும்பம்

பொலோனியஸ்	:	அதிசாகசத்தால் அனாவசிய மாக செத்தவன்.
லேயர்ட்டீஸ்	:	காரியத்தில் கருத்தும் பேச்சில் படபடப்பும் உள்ளவன்.
ஓபிலியா	:	தகப்பனை நம்பி, காதலித்த வனை இழந்து சித்தங் கலங்கி மாண்ட சிறுமி.

பள்ளித் தோழர்கள்

ஹொரேஷியோ	:	யோக்கியமான நண்பன்; ஹாம் லெத்தின் பள்ளித்தோழன்.

கில்டன்ஸ்டர்ன், ரோஸன் கிரான்ட்ஸ்: அயோக்கிய நண்பர்கள்; அவர்களும் அவனுடன் படித்தவர்கள்தான்.

பிசாசு, சோல்ஜர்கள், பணியாட்கள் முதலியோரும் வந்து போவார்கள்.

'யார் அங்கே?'

குரலிலே அதிகாரத் தோரணையும் அதனுடன் பயமும் கலந்திருந்தது. கடுங்குளிரிலே, இருட்டின் திரைக்குள்ளே, ஈட்டி போலப் பாய்ந்தது அக்குரல்.

"நீ யார்? முதலில் அதைச் சொல்" என்று பதில் கேள்வி பிறந்தது, கன்னக்கனிந்து திரண்டு நின்ற இருள் பிழம்பிலிருந்து.

"மன்னர் நீடூழி வாழ்க!"

"என்ன? பெர்னாடோவா?"

"ஆமாம்."

குளிரும் பல்லைக் கிடுக்கிறது; மனசும் ஒருநிலை கொள்ள வில்லை.

"எப்படியப்பா உன் பாராவிலே எதுவும்...?"

"ஒரு சுண்டெலிகூட அசங்கலே..."

"சரி பின்னே போரேன்."

"வழியிலே மார்ஸெலஸும் ஹொரேஷியோவும் வந்தா சீக்கிரம் வரச்சொல்லு."

டென்மார்க் ராஜ்யத்தின் தலைநகரின் வெளிமதில் பாராக்காரர்கள் இவர்கள். அதோ மார்ஸெலஸும் ஹொரேஷியோவுமே வந்துவிட்டார்கள். ராஜ்யத்திலே பரிசீலனை செய்து புரிந்துகொள்வதற்குக்கூட அவகாசம் கொடுக்காமல் புதிர் போலப் பல சம்பவங்கள் நடந்துவிட்டன.

டென்மார்க் அரசனான ஹாம்லெத், ஆரோக்கியமாக வாழ்ந்து வந்தவர். திடீரென்று ஒரு நாள் நந்தவனத்தில் தூங்கி கொண்டிருந்தவர் மாண்டு கிடந்தார்.

விட்டம்பெர்க் சர்வகலாசாலையில் படித்துக்கொண்டிருந்த இளைய ஹாம்லெத் பட்டத்துக்கு வராமல் அவனுடைய சித்தப்பாவான கிளாடியஸ் முடிசூட்டிக்கொண்டான். அது மட்டுமா, ராணி ஜெர்ட்ரூடையும் கலியாணம் செய்துகொண்டான். மரணத்தின் காரணம் புரியவில்லை. இந்த அவசரப்பட்ட கலியாணம் என்ற கேலிக்கூத்தின் விபரீதமும் புரியவில்லை.

ஹொரேஷியோ இளைய ஹாம்லெத்துடன் சகபாடியாக வாசித்தவன். இந்தப் பாராக்காரர்கள் சொல்லும் ஒரு விபரீதத்தை நேரில் பார்க்க வந்திருக்கிறான். மெத்தப் படித்து விவகார ஞானம் பெற்ற அவனுக்கு 'இது வெறும் கனவு' என்றுதான் படுகிறது. தான் கண்ணாரக் கண்ட பெர்னாடோ மறுபடியும் விவரிக்கிறான்.

“நேற்று இரவு, அதோ அந்த நட்சத்திரம், இங்கே வரும் போது, இதோ இப்பொழுது பிரகாசிக்கிறதே அங்கே வரும் போது, நானும் மார்ஸெலஸூம்...” அப்பொழுது மணி ஒன்று அடித்தது...

“சூ, பேசாமலிரு...” என்று சுட்டிக்காட்டுகிறான் மார்ஸெலஸ்.

ஏதோ சாயாரூபம் மாதிரி ஒன்று தூரத்தில் தென்பட்டது. இறந்த மன்னனுடைய ஆவி. அதே நடை, அதே மிடுக்கு.

“ஹொரேஷியோ, நீ படிச்சவனாச்சே. அதனுடன் பேசு” என்று தூண்டுகிறான் மார்ஸெலஸ்.

ஹொரேஷியோ தெய்வத்தின்மீது ஆணையிட்டு அதை வழிமறித்து “நீ யார்?” என்று கேட்கிறான்.

அது முகத்தில் கோபத்தைக் காட்டி மிடுக்காக அகன்று விடுகிறது.

“போய்விட்டது” என்கிறான் மார்ஸெலஸ்.

“இது ஏதோ ராஜ்யத்தின் கெடுதலுக்குத்தான் அறிகுறி. ரோம் சாம்ராஜ்யத்தைக் கட்டி ஆண்ட ஜூலியஸ் ஸீஸர் விழுந்தபோதும் ரோமாபுரித் தெருக்களில் பிசாசுகள் நட மாடினவாம்; வால்வெள்ளி தோன்றியதாம்; ரத்த மழை பெய்ததாம்... அதோ மறுபடியும் வந்துவிட்டது.”

அதை மறுபடியும் ஆணையிட்டுத் தடுத்து நிறுத்திக் கேள்விகள் போடுகிறான்.

எங்கோ ஒரு கோழி கூவுகிறது.

ஆவி மறைந்துவிடுகிறது.

மூவரும் வழிமறித்துத் தடுக்கத்தான் முயற்சித்தார்கள். காற்றைப் பிடித்துக் கட்டிவைக்க முடியுமா?

இந்த அதிசயத்தை இளைய ஹாம்லெத்திடம் சொல்லுவ தென்று தீர்மானமாகிறது.

2

இளைய ஹாம்லெத் உலகக் கவலை இல்லாமல் விட்டம் பர்க் சர்வகலாசாலையில் வாசித்துக்கொண்டிருந்தான். தந்தை யின் மரணச் செய்தி வந்தது. மணிமுடியின் பொறுப்பை ஏற்கச் சம்மதமில்லாதபடி திரும்பி வந்தான். வருமுன்னமே சிற்றப்பன் கிளாடியஸ் சிங்காதனமேறிவிட்டான். தாயார் அவனை அலங்கோல அவசரத்தில் கலியாணம் செய்து கொண்டு

விட்டாள். ஹாம்லெத்துக்குத் தந்தையின் மரணத்தைப் பற்றிச் சர்வசந்தேகம். கொலையா? யார் கொன்றிருப்பார்கள்? கிளாடியஸ் கொலைகாரனானால் தன்னிடம் ஏன் இவ்வளவு பரிவு காட்ட வேண்டும்? துரிதக் கலியாணம் செய்துகொண்டாலும் தாயார் பாசம் குறையவில்லை. ஆனால் அவனுக்கோ சர்வசந்தேகமாக இருந்து வந்தது. ஒன்றும் புரியவில்லை. புரியாத புதிர்களும் தெரியாத எதிரிகளும் அவன் மனசை வாட்டிக்கொண்டிருந்தனர்.

இந்த ராஜ்யத்துக்குப் பிரதான மந்திரி பொலோனியஸ் என்ற கிழவன். உடல் நைந்தது போல் விவேகமும் நைந்துவிட்டது. அடிக்கடி ஞாபகப் பிசகு. தொடர்ச்சியாகப் பேசிக்கொண்டிருக்கும்போதே என்ன பேசினோம் என்பது மறந்துவிடும். ஆனால் மனசில் தன்னை அபார சாணக்கியன் என்று நினைத்துக்கொண்டு, தான் இல்லாவிட்டால் டென்மார்க் ராஜ்யமே அழிந்துபோய்விடும் என்று மனப்பால் குடித்துத் தனக்கு வேண்டாத காரியங்களில் எல்லாம் தலையிட்டுக் கொள்ளுபவன். எல்லாவற்றிலும் சர்வசந்தேகம்.

இவனுக்கு ஒரு மகனும் மகளும் உண்டு. மகன் பெயர் லேயர்ட்டீஸ். மகள் பெயர் ஓபீலியா. ஓபீலியா, சாதுக் குழந்தை; உலகம் அறியாதவள்; வெளுத்ததெல்லாம் பால். ஆனால் லேயர்ட்டீஸ் இதற்கு மாறானவன். விவகாரம் தெரிந்தவன். நினைத்த காரியத்தைச் செய்வதற்குச் சற்றும் தயங்காதவன். எது சரி என்று அவனது புத்திக்குப் பட்டதோ அதைச் செய்து முடிக்க என்னவிதமான பாஷையானாலும் அதைக் கையாளுபவன். ஓபீலியா மேல் இளைய ஹாம்லெத் காதல் வைத்திருப்பது அவனுக்குப் பிடிக்கவில்லை. பெரிய இடத்துப் பாசம் கெடுதலையே விளைக்கும் என்றும், ஏமாந்துவிடாதே என்றும் தங்கைக்குப் புத்தி சொல்லுகிறான். பிரான்ஸுக்குப் போக வேண்டும் என்று லேயர்ட்டீஸுக்கு ஆசை.

தகப்பனை வற்புறுத்தி அனுமதி பெற்றுக்கொண்டு புறப்பட்டுவிடுகிறான். தகப்பனோ, பாரிஸில் போய் எப்படிக் கெட்டலையப் போகிறானோ என்று அவனது நடவடிக்கைகளை வேவு பார்க்க அந்தரங்கமாக வேறு ஒருவனை அனுப்புகிறான்.

3

தகப்பனார் மாண்ட துக்கத்திலிருந்து தெளியாத இளைய ஹாம்லெத்துக்குக் கோட்டை மதிலில் ஆவி நடமாடுவதைப் பற்றி அவனது நண்பர்கள் அந்தரங்கத்தில் வந்து தெரிவிக்கிறார்கள். மனசில் ஏற்கனவே பலவிதமாகச் சங்கடப்பட்டுக்

கொண்டிருக்கும் ஹாம்லெத்துக்கு இது புதிரை விளக்க வந்த புதுப் பாஷை போலத் தெரிகிறது. நண்பர்கள் மார்ஸெலஸ், பெர்னாடோ, ஹோரேஷியோ ஆகியோருடன் நடுநிசிக் காவலுக்குச் செல்லுகிறான். பழையபடி அதே நேரத்தில் அதே உருவம் தோன்றுகிறது. ஹாம்லெத் தொடருகிறான். தான் இம்மண்ணுலகில் நடமாடியபோது தனக்கு நிகழ்ந்த கோர முடிவை ஆவி அவனிடத்தில் வர்ணிக்கிறது. இப்பொழுது மன்னனாக மணிமுடி தரித்திருக்கும் தனது சகோதரனான கிளாடியஸ், உத்தியானவனத்தில் தான் சற்று அயர்ந்திருக்கையில், காதில் விஷத்தை ஊற்றிச் சாகடித்துவிட்டதாகக் கூறுகிறது. ராணி ஜெர்ட்ரூடின் கள்ளக்காதல் வைத்த தீ, இந்தக் கொடுமையில் வந்து விடிந்ததாகவும், பழி வாங்கிவிட வேண்டும் என இளைய ஹாம்லெத்திடம் சத்தியம் வாங்கிவிடுகிறது.

பேயைக் கண்டு திரும்பிய இளைய ஹாம்லெத் சித்தம் அதிர்ந்துவிடுகிறது. பேயிடம் பேசிவிட்டுத் திரும்பிய அவன் நண்பர்களிடம் நடந்ததைச் சொல்ல மறுத்துவிடுகிறான். ஆனால் இந்த விவகாரத்தைப் பற்றி ஒரு வார்த்தை மூச்சுவிடக்கூடாது என்று சத்தியம் வாங்கிவிடுகிறான்.

டென்மார்க் ராஜ்யமே தன்னை எதிர்த்து நிற்பதாக மலைக்கிறான் ஹாம்லெத். அவன் எப்பொழுதுமே படிப்பிலும் நினைப்பிலும் பொழுதைக் கழித்தவன். செயலில் இறங்குவது என்பது ரத்த நெடி வீசும் பாதையில் நடப்பது என்பது மனசைக் கிடுகிடுக்க வைக்கிறது. ஆனால் இந்தக் காரியத்தை நடத்தித்தான் தீரவேண்டும் என்று ஏதோ ஒரு உள்தூண்டுதல் அவனை உந்தித் தள்ளுகிறது. 'இந்த உலகைச் சீர்படுத்த என்னை ஏன் படைத்தாய்' என்று ஏங்குகிறான்.

கிளாடியஸ்தான் கொலை செய்தவன். ஆனால் அவனும் ஒருவிதத்தில் கோழை. முதலில் ஜெர்ட்ரூட் மேலிருந்த அபார மோகம், அதைத் தொடர்ந்து சிங்காதனம் வரை தனது ஆசை விரித்த நடைபாவாடை, பழைய மன்னனை விஷம் வைத்துக் கொல்லும்படி செய்துவிட்டது. கொன்ற பிற்பாடு மனசில் நிம்மதி கிடையாது. ஜெர்ட்ரூட் காட்டும் அன்புதான் மனத் தணலுக்கு ஒரு ஆறுதலாக இருந்துவருகிறது. முதலில் கொலை செய்யும்போது இளைய ஹாம்லெத்தைப் பற்றிப் பிரமாதமாக நினைக்கவில்லை. அவன் துக்கப் போர்வை போர்த்து, கவலைச் சிலுவையைச் சுமந்துவருவது வேஷமோ என்று சந்தேகிக்கிறான். சிறுபோதில் இளைய ஹாம்லெத்தின் பள்ளிக்கூட சகாக்களும் அரண்மனை வாழ்வின் சீலைப்பேன்களுமான ரோஸன் கிரான்ட்ஸ், கில்டன்ஸ்டர்ன் என்ற இருவரை இளவரசனுடைய நடமாட்டங்களைக் கவனிக்க வேவு அனுப்புகிறான்.

ஜெர்ட்ரூட் யாரையும் நம்புகிறவள். அவளுடைய வாழ்விலே ஏற்பட்ட கள்ளக்காதல்தான் அவள் செய்த தப்பு. மன்னன் ஹாம்லெத்தின் திடீர் மரணம், காதலை ஒளித்துவைத்துக் கஷ்டப்பட்டுக்கொண்டிராமல், உலகம் ஒப்ப மணப்பாதை காட்டியதாகவே கருதுகிறாள். மன்னன் கொலை செய்யப் பட்டதாக அவளுக்குத் தெரியாது; அவ்வாறு சந்தேகிக்கவே இல்லை; சந்தேகிக்கவும் திறம் கிடையாது. அவசரக் கலியா ணத்துக்கு முதலில் தயங்கினாலும் அவளது ஆசையும் கிளாடி யஸின் வற்புறுத்தலும் அவளை இணங்க வைத்துவிட்டன. கிளாடியஸின் மீது எவ்வளவு அபாரமோகம் இருக்கிறதோ, அதே மாதிரி ஒரே மகனான இளைய ஹாம்லெத் அவள் கண்ணுக்குக் கண்ணான பிள்ளை. மகன்மேல் அவளுக்குச் சொல்லுக்கு மீறிய வாஞ்சை. இளைய ஹாம்லெத்தின் துக்கத்தைப் போக்கி மனசைத் தெளிவிக்க என்னவெல்லாம் செய்யலாமோ அதை முயலுகிறாள்.

பேயைக் கண்டுவிட்டு ஹாம்லெத் அந்த அலங்கோலமும் அதிர்ச்சியும் நீங்காமல் தன் காதலியைப் பார்க்க வருகிறான். தனது காரியத்தைச் சாதிக்கக் காதலையும் துறக்க வேண்டும் என்று மனசு சொல்லுகிறது. கடைசி முறையாக அவளைப் பார்த்துவிட்டுப்போக வருகிறான். அதிகமாகப் பழக்கம் வைத்துக் கொள்ளக் கூடாது என்று தடுக்கப்பட்ட ஒபீலியாவை இவனது வருகையும் பார்வையும் விழியும் திடுக்கிட வைக்கிறது. தன் தகப்பனாரிடம் ஓடோடியும் வந்து சொல்லுகிறாள். நம் நாட்டில் கைகூடாக் காதலை உலகுக்கு அறிவிக்க மடலேறும் பழக்கம் இருந்தது போல அங்கே அக்காலத்தில் நிராகரிக்கப்பட்ட காதலன், அலங்கோலமாக உடைதரித்துப் பித்துக்குளி மாதிரி, தன் காதலை எடுத்துக்காட்டி, இரங்கும்படி செய்விக்க, காதலி முன்வருவது என்ற ஒரு சம்பிரதாயம் இருந்துவந்தது. ஹாம்லெத் துக்குக் காதல் பைத்தியந்தான் ஏற்பட்டுவிட்டது என்று பொலோ னியஸ் நிச்சயப்படுத்திவிடுகிறான். மன்னன் சமூகத்துக்குத் தன் மகளுடன் சென்று தான் கண்டுபிடித்ததை அறிவிக்கிறான்.

4

இந்த நிலையில் கிளாடியஸின் தூண்டில்முள்களான கில்டன்ஸ்டர்னும், ரோஸன் கிரான்ட்ஸூம் இளைய ஹாம் லெத்திடம் பேச்சுக் கொடுத்துப் பார்க்கிறார்கள். அவன் அவர்களைக் கிண்டல் பண்ணுகிறான். அவன் பேச்சில் பைத்தியத்தின் கமறல் அடிக்கிறது. புதிர் போன்ற அவனது வார்த்தைகள், அவர்கள் உள்ளத்தைத் தொளைக்க வேண்டும்.

ஆனால் மரத்துப்போன மடங்களுக்கு அது புரியவில்லை. ஆனால் ரகசியத்தை மட்டும் சொல்ல மாட்டேன் என்கிறானே என்ற கொதிப்பு. இந்தச் சமயம் பார்த்து தேசாந்திரியான நாடகக் கோஷ்டி ஒன்று அங்கு வருகிறது. ஹாம்லெத்துக்கு மின் வெட்டுவது மாதிரி ஒரு யோசனை தோன்றுகிறது. தன் தகப்பனாரின் கொலையை நாடகமாகத் தயார் செய்து கிளாடியஸ் முன் ஆடினால் . . . ? நாடகந்தான் சரி; அதுதான் மன்னன் மனச்சாட்சியைப் பிடிக்கச் சரியான தூண்டில்.

இளைய ஹாம்லெத்துக்குப் பிசாசு சொன்ன வார்த்தைகளின்மேல்கூட அவ்வளவு சந்தேகம். ஒருவேளை தன்னைப் பாழ்படுத்த சாத்தானின் சாபமோ என்று சந்தேகம். அதனால் தான் அவன் மனசு கிடந்து அலைமோதுகிறது. நாடகக்காரர்களின் வருகை, தெய்வமே தனக்கு வந்து காட்டிய வழி போலத் தோற்றுகிறது. பழி வாங்குவது பற்றி ஊசலாடும் உள்ளத்தானாகிய இளைய ஹாம்லெத் முயன்ற முயற்சி இது ஒன்றுதான். மற்றப்படி தர்மதேவதை ரத்த சாந்தியை நோக்கிச் செல்லும் பாதையில் அவன் சிக்கி இழுபடுகிறான். அவ்வளவுதான்.

5

இந்த நிலையில் வேவுகாரர்கள் வந்து, வேலை தங்கள் சக்திக்கு மீறியது என்பதைச் சொல்லுகிறார்கள். இவர்கள் பேசிக்கொண்டிருக்கும்போது பொலோனியஸ் வருகிறான். இளைய ஹாம்லெத்துக்குக் காதல் பைத்தியமா அல்லவா என்பதைப் பரீட்சிக்கச் சமயம் ஏற்றதாக இருக்கிறது என்பதைச் சொல்லுகிறான். ஓபீலியாவைத் தனி இடத்தில் உட்கார வைத்துவிட்டு மன்னனும் மந்திரியும் ஒளிந்துகொள்கிறார்கள். இளைய ஹாம்லெத் அந்தப் பக்கமாக வருகிறான். ஓபீலியா அவனிடம் பேச்சுக் கொடுக்கிறாள். தனது ரகசியத்தைக் கண்டுபிடிக்க இது ஒரு வலை என்பது அவனுக்குத் தெரியும். முரட்டுத்தனமாக அவளிடம் பேசுகிறான். பேச்சில் பித்தம் தெறிப்பதாகவே ஓபீலியா எண்ணுகிறாள். அவளுக்கு வேறு எந்த மாதிரி தெரியும்! தனக்கு வீசப்பட்ட வலையில், கவர்ச்சிப் பொருளாக, அளவிடமுடியாத மதிப்பு வைத்திருந்த தனது ஆசைக்கு உகந்தவளே இருக்கிறாள் என்பதில் ஹாம்லெத்துக்குக் கோபம். ‘உன் தகப்பனை வீட்டுக்குள் போட்டுப் பூட்டிவை; அவன் மடமை வீட்டோடேயே அடங்கட்டும்’ என்று அவன் சொல்லுவதின் பொருள் அவளுக்குப் புலப்படவில்லை.

கிளாடியஸுக்கு இது காதல் வெறி அல்ல என்பது புரிந்துவிட்டது. இளைய ஹாம்லெத்துக்குப் பைத்தியமே கிடை

யாது; அவன் ரகசியத்தில் ஏதோ சதி செய்கிறான்; வேற்றூருக்கு அனுப்பிவிட்டால் நலம் என்று நினைக்கிறான்.

கொலை அட்டூழியம் பற்றி எதுவும் அறியாத பொலோனியஸுக்கு இது காதல் பைத்தியந்தான் என்ற உறுதியான நினைப்பு. தாயாரைக் கொண்டு கண்டிக்கச் சொல்லுவோம்; அதன்மூலம் ரகசியத்தைக் கண்டுபிடிப்போம் என்கிறான்.

6

நாடகம் டென்மார்க்கில் நடந்த கொலைதான். கொன்ஸாலோ என்ற ட்யூக். அவன் மனைவி பெயர் பாப்டிஸ்டா. லூஸியானஸ் என்ற உறவினன், ட்யூக் உத்தியானவனத்தில் உறங்கும்போது காதில் விஷம் ஊற்றிக் கொல்லுகிறான்.

இந்த நாடகத்தை கிளாடியஸ், ராணி, ஹாம்லெத், ஹொரேஷியோ, ஓபீலியா, பொலோனியஸ் யாவருமே பார்த்துக்கொண்டிருக்கிறார்கள். இந்தக் கட்டம் வந்ததும் மன்னனுக்குப் புரிந்துவிடுகிறது. ‘விளக்கு, விளக்கு’ என்று சொல்லிக்கொண்டே இடையில் எழுந்து புறப்பட்டுச் சென்று விடுகிறான். “நெருப்பு என்று சொன்னால் உடம்பு பத்திக் கொண்டுவிடுமா” என்று சிரிக்கிறான் ஹாம்லெத். “அம்பு பட்ட மான் எங்கே போய் விழுகிறதோ” என்கிறான் ஹொரேஷியோவைப் பார்த்து.

சிறிது நேரம் மௌனமாக இருந்துவிட்டு “நாம் கண்ட பேய் யோக்கியமான பேய்தானப்பா!” என்கிறான்.

அதற்குள் கில்டன்ஸ்டர்னும் ரோஸன் கிரான்ட்ஸும் வந்துசேருகிறார்கள். “மகாராஜா மகா கோபமா இருக்கிறார். ராணிக்கு ஆத்திரமும் ஆச்சரியமுமாக இருக்கிறது; ராணியார் உங்களை வரச்சொன்னார்கள்” என்கிறார்கள்.

கில்டன்ஸ்டர்ன் அவனைத் தொளைத்துத்தொளைத்து ரகசியம் என்ன என்று தெரிந்துகொள்ள முயலுகிறான்.

ஹாம்லெத்துக்குக் கோபம் வந்துவிடுகிறது. அவன் கையில் ஒரு குழலைக் கொடுத்து “இதை வாசி” என்கிறான்.

“எனக்குத் தெரியாதே” என்று சொல்லுகிறான் கில்டன்ஸ்டர்ன்.

“சும்மா ஊதிப்பாரு; துவாரங்களில் விரலை வைத்து அழுத்திக்கொண்டு காற்றை ஊத வேண்டியதுதானே” என்கிறான் ஹாம்லெத்.

“அது இசையாக இருக்காதே.”

"இந்தக் குழலைப் பேச வைக்கமுடியாதவனா என்னைப் பேசவைத்துவிடப்போகிறாய், அதைவிட நான் மட்டமானவனா?" என்று அதட்டுகிறான்.

அந்தச் சமயத்தில் பொலோனியஸ் வந்து தாயார் ஹாம்லெத்தை அழைப்பதாகச் சொல்லிவிட்டுப் போகிறான்.

7

ராணியைச் சந்திப்பதற்கு இளைய ஹாம்லெத் வருகிறான். வழியிலே கிளாடியஸ் தெய்வத்தை நோக்கி அல்லாடும் மனதுடன் பிரார்த்தனை செய்து கொண்டிருப்பதைப் பார்க்கிறான். கடவுளை நோக்கி நின்று மன்றாடுபவனைக் கொல்லுவதா, கூலிக்குக் கத்தி தூக்குபவன் அல்ல என்று நினைத்துக் கொண்டு கிடைத்த சந்தர்ப்பத்தைத் தவறவிட்டுத் தாயார் இருக்கும் இடத்தை நோக்கிச் செல்லுகிறான்.

மகனிடம் கண்டித்துப் பேசி மனசில் உள்ளதை அறிய வேண்டும் என்று யோசனை சொல்லிக்கொண்டிருந்த போலோனியஸ், திரைக்குள் மறைந்துகொள்ள, தாயார் மகனை உள்ளே வரும்படி அழைக்கிறாள்.

இளைய ஹாம்லெத் பித்துக்குளி மாதிரி வார்த்தைக்கு வார்த்தை ஏறுக்குமாறாகப் பேசுகிறான்.

திரைக்குப் பின் சிறிது சப்தம் கேட்கிறது. 'எலி, எலி' என்று சொல்லிக்கொண்டே கத்தியைச் சொருகிவிடுகிறான். திரைக்குப் பின் அவன் எதிர்பார்த்தது மன்னன்; ஆனால் மாண்டு கிடந்தது மந்திரி.

ஆத்திரம் பொங்கத் தன் தந்தை எப்படி, மன்னன் எப்படி என்பதை வேறுபடுத்தி வர்ணிக்கிறான். ஆவேசம் கொண்ட அவனது மனசுக்குத் தந்தையின் உருவமெனத் தோற்றம் தெரிகிறது. அது அவனிடம் பேசுகிறது. அவனைத் தூண்டுகிறது. ஹாம்லெத்தின் பேச்சு ஜன்னி வேகத்தில் செல்லுகிறது. கிளாடியஸைத் திருடன், கொலைகாரன், மணிமுடியைத் திருடி அடிமடியில் ஒளித்துக்கொண்டவன் என்று வைகிறான்.

ஆனால் ராணி தன் மகனுக்குப் பைத்தியம்தான் என்று நினைக்கிறாள்.

"எனக்குப் பைத்தியம் இல்லை. தந்திரக்காரப் பைத்தியம் என்று வைத்துக்கொள். உன் மன்னனிடம் வேண்டுமானால் சொல்லு. என்னை வேற்றூருக்கு அனுப்ப யோசனை ஆகியிருக்கிறது தெரியுமா?" என்று சொல்லிவிட்டு பொலோனியஸ் சடலத்தை இழுத்துக்கொண்டுபோகிறான்.

8

பொலோனியஸ் உடம்பை ஹாம்லெத்திடமிருந்து வாங்குவதற்குள் பெரும்பாடாகிவிட்டது. அதை அவசர அவசரமாக இரண்டாம் பேருக்குத் தெரியாமல் புதைக்க ஏற்பாடாகிறது. ஹாம்லெத்தை இங்கிலாந்துக்கு அனுப்பிவிட விரும்பிய மன்னனுக்கு இந்தக் கொலை பாதையைச் சௌகரியமாக்குகிறது. கில்டன்ஸ்டர்ன், ரோஸன் கிரான்ட்ஸ் இருவருடைய பாதுகாப்பில் ஏதோ ஒரு நொள்ளைச் சாக்கைச் சொல்லி அவனை அனுப்பிவிடுகிறான். கடிதம் கொண்டு வருவோரை விசாரிக்காமல் தீர்த்துவிட வேண்டும் என்பது இங்கிலாந்திலிருப்பவர்களுக்குத் தாக்கீது. ஆனால் கொலைக்காக ஹாம்லெத்தை நாடுகடத்திவிட்டதாக ஜனங்களைச் சாந்தம் செய்ய வெளிப்பகட்டு.

இங்கிலாந்துக்குப் போகும் பாதையில் நார்வே மன்னனுடைய மருமான், பயனற்ற மண்ணைப் பிடிக்க போலந்தை நோக்கிப் படை திரட்டிப் போவதைப் பார்க்கிறான். நாலு காசு பெறாத மண். ஆனால் எத்தனை ஆர்ப்பாட்டம்! போலந்துக்காரரும் படை திரட்டிக்கொண்டு நிற்கிறார்களாம். வெறும் ஓட்டைப் புகழுக்கு உயிரைவிட அத்தனை பேர்; தகப்பன் கொலைப் பழியைத் தீர்க்க அத்தனை தயக்கம். தன்னையே உறுதிப்படுத்திக்கொள்ளுகிறான் ஹாம்லெத்.

9

தகப்பன் திடீரென்று கொல்லப்பட்டது, அதுவும் தன்னைக் காதலித்தவராலே கொல்லப்பட்டது ஓபீலியாவின் மூளையைக் கலக்கிவிடுகிறது. வாழ்வில் தந்தையையும் தமையனையும் உற்ற வளமாக நம்பி வந்தவள். உலகின் கொடூர சாயைகள் விழாமல் காப்பாற்றக்கூடியவர்களில் ஒருவர் மாண்டார். மற்றவனோ பாரிஸிலிருக்கிறான். நிர்க்கதியாகிவிட்டதாக நினைத்து வெருண்டுபோன ஓபிலியா பைத்தியம் பிடித்து அலைகிறாள். எப்பொழுது பார்த்தாலும் தகப்பனைப் பற்றியே ஜெபம். அவன் அந்திமக் கிரியைகளைப் பற்றியே பாட்டு. அதிலே நசுங்கி முறிந்த காதலின் துன்பச் சோபை அடிக்கிறது.

லேயர்ட்டீஸ் அந்தரங்கமாக டென்மார்க்குக்கு வந்துவிட்டான். தகப்பனார் துர்மரணம் அவனுக்கு எட்டிவிடுகிறது. கோபாவேசனாக வருகிறான். டென்மார்க் ஜனங்கள் முணுமுணுக்க ஆரம்பித்துவிட்டார்கள். முதலில் பெரிய ஹாம்லெத் மரணம், பிறகு அவசரக் கலியாணம், அவசரப் பட்டாபிஷேகம், பிறகு பிசாசு நடமாட்டம், இளைய ஹாம்லெத் பைத்தியம்,

பொலோனியஸ் மரணம், ஹாம்லெத் நாடுகடத்தப்படல் – ஜனங்களுக்கு சந்தேகம் பலமாகிறது. எப்பொழுதுமே கிளாடியஸைப் பிடிக்காது. 'லேயர்ட்டீஸே மன்னன்' என்று கோஷித்துக்கொண்டு கும்பல் அவன் பக்கம் சாய்ந்துவிடுகிறது. நாட்டில் புரட்சி ஏற்பட்டுவிடும் போலிருக்கிறது. மணிமுடி தலையுடன் சிதறி விழுந்துவிடுமோ என்று பயப்படுகிறான் கிளாடியஸ்.

கதவு உடைபடுகிறது. கோபாவேசனாக லேயர்ட்டீஸ் தந்தையின் உயிருக்கு உத்தரம் சொல்லும்படியாகக் கொதித்துக் கொண்டு பிரவேசிக்கிறான்.

அரண்மனையிலுள்ளவர்கள் நடுநடுங்குகிறார்கள். ஆனால் கிளாடியஸ் நிதானத்தை இழக்கவில்லை. லேயர்ட்டீஸ் குணம் அவனுக்கு மனப்பாடம். அவனுடைய கோபத்துக்குப் போக்குக் காட்டிவிட்டால் கைப்பொம்மை. கிளாடியஸ் அவனிடம் பேச்சுக்கொடுத்து சமாதானம் செய்ய என்ன வழி என்பதை மனசிற்குள் யோசித்துக்கொண்டிருக்கிறான்.

மறுபடியும் வாசலில் பேரிரைச்சல் கேட்கிறது. சித்தம் கலங்கிய ஓபீலியா பிரவேசிக்கிறாள். லேயர்ட்டீஸ் மனசு கொதிக்கிறது. பசலை, அவளை இக்கதிக்குக் கொண்டுவந்து விட்டார்களே! ஓபீலியா அவனை அடையாளம் கண்டு கொள்ளவில்லை. அவள் ஏதேதோ பிதற்றிக்கொண்டு பாடு கிறாள். நிதான புத்தியுடன் நீசத்தனத்துக்கு வஞ்சம் தீர்க்கும் படி அவள் நின்று தூண்டுவதைவிட, அவள் நின்ற நிலையே கோபத்துக்குக் கூர்மை கொடுக்கிறது.

ஆனால் கிளாடியஸ் சமயோசிதமாக 'குற்றமுள்ள பக்கத்தில் உன் கோபத்தணல் விழட்டும்' என்று சமாதானப்படுத்திவிடு கிறான்.

10

"என்னை நீ மன்னிக்க வேண்டும். மகாராணிபேரில் நமக்கு அத்யந்த பிரீதி. அவளுக்கோ அசட்டுத்தனமானதொரு புத்திர வாஞ்சை. நான் என்ன செய்யட்டும்? விஷயத்தை முழுவதும் கேள். உன் தகப்பனார் என்றால் என் கண்ணுக்குக் கண்; இருந்தாலும் அவருக்காக உலகிற்குப் போக்குக்காட்ட, தண்டனையை நாடு கடத்துவதாக மாற்றினேன் . . ." என்று சமாதானப்படுத்துகிறான் கிளாடியஸ்.

"அதனால் நான் என் தகப்பனாரை இழந்தேன். உயிருக்கு யிரான தங்கை சித்தம் கலங்கித் திரிகிறாள்" என்கிறான் லேயர்ட்டீஸ்.

“அது மட்டுமா? முழுவதும் கேள் . . . யார் அது, என்ன கடுதாசி?” வாங்கி வாசிக்கிறான் கிளாடியஸ்.

மன்னன் முகம் கறுக்கிறது. கடிதம் ஹாம்லெத்திடமிருந்து. “தன்னந்தனியனாக இங்கு திரும்பிவந்துவிட்டேன். நாளைக்குத் தங்களை நேரில் சந்திக்க வேண்டும். அப்பொழுது தங்களுக்கு நான் திரும்பி வரவேண்டி ஏற்பட்டதை விவரிக்கிறேன்.”

கடிதத்தை லேயர்ட்டீஸிடம் கொடுத்து வாசிக்கச் சொல்லு கிறான். படிப்படியாக அவனை வசப்படுத்திக் கத்திச்சண்டை யில் விஷம் வைத்த கத்தி கொண்டு குத்தி வஞ்சம் தீர்த்துக் கொள்ளும்படி தூண்டுகிறான்.

அந்தச் சமயத்தில் ஓபீலியா ஒரு நீரோடையில் தவறி விழுந்து உயிர் துறந்தாள் என்ற தகவல் வருகிறது.

11

துர்மரணத்திற்கு ஆளானவர்களுக்கு அந்திமக் கிரியைகள் ஒரு மாதிரி. கிறிஸ்துவச் சடங்குகள் யாவும் நடைபெறாது. ஓபீலியாவுக்கும் அதே மாதிரிதான் நடக்கிறது.

அவளுக்காக சமாதிக் குழியைத் தோண்டிக்கொண்டிருக் கும் இடத்தருகில் வந்த பிறகுதான் ஹாம்லெத்துக்கு ஓபீலியா வின் மரணம் தெரிய வருகிறது. ஹாம்லெத்தும் ஹொரேஷி யோவும்தான் அங்கே வருகிறார்கள்.

அல்லாடும் மனசினனான ஹாம்லெத் வேதாந்தம் பேசு கிறான். பிரேத ஊர்வலம் வருகிறது.

சவச் சடங்கு நடக்கிறது. தூரத்தில் நின்றிருக்கும் ஹாம்லெத் லேயர்ட்டீஸை அடையாளம் கண்டுகொள்ளுகிறான்.

இதற்குமேல் துர்மரணத்துக்கு ஆளானவர்களுக்குச் சடங்கு கிடையாது என்று பாதிரி மறுக்கிறார்.

மனஉளைச்சலுடன் “இன்னும் ஒரு பிரார்த்தனைக் கீதம் – அவளது ஆத்மா சாந்தியடைய” என்று மன்றாடுகிறான்.

பிரேதத்தை எடுத்துக் குழிக்குள் கிடத்துகிறார்கள். அப் பொழுதுதான் ‘ஓபீலியாவா’ என்று திடுக்கிடுகிறான் ஹாம்லெத்.

“என் மகனுடன் மணவினையை எதிர்பார்த்தேன், மண் அள்ளிப்போடத்தான் கொடுத்துவைத்திருந்தது” என்று சொல்லி ராணி ஒரு பிடி மண்ணைக் குழிக்குள் தூவுகிறாள்.

இனிமேல் மண்போட்டு மூடிவிடுவார்கள். ஓபீலியாவின் முகம் மண்ணோடு மண்ணாக மக்கி மடிந்துவிடும். லேயர்ட் டீஸுக்கு மண்போட்டு மூடுவதைப் பார்க்க சகிக்கவில்லை.

"இன்னும் ஒருமுறை முகம் பார்க்கிறேன்" என்று சொல்லிக் கொண்டு குழிக்குள் இறங்கியவன் "என்மேலும் மண்ணைப் போட்டு மூடிவிடுங்கள்" என்று அலறுகிறான்.

திடீரென்று நெருங்கி வந்து குழிக்குள் குதிக்கிறான் ஹாம்லெத். "என்னுடைய துக்கத்துக்கு சமம் உனக்குண்டா? ஏன் கத்துகிறாய்? நான்தான் ஹாம்லெத்!" என்று கத்துகிறான். லேயர்ட்டீஸ் அவன் கழுத்தை எட்டிப்பிடித்து நெருக்குகிறான். இரண்டு பேரும் அடித்துக்கொள்ளுகிறார்கள். இடையிலிருந்தவர்கள் இரு வரையும் பிரித்து சமாதானப்படுத்தி வெளியேற்றுகிறார்கள்.

12

இளைய ஹாம்லெத் கப்பலில் இங்கிலாந்துக்குப் போகும் போது மன்னனுடைய துரோகத்தைப் பார்க்கிறான். எழுதியிருந்த கடுதாசி அவனைத் தீர்த்துவிடும்படி இருந்தது. அதை எடுத்து விட்டு, வருகிற இருவரையும் தீர்த்துவிட வேண்டும் என்று மாற்றுக் கடுதாசி எழுதி வைக்கிறான். மறுநாள் கப்பல் கொள்ளைக்காரர்கள் இவன் சென்ற கப்பலைத் தாக்குகிறார் கள். அந்தக் கப்பலில் தொத்தி ஏறி, கள்ளர்களுக்கு இணக்கமாக இருந்து, தப்பித்து டென்மார்க் வந்து சேருகிறான்.

இதுதான் அவன் திரும்பிவந்த கதை. நண்பன் ஹொரேஷி யோவுக்கு இதை வர்ணித்துக்கொண்டிருக்கும்போது கத்திச் சண்டைக்குச் சவால் வருகிறது. ஹாம்லெத்துக்கு அவ்வளவு கத்திச்சண்டை தெரியாது. இருந்தாலும் அங்கீகரிக்கிறான்.

கிளாடியஸ், ராணி, ஹொரேஷியோ, மத்தியஸ்தகர் ஆகியோர் முன்னிலையில் கத்திச்சண்டை ஆரம்பமாகிறது.

ஒருவன் கையில் விஷக் கத்தி. மற்றொருவன் கையில் திறமை இன்மை.

"ஒயின் எடுத்துவை" என்று உத்தரவிடுகிறான் கிளாடியஸ்.

ஹாம்லெத் முதல் வட்டத்திலேயே எதிரியைக் காயப் படுத்திவிடுகிறான். வெற்றி முழக்கபபடுகிறது.

"உன் வெற்றிக்கு" என்று மன்னன் குடிக்கிறான். "நம் மகனுக்கே வெற்றி" என்கிறாள் ராணி.

"மூசுமூசென்று இளைப்பு வாங்குகிறதே, இந்தக் கைக் குட்டையை எடுத்து முகத்தைத் துடைத்துக்கொள், இதோ உன் வெற்றிக்காக" என்று ஒரு பாத்திரத்திலிருந்த ஒயினைக் குடிக்கிறாள் ராணி.

"போச்சு, விஷத்தைக் குடித்துவிட்டாள்" என்று முனங்கு கிறான்.

“அப்புறம் தாகம் தீர்த்துக்கொள்கிறேன்” என்று சண்டை போடுகிறான். சண்டை சூடுபிடிக்கிறது.

கனவேகத்தில் மோதிக்கொண்டு மல்லாட இருவருக்கும் காயம் படுகிறது. அதே சமயத்தில் ராணி கீழே விழுகிறாள்.

“ரத்தத்தைக் கண்டு மயக்கம்” என்கிறான் கிளாடியஸ்.

“குடிக்காதே. விஷம், விஷம்” என்றுகொண்டே உயிர் துறக்கிறாள்.

“துரோகம், துரோகம், தாளையடை” என்று கர்ஜிக்கிறான் ஹாம்லெத்.

“ஆமாம் துரோகந்தான். மன்னனே துரோகி. அவன் வலையில் சிக்கினேன். என் வினை என்னையே கடித்துவிட்டது. நீயும் தப்பமாட்டாய், நானும் தப்பமாட்டேன்; விஷம் வைத்த கத்தி” என்கிறான் லேயர்ட்டீஸ்.

“விஷமா? விஷமே, உன் வேலையைச் செய்” என்று மன்னனையும் குத்துகிறான் ஹாம்லெத்.

“மீதியிருக்கும் விஷத்தைக் குடித்து ராணியைத் தொடர்ந்து செல்” என்று கர்ஜிக்கிறான் ஹாம்லெத்.

மன்னனும் லேயர்ட்டீஸும் மடிகிறார்கள்.

“என்னையும் காலன் கூப்பிடுகிறான்” என்று சோர்கிறான் ஹாம்லெத்.

“நானும் வருகிறேன். இதோ மீதி விஷம் இருக்கிறது” என்று எடுக்கிறான் ஹொரேஷியோ.

“மனுஷனைப் போல் நடந்துகொள். உலகிற்கு என் துயரக் கதையைச் சொல்” என்றபடி ஹாம்லெத் ஆவி பிரிகிறது.

அன்று தர்மதேவதை ஒரு துரும்பை வைத்துப் பழி தீர்த்துக்கொண்டது.

போலந்தில் வெற்றி பெற்ற பாண்டிஸ்பிராஷ் வருகைக்காக டென்மார்க் சிங்காதனம் காலியாயிற்று.

கில்டன்ஸ்டர்னும் ரோஸன் கிரான்ட்ஸும் செத்தார்கள் என்ற ஓலையுடன் தூதனும் வருகிறான்.

மரணம் பலதிறப்பட்ட மக்களை உண்டு பசி ஆறியது.

❍❍

மோலியர்
1622-1673

பதினேழாவது நூற்றாண்டில், நாடக உலகம், பிரான்ஸில், நரகத்தின் முன்கூடம். நாடகக்காரன் என்றால் மதம் அவனைத் தள்ளிவைத்தது. பிரார்த்தனை – பிரசாதத்தைப் பெறுவது என்றால் விசேஷ சிபாரிசின்பேரில் நடக்க வேண்டிய காரியம். செத்தால் வளமுறைப்படி அந்திமக் கிரியைகள்கூட அனுமதிக்கப்படமாட்டா. பவித்திர நிலத்தில் (கல்லறைத் தோட்டத்தில்) அவனைப் புதைக்க அனுமதிக்க மாட்டார்கள். சாத்தானின் குழந்தை என்று அவனைத் தண்ணீர் தெளித்து விட்டுவிடுவார்கள். இவ்வளவும் தெரிந்திருந்தும் ஜீன் பாப்டிஸ்டே பொக்லின் என்ற மோலியர் அந்தத் தொழிலை ஜீவனோபாயமாகக் கொண்டார். நடிகனாகவும் நாடகாசிரியனாகவும் வாழ்வைக் கழித்து, ஒரு நாடகத்தில் நடிக்கும்போது திடீரென்று நோயுற்று, சில மணிநேரங்களில் மாண்டார்.

மோலியர் பிறப்பில் பாரிஸ் வாசி. அவருடைய நாடகக் கோஷ்டி முதலில் ட்யூக் ஆப் ஆர்லியான் ஆதரவில் நாடகம் போட்டு வந்தது. யுத்தத்தின் அழைப்பு ட்யூக்கைப் போர்க்களத்துக்கு அனுப்பிவிட நாடகக் கம்பெனி வறுமை யுடன் தோழமை கொண்டது. பாரிஸிலிருந்து பிரான்ஸ் முழுமையும் சுற்றிவந்தது; வறுமையில் தோழமையை உதறித்தள்ள முடியவில்லை. பாரிஸுக்குத் திருப்பி வந்த பொழுது மோலியருக்கு ராஜ ஆதரவு கிட்டியது. 'நானே பிரான்ஸ்' என்று மகா இடும்புடன் ஒருமுறை சொல்லிய பதினாலாவது லூயி நல்ல ரசிகன். மோலியருடன் தோழமை கொண்டான். அந்த ஆதரவிலே தழைத்த பெரும் நாடகங்கள் பல. கடைசி மூச்சு ஓடும்வரை மோலியர் நாடகக் கலைக்கு சேவை செய்தார்.

உலகத்தில் பிரபல ஹாஸ்ய நாடக கர்த்தர்களில் இவரும் ஒருவர். இவரிடத்திலே ஷேக்ஸ்பியரின் மேதையை, கதை வளர்க்கும் திறமையை காண முடியாது. ரயிலுக்குப் போகும் அவசரத்தில் கட்டினது போல் வார்ப்பு இறுகியிருக்காது; உருக்குலைந்து கோணிக்கொண்டு நிற்கும். ஆனால் போலி களை, விஷமிகளை நையாண்டி செய்வதில் அதிசமர்த்தர். அவரது சிரிப்பு சிந்தனையைக் கிளர்த்திவிட ஒரு வியாஜம்.

புதுமைப்பித்தன் மொழிபெயர்ப்புகள் 543

ஆஷாடபூதி

(டார்ட்டுப்)

கடவுளைச் சட்டைப்பைக்குள் போட்டுக்கொண்டால் உலகத்தின் கண்ணில் மண்ணைவாரிப் போடலாம்; திருடுவது, பொய் சொல்லுவது முதலிய கெட்ட விவகாரங்களில் தலையிடு வதைவிட வேதத்தையும் ஒழுக்கத்தையும் ஒரு வியாபாரமாக நடத்தினால், பெரும்பாலோர் மனம் உவந்து தம்மை ஏமாற்றிக் கொள்ளுவதற்காக எந்த சிரமத்தையும் பொருட்படுத்த மாட் டார்கள்; இவை எல்லாம் உணர்ந்துதான் டார்ட்டுப் கடவுள் கட்சியில் சேர்ந்துகொண்டான். முன்பு தலை தப்பியது தம்பிரான் புண்ணியமாய்ப் போச்சு. வாய் வேதம் பேசும்; கிருஸ்துவின் உபதேசங்களை நயம் குன்றாமல் சொல்லும்; உலகத்தின் பாபச் சுமையை முதுகில் ஏந்தி நடப்பது போல் மனித வர்க்கத்தின் சன்னதியிலே பணிவு. டார்ட்டுப்பா, அவன் உலகத்துக்கு வழி தவறி வந்துவிட்ட தேவதூதன் என்றெல் லாம் புகழ்வார்கள் – நெருங்கிப் பழகாதவர்கள், மனித குணோ பாவங்களை வெகு கூர்மையாக ஊன்றிக் கவனிக்காதவர்கள். டார்ட்டுப்புக்கு வறுமை ஒரு உபயோககரமான அணிகலனாக இருந்தது; உடல் வாடாமல் பார்த்துக்கொள்ளும் ஔஷதமாக வும் இருந்தது. தினம்தினம் நீளமான பிரார்த்தனை; காட்டுக் குதிரை போலத் தெறிகெட்டு ஓடும் புலனறிவை ஒடுக்கிக் கொள்ளக் கசையடி – இவை யாவும் உலகத்தின் போக பாக்கியங் களைப் பெறுவதற்கு விரிக்கப்பட்ட நடைபாவாடையாக அமைந்தது . . . .

ஆர்க்கான் என்பவன் நல்ல பணக்காரன். பிறப்பிலேயே பணக்காரன். பூர்வீக ஆஸ்தியுடன், தன்னுழைப்பால் செல்வத் தையும் திரட்டியவன். அத்தனை காலமும் இகத்தில் தெய்வம்

சுகத்தைக் கொடுத்துவிட்டது. மோட்சத்திலும் இடம் நிச்சயப் படுத்திக்கொள்ள அவனுக்கு ரொம்ப ஆசை. அந்த லோகத்து விவகாரத்தையும் ஆபத்துக்கிடமில்லாமல் பண்ணிக்கொள்ள மார்க்கமுண்டா என்று தேடிவரும் நாளில் டார்ட்டுப்பைச் சந்தித்தான்; வாக்கிலே தெய்வம் தேங்கிக்கிடப்பதைக் கண்டான். பரிச்சயம், தோழமையாயிற்று. ஆஷாடபூதி வந்துபோவதாக இருந்தது. கடைசியில் ஆர்க்கான் வீட்டிலேயே வேரூன்றினான். அவன் தாயார் மகனுடைய தெய்வபக்தியை மெச்சினாள். டார்ட்டுப் வருகையால் வீடே பரமபதமாகிவிட்டதாக நினைத்து விட்டாள். தாயும் மகனும் டார்ட்டுப் மனசு கோணாமல் நடந்து உபதேசத்தைப் பவித்திரமாகக் கேட்டு ஆனந்த சாகரத் தில் ஆழ்ந்தார்கள். வெகு சீக்கிரத்தில் சாக வேண்டிய கிழவிக் கும், அனுபவித்த பணமே முடிவில் ஆபத்தாக முடியுமோ என்று பயந்த ஆர்க்கானுக்கும் மோட்சத்தில் இடம் நிச்சயமாகக் கிடைக்கும் என்று தோன்றிவிட்டால் ஆனந்தம் ஏன் வராது?

ஆர்க்கானுக்கு செல்வம் மட்டும் இல்லை. மனைவி, பிள்ளைகுட்டிகள் என்ற செல்வமும் இருந்தது. அவர்களுக்கு மோட்ச மோக விவகாரம் அத்தனை அவசரமாகப் படவில்லை. டார்ட்டுப்புக்காக லோகமே திரண்டு சேவை செய்ய வேண்டும் என்று நினைக்கும் குடும்பத் தலைவன் சள்ளை தாங்கவில்லை.

ஆர்க்கானுக்கு வயதுவந்த மகனும், மகளும், அழகிற் சிறந்த மனைவியும் உண்டு. மகன் பெயர் டேமிஸ். மகள் பெயர் மேரியான்; மனைவி எல்மைரா. மைத்துனன் ஒருவன் உண்டு; அவன் பெயர் கிளியாந்தஸ். இவர்கள் அத்தனை பேருக்குமே டார்ட்டுப் ஆஷாடபூதித்தனம் புரிந்துவிட்டது. டேமிஸுக்குத் தகப்பனார் ஒரு அயோக்கியப் பயலுக்கு வால் பிடித்துக்கொண்டு நடப்பது சற்றும் பிடிக்கவில்லை. மகள் மேரியானை வலரி என்ற வாலிபனுக்குக் கலியாணம் செய்து கொடுப்பது என்று நிச்சயமாகியிருந்தது. தவிரவும் இவர்கள் இரண்டு பேரும் மணவினையை ஆவலுடன் எதிர்பார்த்திருந் தனர். ஆஷாடபூதி வீட்டில் குடியேறியதிலிருந்து அப்பாவுக்கு லோக விவகாரத்திலேயே கண் சூன்யமாகிப்போய்விட்டதில் அவளுக்குக் கோபம். எல்மைராவுக்கோ வீட்டு விவகாரங்கள் போகிற போக்குச் சற்றும் பிடிக்கவில்லை. அல்லும் பகலும் டார்ட்டுப் ஜபம், டார்ட்டுப் வேதாந்த விசாரம் தன் அழகைப் பாழாக விடுகிறது என்று கோபம்.

வீட்டிலே விவகாரம் எல்லாம் புரட்சி மயமாக இருக்கிறது என்பது ஆர்க்கானுக்குத் தெரியும். மோட்ச சாம்ராஜ்யத்தில் சற்றும் கவலையில்லாத இந்த ஜந்துக்களைக் கட்டிப்பிடித்தாவது அங்கே கொண்டுபோய்ச் சேர்த்துவிட வேண்டும் என்று

உறுதி கொண்டுவிட்டான். குடும்பத்தின் எதிர்ப்பு டார்ட்டுப்புடன் பந்தத்தை பலப்படுத்தியது. அவனே தன் வாழ்வுக்கு வழிகாட்ட வந்த பெரியார் என்று நிச்சயப்படுத்திவிட்டான். மகளை அவனுக்கு மணமுடித்துக் கொடுத்துச் சொத்தையும் அவன் வசம் ஒப்புவிப்பதைப் போல நியாயமான காரியம் வேறில்லை என்று முடிவு கட்டினான்.

டார்ட்டுப்புக்குக் கவலையற்ற சாப்பாடு, கண்மூடித்தனமான பக்தி உடம்பில் தெம்பேற்றிவிட்டது. கண் நாலு பக்கமும் சுழல ஆரம்பித்துவிட்டது. எல்மைராவின் அழகின் மேல் இலக்கு வைத்தான். அவள் தனியிருக்கும் நேரம் பார்த்து அருகில் சென்று உட்கார்ந்து, வேதாந்தம் பசப்பினான்; வேட்கையை வெளியிட்டுக் கையெட்டிப் பிடித்தான். எல்மைராவுக்குப் போக்கிரியின் கோணல் புத்தியைக் கூப்பாடு போட்டு உலகறியச் செய்வதால், தன் பேரிலும் அழுக்குப்படும் என்று பட்டது. இந்த மாதிரி ஆசை வைத்து வட்டமிடாதே என்று எச்சரித்து, புத்தியாய்ப் பிழைக்காவிட்டால் புருஷனிடம் சொல்லுவேன் என்றாள்.

டார்ட்டுப் மேல் சந்தேகம் கொண்ட டேமிஸ் அந்த இடத்துக்கு வருகிறான். பயலைச் சந்திக்கிழுத்தால்தான் சாயம் வெளுக்கும் என்றும், தான் ஒளிந்து நின்று அயோக்கியன் போக்கைக் கண்டதாகவும் சொல்லுகிறான்.

தற்செயலாக அந்தத் திசையில் வந்த அப்பாவிடம் ஆத்திரத்தோடு சொல்லுகிறான்.

ஆர்க்கான் காதும் செவிடாகிவிட்டது. யோக்கியனை அநியாயமாகப் பழிகூறி விரட்டப் பார்க்கிறது என்று சந்தேகப்பட்டான். பையன்பேரில் அடங்காச் சினம் எழுகிறது. திட்டுகிற டேமிஸைப் பார்த்து, "அப்பா குழந்தை, என்னை என்ன வேண்டுமானாலும் திட்டு, இந்தச் சடலத்துக்கு அத்தனையும் வேண்டும்; ஊத்தைச் சடலம் அப்பா, ஒரு கோடி அழுக்குண்டு" என்று மாய்மாலம் பண்ணுகிறான்.

தகப்பனுக்குச் சினம் கொழுந்துவிடுகிறது. "அடே, வீட்டை விட்டுப் போ. இப்பொழுதே போ" என்று மகனைக் கழுத்தைப் பிடித்து வெளியே தள்ளிவிடுகிறான். மகானுக்கு மனம் புண்ணாகிவிட்டதே; அதற்கு என்ன செய்து அதை ஆற்றுவது? ஆர்க்கானுக்கு ஒரே வழிதான் தோன்றுகிறது. தன்னுடைய சொத்து முழுவதையும் அவர் பாதத்தில் வைத்து மன்னிப்புக் கேட்டுக்கொள்ளுவது என்று தீர்மானிக்கிறான். இரவோடிரவாக, அவசரஅவசரமாக, டார்ட்டுப்பைத் தனது ஏகவாரிசாக்கிச் சொத்தை அவன் பெயருக்கு மாற்றி தஸ்தாவேஜி தயாரித்து

டார்ட்டுப் வசம் ஒப்படைக்கிறான். "என் மகளையும் கலியாணம் செய்துகொள்ள வேண்டும்" என்று கெஞ்சுகிறான்.

"தெய்வ சித்தம் இப்படிப் போலும்" என்று தமது சம்ம தத்தைத் கசிப்பிக்கிறார் ஆஷாடபூபதி. சொத்து வந்துவிட்டது. வேறு என்ன வேண்டும்?

எல்மைரா புருஷனிடம் வந்து ஆஷாடபூதி யோக்கி யதையைப் பரிசீலனை செய்துபார்க்கும்படி கெஞ்சுகிறாள். நடந்த சம்பவம் வாஸ்தவம் என்கிறாள். "கண்ணால் கண்டதும் பொய், காதால் கேட்பதும் பொய், தீர விசாரிப்பதே மெய்" என்கிறான் ஆர்க்கான். டார்ட்டுப் மேல் அவ்வளவு நிச்சய மான நம்பிக்கை அவனுக்கு.

"ஆம். தீர விசாரித்துப் பாரும்; அவனை இங்கே அழைத்து இசைவது போல் பாவனை செய்கிறேன். அப்பொழுது நேரில் நீரே பார்த்து முடிவு கட்டும்" என்கிறாள். ஒளித்து வைத்துவிட்டு, டார்ட்டுப்புக்கு அழைப்பு விடுகிறாள். ஆர்க்கான் கள்ளனைக் கையும்களவுமாகக் கண்டுபிடிக்கிறான். கண் திறக்கிறது; ஆனால் கையில் பலமில்லை.

டார்ட்டுப் பத்திரத்தைக் காட்டி "சொத்து நம்முடையது. வீட்டைவிட்டு வெளியில் இறங்கும்" என்று சுயகுணத்தைக் காட்டுகிறான். குடுமி கையில் சிக்கிவிட்ட பிறகு வேதம் எதற்கு? வேஷம் எதற்கு?

சட்டப்படி வீட்டைக் காலிசெய்யும்படி உத்யோகஸ்தனை அனுப்பி ஜபர்தஸ்து செய்கிறான்.

குய்யோமுறையோவென்று ஆர்க்கான் குடும்பத்துடன் வெளியேறுகிறான். டார்ட்டுப் கடைசி அஸ்திரத்தையும் பிரயோ கித்து ஆர்க்கானைக் கைது செய்யும்படியும் ஏற்பாடு பண்ணி விடுகிறான். ஆர்க்கானுடைய நண்பன் ஒருவன் ராஜகோபத்துக் காளாகி சில தஸ்தாவேஜிகளை இவன் வசம் ஒப்படைத்து விட்டுத் தலைமறைவாக ஓடிப்போனான். டார்ட்டுப்பை நம்பியிருந்த காலத்தில் ஆர்க்கான் அந்த ரகசியத்தை ஆஷாட பூதியிடம் ஒப்படைத்திருந்தான். அது அவனுக்குக் கடைசி அஸ்திரமாயிற்று. இந்த நிலையில் ராஜசேவகர்கள் திடீரென்று பிரவேசிக்கிறார்கள். அயோக்கியன் கடைசியாக அகப்பட்டுக் கொள்ளுகிறான். தெய்வ கோபம் காத்திருக்கையில் ராஜ ஆக்ஞை அவனை அடக்கிவிடுகிறது.

ஆர்க்கானுக்கு மறுபடியும் சொத்து கிடைக்கிறது. மகளை நிச்சயித்த வரனுக்கே கொடுத்து மகனை மீண்டும் வீட்டுக்கு அழைத்துக்கொள்ளுகிறான்.

❍❍

ஹென்ரிக் இப்ஸன்

1828–1906

ஷேக்ஸ்பியருக்கு சமதையாக உலகம் கொண்டாடும் நாடக சிரேஷ்டர் ஹென்ரிக் இப்ஸன். தர்மத்துக்கு வெற்றி அளித்தார் ஷேக்ஸ்பியர். தர்மம் ஏன் வெற்றி பெற வேண்டும் என்ற கேள்வியை எழுப்பியவர் ஹென்ரிக் இப்ஸன். புதுப் பாணியிலே எழும் நாடக சூத்திரத்துக்குப் பிதாமகன் இப்ஸன்.

இவர் 1828–ம் வருஷம் நார்வே தேசத்தில் உள்ள ஸ்கிப்ஸ் என்ற இடத்தில் பிறந்தார். இந்த மேதைக்குப் பிறந்த நாடு முதலில் இடம் அளிக்கவில்லை. இவரது ஆயுளில் பெரும்பாகம் ஜெர்மனியிலும் இத்தாலியிலும் கழிந்தது. தாய் நாடு திரும்புகையில் பேரும் புகழும் பெற்று உலக நாடக சிரேஷ்டராகத் திரும்பினார். புகழும் பேரும் கிடைத்தபின் தாய்நாட்டின் பரிவு என்ற நிழலில் கிரிஸ்டினாவில் வாழ்ந்தார். 1906 மே 23ந் தேதி மரணம். பிராண்ட், பீர் ஜின்ட், கோஸ்ட்ஸ் என்பவை இவரது நாடகங்களில் பிரதானமானவை.

ராஜ்ய உபாதை

[காங்ஸ் எம்னெர்ன்]

நார்வே ராஜ்யத்தை வகிக்க மணிமுடி தரித்து, செங்கோல் ஏந்த, பலர் பாத்யதை கொண்டாடினார்கள். மன்னன் ஹாக்கானைப் பல சிற்றரசர்கள் ஆதரித்தார்கள். அவனே தமக்கு மன்னன் என்று ராஜவிசுவாசப் பிரமாணம் எடுத்துக்கொண்டனர். ஸ்கூல் ஒரு சிற்றரசன். ஹாக்கானுடைய சிற்றப்பா. அவனும் ராஜ்யம் தனக்குத்தான்; தானே பட்டத்துக்கு உரிமையுள்ளவன் என்று போட்டியிட்டான். பல வருஷங்களாகவே ஸ்கூல் மனசில் தனக்கே ராஜ்யத்துக்கு நியாயமான உரிமையுண்டு என்ற நினைப்பு. முதல்முதல் எர்லிங் ஸ்டீயன்வீக்கை, ஸ்லிட்டங் வம்சத்தினர் தேர்ந்தெடுத்த போதே, அந்த ஆசை வேர்விட்டது. ஆனால் அவனுக்கு ஸ்லிட்டங் வம்சத்தினரை எதிர்த்துக்கொள்ள பயம். ஸ்டீயன்வீக் ஆட்சிக்குப் பிறகு ரிப்பங் வம்சத்தினர் பட்டத்துக்கு வந்தார்கள். குத்தார்ம் அரசனானான். அவன் சாகும்வரை ஸ்கூல் காத்திருந்தான். குத்தார்முக்கு சாக்காடு வந்தது. ஆனால் பட்டம் ஸ்கூலுடைய அண்ணனுக்கு வந்தது; அண்ணன் இன்ஜி பார்ட்ஸன் நோயாளி. வியாதி முற்றமுற்ற ஸ்கூலுக்கு நம்பிக்கையும் முற்றியது. இன்ஜி சாகும்பொழுது மனைவி கருவுற்றிருந்தாள். ஸ்கூலுடைய ஆசைக்கும் அரசுக்குமிடையே அந்தக் குழந்தை தடுத்து நின்றது. அந்தக் குழந்தையையே அரசனாக ஒரு சிற்றரசுக் கோஷ்டி ஏற்றது. அந்தக் குழந்தை தான் ஹாக்கான். ஹாக்கான் சார்பாக ஸ்கூல் சிறிது காலம் ஆட்சி புரிந்தான். ஹாக்கான் பருவம் எய்தி ஆட்சியை வகிக்கும் காலம் வந்தது. நார்வேயில் ஒரு சம்பிரதாயம். சிற்றரசர்கள் எல்லாம் ஏகோபித்து யாரை மகாராஜாவாக ஏற்கிறார்களோ

அவர்களுக்கே பட்டம் கிடைக்கும். பாத்தியதை பலமும் சிற்றரசு சம்மதமும் வேண்டும். ஸ்கூலும் அவனுடைய சகாக்களும் ஹாக்கான் பட்டத்துக்கு வருவதை எதிர்த்தனர். பதின்மூன் றாம் நூற்றாண்டின் முற்பகுதியில் நார்வே நாடு கத்திமுனை யால் பாத்தியதையை உறுதிப்படுத்தும் சிற்றரசுக் கும்பல் குமைந்த கொலைக்களமாகிக் கிடந்தது. கிறுஸ்துவப் பாதிரிமார் மடாலயங்கள் இந்தக் குளறுபடிக்கு ஆதரவு கொடுத்து வளர்த் தது. பரலோக சாவியைத் தம் கையில் வைத்திருக்கின்றன என பாவிக்கப்பட்ட மடாலயங்கள், இகலோக மன்னர்களின் சிண்டுகளையும் தம் கைவசம் கொண்டு, முடிசூடா மன்னர் களாக ஆட்சி புரிய முயன்று தேசத்திலே கிறுஸ்துவ தர்மத்தின் பிரதான மடாலயம் ஆஸ்லோ நகரிலிருப்பதாகும். அதன் தலைவராகவும் மன்னர்களின் பிரதான குருவாகவும் இருந்தவர் பிஷப் நிக்கோலாஸ். சிற்றரசர்களை ஒன்றுசேரவிடாமல் அவர்களது மனசில் ஆசைத் தீயைக் கிளப்பி, ஆதரவு என்ற ஆகுதி வார்த்து, முட்டிமோதிக்கொண்டு தம் காலடியில் கிடக்கும்படி செய்தார்.

"ஹாக்கான் கட்சியா, அவன் வேண்டுமானால் அக்கினிப் பரிட்சையால் தன் பாத்தியதையை நிரூபிக்கட்டுமே" என்றார்.

"சரி. ஹாக்கான் தொலைந்தான், நெருப்பாவது தப்புவதா வது" என்று மனப்பால் குடிக்கிறான் ஸ்கூல்.

பழுக்கக் காய்ச்சிய இரும்பை ஹாக்கானுடைய தாயார் கையில் ஏந்த வேண்டுமாம். நெருப்பின் நாக்குத் தாயின் கையைத் தீண்டாது ஒதுங்கினால் அரசுரிமை அவனுக்கு உண்டு. தாய் இங்கா அக்கினிப் பரிட்சைக்கு உடன்படுகிறாள். அக்னியும் அவளைச் சுடவில்லை. ஹாக்கான் இறந்த மன்னனு டைய புத்திரன் என்பதில் சந்தேகமில்லை. அது அவனுக்கு ராஜ்யத்தின்மீது பாத்யதை கொண்டாட மட்டும் உரிமை கொடுக்கிறதாம்; ராஜ்யத்தைக் கொடுக்கவில்லையாம். அவனைப் போல் சமபாத்யதை உடைய வம்சங்கள் பலவுண்டாம்.

சிற்றரசுச் சபை கூட்டி முடிவாக யாரை ராஜாவாக்குவது என்பதைத் தீர்மானிப்பது என்று முடிவு கட்டப்படுகிறது. ஹாக்கான் வாலிபன், தீரன், அழகன். சீர்குலைந்து கிடக்கும் தேசத்தை ஒரு ஆட்சிக்குட்படுத்தி, ஒழுங்குபடுத்த வேண்டும் என்பதுதான் ஒரே ஆசை. தேர்தலுக்கும் சம்மதிக்கிறான். ஸ்கூலுக்கும் மற்ற வம்சங்களுக்கும் எதிராக இவனுக்கே ஆட்சி கிடைக்கிறது.

ஹாக்கான் தாராள புத்தியுடையவன். தேசம் ஒன்றுபட்டு சமாதானமாவதே அவன் ஆசை. எதிரியாக நிற்கும் ஸ்கூலை

உறவினனாக்கி, பகைமையை அழிக்க விரும்பினான். ஸ்கூலுக்கு ஒரு மகள் உண்டு. அவள் பெயர் மார்கெரட். ஏற்கனவே தான் ஒருத்திமீது ஆசை வைத்திருந்தும், தேசத்துக்காக அந்தக் காதலை ஒதுக்கி, மார்கெரெட்டை மணந்துகொள்ளுகிறான். பாசம் மிகுந்தவர் பக்கத்திலிருந்தால் உறுதி பிறழும் என்று தாயையும் தனி இடத்துக்கு அனுப்புகிறான். கலியாணப் பந்தல் பிரிக்குமுன்பே கலகத் தீயும் கனிய ஆரம்பிக்கிறது. ஹாக்கானுக்கு எதிராகக் கலகம் செய்துவந்த ஒரு சிற்றரசனுக்கு ஸ்கூல் ஒரு கடிதம் அனுப்புகிறான். முத்திரையிட மன்னனுடைய முத்திரை மோதிரத்தையும் உபயோகிக்கிறான். இந்தச் செய்தி காதில் எட்டியதும் கோபத்துடன் புகுந்து ஹாக்கான் விவகாரத்தை விசாரிக்கிறான். ஸ்கூலும் படபடப் பாக எதிர்க்க முத்திரை மோதிரம் அவன் வசமிருந்து வாங்கப் படுகிறது.

இந்தச் சந்தர்ப்பத்தைப் பயன்படுத்திக்கொள்கிறார் பூஜ்யர் நிக்கலாஸ். ஹாக்கான் ஜனனம் அவன் பிறந்து ஒரு வருஷம் வரை ரகசியமாகக் காப்பாற்றப்பட்டு வந்தது. போட்டி வம்சம் சிசுவைக் கொன்றுவிடுமோ என்று இங்கா, ரகசியமாக ஒரு பாதிரியார் வீட்டில் சென்று பெற்றெடுத்து அதை அவர் வசமே விட்டு வந்தாள். பாதிரியாருக்கு ரகசியச் சுமை தாள வில்லை. மடத்தின் அதிபதியான குருவிடம் ஆத்மார்த்தமாக யோசனை கேட்டார். குரு குழந்தைகளை மாற்றி ராஜ குழந்தைக்குப் பதிலாக வேற்றுக் குழந்தையைக் கொடுத்து விடும்படி யோசனை சொன்னார் .... இப்படியாக ஸ்கூல் காதில் பிஷப் நிக்கலாஸ் சந்தேக வித்தை விதைத்தார்.

"அப்பொழுது ஹாக்கான் ராஜ பரம்பரையைச் சேர்ந்தவன் அல்லவா?" என்று ஆவலுடன் கேட்டான் ஸ்கூல்.

"பாதிரி சொன்ன யோசனைப்படி நடந்தானோ என்னமோ; சம்பவம் நடந்த பிறகு தன்னைப் பயந்து நாட்டைவிட்டு ஓடிவிட்டான். ஆனால் சாகும்பொழுது நடந்த விவரம் முழு வதையும் எனக்கு எழுதி அனுப்பினான்" என்றார் பிஷப்.

"அந்தக் கடிதம்...?" என்று கேட்டான் ஸ்கூல்.

அதைத் தேடிக் கண்டுபிடித்தாக வேண்டும் என்று துடிக் கிறான் ஸ்கூல்.

"அந்தக் கடிதம் ஹாக்கான்தான் உண்மையான வாரிசு என்பதை ஊர்ஜிதப்படுத்தினால்...?"

"ஆசையை அவித்து அடங்கி வாழ்வேன்" என்கிறான் ஸ்கூல்.

“அவனுக்கு பாத்தியதை இல்லாவிட்டாலோ?”

“அப்படியானால் அவன் எனக்கு ராஜ்யத்தைக் கொடுக்க வேண்டும். அவன் எங்கு ஓடினாலும், எந்த மாதா கோவிலில் தஞ்சம் புகுந்தாலும் துரத்திப் பிடிப்பேன்” என்றான் ஸ்கூல்.

“என்ன செய்தால் என்ன? அவன் தலையில் அல்லவா கிரீடம் இருக்கும்?” என்று கேட்கிறார் பிஷப்.

“என் வாளைக் கொண்டு கிரீடத்தைப் பெயர்த்துத் தள்ளுவேன்.”

“தலையில் உறுதியாக இருந்தாலோ?”

“கடவுளோ சாத்தானோ – யார் துணையேனும் கிடைக் கட்டும்! கிரீடத்துடன் தலையைக் கொய்துவிடுவேன்” என்று சொல்லிவிட்டுப் போகிறான்.

2

பிஷப் நிக்கலாஸுக்குக் காலன் வந்துவிட்டான். உயிர் அங்கோ இங்கோ என்று ஊசலாடுகிறது. வாழ்விலே செய்த வேலை பூர்த்தியாகவில்லை. விஷவித்தைப் பூரணமாக உழுது பயிரிடவில்லை. அதற்குமுன் காலன் வந்துவிட்டான். வைத்தி யன் கைவிட்டுவிட்டான். உடம்பு நைந்துவிட்டது. நிற்கவும் ஜீவனில்லை. அவருடைய ஆத்மா நல்ல கதியடைவதற்காக, பாபங்கள் மன்னிக்கப் பெறுவதற்காகக் கோவிலில் ஓயாத பிரார்த்தனை நடக்கிறது. தூங்கி விழாமல், மந்திரத்தை விழுங்காமல் பிரார்த்தனை செய்ய வேண்டும் என்று உத்தரவு போடுகிறார். பிஷப்புக்கு அந்திமதசை அணுகிவிட்டது என்று மன்னனுக்கும் ஸ்கூலுக்கும் ஆள் அனுப்பியாகிவிட்டது. மன்ன னும் சீக்கிரத்தில் வந்துசேருவார் என்ற செய்தி வந்துவிட்டது.

பிஷப்புக்கு அவகாசம் குறுகுகிறது; செய்ய வேண்டிய வேலைகளைச் சீக்கிரம் செய்து முடித்துவிட விரும்புகிறார். இந்த உடல் அழிந்துவிட்டால் என்ன? குழப்பத்தையும் கலகத் தையும் சந்தேகத்தையும் செழித்து வளரும்படி செய்ய விஷவித்துக் களைப் பயிரிட்டுவிட்டுச் சென்றால் யார் தலை தூக்கி நிற்க முடியும்? நான் செத்தாலும் யாவரும் என் அடிமைகளாக, என் கைப்பாவைகளாக நான் விரித்த வலையில் சிக்கி உழலு வார்கள். உடம்பில் பலம் இருந்தால் போதுமா? ரத்தத்தில் பாத்தியதை இருந்தால் போதுமா? சிற்றரசர்கள் சம்மதம் பெற்றுவிட்டால் போதுமா? உண்மையில் நார்வே என் காலடியில் கிடக்க வேண்டும். நான் செத்த பின்பும் என் காலடியிலேயே எழுந்திருக்க முடியாமல் கிடக்க வேண்டும்.

இப்படியாக எண்ணமிட்டுக் காலன் வரவை எதிர்பார்த்து தமது சூழ்ச்சிவலையில் புதுப் பின்னல்களைப் போட்டுக் கொண்டிருந்தார்.

அந்தச் சமயத்தில் இங்கா வருகிறாள். நாட்டைவிட்டு ஓடிப்போன பாதிரி கொடுத்துவிட்ட கடிதம், ஹாக்கான் உண்மையான வாரிசா என்பதைத் தீர்மானிக்கும் கடிதம் – அதை எடுத்துக்கொண்டு வருகிறாள். அவளுக்கு அந்தக் கடிதத்தில் என்னவிருக்கிறது என்று தெரியாது. பிஷப் வசம் கொடுக்கிறாள். மகனைத் தூரத்திலிருந்து பார்த்துவிட்டுப் போக ஒரு தூண் மறைவில் நிற்கிறாள். மகன்பேரில் அவ்வளவு ஆசை. மகனானாலும் மன்னன் உத்தரவு அல்லவா, மறைந்து நின்றே பார்க்க வேண்டியிருக்கிறது.

அவள் சென்றதும் ஸ்கூல் வந்து சேருகிறான். பிஷப் சாகுமுன் கடிதத்தைக் கண்டுபிடிக்க வேண்டும் என்றுதான் அவனுக்கு ஆவல்.

அவன் ஆசையை வளர்க்கிறார் பிஷப் நிக்கலாஸ். அதை எங்கே கண்டுபிடிக்க முடியும் என்று அவருக்குத் தெரிந்து விட்டதாம்.

"எங்கே, எங்கே?" என்று துடிக்கிறான் ஸ்கூல்.

"அதிருக்கட்டும். நீ எனக்கு ஒரு காரியம் செய்வாயோ? என் மனசு ஆற வேண்டும். அதோ அந்த மேஜையில் இருக்கிறதே, அந்தக் கடிதத்தை எடுத்துக்கொள்; எனது வேண்டுகோளை நிறைவேற்றுவாயா – நிச்சயமாக? அப்படியானால் அந்தக் கடிதத்தில் என்னுடைய எதிரிகளின் பெயர் விவரம் இருக்கிறது; நீ அவர்களைக் கருவறுத்து வஞ்சம் தீர்க்க வேண்டும்; அப்போதுதான் எனது ஆத்மா சாந்தியடையும்" என்கிறார்.

"ஆகட்டும், ஆகட்டும்" என்று அந்தக் கடிதத்தைக் கையில் எடுத்துக்கொண்டு சத்தியம் செய்துவிட்டு, "அந்த ரகசியக் கடிதம், அது எங்கே?" என்று பதைக்கிறான்.

"மன்னன் அதோ வருகிறான்; முதலில் ஜாப்தாவை மறைத்துவைத்துக்கொள் – அரசே, எனது அந்திமக் கிரியைக்கு உம்மை மனமார வரவேற்கிறேன்" என்று உள் நுழைந்த ஹாக்கானை வரவேற்கிறார்.

மன்னனும் வந்துவிட்டான்; நிக்கலாஸோ இப்பவோ இன்னும் சில வினாடியிலோ; நெருப்பில் கால் வைத்து நிற்பவன் போல் பதைக்கிறான் ஸ்கூல்.

"உயிருள்ளவரை தாங்கள் எனக்கு பலத்த எதிரியாக நின்றீர்; நான் அதையெல்லாம் மன்னிக்கிறேன்; மறந்துவிட்டேன். மரணம் பழைய குரோதங்களைப் போக்குகிறது" என்கிறான் ஹாக்கான்.

புதுமைப்பித்தன் மொழிபெயர்ப்புகள்

"மன்னன் கருணை. என் ஆத்மா குளிர்ந்தது" என்று பாராட்டுகிறார் பிஷப்.

"மன்னிப்பைக் கோரி அழைப்பது போல் ஏன் இதை ஏற்பாடு செய்தீர்கள்?" என்கிறான் ஹாக்கான்.

"ஏற்பாடா? என்ன அது?" என்கிறார் பிஷப்.

"மன்னர் என்னைக் குறிப்பிடுகிறார். நான் இங்கு ஆஸ்லோ வுக்குள் காலடி வைத்த இந்த நிமிஷம்வரை தங்கள் வரவு எனக்குத் தெரியாது" என்கிறான் ஸ்கூல்.

"நாங்கள் இருவரும் தூரத்தில் இருந்தால்தான் எங்கள் நட்புத் தழைக்கும்: ஆகையால் கடவுள் பாதத்தை அடை வீராக" என்று பிஷப்பை வாழ்த்திவிட்டுப் புறப்படுகிறான்.

"மன்னா, போகாதே நில்; பிஷப் நிக்கலாஸ் தனது கடைசி வார்த்தையை உச்சரித்து முடிக்குமுன் நீ இந்த அறையைவிட்டு வெளியே போகக்கூடாது" என்கிறார் பிஷப்.

ஹாக்கானுக்கு இது ஏதோ பெரிய சூழ்ச்சி என்ற சந்தேகம். "தகுந்த பரிவாரத்துடன் ஏற்பாடாக வந்திருப்பது போல் தெரிகிறதே" என்று உடைவாளில் கை வைக்கிறான்.

"கடவுள் சாட்சியாகச் சொல்லுகிறேன்; எனக்கு ஒன்றுமே தெரியாது" என்று பதில் கொடுக்கிறான் ஸ்கூல்.

"என் வாக்கின் சக்தி உங்களை இங்கிருந்து நகர விடாது; நான் சாகப்போகிறேன். ஆமாம், சாகத்தான் போகிறேன். நானே சவச் சடங்கில் என்னைப் பற்றிச் சொல்ல வேண்டிய வார்த்தைகளைச் சொல்லிவிடுகிறேன். ஆமாம். கண் மங்குகிறது. நீங்கள் இருவரும் நிற்பதுகூடத் தெரியவில்லை. என் வாழ்வில் நடந்தவைகள் யாவும் என் கண்முன் மறுபடியும் நடக்கிறது. அரசே கேள். நான் வாலிபத்தில் அதிகாரத்துக்கு ஆசைப்பட் டேன். உலகத்தைக் கட்டியாள விரும்பினேன். ஆனால் போர்க்களத்துக்குத் துணிந்து செல்ல எனக்குத் தெம்பு வர வில்லை. ரத்தத்தைக் கண்டதும் குலை நடுக்கம் எடுத்தது. நான் அரச பதவி வகித்திருந்தால் தெய்வ சாம்ராஜ்யத்தைப் பெருக்கி இருப்பேன். ஆனால் என் ஆசைக்குக் குறுக்கே தெய்வமே தடுத்து நின்றது. உலகத்தில் எனக்கு மேல் பெரியவன் இருப்பதைக் காண எனக்குப் பொறுக்கவில்லை. மனசிலே அதிகார வேட்கையும் காமக் கனலும் வாட்டியது. வாள் முனையில் வெற்றிப்பாதை வகுக்க விரும்பினேன். எனக்கு இப்பொழுது வயது எண்பதுக்கு மேலாகிவிட்டது. ஆனால் இன்னும் மனசில் கொதிப்பு அடங்கவில்லை. பிறப்பிலிருந்தே எனக்கு சக்தி இல்லாது போய்விட்டது. நான் உலகை வெறுத்து

மடாலயத்துக்குள் புகுந்ததற்கு அதுதான் காரணம். பாதிரியானேன். நான் துறவி. நான் பாதிரி – என்ன வேடிக்கை. நான் வலுவற்றவன். பாதி மனிதன். இருந்தாலும் வாழ்வில் தெம்புடன் பிறந்தவர்கள் செய்ய வேண்டியதை மேலுறை சக்திகள் என்னிடமும் எதிர்பார்த்தன, கேட்டன. தெய்வத்தின் இப்படிப்பட்ட கோரிக்கைகள் நியாயம் என்று நினைத்த நேரங்களும் உண்டு. தெய்வ ஆக்ஞைக்குப் பயந்து நடுநடுங்கிக் கொண்டு நான் எனது மரணப்படுக்கையில் கிடந்ததும் உண்டு. ஆனால் இப்போது என் மனம் உறுதிப்பட்டுவிட்டது. நான் குற்றவாளியல்ல. எனக்குத் தெம்பைக் கொடுக்காதது யாருடைய குற்றம்? அந்தத் தெய்வத்தைக் குற்றம்சாட்டி நிற்கிறேன் நான்..." என்று ஆவேசத்துடன் பேசுகிறார் பிஷப் நிக்கலாஸ்.

"அந்தக் கடிதம், அந்தக் கடிதம்" என்று அங்கலாய்க்கிறான் ஸ்கூல்.

"தெய்வத்தைத் தூற்ற வேண்டாம். பணிந்து பேசும்" என்கிறான் மன்னன்.

"ஆத்ம பண்பாடு ஒவ்வொருவனுடைய தனி விவகாரம், மன்னா, ஜாக்கிரதை. தெய்வமே என்னை எதிர்த்து நின்றது போல சகலசக்திகளையும் ஏந்தி உமக்கு வைரியாக ஒருவன் நிற்கிறான். தலை கழுத்தோடு நிற்கும்வரை அவன் உம்மை எதிர்த்தே போராடுவான்; அவனுடன் அதிகாரத்தைப் பகிர்ந்து கொள்; நார்வேக்கு இரண்டு அரசர்கள் இருக்கட்டும். இல்லாவிட்டால் கல்லறையில் எனக்கு நிம்மதி இராது. அலகையாக வந்து உங்களை வாட்டுவேன். மன்னா, சம்மதிப்பாயா?"

"அதிகாரத்தில் நான் ஒரு இம்மிகூட விடமாட்டேன்" என்கிறான் மன்னன். பணியாளனைக் கூப்பிடுகிறார் பிஷப்.

"எனது ஜீவிய பாபமன்னிப்புப் பிரார்த்தனை நடந்து விட்டதா? இன்றைய இரவு நான் இழைக்கக்கூடிய பாபத்துக்கு இன்னும் ஏழு முறை பிரார்த்தனை செய்யச் சொல்" என்று உத்தரவிடுகிறார் பிஷப்.

மறுபடியும் கடிதத்தை ஞாபகப்படுத்துகிறான் ஸ்கூல்.

"அந்தக் கடிதப்படி அவனே நியாயமான வார்சானால்..." என்று கேட்கிறார் பிஷப்.

"பணிந்து அவருக்கு ஆட்பட்டு நடப்பேன்" என்கிறான் ஸ்கூல்.

"ஸ்கூல், உன்னைப் போல எனக்கும் மனசு இளகுகிறது...."

"அந்தக் கடிதம்..."

புதுமைப்பித்தன் மொழிபெயர்ப்புகள்

"இரு இரு, விரோதிகளைப் பற்றி நான் ஒரு பட்டியல் கொடுத்தேனே, நீ அதிகாரத்தை விடத் தயாராக இருப்பது போல நானும் என் எதிரிகளை மன்னிக்க ஆசைப்படுகிறேன். அந்தப் பட்டியலை இந்த நெருப்பில் போட்டுவிடு" என்கிறார் பிஷப்.

ஸ்கூல் அந்தப் பட்டியலை நெருப்பில் போட்டுவிடுகிறான். "இதோ எரிகிறது பாரும் அந்தக் கடிதம். ஆயிரக்கணக்கானோர் வாழ்வு அதிலே சிக்கிக்கிடக்கிறது" என்று துடிக்கிறான் ஸ்கூல்.

"ஆயிரக்கணக்கானோர் வாழ்வு, ஐயோ, கண் மங்குகிறதே, மூச்சடைக்கிறதே" என்று ஓலமிடுகிறார் பிஷப்.

"பிஷப்புக்கு அந்திமதசை நெருங்கிவிட்டது" என்று கூவு கிறான் மன்னன். பாதிரியாரின் பணியாட்கள் ஓடி வருகின்றனர்.

"அந்தக் கடிதம்" என்று பிஷப்பை உலுக்குகிறான் ஸ்கூல்.

"இன்னும் ஏழு பிரார்த்தனை, வில்லியம்" என்று கூவுகிறார் பிஷப்.

"அந்தக் கடிதம், கடிதம்!"

பிஷப் நிக்கலாஸ் முகத்தில் சாக்காடு தொட்டுவிட்டது. முகம் பொலிவிழக்கிறது. சாக்காட்டுடன் போராடுவதுடன் புன்சிரிப்பு மாறாமல், "ஸ்கூல் நீ எரித்ததுதான் அந்தக் கடிதம்" என்று சொல்லிவிட்டு விழுந்து மடிகிறார்.

"ஐயோ தெய்வமே" என்ற கூப்பாட்டுடன் ஸ்கூல் முகத்தைப் பொத்திக்கொள்ளுகிறான்.

பிஷப் மாண்டுவிட்டார். அவர் வைத்த நெருப்பு மடிய வில்லை.

மடாலயச் சீடர்கள், பணியாட்கள் சாத்தான் வந்து பிஷப் நிக்கலாஸை இழுத்துக்கொண்டு சென்றுவிட்டதாகச் சொல்லு கிறார்கள்.

3

மன்னன் ஹாக்கானுக்கு ஆண்குழந்தை பிறக்கிறது. தொட்டதொட்ட காரியத்தில் எல்லாம் வெற்றி. வம்சம் மங்கா திருக்க ஆண்குழந்தை. ஸ்கூலுக்குப் பொறுக்க முடியவில்லை. கடைசி முறையாக மன்னனிடம் பங்கு கேட்டு சமாதானம் பண்ணிக்கொள்ள முயலுகிறான். சந்திப்பில் இருவருக்கும் பேச்சுவார்த்தை தடிக்கிறது. மன்னனுக்கு நாடு இரண்டுபடு வதில் விருப்பமில்லை. ஸ்கூலுக்கோ தனக்கு மேல் அதிகாரம் வகித்து எவரும் இருக்கக்கூடாது என்ற உறுதி.

இரண்டு பேரும் துவந்த யுத்தம் நடத்தி, மிஞ்சுகிறவர்களுக்கு அதிகாரம் மிஞ்சட்டும் என்று கோருகிறான் ஸ்கூல்.

"மனப்பூர்வமான வார்த்தையா?" என்கிறான் மன்னன்.

"எனது வாழ்வின் வேலைக்காக, எனது ஆத்மா கடைத்தேறுவதற்காகத்தான் இதைக் கேட்கிறேன்."

"அப்படியானால் உமது ஆத்மா கடைத்தேறாது" என்கிறான் மன்னன்.

"அப்படியானால் சண்டைக்குத் தீர்மானமா?" என்று கேட்கிறான் ஸ்கூல்.

"நார்வே மக்களை ஒன்றுபடுத்தி நாட்டை வாழ்வுத் துறைப்படுத்துவது என் ஆசை" என்கிறான் மன்னன்.

"நாட்டு மக்களை ஒன்றுபடுத்துவது; யாவருடைய மனசிலும் தாம் யாவரும் ஒன்று என்ற பாவத்தை உண்டு பண்ணுவது! உனக்கு ஏன் இந்த விபரீத புத்தி? அது என் ரத்தத்தைச் சாகடிக்கிறது; மன்னா, சாத்தான்தான் இந்த நினைப்பை உனக்கு அனுப்பி இருக்க வேண்டும். மார்பில் கவசம் பூண எனக்கு பலம் இருக்கும்வரை அந்த நினைப்பை நிஜமாக்க விடமாட்டேன்."

"இந்த ஆசையை, நினைப்பைத் தெய்வம் எனக்குத் தந்தது. பக்தன் ஓலாப் பணித்த கிரீடம் என் தலையிலிருக்கும்வரை அதை நடத்தியே தீருவேன்."

"அப்பொழுது அந்தக் கிரீடம் அங்கிருந்து தரையில் புரள வேண்டியதுதான்."

"யாருக்கு அந்தத் தெம்பு?"

"வேறு எவருமில்லாவிட்டால் நான் நடத்துவேன்."

"நாளைக்கு சபை கூட்டுவித்து, உன் வலுவை வாங்க வேண்டியதுதான்."

"ஹாக்கான், தெய்வத்தைக் காமியாதே. என்னைப் படுகுழிப் பக்கத்தில் நெருக்காதே."

மன்னன் கோபத்தை அடக்கிக்கொண்டு, "போய்விட்டு வாருங்கள். வார்த்தை தடித்தது என்பதை இருவரும் மறந்து விடுவோம்" என்கிறான்.

"மறுமுறை சந்திக்கும்போது வார்த்தைகள் இதற்கு மேல் கொதிக்கும்" என்று சொல்லிக்கொண்டே வெளியேறுகிறான்.

ஸ்கூல் சென்ற சற்று நேரம் கழித்து, ஸ்கூல் கோஷ்டியைச் சேர்ந்த சிற்றரசன் ஒருவன் வருகிறான். ஸ்கூல் கட்சியை

வெறுத்து மன்னனுடன் சேர்ந்துகொள்ள விரும்புகிறான். அதற்கு அவன் சொல்லும் காரணம் ஹாக்கானைத் திடுக்கிட வைக்கிறது.

அமைதியாக உறங்கிக்கொண்டிருந்த மனைவி மார்க்கெரட்டைத் தட்டி எழுப்புகிறான்.

"என்ன?" என்று கேட்டுக்கொண்டு வெளியே வருகிறாள்.

"இப்பொழுது நார்வேயில் இரண்டு அரசர்கள்?" என்கிறான் ஹாக்கான்.

"இரண்டு அரசர்கள் – அப்பா எங்கே?" என்று கேட்கிறாள் மார்க்கெரட்.

"கப்பலிலேறித் தன்னை அரசன் என்று பிரகடனம் செய்துகொண்டு முடிசூட்டிக்கொள்ள நிடராஸ் நகரை நோக்கிப் பிரயாணப்பட்டுவிட்டார்" என்கிறான் மன்னன்.

"தெய்வமே" என்று ஏங்கிக்கொண்டு அவன் காலடியில் விழுகிறாள்.

"தேசத்தில் இரண்டு மன்னர்கள்."

"ஒன்று என் கணவர், மற்றவன் என் தகப்பன்" என்று எதிரொலிக்கிறாள் மார்க்கெரட்.

"நான் என்ன செய்ய வேண்டும்? நினைத்துப் பார்த்து விவேகத்துடன் யோசனை சொல். நான் மலைப்பாதை வழியாகச் சென்று அவர் முடிசூட்டிக்கொள்ளுவதைத் தடுக்கட்டுமா? உன் தகப்பனார் நிடராஸுக்குப் போகுமுன் அவரை எப்படிக் கொல்லுவது?"

"ஹாக்கான், ஹாக்கான்."

"அவரைக் கொல்லுவதற்கு லேசான தந்திரம் எதுவும் சொல்லேன்?"

"அவர் என் தகப்பனார் என்பதை அடியோடு மறந்துவிட்டீர்களா?"

"உன் தகப்பன். ஆம், ஆம். அதை மறந்துவிட்டேன். அதற்கு நீ என்ன செய்வாய்? ஸ்கூல்தான் எனக்குப் படுவைரியாகிவிட்டார். தெய்வமே, தெய்வமே என்னை ஏன் இப்படி அடிக்கிறாய்? என்னை, பாவம் செய்யாத என்னை. யார் அங்கே இந்த அர்த்தராத்திரியில் கதவைத் தட்டுகிறது?"

"குளிரில் கிடந்து செத்து மடியும் ஒருத்தி" என்று வெளியிலிருந்து ஒரு குரல் கேட்கிறது.

"அம்மா" என்று அலறிக்கொண்டு கதவைத் திறக்கிறான் ஹாக்கான்.

"என் தாய்! மகன் வீட்டுவாசல் நாய் போல் காத்துக் கிடப்பது? கடவுள் என்னைத் தண்டிக்கிறார் என்ற சந்தேகம் வேறு எனக்கு."

"ஹாக்கான், குழந்தாய், தெய்வம் உன்னை ரக்ஷிக்குமாக!"

"கடமையில் வழுவாதிருக்கப் பாசத்தைத் துறந்தேன். பாசம் தரும் உங்களிருவரையும் என் இதயத்திற்கு வெளியே தாளிட்டேன்!"

"ஹாக்கான்! கடைசியாக உன் இதயத்தில் எனக்கும் இடம் உண்டா?" என்று மகிழ்ச்சியுடன் கேட்கிறாள் மார்க்கெரட்.

அதற்குள் மன்னன் பரிவாரத்திலுள்ள சிற்றரசன் ஸ்கூலின் புரட்சி பற்றிய செய்தியுடன் ஓடிவருகிறான்.

"பதறாதே, நார்வேயில் அரசர் இரண்டு இருந்தாலும் உயர இருப்பவன் ஒருவன்தான். அவன் சிக்கலைத் தீர்த்து வைப்பான்" என்று ஆற்றுகிறான் மன்னன்.

4

பிஷப் நிக்கலாஸ் இட்ட தீ நார்வேயில் நன்றாகப் பற்றிக்கொண்டது. பாதிரியார் விரும்பியபடி அவர் உருட்டி விட்ட விஷமச் சக்கரத்தின் வேகம் கைக்கடங்காது போல் சுழல்கிறது. ஸ்கூல் தலையில் கிரீடம் ஏறிவிட்டது. ஆஸ்லோ அரண்மனை அத்தாணி மண்டபத்தில் கோலாகலம். ஆனால் ஸ்கூல் மனசில் மட்டும் வலுவு குடியேறவில்லை. அடிக்கடி மனசில் சந்தேகம். தன் பலத்தைப் பற்றி நம்பிக்கைக் குறைவு. "நம்ப முடியாதது நடந்துவிட்டது. ஹாக்கான் தோற்றான்; நான் வென்றுவிட்டேன். வெற்றியின் சாயையில் அந்தரங்க பீதி ஒளிந்து கிடக்கிறது. உரிமை பெற்றிருந்தால் வெல்லும் சக்தி அதனுடன் வராது. மனசிலே நோய், நோய். தெய்வமே, நியாயம் ஏன் என் கட்சியில் இருக்கக் கூடாது? தெய்வம் எனக்கு வெற்றியைக் கொடுத்தபோது நியாயமும் என் கட்சியில்தான் இருக்கிறது என்பதை உறுதி கூறுவது போலில்லையா? 'நார்வே இதுவரை வெற்றரசாக இருந்தது. இனிமேல் ஜனசக்தியின் சம்மதமும் பலமும் பெற்ற ராஜாங்கமாகிவிடும்' என்று ஹாக்கான் கர்ஜித்தபோது அரச பதவி அவனுக்கே உரிமைப்பட்டது போல் என் கண்களுக்குப் பட்டது. ஒருவேளை அவனுடைய விபரீத வார்த்தைகளில் தெய்வ அபீஷ்டம் தொனித்ததோ, தெய்வத்தின் வாக்கைப் பரப்ப வந்தவனோ

அவன் – இப்படி அல்லாடுகிறது ஸ்கூல் மனம். பக்தன் ஓலாப் விக்கிரகத்தின் முன்பு முடிசூட்டல் நடக்காதது கெட்ட சகுனம் என்று ஜனங்கள் பேசிக்கொள்ளுகிறார்கள் என்ற வார்த்தை வேறு அவனுக்கு பயத்தைக் கொடுக்கிறது.

யுத்தம் நாலா திசையிலும் மூண்டுவிட்டது என்ற செய்தி அடிக்கடி வந்து குவிகிறது. தன் பலம் படிப்படியாகக் குன்றி விடுமோ என்று பயப்படுகிறான்.

மனம் அல்லாடிக்கொண்டிருக்கையில் தனது ஆஸ்தான கவியைக் கூப்பிட்டழைக்கிறான். ஜட்டாகீர் பிறப்பிலே கவி. அவன் வாக்கில் இசை தானே வந்து தவழ்ந்து விளையாடும்.

“ஜட்டாகீர், நீ எப்படிக் கவியானாய்; யாரிடம் பாடக் கற்றுக்கொண்டாய்?” என்று கேட்கிறான் ஸ்கூல்.

“அரசே, கற்றுக் கவியாக முடியாது” என்கிறான் ஜட்டாகீர்.

“அந்தப் பரிசு உனக்கு எப்படிக் கிடைத்தது?”

“எனக்குத் துன்பம் என்ற பரிசு கிடைத்தது. என்னைக் கவியாக்கியது.”

“பாடுவோருக்குத் துன்பப் பரிசுதான் தேவையோ?”

“அரசே, எனக்கு அது தேவையாக இருந்தது. சிலருக்கு பக்தி, வேறு சிலருக்கு போகம், மற்றும் சிலருக்கு சந்தேக புத்தி. . .”

“சந்தேக புத்தியுமா?” என்று ஆச்சரியப்படுகிறான் ஸ்கூல்.

“ஆனால் சந்தேக புத்தியுள்ளவனுக்கு நெஞ்சிலும் புத்தி யிலும் திடம் இருக்க வேண்டும்.”

“அதாவது . . .”

“அதாவது தனக்குள்ள சந்தேகத்தையே சந்தேகிக்கும் சக்தி.”

“அப்படியென்றால் மரணம்தான்.”

“அல்ல. மரணத்தைவிடப் படுமோசம். இருளும் ஒளியும் அற்ற கருக்கல்.”

“ஜட்டாகீர், இன்னும் உன் மனசில் நீ பாடாத பாட்டுகள் பல இருக்குமோ?”

“அரசே, பிறக்காத பாட்டுகள் பல உண்டு. அவை ஒவ் வொன்றாய்ப் பிறக்கின்றன.”

“இருக்கட்டும். நான் உன்னைக் கொன்றுவிட்டால் பிறக்காத உனது எண்ணங்கள் உன்னுடன் மடித்துவிடுமா?” என்று கேட்கிறான் ஸ்கூல்.

"அழகான நினைப்பைக் கொல்லுவது மகாபாபம்."

"பாபத்தைப் பற்றிக் கேட்கவில்லை, முடியுமா?"

"அரசே, நானறியேன்."

"வேறு ஒரு கவி ஒருவன் அழகான கருத்து ஒன்றை உனக்குச் சொல்லுகிறான் என்று வைத்துக்கொள்; அவனைக் கொன்று அதைத் திருட நீ ஆசைப்படுவாயா?"

"அரசே, நான் மலடு அல்ல. எனக்கும் நினைவுக் குழந்தைகள் பலவுண்டு. வேற்றொருவர் குழந்தைக்கு ஆசைப்படும் அவசியம் எனக்கில்லை."

இம்மாதிரியான கவியின் வார்த்தைகள் எல்லாம் ஸ்கூலுக்கு அவனது திறமையின்மையை இடித்துக் காட்டுவது போலிருக்கிறது. சோர்வு வலுக்கிறது. இந்த நிலையில் தனக்கு ஆண் மகவு இல்லாதது பெருங்குறையாக, பலக்குறைவாக மனசை வாட்டுகிறது. புது மன்னன் ஸ்கூலுக்கு முன்பு எப்போதோ தன் ஆசையின் விளைவால் பிறந்த பையன் ஒருவன் எதிர் வருகிறான். நீரில் உயிருக்கு அல்லாடுகிறவன் கை, சருகையும் எட்டிப் பிடிக்குமல்லவா? அவனைத் தன் மகனாக, பட்டத்து இளவரசாக ஏற்று அவனை ஊன்றுகோலாக நம்புகிறான் ஸ்கூல். அவன் பெயர் பீட்டர். தகப்பன்பேரில் மாறாத பக்தி, தகப்பன் சொல்லுவதே வேதவாக்கு. அவன் ஆசையை நிறைவேற்றச் செய்யும் எந்தப் பாபமும் புண்ணியமாகத் தோற்றுகிறது அவனுக்கு தகப்பனாருடைய ஆசையைப் பூர்த்திசெய்ய பாதிரிகள், மதகுரு முதலியோருடைய சாபங்களையும் பொருட்படுத்தாமல், பக்தன் ஓலாப் விக்கிரகத்தை முதுகில் தூக்கிக் கொண்டு வந்துவிடுகிறான். இந்த அடாத செயலைக் கண்டு ஸ்கூல் மனம் பிரமிக்கிறது. மகனுடைய பக்தி ஆவேசத்தைக் கண்டு பயப்படுகிறான். போரின் கொழுந்து நாலா திசையிலும் படர்கிறது. ஸ்கூல் தன்னைச் சுற்றிலும் எரியும் தீயைக் கண்டு பயந்துவிடுகிறான். தன்னால் கொழுந்து விட்டு எரியும் தீயைக் கண்டு நடுநடுங்குகிறான். போரின் போக்கு இவனுடைய நலத்துக்கு மாறாகத் திரும்புகிறது. ஹாக்கான் வெற்றிவீரனாக மோதிப் புடைத்துக்கொண்டு வருகிறான். ஸ்கூல் தேவாலயத்தில் புகுந்து உயிர் தப்ப ஓடுகிறான்.

5

எக்ஸஸிட்டர் கன்னியாஸ்திரீகள் மடத்தில் ஹாக்கான் தன்னுடைய குழந்தையையும் மனைவியையும் அனுப்பிவிட்டு வெற்றிப்படையுடன் வெகுண்டு வருகிறான்.

மிரண்டு ஓடிவரும் ஸ்கூலும் அதற்குள் தஞ்சம் புக ஓடிவருகிறான். உள்ளே அவன் மனைவி, மகன் யாவரும் இருக்கின்றனர். வெளியே வந்து நின்று கதவைத் தட்டுகிறான்.

"யார் கதவைத் தட்டுகிறது?" என்று கேட்கிறான் மார்க்ரெட்டுடன் துணையாக வந்த மெய்க்காவலன்.

"ஒரு அரசன்" என்று குரல் கொடுக்கிறான் ஸ்கூல்.

"ஸ்கூலா?"

"மன்னன் ஸ்கூலா?" என்று கேட்கிறாள் மனைவி.

"அப்பா" என்று கூப்பிடுகிறாள் மார்க்கெரட்.

"கதவைத் திற, கதவைத் திற."

"துரோகிகளுக்கு உள்ளே இடமில்லை" என்கிறான் ராணியின் மெய்க்காவலன்.

"அது என் அப்பா" என்று அலறுகிறாள் ராணி.

"தேவாலயத்தில் இடம் கொடுக்க மறுத்தால் தெய்வசாபம் சேரும்" என்கிறாள் ஸ்கூலினுடைய மனைவி.

"தெய்வத்தின் பெயரால்" என்று கதவு திறக்கப்படுகிறது.

உள்ளே சோர்ந்துவந்த ஸ்கூல் உள்ளம் நொடிந்துவிடு கிறான். ஹாக்கான் வந்ததும் மன்னிப்புக் கேட்கவும் தயாராகி விடுகிறான்.

ஸ்கூலுக்கு மனசிலே சோர்வு, காலிலே தளர்ச்சி.

ஸ்கூலின் வார்சு அரசன் ஹாக்கானுடைய குழந்தையைக் கொன்றுவிட்டால் அவன் வலு ஒடிந்துவிடும் என்ற நம்பிக்கை யில் அசுரன் போல் தேடி வருகிறான். மதிலேறி உள்ளே நுழைய முயலுகிறான். ஜனக்கும்பல் அவனைப் பார்த்துவிடு கிறது. ஓலாப் சிலையை பங்கப்படுத்தியவனல்லவோ! ஜனங் கள் கொந்தளித்துக்கொண்டு கொல்லத் தயாராகிறார்கள்.

ஆனால் அவன் வெறியனாகக் குழந்தையைக் கொல்லும் ஏகநோக்கத்துடன் உள்ளே குதித்துவிடுகிறான்.

வெளியே ஜனக்கூட்டம் கதவை உடைக்க முயலுகிறது.

வெளியே இவர்களை விரட்டுவதுதான் நல்லது. தஞ்சம் என்று வந்தவனையும் அவனுக்காக உழலும் வெறியனையும் எப்படித் தெய்வ மண்ணிலிருந்து போ என்று சொல்லுவது?

ஸ்கூல் திடீரென்று தீர்மானிக்கிறான்.

"கதவைத் திறவுங்கள்; நாங்கள் வெளியே போகிறோம். சிலர் வாழப் பிறந்தவர்கள், சிலர் சாகப் பிறந்தவர்கள். தெய்வம்

வழிகாட்டிச் செல்லாத பாதையிலேயே என் மனம் செல்லுகிறது. அதனால்தான் இன்றுவரை எனக்கு வழி துலங்கவில்லை. மன்னன் ஹாக்கானுக்காக நான் காத்திருக்க மாட்டேன்" என்று சொல்லிக்கொண்டு வெளியே தனது பட்டத்து இளவரசுடன் செல்லுகிறான்.

வெளியே ஒரு நொடி கத்திகளின் சலசலப்பு; அவ்வளவு தான். இருவரும் பிணமாகிவிட்டனர்.

மன்னன் ஹாக்கானும் பிரவேசிக்கிறான்.

"அரசே, இனி உனக்குப் பகைவர்களில்லை" என்கின்றன பல குரல்கள்.

"இவர் உடம்பு என்னை வழி மறிக்கிறது" என்கிறான் மன்னன்.

"தாண்டிச் செல்ல வேண்டும்."

"தெய்வத்தின் கட்டளை அதுவானால், அப்படியே ஆகட்டும்" என்று தாண்டுகிறான்.

"இனி நார்வேயில் அமைதி. தேசத்தின் படுதுரோகி அதோ உம் காலடியில் கிடக்கிறான்" என்கிறான் ஒரு சிற்றரசன்.

"அப்படியல்ல. அவன் வாழ்வே ஒரு அதிசயம். கடவுள் அவனைத் தன் சக்களத்தி பிள்ளையாக பாவித்து நடத்தியது" என்றான் ஹாக்கான்.

○ ○

VI
பிரேத மனிதன்
மேரி ஷெல்லி

முன்னுரை

இதென்ன, பிரேதத்தைக் கூட்டித் தைத்து உயிர் தருவதா வது என்று பலர் நினைக்கலாம். மனிதனுடைய மூலவம்சம் பற்றியும், ஜீவ பரிணாம நியதியைப் பற்றியும் ஆராய்ச்சி நடத்திய சார்லஸ் டார்வின், ஹக்ஸ்லி முதலிய பண்டிதர்கள், வருங்காலத்தில் சாத்தியம் என நினைத்த ஒரு கருத்தை, அதா வது சிருஷ்டி ரகசியம் நம் வசம் கிடைத்துவிடும் என்பதை ஒட்டியே இந்தக் கதை ஜோடிக்கப்பட்டிருக்கிறது. இங்கிலீஷ் பாஷையில் இந்தக் கருத்தையொட்டிப் பல நாவல்கள் வெளி வந்துள்ளன. எச்.ஜி. வெல்ஸ் எழுதிய *ஐலண்ட் ஆப் டெரர்* (பீதித் தீவு) என்ற நாவலிலும் ஒரு பண்டிதர் மிருகங்களை ரண சிகிச்சைமூலம் மனிதனாக்க முயலுவதாகக் கதை ஒன்று உண்டு.

இங்கிலீஷ் பாஷையிலே நன்மை தீமை என்ற இரண்டு சக்திகளை மோதவிட்டு அதன் விளைவுகளைப் பார்க்கும் கதைகள் பல உண்டு. *டாக்டர் பாஸ்டஸ், டாக்டர் ஜெக்கில் அண்ட் மிஸ்டர் ஹைட், ஐலண்ட் ஆப் டெரர், இன்விஸிபிள் மான்* (சூட்சும சரீரி) முதலிய நாவல்களைப் போலத்தான் பிராங்கன்ஸ்டீன் என்ற இந்தப் பிரேத மனிதனும். பிராங் கன்ஸ்டீன் சிருஷ்டித்த பிரேத மனிதன் அவனைக் கேட்கும் கேள்விகள், மனிதன் தெய்வத்தைப் பார்த்துப் போடும் கேள்வி களாகவே கொள்ள வேண்டும்.

இதை எழுதியவர் மேரி ஷெல்லி. இங்கிலீஷ் பாஷையில் பிரபல கவியான ஷெல்லியின் மனைவி. பிறந்தது 1797. ஷெல்லி இவளை இரண்டாவது தாரமாகக் கலியாணம் செய்துகொண் டார். கலியாணமாகு முன்பே இவள் பல கதைகள் எழுதிய துண்டு. இவளது தந்தையும் பிரபலஸ்தர். அவர் பெயர் கூட்வின்.

அந்தக் காலத்திலே இலக்கிய மறுமலர்ச்சிக்குத் துணைசெய்த 'கூட்வின் சர்க்கிள்' என்ற இலக்கிய சங்கம் ஒன்று உண்டு. மேரி ஷெல்லியின் கற்பனை பூரண வடிவம் பெற்றது கலியாணத்துக்குப் பிறகுதானாம்.

இந்த பயங்கரமானதொரு கற்பனை ஒரு பெண்ணுக்கு எப்படித் தோற்றியது?

மேரி ஷெல்லியே இதை விவரிக்கிறார்.

"1812 வேனிலில் நாங்கள் ஸ்விட்ஸர்லாந்தில் குடியேறினோம். எங்கள் அருகே லார்ட் பைரன் குடியிருந்தார். (லார்ட் பைரன் ஆங்கிலக் கவி.) அவர் அப்போது சைல்ட் ஹேரால்ட் என்ற காவியத்தை எழுதிவந்தார். ஜெனிவாவில் அப்போது மழையும் தூரலுமாகயிருந்துகொண்டிருந்தது. பிரெஞ்சு பாஷையில் மொழிபெயர்க்கப்பட்ட ஜெர்மன் பேய்க் கதை ஒன்றைப் படித்துப் பொழுதைப் போக்கிக்கொண்டிருந்தோம். இதைப் படிக்கும்போது நாங்கள் அதேமாதிரி பேய்க்கதை ஆளுக்கொன்று எழுதுவது என்று தீர்மானித்தோம். ஷெல்லி எழுதியது, 'மாஜெப்பா' என்ற காவியத்தின் கடைசியில் பதிப்பிக்கப்பட்டது. என் பங்குக்கு, நானோ தினம்தினம் 'கதை எதுவும் தோன்றவில்லை' என்று சொல்லிவந்தேன். அவர் எழுதியதைப் போலவே பயங்கரமான சிருஷ்டி ஒன்றாக இருக்க வேண்டும் என்று விரும்பினேன்.

"பைரனும் ஷெல்லியும் பேசிக்கொண்டிருக்கும்போதெல்லாம் அருகில் உட்கார்ந்து நான் கேட்டுக்கொண்டிருப்பேன். அவர்கள் இருவரும் டாக்டர் டார்வின் பரிசோதனைகளைப் பற்றிப் பேசிக்கொண்டிருப்பார்கள். அந்த டாக்டர் ஸேமியாவை ஒரு கண்ணாடிப்பெட்டியில் போட்டு அடைத்து ஏதோ ஒரு முறையால் அது உயிர் பெற்றுப் புழுவாக நெளியும்வரை வைத்திருந்தார் என்று சொல்லிக்கொள்ளுவார்கள். நான் இதை வைத்துக்கொண்டுதான் பிரேதத்துக்கு உயிர் கொடுக்க முடியும் என்று கற்பனை செய்தேன்.

"அன்று தூங்க முயன்றபொழுது என்னால் தூங்க முடியவில்லை. பேய்க் கனவுகள் பல அல்லல் படுத்தின. யாரோ ஒருவர் ஒரு பிரம்மாண்டமான மனித பிண்டத்தை யந்திரத்தின்மீது ஏற்றி உயிர் கொடுக்கும் மாதிரி கண்டேன். எவ்வளவு பயங்கரமானது! சிருஷ்டித்த கடவுளையே கேலி செய்ததாக அல்லவா இருக்கும்? அந்தப் பேய்ச் சடலம் எழுந்து நிற்கிறது. பிரேதக் களையோடு விழிக்கிறது....

"நான் பயந்துகொண்டு விழித்தேன். இதுதான் என் கதைபோலும்!

"மறுநாள் 'எனக்குக் கதை வந்துவிட்டது' என்றேன்.

"'நவம்பர் மாதத்தில் பயங்கரமானதொரு நள்ளிரவில்...' என்று கதையை ஆரம்பித்தேன். நான் அதைச் சிறுகதையாகவே எழுத நினைத்தேன். ஷெல்லியின் யோசனை பிரகாரம் உருவெடுத்ததுதான் இந்த நாவல்."

இந்த நாவலைப் பற்றி எழுதிய முன்னுரையில் சார்லஸ் டார்வின், இன்னும் சில ஜெர்மன் சித்தாந்திகள் ஆகியோரின் கருத்தே இக்கதைக்குக் கரு என்கிறார் ஸ்ரீமதி ஷெல்லி. இலியாது, ஷேக்ஸ்பியரின் *நடுவேனிற் கனவு*, மில்டனுடைய சுவர்க்க நீக்கம் ஆகியவற்றின் போக்கில் அமைந்தது இக்கதை என்று அவர் கூறுகிறார். இந்தக் கதை ஜெனிவாவில் வைத்து எழுதப் பட்டது.

என்னுடைய தமிழ் நகல் அப்பட்டமான மொழிபெயர்ப் பல்ல. கதையின் போக்கை மட்டும் அனுசரித்துக்கொண்டு கோவை தகர்ந்துவிடாமல் எழுதப்பட்டது.

நம் நாட்டில் உள்ள நல்லரவான் கதை, யமனைத் தேடி சுரகுருவுக்காகத் தூதுபோன கதை முதலியனவும் இம்மாதிரி வார்ப்பை அனுசரித்தவையேயாகும். கதையின் பெயர் விசேடங் கள் சிலரை மிரட்டலாம். ஆனால் கதைச் சத்து நம் பாவ னைக்குப் பொருந்தியதேயாகும். "பேயணையை முறித்திட்டு, பிணமெத்தை ஐந்தடுக்கி நிலாத் திகழும் பஞ்ச சயனத்தின்" மேல் அமர்ந்த காளியைவிடவா இது கோரமானது?

15-12-43 புதுமைப்பித்தன்

இதில் வருவோர்

அல்பான்ஸ் பிராங்கன்ஸ்டீன்	:	ஜெனிவா பிரபலஸ்தர். விக்டரின் தந்தை
விக்டர் பிராங்கன்ஸ்டீன்	:	இரண்டாவது பிரம்மா
கிளெர்வெல்	:	இரண்டாவது பிரம்மாவின் பள்ளிக்கூட நண்பன்
வில்லியம் எர்னஸ்ட்	:	சகோதரர்கள்
எலிஸபெத் லாவென்ஸா	:	விக்டருக்கு நிச்சயம் செய்த காதலி
டிலேஸி	:	குருட்டுக் கிழவன்
பெலிக்ஸ், அகேதா	:	அவனுடைய மக்கள்
ஸாதீ	:	அரபுக் காதலி
கார்வின்	:	ஐரிஷ் மாஜிஸ்டிரேட்
கிரம்ப் வால்ட்மென்	:	இங்கோல்ஸ்டாட் சர்வகலாசாலைப் பண்டிதர்கள்

பிரேத மனிதன்

ஆரம்பம்

(வால்டன் என்பவர் தமது சகோதரி ஸ்ரீமதி ஸாவிலுக்கு எழுதிய கடிதங்கள். அதில் அவர் தமது உத்தரபிராந்திய யாத்திரையில் கண்ட அதிசயங்களை இங்கிலாந்திலிருக்கும் தமது சகோதரிக்கு எழுதுவதாகப் பாவனை.)

எங்கள் கப்பல் உறைபனியில் மாட்டிக்கொண்டது. சுற்றிலும் மூடுபனி. பகல் இரண்டு மணிக்கு அது கலைந்து வெளிச்சம் வந்தது. என்னுடன் வந்தவர்கள் மனம் நொடிந்து போனார்கள். அச்சமயம் ஓர் அதிசயமான காட்சி தென்பட்டது. தூரத்திலே பனிவண்டி பூட்டி எவனோ ஒருவன் வடதுருவத்தை நோக்கி விரைவாகச் சென்றான். நாய்கள் வண்டியை இழுத்துச்சென்றன. கணத்தில் வண்டியும் மனிதனும் மறைந்துவிட்டனர்.

மறுநாள் காலை கப்பலின் மேல்தட்டில் ஏதோ களேபரம். யாரோ ஒருவனுடன் மாலுமிகள் பேசிக்கொண்டிருந்தார்கள். பனி உருகிவிட்டதினால் வண்டி தண்ணீரில் சிக்கிக்கொண்டு மிதந்தது. ஒரே ஒரு நாய்மட்டுமே உயிரோடிருந்தது.

நான் சென்றதும், தன் சங்கடத்தையும் ஆபத்தையும் உணராமல், "எங்கே போகிறீர்கள்?" என்று கேட்டான். "உத்தர துருவத்துக்கு" என்றேன். இந்த பதில் அவனுக்குத் திருப்தி அளித்தது. "என்னையும் ஏற்றிக்கொள்ளுங்கள்" என்றான்.

அவனைக் கப்பலுக்குள் ஏற்றிக் கம்பளி போட்டுப் போர்த்தி சிச்ருஷை செய்தோம்.

குணமடையச் சில நாட்கள் சென்றன.

"உங்கள் அனுதாபத்துக்கும் பராமரிப்புக்கும் என் நன்றி. ஆனால் அதனால் பயனில்லை. நான் ஒரு காரியத்தை எதிர் பார்க்கிறேன். அது நடந்துவிட்டால் நிம்மதியுடன் என் உயிர் பிரியும். என் வரலாற்றைக் கேளுங்கள். அன்னியன் அப்பொழுது நான் சொல்லுவது புரியும்" என்றான்.

௦

அன்னியன் சொன்ன கதை

நான் ஜெனிவாக்காரன்; பிறந்தது அந்த ஊரில்தான். அங்கே செயலாக உள்ள புராதனக் குடும்பம் என்னுடையதுதான். ஜெனிவாக் குடியாட்சி மகாசபைகளிலே என் மூதாதைகள் சொற்சக்தி படைத்து வந்ததுடன் தலைமை ஏற்று நடத்தியும் வந்திருக்கிறார்கள். என் தகப்பனாரும் வெகு காலத்துக்குப் பிறகுதான், அவர் மூப்பு மேலிடும் தருணத்தில்தான், கலியாணம் செய்துகொண்டார்; நான் அப்போது பிறந்தேன்.

அவர் கலியாணம் செய்துகொண்டதே ஒரு தினுசு. அது அவருடைய குணத்துக்குச் சிறந்த உதாரணம். அவருடைய நண்பர்களிலே போவர்ட் என்று ஒரு வியாபாரி. அதிர்ஷ்டம் என்ற சகடக்கால் கீழ்மண்டிப் பாய, செயலும் சிறப்புமாக இருந்த ஊரில் இருப்புக்கொள்ளாமல், முடிந்தவரை வார்த்தைக்குப் பழுதில்லாமல், கொடுக்கல் வாங்கல்களைத் தீர்த்துக் கொண்டு லூஸெர்ஸ் என்ற ஊரில் போய்க் குடியேறினான். அங்கே தன் வறுமையும் துன்பமுமாக உருக்குலைந்து, நாளைக் கழித்து வந்தான். என் தந்தைக்கு போவர்டிடம் பரமநட்பு. அவனுடைய வீண் கௌரவத்தால் ஏற்பட்ட விபரீதத்தைக் கண்டு மிகவும் நொந்தார். அவனைத் தேடிப்பிடித்துக் கொண்டு வந்து மீண்டும் பழையபடி செயலில் வைக்க வேண்டும் என்று ஆசைப்பட்டுப் புறப்பட்டார். கடைசியாகக் கண்டுபிடித்தார். செயலில் இருந்தவன் நொடிந்துபோனால் வேறு நோய் வேண்டுமா? அதுவே அவனைக் கிடத்திவிட்டது. மகள் பராமரிப்பில் படுத்த படுக்கையாக ஜீவனைத் தாங்கிவந்தான். என் தந்தை அங்கு சென்றபோது போவர்ட்டின் ஆவி அகன்றுவிட்டது. மகள் அகதியாகி அழுதுகொண்டு கிடந்தாள். ஈமக் கிரியைகளை முறைப்படி நடத்திவிட்டு, நேசனுடைய மகளை, அதாவது கரோலைன் போவர்டை அழைத்துக் கொண்டு ஊருக்குத் திரும்பினார். இரண்டு வருஷங்கள் கழித்து அவளைக் கலியாணம் செய்துகொண்டார். அவர்களிருவருக்கிடையிலும் வயது வித்தியாசம் ஜாஸ்தி. இருந்தாலும் சந்தர்ப்பம் அவர்களது பாசத்தைப் பிணித்தது. ஆனால், இளமையிலேயே இவ்வளவு அல்லல்களையும் பட்ட எனது தாயாரின் தேகம் பொள்ளலுற்றது. அவளுக்கு உடம்பில் வலுவுண்டாக்கத் தகப்பனார் அவளை தேசயாத்திரை அழைத்துச் சென்றார். இத்தாலியிலிருந்து ஜெர்மனிக்குப் போனார்கள்; அங்கிருந்து பிரான்ஸுக்கு வந்தார்கள். நான் நேப்பிள்ஸில் பிறந்தேன். நான்தான் முதல் குழந்தை. அதன் பிறகு பல வருஷங்கள்வரை குழந்தை பிறக்கவில்லை. என் தாயார் பெண்குழந்தை வேண்டும் என்று ஆசைப்பட்டாள்.

எனக்குச் சுமார் ஐந்து வயசு இருக்கும்; அப்பொழுது நாங்கள் இத்தாலிக்கு அப்பால் உள்ள கோமோ ஏரி அருகே சுகவாசத்துக்காகச் சென்றிருந்தபொழுது, என் தாயார், ஏழ்மை யில் அல்லாடிவரும் ஒரு குடும்பத்திலிருந்து ஒரு சிறுமியைத் தத்து எடுத்தாள். அக்குழந்தையின் அழகும் குணமும் ஒத்திருந் தன. அவள் பெயர் எலிஸபெத் லாவென்ஸா. அவளைப் பார்த்தவர்கள் நெஞ்சில் பாசம் சுரக்கும். அவள் வந்து எங்களில் ஒருவளாக வாழ்ந்துவரலானாள்.

சிறுவயதில் நாங்கள் இருவருமே இணை பிரியாது ஓடியாடித் திரிந்து வருவோம். எங்கள் குணம் ஒத்துப்போகிறது. அவளுக்குக் காவியத்திலே ஆசை. ஸ்விட்ஸர்லாந்தின் பனி கவ்விய மலை வளத்தில் அவள் மனசைப் பறிகொடுத்தாள். அவள் மனசு அழகில் ஈடுபட்டது; நானோ காரண காரிய ரீதியில் எல்லாவற் றையும் துருவித்துருவிப் பார்ப்பதில் புத்தியைச் செலவிட்டேன்.

எனக்கு ஒரு தம்பி பிறந்தது எங்கள் பெற்றோருக்குக் கால்கட்டு என்று சொல்ல வேண்டும். அவன் பிறந்ததுடன், இந்த தேசாந்திர யாத்திரை நின்றுபோயிற்று. ஊரோடு வந்து அங்கேயே நிலையாக இருந்தார்கள். என் தம்பிக்கும் எனக்கும் வயசில் ஏழு வருஷங்கள் வித்தியாசம்.

ஜெனிவாவில் ஒரு வீடு உண்டு. பெல்ரிவ் ஏரியின் கீழ்க் கரையில் உத்தியாபவனம் என்று ஒன்று உண்டு. எனக்கு ஜன சந்தடியே பிடிக்காது. பொதுவாக என் பள்ளிச் சகாக் களுடன் சேர்ந்து கும்மாளம் போடும் குணம் எனக்குக் கிடை யாது. அவர்களைக் கண்டாலே ஒரு அசிரத்தை. அவர்களில் ஒருவன்தான் என் மனசைக் கவ்வினான். அவன் ஜெனிவாவில் ஒரு வர்த்தகர் மகன். அவன் பெயர் ஹென்றி கிளெர்வெல். முயற்சி, உழைப்பு, ஆபத்து இவற்றை நாடும் மனம் படைத்தவன். வீரபரம்பரைச் சரித்திரங்களிலே ஆழ்ந்த பாண்டித்தியம் உண்டு. மனுஷவர்க்கத்தில் எங்களைப் போல அதிர்ஷ்டம் இளமைப் போதிலே யாருக்கும் கிடைத்திருக்க மாட்டாது. அவ்வளவு மனோகரமாகக் கழிந்தது என்னுடைய இளமைக் காலம்.

இயற்கையின் ரகசியங்களைக் கண்டுபிடிக்க வேண்டும் என்ற ஆசையை விதிதான் என் மனசில் விதைத்தது என்று சொல்ல வேண்டும். எனக்குப் பதின்மூன்று வயசிருக்கும். தோனான் அருகே குளிப்புரை ஒன்று உண்டு. அங்கு நான் சிலரோடு சென்றிருந்தேன். வெளியில் பருவம் சீராக இல்லை. ஒரு விடுதியில் நாளைக் கழிக்க வேண்டியதாயிற்று. அங்கே சில புஸ்தகங்கள் கிடந்தன. அதில் ஒன்று *கார்னீலியஸ்

---

* ரசவாதி

அக்ரிப்பா எழுதிய கிரந்தம். அதைப் படித்துப் பரவசமானேன். புதுப்புது விஷயங்கள் என் மனசில் உதயமாயின. நான் படித்ததை என் தகப்பனாரிடம் சொன்னேன். "கார்னீலியஸ் அக்ரிப்பாவா? விக்டர், வீணாக, அந்த அபத்தக் குப்பையைப் படித்து காலத்தை விரயம் பண்ணாதே" என்றார்.

இப்படி ஆசையாக நான் சொல்லவந்ததை அபத்தம் என்று உதாசீனம் செய்யாமல அக்ரிப்பாவின் சித்தாந்தங்கள் என்ன, அவை எப்படி உடைபட்டுப்போயின; நவீன சாஸ்திரம் எப்படி எல்லாம் வளர்ந்து ஓங்கிவிட்டது என்பதையெல்லாம் எனக்கு எடுத்து விளக்கி இருந்தால் நான் அதைத் தூக்கிப் போட்டுவிட்டிருப்பேன். ஆனால் அவரது உதாசீனம் என் ஊக்கத்தைத்தான் அதிகமாக வளர்த்தது. செய்யாதே என்பதைச் செய்துபார்ப்பதுதானே சிறுபோதில் யாருக்கும் இருக்கக்கூடிய ஆசை. நான் வீட்டுக்குத் திரும்பியதும், இந்த மாதிரி கிரந்த காரர்களின் எழுத்துக்கள் எல்லாவற்றையும் சேகரித்தேன். *பார்ஸல்ஸஸ், அல்பர்டஸ் மாக்னஸ் என்பவர்களுடைய ஆராய்ச்சிகளையும் வாங்கி வைத்துப் பார்த்தேன். எனக்கு இயற்கையின் நுட்பங்களை அறிவதில் மகாமோகம். நவீன சாஸ்திரிகளின் ஆராய்ச்சிகளை எவ்வளவுதான் நான் விரும்பி விரும்பிப் படித்தாலும், முடிவில் மனத்திருப்தி இல்லாமல்தான் திரும்பினேன்.

"சத்த சாகரத்தின் ஓரத்திலே, கூழாங்கற்களைப் பொறுக்கிக் கொண்டிருக்கும் குழந்தை மாதிரிதான் நான்" என்று சர் ஐஸக் நியூட்டன் சொன்னாராம். நூதன சாஸ்திர பண்டிதர்கள் ஒவ்வொருவருமே இம்மாதிரிக் கூழாங்கல் பொறுக்கிகள்தான் என்று நான் நினைத்தேன்.

உள்நுட்பம் தெரிந்த பண்டிதர்கள், நிபுணர்கள் ஆகியோர் புராதன காலத்தில் ஆழ்ந்த ஞானம் படைத்துத்தான் இருந்தார் கள். நான் அவர்களுடைய சீடன். 18வது நூற்றாண்டிலே இது ரொம்பவும் விகற்பமாகப் படலாம். ஜெனிவாவில் கிடைக்கும் கல்வி வசதியை நான் பெற்றேன் என்றாலும், உண்மையில் அறிவு விருத்தியெல்லாம் என் மட்டில் சொந்த சம்பாத்தியமே. எங்கப்பாவுக்கு சாஸ்திர ஆராய்ச்சி கிடை யாது. குருட்டுக் குழந்தை மாதிரி அறிவுப் பசியைத் தீர்க்க நான் சொந்தமாக என் போக்கில் மல்லாடத்தான் முடிந்தது. நான் குரு முகமாக பெற்ற உபதேசம் சித்தாந்த மாளிகையை யும் ஜீவரசத்தையும் தேடித் திரியும்படியே என்னை அலக் கழித்தது. முடிவில் ஜீவரச நாட்டம் என் முழு மனசையும்

---

* ரசவாத சாஸ்திர நிபுணர்கள்

உழைப்பையும் கவ்வியது. செல்வம் என்ன அற்பமான வஸ்து. உடல் கூட்டிலிருந்து நோய்நொடியை ஓட்டி, மனிதனை நித்தியமாக வாழத் தெம்பு படைக்கும்படி செய்துவிட்டால் அது எப்படிப்பட்ட மகத்தான சேவையாகும்!

என் கனவுகள் இம்மட்டோடு நிற்கவில்லை. பூதபைசாசங்களை அழைப்பது எப்படி என்பதையும் எனது கிரந்தகர்த்தர்கள் எனக்குக் கற்பித்தார்கள். அதையும் சாதிக்க ஆசைப்பட்டேன். என்னுடைய உபாசனைகள், மந்திரோச்சாடனங்கள் கைகூடி வரவில்லையென்றால் எனது அனுபவமின்மைதான் காரணம் என்று நினைத்துக்கொள்ளுவேன். கணநேரமாவது என்னுடைய கிரந்த–குருமார்களை நான் சந்தேகித்தது கிடையாது. இப்படியாக, என் மனசும் புத்தியும் நொடிந்த, உடைந்த, உருக்குலைந்த சாஸ்திரங்களில் முக்குளித்து எழுந்தன.

எனக்குப் பதினைந்து வயசு. பெல்ரிவ் வீட்டுக்குக் குடிபோயிருந்தோம். அப்பொழுது ஊழியின் இறுதிக் காலம் போல ஒரு சண்டமாருதம் அடித்தது. ஜூரோ மலைச் சிகரங்களின் சரிவிலிருந்து புறப்பட்டது புயல். இடி வானத்தின் நாலா திசைகளிலுமிருந்தும் குமுறியது. நான் இந்த கோர நாடகத்தை ஆச்சரியத்துடனும் மனசு எக்களிப்போடும் பார்த்துவந்தேன். அப்படி நான் பார்த்துக்கொண்டிருக்கும்போது என் வீட்டுக்கு எதிரே சற்று தூரத்தில் நின்ற நெடுங்கால விருக்ஷம் ஒன்றிலிருந்து நெருப்புக் கொப்புளித்துக்கொண்டு வருவதைக் கண்டேன். கண்ணைப் பறித்த அந்த ஒளி மங்கியதும் எதிரில் நின்ற மரத்தைக் காணவில்லை. வெறும் முண்டு ஒன்றுதான் நின்றது. மறுநாள் அதன் அருகில் சென்று பார்த்தபொழுது, இடியின் அதிர்ச்சியால் பிளந்துவிடாமல், நார்நாராகக் கிழிபட்டு அடியோடு நாசமானதைக் கண்டேன். இதைப் போல சர்வநாசமான எதையும் நான் எப்போதும் கண்டதே கிடையாது.

மின்சாரத்தைப் பற்றி ஏற்கனவே யாவருமறிந்த நியதிகள் கூட எனக்கு இதுவரை தெரியாது. இடி விழுந்து நாசமானதைப் பார்க்கவந்த கூட்டத்தில் இருந்த நிபுணர் ஒருவர் அதை எல்லாம் விளக்கினார். அவருடைய வார்த்தைகள் அக்ரிப்பாவையும், அல்பர்டஸ் மாக்னஸையும், பார்ஸல்ஸையும் என் மனக்கோளத்தைவிட்டுச் சற்று ஒதுக்கின. ஆனால் விதி வலிது. சிறிது காலத்தில் மீண்டும் அவர்கள் என் மனப்பீடத்தில் ஆட்சி புரிந்தார்கள்.

எனக்குப் பதினேழு வயசாயிற்று. என் தகப்பனார் என்னை இங்கோல்ஸ்டாட் சர்வகலாசாலையில் சேர்த்துவிடுவது என்று தீர்மானம் பண்ணினார். நான் புறப்படும் தேதிகூட

நிர்ணயமாகிவிட்டது. அப்போது என் ஜீவியத்தின்மீது கவியப் போகும் அந்தகாரத்தின் உற்பாதம்போல ஒரு விபரீத நிகழ்ச்சி என் யாத்திரைக்குக் குறுக்கே விழுந்தது.

எலிஸபெத்துக்கு விஷஜுரம் கண்டது. நோய் அவளைக் கடுமையாக வாட்டியது. என் தாயார் இரவு பகல் ஓயாமல், அகலாமல் இருந்து சிச்ருஷை செய்தாள். நோய் அவளைவிட்டு அகன்றது. ஆனால் என் தாயைப் பற்றிக்கொண்டது. சாகும் போது நானும் எலிஸபெத்தும் கலியாணம் செய்துகொண்டு என் தம்பிமாரைப் பராமரித்தால், தள்ளாத வயதில் என் தகப்பனாருக்கு ஆறுதலாக இருக்கும் என்று சொல்லிவிட்டு உயிர் நீத்தாள். சாகும்போது அமைதியாய் ஆவி பிரிந்தது. ஈமக்கிரியைகளை நடத்திவிட்டு நான் இங்கோல்ஸ்டாட் போய்ச் சேர்ந்தேன்.

ஊர் சேர்ந்த மறுநாள் அறிமுகக் கடிதங்களைக் கொடுத்துப் பிரதான பண்டிதர்களை அறிமுகம் செய்துகொள்ள அவர்களை நாடினேன். அப்பொழுதும் என்னை நசுக்கத் திட்டம்போட்ட விதி, இயற்கைத் தத்துவசாஸ்திர பண்டிதரான கிரெம்பிடம் முதலில் என்னை அழைத்துச்சென்றது என்று நினைக்கிறேன். அவர் பார்ப்பதற்குக் குரூபி. ஆனால் அவரது அறிவில் இயற்கை யின் நுட்பங்கள் அனைத்தும் மடங்கிக் கிடந்தன. அவர் என்னுடைய ஞானத்தைப் பரிசோதனை செய்தார். நான் படித்த கிரந்தகர்த்தர்களான ரசவாதிகளின் பெயர்களை விவரித்தேன். "இந்த அபத்தங்களை எல்லாம் படித்துக்கொண் டிருப்பதிலா உன் நாளையும் பொழுதையும் கழித்துக்கொண் டிருந்தாய்?" என்று கேட்டார்.

நான் "ஆமாம்" என்றேன். "நீ இதுவரை செலவு செய்த ஒவ்வொரு நிமிஷமும் வீண். நசித்துப்போன தத்துவங்களைத் தான் நீ உன் புத்தியில் இதுவரை சுமடு ஏற்றிவந்திருக்கிறாய். இதுகூடத் தெரியாமல் தெய்வமே நீ எந்தப் பாலைவனத்தில் அப்பா குடியிருந்தாய்! இந்தக் கட்டுக்கதைகள் யாவும் கவைக்கு உதவாது என்று எடுத்துச்சொல்ல உனக்கு ஒரு ஆளும் இல்லாமல் போச்சா? இந்தக் காலத்தில் அல்பர்டஸ் மாக்னஸ், பார்ஸல்ஸஸ் ஆகியோருடைய சீடர்கள் எவரையும் பார்க்க முடியும் என்று நான் நம்பியதே கிடையாது. இனிமேல் நீ புதிதாகத்தான் உன் படிப்பை முதலிலிருந்து ஆரம்பிக்க வேண்டும்" என்று சொல்லிவிட்டு நான் படிக்கவேண்டிய புத்தக ஜாபிதா ஒன்று எழுதிக்கொடுத்தார். தான் இயற்கை சாஸ்திரத்தை அடுத்த வாரத்திலிருந்து போதிக்கத் தொடங்க உத்தேசித்திருப்பதாக வும், அவரது சகாவான வால்ட்மன் பண்டிதர் ரசாயனம் கற்பிப்பார் என்றும் சொன்னார்.

நான் வீடு திரும்பினேன். கிரெம்பின் போக்கு எனக்குப் பிடிக்கவில்லை. ரசவாதத்தை விட்டுத்தொலைக்க வேண்டும் என்பது முன்பே ஆசைதான். ஆனால் நவீன சாஸ்திர பண்டிதர்களின் ஆராய்ச்சிகளும் எனக்கு அற்பமாகவே பட்டன. ரசவாதம் வெறுங் கனவுதான். ஆனால் வியர்த்தமான பெருங் கனவுகள் இல்லையா! நித்தியத்துவம், சக்தி முதலியன போன்ற அற்பமான உண்மைகளைக் கொடுத்து இந்தப் பெருங் கனவுகளை வாங்க விரும்பினேன். இங்கோல்ஸ்டாட்டுக்கு வந்து இரண்டுமூன்று நாட்கள்வரை இந்த நினைப்புத்தான்.

வால்ட்மன் பண்டிதர் எப்படி இருக்கிறார் என்பதையும் பார்த்துவிடுவோம் என்று புறப்பட்டேன். வால்ட்மன் தம்முடைய சகாவுக்கு முற்றிலும் நேர்மாறானவர். வயசு ஐம்பதிருக்கும். மனசிலே அன்பு, தயை, கபோலத்திலே ஒன்றிரண்டு நரைகள், நிமிர்ந்த நடை. இவைதான் வால்ட்மன். ரசாயன சாஸ்திரம் வளர்ந்ததைப் படிப்படியாக வர்ணித்தார். பிறகு சாஸ்திரத்தின் தற்கால நிலையைப் பருந்தோட்டமாக எடுத்துச் சொன்னார். சாஸ்திர பரிபாஷையை விளக்கினார். தற்கால ரசாயனம் எந்த நிலையில் இருக்கிறது என்பதை அவர் உபன்னியசித்தது என்றும் என் மனத்தைவிட்டு அகலாது.

"புராதனர்கள் சொன்னது பெரிது; சாதித்தது ஒன்றுமில்லை. ஆனால் நவீன விற்பன்னர்கள் பேச்சைப் பிரமாதப் படுத்தவில்லை. ஓர் உலோகத்தை வேறொன்றாக மாற்ற முடியாது என்பது அவர்களுக்குத் தெரியும். ஜீவரசம் என்பது கானல் நீர் என்பதை அவர்கள் அறிவார்கள். அவர்கள் துளைவதெல்லாம் அழுக்கில்தான்; ஆனால் அபார உண்மைகளைக் கண்டுவிட்டார்கள். வரம்பற்ற சக்தி அவர்கள் வசமாகிவிட்டது. அவர்களுக்கு வானத்து இடியைத் தருவிக்க முடியும்; பூகம்பத்தைப் பிடித்து பொம்மலாட்டம் காட்டுவார்கள். கட்புலனுக்கு வசப்படாத லோகத்தைக்கூட ஆட்டிவிடுவார்கள்" என்றார்.

என் மனசோ புதுவழியை வகுத்து சிருஷ்டியின் ஆழ்ந்த ரகசியங்களை நாடவேண்டும் என்று சங்கல்பித்தது. அன்றிரவு என் மனம் ஒரே கொந்தளிப்பில் குமைந்தது. மறுநாள் வால்ட்மன் பண்டிதரை நாடினேன். என் ஆசையைச் சொன்னேன்; வாலிபத்தின் உற்சாகத்துடன் சொன்னேன். நான் எதைப் படிக்கவேண்டுமென்று விநயமாகக் கேட்டேன்.

"நீயே எனது உண்மைச் சீடன்; உறுதியைப் போல உழைப்பும் இருந்தால் வெற்றி காணுவாய்" என்று ஆசீர்வதித்துத் தமது ஆராய்ச்சி மண்டபத்துக்கு என்னை அழைத்துச்சென்று கருவிகளைப் புழங்கும் முறையைப் பழகிக்கொடுத்தார்.

❍

முயற்சி

இரண்டு வருஷங்கள் இங்கோல்ஸ்டாட்டில் இவ்வாறு கழிந்தன. நான் கல்வியை ஒருவித வெறியுடன் தொடர்ந்தேன். அக்காலத்தில் நான் ஊருக்குப் போகவும் இல்லை; கடிதங்கூட எழுதவில்லை.

இந்த இரண்டு வருஷங்களிலும் என் மனசு சில ரகசியங்களை ஆராய்ந்து அவற்றை நாடித் தொடர்ந்தது. இந்த சாஸ்திர ஆராய்ச்சி இருக்கிறதே, இது மோகினிப் பிசாசு மாதிரி. பற்றிக்கொண்டால் விடாது. இந்த இரண்டு வருஷ ஆராய்ச்சி ரசாயனக் கருவிகள் சிலவற்றில் அபிவிருத்தியைச் சாதிக்கத்தான் எனக்கு வகை செய்தது. இது எனக்குப் புகழ் சம்பாதித்துத் தந்தது எனக்கே ஆச்சரியமாக இருந்தது. நான் இதைச் சாதித்த பொழுது என் படிப்பு பூர்த்தியாகிவிட்டது என்று நினைத்தேன். எனது மனம் நாடும் ஆராய்ச்சிக்கு உகந்த இடம் அது அல்ல. சொந்த ஊருக்கே திரும்பிவிடலாம் என்று தீர்மானித்தேன். ஆனால் ஒரு சம்பவம் எனது தாமசத்தை நீடித்தது.

இயற்கைத் தோற்றங்களில் மனித உடற்கூறு என் கவனத்தைக் கவர்ந்தது. ஜீவனுடன் நடமாடும் ஒவ்வொரு பிராணியையும் கவனித்தேன். அதை நடமாடச் செய்யும் சக்தி எது? இதுவே என் மனத்தில் எழுந்த கேள்வி. ஜீவ தத்துவம் என்ன? இது தெம்புமிக்க கேள்வி. இது புரிந்துகொள்ள முடியாத ஒரு மூடுமந்திரம் என்றுதான் கருதப்பட்டு வந்தது. உடல்கூறு நுட்பங்களைப் பற்றிய சாஸ்திரங்களைக் கற்க ஆரம்பித்தேன். உண்மை நாட்டம் பெரும் வெற்றியாக மாறுபட்டிராவிட்டால் இந்த வேலைகள் யாவும் எனக்கே பெறும் சுமையாக மாறி இருக்கும் என்பதில் ஐயமில்லை. நான் உடல்கூறு நூலைக் கற்றுத் தெளிந்தேன். அதுமட்டும் போதவில்லை. மனுஷ உடம்பு இயற்கையாக அழுகி அழிவதையும் கூர்ந்து கவனிக்க வேண்டியிருந்தது. எனது கல்வியில் பிரதான போதனை பயமின்மை. இதை இளமையிலேயே படியவைத்ததற்கு என் தகப்பனாருக்குத்தான் நான் நன்றி செலுத்த வேண்டும். பேய் பிசாசு என்ற பயம் சற்றுமில்லாமல் சமாதிக் குழிகளிலும் கல்லறைகளிலும் படிப்படியாக தேகம் எப்படி அழிகிறது என்பதை நேரில் கவனிப்பதற்காக நடமாடித் திரிந்தேன். மனிதனுடைய உடம்பு செத்து விழுந்ததும் எவ்வளவு மகாகேவலப்பட்ட வஸ்துவாகிவிடுகிறது. ரத்தம் துளும்பிய ஜீவன் ஓட்டம் ஒடுங்கியதும் உடம்பு அழுக ஆரம்பிக்கிறது. கண்ணையும் மூளையையும் கிருமிகள் ஆட்கொள்ள ஆரம்பிக்கின்றன. ஜீவ களையிலிருந்து ஜீவனற்ற நிலை ஏற்படுவதற்குத் துணையாக

உள்ள காரணங்களை எல்லாம் வெகு நுணுக்கமாகப் பரி சோதனை செய்துவந்தேன். உயிர், பிறகு உயிரின்மை. அதேமாதிரி தான் மரணம், அதிலிருந்து உயிர். அதாவது மரணம் சம்பவிப் பதற்குத் துணையாக நின்ற காரண சக்திகளைப் போக்கினால் உயிர்நிலை மீண்டும் நேராதா? திடீரென்று இந்த ஞானம் உதயமாயிற்று. முன்போ பின்போ ஜீவ களை இல்லாத ஒரு வஸ்துவில் உயிரைப் பெய்துபார்க்காமல், செத்ததை சாவின் குணங்களைப் போக்கி மீண்டும் உயிர்ப்பிக்கலாம் அல்லவா? முடியும் என்று தோன்றியது.

நான் சொல்லுவது வெறியனுடைய மனசின் ஓட்டசாட் டங்கள் அல்ல. முயற்சி பலனளித்தது. ஜீவ ரகசியம் என் கைக்கு வசப்பட்டது. கடைசியாக ஜீவ களையின் அந்தரங்கத் தையும் வாழ்வின் நுட்பத்தையும் கண்டு பிடித்துவிட்டேன். இதுமட்டுமா? ஜட வஸ்துவில் உயிரைப் பெய்து அதை இயக்கிவைக்கும் சக்தியும் என்வசமாயிற்று.

இந்த தேவரகசியத்தை வைத்துக்கொண்டு நான் பிரமித்துப் போனேன். என்ன செய்வது, அதை எந்த வகையில் உபயோகிப் பது? தயங்கினேன். நான் எதற்கு உயிர் கொடுத்துப் பார்ப்பது? அதற்குத் தக்க உடல்கூறு செய்யும் வகை என்ன? இது மகா கஷ்டமான சாதனை. நம் உடம்பில் காணும் ஒவ்வொரு தசை நாரையும் நாளத்தையும் நரம்பையும் எப்படிச் செய்து இணைப்பது. அதில் விழுந்து வேலை செய்தேன். மிருக ராசிக்கு உயிர் கொடுத்துப் பார்க்க என் மனம் ஒப்பவில்லை. மனிதனையே சிருஷ்டித்துப் பார்க்க வேண்டும் என்று என் மனம் தவித்தது. முயன்றுமுயன்று பல தோல்விகளைக் கண்டேன். சிறுசிறு நாளங்களையும் நரம்பு வகைகளையும் செய்வது மகா கஷ்டமாக இருந்ததினால், பிரம்மாண்டமான ஒரு மனிதச் சடலத்தை அமைக்க முற்பட்டேன். எட்டடி உயரம், அதற்கேற்ற அங்கங்கள், உடல்கூறு அமைப்புகள். பல நாட்கள் பாகங்களைத் தேடித் திரிந்து சேமித்தேன்.

புயலின் கொந்தளிப்போடு நான் உழைத்தேன். மரணமும் ஜீவனும் ஒரு எல்லைக்கோட்டுக்குள் வசமாயின. நான்தான் இருள் மண்டிய லோகத்திலே ஜீவ களை என்ற சூரியோத யத்தை உண்டுபண்ணுகிறவன். நான் சிருஷ்டிக்கும் இந்த வம்சம் என்னைத் தந்தையிலும் மேலாக பாவிக்கும். செத்தழுகிய உடலிலிருந்து மரணத்தைப் போக்கி அதற்கு உயிர் கொடுக்கும் வகையை நான் கண்டுபிடிப்பேன்.

இந்த மாதிரி ஆவேசத்தில் உழைத்துவந்தால், எந்த மாதிரி வைரம் பாய்ந்த உடலும் நரம்பும்தான் தாங்கும்? நினைக்க எனக்கே உடம்பு நடுநடுங்குகிறது.

தனித்த ஒரு வீடு. அதில் நான் உழைக்கும் அறை மாடிப்படி தாண்டி ஒரு மூலையில் இருந்தது. பிரேதக் குழிகளிலிருந்தும் ஆஸ்பத்திரி பிணமறுக்கும் கிடங்குகளிலிருந்தும் கசாப்புக் கடைகளிலிருந்தும் எனக்குத் தேவையான அங்கங்கள் வந்தன. இவற்றைக் கொண்டு இரவு பகல் ஓயாது உழைத்து, ஓர் உடல்கூட்டைக் கட்டி முடித்தேன். இதற்குள் புறஉலகிலும் மாறிமாறிப் பருவங்கள் ஒன்றையொன்று தொடர்ந்தன. நான் யாருக்கும் எழுதாமல் கொள்ளாமல் இந்த முயற்சியில் ஈடுபட்டிருந்ததினால் என் தகப்பனாரிடமிருந்து ஒரு கடிதம் வந்தது. "உன்னிடமிருந்து ஒழுங்காகக் கடிதம் வராமலிருப்பது உன்னுடைய இதர கடமைகளிலும் அப்படித்தான் இருந்து வருகிறாய் என்பதற்குப் போதுமான அத்தாட்சி."

தகப்பனாருக்கு எனது நாட்டம் புரியுமா? இருந்தாலும் எனது வேட்கை என்னை விழுங்கியது. அவர் என்னைப் பிசகாக நினைத்ததில் என்ன அதிசயம்? இருந்தாலும் ஒருவிதத்தில் நான் குற்றவாளிதான். மனிதன் என்றால் நிதானம் வேண்டும். உணர்ச்சி வசப்பட்டு அதற்குள் ஆழ்ந்துவிடலாகாது. அறிவுத் தேட்டமும் இந்த நியதிக்குள் அடங்கியதுதான். இருந்தாலும் நான் சட்டை செய்யவில்லை.

இலையுதிர் காலமும் வந்தது. எனது வேலையும் ஏறக்குறைய முடிந்தது. இந்தமாதிரி ஆவேசத்தில் வேலை செய்த எனக்கு நாடியில் அதிர்ச்சி கண்டுவிட்டது. சிறுசத்தம்கூட என்னைத் திடுக்கிட வைக்கும். உடம்பிலே சிறிது ஜ்ுர வேகம் ஏறி அடித்தது. நானும் தேய்ந்து வந்தேன். உடம்பு பொள்ளலாயிற்று. வேலையை முடித்துக்கொண்டு ஓய்வும் நிம்மதியும் பெற்று மறுபடியும் திடம் பெறலாம் என்று நினைத்தேன். எனக்கேது ஓய்வு?

○

பிரேத மனிதன்

நவம்பர் மாதம். நடுராத்திரி என் வேலை முடிந்தது. நான் செய்துவைத்த உடல்கூட்டைப் பார்த்தேன். மன உளைச்சல் என்று கூறும்படியான கவலையுடன் அதற்கு உயிர் பெய்யும் கருவிகளைத் திரட்டி எடுத்தேன். உயிரற்ற சடலம் என் காலடியில் கிடந்தது. மங்கிய வெளிச்சத்தில் அந்தச் சடலத்தின் கண்கள் திறந்தன. அது மூச்சுவிட்டது. அது கால் கைகளை ஆட்டியது.

நான் செய்துவைத்த மனித ராசியை எப்படி விவரிப்பது. அவனது அங்கங்கள் லக்ஷணத்துக்குப் பொருந்தி இருந்தன. முகம் அழகாக இருக்க வேண்டும் என்று விரும்பினேன். அழகா? அட தெய்வமே! அழகா அது? மஞ்சள் பூத்த சர்மம். உள்ளடக்கிய நாளங்களைச் சற்றே மறைத்தது கருத்த சிகை. முத்துப் போன்ற பல் வரிசை. ஆனால் யாவும் ஒன்று சேர்ந்து மகா கோரமாகத்தானிருந்தது. கண்விழி தேக்கமற்றுத் தெளி வற்று விகாரமாக இருந்தது. உதடுகள் நீலம் பாரித்துக் கிடந்தன.

மனித குணத்தைப் போல மனிதனுடைய இதர அமைப்புக் களை லேசில் மாற்ற முடியாது. இந்த இரண்டு வருஷங்களாக இந்த உடல்கூட்டில் உயிர்பெய்ய என் வலுவை அழித்துக் கொண்டேன். ஆசை நிறைவேறியதும் நான் செய்துவைத்த உடல்கூடு எனக்கே வெறுப்பைத் தந்தது; என் மனசைக் குமட்டியது. உயிர் பெய்த அந்தச் சடலத்தைக் காணச் சகியாமல் நான் ஓடி வந்தேன். படுக்கையில் விழுந்தேன். மனசின் கொந்தளிப்பு அடங்கும் என்று கண்களை மூடித் தூங்க முயன்றேன். தூங்கும்போது ஒரு சொப்பனம். இங்கோல்ஸ்டாட் தெருவிலே எலிஸபெத்தைக் கண்டமாதிரி. ஓடிப்போய் அவளைத் தழுவி முத்தமிட்டேன். என் கைக்குள் சிக்கியது என் தாயாரின் சவம். அவளது சவத்தை மூடியிருந்த துணிமீது புழுக்கள் நெளிந்தன. கூக்குரலிட்டு விழித்தேன். மங்கிய நிலவொளியில் நான் செய்துவைத்த பிரேத சடலம் ஜன்னல் வழியாக உள்ளறைக்குள் புகுவதைக் கண்டேன். நான் செய்துவைத்த ஜீவராசி என்னுடைய கட்டில் திரையை நீக்கிக்கொண்டு என்னை நோக்கியது. அந்தப் பார்வை – கண்கள் என்றா சொல்வது அதை? அந்த உறுப்பைக் கொண்டு என்னையே விழித்து நோக்கியது. பேச முயன்றது. ஆனால் உறுமத்தான் தெரிந்தது. வாயைத் திறந்ததும் வெற்றுச் சப்தங்கள் தாம் வெளிவந்தன. என்னைத் தடுத்து அமர்த்த முயன்றது. நான் ஓடித் தப்பித்தேன். நான் குடியிருந்த வீட்டு முற்றத்தில் போய் இரவு முழுவதையும் அங்கேயே கழித்தேன். இரவு முழுவதும் நடந்துந நது காலும் கடுத்தது. நான் உயிரைக் கொடுத்த பிரேத பைசாசம் என்னை விரட்டிக்கொண்டு வந்துவிடுமோ என்று பயந்துபயந்து பொழுதைக் கழித்தேன்.

அதன் முகம் என் மனத்தில் உறையேற்றிய பீதி வார்த்தைக் குள் அடங்காது. எகிப்தியர் பதனிட்டுப் புதைக்கிறார்களே அந்தச் சரீரத்துக்கு உயிர் வந்தாலும் இவ்வளவு கோரமாகத் தோற்றாது. அந்தச் சடலத்தைக் கட்டி முடிக்குமுன்பு அதைப் பார்த்திருக்கிறேன். அப்பொழுதும் அது அழகற்றிருந்தது. ஆனால் அதற்குள் உயிர் ஓட ஆரம்பித்த பிற்பாடு அதன் கோரம் காணச் சகிக்கவில்லை.

மறுநாள் காலை, வாசல்காரன் கதவைத் திறந்ததும் வெளியே வந்தேன். கால்கொண்ட திசையில் சென்றேன். பயந்தான் என்னை உந்தித் தள்ளியது. எங்கு போகிறேன் என்ற பிரக்ஞையே இல்லாமல் நடந்துகொண்டே இருந்தேன்.

இப்படிச் சென்றுகொண்டே இருக்கும்போது எதிரே ஒரு வண்டி வந்தது. அதில் எனது தோழன் கிளெர்வெல் வந்தான். அவன் வருகை எனக்கு ஊர் ஞாபகத்தை உண்டு பண்ணியது. "பிராங்கன்ஸ்டீன், உன்னிடமிருந்து கடிதம் வராததினால் உன்னைப் பார்த்துவரும்படி உன் தந்தை என்னை அனுப்பி வைத்தார்; உடம்புக்கு என்ன ஒரு மாதிரி யாக இருக்கிறாயே?" என்றான்.

என் மனசில் கிடந்த ரகசியங்களை நான் எப்படி அவனிடம் சொல்லுவது? நரம்பதிர்ச்சியின் ஆதிக்கம் தலை தூக்கியது. நோய் என்னைக் கிடத்திவிட்டது. பல மாதங்கள் வரை நான் பிரக்ஞையற்ற நிலையில் கிடந்தேன். எனக்குப் பணிவிடை செய்து ஆளாக்கி அப்புறம் எலிஸபெத் கொடுத்த கடிதத்தையும் கொடுத்து ஆறுதல் சொன்னான் கிளெர்வெல். நண்பன் என்றால் அவன்தான்.

❍

பழியும் பாவமும்

நாங்கள் இருவரும் ஊருக்குத் திரும்புவது என்று திட்டம் போட்டிருந்தோம். ஆனால் கிளெர்வெல், "இந்த ஊர்ச் சுற்று வட்டாரத்தை (இங்கோல்ஸ்டாட் பிரதேசத்தை) கால்நடை யாகச் சுற்றிப் பார்த்துவிட்டுத் திரும்பலாமே?" என்றான். நானும் அவனுடைய ஆசைக்கு ஒத்துப்பாடி ஊர் சுற்றப் புறப்பட்டேன். யாத்திரை குதூகலமாகக் கழிந்தது. ஆனால் கோடைஇடி மாதிரி எங்களுக்கு ஒரு கடிதம் காத்திருந்தது. என் தகப்பனார் எழுதியிருந்தார். விதியின் விபரீத விளை யாட்டை என்னவென்று சொல்லுவது?

கடிதத்தின் சாரம் இதுதான்: "உன் அருமைத் தம்பி வில்லியம் இறந்துபோனான். சாவும் துர்மரணம். வியாழக் கிழமை (மே 17ம் தேதி) பிளெய்ன் பாலஸ் என்ற இடத்துக்கு என் தகப்பனார் எலிஸபெத்தையும் குழந்தைகளையும் அழைத்துக்கொண்டு உலாவப் போனாராம். மாலை நேரமும் காற்றும் சீராக இருந்ததினால் எதிர்பார்த்ததைவிட வெகுதூரம் சென்றுவிட்டார்கள். திரும்புமுன் நன்றாக இருட்டிவிட்டது.

முன்னால் ஓடிக்கொண்டிருந்த சிசுக்கள் வில்லியமும் எர்னஸ்டும் காணப்படவில்லை என்பது இருட்டினபிறகுதான் எங்களுக்குத் தெரிந்தது. நாங்கள் ஒரு பெஞ்சியில் உட்கார்ந்திருந்தோம். கடைசியில் எர்னஸ்ட் வந்தான். வில்லியத்தைப் பார்த்தீர்களா என்று கேட்டான். தன்னுடன் அவன் ஒளிந்து விளையாடிக்கொண்டிருந்ததாகவும், ஒளியச் சென்றவனைக் காணவில்லை என்றும் சொன்னான்.

“நாங்கள் இருட்டில் வெகு நேரம் தேடினோம். அகப்படவில்லை. அவன் வீட்டுக்குத் திரும்பி இருக்கக்கூடுமென்று எலிஸபெத் சொன்னாள். வீட்டுக்கு வந்தோம். அங்கும் காணவில்லை. பிறகு தீவட்டி ஆள் துணையுடன் திரும்பி வந்து தேடினேன். பசும்புல் தரையில் அவனைப் பிணமாகக் கிடத்தி இருந்தது. அதிகாலை ஐந்து மணி சுமாருக்குக் கண்டேன். எலிஸபெத் ஆறாத்துயரில் ஆழ்ந்துவிட்டாள். உன்னால்தான் அவளைத் தேற்ற முடியும். உடனே புறப்பட்டு வா.”

சேதியறிந்த நாங்கள் உடனே ஊருக்குப் பயணமானோம். வழிநெடுக மனசை சோகம் பிடுங்கித் தின்றது. ஆறு வருஷங்கள்வரை நான் காணாத என் நாட்டைக் கண்டேன். அந்த ஆறு வருஷங்களில் என்னென்ன மாறுதல்கள். ஊரை அணுக அணுகச் சொல்லமுடியாத பீதி என்னை வாட்டி வருத்தியது. மறுபடியும் பழைய நோய்க்கு ஆளானேன். இரண்டு நாட்கள் லாவ்ஸென்னியில் தங்கினேன். சூழ்நிலையின் சாந்தமும் தெளிவும் எனக்குச் சிறிது நிம்மதியை ஏற்படுத்தின. கடைசியாக ஊருக்கு வந்துசேர்ந்தேன்.

ஊரை நெருங்கும்போது நன்றாக இருட்டிவிட்டது. எதிரில் நின்ற மலைகூடத் தெரியவில்லை. மனசில் மீண்டும் அந்தத் துன்பப்படலம் கவிந்தது. கட்புலனுக்குத் தென்பட்டது தீமையின் சூழ்நிலைதான். மனுஷ வர்க்கத்திலே துயரத்தில் அல்லாடுவதற்கு என்று பிறப்பிக்கப்பட்ட ஜீவன் நான் என்று அறிந்தேன்.

எதிர்பார்த்தபடி நடக்கத்தான் நடந்தது. ஆனால் நான் எதிர்பார்த்தது நடந்ததில் ஆயிரத்தில் ஒரு பங்குகூட இல்லை.

நான் ஜெனிவாவின் சுற்றுவட்டாரத்துக்குள் புகுந்தபோது கும்மிருட்டாகிவிட்டது. நகரத்தின் கோட்டைக் கதவுகளை அடைத்துவிட்டார்கள். நகருக்கு சுமார் மூன்றரை மைல் தூரத்தில் உள்ள ஒரு குக்கிராமத்தில் ராத்திரிப்பொழுதைக் கடத்திவிட வேண்டியதாயிற்று. வான மண்டலம் மாசு மறுவற்றுக் கிடந்தது. என் சகோதரன் வில்லியம் மடிந்த இடத்தைப் பார்க்க ஆசை எழுந்தது. நகர் வழியாகப் போக முடியாதாகையால், ஒரு படகை அமர்த்திக்கொண்டு ஏரி

மார்க்கமாக பிளெய்ன் பாலஸுக்குப் போனேன். படகில் இருக்கும்போது, தூரத்தில் மாண்ட்பிளாங்க் சிகரத்தில் மின்னல் விளையாடுவதைக் கண்டேன். என்ன என்ன வடிவம் எல்லாம் எழுந்தன! புயல் வருவதை அறிந்து படகை விரைவாக ஓட்டிச்சென்று கரையில் இறங்கினேன். காற்றின் ஓட்டசாட்டத்தைக் காண ஒரு குன்றின்மீது ஏறிக்கொண்டேன். வானம் கறுத்தது. மழைத் துளிகள் பருக்கைக் கற்கள் மாதிரி விழுந்தன. அதன் உக்கிரம் நிமிஷத்திற்கு நிமிஷம் வலுத்தது. புயல் என்னைச் சூழ்ந்துகொண்டது. இடியும் மின்னலும் இருட்டைக் கிழித்துக் கூத்தாடின. ரௌத்திராகாரமாகக் கவிந்த புயலை பிரமிப்போடு நான் பார்த்துக்கொண்டு நின்றேன். மனம் வில்லியத்தை நினைத்து அழுதது.

திடீரென்று ஒரு மின்னல் வாள் வீச்சு. எனக்கு அருகில் இருந்த ஒரு மரத்து மறைவில் ஓர் உருவம் மறைந்தது. இன்னும் ஒரு மின்னல். ஒன்றிநின்றது யார் என்று பார்த்தேன். பிரம் மாண்டமான உருவம். நான் உயிர் பெய்து உண்டாக்கிய பிரேத மனிதன்! அவன் எப்படி இங்கு வந்தான்? க்ஷணத்தில் வில்லியத்தைக் கொலை செய்த கை யாருடையதென்பதைப் புரிந்துகொண்டேன். அடுத்த மின்வெட்டு, அவன் செங்குத் தாக நின்ற பாறைக்குன்று ஒன்றில் தொத்தி ஏறி மறைவதைக் காட்டியது. மான்ட்ஸாலீவ் சிகரத்தில் அவன் மறைந்து விட்டான்.

இந்தப் பிரேத மனிதனுக்கு நான் உயிர் கொடுத்து இரண்டு வருஷங்கள் கடந்துவிட்டன. இதுதான் இவனது முதல் கொலையா? இவனை இப்படியே மனித வம்சத்தின்மீது வேட்டையாடிக்கொண்டிருக்கும்படி விட்டுவிடுவதா?

மறுநாள் விடிந்ததும் ஊருக்குள் புகுந்தேன். வீட்டுக்குச் சென்றேன். என் சகோதரனைக் கொன்றது யார் என்பது தெரிந்துவிட்டது. நான் திடுக்கிட்டேன். என் ரகசியம் வெளியாகிவிடுமோ என்று நடுநடுங்கினேன்.

எங்கள் வீட்டில் ஜஸ்டின் என்ற குட்டி வளர்ந்துவந்தாள். நல்ல அமரிக்கையான பெண். கண்ணுக்கும் குளிர்ந்த ரூபம். அவள்தான் வில்லியத்தைக் கொன்றாளாம்!

இந்தக் குற்றச்சாட்டை எலிஸபெத் நம்பவில்லை. ஜஸ்டின் நிரபராதி என்று விடுதலை செய்துவிடுவார்கள் என நிச்சய மாக நம்புவதாகச் சொன்னாள்.

"அவள் குற்றவாளி அல்லவென்றால் அது நிரூபிக்கப் படும். பயப்படுவதற்கு ஒன்றுமில்லை. நீ நெஞ்சைத் தளர விடாதே" என்றேன் நான்.

"எலிஸபெத் ஏன் வீணாய் அழுகிறாய்? கண்ணீரைத் துடைத்துக்கொள். நீ நம்புவதுபோல அவள் நிரபராதி என்றால், நம்முடைய சட்டதிட்டங்கள் நீதியை நிலைநாட்டும் என நம்பு; அதில் பாரபட்சமோ நியாயத் தவறுதலோ ஏற்படாமல் நான் பார்த்துக்கொள்ளுகிறேன்" என்றார் என் தகப்பனார்.

○

விசாரணை

பதினொரு மணிவரை மனவேதனையுடன் கழித்தோம். விசாரணை ஆரம்பமாயிற்று. எனது தந்தையும் மற்றும் உறவினர்களும் சாட்சிகளாகக் கோர்ட்டுக்குச் சென்றார்கள். எனக்கோ நீதிபரிபாலனம் என்பது சொல்லுக்கடங்காத கேலிக்கூத்தாகத் தென்பட்டது. நெய்க் கொப்பறையில் போட்டுத் தகிப்பது போல எனது மனம் துடிதுடித்தது. நான் மனித வர்க்கம் அறியலாகாது என மறைத்துவைக்கப் பட்டுள்ள ரகசியத்தைத் தெரிந்துகொள்ள ஆசைப்பட்டதன் விளைவாக – சட்டத்துக்குப் புறம்பான முறைகளின் பலனாக – இரண்டு பேர் உயிருக்கு உலை வைத்தேன். ஒன்று பச்சிளம் பசலை; துன்பம் என்பதே இன்னதென்றறியாத சிசு. அடுத்தது மரணமோ எனின் பச்சைக் கொலை; மனசில் பச்சை குத்தியது போல பதிந்துவரும்படியாகச் சகல துணைக் கரணங்களுடனும் செய்யப்படும் கொலை. ஜஸ்டின் யோக்கிய மான பெண். அவள் வாழ்வு இன்பமயமாக இருக்க வேண்டுவது அவசியம். ஆனால் இப்போது மகா கேவலத்துக்குள்ளாக்கப் பட்டுச் சவக்குழிக்கருகில் கொண்டுவந்து நிறுத்தப்பட்டிருக் கிறாள். ஜஸ்டின்மீது சுமத்தப்பட்ட குற்றங்களுக்கு நானே பொறுப்பாளி என்று ஆயிரம் தடவை வேண்டுமானாலும் ஒப்புக்கொண்டிருப்பேன். ஆனால் அதை யார் நம்புவார்கள். பயித்தியம் பிடித்துப் பிதற்றுகிறான் என்றுதான் சொல்லுவார் களே தவிர அவளை விடுதலை செய்ய மாட்டார்கள்.

கோர்ட்டில் ஜஸ்டின் முகத்தில் அமைதி குடிகொண்டி ருந்தது. அந்த அமைதியிலே ஒரு அழகும் தேங்கி நின்றது. தான் நிரபராதி என்ற நிச்சயம் அவளது முகத்தில் பிரதிபலித் தது. ஜனங்கள் அவளை வைது, திட்டிக்கொண்டு நின்றார்கள். இருந்தாலும் அவள் நடுநடுங்கவில்லை. சாதாரணக் குற்றமாக இருந்திருந்தால் ஜனங்களின் மனசு இளகி இருக்கக்கூடும். பச்சிளங் குழந்தையைக் கொன்ற கொலைகாரி என்ற நினைப்பில்

ஜனங்கள் அவள்மீது ஆக்ரோஷம் கொண்டிருக்கிறார்கள். மனவுறுதியின்பேரில்தான் அவளுடைய முகத்தில் அந்த அமைதி ஏற்பட்டிருக்க வேண்டும். மனக்குழப்பங் காட்டினால் குற்றவாளி என நினைத்துவிடுவார்களோ என பயந்து தைரிய சாலி போல பாவனை செய்தாள். கோர்ட்டுக்குள் நுழைந்த வுடன் சுற்றுமுற்றும் பார்த்து நாங்கள் அமர்ந்திருந்த இடத்தை நோக்கினாள். எங்களைக் கண்டதும் அவளது கண்கள் கலங்கின. ஆனால் சற்று நேரத்துக்குள் சமாளித்துக்கொண்டாள்.

விசாரணை ஆரம்பமாயிற்று. குற்றச்சாட்டு விஸ்தரிக்கப் பட்ட பிற்பாடு சில சாட்சிகள் விசாரிக்கப்பட்டனர். சில விபரீதமான சந்தர்ப்பங்கள் அவளுக்கு விரோதமாக அணி வகுத்து நின்றன. கொலை நடந்த அன்று இரவு முழுவதும் வெளியே சென்றிருந்தாள். அதிகாலையில், சந்தைக்குச் செல்லும் ஒருத்தி அவளைப் பிரேதம் கிடந்த இடத்துக்கு அருகாமையில் கண்டிருக்கிறாள். நீ இங்கே என்ன செய்கிறாய் என்று கேட்ட தற்கு அவள் சரியான பதில் சொல்லவில்லை என்று கூடைக் காரி சொன்னாள். வீட்டுக்குக் காலை எட்டு மணிக்குத் திரும்பியபோது எங்கே போயிருந்தாய் என்று கேட்டதற்கு ‘குழந்தையைத் தேடிக்கொண்டிருந்தேன். தகவல் எதுவும் தெரியுமா’ என்று அவசரமாகக் கேட்டாளாம். சவத்தைக் கண்டவுடன் ஜன்னி கண்டது மாதிரி பிதற்றிக்கொண்டு விழுந்து அதே காரணமாக நாலைந்து நாட்கள் படுத்த படுக்கையாகி விட்டாள். அவளது உடையிலிருந்ததாகக் குழந்தைக்குப் போட்டிருந்த கழுத்துச் சங்கிலியை வேலைக்காரன் ஒருவன் கண்டெடுத்தான். குழந்தை காணாமற் போகுமுன் அதன் கழுத்தில் கிடந்தது இந்தச் சங்கிலிதான் என்று எலிஸபெத் கோர்ட்டில் ஒப்புக்கொண்டாள். கூடியிருந்த ஜனங்கள் ஆத்திர மிகுதியால் ஆரவாரித்தார்கள்.

தனது நிரபராதத் தன்மையை நிரூபிக்கும்படி ஜஸ்டினைக் கோர்ட் கேட்டது. விசாரணை மேலும்மேலும் நடக்க அவள் முகம் மாறிக்கொண்டு வந்தது. பிரமிப்பு, பீதி, துன்பம் இவை அவள் முகத்தில் மாறிமாறித் தோன்றிக்கொண்டிருந்தன. சில சமயங்களில் கண்ணீரோடு பேசினாள். அடிக்கடி குரல் கம்மியது.

“நான் நிரபராதி. இதற்குத் தெய்வமே சாட்சி. ஆனால் என் பேச்சு எனக்கு விடுதலை தந்துவிடும் என்று நான் நம்ப வில்லை. எனக்கு விரோதமாக எடுத்துக்காட்டப்படும் காரியங் களை நடந்தது நடந்தமாதிரி எடுத்து விவரிக்கிறேன். சந்தர்ப்பங் கள் இரட்டைப்பொருள் படும்படி சந்தேகாஸ்பதமாக இருந் தால் நீதிபதிகள் எனக்கு இரக்கம் காட்டுவார்கள் என நான் நம்புகிறேன்” என்றாள்.

கொலை நடந்த இரவில் இவள் ஜெனிவாவுக்கு ஏழு மைல் தூரத்தில் உள்ள ஒரு கிராமத்தில் உள்ள தனது சித்தி வீட்டில் இருந்தாள். அங்கே செல்லுவதற்கு எலிஸபெத்தின் அனுமதி வாங்கிக்கொண்டே சென்றாள். இராத்திரி சுமார் ஒன்பது மணிக்கு அவள் திரும்பிவந்துகொண்டிருக்கையில், வழியில் ஒருவள் இவளைப் பார்த்து, 'ஒரு குழந்தையைக் காணவில்லை, நீ கண்டதுண்டா?' என்று கேட்டாள். உடனே அவள் ஜெனிவா நகர் மதில் கதவருகில் குழந்தையைத் தேடிக்கொண்டு பல மணிநேரம் கழித்தாள். இவள் தேடித் திரிந்துகொண்டிருக்கும்போது அகாலமாகிவிட்டதால் ஊர்க் கோட்டைக் கதவை அடைத்துவிட்டார்கள். வேறு வழியில்லா மல் வெளியே பல மணிநேரங்கள் தங்கவேண்டியதாயிற்று. வாசலுக்கு அருகில் உள்ள குடிசையில் வசிப்பவர்களை இவளுக்குத் தெரியும். அங்கே போக அவர்களும் தூங்குவதை யறிந்து எழுப்ப வேண்டாம் என்று நினைத்து, தொழுவத்தில் வைக்கோல்மீது படுத்துக்கொண்டாள். தூங்கிச் சில வினாடிகள் கூடக் கழியவில்லை. ஏதோ காலடிச் சத்தம் கேட்டு விழித்துக் கொண்டாள். பொழுதும் விடிந்துவிட வெளியே சென்று குழந்தையைத் தேட ஆரம்பித்தாள். சவம் கிடந்த இடத்தருகில் சென்றிருந்தால் தெரியாமல்தான் அந்த இடத்தை நெருங்கி இருக்க வேண்டும். இரவு முழுவதும் தூங்காமல் திரிந்துகொண் டிருந்ததினால்தான் சந்தைக்குப்போன கூடைக்காரிக்குச் சரியான பதில் சொல்ல முடியவில்லை. ஆனால் சங்கிலி தனது மடியில் வந்தவிதந்தான் புரியவில்லை என்றாள்.

"இது எனக்கு எவ்வளவு தூரம் விரோதமாக இருக்கிறது என்பதை நானறிவேன். ஆனால் அதைப் பற்றித் தக்கமாதிரி விளக்க எனக்கே எதுவும் புலப்படவில்லை. ஒருவேளை வேறு யாராவது அதை என் பையில் வைத்திருக்கலாமோ என்ற சந்தேகந்தான் எனக்குத் தோன்றுகிறதே ஒழிய நிச்சயமாக எதுவும் சொல்லுவதற்கில்லை. இதிலும் இம்மாதிரி துணிந்து சொல்லுவதற்குப் போதுமான அத்தாட்சி கிடையாது. எனக்கு விரோதி என்று சொல்லக்கூடியவர்கள் யாருமே கிடையாது. கொலைகாரன் அதை அங்கே வைத்தானா – அதற்குச் சந்தர்ப்பம் இருந்ததாகவும் எனக்கு ஞாபகம் இல்லை. அவன் நகையைத் திருடிவிட்டு, அதை ஏன் போட்டுவிட வேண்டும்?

"என் கட்சியைச் சோதித்து நீதி பாலிப்பது நீதிபதிகளின் பொறுப்பு. எனது குணத்தைப் பற்றிச் சில சாட்சிகளை விசா ரிக்கும்படி நீதிபதிகளைக் கேட்டுக்கொள்ளுகிறேன். அவர்களது சாட்சியும் என்மீது சுமந்துள்ள குற்றத்துக்கு ஆதாரமாக நின்றுவிட்டால் நான் தண்டனையை அனுபவித்துத்தான் தீரவேண்டும்."

பல வருஷங்கள் அவளுடன் பழகிவந்த சாட்சிகள் பலர் விசாரிக்கப்பட்டனர். யாவரும் ஒருமித்து அவள் நல்லவள் என்றே சொன்னார்கள். ஆனால் அவள் செய்திருப்பதாகச் சுமத்தப்பட்டுள்ள குற்றம் அவர்களைக் கோழையாக்கியது. முன்வந்து சொல்லத் தயங்கினார்கள். இதுவும் தோற்றுவிடும் என்ற நிலை வந்ததைக் கண்டவுடன் எலிஸபெத் எழுந்து சில வார்த்தைகள் சொல்ல அனுமதி தர வேண்டும் என்று கோர்ட்டிடம் கேட்டாள்.

“நான் இறந்துபோன சிசுவுக்கு சகோதரி என்றாலும் பொருந்தும். நான் இந்தக் குடும்பத்தில் அவ்வளவு அன்னி யோன்னியமாக வளர்ந்து வருகிறேன். ஆகையால்தான் நான் சாட்சி சொல்ல முன்வந்திருக்கிறேன். இத்தனை நாள் நேசம்போல் காட்டி வேஷம் போட்டுவந்த போலி நண்பர் களின் சாட்சியத்தின் விளைவாக ஒருத்தி துர்மரணம் அடையப் போகிறாள். இந்தச் சமயத்தில் அவளுடைய குணம் எனக்கு நன்றாகத் தெரியும் என்பதைச் சொல்ல முன்வந்திருக்கிறேன். குற்றவாளியை எனக்கு நன்றாகப் பழக்கம் உண்டு. மனித வர்க்கத்திலேயே மிகவும் சிறந்த குணம் படைத்தவள் என்று நான் சொல்லுவேன். என்னுடைய அத்தையான மேடம் பிராங்கன்ஸ்டீன் நோயுற்றிருந்தபோது இவள் செய்த பணி விடையை யாரும் மறுக்க முடியாது. அதன் பிறகு குற்றவாளி யாக நிறுத்தப்பட்டுள்ள இந்தப் பெண்ணின் தாயாரும் நோயுற்று நெடுநாட்கள் படுத்த படுக்கையாகக் கிடந்தாள். அப்பொழுது அவள் செய்த சிச்ருஷையை எல்லாரும் பிரமாதமாகப் பேசி னார்கள். அதன் பிறகு இந்தப் பெண் என்னுடைய மாமாவின் வீட்டுக்கு வந்து எங்களில் ஒருத்தியாக வசித்துவந்தாள். இறந்து போன சிசுவிடம் இவளுக்கு எல்லை கடந்த அன்பு. சொந்தத் தாயார் மாதிரி அக்குழந்தையை வளர்த்துவந்தாள். அவளுக்கு விரோதமாக நிறுத்தப்பட்டுள்ள சாட்சிகள் எதுவாகயிருந்த போதிலும் சரி, அவளை இன்றும் நான் நிரபராதி என்றுதான் நம்புகிறேன். இவள் அந்தமாதிரி குழந்தையைக் கொலை செய்வதற்குக் காரணமே கிடையாது. அவளுக்கு விரோதமாக நிற்கும் அந்த அற்ப நகையை அவள் என்னிடம் கேட்டிருந் தால் நானே கொடுத்துவிட்டிருப்பேன். அவ்வளவு தூரம் எனக்கு அவள்மீது மதிப்பு.”

எலிஸபெத்தின் வேண்டுகோளையும் அத்தாட்சியையும் கோர்ட்டில் கூடியிருந்த அத்தனை பேரும் பாராட்டினர். தலையசைத்து அடித்தொண்டையில் ஆமோதித்தார்கள். ஆனால் அவள் வார்த்தையும் ஜஸ்டினுக்கு விரோதமாகவே முடிந்தது. ஜஸ்டின் அவ்வளவு நன்றிகெட்ட ஐந்து என்றுதான் ஜனங்கள்

நினைக்க ஆரம்பித்துவிட்டார்கள். எலிஸபெத் பேசும்போது அவளே அழுதுவிட்டாள். விசாரணையின்போது என் வேதனை சொல்லி மாளாது. ஜஸ்டின் குற்றவாளி அல்ல என்று பரிபூரணமாக நம்பினேன். அது எனக்கு நிச்சயம். குழந்தையைக் கொன்ற சிசுவே இவள்பேரிலும் பழியைப் போட்டு இந்த விகாரமானதொரு விளையாட்டில் இறந்துவிட்டதோ? நிலைமையின் பயங்கரத்தன்மையைக் கண்டு என்னால் சகிக்க முடியவில்லை. ஜனங்களின் மனோபாவமும், நீதிபதிகளின் முகமும் அவளைக் குற்றவாளியாகக் கண்டித்துவிட்டன. வேதனை தாங்காமல் வெளியே ஓடினேன். குற்றவாளி பட்ட அவஸ்தை நான் பட்டதில் ஆயிரத்தில் ஒன்றிருக்காது. தான் நிரபராதி என்ற நினைப்பு அவளுக்குத் தெம்பு கொடுத்தது. ஆனால் வேதனை என்ற ஓநாயின் கோரப்பற்கள் என் இருதயத்தைக் கவ்விக்கொண்டன. அதன் பற்களிலிருந்து தப்ப முடியவில்லை.

இரவு முழுவதும் ஒரே துன்பம். காலையில் கோர்ட்டுக்குச் சென்றேன். எனது நாவும் நெஞ்சும் வறண்டுவிட்டன. என்ன தீர்ப்பு என்று கேட்கக்கூட நாவெழவில்லை. ஆனால் கோர்ட் அதிகாரி என் நோக்கத்தைப் புரிந்துகொண்டு ஜஸ்டின் குற்றவாளிதான் என்று தீர்ப்புக் கூறப்பட்டுவிட்டது என்பதை அறிவித்தார். என் துயரத்தையும் வேதனையையும் எடுத்துச் சொல்ல நாக்கு செத்துவிட்டது என்றே சொல்ல வேண்டும்.

"இவ்வளவு தெளிவான வழக்குக்கு சாட்சியமே தேவையில்லை. ஆனால் எவ்வளவுதான் நிர்த்தாரணம் செய்வதற்குத் தகுந்த சான்றாக இருந்தாலும் சந்தர்ப்ப சாட்சியங்களைக் கொண்டு நீதிபதிகள் கொலை தீர்ப்பு அளிக்க விரும்பவில்லை" என்றார்.

இதை நான் எதிர்பார்க்கவில்லை. கண்களே என்னை ஏமாற்றுகின்றனவா, எனது சந்தேகங்களைச் சொன்னால் என்னைப் பைத்தியக்காரன் என்று நினைக்கக்கூடிய உலகம் போல எனக்கும் பைத்தியம் பிறந்துவிட்டதா? நான் வேகமாக வீட்டுக்குத் திரும்பினேன். எலிஸபெத் ஆவலுடன் என்ன நேர்ந்தது என்று கேட்டாள்.

"நீ எதிர்பார்த்தபடிதான் நடந்தது. குற்றவாளி ஒருவன் தப்புவதற்குப் பதிலாக, பத்து நிரபராதிகள் தண்டிக்கப்பட்டாலும் குற்றமில்லை என்று நீதிபதிகள் கருதுகிறார்கள். ஆனால் அவள் தனது குற்றத்தை ஒப்புக்கொண்டுவிட்டாளாம்" என்று சொன்னேன்.

ஜஸ்டின் நிரபராதி என்று தீர்க்கமாக நம்பிய எலிஸபெத்துக்கு இந்தச் செய்தி திடுக்கிடும்படியாக இருந்தது.

“மனிதர்களுடைய நற்குணத்தில் நான் இனிமேல் எப்படி நம்பிக்கை வைப்பது? ஐஸ்டினை என் சொந்தத் தங்கைப் போல பாவித்தேன். துரோகம் செய்வதற்காக அவள் கபடச் சிரிப்புச் சிரித்துவந்தாளா? அவளுடைய பற்களைப் பார்த்தால் இந்தமாதிரிக் குற்றம் செய்வாள் என்று யார் சொல்ல முடியும்? இருந்தாலும் அவள் கொலையல்லவா செய்துவிட் டாள்?” என்று அவள் பரிதபித்தாள்.

சிறிது நேரம் கழித்து, ஐஸ்டின் என்னுடைய மைத் துனியைக் காண ஆசைப்படுகிறாள் என்று தகவல் வந்தது. என் தகப்பனார், “நீ போகாமல் இருப்பது நல்லது; பிறகு உன் இஷ்டம்” என்று சொல்லிவிட்டார். “அவள் குற்றவாளி யானாலும் நானே சென்று பார்க்கிறேன்; ஆனால் தனியாகப் போக முடியாது” என்று என்னையும் உடன் அழைத்துச் சென்றாள் எலிஸபெத்.

நாங்கள் இருவரும் சிறைச்சாலைக்குப் போனோம். ஐஸ்டின் வைக்கோல் விரிப்பில் உட்கார்ந்துகொண்டிருந்தாள். கையில் விலங்கிடப்பட்டிருந்தது. தலையை முழங்காலில் சாயவைத்து உட்கார்ந்துகொண்டிருந்தாள். எங்களைக் கண்டதும் எழுந்தாள். எலிஸபெத்தின் காலடியில் விழுந்து தேம்பினாள்.

“நீ நிரபராதி என்று நம்பினேனே! அந்த நிம்மதியையும் ஏன் போக்கிவிட்டாய்? அப்பொழுது துயரமாகத்தான் இருந்தது. இப்பொழுது எல்லை காணாத் துன்பமாக இருக் கிறது” என்று எலிஸபெத்தும் கண்ணீர் வடித்தாள்.

“நீங்களுமா என்னைப் பாதகி என்று நினைத்துவிட் டீர்கள்? நீங்களுமாக இந்தச் சதிகார உலகத்துடன் சேர்ந்து கொண்டுவிட்டீர்கள்?” என்று கதறினாள் ஐஸ்டின்.

“எழுந்திரு குழந்தாய். நிரபராதி என்றால் ஏன் மன்னிப்புக் கேட்பது மாதிரி கீழே விழுந்து வணங்குகிறாய்? நான் உனது எதிரியல்ல. என்ன சாட்சி இருந்தாலும் நீ நிரபராதி என்றுதான் நான் நம்பி இருந்தேன். நீயே குற்றத்தை ஒப்புக்கொண்டு விட்டாயாமே? அந்தச் செய்தி பொய் என்று சொல்லு. உன்மீதுள்ள நம்பிக்கை எனக்கு மாறாது. நீ குற்றத்தை ஒப்புக் கொண்டிருப்பதுதானே என்னை வேதனைப்படுத்துகிறது.”

“நான் ஒப்புக்கொண்டேன்; ஆனால் பொய் சொன் னேன். சாகும்பொழுது ஈமக்கிரியையில் பாவமன்னிப்புக் கிடைப்பதற்காகப் பொய் சொன்னேன். மற்ற எல்லாக் குற்றங்களையும்விட இந்தப் பொய் என் நெஞ்சை அறுக்கிறது. கடவுள்தான் என்னை மன்னிக்க வேண்டும். தீர்ப்புக் கூறின

நிமிஷம் முதல் பாதிரியார் என்னை வந்து நான் குற்றத்தை ஒப்புக்கொண்டுதான் ஆகவேண்டும் என்று நிர்ப்பந்தம் செய்தார், பயமுறுத்தினார், மிரட்டினார். அவருடைய பேச்சைக் கேட்ட பிற்பாடு நானே என்னை ஒரு கோர ராட்சஸியாக எண்ணினேன். நான் பிடிவாதம் செய்தால் மதப்பிரஷ்டம் செய்து நரகத்துக்கு அனுப்பிவிடுவேன் என்று பயமுறுத்தினார். எனக்கு இந்தச் சிறைச்சாலையில் யார் துணை இருக்கிறார்கள்? நான் இனிமேல் நித்திய நரகத்தில் கிடந்து எரிந்து புழுங்குவதுதான் என் கதி என்று மலைத்தேன், திகைத்தேன். பயத்தில் மனம் மருண்டு நான் செய்யாத குற்றத்தைச் செய்ததாக ஒப்புக்கொண்டேன். இப்பொழுது என் வேதனை சொல்லி முடியாது" என்று அழுதாள் ஜஸ்டின்.

சற்று விம்மல்கள் நின்றவுடன் அவள் மேலும் பேச ஆரம்பித்தாள்.

"உங்களுடைய ஜஸ்டின் இந்தக் குற்றத்தைச் செய்திருப்பாள் என்று நீங்கள் நம்பிவிட்டீர்களோ என்றுதான் பிரமித்துப் போனேன். மோட்ச லோகத்தில் நாம் சந்திப்போம். அங்கே மகிழ்ச்சியுண்டு. மரணத்தில் கேவலமும் அவமானமும் லபித்தால் அது என் விதி" என்றாள்.

"ஜஸ்டின் என்னை மன்னிப்பாய், நான் ஒரு நிமிஷம் கூட உன்னைச் சந்தேகிக்கவில்லை. நீ ஏன் ஒப்புக்கொண்டாய்? நீ கவலைப்படாதே, உன்னுடைய நிரபராதத்தன்மையை உலகுக்குப் பறைசாற்றி உங்களை நான் மீட்கிறேன். நீ எனக்குத் தங்கையாக விளையாட்டுத் தோழியாக இருந்து வருவாய். நீயா தூக்குமரத்தில் சாவது? இதைப் பார்த்துச் சகித்து நான் எப்படி உயிர்வாழ முடியும்?" என்றாள் எலிஸபெத்.

ஜஸ்டின் துயரத்துடன் தலையசைத்தாள்.

"நான் சாவதற்குப் பயப்படவில்லை. அதில் பயம் போய் விட்டது. இனி ஏற்படும் துன்பத்தையும் சகித்துக்கொள்ளத் தெய்வம் எனக்குப் போதுமான பலம் கொடுக்க வேண்டும். கசப்பும் துயரமும் மிகுந்த உலகைவிட்டுப் போகிறேன் என்ற ஞாபகம் தங்களுக்கு இருக்குமாகில் அநீதியாக மாண்ட ஒருத்தியைப் பற்றி நினைவில் வைத்துக்கொள்ளுங்கள். தெய்வ ஆணையைச் சகிப்பதற்குப் பொறுமை வேண்டும் என்பதை என்னிடமிருந்து கற்றுக்கொள்ளுங்கள்" என்றாள்.

இவர்கள் பேசிக்கொண்டிருந்தபோது நான் ஒரு மூலையில் போய் ஒதுங்கி நின்றேன். என் மனம் பட்ட உளைச்சல் சொல்லி முடியாது. நிர்க்கதி என்ற சோகமா? அதைப் பற்றிப் பேச யாருக்குத் தைரியம்? நாளைய தினம் குற்றம்

சாட்டப்பட்டுச் சிறையில் கிடப்பவள் மரணம் என்ற எல்லைக் கோட்டைத் தாண்டிச் சென்றுவிடுவாள். வாஸ்தவத்தில் எனக்கல்லவா அந்தத் தண்டனை கிடைக்க வேண்டும்? பற்களை நெறநெறவென்று கடித்தேன். என் மனம் அழுதது. ஜஸ்டின் என்னைக் கண்டாள். என்னிடம் வந்து, "தாங்கள் வந்ததற்கு என் நன்றி. நான் குற்றவாளியல்லவென்று தாங்கள் நினைப்பதாக நம்புகிறேன்" என்றாள்.

என்னால் பதில் சொல்ல முடியவில்லை. "ஜஸ்டின் நீ நிரபராதி என அவரும் நிச்சயமாக நம்புகிறார். நீ ஒப்புக் கொண்டதாகத் தகவல் வந்தபோதுகூட அதை நம்ப மறுத்து விட்டார்" என்றாள் எலிஸபெத்.

"அதற்காக என் நன்றி. கடைசி நிமிஷத்தில் வாஸ்தவ மான அன்புதான் ஆறுதல் அளிக்கிறது. இது என் குற்றத்தில் பாதியைப் போக்கிவிட்டது. இனிமேல் நான் நிம்மதியாக மாண்டுபோவேன். நீங்கள் இருவரும் நான் நிரபராதி என்று நம்பினால் அதுவே எனக்குப் போதும்" என்றாள் ஜஸ்டின்.

அவள் அவர்களுக்கு ஆறுதல் அளிக்கப் புகுந்துவிட்டாள். அவள் மனம் ஆறிவிட்டது. நித்தியமான நரகம் ஒன்று என் நெஞ்சைத் தின்றுகொண்டு இருக்கும்போது உண்மைக் கொலைகாரனான எனக்கு நிம்மதி ஏது, ஆறுதல் ஏது?

எலிஸபெத் அழுதாள், துயருற்றாள். ஆனால் அவளது சோகத்தில் களங்கம் கிடையாது. சந்திரனை மறைக்கும் மேகம் அதன் பிரகாசத்தை மறைக்கலாம்; அழித்துவிட முடியுமா? வேதனையும் துன்பமும் என் இதயத்தைத் தின்றன. எனக் குள்ளே ஒரு நரகம் குடிகொண்டது. பல மணிநேரம் நாங்கள் ஜஸ்டினுடன் இருந்தோம். எலிஸபெத் வரமாட்டாமல் திரும்பி வந்தாள். "நானும் உன்னுடன் மாண்டுபோனால் தேவலை" என்று அவளிடம் சொல்லியழுதாள்.

ஜஸ்டின் தனது துயரத்தை மறைத்துக்கொண்டு முகத்தில் மலர்ச்சி காட்டினாள். எலிஸபெத்தை மார்புடன் அணைத்துத் தழுவி வழியனுப்பினாள். "இன்பத்துடன் வாழ்ந்து மற்றவர் களுக்கும் இன்பம் விளைவிக்க வேண்டும்" என்று சொல்லி விடைகொடுத்தாள்.

மறுநாள் ஜஸ்டின் மாண்டுபோனாள். எலிஸபெத்தின் உருக்கமான வேண்டுகோள்கள் நீதிபதிகளின் மனதை உருக்க வில்லை. நானும் எவ்வளவோ மன்றாடிப் பார்த்தேன். பயன் படவில்லை. அவர்களுடைய பதில்களின் நீதியைக் கண்டு என் வாயடைத்துப்போயிற்று.

என் மனம் தன்னையே சித்திரவதை புரிந்துகொண்டது. எலிஸபெத் தனது துயரத்தை வெளியில் காட்டாமல் வாடினாள். அதற்கும் காரணம் நான்தானே. என் தந்தையின் துயரம், வெறியோடிக் கிடக்கும் வீடு இதற்கு எல்லாம் நான்தானே காரணகர்த்தன். 'துயருற்றவர்களே அழுங்கள். இது உங்கள் கடைசித் துயரம் அல்ல. உங்கள் துயரப் பேரிரைச்சல் மறுபடியும் மறுபடியும் கேட்கும். தந்தையே நான் உம்மை உத்திரவிடுகிறேன். உம் கண்ணீர் வடியாது. நீர் பெற்றெடுத்த மகன், உம்முடைய சத்புத்ரன் உத்திரவிடுகிறான். நீர் அழுது தான் வாழ்வைக் கழிக்க வேண்டும். உங்களுக்காகத் தன் ரத்தத்தை வழியவிட்டு ஓடுவதற்குத் தயாராக இருக்கும் உம் மகன் உத்திரவிடுகிறான். நீர் அழுது அழுது வாழ்வைக் கழிக்க வேண்டும்.'

இப்படியாக என் அந்தராத்மா பேசியது. என்னுடைய பாபகிருத்தியங்களின் விளைவாக மாண்டு புதையுண்ட வில்லியம், ஜஸ்டின் ஆகிய இரண்டு பேருடைய கல்லறைக் கருகே மற்றவர்கள் நின்று அழுதழுது கண்ணீர் சிந்தினார்கள்.

❍

சந்திப்பு

என்னுடைய துயரத்தைக் கண்ட என் தந்தை என் ரகசியத்தை அறியாமல் "மகனே, இம்மாதிரி நீ ஓயாமல் துக்கப்பட்டுக் கொண்டிருப்பது இறந்தவர்களுக்குப் பொருந்தியவகையில் மரியாதை செலுத்துவதாகாது. நீயல்லவா எங்களை எல்லாம் தேற்றுவதற்கு ஆறுதல் சொல்ல வேண்டும்" என்றார். அவர் கண் கலங்கி நீர் சிந்தியது.

நாங்கள் ஜெனிவா வீட்டைவிட்டு பெல்ரீவ் மாளிகைக்குக் குடிபோனோம். இந்த வீட்டிற்கு வந்ததில் எனக்குப் பரம திருப்தி. ஜெனிவாவில் என்றால் இருட்டிவிட்டதும் வேலைக் காரன் கோட்டைக் கதவுகளை அடைத்துவிடுவான்; இருட்டில் நிம்மதியாக என் இஷ்டம் போல நடமாட சௌகரியமில்லை. இங்கே அப்படி இல்லை. பெல்ரீவில் எங்கள் மாளிகையை ஒட்டி ஏரி. அதனால் என் இஷ்டம் போல் படகை எடுத்துக் கொண்டு வெளிச்சென்றுவர ரொம்பவும் சௌகரியமாக இருந்தது. ஜஸ்டின், வில்லியம் இவர்களுடைய பரிதாப முடிவுதான் என்னை இரவு பகல் வாட்டிவந்தது.

எலிஸபெத் எனக்கு ஆறுதல் சொல்லித் தேற்ற முயன்றாள். "ஜஸ்டின் சாகும்வரை தீமை என்பதெல்லாம் புஸ்தகத்தில்

கதைக்கு செளகரியமாக எடுத்துக்கட்டின காரியம் என்று நினைத்துவந்தேன். உண்மையை இப்போது பார்க்கப் போனால் மனித வர்க்கமே ரத்தப்பசி கொண்ட பிசாசுக் கூட்டமாகத் தெரிகிறது. அற்ப நகைக்காக யாரேனும் கொலை செய்வார்களா – அதுவும் வளர்த்துப் பேணி நடத்திய ஒருவருடைய மகனை? இது வாஸ்தவமானால் அன்பு என்பது அவள் மனத்திலிருந்தே வேரோடு பிடுங்கி எறியப்பட்டிருக்க வேண்டும். யார் ஒருவரும் சாவது என்றால் அதில் எனக்கு சம்மதமே கிடையாது. பொய் நிஜம் போலத் தோற்றும்பொழுது யாரால் சந்தோஷமாக வாழ முடியும்? வில்லியமும் ஜஸ்டினும் கொல்லப் பட்டார்கள். அவர்களுடைய கொலைகாரன் தப்பித்துவிட்டான். கெளரவத்துடன் ஊருக்குப் பெரியவனாக வாழ்வு நடத்தலாம். கொலைக்காக எனக்குத் தூக்குத் தண்டனை கிடைத்து, அதிலிருந்து தப்புவதற்கு அவனுடன் இடம் மாறிக்கொள் என்றால் நான் ஒப்பமாட்டேன்.”

இப்படி அவள் சொல்லுவதைக் கேட்ட எனக்கு ஏற்பட்ட மனஉளைச்சலைச் சொல்லி முடியாது. நான்தானே அந்தக் கொலைகாரன். என் முகத்தில் துயரக்குறி அதிகமாவதைக் கண்ட எலிஸபெத், “இந்த நிகழ்ச்சிகள் உன்னை அதிகமாகத் தான் வாட்டிவிட்டன. ஆனால் நீ இந்த மனக்கசப்புகளுக்கு இடம் கொடுத்து நையாதே. நாங்கள் உன் அருகில் இல்லையா?” என்றாள்.

இங்கு எனக்கு இருப்புக்கொள்ளவில்லை. திடீர்திடீரென்று தேசாந்திர வெறி தோன்றிவிடும். இந்தமாதிரியான ஒரு மனநிலையிலே நான் ஒரு நாள் வீட்டைவிட்டுப் புறப்பட்டுவிட்டேன். ஆல்ப்ஸ் மலைப் பள்ளத்தாக்குகளில் சுற்றித் திரிந்து, நித்திய வஸ்துக்களான அவற்றின் அழகில் மனித வம்சத்தின் துன்பங்களையையே மறக்க விரும்பினேன். நான் ஷாமினோ பள்ளத்தாக்கை நோக்கிப் பிரயாணமானேன். அந்தப் பாதையில் சென்று ஆறு வருஷங்களுக்கு மேலாயின. பாதி வழி குதிரை மீது சென்றேன். மலைப்பாதை சீர்கேடாக இருந்ததினால் பொதி கழுதை ஒன்றை அமர்த்திக்கொண்டு அதன்மேல் ஏறிக்கொண்டேன். ஆர்வ் பள்ளத்தாக்குக்குள் புகுந்தேன். இரண்டு பக்கமும் பாறைச்சுவர் போல் செங்குத்தான குன்றுகள். இப்பொழுதே தலையில் உருண்டுவிடுமோ என்று அஞ்சும்படி பெரும்பெரும் கற்கள் சரிந்தும் கோணியும் சரிவில் குந்தியிருந்தன. பாறைக்கு ஊடே நதி கொப்புளித்துக் குமுறிக் காதைச் செவிடுபடுத்தியது. பிரவாகம் பள்ளத்தில் விழுந்த பேரொலி சர்வசக்திவானான மூலாதாரத்தின் திருநாமத்தையே பராக்கு சொல்லியது. மூலாதாரத்தின் கலைகளான பஞ்ச பூதங்களின் பயங்கர சக்தி என் மனசில் பயத்தைப் பதிவித்தது. பள்ளத்

தாக்கிலிருந்து மேட்டில் ஏற ஆரம்பித்தேன். சூழ்நிலையின் மகத்துவம் சொல்லுக்கடங்காத வியப்பை ஊட்டியது. ஆல்ப்ஸ் மலையின் பனிச்சிகரங்கள், வெள்ளை பிரமீதுகள் (எகிப்தின் நாற்பட்டைக் கோபுரம்) மாதிரி வேற்று மனுஷபரம்பரையின் பாரம்பரிய சொத்துப் போல் தலைநிமிர்ந்து ஒளிவிட்டன.

நான் பெலிஸர் பாலத்தைத் தாண்டினேன். அங்குதான் ஆர்வ் நதி மலையைக் கிழித்துக்கொண்டு வகுத்த பள்ளத்தாக்கு ஆரம்பமாகிறது. அதற்கும் உயரமான மலையில் ஏறினேன். சாமௌனி பள்ளத்தாக்குக்குள் புகுந்தேன். நான் சற்றுமுன் கடந்த ஸெர்வோ பள்ளத்தாக்கு மாதிரி இதுவும் மனசில் மலைப்பூட்டும் அழகு பூண்டு நின்றது. வழியிலே ஜன நட மாட்ட அறிகுறிகள் அரிதாகி, பனிப்பாறைகள், உறைபனி நதிகள் இவைகளின் ஆதிக்கம் ஓங்கின. பனிப்பாறைகள் உருண்டு உடைந்து சிதறும் சப்தம் காதைச் செவிடுபடுத்தியது. புழுதிப் படலம் எழுவதுபோல் பனிக்கட்டித் தூசு பெரும் பனிப்பாறை உருண்டு நசித்த வழியைக் காட்டியது.

தூரத்திலே மான்ட் பிளாங்க் சிகரம் மனிதனுக்கு எட்டாத் தொலைவில் நிற்கும் லட்சியம் போல மலைக்கு மகுடம் கவித்தது. பகல் முழுவதும் அந்தப் பள்ளத்தாக்கிலே கால் சென்ற திசையெல்லாம் நடந்தேன். ஆர்வீரான் நதியின் உற்பத்தி மூலத்தைக் கண்டேன். சுற்றிலும் ஆழ்ந்த நிஷ்டையில் அமர்ந்த பிரமாண்ட வம்ச பரம்பரையைப் போல நின்ற சிகரங்களைக் காண மனசிலே ஒரு நிம்மதி தோன்றியது. இரவை அங்கேயே கழித்தேன். அவ்வளவும் சொப்பனமா? நான் மறுநாள் காலையில் எழுந்தபோது அவை எங்கே ஓடி ஒளிந்தன? மனசில் குடிபுகுந்த சாந்தம் எங்கே? ஏனோ இந்த இருட்படலம் மறுபடியும் என் மனசை இப்படிக் கவ்வ வேண்டும்? மனசைவிட்டு ஓடுவது போல நான் மலைமேல் ஏறிக்கொண்டே சென்றேன். வழியிலே உறைபனி நதியொன்று குறுக்கிட்டது. மான்ட் அன்வர்ட் அங்கிருந்து சுமார் ஒரு காதத்திற்குள்தான் இருக்கும். நான் நின்றிருந்த இடத்துக்கு கதிக்க எதிரில் எழுந்த அந்த மலைக்கு அப்பால் மான்ட் பிளாங்க் கம்பீரமாக நின்றது. துன்பம் மண்டிய என் மனம் இக்காட்சியைக் கண்டு எக்களிப்பில் துள்ளி மகிழ்ந்தது. 'மலை யுலாவும் தேவ கணங்களே, என்னை உங்களுடன் சேர்த்துக் கொள்ளுங்கள்!' என்று கூவினேன்.

திடீரென்று தூரத்திலே மனித உருவொன்று தோன்றியது. என்னை நோக்கி அசுர கதியில் தாவித்தாவி விரைந்து வந்தது. நான் கூசிக்கூசிக் கால் ஊன்றிய பனிப்பாறைகளை ஒரே குதியாகத் தாவி வந்தது அவ்வுருவம். திடீரென்று ஒரு குளிர்காற்று;

அது மலையின் சம்பத்து. என் கண்கள் ஏற்க வலுவின்றி மூடிக்
கொண்டன. மறுபடியும் கண்களைத் திறக்குமுன் அந்த உருவம்
என்னை நெருங்கிவிட்டது. நான் உயிர் கொடுத்து உண்டாக்கிய
பிரேத மனிதன். நான் பார்க்க விரும்பாத பிணந் தூக்கி
உலாவும் பேய். அவன் என்னை நெருங்கினான். முகத்திலே
நகைப்பும் மனத்திலே உளைச்சலும் உண்டாகி இருந்தது.
ஆனால் ஒரு மிடுக்கு; அதனுடன் இணை பிரியாத ஒரு குரூரம்
கண்களில் தெறித்தது. மொத்தத்தில் முகம் மகாகோரமாக
இருந்தது. இவை யாவும் எடுத்த எடுப்பில் என் கண்களில்
படவில்லை. கோபமும் வெறுப்பும் எனது வாயை அடைத்து
விட்டன. நிதானப்படுத்திக்கொண்டு என் கோபாவேசத்தையெல்
லாம் – என் உள்ளத்தில் குமுறிக்கொண்டிருந்த எரிமலையை –
அவன்மீது திறந்துவிட்டேன்.

"ஏ பிசாசே! என்னை நாட இன்னும் உனக்கு தைரியமா?
நீ கொன்று குவித்தவர்களின் ரத்த சாந்திக்கு உன்னை அழிக்க
வேண்டாமா?" என்று ஏசினேன்.

"நீ இந்த மாதிரிப் பேசுவாய் என்றுதான் நான் எதிர்பார்த்
தேன். நீ என்னைக் கொல்ல வேண்டும் என்கிறாய். என்னுடைய
உயிருடன் இப்படி விளையாட உனக்கு என்ன உரிமையுண்டு?
என்னை ஒழுங்காக நடத்து! நானும் மனிதவம்சத்தை மதித்து
ஒழுங்காக நடக்கிறேன். இல்லாவிட்டால் மரணத்தின் அதரம்
சிவக்க அதற்கு ரத்த பானம் செய்விப்பேன்" என்றான் அந்தப்
பிரேத மனிதன்.

"நீ பேய்! உனக்கு ஒரு நீதியா?" என்று அவன்மீது பாய்ந்தேன்.

அவன் லாவகமாக விலகித் தப்பித்துக்கொண்டு "பதறாதே!
நான் சொல்லுவதைக் கேளு!" என்று ஆரம்பித்தான்.

"நான் இதுவரை பட்டது போதாதா? ஏன் இன்னும்
என் துன்பத்தை வளர்க்கிறாய்? வாழ்வு துன்பச்சுமைதான்.
இருந்தாலும் உயிரைக் காத்துக்கொள்ள நான் போராடியே
தீருவேன். உன்னைவிட பலாட்டியனாக என்னை உற்பத்தி
செய்திருக்கிறாய் என்பதை ஞாபகத்தில் வைத்துக்கொள். நீதான்
என்னைப் பிறப்பித்தவன். உன்னுடைய ஆதாம்* போல உன்
அன்புக்குப் பாத்திரமாகி வாழ ஆசைப்பட்டேன். அழிவுண்ட
தேவதூதனாக – சாத்தானாக** அல்லாடும் பாக்கியம்தான்

---

* விவிலியத்தில் கூறும் ஆதி மனிதன் ஆதாம். முதல்முதலில்
அவனைக் கர்த்தர் சிருஷ்டித்தார் என்று ஆதிஆகமம் கூறுகிறது.
** சாத்தான் கர்த்தரின் எதிரி, வீழ்ச்சியுண்ட தேவதூதன், நரக
சாம்ராட்.

கிட்டியது. நான் சுற்றிப் பார்க்கும் இடங்களெல்லாம் மோக்ஷ மாக இருக்கிறது. ஆனால் அதில் எனக்குத்தான் இடமில்லை. நான் ஆதியில் நல்லவன்தான். துன்பம்தான் என்னைப் பேயாக் கியது. என்னைச் சந்தோஷப்படுத்து. யோக்கியனாகிறேன். இந்தக் கொடும் பனிதான் எனக்குப் பரிவு காட்டுகிறது; உன்னுடைய மனித ஜாதி அல்ல. என் கதையைக் கேளு. அப்பொழுதாவது உன் மனம் மாறுகிறதா பார்ப்போம். இந்த இடத்துக் குளிரை உன் உடம்பு தாங்காது. வா, என் குடிசைக்கு வா" என்று அழைத்துச் சென்றான்.

O

பிரேத மனிதன் பட்ட துன்பம்

"நான் பிறந்தது முதல் கொஞ்சம்கொஞ்சமாகப் புலனறிவும், உலக நியதியின் போக்கும் அறிந்துகொண்டேன். ஆனால் காட்டில் அலைந்து திரிந்துகொண்டிருந்து வாழ்வைப் பாழாக்க விரும்பவில்லை. நெருப்பு உடம்புக்கு இதமான வெக்கையைக் கொடுக்கும் என்பதுடன் தொட்டால் துன்பம் தரும் என்பதையும் அனுபவத்தால் அறிந்தேன்.

"ஒரு நாள் குளிரின் கடுமை தாங்க முடியாமல் காட்டு வழியே நடந்துகொண்டிருந்தேன். குடிசையொன்றைக் கண்டு அதற்குள் எட்டிப் பார்த்தேன். உள்ளே ஒரு கிழவன் உட்கார்ந்து வேலை செய்துகொண்டிருந்தான். அவனுடைய முகக்களை பரம நல்லவன் போலக் காட்டியது. நான் உள்ளே நுழைந்தேன். நுழைந்ததுதான் தாமதம். உளறியடித்து ஊளையிட்டுக்கொண்டு ஓட்டமாக ஓடிவிட்டான். அவனு டைய உடலில் தென்பட்ட வலுவைவிட அவனுடைய ஓட்டம் அதிகத் தெம்பைக் காட்டியது. எனக்கு மனக்கஷ்டமாக இருந்தது. அகப்பட்டதைத் தின்றுவிட்டு அந்த இடத்திலேயே கிடந்து உறங்கினேன்.

"நான் மறுபடியும் விழித்துப் பார்த்தபோது சூரியன் உச்சியிலிருந்தான். வெளியே சுகமாக இருந்தது. உற்சாகமாக வெளியேறிக் கால் சென்ற பக்கமாக நடந்தேன். ஒரு கிராமம் வந்தது. வரிசைவரிசையாக எத்தனை வீடுகள்! பார்ப்பதற்கு எத்தனை நன்றாக இருந்தது! ஒரு பெரிய வீடு. அங்கே ஜனங் கள் போய் என்னென்னவோ வாங்கிக்கொண்டு வந்தார்கள். நானும் உள்ளே போனேன். போனதுதான் தாமதம். ஏக அமளியாகப் போய்விட்டது. குழந்தைகள் வீறிட்டுக் கத்தின. ஆணும் பெண்ணும் மயங்கிவிழுந்தார்கள். ஊரே திரண்டுவந்து

என்னை அடித்தது. அடியும் உதையும் தாங்கமாட்டாமல் ஒரே ஓட்டமாக ஓடித் தப்பித்துக் காட்டுக்குள் மறைந்தேன். அதற்கப்புறம் ஜனநடமாட்டமுள்ள இடம் என்றாலே எனக்குப் பயம். என்னைக் கண்டால் ஓடுகிறார்கள், பயப்படுகிறார்கள், துன்புறுத்துகிறார்கள்.

"சங்கடம் தாங்க முடியவில்லை. பழையபடி குளிரிலும் காட்டிலும் அடிபட்டேன். எங்கெங்கெல்லாம் திரிந்தேனோ! கடைசியாக ஜனநடமாட்டம் அவ்வளவு அதிகமாக இல்லாத ஒரு பகுதியில் ஒரு குடிசையும் அதன் சுவருடன் சுவராக ஒட்டிப் பாழடைந்த ஒரு தொழுவமும் இருந்தன. அந்தக் குடிசையில் ஒரு வாலிபனும் ஒரு கிழவனும் ஒரு பெண்ணும் வசித்து வந்தார்கள். கிழவனுக்குக் கண் குருடு. பெண் அழகி. வாலிபனும் அழகன்தான். அவன் முகத்திலே துயரத்தின் மாசு படிந்திருந்தது. இவர்களுடன் நெருங்கிப் பழக ஆசை. ஆனால் திடீரென்று சென்றால் காரியம் கெட்டுவிடும் என்று எனக்குத் தெரிந்த தந்திரத்தைச் செய்தேன். இரவில் அவர்கள் படுத்துக்கொண்ட பிறகு அவர்கள் குடிலுக்குப் பின்னாலிருந்த தோட்டத்தில் விறகு கொண்டுவந்து போடுவேன். தொட்டியில் தண்ணீர் நிரப்பி வைத்துவிடுவேன். முதலில் இந்தக் காரியங்களை யார் செய்கிறார்கள் என்பது அவர்களுக்கு அதிசயமாக இருந்தது. நற்குல தெய்வம் ஏதோ தங்களுக்கு வந்து உதவுவதாகப் பேசிக் கொள்வதைக் கேட்டு மனம் மகிழ்ந்தேன். அவர்கள் பேசுவதைக் கேட்டுக்கேட்டு உங்கள் பாஷையைக் கற்றுக்கொண்டேன். கிழவன் பெயர் டி'லெஸி, பெண்ணின் பெயர் அகேதா, அந்த வாலிபன் பெயர் பெலிக்ஸ். இவர்களை எப்படிப் பழக்கிக் கொள்வது – இதுவே எனக்குப் பிரமப் பிரயத்தனமாக இருந்துவந்தது.

"கிழவனும் ஒரு காலத்தில் நல்ல செயலில் இருந்துவந்தவன் தான். கால வித்தியாசத்தால் தங்கள் தேசமான பிரான்சை விட்டு இங்கு ஓடிவந்து காலம் கழிக்கிறார்கள். டி'லெஸி அங்கே பெரியமனிதனாம். அவனுடைய மகன் இந்த பெலிக்ஸ். இவன் வீட்டுக்கு வேண்டிய காரியங்களையும் தங்கையின் படிப்பையும் கவனித்து வருகிறான். அங்கே வாழ்ந்தபோது ஒரு துருக்கியனுடைய மகளைக் காதலித்தான். அந்தத் துரோகத் துருக்கியன் தன் சௌகரியத்திற்கு வசதி செய்து கொள்ள இவர்கள் காதலை அனுமதிப்பவன் போல் பாவனை செய்தான். ஆனால் பெலிக்ஸ் தேசத்துரோகி, சதி செய்கிறான் என்ற பொய்களைப் போய்ச் சொல்லி, ஒரே நாளில் இவர்கள் குடும்பத்திற்கு ஆபத்தைக் கொண்டு வந்து விட்டுவிட்டான்.

"இவர்கள் தங்கள் உயிரைக் காப்பாற்றிக்கொள்ள நாட்டை விட்டு ஓடிவந்து இங்கு காலம் கழிக்கிறார்கள். இதையெல்லாம்

அவர்கள் பேச்சிலிருந்து அறிந்தேன். இப்படிச் சிறிது நாட்கள் கழியு முன்னே மட்டக்குதிரை ஒன்றின்பேரில் வழி விசாரித்துக் கொண்டு ஒரு பெண் வந்தாள். வீட்டுக்குள்ளிருந்த பெலிக்ஸ் வெளியே வந்தான். அவன் அப்பொழுது காதலித்த அரபுப் பெண்ணாம்; தகப்பனை ஏமாற்றிவிட்டு ஓடிவந்துவிட்டா ளாம். ஏற்கனவே இன்பம் மிகுந்த குடிசைக் குடும்பத்தில் மகிழ்ச்சியும் குதூகலமும் தாண்டவமாடியது. இந்த அரபுப் பெண்ணுக்கு பெலிக்ஸ் தன் பாஷையையும், தேச வளமுறை களையும் முறையாகச் சொல்லிக்கொடுத்தான். ஒண்டி நின்று கேட்டு அவ்வளவையும் நானும் கற்றுக்கொண்டேன்."

○

நான் படித்த கதை

"இதுதான் என் பக்கத்துக் குடிசையில் வசிக்கிறவர்களுடைய சரித்திரம். அது என் மனத்தில் ரொம்பவும் ஆழமாகப் பதிந்தது. அவர்களுடைய நடை, நொடி, பாவனைகள், அவர்களுடைய வாழ்வு இவையெல்லாம் மனித வம்சத்தின் தர்மாதர்ம விகல்பங்களை எல்லாம் எனக்கு அறிவித்தன.

"அதர்மத்தை நான் இதுவரை எட்டாத் தொலைவிலுள்ள ஏதோ ஒரு துன்பத்தின் சாகையாகவே கருதி வந்தேன். என் கண்முன்பே இதயபூர்வமான அன்பும் தாராளத் தன்மையும் தாண்டவமாடின. அந்தக் குளுமையில் நானும் ஒதுங்கி வாழ விரும்பினேன். எத்தனை நல்ல குணங்கள்! எத்தனை நல்ல தன்மைகள்! இவற்றிற்கெல்லாம் விளைநிலமாக அல்லவா இந்தத் தொடர்பு இருந்தது! ஆனால் நான் ஒன்று சொல்ல வேண்டும்; எனக்கு அறிவு வளர ஆரம்பிக்குமுன் அதே வருஷம் ஆகஸ்டு மாதத்தில் நடந்த ஒரு காரியத்தை நான் சொல்லு வதற்கு மறந்துவிடக்கூடாது.

"ஒரு நாள் ராத்திரி, வழக்கம் போல் அருகில் இருந்த காட்டிலே விறகு பொறுக்கச் சென்றேன். அங்கேதான் என் பசியைப் போக்கிக்கொள்ள ஏதோ காய்கனி வகைகளை நான் சேகரிப்பது வழக்கம். போகிற வழியிலே ஒரு பெட்டி திறந்து கிடந்தது. அதிலே சில உடைகளும் கொஞ்சம் புஸ்தகங் களும் இருந்தன. அதிர்ஷ்டவசமாக அந்தப் புஸ்தகங்களெல் லாம் நான் கற்றுக்கொண்ட பாஷையிலேயே இருந்தன. அவை வருமாறு: ஸ்வர்க்க நீக்கம், புளூட்டார்ச் எழுதிய ஜீவிய சரித்திரம், வெர்டர் என்பவரின் துயரங்கள். இந்தப் புஸ்தகங்களை நான் பொக்கிஷங்களாகவே மதித்தேன்.

அவற்றை என் முழு கவனத்தையும் செலுத்திப் படித்தேன். என் சிந்தனையை அச்சரித்திரங்களின்பேரில் மிதக்கவிட்டு நீந்தினேன்.

"இந்தப் புஸ்தகங்கள் என் மனசை எவ்வாறு மாற்றின என்பதை விவரிப்பது சாத்தியமற்ற காரியமாகும். அவை என் மனசில் அனந்தகோடி புதிய உருவங்களை, உணர்ச்சி களை, சிற்சில சமயம் ஆனந்தத்தை, ஆனால் பெரும்பான்மை யாக ஆழ்ந்த, ஆழங்காண முடியாத முடிவற்ற சோகத்தை உண்டாக்கி என்னைத் துயரத்தில் ஆழ்த்தியது. வெர்டரின் துயரங்கள் சாதாரணக் கதைதான். ஆனால் அதில் பலவிதமான எண்ணக் கலவைகள், இதுவரை தெளிவுபடாத பல விவகாரங் களின் புதிய அர்த்தபுஷ்டிகள் முதலியன பொதிந்து கிடந்தன. அதைப் படித்துப்படித்து பிரமித்துப்போனேன். சாதாரண வாழக்கை, ஆனால் சிகரம் தாவும் சிந்தனைகள், உணர்ச்சிகள்! அவை யாவும் தம்மிலிருந்து வேறாகப் பிரிந்த புறவிவகாரத்தை நாடித் தவித்தன. ஏறக்குறைய நான் இந்தக் குடிசைக்கு அருகில் இருந்துகொண்டு அதில் வாழ்வோருடைய தொடர்புக் காகத் தவிப்பது, அந்தக் கதையில் நிகழும் விவகாரத்தைப் போன்றதாகவே இருந்தது. நான் இதுவரை கற்பனை செய்து எண்ணியதற்கெல்லாம் மேம்பாடான தெய்வாம்சத்தை வெர்டர் பெற்றிருந்தான் என்றுதான் சொல்ல வேண்டும். அவன் கபடி யல்ல. அவனுடைய குண சம்பத்து நெடிய வேர்விட்டிருந்தது. மரணம், தற்கொலை ஆகியவை பற்றி அவன் கொண்டிருந்த கருத்துக்கள் எல்லாம் என்னைப் பிரமிக்க வைத்தன. அவன் சொல்லுவது சரிதானா, அவனுடைய கட்சியில் தர்க்கம் பொருந்தி அமைந்திருக்கிறதா என்பதை எல்லாம் பற்றி எனக்குச் சொல்லத் தெரியாது; சொல்லவும் முடியாது. என்னைப் பொறுத்தவரை நான் வழிபட்ட வீரன் அவன். அவனுடைய அழிவுக்காக வருந்திக் கண்ணீர் வடித்தேன்; ஆனால் காரணம் மாத்திரம் எனக்குப் புரியவில்லை.

"இன்னொன்று நான் சொல்ல வேண்டும். நான் படித்த தெல்லாம் தத்பவமாகவே கற்றேன். அதாவது நான் படித்த புஸ்தகங்களில் நானும் ஒரு பாத்திரமாகவே ஊடாடித் திரிந்தேன். நான் படித்துவந்த புஸ்தகங்களில் எனக்குப் பரிச்சய மானவர்கள் என் போன்று துன்பம் அனுபவித்தவர்கள். அவர்களுடைய பேச்சு என் காதில் விழுந்தது. ஆனால் பூர்ணமாகப் புரியவில்லை. நான் பூர்ண பண்டிதனா, அவ்வள வையும் புரிந்துகொள்ள? எனக்கு உற்றார் உறவினர் கிடை யாது. நான் கை பார்த்து ஜீவிக்கும்படியாக எஜமானனென்று எனக்கு ஒருவரும் கிடையாது. என் வழி சுதந்திர வழி. நான் அழிந்தால் அழுவதற்கு ஆள் கிடையாது. நானோ குரூபி.

ஆகிருதியோ ராக்ஷஸத்தன்மை வாய்ந்திருந்தது. இதற்குப் பொருள் என்ன? நான் யார்? எதிலிருந்து நான் பிறந்தேன்? எங்கிருந்து நான் வந்தேன்? எங்கேதான் போகப்போகிறேன்? இம்மாதிரியான கேள்விகள் பல என் மனசை அடிக்கடி வாட்டின. ஆனால் அந்தப் புதிர்களைத் தீர்க்க எனக்கு வழி எதுவும் தென்படவில்லை.

"புளூட்டார்ச் எழுதிய ஜீவிய சரித்திரங்கள் புராதன காலத்தில் குடியாட்சிகளை ஸ்தாபித்தவர்களின் வாழ்வை விவரித்தன. இந்தப் புஸ்தகம் என் மனசில் வேறுவிதமான பக்குவத்தைத் தந்தது. வெர்டர் எனக்குத் துன்பத்தின் சாகையைக் கற்றுக்கொடுத்தான். புளூட்டார்ச் எனக்கு உயர்ந்த கருத்துக் களைக் காட்டினான். என்னுடைய நினைப்பு என்னும் பட்சி சிறகெடுத்துப் பறக்க அவன் உதவி புரிந்தான். நான் படித்தவற்றில் பல என் பக்குவத்திற்கும் அனுபவத்திற்கும் அதீதமானவை. அகண்டாகாரமான ராஜ்யங்கள், விஸ்தார மான பூப்பிரதேசங்கள், ஆற்றொழுக்குகள், எல்லை காண முடியாத சப்த ஸாகரங்கள் என என் மனசிலே குழம்பித் திரிந்த கருத்துக்கள் பல குமைந்தன. பட்டணங்கள் என்றாலோ, மகாசபைகள் என்றாலோ, மனிதக் கூட்டம் என்றாலோ என்னவென்பது எனக்குத் தெரியாது. மனித குணத்தைக் கற்றுத் தெளிய நான் பெற்ற பாடசாலை அந்தக் குடிசைவாழ் மனிதர்தாம். ஆனால் இந்தப் புஸ்தகமோ என் மனசிலே பிரமாதமான காட்சிகளை எழுப்பியது. மனித வம்சத்தை ஆண்டு, வம்ச நாசத்துக்குத் துணைபுரியும் கொலைத் தொழி லில் ஈடுபட்ட பெரிய மனிதர்களின் ஜீவிய சரித்திரத்தை நான் வாசித்தேன். தர்மாவேசம் என் மனசில் பொங்கியது. தீமையை வெறுத்தேன். அதாவது தீமை என்று நான் எதை நினைத்துக்கொண்டேனோ அதை வெறுத்தேன். தர்மமும் அதர்மமும் என்னைப் பொறுத்தவரை எனக்கு சுகத்தையோ அல்லது துன்பத்தையோ தந்தவை என்றுதான் நான் கருதினேன். இந்த ரீதியாக நான் சோதனை செய்தபோது சமாதான முறையிலேயே சட்ட நிர்த்தாரணம் செய்த நியூமா, ஸோலன், லைக்கர்கஸ்* முதலியோர் என் மனசுக்கு உகந்தவர்களாகத் தென்பட்டார்கள். ஆனால் ரோமுலஸ், தீஸுயூஸ்* முதலிய தர்ம ஸ்தாபகர்கள் என் மனசை அவ்வளவாகத் தொடவில்லை. என்னைப் பராமரித்துவந்த இந்தக் குடிசைவாசிகளின் தர்மானுஷ்டான முறை பிதா வழி பாத்யதையை அடிப்படை

---

* கிரேக்க தர்ம ஸ்தாபகர்கள்

* ரோம, கிரேக்க நாகரிக ஆதி ஸ்தாபகர்கள்

யாகக் கொண்ட ஓர் ஏற்பாடு. அது எனக்கு மிகவும் பிடித்திருந்தது. இதற்கு மாறாக மனித வம்சத்தின் போக்கை ஒரு சிப்பாயின்மூலம் தெரிந்துகொண்டிருந்தேன். ஆனால் – அதாவது புகழ் வெறியும் கொலை வெறியும் பிடித்த ஒருவனுடைய அடிச்சுவட்டைப் பின்பற்ற நான் புரிந்துகொண்டிருந்தேனானால் என் மனப்பக்குவம் வேறு மாதிரியில் அமைந்திருக்கும்.

"ஆனால் மில்டன் என்ற ஆங்கில மகா கவி எழுதிய காவியம், கிருஸ்துவ தர்மத்தின் புராணக்கதைகளின்படி மனுஷ பாரம்பரிய துன்பத்தை விவரிப்பது. சுவர்க்க நீக்கம் என்ற காவியம் என் மனசிலே வேறொரு மாதிரியான ஆழ்ந்த உணர்ச்சிகளை எழுப்பியது. என் கையில் கிடைத்த மற்ற புஸ்தகங்களைப் போல இதுவும் உண்மையான சரித்திரம் என்ற பரம நம்பிக்கையுடனேயே இதையும் வாசித்தேன். சர்வ வல்லமையுள்ள தெய்வம் தாம் பிறப்பித்த ஜீவராசிகளுடன் போர் புரிந்து வருகிறார் என்ற கருத்து என் மனசிலே பீதியுடன் கூடிய மலைப்பையும் ஆச்சரியத்தையும் தூண்டியது. அதிலே பல கட்டங்கள் என்னுடைய ஜீவியத்தைக் கொண்டதாகவே இருக்கின்றன. ஆதாமைப் போல நானும் இந்த உலகத்தில் வேறு எந்த ஜீவராசிகளுடனும் தொடர்புகொண்டவனல்ல போலும். ஆனால் அவனுடைய நிலை என்னுடையதற்கு முற்றிலும் மாறாக இருந்தது. அவன் கடவுளின் கரங்களிலிருந்து வந்தபொழுது பூர்ண வடிவம் படைத்து மகிழ்ச்சியும் சுபிக்ஷமும் பெற்ற ஒருவனாகக் கடவுளின் பராமரிப்பிலே, பாதுகாப்பிலே வாழ்ந்து வந்தான். தனக்கும் மேம்பாடுடைய ஒரு தேஜஸ்வியுடன் நேருக்கு நேராகப் பேச மனிதனுக்கு அப்பொழுது சௌகரியம் வாய்த்திருந்தது. ஆனால் நானோ தன்னந்தனியாக நிர்க்கதியாகத் துன்பத்தில் நெளிந்தேன். சாத்தான்தான் என்னுடைய நிலைமையைப் பூர்ணமாகக் காட்டுவதற்கு லாயக்கு உள்ளவன் என்று பலமுறை நான் நினைத்தது உண்டு. ஏனென்றால் என்னைப் பாதுகாத்து வருவோருடைய உல்லாசத்தைக் காணுந்தோறும் என் மனசிலே பொறாமைத் தீ சுடர்விட்டு எரியும்.

"இன்னொரு சந்தர்ப்பமும் இந்த மனப்போக்குகளுக்கு பக்கபலமாக அமைந்து அதை உறுதிப்படுத்தியது. நான் இந்தக் குடிசைக்கு வந்த பிறகு உன்னுடைய ஆராய்ச்சிக்கூடத்திலிருந்து எடுத்துவந்த சட்டையிலுள்ள பை ஒன்றில் சில கடுதாசிகள் இருந்தது கண்டேன். முதலில் நான் அதைப் பற்றி அவ்வளவு சிரத்தை கொள்ளவில்லை. ஆனால் இப்பொழுது எழுத்து வாசனை வந்துவிட்டதனால் அதில் என்ன எழுதியிருக்கிறது என்பதை கவனமாகப் படித்தேன். நீ என்னைப் பிறப்பிப்பதற்கு முன் அந்தத் தேதிவரை நான்கு மாதங்கள் நீ எழுதிவைத்த

குறிப்புகள் அவை. நீ உன் வேலையை எப்படி எல்லாம் முயன்று படிப்படியாகப் பலனைப் பெற்று முயற்சியில் அபிவிருத்தி அடைந்தாய் என்பதை வெகு நுணுக்கமாகவும் விவரமாகவும் அதில் எழுதியிருந்ததைப் படித்தேன். தவிரவும் உன் குடும்பத்தில் நிகழ்ந்த சம்பவங்களையும் அதனோடு சேர்த்து எழுதியிருந்தாய். உனக்கு இந்தக் கடுதாசிகளைப் பற்றிய ஞாபகம் இருக்கும் என்று எண்ணுகிறேன். இதோ இருக்கிறது அந்தக் கடுதாசிக் குப்பை. அதில் கண்டுள்ள ஒவ்வொரு குறிப்பும் இந்தப் பாப ஜன்மத்தின் பிறப்பையே குறிக்கிறது. அருவருப்பான இந்த விவகாரங்கள் எல்லாம் படம் பிடித்துக்காட்டுவது மாதிரி அதில் கோவை செய்யப் பட்டிருக்கிறது. என்னுடைய அழுக்குடம்பின் ஒவ்வொரு பாகமும் வெகு நுணுக்கமாக விவரிக்கப்பட்டிருப்பதோடு அதைக் கண்டு நீ வெகுண்டதும், குலை நடுக்கம் கொண்டதும் தெளிவான பாஷையிலே பதிவாகி, என் மனசிலும் பதிவாகி விட்டது. அதை வாசிக்கும்போது எனக்குக் குமட்டல் எடுத்தது. நான் உயிர் பெற்ற நாளை நினைக்கநினைக்க எனக்கு எவ்வளவு மன உளைச்சலாக இருக்கிறது! பாபத்தின் சாயை விழுந்த என் பிரம்மாவே! நீயே வெறுக்கும் இந்தக் கோர ரூபத்தை எனக்கு ஏன் கொடுத்தாய்? தெய்வம் தன் தயாள சிந்தையினால் அழகும் ஆசை எழுப்பும் சக்தியும் உள்ள தனது வடிவத்தையே மனிதனுக்கு அளித்தது. ஆனால் நீயோ எனக்குக் கொடுத்த வடிவம் உன் வர்க்கத்திலே மிகவும் ஆபாச மான ரகம். ஒற்றுமையும் அதன் தன்மையும் இன்னும் பன் மடங்கு பெருகிய விகாரத்தோடு காணப்படுகிறது. சாத்தான் கூடத் தன் பரிவாரத்துடன் – தன்னைப் பாராட்டும் பேய்க் கும்பலுடன் – உத்ஸாகமாக வாழ்கிறான். நானோ தனிமை யிலே சகலருடைய வெறுப்பையும் சம்பாதித்துக்கொண்டு அல்லாடுகிறேன்.

"எனது மனசு தொய்ந்துவிட்டபோதெல்லாம் இம்மாதிரியே நினைத்துநினைத்துத் துன்புற்றேன். ஆனால் பக்கத்துக் குடிசை யில் வாழும் மனித ராசிகளின் மனப்போக்குகளையும் விவகாரங் களையும் கவனிக்கும்போது, அவர்களோடு பழகினால் என்ன, எனது குரூபத்தைக் கண்டாவது இரங்கமாட்டார்களா என்று நினைத்தேன். எவ்வளவுதான் நான் பயங்கரமாகவும் பிரம் மாண்டமாகவும் இருந்தபோதிலும் அவர்களுடைய நேசத்தை யும் இரக்கத்தையும் நாடிவரும் ஒருவனைக் கழுத்தைப் பிடித்து வெளியே நெட்டித் தள்ளிவிடுவார்களா? அவர்களைச் சந்திப்பதற்கு நான் என்னைத் தகுதிப்படுத்திக்கொள்ளும்வரை மனசைத் தளரவிடக்கூடாதென்ற உறுதி கொண்டேன். அவர் களை நான் சந்திப்பதுதான் என் விதி எவ்வாறு முடிவடையும்

என்பதை நிர்ணயிக்கும் ஒரு விவகாரமாகும். ஆகையால் அதில் நான் எனது பயங்கொள்ளித்தனத்தினாலோ வேறு எந்த காரணத்தினாலோ தோற்றுவிடக்கூடாதென்று தீர்மான மாக விரும்பியதால் இன்னும் சில மாதங்கள்வரை மறை விலேயே நடமாடுவோம் என்று தீர்மானித்தேன்.

"இவர்களுடன் பழகுவதெப்படி? பெலிக்ஸூம் பெண்களும் கிழவனை மாத்திரம் குடிசையில் தனியாக விட்டுவிட்டுப் போகும் வழக்கம் உண்டு. அந்தச் சமயத்தை நாடி கிழவனு டைய சினேகத்தைப் பிடித்தால் என்ன என்று எண்ணினேன். ஒருநாள் வசதி வாய்த்தது. நான் குடிசைக்குள் புகுந்தேன். 'யாரது?' என்றான் கிழவன்.

" 'அன்னியன். அகதி. அன்பு கிடைக்காமல் தவிக்கிறேன்!' என்றேன்.

"அவன் ஆறுதல் சொன்னான். நானும் அவன் பேச்சி லேயே பரவசமானேன். இங்கே என் நண்பர்களின் இதயத்திற் குள் குடிபுக ஒரு பொய் சொன்னேன்.

" 'என்னை ஒரு பிரெஞ்சுக் குடும்பம் போஷித்து வளர்த்தது. ஏது காரணத்தினாலோ அவர்கள் வெறுப்புக்குப் பாத்திரமா னேன். நான் ஒரு குற்றமும் செய்யவில்லை. மீண்டும் அவர் களது நட்பைப் பெற ஆசைப்பட்டு முயன்றேன்; முடியவில்லை. நீர்தான் அவர்களைச் சமாதானப்படுத்தித் திருப்தி செய்ய வேண்டும். எனக்காகப் பேசுவோர் யாரும் கிடையாது. நான் அகதி!' என்றேன்.

"கிழவன் வாஸ்தவத்திலேயே நல்லவன். 'பயப்படாதே அப்பா! சமாதானப்படுத்துகிறேன் நான். நீ உண்மையிலேயே தப்புக் காரியம் செய்திருந்தாயானால்கூடப் பரவாயில்லை. பாவ மன்னிப்பு உண்டு. அதிருக்கட்டும், நீ குறிப்பிடுவது யார்? இனம் தெரிந்தால்தானே நான் பேச முடியும்?' என்றான்.

"நான் என்ன சொல்லுவது? ஒன்றும் சொல்லத் தெரியா மல் நான் அவனுடைய காலைக் கட்டிக்கொண்டு அழுதேன். அந்தச் சமயத்தில் வெளியில் சென்றிருந்தவர்கள் வந்துவிட்டார் கள். 'என்னைக் காப்பாற்றுங்கள். இதோ வந்துவிட்டார்கள். நான் நாடுவது உம்மையும் உமது குடும்பத்தையும்தான். இந்தச் சமயத்தில் என்னைக் கைவிடாதீர்!' என்று அலறினேன்.

" 'அட தெய்வமே! நீ யாரப்பா?' என்றான் கிழவன்.

"அச்சமயம் பெலிக்ஸூம் பெண்களும் குடிசைக்குள் நுழைந்தார்கள். அகேதா மயங்கி விழுந்தாள். அந்த அரபுக் காதலி பீதியடித்து வெளியே ஓடிப்போனாள். பெலிக்ஸ்

என்மீது பாய்ந்து என்னைத் தடியால் அடித்தான். அவனைச் சிம்புசிம்பாகக் கிழித்துவிட வேண்டும் என்று கோபம் வந்தது. அவன் மீண்டும் தடியை ஓங்கினான். நான் ஓடிவந்துவிட்டேன்.

"மனஉளைச்சல் சகிக்க முடியவில்லை. காட்டிலே அலைந்து திரிந்தேன். துன்பம் தாங்கமாட்டாமல் ஊளையிட்டு அலறினேன். வெந்த மனசை அழுதுஅழுது ஆற்ற முயன்றேன். உலகத்து அமைதி என்னைக் கேலிசெய்வது போல் இருந்தது. என்னை சிருஷ்டித்த நாசகாலா! என் உயிர் தோன்றியவுடன் என்னை ஏன் நான் அழித்துக்கொள்ளவில்லை. குடிசையையும் அதில் வசிப்பவர்களையும் எரித்துச் சாம்பலாக்க என் மனம் தவித்தது. மறுநாள் விடிந்ததும் பதுங்கிப்பதுங்கிச் சென்றேன். பெலிக்ஸ் அந்தப் பிராந்தியத்தைவிட்டே வெளியேறிவிடத் தீர்மானித்து விட்டான் என்பதைத் தெரிந்துகொண்டேன். குடிசைக்கு உடமஸ்தனிடம் அங்கே வாழ முடியாது என்று கூறி நடந்ததை விவரித்துக்கொண்டிருந்தான். அதற்கப்புறம் அந்தத் திசை யிலேயே நான் செல்லவில்லை. எல்லோரையும் கொன்று அழிக்க வேண்டும் என்றுதான் என் மனம் நாடியது. ஆனால் அவர்களைக் கொல்ல மனம் வரவில்லை. குடிசையையும் காட்டையும் கொளுத்திக் கூத்தாடினேன். நீ பிறந்த ஊர் ஜெனிவா என்று தெரிந்துகொண்டு உன்னைப் பார்க்க வருவது என்று தீர்மானித்தேன். நான் கற்றது வீண்போக வில்லை. சொல்ல முடியாத சங்கடங்களை அனுபவித்தேன். கடைசியாக அந்தப் பக்கமாக வந்தேன்.

"நான் பகலில் நடமாடுவது கிடையாது. இருட்டில்தான் பிரயாணம் செய்வேன். நல்ல வசந்தம். ஸைப்ரஸ் மரத்தடியில் நான் மறைவாக உட்கார்ந்திருக்கும்போது மனிதக் குரல் கேட்டது. நான் மறைந்திருந்த இடத்தருகில் சிரித்துக்கொண்டே ஒரு பெண் குழந்தை ஓடிவந்தது. விளையாட்டுக்காக யாரிட மிருந்தோ ஓடிவந்தது போலும். பக்கத்தில் பிரவாகமாக ஓடிய நதியின் செங்குத்தான கரைமீது ஓடும்போது கால் தடுமாறி ஆற்றுக்குள் விழுந்தது. நான் மறைவிலிருந்து ஓடி வந்தேன். ஆற்றில் வேகம் ஜாஸ்தி. ரொம்பக் கஷ்டப்பட்டு குழந்தையைக் கரையில் எடுத்துப்போட்டேன். அது பிரக்ஞை இழந்துவிட்டது. திடீரென்று என் முயற்சிக்கிடையே ஒரு பட்டிக்காட்டான் வந்தான். அவனிடமிருந்துதான் அந்த குழந்தை ஓடி வந்திருக்க வேண்டும். குழந்தையை என்னிடமிருந்து பிடுங்கிக்கொண்டு துப்பாக்கியால் சுட்டுவிட்டான். நான் மண்ணில் விழுந்துவிட்டேன். அவன் வேகமாகக் காட்டுக்குள் ஓடிவிட்டான். நன்றி செய்ததற்குப் பலன்! வலி தாங்க முடியா மல் துடித்தேன், சப்தமிட்டேன். மனிதப் பூண்டையே அழித்து விடுவது என்று சங்கல்பம் செய்துகொண்டேன். குண்டு

புதுமைப்பித்தன் மொழிபெயர்ப்புகள்

என் தோள்பட்டையில் பாய்ந்து தொளைத்தது. அது உள்ளே இருக்கிறதா, வெளியில் போய்விட்டதா என்பது தெரியாது. எடுக்கவும் மார்க்கம் தெரியவில்லை. வலி பெருகப்பெருக மனிதக் கும்பல்மீது வஞ்சம் தீர்ப்பதிலேயே மனம் விழுந்துகொண்டிருந்தது. சில வாரங்களில் எப்படியோ காயம் ஆறிவிட்டது. சூரியனும் காற்றும்கூட என் மனசிற்கு இன்பமூட்டவில்லை.

"இரண்டு மாதங்களுக்குப் பிறகு மெள்ளமெள்ள ஜெனிவாவுக்கு வந்துசேர்ந்துவிட்டேன். சோர்வும் பசியும் பிடுங்கித் தின்றன. ஜுரோ சிகரத்துச் சூரியாஸ்தமனம்கூட என் மனத்துக்கு மகிழ்ச்சியை யூட்டவில்லை.

"தூக்கம் சற்றுப் பசியைப் போக்கியது. ஆனால் ஒரு சிறுகுழந்தையின் வருகை என் தூக்கத்தைக் கலைத்தது. சிறுபையன் விளையாட்டுப்போக்கில் நான் இருந்த இடத்துக்கு வந்துவிட்டான். திடீரென்று என் மனசில் ஒரு நினைப்பு வந்தது. 'இவன் அறியாச் சிறுவன். குரூபம், அழகு என்ற பேதாபேத உணர்ச்சி இவன் மனசில் ஊறி இருக்காது. இவனைப் பிடித்துவைத்துக்கொண்டு என் நண்பனாகப் பழக்கிக் கொண்டால் நான் உலகில் தன்னந்தனியனாக அலைய வேண்டியதில்லை அல்லவா?'

"அந்தக் குழந்தையை எட்டிப் பிடித்தேன். அது முகத்தை மூடிக்கொண்டு வீறிட்டுக் கத்தியது. 'ஏன் குழந்தாய் அழுகிறாய்? நான் உன்னை ஒன்றும் செய்யமாட்டேன்!' என்றேன்.

"ஆனால் அது என் கைப்பிடிப்பைவிட்டுத் திமிறியது.

" 'பூதம்! என்னை விட்டுவிடு, எங்கப்பாகிட்டச் சொல்லி விடுவேன்' என்றது குழந்தை.

" 'பையா, இனிமேல் நீ உங்கப்பாவைப் பார்க்கமாட்டாய். என்கூட வரவேண்டும்' என்றேன்.

" 'பூதம், உன்னை எங்கப்பாகிட்டச் சொல்லி அடிப்பேன். எங்கப்பா பிராங்கன்ஸ்டீனாக்கும். உன்னை ஜெயிலில் போடுவார். என்னை விட்டுவிடு' என்றது குழந்தை.

" 'பிராங்கன்ஸ்டீனா? நீ என் பரமவிரோதியின் குழந்தை. என் முதல் பலி' என்று அதன் கழுத்தைப் பிடித்தேன். செத்துவிட்டது. என் பலியைப் பார்த்ததும் நானும் உலகில் ஹதம் செய்யும் வலிமை பூண்டிருக்கிறேன் என்று ஆனந்தப்பட்டேன்.

"குழந்தையின் கழுத்தில் ஒரு சங்கிலியில் ஒரு சிறு படம் தொங்கியது. அதைப் பார்த்தேன். சொல்ல முடியாத அழகு. இந்த மாதிரி அழகுகளை ஏறிட்டுப் பார்க்கவும்

முடியாதபடியல்லவா லபித்துவிட்டது. எனக்கு கோபம் கரைபுரண்டு பொங்கியது.

"கோப எக்களிப்பிலே நான் கொலை நடத்திய இடத்தை விட்டுப் புறப்பட்டுப் போனேன். எங்கே சென்றேன்? எங்கு போவது என்ற ஒரு வக்கு இருந்தால்தானே! கால் போனபடி சென்று ஒரு தொழுவத்திற்குள் புகுந்தேன். அங்கே வைக்கோல் மீது ஒருத்தி தூங்கிக்கொண்டிருந்தாள். படத்தில் பார்த்தவளைப் போல அவ்வளவு அழகியல்ல. ஆனால் நல்ல வாலிபக் களை. அவளுடைய புன்சிரிப்பு என்னைத் தவிர மற்றவருக்குத் தான். 'உன் காதலன் வந்துவிட்டான், எழுந்திரு!' என்று நான் காதோடு காதாக உச்சரித்தேன். அவள் தூக்கத்தில் புரண்டு படுத்தாள். எங்கே எழுந்துவிடுவாளோ என்ற பயம். அவளை எழுப்புவதைப் போன்ற வெறித்தனம் வேறொன்று மில்லை. என் மனப்பேய் அவள்மீதும் வஞ்சம் தீர்த்துக் கொள்ளத் தவித்தது. அவள் எனக்கல்லவே! பெலிக்ஸ் மனிதக் கும்பலின் சதி வேலைகளை வர்ணிப்பதை ஒண்டி நின்று கேட்டிருக்கிறேன். அவளுக்குத் தண்டனை கிடைக்கட்டும்! அந்தச் சங்கிலியையும் படத்தையும் அவளுடைய உடையில் மறைத்துவிட்டு நடந்தேன்.

"அந்த இடத்தில் அடிக்கடி வந்துபோவேன். நீ வருவாய் என்ற நினைப்பு. ஆனால் உலகைவிட்டே ஓடிவிடவும் ஆசை. கடைசியாக இந்தப் பனிச்சிகரங்களில் வந்து தஞ்சம் புகுந்தேன்.

"நான் தனிமையாய் நின்று தவிக்கிறேன். என்னைப் போல ஒரு பெண்ணை உண்டுபண்ணித் தந்துவிடு. என்னைப் போன்ற ஒரு குரூபி என்னை மறுக்கமாட்டாள். எனக்குக் கிடைக்கும் சகா என் ஜாதியில் என் ஊனங்களுடன் இருக்க வேண்டும். உண்டுபண்ணித் தருவது உன் கடமை!"

பிரேத மனிதன் பேசி முடித்தான்.

○

பிரதிக்ஞை

பிரேத மனிதன் பேசி முடித்தான். நான் ஏதாவது பதில் சொல்வேன் என்று எதிர்பார்த்தேன். ஆனால் என் மனம் குழம்பிவிட்டது. கருத்துக்கள் உருமாறிச் சிதைந்து அவனது வேட்கையின் பூரண சரித்திரத்தைப் புலப்படுத்தத் தவறின. அவன் வற்புறுத்தினான்:

"நீ எனக்காக இன்னும் ஒரு பெண் பிறவி சிருஷ்டித்துத் தர வேண்டும். அது என் ஜீவியத்துக்கு அவசியம். இது உன்னால் தான் செய்துதர முடியும். இம்மாதிரி கேட்க எனக்கு உரிமையுண்டு. இதற்கு நீ இணங்கித்தான் ஆகவேண்டும்."

"என்னால் முடியவே முடியாது. நீ என்னை என்ன மாதிரி சித்திரவதை செய்தாலும் அதற்கு இணங்கப்போவதில்லை. இந்த லோகத்திலேயே என்னைப் போல துன்பத்துக்கு உள்ளானவனைக் காண முடியாது என்று சொல்லும்படி அவ்வளவு அல்லல்களையும் வேண்டுமானால் என்மீது சுமத்தி விடு. ஆனால் என்னை எனக்கே கேவலமாக ஆக்கிக்கொள்ள நான் ஒருநாளும் சம்மதிக்கமாட்டேன்.

"இன்னும் ஒரு கோரத்தை உண்டுபண்ணி உங்களுடைய கூட்டு ஆதிக்கங்களுக்கு உலகை ஆட்படுத்த மாட்டேன். என் முன்னால் நிற்காதே. போய்விடு. போ, போ! என்னைச் சித்திரவதை செய்தாலும் இதற்கு இணங்கவைக்க முடியாது" என்று கொதித்தேன் நான்.

"நீ சொல்வது பிசகு. அதற்காக நான் உன்மீது கோபிக்கப் போவதில்லை. உன்னை மிரட்டிக்கொண்டிராமல் வாதித்து இணங்கவைக்கப்போகிறேன். நான் பட்ட துன்பம்தான் என்னை இந்த மாதிரி குரூரமாக்கிவிட்டது. மனித வர்க்கம் என்னைக் காண வெறுத்து விரட்டவில்லையா? என்னை சிருஷ்டித்த நீயே என்னை சிம்புசிம்பாகப் பிய்த்தெறிய விரும்ப வில்லையா? சற்று எல்லாவற்றையும் ஞாபகப்படுத்திப் பார்த்துச் சொல்லு. என்மீது இரங்காத மனிதக்கும்பல்மீது நான் ஏன் இரக்கம் காட்ட வேண்டும்? என்னை இந்தப் பனிச் சகதிக்குள் தள்ளி நீ உண்டுபண்ணின இந்த உடல்கூட்டை அழிந்து போகும்படி செய்தால் கொலை என்று சொல்ல மாட்டாயா? என்னைக் கொல்லும் மனிதனை நான் ஏன் மதிக்க வேண்டும்? கொடுமைக்குப் பதிலாக பரிவைக் காட்டட்டும். நானும் அப்படியே நடந்துகொள்கிறேன். என்னால் அன்பை எழுப்ப முடியாதுபோனால் பயத்தை ஏற்படுத்துவேன். மனித வர்க்கத் தின் பரம விரோதி நீதான்! என்னைப் பிறப்பித்து இந்தக் கொடுமைகளை எல்லாம் அனுபவிக்கும்படி செய்தாய். ஜாக்கிரதை! நான் நாசத்தில் இறங்குவேன். உன் நெஞ்சில் புழுதியும் சாம்பலும் குவியும்படி அழித்து வருவேன்; பிறந்த நேரத்தையே நொந்துகொள்ளும்படி செய்துவிடுவேன்...."

அவன் மனசைப் பேய்க்கோபம் சூறையாடியது. முகம் கோரமாக நெளிந்து நெறிந்தது. தன்னை அடக்கிக்கொண்டு மேலும் பேசினான்.

“உன்னோடு வாதிக்க விரும்பினேன். கோபம் என்னைக் கொல்லுகிறது. இதற்கெல்லாம் காரணம் நீதான் என்பதை நீ உணர மறுப்பதுதான் என்னைக் கோபப்படுத்துகிறது. என்னிடம் அன்பு காட்டினால் நூறு மடங்கு ஆயிர மடங்காகப் பரிந்து நடப்பேன். நான் கோரும் அந்தப் புதிய உருவுக்காக உலகத்துடன் நிரந்தர சமாதானம் செய்துகொள்வேன். நான் பிரமாதமாக எதையும் கேட்கவில்லை. என்னைப் போல் விகாரமான பெண்ணுருவம் ஒன்றைச் செய்து தா என்றுதான் கேட்கிறேன். நான் கேட்பது அற்பமானது. அதுதான் கிடைக்கும். அதுபோதும். நாங்கள் பைசாசம் போல் தனித்தே வாழ வேண்டியிருக்கும். அதனாலேயே எங்களிடை அன்பு அதிகமாக இருக்கும். என்னுடைய சிருஷ்டிகர்த்தனே! சற்று மனம் இரங்கு ...”

என் மனம் இளகியது. அதை என் முகக் குறியில் கண்டு கொண்டான்.

“நீ இதற்குச் சம்மதித்தால் மனிதர் காணாத இடத்துக்கு நாங்கள் ஒதுங்கிப்போய்விடுகிறோம். தென்அமெரிக்கக் கானகங்களில் மறைந்து ஒதுங்கி வாழ்வோம். எங்கள் உணவு மனிதருடையது மாதிரி அல்ல. கொன்று தின்னும் விருப்பம் கிடையாது. பழமும் வித்தும் எங்கள் பசியைப் போக்கும். எங்களுக்கு உலர்ந்த சருகுப் படுக்கை போதும். . . .”

“உனக்கு மனித சகவாசத்தில்தானே ஆசை என்கிறாய். அப்படியானால் ஒதுங்கி வாழ எவ்வாறு சம்மதிப்பாய்? ஆசையை விடு, அகன்று போ” என்றேன்.

“க்ஷணப்பித்தாக இருக்கிறதே உன் குணம். நான்தான் காலில் விழுந்து கெஞ்சுகிறேனே. உன் மனசு இளகவில்லையா . . .?”

வெகுநேரம் யோசித்தேன். பிறகு, “நான் பெண் உருவம் ஒன்று செய்துகொடுத்ததும் ‘ஐரோப்பாவை விட்டுப் போய் விடுகிறேன்’ என்று சத்தியம் செய்துகொடுத்தால் உன் விருப் பத்துக்கு சம்மதிக்கிறேன்” என்றேன்.

“நீல வானத்தின்மீது தோன்றும் சூரியன்மீது ஆணை. என் நெஞ்சில் குடிகொண்டுள்ள அன்பின்மீது ஆணை. எனது பிரார்த்தனைக்கு நீ இணங்கினால் நான் இந்தத் திசையிலேயே இருக்கமாட்டேன். நேராக வீட்டுக்குப் போய் உன் வேலையை ஆரம்பம் செய். ரொம்பவும் கவலையுடன் உன் முயற்சியை கவனித்து வருவேன். பயப்படாதே. தயாரானதும் நான் உன்னிடம் வருகிறேன். . . .”

இப்படிச் சொல்லிவிட்டு வெடுக்கென்று என்னைவிட்டு அகன்றுவிட்டான். என்ன வேகம்! கருடப் பாய்ச்சலில் சென்று குன்றின் சரிவில் மறைந்துவிட்டான்.

அவனுடைய சரிதம் சொல்லி முடியுமுன் சூரியனும் அஸ்தமனமாயிற்று. நான் வேகமாகத் திரும்பிப்போகாமல் போனால் இருட்டில் அகப்பட்டுக்கொள்வேன் என்பது தெரியும். ஆனால் என் மனச்சுமை தாள முடியவில்லை. நடையும் அதற்கேற்பத் தள்ளாடியது. பாதி வழி வருமுன் நன்றாக இருட்டிவிட்டது. ஓரிடத்தில் உட்கார்ந்துவிட்டேன். மேலே தாரகைகள் கண் சிமிட்டின. எதிரே பைன் மரங்கள் பார்வையை மதில் போல் மறைத்தன. விழுந்துகிடந்த கட்டை ஒன்றின்மேல் உட்கார்ந்துவிட்டேன். எங்கு பார்த்தாலும் அமைதி. ஆனால் என் மனசில் மட்டும் எரிமலை. நட்சத்திரங்கள் என்னைப் பார்த்துக் கேலி செய்வது போலிருந்தது. 'என்மீது இரக்கமிருந் தால் நினைவைப் போக்கிவிடு! என்னை ஒன்றுமில்லாமல் அடித்துவிடு. இல்லாவிட்டால் அகன்றுவிடு!' என்று கதறினேன்.

காலையில் சாமௌனி கிராமத்திற்கு வந்து சேர்ந்தேன். அங்கிருந்து ஜெனிவாவுக்கு உடனே வந்துவிட்டேன்.

நாட்கள் ஓடி வாரங்களாயின. என் வேலையைத் தொடங்க எனக்குத் தைரியம் வரவில்லை. ஆனால் பிரேத மனிதன் வஞ்சத்தின்மீது பயமோ சொல்லி முடியாது. பெண் உரு செய்வதென்றால் பல மாதங்கள் ஊன்றிப் படித்து உழைக்க வேண்டும். தகப்பனாரிடம் இங்கிலாந்துக்குப் போய்வர அனுமதி பெற்றுப் போக்குக்காட்டிவிட்டு வேலையை முடித்து விடலாம் என்று நினைத்தேன். வாக்குறுதி கொடுத்துவிட்ட தால் மனம் வேறு அல்லாடியது. ஆனால் காலம் கடத்துவதில் ஒரு போலி நிம்மதி. தேகம் முன்போல் வலுவடைந்துவிட்டது. என் தகப்பனாரும் இதைக் கவனித்தார். ஆனால் அடிக்கடி வானம் கறுப்பதுபோல மனம் கறுக்கும். அப்பொழுதெல்லாம் தனிமையை நாடிவிடுவேன்.

ஒரு நாள் தகப்பனார் என்னை நெருங்கிக் கலியாணப் பேச்சை எடுத்தார். தமக்கு மூப்பு அதிகமாகிவிட்டதென்றும், எலிஸபெத்துடன் நான் குடித்தனம் நடத்துவதைப் பார்க்க ஆசை எனவும் சொன்னார்.

நானும் கலியாணத்துக்கு சம்மதித்தேன். ஆனால் கொஞ்ச நாள் அவகாசம் வேண்டும் என்று கேட்டேன். என் வேலை சம்பந்தமாக இங்கிலாந்தில் உள்ள சில பண்டிதர்களிடம் அவர்களுடைய ஆராய்ச்சியைப் பற்றி அறிந்துகொள்ள வேண்டி யிருந்தது. அதற்காகக் கடிதப் போக்குவரத்து நடத்த வேண்டி யிருந்தது. பிரேத மனிதனுக்கு நான் கொடுத்த வாக்கை நிறைவேற்றிவிட்டால் பிறகு நிம்மதியாகக் கலியாணம் செய்து கொண்டு வாழ்நாளைக் கழிக்கலாம் என்று எண்ணினேன்.

தந்தையிடமிருந்து இங்கிலாந்துக்குச் சென்று வர அனுமதி கிடைத்தது. சௌகரியம் போல் திரும்பி வா என்றும் சொன்னார். ஆனால் என்னிடம் சொல்லாமல் எலிஸபெத்தும் அவரும் கூடி யோசித்து ஸ்டிராஸ்பர்க்கிலிருந்து கிளெர்வெலை என்னுடன் துணைக்கு அனுப்புவது என்றும் தீர்மானித்துவிட்டார்கள். நான் விரும்பியது எல்லாம் தனித்து யாத்திரை செய்ய வேண்டுமென்பதே. அப்பொழுதுதான் என் வேலைக்குக் குந்தகமேற்படாது. ஆனால் போகும்போது ஆரம்பத்தில் அவன் இருந்தால் தனிமைத் துன்பம் அவ்வளவு இருக்காது. எனக்கும் என் எதிரிக்குமிடையில் மதிலாகவும் அவன் நிற்பான்.

செப்டம்பர் மாதம் புறப்பட்டேன். ஸ்டிராஸ்பர்க்கில் இரண்டு நாள் தங்கினேன். கிளெர்வெல் வந்தான். ஸ்டிராஸ் பர்க்கில் படகு பிடித்து ராட்டர்டாம் வந்து அங்கிருந்து லண்டனுக்குக் கப்பல் ஏறுவது என்று ஏற்பாடு. மான்ஹீமில் ஒருநாள் தங்கினோம். ஐந்தாவது நாள் மெய்ன்ஸுக்கு வந்தோம். வழி நெடுகப் பல ஊர்களைச் சுற்றிப்பார்த்துவிட்டு ராட்டர் டாமில் வந்து கப்பலேறி லண்டனுக்கு வந்துசேர்ந்தோம்.

இந்தியாவுக்குப் போக வேண்டுமென்று கிளெர்வெலுக்கு ஆசை. இங்கிலாந்தில்தான் அதற்கு ஏற்பாடு செய்துகொள் வதற்குச் சௌகரியம் என்று அவன் அதைச் செய்துவந்தான். லண்டனுக்கு வந்த சில மாதங்கள் கழித்து எடின்பரோவி லிருந்து ஒரு அழைப்பு வந்தது. அழைப்பு அனுப்பிய நண்பர் எங்கள் வீட்டுக்கு அதிதியாக வந்திருந்தவர். கிளெர்வெலுக்கு அங்கே போக ஆசை. நானும் சம்மதித்துப் புறப்பட்டேன். வழியில் இங்கிலாந்தில் பார்க்கவேண்டிய விசேஷங்களை எல்லாம் பார்த்துக்கொண்டு போனோம். எடின்பரோவில் ஒரு வாரம் தங்கிவிட்டு எங்களை எதிர்பார்த்த நண்பர் காத் திருந்த இடத்திற்கு வந்தோம். ஸ்காட்லாந்தைத் தன்னந்தனி யாகச் சுற்றிப் பார்க்க ஆசை. "இரண்டொரு மாதத்தில் திரும்பி விடுவேன்; நீ இங்கேயே இரு" என்றேன்.

கிளெர்வெல் தடுத்துப் பார்த்தான். என் உறுதியைக் கண்டு பேசாதிருந்துவிட்டான்.

○

மீண்டும் பிரம்ம உத்யோகம்

நண்பனைவிட்டுப் பிரிந்து ஸ்காட்லாந்தில் நிர்மானுஷ்யமான ஓர் இடத்திற்குப்போய் என் வேலையைச் செய்துமுடிக்கத்

தீர்மானித்தேன். ஆர்க்கினி தீவுகளில் ரொம்பவும் தொலைவில் உள்ள ஒன்றுக்குச் சென்று சீக்கிரம் காரியத்தை முடித்துவிட முற்பட்டேன். அது ஒற்றைக் குத்துப்பாறை. நாலு பக்கமும் கடல் பொங்கும்போது பேரலைகள் மோதி மடியும். சுற்று மண் வெறும் கட்டாந்தரை. கால்நடைகளுக்கு வரட்டுப் புல்லும், வசிக்கும் குடியானவர்களுக்கு மட்டரகத் தான்யம் சாகுபடி செய்துகொள்ளச் சொற்ப வசதியும் உண்டு. காய்கறியோ, ரொட்டியோ நாட்டுக்கு வந்துதான் வாங்கிப் போக வேண்டும்.

நான் அங்கு சென்றபோது மூன்றே மூன்று பொள்ளல் குடிசைகள்தான் இருந்தன. அவற்றில் ஒன்று காலி. அதை அமர்த்திக்கொண்டேன். அதில் இரண்டே அறைகள்தான் உண்டு. சாதாரண காலத்தில் நான் அதற்குள் கால் வைக்கவே கூசுவேன். அவ்வளவு மோசம்.

அதை மராமத்து செய்யச் சொல்லி அதற்குள் புகுந்தேன். எனது வருகை அங்குள்ளவர்களை பிரமிக்க வைத்தது என்று தான் சொல்ல வேண்டும். ஆனால் அங்கு வந்து என்னைத் தொந்தரவு படுத்துவோர் ஒருவருமில்லை.

இந்தக் குடிசையிலிருந்துகொண்டு காலை வேளையில் என் வேலையில் ஈடுபடுவேன். மாலைப்போதில் மழை பனி இல்லாவிட்டால் வெளியில் சென்று கடல் அலைகளைப் பார்த்துக்கொண்டு உட்கார்ந்திருப்பேன். கணந்தோறும் மாறும், ஆனால் ஓயாமல் ஒழியாமல் ஒரேமாதிரி போக்கில் அமைந்த காட்சி. சுற்றிலும் பார்த்த இடமெல்லாம் தழையில்லா வனாந்தரம்.

வேலை வளரவளர அது எனக்கு வேதனை தரும் ஒன்றாக இருந்தது. பல நாட்களுக்கு என் நரகத் தொழிற்கூடத்திற்குள் செல்லவே மனம் ஒப்பாது. முதலில் நான் சிருஷ்டி லயிப்பில் கொண்ட ஆவேசமும் வெறியும் இப்பொழுது இல்லை. உழைப் பின் கோரமே எனக்குத் தெரிந்தது. எப்படியாவது சீச்கிரம் முடித்துவிட்டுப் போய்விடுவோம் என்று முனைந்தேன். வேலை யில் ஈடுபட்டிருக்கும்போதே கை தொய்ந்துவிடும். மனம் வெறுத்துவிடும்.

தனிமையும், வேண்டாவெறுப்போடு செய்த வேலையும் மீண்டும் எனக்கு நரம்பதிர்ச்சியை ஏற்படுத்தியது. பல மணி நேரம் குரங்கைப் பறிகொடுத்த ஆண்டி போல உட்கார்ந்திருப் பேன்.

வேலையும் பெயரளவுக்குச் செய்தாகிவிட்டது. சீக்கிரம் முடிந்துவிடும் என்ற நினைப்பில் முயன்றுவந்தேன். ஆனால் உள்ளுக்குள் எங்கோ ஒரு மனக்குறளி இதெல்லாம் நல்லதுக் கல்ல என்று கெவுளி யடித்துக்கொண்டிருந்தது.

ஒரு நாள் மாலை சூரியன் அஸ்தமனமாகிவிட்டது. நான் சிருஷ்டிக்கூடத்தில் உட்கார்ந்திருந்தேன். சந்திரன் கடலிலிருந்து எழுந்துகொண்டிருந்தான். வேலைக்குப் போதுமான வெளிச்ச மில்லை. சும்மா நோண்டிக்கொண்டு உட்கார்ந்திருந்தேன். தொடர்ந்து வேலை செய்வதா அல்லது நாளைக்கு வந்து கவனித்துக்கொள்வதா என்று யோசித்துக்கொண்டிருந்தேன். நான் செய்யும் வேலையின் பலன் என்ன என்பதையே என் யோசனை நாடியது. நான் முன்பு படைத்த ஜீவன் என் இதயத்தைச் சுடுகாடாக்கியது. இனிச் செய்யும் 'பிறவி'யின் குணம் எப்படி இருக்கும் என்று யாருக்குத் தெரியும்? அவனுக்கு வாக்குக் கொடுத்ததெல்லாம் சரிதான். நான் உற்பத்தி செய்து விடும் பெண் ஜீவன் இதைவிடப் பதின்மடங்கு குரூரமாகிக் கொலைவெறியில் குளித்தால்? தான் பிறப்பதற்கு முன்னால் செய்துகொண்டிருக்கும் ஒப்பந்தத்திற்கு இணங்கி நடக்க மறுத்துவிட்டால்? ஏன், இரண்டும் ஒன்றையொன்று வெறுத்துப் பகைமை பாராட்டப் புகுந்துவிட்டால்? ஆண் ஜீவனுக்குத் தனது சொரூபத்தைப் பற்றி முந்தி இருந்ததைவிடப் பன்மடங்கு அதிகமாக வெறுப்புத் தட்டாது என்று என்ன நிச்சயம்? அவள் அவனை வெறுத்து மனித ராசியில் உள்ள ஆணழகை நாட ஆரம்பித்துவிட்டால்? அவன் மீண்டும் அகதியாகி தன் இனத்தாலேயே வெறுக்கப்படும் நிலைமையும் ஏற்பட்டால்?

இருக்கட்டும். இவர்கள் தங்கள் பிரதிக்ஞை வழுவாமல் நடந்து வனாந்தரத்தில் குடியேறிவிட்டாலும் வேட்கை மிகுந்த இந்த அயோனிஜ உயிர்ப்பிண்டங்கள் பிறகு வம்ச விருத்தி செய்யாதா? இந்த ஒன்றையே தாங்க முடியவில்லையே, இதன் வம்ச விருத்தியால் மலியும் பேய்க் கணங்களின் கொடுமையில் மனித ஜாதி சிக்காமல் தப்புமா? இப்படி முடிவில்லாக் கேள்வி கள் என் மனசில் சரக்கூடம் போட்டன. நான் எனது சிருஷ்டி யின் துக்க மயக்கத்தில் சிக்கித்தான் மனமிளகி இணங்கிவிட் டேன். தன் சுயநலத்தால் உலகத்தைப் பாழாக்கி புல்லுருவி என்று மனித வம்சம் வாழையடி வாழையாக என்னை வைதுவராதா?

இதை நினைக்கநினைக்க என் நாடித்துடிப்பே நின்றுவிடும் போலிருந்தது. நான் ஏறிட்டு ஜன்னல் வழியாக நோக்கினேன். மங்கிய நிலவொளியிலே உதட்டில் கோரச் சிரிப்பு நெளிய அந்தப் பைசாச ஜந்து என்னைப் பார்த்துக்கொண்டிருந்தது.

நான் என் வாக்கை நிறைவேற்றுகிறேனா என்பதைப் பார்க்க அது என்னைத் தொடர்ந்திருக்க வேண்டும். நான் அவனையே பார்த்தேன். முகத்திலே குரோதமும் துரோகமும் தெறித்தது. இதனிடம் கொடுத்த வாக்குப்படி நடந்துகொள்வது

பைத்தியக்காரத்தனம் என்று தீர்மானித்து அதுவரை இயற்றிய காரியத்தை அழித்துவிட்டேன். கோபத்தில் ஆவேசம் தாங்காமல் என் உடம்பு நடுங்கியது.

உள்ளத்தில் குமுறிய சோகத்தை எல்லாம் கொட்டி ஒரு பெரும் ஊளையிட்டுக்கொண்டு அலறினான் அந்தப் பிரேத மனிதன்.

இனிமேல் என்னவானாலும் சரி, இந்த வேலையில் ஈடுபடுவ தில்லை என்ற உறுதியுடன் ஜீவசிருஷ்டிக்கூடத்தை இழுத்துப் பூட்டிக்கொண்டு வெளிவந்தேன்.

பல மணிநேரம் நிம்மதியற்ற மனத்துடன் கடலைப் பார்த்துக் கொண்டே நின்றேன். பின்னால் காலடிச் சத்தம் கேட்டது. அவன்தான் – பிரேத மனிதன். கதவைச் சாத்திக்கொண்டு என்னை நெருங்கினான்.

"நீ ஆரம்பித்த வேலையை அழித்துவிட்டாய்! உன் நினைப் பென்ன? வாக்குறுதியை மீற அவ்வளவு தைரியமா? நான் உன்னை நிழல் போலத் தொடர்ந்து வந்தேன். தாங்க முடியாத அயர்வையும் பசியையும் தாங்கினேன். என் நம்பிக்கையை அழிக்க உனக்கு அவ்வளவு தைரியமா?" என்றான்.

"தொலைந்து போ! என்ன ஆனாலும் சரி, நான் நிச்சய மாக வாக்குறுதியை நிறைவேற்ற மாட்டேன். உன்னைப் போல் இன்னும் ஒரு கோர சொரூபத்தை நான் உண்டாக்கவே மாட்டேன்" என்று பதில் அளித்துவிட்டேன்.

மீண்டும்மீண்டும் வார்த்தையை வளர்க்க ஆரம்பித்தான். நான் கண்டிப்பாக மறுத்துவிட்டேன்.

என் உறுதியைக் கண்டு, "சரிதான், நான் போகிறேன். உன்னுடைய கலியாணத்தன்று இரவு நான் உன் பக்கத்தில் இருப்பேன் என்பதை ஞாபகத்தில் வைத்துக்கொள்" என்று சொல்லிவிட்டுப் போய்விட்டான்.

"அடே பாவி! என் மரணச்சீட்டை நிச்சயப்படுத்திக் கொள்ளுமுன் உன் உயிரைக் காப்பாற்றிக்கொள்ளப் பார்!" என்றேன்.

ஆனால் அவன் ஓடிவிட்டான்.

முதலில் சற்றுத் தயங்கி வேலையை மறுபடியும் ஆரம்பிக்க நினைத்தேன். ஆனால் மனம் ஒப்ப மறுத்துவிட்டது.

ஒரு கூடையில் என் முயற்சியின் சின்னங்களைக் கட்டிக் கொண்டு படகில் ஏறினேன். எதிர்க்கரை நான்கு மைல்கள்தான்.

சிறு மேகம் நிலவை மறைத்தது. கூடையைத் தண்ணீரில் போட்டுவிட்டேன். படகடியில் படுத்தேன்.

திரும்பவும் விழித்துப்பார்க்கும்போது திசை தெரியாமல் நடுக்கடலில் மாட்டிக்கொண்டேன் என்பது தெரிந்தது.

மனம் போனபடி தண்டு வலித்துச் சென்றேன். கரை தென்பட்டது. சோர்வும் என்னைத் தள்ளியது.

நான் மீண்டும் விழித்துப்பார்க்கும்போது கரையில் சிலர் என்னுடன் வெறுப்போடு பேசினார்கள். நான் வந்து சேர்ந்தது அயர்லாந்து என்று அறிந்தேன்.

"கார்வினிடம் வா!" என்று என்னை அழைத்துச் சென் றார்கள்.

என்னை கார்வினிடம் அழைத்துச்சென்றார்கள். அவர் மாஜிஸ்ட்ரேட். சாட்சிகள் பலரை விசாரித்தார். சுமார் ஆறு பேர் முன்வந்தார்கள்.

கரையோரமாக ஒதுங்கிக்கிடந்த பிரேதத்தைப் பார்த்த விவரமும், கழுத்தில் கைவிரல் அடையாளம் கொலைக்குறி காட்டியதும் சொன்னார்கள்.

நான் பிரேதத்தைப் பார்க்க விரும்பினேன். அனுமதி தந்தார்கள். கிடங்குக்குள் சென்றேன். அங்கே எதைக் கண்டேன்! கிடத்தியிருந்தது கிளெர்வெலின் சடலம். உடனே பளிச்சென்று புரிந்துவிட்டது. பிரேத ஜீவனின் கோர விரல்களே இதை நடத்தி இருக்க வேண்டும். விழுந்து அலறினேன். என் நண்ப னுக்கும் நானே எமனானேன். அவ்வளவுதான். எனக்கு ஜன்னி கண்டு இரண்டு மாதம் படுக்கையில் விழுந்துவிட்டேன்.

புத்தி தெளியும் தருணத்தில் என் தகப்பனார் வந்தார். என்னை விதி வேட்டையாடுவதைக் கண்டு அவரது மனம் நொந்துவிட்டது. கார்வின் உண்மையிலேயே நல்லவர். அவரது முயற்சியே இதற்குக் காரணம். கழுத்தில் விழ இருந்த சுருக்குக்குத் தப்பினேன். ஆனால் உண்மையில் கொலைஞன் நான்தானே!

ஆறுதல் சொல்லி என்னைத் தேற்றினார் தகப்பனார். திரும்ப அழைத்துச் சென்றார். என் போக்குக்கெல்லாம்விட்டு முடிவில் என்னை ஜெனிவாவுக்கு அழைத்துவந்துவிட்டார்.

○

கலியாண தினத்தன்று இரவு

நான் அடிக்கடி 'பழிகாரன் நானே' என்று என்னைத் தூற்றிக் கொள்வதின் காரணம் தகப்பனாருக்குப் புரியவில்லை.

துன்பச்சுமை என்னை இப்படிப் பிதற்றவைத்துவிட்டது என்று நினைத்தார். எனக்கு மனித சகவாசத்திலேயே பிடிப் பற்றுப் போய்விட்டது.

எங்கள் மணவினை நாளும் நெருங்கியது. கோழைத்தனத் தாலோ, முன்செய்துகொடுத்த பிரதிக்ஞையாலோ உள்ளுக் குள் எனக்கு ஏற்பட்ட சங்கடம் சொல்லி முடியாது. மேலுக்கு உல்லாசமாக இருப்பதாக வேஷம் போட்டேன்.

என்னை என் சிருஷ்டி தாக்கிவிடாமல் இருக்கச் சகல ஏற்பாடுகளையும் செய்துகொண்டேன். கலியாண நாள் நெருங்கநெருங்க என்ன தடை வந்தாலும் இதை நடத்தியே ஆகவேண்டும் என்று பேசிக்கொண்டார்கள்.

எலிஸபெத்தும் உற்சாகமாகவே இருந்தாள். கலியாணமும் விமரிசையாக நடந்தேறியது.

மணவினை முடிந்ததும் நாங்கள் கடல் மார்க்கமாக எவியன் என்ற இடத்துக்குச் சென்று அங்கு இரவைக் கழித்து விட்டு மறுநாள் காற்று சௌகரியமாக இருந்தால் எங்கள் மணவிழா யாத்திரையை நடத்துவது என்று ஏற்பாடு செய்திருந்தோம்.

எலிஸபெத்தும் உற்சாகமாக என்னைக் கைபிடித்துக் கப்பலில் ஏறினாள். என் மனமோ துயரில் தத்தளித்தது.

இரவு எட்டு மணிக்கு எவியனில் இறங்கினோம். அருகில் இருந்த சத்திரத்தில் தங்கினோம்.

என் மனநிலைமையைக் கண்ட எலிஸபெத் "விக்டர், ஏன் சங்கடப்படுகிறாய்?" என்றாள்.

"ஒன்றுமில்லை, இரவுதான் ரொம்ப பயங்கரமாக இருக்கிறது!" என்று சொல்லிவிட்டு, க்ஷேமத்தை நாட சுற்றிப் பார்க்கப் புறப்பட்டேன். எலிஸபெத்தை அறையில் போய்ப் படுத்துக்கொள்ளும்படி சொல்லிவிட்டு வெளியே வந்தேன். திடீரென்று ஒரு கூக்குரல் இருளைக் கிழித்து என் உள்ளத்தை யும் கிழித்தது. திகைப்பூண்டு மிதித்தவனைப் போல் நின்றேன்.

அவள் அறைக்கு ஓடினேன். அவன் வேலைதான். கண நேரத்திற்குமுன் ஜீவகளையுடன் இருந்த எலிஸபெத் பிணமாக் கிடந்தாள்.

அவள்மீது விழுந்து கதறினேன். ஜன்னல் திறந்தது. அந்தப் பைசாசம் என்னைப் பார்த்துச் சிரித்தது. பிணத்தைச் சுட்டிக்காட்டி எக்களித்தது. நான் துப்பாக்கியை எடுத்துக் கொண்டு ஓடிச் சுட்டேன். ஆனால் சிட்டாகப் பறந்துவிட்டான்.

துப்பாக்கிச் சத்தம் ஜனத்திரளைக் கூட்டியது. அவர்களும் தொடர்ந்து ஓடினார்கள். என்ன பயன்? அவன் தப்பிவிட்டான்.

ஈமக்கிரியைகளும் முடிந்தன. ஜெனிவாவுக்குத் திரும்பினேன். தள்ளாத வயதுவரை துன்பத்தால் தொளைபட்டு நைந்துபோன என் தந்தையின் சடலமும் விழுந்துவிட்டது. மனிதன் எத்தனையைத்தான் தாங்க முடியும்?

நான் அந்த அமானுஷ்ய கோரத்தை என் கையாலேயே அழித்துத் தீர்த்துவிடுவது என்று பிரதிக்ஞை எடுத்தேன்.

அவன் போன இடங்களெல்லாம் சுடுகாடுதானே! தொடர்வது லகுவாக இருந்தது. பிரான்ஸ், ஜெர்மனி, ரஷ்யா கடைசியாக நிசாசர வனாந்தரமான இந்த இடம்வரை வந்துவிட்டேன்.

என் உடலும் விழுந்து விடும்போல் இருக்கிறது. அவன் கொன்று குவித்தோர் பெயரைச் சொல்லி அவனை அழித்து விடுங்கள். அதுவே எனக்குச் செய்யும் உபகாரம்!" என்று கூறி முடித்தான்.

○

முடிவு

(வால்டன் தனது சகோதரிக்கு எழுதிய மற்ற கடிதங்களின் சாரம்.)

நான் அவனுக்கு அப்படியே வாக்குக் கொடுத்தேன். ஆனால் மாலுமிகள் உடனே ஊருக்குத் திரும்பிவிட வேண்டும் என்று கலகம் பண்ண ஆரம்பித்தார்கள். இதை அறிந்த அன்னியன் தானாக முயல முற்பட்டான். ஆனால் நோயும் மன நோக்காடும் வேகவைத்த கூடு விழுந்துவிட்டது. தீரமான அந்த அன்னியன், இரண்டாவது பிரம்மா உலகினின்று அகன்றுவிட்டான்.

மறுநாள் அந்தப் பிரேத மனிதன் எப்படியோ இதை அறிந்து வந்துவிட்டான். இறந்தவன்மீது விழுந்துவிழுந்து அழுதான். நான் அவனை வைதேன். அவன் பேச்சு பிரமிக்க வைத்தது.

"நீ பிராங்கன்ஸ்டீனுடைய நேசன் என்கிறாய். அவர் அவசரமாகச் சொன்ன கதையில் எனது மன உளைச்சலைச் சொல்ல அவருக்கு நேரம் இருந்திருக்காது. நான் அன்பையும்

நேசத்தையும் விரும்பினேன். அது கிடைக்கவில்லை. நான்தான் பாவி! என்னை ஏன் படைத்தார்?

"நான் இனிமேல் இருக்கப்போவதில்லை. உத்தர துருவத் திலே நெருப்பேற்றித் தீக்குளித்து அதன் தழுவலிலே என்னை இல்லாமல் ஆக்கிக்கொள்ளுவேன். அதுவே எனக்கு சுகம். போய் வருகிறேன்!"

அவன் போய்விட்டான். பிரேத மனிதன் சோகம் சொல்லில் அடங்காது.

○ ○

VII
பலிபீடம்
அலெக்ஸாண்டர் குப்ரின்

சமர்ப்பணம்

வாழ்க்கையில் வழிதவறி, பாதாளத்தில் வீழ்ந்து மீண்டும் கரையேற முடியாத எண்ணற்ற அபலைகளுக்கு இந்நூல் சமர்ப்பணம்.

ஆசிரியர் உரை

இந்தப் புத்தகம் உலகம் பூராவிலும், ரஷ்ய, பிரெஞ்சு, ஜெர்மன், இத்தாலி, ஜப்பானிய, ஸ்வீடிஷ், பின்னிஷ், லித்து வேனியா பாஷைகளிலும், இன்னும் பல மொழிகளிலுமாக இருபது லக்ஷம் பிரதிகள் விற்பனையாகியிருக்கின்றன.

இந்த விற்பனைக்குக் காரணம், உண்மைக் காரணம் என்ன? வியபசாரத்தைப் பற்றிய விஷயம் திருட்டுத்தனமானது ஆபாசமானது ஆகையால் நேர்ந்தது இந்த விற்பனை என்று நான் நம்பவில்லை. இந்த மாதிரிப் புத்தகம் விற்கும் என்றும் நான் இதை எழுதவில்லை. இந்தப் புத்தகத்தை பர்மாவில் படித்த பெண்கள் பலர் உண்மையிலேயே அடிப்படையான பல விஷயங்களைப் பற்றிச் சிந்திக்கத் தூண்டப்பட்டிருக் கிறார்கள் என்று நான் நினைக்கிறேன். வியபசாரம் என்கிற விஷயம் பற்றி அநுதாபத்துடன் சிந்திக்கப் பலர் தூண்டப் பட்டிருக்கிறார்கள்.

உண்மையில் மகத்தான பிரச்சினை இது. ஆயிரக்கணக் கான வருஷங்களாக மனிதனை மிருகமாக்கிக்கொண்டு வியபசாரம் என்கிற இவ்விஷயம் மனிதரிடையே ஆட்சி செலுத்திவந்திருக்கிறது. வியபசாரம் போன்ற இன்னும் சில விஷயங்களும் பல்லாயிர வருஷங்களாகவே நம்மிடையே ஆட்சி செலுத்தி வருகின்றன. யுத்தம், வியபசாரம், நீதி என்று கூறி உயிர் வாங்குதல், பலன் தராத அல்லது அதிகம் தராத உழைப்பு, பட்டினி கிடப்பவர்கள், அஜீர்ணத்தால் வருந்துபவர் களுக்குப் பொருளீட்டுதல் – இது மாதிரி எத்தனையோ மகத்தான பிரச்னைகள் இருக்கின்றன.

இந்தத் தீமைகளில் மிகவும் கொடுமையானது வியபசாரம் – அதாவது சதை வியாபாரம். மனித வாழ்வில்

மிகமிக உயர்ந்தது என்று தெய்வம் சிருஷ்டித்துத் தந்த காதலை விலைக்கு வாங்குவது என்பது மகாகொடுமையான காரியம். மனித குலத்தில் இது ஆதி முதலே இருந்து வந்திருக்கிறது. இத்தீமையை மிகவும் சுலபமாகவே நம்மிடமிருந்து அகற்றி விடலாம் என்றுதான் தோன்றுகிறது. நான் சகோதர மனிதன் ஒருவனிடம் போய் விஷயத்தைப் பின்வருகிற மாதிரிச் சொன்னால் அவன் வியபசாரம் என்கிற பாதையிலிருந்து ஒதுங்கிவிடுவான் என்று எண்ணினேன். உனக்கு வீட்டில் உற்றார் உறவினர் இருக்கிறார்கள். தலையெல்லாம் வெளுத்த பாட்டி இருக்கிறாள். உன் தாய் இருக்கிறாள். அவள் மடியில் அமர்ந்து நீ ஒரு காலத்தில் முலைப்பால் அருந்தினாய். உனக்கு ஒரு மனைவி இருக்கிறாள். உன் குழந்தைகளின் தாய். உனக்கு அக்காள் தங்கைகள் இருக்கிறார்கள். அவர்கள் அழகிகள். நீ அவர்களுடன் விளையாடி வளர்ந்து பெரியவனானவன். அவர்களில் யாரிடமாவது வேறு எந்த மனிதனாவது வியபசாரி என்கிற ஞாபகத்துடன் ஏகினால், நடந்துகொண்டால் உனக்குக் கோபம் வராதா? என்று கேட்டால் மனிதன் திருந்திவிடுவான் என்று எண்ணினேன்.

இது போதாது என்றால் மேலும் சொல்லலாம். "உன் அன்பை எல்லாம் வைத்திருக்கிறாயே, அந்த உன் பிரிய மகளை ஒருவன் இப்படி நடத்தினான் என்றால்... அதெல்லாம் பற்றி மனதில் இருந்தும் உன்னால் எப்படியடா வியபசார விடுதி களில் காதல் தேடி பர்ஸில் பணத்துடன் காமப்பசி தீர நடமாட முடிகிறது? வாழ்வின் அர்த்தமான, லக்ஷ்யமான காதலை விலைக்கு வாங்கப்போகிறாயே என்ன அசட்டுத் தனமடா? என்றும் கேட்கத் தோன்றியது.

அமைதியுடன் சற்றும் சிரமப்படாமல் போய்வருகிறான் ஆண் மகன். என் வீடு வேறு இந்த விடுதி வேறு என்று நீ எண்ணலாம். ஆனால் அது சரியான, நியாயமான, தர்மமான யோசனையா? நீயே யோசி. ஒரு மாமிசபக்ஷிணியே இப்படி நினைப்பனைவிடச் சிறந்தவன். கிறிஸ்தவனுக்கு ஏற்ற நிலையா இது?

"சரி, காமம் தணிந்துவிட்ட பிறகு ஏமாற்றத்துடனும் வெறுப்புடனும் வியபசார விடுதியிலிருந்து திரும்பும்போது, வியபசாரியையும்விடக் கேவலம் நீதான் என்பது உன் உள்ளத்தில் உறைப்பதேயில்லையா? குருட்டுத் திருடனிடமிருந்து காசு திருடிய கயவன் போல நீ திரும்புகிறாய். ஒரு மனிதனைக் கட்டிப்போட்டுவிட்டு அவனை அடிப்பதைப் போல ஒரு அபலையின் உடலை நீ பயன்படுத்திக்கொண்டாய்..."

என்ன சொல்லி என்ன எழுதி என்ன பயன்? வியபிசாரத்தை எதிர்த்து நான் எனக்கெட்டியவரையில் எழுதினேன். அதற்கு மாற்றாக எதுவும் என்னால் எழுத இயலவில்லை. ஏழ்மையும் அறிவின்மையும் வியபசாரிகளைச் சமைக்கின்றன! ஆசைப்பட்டும், எதிர்பார்த்தும் வியபசாரிகளாகி மோசம் போகிறவர்கள் பலர். வேறு தொழில் செய்ய லாயக்கற்றவர்கள் வியபசாரிகளாகிறார்கள். இதற்கெல்லாம் மாற்று, இது பற்றி எழுதுவதுதானா? எழுவதனால் யாரும் எதிர்பார்க்கிற அளவுக்குப் பயன் ஏற்படமுடியுமா?...

ஒருதரம் பீடர்ஸ்பர்க்கிலிருந்து க்ரிமியாவுக்குப் போய்க் கொண்டிருக்கும்போது ரெயிலில் என்னுடன் ஒருவன் பேசிக் கொண்டு வந்தான்.

"வியபசார விடுதிகளைப் பற்றி உண்மையைக் கூறி விடுகிறாய் நீ. ஆனால் அவர்களுக்கு ஏற்படுகிற பலத்த அவல ஆசைகளைத் தடுப்பது எப்படி?" என்று கேட்டான் அவன் என்னை.

எனக்குத் தெரிந்தவரையில் பதில் சொன்னேன். "சுக வாழ்வுக்கு ஆடைகள் பழக்க வழக்கங்கள் – மெத்தையற்ற கட்டில் – குளிர் ஜலத்தில் ஸ்நானம்; தூய சிந்தனைகள்; எளிய வாழ்வு; நல்லது தீயது, தெய்வம் என்கிற சிந்தனைகள்; நல்ல நீதி நூல்கள்; சாத்வீக உணவு; திடமான வேலை, இள வயதில் கல்யாணம் – அதாவது 25 வயதிற்குள் புருஷர்களுக்கு, 20க்குள் பெண்களுக்கு – இதெல்லாம் வியபசார விடுதிகளுக்கு மாற்றம்" என்றேன்.

"மாற்று சரி ஆனால் காமப் பசி கொண்டு சமனம் தேடுபவர்களுக்கு என்ன செய்வது? வியபசார விடுதிகள் இருக்கும்தானே?" என்றான் மறுபடியும்.

டால்ஸ்டாய் ஒருதரம் கோபமாகச் சொன்ன பதில் ஞாபகம் வந்தது எனக்கு. அதைச் சொன்னேன். "வியாதியஸ்தன் ஒருவன் வந்து கேட்ட ால் டாக்டரிடம் போ என்று சொல்லுகின்றோம் அனுதாபத்துடன். ஆனால் அந்த வியாதியஸ்தன் மேகம் என்கிற வியாதி போய்விட்டதானால் பிறகு... அதற்குப் பதில் வேறு என்ன" என்று கேட்கிற மாதிரிக் கேட்கிறாயே என்றாராம்.

அதைச் சொன்னேன்.

என்னால் வியபசாரத்தின் தீமைகளை மட்டும்தான் உள்ளபடி எடுத்துக்காட்ட முடிந்தது. ஆனால் என் நூல் திருப்திகரமான நூல் அல்ல. உருத்தெரியாமல் அதில் சில பகுதிகளைக்

காரணமில்லாமல் ரஷ்யத் தணிக்கை அதிகாரிகள் மாற்றிவிட்டார்கள். மனச்சாட்சி தூண்டப் பொதுஜனம் என்னைத் திட்டியது. அநாமதேயமான பல கடிதங்கள் என்னை அளவு மீறித் தாக்கின. சமூகத்தின் விரோதி, யுவர்களை அழிக்கக் கங்கணம் கட்டிக்கொண்டவன் என்று என்னைத் தாக்கினார்கள். சில அறிவுள்ள பெண்மணிகள் மட்டுமே முதலில் புரிந்துகொண்டு எனக்கு ஆதரவளித்தார்கள். காமப் பசியால் அவஸ்தைப்பட்டும் நெறி தவறாத சில இளைஞர்கள் என்னைப் பாராட்டினார்கள். சில இளம் பெண்கள் எழுதினார்கள். பல வியாபாரிகளின் கடிதங்களை நான் போற்றிப் பத்திரப் படுத்தி வைத்திருக்கிறேன். அவற்றில் இலக்கணம் சரியாக இராது. விஷயம்தான் சரியாக இருக்கும்.

பாரிஸில் அந்நியர்கள் என்னைப் பாராட்டினார்கள். பிரெஞ்சு தேசத்திய விமர்சகர்களும் வாசகர்களும் என்னைப் புகழ்ந்தார்கள். சில குறைபாடுகளை எடுத்துக்காட்டினார்கள்; ஆனால் பொதுவாக வெகுவாகப் பாராட்டினார்கள்.

பிறகுதான் உயிர் வந்தது எனக்கு.

இப்போது வேறு பாஷையிலேதான் என்றாலும், இது நான் எழுதிய உருவில் கடைசியாக வெளிவருகிறது என்பதில் ஆனந்தமடைகிறேன். ஒரு பகுதிகூட விடாமல் நான் எழுதிய பூரண உருவில் அமெரிக்க மொழிபெயர்ப்பாளர் உதவியால் இப்போது இது வெளியாகிறது.

பாரிஸ்   அலெக்ஸாண்டர் குப்ரின்
இலையுதிர்காலம் 1929

பலிபீடம்

1

யாமா என்றால் ரஷ்ய பாஷையிலே பள்ளம், குழி என்று அர்த்தம். ஒரு காலத்தில் ஒரே பள்ளமாக இருந்து, ஜனங்கள் அந்தப் பக்கத்தில் வசிக்க ஆரம்பித்ததிலிருந்து அதற்கு அந்தப் பெயரையே கொடுத்துவிட்டார்கள்.

இப்பொழுது யாமா வேசைத்தொழிலுக்குப் பிரபலம். சர்க்கார் அநுமதியின் பேரில் உத்யோகஸ்தர் கண்காணிப்பின் கீழ் கண்டிப்பான விதிகளுக்கு உட்பட்டு சதை வியாபாரம் இந்த பிராந்தியத்தில் நடக்கிறது. யாமா இரண்டு தெருக்கள் கொண்ட பகுதி. இந்த இரண்டு தெருக்கள் முழுவதையுமே இத்தொழில் பிடித்துக்கொண்டுவிட்டது. இத்தொழிலின் உபகரணங்களாகச் சாப்பாட்டுக் கடைகள், மதுக்கடைகள், மளிகைக் கடைகள் முதலியவை முளைத்து அதன் சாய லிலேயே ஜீவிக்கின்றன.

இங்கே சுமார் முப்பது முப்பத்திரண்டு வேசைக் கிடங்கு கள் உண்டு. வேசைக் கிடங்குகள் என்றால் குருட்டுக் காமத்திற் காக ஏராளமான பெண்களை விலைக்கு வாங்கி, அவர்களை இந்தத் தொழிலுக்கு உட்படுத்தும் ஒரு ஸ்தாபனமாகும். இவற்றி டையே சடுதிக் காதலின் சார்ஜ்தான் வித்தியாசம். அதன் விளைவாக, சில நடை நொடி பாவனையில் சில்லரை வித்தியாசங்கள் உண்டு. மற்றபடி எல்லாம் ஒன்றுதான். சில இடங்களில் 'சரக்கு' கொஞ்சம் மட்டமாக இருக்கும். அழகு கொஞ்சம் கம்மியாக இருக்கும். வீட்டு ஏற்பாடும் அலங்காரங்களும் வசதிகளும் சொற்பமாக இருக்கும்.

யாமா பெரிய தெருவில் புகுந்ததும் இடது பக்கம் இருக்கும் முதல் வீட்டுக்கு டிரெப்பெல் என்று பெயர்.

அதாவது ஏதோ ஒரு காலத்தில் அந்த வீட்டைக் கட்டினவர் டிரெப்பெல் என்ற பேர்வழி. இப்பொழுது அதிலிருக்கும் நபருக்கும் அந்தப் பேருக்கும் ஸ்நான பிராப்திகூடக் கிடையாது. இந்த நபர் நகர நிர்வாக சபை அங்கத்தினருமாவர். பச்சையும் வெள்ளையுமான இந்த வீடு ஒரு இரண்டடுக்கு கட்டடம். ரோப்பெட் என்ற மனையடி பண்டிதன் வகுத்த போலி ரஷ்ய மோஸ்தரில் கட்டப்பட்டது. நடுமத்தியில் வெள்ளை நடைவழியிட்ட கம்பளி ஜமுக்காளம் மாடிப்படிகளில் விரிக்கப்பட்டிருந்தது. முன்ஹாலில் பொதிந்துவைத்த கரடி ஒன்று கையில் தட்டேந்தியபடி நிற்கிறது. நடன அரங்கத்தில் தரையில் மரப் பலகை தைத்திருக்கிறது. ஜன்னல்களில் கனத்த சாயமேற்றப்பட்ட பட்டுப்படுதாக்கள், சுவர்களில் நெடுக முலாம் பூசிய சட்டம் போட்ட நிலைக்கண்ணாடிகள், தரையிலே கம்பளி, உட்காருவதற்கு மெத்தை தைத்த பீடங்கள், பட்டுப்படுதாக்கள் முதலியவை வைத்து அலங்கரித்த இரண்டு தனி அறைகள் உண்டு. பட்டுப் போர்வைகள், அப்பழுக்கில் லாத தலையணிகள், நீலமாகவும் இளஞ்சிகப்பு வர்ணத்திலும் ஒளி வீசும் விளக்குகளும் கொண்டு அலங்கரிக்கப்பட்டவை, இந்த வீட்டினுள் சயன அறைகள். இந்த வீட்டு நபர்கள், நடனத்திற்கு ஏற்றபடியாகவும், நெஞ்சு தெரியும்படியாகவும் கத்தரித்துத் தைக்கப்பட்ட நாட்டியத்திற்கேற்ற பட்டுக் கௌன்களோ அல்லது பட்டாளத்து சிப்பாய் போலவும் பணிச் சிறுவர்கள் போலவும் செம்படவச் சிறுமிகள் போலவும் பல்வேறு வேஷங்களுக்கு ஏற்ற உடைகளை அணிந்தும் நடமாடுவார்கள். இந்த இடத்தில் 'கூலி' செய்து பிழைக்கும் பெண்களில் பெரும்பாலோர் ஜெர்மனியிலிருந்தும், பால்டிக் மாகாணங்களிலிருந்தும் சேகரிக்கப்பட்டவர்கள். வாட்டசாட்ட மான அழகும், மாசு மருவற்ற சர்மமும், வளர்கொங்கைகளும் வாய்த்தவர்கள். டிரெப்பெலில் வேளைக்கு மூன்று ரூபிள்களும், இராத்திரி முழுவதும் தங்குவதென்றால் பத்து ரூபிள்களும் வாடிக்கை (ரூபிள் ரஷ்ய – ரூபாய்).

இரண்டு ரூபிள் இடங்கள் மூன்று யாமாவில் உண்டு. ஒன்று ஸோபிவாஸீலிய்வனா அதை நடத்துகிறாள். இன்னொன்று அன்னா மார்க்கோவ்னா நடத்துவதாகும். மற்றொன்று இருக்கிறது. அதற்குப் பழைய கியெவ் என்று பெயர். இவை யாவும் அப்படியப்படிதான். இவற்றைத் தவிர மற்ற யாவும் யாமாவில் ரூபிள் வாடிக்கை ஸ்தலங்கள். இவை இன்னும் மோசமானவையாகும். இதைத் தவிர யாமா சின்னத் தெருவில் இருக்கும் தரித்திர விபசார விடுதிகளில் வேளைக்கு ஐம்பது கோப்பெக் வாடிக்கையாகும். இங்கே நடமாடுவோர் சிப்பாய் கள், சில்லரைக் கள்ளர்கள், கூலிக்காரர்கள் முதலிய வாழ்வின்

அற்பசொற்பங்களான மெஜாரிட்டி. இந்த இடங்களிலே வீடும் வாசலும் வரவுக்குத் தகுந்தாற்போல் இருக்கும். கிழிசல் படுதா, வைக்கோல் மெத்தை, போதை நாற்றமும் போக நாற்றமும் கும்மிபோன 'சயன' அறைகள். அங்கு போக விற்பனை செய்யும் பெண்களோ கிழிசல் துணியணிந்து, நோய் அறுத்துத் தின்ற மூக்கும், நேற்றைய அடிஉதைகளின் சின்னங்களும் கொண்ட ஜீவன்கள். சிகரெட் பெட்டியின் சிகப்புச் சாயத்தை உமிழ்நீர் கொண்டு உதட்டில் பூசி, தம்மை 'அழகு'படுத்திக் கொள்ளும் அவஸ்தை பார்க்கப் பரிதாபமாக இருக்கும்.

வருஷம் பூராவும், அதாவது நோம்பு வாரத்தில் கடைசி மூன்று நாட்கள் தவிர மற்ற நாட்களில் எல்லாம் வீட்டு வாசலில் தொங்கும் சிகப்பு விளக்கு அந்தி மயங்கும் நேரத்தில் தவறாமல் ஏற்றிவைக்கப்படும்.

சிகப்பு விளக்கு இந்தக் காலத்தில் நம்மூர்ப் பக்கத்தில் ரயிலை நிறுத்துவது போல மேற்கத்தி நாடுகளில் அந்த வெளிச்சம் வேசைத் தொழிலையே குறிக்கும். அந்தத் தெருவிலே ஒவ்வொரு வீட்டுவாசலிலும் சிகப்பு விளக்கும், பிரகாசமான கண்கள் போன்ற ஜன்னல்களும், உள்ளிருந்து வரும் சங்கீத விருவிருப்பும் உள்ளே புகுபவன் உடம்பிலே உற்சாக வெறியைப் பாய்ச்சி விடும். கேளிக்கை மன்னவன் தர்பாருக்கு வந்துபோவோரின் வண்டிகள் வாசலுக்கு வாசல் நிற்கும். அல்லது அங்கிருந்து புறப்பட்டபடி இருக்கும். வீட்டுக் கதவுகள் விரியத் திறந்தபடி இருப்பதால் தெருவில் நின்று அதன் வழியே பார்ப்பவர்களுக்கு நெட்டுக்குத்தலாக நிற்கும் மாடிப்படியும், அதன் உச்சியில் தொங்கும் பிரகாசமான வெளிச்சத்தில் ஸ்விட்ஸர்லாந்து தேசத்தின் காட்சிகள் தீட்டிய பெரிய படங்களும் கண்ணுக்குப் புலப்படும். வேசைத்தொழிலுக்கும் ஸ்விட்ஸர்லாந்து தேசத்துப் படங்களுக்கும் என்ன சம்பந்தமிருக்கிறது என்பதுதான் புலப்படவில்லை. விடியற்காலைவரை கோடானுகோடி மனிதர் கள் இந்த மாடிப்படி ஏறி இறங்குவார்கள். இங்கே வருவோர் தரத்துக்கு வரையறை கிடையாது. உடம்பு கெட்டு நைந்த கிழவர்கள் போலி 'சுக'த்தை நாடி இங்கு வருவார்கள். அப்புறம் அனுபவம் சற்றுமில்லாத சிறுவர்கள், ராணுவப் பள்ளிக் கூடத்திலும் ஹைஸ்கூலிலும் படிக்கும் பையன்கள் – இவர் களைக் குழந்தைகள் என்றுகூடச் சொல்லிவிடலாம், பிறகு நெடிய தாடி இலங்கும் குடும்பத் தலைவன் – அப்பா – சமுதா யத்தின் தூண்கள் என்று சொல்லும் பெரிய மனிதர்கள், புதுசாகக் கலியாணமானவர்கள், ஆசை வெறி பிடித்த புது மாப்பிள்ளைகள், பேரும் புகழும் படைத்த புரொபஸர்கள், திருடர்கள், அயோக்கியர்கள், கொலைகாரர்கள், கியாதி

வாய்ந்த வக்கீல்கள், தர்மத்தின் கண்டிப்பு மிகுந்த காவலர்களான வாத்தியார்கள், முன்வரிசையில் வைத்து கௌரவிக்க வேண்டிய எழுத்தாளர்கள், ஆண்களோடு பெண்களும் சமத்துவம் கொள்ள வேண்டும் என்பதற்கு உணர்ச்சியைப் பிரவாகமாகப் பெருகவிட்டு நீளநீளமாகக் கட்டுரை எழுதும் பெரியோர்கள், 'ஒட்டுப்புல்' ஒற்றர்கள், சிறையிலிருந்து தப்பித்த கைதிகள், ஆபீஸர்கள், மாணவர்கள், ஆந்தை மூஞ்சி சமூக ஜனநாயகவாதிகள், தேசியக் கூலிகள் யாவரும் வருவார்கள் போவார்கள். இது மட்டுமா?

சங்கோஜப் பிராணிகள், வாய்ச் சவடால் வம்பர்கள், சீக்காளிகள், போக அநுபவத்தைப் புதுசாகக் காண்பவர்கள், வக்கரித்த காமத்தின் சகல துறைகளிலும் நீந்தி விளையாடி நைந்துபோன உடல் சுமக்கும் காம விகாரிகள், கண்ணும் முகமும் மாசற்று விளங்கும் அழகர்கள், இயற்கை (குரோத புத்தியுடன்?) குரூபியாக்கியவர்கள், செவிட்டு ஊமையர்கள், குருடர்கள், மூக்கற்றோர், தொந்தி சரிந்து தொளதொளக்க உடல் நாற்றம் நாலு காதத்திற்கும் வீசும் நோய் பிடித்த ரத்த வியாதி கண்ட மனிதவுருக்கொண்ட குரங்குகள் யாவரும் இங்கு வந்துபோவார்கள். கடைக்கோ, சாப்பாட்டு விடுதிக்கோ போய்வருவது மாதிரி இங்கு வருவார்கள், உட்காருவார்கள், புகைபிடிப்பார்கள், குடிப்பார்கள், உற்சாக வெறி ஏறிவிட்டது போல் பாவனை கொள்வார்கள். நாட்டியமாடுவார்கள். அதாவது சம்சர்க்க பாவனையில் உடல் கோணும் வக்கரிப்பு தான் இவர்களது நாட்டியம் எல்லாம். சமயாசமயங்களில் வெகு ஆழ்ந்த தீர்க்கமான மனோ விசாரணைக்கு அப்பால் பெண்களைத் தெரிந்தெடுப்பார்கள். சில சமயங்களில் அவசரம் கழுத்தைப் பிடித்து நெட்டித் தள்ளுவது போல் இருக்கும் அவர்கள் ஆள் பொறுக்குவது. மனம் போனபடி அவர்கள் ஆட்களை அழைப்பார்கள்; ஏனென்றால் முடியாது என்று யாரும் மறுக்கமாட்டார்கள் என்ற ஞானமே அவர்களுக்கு இந்தத் தெம்பைக் கொடுக்கிறது. அவசரஅவசரமாக முன்பணம் கொடுத்துவிட்டு முந்தியவள் படுத்திருந்த பொதுப்படுக்கையில் உடல் வெக்கை தணியுமுன்னம், புது வாழ்வின் உற்பவம் என்ற அந்த அபூர்வமான, மகத்தான பிரபஞ்ச காரியத்தை நோக்கமற்று, குறியற்று இயற்றுகிறார்கள். பெண்களோவெனில் அசிரத்தை கலந்த சம்மதத்துடன் ஒரேமாதிரியான பேச்சுவார்த்தைகளுடன், ஒரேமாதிரியான அங்க சேஷ்டைகளுடன் எந்திரம் போல அவர்கள் வேட்கைகளைத் தளர்த்திவிட்டு, அதற்கப்புறமும் அதேமாதிரி வார்த்தைகளுடன், அதேமாதிரி அங்க சேஷ்டைகளுடன், சிரிப்புடன் மூன்றாவது, நான்காவது, எட்டாவது என வெளியறையில்

தன் முறை வரும் எனக் காத்திருக்கும் அநந்தகோடி மனிதர் களை அழைத்துத் திருப்தி செய்து அனுப்புகிறாள்.

இப்படியாக இரவு முழுவதும் கழிகிறது. பகல் ஒளி வர ஆரம்பித்ததும் யாமா அமைதி கொள்ளுகிறது. பிரகாசம் மிகுந்த காலை நேரத்தில் அது ஜனசஞ்சாரமற்று ஜன்னல்கள் இறுக மூடியபடி கண்ணுறங்கிவிடும். மாலை நேரத்தில் பெண் கள் விழிப்பார்கள். மறு இரவு சேவைக்குத் தயாராவார்கள்.

இப்படியாக நாள் மாதங்களாக, மாதங்கள் வருஷங்களாக இந்தப் பொது அந்தப்புரங்களில் இந்தப் பெண்கள் ஒரு விபரீத மான வாழ்வு நடத்துகிறார்கள். இவர்கள் யாவரும் சமுதாயத் தால் வெளியே துரத்தப்பட்டவர்கள்; குடும்பங்களின் சாபங் களைப் பெற்றவர்கள். நகரத்தின் வரம்புக்கு மீறிய காமத் தன்மைகளின் வடிகால்களாகச் சமுதாயத்தின் உணர்ச்சி களின் பலிபீடங்களாகக் குடும்பத்தின் கௌரவத்திற்கும் பெயருக்கும் பங்கம் வந்துவிடாமல் தம்மைப் பலி கொடுத்து அதைக் காத்து வாழுகிறார்கள், இந்த நானூறு சோம்பேறி வாயாடி மலடிகள்.

2

பகல் இரண்டு மணி இருக்கும். அன்னா மார்க்கோவ்னா நடத்தும் இரண்டு ரூபிள் 'போகக்கடை' தூங்கிக் கிடக்கிறது. முன்கூடத்துக் கண்ணாடிகளும் கில்ட் படங்களும்கூடத் தூங்கு கின்றன. அங்கே குடிகொண்ட அரைகுறை இருட்டு விரக்தியை யும் சோகத்தையும் பிரதிபலிப்பதுதான் அதிசயமாக இருக்கிறது. நேற்று மாலை வழக்கம் போல் கண்ணைப் பறிக்கும் வெளிச் சமும் துள்ளி மறியும் இசையும் சுருண்டு தவழும் சுருட்டுப் புகையும் இந்த இடத்திற்கு ஜீவ களை கொடுத்தது. ஆண்களும் பெண்களும் இடை துவள, கால்கள் துள்ள ஜோடிஜோடியாக நாட்டியமாடினார்கள். அந்தத் தெரு முழுவதும் சிகப்பு விளக்கு ஒளியாலும் ஜன்னல்கள் வழியாக வெளியே பாய்ந்த ஒளியா லும் பிரகாசமாக இருந்தது. ஜனங்களும் வண்டிகளும் வந்து போனவண்ணமாக நடமாட்டம் ஓயாமலிருந்துவந்தது.

ஆனால் இப்பொழுதோ தெரு வெறிச்சோடிக் கிடக்கிறது. வேனில் முதிர்ச்சியைக் கொட்டும் சூரிய கிரணங்களின் வாள்வீச்சு தெருவில் மோதி கண்ணைக் கூச வைத்தது. ஆனால் திரையிட்ட முன்கூடம் ஜீவவெதுப்பின்றி குளிரோடி, நட்ட நடுப்பகலில் வெற்றென்று கிடக்கும் நாடகக் கொட்டகைகள் போலும் அரச மாளிகையின் முன்முற்றம் போலும் ஆளை விரட்டியடித்தது.

பியானோ வாத்தியம் இருட்டோடு இருட்டாக மினுங்கு கிறது. அதன் மஞ்சளேறிய, காலம் தின்று அறுத்த விரல் கட்டைகள் ஜீவனற்று மினுங்குகின்றன. ஓட்டமற்ற நிலைக் காற்று, நேற்றைய கந்தத்தை வீசுகிறது. அதிலே நறுமணம் மிதக்கிறது. சுருட்டுக் கமறல் குழம்புகிறது. ஜனநடமாட்டமற்ற பாழ் இடத்தின் துர்க்கந்தமும், ஆரோக்கியமற்ற பெண் பிண்டங்களின் நாற்றமும், போராஸிக் தைமால் ஸோப் வாடையும், நேற்று நடனத்திற்காகக் கொடுத்த பாலிஷ் விருவிருப்பும் கதம்பமாகத் தேங்குகிறது. இந்த வாசனை கதம்பத்துடன்கூட சதுப்பு நிலத்துப் புல் வாடிக் கருகி நாறு கிறது. இன்று ட்ரினிட்டி திருநாள். வாழையடி வாழையாக வந்த வாடிக்கைப்படி வேலைக்காரிகள், பெண்கள் தூங்கி எழுந்துவிடு முன்பே ஒரு ஸ்லெட்ஜ் நிறைய (சக்கரமற்ற பனிவண்டிக்கு ஸ்லெட்ஜ் என்று பெயர்) புல்லுக்கட்டுகளை வாங்கித் தாவார முழுதும் பரப்பிவிட்டார்கள். நடக்கும் போது அது காலடியில் மிதிபட்டு மொடுமொடு என சப்திக்கிறது. நடைபாதை, தனி அறை, நாலு பேர் வந்தால் உபசரிக்கும் முன்கூடம் எங்கு பார்த்தாலும் இந்தக் காட்டுப் புல் மயந்தான். எல்லா சிலைகள் முன்பாகவும் மெழுகுவத்தி கள் ஏற்றிவைத்துவிட்டார்கள். விபசாரக் கிடங்கு ஆனாலும் பக்திக்குக் குறைவில்லை. இரவில் பலபேர் தொட்ட உடல் தீட்டுப்பட்டது – அதனால் குட்டிகள் அதைத் தீண்டவும் பயப்படுவார்கள். வாழையடி வாழையாக வந்த தொல் பழக்கம் அல்லவா?

ரஷ்ய மோஸ்தரில் வளைந்த வீட்டு முகப்பை வெளிக்காவல் காரன்கூட அலங்காரம் பண்ணிவிட்டான். பர்ச் மரக் கொப்பு கள் இரண்டை வெட்டிக் கொணர்ந்து இரண்டு பக்கமும் கட்டி நிறுத்திவிட்டான். இதே மாதிரிதான் எல்லா வீடுகளிலும் சாம்பல் நிறம் உடைய வெட்டிய பர்ச் மரக் கொப்பும், அதன் வாடும் தழைகளின் 'சாம்பிராணி' வாசனையும் வீட்டு முகப்பைத் தோரணமாகவும் 'கமானாகவும்' அலங்காரம் பண்ணுகின்றனர்.

ஆனால் வீடு முழுவதும் அமைதிபட்டு, சோம்பி, தூங்கித் தள்ளாடுகிறது. பிரதான போஜனத்திற்கு 'அட்லட்' கொத்தும் சப்தம் குசினியில் டொக்டொக்கென்று கேட்கிறது. குட்டிகளில் ஒருத்தியான லியூப்கா உள்உடை மட்டும் அணிந்துகொண்டு உள்முற்றத்திலிருந்து வருகிறாள். கைகள் மறைக்காத உடை. அழகி அல்ல. முகம் எல்லாம் பரு. ஆனால் உடம்பு உறுதியும் தளதளப்பும் காட்டுவது. நேற்று இராத்திரி அவளுக்கு ஆறு வாடிக்கைகள்தான் வந்தன. ஆனால் முழு ராத்திரிக்கும் அதில் யாரும் முகாமடிக்காத

தினால் சுதாவாக, சற்றும் நலுங்காமல் நன்றாக உறங்கியவள்; சுகமாக, குஷியாக, தன்னந்தனியாக விஸ்தாரமான தன் படுக்கையில் சௌகரியமாகப் படுத்துக்கிடந்து தூங்கினாள். அதனால்தான் அவள் அதிகாலையில் பத்து மணிக்கே எழுந்து குசினியைத் தேய்த்துக் கழுவி மேஜைகளைச் சுத்தம் செய்ய சமையல்காரிக்கு வெகு உற்சாகத்துடன் ஒத்தாசை செய்தாள். இப்பொழுது சங்கிலி போட்டு பிணைத்திருக்கும் வேட்டை நாய் அமூருக்கு (அமூர் என்றால் காம வேட்கை என்று அர்த்தம்) கறித்துண்டங்களைப் போட்டுத் தின்னவைத்துக் கொண்டிருக்கிறாள். இந்தப் பெரிய வேட்டை நாய் சங்கிலி சலசலக்க, முன்னங்கால்களைத் தூக்கிக்கொண்டு அவள்மீது தாவி, சங்கிலியைப் பிடித்து இழுத்தது. இரை கவ்வுவதினால் கீழே விழுந்து வாலையாட்டியபடி தரையில் விழும் துண்டங் களைக் கவ்வி விழுங்குகிறது. உற்சாக மிகுதியால் நாய் இருமலோசையுடன் கனைத்துக்கொண்டும் தும்மிக்கொண்டும் உணவை ரசிக்கிறது. அவள் கறித்துண்டைக் கொடுக்கப்போவது போல் பாசாங்கு செய்து, கோபப்படும் பாவனையில் "சீ நாயே! அடே மூடா? நான்தான் கொடுக்கிறேனே? அதற்குள் ளவா அவசரம்? என்ன கிருது உனக்கு" என்று கடுகடுக்கிறாள்.

ஆனால் அமூரின் குழைவுகளாகவும் கொஞ்சல்களாகவும் அவளது உள்ளத்தில் குதூஹலம் அலைமோதுகிறது. மேலும் அவளுக்கு அப்பொழுது அந்த நாயின் மீதுள்ள பரிபூர்ண எஜமானத்துவமும், அவள் நேற்றிரவு சுகமாய் உறங்கியதும், இராத்திரி முழுவதையும் எந்த மனிதனுடனும் கழிக்காததும், அன்று டிரினிட்டி திருநாள் என்பதுவும் அவள் குதூஹலத்திற்கு துணைக்காரணங்கள். டிரினிட்டி திருநாளில் வெய்யில் சுகமாக இருக்கும் என்பது குழந்தைப் பருவத்திலிருந்தே அவள் மனதில் படிந்த உண்மை. அன்று அதிகாலையில் அவளுக்கு அதை அநுபவிக்கக் கொடுத்துவைத்ததல்லவா? அந்த மாதிரி அதிகாலையில் எழுந்திருக்க முடிவது அவளுக்கு அசாத்தியமான காரியம்.

இரவு வந்த 'உறவினர்கள்' யாவரும் அப்பொழுதே தம் வழி போய்விட்டார்கள். இனிமேல் வேலை ஆரம்பிக்க வேண்டிய நேரமும் நெருங்க ஆரம்பித்துவிட்டது.

வீட்டு எஜமானியம்மாள் அறையில் உட்கார்ந்து அவர்கள் எல்லோரும் காப்பி சாப்பிட்டுக்கொண்டு இருக்கிறார்கள். அங்கே உட்கார்ந்திருப்போர் ஐந்து பேர். அந்த வீடு யார் பெயரில் சர்க்கார் கணக்கில் பதிவாகி இருக்கிறதோ அவள் தான் அன்னா மார்க்கோவ்னா. அவளுக்கு அறுபது வயதிருக்கும். குறுகித் தடித்தவள். மூன்று பந்துகளைச் சேர்த்து ஒட்டி

வைத்திருப்பது போலக் கற்பனை செய்துகொண்டால் அந்த அம்மாள் ஞாபகம் வந்துவிடும். பாதாதி கேசமாகப் பார்த்தால் இடைக்குக் கீழ் ஒரு உருண்டை (அது உடை நயம்). இரண்டாவது இடைக்கு மேல் ஒரு உருண்டை. அதற்கப்புறம் கழுத்தே இல்லாமல் தலை ஒரு உருண்டை. இப்படியாகக் கணக்குக்கு மூன்று. முகத்தில் ஒரு அதிசயம் என்னவென்றால் கண்கள் சற்று மங்கிய நீலம் பாரித்து சிறுமிக்கிருப்பது போல் – ஏன் சிசுவுக்கு என்றுகூடச் சொல்லலாம் – யுவத்தன்மை பெற்றிருந்தது. ஆனால் உதடுகள் கிழடுதட்டித் தொங்கிவிட்டது. அவள் புருஷனும் அமைதியான, மெலினம் பூண்ட நரைத்த ஒற்றை நாடி, குட்டைக் கிழவன். அவன் பெயர் ஐஸாயாஸாவ்விச். அவன் அவளுக்குள் அடக்கம். இந்த வீட்டிலே எஜமானியம்மாள் தர்பார். அன்னா மார்க்கோவ்னா ஒரு காலத்தில் இந்த வீட்டில் நிர்வாகஸ்திரீயாக வேலை பார்த்தபோது அவன் வாசல் காப்பவனாக வேலைபார்த்தான். ஏதாவது சற்று உபயோகமாக இருக்கவேணுமென்ற சிரத்தையில் சுயபோதனா முறையைக் கடைப்பிடித்து பிடில் வாசிக்கக் கற்றுக்கொண்டிருக்கிறான். இப்பொழுது ராத்திரி ராத்திரி நாட்டிய மெட்டுகளை பிடிலில் ‘ராவத் தெரியும்’. போதை அளவுக்கு மிஞ்சிப் போய் போதைக் கண்ணீர் பெருக்கும் வாடிக்கைக்காரர்களின் விருப்பத்திற்கிணங்க ‘சோகரஸம் பரிமாற’ பிரேத அடக்கத்திற்கு வாசிக்கும் ‘அந்திம யாத்திரை’ மெட்டும் வாசிக்க அவனுக்கு வரும்.

தவிர, இந்த வீட்டிலே இரண்டு நிர்வாகஸ்திரீகள் உண்டு. பெரியம்மா, சின்னம்மா என்று அந்தஸ்து. பெரியம்மா பெயர் எம்மா எட்வர்டோவ்னா. இவள் நெட்டநெட்டென்று வாட்டசாட்டமான பெண்பிள்ளை. நாற்பத்தியாறு வயதுதான். மூன்றடுக்கு மாடி போல் கன்னமடிப்பு அலங்கார பூஷிதை. இதைத் தவிர ரத்தக்கோளாறின் விளைவாகக் கண்களைச் சுற்றிக் கருப்பு வட்டம் உண்டு. அவள் முகமோ உச்சியில் சிறுத்து சுரைக்குடுக்கை மாதிரி கன்னப் பிராந்தியம் நோக்கி பெருத்துக்கொண்டுபோகும் பிளானில் அமைந்தது. சர்மம் மண்வர்ணம். சிறுத்த கண்கள் கருத்தவை. கிளிமூக்கு. உதடுகள் இறுக மூடியவை. அதிகாரம் முகத்தில் பதட்டம் காட்டாது. இன்னும் இரண்டொரு வருஷங்களில் அன்னா மார்க்கோவ்னா தன் தொழிலிலிருந்து விலகி இந்த வீட்டில் உள்ள தட்டுமுட்டு சாமான்கள், குட்டிகள் எல்லா பண்டங்களையும் அவளுக்கு விற்றுவிட்டுப் பாதி ரொக்கமாகவும் மற்றதை நோட்டாகவும் விற்றுவிடப்போகிறாள் என்பது யாவரும் அறிந்த ரகஸியம். இதனால்தான் குட்டிகள் இவளைக் கண்டாலும் எஜமானியம்மாள் அந்தஸ்தில் வைத்து சற்றுப் பயப்படுவார்கள். தப்பு

செய்கிறவர்களைத் தன் கையால், குரூரமாகக் கணக்குப்போட்டு முகக் களை சிறிதும் மாறாமல் அடிப்பாள். குட்டிகளில் அவளுக்குப் பிடித்தமானவள் என ஒருத்தி சிக்கிக்கொள்வாள். அந்தக் குட்டிக்கு லபிக்கும் வலுக்கட்டாயக் கண்டிப்பு மிகுந்த அன்பும், அதனடியாகப் பிறகு பொருமைத் தாபங்களும் அந்த அடி, சித்ரவதையைவிட அனந்தகோடி மடங்கு பெரியதொரு நரகம்.

இன்னொருத்தி பெயர் ஜோஸியா. இப்பொழுதுதான் அவள் சாதாரண குட்டிகள் அந்தஸ்திலிருந்து 'முக்கித்தக்கி' இந்த இடம் பிடித்திருக்கிறாள். இவளை மற்றக் குடிகள் இன்றும் 'வா – போ' என்று வைத்திருந்தாலும் கொஞ்சம் புகழ் கவிந்த நெருக்கத்துடன் 'சின்னம்மா' என்று விடுவார்கள். இவள் ஒற்றைநாடி. கொஞ்சம் 'துடி'; சற்று மாறு கண்; இளஞ் சிவப்பு; கேசத்தை 'பாம்பபடூர்' மோஸ்தரில் கோபுரம் மாதிரி கட்டிக் கொள்ளுவாள். இவளுக்கு நடிகர்கள் என்றால் சற்று விசேஷ நாட்டம். அதிலும் சற்று இரட்டைநாடி கோமாளி வேஷக்காரர் களானால் சாயுஜ்யம். பெரியம்மாவிடம் 'காக்கா பிடிப்பாள்'.

அங்கே உட்கார்ந்திருப்பதில் கடைசி நபரான ஐந்தாவது ஆசாமி ஒரு ஆண்: ஸ்தல ஜில்லா இன்ஸ்பெக்டர். பெயர் பெர்க்கெஷ். நல்ல வஸ்தாத். வழுக்கையோடியவன். விசிறி மாதிரி சிகப்புத் தாடி; நல்ல நீலம் ஏறிய தூங்குமூஞ்சிக் கண்கள்; சற்று கனத்த, சற்று உரத்த, ஆனால் இனிமை மாறாத குரல். அவன் ஒரு காலத்தில் இரகசியப் போலீஸ் இலாகாவில் இருந்தான். இவனுடைய பலமும் கேள்விகளும் திருடர்களுக்கு இவன் என்றால் சிம்மசொப்பனம்.

அவனுடைய மனக்கிணறு குற்றப் பாசடைந்து இருக்கிறது. இரண்டு வருஷங்களுக்குமுன் எழுபது வயது பணக்காரியைக் கலியாணம் செய்துகொண்டு சென்ற வருஷந்தான் அவளைக் கழுத்தை நெறித்துக் கொன்றான் என்பதை அவ்வூர் முழுவதும் அறியும். அதை அவன் எப்படியோ பொத்தி அமுக்கிவிட்டான். இது தவிர அவனுடைய வாழ்வு திரியாவரத்தில் இன்னும் ஒன்றிரண்டு 'துரட்டுகள்' உண்டு. நரபலி கொடுக்கும் பூசாரிக்குக் காரியம் நடந்த பிற்பாடு எப்படி மனசாட்சி உறுத்துமோ அதேமாதிரி தன் ஜீவிய காலத்தில் பிடித்த கிரஹணங்களைத் தம் தொழிலின் தவிர்க்க முடியாத தொந்திரவுகள் என்று கருதி விட்டுவிடுகிறார்கள்.

நன்றாக வற்றக் காய்ச்சிய பாலேடு போட்டு அவர்கள் அருந்திக்கொண்டிருக்கிறார்கள். இன்ஸ்பெக்டர் மட்டும் பெனடிக்டைன் ஒயின் சாப்பிட்டுக்கொண்டிருக்கிறான். அதா

வது அவர்கள் வற்புறுத்தலைத் தட்ட முடியாமல் சாப்பிடுவது போல பாவனை செய்துகொண்டிருக்கிறான்.

"சரி, என்ன செய்யச் சொல்லுகிறாய்; தொழிலோ இப்பொழுது உறிஞ்சிப்போட்ட முட்டையோடுகூடப் பெறாது. நீ ஒரு வார்த்தை சொன்னால் போதும்" என்று சொன்னாள் எஜமானியம்மாள்.

பெர்க்கெஷ் ஒயினை வாய்க்குள் ஊற்றிக்கொண்ட, வழுவழுப்பும் கமறலும் கொண்ட அந்தப் போதைப் பானத்தை வாய்க்குள் அலசிச்செலுத்திவிட்டு, அதைத் தொடர்ந்து பின் பட்டாளம் அனுப்புவது போல் சாவதானமாகக் காப்பியையும் உள்ளே செலுத்திவிட்டு, இடது கை மோதிர விரலால் தன் மீசையை ஒதுக்கிவிட்டுக்கொண்டிருந்தான்.

"மாடம் ஷாய்ப்ஸ் நீங்களே யோசித்துப்பாருங்கள்" என்று மேஜைமீது கைகளை விரித்து விரல்களைப் பார்த்துக்கொண்டே, "இதனால் எவ்வளவு ஆபத்திருக்கிறது என்று நீங்களே யோசித்துப்பாருங்கள். சிறு பெண்ணை ஏமாற்றி . . . நீங்கள் என்ன சொன்னாலும் யார் கேட்கப்போகிறார்கள் . . . கெட்ட நடத்தையுள்ள வீட்டுக்கு அழைத்துக்கொண்டு வந்துவிட்ட தாகச் சொல்லப்போகிறார்கள். போலீசாரைக் கொண்டு பெற்றோர் அவளைத் தேடி வருகிறார்கள். சரிதான் . . . அவள் ஒவ்வோரிடமாக வீடு மாறுகிறாள். ஐந்தாவது வீடாக இருக்கும் அல்லது பத்தாவது வீடாக இருக்கும். கடைசியாகப் போலீஸ் மோப்பம் பிடிக்கும்போது அது உன் வீட்டு வாசலண்டை வந்து நிற்கிறது . . . அது கிடக்கட்டும். என் அதிகாரத்திற்கு உள்பட்ட ஜில்லாவில் வந்து விடிகிறது என்பதுதான் இதில் மிகவும் முக்கியமான விவகாரம். நான் என்ன செய்யக் கிடக்கிறது?"

"மிஸ்டர் பெர்க்கெஷ், அவள் என்ன சின்னக் குழந்தையா? வயது வந்த பெண்ணாச்சே" என்றாள் எஜமானியம்மாள்.

"வாஸ்தவந்தான்: வயது வந்தவள்தான்; இஷ்டபூர்வமாகவே இந்த விவகாரத்தில் அவர்கள் இறங்கியிருப்பதாக அவர்கள் எல்லோரும் கைப்படத்தான் எழுதிக் கொடுத்திருக்கிறார் கள் . . ." என்று ஆமோதிக்கிறான் ஐஸாயாஸாவ்விச்.

எம்மா எட்வர்டோவ்னா (பெரியம்மா) அடித்தொண்டை யில் அமைதி குலையாமல், "எங்கள் மகள் மாதிரி அல்லவா அவளை வைத்து நடத்துகிறோம்!" என்றாள்.

"அதைப் பற்றியா நான் சொல்லிக்கொண்டிருக்கிறேன்" என்று சற்று முகத்தைக் காட்டிக்கொண்டான் இன்ஸ்பெக்டர். "என் நிலைமை என்ன என்பதை யோசித்துப்பாருங்கள்.

இது என் கடமையில்லை. இதொன்று இல்லாமலே எனக்கு எத்தனை சங்கடங்கள் உண்டு என்பது உங்களுக்குத் தெரியாததா?"

எஜமானியம்மாள் திடீரென்று எழுந்து அவசரமாகக் காலில் ஸ்லிப்பரை மாட்டிக்கொண்டு உள்வீட்டு நடையருகில் சென்று நின்றபடி, "மிஸ்டர் பெர்க்கெஷ், வீட்டை இந்தப் பக்கமா இடித்துக்கட்டி வருகிறேன் பார்த்தீர்களா? இடத்தைக் கொஞ்சம் விசாலப்படுத்தலாம் என்ற யோசனை" என்று தன்னுடைய தூங்குமூஞ்சிக் கண்களை ஒரு சுழற்றுச்சுழற்றி வீசினாள்.

"அப்படியா, பார்ப்போமே? ரொம்ப சந்தோஷம்" என்றான் பெர்க்கெஷ்.

சுமார் பத்து நிமிஷங் கழித்து இருவரும் திரும்புகிறார்கள். பெர்க்கெஷினுடைய கை விரல்கள் அவனுடைய சட்டைப் பைக்குள் கிடந்த புத்தம்புதியதான நூறு ரூபிள் நோட்டை மொடமொடவென்று கசக்குகின்றன. பலவந்தப்படுத்தப்பட்ட அந்தப் பெண்ணைப் பற்றி அப்புறம் ஒரு வார்த்தைகூடப் பேசவில்லை. இன்ஸ்பெக்டர் கிளாஸிலிருந்த பெனடிக்டைன் ஒயினைக் குடித்துவிட்டு "காலம் கெட்டுப்போச்சு. ஒழுக்கம் குலைந்து சீர்கெட்டு வருகிறது" என்று புகார் பண்ணுகிறான்.

"எனக்கொரு பயல் இருக்கிறான். நம்ம புத்திர பாக்யந்தான். பள்ளிக்கூடம் போய்விட்டு வருகிறது. அவன் பெயர் பால். அந்தப் பயலுக்கு என்ன கிருது தெரியுமா? என் மூஞ்சிக்கு நேராகவே, 'அப்பா, அப்பா, நீ போலீஸ்காரன் என்கிறதற்காக மற்ற பையன்கள் என்னை வைகிறார்கள். நீ யாமாவிலே வேலை பார்க்கிறாயாம், அவிசாரியங் வீட்டிலே லஞ்சம் வாங்கராயாம்' என்று சொல்லுகிறான். இதைத் திமிருன்னு சொல்லாமே வேற என்னத்தைச் சொல்லுகிறது?"

"சீ!... லஞ்சமா? லஞ்சம் வாங்கரதுக்கு என்ன இருக்கு... நான்தான் இருக்கேன்..."

"நான் அந்தப் பயலிடம், 'வாயை மூடு கழுதே, உங்க பிரின்ஸ்பாலிடம் சொல்லு. இனிமே இந்த மாதிரி பேச்சு வார்த்தைகளைக் கேட்டேன் என்றால் கவர்னரிடம் போய் உங்கள் எல்லாரையும் பற்றி சொல்லிவிடுவேன்' என்று அதட்டினேன். அதற்கு அந்தப் பயல் என்ன சொன்னான் தெரியுமா? 'நான் இனிமே உனக்குப் பிள்ளை இல்லை. வேணும்னா வேறு மகனைத் தேடிப்பிடிச்சுக்கோ' என்றான். உள்ள துடுக்குப் பார்த்தீர்களா? என்ன செய்தேன் தெரியுமா? இந்த மாசம் முழுவதிற்கும் காணுகிறாப்போல செம்மையா கொடுத்தேன். அதற்கப்புறம் என்ன தெரியுமா? நம்மகூடப் பேசமாட்டானாம். அந்தப் பயல் கொட்டத்தை அடக்காமல் விடப்போகிறதில்லை."

“எங்களுக்குத் தெரியாதா? நீங்கள் சொல்லித்தான் ஆகணுமா?” என்றாள் அன்னா. “எங்க பெண் பர்டியைப் பட்டணத்திலே ஒரு நல்ல குடும்பத்திலே விட்டு வளர்க்கிறோம். அவள் பிளெஷியர் ஹைஸ்கூலில் சேர்ந்து படிக்கிறாள். உங்களுக்குச் சொல்லணுமா? தர்மசங்கடமாகத்தானிருக்கிறது. அவள் பள்ளிக்கூடத்திலிருந்து படித்துக்கொண்டுவருகிற வார்த்தைகளைப் பார்த்தால் நமக்கே வெட்கித் தலைகுனிய வேண்டியிருக்கிறது.”

“ஆண்டவன் பேரில் ஆணையாக அன்னோச்சா நாங்கள் எல்லோரும் வெட்கித் தலைகுனிய வேண்டித்தான் இருக்கிறது” என்றாள் ஐஸாயாஸாவ்விச்.

“நீங்கள் எல்லோரும் வெட்கித் தலைகுனியத்தான் செய்வீர்கள். ஆமாம், ஆமாம் நன்றாய்ப் புரிந்தது. காலம் எப்படிப் போகுது பார்த்தீர்களா? நம்மை எங்கே இழுத்துக்கொண்டு போகிறது? இந்தப் புரட்சிக்காரர்கள், இந்த மாணவக் கும்பல் இவர்களெல்லாம் எதை ஏற்படுத்த வேண்டுமென்று விரும்புகிறார்கள்? பழியை அவர்கள் இன்னொருத்தர் மேலே போட வேண்டாம். தன் தலையில்தான் போட்டுக்கொள்ள வேண்டும். எங்கு பார்த்தாலும் மோசடி; ஊழல். ஒழுக்கம் சீர்குலைந்து வருகிறது. அப்பா, அம்மா என்றால் மதிப்புக் கிடையாது. இந்தக் கழுதைகளைச் சுட்டுத் தள்ளணும்” என்றான் இன்ஸ்பெக்டர்.

“அதிருக்கட்டும், நேற்று ஒரு சமாச்சாரம்” என்று அவசர அவசரமாகச் சொல்லிக்கொண்டு பேசிக்கொண்டிருந்தவர்களிடையே ஓடுகிறாள் ஜோஸியா.

“நேத்து ஒருத்தர் வந்தார். ஒரு ஆசாமி” என்று கதையை விவரிக்குமுன், “சீ! வாயை மூடடியம்மா” என்றாள் எம்மா எட்வர்டோவ்னா. இன்ஸ்பெக்டர் பேச்சுக்களைப் பக்தி சிரத்தையாக சிரவணம் செய்துகொண்டிருந்ததைப் பார்த்து அவளுடைய அங்காடி பாஷையில் கோபம் பொத்துக் கொண்டு வந்தது. “உள்ளே போய் குட்டிகள் சாப்பிட்டுதுகளா பாரு” என்று உத்திரவு போட்டாள்.

“இங்கே ஒருத்தரையும் நம்பப்படாது” என்று முணுமுணுக்கிறாள் எஜமானியம்மாள். “இங்கே இருக்கிறதுகள் எல்லாம் வேலைக்காரியல்ல. எத்துவாளிச் சிறுக்கிகள். குட்டிகளோ தங்கள் தங்கள் சோக்கு மாப்பிள்ளைகளைத்தான் நெனச்சிக்கிட்டு கிடக்கிறாளுவ. எல்லோருக்கும் தான் சுகமா சந்தோஷமாக இருக்கணும் என்பதுதான் பெரிதாகத் தெரியுது. வேலையைப் பற்றி கொஞ்சம்கூட நினைப்புக் கிடையாது.”

எல்லோரும் தட்டுகெட்டாற்போல் மௌனமாக இருக் கிறார்கள். யாரோ கதவைத் தட்டுகிறார். உரத்த ஸ்தாயியில் ஒரு பெண் குரல் கேட்கிறது.

"பெரியம்மா! பணத்தை எடுத்துக்கொண்டு ஸ்டாம்பை கொடுங்கோ. பீட்டர் போய்விட்டான்."

இன்ஸ்பெக்டர் எழுந்து நின்று இடையில் தொங்கிய உடைவாளைத் திருத்திக்கொள்ளுகிறான்.

"சரி, போயிட்டுவரேன்" என்று அன்னாவுக்கும் ஸாவ்விச் சுக்கும் சொல்லிக்கொண்டு புறப்படுகிறான்.

"போரப்போ இன்னும் ஒரு கிளாஸ் சாப்பிட்டுவிட்டு போறதுதானே" என்று குருட்டு ஸாவ்விச் மேஜைமேல் இருந்த ஒயினை ஊற்றிக்கொடுக்க யத்தனிக்கிறான்.

"இன்னமுமா? கழுத்துவரைக்கும். நீங்கள் எனக்குக் கொடுத்த இந்த கவுரவம் போதாதா?"

"சரி, பின்னே போயிட்டு வாருங்கோ. இந்தப் பக்கம் எப்பவாவது வந்தா வாருங்க."

"அதுக்கென்ன! அவசியம் வருகிறேன். போயிட்டு வர்ரேன்."

வாசலண்டை போனதும் நின்றுகொண்டு, "குறிப்பாகப் பேசுகிறேன். இருந்தாலும் உங்களுக்குத்தான் நல்லதைச் சொல்லுகிறேன். சீக்கிரத்திலே அந்தப் பொண்ணெ வேறெ எங்கேயாவது அனுப்பிவிடுங்கோ. அது என் பிரியம்னு நீங்க சொல்லக்கூடும். இருந்தாலும் சிநேகித முறையில் எச்சரித்து வைக்கிறேன்."

அவன் வெளியே போகிறான். அவன் வாசல் கதவை யடைத்துவிட்டுப் போகும் சப்தம் கேட்ட பிறபாடு, எட்வர் டோவ்னா கனைத்துக்கொண்டு, "இரண்டகம் பண்ணும் தேவடியா மகன் வரப்ப எல்லாம் கறக்காமே காலை வெளியே எடுத்து வைக்கிறதில்லை" என்று வைகிறாள்.

3

அங்கு கூடியிருந்தவர்கள் கொஞ்சம்கொஞ்சமாக வெளி யேறுகின்றனர். வீடு இருளோடிக் கிடக்கிறது. காய்ந்து உலர்ந்துவரும் ஸெட்ஜ் புல் பச்சை வீச்சம் எங்கும் கமழ்கிறது.

மாலை ஆறு மணிக்குத்தான் பிரதான உணவு. நால்வகைக் கறி வகைகளுடன் வயிறாரச் சாப்பிட வேண்டிய பிரதான

போஷணை. அதுவரையில் பொழுது, கழுத்தில் கல்லைக் கட்டித் தொங்கவிட்ட கைதி மாதிரி சகிக்க முடியாத தேகத் துடன் தள்ளாடி நகருகிறது. பொதுவாகவே இந்த மாதிரி வீடுகளில் வெறிச்சோடி அத்துவானமாகிக் கிடக்கும் நேரம் இதுவே. பெரும்பெரும் கல்வி ஸ்தாபனங்கள், கன்னியாஸ்திரீ மடங்கள் போன்ற இடங்களில் பெண்களுக்கு எனப் பிரத்தி யேகமாக ஏற்படுத்தப்பட்ட ஸ்தாபனங்களில் பெரிய திருநாள் விடுமுறைகளின்போது அந்த பிராந்தியங்கள் சோம்பித் தள்ளாடி நடப்பதற்கு ஒப்பவே இங்கும் இருக்கும். அங்கு சோம்பலும் அவகாசமும் நிம்மதியான ஓய்வும் பகல் முழுவதும் ஆட்சி செய்கிறது. குட்டிகள் எல்லாம் உள்ளுடை மட்டிலும் தரித்து, குளிக்காமல், தலைவாரிக்கொள்ளாமல், சோம்பல் துளும்ப அறைக்கு அறை நடமாடுகிறார்கள். போகும்போது சுவர் ஓரத்தில் நிற்கும் பியானோ வாத்தியத்தின் கட்டையை ஆள் காட்டிவிரல் வைத்துத் தட்டுகிறார்கள். அல்லது சீட்டு குலுக்கிப் போட்டு அதிர்ஷ்டம் பார்த்துக்கொள்ளுகிறார்கள். அல்லது சோம்பல் முறிப்பது போல் பரஸ்பரம் வைது கொள்ளுகிறார் கள். மலைப்பாம்பு போல நெளிந்து கொடுத்துக்கொண்டு மாலையின் வரவை எதிர்பார்த்து நிற்கிறார்கள்.

லியூப்கா காலையில் சாப்பிட்ட பிற்பாடு மிச்சம் மீந்தது களை நாய் ஆமூருக்குக் கொண்டுபோய்ப்போட்டு சற்று நேரம் பொழுதுபோக்கிக்கொண்டு இருந்தாள். அதுவும் அலுத்துவிட நியூராவுடன் சில தின்பண்டங்களையும் சூரியகாந்தி வித்துக் களையும் வாங்கிக்கொண்டுவந்து, வீட்டு வாசலண்டையில் உள்ள வேலியண்டையில் நின்று, வித்தைக் கொறித்தபடி – தோல் கன்னத்திலும் மார்பிலும் சிதறி ஒட்டிக்கொண்டு கிடக்கின்றன – தெருவில் போவோர் வருவோரை பராக்குப் பார்த்துக்கொண்டிருக்கின்றனர். அதோ தெருவிலே லாந்தலுக்கு மண்ணெண்ணெய் ஊற்றுகிறான். கையிலே தினசரி பதிவு புஸ்தகத்தை வைத்துக்கொண்டு நடக்கும் போலீஸ்காரன். வேறு ஒரு வீட்டுக்காரி ஒருத்தி அவசரஅவசரமாக ஸ்டோருக்கு ஓடுகிறாள்.

நியூரா சின்னப் பெண். புறா முட்டை மாதிரி நீலம் பாரித்த பெரிய கண்கள். உடம்பு நார் மாதிரி. வெளுப்பேறிய தலைமுடி. கபோலத்தில் நீல ரேகை பின்னல் போடுவது பளிச்சென்று தெரியும். களங்கமற்ற குணம் அவள் முகத்தில் உறைந்துருகிக் கிடக்கும்.

உச்சியில் செய்துவைத்த சர்க்கரைக் குட்டி மாதிரி அர்த்த மில்லாமல் களங்கமற்றிருக்கும் அவள் நாலு நிமிஷம் ஓய்ந் திருக்கமாட்டாள். மூஞ்சூறு மாதிரி அவள் மூக்கு எதையாவது

ஒன்றை மோப்பம் பிடித்தபடி இருக்கும். ஏதாவது விவகாரம் என்றால் எல்லோருக்கும் முன்பாக அவள் செவியில்தான் விழும். பேச ஆரம்பித்தாலோ பொடுபொடு என்று வறுத்துக் கொட்டுவாள். குழந்தைகள் ஆத்திரத்துடன் பேசும்போது துப்பல் உதடுகளில் கொப்புளிப்பது போல இவளுக்கும் குமையும்.

எதிரேயுள்ள கண்ணாடிக் கடையிலிருந்து வேலைக்காரன் ஒருவன் சற்று வெளியே வருகிறான். சுருட்டைத் தலையன்; குடியன்; வாலிபன்; மாறுகண் உண்டு. எதிரேயிருக்கும் மது – போஜனக் கடைக்குள் ஓடுகிறான்.

"புரோகார் இவானோவிச்! புரோகார் இவனோவிச்! இது வேணுமா?" என்று கூப்பாடு போடுகிறாள் நியூரா.

"நம்ம வீட்டுக்குத்தான் வந்துவிட்டுப் போங்களேன்" என்று ஒத்துப் பாடுகிறாள் லியூப்கா.

நியூரா கனைக்கிறாள். தொண்டை முட்டும்படி அப்படி கொந்தளித்துக்கொண்டு வருகிறது சிரிப்பு.

"குளிருக்கு வெதுவெதுப்பாக இருக்கு" என்று மற்றொரு அஸ்திரம் தொடுக்கிறாள் லியூப்கா.

முன்வாசல் கதவு திறக்கிறது. பெரிய எஜமானியம்மா நிலையை அடைத்து நிற்கிறாள்.

"சீ! என்னடி அவமானமாக இருக்கு" என்று இரைகிறாள் கம்பீரமாக. "பகலிலே தெரு வாசல் பக்கம் வரவேண்டாம் என்று எத்தனை தரம் மாரடிக்கிறது. அதிலும் இப்படியா இடுப்பிலே முழத்துண்டுகூட இல்லாமே! உங்களுக்கு மானம், நாணம் கிடையாதா? யோக்கியமான பெண்கள் என்றால் இப்படி இந்தக் கோலத்திலே தெருவிலே வந்து நிற்பார்களா? நீங்க என்ன அந்த சிப்பாய் பயல்கள் திரியிர இடத்திலே தொழில் நடத்துகிறதாக ஸ்மரணையோ? இது கௌரவமான வீடு அம்மா; சின்ன யாமா அல்ல!"

குட்டிகள் வீட்டுக்குள் போகிறார்கள். குசினியில் கிடக்கும் விசிப்பலகைமீது உட்கார்ந்து காலை ஆட்டிக்கொண்டு சூரியகாந்தி வித்துக்களைக் கொறித்துக்கொண்டிருக்கிறார்கள்; குசினிக்காரி பிராஸ்கோவ்யா முகத்தில் எள்ளும் கொள்ளும் வெடிக்கிறது.

மங்கா என்று இந்த விடுதியில் ஒரு பெண் உண்டு. அவளைச் சின்ன மங்கா, போக்கிரி மங்கா என்று பட்டப் பெயர் வைத்து அழைப்பார்கள். அவளுடைய அறையில் மற்ற குட்டிகள் எல்லாம் கூடிவிட்டன. அவளும் ஜோ என்ற வேறு ஒரு

குட்டியும் கட்டிலின் விளிம்பில் உட்கார்ந்துகொண்டு சீட்டாடிக்கொண்டிருக்கிறார்கள்.

ஜோ வாட்டசாட்டமான பெண். புருவம் வில் மாதிரி வளைந்திருக்கும். சற்று முன்சாடிய கண்கள் – சற்று சாம்பல் பூத்தவை. பொதுவாக அழகிதான். ரஷ்ய விபசாரி ரகத்தின் பிரதிநிதி என்று சொல்லக்கூடிய முகக் களை. இரண்டு பேரும் 66 விளையாடுகிறார்கள். சின்ன மங்காவின் அந்தரங்க சினேகிதியான ஜென்னி படுக்கையில் படுத்துக் கிடந்து, அலெக்ஸாண்டர் டுமாஸ் எழுதிய 'அரசியின் ஹாரம்' நாவலின் கந்தல் பிரதியொன்றை வாசித்துக்கொண்டிருக் கிறாள். அவளுடைய அதர கோணத்தில் ஒரு சிகரெட் கனிகிறது. அந்த வீட்டிலேயே புஸ்தகப் பைத்தியம் அவள் ஒருத்திக்குத்தான் உண்டு. போதை வேட்டைகளுடன், வர்ஜா வர்ஜமில்லாமல் புஸ்தகங்களை வாசித்துக்கொண்டே இருப் பாள். வலுக்கட்டாயமாக வாசிக்க லபித்த காதல், வீரதீரக் கதைகளால் அவள் மனசு புரையோடிப்போகவில்லை. அவளுக்கு நல்ல சதியாலோசனை, குத்துச்சண்டை, கத்திச் சண்டை விவகாரங்கள் எல்லாம் வருகிற நாவல் என்றால் தான் வெகு பிரியம். ஆனால் பொதுவாக நாளாவிருத்தி விவகாரங்களில் காரியவாதம் பொருந்தியது; வாழ்வின் கசப்பினால் கூர்மை ஏற்று நிர்த்தாட்சண்யமாக வெட்டிவிடும் நடவடிக்கை; பள்ளிக்கூடங்களிலே ஒரே வகுப்பில் இரண் டாவது வருஷம் படிக்கும் தடியனுக்குக் கிடைக்கும் அந்தஸ்து, இவளுக்கு. எல்லோரிடமும் கொடுமை காட்டினாலும் அவர்கள் விருப்பம் மாறாது.

அவள் நெட்டுநெட்டென்று ஒற்றைநாடி தேகம். கண்கள் அழகு குடிகொண்டவை. அதரங்களில் பெருமிதம் மிதக்கும். மேலுதட்டில் பூனை மயிர் அரும்போடியிருக்கும். கன்னம் சற்று ஆரோக்கியக் குறைவைக் காட்டும் சிகப்பேறி இருக்கும்.

சிகரெட்டை உதட்டிலிருந்து அகற்றாமல், கண்களில் புகைபடாதிருக்கமட்டிலும் சிறிது புருவத்தைக் கோணிக் கொண்டு, எச்சில் நனைந்த விரல்களால் பக்கங்களைப் புரட்டிக்கொண்டு போகிறாள். அவளுடைய கால்களில் முழங்கால்வரை ஒன்றும் கிடையாது. விரலும் குதிகாலும் பார்ப்பதற்கு விகாரமாக இருக்கின்றன.

இவளருகில் சற்று முழங்காலை மடித்தபடி அட்ட வணைக்கால் போட்டு உட்கார்ந்து துணி தைத்துக்கொண் டிருக்கிறாள் தமாரா என்ற மற்றொருத்தி. பார்வைக்கு அமெரிக்கையானவள். சுகவாசி. சற்று அழகி. ஆனால் செம்பட்டைத் தலை. அவளுடைய வாஸ்தவமான பெயர்

கிளைக்கெரா; லூகேரியா என்பார்கள் ஏழைப்பட்டோர். ஆனால் வாழையடி வாழையாக இந்த விபசாரக் கிடங்கு களில் இருந்துவரும் தர்மப்படி பட்டிக்காட்டுப் பெயர்கள் யாவும் லாவண்ய லதாக்களாக புனர்நாமகரணம் செய்யப் படுவது போல இவளது பெயரும் மாற்றப்பட்டு தமாரா ஆகியது. ஒரு காலத்தில் இவள் கன்னியாஸ்திரீ மடத்தில் இருந்தவள். கன்னியாஸ்திரீயாக இருந்தாள் என்று சொல்வார் கள். ஒரு வேளை அவள் தீட்சை பெறாதபடி துணைப்பெண் ணாக மட்டும் இருந்திருக்கவும் கூடும். ஆனால் அவள் முகத்தில் மடத்து யுவதிகளின் முகக் களையில் தோன்றும் பசப்பு இன்றளவும் மாறவில்லை. வீட்டிலே மற்ற யாருடனும் ஒட்டி உறவாடாமல் ஒண்டியாக விலகி வாழ்ந்து வந்தாள். தன் பழைய கதைகளை யார் காதிலும் போட்டுவைக்க விரும்பவில்லை. அவளுடைய நிதானமான பேச்சிலே பழமை யின் அந்தரங்கமும் இருப்பும் குற்றமும் பொலியும். நீண்டு படர்ந்த இமை விளிம்புகளில் ஓடி மின்னிச் சுழலும் கருவிழிகள், பூட்டகம் பொலிந்த புன்னகைகள் 'பவித்திரம்' குலையாத வேசை வேட்கைகளை எடுத்துக்காட்டும். அவள் 'ஆஷாடிபூதினி'. ஒரு நாள் இரவு தமாரா சற்றும் தட்டுத் தடங்கல் இல்லாமல் ஜெர்மன், பிரெஞ்சுப் பாஷைகளை சரளமாகப் பேசுவது கண்டு அங்குள்ள பெண்கள் மிரண்டு விட்டார்கள். தன்னுள் ஏதோ பெரும் சக்திகளைக் கட்டிப் போட்டுவைத்திருப்பவள் போலத் தோன்றினாள். வெளிக்குப் பணிவுடனும் இணக்கத்துடனும் நடந்துகொண்டுவந்தாலும், வீட்டிலே எல்லாரும் அவளை ரொம்ப மரியாதையுடனும் மதிப்பு வைத்துமே நடத்திவந்தனர். அந்த வீட்டுக் காவல் காரனான வாசல் காக்கும் படுபோக்கிரி உள்பட யாவருக்கும் அவளிடம் மதிப்பும் மரியாதையும் உண்டு.

"இந்தா வெட்டியாச்சு" என்றுகொண்டே ஜோ துருப்பை இறக்கினாள்.

"உனக்கு நாற்பது வந்துவிட்டது. இதோ 'இஸ்பெட் ஆஸ்' வைத்து பத்து. என் ஆட்டம் முடிந்தது. ஐம்பத்தியேழும் பதினொன்றும் அறுபத்தியெட்டு. உனக்கு என்ன?" என்றாள்.

"முப்பது" என்றாள் மங்கா உதட்டைப் பிதுக்கிக்கொண்டு. தோல்வியால் சற்று கடுப்பு. "உனக்கு ஆட்டம் எல்லாம் நல்லா ஞாபகம் இருக்கு; ஏன் பேசமாட்டே. அதற்கப்புறம் என்ன தமாரா, நீ சொல்லு – நான் விளையாடிக்கொண்டே கேட்கிறேன்" என்றாள்.

சிக்குப் பிடித்த பிசுபிசுக்கும் சீட்டுக்கட்டை ஜோ கலைத்துப்போட்டு மங்காவை வெட்டச் சொல்லுகிறாள்.

அப்புறம் விரல்நுனியில் எச்சிலை நனைத்துக்கொண்டு சீட்டை பிரித்துப்போடுகிறாள்.

தமாரா தையல் வேலை தடைபடாமல் அதிலே ஒரு கண் செல்ல, மான்யாவுக்கு (மங்காவுக்கு) கன்னியாஸ்திரீ மடத்தில் வாழ்வு எப்படி இருக்கும் என்பது பற்றி வர்ணித்துச் சொல்லிக்கொண்டே வருகிறாள்.

"மாதா கோவிலில் உள்ள பலிபீடத்தின் விரிப்புக்கும் பிஷப்புடைய மேலங்கிகளுக்கும் ஜரிகைப் பூ வேலை செய் வோம். விளிம்புகளில் புல் மாதிரியும் பூங்கொத்து மாதிரியும் சின்னச்சின்ன சிலுவைகளும் வரைந்து தைப்போம். மாரிக் காலம் வந்துவிட்டாலோ ஜன்னல் விளிம்பில் உட்கார்ந்து கொண்டு தைப்போம். கண்ணாடிச்சில்லுகளும் ரொம்பவும் சின்னதாக இருக்கும். நன்றாக வெளிச்சம் வராது. விளக்கிலே ஊற்றியுள்ள எண்ணெயின் நாற்றமும் தீபாராதனை வாசனை யும் எங்கும் கமழும். சும்மா பேசிக்கொண்டு இருக்கக்கூடாது. கன்னியாமடத்து பெரியதாயி ரொம்பக் கண்டிப்பு. யாருக்கும் சோர்வு தட்டிவிடும். தன்னை மறந்து வாய், 'உனது மோட் சத்தை நான் சிந்திக்குமிடத்து...' என்ற பாட்டை முணு முணுக்க ஆரம்பித்துவிடும். நாங்கள் எல்லோருமே அங்கே நன்றாகப் பாடுவோம். பொதுவாக அங்கே அமைதியான வாழ்க்கை. நாலு பக்கமும் நல்ல வாசனை. வெளியில் ஏறிட்டுப் பார்த்தால் பனி உறைந்து செதில்செதிலாக விழுந்து கொண்டிருக்கும். இப்பொ நினைச்சா எல்லாம் ஏதோ சொப்பனம் மாதிரி இருக்கு...."

ஜென்னி புஸ்தகத்தை வயிற்றின்மேல் சாயவைத்துக் கொண்டு சிகரெட் கட்டையை ஜோவுடைய தலைக்கு மேலாக எட்டி விசிறி எறிந்துவிட்டு, வெகு கிண்டலாக, "உங்க ளுடைய அமெரிக்கையான வாழ்வு எல்லாம் எங்களுக்குத் தெரிந்ததுதான்; பிறந்த பிள்ளைகளை எருக்கிடங்கில் வீசுகிறது தானே? உங்களுடைய பவித்திரமான இடங்களில்தான் சாத்தான் எப்பொழுதும் சுற்றித் திரிந்து வருகிறான்" என்று சொல்லுகிறாள்.

"நான் நாற்பது கொள்வேன்; கையிலே நாற்பத்தியாறு இருக்கு. நான் ஜெயிச்சாச்சு" என்று உற்சாகமாகக் கை தட்டு கிறாள் மங்கா. "ஆரம்பிக்கிறப்பவே கையிலே மூணுதான் இருந்தது."

ஜென்னியின் வார்த்தைகளைக் கேட்ட தமாரா முகத்தில் பட்டும்படாததுமாகப் புன்சிரிப்பு நெளிந்து மறைகிறது. உதட்டசைவினால் ஏதோ பதில் சொல்லுகிறாள். இந்த

நிலையில் இவளுடைய அதரகோணங்களிலே ஒரு அபூர்வ மான பவித்திரமான கபடு தலைநீட்டும் ஒரு களை சுழிக்கிறது.

“சாதாரண ஜனங்கள் கன்னியாஸ்திரீகளைப் பற்றி எத்தனையோ சொல்லுவார்கள். எப்போதோ ஏதோ பாவம் ஏற்பட்டாலும் . . .” என்கிறாள் தமாரா.

“பாவம் என்று நினைத்தால்தானே மன்னிப்புக் கேட்க வேண்டும்; பாவம் இல்லையென்றால் மன்னிப்பும் வேண் டாம்” என்கிறாள் ஜோ. உதட்டருகில் விரலை வைத்து நனைத்துக்கொள்கிறாள்.

“கண் பூத்துப் பார்வையில் பொறி தெறிக்கும்வரையில் உட்கார்ந்தே தைக்க வேண்டும். காலையிலே ஜெபத்துக்கு எழுந்ததால் ஏற்பட்ட முதுகுவலியும் கால்கடுப்பும் இருந்து கொண்டே இருக்கும். சாயங்காலம் ஆனால் மறுபடியும் பிரார்த்தனை உண்டு. பெரியதாயி கிருஹத்து வாசலில் போய் நின்றுகொண்டு கதவைத் தட்டி, ‘கடவுளே, தந்தையே, உம்முடைய பக்தர்களின் பிரார்த்தனையால் எங்கள்மீது கிருபை கூறும்’ என்று சொல்லுவோம். அவள் உள்ளிருந்த படியே ‘ஆமேன்’ என்று அடித்தொண்டையில் பொருமுவாள்.”

ஜென்னி அவளையே வெகுநேரம் இமை கொட்டாமல் பார்த்திருந்துவிட்டு, “நீ அதிசயமான பெண், தமாரா. பார்க்கப் பார்க்க ஆச்சரியமாகத்தான் இருக்கு. இந்த முட்டாள்கள் ஏன் காதல் நாடகம் ஆடுகிறார்கள் என்பது இப்பொழுதுதான் புரிகிறது. அதில்தான் அவர்களிடம் அசடு வழிகிறது. ஆனால் நீ? நீதான் எத்தனை வெள்ளத்தில் உருண்டோடி எத்தனை காட்டில் ஒதுங்கியோ வந்திருக்கிறாயே? நீயும் ஏன் இந்த முட்டாள்தனத்துக்கு இடம் கொடுக்கிறாய்? இந்த ஷர்ட்டுக்கு ஏன் பூ வைத்துத் தைக்கிறாய்?”

தமாரா ஆரஅமர சட்டையை உறுதியோடு முழங்காலின் மேல் நிற்பதற்காக ஒரு ஊசியை வைத்துக் குத்திவிட்டு தையல் வரிசையை அங்குஸ்தான் வைத்து தேய்த்து சமன் செய்துவிட்டு, கண்களை நிமிர்த்தாமல் தலையைச் சற்று கோணலாகச் சாய்த்தபடி, “பொழுது போகிறதற்கு எதையாவது செய்யத்தானே வேணும். சும்மா யாராலே இருக்க முடியும்? எனக்கோ சீட்டாடப் பிடிக்கவில்லை” என்றாள்.

ஜென்னி மீண்டும் தலையை அசைத்துவிட்டு, “வாஸ்த வத்தில் பார்க்கப்போனால் நீ அதிசயமானவள்தான். எங்கள் எல்லாரையும்விட உனக்குத்தான் நல்ல வருமானம். அந்தப் பணத்தை வைத்துக் காப்பாற்றாமல் நீ முட்டாளாட்டம் என்ன செய்கிறாய்? பாட்டில் ஏழு ரூபிள் விலையில் வாசனை

வாங்குகிறாய். அது யாருக்கு வேணும். இப்பொழுது என்னடா என்றால் பதினைந்து ரூபிள் கொடுத்து பட்டு வாங்கியிருக் கிறாய்? உன்னுடைய செங்காவுக்குத்தானே?"

"ஆமாம், ஸெனச்சாவுக்குத்தான்."

"ஆமாம், போயும்போயும் அதிசயமான பொக்கணத்தை எப்படித்தான் தேடிப்பிடித்துவிட்டே. அவன் என்னடா என்றால் வீராதி வீரன் மாதிரி வீட்டுக்குள்ளேயே சவடால் பண்ணிக்கொண்டு வருகிறான். அந்தப் பயல் ஏன் இன்னும் உன்னை அடிக்க ஆரம்பிக்கவில்லை. அந்தத் திருட்டுப்பயல் களுடைய குணமே அதுதான். அவன்தான் உன் கையிலிருக் கிறதையெல்லாம் உறிஞ்சிக்கிட்டிருக்கிறானே, பயமில்லை?"

"நான் எவ்வளவு கொடுக்க ஆசைப்படுகிறேனோ அதற்கு மேல் ஒரு சல்லிக்காசு நான் கொடுக்கமாட்டேன்" என்று நிதானமாகச் சொல்லிவிட்டு நூலைப் பல்லிடையில் வைத்து இரண்டு இரண்டு துண்டாகக் கடித்துத் தறிக்கிறாள் தமாரா.

"இப்படிக் கண்டால்தான் எனக்கு அதிசயமாக இருக்கு. உன் புத்தியும் அழகும் எனக்கு இருந்தால் வருகிற பயலைக் குழையடித்து என்னைத் தனியாக வைத்து ராஜாத்தி மாதிரி நடத்தும்படி செய்வேன். நாலு குதிரை சாரட்டில் போவேன். வைரமா வாங்கி அணிந்துகொள்வேன்."

"அவாளவாளுக்கு எது பிரியமோ அதுபடி. ஸெனச்சா, நீயும் அழகிதான். நாலுபேரை உதறியடித்துப் பேசும் தைரியம் உனக்கு இருக்கு. அப்படியிருந்தும் நீயும் நானும் அன்னா மார்க்கோவ்னா வீட்டில்தான் சிக்கிக்கிடக்கிறோம்."

ஜென்னிக்கு ஆத்திரம் பொங்குகிறது. உள்ளத்துக் கசப்பை ஒருமித்துக் கொட்டுகிறாள். "ஆமாம்! ஏன் இருக்கப்படாது! வருகிறதெல்லாம் ஒங்கிட்டத்தான் வருது . . . பசையுள்ள நபர் எல்லாம் ஒங்கிட்டத்தான் வருகிறான். உனக்கு அவர்கள் எல்லாம் வேண்டாம். எங்கிட்ட வாய்க்கிறதெல்லாமோ பசலை களும் நைந்துபோன பூஞ்சல்களும்தான். எனக்கு அதிர்ஷ்ட மில்லை. ஒன்றிற்கு இருமலும் இளைப்பும், இன்னொன்றுக்கு வாயில் பால் மணம் நாறுகிறது. இந்தச் சின்னப்பசங்களைக் கண்டால்தான் எனக்குக் கட்டோடு பிடிக்கிறதில்லை. அந்து மூஞ்சூறு வருகிறது; அவசரஅவசரமாக முன்போகம் தள்ளிவிட்டு அப்புறம் முழிச்சிக்கிட்டு நிற்கிறது. கழுதையைக் காதைப் பிடித்து இழுத்துக்கொண்டுபோய் வெளியே தள்ளி விடலாமென்று வரும். நம் கையிலே நோட்டை எடுத்துக் கொடுக்குமுன் அதை சட்டைப்பைக்குள் வைத்து உள்ளங் கைக்குள் அடக்கிக்கொண்டே நிற்கிறான். வெதுவெதுப்புடன்

வியர்வையோடி கிடக்கிறது. வீட்டிற்குச் சாமான் வாங்க இனாம் கொடுக்கும் காசில் குட்டிக்கி என்று பயல் மீத்துத் தருகிறான். இரண்டு மூன்று நாளைக்கு முன் பட்டாளத்துப் பள்ளிக்கூடத்துப் பயல் ஒருத்தன் என்னிடம் வந்திருந்தான். அந்தப் பய முகத்தில் காறித் துப்புவதற்குப் பதிலாக, 'இந்தா பாப்பா பெப்பரமெண்டு. போரப்போ வாயில் போட்டுக்கோ, பட்டாளத்தில் சேர்ந்துகொண்டு சப்பிக்கொண்டே நட' என்றேன். முதலில் பயலுக்குக் கோபம்வந்தது. அப்புறம் வாங்கிக் கொண்டான். அப்புறம் அந்தப் பயல் வெளியேறி நடக்கும் போது ஒண்டி நின்று பார்த்தேன். கொஞ்சதூரம் நடந்து போனதும் சுற்றுமுற்றும் திரும்பிப் பார்த்துவிட்டு பெப்பர் மெண்ட்டை வாயில் லபக்கென்று போட்டுக்கொண்டது அந்தப் பன்றி."

"ஆனால் கிழட்டுப் பிணங்கள் அதைவிட மோசமாச்சே" என்றுகொண்டு சின்ன மங்கா குறும்புடன் ஜோவை ஏறிட்டுப் பார்த்தாள். "நீ என்ன நினைக்கிறாய் ஜோயங்கா" என்று கேட்டாள்.

ஜோ ஆட்டத்தை முடித்துவிட்டு சோம்பி இருப்பதால் கொட்டாவிவிட எத்தனித்தாள். இனிமேல் நினைத்த நேரத்தில் கொட்டாவி விடுவதென்றால் கொஞ்சம் சங்கடம். நாலுபேர் மத்தியில் உட்கார்ந்துகொண்டு தூங்கிவழிந்துகொண்டிருக்க முடியுமா? கோபப்படுவதா, சிரிப்பதா என்று அவளுக்குத் தோன்றவில்லை. அவளுக்கு ஸ்திரமாக ஒரு வாடிக்கைக்காரர் உண்டு. பெருங்குடும்பமும் உயர் பதவியும் வகித்து நடத்தும் கூனிக்குறுகிய தொண்டு கிழம் அது. அந்த நபருக்குக் காம வேட்கை எல்லாம் கொஞ்சம் வக்கிரமான திசையிலேயே செல்லும். அந்த நபர் வந்துபோவது குறித்து அந்த வீடு முழுவதுமே அவளைக் கேலி பண்ணிக்கொண்டிருக்கிறது.

ஜோ, ஒரு மட்டாக வாய் திறந்து மனம் ஒப்ப கொட்டாவி விட்டுவிட்டு, "நீங்கள் எல்லோரும் நாசமாப்போக, உங்க ளோடு அந்தக் கிழட்டுக்கட்டையும் நாசமாப்போக" என்று ஆசீர்வதிக்கிறாள்.

ஜென்னி மறுபடியும் தன் வேப்பங்காய்ப் புராணத்தைத் தொடர்ந்து விடுகிறாள். "ஜோயங்கா, உன்னுடைய கிழடும் எங்கிட்ட வரும் வாண்டு பயல்களும்விட நீங்கள் வைத்துக் கொண்டிருக்கும் வைப்பு ஆமக்கண்டார்களும்தான் படுமோச மாக இருக்கிறார்கள். இதில் என்ன இன்பம் இருக்கிறதோ? இந்தக் குடிகார வெறியர்கள் உங்களைப் பரிசி கெடுத்து விடுவது தவிர இதில் வேறு என்ன இருக்கிறது? மூஞ்சியோ குரங்கு; உடம்பெல்லாம் தழும்பு; அந்தப் பயல்கள்

அந்தஸ்தெல்லாம் அவன் உடம்பில் கிடக்கிற பட்டுச்சொக்காயை வைத்துத்தான். தமாரா பின்னல் போட்டுத் தைத்துக் கொடுக்கும் பட்டுச்சொக்காயைத் தவிர வேறு ஒரு புண்ணாக்கும் கிடையாது. சண்டை, லடாய் இதைத் தவிர வேறு ஒன்றும் தெரியாது, சீ!" என்று ஆவேசமாகப் பேசினாள். உடனே அவள் குரல் கடுப்பு மாறியது. கலகலப்புடன் ஆசையூட்டும் வெறி கலந்த குரலில், "எனக்கு ஒருத்தியே ஒருத்தி உண்டு. என் ஆசைக்கு ஏற்ற கண்ணு மனெச்சா" என்று கொஞ்சிக் குலாவியவண்ணம் தோளையும் மார்பையும் பற்றிச் சின்ன மங்காவைத் தன் வசம் இழுத்து படுக்கையில் கிடத்தி, கண் முகம் மூக்கு என அபேதமாக மூச்சுத் திணறும்படி முத்தமிட்டு அழுத்தினாள். சின்ன மங்கா வெகு சிரமத்துடன் தன்னை விடுவித்துக்கொண்டாள். வெட்கமும் சிரிப்பும் அவள் முகத்தைக் கன்னவைத்தது.

"சும்மா இரு ஜென்னச்சா, விடு, என்ன செய்கிறாய்? என்னை விடு" என்று சொல்லிக்கொண்டு மங்கா அவளிட மிருந்து தப்புகிறாள்.

அங்கேயுள்ள குட்டிகளில் ரொம்பவும் அமெரிக்கையானவள் சின்ன மங்கா. யாரிடமும் சௌஜன்யமாகப் பழகி அவரவர் போக்குக்குகந்தபடி நடப்பவள் சின்ன மங்கா. இதனால் யாவரும் அவளை ரொம்பவும் ஆதரவுடன் நடத்துவார்கள். எந்த அற்ப காரியமானாலும் அவளுடைய முகம் வெட்கத்தால் சிவந்துவிடும். இம்மாதிரி நாணச் சிவப்பு பெற்ற அவளுடைய முகலாவண்யம் அதிகப்படுகிறதே ஒழியக் குறையாது. இந்த அமெரிக்கையான பெண்ணை பஜாரியாக்கி விடும் மூன்று நான்கு கிளாஸ் ஒயின். முகம் ரௌத்திராகாரமாக மாறி, தலை மயிர் பம்பையாகச் சிலிர்த்துக்கொண்டு நிற்கும். இந்த நிலையில் இவள் கைக்கு அகப்பட்டதையெல்லாம் போட்டு உடைத்து ஏக ரகளை செய்துவிடுவாள். நாலைந்து பேர் சேர்ந்து கட்டிப்பிடித்து – சில சமயங்களில் போலீஸார் தலையீடுகூட அவசியமாகிவிடும் – போதை தெளியும்வரையில் பந்தோபஸ்தில் வைக்கவேண்டியிருக்கும். இந்தப் பெண்ணிடம் ஜென்னிக்கு ஓர் ஆபூர்வக் காதல் உண்டு. தனக்கு அடங்கிய, தன் விருப்பத்தில் சிக்குண்ட ஒருத்தியாக இவளை ஜென்னி நடத்தி வருகிறாள்.

கூடத்து முடுக்கு வழியாக ஓடிவந்த ஜோஸியா, "சாப்பிட வாருங்கள் அம்மா, சாப்பிட வாருங்கள்" என்று குரல் கொடுக்கிறாள்.

குட்டிகள் எல்லாம் மறுபடியும் குசினிக்குச் செல்லுகின்றனர். அதே நிலைகுலைந்த ஆடையுடன்தான் நடமாடுகின்றனர்.

உணவு ருசி திகட்டுவதுதான். இருந்தாலும் இவர்களுக்குப் பசியில்லை. சரியான தூக்கம் இல்லாததாலும், சற்றும் உடல் உழைப்பு இல்லாமல் உட்கார்ந்திருந்தபடியே காலத்தைப் போக்குவதாலும், இது தவிர பள்ளிக்கூடத்துப் பெண்கள் போல் பட்சணக் கடைகளிலிருந்து எதையும் வேளையற்ற வேளைகளில் வாங்கிச் சாப்பிடுவதாலும் இவர்கள் பசியைப் போக்கடித்துக்கொள்ளுகின்றனர்.

கிராமத்துப் பெண்களிடம் காணும் பேய்ப்பசி இவர்களை விட்டு அகன்றுவிட்டது. நீனா என்ற குட்டிக்குத்தான் சாப் பாட்டிலே பிரேமை அகலவில்லை. இரண்டு மாதங்களுக்கு முன்தான் இவளை வர்த்தக ஏஜன்ட் ஒருவன் தன் வசப்படுத்தி, போகம் தெகட்டியதும் இவளை விபசாரக் கிடங்கில் விற்று விட்டுச் சென்றுவிட்டான். இவள் ஒருத்திதான் வாட்டசாட்ட மாக உட்கார்ந்து சாப்பிடுகிறாள்.

நாஸுக்காக, வேண்டா வெறுப்புடன் சாப்பாட்டைக் குதறிக்கொண்டிருந்த ஜென்னி, மாய்மாலக் கரிசனையுடன் “பெக்லூஷா நல்லா சாப்பிடம்மா, சங்கோஜப்படாதே. உடம்பை நல்லாப் பார்த்துக்கொள்ள வேண்டாமா?” என்று மற்றக் குட்டிகளைப் பார்த்து, “நம்ம பெக்லூஷா வயிற்றில் ஒரு புழு கிடக்கிறது. புழு இருந்த யாரும் இரண்டாம் சாப்பாடு சாப்பிடுவார்கள். புழுவுக்குப் பாதி, அவாளுக்குப் பாதி” என்கிறாள்.

நீனா கோபமாகக் கனைத்துக்கொண்டு “உனக்குத்தான் புழு கிடக்கிறது. அதனால்தான் நீ ஓட்டெலியாட்டமா இருக்கே” என்று பதில் சொல்லிவிட்டு, சாப்பாட்டில் கருத்தைச் செலுத்தி னாள். வயிறு நிரம்பியதும் இரை விழுங்கிய மலைப்பாம்பு மாதிரி நெளிந்து கொடுக்கிறாள். உரத்த சப்தத்தில் ஏப்பம் விட்டு, விக்கலை அடக்கத் தண்ணீரை மண்டுகிறாள். யாரும் பார்க்காத சமயம் பார்த்து உதட்டின்பேரில் விரல்களால் சிலுவைச் சின்னம் போட்டுக்கொள்ளுகிறாள். வீட்டோடு குடியாக இருந்த காலத்திலேயே ஏற்பட்ட பழக்கம்.

மீண்டும் ஜோஸியா குரல் கேட்க ஆரம்பித்தது.

“அலங்காரம் செய்யுங்கோ அம்மாமாருங்களே, வீணாகப் பொழுதைக் கழிக்க வேண்டாம், நேரமாயிடுச்சு” என்று கத்துகிறாள்.

சில நிமிஷங்களில் வீடு முழுவதும் ஸோப்பு நாற்றமும் யூடிகோலான் நறுமணமும் தலைமயிர் பொசுங்கும் (சுருள வைப்பதால்) நெடியும் கலந்து வீசுகிறது.

குட்டிகள் தொழிலுக்காக வேஷமிடுகின்றனர்.

4

பொழுது மயங்கி அந்திமாலையும் வந்தது. உத்தரப் பிராந்தியங்களில் இரவில் வெகுநேரம் கழித்தே இருள் அணுகும். அதன் பிறகு வெதுவெதுப்பு படியாத காரிருளும் வந்தது. ஆனால் நடுநிசிவரையில் செவ்வானம் திசைக் கோணத்தில் கனிந்துகொண்டே இருந்தது. காவல்காரன் ஸிமியோன் முன்கூடத்துச் சுவரில் வரிசையாக உள்ள விளக்கு களை ஏற்றிவிட்டான். ஸிமியோன் ஒற்றைநாடி ஆசாமி; முகத்தில் கடுப்பும் அம்மை தழும்பும் குடியேறி இருக்கும். ஒற்றைநாடியானாலும் கட்டைகுட்டையான ஜவான். தலை வழுக்கை. மீசை விளிம்பில் தழும்பும் விழுந்ததினால் திட்டு திட்டாக வளர்ந்து விகாரமாக இருக்கும். கருமையும் திமிரும் குடிகொண்ட கண்கள். பட்டப்பகலில் அவனுக்கு வேலை கிடையாது. படுத்துக்கிடந்து உறங்குவான். ஆனால் இரவில் வேட்டை நாய் மாதிரி வாசலில் உட்கார்ந்து கிடப்பான். வாடிக்கைக்காரர்கள் வந்தால் அவர்களுக்கு மழைக்கோட்டு களை அகற்றிவிடவும் போட்டுக்கொள்ளவும் ஒத்தாசை புரிவான். கலாட்டா ஏற்பட்டால் கைகொடுக்கத் தயாராக இருப்பான்.

நேரமும் ஆயிற்று. பியானோக்காரனும் வந்தான். நெட்டையாக வளர்ந்த ஷோக்கு ஆசாமி அவன். புருவமும் இமை விளிம்பும் நரையோடிவிட்டது. போதாத குறைக்கு வலது கண்ணில் சதை வளர்ந்துவிட்டது. வாடிக்கைக்காரர் வரும் நேரம்வரை உள்ள அவகாசத்தில் ஸேக் – வாக் என்ற நாட்டியத்துக்கு மெட்டு வாசிக்க ஐஸாயஸாவ்விச்சுக்கு கற்றுக்கொடுத்துக்கொண்டிருக்கிறான். இந்த நாட்டியம் இப்பொழுது பிரமாதமாக வந்த புது மோஸ்தராக எல்லா இடங்களிலும் அமளிபடுகிறது. வாடிக்கைக்காரர்கள் நாட்டிய மெட்டு வாசிக்கச் சொன்னால், சாதாரண நாட்டியம் என்றால் முப்பது கோப்பெக்குகள், குவாட்ரில் (ஒருவிதமான நாட்டியம்) என்றால் அரை ரூபிள். இந்த வருமானத்தில் பாதி வீட்டு எஜமானியம்மாள் அன்னா மார்க்கோவ்னாவுக்கு. இப்படியாக வருமானத்தில் கால்வாசிதான் பியானோக்கார னுக்குக் கிடைக்கும். இது அநியாயம்தான். ஏனென்றால் ஸாவ்விச் சுயபோதனையின் விளைவாக வாசிக்க ஆரம்பித்து விடுவதாலும் சங்கீதத்தைப் பொறுத்தவரை அவனுக்கும் மரக்கட்டைக்கும் யாதொரு வித்தியாசமும் இல்லாதிருப் பதாலும் இது அநியாயந்தான்.

இவனுக்குப் புது மெட்டுகள் கற்றுக்கொடுத்து கச்சேரியில் வாசிக்கும்போதெல்லாம், அவன் போடுகிற சப்தங்களை

பியானோ அமளியால் மறைத்துவிட வேண்டிய கட்டாயம் லபித்திருக்கிறது. இந்த பியானோ வாத்தியக்காரனைப் பற்றி குட்டிகள் தம்மிடம் வரும் வாடிக்கைக்காரரிடம் அந்த வாத்தியக்காரரின் சாதுரியத்தைப் பற்றி பெருமைப்படுத்திக்கொள்வார்கள். கண் ஊனமாகாதுபோனால் அவர் உயர் பதவியில் எட்டாக்கிளையில் இருக்க வேண்டும் என்பார்கள். தவிரவும் அவன் யூதன் என்ற இழுக்கு அவனைத் தொடருகிறதாம். இந்த மாதிரியான இடங்களிலும் நாடகக் கம்பெனிகளிலும் காணும் போலிப்பரிவுடன் குட்டிகள் இவனிடம் நடந்து கொள்வார்கள்.

பொதுவாக அசுசியான வார்த்தைகளும் உன்மத்த உணர்ச்சிகளும் வெளிக்குக் கடுமையும் தென்படும். இந்த விடுதிகளிலும் பெண்களுக்கென்று பிரத்யேகமாக உள்ள சிறைக்கொட்டடிகளிலும் இப்படித்தான் இருக்கும் என்று சொல்வார்கள்.

அன்னா மார்க்கோவ்னா வீட்டில் யாவரும் அலங்காரம் பண்ணிக்கொண்டு 'விருந்தாடி' வருகிறவர்களுக்காக எதிர் பார்த்து, செயலின்மையால் துவளுகின்றனர். பெரும்பான்மை யான பெண்கள் தம்தம் காதலர்களைத் தவிர மற்ற ஆண்களிடம் அடியோடு அசிரத்தை வைத்தே நடப்பது வாஸ்தவமாயினும், ஒவ்வொரு நாளும் அவர்கள் உள்ளத்திலே புரியாத, உரு வெடுக்காத நம்பிக்கைகள் தழைக்க முயலுகின்றன. தம்மை யார் அழைக்கப் போகிறார் என்பது தெரியாது. ஏதாவது அதிசயமாக வேடிக்கையாக கவர்ச்சியாக ஏற்படாதா, விருந் தாடி வருகிறவன் தெறிகெட்ட தாராள புத்தியால் தம்மைத் திக்குமுக்காட வைத்துவிட மாட்டானா, தம் வாழ்வையே அடியோடு மாற்றிவிடும் அற்புதம் நிகழ்ந்து விடாதா என்றெல் லாம் எதிர்பார்ப்பார்கள். சூது விளையாட்டில் மனம் லயித்து அதுவே தம் ஜீவ லட்சியமாகக் கொண்ட ஒருவன், விளை யாட்டுக்குப் புறப்படுமுன் மடியிலிருக்கும் சில்லரையை எண்ணிப்பார்ப்பது போலத்தான் இதுவும். தவிரவும் இவர்கள் கூலிக்காக போகம் கொடுக்கும் வர்க்கத்தில் மரக்கட்டைகளாக, பால் அற்ற ஜந்துக்களாக இருந்துவந்தாலும் பெண்களின் பிரதான குணம் அவர்களிடம் மடிந்துவிடவில்லை. மற்றவர் களைப் பிரியப்படுத்தி திருப்தி செய்விக்க இவர்களிடமும் ஆசை இருந்துவருகிறது.

இங்கே வருவோர் போவோர் விதத்துக்கும் ரகத்துக்கும் கணக்கில்லை. திடீரென்று போலீஸார் தோன்றுவார்கள். யோக்கியனாகத் தென்பட்ட ஒருவனைக் கழுத்தில் குத்திவிட்டு நெட்டித் தள்ளிக்கொண்டுபோவார்கள். குடிவெறியில்

கலாட்டா செய்யும் கோஷ்டிகளுக்கும் காவல்காரர்களுக்கு மிடையில் சில சமயம் சண்டை ஏற்பட்டுவிடும். பக்கத்து வீட்டுக் காவல்காரர்கள் எல்லாம் ஓடிவந்து அந்த இடத்துக் காவல்காரனுக்கு ஒத்தாசை செய்வார்கள்.

சண்டையிலே பியானோ வாத்தியம், ஜன்னல் கண்ணாடி தொம்சம் அடிப்பதற்கு கைக்கு வாக்காக இருப்பதற்கு நாற்காலிகளைப் பிய்த்து எடுத்து அடித்துக்கொள்வார்கள். நாட்டியத்திற்காக விசேஷமாக மெருகு கொடுத்து மினு மினுக்கப்பட்டிருக்கும் தரையில் ரத்தம் சிந்தும். மண்டை உடைந்தவனும் குடல் சரிந்தவனும் செத்த எலி மாதிரி வெளியே சாக்கடையில் எறியப்படுவார்கள். இந்த மாதிரி கலாட்டா கண்டுவிட்டால் ஜெனச்சாவுக்குத்தான் உற்சாகம். கண்கள் வெறிக்க, தன் பிரஷ்டத்தைத் தட்டிக்கொண்டுவந்து ஏசி சண்டைக்காரர்கள் மத்தியில் போய் நின்றுகொண்டு உற்சாகப் படுத்துவாள். மற்ற குட்டிகள் வேறாகப் போய் கட்டிலடியில் ஒளிந்துகொண்டு கீச்சிட்டுக்கொண்டிருப்பார்கள்.

சமயாசமயங்களில் ஊரைச் சுற்றிக் கொள்ளையடித்த கும்பல் ஒன்று வந்து குடியேறும். தொழிற்சங்கத்தின் பொக்கிஷ தாரரோ அல்லது வேறு பதவி வகிக்கும் அங்கத்தினராகவோ இருந்து மோசம் செய்த பணம் கரியாகும்வரை குடியும் கூத்துமாக ஏக அமளிதான்.

பல்லாயிரக்கணக்கான தொகை சூது விளையாட்டிலும் குடியிலும் காம ஜன்னி கொண்ட கூத்திலும் கரைந்துப் நபரைப் பாழுங்கிணற்றிற்கோ சிறைக்கூண்டு அருகிலோ கொண்டுவந்து நிறுத்தும்வரை வாழ்வின் கோர சூது விளையாட்டு நடைபெறும். அப்பொழுது இரண்டுமூன்று நாட்கள்வரை விடுதிக் கதவும் சன்னல்களும் திக்கென அடைக்கப்பட்டு ஓய்ச்சல் ஒழிவு இல்லாமல் மிருகத்தன்மை வாய்ந்த கூச்சலும் அழுகையும் காட்டி, பெண் சதைக்குப் பையின் மீது அழியாத அழுக்கைச் சுமத்தும். இராத்திரி களிலோ எனில் காமப் பிசாசங்களான மனிதப் பிண்டங்கள் தொந்தி சரிய முழு நிர்வாணமாக இசை என்ற கோரத்துக்கு இசைய உடல் கோணி, நெளிந்து நாட்டியமாடி, ஒயினை மண்டி, கட்டிலிலும் தரைமீதும் உடலைக் கிடப்பில் போட்டு மயங்குவார்கள். அறை முழுவதும் புழுக்கத்தின் வேக்காடும் வியர்வையின் துர்க்கந்தமும் நைந்த உடல் நாற்றங்களும் கலந்து பரிமளிக்கும்.

சமயாசமயங்களில் காமத்தின் தேவை உந்த சர்க்கஸ் வஸ்தாது வருவான், நடு வீட்டுக்குள் சித்தானைக் குட்டி நுழைந்த மாதிரி. அல்லது நீலச் சராயும் வெள்ளை மேல்

ஜோடும் சடைப் பின்னலும் போட்ட சீனாக்காரன். அல்லது நகரத்தில் ஆடும் நாட்டியக் கம்பெனியைச் சேர்ந்த நீக்கிரோக் கருப்பன் – அவன் போட்டிருக்கும் வெள்ளைச் சட்டையில் கரியேறிவிடுமோ என்று குட்டிகள் ஆச்சரியப்பட்டு நிற்கும் படியாக மைக்கறுப்பு நிறத்தோடு – பூவும் புனஸ்காரமுமாக வெள்ளைப் பல்லிளித்து வீட்டுக்குள் ஏறுவதும் உண்டு.

காமம் தெவிட்டிப்போன குட்டிகளுக்கு இந்த மாதிரியான அபூர்வ வருகைகள் உடலிலே துடிப்பையும் உழைப்பிலே ஊக்கத்தையும் ஏற்படுத்தும். தங்களில் வேறு மாதிரியான இந்த அபூர்வங்களின் சுவட்டை பரமபத பக்தன் தெய்வ பாதத்தைப் பின்பற்றுவது போல் தம்முள் அடிபறியுடன் மோகலாகிரி சிறக்கத் தொடர்வார்கள்.

காவல்கார ஸிமியோன் வயது முதிர்ந்த ஒரு நபரை அழைத்துக்கொண்டு வந்தபோதும் அப்படித்தான். அந்த நபர் பார்வைக்குச் செயலுள்ள, சாதாரண, கும்பலில் தென் படும் ஏதோ ஒரு மனிதன் மாதிரிதான் காணப்பட்டான். எலும்பெடுத்து ஒட்டிய முகத்திலே கடுமை இருந்தது. கன்னத்து எலும்புகள் இரண்டு முண்டுகள் மாதிரி துருத்தி நின்றன. சாய்ப்பு இறக்கிய கூரை மாதிரி கவிந்து தொங்கும் புருவம். தாடியோ செதுக்கிவிட்ட முளை மாதிரி. இரண்டு கண்களில் ஒன்று மற்றொன்றைவிடப் பெரிது. அவன் வீட்டுக்குள் நுழைந் ததும் விரலை நெற்றிக்கிடுவது போல் தூக்கி சிலுவைச் சின்னம் போட்டுக்கொண்டான். பிரார்த்தனை செய்வதற்காக நாலு பக்கமும் சூழ கண்களைச் சுழலவிட்டுத் துரு நாடினான். தெய்வச் சின்னமாக சிலை எதுவும் அங்கு இல்லாதது கண்டு மனம் குழம்பி, தட்டுக்கெட்டு முழிக்காமல், அங்கே நின்றிருந்த குட்டிகளில் மிகவும் பருமனானவளிடம் – அவள் பெயர் கிட்டி – தயக்கமில்லாமல் நடந்து சென்று, “வா, போவோம்” என்று உள்வாசலை ஏறிட்டுக் கண்களால் தூண்டிக் காட்டினான்.

இவர்கள் இருவரும் அகலப் போன பிறகு ஸிமியோன் அந்த சமயத்தில் தன்னுடைய ஆசைநாயகியாக இருந்த நையூரா விடம் காதோடு காதாக ஒரு இரகசியத்தைச் சொன்னான். நையூராவும் தன்னுடைய வட்டக் கண்கள் மீதியைக் கொப்பு ளிக்க, தன்னுடைய சகாக்களிடம் ‘உள்ளே போயிருக்கும் பூர்ஷ்வா பெயர் டையசெங்கோ; சென்ற பருவத்தில், கொலை யாளி சமயத்துக்குக் கிடைக்காமற் போனதினால் பதினோரு கலகக்காரர்களைத் தன் கைகளாலேயே தவணை வைத்து இரண்டு நாட்களில் கழுத்தில் சுருக்கு மாட்டித் தூக்கினான்’ என்ற ரகஸியத்தைப் பரிமாறினாள். நினைப்பதற்குக் கோரமாகத் தோன்றலாம். ஆனால் அந்த நிமிஷத்தில் அந்த விடுதியில்

உள்ள சகல குட்டிகளும் அகாத பொறாமை கொண்டதுடன் ரசனை எப்படி இருக்குமோ என்ற நப்பாசை கொண்டனர். அரை மணி நேரம் கழித்து, டையசெங்கோ முன்போலவே அமர்த்தல் குலையாமல், எடுப்பு உலையாமல் அடிமேல் அடிவைத்து வெளியேறும்பொழுது, பவனி வரும் தலைமகன் கண்டு நையும் நங்கைமார் போல் பேச்சற்று, வாய் பிளந்து அவனைக் கண்களால் பருகிக்கொண்டே தெருவாசல் வரை தொடர்ந்து வழியனுப்பினர். பிறகு அவன் தெருவில் இறங்கி நடக்கவும், சாளரத்தில் நின்று கண்கொண்டு தொடர்ந்தனர். பிறகு கிட்டி இருந்த அறைக்குள் அவர்கள் யாவரும் ஓடி அவளை மொய்த்து கேள்விகளால் திக்குமுக்காட வைத்து விட்டனர். படுக்கையில் சரிந்து கிடந்த கிட்டி தடித்துப் பருத்துச் சிவந்த தன் கைகளால் தன்னுடைய மேல்ஜோட்டடி யில் பதுக்கிவைத்திருந்த மேல் வரும்படியை – எண்ணெய்ச் சிக்குப் பிடித்த நோட்டு அது – எடுத்துக் காட்ட இமை கொட்டாமல் அதையே பார்த்தனர். கிட்டிக்குப் புதிதாகச் சொல்ல எதுவும் இருப்பதாகத் தோன்றவில்லை. “எல்லோ ரையும் போல அவனும் ஒரு ஆண்பிள்ளை” என்றாள். ஆனால் வந்தவன் யார் என்பது விவரிக்கப்பட்ட பின்பு, யாது காரணத் தாலோ பலபலவென்று கண்ணீர் உகுத்தாள்.

இந்த மனிதன் – மனித வம்சத்தின் சரிக்குச் சரியான இடத்துக்கு வெகு தொலைவில் நிற்க வேண்டிய ஜந்து, தானே தலையில் அச்சதையை போட்டுக்கொண்டு வந்து சேவை செய்த கொலையாளித் தொண்டன் – அவளை முரட்டுத்தன மாக நடத்தவில்லை. ஆனால் சொட்டுப் பரிவுகூடக் காட்டா மல் எடுப்புக் குலையாமல் மரத்துப்போன உதாசீனத்துடன் மனித வம்சமே நடத்தப்படாத மாதிரியிலே நடத்தினான். நாய்க்கும் குதிரைக்கும், ஏன் ஜடப்பொருளான குடைக்கும் கோட்டுக்கும்கூட மனித சிரத்தை காட்டுவார்கள். அதுகூட இல்லை. தடுக்கமுடியாத கணநேரத் தேவை ஏற்பட அது உபயோகமான பின்பு, தேவை தளர்ந்த பின்பு உபயோகமற்ற வெறுக்கத்தக்க அன்னிய வஸ்துவாகிவிடுவது போல் தேய்த்துப் போட்ட பல்லுக்குச்சி மாதிரி அவளை நடத்தினான். அந்த நினைப்பின் முழு அகோரத்தையும் கொழுப்புப் படர்ந்த மூளை படைத்த கிட்டியால் பூர்ணமாக உணர முடியவில்லை. அதனால்தான் அவள் காரணமில்லாமல் கண்ணீர் உகுத்தாள்.

சக்திக் கூலமான இந்த வாழ்விலே வேறு சம்பவங்களும் இந்தப் பெண்டுகளை அலைக்கழித்தன. கட்டுக்கடங்காத பொறா மையும் அதன் விடிவான துப்பாக்கிச் சத்தமும் உண்டு. சமயாசமயங்களில் இந்த எருக்கிடங்கிலே அபூர்வமான மலர் போல் காதலும் தளிர்க்கும். சமயத்தில் விருப்பத்துக்

கேற்றவன் ஒத்தாசையிலே சில குட்டிகள் ஓடிப்போவார்கள். ஆனால் அவர்கள் எப்பொழுதும் திரும்பியே வருவார்கள். சில சமயங்களில் குட்டிகள் கருவுற்றுவிடுவார்கள். மேலோட்டுக்கு இந்த அபூர்வமான ஆழ்ந்த உலக நியதி வேடிக்கையார்த்தமான, அவமானப்பட வேண்டிய விஷயமாக அங்கு பாராட்டப்பட்டது.

என்ன நேர்ந்தாலும், ஏது விடிந்தாலும், சாயங்காலம் ஆனதும் குளித்து முழுகி மெருகிட்டுக்கொண்டு தொழிலுக்கு ஆஜராகி ஏதாவது அதிசயம் நடந்துவிடாதா, கதிமோட்சம் காண மாட்டோமா என்று எதிர்பார்த்தபடி சித்தவுறுதி இழந்து செயலில் இறங்குவார்கள்.

5

அன்னா மார்க்கோவ்னா விடுதியிலே ஒரு அபூர்வமான சம்பவமும் நிகழத்தான் செய்தது. நிகழ்ச்சியும் ஆரம்பத்தில் விபசார விடுதியிலே தினசரி நடக்கும் சாதாரண நாளா விருத்தி விவகாரமாகத்தான் ஏற்பட்டது. ஆனால் புதிர் போல யாமா வட்டாரத்தில் உள்ள சிந்தனா சக்திகளுக்கு அதீதமான ஒரு கோர முத்தாய்ப்புடன் முடிவடைந்தது.

மாரிக்காலத்திலே, ஒரு நாள் மாலைப்பொழுதிலே – சுமார் மணி ஆறு என்று சொல்லுவோமே – யாரோ முன் வாசலில் மணியைக் கணகண என்று அடித்தார்கள்.

ஸிமியோன் வெளியிலே திடீரென்று சோதனைக்காகவோ அல்லது வேறு காரணங்களுக்காகவோ விரும்பத்தகாத நபர்கள் வந்துவிட்டார்களோ என்று கண்டுகொள்ளப் பார்ப்பதற்குக் கதவிலே இரகசிய துவாரத்தின் வழியாக வெளியே நிற்பது யார் என்பதை ஒண்டி நின்று பார்த்தான். வெளியே ஒரு பெண் உருவம் நின்றிருப்பது அவனுக்குத் தெரிந்தது. கதவைச் சற்று நீக்கிக்கொண்டு “என்ன வேண்டும்?” என்று கேட்டான்.

“எஜமானியம்மாளைப் பார்க்க வேண்டும்.”

“என்னத்திற்கு?”

“காரியமாகத்தான். நானும் இங்கே சேர்ந்து வேலை செய்யத்தான் வந்திருக்கிறேன்.”

அவன் கதவைச் சாத்திக்கொண்டு, எம்மா எட்வர் டோவ்னாவைத் தேடிச் சென்றான்.

வீட்டு நிர்வாகி முதலில், வந்திருப்பவள் யார், என்ன, எப்படி இருக்கிறாள் என்றெல்லாம் அவனிடம் கேட்டாள்.

வந்திருப்பவள் மூஞ்சி எப்படி இருக்கிறது, போலீஸ்காரர் அனுப்பியிருக்கும் வேஷக்காரி மாதிரி தோன்றுகிறதா என்ற தப்பான தன்னுடைய சந்தேகங்களையெல்லாம் விவரப் படியாக விசாரித்தாள். அப்புறம் "சரி, அவளை உள்ளே அழைத்துக்கொண்டு வா. ஒருவேளை தேவைப்பட்டால் ஒத்தாசையாக இருப்பதற்கு நீ அந்த அலமாரிக்குப் பின்புற மாகப் பதுங்கி நின்று கேட்டுக்கொண்டிரு. அவசியமானால் கூப்பிடுகிறேன்" என்றாள்.

அந்த அம்மாள் உள்ளே வந்தாள். நிர்வாகி அவளைத் தன்னுடைய கழுகுப் பார்வை கொண்டு, கண நேரம், பாதாதி கேசம் அளந்துவிட்டாள். தொழில் பழக்கமுள்ளவள் அல்ல. கருப்புப்பட்டு அணிந்திருக்கிறாள். முகத்திலே ஒரு பொட்டு பவுடர்கூடப் பூச்சுக் கிடையாது. ரொம்பவும் நெட்டையல்ல. கண்ணுக்குக் குளுமையான உயரம். கட்டமைப்பு முகத்திலே அழகும் அறிவும் ஜொலித்தன. எப்பொழுதும் முகப்பொலிவு காட்டும் வெட்டுக்கண்கள் – நீலம் தெரிந்தது – எப்பொழுதும் சலித்துக்கொண்டே இருந்தன.

வயது சுமார் இருபது இருக்கும் என்று மனக்கணக்குப் போட்டாள் எம்மா.

"உன் வயசென்ன அம்மா?"

"இருபத்தியாறு."

"இருந்தாலும் களை மாறவில்லையே. துணிமணிகளை கழற்றிவிட்டு அம்மணமாக நிற்பதென்றால் உனக்குச் சங்கோசமா இருக்குமா?"

"எல்லாவற்றையுமா?"

"ஆமாம், எல்லாவற்றையும். உடம்பிலெ பொட்டு துணி கிடக்கப்படாது."

"அதற்கென்ன, சந்தோஷமா."

அவள் அப்படியே முழு நிர்வாணமாக நின்றாள். சற்றும் சங்கோஜப்படாமல் நின்றாள்.

"இப்படி மனசிருப்பது உனக்குத்தான் நன்மை" என்று அவளைப் பாராட்டினாள் எம்மா. "பெண்கள் சாதாரணமாக ஆண்கள் முன்னிலையில் என்றால் சங்கோஜமில்லாமல் நிற்கிறார்கள். பெண்களின் முன்னால் என்றால் சங்கோஜம் வந்துவிடுகிறது" என்று சொன்னாள்.

பிறகு எம்மா கசாப்புக்காரன் ஆட்டுக்கிடாவைச் சந்து துடைகளைப் பிடித்துப் பார்த்து மதிப்புப்போடுவது போல் வந்தவளைப் பரிசோதித்தாள்.

இன்னும் உடல் வாடவில்லை. முகக்கட்டு தளரவில்லை. துடைச்சதை நல்ல உறுதியாகத்தான் இருக்கிறது. ரஷ்ய பாஷையில் வைசூரி, பரங்கிப் புண் விவகாரங்களுக்குப் பதப் பிரயோகம். கெட்டி சீக்கு அடையாளம் ஒன்றுமில்லை. "வைத்தியர் பரிசோதனை சொல்வதுதான் முடிவு. அதற்கு முன்னால் உன்னிடம் ஒரு கேள்வி மட்டும் கேட்கிறேன். உன் பல்லைப் பார்ப்போம். ஒன்றுதான் பொய்ப் பல்லா? சரி உடைகளைப் போட்டுக்கொள்" என்றாள் எம்மா, தன்னுடைய பரிசோதனையை முடித்துக்கொண்டு.

"சரி, என்னைப் பிடித்திருக்கிறதா? நான் ஏற்குமா?" என்று கேட்டாள் வந்தவள்.

வீட்டு நிர்வாகி புன்சிரிப்பு சிரித்தாள்.

"நீ தரமான குட்டிதான். இன்னொரு சங்கடம் இருக்கிறது. சுயேச்சையிலிருந்து பழகிய பெண்கள் என்றால் எங்களுக்கு அச்சம். அவர்களை எடுத்துக்கொள்ளுமுன் எங்களுக்கு எப்பொழுதும் பயந்தான்!"

"ஏன் அப்படி வலுக்கட்டாயத்தின்பேரிலா நான் இங்கு வந்திருக்கிறேன்? என் இஷ்டத்தில்தான் நான் இங்கு வந்திருக் கிறேன்."

"நீ சொல்வது வாஸ்தவம் என்றே வைத்துக்கொள்வோம். சொந்தக்காரர்கள் என்று நாலுபேர் பின்னுக்கு உன்னைத் தொடர்ந்துகொண்டு தேடுவது என்று நிச்சயித்துவிடுவார்கள். நீ உன்னுடைய சிநேகிதி யாருடனாவது கடிதம் எழுதத் தொடங்குவாய். இந்த வீட்டுக்கு வருகிறவர்களில் யாராவது உனக்குச் சொந்தமோ தெரிந்தவர்களாகவோ இருக்கும். அவர்கள் உன்னை அடையாளம் கண்டுகொள்ளக்கூடும். இப்படிப் பலவான சங்கடங்கள் இதில் உண்டு."

"அதைப் பற்றிக் கவலை வேண்டாம். இந்த வட்டாரத்தில் என்னை யாருக்குமே தெரியாது. எனக்குப் பூர்வீகம் பீட்டர் ஸ்பர்க். நான் இதற்குமுன் இந்த ஊருக்கு வந்ததே கிடையாது" என்றாள் வந்தவள்.

"அப்படியும் இருக்கலாம். இருந்தாலும் இன்னும் ஒரு சந்தேகமும் இருக்கிறது. உன்னைப் பார்த்தால் பெரிய குடும் பத்துப் பெண் மாதிரி தெரிகிறது. பெரிய இடத்து சொந்தக் காரர் இருக்கலாம். பிள்ளைகுட்டிகள் இருக்கலாம்" என்று மற்றொரு சந்தேகத்தை எடுத்து வீசினாள் எம்மா.

"அப்படியெல்லாம் கிடையாது. இந்த லோகத்திலே எனக்கு உற்றார் உறவினர் கிடையாது. சொந்தக்காரரோ குழந்தை

குட்டிகளோ இல்லை. புருஷனைவிட்டு விவாகரத்து செய்து கொண்டு வெகுகாலமாச்சு. பேச்சை நீடித்துக்கொண்டு போவதில் எனக்கு விருப்பமில்லை. முன்கூட்டியே உன் நிபந்தனைகள், கட்டுப்பாடுகள், கண்டிப்புகள் எல்லாவற்றையும் ஒப்புக்கொள் கிறேன். ரொம்பவும் ஜரூராக, பணிவாக, மரியாதையாக நான் உன்னோடிருந்து வேலை பார்க்கிறேன்" என்றாள் வந்தவள்.

"உன் வாக்குறுதிகளை எல்லாம் கேட்கச் சந்தோஷமாகத் தான் இருக்கிறது. நீ அதன்படி நடப்பாயானால் இரட்டிப்புச் சந்தோஷம். நீ சுயேச்சையில் பழகியவள். உனக்கு எங்கள் கண்டிப்புகள் எதுவும் தெரியாது. அதனால்தான் அவசரப் படுகிறாய்" என்றாள் எம்மா.

"உதாரணமாக. . . ."

"உதாரணமாக உன்னுடைய பிரயாணச்சீட்டை வாங்கி போலீஸாருக்கு அனுப்பிவிடுவோம். அதிருக்கட்டும். உன்னிடம் பிரயாணச்சீட்டு இருக்கிறதா?"

"ஆமாம், இருக்கிறது. இப்பொழுதே நீ வாங்கிக்கொள்ளு கிறாயா?"

"அது சரியான சீட்டுத்தானா அல்லது. . . ."

"அது போலியல்ல, ரொம்பவும் ஒழுங்கான பிரயாணச் சீட்டு."

"இந்தச் சீட்டு இருப்பதால் எவ்வளவு குணமிருக்கிறது தெரியுமா? அதை வாங்கிக்கொண்டு அதற்குப் பதிலாக மஞ்சள் டிக்கட் என்று சொல்வார்களே அது கொடுக்கப்படும். அதிலே உன் பெயர், உன் தகப்பனார் பெயர், உன்னுடைய குடும்பப் பெயர், கடைசியாக உன் தொழில் எல்லாம் அதிலே பதிவு செய்யப்பட்டு இருக்கும். உன்னுடைய முந்திய பிரயாணச் சீட்டு போலீஸார் வசம் இருக்கும். அதைத் திரும்பவும் வாங்குவது என்றால் ரொம்பவும் கடினம்."

"அதைத் திரும்பவும் வாங்கிக்கொள்ள வேண்டும் என்ற உத்தேசமே எனக்குக் கிடையாது."

"ரொம்ப நல்லது. ஒரு வாரத்துக்கு ஒரு தடவை போலீஸ் வைத்தியர் வந்து உன்னைப் பரிசோதனை செய்வார்கள்."

"அதைப் பற்றிக் கேள்விப்பட்டிருக்கிறேன். முன்ஜாக் கிரதையான ஏற்பாடுதான்."

"நீ சொல்வது போல முன்ஜாக்கிரதையான ஏற்பாடுதான். இன்னும் சொல்ல வேண்டியதெல்லாம் சொல்லிவிடுகிறேன்.

இந்தத் தொழிலில் இறங்கி இருப்பவர்கள் உடம்பை எப்படி பார்த்துக்கொள்ள வேண்டும் என்பதெல்லாம் உனக்குத் தெரியும் என்றே நினைக்கிறேன். அடுத்த நிபந்தனையைப் பார். யார் உன்னைக் கூப்பிடுகிறார்களோ அவர்கள் எப்படி அரோசிகமாக, குமட்டல் எடுக்கும்படி கும்பி நாற்றம் நாறினாலும் அவர்களுடன் படுத்துக்கொள்ள வேண்டும் என்பது வெகு கண்டிப்பு தெரியுமா?"

"அந்த விதி ரொம்பவும் கண்டிப்பு என்பது எனக்குத் தெரியும். அதற்கென்ன? பிடிக்காவிட்டால் கண்ணை மூடிக் கொண்டு முகத்தைத் திருப்பிக்கொள்கிறேன். அவ்வளவு தானே?"

"ஆமாம். ஏறக்குறைய அவ்வளவுதான். இன்னும் சில்லரை விவகாரங்கள் சில பாக்கி. முன்கூட்டியே சகலத்தையும் தெரிந்துகொள்ளுவது நல்லதல்லவா? உனக்கு போதைப்பழக்கம் ஏதாவது உண்டா?"

"ஒன்றுகூடக் கிடையாது. வேடிக்கையார்த்தமாகக்கூட போதை வஸ்துக்கள் எதையும் தொட்டுப்பார்த்தது கிடையாது. அது மற்ற முட்டாள்களை எவ்வளவு படுத்துகிறது என்பது எனக்கும் தெரியும். அவைகளைக் கண்டாலே எனக்கு வெறுப்பு."

"ஒயின் சாப்பிடுவாயா?"

"நாலு பேர் மத்தியில் என்றால் கொஞ்சம் சாப்பிடுவேன். அதாவது யாரும் என்னைக் குஷிப்படுத்தி தூண்டினால் உண்டு. தனியாக எனக்கு அதில் பிரியம் கிடையாது."

"அதுவும் நல்ல பழக்கந்தான். அம்மா இதைக் கேளு. லோகம் தெரிந்தவர்கள் மனசைவிட்டுச் சொல்லுகிற மாதிரி நாம் பரஸ்பரம் பேசிக்கொள்வோம். உனக்குக் குடிப்பழக்கம் இல்லை என்பது நல்லதுதான். எங்கள் விடுதியிலே மது விற்பனை உண்டு. வருகிற பணக்கார நபர்களைப் பணம் செலவு செய்யும்படி வைப்பதில் எங்களுக்கு எப்பொழுதும் சந்தோஷந்தான். அது திறமையைப் பொறுத்தது; பேச்சு சாகசத்தைப் பொறுத்தது. அதனால் உனக்கும் லாபம் – கொள்ளை லாபம். ஒரு பாட்டிலுக்கு 5% உன் பங்கு. தவிர இதில் இன்னும் ஒரு விஷயம் கவனிக்க வேண்டும். இந்தப் போதையால் மனிதனை மிருகப்பிராயத்துக்குக் கொண்டுவந்து விடும்படி அந்த அளவுக்குப் போதை ஏற்றிவிடாது பார்த்துக் கொள்ளும் புத்திசாலித்தனமும் வேண்டும்."

"என்னால் இயன்றவரை உங்களைத் திருப்திபடுத்த முயலுகிறேன்."

“சரி, இன்னும் சில புத்திமதிகளையும் கேட்டுக்கொள். வருகிற நபர்களில் பலர், அசுசிப்படத்தக்க சம்போக வேட்கை கள் கொண்டு உன்னை ரொம்பவும் தொந்திரவுபடுத்தக்கூடும். ஒவ்வொரு தடவையிலும் வாடிக்கைக்காரர் திருப்திப்பட்டு உனக்கு எவ்வளவு பரிசு கொடுக்கிறார்கள் என்பதில் எங்களுக்கு சிரத்தையே கிடையாது. விடுதிக்கு வரவேண்டிய வசூல், அவர்கள் கோரும் உணவு, பான வகைகள் மூலம் வசூலாகி விடுகிறது. அதற்காக வக்கரித்த சம்போக முறைகளுக்கு நீ உன்னை ஆட்படுத்திக்கொள்ள வேண்டும் என்பது கிடையாது. உனக்குப் பிரியமில்லையென்றால் முடியாது என்று தைரிய மாய்ச் சொல்லலாம். நாங்கள் உன்னை அப்படி கட்டாயம் செய்து செய்யத்தான் வேண்டும் என்று வற்புறுத்த மாட்டோம்; வற்புறுத்தவும் எங்களுக்கு உரிமை கிடையாது. சம்பிரதாய சம்போக முறைகளை நீ மறுக்கக்கூடாது என்பதுதான் நமக்குள் ஏற்பட்ட ஒப்பந்தம். அதை நீ மறுத்தால் ஒப்பந்தத் துக்கு மீறி நடந்துகொள்வதாகும். ஆனால் ஒன்று சொல்லி வைக்கிறேன். இந்த வக்கரித்த ஆசை கொண்டவர் ஏராள மாகப் பணம் கொடுப்பார்கள். அவ்வளவும் உனக்குத்தான். எங்கள் வருமானம் எல்லாம் சப்ளை வகையறாவுடன் சரி. இதைப் பற்றி தீர ஆலோசித்து இறங்கு என்று உன்னிடம் சொல்லிவைக்கிறேன்.”

“யோசனை செய்து பார்க்கிறேன். இருந்தாலும் – மனசை விட்டுச் சொல்வதற்கு கோபித்துக்கொள்ளக் கூடாது – எல்லா ரிடத்திலும் வித்தியாசம் பாராட்டாமல் இருந்துகொள்ள வேண்டும் என்பதுதான் எனக்குக் கொஞ்சம் கஷ்டமாக இருக்கிறது. எல்லோரையும் ஒன்றாகப் பாவிப்பதென்றால். . . .”

“உனக்கு எப்படி இருக்கும் என்பது எனக்குப் புரிகிறது . . . உன்னைப் போல அழகிகளிடம் எங்கள் நிபந்தனைகளைச் சற்றுத் தளர்த்திச் சமயாசமயங்களில் தாராளம் காட்டுவோம். இம்மாதிரி நாங்கள் தாராளம் காட்டும்போது நீ போக மறுத்த நபர்மூலம் எங்களுக்கு வழக்கமாகக் கிடைக்கவேண்டிய ‘வரிப்’ பணம் பானவகைச் செலவுக்காக ஐம்பது கோபெக்கு கள் (ரஷ்ய சில்லரை நாணயம்) கொடுக்க வேண்டும். அப்படிச் செய்தால் வாடிக்கைக்காரர்களிடம் நீ வீட்டுக்கு விலக்காக இருக்கிறாய் என்று சொல்லிவைப்போம். அவன் அதற்கு மேலும் முணுமுணுப்பானானால் அச்சடித்த போலீஸ் உத்தர வை அவனிடம் காண்பிப்போம். அதிலே இந்த விவரம் தெளிவாக எழுதியிருக்கிறது. விடுதிக்கு அலங்காரமாக இருந்து அதற்கு கௌரவம் சம்பாதிக்கக்கூடிய பெண்களிடந்தான் நாங்கள் இந்தத் தாராளம் காண்பிப்பது.”

"நீங்கள் என்பேரில் வைக்கும் கௌரவத்துக்குத் தகுந்தபடி நானும் முயலுகிறேன்" என்றாள் வந்தவள்.

"அது ரொம்ப சரி" என்று எம்மா எட்வர்டோவ்னா கம்பீரமாகத் தலையசைத்துவிட்டு, "உன்னிடம் இன்னும் ஒன்று கேட்க விரும்புகிறேன்" என்று சொல்லிவிட்டு மேலும் கேட்டதாவது: "நீயேன் இந்தத் தொழிலில் இறங்குகிறாய்? சுளுவாகப் பணம் சம்பாதிக்க வேண்டும் என்ற ஆசையா? அல்லது வேறு ஒரு வழியுமே தெரியாமல் புத்தி முட்டிப்போய் இங்கே வந்துவிட்டாயா? அல்லது வேறு யார்மீதாவது வஞ்சம் தீர்த்துக்கொள்ளும் நினைப்பிலா? அல்லது இந்தத் தொழில்தான் என்ன என்ற வெறித்தனமான ஆசையில் பிறந்த தீர்மானமா?"

"அந்தக் காரணங்கள் எல்லாம் எனக்கு வெகு அற்ப மானவை" என்று வந்தவள் தீர்மான புத்தியுடன் சொல்லிவிட்டு மேலும் விவரிக்கலானாள். "அந்தக் காரணத்தை அந்தரங்கமாகச் சொல்லிவைக்கிறேன். காரணம் எல்லாம் பிரமாதமல்ல. புருஷ சுகத்தில் எனக்கு மட்டுக்கடங்காத வேட்கை இருந்து வருகிறது. ஒவ்வொரு தடவைக்கும் புதுப்புது புருஷ ஸ்பரிசம் வேண்டும் என்ற ஆவல் எனக்கு. காமத்தில் பைத்தியம் ஏற்பட்டிருக்கிறது என்று நினைத்துவிட வேண்டாம். பெண் களிடம் நடந்துகொள்ளும் ஆண்களில் பெரும்பாலோர் குணம் ஒன்றுதான். வெளியுலகிலே நூற்றுக்கணக்கானவர் களிடம் பரிச்சயம் கொண்டு பழகுகையில் இப்படிப்பட்டதொரு சலனத் தேவையைத் திருப்தி செய்துகொள்வது கஷ்டமாக இருக்கிறது. ஒரு காதல் சம்பந்தம் ஏற்படுவது என்றால் அதன் பூர்வ பீடிகையோ ரொம்பவும் சுளுவில் முடிந்துவிடுவதில்லை. அப்புறம் கட்டாயத்தின் கீழ் அகப்பட்டு சிக்கியது போன்ற தொரு பாவனை. அப்புறம் விவகாரம்; அது நாளாக நாளாக அர்த்தமற்றுப் புளித்துப்போகிறது. கடைசியாக இந்த விவகாரங்களுக்கு எப்பொழுதும் ஏற்படவேண்டிய முடிவு – பொறாமை, பயமுறுத்தல், முடிவில் இந்த நாசமாகப்போன அழுகையும் அங்கலாய்ப்பும். எனக்கோ அழுவது எப்படி என்றே தெரியாது. எப்பொழுதும் அழுகிறவன் ஆண் புலி தான். தற்கொலை செய்துகொள்வதாகப் பயமுறுத்துகிறான், கடைசியாக.

"காதல் முறிவு அல்லது கம்பி நீட்டல் என்கிற நிம்மதி கிடைக்கும் முன் இம்மட்டு அம்மட்டு என்றாகிவிடும். சீ, என்ன அரோசிகமாக இருக்கிறது. மகா மட்டமாக இருக்கிறது. இதையெல்லாம் நினைத்துத்தான் நான் உன்னிடம் வந்திருக் கிறேன். உன்னுடைய இடத்தில் விவகாரம் ரொம்பவும் சுளுவு. மேலும் விதவிதமானது. சீக்குப் பிடித்துவிடுமோ என்ற கவலை எனக்கு உண்டு."

“அதைப் பற்றி நீ கவலைப்பட வேண்டாம். நகரத்திலே நாலு பேருடன் சுதாவாகப் பழகும்போது ஏற்படக்கூடிய ஆபத்தைவிட இங்கு இந்த இடங்களில் ரொம்பவும் குறைவு. மேலும் அந்த விஷயத்தில் உனக்குச் சில விஷயங்களை சொல்லித் தருகிறேன்” என்று விட்டு, வெகு காரியக்காரி போல மேலும் பேசலானாள்: “மனசில் உள்ள உண்மையைச் சொல்லிவிடுகிறேன். உன்மேல் எனக்குப் பிரியம் விழுந்து விட்டது. உன்னிடத்தில் விடுதிக்குப் பேரும் புகழும் கொண்டு வரக்கூடிய குணங்கள் எல்லாம் இருக்கின்றன.

“சரி, நீ போய் வா. வருகிற இருபத்திநாலு மணி நேரத்திற் குள் ஏதாவது ஒரு முடிவுக்கு வந்துவிடு. ஒருவேளை மனசு மாறினாலும் மாறக்கூடும். எப்படியிருந்தாலும் நாளைக்குச் சாயங்காலம் நாலு மணிக்கு இங்கு வந்து சேரு. அப்பொழுது உன்னை வீட்டு எஜமானியம்மாவுக்கு அறிமுகம் பண்ணி வைக்கிறேன். இன்னும் ஒரு ஒப்பந்தம்தான். எப்பொழுதும் ஒருவனை உனக்கு என்று ஆசைநாயகனாக்கிக் கொள்ளாதே. வருகிறவர்களையும் சமமாக பாவித்து நடத்து. எவனாவது ஒருவனுக்கு மட்டும் ஆசை மூட்டாதே. எல்லோருக்கும் மண்டைக் கிறுக்கம் ஏற்படும்படி செய், அவ்வளவுதான்.”

“இந்த உத்திரவுதான் எனக்கு ரொம்பவும் திருப்தி தரும் ஒன்றாகும். நீங்களே பார்த்துக்கொள்ளுங்களேன். என் வேலை களைப் பார்த்து நீங்களே திருப்திப்படுவீர்கள்.”

“திருப்தி பரஸ்பரம் இருக்குமென்று நம்புகிறேன்.”

“என்னுடைய இரகசியத்தை நீங்கள் ஒருத்தரிடமும் வெளியிட்டுவிடக்கூடாது.”

“அதா? அது என் மனசில் அடித்துப் பூட்டிக் கிடக்கும். அதனால் உனக்கும் எனக்கும் லாபமும் சௌகரியமும் இருக்கிறது. நாளைக்கு வந்து சேரு. அதாவது மனசு அதற்குள் மாறிவிடாவிட்டால்.”

“மனசு மாறுவதா!”

மறுநாள் இந்தப் பெண் அன்னா மார்க்கோவ்னா விடுதிக்கு ஸ்திரமான ‘உடல் கூலி’யாக வந்து குடியேறினாள். அவள் நடந்துகொண்ட விதமும் காட்டிய மரியாதையும் அன்னாவுக்கு ரொம்பவும் திருப்தியாக இருந்தன. ஐஸாயா ஸாவ்விச் மாத்திரம் அவள் வருவதைச் சிறிது எதிர்த்தான்.

“அவள் மெத்தப் படித்த பெண். பெரிய குடும்பத்துக்காரி. இந்தப் பணக்காரர்களாலே எப்பொழுதும் நன்மை கிடையாது. இனிமேலும் அப்படித்தான். வேலை என்றாலோ அவர்கள்

முனைந்து ஈடுகொடுக்க முடியாது. உடம்பிலே வலுவு கிடையாது. அற்ப விஷயங்களுக்கெல்லாம் அவர்களுக்குப் பிரமாதக் கிறுக்குப் பிடித்துவிடும்." நாளாக நாளாக அவளும் பழகி அவனும் வாயடைத்துப்போனான்.

புதுப்பெண் மாக்தா என்று தனக்குப் பெயர் சூடிக் கொண்டாள். அதாவது மக்தலேனா என்பதன் சுருக்கமான பெயர்.

(ஏசு கிருஸ்துவின் தாயாருக்கு மக்தலேனா என்று பெயர். கிருஸ்து கன்னி மக்தலேனாவுக்குப் பிறந்தவர். வேண்டும் என்றே தம் கசப்பைக் காட்ட இந்தப் பெயரை இட்டிருக்க வேண்டும்.)

முதலில் அவளுடைய சகபாடிகள் அதாவது சேவை அநுபவத்தில் நாள்பட்டவர்கள் மக்தாளை கொடுமைப்படுத்த முயற்சித்தார்கள். அவளைக் கிண்டல் செய்தார்கள்; சில்விஷமம் செய்தார்கள். எப்பொழுதும் எல்லா இடங்களிலும் புதியதாக வருகிறவர்களை அவமானப்படுத்திக் கேலியும் கிண்டலும் குத்தலுமாகப் பேசித் துன்புறுத்துவது சகஜம். பள்ளிக்கூடங்கள், ராணுவப் பயிற்சி ஸ்தாபனங்கள், பட்டாளப் பாசறைகள், ஜெயில்கள் முதலிய இந்த இடங்களில் எல்லாம் இது தினசரி நிகழ்ச்சி.

ஆனால் மக்தாளின் பார்வையிலும் குரலிலும் தெறித்த சக்தி, புரிந்துகொள்ள முடியாத ஒரு அதிகாரத்தன்மை இவர்களது விஷமங்களை வலுவொழித்து ஒன்றுமற்றதாக்கி விட்டது. இது தவிர அவள் எல்லாரிடமும் மரியாதையாகவும் அமெரிக்கையுடனும் ஆனால் காக்கா பிடித்து கூழைக்கும்பிடு போடாமல் நடந்து வளைந்து கொடுத்துக்கொண்டு யாவரிடமும் நடந்துகொண்டாள். இந்தச் சக்தியே அவளிடம் மற்றவர்களை நெருங்கி அண்டாமல் வெருட்டியது. இப்படியாக இவள் இந்த விபரீதமானதொரு சிற்றுலகில் நேசரோ பகை வரோ அற்று தன் ஸ்தாபனத்தில் வசித்து வந்தாள். சகல நேரத்திலும் ஓயாது ஒழியாது யாவருக்கும் உதவவும் இணங்கிப்போகவும் விட்டுக்கொடுத்துச் சில்லரைக் கடன்கள் வழங்கி சகலரிடத்திலும் பழகிவந்ததினால் யாவரும் அவளுக்கு மரியாதை கொடுத்தார்கள். நாளாக நாளாக அவளிடமிருந்த சிரத்தை குறைந்தது. ஒருவேளை அப்படிப்பட்டதொரு சிரத்தை இல்லாமலேயே இருந்திருக்கலாம். அவளை அங்குள்ள ஒவ்வொருவரும் அவளை ஒவ்வொரு நிமிஷமும் கண்டாலும் அவளை அடியோடு மறந்துவிட்டது போலவே தென்பட்டது. தமாரா மட்டும் சமயாசமயங்களில் மக்தாளின் அறைக்கு வந்து அவளுடைய கட்டிலின்மேல் ஏறி அமர்ந்து பத்துப்

பதினைந்து நிமிஷம் பேச்சுக் கொடுப்பாள். பிறகு அதிருப்தியுடன் வெளியேறுவாள்.

"உன்னை உயிரற்ற ஜடம் மாதிரிதான் பாவிக்க வேண்டியிருக்கிறது. ஜீவராசிகள் ஒன்றாக இருந்தும் நீ அடைபட்டு வரமாட்டேன் என்கிறாய். உயிருக்குப் பதிலாக உன் உடம்புக்குள் கூழ்ப்பிசினை வைத்துக் கடவுள் உன்னைப் படைத்துவிட்டார்" என்று சொல்லுவாள் தமாரா.

எம்மா எட்வர்டோவ்னா கொடுத்த வாக்குப்படி நடந்து கொண்டாள். மக்தாளின் காம வேட்கை பற்றிய அந்தரங்கத்தை யாரிடமும் வெளியிட்டுவிடவில்லை. ஆனால் நாளாக நாளாக விஷயம் அவள் மனத்தில் புதிர் போட்டுக்கொண்டு குழம்பியது. ஆமாம் மக்தாள் அங்கே தனிமதிப்பு பெற்ற நங்கையாகவே பரிமளித்தாள். யாவரும் அவளையே நாடினார்கள். சகலரையும் கவர்ச்சித்தாள். நினைப்புக்கும் மீறியதொரு மோகத்தூண்டல் அவள் கைவசமிருந்தது. வருகிற நபர்களில் செல்வத்தின் உச்சிப் பீடத்தில் அமர்ந்துள்ள நபர்களும், காம நுகர்ச்சியில் மிகவும் நுட்பதிட்பங்களையும் நாஸூக்குக்காயும் அனுசரிக்கும் மைனர்களும் அவளையே விரும்பி நாடினார்கள்.

ஆனால், ஒருமுறை அவளை நாடி அனுபவித்தவர்கள் அவளை வானளாவப் புகழ்ந்தார்கள் என்றாலும் மறுமுறை அவளை அணுக விரும்பாது விலகி நடப்பதுதான் அதிசயமாக இருந்தது. 'நம்மிடம் சிக்கியுள்ள ஜன்மம் என்ன அபூர்வமான விபரீதமாக இருக்கிறதே?' என்று விடுதி மனப்போக்கில் நிபுணியான எம்மா நினைக்கலானாள். 'எனக்குப் புரியவில்லை. அழகுக்குக் குறைவில்லை. கெட்டிக்காரி. சகஜமாய்ப் பேசிப் பழகுவதிலும் வாக்கு சாதுர்யம் படைத்தவள். நடை நொடி பாவனையும் கம்பீரமாக இருக்கிறது. இப்படி இருந்தும் அவளது வெற்றிக்கு இதென்ன விபரீதமாக இருக்கிறது?' என்று யோசிக்க ஆரம்பித்தாள் எம்மா.

தன்னிடம் ரொம்பவும் அந்தரங்கத்துடன் பழகக்கூடிய சிற்சில நபர்களிடம் அவள் விசாரிக்க ஆரம்பித்தாள்.

அவளுக்குக் கிடைத்த பதிலும் ஒரு புதிர்தான்.

'அந்தக் குட்டியைப் பற்றிப் பழுது சொல்வது பாவம். அவள் கண்ணுக்கு இசைந்தவள்; மனசுக்கு இனியவள்; உல்லாஸி – இருந்தாலும் . . . ஆண்பிள்ளைகள் உன்னிடம் அதைச் சொல்வதென்றால் எப்படி . . . போகத்திலே அவள் கௌரவத்தை விட்டுக்கொடுக்காமல் நாணத்தை உதறித் தள்ளாமல் சகஜமாகப் பழகி ஒருவனிடம் காமத்தீயைக் கொழுந்து விடும்படி செய்யாமல் காரியத்தை முடிக்கிறாள்.

கொஞ்சம் பாவனை செய்வாளேயானால் போதும்; அது அவளால் முடியாது; மாட்டவும் மாட்டாள்.'

காம நுகர்ச்சியிலே அனுபவம் முதிர்ந்துவிட்டவர்கள் ரொம்பவும் சுருக்கமாகச் சொன்னார்கள்: 'அது ஆறின கஞ்சி. கொஞ்சம் சூடேற்றி காரசாரமாகப் பரிமாற வேண்டும்.'

கடைசியாக மக்தாளிடமே நேருக்குநேர் பேசிவிடுவது என்று எம்மா தீர்மானித்துவிட்டாள்.

"மக்தோச்சா, உனக்கு இங்கே எப்படி இருக்கிறது – பிடித்திருக்கிறதா? திருப்திதானா?" என்று கேட்டாள்.

"அப்படியேதான். முகம்மது நபி சமைத்துவைத்த மோக்ஷம் பெண்களுக்கு என ஆக்கப்பட்டிருந்தால் அந்த இடம் இதுதான். நான் அங்கேதான் வாழ்ந்து வருவதாகக் கருதுகிறேன்" என்றாள் மக்தாள்.

"அதிருக்கட்டும். உன்னிடம் வருகிறவர்களுக்கு உன்மேல் பூர்ண திருப்தி ஏற்படுகிறதா?"

"அதைப் பற்றி எனக்கு என்ன தெரியும்? அது எனக்குத் தெரியவே தெரியாது. அவர்களுடைய உணர்ச்சியின் போக்குகள் பற்றி எனக்கென்ன கவலை? என்னுடைய கடமைகளை உண்மையுடன் நிறைவேற்றி வருகிறேன். அவ்வளவுதான்."

உடனே எம்மா கசப்புக் கொப்புளிக்க, "அது தலைக் கொழுப்பு. உன்னுடைய விருப்புவெறுப்புகளை மட்டும் நினைத்துக்கொண்டிருப்பது சுயநலம். போகத்திலே பெண்கள் சிணுங்கி, கடித்து, அங்கசேஷ்டைகள் புரிந்து அசிங்கமான சொல்களைப் பிரயோகிக்க வேண்டும் என்று ஆண்கள் எதிர்பார்க்கிறார்கள். போகத்திலே அடித்துச் சாத்திய கற்சிலை மாதிரிக் கிடக்கலாமா? சமயாசமயத்துக்காவது சற்று சிணுங்கப் பயில வேண்டும்" என்றாள் எம்மா.

மக்தாள் முகத்தைக் கோணி, உதட்டைப் பிதுக்கி அழகு காட்டிவிட்டு, "ரொம்பவும் நல்லது. சமயாசமயங்களில் பக்கத்தறையிலிருந்து எழும் சிணுங்கலும் ஆசைப் போதை மீறிவிட்டதாகக் காட்டிக்கொள்ளப்படும் வேஷமும் என் செவியில் விழத்தான் செய்கிறது. கேட்கிறதற்கு வேடிக்கையாக, வெறுக்கத்தக்கதாக இருக்கிறது. என்னால் அந்த மாதிரி நடந்து கொள்ள முடியாது...."

"சரி, சரி, அது உன் காரியம்" என்று சொல்லிவிட்டு அவளுக்குக் காட்டிவந்த மரியாதையை எல்லாம் கட்டிவைத்து விட்டு, "சேனாதிபதியாக இருக்க ஆசைப்படாவிட்டால்

சிப்பாயாகவாவது நடந்துகொண்டுதான் ஆகவேணும். உனக்கு இதுவரையில் கொடுத்துவந்த செல்லம் எல்லாம் இனிமேல் கிடையாது. இந்த நிமிஷத்திலிருந்து உன்னை யார் நாடினாலும், அவன் எந்தவிதமான குரூபியானாலும், நாற்றமெடுத்துப்போன அகோர ஜன்மமானாலும் அவனுடன் போய்த்தான் ஆக வேண்டும். தெரிந்ததா?" என்றாள் எம்மா.

"எனக்கு விருப்பம் இல்லாவிட்டாலோ?" என்று பதிலுக்குக் கொதித்தாள் மக்தாள்.

"விரும்பப் பண்ணுவோமடி கண்ணே! விரும்பும்படி செய்ய எங்களுக்குத் தெரியும்!" என்று விஷத்தைக் கக்கினாள் விடுதி நிர்வாகியம்மாள்.

"யாருக்கு அந்தத் தைரியம் உண்டு?" என்றாள் மக்தாள்.

"யாரா? இந்த ஸிமியோன்தான். அவன் கையிலிருக்கிற மாட்டுத்தோல் சாட்டையைப் பார்த்திருக்கிறாயா? அது உன்னை ருசி பார்க்கும். ரொம்ப எகிறாதே. உன்னைப் போல் உனக்கு மேல் அப்பனான முரடுகளை எல்லாம் கசக்கிக் கொண்டு வந்திருக்கிறோம் தெரியுமா?"

"நான் பிராது கொடுக்கப்போகிறேன்."

"யாருக்கு?"

"ஏன், போலீசாரிடம்; கவர்னரிடம்."

"கவர்னர் இருக்கிற இடம் எங்கேயோ – கிட்டத்திலிருக் கிறார் என்று நினைத்துக்கொண்டாயா? இங்கே இருக்கிற போலீஸார் எல்லாம் எங்களுக்குள்ளே. உன்னால் ஒரு துண்டு கடுதாசிகூட வெளியே அனுப்ப முடியாது. இனிமேல் உனக்கு பாரா போட்டிருக்கிறது."

"நான் ஓடிப்போவேன் என்றுதானே" என்றாள் மக்தா.

"கண்ணுக்குக் கண்ணான செல்வமே, உனக்கு ஓடிப் போவதற்கு ஓரிடமும் கிடையாது. மேலும் ஓடுவது நடக்கக் கூடிய காரியமல்ல. உன்னைக் கொல்ல மாட்டோம். உன் கொழுப்பை அடக்கி உன்னை வதக்கிவிடுவோம். உன் குணத்தை மாற்றிக்கொண்டு நல்லபடியாக நடந்து வா. அதனால் உனக்கும் நல்லது. சரி இப்போதே முன்கூடத்துக்குப் போ" என்று அதட்டினாள் எம்மா.

மூன்று நாட்கள் கழிந்த பிற்பாடு இதைவிட அதிசயமான சம்பவம் நிகழ்ந்தது. நடுப்பகலில் காப்டன் உடை தரித்து மன்மத ரூபியான உத்தியோகஸ்தன் ஒருவன் அன்னா

மார்க்கோவ்னா வீட்டுக்குள் ஏறினான். அவனுக்கு ஓரடி பின் தள்ளி பட்டாளத்துச் சிப்பாய் மாதிரி விறைத்த மேனியில் பெர்க்கெஷ் தொடர்ந்து வந்தான். மூர்க்கமும் திமிரும் தலைசுற்றியிருக்கும் பெர்க்கெஷ் நாய் போல் வாலாட்டி தொண்டடிமை மாதிரி நடந்துகொள்வது யாமா வட்டாரமே இதுவரை பார்த்திராத ஒரு புதுமை.

"இந்த வீட்டு எஜமானியை நான் பார்க்க விரும்புகிறேன்" என்றான் அந்த உத்தியோகஸ்தன் மரியாதையாக.

"அவள் இப்பொழுது இங்கே இல்லை. இன்னும் அரை மணிநேரத்தில் வந்துவிடுவாள்" என்றான் ஸிமியோன் பவ்யமாக.

பெர்க்கெஷ் காப்டனிடம் ஜாக்கிரதையுடன் நெருங்கி, "எஜமான், இதை கவனிக்கும்படி என்னை ஏவுங்கள், நான் பார்த்துக்கொள்ளுகிறேன்" என்று பணிவுடன் உரத்த குரலில் அறிவித்தான். "இந்த அற்பங்களுடன் நீங்கள் பேசுவது தகாது. நாங்கள் போலீஸ்காரர்கள். எங்கள் ஒழுங்குக்கு அது ஒரு மாதிரி. சகலவிதமான அகோரங்களுடனும் அழுக்குப்பிண்டங்களுடனும் பழகிப்பழகி எங்களுக்கு சகஜமாகிவிட்டது. இது நாங்கள் தினசரி கவனிக்கும் காரியம்தான்."

"சரி, உம் இஷ்டம்" என்றார் ஆபீஸர்.

வீட்டு ஜன்னல் கண்ணாடிகள் அதிரும்படியான இடி குரலில், "விடுதி நிர்வாகியை இங்கே கூட்டிக்கொண்டு வா!" என்று இரைந்தான்.

எம்மா எட்வர்டோவ்னா அதற்குள்ளாக ஒருக்களித்த கதவு வழியாக ஆமை மாதிரி தலையை நீட்டினாள். அலங்கோல உடைகளில் நிற்கும் குட்டிகள் எல்லோரும் கூடத்தின் மற்றொரு வாசலில் கூடி ஒருவர் தலைக்குமேல் ஒருவராக நீட்டி எட்டிப்பார்த்துக்கொண்டு நின்றார்கள்.

"இதோ வருகிறேன், இதோ வருகிறேன்" என்று உளறியடித்துக்கொண்டு விடுதி நிர்வாகி கையால் கழுத்தை மறைத்தபடி கத்தினாள்.

"எஜமான், மன்னிக்க வேண்டும். முழு உடையும் அணிந்துகொள்ளவில்லை. ஒரு நிமிஷம் தாமஸித்தால் இதோ வந்துவிடுகிறேன்."

"ஒரு வினாடிகூட அநுமதிக்க முடியாது" என்று விரலை ஆட்டியபடி கர்ஜித்தான் பெர்க்கெஷ். "ஏ! வன்கெழடு, உன்னை அலங்காரம் பண்ணிவைத்து அழகு பார்த்துக்கொண்டிருக்க நாங்கள் இங்கே வரவில்லை" என்றான்.

ஆபீஸர் அவனைக் கையமர்த்தி, "கொஞ்சம் மெதுவாகப் பேசு" என்றார்.

"எஜமான்! இந்தக் கழுதைகளிடம் மட்டுமரியாதை காண்பிப்பதாவது! கண்டிப்பாக நடந்துகொள்ளாவிட்டால் அதுகளைக் கட்டி மேய்க்க முடியாது. எஜமான் இப்படி கொஞ்சம் வரணும். இந்த அறைக்கு வந்துவிட வேண்டும்" என்று அவரிடம் குரலைக் கம்மிப்படுத்தி குசுகுசுவென்று சொன்னான்.

அதன் பிறகு அந்த ஆபீஸரும் பெர்க்கெஷுºம் டிரினிட்டி திருநாளன்று அவன் விருந்தும் ஒயினும் மண்டிய அறைக்குள் பிரவேசித்தனர். விடுதி நிர்வாகி சில கிழிசல்களையும் ஊசிகளையும் வைத்துக்கொண்டு இங்கும்அங்குமாக ஓடிக்கொண்டிருப்பதைக் கண்ட பெர்க்கெஷ் அவளுக்குப் புத்தி வருவித்தான்.

"ஏ பழஞ்செருப்பு, இனிமேல் என்ன அழகு உனக்கு வேண்டியிருக்கு; வேண்டினாலும் வந்துவிடப் போகிறதா?"

"இங்கே இப்படி குந்து. இந்தக் கடுதாசியைப் பார்த்தியா? அதிலே யார் கையெழுத்திட்டிருப்பது தெரியுமா? இந்த பூலோகத்துக்கே. . . ."

லேபெட்ஸ்காயா வட்டாரத்து போலீஸ் எஜமான் "இந்தப் பெண்ணை உனக்குத் தெரியுமா?" என்று உத்தரவில் கண்டிருந்த பெயரை விரல் வைத்துச் சுட்டிக்காட்டினான்.

"தெரியும், எஜமான்."

"முதல்முதலில் நீ அவளுக்காக உபயோகிக்கும் சீட்டை இங்கே கொண்டுவா. எஜமான் அதை நான் வாங்கி கிழித்துப் போட்டுவிடட்டுமா? அல்லது தங்களிடமே கொண்டு சேர்ப்பித்துவிடட்டுமா?"

"என்னிடம் கொடுத்துவிடு."

"இரண்டாவதாக, இங்கே அவளுக்கு என்ன பெயரிட்டு அழைக்கிறாய்?" என்று பெர்க்கேஷ் எம்மாவிடம் கேட்டான்.

"மக்தாள், எஜமான்."

"மூணாவதாக, உன்வசம் இருக்கும் குட்டிகளில் யார் சுறுசுறுப்பாகவும் ஒழுங்காகவும் சீக்கிரமாகவும் காரியம் செய்யக்கூடியவள்."

"தமாராவுக்கு அந்தக் குணம் இருக்குமென்று நினைக்கிறேன்."

"தமாராவா . . . போதும்போதும்!" அவ்வளவோடு நிறுத்திக் கொண்ட பெர்க்கெஷ் நிலைக்குள்ளாகத் தலையை நீட்டி,

“தமாராவை இங்கே கூட்டிக்கொண்டு வா. உடனே வரட்டும், என்ன? இன்னும் உடுத்திக்கொள்ளவில்லையா? இருக்கிறபடி வந்து தொலை. என் முன்னேவந்து நில்லு” என்று இரைந்தான்.

தமாரா விடுவிடுவென்று ஓடியே வந்து அவன் முன்பாக நின்றாள்.

“இந்த நிமிஷத்திலேயே மக்தாம்பாள் அம்மா இருக்கிற இடத்துக்கு ஓடு. அந்த அம்மாள் தனக்குச் சொந்தமான உடைகளை அணிந்துகொள்ள ஒத்தாசை செய். அப்புறம் அவர்களை இங்கே கூட்டிக்கொண்டு வந்துசேரு. புரியுதா? மற்ற பெண்டுகள் எல்லாம் அவாளவாள் இடத்திற்கு ஓடிவிட வேண்டும். என்ன? இல்லையெனில் எல்லோரையும் கொட்டடியில் கொண்டுபோய் அடைத்துவிடுவேன். ஊம், ஆகட்டும்” என்று கூவினான்.

மக்தாள் அங்கு வந்தபொழுது அவள் நடையில் சிறிதும் பதட்டம் இல்லை. எப்பொழுதும் போல நிதானமாக அமைதியாகவே நடந்துவந்தாள். அந்த உத்தியோகஸ்தர் எழுந்துநின்று தலைவணங்கி குனிந்து அவளது கால்களை முத்தமிட்டான். பெர்க்கெஷ் பட்டாளத்து சிப்பாய் மாதிரி விறைத்துக் கொண்டு நின்று ராணுவ மரியாதை கொடுத்தான்.

“கொஞ்சம் கணக்கு பாக்கி இருக்கு” என்று இழுத்தாள் விடுதி நிர்வாகி.

“பாக்கியாவது மண்ணாங்கட்டியாவது, வாயை மூடு!” என்று அதிஉற்சாகத்தில் கர்ஜித்தான் பெர்க்கெஷ். அந்த உத்தியோகஸ்தன் சற்று கலவரப்பட்டு அவனைக் கையமர்த்தி விட்டு, கணக்குத் தீர்த்ததுடன் சன்மானமும் வழங்கினான். வெளியே வாசலில் நாஸுக் வண்டி ஒன்று உத்தியோகஸ்தருக்கும் அந்த அம்மாளுக்குமாகக் காத்திருந்தது. இருவரும் அதில் ஏறி அமர்ந்துகொள்ள பெர்க்கெஷ் துணைபுரிந்தான்.

தமாரா, அறையில் மக்தாளுக்கு ஒத்தாசை செய்து கொண்டிருக்கும்போது அவர்களிடையிலே ரசமானதொரு சம்பாஷணை நடந்தது.

“கடைசியிலெ நீ சாதாரணமானதொரு குட்டியில்லெ என்று ஆயிப்போச்சு” என்றாள் தமாரா.

மக்தாள் புன்சிரிப்போடு “நான் எந்தக் காலத்திலுமெ அப்படியில்லை” என்றாள்.

“அப்படியென்றால் நீ பெரிய குடும்பத்துக்காரியாக்கும்?”

“அப்படியில்லையடி. அந்தஸ்து, கௌரவம் எல்லாவற்றுக்குமே நான் எதிரி.”

“அது கிடக்கட்டும்; பின் ஏன் நீ இந்த இடத்திற்கு வந்தே? நீ இஷ்டம் போல் இருக்கிறதற்கு வெளியிலே உனக்கு ஆள்கள் கிடைக்கவில்லையா?”

மறுபடியும் மக்தாள் சிரித்தாள். சிரிப்பிலே சோகம் கலந்திருந்தது.

“தமாரா, தமாரா, ‘இந்த நிமிஷம்வரை நான் அறியாத பொண்ணு’ என்று சொன்னால் என்னை நம்பப்போரையா?”

தமாரா விழுந்துவிழுந்து வெடிபடச் சிரித்தாள்.

“இங்கே தினசரி ஆறுபேருடன் இருந்துவிட்டு இப்படியும் சொல்லுகிறாயா? நல்ல அறியாத பொண்ணு!”

மக்தாளின் முகத்திலே விளையாட்டு அகன்றது. எதிரிலேயே குந்தி உட்கார்ந்திருக்கும் தமாரா அருகில் குனிந்து, “தமாரா, நீதான் புத்திசாலி பெண்ணாச்சே, நீ சிறுபெண்ணாக, மற்றக் குட்டிகள் சொல்லுகிறமாதிரி அறியாத பெண்ணாக இருக்கிறாய் என்று வைத்துக்கொள் ... அப்பொழுது யாரோ ஒரு காட்டுமிராண்டிப்பயல் உன்னை பலவந்தப்படுத்திவிட்டான் என்றால் அதற்கப்புறமும் நீ கன்னிப்பெண்தானே ... என்ன சொல்லு பாக்கலாம்.”

“என்ன பித்துக்குளித்தனமாகக் கேட்கிறே, அப்புறம் எப்படி கன்னிப்பெண்ணாக இருக்க முடியும்? முந்தியப்போல ‘முழுசா’ இருப்பேனா?”

“கடவுள் முன்பாகவும், விஷயம் புரிந்து அநுதாபப்படக் கூடிய கடவுள் முன்பாகவும் உன் உள்மனசிற்கும் நீ குற்றவாளியா, குற்றமற்றவளா?”

“அதா ... குற்றமற்றவள்தான்.”

“நானும் அப்படித்தான். உன்னால் என்னைப் புரிந்து கொள்ளவே முடியாது.”

தமாரா சிறிது நேரம் மௌனமாக இருந்தாள். பிறகு, “இந்த உத்தியோகஸ்தர் யாரு? உன் புருஷனா? நீ கலியாணம் செய்துகொள்ள விரும்பும் மாப்பிள்ளையா அல்லது உன் சகோதரனா?”

“அத்தனையும் இல்லை; என் தோழர்தான்.”

“மக்தாம்பா, நீ கொஞ்சம்கூட பொய் சொல்லவில்லை என்றுதான் எனக்குத் தெரிகிறது. ஆனால் உன் காரியம் எனக்குப் புரியவில்லை. நீ ஏதோ ஒரு மாதிரியாத்தான் புலப்படுகிறாய். நான் வெகுநாளாகவே நீ பெரிய மனுஷி

என்றுதான் நினைத்துவந்திருக்கிறேன். அப்படியானால் இந்தச் சாக்கடைக் குழிக்குள்ளே நீ ஏன் மனப்பூர்வமாக வந்து சேர வேண்டும்? என் கதையைப் பற்றியும் உள்ளதைச் சொல்லுகிறேன். ஒரு காலத்திலே நானும் ஏதோ படிக்கத்தான் செய்தேன். எனக்கு இரண்டு அன்னிய பாஷைகள் இன்னும் நினைவில் இருக்கத்தான் செய்கிறது. நான் இங்கே பேசுகிற பாஷை என் சொந்த பாஷையல்ல. வேண்டும் என்றுதான் நான் அதில் பேசுகிறேன். நான் நாடோடி. சிறகு கொண்டு போன இடத்திற்கு எல்லாம் பறந்துபோகும் பட்சி. நான் எங்கே பறக்கிறேன்? எனக்கு என்று எங்காவது ஒரு கூண்டு உண்டா என்பது எனக்குத் தெரியாது. ஆனால் நீ! நீ! உனக்கென்ன? நீயேன் இப்படி வர வேண்டும்?"

மக்தாளின் முகம் கற்சிலை போல் உறைந்தது.

"நானும் உன் வேஷமெல்லாம் பகட்டு என்பதை வெகு காலத்திற்கு முன்பே கண்டுபிடித்துக்கொண்டேன். இந்த இடத்திலெ ஒத்துப்போவதற்காக நீ இந்த வேஷம் போடுகிறாய் என்பது எனக்குத் தெரியும்....

"நானும் உண்மையை ஒளியாமல் சொல்லுகிறேன். நான் புஸ்தகம் எழுதுபவள். விபசார விடுதிகள் பற்றி ஒரு நாவல் எழுத வேண்டும் என்று நினைத்தேன். எழுதுவதில் உண்மையின் தொனிப்பு இருக்க வேண்டும் என்பதற்காக நேரடியாக எப்படி இருக்கிறது என்பதைப் பார்த்துவிட தீர்மானித்தேன். அவ்வளவுதான்!"

தமாராவும் தான் செய்த காரியத்தை முடித்துக்கொண்டு இடுப்பை நிமிர்ந்து பிடித்தபடி எழுந்து நின்றாள்.

"நல்லது, உன் நோக்கத்தைப் பற்றிச் சொன்னதெல்லாம் நிஜம் என்று நம்புகிறேன். நீ புஸ்தகம் எழுதுகிறவள் என்றாயே, அதை நம்பவே மாட்டேன். அது முழுப் பூசணிக்காய். ஆனால் இந்தப் பேச்சை நான் யாரிடமும் சொல்லமாட்டேன். என்னை நம்பு" என்றாள் தமாரா.

"சரி, உன் இஷ்டம்" என்றாள் மக்தா சற்று கடுப்போடு. பிறகு மனம் இளகியவள் போல் தமாராவைத் தன்னிடம் இழுத்து ஆரத்தழுவி முத்தமிட்டுவிட்டு, அவளது காதில் இரகசியமாக, "நான் உனக்குக் கடுதாசி எழுதுகிறேன்" என்றாள்.

இந்தச் சம்பவங்கள் நடந்து எட்டு மாதங்கள் ஆகிவிட்டன. சர்வ ரஷ்ய ஸ்ட்ரைக்கும், அதனடியாக துரோகத்தின் உச்சியை நாடிய காப்பானுடைய காலமும், சிற்றரசியலமைப் பின் நாட்களும் வந்தன. காற்றிலே புரட்சியின் நெடி வீசியது.

அரசியல் காரணமாகத் திடீர் சோதனைகள், பலர் கைது செய்யப்படுவது ரஷ்யா முழுவதிலும் சகஜமாகின.

இப்படியாகத் திடீரென்று ஒரு நாள் இரவு மார்க் கோவ்னா விடுதிக்குள் இரகசியப் போலீசார், ஸ்தலபோலீஸ் படையுடன் புகுந்து வீட்டைச் சுற்றி வளைத்துக்கொண்டனர். விடுதியிலே வந்த நபர் யாவரும் மரியாதையுடன் ஒரு அறைக்குள் கொண்டு நிறுத்தப்பட்டு அதன் வாசலில் பாரா போடப்பட்டது. தூங்கிக்கொண்டிருந்தவர்களும் இதற்காக எழுப்பப்பட்டனர். ஆனால் இந்த அமர்த்தல்களின் விளைவாக எதுவும் கண்டுபிடிக்கப்படவில்லை. வீட்டைக் கூரைமுதல் அடித்தளம்வரை இண்டுஇடுக்கு பாக்கியில்லாமல் துருவித் தேடினார்கள். அங்கிருந்த குட்டிகள் ஒவ்வொருவராக இரகசியப் போலீஸ் தலைவர் நின்ற அறைக்கு அழைத்துச்செல்லப்பட்டு அவர்முன் ஆஜர் செய்யப்பட்டனர். அவர் நயத்திலும் பயத் திலும் மக்தாளை பற்றி ஒவ்வொருவரிடமும் விசாரித்தார்: ‘அவள் இங்கே என்ன செய்துகொண்டிருந்தாள்? அவள் என்ன பேசினாள்? யாரைச் சந்தித்தாள்? யாருக்கெல்லாம் கடிதம் எழுதினாள்? தன் சகாக்களிடம் துண்டுப்பிரசுரங்களையோ புஸ்தகங்களையோ கொடுத்து வாசிக்கச் சொன்னாளா?’

குட்டிகளுக்கு இந்தக் கேள்விகள் ஒன்றும் புரியவில்லை. வியர்க்க விருவிருக்க அதிகாரியின் காலடியில் வீழ்ந்து, “நான் ஏதும் செய்யலை. நான் ஒருத்தரையும் கொல்லவில்லை, திருடவே யில்லை. நான் பொய் சொன்னா என் தலையில் இடி விழ வேண்டும்” என்று கெஞ்சிக் கூத்தாடினார்கள். அவர்களைச் சீக்கிரத்தில் விரட்டிவிட்டு தமாரா அழைக்கப்பட்டாள்.

சொல்லுவதானால் தமாராவுக்கு ஏராளமான விவரங் களைச் சொல்ல முடியும். எப்படியாவது நாலுபேர் கண்ணுக்கு முன் வந்து நிற்க வேண்டும் என்ற அதி உன்மத்த ஆசை பெரும்பாலான விபசாரிகளுக்கு உண்டு. தமாரா அதற்கு அடிமைப்பட்டுவிடவில்லை.

மனக்கடுப்போடு “அவளைப் பற்றி எல்லாவற்றையும் சொல்லுவது கஷ்டம் எஜமான்! அவள் கெட்ட அவிசாரி முண்டை! அவளுக்கு ஜோடியாக இந்த லோகத்திலே உள்ள புருஷர்கள் எல்லாருமே போதாது. பொலிமாட்டு கொட்டடிக்குத் தான் அவளை அனுப்ப வேண்டும்” என்றாள் தமாரா.

இரகஸிய இலாகா அதிகாரிகளும் போலீஸாரும் சென்று விட்டனர். பிறகு திரும்பவில்லை. ஆனால் அதற்கப்புறம் சொற்பகாலம் யாம்ஷ்காயா ஜனங்கள் எல்லாம் அன்னா மார்க்கோவ்னாவின் சரக்குகள் எல்லாம் ‘அபேதவாதிகள்’

என்று நையாண்டி செய்தனர். அபேதவாதிகளாக இருந்தார் கள் என்பது அவர்களுக்குக் கோபாவேசத்தையூட்டியது.

எஜமானியம்மாளுக்கும் அவளுடைய புருஷனுக்கும் விடுதி நிர்வாகிக்கும் தாடிவாலாவான பெர்க்கெஷ் தீரன் சொல்லிக்கொண்டிருந்த விவரத்தை தமாரா அதிசயம் பொங்க ஒண்டி நின்று கேட்டாள்.

"உங்களுக்கு அந்த சரக்கு மக்தாளை ஞாபகமிருக்கா? இந்த லோகத்தில் மிகவும் உச்சியில் பறக்கும் பட்சி அது. பெரிய வேட்டையாக்கும்; சிக்குவது கஷ்டம். அவளுககு இருக்கும் பெயர்களுக்குக் கணக்குக் கிடையாது. அதில் ஒன்று எம்மா எட்வர்டோவ்னா விபசார டிக்கட் மாற்றிக் கொள்ள கொண்டுவந்த அனுமதிச்சீட்டில் கண்டிருந்ததாகும். அப்பொழுது அவள் வசமிருந்த சீட்டின் பிரகாரம் அவளுடைய பெயர் ஆல்கா லாவின்ஸ்கெயா. மிகப்பெரிய குடும்பத்தைச் சேர்ந்தவள். சங்கீத உபாத்தியாயினி. ஆனால் எப்படி ஏமாற்றி உன் வீட்டுக்குள் அவள் புகுந்துவிட்டாள் பார்! என்ன அதிசயம்! அப்பொழுதுதான் அவள் விபசாரத் தொழிலிலே அட்சராப்பியாசம் பெற்றுக்கொண்டாள். கலவரப்படாதே, இதில் பயப்பட என்ன இருக்கு? இதற்கப்புறம் நடந்ததுதான் அதைவிட ஆச்சரியமான சமாசாரம். பிறரை ஏமாற்றிவிடு வதற்குத் தக்க அளவு வியபிசாரியாக வேஷம் போட உன்னிடம் கற்றுக்கொண்ட பிற்பாடு என்ன செய்தாள் தெரியுமா? தெற்கே ஸெபாஸ்டபோலுக்குப் போனாள். அங்கே ஆரம்பத் தில் கப்பல் மாலுமிகள் வந்துபோகும் ஒரு விடுதிக்குள் நுழைந்துவிட்டாள். அப்புறம் வேறு ஒரு இடம். மற்றொன்று, இன்னொன்றாக நான்கு இடங்களில் இடம்மாறிவிட்டு பிறகு ஒடெஸ்ஸாவிலும் நிக்கோலாயிலும் விடுதி ஆரம்பித்தாள். எல்லாம் துறைமுகப் பட்டினங்கள் என்பதை ஞாபகத்தில் வைத்துக்கொள். சகல இடங்களிலும் விபசார வேஷத்தில் சர்க்காருக்கு எதிராகத் தீவிர எதிர்ப்பிரசாரம் செய்தாள். ஆட்சி நடத்தும் ராஜவம்சத்தைக் கருவறுத்துவிட வேண்டும் என்று எல்லாரையும் தூண்டினாள். இது தவிர, செல்வந்தரை யும் முக்கியமாக நிலச்சுவான்தார்களையும் வேரறுத்துவிட வேண்டும் என்று உபதேசித்தாள். அவள் மூலமாக அந்த நகரங்களில் எல்லாம் கிளர்ச்சி செய்து ஆத்திரமூட்டும் துண்டுப் பிரசுரங்கள் வாரி இறைக்கப்பட்டன. எவ்வளவுதான் சிரமப் பட்டும் அவளைப் பிடிக்க ஒருவராலும் முடியவில்லை. அவளுடைய நேசர்களும் புரட்சித் தோழர்களும் சகல இடங்களில் அவள் தப்பிப்போக உதவி செய்தார்கள். இங்கே வந்து அவளைத் துணிகரமாக அழைத்துப்போன காப்டன் இருக்கிறானே, அவன் வாஸ்தவத்தில் காப்டனே அல்ல.

நோவிகோஷ் என்ற இடத்தில் படித்துக்கொண்டிருந்த மாணவன். ராணுவ உடை தரித்துக்கொண்டுவந்து நம் எல்லோரையும் ஏமாற்றிவிட்டான். அந்த சமயத்தில் என்ன வேஷம் போட்டான் அந்தத் திருட்டு ராஸ்கல்! நகரத்து கவர்னரிடமிருந்து வருவதாகச் சொல்லிக்கொண்டு போலீஸ் தலைவரிடம் வந்து ஒரு ஸீல் வைத்த கடுதாசி கொடுத்தான். ஸீல், கையெழுத்து எல்லாம் கவர்னருடையது போலவே இருந்தது. பயலுக்கு எவ்வளவு தெம்பு! அவனைப் பிடித்து தங்கச்சுரங்கங்களில் கிடந்து உழைத்துச் சாகும்படி ஸைபீரியாவுக்குக் கப்பலேற்றி விட்டார்கள். அந்தப் பயலுக்குக் கொடுத்த தண்டனை போதாது என்றுதான் நினைக்கிறேன்...."

"அப்புறம் மக்தாள்...?" என்று கேட்டாள் அன்னா மார்க்கோவ்னா. "மக்தா செத்துத் தொலைந்தாள். கவர்னர்மீது வெடிகுண்டை வீசினாள். அவளைப் பிடித்துத் தூக்கில் போட்டுவிட்டார்கள்."

6

விடுதியின் ஜன்னல்கள் மாலையின் மயக்குதரும் இருட்டினுள் ஏறிட்டு நோக்குவது போல விரியத் திறந்திருக்கின்றன. இருட்டுக்கும் மணம் உண்டோ என்று மயங்கும்படி தவழும் ஊசல் காற்றிலே ஜன்னல் திரைகள் லேசாக விம்மிப் புடைத்து இசை பாடுகின்றன. விடுதி முகப்பில் வளமற்றுக் கிடக்கும் நோஞ்சல் தோட்டத்திலிருந்து பனி சுமந்த புல் பூண்டுகளின் வாசம் தவழ்ந்தது. அதிலே லிலாக் புஷ்பத்தின் மணமும் டிரினிட்டி திருநாளை முன்னிட்டு நிலவாசலில் வைத்து வாடிக் கருகிக்கொண்டிருக்கும் பர்ச் கொப்புகளின் நாற்றமும் கலந்திருந்தன. நெஞ்சிறக்கமாக வெட்டித் தைக்கப் பட்ட வெல்வெட் பிளவுஸ் அணிந்த லீயூபாவும், 'பேபி' மாதிரி உடைதரித்த நையூராவும் கட்டிக்கொண்டு ஜன்னல் நிலையின்பேரில் உட்கார்ந்துகொண்டு 'கள்ள'த்தொண்டையில் பாடிக்கொண்டிருந்தனர். அது ஒரு ஆஸ்பத்திரிப் பாட்டு. அந்தக் காலத்திலே அப்பொழுது விபசாரிகளிடையிலே அந்தப் பாட்டு பிரமாதமாக அடிபட்டது. நையூரா மூக்கால் கொஞ்சம் உச்சஸ்தாயியில் அடி எடுத்துக்கொடுக்க லியூபா அதை அடித்தொண்டையிலே பின்தொடர்ந்தாள். 'திங்கட் கிழமையும் வந்துவிட்டது. என்னை ஆஸ்பத்திரியிலிருந்து விடுவித்துவிடுவார்கள் என்று நினைத்தேன். டாக்டர் கிராஸ்ஸாவ் விடமாட்டேன் என்றுவிட்டாரே. அவர் நாசமாய்ப்போக' என்பது பாட்டின் பொருள்.

அந்த வரிசையில் உள்ள வீடுகளில் எல்லாம் பிரகாசமாக விளக்கேற்றப்பட்டுவிட்டது. வீட்டு முகப்பிலே தொங்கும் விளக்குகள் ஒளிபொழிந்தன. கண்ணுக்கு எதிர்ச்சரகிலுள்ள ஸோபியோ வாஸ்ஸிலீய்வ்னா விடுதியின் உட்பகுதியும், உள்ளிருக்கும் பியானோ முதல் திரையலங்காரங்கள் ஆகிய சகலமும் இந்த இரண்டு குட்டிகளுக்கும் ஸ்பஷ்டமாக தெரிந்தது. கண்ணைப் பறிக்கும் உடையலங்காரத்தில் மின்வெட்டும் பெண்களும், அங்கே பக்கத்துச் சுவர்களிலேயுள்ள நிலைக்கண்ணாடிகளில் அவர்களது பிரதிபிம்பங்களும்கூடப் புலப்பட்டன. டிரெப்பெல் விடுதியின்முன் அமைக்கப்பட்டுள்ள செதுக்குளி வேலைப்பாடமைந்த முகப்பில் நீல ஒளி பிரகாச மாகத் தொங்கியது.

மாலையிலே வெதுவெதுப்பும் அமைதியும் கலந்த சுகம் தவழ்ந்தது. எங்கோ தூரத்திலே, தொலைதூரத்திலே, ரயில் தண்டவாளங்களுக்கு அப்பால் இருண்டு வரும் கூரைகளும் மரச்செறிவுகளும் தாண்டி – மரங்களின் வசந்தப் பசுமை அப்பொழுது புலனாகாவிட்டாலும், புலன்கள் வெளித்தட்டுதல் அற்று நுகர்கின்றன – வெட்டுக்காயம் போல, சல்லாத் திரை போன்ற பனிப் படலத்துக்குப்பின் தேங்கிக்கிடக்கிறது. இந்தக் கருக்கிருட்டிலே, தொலை வெளிச்சத்திலே, நெருடிவிடும் காற்றின் தடவுதல்களிலே, புரண்டுவரும் இரவின் சுகந்த வாசனைகளிலே ஏதோ ஒரு அந்தரங்கமான இனிமை கலந்த நினைவில் மட்டும் உறுத்தும் சோகக் கலவை தேங்குகிறது. இந்த மேன்மையான மோகனமான சோகம் வசந்தத்துக்கும் வேனிலுக்கும் இடையிலே மாலைப்போதுடனே கலந்திருப்பது சகஜம். பட்டும் படாததுமாக நகரத்தின் ஓசைகள் மிதந்து வந்தன. பிரலாபிக்கும் அக்கார்டியன் கருவியின் உச்வாஸ நிச்வாஸமும், பசுக்களின் ‘மா’வென்ற குரலும் தெளிவுபடக் கேட்டன. கல் பரவிய பாதையிலே யாரோ ஒருவர் சரட்டுச்சரட்டென்று நடந்து சென்றார். அவரது கைத்தடி தரையில் டக்கிட்டது. வாடகை வண்டியின் சக்கரங்கள் தள்ளாடித்தள்ளாடி உருளுவதும் தொனிவட்டத்துள் புகுந்து அகலும் இந்தச் சரட்டுச் சத்தங்களும் மாலையின் மேன்மையிலே அழகிலே மயங்கிக் கலக்கும். தூரத்து என்ஜின் குரலும் இசையிலே மிதந்து எச்சரித்தது.

‘நர்ஸம்மா வருகிறாள்; ரொட்டியும் சர்க்கரையும் கொண்டு வருகிறாள்; எல்லோருக்கும் சமமாகப் பகிர்ந்து கொடுக்கிறாள்’ என்பது இந்தக் குட்டிகள் பாடியதின் அடுத்த பகுதி.

மதுக்கடைச் சிப்பந்தியான சுருட்டைத் தலையன் இருள் பிண்டமாகத் தெருவில் குறுக்காக ஓடுவதைக் கண்ட நையூரா,

"புரோகார் இவானிச், ஓ! புரோகார் இவானிச்!" என்று குரல் கொடுக்கிறாள்.

"நீ நாசமாகப் போக! உனக்கு இப்போ என்ன வேண்டும்?" என்று அவன் அங்கிருந்தே உறுமுகிறான்.

"உன் சிநேகிதன் ஒருவன் உன்னைப் பற்றி விசாரித்தான். இன்றைக்கு அவனைக் கண்டேன்."

"சிநேகிதன் எப்படி இருப்பான்?"

"நல்லா அழகாத்தான் இருப்பான். கருகரு என்று முடி வளர்ந்த...."

"அவனை எங்கே பார்த்தே?" என்று ஒரு நிமிஷம் நின்று கேட்கிறான்.

"இங்கேதான் பார்த்தேன். பழைய தொப்பிகளுடன் ஆணியடித்து மாட்டப்பட்டிருக்கிறான். அங்கேதான் நாங்கள் செத்த எலிகளை போடுவது வழக்கம்" என்றாள்.

"சீ, முட்டாளே!" என்று வைகிறான் இவானிச்.

யாமா முழுவதுமே கேட்கும்படியாக நையூரா கீச்சிட்டு சிரித்துக்கொண்டு நிலையில் சாய்ந்து கால் மேஜோடு தெரியும் படி கால்களை உதறியபடி விழுந்துவிழுந்து சிரித்தாள். சிரிப்பு எல்லாம் ஓய்ந்த பிற்பாடு பக்கத்திலிருப்பவளிடம் காதோடு காதாக, "போன வருஷம் அவன் ஒருத்தியின் கழுத்தை அறுத்துவிட்டாண்டி! சத்தியமா, ஆணைப்படிக்கு!" என்றாள் நையூரா.

"அப்படியா? அவ செத்தே போனாளோ" என்று கேட்டாள் லியூபா.

"இல்லே பொழைச்சுண்டுட்டா" என்றாள் நையூரா. "அவள் பிழைத்துக்கொண்டதில் தனக்குச் சற்று இருப்பதாக தொனிப்பில் காட்டிக்கொண்டாள். அலக்ஸாண்ட் ரோவ்ஸ் சாயா ஆஸ்பத்திரியிலே இரண்டு மாதம் கிடப்பிலே கிடந்தாள். வெட்டு மயிரிழை உயர்ந்து விழுந்திருந்ததென்றால் செத்தே போயிருப்பாள் என்று சொன்னார் டாக்டர்."

"ஏன் அவளைக் கொல்லப் பார்த்தான்?"

"அதெப்படி எனக்குத் தெரியும்? ஒருவேளை அவள் நிறையப் பணம் வைத்துக்கொண்டு அவனுக்குக் கொடுக்க மாட்டேன் என்று சொல்லியிருக்கலாம் அல்லது அவனை ஏமாற்றி நடமாடியிருக்கலாம். அவளுக்கு அவன் ஆசை நாயகன், ஆள் பிடித்துக் கொடுக்கும் தரகன்."

"என்ன தண்டனை கிடைத்தது?"

"ஒன்றுமே இல்லை. அவனுக்கெதிராகச் சாட்சி எதுவுமே இல்லை. அங்கே பெரிய கலவரம் நடந்து எல்லோரும் சண்டை போட்டுக்கொண்டிருந்தார்கள். அவன்பேரில் தனக்குச் சந்தேகமே கிடையாது என்று அவள் போலீஸாரிடம் சொல்லி விட்டாள். அப்புறம் புரோசாரே சவடால் அடித்துக்கொண் டான். அந்தச் சமயத்திலே டங்காவைத் தீர்க்க முடியவில்லை. அடுத்த தடவை ஒழித்துவிடுகிறேன். ஆனால் என் கையாலே சாகமாட்டா; அதுக்குத் தகுந்த வேலை வைக்கிறேன் என்று சவடால் அடித்துக்கொண்டான்."

லியூபா முதுகுநரம்பில் பீதி கொப்பளித்துப் பாய்கிறது.

"இந்தத் தரகுப் பசங்களே கொலைகாரப் பாவிகள்" என்கிறாள். அவள் குரலிலே பயம் தெறிக்கிறது.

"ஐய்யோடி யம்மா! கொஞ்சமா கொடுமை! ஒரு வருஷம் பூராவும் இந்த ஸிமியோனை வைத்துக்கொண்டிருந்தேனே, அவன் என்ன பாடு படுத்திவிட்டான் தெரியுமா? உடம்பிலே வடுப்படாத இடம் கிடையாது. எப்போது பார்த்தாலும் உடம்பு கன்னிப்போய் கருத்த தழும்புகள் கொண்டிருக்கும். இம்மாதிரி அடிக்கிறானே அதற்குக் காரணம் எதுவும் இருக்குமோ? விடியற் காலத்தில் அவன் என்னை அறைக்குள் இழுத்துக்கொண்டு போய்விடுவான். அப்புறம் வாசல் கதவைப் பூட்டிவிடுவான். சித்ரவதை பண்ண ஆரம்பிப்பான். அப்புறம் என் கைகளைப் பிடித்து முறிப்பான். முலைகளைப் பிடித்துக் கிள்ளுவான். கழுத்தைப் பிடித்து நெறிப்பான். அல்லது என்னை முத்தமிட ஆரம்பிப்பான். முத்தமிடுவான், முத்தமிடுவான், ரத்தம் பீறிட்டு வரும்படி கடித்துவிடுவான்... நான் அழ ஆரம்பித்துவிடுவேன். அவன் எதிர்பார்ப்பதெல்லாம் அதைத்தான். உடம்பெல்லாம் உன்மத்தத்தால் வெடவெட என்று ஆட என்மீது மிருகம் போல் பாய்வான். பிறகு என் கைவசம் இருக்கும் பணம் எல்லாவற்றையும் பறித்துவிடுவான். சிகரெட் கட்டைகளைக் கூட வாங்குவதற்கு கையில் காசில்லாமல் ஆக்கிவிடுவான். இந்த ஸிமியோன் பயல் மகா கருமி. கிடைப்பதை எல்லாம் பாங்கில் போட்டு புஸ்தகத்தில் பதிவு பண்ணி வைத்துக்கொள் வான். கையிலே ஆயிரம் ரூபிள் சேர்ந்த பிற்பாடு மடத்திலே சேர்ந்து சன்னியாசியாகிவிடப் போகிறானாம். எப்பொழுதும் அப்படித்தான் சொல்லிக்கொண்டிருக்கிறான்."

"அப்புறம்!"

"ஆணைப்படிக்கி அவனுடைய அறைக்குள்ளே போய்ப் பாரு. தெய்வ பிம்பத்தின் முன் இருபத்திநாலு மணிநேரமும்

வாடா விளக்குப் போட்டு வைத்திருக்கிறான். அவனுக்கு கடவுள் பக்தி ரொம்பவும் ஜாஸ்தியாம். அவன் மனசிலே பாவம் பாராங்கல்லு மாதிரி அழுத்துகிறதினால்தான் அவன் அப்படி இருக்கிறான் என்று நான் சொல்லுகிறேன். அவன் ஒரு கொலைகாரப் பாவி.”

“என்ன சொல்லுகிறே?”

“அந்தப் பய பேச்சை விட்டுத்தள்ளுடி. மீதி அடியையும் பாடுவமே.”

‘நான் மருந்துக்கடைக்குப் போவேன், விஷம் வாங்கித் தின்பேன்’ என்ற கருத்துள்ள மற்ற இரண்டடி படித்தாள்.

ஜென்னி இடுப்பிலே கைகளை வைத்துக்கொண்டு தன் அறையிலேயே முன்னும்பின்னுமாகக் கூண்டுப்புலி மாதிரி நடந்துகொண்டிருக்கிறாள். துவளும் நடை போட்டுத் தன் பிம்பங்களைச் சுவரில் தொங்கும் நிலைக்கண்ணாடிகளில் பார்த்துக்கொண்டு உலாவுகிறாள். அவள் ஆரஞ்சு ஸாட்டின் உடை அணிந்திருக்கிறாள். இடுப்பிலிருந்து கீழே விழுந்த பாவாடைப் பகுதியில் கொசுவம் ஆழ்ந்த சுருள்களாக இடையின் துவளுதலுக்கு ஏற்ப இடமும் வலமுமாக அலையாடுகிறது. சீட்டாட்ட வெறி பிடித்து காலை ஆறு மணி முதல் மாலை ஆறு மணி வரையில் ஓயாதொழியாது சலிப்பின்றி விளையாடக்கூடிய சின்ன மங்கா பாக்ஷா என்பவளுடன் அறுபத்தியாறு என்ற ஆட்டமாடிக்கொண்டிருக்கிறாள். சீட்டைக் கலைத்துப்போட்டு ஆடுவதற்கு வசதியாக இவ்விரு பெண்களும் தமக்கு இடையிலே ஒரு நாற்காலியைப் போட்டுக் கொண்டிருக்கின்றனர். அடிக்கடி உடைகளைச் சுருட்டிச் சுருட்டி காலிடையிலே போட்டுக்கொள்ளுகின்றனர். மங்கா படாடோபமற்ற கருப்பு ஸாட்டின் உடை அணிந்திருக்கிறாள். அவளுடைய கட்டைகுட்டையான உடல் வளத்திற்கு இந்த உடை மிகவும் ஏற்றவையாக இருக்கிறது. இந்த உடை அவளைச் சிறுமியாக்கிப் பள்ளிக்கூட மாணவியோ என்று பிரமை கொள்ளும்படி செய்துவிடுகிறது!

அவளுடைய சகாவான பாக்ஷா ஒரு அதிசயமான துயரம் மிகுந்த பெண். அவள் விடுதிக்குள் நுழைந்து சொற்ப காலந்தான் ஆகிறது. நரம்பு சம்பந்தமான வியாதி ஒன்று உண்டு. அதன் விளைவாக அவள் மனோவைத்திய சிகிச்சைக்கு அனுப்பப்பட்டிருக்க வேண்டும். அவளுடைய வியாதி அவளை உன்மத்த வெறியோடு போக நுகர்ச்சியிலே ஈடுபடச் செய்கிறது. அவளைக் கூப்பிடுகிறவன் எவ்வளவு அரோசிகமானவனாயினும் அவன் புருஷனாக இருந்தால்போதும். இதற்காக இவளது சகாக்கள் இவளைக் கேலி செய்வார்கள். ஆண்

குலத்துக்கு எதிராக அவர்கள் கூட்டமாக நடத்திவரும் பகை அணிவகுப்பின் துரோக அம்சமாக அவளை அவர்கள் கருதுகின்றனர். நையூரா மற்றவர்களைப் போல் அபிநயிப் பதிலே கெட்டிக்காரி; காமக் கொதிப்பிலே பாக்ஷா காட்டும் குணோபாவங்களையும் ஏக்கங்களையும் பெருமூச்சுக்களையும் குமுறல்களையும் உணர்ச்சி ஜ்வாலை தெறிக்கும் வார்த்தை களையும் அவள் அபிநயித்துக் காட்டுகிறாள். "வில் பதக்கம் வைத்துக்கொண்டு ஒரு நொண்டி வருகிறானே, அவன் பேரிலும் உனக்கு ஆசையா?"

"ஆமாம் அதற்கென்ன? அவரை ரொம்பவும் மதிக்கிறேன். அவர் ரொம்ப யோக்கியர்."

"குதிரைப் பந்தயக்காரன் நிக்கி, அப்புறம் அந்தக் குத்தகைக் காரன், பிறகு அந்த உருளைக்கிழங்குப் பயல் அன்டோஷ்கா, அந்த தடி நாடகக்காரன் எல்லாரிடத்திலுமா உனக்கு ஆசை? அட வெட்கங்கெட்ட ஜென்மமே! உன்னைக் கண்டால் எனக்கு வயிற்றைப் புரட்டுகிறது. நீ ஒரு பெட்டைநாய்தான். உன் நிலையில் நானிருந்தால் கழுத்தில் சுருக்கைப் போட்டுக் கொண்டு தொங்கிவிடுவேன், புழு!" என்று கர்ஜிக்கிறாள் ஜென்னி.

பாக்ஷா இமைகளை இறக்கி மௌனமாகக் கண் கலங்கு கிறாள். மானியா அவள் சார்பாகப் பரிந்துகொண்டு வந்து "ஏண்டி ஜென்னி, அவளை இப்படிப் போட்டு படுத்துகிறாய்? ஏன் அவளைப் போட்டு அலட்டுகிறாய் . . ." என்றாள்.

"எல்லோரும் நல்ல பேச்சுத்தான் பேசுகிறீர்கள். உங்களிடம் துளிகூடத் தன்மதிப்புக் கிடையாது. எவனோ ஒரு பயல் வருகிறான். கறி விலை பேசுகிற மாதிரி உங்களை பேரம் பண்ணுகிறான். வாடகைக்கு வண்டி அமர்த்துவது மாதிரி ஆசையை மணிக்கணக்கில் விலை பேசி வாங்குகிறான். உங்களுக்கு அவனைக் கண்டதும் தலைகால் தெரிவதில்லை. 'கண்ணே காதலரே!' என்று வசமிழந்து குமுறுகிறீர்கள். என்ன ஆசையடா ஆசை!" என்று காறி உமிழ்கிறாள் ஜென்னி.

கோபமாக அவர்கள் திசையில் முதுகுப்புறத்தைக் காட்டி அந்த அறையின் ஒரு மூலைக்கும் குறுக்கே எதிர் மூலைக்குமாக இடை துவள அடி எடுத்துவைத்து ஒவ்வொரு நிலைக்கண் ணாடியிலும் தன் பிம்பத்தை விழித்து நோக்கி நடமாடுகிறாள்.

இந்த நேரத்திலேதான் ஐஸக் டேவிடோவிச் என்ற பியானோ வாத்தியக்காரன், இசை மூடமான வயலின்கார னுக்குச் சொல்லிக்கொடுக்கும் போராட்டத்தில் ஈடுபட்டிருக் கிறான்.

"அப்படியில்லை, ஐஸாயாஸாவ்விச், ஒரு நிமிஷம் வயலினை விட்டெறிந்துவிட்டு நான் வாசிப்பதைக் கேள்" என்று சொல்லிவிட்டு ஒற்றை விரல் கொண்டு பியானோக் கட்டைகளை அமுத்தி வாசித்துக்கொண்டு சங்கீத டைரக்டர்களுக்கு என்று அமைந்திருக்க வேண்டியதொரு அபூர்வ சாரீர வளத்துடன் ஆட்டுக்குட்டி மாதிரி கதறினான்.

இந்த ஒத்திகையைச் சற்றும் கருமித்தனமில்லாது வர்ண மிட்டுத் தன்னை அலங்காரம் செய்துகொண்டுள்ள வட்டமுக ஜோவும், குடியால் பொலிவிழந்த வீராவும் கவனித்துக்கொண்டு இருக்கிறார்கள். வீரா ஆணுடை தரித்திருக்கிறாள். அதாவது பந்தயக் குதிரைகளைச் சவாரி செய்து நடத்தும் ஜாக்கியின் உடையலங்காரத்திலிருக்கிறாள். இந்த வேஷம் அவளுக்குப் பொருத்தமாகவே இருக்கிறது. கடைசியாக இசை மல்லுக்கட்டி நிற்பவர்களிடையிலும் சமரசம் ஏற்பட்டுவிடுகிறது. சற்று குட்டையான வீரா சண்டைக்குப் பாவலா போடுவது போல் பிரஷ்டத்தைச் சற்று பின்னுக்குத் தள்ளி, கைகளை முன்புறம் தளர்த்திவிட்டு, ஆணுடையில் நடமாடும் பெண்களைப் போலச் சற்று வாட்டசாட்டமாக நிற்கும் ஜோவை அணுகுகிறாள். இருவரும் அறையில் விரைந்து நாட்டியமாடு கின்றனர்.

புதிய விஷயம் எதையும் முதன்முதலில் அறிவிக்கும் நையூரா, அவசர உற்சாகத்தில் நாக்குளற டிரெப்பெல் விடுதிக்கு பணக்காரச் சாரட்டு வந்து நிற்கின்றது என்று அறிவிக்கிறாள். ஜென்னி தவிர மற்ற எல்லா குட்டிகளும் ஜன்னலருகில் திரண்டு நின்று வேடிக்கை பார்க்கின்றனர். சாயம் கலையாத புத்தம்புதிய வண்டி கோலாஹலமாக நிற்கிறது.

"எங்களைச் சவாரி கூட்டிப்போக மாட்டாயா?" என்று கீச்சிடுகிறாள் நையூரா.

பணக்கார கோச்மான் சிரிக்கிறான். சற்றும் தெரியாத வண்ணம் விரலை அசைக்கிறான். வண்டி உருளுகிறது. இருள் திரண்டு மறைக்கிறது.

"சீ, என்ன அவமானமாக இருக்கு!" என்று எம்மாவின் கோபக்குரல் அறைக்குள் தொனிக்கிறது.

அடக்கமான பெண்கள் எந்த வீட்டிலே ஜன்னலில் ஏறி நின்றுகொண்டு தெருவை நோக்கிக் கூப்பாடு போடுகின்றன. என்ன வெட்கக்கேடா இருக்கு! எப்போதும் அந்த நையூரா தான், அதே நாசமாய்ப்போன நையூராதான். அவள் கருப் புடையில் கோலாஹலமாக நிற்கிறாள். குட்டிகளும் பள்ளிக்

கூட மாணவிகள் மாதிரி அடக்கஒடுக்கமாகச் சுவரருகே வரிசையாகக் கிடக்கும் நாற்காலிகள்மீது அமருகின்றனர். நிலைக்கண்ணாடியில் பார்த்து ஓயாத ஜென்னி தவிர மற்ற யாவரும் உட்கார்ந்துவிட்டார்கள். இன்னும் இரண்டு வாடகை வண்டிகள் எதிர்ப்புறத்தில் உள்ள ஸோபியா வாஸ்லிய்வ்னா விடுதி முன் நிற்கிறது. வேறு ஒரு விக்டோரியா வண்டி அன்னா வாசலில் வந்து நிற்கிறது.

முன்ஹாலில் ஸிமியோன் யாருக்கோ மேலுடைகளையும் தொப்பியையும் கழற்றி வைப்பதற்கு ஒத்தாசை புரிகிறான்.

இரு கைகளிலும் கதவின் கைப்பிடிகளைப் பற்றியபடி பார்த்துவிட்டு ஜென்னி தோளைக் குலுக்கி இல்லை என்ற பாவனையில் தலையசைத்துவிட்டுத் திரும்பிவிடுகிறாள்.

"யாரோ தெரியாது, எவனோ அன்னியன். இதற்கு முன் இவன் இங்கே வந்ததே இல்லை. தொப்பை சரியக் கொழுத்துப்போய்த் தள்ளாடித் தங்க விளிம்புக் கண்ணாடியும் யூனிபாரமுமாக வரும் எவனோ ஒருவன்" என்கிறாள் ஜென்னி.

"முன்கூடத்துக்கு எல்லோரும் போங்கள்" என்று உத்திரவு போடுகிறாள் எம்மா.

எடுப்பான நடையில் ஒருவர் பின் ஒருவராகக் கூடத்துக் குள் வருகிறார்கள். தமாரா போலி முத்தாரமணிந்து வருகிறாள். சதுரமுகக் கிட்டி சதை துளும்பியாடத் தொடர்கிறாள். பச்சைக்கிளி வர்ணத்தில் உடையணிந்த நீனா, அவளுக்குப் பின்னும் பெரிய மங்கா, மாய்மால மங்கா என்ற வேறு ஒருத்தியும், ஸோன்கா என்ற யூதச்சியும் வருகிறார்கள். அவளுக்கு மூக்குப் பெரியது. அகன்று படர்ந்த கண்கள். அமெரிக்கையான சோகக் கலப்போடு வெதுப்பும் பனிப்பும் கலந்து திகழுகின்றன. பூலோகத்திலேயே இந்த அபூர்வக் கண்ணழகை யூதச்சியினிடத்தில்தான் காணலாம்.

7

சர்க்காரின் தானதர்ம இலாகாவுக்குரிய விசேஷ உடைய லங்காராதிகளுடன், வயது முதிர்ந்த 'அதிதி' ஒருவர் கைகளைத் தேய்த்துத்தேய்த்துக் கழுவுவது போல் 'உரசிக்கொண்டு' தயங்கி உள்ளே நுழைந்தார். அவரைப் பார்க்காதது போல் அங்குள்ள பெண்கள் எல்லாரும் மிடுக்குற்ற மௌனத்தில் ஆழ்ந்திருந்ததினால் உள்ளே வந்தவர் கூடம் முழுவதையும் கடந்து மறு ஓரத்தில் அமர்ந்திருந்த லியூபாவுக்குப் பக்கத்தில் ஒரு நாற்காலியில் உட்கார்ந்திருந்தார். சம்பிரதாயப்படி

லியூபா பாவாடையை மடக்கி வாரிச்சுருட்டிக்கொண்டு சற்று ஒதுங்கிச் சுயேச்சையைக் காண்பித்துக்கொள்வது போல் பாவனை செய்துகொண்டாள்.

"பெண்ணே, சௌக்கியமா?" என்றார் வந்தவர்.

"சௌக்கியமா?" என்றாள் லியூபா வெடுக்கென்று.

"இங்கே உனக்குக் கஷ்டமில்லாமல் காலம் கழியுதல்லவா?"

"ஆமாம்! ரொம்ப வந்தனம். எனக்கு ஒரு சிகரெட் வாங்கிக்கொடேன்."

"மன்னிக்கணும்! எனக்குப் புகை பிடிக்கும் வழக்கம் இல்லை."

"அப்படியா கதை. மனுஷனாம், புகை பிடிக்கமாட்டானாம்! அப்படியானால் எனக்கு லெமனேடு வாங்கிக் கொடு. அதிலே எனக்கு ரொம்பப் பிரியம்."

அதற்கு அவன் பதில் ஒன்றும் சொல்லாமல் தட்டிக்கழித்தான்.

"தாத்தா, தாத்தா! என்ன கருமித்தனம் பண்ணுகிறே! இப்போ எங்கே வேலை பார்க்கிறாய்? நீ சர்க்காராபீஸ் குமாஸ்தாவா?"

"இல்லை நான் ஒரு வாத்தியார்; ஜெர்மன் பாஷை சொல்லிக்கொடுக்கிறேன்."

"தாத்தா, உம்மை எங்கேயோ பார்த்திருக்கிறமாதிரி இருக்கே. முகஜாடை தெரிந்ததுமாதிரித் தோணுது. எங்கேயாவது உம்மைச் சந்தித்து இருக்கிறேனா?"

"சரிதான் போ, அது இப்போ எங்கே ஞாபகமிருக்கு? ஒருவேளை தெருவிலே பார்த்திருக்கலாம்."

"தெருவிலேயும் இருக்கக்கூடும். அப்படி இல்லாமலுமிருக்கலாம். அதெல்லாம் இருக்கட்டும். எனக்கு ஒரு ஆரஞ்சுப் பழமாவது வாங்கிக் கொடுங்கள். ஆரஞ்சு கொண்டுவரச் சொல்லட்டுமா?"

அவன் மறுபடியும் வாயை மூடிக்கொண்டான். நாலா திசையிலும் திரும்பி திருதிருவென்று விழித்தான். முகத்தில் சிவப்பேறியது. நெற்றியில் வெடித்த முகப்பருக்கள் மினுங்க ஆரம்பித்தன. நெற்றி செக்கச் சிவந்துவிட்டது. நாலு திசையிலும் உட்கார்ந்திருக்கும் பெண்களைப் பார்த்துத் தனக்கு ஏர்வையான நபர் யார் என்று பொறுக்கிப் பார்த்துக்கொண்டிருந்

தான். எல்லோரும் வாய் பேசாது மௌனமாக உட்கார்ந்திருப்பது அவனைத் தட்டுக்கெட வைத்தது. பேசுவதற்கு என்ன இருக்கிறது? தவிரவும் லியூபா இடைவிடாமல் நச்சுப் பண்ணிக் கொண்டிருப்பது அவனுக்கு வெகு தொந்திரவாக இருந்தது. நல்ல கறவை பசு மாதிரி மொழுமொழு என்றிருக்கும் கிட்டியின் தேக வாட்டம் அவனுக்குப் பிடித்திருந்தது. பொதுவாகத் தடித்த பெண்களைப் போல அவள் காமத்துக்கு உகந்தவள் அல்ல என்று தீர்மானித்துக்கொண்டான். சிறுபையனைப் போல உடம்போடு ஒட்டிய வெள்ளைக் கால்சராய் அணிந்திருந்த வீரா அவனுக்குக் காமத்தீயை மூட்டினாள். அறியாத சின்னப் பெண் போல் பாவனை செய்து நின்ற சின்ன மங்காவும் அவனுக்கு உகந்தவளாகவே தெரிந்தது. வன்மையும் ஊக்கமும் தெம்பும் சுடர்விடும் ஜென்னியின் முகவெட்டு அவளை அப்படியே கூட்டிக்கொண்டுபோய்விடலாமா என்ற ஆசையை அவனுக்குள் மூட்டியது. நாற்காலியைவிட்டு எழுந்தான். கூப்பிட வாய் வரவில்லை. அண்டவொட்டாத உதாசீனத்துடன் அவள் அமர்ந்திருந்தது அவனைப் பேசா திருக்கச் செய்துவிட்டது. மேலும் மனப்பூர்வமாகவே அவள் அவனைச் சட்டை செய்யவில்லை. விடுதியிலே செல்லங் கொடுத்துக் கெடுக்கப்பட்டவள் என்று தீர்மானித்து, வருகிறவர்களைச் செலவுக்கு இழுத்துவிட்டுப் பரிசிட வைப்பாள் என்று பயந்துவிட்டான். வாத்தியார் காமத்திலும் கணக்குப்போடும் ஆசாமி. வரம்பற்றுப் பெருகிய குடும்பச்சுமையும், அவனுடைய இடைவிடாத புருஷத்தன்மையால் நைந்துவிட்ட மனைவியும், கணக்கற்ற காம நோய்களும் அவனை வாட்டி வருகின்றன. அவன் ஒரு பெண்பள்ளிக்கூடத்து வாத்தியார். போதனையின் போதும் உள்ளடக்கமான காம ஜன்னியால் பீடிக்கப்பட்டு வாழ்ந்து வந்தான். அவனுடைய ஜெர்மானியப் பயிற்சியும் கருமித்தனமும் அடிக்கடி எழும் ஆசைகளை அடக்கிவைக்க ஏதுவாக இருந்தன. ஆனால் வருஷத்துக்கு இரண்டு மூன்று முறை, சொல்ல முடியாத சிக்கனங்களின் விளைவாக தன்னுடைய பிச்சைக் கணக்கில் ஐந்து அல்லது பத்து ரூபிள் மீத்து வைப்பான். இவ்வாறு மிச்சம் பிடிப்பதற்கு மாலை நேரத்துப் போதையான பீர் குடியைத் துறக்க வேண்டும். வண்டியில் ஏறிப்போவதற்குப் பதிலாக நீண்டவழி கால் நடைப்பயணம் செய்ய வேண்டும். இந்த மாதிரியாக மீத்து வைத்த பணத்தை வைப்புச் செலவு என்று ஒதுக்கிவைத்து, கொஞ்சம் கொஞ்சமாகச் செலவு செய்து, அதில் கிடைக்கக் கூடிய இன்ப நுகர்ச்சியை எல்லாம் சக்கை நாராகப் பிழிந்து விட முயற்சிப்பான்; அதே சமயத்தில் போகத்தால் ஏற்படும் நோய்க்கு ஆளாகிவிடக் கூடாது என்ற பயத்தில் நெஞ்சு

இடைவிடாது பறையடித்துக்கொண்டிருக்கும். கொடுக்கும் காசுக்கு அவன் அதிகமாக, அளவுக்கு மிஞ்சி எதிர்பார்த்தான். அவனுடைய ஜெர்மனிய மனோபாவம் களங்கமற்ற நாணமும் கவிதையும் கனவும் கலந்த பெண்ணை நாடியது. ஆனால் அவனுடைய பௌருஷமோ, தன்னுடைய சேர்க்கையால் நுகர்ச்சியின் இன்பச் சோர்வு பெண்களிடையே காண வேண்டும் என்று தவித்தது.

ஆனால் ஆண்கள் யாவருமே – எப்படிப்பட்ட குரூபியானாலும் நபும்ஸகனாயினும் – இந்த வேட்கைதான் மிகுதியாகக் கொண்டிருக்கிறார்கள். இதனால் நுகர்ச்சியின் உச்சவெறியின் போது, தாமரையிலையில் தண்ணீர் போல் சற்றும் வசம் இழக்காமல் இருந்தாலும், காமக்கனலின் சுவாலை தெறிப்பது போல் உடல் நெளிந்து 'புட்டுரல் எழுப்ப' பெண்கள், வாழையடி வாழையாக நரம்புகளில் ஊறிப்பாயும் அநுபவத்தின் பயனாகக் கற்றிருக்கின்றனர்.

"பாட்டுக்காரர்களை ஏதாவது நாட்டிய மெட்டாவது வாசிக்கச் சொல்லு; பெண்கள் சற்று நாட்டியமாடட்டுமே" என்றாள் லியூபா.

அது அவனுக்குப் பிடித்திருந்தது. சங்கீத மறைவிலே, நாட்டியத்தின் நெருக்கலிலே, தெம்புகொண்டு எழுந்து ஏதாவது ஒரு பெண்ணை அழைத்துக்கொண்டு கூடத்தைவிட்டு அகன்று, பாசாங்கு மௌனத்திலே, நிஸ்சலனத்திலே காரியத்தை முடித்துவிடலாம்.

"அதற்கு எவ்வளவு கொடுக்க வேண்டும்?" என்றான் சர்வஜாக்கிரதையாக.

நாட்டிய பேரம் நடந்தது. பெண்கள் தமக்குப் பிடித்தமான நாட்டிய தினுசுகளை 'அது வேண்டும், இது வேண்டும்' என்று ஆர்ப்பாட்டம் செய்தார்கள்.

போல்கா என்ற ரஷ்ய நாட்டிய தினுசு என்று தீர்மானிக்கப்பட்டது. லியூபா அந்த மெட்டை வாசிக்கும்படி உத்திரவு கொடுத்துவிட்டு, "இவர் என் புருஷன். இவர் எனக்கு என்று இதை வாசிக்கச் சொல்லியிருக்கிறார். இல்லையா தாத்தா?" என்று வாத்தியாரின் கழுத்தில் கை போட்டு அணைத்துக் கொள்ள முயன்றாள்.

ஆமை தனது தலையை ஓட்டுக்குள் இழுத்துக்கொள்வது போல் வாத்தியார் அவளது கைப்பிடியிலிருந்து நழுவிவிட்டான். அதைக் கண்டு சற்றும் கோபம் கொள்ளாமல், லியூபா பக்கத்தில் நின்ற நையூராவுடன் சேர்ந்து கைகோத்து

நாட்டியமாட ஆரம்பித்தாள். வேறு மூன்று பெண்களும் நாட்டியமாடி சுற்றிச் சுற்றி வந்தார்கள். நாட்டியத்தின்போது குட்டிகள் சற்றும் சலனம் காட்டாமல், உடம்பை விறைப்பாக வைத்துக்கொண்டு ஆடினார்கள். முகத்திலே எதிலும் சிரத்தை யில்லாத பாவனை நிலவியது. இந்த மாதிரி ஆடுவதுதான் விடுதியிலே நல்ல சகவாசத்தின் பழக்க வழக்கத்தின் அறிகுறி. இந்தச் சந்தடியில் உபாத்தியாயர் எழுந்து சின்ன மங்கா அருகில் போய், "வா போவோம்" என்றான்.

"போவோம் வா" என்றாள் அவளும் சிரித்துக்கொண்டு.

உபாத்தியாயரைத் தனது அறைக்குள் அழைத்துச் சென்றாள். சுமாராக நல்ல நிலையில் இருக்கும் விபசாரத்தன்மைக்கு ஏற்றபடி அதன் ஜோடனை இருந்தது. ஒரு அலமாரி மேலே பின்னர் துணித் திரை விரித்து அதன்மேல் ஒரு முகக் கண்ணாடி, காகிதப் பூச்செண்டு, மங்கிப்போன புகைப்படம் ஒன்று, காலி மிட்டாய்ப் பெட்டி, பவுடர் பெட்டி, நாலைந்து விசிட்டிங் கார்டுகள் ஆகியன கிடந்தன. இளஞ்சிகப்பு கம்பளி விரிப்புப் போட்ட படுக்கை சுவரோரத்தில் இருந்தது. சுவரில் ஒரு காமவிகாரப் படம்; ஒரு சுல்தான் ஹுக்கா பிடித்தபடி தன் அந்தப்புரத்தில் பெண்களுடன் சல்லாபம் செய்துகொண்டிருக்கும் காக்ஷி. இது தவிரக் கோவில்காளை மாதிரி தெம்பும் சவடாலும் காட்டும் வாலிபர் பலரின் படங்கள் சுவரில் வரிசையாக மாட்டப்பட்டிருந்தன. கூரையிலிருந்து தொங்கும் சங்கிலியில் சிகப்பு விளக்கு தொங்குகிறது. இது தவிர இந்த அறையிலே ஒரு வட்டமேஜை, வியன்னா நாற்காலிகள். ஒரு மூலையிலே இனாமல் பேஸினும் நீண்ட கழுத்துள்ள இனாமல் பாத்திரமும் முக்காலிமீது கட்டிலுக்குப் பின்புற மறைவில் வைக்கப்பட்டிருந்தன.

விடுதி சம்பிரதாயப்படி "லெமனேட் கலந்த லாபீட் (ஒயின் ரகம்) வாங்கிக்கொடு" என்றாள் சின்ன மங்கா, தன்னுடைய உள்ளுடையைக் கழற்றிக்கொண்டு.

"அப்புறம் ஆகட்டும் பார்ப்போம். அது நீ நடந்துகொள்ளும் மாதிரியைப் பொறுத்தது. இங்கே எந்த மாதிரி லாபீட் கிடைக்கும். ஏதாவது ஒரு ஜாடி மண்டுவாயா?" என்றார் உபாத்தியாயர் வெகு கண்டிப்பாக.

சற்றுக் கோபித்தவள் போல, "இங்கே லாபீட் கிடைக்கும். பாட்டில் விலை இரண்டு ரூபிள். கருமித்தனம் காட்டுவதாக இருந்தால் பீராவது வாங்கிக்கொடு, சரிதானா...?"

"பீர் போதும்...."

"எனக்கு லெமனேடும் ஆரஞ்சும். சரிதானே?"

“ஒரு பாட்டில் லெமனேட் போதும்; ஆரஞ்சு வாண்டாம். அப்புறம் எனக்குத் திருப்தி ஏற்பட்டுதானா உனக்கு சாம் பெய்ன்கூட நான் வாங்கிக் கொடுக்கக்கூடும். அதெல்லாம் உன்னைப் பொருத்த விஷயம். நீ சிரத்தை எடுத்துக்கொண் டால்தான்.”

“சரிதான் தாத்தா, நாலு பாட்டில் பீர், இரண்டு பாட்டில் லெமனேட், எனக்கு ஒரு துண்டு சாக்லேட் கொண்டுவரச் சொல்லட்டுமா, சரிதானே? ஆமாம்தானே?”

“இரண்டு பாட்டில் பீர், ஒரு பாட்டில் லெமனெட். அதற்கப்புறம் ஒன்றும் கிடையாது. பேரம் பண்ணிக்கொண் டிக்கிறது எனக்குப் பிடிக்காது. நானே வேணுமானாக் கொண்டுவரச் சொல்லுகிறேன்.”

“என் தோழி ஒருத்தியை இங்கே கூப்பிடட்டுமா?”

“தோழியும் வாண்டாம் ஒண்ணும் வாண்டாம்.”

சின்ன மங்கா நிலை வழியாகத் தலையை நீட்டிக் கொண்டு, “நிர்வாகிம்மா, இங்கே இரண்டு பாட்டில் பீர், ஒரு பாட்டில் லெமனெட் கொண்டுவாருங்கோ” என்று குரல் கொடுத்தாள்.

ஸிமியோன், ஒரு பலகைத்தட்டில் எல்லாவற்றையும் எடுத்துக்கொண்டு ஓடிவந்து, பாட்டில்களை விரைவாகத் திறந்து வைக்க ஆரம்பித்தான். அவனைத் தொடர்ந்து விடுதியில் சின்ன நிர்வாகியான ஜோஸியா வந்தாள்.

“இங்கே சௌக்கியமாக இருக்கா? சந்தோஷம். சட்டபூர்வ மான உன் கலியாணத்திற்கு ஆசிர்வாதம்” என்று வாத்தி யாரையாவைப் பாராட்டினாள்.

“தாத்தா, நிர்வாகியம்மாளுக்குக் கொஞ்சம் பீர் ஊற்றிக் கொடுக்கட்டா? கொஞ்சம் போரும் குடியம்மா” என்று கெஞ்சினாள் சின்ன மங்கா.

வெள்ளைக்காரர் சம்பிரதாயப்படி, தீர்க்காயுஸாக வாழ வேண்டும் என்ற ஆசியுடன் ஒரு கிளாஸை உள்ளே தள்ளி விட்டு, “உங்கள் முகஜாடை எப்பவோ பார்த்த மாதிரி இருக்கிறதே” என்றாள்.

வெள்ளைக்காரர்கள் இந்த மாதிரி முகமன் சொல்லிக் கொள்ளும்போது இருவரும் பரஸ்பரம் கையில் கிளாஸ் நிறைய மதுபானத்தை ஊற்றி இரண்டு கிளாஸ்களையும் மோதுவது போல் சற்று தொட்டுவிட்டு பானத்தைக் குடிப்பார் கள். இதுதான் ஆயுள் ஆசியின் சம்பிரதாயம்.

ஜெர்மனியன் தன் பங்குக்குக் கையிலிருந்த பீரைக் குடித்துவிட்டு, நனைந்த மீசையைச் சப்புக்கொட்டிக்கொண்டு, நிர்வாகியம்மாள் எப்பொழுது போகப்போகிறாள் என்று துடிதுடித்துக்கொண்டிருந்தான். அவள் தன் கையிலிருந்த கிளாஸை வைத்துவிட்டு, அவனுக்கு வந்தனம் சொல்லிய பின், "நீர் கொடுக்க வேண்டிய தொகையைக் கொடுத்துவிடும். பானத்துக்கும் அதுக்கும்; இதனால் உனக்கும் நல்லது, எங்களுக்கும் சௌகரியம்" என்றாள்.

தொகை கேட்க ஆரம்பித்தது உபாத்தியாயரின் காதல் பிராந்திகளுக்கு முற்றிலும் கசப்பாக இருந்தது. கோபாவேசம் கொண்டு, "இதென்ன அனாகரிகம். நான் என்ன இங்கிருந்து ஓடியா போகிறேன். உனக்கு என்ன ஆளுக்காள் தன்மை பார்த்து நடக்கத் தெரியலையே. உங்கள் வீட்டுக்கு அந்தஸ் துள்ள ஒருவன் வந்தால் அவனை ஏதோ ஒரு நாடோடி மாதிரி நடத்துகிறீர்களே, இதென்னடா பிடுங்கலா இருக்கு?" என்று இரைந்தான்.

நிர்வாகியம்மாள் சற்று இணங்கியவள் போலக் காட்டிக் கொண்டாள்.

"கோபப்படாதீர்கள் ஐயா, பெண்ணுடன் இருப்பதற்கு நீர் தொகை நிச்சயமாகக் கொடுப்பீர் என்பதை நாங்கள் அறிவோம். அவளுக்குக் கெடுதல் செய்யமாட்டீர் என்றே நான் நினைக்கிறேன். இங்கே உள்ளவர்களிலேயே ரொம்பவும் நல்லவள் இவள்தான். பீருக்கும் லெமனேடுக்கும் கணக்குத் தீர்த்துவிட்டால் நல்லது என்று சொல்லுகிறேன். எஜமானி யம்மாளுக்கு நான் கணக்குக் கொடுக்க வேண்டாமா? இரண்டு பாட்டில் பீர் ஒரு ரூபிள்; ஒரு லெமனேடுக்கு முப்பது கோபெக்; ஆக மொத்தம் ஒரு ரூபிளும் முப்பது கோபெக்கும்."

"அட தெய்வமே, ஒரு பாட்டில் பீர் ஐம்பது கோபெக்கா! பீர் கடையிலே பன்னிரண்டு கோபெக்தானே" என்று வெகுண்டான் ஜெர்மானிய வாத்தியார்.

"அப்படியானா பீர் கடைக்குப் போகிறதுதானே? அங்கே செலவு இல்லையே; யோக்கியமான தொழில் நடத்தும் விடுதியில் எல்லாம் பீர் பாட்டில் ஐம்பது கோபெக்தான் – அரை ரூபிள். அதற்குமேல் எதுவும் வாங்குவதில்லை, சரிதான். இப்படிப்போடும். உமக்கு பாக்கிச் சில்லரை பன்னிரண்டு கோபெக் நான் தரவேண்டும் சரிதானே" என்று கோபப்பட்டாள் ஜோஸியா.

"சரிதான் மறந்துபோகாமல் கொண்டுவா" என்றார் வாத்தியார். "இனிமேல் இங்கே யாரும் அனாவசியமாக நுழையக் கூடாது" என்று மேலும் கண்டிப்புச் செய்தார்.

"இல்லை, இல்லை! என்ன இப்படிச் சொல்லுகிறீர்கள். ஆசை தீர உம் இஷ்டம் போல இருந்துகொள்ளும். போகத்தில் திருப்தி காணுமையா, நான் போய்வருகிறேன்" என்று கதவருகில் சென்றாள் ஜோஸியா.

அவள் அகன்ற பின்பு மங்கா எழுந்து சென்று கதவை இழுத்துச் சாத்தி கொண்டி போட்டுத் தாளிட்டுவிட்டுத் திரும்பி வந்து ஜெர்மனியன் மடியில் உட்கார்ந்து உடையற்றிருந்த வெற்றுக்கரங்களால் தழுவினாள்.

"இங்கு வந்து ரொம்ப நாளாச்சோ!" என்றான் ஜெர்மனியன், பீரைப் பருகிக்கொண்டே. காதல் பாவனை செய்வதற்கு மனப்பண்பு ஏர்வையாக அமைவதற்குச் சற்று அந்தரங்கமான தொடர்பு பேச்சு மூலம் ஏற்படுத்திக்கொள்ள வேண்டும் என்று உள்ளுக்குள் உணர்ந்து, ஆசை கட்டுமீறி நின்றாலும் பேச்சுக் கொடுக்க ஆரம்பித்தான். விபசாரிகளுடன் தனித்துவிடும் சகலரும் இந்தமாதிரிதான் கேட்கிறார்கள். இந்தக் கேள்விக்குப் பதிலாக மனசில் கசப்போ, குரோதமோ எதுவும் இல்லாமல் எவளும் எதிரொலி போல நைந்து புராதனமான ஒற்றைப் பொய்யைக் கையாளும் கட்டாயம் இந்த விபசாரிகளுக்கு ஏற்படுகிறது.

"ரொம்ப நாளாகவில்லை. மூன்று மாதம்தான் இருக்கும்."

"வயசென்ன?"

"பதினாறு" என்று புளுகித் தனது வயசில் ஐந்தை அப்படியே அகற்றிவிட்டாள் மங்கா.

"இந்த அறியாத பிராயத்திலா?" என்று ஆச்சரியப்பட்டுக் கொண்டே, முணுமுணுத்தபடி பூட்ஸைக் கழற்ற ஆரம்பித்தான் ஜெர்மனியன். "இங்கே எப்படி வந்து அகப்பட்டாய்?"

"அதா, எங்கூருக்குப் பக்கத்திலே ஒரு உத்தியோகஸ்தர் என்னைக் கெடுத்துவிட்டார். எங்கம்மா ரொம்பக் கண்டிப்புக் காரியாக்கும். அவளுக்குத் தெரிந்ததென்றால் கழுத்தை நெறித்துக் கொன்றுபோடுவாள். பிறகு தேடி வராமல் என்ன செய்வது? அப்புறம் இங்கே வந்து சேர்ந்தேன்..."

"அந்த ஆபீஸர் மேலே உனக்கு ஆசையிருந்ததா...?"

"அவன்மேலே ஆசையில்லாமலா அவன் கூடப்போவேன். கலியாணம் செய்துகொள்வதாகச் சொன்னான். அப்படிச் சொல்லி ஆசைப்பட்டதை அடைந்தான்; அப்புறம் என்னை விட்டுவிட்டான்."

"ஆமாம். முதலிலே உனக்கு வெக்கமா இருந்ததோ?"

"வெக்கமா இல்லாமலா; என்ன தாத்தா? வெளிச்சம் இருக்கட்டுமா, அணைத்து விடட்டுமா? எப்படிப் பிரியம்? கொஞ்சம் நேரம் விளக்கை இறக்கட்டுமா? சரிதானா?"

"அதிருக்கட்டும்! உனக்கு இங்கே எப்படிப் பொழுது போகுது! உன்னை இங்கே என்ன சொல்லிக் கூப்பிடுகிறார்கள்"

"என் பெயர் மானியா. இங்கே பொழுதுபோகத்தான் மாட்டேன் என்கிறது. என்ன பிழைப்பு!"

ஜெர்மனியன் அவள் உதட்டில் அழுத்தி முத்தமிட்டு விட்டு, "ஆண்களிடம் உனக்கு ஆசையுண்டா? உன்னுடைய ஆசையைத் திருப்திசெய்யும் புருஷர்கள், உனக்கும் சுகத்தைத் கொடுப்பவர்கள் உண்டா?" என்று கேட்டான்.

"அப்படிப்பட்ட புருஷர்கள் இருக்கமாட்டார்களா?" என்று சொல்லிவிட்டு விழுந்துவிழுந்து சிரிக்க ஆரம்பித்தாள் மங்கா. "தாத்தா, உன்னைப் போல் குண்டுகுண்டு என்று இருக்கிற வர்கள் பேரில்தான் எனக்கு ஆசை ஜாஸ்தி" என்றாள்.

"அவர்கள்பேரில்தான் உனக்குப் பிரியமா? ஏன் பிரியப் படுகிறாய்?"

"அது என் சுபாவம்; நீயும் அப்படித்தான்" என்றாள். அந்த ஜெர்மனியன் பீரைப் பருகிக்கொண்டு சில நிமிஷங்கள் சிந்தனையில் ஆழ்ந்தான். வாடகைக்கு உடம்பை உபயோகிக்கு முன் ஒவ்வொரு மனிதனும் விபசாரியிடம் சொல்லிவைக்கும் அந்தரங்கத்தை அந்த ஜெர்மனியனும் அவளிடம் சொன்னான்.

"என் செல்லக்குட்டி, உன்பேரிலும் எனக்கு ரொம்பப் பிரியம் இருக்கிறது என்பது உனக்குத் தெரியுமா? உன்னை இந்த இடத்திலிருந்து அழைத்துக்கொண்டுபோய் குடியும் குடித்தனமுமாக வாழும்படி வைக்க எனக்குப் பிரியமிருக்கிறது."

"ஆனால் உனக்குக் கலியாணமாகி விட்டிருக்கே" என்று சொல்லி அவனுடைய திருமண மோதிரத்தைத் தொட்டுக் காண்பித்து ஆட்சேபித்தாள் இந்தச் சிறுமி.

"ஆமாம். அது வாஸ்தவம்தான். ஆனால் நான் இப்போது என் பெண்டாட்டிகூட வாழவில்லை. அவள் சீக்காளி. இந்த காரியத்துக்கெல்லாம் சரிப்பட்டு வராது."

"ஐயோ பாவம். தாத்தா, நீ எங்கே போக்குவரத்து வைத்துக் கொண்டிருக்கிறாய் என்பது அவளுக்குத் தெரிந்துவிட்டால் கண்ணீர்விட்டுக் கரைவாளே!"

"சவத்தை விட்டுத்தள்ளு! உன்னைப் போல அழகும் அமெரிக்கையும் உள்ள ஒரு சிறுபெண் வேணும் என்றுதான்

நானும் ரொம்ப நாளாத் தேடிக்கொண்டு வருகிறேன். எனக்குச் சுமாராகப் பணம் இருக்கிறது. சாப்பாட்டுச் செலவு உட்பட உனக்கு ஒரு குடிக்கூலி வீடு அமர்த்திக் கொடுக்க முடியும். உன் கைச்செலவுக்கு நாற்பது ரூபிள் போதாது? வர இஷ்டந்தானா?"

"ஏன் வரமாட்டேன்! நல்லா வருவேன்!" அவளை ஆவேசம் மண்ட முத்தமிட்டான். அவனுடைய கோழை நெஞ்சுக்குள் வேறு பீதி வல்லீட்டி பாய்ச்சியது.

"உனக்கு சீக்குகீக்கு எதுவும் இருக்கா?" என்று நாக்குத் தடுமாற, புகைக் கமறல் நெடிவீசக் கேட்டு நின்றான்.

"ஏன் சந்தேகப்படுகிறாய். அதோ வேணும்னா டாக்டர் சர்டிபிக்கேட் இருக்கு, பாத்துக்கோ. சனிக்கிழமை சனிக்கிழமை டாக்டர் இங்கே வந்து சோதனை போட்டுவிட்டுப் போவார்" என்றாள்.

ஐந்து நிமிஷங்களுக்கு அப்புறம் அவள் அவனை விட்டு அகன்றாள். நடக்கும்போதே சம்பாதித்த ரொக்கத்தின்மீது தூவென்று துப்பிவிட்டு அதைத் தன் மேஜோட்டுக்குள் சொருகியபடி அகன்றாள். (வாங்கும் காசின் மீது காறித் துப்பிவிட்டு கைவசமாக்கிக்கொள்வது அந்தத் தேசத்து வேசைத் தர்மம்.) அதற்கப்புறம் அவளுக்கு ஜீவனாம்சம் கொடுத்து வைப்பாக வைத்துக்கொள்ளுவது பற்றியோ சுபாவமாக மனதில் தோன்றிய ஆசையைப் பற்றியோ அவர்களிடையே பேச்சே எழவில்லை. போகத்திலே உருகாத மங்கா ஜெர்மனியன் மனதில் திருப்தியை ஏற்படுத்தவில்லை. விடுதி நிர்வாகியைக் கூட்டிக்கொண்டு வரும்படி ஏவினான்.

"நிர்வாகியம்மா, என் 'புருஷன்' உன்னைக் கூப்பிடுகிறார்" என்று சொல்லிக்கொண்டு நுழைந்த சின்ன மங்கா, கூடத்து நிலைக்கண்ணாடி முன் நின்று தலையைச் சீர்படுத்தி ஊசியைச் சொருகிக்கொண்டு நின்றாள்.

ஜோஸியா அவனிடம் போய்விட்டுத் திரும்பிவந்து தாழ்வாரத்தில் நின்றபடியே பாக்ஷாவை வரும்படி குரல் கொடுத்தாள். அப்புறம் தனியாகக் கூடத்துக்கு வந்தாள்.

"என்னடி மங்கா, உன்னுடைய ஆசைநாயகனுக்குப் பிரியம் ஏற்படுத்தும்படி நடந்துகொள்ளவில்லையாமே" என்று சிரித்துக்கொண்டே கேட்டாள். "அவளைப் பெண் என்று பெயர் கொடுப்பதா? மரக்கட்டை, பனிக்கட்டி என்ற பெயருக்குத்தான் அவள் லாயக்கு என்று சொல்லுகிறானே! அவனிடம் பாக்ஷாவை அனுப்பிவைத்திருக்கிறேன்."

"கட்டுப்பிடித் தராட்டு!" என்று முகத்தை நெரித்து, 'தூ'வென்று ஒருபுறமாகக் காறியுமிழ்ந்துவிட்டு, "என்னத்தை யெல்லாம் கேட்டுக்கொண்டு கிடக்கிறான். உனக்கு முத்த மிடரப்போ எப்படி இருக்கு, இப்போ எப்படி இருக்கு...? இதெல்லாமா கேள்வி? கெழட்டுப்பொணத்துக்கு என்னை கூட்டிக்கொண்டுபோய் வைப்பாக வைத்துக்கொள்ள ஆசையாம்" என்றாள் மங்கா.

"எல்லாரும் அப்படித்தான் பேசுவான்கள்" என்றாள் ஜோஸியா, அவளது புகார்களைப் பிரமாதப்படுத்தாமல்.

அன்று காலை முதலே யார்மீது விழுந்து சண்டைபோட லாம் என்ற சிடுசிடுப்புடன் ஜென்னி சீறி விழுந்தாள். முகம் சிவந்தது. இடுப்பில் கைகளை ஊன்றிக்கொண்டு பொலபொல வெனப் பேசிக் கொட்டிவிட்டாள்.

"கோழைக் கழுதை, நான் என்றால் அந்த சட்டுப்பிடித்த ஐந்துவைக் காதைப் பிடித்து இழுத்துக்கொண்டுபோய்க் கண்ணாடிப்பக்கம் நிறுத்தி 'உன் மூஞ்சியைப் பாரடா, அழகு சொட்டுதோ மன்மதக்குரங்கே? வாயிலெ கோழையை ஒழுக விட்டுக்கொண்டு, கண்ணை ஏறச் சொருகி, பெண்பிள்ளையின் முகத்துக்கருகே முக்கிமுனங்கி கொரக்களியடித்துக்கொண்டி ருக்கறப்போ உன் மூஞ்சி எப்படி இருக்கும் என்று நெனச்சுப் பாரு. நீ கொடுக்கிற காசுக்கு உன்கிட்ட வருகிறவள் உருகி வடிஞ்சுடுவான்னு நெனச்சுக்கிட்டியா?' பய மூக்குலே ஒரு குத்துக்குத்தி இரத்தம் காணாமே விட்டுட்டுயே."

"ஜென்னி, வாயை மூடுடியம்மா! சீ, இதென்ன சல்லியமா இருக்கு!" என்று அங்கலாய்த்தாள் எம்மா எட்வர்டோவ்னா. அவள் குரல் கடுப்பு ஜென்னியின் வாயை அடைத்தது.

"நான் வாயை மூடமாட்டேன்" என்று பதிலுக்குச் சீறி விழுந்துவிட்டு வெடுக்கென்று திரும்பி தன் போக்கில் முகத்திலே சீற்ற ஜ்வாலை தெறிக்க அங்குமிங்குமாக நடக்கலானாள்.

8

சிறுகச்சிறுக முன்கூடத்து அறைக்குள் வாடிக்கைக்காரர் கள் வந்து நிறைந்தவண்ணமிருந்தனர். கடைசியாக ராலி– பாலியும் வந்து சேர்ந்தான். ராலி–பாலி என்று சொன்னால் குஞ்சுகுளுவான்களுக்குக்கூடத் தெரியும். ஒட்டி ஒடிசலாக வற்றிப்போன கிழவன்; நெட்டுநெட்டென்று போதை முறுக் கால் மூக்கு சிவந்து, காட்டுக்காவல் ரேஞ்சர் உடை தரித்து முழங்கால் பூட்ஸ் போட்டபடி, கெஜக்கோல் ஒன்றை கைக்குள்

சொருகிக்கொண்டு காட்சியளிப்பான் நாள் முழுதும். மாலை நேரங்களிலும் அவன் மதுக்கடை, விபசார விடுதி முதலிய வற்றில் அரை போதையில் நடமாடி வருவான். வேடிக்கை, கிண்டல், துக்கடாப் பாட்டு அவன் வாயிலிருந்து பொலபொல வென்று உதிர்ந்தவண்ணமாக இருக்கும். காவல்காரன், விடுதி நிர்வாகி, குட்டிகள் சகலரிடத்திலும் தாராளமாகப் பழகுவான். விடுதிகளில் சகலரும் – எஜமானியம்மாள் முதற்கொண்டு வீட்டு வேலைக்காரி பரியந்தம் யாவரும் – அவனைச் சற்று கேவலமா கவே மதித்து வந்தனர். அவன் சம்பந்தமாக அவர்கள் மனதில் சற்றும் குரோதம் கிடையாது. அவனைத் துச்சமாகவும் மதித்தனர். ஆயினும் சமயாசமயங்களில் அவனாலும் உபயோகம் உண்டு.

குட்டிகள் தம் ஆசைநாயகர்களுக்கு எழுதும் கடிதாசித் துண்டுகளைக் கொண்டு செல்லுவான். சந்தைக்கடைக்கோ, மருந்துக்கடைக்கோ போக வேண்டும் என்றால் சற்றும் சளைக் காமல் ஓடிவருவான். சமயாசமயங்களில் காற்றுவாக்கில் அவன் மானம் மரியாதை என்பவைகளைப் பறக்கவிட்டு, வெட்கமற்ற வாக்குச் சாதுரியத்தால் விடுதிக்கு வருகிறவர் களிடம் ஒட்டிக்கொண்டு அவர்களுக்குச் செலவும் இழுத்து வைப்பான். அந்தச் சமயங்களில் 'கடன்' என்று சொல்லி அவன் வாங்கும் தொகை அப்பொழுதே அங்கேயே குட்டி களுக்காகச் செலவு செய்துவிடுவான். ஓரோர் சமயத்தில் அந்தக் காசில் சொற்ப சில்லரை தன் சிகரெட் செலவுக்கு என்று எடுத்துக்கொள்வதும் உண்டு. அவனை யாவரும் 'போகிறான் போ' என்ற பாவனையில் சகிப்பதற்குக் காரணம் பழக்கவாசனை என்றே சொல்ல வேண்டும்.

"இதோ ராலி–பாலி வந்துவிட்டான்" என்றாள் நையூரா. அதற்குள் அவன் காவற்கார ஸிமியோனிடம் கைகுலுக்கி விட்டு, கதவருகில் சரிந்த தொப்பி, யூனிபார வைபவங்களுடன் வந்து நின்றான். "சரிதாண்டா ராலி – பாலி, உன் கதையை ஆரம்பி" என்றாள் நையூரா.

உடனே ராலி–பாலி கோணல்மாணலாக ராணுவ சலாம் வைத்துவிட்டுத் தன் வரவைப் பற்றி படாடோபமாகக் கட்டியம் கூறி அறிவித்துக் கோமாளித்தனம் செய்தான். பிறகு கிண்டலும் கிள்ளுதலுமாக ஒவ்வொரு குட்டியையும் நையாண்டி செய்துவிட்டு, பொதிச்சியான கிட்டி அருகில் வந்து உட்கார்ந்தான். அவள் அவன்மீது தன்னுடைய தடித்த துடைகளைப் போட்டுக்கொண்டு, தன் முழங்கால்மீது முழங்கைகளை ஊன்றி முகவாய்க்கட்டைக்கு அண்டை கொடுத்து, அவன் சிகரெட் சுருட்டுவதை நிதானமாக ஆனால் கூர்ந்து பார்த்துக்கொண்டிருந்தாள்.

"உனக்கு இதிலே சோம்பலே தட்டவில்லையா? உன் பிரேதப் பெட்டிக்கு ஆணி தயார் பண்ணிக்கொண்டிருக்கிறாயோ?"

ராலி–பாலி புருவத்தைச் சுளித்தான். பிறகு சிகரெட் துக்கடா ஒன்று பாடினான்:

சிகரெட்டே, சிகரெட்டே,
சீரான கண்ணாட்டி,
கண்மூடி காதல் இதோ
கடவுள் வைத்த சூதலவோ
உன்னைக் கைப்பிடிக்க
உன்மத்தம் கொண்டேண்டி!

"ஏண்டா ராலி–பாலி, சீக்கிரம் நீ மண்டையைக் கீழே போட்டுவிடுவாய் போலிருக்கே" என்றாள் கிட்டி அசிரத்தையுடன்.

"அதுவும் சரிதான்; சுளுவாய்ப் போச்சு!"

"ராலி–பாலி, ஏதாவது வேடிக்கையாகச் சொல்லேன்!" என்று கெஞ்சினாள் வெர்க்கா.

உடனே அவள் சொன்னபடிக்கு கோமாளிகாட்டி கோணிக் கொண்டுநின்று பாட ஆரம்பித்தான்!

எத்தனையோ நட்சத்திரம் கண்ணுக்குத் தெரியுது
அத்தனையும் கணக்குப்போட ஆராலேயாகும்?
சொத்தைக் காற்று வந்துவந்து வழியுண்டாம்
சொல்லுது
சத்தியமாச் சொல்லுறேன், வழியில்லை கேட்டுக்கோ
பூவெல்லாம் பூக்குது பூக்குது
கோழி என்ற பட்சிதானே குயிலைப்போலக் கூவுது!

"சகலமான சபையோர்களே! நெஞ்சை அப்படியே உருக்கிக் கரைத்து, கால்வாயாக ஓடும்படி செய்யும் காதல் பாட்டு பாடுகிறேன் கேட்டுக்கொள்ளுங்கள்."

பாதைவழி ஆபீஸர் போகிறான்
குமரியவள் பின்னாலே தொடருகிறான்
அவள் நினைப்பு
அவனைத் தடுத்து
நிக்கவச்சி
தன்மேலே காதல் கொண்டு
கலியாணம் சேசுக்கோ
ஆனாக்கா ஆபீஸர் . . . பலே
மீசையை முறுக்கிவிட்டு
கண்ணைத் திருப்பிக்கிட்டு
குதிரையைத் தட்டிவிட்டு
பறந்துட்டான்!

இந்த மாதிரியாக ராலி–பாலி விடுதி விடுதியாகத் தன்னுடைய சரக்குகளை அவிழ்த்துவிட்டுப் போதைக் கழிப்பான். குட்டிகளும் அவனைத் தம்மில் ஒருவராகவே மதித்தனர். சமயாசமயங்களில் ஒத்தாசை புரிந்தனர்; பீர், வோட்கா முதலிய மதுவகை வாங்கிக் கொடுத்தனர்.

ராலி–பாலி வந்த சற்று நேரத்துக்கு எல்லாம் சிகை சிங்கார கம்பெனி ஒன்றின் சிப்பந்திகள் பலர், ஒரு நாள் ஒழிவு கிடைத்ததால் விழுந்தடித்துக்கொண்டு ஒரே கும்பலாக உட்புகுந்தனர். ஏக அமளியுடன் உத்சாக மிகுதியால் உச்சஸ்தாயியில் பேசி இரைந்துகொண்டு நுழைந்த இந்த ஜென்மங்கள், விபசார விடுதியில் புகுந்த பிற்பாடும் இவர்களுடைய அற்பக் கணக்குகளையும் எஜமான வைபவங்களையும் எஜமானர்களின் மனைவிமாரின் வைபவங்களையும் விவகாரம் பண்ணிக்கொண்டிருந்தனர். இந்த ஆசாமிகள் யாவருமே ஊழல் மண்டிப்போனவர்கள்; பொய்யர்கள்; வருங்காலம் ஏதோ பிரமாதமாகக் கூரையைப் பொத்துக்கொண்டு கொடுக்கப்போவதாக நப்பாசை வைத்து நம்புகிறவர்கள். உதாரணமாக ஒவ்வொருவனும் ஏதாவது ஒரு ஜமீன்தாரணியம்மாளிடம் வைப்பாக (ஆசை நாயகனாக) சேவை செய்யப்போவதாக நம்பிக்கொண்டிருந்தனர். கஷ்டப்பட்டு சம்பாதித்த பணத்தைக் கொண்ட மட்டும் அனுபவிக்க விரும்பினர். அதற்காக யாமா வட்டார முழுவதிலும் தொழில் நடத்தும் விடுதிகள் எல்லாவற்றிலும் எது தேவலை என்று பார்த்துக்கொண்டு வந்தனர். தமது அந்தஸ்துக்கு ரொம்பவும் உயர்ந்தது என்ற அச்சத்தினால்தான் டிரெப்பெல் விடுதிக்குள் நுழையவில்லை. அன்னா மார்க்கோவ்னா விடுதிக்குள் குவாட்ரில் நாட்டியத்துக்கு உத்தரவு போட்டுத் தாமும் சேர்ந்து ஆடினர். ஆனால் குட்டிகளுடன் தாமதிக்க அவர்கள் விரும்பவில்லை. எல்லா இடங்களையும் பார்த்துவிட்ட பின் இங்கு திரும்பிவருவதாக வாக்குக் கொடுத்துவிட்டு வெளியேறினர்.

சுமாராக ஜீவனம் நடத்திவரும் சர்க்கார் குமாஸ்தாக்களும் வந்துபோனார்கள். தவிர மாணவர்களும் வந்தார்கள். விடுதி எஜமானி முன்பும் அங்கு வரும் மற்ற நபர்கள் முன்பும் தம் கவுரவம் குறைந்துவிடுமோ என்ற நெஞ்சு தைப்புக்கொண்ட ஆபீஸர்கள் பலர் வந்தனர். கொஞ்சம் கொஞ்சமாக முன் கூடத்தில் நிறைந்த கூட்டம் பெருகிவிட சந்தடியும் அமளியும் அங்குள்ள ஒவ்வொருவர் மனத்திலும் இருந்த தயக்கத்தையும் கூச்சத்தையும் போக்கி சகஜமாகப் பழக வைத்தன. கடைசியாக, எப்பொழுதும் தவறாமல் வரும் அதிதியான நீண்ட மூக்கு ஸோங்கோவின் ஆசைநாயகனும் வந்து சேர்ந்தான். அவன் தினசரி வந்து அந்தப் பெண்ணின் பக்கத்தில் உட்

கார்ந்துகொண்டு கண்களைச் சொருகவிட்டு சொக்கிப்போய்ப் பார்த்துக்கொண்டே இருப்பான்.

சந்தடி நெருக்கிலே ஜோஸியா வழக்கம் போல அவனை யணுகி, உதட்டைத் திருகிப் பிதுக்கியவண்ணம், "ஏனப்பா அங்கேயே உட்கார்ந்துகொண்டிருக்கிறாய்? குளிர்காய்வதற்கு வந்தாயா? அவளுடன் கொஞ்சம் போதைக் கழிக்கப்படாதா?" என்பாள்.

இந்த யூதனும் யூதச்சியும் பிறப்பில் ஹோமல் என்ற இடத்தைச் சேர்ந்தவர்கள். தளிர்காதல் தழைக்கவே கடவுள் இவ்விருவரையும் பிறப்பித்திருக்க வேண்டும்; ஆனால் பலமான சந்தர்ப்பங்கள் அதைக் கருக வைத்துவிட்டன. அவர்கள் ஊரிலே நடந்த யூதவேட்டை, வறுமை, குழப்பம், பீதி எல்லாம் இருவரையும் தற்காலிகமாகப் பிரித்துவிட்டது. ஆனால் காதல் பெரிதுபட்டு நின்றதால் மருந்துக்கடை சிப்பந்தியான நீய்மென் பல கஷ்டங்களுக்குப் பிறகு முயற்சிகள், அவமதிப்பு கள் யாவற்றுக்கும் பிறகு ஸ்தல மருந்துக்கடையில் சிற்றாள் வேலை பெற்றுக்கொண்டு தன் ஆசைக்கு உகந்த சிறுமியைத் தேடிக் கண்டுபிடித்தான். அவன் வாஸ்தவத்திலேயே வைதீக எபிரேயன். மதம் அவன் உள்ளத்திலே வெறிகொண்டு ஓடியது. ஸோங்கோவின் தாய் அவளை சதை வர்த்தகர்களுக்கு விற்று விட்டதையும் அதன் பிறகு கைக்குக் கை மாறிய கொடூரமான அவமானகரமான விவரங்களையும் அறிவான். அவனது யூத மனம், பக்தியும் ஆசாரசீலமும் வாஸ்தவத்திலேயே அமைந்த மனம், தீப்பட்ட புழுப் போல் திருகிமுறுகித் துடித்தது. ஆனால் அவனது காதல் அதை முன்னிட்டு எள்ளளவும் குறைவுபட்டு விடவில்லை. ஒவ்வொரு நாள் மாலையும் அன்னா மார்க் கோவ்னா வாசலுக்குள் நுழைவான். அவள் பக்கத்திலேயே அமர்ந்திருப்பான். கஷ்ட சிக்கனத்தின் பேரில் அவசியமான வேறு பல விஷயங்களைத் திரஸ்கரித்து மீத்து வைக்கும் மிச்சக் காசைக் கொடுத்து ஸோங்காவை அவள் அறைக்கு அழைத்துச் செல்வான். அங்கே அவளுக்கோ அவனுக்கோ அவ்வளவும் இன்பம் அல்ல. க்ஷண மகிழ்ச்சிக்குப் பிறகு, சதைத் திருப்தி அகன்றவுடன் இருவரும் தம்தம் ஜாதியாசாரம் தவறாமல் தம்முள் சண்டையிட்டுக்கொண்டனர். இந்த அநுபவத்திற்குப் பிறகு எப்பொழுதும் ஸோங்கோவின் கண்கள் கலங்கியே இருக்கும்.

கையில் காசில்லாதிருப்பது சகஜம். அப்பொழுது தன் ஆசைநாயகியின் அருகிலிருந்தே பொழுதைக் கழிப்பான். ஏதாவது ஒரு நபர் ஸோங்காவைக் கைப்பிடித்து அழைத்துச் சென்றுவிட்டால் வருகிறவரை அமைதியுடன் பொறாமை

குமுற உட்கார்ந்திருப்பான். அவள் திரும்பியதும் பிறர் கவனத்தில் படாதபடி தலைகுனிந்தபடி அவளை வைது குமுறுவான். தன் தலையை அவள் பக்கம் திருப்பாமல் ஏசித் தீர்ப்பான். ஸோங்காவின் கனிவும் ஆழமும் கொண்ட கண்கள் தியாகியின் பணிவைக் காட்டி வாடும்.

பிறகு ஜெர்மனியர் பலர் வந்தார்கள். இவர்களுக்குக் கண்ணாடிக் கடையில் உத்தியோகம். கேரஷ்கோவ்ஸ்கி மீன் கடை குமாஸ்தாக்கள் வந்தார்கள். யாமாவில் இவர்களிருவரையும் அறியாதார் இல்லை. இரண்டு பேருக்கும் உச்சியில் பளபளவென மின்னும் வழுக்கை. வட்டவரம்பு வைத்த மாதிரி மெல்லிய மயிர்கள். குதிரைப்பந்தய நிக்கி எனவும் பாட்டுக்கார மிஷ்கி எனவும் இவ்விருவரையும் அழைப்பார்கள். கண்ணாடிக்கடை கார்ல் கார்லோவிச், மீன் கடை வோலோட்கா இருவரையும் போல் இவர்கள் குதூகலமாக வரவேற்கப்பட்டனர். வந்தவுடன் முத்தங்களும் கீச்சுக்குரல்களும் ஆரவாரங்களும் அவர்கள் தம்மைப் பிரமாதமாக நினைத்துக்கொள்ளும்படி செய்வித்தன.

நையூராதான் அந்த வீட்டு சமாசார வினியோக ஸ்தாபனம். அவள் குதிபோட்டுக்கொண்டு ஓடிப்போய், 'ஜெங்கா, உன் புருஷர் வந்துவிட்டார்' என்பாள் அல்லது 'சின்ன மங்கா, உன் புருஷர் வந்தாச்சு' என்பாள்.

பாட்டுக்கார மிஷ்காவுக்கும் பாட்டுக்கும் காத வழி. மருந்துக் கிடங்குச் சொந்தக்காரன் உள்ளே நுழைந்ததும், ஆட்டுத்தொண்டையின் கமறலுடன் கிளிங்காவின் (ஒரு சாஹித்ய கர்த்தா) பாட்டுக்கு சத்திர சிகிச்சை செய்தான்.

உண்மையை உணர்ந்தனர்
உதயமும் வருகவே...

என்பது வரி. இதை நாராசமாக உபயோகித்தான் மிஷ்கா, இந்த விடுதிக்கு வந்தபோதெல்லாம்.

வந்தவுடன் நாட்டிய ரகங்களை எல்லாம் ஆடித் தீர்த்தனர். தமாராவின் ஆசைநாயகனான ஸென்காவும் வந்தான். வழக்கம் போலப் பிரமாத 'அமுத்தலாக' நடந்துகொள்ளவில்லை. கையில் உள்ள காசைக் கரியாக்கவில்லை. அந்திம யாத்திரை மெட்டை வாசிக்கும்படி ஐஸாயாஸாவ்விச்சைக் கேட்கவில்லை. குட்டிகள் யாவருக்கும் சாக்லேட் வாங்கிக் கொடுக்கவில்லை.

என்ன காரணமோ மூஞ்சைத் தொங்கப்போட்டுக் கொண்டு, வலது காலை நொண்டியபடி, யாருடைய கவனத்தையும் இழுக்க விரும்பாமல் ஒதுக்கமாக இருந்தான். ஒரு

வேளை அவனுடைய உத்யோக விவகாரங்களில் சிக்கல் எதுவும் ஏற்பட்டிருக்கலாம். வரும்போதே ஜாடையாகத் தலையை அசைத்து தமாராவை அழைத்துக்கொண்டு அவள் அறைக்கு ஏகிவிட்டான். மழுங்க முக க்ஷவரம் செய்து நாஸுக் செய்துகொண்டுவந்த நடிகன் எக்மண்ட் லெவ்ரட்ஸ்கி தர்பார் காக்காய் மாதிரி தலைக்கொழுப்பு கொப்பளிக்க உட்புகுந்தான்.

மீன்கடை குமாஸ்தாக்கள் வாலிபத் துடிப்போடு சளைக் காமல் ஆடினார்கள். ஹெர்மன் ஹோப் என்ற நபர் மட்டு மரியாதை நாஸுக் நடவடிக்கை சம்பந்தமாக பிரசுரித்துள்ள சுயபோதனை கம்பெனியின் ஷரா தவறாமல் நடந்துகொண் டார்கள். நாட்டியத்திலும் மற்றும் வேறு விவகாரங்களிலும் நல்லபடியான பழக்கம் வாய்ந்த பெண்கள் கைகளை ஊச லாடும்படி தொங்கவிட்டு, தலையை விறைப்பாக நிமிர்த்தி சற்று ஒருபுறமாகச் சாய்த்துக்கொண்டு, பெருமிதமும் இத்துடன் சோர்வும் தளர்வும் காட்டும் பாவனையில் நாட்டியமாட வேண்டுமாம். நாட்டியத்தின் ஒரு கட்டம் முடியுமுன் இடை அவகாசத்தில் கைக்குட்டை கொண்டு சோர்வும் உதாசீனமும் முகத்தில் பொலிய நாஸுக்காக விசிறிக்கொள்ள வேண்டுமாம். இந்த வித்தைகளை எல்லாம் இம்மிபிசகாமல் நடத்திக்காட்டிச் சமூகத்தின் உச்சாணிக் கொம்புகளில் கனிந்த பழவர்க்கங்கள் தாம் எனப் பாவனை செய்து காட்டிக்கொண்டனர். வேறு ஒருவர் கட்டாயத்தின்பேரில் நேச பாவத்தை ஒட்டி நாட்டியம் புரிவதாகக் காட்டிக்கொண்டார்கள்.

இதற்குள்ளாக இரண்டு மூன்று கலாட்டாக்கள் வெவ்வேறு வீட்டு வாசல்கள் முன் நடந்தேறிவிட்டன. எவனோ ஒருவன் முகத்தில் ரத்தம் ஆறாய் ஓட (சந்திர ஒளியில் அது கருங் கோடாய்த் தெரிந்தது) தன் காயத்தை மதியாமல் தெருவில் ஓடியாடி வைதான்.

எதிர்பாராதவண்ணமாகத் திடீரென்று ஏழு மாணவர்கள், ஒரு உதவி புரொபஸர், 'எதிரொலி' என்ற பத்திரிகையின் நிருபர் யாவரும் அன்னா மார்க்கோவ்னா விடுதிக்குள் புகுந்தனர்.

9

அங்கு வந்தவர்களில் பத்திரிகை நிருபரைத் தவிர மற்ற யாவரும் அன்று அதிகாலை முதல், தமக்குப் பரிச்சயமுள்ள சில யுவதிகளுடன் வசந்தன் திருநாள் (மே தினம்) கொண்டா டினர். நீப்பர் நதியிலே படகில் சிறிது தூரம் சென்ற பிறகு படகை மறுகரைக்கு வலித்துச்சென்று அங்கு அடர்ந்த

விருக்ஷங்களுக்கிடையில் வனபோஜனம் தயாரித்தனர். பிறகு ஆண்களும் பெண்களும் தனித்தனியாகச் சென்று வெகுவேக மாகச் சுழித்தோடும் பிரவாகத்தில் குளித்துக் கரையேறினர். வீட்டிலே தயாரித்து எடுத்துவந்து பிராந்தி (மது) அருந்தினர். உத்சாக மேலீட்டால் பாட்டுப் பாடிக் களித்தனர். மாலை வெகுநேரம் கழித்து, நட்சத்திரம் உதயமான பிறகே, இவர்கள் படகேறித் திரும்பினர். துடுப்பு வலித்ததினால் உள்ளங்கையில் வெதுவெதுப்பும், உற்சாகம் மேலிட்ட அலைச்சலினால் சற்று அசதியும் தேங்க அவர்கள் கரையேறினார்கள்.

யுவதிகள் அவரவர் வீட்டுவாசல்வரை அழைத்துச்சென்று சிரிப்பும் கைகுலுக்குமாகப் பிரியாவிடை பெற்றனர்.

அன்று முழுவதையும் கிண்டலும் அமளியுமாகக் கழித்தனர். அவர்களது மகிழ்ச்சியிலே களங்கமற்ற வசந்தம் கலந்திருந்தது. மனுஷக்கறை படியாத புராதன மகத்துவமான தளையற்ற தொடர்பு. சூர்ய ஒளியும் காற்றும் புல்வெளியும் மனசில் எழுப்பும் நிம்மதியும் அவர்களது உடலுக்குப் புத்துயிர் ஏற்றியது. ஆற்றிலே தண்டு வலிக்கும்போது அசப்பிலே கால்கை படுவதும், யுவதிகளைக் கால் நனையாமல் படகிலே ஏற்றிவிடத் தூக்கிவிடுவதும், அவர்கள் சற்று கட்டுப்பாடுகளை மறந்து உடை நெகிழ்ச்சிகளையும் கவனிக்காது, புல்தரைகளில் சாய்ந்து படுத்திருப்பதும், மனசில் காமவிகாரமேற்றாத ஒரு குதூகலத்தை வாலிபர் மனசில் ஏற்றியது. இப்படியாக வசந்தன் திருநாளைக் கழித்த கோஷ்டி மாலையில் 'ஸ்பாரோஸ்' என்ற ஹோட்ட லில் புகுந்து பொழுதைக் கழித்தது.

நடுநிசி. அந்த ஹோட்டலும் மூடும் சமயம். மாணவர்கள் அதிலிருந்து வெளியேறினார்கள். எட்டுப் பேருக்கும் மதுவும் உணவும் உடலில் மதமதப்பைக் கொடுத்தது. சுருட்டுப் புகை மண்டி வெக்கை கவ்விய அறைகளைவிட்டு வெளியேறி இன்பமயமான, ஆனால் நிம்மதியைக் குலைக்கும் இருளில் இவர்கள் புகுந்தனர். வானத்துத் தாரகைகள் கண்சிமிட்டி யழைத்தன. கட்புலனுக்கும் வசமாகாத புஷ்ப பாத்திகளின் வாசனைகள் இறுகணைந்து அழைத்தது. வெதுப்புண்ட தலை யும் சோர்ந்து தயங்கும் இதயமும் வகைப்படா ஆசைகளுக்கு வசமாயின. ஓய்வும் உணவும் தசைநார்களுக்குக் கொடுத்த புது பலமும் சக்தியுமே உடலில் துள்ளிப் பாய்ந்தது. குளிர்ந்த காற்று இருள் நிம்மதியில் பிறந்த நெடுமூச்சில் உள்ளுக்குள் புகுந்து இரத்தத்தைப் பாய்ந்து ஓட வைத்தது. வார்த்தையற்று, நினைவற்று, பிரக்ஞையற்று இவர்கள் யாவரும் இந்த இரவிலே, தூக்கம் என்ற கானகத்திலே உடை இழந்து ஓடினர். பனிப்புல் மீது தோன்றிய தடத்திலே மோப்பம் பிடித்து நடந்தனர்.

அவர்கள் உள்மனம் பெண் வேட்கை என்ற பேராசைக்கு வசமாகியது.

ஆனால் இந்த நேரத்திலே பிரிந்து தனித்தனியாகச் செல்வது சிரமமாகிவிட்டது. நாள் முழுவதையும் ஒன்றாகக் கழித்தனர். மந்தையுணர்ச்சி அவர்களை அறியாமலேயே அவர்களைப் பற்றியது. கோஷ்டியிலிருந்து ஒருவர் விலகுவதானாலும் அதனால் ஏற்படும் நிதானக் குலைவு போக்க முடியாத ஒன்றாகிவிடும் போலிருந்தது. அதனால் இவர்கள் எதிரே வருகிறவர்களுக்கு இடைஞ்சலாக நடைபாதையிலே தேங்கித்தேங்கி நடந்துகொண்டிருந்தனர். மனதிலிருப்பதை ஒளித்தபடி, இராத்திரி மீதிப்பொழுதை எப்படிக் கழிக்கலாம் என்பதைப் பற்றிப் பேசிக்கொண்டு நடந்தனர். டிவோலி தோட்டத்துக்குப் போவதென்றால் வெகுதூரம். மேலும் பிரவேசக் கட்டணம் வேறு செலுத்த வேண்டும். அங்கே இருக்கும் சிற்றுண்டி விடுதியிலே அநியாய விலை. மேலும் அங்கே கச்சேரி முடிந்து வெகுநேரமாயிருக்கும். வோலோட்யா பாவ்லோவ் தன் வீட்டுக்கு வரும்படி அழைத்தான். அரை டஜன் பீர் பாட்டில்களும் கொஞ்சம் கொக்னாக் மதுவும் இருக்கிறதென்றான். நட்ட நடுராத்திரியில் குடித்தனக்காரர் வீட்டுக்குள் போவது யோக்யதையில்லை. மேலும் சத்தம் கேட்காமல் மாடிப்படியேறிக் குசுகுசுவென்று பேசிக்கொண்டிருக்க வேண்டும்.

“நான் சொல்றதைக் கேளுங்க அண்ணாத்தைமாருங்களே! நேரா ஏதாவது குட்டிகளைப் பார்த்துவிட்டு வருவோம்! அதுதான் சரி” என்றான் லிக்கோனின் என்ற மாஜி மாணவன். நெட்டையாக வளர்ந்து சற்று கூன் விழுந்த உடல்; முகத்தில் அருள் இல்லை; தாடியும் துணை செய்தது. அராஜக சித்தாந்தத்தில் நம்பிக்கை. சூதாட்டத்தில் கைத் துறுதுறுப்பு. பணம் வரும் போகும். முந்திய தினம் வர்த்தகர் கிளப்பில் சீட்டாடிக் கெலித்த ஆயிரம் ரூபிள் அவன் பையில் உறுத்திக்கொண்டிருந்தது.

“போயிட்டு வருகிறது. சரி புறப்படுங்கள். சரிதான் புறப்படுவோம் வாருங்களையா” என்று பக்கப்பாட்டு பாடியது ஒரு குரல்.

“இன்னும் என்ன, ராத்திரி விடியவிடியவா?” என்று வேறு ஒரு குரல் போலி அசிரத்தையும், வாஸ்தவத்தில் இல்லாத சோர்வையும் வருவித்து பாவனை செய்தது.

“அடெ, வீட்டுக்குத்தான் திரும்புவோம் ஐயா; போய் விட்டு வாரியளா; இன்னிக்கு இவ்வளவு போதும்” என்றது வேறு ஒரு குரல்.

“நீ தூங்கிக் கிடக்கும்போது அதிசயமாத்தான் கெடப்பீர்களாக்கும்! என்ன புரபஸர்வாள், வாரியளா” என்று குத்தலாகப் பேசினான் லிக்கோனின்.

உதவி புரொபஸரான யார்ச்செங்கோ கோபம் காட்டினான். முரண்டினான். உள்ளுக்குள் அவன் மனசில் இருப்பது அவனுக்கே தெரியாது போலும். அவனது மனசின் இருண்ட பொந்துகளில் என்ன ஒளிந்துகிடந்ததோ?

“என்னெச் சும்மா விடுமய்யா, லிக்கோனின். என் பார்வைக்கு இது வெறும் பன்றித்தனம் என்றுதான் படுகிறது. அதுதான் நீங்கள் செய்ய நிச்சயித்திருப்பது. பகல் முழுவதையும் சுமூகமாகச் சல்லாபமாகக் கழித்துவிட்டு, கள் குடித்த கால்நடை மாதிரி சகதிக்குள்ளா நெளிய வேண்டும்? நான் வரமாட்டேன்.”

“அதெல்லாம் சரிதான், சார். போன வருஷம் செப்டம்பர் வாக்கிலே நாம் ஒரு படா புரொபஸருடனே ஐஸ் ஒயினை பியானோ வாத்தியத்துக்குள் ஊத்திக்கொண்டிருந்தது எனக்கு நெனப்பைவிட்டு மாறமாட்டேன் என்கிறதே. அந்தப் படா புரொபஸரும் கால்தெறிக்கக் கூத்தாடவில்லையா” என்று காரமாகப் பேசினான் லிக்கோனின்.

லிக்கோனின் சொன்னதெல்லாம் வாஸ்தவந்தான். மாணவனாக இருந்தபோதும், பிறகு சர்வகலாசலை அவனை அமர்த்திக்கொண்டபோதும் யார்ச்செங்கோ தலை தெறிக்கத்தான் ஆட்டம் போட்டுவந்தான். மதுக்கடைகளிலும் நாட்டியக்கடைகளிலும் மற்றுமுள்ள கேளிக்கை நிலையங்களிலும் பொத்துபொத்தென்று மண்மாதிரி இருந்த இந்த குட்டைஜந்துவின் குரல் பரிச்சயம் இல்லாத ஆளே கிடையாது. இன்றும் பலர் இதை மறக்கவில்லை.

இதற்கெல்லாம் போக அவனுக்குப் படிப்பதற்கு போது கிடைத்தது எப்படி என்ற புதிரை விண்டவர் ஒருவருமில்லை. இருந்தாலும் விசேஷ கவுரவத்துடன்தான் அவன் சகல பரிக்ஷைகளையும் பாஸ் செய்துவந்தான். ஆரம்பத்திலிருந்தே புரொபஸர்கள் அவன் கெட்டிக்காரன் என்பதில் கவனம் வைத்திருந்தார்கள். ஆனால் இப்போதோ, யார்ச்செங்கோ படிப்படியாகத் தன் பழைய சகாக்களை எல்லாம் தட்டிக் கழித்து மெல்லமெல்ல விலக ஆரம்பித்தான். புரொபஸர் குழாங்களிடை அவனுக்குத் தொடர்பு ஏற்பட்டது. வருகிற வருஷத்தில் ரோமாபுரி சரித்திர போதகாசிரியர் பதவி வாக்களிக்கப்பட்டிருந்தது. உதவி புரொபஸர்கள் வட்டாரத்திலே ‘அறிவாளிகளான நாங்கள்’ என்ற பதப்பிரயோகம் ஒன்று

அடிபடும். அதை அவனும் உபயோகிக்க ஆரம்பித்தான். மாணவனைப் போல் வர்ஜாவர்ஜமில்லாமல் நெருங்கிப் பழகுவது, சகல கூட்டங்களுக்கும் கண்டனக் கூட்டங்களுக் கும் ஆர்ப்பாட்டங்களுக்கும் செல்லுவது என்ற கட்டாயம், அவனுடைய சௌகரியத்துக்குக் கெடுதலாக விளைந்தது; அவனை தர்மசங்கடத்துக்குள்ளாக்கியது. கொட்டாவி பிணைக் கும் விவகாரமாக மாறியது.

“அடே! சிறுசிலே நாம் எத்தனையோ காரியம் செய்திருப் போம். சர்க்கரை திருடித் தின்றிருப்போம். நிஜாரிலே மூத்திரம் பெய்துகொண்டிருப்போம். தட்டான்பூச்சியைப் பிடித்து சிறகைக் கிள்ளிவிட்டு வேடிக்கை பார்த்திருப்போம்...” யார்ச் செங்கோ காரமாகப் பேச ஆரம்பித்தான். அவன் வார்த்தை கள் குழம்பித் தெறித்தது. “எல்லாத்துக்கும் ஒரு எல்லையுண்டு. உங்களுக்குப் புத்திமதி சொல்லி போதனை பண்ண நான் வரவில்லை. செய்கையிலே ஈரெட்டு காண்பிக்கலாமா? வாய் சொல்வது ஒன்று, காரியம் போகிற போக்கு வேறா? மனுஷ வர்க்கத்துக்கு ஏற்பட்டுள்ள பெரும் துன்பங்களில் விபசாரமும் ஒன்று என்பதை நாம் யாவரும் ஒப்புக்கொள்கிறோம். இதில் குற்றம் பெண்களுடையது மட்டுமல்ல என்பதையும் நாம் ஒப்புக்கொள்ளுகிறோம். ஆனால் அது நம்மால் ஏற்பட்டது தான். தேவை பிறந்ததினால் அல்லவா சரக்கு சந்தைக்கு வருகிறது. ஆகையால் ஒரு கிளாஸ் போதை அளவுக்கு மிஞ்சி உள்ளே சென்றுவிட்டதினால் நான் எனது உறுதியான நம்பிக்கை களையெல்லாம் மூட்டைகட்டி வைத்துவிட்டு, இந்தக் காரி யத்தில் இறங்கி மும்மடங்கு கேவலமாக நடந்துகொள்கிறேன். ஒன்று துரதிர்ஷ்டவசமான அந்த அசட்டுப் பெண்ணை என்னு டைய காசுக்காக மிகவும் கேவலமான அடிமைத்தனத்துக்கு உட்படுத்துகிறேன். இரண்டாவதாக, மனுஷ வர்க்கத்தின் முன்பாக என் கேவலத்தை, எனது வெறுக்கத்தக்க காமவெறிக் காக ஒரு பொதுமகளை வாடகைக்கு அமர்த்தி நிரூபித்துக்கொள் ளுகிறேன். மூன்றாவதாக, என் மனசுக்கும் மனசாட்சிக்கும் முன்பாகவே மகாகேவலமாக நடந்துகொள்ளுகிறேன். கடைசி யாக தர்க்கத்துக்கு விரோதமாகவும்.”

“சீச்சீ, ஆரம்பிச்சுட்டாரையா புரொபெஸர், மகாதர்க் கத்தை! அரிசி என்பது உமி போக்கிய வித்து!” என்று போலிப் பிரலாபத்தில் நையாண்டி செய்தான் லிக்கோனின்.

“ஆமாம், விகடம் பண்ணுகிறதைப் போல எளிது வேறு ஒன்றும் இல்லைதான். துன்பமயமான ரஷ்ய வாழ்விலே மனசை சோகத்துக்குள்ளாக்கும் விஷயம், சிந்தனையைக் கெடுத்து உறுதியற்ற தன்மையை விளைவிப்பதேயாகும்.

இன்று நமக்குள்ளாக, 'நான் விபசாரத்திற்குப் போனாலும் போகாது நின்றுவிட்டாலும் அது மோசமாகிவிடவோ அல்லது உயர்ந்துவிடவோ போவதில்லை' என்போம். இன்னும் ஐந்து வருஷம் கழித்து, லஞ்சம் வாங்குவதைப் போல மகா கொடிய பழக்கம் வேறு இல்லைதான்; இருந்தாலும் நாலு குழந்தை குட்டி என்று குடும்பம் ஒன்று ஏற்பட்ட பிறகு... 'உங்களுக்குத் தெரியாதா' என்போம்... அப்புறம் பத்து வருஷம் கழிந்தால் ரஷ்ய லிபரல்களைப் போல் தனிமனித சுதந்திரத்திற்குப் பெருமூச்சு விட்டுக்கொண்டு அயோக்யர்கள் முன்பாகத் தலை வணங்கிக்கொண்டு அவர்கள் தலைவாசலில் காலைத் தேய்த்துக் கொண்டு நிற்போம். 'உங்களுக்குத் தெரியாதா? நரி ஊரிலே குடி புகுந்தால் நாமும் நரி மாதிரி ஊளையிட்டுத்தான் ஆகவேண் டும்' என்று சொல்லுவோம். அட தெய்வமே! ரஷ்ய மாணவர் கள் எல்லாம் வருங்காலத்து குமாஸ்தாக்கள் என்று ஏதோ ஒரு மந்திரி சொன்ன வார்த்தை வீண் பேச்சு அல்ல..." என்றான் யார்ச்செங்கோ.

"அல்லது வருங்காலப் பேராசிரியர்கள்" என்று பாடினான் லிக்கோனின்.

இந்த சுடுசொல்லைச் சட்டை செய்யாமல் யார்ச்செங்கோ மேலும் பேச ஆரம்பித்தான். "இன்று ஆற்றில் நீங்கள் யாவரும் அந்த யுவதிகளுடன் யோக்யமான அமெரிக்கையான கன்னிப் பெண்களுடன் இன்று முழுதும் நல்லபடி பொழுதைக் கழிப்பதை இந்தக் கண்களால்தான் பார்த்தேன். அவர்களை விட்டுப் பிரிந்த கொஞ்ச போது கழியுமுன் நீங்கள் விபசாரி களைத் தேட ஆரம்பிக்கிறீர்கள். நாம் யாவரும் நம் சகோதரி களைச் சந்தித்தோம் என்று சற்று வைத்துக்கொள்வோம். பின் அங்கிருந்து நேராக யாமாவுக்கு வண்டியை விடச் சொன் னோம் என்பதை நினைத்தால்... சற்று யோசித்துப் பாருங்கள், இந்த நினைப்பு மனசுக்கு மகிழ்ச்சியைத் தருகிறதா?"

"சமூகத்தின் உணர்ச்சிப் பெருக்குகளுக்கு வடிகால்கள் வேண்டாமா?" என்று படபடப்பாய்ப் பேசினான் போரிஸ் ஸோபோஷ்நிக்கோவ். நெட்டுநெட்டென்று அலங்காரப் பொம்மையாக வேஷந்தரிப்பவன் ஸோபோஷ்நிக்கோவ். பிரஷ்டத்தைத் தெரியக் காட்டும் குறுகலாக வெட்டித் தைத்த நாஸுக் நிஜார், கம்பியில்லா மூக்குக்கண்ணாடி, பிரஷ்ய மோஸ்தர் குல்லா முதலியவற்றைச் சுமந்திருந்தான். "வேலைக் காரியுடனும் பக்கத்து வீட்டுக்காரனுடைய மனைவியுடனும் காமமனுபவிப்பதைவிட இது யோக்கியமானதல்லவா? எனக்குப் பெண் அத்தியாவசியமாகிவிட்டால் எப்படி? நான் என்ன செய்வது?"

"அவசியமாகத்தான் இருக்குமையா" என்ற மனக்கசப்புடன் யார்ச்செங்கோ சோகக் குறிகாட்டிக் கொண்டான். "நம்முடைய ரஷ்ய படிப்பாளிகள், படித்துப் பழுத்த மேதாவிகள் இருக்கிறார்களே, இந்த ஜந்துக்கள் தமக்குக் காம இச்சை இருப்பதாகச் சொல்லிக்கொள்ளுவது அதற்கு இருக்கும் நெஞ்சுத் துணிச்சலைத்தான் காட்டுகிறது. படிப்பு மண்டபத்து பெஞ்சுகளில் உட்கார்ந்து உட்கார்ந்தே முதுகு கூன் விழுந்து நெஞ்சு குடைபிடிக்க ஆரம்பித்துவிடுகிறதே, இதுகளுக்கு ஏது காம இச்சை? இயற்கையிலே சுழித்துக் கொப்பளித்துப் பொங்கும் வேட்கையோ ஆசைப்புயலோ இதுகளுக்கு ஏது? நமக்கிருப்பது காமப்பசியல்ல; வெறும் நப்பாசை, வலுவிழந்த பொழுதுபோக்கு, ஒரு மாதிரி 'வெள்ளாட்டு'. காகஸஸ் மலைப்பிரதேசத்தான் ஒருவன் – இங்குஷ் ஜாதியான் போலிருக்கிறது – நடந்துகொண்ட விதத்தைக் கண்ணால் நேரில் பார்த்தவர் சொன்னதைச் சொல்லுகிறேன், கேளுங்கள். இவன் பட்டணம் பார்ப்பதற்காக கிஸ்லோவோட்ஸ்க் என்ற சுகவாச ஸ்தலத்துக்கு வந்திருந்தான்; சாயங்காலம், உல்லாசமான வேளை. இவன் காதிலே பாட்டுச்சத்தம் கேட்க அது எங்கே என அந்தத் திசை நோக்கி நடந்தான். அது ஒரு நாட்டிய மண்டபம்; அதன் கொடிச் சன்னல் பக்கம் அவனைக் கொண்டுவந்துவிட்டது. உள்ளே வால்ட்ஸ் (ஒரு வித நாட்டியம்) மெட்டு வாசித்துக்கொண்டிருந்தார்கள் வாத்தியக்காரர்கள்; சதசின் மத்தியிலே ஒருத்தி நாட்டியமாடிக்கொண்டிருந்தாள்; அவளுடையைப் பற்றி வர்ணிக்க வேண்டும் என்றால் பொதுவாக நிர்வாணமாக நின்றாள் என்று சொல்வதில் தப்பிதமில்லை.

"அவனுக்கு என்ன தோன்றியதோ என்னவோ, நாட்டிய கதியிலே கொடிச்சாளரத்தினருகிலே வெகுவேகமாகச் சுழன்று சுழன்று சென்றான். காற்றில் மிதந்த அவளது ஸ்கர்ட் (பாவாடைபோல் கீழ் உடைப்பகுதி) வாலிபமும் அழகும் துள்ளி மறியும் அந்த மலைவாசியைத் தொட்டது.

"திடீரென்று பீதி மிக்க கூச்சல் கிளம்பியது. ஒரே குதியில் அந்த மலைவாசி சன்னல் கொடிகளை நீக்கிவிட்டு உள்ளே குதித்து, நாட்டியமாடியவளுடன் இணைந்து சென்ற நோஞ்சல் சகாவை ஒருபுறமாக ஒதுக்கித்தள்ளினான். கணத்தில் அவளுடைய உடையை சுக்குநூறாகக் கிழித்து எறிந்து, அவளைத் தரையில் கிடத்திவிட்டான். அங்கிருந்தோர் யாவரும் சேர்ந்து கை ஓய அடித்ததுதான் மிச்சம். குடையும் பிரம்பும் கொண்டு சாத்தினார்கள். ரிவால்வரை வெடிதீர்த்தார்கள். யாரோ ராணுவத்தைச் சேர்ந்த மகான் வாள் கொண்டு அவனை வெட்டினான். அவ்வளவையும் சட்டை செய்யவில்லை அந்த மலைவாசி.

"ஏறக்குறைய யோக்கியர்கள் கூடியிருந்த அந்த சதசின் கண்பார்வையில் அந்த துரதிர்ஷ்டம் பிடித்த யுவதியை அவன் பலவந்தமாகப் புணர்ந்து தீர்த்தான். பிறகு போலீஸார் வந்து அவன்மேல் விழுந்து பிடித்துக்கொண்டபொழுது, 'என்னை இப்போது சிறைக்கு அழைத்துச் செல்லுங்கள்; வேண்டுமானால் தலையைக் கொய்து எறிந்துவிடுங்கள்; பரவாயில்லை. அவள் ஏன் நிர்வாணமாக நடனமாடினாள்?' என்றான்.

"இதுதான் விவகாரம். அந்த முட்டாள் செய்தது சரி என்பதுதான் என் கட்சி. மூலாதார சக்திமீது யார் பழி சொல்ல முடியும்? நீங்கள் உங்களுக்கும் தேவை இருப்பதாகச் சொல்லிக்கொள்ளுகிறீர்கள். நாமெல்லாம் மனப்பால் குடிக்கும் ஜந்துக்கள்; நாம் ஆண்கள் அல்ல; சொப்பன ஸ்கலிதமே நமக்கு ஆசை நிறைவு."

"பேராசிரியரே, உம்முடைய மனசு ஸாபைன் பெண்டுகளைத் தூக்கிச் சென்ற ரோமர்கள் மனசையும், தன் குற்றத்துக்காக வருத்தப்பட்டுக்கிடக்கும் நாட்டுப்புறத்து மிராசுதாரர் மனப்பான்மையையும் கொண்டிருக்கிறது" என்றான் ஸோபோஷ் நிக்கோவ்.

இந்த நேசமந்தையில் இருந்த ரமேசஸ் என்ற மற்றொருவன் இடைமறித்தான். பழுப்புண்ட கரட்டு முகம்; கொழுக்கட்டை மூக்கு; குட்டையான வடிவம். மழுங்கச் சிரைத்த முகம், முகவாய்க்கட்டை நோக்கி முக்கோண ரூபத்தில் சுருங்குகிறது. அகன்ற நெற்றி போல ஓரத்தில் வழுக்கை விழ ஆரம்பித்துவிட்டது. கன்னம் தொங்கிவிட்டது. முகவாய்க் கட்டை ஆப்பு மாதிரி அமைந்திருக்கிறது. அவன் மாணவன் தான்; ஆனால் அதற்கு உகந்ததாக இல்லை அவன் வாழ்வு. அவனுடைய சகாக்கள் அரசியல், காமலீலை, நாடகம் என்றிவ்வாறு பொழுதைக் கழித்து சற்று படிப்பையும் மறந்துவிடாமலிருந்துவந்தார்கள். ஆனால் ரமேசஸ் ஸிவில் வியாக்கியான நுட்பதிட்பங்கள், வழக்குகள், சொத்துபாத்யதை, பாரம்பரிய உரிமை, நிலவர்த்தக வழக்குகள் முதலியனவான நிலவறைக்குள் தன்னைச் சமாதி செய்துகொண்டு, அடிபட்டுப்போன தீர்ப்புகளின் தர்க்கவாதம்வரை நெட்டுரு செய்துகொண்டு கிடந்தான். மனப்பூர்வமான சம்மதத்துடன், பணத்தேவையால் சற்றும் தூண்டப்படாமல், வக்கீல் குமாஸ்தாவாக ஒரு வருஷம் சேவை செய்தான். மற்றொரு வருஷம் நீதிபதியொருவருக்குக் காரியதரிசியாக அமர்ந்தான். சென்ற வருஷம் முழுவதும், அதாவது அவனது படிப்பின் கடைசி வருஷத்தில், ஸ்தல பத்திரிகை ஒன்றுக்கு நகர கவுன்ஸிலின் நடவடிக்கை விவரிக்கும் நிருபராகவும், சர்க்கரை உற்பத்திக் கூட்டுக்கம்பெனி ஒன்றின் நிர்வாக இலாகாவில் உதவிக் காரியதரிசியாகவும்

சேவை செய்தான். இந்தக் கூட்டுக்கம்பெனி அங்கத்தினர்களுள் ஒருவரான கர்னல் மாஸ்காகோவ் ஒப்பந்த ஷரத்துக்கு விரோத மாகச் சர்க்கரையை விற்பனைக்கு விட்டது சம்பந்தமாக அந்தக் கம்பெனி ஒரு வழக்கு பிரமாதமாக நடத்தியது. இந்த விஷயத்தில் தீர்ப்பு எப்படித்தான் இருக்க வேண்டும் என்பதைத் தந்திரமாக ஊகித்து அந்த மாதிரியான தீர்ப்பை செனட் சபை இவ்வழக்கில் கொடுக்கும்படி சூழ்ச்சி செய்தான்.

அவன் வாலிபன்தான் என்றாலும் பிரபல சட்ட நிபுணர் கள் அவனது அபிப்ராயங்களுக்குச் செவிசாய்த்தார்கள்; கவுரவத்தை விட்டுக்கொடுத்துக்கொள்ளாமல் இணங்கினார் கள். இவன் வார்த்தைக்கு அவர்களிடம் மதிப்பு இருந்தது என்பதும் வாஸ்தவம். ரமேசஸின் நெருங்கிய நண்பர்கள் அவன் பிரபலஸ்தனாக வருவான் என்பதில் சந்தேகப்பட வில்லை. முப்பத்தியைந்து முடியுமுன்பே ஸிவில் வியாச்சியங் களை நடத்துவதின் மூலம் பத்து லட்சம் தட்டப்போவதாக அவனே சொல்லிக்கொள்வான். அவனுடைய சகாக்கள் எப்பொழுதும் தமது கூட்டங்களுக்கு அக்ராசனராகவும் வகுப்பின் தலைவனாகவும் அடிக்கடி அவனைத் தேர்ந்தெடுத் தார்கள். ஆனால் அவன் எப்பொழுதும் தனக்கு ‘பொழு தில்லை’ என்ற காரணம் கூறித் தட்டிக்கழித்து வந்தான். ஆனால் அவனுடைய சகாக்களிடையே ஏற்படும் வழக்குகளில் தலையிடாது தப்ப முடியவில்லை. சற்றும் உடைத்துத் தகர்க்க முடியாத தர்க்கவாதம் நடத்துவதுடன், அவனுடைய தீர்ப்பு, சுவான்தார்களிடையே பரஸ்பரத் திருப்தியையும், வழக்கு முடிவில் சமாதானத்தையும் ஏற்படுத்தும் அபார சாதுர்யமும் படைத்திருந்தது. யார்ச்செங்கோவைப் போல் அவனும் படிக்க வரும் மாணவர்கள் நட்பைப் பெறுவது அவசியம் என்பதைக் கண்டுகொண்டிருந்தான். அவர்கள்மீது தனக்குச் சற்று உதாசீனம் இருப்பது வாஸ்தவமென்றாலும் அதை அவன் காட்டிக் கொள்வதே கிடையாது.

“காவ்ரில்லா பெட்ரோவிச், உன்னுடைய யோக்யத்தன்மை கெட்டுவிடும்படி நடந்துகொள்ள வேண்டும் என்று யாரும் உன்னைக் கையைப் பிடித்து இழுக்கவில்லை. ஏன் இந்தத் துன்பக்கதை அளப்பு எல்லாம்; விவகாரம் எல்லாம் எளிது தானே; யோக்கியப் பொறுப்புள்ள ரஷ்ய யுவர்கள் மீதி இரவை மட்டும் சற்று உற்சாகமாகக் கழிக்க விரும்புகிறார்கள். ஆனால் அந்த வீடுகளைத் தவிர வேறுள்ள கடைகளை எல்லாம் மூடியாச்சே. பின் என்ன செய்வது...”

“ஆகையால் விற்பனைக்கு வந்த சரக்குகளிடம் கேளிக்கை செய்ய நாம் போகவேண்டுமாக்கும், விபசாரிகளோடு விபசாரக்

கிடங்கிற்கு?” என்று யார்ச்செங்கோ குத்தலாகவும் பகை யுணர்ச்சி மண்டவும் இடைமறித்துக் கேட்டான்.

“அப்படித்தான் ஐயா, அப்படித்தான்! ஞானி ஒருவனை அவமானப்படுத்துவதற்காக விருந்தில் பந்தியிலே மேளக் காரனுக்குப் பக்கத்திலே உட்காரவைத்தார்கள். ‘அந்தத்தை ஆதியாக்குவதற்கு இதுதான் சிறந்த வழி’ என்று சொல்லிக் கொண்டு சாப்பிட உட்கார்ந்தாராம் அந்த மகான். கடைசி வார்த்தையாகச் சொல்லுகிறேன் கேள். நீர் சொல்லுகிற மாதிரி ஒரு பெண்ணிடம் பேரம் பண்ண உமது மனசாட்சி ஒப்ப வில்லை என்றால் நீர் அங்கே எங்களுடன் வந்துவிட்டு பூத்து வரும் உமது மாசற்ற தன்மையைப் பழுதுபடாமல் திரும்ப எடுத்துக்கொண்டு வந்துவிடுமே.”

“உன் திறமைக்கு மேல் எட்டிப்பிடிக்காத ரமேசஸ்! கருக்கல் கலையுமுன்பே மையிருட்டில் தூக்குமர வேடிக்கை பார்க்கவரும் மனித மந்தை, ‘நாமென்ன செய்யலாம், தூக்குத் தண்டனையை நாங்கள் எதிர்க்கத்தான் செய்கிறோம். சர்க்கார் வக்கீலும் சுருக்காங்கிக்காரனும் சேர்ந்து செய்கிற வேலை யல்லவா இது’ என்று சொல்லி மனச்சாட்சியைக் கழுவிக் கொள்ள முயற்சிப்பதுபோல இருக்கிறது உன் வார்த்தை.”

“காவ்ரில்லா பெட்ரோவிச், நீ அழகாகச் சொன்னாய்; ஆனால் அரையும் குறையுமான உண்மை. மேலும் அந்த உதாரணம் இந்த விவகாரத்திற்குப் பொருந்தாது. வியாதி தெரியாமல் மருந்து கொடுக்க முடியுமா? இப்பொழுது இங்கே போகிற வருகிறவர்களுக்குத் தொந்திரவாக வழியடைத்துக் கொண்டிருக்கிற நாமெல்லாரும் நம்முடைய விவகார ஈடு பாட்டிலே எப்போதாவது ஒரு முறை, பயங்கரமான பிரச்னை யாக இருக்கிறதே இந்த விபசாரம் – அதிலும் ரஷ்ய விபசாரம் – இதைக் கவனித்துத்தான் ஆகவேண்டும். லிக்கோனின், நான், போரிஸ் ஸோபோஷ்நிக்கோவ், பாவ்லோவ், எல்லோரும் சட்ட பண்டிதர்களாகலாம்; பெட்ரோவ்ஸ்கி, டோல்பிஜின் வைத்யர்களாகக்கூடும். இந்த இரண்டு கோஷ்டியும் இந்தப் பிரச்னையைச் சிந்திக்காமல் விலகி நிற்க முடியாதே. வெல்ட் மான் கணித நிபுணனாகக்கூடும். வாஸ்தவம். வாத்தியாராக, வாலிபர்களின் வழிகாட்டியாக, அப்புறம் தகப்பனார் என்ற ஹோதாவில் இதைக் கவனிக்காமல் கண்ணை மூடிக்கொள்ள முடியுமா? பூச்சாண்டிகாட்டிப் பயமுறுத்த உத்தேசித்திருப்பீர் களானால் அது என்ன என்பதை நீங்களே முதலில் தெரிந்து கொள்ள வேண்டாமா? கடைசியாக, காவ்ரில்லா பெட்ரோவிச், நீ வந்து செத்த பஷைப் பண்டிதன், வருங்காலத்தில் கல்லறை தோண்டிப் பண்டிதனாகப் போகிறவன். தற்காலத்து விபசார

விடுதிகள் தெரிந்திருந்தால்தானே புராதன பாரம்பரிய விபசார மண்டலம், தீப்ஸ், நினவே நகரங்களின் புனிதமான தேவதாசித் தொழில் முதலியவற்றுடன் ஒப்பிட்டு முடிபு கட்ட முடியும். அதற்காகவாவது இந்தப் பரிச்சயம் அதிமுக்கியமல்லவா...?"

"சபாஷ், ரமேசஸ், சபாஷ்! அடிச்சக்கை! அப்படிப் போடு ஒரு போடு! வேறு என்ன பேசக் கிடக்கு அண்ணாத்தை மாருங்களே! புரொபஸர்வாள் காதைப் பிடித்திழுத்து வண்டிக் குள்ளே தள்ளுங்கள்" என்று ஆர்ப்பாட்டம் செய்தான் லிக்கோனின்.

மாணவர்கள் சிரிப்பும் அமளியுமாக யார்ச்செங்கோவைச் சூழ்ந்துகொண்டு இடுப்பைக் கெட்டியாகப் பிடித்துக்கொண் டனர். எல்லோருக்கும் பெண் மோகம் உண்டுதான். ஆனால் தலையில் அட்சதையைப் போட்டுக்கொண்டு விவகாரத்தை ஆரம்பித்துவைக்க லிக்கோனினுக்குத்தான் துணிச்சல் இருந்தது. இந்தச் சிக்கலான சங்கடமான மாய்மால விவகாரம் வெறும் தமாஷா மூலம் தீர்க்கப்பட்டு முடிவடைந்தது. யார்ச்செங்கோ முரண்டினான்; கோபித்துக்கொண்டான்; தப்பித்துக்கொள்ள முயன்றான். ஆனால் அதே கணத்தில் நெட்டைநெடுகலான போலீஸ்காரன் ஒருவன் கூர்மையாகவும் குரோதத்துடனும் பார்த்துக்கொண்டு அமளி பண்ணிக்கொண்டு நின்ற மாண வரிடை நெருங்கினான்.

"படிக்கிற பெரிய மனுஷாள் எல்லாரும் கலாட்டாப் பண்ணிக்கொண்டு கும்பல் போடாமல் எட்டி நடந்தால் தேவலை. கூட்டம் போடுவது சட்டவிரோதம். நடந்து கொண்டே பேசுங்கள்."

மாணவர்கள் ஏகக் கும்பலாக எட்டி நடந்தார்கள். யார்ச்செங்கோ மனசும் கொஞ்சம்கொஞ்சமாக இணங்க ஆரம்பித்தது.

"உங்கள் பிரியத்துக்காக உங்களுடன் வர எனக்குச் சம்மதம். ரமேசஸ் பண்டிதரின் தர்க்க ஜமாய்ப்புக்களை என் மனசு ஒப்புக்கொண்டுவிட்டது என்று நினைக்க வேண்டாம்... உல்லாசமாக வந்த கோஷ்டியைச் சிதற அடிப்பதில் எனக்குப் பிரியமில்லை... ஆனால் ஒரு நிபந்தனை. அங்கே போவோம், குடிப்போம், வாயரட்டை செய்வோம், தமாஷாகச் சிரித்துப் பேசிக்கொண்டிருப்போம்... அதற்குமேல் ஒன்றும் வேண் டாம்... ரஷ்ய அறிவாளிகளின் அன்றலர்ந்த புஷ்பம் போல் விளங்கும் நாம், அந்தக் காரியத்தில் இறங்க வேண்டாம்; மகா கேவலம். வழியில் போகிற வருகிற பாவாடையைக் கண்டுவிட்டு நாக்கைச் சப்புக்கொண்டிருக்க வேண்டாம்."

“சத்தியமாக நான் அதற்கு உடன்படுகிறேன்” என்றான் லிக்கோனின்.

“நானும் உத்திரவாதமளிக்கிறேன்” என்றான் ரமேசஸ்.

“நானும்”, “நானும்”, “கடவுள் பேரில் ஆணையாக” என்று இதரர்களும் பக்கப்பாட்டுப் பாடினார்கள்.

இரண்டாகவும் மூன்றாகவும் கோஷ்டி பிரிந்து யாவரும் இவர்களை வெகுதொலைவிலிருந்து தமக்குள் சண்டையிட்ட படி தொடர்ந்துவரும் வாடகைக் கார்களை அமர்த்தி வண்டிகளில் ஏறிக்கொண்டார்கள்.

“யார்ச்செங்கோ சொல்வது ரொம்ப சரி, உத்தமம்” என்றான் ஒருவன். லிக்கோனின், உதவிப் பேராசிரியர் நழுவி விடாமலிருக்க வேண்டும் என்பதை உறுதிப்படுத்திக்கொள்ள அவருடன் ஏறி உட்கார்ந்து, இருபது வயது சுண்டக்காய் டோல்பிஜினுக்கும் தனக்கும் இடையில் யார்ச்செங்கோ மாட்டிக்கொண்டு தன் இடத்தை இருவருடைய தொடைகளுக் கும் சமமாகப் பகிர்ந்துகொடுப்பதில் கவனம் செலுத்தினான்.

“டோரோஷெங்கோ பக்கத்தில் வண்டியை நிறுத்து” என்று கூவிச் சகல வண்டிக்காரர்களுக்கும் அறிவித்தான் லிக்கோனின்.

எல்லோரும் டோரோஷெங்கோ மதுக்கடையருகில் வண்டிகளைவிட்டு இறங்கினார்கள். டோரோஷெங்கோ மதுக்கடை ராமுழுவதும் ஓய்வு ஒழிச்சல் இல்லாமல் பேரம் நடத்திவருகிறது. மாணவர்கள் யாவரும் மதுவார்ப்பு மேஜை யடியைச் சூழ்ந்தமர்ந்தனர். எல்லோரும் ஒக்களிப்பு எடுக்கும் வரை மூச்சுத்திணற உண்டிருந்ததினால் மேற்கொண்டு பருகவோ உண்ணவோ விரும்பவில்லை. அனாவசியமான கேவலமான காரியத்தில் இறங்கப்போகிறோம், வாஸ்தவமாகவே தமாஷ் என்று ஒப்புக்கொள்ள முடியாத போலி விதிர்விதிர்ப்பு போன்ற ஒரு பாவனை மயக்கில் நம்மை மூழ்கடித்துக்கொள்ளப் போகிறோம் என்றதொரு நினைப்பு இருண்ட மனச்சாட்சி யிடை அங்கு கூடியோர் ஒவ்வொருவர் உள்ளத்திலும் வரப் பிட்டது. கையும் காலும் ஏது செய்கிறது, வாய் என்ன அலப்பு கிறது என்று உணர முடியாத போதையின் மயக்கிலே தன்னுணர்வை அமுக்கி மூழ்கடித்துவிடுவதே ஒவ்வொருவனு டைய பேராசையாக இருந்தது. இதயப்புண் போன்ற இந்த மனோநிலையின் வெட்டுதலை, யாமா அதிதிகள் யாவரும் அவரவர் பக்குவத்திற்கு ஏற்றபடி கூடுதலாகவும் குறைவாகவும் உணருவதும் சாத்தியம். ஒருவேளை அதனால்தான் டோரோ ஷெங்கோ மதுக்கடை நிசாசர மதுவர்த்தகம் நடத்திவருகிறது போலும். அங்கு வருவோர் அதிக நேரம் தாமதிப்பதில்லை.

அவ்வழியாக நடமாடுவோர் அதை ஆசுவாசச் சத்திரமாக மதித்து வந்தார்கள்.

மாணவர்கள் அங்கு கோக்னாக்கும் பீரும் வோட்காவும் குடித்துக்கொண்டு நிற்கும்போது ரமேசஸ் சுற்றுமுற்றும் பார்த்துக்கொண்டு நின்றான். மதுக்கூடத்தின் அந்தக் கோடியில் கிடந்த மேஜையருகே இருவர் உட்கார்ந்திருந்தனர். ஒருவன் கிழிசல் சட்டை போட்ட, மூப்பேறி நரைத்த கிழவன். அவன் கையில்லாச் சட்டை போட்டுக்கொண்டிருந்தான். அவனுக்கு எதிரில், மதுவார்ப்பு மேஜைப் பக்கமாக முதுகைக் காட்டிக்கொண்டு, எதிரில் கிடந்த மேஜையில் தனது கரங் களைப் பரப்பி முழங்கையூன்றி முகவாய்க்கட்டையை ஏந்திக் குனிந்தபடி மற்றவன் அமர்ந்திருந்தான். ஆளும் கொஞ்சம் பருமனானவன்தான். கிழவன் கையிலிருந்த டல்ஸிமர் வாத்தி யத்தின் நரம்புகளைத் தடவி வாசித்துக்கொண்டு, கொஞ்சம் சுமாரான குரலில் பாடிக்கொண்டிருந்தான்.

> மலைகளுக்கிடையே கிடந்த எங்கள் நாடே
> எங்களுடைய சின்ன நாடே
> வஞ்சனையற்று வளங்கொழிக்கும் எங்கள் நாடே

என்று பாடிக்கொண்டிருந்தான்.

“ஒரு நிமிஷம்; நம்முடைய சகா ஒருவர் அங்கே இருக் கிறார்” என்று சொல்லிக்கொண்டு சாம்பல் வர்ண உடை யணிந்த கனவானிடம் குசலம் விசாரிக்க ரமேசஸ் போனான். அவரை அழைத்துவந்து தன்னுடன் வந்த சகாக்களுக்கு அறிமுகப்படுத்தினான்.

“பத்திரிகை விளையாட்டிலே என்னுடைய சகாவான இந்தக் கனவானை அறிமுகப்படுத்திவைக்கிறேன். இவருடைய பெயர் ஸெர்ஜிஸ் இவனாவிச் பிளேடனாவ். பத்திரிகைத் தொழிலிலே மிகவும் அபாரத்திறமை வாய்ந்தவர்; ஆனால் பெரிய சோம்பேறி இந்த மனுஷ்யர்” என்றான்.

இவனுடைய சகாக்களும் உதட்டுக்குள் தம்தம் பெயரை முனங்கிக்கொண்டு தம்மை அறிமுகப்படுத்திக்கொண்டனர்.

“ஆகையால் நாம் இன்னும் ஒரு கிளாஸ் போடுவோம்” என்றான் லிக்கோனின். நாஸூக்கும் நயமும் பரிமளிக்கப் பேசும் சுபாவம் அகலாத யார்ச்செங்கோ “மன்னிக்கணும், மன்னிக்கணும். நேரடியா இல்லாவிட்டாலும் தங்களோடு எனக்குச் சற்றுப் பரிச்சயம் உண்டு என்று நினைக்கிறேன். பேராசிரியர் பிரிக்லான்ஸ்கி தமது டாக்டர் பட்டத்துக்காக எழுதியிருந்த சித்தாந்தவாதத்தின் சார்பாக வாதம் நடத்தி யதைத் தாங்கள்தானே நிருபராக வந்து செய்தி அனுப்பினீர்கள்?”

"ஆமாம், நான்தான்" என்றான் அந்த நிருபர்.

"ஆஹா! எழுத்து அபூர்வமாக இருந்தது! அறிக்கையை நான் பிறகு வாசித்தேன். சொன்னது பிசகாமல், சந்தர்ப்பம் தவறாமல், அபூர்வத் திறமையுடன் நவீனமாக வாசகம் விழுந்திருக்கிறது. என்னைக் கவுரப்படுத்த வேணும்" என்று சொல்லிக்கொண்டு மது ஊற்றி உபசரித்தான்.

பிளேடனாவும் பரஸ்பரம் அவ்வாறு மரியாதை செய்து அங்குள்ள யாவருக்கும் மது தருவித்தான்.

"தாங்கள் உத்திரவு போடக்கூடாது; நீங்கள் எங்கள் அதிதி; சகா" என்றான் லிக்கோனின்.

"நீங்கள் என்னை எந்தவிதத்தில் சகா என்று சொல்லிக் கொள்ள முடியும். நான் மெட்ரிக்குலேஷன்கூடப் பாஸாக வில்லையே!" என்று நல்லதனம் கனியச் சிரித்தான் பிளேட னாவ். உடனே தன்னுடனிருந்த சகாவான ஓனுபிரிஜாகாரிச் என்பவனை அழைத்து மற்றும் யாவருக்கும் அறிமுகம் செய்துவைத்தான்.

கடைசியாகப் பேசிப்பேசி லிக்கோனினும் யார்ச்செங்கோ வும் சேர்ந்து அவனை வலுக்கட்டாயமாகத் தம்முடன் யாமாவுக்கு அழைத்துச் சென்றனர். அவன் முரண்டுக் கொண்டு மாட்டேன் எனப் பிடிவாதம் செய்யவில்லை.

"நான் உங்களுக்குச் சுமையாக இல்லாவிட்டால் வருவதில் சந்தோஷம்தான். இன்றைக்கு என் கையில் கொஞ்சம் காசு சிக்கியிருக்கிறது. 'நீபர்வோர்ட்' என்ற பத்திரிகை எனக்குக் கொடுக்கவேண்டிய சம்பாவனையைக் கொடுத்துவிட்டது. அதாவது நடுத்தெருவில் இரண்டு லட்சம் கண்டெடுப்பது எவ்வளவு சாதாரணமோ அந்த மாதிரிதான் இந்த விவகாரமும். சற்று மன்னியுங்கள்; இதோ வருகின்றேன் ..." என்றுவிட்டு தூரத்தில் உட்கார்ந்திருந்த கிழவனிடம் சென்று கொஞ்சம் பணத்தைத் திணித்துவிட்டு விடைபெற்றுத் திரும்பிவந்தான்.

எல்லோரும் மதுக்கடையைவிட்டு வெளியேறி நடந்தார் கள். வாசற்படியை மிதித்ததும் எப்போதும் நாஸூக் பண்ணிக் கொள்ளும் ஸோபோஷ்நிக்கோவ், லிக்கோனினை ஒருபுறமாக அழைத்து நிறுத்தி, "நாம் என்ன யோக்கியமா ஒரு கோஷ்டி யாக வந்திருக்கும்போது அந்த நாடோடிப் பயலை ஏன் கூப்பிட்டாய்? அந்தப் பயல் யாரோ!" என்றான்.

"அந்த நினைப்பைவிடு. அவன் ரொம்ப யோக்யன்" என்றான் லிக்கோனின்.

10*

அன்னா மார்க்கோவ்னாவின் விபசார விடுதியின் வாசலிலே நின்றுகொண்டு யார்ச்செங்கோ சொன்னான்: "நண்பர்களே! போகத்தான் போவதென்று தீர்மானித்தவர்கள், ஏதோ நல்ல இடமாகப் பார்த்துப் போயிருக்கலாமே! இது பன்றிகளுக்குக்கூட லாயக்கில்லாத இடம். பக்கத்தில் உள்ள டிரெப்பெல் விடுதிக்காவது போவோம். அது சுத்தமாக இருக்கும் – வெளிச்சமாகவும் இருக்கும்."

"ஐயா! தயவுசெய்யுங்கள்" என்றான் லிக்கோனின். குனிந்து வணங்கி, ஏதோ அரச சபையில் மரியாதை செலுத்து பவன் போல் அவன் கதவுகளைத் திறந்துவிட்டான். "தயவு செய்யுங்கள்."

"ஆனால் இது வெறுக்கத்தகுந்தது... டிரெப்பெல் விடுதி யில் பெண்கள் பார்ப்பதற்காவது நன்றாக இருப்பார்கள்."

பின்னால் வந்துகொண்டிருந்த ரமேசஸ் உரக்கச் சிரித்தான்.

"அப்படியா? காவ்ரில்லா பெட்ரோவிச் ஆரம்பித்த மாதிரியே தொடர்ந்து செய்வோம். பசியினால் ரொட்டியைத் திருடிய சின்னத்திருடனை நாம் வன்மையாகக் கண்டிப் போம்; பிறனுடைய பத்து லக்ஷத்தைக் கொள்ளையிட்டு சொந்த மாகக் குதிரைப் பந்தயத்திற்கும் கூத்திக்கும் செலவிடுகிற பாங்கு டைரக்டருடன் உறவு கொண்டாடுவோம், அவனைப் பாராட்டுவோம்."

"மன்னிக்கவும், இரண்டுக்கும் உள்ள சம்மந்தம் எனக்குப் புரியவில்லை" என்றான் யார்ச்செங்கோ அடக்கமாக. பிறகு, தொடர்ந்து "எனக்கு இரண்டும் ஒன்றுதான். போவோம்."

பேராசிரியரை முன்னே செல்லவிட்டு லிக்கோனின் பின்தொடர்ந்துகொண்டே சொன்னான்: "அதுவும் முக்கிய மாக சரித்திர மரபுக்குட்பட்டு இந்த விடுதிதான் நமக்குரியது. நமக்குமுன் தலைமுறை தலைமுறையாக எத்தனையோ மாண வர்கள் இங்கு வந்துபோயிருக்கிறார்கள். தவிரவும், இங்கு காட்சிச்சாலையைப் போலக் குழந்தைகளுக்கும் மாணவர் களுக்கும் அரை சார்ஜ்தான் இல்லையா, தோழர் ஸிமியோன்?"

ஸிமியோனுக்கு ஜனங்கள் கூட்டமாக வருவது பிடிக்காது. வம்பு வளரும் என்ற பயம் அவனுக்கு. தவிரவும் மாணவர்

---

* 10ஆம் இயல் முதல் நாவலின் எஞ்சிய பகுதியை மொழிபெயர்த்தவர் க.நா. சுப்ரமண்யம். தொடர்ச்சி கருதி 'பலிபீடத்தின் கடைசிப் பகுதியும் இங்கு வெளியிடப்படுகிறது. – பதிப்பாசிரியர்

களை அதிகமாகப் பிடிக்காது; அவர்களுடைய பேச்சில் பாதிக்குமேல் அவனுக்குப் புரியாது. அவர்கள் பொதுவாக நாஸ்திகர்கள் – ஏதாவது அர்த்தமில்லாமல் தொந்திரவு கொடுத்துக் கொண்டேயிருப்பார்கள்; விஷமம் செய்வார்கள். அந்நியர்கள் யாராவது வந்துவிட்டால் அவர்களுடன் சண்டை பிடிக்கத் தொடங்கிவிடுவார்கள். அவனுக்கு கௌரவம் மிகுந்த, தொந்தி விழுந்த பணமுள்ள குடித்தனக்காரர்களைத் தான் பிடிக்கும் – அவர்களால் தொந்திரவு எதுவும் இராது. அவர்கள் வரும்போது பயந்துகொண்டு வருவார்கள். போகும் போது சுற்றுமுற்றும் யாரும் பார்த்துவிடப்போகிறார்களோ என்று பயந்துபயந்து போவார்கள். அவசரம்அவசரமாக எண்ணாமலேயே சில்லரையை அள்ளிக்கொடுத்துவிட்டுப் போவார்கள். அவர்களை ஸிமியோன் ரொம்பவும் மரியாதை யாக அழைப்பான்.

யார்ச்செங்கோவின் கோட்டைக் கழட்டிக் கையில் வாங்கிக் கொண்டே, பாதி வேடிக்கையாகவும் பாதி வினையாகவும் லிக்கோனின் சொன்னதற்கு பதிலாக ஸிமியோன் “நான் தங்கள் தோழன் அல்ல – இந்த விபசார விடுதியின் வஸ்தாது” என்றான்.

மரியாதையாக வணங்கி லிக்கோனின், “அதுபற்றி என் பாராட்டுகளைப் பெற்றுக்கொள்” என்றான்.

முன்னறையில் பலர் இருந்தனர். நகரத்து குமாஸ்தாக்கள் தங்கள் தங்களுடைய மோகினிகளுடன் நாட்டியமாடிவிட்டு உட்கார்ந்து மது அருந்திக்கொண்டிருந்தார்கள்; சற்று உஷ்ண மாக இருந்ததால் தங்கள் கைக்குட்டையால் விசிறிக்கொண்டு உட்கார்ந்திருந்தார்கள். பாடகன் மிஷ்காவும் அவனுடைய நண்பன் கணக்குப்பிள்ளையும் எதிரெதிரே உட்கார்ந்து மேஜைமேல் சாய்ந்துகொண்டு, “உண்மை அது, தெரிகிறது!” என்று பாடிக்கொண்டிருந்தார்கள். அவர்களுடைய வழுக்கைத் தலைகளில் பஞ்சு மாதிரி ஒட்டிக்கொண்டிருந்த மயிர் பறந்து கிடந்தது; அவர்களுடைய கண்களில் சாப்பிட்ட மதுவும் சாப்பிடாத மதுவும் வெறி ஏற்றிக்கொண்டிருந்தன. அவர் களுடன் இருந்த எம்மா எட்வர்டோவ்னாவும் ஸேசியாவும் அவர்களை அடக்கமாக இருக்கும்படி அடிக்கொருதரம் வேண்டிக்கொண்டார்கள். நாற்காலியில் சாய்ந்து, நீண்ட காலைக் கால்மேல் போட்டுக்கொண்டு, முழங்காலைக் கட்டிக்கொண்டு தூங்கிக்கொண்டு இருந்தான் ராலி–பாலி.

பெண்களில் சிலர் மாணவர்களில் சிலரை அறிந்து கொண்டு ஓடிவந்தார்கள்.

“டமரோற்கா, உன் புருஷன் வந்துவிட்டாரடி! வாலோ டெஸ்கா ஆம், என் புருஷனும் வந்துவிட்டானடி – மிஷ்கா!’ என நயூரா உரக்கக் கூவிக்கொண்டே உயரமான, மெலிந்த, எடுப்பான மூக்குள்ள பெட்ரோவிஸ்கியின் கழுத்தைக் கட்டிக் கொண்டாள். “ஹலோ, மிஷ்கா! ஏன் இவ்வளவு நாளாக நீ வரவில்லை? உனக்காகக் காத்துக்காத்து எனக்கு அலுத்து விட்டது” என்றாள்.

யார்ச்செங்கோ சிறிது தயங்கியவனாகச் சுற்றுமுற்றும் பார்த்தான். அருகில் வந்த எம்மா எட்வர்டோவ்னாவிடம் சொன்னான், “எங்களுக்குத் . . . தனியாக . . . தெரியவில்லை . . . தனியாக ஒரு அறை தேவை. சிவப்பு மதுவும் தேவை. பிறகு, காபி . . . தெரிகிறதா?”

யார்ச்செங்கோ பேசுவது வேலைக்காரர்களுக்கும் ஹோட்டல் முதலாளிகளுக்கும் எப்போதுமே திருப்தி தருவது மாதிரியிருக்கும். மரியாதையாக அழுத்தமாகப் பேசுவான். எம்மா சர்க்கஸ் குதிரை மாதிரி, அதுவும் கிழடுதட்டிவிட்ட குதிரை மாதிரித் தலையை ஆட்டினாள்: “ஓ! அதற்கென்ன? அப்படியே! இப்படி வாருங்கள் கனவான்களே மது என்ன வேண்டும்? பெனடிக்டைன்தான் இருக்கிறது. சரி, அதிருக் கட்டும், பெண்களும் வந்து கலந்துகொள்ளலாம் அல்லவா!”

“பெண்கள் வருவதைத் தவிர்க்க முடியாது என்றால் அவர்களும் வரட்டும்” என்று கைகளை விரித்துக்கொண்டே சொன்னான் யார்ச்செங்கோ.

நீல விளக்கால் அலங்கரிக்கப்பட்டிருந்த தனி அறைக்குள் எம்மா எட்வர்டோவ்னாவின் விடுதிப் பெண்கள் ஒருவர் பின் ஒருவராக விழுந்தடித்துக்கொண்டு வந்தார்கள். ஒவ்வொரு மாணவனுடனும் கைகுலுக்கிவிட்டு தங்கள் தங்கள் பெயரைத் தாங்களே அறிமுகம் செய்துகொண்டார்கள். மன்யா, காம்யா, லியூபா என்று ஒவ்வொருவனுடைய மடியிலும் ஒவ்வொருத்தி உட்கார்ந்துகொண்டு கழுத்தைக் கட்டிக்கொண்டாள்.

ஒருத்தி கெஞ்சினாள், “சின்னய்யா! ஆரஞ்சு வாங்கிக் கொடு . . .!”

“வாலோ டெஸ்கா, நீ பார்க்க நன்றாகயிருக்கிறாயே! மிட்டாய் வாங்கிக்கொடு.”

“எனக்குச் சாக்லேட்.”

பேராசிரியர் மடியில் தவழ்ந்து உட்கார்ந்துகொண்டாள் வீரா. அவள் குதிரை சவாரி செய்யத் தயாராக இருப்பவள்

போல உடை அணிந்திருந்தாள். "ஐயா குண்டரே! என் தோழி ஒருத்திக்கு உடம்பு சரியாக இல்லை. அவளுக்கு ஆப்பிளும் சாக்லேட்டும் வாங்கிக்கொண்டுபோய் கொடுக் கட்டுமா?" என்று கேட்டாள்.

"உன் தோழியைப் பற்றிய கதை எல்லாம் சொல்லாதே! கொஞ்சாதே! கழுத்தைக் கட்டிக்கொள்ளாதே, சின்னக் குழந்தை மாதிரி சமர்த்தாக இப்படிப் பக்கத்து நாற்காலியில் உட்கார்ந்துகொண்டு கையைக் கட்டிக்கொள்."

வீரா இன்னும் அதிகமாகக் கொஞ்சினாள்: "கையைக் கட்டிக்கொண்டு உட்காருவதா? அது முடியுமா? என் கற்கண்டுக் கட்டியைக் கடித்துத் தின்னாமல் உட்கார்ந்திருக்க முடியுமா?"

எம்மா மாதிரியே, அவள் குரலில், "அது சரி, அது சரி... அப்படியே" என்றான் லிகோனின்.

"அப்படியானால் என் சிநேகிதிக்கு ஆப்பிள்களும் சாக் லேட்டும் கொண்டுபோய்த் தரச் சொல்லட்டுமா?" என்றாள் வீரா.

இந்த மாதிரிப் பிச்சை கேட்பது அந்த விபசாரக் கிடங்கின் பெண்களின் கடமைகளில் ஒன்று. வருகிற ஆண் களின் பர்ஸ் கனத்தைக் குறைப்பது என்பது பற்றி அவர் களுக்குள் மறைமுகமாகப் போட்டி நடப்பது உண்டு. அதனால் அவர்களுக்கு லாபம் ஒன்றும் கிடையாது. முதலாளி இதைப் பற்றிக் குளுமையாகப் பேசினால் உண்டு. ஆனால் அவர் களுடைய வாழ்வே கீழ்த்தரமானது, ஒரே மாதிரியானது – இதிலே ஏதோ விளையாட்டாக எவ்வளவு காலம் கடத்த முடியுமோ அவ்வளவு காலம் கடத்தவே அவர்கள் விரும்பி னார்கள்.

ஸிமியோன் காப்பிப் பாத்திரம், கப்புகள், ஒரு புட்டி பெனடிக்டைன் மது, பழங்கள், சாக்லேட், கேக்குகள், பீர் பாட்டில்கள் முதலியனவற்றைக் கொண்டுவந்து வைத்தான். பாட்டில்களைத் திறந்து வைத்தான்.

ரிப்போர்டர் பிளாடனோவ் பக்கம் திரும்பி யார்ச் செங்கோ கேட்டான்: "ஏன் நீ கொஞ்சம் மது அருந்தலாமா? தரட்டுமா? ஸர்ஜெய் யுவானோவிச்தானே உன் பெயர்...?"

"ஆம்..."

"ஒரு கப் காப்பி சாப்பிடு ஸர்ஜெய் யுவானோவிச், உல்லாசமாக இருக்கும் அல்லது இந்த மதுவை அருந்தலாம்."

"இல்லை வேண்டாம், நான் வழக்கமாகக் குடிப்பது வேறு, ஸிமியோன்..."

“காக்கை பிராந்தி” என்று சொன்னாள் மயூரா, அவசரமாகவே.

“எலுமிச்சை ரசம் பிழிந்துகொண்டுவா” என்றாள் சின்ன வெள்ளை மங்கா, அவசரமாகவே.

“ஓ! இதோ கொண்டு வரேன்” அவசரப்படாமலே மரியாதையாக ஸிமியோன் ஒரு புட்டியை எடுத்துக் கார்க்கைத் திறந்தான்.

“யாமாவில் காக்கை பிராந்தி கொடுப்பார்கள் என்பது எனக்குத் தெரியாது. இதுவரையில் எப்போது கேட்டாலும் இல்லை என்றுதான் சொல்வார்கள்” என்றான் லிக்கோனின் ஆச்சரியத்துடன்.

“ஸர்ஜெய் யுவானிச்சுக்கு மந்திரம் மாயம் ஏதாவது தெரியுமோ என்னவோ!” என்றான் ரமேசஸ் ஹாஸ்யமாக.

“இல்லாவிட்டால் இந்த விடுதியில் அவர் ரொம்பவும் கௌரவிக்கப்பட்டவராக இருக்கலாம்” என்றான் போரிஸ் ஸோபோஷ்நிக்கோவ், அழுத்தமாக, கிண்டலாக.

பத்திரிகை நிருபர் பிளாடனோவ் கடைசியில் பேசியவரைத் திரும்பிப் பார்த்தான். அவனுடைய சட்டைப் பொத்தான்களைப் பார்த்துக்கொண்டே ஒரு அலட்சிய பாவத்துடன் சொன்னான்: “வேறு ஒன்றும் விஷயம் இல்லை. நான் எவ்வளவு குடித்தாலும் எனக்கு வெறி ஏற்படுவதில்லை. ஆகையால்தான் நான் கேட்கும்போது பிராந்தி தருகிறார்கள்.”

லிக்கோனின் சந்தோஷத்துடன் சொன்னான், “நல்லது, நானும் அப்படியேதான். உன் பிராந்தியில் எனக்குக் கொஞ்சம் தருவாயா?” என்று கேட்டான். பத்திரிகை நிருபனின் வார்த்தைச் செட்டும் சுயமரியாதையும் அவனுக்கு மிகவும் பிடித்திருந்தன.

முகத்தில் புன்முறுவல் அரும்பி அழகு தர, குழந்தையுள்ளம் வெளிப்பட பிளாடனோவ் சொன்னான்: “தருகிறேன். ஆரம்பமுதல் எனக்கும் உன்னைப் பிடித்திருக்கிறது. டோர்ரா ஷெங்கோவில் பார்த்த முதலே நீ மற்றவர்களைப் போல இல்லை என்பதை நான் புரிந்துகொண்டேன்” என்றான்.

லிக்கோனின் சிரித்தான். “நல்லது; நாம் நண்பர்களாகி விட்டோம். இதற்குமுன் நாம் சந்தித்ததில்லை என்பது பற்றி ஆச்சரியமாக இருக்கிறது. அன்னா மார்க்கோவ்னாவின் விடுதிக்கு நீயும் அடிக்கடி வருபவன்தானே?”

“அளவுக்கு மீறி வருபவன்தான்.”

“எங்கள் விருந்தாளிகளில் முக்கியமானவர் ஸர்ஜெய் யுவனோவிச்தான்! அவர் எங்களுக்கு ஒரு சகோதரர் போல” என்று உரக்கக் கத்தினாள் நயூரா.

“அசடு” என்று அவளை அடக்கினாள் தமாரா. “நானும் அடிக்கடி வருபவன்தான்! இது விசித்திரமாகத்தான் இருக்கிறது. எல்லோருமே உன்னிடம் பிரியமாக இருக்கிறமாதிரி இருக்கிறதே!” என்றான் லிக்கோனின்.

‘உள்ளூர்ப் பெரிய மனிதர்’ என்று பிறர் காதில் விழாமல் தனக்குள்ளாகவே சொல்லிக்கொண்டான் போரிஸ் ஸோபோஷ்நிக்கோவ். எப்போதுமே இந்தப் பத்திரிகை நிருபனைக் கண்டால் போலிஸுக்குப் பிடிக்காது. மற்றவர்களைப் போல இல்லை இந்த பிளாடனோவ் என்பதே இந்தக் கோபத்திற்குக் காரணம். தன்னை அவன் ஒரு மாணவன் என்று அலக்ஷியம் செய்கிறான் என்பது போரிஸின் நினைப்பு. தவிரவும் அந்த விபசார விடுதியில் இருந்த எல்லோருமே – வாசற்காவற்காரன் முதல் கேட்டிவரையில் எல்லோருமே – பிளாடனோவிடம் மரியாதையாகவும் இருந்தது அவனுக்கு எரிச்சலூட்டியது. அவன் பேசுகிற ஒவ்வொரு வார்த்தையையும் எல்லோரும் கவனித்துக் கேட்பார்கள். தமாரா அவன் டம்ளர் காலியான உடன் அதைக் கவனமாக நிரப்பினாள்; சின்ன வெள்ளை மங்கா அவனுக்குப் பழம் உறித்துக் கொடுத்தாள்; அவன் தந்த சிகரெட்டை வாங்கி முத்தமிட்டுப் பற்றவைத்தாள் ஸோயி; பணம் கொடுத்துப் பழமோ, சாக்லேட்டோ, மதுவோ வாங்கித் தரச்சொல்லி அவனை யாரும் தொந்திரவு செய்யவில்லை. ‘எல்லோருக்கும் வேண்டியவன் டாபர் மாமா’ என்று தனக்குள் சொல்லிக்கொண்டான் ஸோபோஷ்நிக்கோவ்; அது உண்மையாக இருக்கும் என்று அவனுக்கே நம்பிக்கையில்லை. அந்த நிருபன் அஜாக்கிரதையாகத்தான் என்றாலும் நன்றாக ஆடை அணிந்திருந்தான். நடை உடை பாவனை எல்லாமே கௌரவமுள்ளவையாக இருந்தன.

தனக்குள் போரிஸ் முணுமுணுத்துக்கொண்டதையோ, உரக்கச் சொன்னதையோ பிளாடனோவ் பாராட்டவில்லை; காதில் வாங்கியதாகவே காட்டிக்கொள்ளவில்லை. ஒரு கைக்குட்டையைக் கசக்கித் தூரத்தில் எறிந்தான்.

“ஆம். உண்மையிலேயே நான் இந்தக் குடும்பத்தைச் சேர்ந்தவன்தான். நாலு மாசங்கள் சேர்ந்தாற்போல் ஒவ்வொரு நாளும் நான் இங்கேயே வசித்துச் சாப்பிட்டு வந்திருக்கிறேன்” என்றான் பிளாடனோவ் அமைதியாக.

“நிஜமாகவா?” என்று யார்ச்செங்கோ சிரித்துக்கொண்டே கேட்டான்.

“நிஜமாகவேதான். இங்கே சாப்பாடு நன்றாக இருக்கும். ருசியான உணவு, சத்தான உணவு, எண்ணெய்ப்பசை மட்டும் சற்று அதிகம்.”

“அப்படியா? ஏன் . . . நீ . . .”

“ஏனா? அன்னா மார்க்கோவ்னாவின் பெண் ஒருத்திக்குப் பாடம் சொல்லிக்கொடுத்துக்கொண்டிருந்தேன். எனக்குச் சேர வேண்டிய ஊதியத்தில் ஒரு பகுதியைச் சாப்பாட்டுக் கென்று பிடித்துக்கொள்ளச் சொன்னேன்.”

யார்ச்செங்கோ சொன்னான்: “நிச்சயமாகவேயா! கட்டாயம் எதுவுமில்லாமலா? ஏன்? நான் கேட்பது அதிகப் பிரசங்கித்தனமாக இருக்கிறதோ உமக்கு! அல்லது . . .”

“இந்தச் சிறு உலகுடன் நெருக்கமாகப் பழக வேண்டு மென்று எனக்கு ஒரு ஆசை . . .”

“புரிகிறது, புரிகிறது” என்றான் யார்ச்செங்கோ முகம் மலர. “வாழ்க்கையிலிருந்து நமது புது நண்பர் ரஸமான விஷயங்கள் தேடுகிறார். சில வருஷங்களில் நாம் அவருடைய மஹோந்நதமான நூலைப் படிக்கலாம் . . .”

“ஒரு விபசார விடுதியின் சோக நாடகம்” என்று கேலியாக, உரக்க, நாடக நடிகனே போலச் சொன்னான் போரிஸ் ஸோபோஷ்நிக்கோவ்.

யார்ச்செங்கோவுக்குப் பத்திரிகை நிருபன் பதில் சொல்லிக் கொண்டிருக்கும்போது தமாரா தன் இடத்திலிருந்து எழுந்து மேஜையைச் சுற்றிவந்து ஸோபோஷ்நிக்கோவின் பக்கம் குனிந்து அவன் காதில் மாத்திரம் விழும்படியாகக் குசுகுசு வென்று சொன்னாள் “அன்பே! என் காதலனே! அவனைப் பற்றிப் பேசாதே! அவன் அருகில்கூடப் போகாதே நீ! கடவு ளறியச் சொல்கிறேன் நான்; உனக்கு நல்லதே சொல்லுகிறேன்.”

“என்ன அது!” என்றான் மாணவன் போரிஸ்; அலக்ஷ்ய மாகத் தன் மூக்குக் கண்ணாடியை எடுத்துத் துடைத்துப் போட்டுக்கொண்டான்: “அவன் உன் காதலனா? அல்லது உன் டாபர் மாமாவா?”

“அவன் ஒருநாள்கூட எங்களில் யாருடனும் காதல் புரிந்தது கிடையாது. எங்களில் யாருடனும் அவன் படுத்தது கிடையாது. அது கிடக்கட்டும், அவனோடு சண்டை பிடித்துக் கொள்ளாதே” என்றாள் தமாரா.

‘ஓ! ஓ!” என்று சிரித்தான் ஸோபோஷ்நிக்கோவ். அவன் ‘வவ்வவ்வே’ என்று அழகு காட்டினான். விபசார விடுதி

பூராவும் அவனுக்குத் தோழமை பூண்டுகொண்டிருக்கிறது. ஊரிலுள்ள விடுதிகளின் வஸ்தாதுகள் எல்லோரும் அவனுக்கு உறவுதான் போலிருக்கிறது.

அனுதாபத்துடன், இரக்கத்துடன் சொன்னாள் தமாரா: "அப்படி எல்லாம் பேசாதே! உனக்குத் தெரியாது. கழுத்தைப் பிடித்துத் தூக்கி நாய்க்குட்டியைத் தூக்கி அப்பால் எறிவது போல ஜன்னலில் எறிந்துவிடுவான். இந்த மாதிரி ஒரு தரம் நடந்ததை நான் பார்த்திருக்கிறேன். மறுபடியும் உன் விஷயத்தில் அப்படி நடக்கக்கூடாதே என்பது என் பயம்."

"ஓடிப்போ! போய்விடு! குப்பைத்தொட்டி" என்று உரக்கக் கத்தினான் ஸோபோஷ்நிக்கோவ்.

"கண்ணே! போகிறேன்" என்று நகர்ந்து சென்றாள் தமாரா.

கையை ஆட்டி அவனை அடக்கினான் லிக்கோனின்: "எதுவும் கலாட்டா செய்யாதே!" பிறகு பத்திரிகை நிருபனின் பக்கம் திரும்பி, "மேலே சொல்லு, நீ சொல்கிற விஷயங்கள் ரஸமாக இருக்கின்றன" என்றான்.

பிளாடனோவ் அமைதியாகக் குரலை உயர்த்தாமல் சொன்னான்: "நான் புஸ்தகம் எதுவும் எழுதுவதாக உத்தேசமில்லை. ஆனால் இங்குள்ள விஷயம் மகத்தானது, முக்கியமானது, ரஸமானது, அற்புதமானது, பயங்கரமானது. சதை வியாபாரம், வெள்ளை அடிமைகள், வியபசாரத்தை அழித்துவிட வேண்டும் என்று பேசுவதெல்லாம் பிரமாதமல்ல பயங்கரமானதுமல்ல. இங்கு தினசரி நடக்கிற சாதாரண காரியங்கள்தான் உண்மையிலேயே மிகவும் பயங்கரமானவை. இங்கு வியபசாரம் சாதாரணத் தொழிலாக ஒரு வியாபாரம் மாதிரியே நடைபெறுகிறது. வரவு செலவுக் கணக்குகள் மற்றத் தொழில்களில் நடைபெறுகிறது போலவே இங்கும் நடக்கிறது. ஆயிரக்கணக்கான வருஷங்களாக இந்தக் காமக் கலைக்கூடத்தில் அதே வழக்கங்கள் பின்பற்றப்பட்டு வருகின்றன. மானம், அவமானம், தாழ்வு உணர்ச்சி, அருவருப்பு பூராவும் அற்றுப்போய்விட்டன. பயங்கரம் இதுவே இல்லை. சாதாரணக் கூலி வேலை போல இதுவும் ஒரு கூலி வேலை. ஏதோ சர்வ கலாசாலையில் போலத் திட்டமாகத்தான் எதுவும் நடக்கிறது."

"உண்மைதான்" என்றான் லிக்கோனின் யோசனையில் ஆழ்ந்தவனாக.

பத்திரிகை நிருபன் தொடர்ந்து சொன்னான். "பத்திரிகைகளில் தலையங்கங்களில் பல பிரத்தியேக நிருபர்களின்

சரடுகளில் படிக்கிறோம். லேடி டாக்டர்கள் கதறுகிறார்கள். சீர்திருத்தவாதிகள் நிமிஷத்திற்கு ஒரு ஆச்சரியக்குறிப்புடன் புலம்புகிறார்கள்: 'ஓ! சட்டமில்லையா, தருமமில்லையா? வியபசாரத்தை ஒழித்துக்கட்ட வேண்டாமா? அடிமைகளா, உயிருள்ள வியாபாரப் பொருள்களா பெண்கள்! கட்டிக் கொடுத்து வாழும் இந்த ஸ்திரீகளா ஸ்திரீகள்? மனிதகுலத் தின் அதமாதமர்கள் பெண்குலத்தின் ரத்தத்தை உறிஞ்சும் காட்டேறிகள்!' இந்தக் கூக்குரல் யாரை அச்சுறுத்துகிறது! பேச்சு! பேச்சு! பேச்சு! வார்த்தைகள்! வார்த்தைகள்! வெறும் வார்த்தைகள்! மண்டையிலடிப்பது போன்ற சிறு காரியங்கள், பயங்கரமான காரியங்கள் இங்கு நாள் பூராவும் நடந்துகொண்டே யிருக்கின்றன. இந்த ஸிமியோனை எடுத்துக்கொள்வோம். விபசார விடுதியின் வஸ்தாது, எக்காரணத்தினாலாவது எந்த விருந்தாளியாவது சண்டையிட்டு அமர்க்களப்படுத் தினால் அவனை வெளியேற்ற உபயோகப்படும் வஸ்தாது. வியபசாரிகளின் சோற்றைச் சாப்பிடுபவன் அவன். ஆனால் அவனுக்கு மதத்தில் என்ன ஈடுபாடு என்கிறீர்கள்! அடாடா! மதத்தில் அவன் ஆழ்ந்த அன்பு உள்ளவன். மதத்திற்கும் அவன் செய்கிற தொழிலுக்கும் உள்ள... நம் தேசத்தில் தவிர உலகில் வேறு எங்கேயாவது இம்மாதிரி இருக்கமுடியுமா?"

"உண்மைதான், கடவுளின் திருநாமங்களை உச்சரித்துக் கொண்டே கழுத்தை அறுத்துவிடுபவன் அவன். கொலை செய்துவிட்டு அதற்குப் பிராயச்சித்தமாக ஒரு மெழுகுவத்தியைக் கன்னித்தாயின் முன் ஏற்றிவைத்துவிடுவான்" என்றான் ரமேசஸ்.

"பக்தியும் குற்ற மனப்பான்மையும் சேர்ந்தேதான் இருக் கிறது நம்மிடையே! உண்மையை உங்களிடம் ஒப்புக்கொள் கிறேன். ஸிமியோனுடன் நான் தனியாகப் பேசும்போது எனக்குப் பயமாக இருக்கிறது – அர்த்தமில்லாத பயமாக இருக்கலாம் அது. ஆனால் மகாபயங்கரமானது; பாம்பும் தேளும் போல அருவருப்பாக இருக்கிறது. ஆனால் அவன் உண்மையாகவே பக்தி உள்ளவன். அதுவும் அவனுடைய குற்றம் புரியும் தன்மையும், இந்த பக்தியும் எப்படியோ பின்னிக்கிடக்கிறது என்றுதான் எனக்குத் தோன்றுகிறது" என்றான் பிளாடனோவ்.

"நீ பேசுவது பற்றி இந்தப் பெண்கள்..." என்று யார்ச் செங்கோ கேட்டான்.

"கோபித்துக்கொள்ளமாட்டார்கள். அப்படி ஒன்றும் எனக்கும் அவர்களுக்கும் உறவு கிடையாது" என்றான் பத்திரிகை நிருபன்.

“ஏன் உறவு கிடையாது?” என்றான் லோகோட்யா பாவ்லாவ். அவன் காதில் விழுந்தது அவனுடைய வாக்கியத் தின் கடைசிப் பகுதிதான்.

“ஸிமியோனைப் பற்றியும் நீ பேசுவது அப்படி பெருமைப் படக்கூடிய விஷயமாக இல்லையே!”

“அவனும் நானும் சிநேகிதர்கள் அல்ல.”

“ஏன் ?”

ஓட்டைவாய் நயூரா சட்டென்று சொன்னாள்: “ஸர்ஜெய் இவானிச் ஒருநாள் இவர் மூக்கில் ஒரு குத்துவிட்டான். நீங்கா பற்றி நடந்த வியவகாரம் அது. நீங்காவின் காதலன் ஒரு கிழவன் வந்தான். நீங்கா தீட்டு. விடாமல் இரவு தங்கி அந்தக் கிழவன் அவளைத் தொந்தரவு செய்தான். நீங்கா அழுதுகொண்டு ஓடினாள்.”

“அதை ஏன் இப்போது சொல்கிறாய், நயூரா! பேசாமலி ரேன்” என்று முகத்தைச் சுளித்துக்கொண்டு சொன்னான் பிளாடனோவ்.

“சரி, சரி, போதும்!” என்று அதட்டினாள் தமாரா.

நயூரா தொடங்கினவள் அப்படி சுலபமாக நிறுத்திவிடு வாளா? நீங்கா சொன்னாள்: “‘என்னை வெட்டினாலும் சரி – நான் அவனுடன் இரவு தங்கமாட்டேன். அவன் என் மேலெல்லாம் எச்சில் படுத்திவிட்டான்’ என்று கத்தினாள், ஓடிப்போனாள். கிழவன் வஸ்தாதிடம் சொன்னான். நம்ப வஸ்தாது நீங்காவை அடிக்கத் தொடங்கினான். அச்சமயம் ஸர்ஜெய் இவானிச் எனக்கொரு கடிதம் எழுதிக்கொண்டிருந் தான். நீங்காவின் அலறல் காதில் விழுந்ததும் . . .”

பிளாடனோவ் “ஸோயி! அவள் வாயை மூடேன்” என்றான்.

உடனே . . . நயூராவின் பேச்சு ஸோமியின் புறங்கையால் தடைபட்டு நின்றது.

எல்லோரும் சிரித்தார்கள். ஒரு அலக்ஷ்யமான பார்வை யுடன் போரிஸ் ஸோபோஷ்நிக்கோவ் தனக்குள் ‘மஹாவீராதி வீரன் – அபலைகளைக் காப்பாற்றவே பிறந்தவன்’ என்று முணுமுணுத்துக்கொண்டான். அவனுக்குக் குடிவெறி ஏறியிருந் தது; நிமிர்ந்து நேராக நிற்க முடியவில்லை.

“யார் அந்த நீங்கா? அவள் இப்போது இங்கே இருக் கிறாளா?” என்று கேட்டான் யார்ச்செங்கோ.

"அவள் இப்போதில்லை. சின்னப் பொண்ணு பாவம்! அவளுக்கு அன்று பிரமாத கோபம் வந்துவிட்டது." பத்திரிகை நிருபன் உரக்கச் சிரித்தான். "இப்போது நினைத்தாலும்கூட எனக்குச் சிரிப்புத்தான் வருகிறது. அதுவும் அந்தக் கிழவனை நினைத்துக்கொண்டால் ... அவன் பயந்து ஓட்டம் பிடித்து விட்டான். பாதிச் சட்டையை மாட்டிக்கொண்டு ஓடியே போய்விட்டான் ... ரொம்ப வயதானவன் அவன். ஹோட்டலில் வேலை பார்க்கிறான் – உங்களுக்குக்கூட அவனைத் தெரிந்திருக்கும். 'இந்த விபசார விடுதியையே இருந்த இடம் தெரியாமல் அழித்துவிடுகிறேன் பார்' என்று சபதம் கூறி விட்டுப் போனான் தள்ளாடி நடக்கிற கிழவன் ... அவன் கிடக்கட்டும். ஸிமியோனைப் பற்றி என்ன சொன்னாலும் அவன் மாதிரி ஒரு ஆள் கிடைப்பது சந்தேகம்தான். இந்த விடுதியின் சொந்தக்காரி அன்னா மார்க்கோவ்னாவைத்தான் எடுத்துக்கொள்ளுங்களேன். இரத்தக் காட்டேரி, பெண்புலி, நரி – எது வேணுமானாலும் அவளைச் சொல்லலாம். ஆனால் அவளின் தாயன்புக்கு ஈடான அன்பை உலகில் காண்பதரிது. ஒரு பெண் இருக்கிறாள். அவளுக்குப் பெர்தா என்று பெயர். பள்ளியில் ஐந்தாவது வகுப்பில் படிக்கிறாள். என்ன அன்பு! என்ன அன்பு! தன் தொழில் தன் பெண்ணுக்குத் தெரிந்து விடக்கூடாது என்று எத்தனை சாகஸங்கள்! பர்டிக்குச் செலவு செய்ய அஞ்சுவதேயில்லை இந்தத் தாய். அன்னா மார்க்கோவ்னா தயங்காமல் நமக்கும் நம் பிள்ளைமார்களுக்கும் வியாதியைத் தந்துவிடுவாள். ஆனால் அவள் பெண்ணைப் பற்றிய வரையில் அதெல்லாம் நினைப்பதுகூடக் கிடையாது. தாய் என்றால் ஒவ்வொருவரும் ..."

பல்லைக் கடித்துக்கொண்டு சொன்னான் போரிஸ் "எல்லாத் தாய்மார்களையும் பற்றி ஏதாவது சொல்லாதே" என்று.

"மன்னிக்கவும்! நான் ஒருவரையும் ஒப்பிட்டுச் சொல்ல வில்லை. பொதுவாகச் சொன்னேன். தாயன்பு என்பது மனிதர்களுக்கு மட்டுமல்ல, மிருகங்களுக்கும்கூடத்தான் உண்டு. ஆனாலும் சாரமற்ற விஷயம் தள்ளு" என்றான் பிளாடனோவ்.

"பாதகமில்லை சொல்லு. பெரிய விஷயமாக ஏதோ சொல்ல வந்தாய் – முடித்துவிடு" என்றான் லிக்கோனின்.

"பெரிய விஷயமில்லை. நான் இதையெல்லாம் பார்க்கிறேனே தவிர எனக்குச் சரியாகக் கவனிக்கத் தெரியவில்லை. அன்னா, ஸிமியோன் இருவரையும் பற்றிச் சொன்னேன்; அவர்கள் வாழ்விலே பயங்கரமான ஒரு தத்துவம் பொதிந்து இருக்கிறது என்பது தெரிகிறதே தவிர, அந்தத் தத்துவம்

என்ன என்று எனக்கே தெரியவில்லை. எப்படிச் சொல்லப் போகிறேன் நான். மனசால் எதையும் தொட்டுப் பயனில்லை. உள்ளத்தால் தொட வேண்டும்... வார்த்தைகள்! போலீஸ் காரர்கள் தடியடி நடத்துகிறார்கள். ரத்த வெள்ளத்திலே நடக்கிறார்கள் – ஆனால் அதே வார்த்தைகள். போலீஸ்காரர் களில் ஒருவன் பயந்துபோன ஒரு குழந்தைக்கு – அவன் குழந்தையல்ல அது – ஆட்டுக்குட்டி மாதிரிக் கத்திக் காண்பிக் கிறான். எனக்கு என்ன நினைப்பது என்று தெரியவில்லை. உள்ளத்தைத் தொடுகிற ஒரு விஷயத்தை வார்த்தைகளால் அளப்பது எப்படி? இந்த வாழ்க்கையே ஒரே குழப்பமாகத் தான் இருக்கிறது. லிக்கோனின், கோப்பையை நிரப்பு, இன்னும் கொஞ்சம் பிராந்தி சாப்பிடுவோம்."

"நாம் நண்பர்களாக இருப்போம்" என்றான் லிக்கோனின். "உனக்கு ஆக்ஷேபம் இல்லையே?"

"சரி! சரி! ஆனால் ஒருவரை ஒருவர் முத்தமிட்டுக்கொள் கிற பழக்கம் மட்டும் வேண்டாம்" என்றான் பிளாடனோவ். "இன்னுமொரு உதாரணம் சொல்லுகிறேன் கேள்! பிரஞ்சு நாவல் ஒன்று – பிரமாதம் என்று புகழப்பட்டது – படித்தேன். தூக்குத்தண்டனையை எதிர்நோக்கி நிற்கும் ஒரு மனிதனின் உணர்ச்சிகளைப் பூராவும் பிரமாதமாக விவரித்திருக்கிறான். அழகான, ஆழமான வார்த்தைகளில் பக்கம் பக்கமாக எழுதி இருக்கிறான். படித்தேன். உணர்ச்சியோ, கிளர்ச்சியோ ஏற்பட வில்லை; பொழுதுபோக்காக, சோம்பலுக்கு ஆதாரமாகக் கொண்டு படித்தேன். அவ்வளவுதான். ஆனால் ஒருவனைத் தூக்குப் போட்டது பற்றி ஒரு பத்திரிகையில் படித்தேன். ஜெயில் அதிகாரி குற்றவாளியைப் பார்த்து, ஏன் ஸ்டாகிங்ஸ் போடாமல் பூட்ஸை மட்டும் மாட்டிக்கொண்டுவிட்டாய்? என்று கேட்டானாம். அதற்குக் கைதி 'இந்த சமயத்தில் ஸ்டாகிங்ஸ் இல்லாவிட்டால் என்ன மோசம்?' என்று கேட்டானாம். அது என் உள்ளத்தைத் தொட்டது; என் மண்டையில் ஓங்கி அடித்து என்னைப் பிரமை அடையச் செய்தது போலிருந்தது. சாவு என்கிற உணர்ச்சியைப் பற்றி என் அனுபவத்தில் எத்தனை எத்தனையோ மனிதனைத் தடுமாறச் செய்விக்கக்கூடிய எத்தனையோ விவரங்கள் எனக்கு ஞாபகம் வருகின்றன. ஆனால், நமது ரஷ்ய வார்த்தைக் கவிஞர்கள் இதெல்லாம் பற்றிச் சிறிதும் கவலைப்படுகிற மாதிரித் தெரியவில்லை. வியபசார விடுதிகள் பற்றி அவர் களில் யாரும் எதுவும் எழுதவில்லை. ஏன் என்று எனக்குத் தெரியாது. ஏதோ அசங்கியத்தைக் கண்டு ஒதுங்குவது போல ஒதுங்கிவிடுகிறார்கள். அல்லது பயமோ? எனக்குத் தெரியாது. வியபசார எழுத்தாளர் என்று பிறர் நகைப்பார்களே என்கிற

பயமும் இருக்கலாம். அல்லது சுயசரிதம் என்று நினைத்துக் கொண்டு அதனால் கெட்டவன் என்று பட்டம் வந்துவிடுமோ என்றும் இருக்கலாம். காரணம் என்னவோ? துணிச்சலும் தியாக புத்தியும் உள்ள ஒருவனும் முன்வரவில்லை; நெருங்கி இந்த விபசார வாழ்க்கையைப் பார்த்து விருப்புவெறுப்பு இல்லாமல் விஷயங்களைச் சீர்தூக்கி எழுத யாருமே துணிய வில்லை. வார்த்தைகளில் முழுகிவிடாமல் விஷயத்தைச் சொல்ல வல்லவன், அசட்டுப் பரிதாபம் காட்டாமல், பயங்கர மான எளிமையை, தினசரி வாழ்வை விவரிக்க வல்லவன் வரவேண்டும். எவ்வளவு அற்புதமான, மகத்தான, உண்மை யான புஸ்தகம் எழுதலாம் தெரியுமோ?"

"ஆனால் சிலர் எழுதித்தானே இருக்கிறார்கள்?" என்றான் ரமேசஸ்.

பிளாடனோவ் அலுப்புடன் சொன்னான்: "எழுதுகிறார் கள், எழுதுகிறார்கள், பொய்களை எழுதுகிறார்கள்! ஏதோ செயற்கையான நாடகங்களைச் சிருஷ்டிக்கிறார்கள். இல்லாத, அந்தோ, பரிதாபங்களை அள்ளித் தெளிக்கிறார்கள்; புரியாத சின்னங்களைப் புகுத்திக் குழப்புகிறார்கள். ஆனால் உண்மை யில் அவ்வாழ்க்கையைத் தொட்டவர்கள் யாரும் இல்லை. ஒரு பெரிய மேதை இவ்விஷயத்தை அணுகினான். ஆனால் அவனுக்குப் பொய் சொல்ல இஷ்டமில்லை. நாய் போலத் தலைவாசலில் நின்ற வஸ்தாதைப் பார்த்து எனக்குள்ளது போல இவனுக்கும் ஒரு தாய் இருப்பாள் என்று சிந்தித்தான். தன் தூய ஆத்மாவில் ஒரு நிழல் போல எல்லாவற்றையும் கணித்தான். ஆனால் உண்மையைச் சொல்ல, உலகைப் பயமுறுத்த அவன் விரும்பவில்லை. பிறர் நினைப்பதை மட்டும் சொல்லிவிட்டு, தான் நினைப்பதை அவன் சொல்ல வில்லை (அவன் பெயர் செக்காவ்). தம் ஊரில் மற்றவர் துப்பறியும் கதைகள் எழுதுவார்கள் – பணக்காரர்களைப் பற்றி எழுதுவார்கள் – குமாஸ்தாக்களைப் பற்றி எழுதுவார் கள் – வக்கீல்களைப் பற்றி எழுதுவார்கள் – தேசவிடுதலையைப் பற்றி எழுதுவார்கள் – சங்கீத வித்வான்கள், சினிமா நக்ஷத்தி ரங்கள் பற்றி எழுதுவார்கள் – தாசிகளைப் பற்றி, நல்லவர் களாக இருக்க விரும்புகிற தாசிகளைப் பற்றி, ஐயோ அப்பா என்று எழுதுவார்கள். தாசிகளாகவே இருக்கிற தாசிகளைப் பற்றி எழுத மாட்டார்கள். எல்லோரையும் பற்றி அழகாக அழுத்தமாக எழுதுவார்கள். ஆனால் உலகம் பிறந்தநாள் முதலாக, தாசிகளும் சாமியார்களும் இருந்து வருகிறார்கள் – அவர்களைப் பற்றி இலக்கியத்தில் நான் கண்டது என்ன? டாஸ்டாவ்ஸ்கியின் ஸொனஷ்கா மார்பெலடோவா ஒருத்தி மட்டும்தான்! சாமியார்களைப் பற்றி அதுகூட இல்லை...

இல்லை! இல்லை என்று சொல்ல முடியாது. டால்ஸ்டாயின் சாமியாரை நான் மறந்துவிட்டேன்; எந்த சாமியாரைச் சொல்லுகிறேன் தெரிகிறதா?”

“இருளின் வலிமையில் வருகிறாரே சாமியார், அவர் தானே?” என்றான் லிக்கோனின்.

“ஆம்!” இதுவரையில் மெதுவாகப் பேசிவந்த பிளாடனோ வும் குரலை உயர்த்திச் சொன்னான். “இந்த வியபசார விடுதியின் முதலாளி தாய்க்கிழவி ஸொனெஷ்கா மார்பெல டோவா உயிர்வாழ்கிறாள். வெளியில எப்படி இருந்தாலும் அவள் உயிர் வாழ்கிறாள், அவள் வாழ்க்கை...”

திடீரென்று பேச்சை நிறுத்திக்கொண்டு பிளாடனோவ் “போரும்! போரும்! பத்து வருஷத்தில் பேச வேண்டியதை நான் ஒரே நாழிகையில் பேசிவிட்டேன். பேசிப் பயன் என்ன?” என்றான்.

“நீயே எழுதலாமே இவ்வளவையும்!” என்றான் யார்ச் செங்கோ.

“முயற்சி செய்தும் பார்த்தேன். ஆனால் வார்த்தைகள் அகப்படவில்லை. எனக்கு வந்த வார்த்தைகளும் உயிரற்றிருந் தன. டெரகாவ் தெரியுமோ? அவன் ஒருதரம் இங்கு வந்தான். எனக்குத் தெரிந்த விஷயம் பூராவையும் உபயோகப்படுத்தி அவனை எழுதும்படிக் கேட்டேன். ‘இந்த மாதிரி சொல்கிறவர் கள் எத்தனையோ பேர்’ என்றான் அவன். எழுதுகிற உத்தேசமில்லாமல் இதைக் கவனிக்கும்போதுதான் எழுத்துக்கு கந்த உயர்ந்த விஷயமகப்படும்” என்றான் பிளாடனோவ்.

“வருவான் கலைஞன்! வரப்போகிற கலைஞனின் வெற்றிக்கு நாம் குடிப்போம்!” என்றான் லிக்கோனின்.

சின்ன மங்கா பெருமூச்சு விட்டாள். “எங்கள் வாழ்க் கையைப் பற்றி உண்மையை யாராவது எழுதினார் களானால்...”

கதவை யாரோ தட்டினார்கள். ஆரஞ்சுக் கலர் ஆடை யுடுத்தியவளாக உள்ளே வந்தாள் ஜென்னி.

11

அந்த விடுதியிலே ஜென்னிதான் அழகி. தன்னுடைய முதல் ஸ்தானத்தை உணர்ந்தவள் போலச் சிறிதும் தயக்கம் இல்லாமல் அங்கிருந்தவர்களுக்கு எல்லாம் வணக்கம் செலுத்தினாள். ஸர்ஜெய் இவானிச்சுக்குப் பக்கத்திலிருந்த

ஒரு ஆசனத்தில் உட்கார்ந்துகொண்டாள். மாலையில் வந்த ஜெர்மன் ஆபீஸரிடமிருந்து தப்பித்துக்கொண்டு அப்பொழுது தான் விடுபட்டு வந்திருந்தாள் அவள். ஜென்னி வேறொரு வனுடன் இருந்தாள் என்று அறிந்திருந்தும் அவளுக்காக காத்திருந்தான் அவன்.

தமாரா மௌனமாக அவளைப் பார்த்தாள். முகத்தைச் சுளித்துக்கொண்டே ஜென்னி "அப்பாடா! ஒரு வழியாகத் தொலைந்தான் அவன்" என்று அவள் கேட்காத கேள்விக்குப் பதில் அளித்தாள்.

பிளாடனோவ் முகத்தில் அன்பும் ஆதரவும் ததும்ப ஜென்னியைக் கவனித்தான். அவள் அந்த விடுதியிலிருந்த மற்றப் பெண்களிடமிருந்து மாறுபட்டவள் என்பது பற்றி அவனுக்குப் பெருமைதான். ஆம், அவள் மற்றவர்களைப் போல இல்லை. அவள் சுபாவம் தனிப்பட்டது; ஒரு தினுசானது; கேலியும் கிண்டலும் நிறைந்தது. அவள் கண்கள் ஒரு பளபளப் புடன் சிவந்திருந்தன; அவள் கன்னங்கள் அழகாக இருந்தன – ஆனால் ஆரோக்யமான அழகல்ல அது. அவளுடைய இதழ்கள் – எத்தனை பேர் கடித்த இதழ்களோ அவை – அவை இப்போது ஈரமற்றிருந்தன. அவள் உள்ளத்திலே ஏதோ ஒரு கோபம் பொங்கிப்பொங்கி வளர்ந்து பெரிதாகி அவள் கழுத்தை நெருக்கி மூச்சுவிட முடியாமல் செய்துவிடத் தயாராக இருப்பது போல இருந்தது. அழகி ஜென்னி இத்தனை அழகாக என்றைக்கும் இருந்ததில்லை என்று தோன்றியது அவனுக்கு. தவிரவும் அங்கு கூடியிருந்த ஆண்களெல்லோரும் அவளையே கவனித்தார்கள் என்பதையும் பிளாடனோவ் கவனித்தான். அதாவது லிக்கோனினைத் தவிர மற்றவர்கள் எல்லோரும் அவளையே பார்த்தார்கள் – சிலர் வெட்கமில் லாத நேர்பார்வையை பார்த்தார்கள்; சிலர் மனசிலிருந்த ஆசையை மட்டும் மறைத்துக்கொண்டு பார்த்தார்கள்; சிலர் திருட்டுத் தனமாக அவளை விநாடிக்கொருமுறை பார்த்தார் கள். ஆனால் எல்லோரும் அவளுடன் படுக்க வேண்டும் என்கிற நினைப்புடன்தான் பார்த்தார்கள். இந்த ஸ்திரீயின் அழகும், அவள் கிடைப்பாள் சுலபமாகவே கலவித்தொழி லுக்கு என்கிற நினைப்பும் கற்பனைக்கு இதமாகவே இருந்தது.

"என்ன விசேஷம், ஜென்னி? இன்று புதுசாக ஏதோ மாதிரி இருக்கிறாயே!" என்று விசாரித்தான் பிளாடனோவ்.

பிரியமாக அவன் தோளில் இரண்டு விரல்களால் தட்டிவிட்டு அவள் சொன்னாள்: "நீ இதை எல்லாம் கவனிக் காதே! ஏதோ பெண்கள் விஷயம். இதில் உனக்கு சம்பந்த மில்லை" என்றாள்.

உடனே தமாராவின் பக்கம் திரும்பி சங்கேதமான ஒரு பாஷையில் ஆத்திரத்துடன் பேசத் தொடங்கினாள். ஆனால் பத்திரிகை நிருபனுக்கு அவள் சொன்னது புரிந்தது. அந்த பாஷை அவனுக்குப் புதிதல்ல. அவன் புரிந்துகொண்டான் என்பதைக் கவனித்த தமாரா "அவளை உன்னால் ஏமாற்ற முடியாது ஜென்னி, அவளை ஏமாற்ற முயலாதே!" என்றாள்.

பிளாடனோவ் அறிந்துகொண்டது இதுதான். அன்று பகலும் இரவுமாக அதிகக் காசில்லாத ஆண்கள் பலர் அந்த விபசார விடுதிக்கு வந்தார்கள். தாய்க்கிழவி பாக்ஷாவுக்கு ஓயாத தொந்தரவு கொடுத்தாள். பாவம் பாக்ஷா! அன்று பத்து புது புருஷர்களுடன் ஒருவர் ஒருவராகத் தொழில் நடத்த வேண்டியதாகிவிட்டது. பலன் என்னவென்றால் – பத்தாவது ஆண்மகன் வந்துபோனதும் – பாக்ஷாவுக்கு வலிப்பு வந்துவிட்டது. மூர்ச்சையாகிவிட்டாள். முகத்தில் ஜலம் தெளித்து உள்ளுக்கும் பிராந்தியைக் கொடுத்து அவளை மூர்ச்சை தெளியவைத்துத் தாய்க்கிழவி அவளைப் பதினோராவது ஆண்மகனுடன் அனுப்ப தயார் செய்துகொண்டிருந்தாள். இதைத்தான் ஜென்னி கோபமாகவும் ஆத்திரத்துடனும் சொல்லிக்கொண்டிருந்தாள். பாக்ஷாவின் கட்சியில் ஏதோ சொன்னதற்காக எம்மா எட்வர்டோவ்னா ஜென்னியைத் திட்டி விரட்டிவிட்டாள்.

நெற்றி சுருங்க யார்ச்செங்கோ, "என்ன விசேஷம்?" என்று கேட்டான்.

ஜென்னியின் குரலில் அழுகை கலந்திருந்தது. ஆனாலும் அவள் சொன்னாள்: "அசாதாரணமான விஷயம் ஒன்று இல்லை – குடும்பத் தகராறு – சில்லரைத் தகராறு ஒன்று. அவ்வளவுதான்... ஸர்ஜெய் இவானிச், எனக்குக் கொஞ்சம் பிராந்தி ஊற்றிக்கொடு."

அரை டம்ளர் பிராந்தி ஊற்றி ஒரே மூச்சில் குடித்தாள் ஜென்னி.

பிளாடனோவ் ஒன்றும் சொல்லாமல் எழுந்து கதவண்டை போனான். ஜென்னி அவனைத் தடுத்து நிறுத்த முயன்றாள். "நீ செய்யக்கூடியது ஒன்றுமில்லை, ஸர்ஜெய் இவானிச், நில்" என்றாள்.

"ஏன்? ஏன் ஒன்றுமில்லை?" என்றான் பத்திரிகை நிருபன். "சின்னக்காரியம் ஒன்று செய்யலாமே. பாக்ஷாவை நான் இங்கு அழைத்து வந்துவிடுகிறேன். அவசியமானால் இரவுக்கு அவளுக்கு என்ன கூலியோ அதை எம்மா எட்வர்டோவ்

னாவிடம் கொடுத்துவிடுகிறேன். சிறிது நேரம் இந்த அறையில் சோபாவில் சும்மா படுத்து உறங்கிவிட்டுப் போகட்டுமே அவள். நயூரா, போய் ஒரு தலைகாணி கொண்டுவா" என்றான்.

நயூரா போனாள். பிளாடனோவும் அறையைவிட்டு வெளியேறினான். அவன் போன உடனேயே போரிஸ் ஸோபோஷ்நிக்கோவ் கசப்புடனும் ஒரு அலக்ஷியத்துடனும் பேசத் தொடங்கினான். "நண்பர்களே! நான் கேட்கிறேன் சொல்லுங்கள்! நமக்கிடையில் ஏன் இந்த சாக்கடைப் புழுவை நாம் அழைத்துக் கொண்டிருக்கிறோம் – அதைச் சொல்லுங்கள். காலிகளுடனும் காவாலிகளுடனும் நமக்கென்ன வேலை? அவன் யார்? என்ன, எத்தொழில் செய்பவன் என்று யாருக்குத் தெரியும்? அவனுக்கும் பொறுப்பு ஏற்றுக்கொள்ளக்கூடியவர்கள் நம்மில் யார்? லிக்கோனின், உன் பிசகுதான் இது" என்றான் போரிஸ்.

"லிக்கோனின் அல்ல, நான்தான் அவனையழைத்து வந்தேன். எனக்கு அவனைத் தெரியும்" என்றான் ரமேசஸ்.

"என்ன தெரியும்? பிறன் செலவில் அவனுக்குக் குடிக்கத் தெரியும்! வேறு என்ன தெரியும் அவனுக்கு? விபசாரக் கிடங்குகளில் சாதாரணமாகக் காணக்கிடக்கிற மட்டமான ஆசாமி அவன்! அவனும் ஒரு டாபர் மாமா என்றுதான் நான் எண்ணுகிறேன் – நாம் இங்கு செலவு செய்கிற பணத்தில் ஏதோ ஒரு பகுதி அவனுக்குச் சேரும். தாய்க்கிழவி தயவால் . . ."

"விடு போர்யா! அசட்டுத்தனமாகப் பேசாதே!" என்றான் யார்ச்செங்கோ வருத்தப்பட்ட குரலில்.

போர்யாவால் அந்தப் பேச்சை, அந்த மாதிரியான பேச்சைப் பேசாமல் இருக்க முடியவில்லை. குடி உள்ளே போகப்போக, அவன் இந்த மாதிரி சண்டை பிடிக்கிற மனிதனாகத்தான் ஆகிவிடுவான். தவிரவும் அந்த அறைக்குள் வந்தது முதலே பிளாடனோவ் பற்றி அவன் மனசில் கோபம் தோன்றி வளர்ந்துகொண்டே வந்தது. அவன் பேசிய பேச்சும், பேச்சில் தொனித்த உண்மையும் வேகமும் ஆரம்ப முதலே அவனுக்குக் கோபமூட்டி வந்தன. எல்லாவற்றிற்கும் மேலாகத் தான் சொன்னதை அவன் காதிலேயே வாங்காமல், கோபித்துக் கொள்கிற அளவுக்குக்கூடத் தன்னை லக்ஷ்யம் செய்யாதிருந்து விட்டது பற்றி அவனுக்குப் பிரமாதமாகத்தான் கோபம் வந்தது.

"நம்முடன் என்ன குரலில், எத்தனை அகம்பாவத்துடன் பேசுகிறான் அவன்! ஏதோ பேராசிரியன் மாதிரி! ஏதோ பெரிய மனிதன் மாதிரி! ஓசியில் டிபன் கிடைக்குமா என்று பார்க்கிற மனிதனுக்கு இத்தனையா?" என்று பொருமினான் போரிஸ் ஸோபோஷ்நிக்கோவ்.

அப்படிப் பேசிய அந்த மாணவனையே பார்த்துக்கொண்டு உட்கார்ந்திருந்த ஜென்னி, கண்களில் விஷம ஒளி கூத்தாட, "சபாஷ், மாணவனே! ரொம்ப பேஷ்! அவனுக்குத் தெரிந்து கொடுக்க யாருமில்லையே என்று கவலைப்பட்டேன் நான். பேஷ்! கொடு! கொடு! நீ சொல்வதை எல்லாம் நான் அவன் வந்ததும் அவனிடம் சொல்கிறேன்" என்றாள்.

ஸோபோஷ்நிக்கோவ் நாடக நடிகன் போல நீட்டிநீட்டிச் சொன்னான்: "சொல்லம்மா, சொல்லு; நன்றாகச் சொல்லு! நானும் அதற்குள் புதிதாக இரண்டு விஷயம் யோசித்து வைக்கிறேன்."

"பேஷ்! பேஷ்! தைரியவான்களைக் கண்டதும் காதல் கொள்பவள் நான்" என்றாள் ஜென்னி. "ஆந்தையையும் கெட்டிக் காரர்களையும் பார்த்தவுடன் தெரிந்துகொள்ளலாம் என்று வசனம் சொல்லுகிறது. உன்மேல் எனக்கு அளவில்லாத ஆசை பிறந்துவிட்டது" என்றாள்.

சின்ன மங்காவும் மான்யாவும் ஆச்சரியப்பட்டவர்களாக தங்கள் தோழியைப் பார்த்தார்கள். ஆனால் அவள் முகத்தில் தெரிந்த குறும்பைப் பார்த்ததும் அவர்களுக்கு விஷயம் புரிந்தது. ஜென்னியைப் பார்த்துக் கண்ணைச் சிமிட்டினார்கள்.

"ரொம்பப் பிரமாதப்படுத்தாதே போரிஸ்கா! இங்கு, இவ் விடுதியில், நாம் எல்லோரும் சமம்தான்" என்றான் லிக்கோனின்.

நயூரா ஒரு தலைகாணியுடன் திரும்பி வந்தாள். சோபா வில் அதைப் போட்டாள்.

ஸோபோஷ்நிக்கோவ் அவளைப் பார்த்து உரக்க அதட்டி னான். "படுத்துத் தூங்க இதுதான் இடமா? சரிதான்! அதைத் தூக்கி வெளியே எறி" என்றான்.

"அது சும்மா இருக்கட்டும் தேனே!" என்று இனிமையாகக் கூறினாள் ஜென்னி. "காதலனே, நான் உன் பக்கத்தில் வந்து உட்கார்ந்துகொள்கிறேன்."

எழுந்து மேஜையைச் சுற்றிவந்து போரிஸின் மடியில் அவன் கழுத்தைக் கட்டிக்கொண்டு ஏறி உட்கார்ந்தாள் ஜென்னி. அவன் வாயில் அழுத்தி முத்தமிட்டாள். அவனுக்கு மூச்சுத் திணறியது. அவள் கண்கள் அவனை எரித்துவிடுவன போல ஒளி வீசின. இதேதடா வம்பு என்று பயந்து நினைத்தான் அந்த மாணவன். பிறகு சிரித்துக்கொண்டே முகம் சிவக்க அவளிடமிருந்து தன் உதடுகளையும் கழுத்தையும் விடுவித்துக் கொண்டு, மூச்சுத்திணறச் சொன்னான்: "உன் பெயர் ஜென்னி அல்ல – மகா காமி மெஸ்ஸலினா என்று பெயர் வைக்க வேண்டும் உனக்கு!" என்றான்.

பாக்ஷாவுடன் உள்ளே வந்தான் பிளாடனோவ். பாக்ஷா பார்ப்பதற்கு விகாரமாக, அனுதாபம் எழுப்பக்கூடியவளாக இருந்தாள். அவள் முகம் வெளிறிட்டு இருந்தது. அசட்டுச் சிரிப்பு ஒன்று அவள் உதடுகளிலே படர்ந்திருந்தது. கால் தடுமாற உள்ளே நடந்து வந்தாள் அவள். ரொம்பவும் பணிவுடன் தலை தொங்கலிட, வந்து சோபாவில் அலுப்புடன் சாய்ந்துகொண்டாள். அவள் முகத்திலே அசட்டுக் களை, பைத்தியக்காரக் களைதான் படர்ந்திருந்தது.

"என்னை மன்னிக்க வேண்டும் நண்பர்களே" என்றான் பிளாடனோவ். தன் சட்டையைக் கழட்டி அந்த விபசார விடுதிப் பெண்ணைப் போர்த்திவிட்டான். "தமாரா! அவளுக்குக் கொஞ்சம் மதுவும் சாக்லெட்டும் கொடு" என்றான்.

மூலையில் போரிஸ் ஸோபோஷ்நிக்கோவ் சுவரில் சாய்ந்துகொண்டு நின்றான். நிமிர்ந்து நின்றான். திடீரென்று உரத்த குரலில் அவன் பிளாடனோவிடம் சொன்னான்: "ஐயா! அது யார் உமது கூத்தியாளா?" தன் காலைத் தூக்கி சோபா வில் படுத்திருந்த பாக்ஷாவின் பக்கம் காட்டினான்.

முகம் சுளித்து பிளாடனோவ், "என்ன?" என்றான்.

"அல்லது நீ அவள் காதலனாக இருக்க வேண்டும். இரண் டும் ஒன்றுதானே! காதலனா? அவள் சம்பாதித்துத் தருகிற காசை நீ வாங்கிக் குடிக்கிறாய் இல்லையா?" என்றான் போரிஸ்.

அரைக்கண் மூடியபடியே அந்த மாணவனை ஒரு விநாடி பார்த்தான் பிளாடனோவ். கம்மிய மெதுவான குரலில் அவன் சொன்னான்: "இன்று இப்படி நீ என்னோடு சண்டை துவக்க முயலுவது இது முதல் தடவையல்ல. நீ குடித்திருக் கிறாய்; தவிரவும் உன் சக மாணவர்களுக்காகவும் உன்னை மன்னித்துவிடுகிறேன் – ஆனால் மீண்டும் இம்மாதிரிப் பேசு வாயானால் – ஆமாம் சொல்லி விடுகிறேன், உன் கண்ணா டியைக் கழட்டி வைத்துவிட்டுப் பேசத் தொடங்கு."

"என் கண்ணாடியா? எது? என்ன?" என்று தடுமாறிக் கொண்டே தன் மூக்குக்கண்ணாடியைத் தொட்டுப்பார்த்துக் கொண்டே சொன்னான் போரிஸ்.

"ஆமாம். ஏனென்றால் நான் முகத்தில்தான் குத்துவேன். மூக்குக்கண்ணாடி உடைந்துவிடும். கண்ணாடித் துணுக்குகளில் ஏதாவது கண்ணில் பட்டுவிடும்" என்றான் பிளாடனோவ்.

அங்கிருந்தவர்களில் ஒருவரும் சிரிக்கவில்லை. "ஓ!" என்றாள் சின்னமங்கா. ஜென்னி கையைக் கொட்டினாள். இருவரையும் மாறிமாறிப் பார்த்தாள்.

"என் கை பூப்பறிக்கப் போகாது" என்ற ஸோபோஷ் நிக்கோவ் சிறுபிள்ளைத்தனமாக, "ஆனால் ஊர் பெயர் தெரியாத அல்பர்களை எதிர்த்து என் கை ஓங்காது – என் கை அழுக்காகக் கூடாது. தவிரவும் தோழர்களே! நான் வெளியேறுகிறேன். எனக்கு இப்படிப்பட்டவர்களுடன் பழகப் பிடிக்காது."

வேகமாக நிமிர்ந்த பார்வையுடன், பிளாடனோவைத் தாண்டி வெளியேறினான் ஸோபோஷ்நிக்கோவ். அவனைத் தாண்டும்போது திடீரென்று ஒரு உதை கொடுக்க வேண்டுமென்று எண்ணினான். ஆனால் நல்ல வேளையாக அந்த எண்ணத்தை அடக்கிக்கொண்டான். கதவைப் படாரென்று சாத்திக்கொண்டு வெளியேறினான்.

ஜென்னி சொன்னாள் "தொலையட்டும்! தொலைந்தானா முட்டாள்!" என்றாள்.

ஆனால் ஒல்லியான பெட்ரோவ்ஸ்கி என்கிற மாணவன் எழுந்தான். போரிஸ் பற்றி ஏதாவது நல்லது சொல்ல ஆசை அவனுக்கு. "நானும் வெளியேறுகிறேன் தோழர்களே! அது நியாயம் என்று தோன்றுகிறது. அவன் செய்தது தவறாக இருந்தாலும் நம்மில் ஒருவனைப் பிறர் அவமதிக்க விடக்கூடாது. நான் இனியும் இங்கிருக்க முடியாது. போகிறேன்" என்றான்.

தலையைச் சொறிந்துகொண்டே லிக்கோனின் சொன்னான்: "கடவுளே! நீயுமா? போரிஸ் இன்று பூராவும் அசட்டுத்தனமாகவும் கனவானல்லாதவன் போலவும் நடந்து கொண்டான். அவனுடன் நான் எதற்குப் போக வேண்டும்?"

"உன்னைப் பற்றி எப்படியோ, நான் போகிறேன்" என்று கிளம்பினான் பெட்ரோவ்ஸ்கி.

"உலகம் அஸ்தமித்துவிட்டது" என்றாள் ஜென்னி.

மனித உள்ளத்தின் வழிகள் வளைவுகள் நிறைந்தவை, நேரானவையல்ல. ஸோபோஷ்நிக்கோவும், பெட்ராவ்ஸ்கியும் மனசில் வேறு சிந்தனைகளைக் கொண்டவர்களாகக் கோபம் வந்தவர்கள் போலப் பாசாங்கு செய்து வெளியேறினார்கள். கோபம், குடி இரண்டும் தவிர அவனுக்கு எண்ணம் வேறு. வெளியே தாய்க்கிழவியிடம்போய் ஜென்னியைக் கூலிக்குப் பேசி அவளுடன் படுக்க ஆசை அவனுக்கு. அவனைத் தொடர்ந்து வந்தவனுக்கு அதே காரியத்திற்காக அவனிடம் மூன்று ரூபிள் கடன் வாங்க ஆசை. அவர்கள் வெளியேறிய சிறிது நேரத்திற்கெல்லாம் ஜென்னிக்கும் நயூராவுக்கும் ஆள் அனுப்பி விட்டாள் தாய்க்கிழவி.

பிளாடனோவும் ஸோபோஷ்நிக்கோவும் போட்ட சண்டையைப் பற்றிச் சிறிதுநேரம் அவர்கள் பேசிக்கொண்டிருந்

தார்கள். பிளாடனோவ் கடைசியாகச் சொன்னான் "உங்களுக்குள் எனக்காகச் சண்டை போட்டுக்கொள்ள வேண்டாம். நான் போகிறேன். உங்கள் பில்லையும் நான் கொடுத்துவிட்டேன்" என்றான்.

லிக்கோனின் சட்டென்று திரும்பி, "உன்னைப் போலவே போரிஸூம் நல்லவன்தான். அவனை அழைத்துவந்து நீங்கள் இருவரும் சிநேகமாக இருக்கவேண்டிய அவசியத்தைச் சொல்லிச் சிநேகம் செய்துவைக்கிறேன்" என்றான்.

போய் பார்த்துவிட்டு, ஐந்து நிமிஷம் கழித்து வந்தான். "நம் நண்பர்கள் இருவருமே உள் அறைகளில் மறைந்துவிட்டார்கள்" என்றான் லிக்கோனின் கண்ணைச் சிமிட்டிக்கொண்டே.

12

அதே சமயம் ஒரு தட்டில் இரண்டு கோப்பைகளில் மதுவை வைத்துக் கொணர்ந்தான் ஸிமியோன். மதுக்கோப்பைகளுடன் ஒரு பெயர்ச்சீட்டும் இருந்தது. உட்கார்ந்திருப்பவர்களை ஒரு பார்வை பார்த்துவிட்டு, "உங்களில் யார் மிஸ்டர் காவ்ரில்லா பெட்ரோவிச் யார்ச்செங்கோ?" என்று கேட்டான்.

"ஏனப்பா? நான்தான்!"

"இதை வாங்கிக்கொள்ளுங்கள். நமது பிரபல நடிகர் அனுப்பினார்" என்றான் ஸிமியோன்.

பெயர்ச்சீட்டை எடுத்து உரக்கப் படித்தான் யார்ச்செங்கோ.

. . .

யூமினி மொலெக்டொவிச்
எக்மெண்ட் – லாவ்ரட்ஸ்கி
நகர தியேட்டரின் பிரதம நடிகர்

. . .

வோலோடியா பாவ்லோவ் சொன்னான்: "நமது ரஷ்ய நடிகர்கள் எல்லோருக்குமே ஏன் இந்த மாதிரியான பெயர்கள் அமைந்துள்ளன – க்ரிஸாண்டாவ், தெடிஸாவ்யாமண்டாவ், எபிமகாவ் – இப்படிப்பட்ட பெயர்கள்தானே வழங்குகின்றன."

"அது மட்டுமா? அதில் இருந்தவர்களுக்குத் திக்கும் – அல்லது பேச்சு தெளிவாக இராது. இது ஏன்?" என்று கேட்டான் பத்திரிகை நிருபன்.

"ஆமாம், ஆனால் இந்த நகரத் தியேட்டரின் பிரதம நடிகரை எனக்குத் தெரியவே தெரியாது என்பதுதான் விசேஷம்.

தவிர இந்த அட்டையின் பின்புறம்கூட ஏதோ எழுதியிருக் கிறது – பார்க்கிறேளா? ஓ! இதை எழுதியவன் குடிபோதையில் எழுதியிருக்கிறான். அவனுக்கு எழுதக்கூடத் தெரியாது. அவன் எழுதியிருப்பது இதுதான் ..."

யார்ச்செங்கோ வாசித்தான்: "'நான் கடிக்கிரேன் – நான் குடிக்கிரேன் அல்ல – கடிக்கிறேன்' தான் எழுதியிருக் கிறது. அதே மாதிரிதான் மற்றதும். ஆனால் அந்தக் குற்றங் குறைகளை மறந்துவிட்டுச் சிறிது சரிப்படுத்தியே படிப்போம். 'ருஷ்ய விஞ்ஞானத்தின் முதல் ஒளியான காவ்ரில்லா பெட்ரோவிச் யார்ச்செங்கோ என்பவனின் சுகத்துக்காகத்தான் இம்மதுவை அருந்துகிறேன். அவன் உள்ளேயிருப்பதை ரேழியி லிருந்து நான் கண்டேன். நேரில் சந்திக்க விருப்பம். யார் என்று தெரியாவிட்டால் தேசிய நாடக சபையையும் 'ஏழ்மை அவமானப்பட வேண்டிய விஷயமல்ல' என்பதையும் அதில் நீக்ரோ வேஷம் போட்டவனையும் ஞாபகப்படுத்துகிறேன்'" என்று வாசித்தான் யார்ச்செங்கோ.

முகத்தைச் சுளித்துக்கொண்டு யார்ச்செங்கோ தொடர்ந் தான். "ஞாபகம் வருகிறது. ஒருதரம் அந்த நாடகம் நடத்துகிற பொறுப்பை என் தலையில் கட்டிவிட்டார்கள். அவனை வரச்சொல்லி, சொல்லியனுப்பட்டுமா? என்ன சொல்கிறீர் கள்? கனவான்களே" என்றான் யார்ச்செங்கோ.

லிக்கோனின் "வரச்சொல்லேன், பொழுது போகும்" என்றான்.

"நீ என்ன சொல்கிறாய்" என்று பிளாடனோவைப் பேராசிரியன் கேட்டான்.

"இரண்டும் எனக்கு ஒன்றுதான். எனக்கு அவனைச் சுமாராகத் தெரியும். 'முதலில் தம்பி மது கொண்டு வா' என்று அமத்தலாக ஆர்டர் செய்வான். தன் மனைவியின் நல்ல குணங்களை எண்ணிக் கண்ணீர் வடிக்கத் தொடங்கி விடுவான். பிறகு தேசபக்தி ததும்பும் பிரசங்கம் ஒன்று செய்வான். பிறகு கடைசியாகப் பில்தொகை பற்றி அதிகமாகச் சத்தம் போடாமல் சண்டை பிடிப்பான். மொத்தத்தில் வேடிக்கையாக இருக்கும்" என்றான் பிளாடனோவ்.

மடியில் உட்கார்ந்து இருந்த கிட்டியின் தோள்பட்டை யில் தலையை வைத்துக்கொண்டு சொன்னான் வோலோடியா: "அவனும் வரட்டுமே".

"நீ என்ன சொல்கிறாய், வெல்ட்மான்?"

வெல்ட்மானுக்குத் தூக்கிவாரிப்போட்டது. தூக்கத்திலிருந்து விழித்துக்கொண்டவன் போல நிமிர்ந்தான். படுத்து ஓய்

வெடுத்துக்கொண்டிருந்த பாக்ஷாவின் அருகில் உட்கார்ந்து கொண்டு அவளையே பார்த்துக்கொண்டிருந்தான். பலஹீன மான அவள் அவனைப் பார்த்துச் சிரித்துக்கொண்டிருந்தாள். அவன் அவளுடைய தலைமயிரைக் கோதிவிட்டுக்கொண்டி ருந்தான். வெல்ட்மான், "யார்? என்னையா, கேட்கிறாய்? அந்த நடிகன் வரட்டுமே! எனக்கென்ன ஆக்ஷேபம்? வரட்டும் அவன்" என்றான்.

ஸிமியோன் மூலம் யார்ச்செங்கோ சொல்லியனுப் பினான். உடனேயே வந்துவிட்டான் அந்த நடிகன். வந்த உடனேயே தன்னுடைய கூத்துக்களைத் தொடங்கியும் விட்டான். ரொம்பவும் மரியாதையாக, ஒரு பக்கமாகத் தாழ்ந்து வணங்கி, "யானும் இங்கு உங்களிடையே, நண்பர் களிடையே வந்து கலந்துகொள்ளலாமா?" என்று கேட்டான். அவன் குரலில் கேலியும் கிண்டலுமான அர்த்த பாவம் நிறைந்திருந்தது.

அவனை உள்ளே வரச்சொல்லி வரவேற்றார்கள். ஒவ் வொருவருடனும் கைகுலுக்கித் தன்னை அறிமுகப்படுத்திக் கொண்டான் நடிகன். அடுத்த நிமிஷம் அவன் தன் முக பாவத்தை மாற்றிக்கொண்டுவிட்டான்; முதலில் நடுவகுப்பைச் சேர்ந்தவன் மாதிரி இருந்தவன் இப்போது கீழ்வகுப்பைச் சேர்ந்து குடித்துக் கெட்டுப்போன ஊதாரி போல இருந்தான். அவனுடன் இரண்டு பெண்களும் வந்தார்கள். ஹென்ரியட்டா என்று ஒருத்தி. அவள்தான் அன்னா மார்க்கோவ்னாவின் விபசார விடுதியில் அதிக வயதான பெண்; அதிக அனுபவம் உள்ளவள். அவள் காமக்கலையில் காணாதது, அனுபவிக் காதது இல்லை என்று சொல்லலாம். ஆனால் அவள் இன்னமும் அழகிதான். அழகு அழிந்துவிடவில்லை. கூடவந்த மற்றவளின் பெயர் பெரிய மங்கா. அவளைச் செல்லமாக முதலை மங்கா என்று அழைப்பார்கள். இரண்டு நாட்களாகவே அந்த நடிகன் ஹென்ரியட்டாவுடன்தான் இருந்து வருகிறான்.

யார்ச்செங்கோவுக்குப் பக்கத்தில் வந்து உட்கார்ந்து நாட்டுப்புறத்து மிராசுதாரர் என்கிற மாதிரியில் பேசத் தொடங் கினான் நடிகன். அதுவும் சர்வகலாசாலைப் படிப்பைப் பாதி யில் விட்டுப்போன மிராசுதார் போலவும், மாணவர்களை இப்போது கண்டு உள்ளம் உருகியவன் போலவும் பேசினான். நாடகமேடையின் மேலிருந்து பேசுகிற மாதிரியே இழுத்து இழுத்து நீட்டிநீட்டி உரக்கப் பேசினான் அவன்.

"உலகத்து அவதிகளையெல்லாம் அறியாமல் அமைதி யுள்ளவர்கள் வாலிபர்கள் – அதுவும் மாணவர்களா இருக்கிற வாலிபர்கள் – பாக்யசாலிகள்! அவர்களிடம்தான் இன்னமும்

நாணயம் என்கிற தன்மை அற்றுப்போகாதிருக்கிறது. அவர்கள் லக்ஷ்யவாதிகள்; உயர்ந்த நோக்கங்கள் படைத்தவர்கள்." இதைச் சொல்லிவிட்டு, "பையா, மது ஷாம்பேன் கொண்டுவா!" என்று மேஜைமீது ஓங்கி ஒரு குத்துவிட்டுக் கத்தினான்.

எல்லோரும் மிதமிஞ்சிக் குடிக்கத் தொடங்கினார்கள். எப்படியோ பாடும் மிஷ்காவும், கணக்குப்பிள்ளை நிக்கியும் அங்கு வந்து கலந்துகொண்டார்கள்.

உண்மை தெரிகிறது!
பொழுதோ விடிந்துவிடும்.

என்று இருவரும் சேர்ந்து பாடத் தொடங்கினார்கள். ராலி–பாலியும் விழித்துக்கொண்டு அந்தக் களியாட்டத்தில் வந்து கலந்துகொண்டான். ஒரு பைத்தியக்கார டான் கிவிஜொட் மாதிரி, "ஐயா! மாணவர்களே! என்போன்ற கிழவனுக்கு மது கொடுத்தால் புண்யமுண்டு" என்று வார்த்தைக்கொரு முறை கெஞ்சினான்.

லிக்கோனின் பற்றியவரையில் அவனுக்கு யாரையும்விட மிக்க சந்தோஷம்தான். ஆனால் முதலில் யார்ச்செங்கோவிற்கு இந்தக் கூட்டம் பிடிக்கவில்லை. ஆனால் மதுவெறி ஏறஏற இது சகஜமாகிவிட்டது — கூட்டத்தைப் பற்றி அவன் எதுவும் நினைக்கவில்லை. ஆச்சரியத்துடன் அவன் நாலு பக்கமும் தன் சிறிய கண்களால் மிரள நோக்கினான். அவர்களின் அந்த அறையில் நெருக்கம் அதிகமாக இருந்தது; வாயில் வாங்கி ஊதிய புகை நிறைந்தது; சப்தம் சகிக்க முடியாததாகி விட்டது. விடுதியின் மற்ற கட்சிக்காரர்களுக்கு அவர்கள் போட்ட சத்தம் எட்டாமல் இருக்கட்டும் என்று ஸிமியோன் அவர்களுடைய அறை ஜன்னல் கதவுகளை வெளியிலிருந்து சாத்திவிட்டான். வெளியிலிருந்த பெண்களில் பலர் தங்களைத் தேடிக் கட்சிக்காரர்கள் வராதபோது அவர்கள் இஷ்டப்படி உள்ளே வருவதும் யார் மடியிலாவது உட்காருவதும் முத்தமிடுவதும் மது அருந்துவதுமாக இருந்தார்கள். கட்சிக்காரர்கள் யாராவது வந்துவிட்டால் உடனே போய்விடுவார்கள்; வேலை முடிந்துவிட்டால் உடனே ஆடைகளைச் சரிப்படுத்திக் கொண்டே திரும்பிவந்து யார் மடியிலாவது உட்கார்ந்துவிடுவார்கள். முன்அறையிலிருந்த குமாஸ்தாக் கட்சிக்காரர்கள் சிலர், பெண்கள் தங்களைவிட மாணவர்களுடன் இருப்பதையே விரும்புவதைப் பார்த்து ஒரு சண்டை துவக்க யத்தனித்தார்கள். ஆனால் வஸ்தாது ஸிமியோன் ஒரே வார்த்தையில் அவர்களை அடக்கிவிட்டான்.

சற்றுநேரத்திற்கெல்லாம் நயூரா உள்ளே வந்தாள், தன் ஆடைகளைச் சரிப்படுத்திக்கொண்டு. ஒரு நிமிஷத்திற்குப்

பிறகு பெட்ரோவ்ஸ்கி வந்தான். ஒருவரும் கேட்காமலே தானாகவே அவன் சொன்னான் – தான் அத்தனை நேரமும் நகரத்துத் தெருக்களிலே தனியாகச் சுற்றிக்கொண்டிருந்த தாகவும், போரிஸ் செய்தது பிசகு என்கிற முடிவுக்கு வந்து விட்டபடியால், தான் திரும்பிவிட்டதாகவும் சொன்னான். தவிரவும் போரிஸ் குடித்திருந்தான் என்பதும் அவன் தவறு செய்வதற்கு ஒரு காரணம். பிறகு ஓரிரண்டு நிமிஷங்களுக் கெல்லாம் ஜென்னி உள்ளே வந்தாள். தனியாகத்தான் வந்தாள். அவள் அறையில் காரியத்தை முடித்துவிட்டு ஸோபோஷ் நிக்கோவ் தூங்கிவிட்டானாம்!

நடிகன் கெட்டிக்காரன்தான். ஒன்றன்பின் ஒன்றாகப் பிலவிதமான வித்தைகளைச் செய்தான். குடிகாரன் ஒருவன் ஈ பிடிக்கிற வித்தையைச் செய்தான். ரம்பம் மரம் அறுக்கிற மாதிரி சப்தம் செய்து காட்டினான். பயந்த ஒரு ஸ்திரீயின் டெலிபோன் சம்பாஷணையைச் செய்து காண்பித்தான். ஒரு கிராமபோன் பிளேட்டைப் போலவே திரும்பப் பாடினான். கிழக்குப் பிரதேசத்தவன் ஒருவன் குரங்கு வித்தை காட்டுகிற மாதிரி செய்தான். தலையையும் இடுப்பையும் இடுப்புக்குக் கீழேயும் சொறிந்துகொண்டே ஏதேதோ சொன்னான் செய்தான்; மூக்கால் பாடினான்:

வேலிக்கடியில் படுத்திருந்தவளைப்
படுக்க விட்டுவிட்டு அவன்
போய்விட்டான் யுத்தத்திற்கு

என்று பாடினான்.

கடைசியாக, சின்ன மங்காவை இடுப்பில் தூக்கிவைத்துக் கொண்டு அறை பூராவும் பிச்சைக்காரன் மாதிரி பிச்சை கேட்டுக்கொண்டு சுற்றிச்சுற்றி வந்தான்.

மொத்தத்தில் அந்த நடிகன் தயவால் பொழுது சுலபமாகப் போயிற்று; வேடிக்கையாகப் போயிற்று. இழந்துகொண்டிருந்த உத்ஸாகத்தை மாணவர்கள் மீண்டும் இந்த வேடிக்கைகளால் பெற்றுக்கொண்டிருந்தார்கள். அந்த சப்தமும் பேச்சும் பாட்டும் கூத்தும் உண்மையிலேயே ருஷ்யாவின் சின்னம் போலவே அமைந்திருந்தது. ஏழெட்டுப் பேர் ஏழெட்டுக் குரல்களுடன் ஏழெட்டுப் பாட்டுக்களின் பல அடிகளை ஒரே சமயத்தில் பாடிக்கொண்டிருந்தார்கள்.

"இந்த மாதிரி வேடிக்கைகள் செய்ததற்கு இரண்டு காலன் பிராந்தி கொடுக்கலாமே" என்றாள் பெண்களில் ஒருத்தி.

மற்ற எல்லாவற்றையும் விட்டு அந்த நடிகன் பச்சையான கதைகள் சொல்லத் தொடங்கினான். சற்றுகூடத் தயங்காமல்

தடுமாறாமல் ஒன்றன்பின் ஒன்றாய்க் கதைகள் சொல்லி வந்தான். ஆண்கள் சிரித்தார்கள்; பெண்கள் உரக்கச் சிரித் தார்கள்; ஹீ!ஹீ!ஹீ! என்று ஓயாமல் சிரித்தார்கள். சோபாவில் மல்லாந்து படுத்து கால்களையும் கைகளையும் உதைத்துக் கொண்டு சிரித்தார்கள் வியபசார விடுதிப் பெண்கள். வெல்ட்மான் என்கிற மாணவன் பாக்ஷாவின் காதில் ஏதோ சொல்லிவிட்டு வெளியேறினான். அவன் போய் அரை நிமிஷத் திற்கெல்லாம் பாக்ஷாவும் ஒரு அசட்டுச்சிரிப்பு சிரித்துக் கொண்டு அறையைவிட்டு வெளியேறினாள்.

ஒருவர் பின் ஒருவராக மாணவர்கள் ரகசியமாகப் பேசிக்கொண்டும் சிலர் உரக்கப் பேசிக்கொண்டும் காமப் பசியைத் தீர்த்துக்கொள்ள ஒரு பெண்ணை அழைத்துக்கொண்டு அறையைவிட்டு வெளியேறினார்கள். அதாவது லிக்கோனினைத் தவிர மற்றவர்கள் எல்லோரும் போனார்கள். பெட்ரோவ்ஸ்கி என்ற மாணவன் லிக்கோனினிடம் மறுபடியும் மூன்று ரூபிள் கடன் வாங்கிக்கொண்டு வெளியேறிச் சின்ன மங்காவை அழைத்துவரச் சொல்லி அனுப்பினான். டோல்பிகின் தமாரா வுடன் போனான். சாதாரணமாக இப்படி எல்லாம் மசிந்து விடாத ரமேசஸ் அந்தக் காற்றை மீற முடியவில்லை. அவன் ஜென்னியை அழைத்துக்கொண்டுபோனான். ரகசியத்தில் பேசினான். “காலையில் சீக்கிரம் எழுந்திருக்க வேண்டும், வீட்டுக்குப் போகிறேன்” என்று கிளம்பியவன் வாயிற்படியில் நின்று யாரும் கவனிக்காத சமயம் நிமிர்ந்து ஜென்னியைக் கண்ணடித்து அழைத்தான். அவள் கண்களில் வெறுப்பும் ஆத்திரமும் மூண்டு புகைய அவள் ஐந்து நிமிஷம் கழித்து, “பத்து நிமிஷம் கழித்து வந்துவிடுகிறேன்” என்று எழுந்து போனாள்.

“நீதான் பாக்கி” என்றான் பத்திரிகை நிருபன் கடைசி யாக, கேலியாக லிக்கோனினிடம்.

“நானா?” என்றான் லிக்கோனின். “நான் போக மாட்டேன். கொள்கை என்பதற்காக இல்லை. நான் அனார்க்கிஸ்ட்; உலகில் எவ்வளவுக்கெவ்வளவு தீங்கு இருக்கிறதோ அவ்வளவுக்கவ்வளவு நல்லது என்று நினைப்பவன். ஆனால் சுபாவத்திலே நான் சிற்றின்பப் பிரியனல்ல. நீ ஒருத்தியை அழைத்துக்கொண்டு போக மாட்டாயா என்று கேட்க இருந்தேன் நான். நீ முந்திக் கொண்டாய்.”

“நானா? நானும் போவதில்லை. எனக்குப் பெண்கள் தேவையில்லை. சிலநாள் எனக்கு ரொம்பவும் களைப்பாக இருந்தால் நான் இங்கு வந்து உறங்கிவிடுவதும் உண்டு. இவ்வறை யின் சோபாவிலேயே படுத்து உறங்கிவிடுவேன். ஆனால்

என்னைத் தங்கள் காதலனாக இங்குள்ள பெண்கள் யாரும் எதிர்பார்ப்பது கிடையாது" என்றான் பிளாடனோவ்.

"நிஜமாகவா? எப்பொழுதுமே இப்படித்தானா?" என்று கேட்டான் லிக்கோனின் ஆச்சரியமடைந்தவனாக.

"எப்பொழுதும்தான்."

"உண்மைதான். எப்பொழுதும்தான்." நயூரா சொன்னாள், "நிஜம்தான்; ஸர்ஜெய் இவானச் பெரிய சாமியார்" என்றாள்.

"முன் ஒரு சமயம் – அதாவது ஐந்து அல்லது ஆறு வருஷங்களுக்கு முன் – பெண்ணாசை, காமம், இன்ப நுகர்ச்சி என்கிற அனுபவங்களும் எனக்கிருந்தது" என்றான் பிளாடனோவ். "இப்போது அச்செய்கை, அவ்வனுபவம் எனக்கு வெறுப்பைத் தான் தருகிறது. அருவருப்புதான் தருகிறது. காமம் என்கிற காரியம் உடலுக்கும் உள்ளத்துக்கும் அலுப்பு தருவதாக இருக்கிறது. ஈக்களைப் பாரேன். இரண்டு ஈக்கள் ஒட்டிக்கொள்கின்றன; ஒன்றை ஒன்று உரசிக்கொள்கின்றன; பிறகுபிரிந்து விடுகின்றன. இதுவா காதல்? இதுவா மனிதனின் தெய்வீகத் தன்மை? தவிரவும் காதல் கதையின் கதாநாயகனாக இருக்க லாயக்கில்லாதவன் நான். நான் அழகனல்ல. நான் பெண்களிடத்தில் சுலபத்தில் பழகுகிறவனல்ல. காம வேலையில் கெட்டிக்காரன் அல்ல. என்னால் குரூர சித்தமுள்ளவன் போல நடிக்க முடியாது. இங்குள்ள பெண்களைக் கட்டிப் பிடிக்க வேண்டும் – அங்கங்கே கடிக்க வேண்டும் – அடிக்க வேண்டும் – அழவிட வேண்டும் – அணைக்க வேண்டும். பைத்தியக்கார உலகமிது. இந்தப் பைத்தியக்காரத்தனத்தைப் புரிந்துகொள்ள முடிகிறது. பெண் உள்ளத்துக்குக் காதல் என்றும் தேவை. பெண் உடலுக்குக் காமம் எல்லா விநாடியும் தேவை. சாரமான காதல், அதைவிடக் காரசாரமான காதல் என்று இங்குள்ள பெண்கள் அலைகிறார்கள். வார்த்தைகள் போதுவதில்லை; செயல்கள் தேவை என்கிறார்கள். அதனால் தான் திருடர்கள், கொலைகாரர்கள் மற்றும் சமூகத்திற்கேற் காத பலரும் இங்கு நனறியுடன் வரவேற்கப்படுகிறார்கள். அவர்களைக் காதலிக்கிற மாதிரி இந்தப் பெண்கள் நம்மைக் காதலிக்க மாட்டார்கள்."

"காதல் புரியத் தொடங்கி வெறுப்புத் தட்டக்கூடாது பாரு" என்று ஒரு வினாடி மௌனம் சாதித்துவிட்டுச் சொன்னான் பிளாடனோவ்.

"விளையாட்டாகச் சொல்கிறாய்!" என்று நம்பிக்கையில்லாமல் சொன்னான் லிக்கோனின். "அப்படியானால் இரவு பகல் நீயேன் இங்கேயே கிடக்கிறாய்! நீ எழுத்தாளனாக

இருந்தாலாவது சரி என்று சொல்லலாம். இந்தக் காற்று, சுற்றுப்புறம், உண்மைப் பாத்திரங்கள் உன் நூலில் இடம்பெற வேண்டும் என்று நீ பாடுபடுவதாகச் சொல்லிக்கொள்ளலாம்; குரங்குகளுடன் வசித்த ஜெர்மன் பேராசிரியரைப் போல நீயும் செய்கிறாய் என்று சொல்லலாம். ஆனால் நீ எழுதுவது இல்லை என்று சொன்னாய் அல்லவா?"

"எழுதுவதில்லை என்று சொல்லவில்லை, எழுதத் தெரிய வில்லை என்றுதான் சொன்னேன்" என்றான் பிளாடனோவ்.

"எழுதுகிற உத்தேசமில்லை. அதை விட்டுவிடுவோம். இங்குள்ள மகாபாபிகளுக்குப் புனிதமான வழிகாட்ட நீர் நினைக்கிறீர் என்று வைத்துக்கொள்ளலாம். அடுத்தபடியாக வழி தெரியாது அழிந்துபோய்க்கொண்டிருக்கிற ஆத்மாக் களுக்கு நல்வழிகாட்டும் உத்தமராக நீர் அவதரித்ததாகச் சொல்லிக்கொள்ளலாம். கிறிஸ்துவ ஸகாப்தத்தின் ஆரம்ப காலத்தில் தனிக்காட்டில் மோனத்தவம் செய்யப்போகாமல் மனிதர்களிடையே நடமாடி, முக்கியமாகப் பாபிகளிடையே நடமாடி விபசார விடுதிகளிலும் வர்த்தகர்களிடையேயும் பேசிப்பேசி அவர்களை நல்வழிப்படுத்த முயன்றதாகப் படிக் கிறோம். அம்மாதிரி கிறிஸ்தவ மாமுனி அல்ல நீ என்பது வெளிப்படை" என்றான் லிக்கோனின்.

"வெளிப்படை" என்றான் பிளாடனோவ்.

"அப்படியானால் ஏன் நீ இங்கே இம்மாதிரியே காலத்தைக் கடத்திக்கொண்டிருக்கிறாய்? அதைச் சொல்லு நீ. இது அப்படி ஒன்றும் நல்ல இடமல்ல; இங்கே நடக்கும் பல காரியங்கள் உனக்கே பிடிப்பதில்லை. போரிஸுடன் சண்டையோ, பெண்களையே அடிப்பதை தொழிலாகக் கொண்ட ஸிமோனெவ், பாக்ஷாவின் காமப் பசிக்குப் பலியான உடல் – இதெல்லாம் உன் மனசுக்கு உகந்ததாக இல்லை. குப்பைத்தொட்டி மேல் தத்துவ விசாரகன் உட்கார்ந்திருப் பானேன்? எனக்குப் புரியவில்லை, புரியவில்லை" என்றான் லிக்கோனின்.

பத்திரிகை நிருபன் உடனே பதில் சொல்லிவிடவில்லை. லிக்கோனின் சொன்னதையெல்லாம் சரியானபடி காதில் வாங்கி யோசிப்பவன் போல நிறுத்தி நிதானமாக, சிந்தித்துச் சிந்தித்துப் பதில் அளிப்பவன் போலப் பதில் அளித்தான்.

"இதோ பார், இதை எப்படி நான் சொல்வது? இந்த வாழ்க்கையின் பயங்கர உண்மைகளும் அதிக பயங்கர உயர்ந்த தத்துவங்களும் என்னைக் கவருகின்றன. வாழ்க்கை என்பதில் மற்ற இடங்களில் உள்ள ஒளிவுமறைவுகள் எல்லாம்

இங்கு அகற்றப்பட்டிருக்கின்றன. திரை அகற்றப்பட்டிருப்பது மட்டுமல்ல. பலாத்காரமாக அகற்றப்பட்டிருக்கிறது! இங்கு பொய்யில்லை; உண்மையில்லாததும் இல்லை; வெறும் பகட்டில்லை; ஆஷாட பூதித்தனம் இல்லை; செய்வது தவறு என்று ஒளிவு மறைவாகச் செய்பவர்களில்லை. இங்கு யாரும் பிறனுக்காக எக்காரியமும் செய்வதில்லை. தனக்கென்றேதான் எதையும் செய்துகொள்கிறார்கள். பழமை என்னும் பொய் மரபுகள் இங்கு குறுக்கிடுவது கிடையாது. இங்கு யாவரும் எதையும் மறைப்பதில்லை – இதோ இருக்கிறாள் அவள் – பெண் 'நான்! நான்தான் தாசி! காசுக்குக் கால் தூக்கும் கன்னி – நகரின் அடங்காத காமத்தைத் தணித்துவைக்க ஏற்பட்ட கன்னி நான். யார் வேண்டுமானாலும் என்னை அணுகலாம், என்னை அணையலாம், யாரையும் நான் அணைய மறுக்க மாட்டேன் என்கிற நிச்சயத்துடன் அணுக லாம். நான் செய்கிற புனிதமான சேவை இது. எவனும் என்னிடம் தன் அரிப்பைத் தீர்த்துக்கொள்ளலாம். ஆனால் அதற்கு எனக்குக் காசு தரவேண்டும். காசு என்கிறதோடு மட்டுமில்லை – அயோக்கியன் என்கிற பட்டமும், தீராத வியாதியும் எங்களை அணுகுகிறவர்களுக்கு வந்துவிடுகின்றன.' அவ்வளவுதான் கணிகை மாது சொல்வது. இவ்வளவு தெளி வாக, பயங்கரமாக, ஒளிவுமறைவில்லாமல் வாழ்க்கையின் மற்ற உண்மைகள் எதுவும் பிரகாசிப்பதில்லை. பொய்த் திரையிட்டு, உப்புப் படர்ந்த பொய்களுக்குப் புதுச் சுண்ணாம்புப் பூசி இங்கு யாரையும் ஏமாற்றுவதில்லை" என்றான் பிளாடனோவ்.

"இருக்கலாம். ஆனாலும் இந்தப் பெண்கள் சொல்லுகிற புளுகுகள் கணக்கு வழக்கிலடங்கா! அவளைக் கற்பழித்த முதல் புருஷன் யார் என்று இந்த விபசார விடுதியில் எந்தப் பெண்ணை வேண்டுமானாலும் கேட்டுப்பார் தெரியும் – அவள் எத்தனை புளுகு புளுகுவாள் என்பது" என்றான் லிக்கோனின்.

"பொய் சொல்பவர்கள் என்று தெரிந்துவிட்டபின் நீ ஏன் கேட்கிறாய்? அவர்கள் கற்பு எப்படி, எப்பொழுது, யாரால் அழிந்தால் உனக்கென்ன? ஆனால் அவர்கள் பொய் சொல்லும்போதுகூடக் குழந்தைகள் மாதிரித்தான் பொய் சொல்கிறார்கள். குழந்தைகள் சொல்கிற பொய்களை யாராவது பொய்கள் என்று குற்றம் சாட்டுகிறார்களா? அவர்கள் உண்மை அழியாமல் பொய் சொல்பவர்கள். அழகான பொய் களாகச் சொல்பவர்கள். அவ்வளவுதான். விபசாரிகளும் குழந்தை களும் நம்மைப் போல் அனாவசியமான கேள்விகள் கேட்கும் ஆண்களிடம் மட்டும்தான் புளுகுவார்கள். தங்களுக்குள் புளுகிக்

கொள்வதும் கிடையாது; அல்லது புளுகினாலும் இது பொய் நம்பாதே என்கிற முன்எச்சரிக்கையுடன்தான் புளுகிக்கொள் வார்கள்” என்றான் பிளாடனோவ்.

“அப்படியா?”

“நான் சொல்கிறேன் கேள். இந்தமாதிரி வியபசாரக் கிடங்குகளில் உள்ள பெண்கள் எந்தெந்தச் சமயங்களில் எந்தெந்தக் கேள்விகளுக்குப் பொய் சொல்வார்கள் என்று சொல்கிறேன்; பிறகு உனக்கே தெரியும், நம் தூண்டுதலின் பேரில்தான் அவர்கள் புளுகுகிறார்கள் என்பது.”

“சொல்லு” என்றான் லிக்கோனின்.

“கேள், தன் குணாதிசயங்களைப் பற்றி அவள் எவ்வளவு கேவலமாகச் சொல்லிக்கொள்ளலாமோ அவ்வளவு கேவல மாகவும் சொல்லிக்கொள்வாள். ஏன் தெரியுமா? இங்கு அவளைத் தேடிக்கொண்டு வருகிற சிப்பாய்களும் குடும்பஸ்தர்களும் காமப்பசியால் மட்டும் தூண்டப்பட்டு வருவதில்லை; தீமைப் பசியாலும் தூண்டப்பட்டே வருகிறார்கள். வருபவன் சாதாரண குமாஸ்தாவாக இருப்பான்; வீட்டிலே ஏழு குழந்தைகளும் அவைகளின் தாயும் பட்டினியாக இருப்பார்கள். ஆனால் அவனுக்கு வெறும் பெண் மட்டும் போதாது. வேஷம் போட்ட பெண் வேணும்; வெளிவேஷத்துடன் உள்பூச்சும் தேவை. சாதாரணமாகத் தீங்கு தீது என்று தெரிந்ததை நெருங்கப் பயப்படுபவன். இந்தப் பலிபீடத்தில் தீங்கையும் தீமையையும் விரும்புகிறான். செயற்கை குணாதிசயங்களும் மற்றும் செய்கை களும் அவனுக்கு அவசியமாகிவிடுகிறது.

“இது முதல் விஷயம். இரண்டாவதாகக் காதல் வேண்டும். இந்த புத்திசாலிக்கு – காதல் என்றால் – காதல் என்று எதை நினைக்கிறானோ அது தேவை அவனுக்கு. என்னையேதான் உதாரணமாக எடுத்துக்கொள்ளேன். எனக்கு எல்லா அனுபவங் களும் தேவை. இந்த அனுபவத்தாகம் தூண்ட இங்கு வருகிறவன், பலதரப்பட்ட அனுபவங்களுக்குத் தயாராக வருகிறவன், தன் கைப்பட்டவுடன் இங்கு இருக்கிற அழுகிக்கொண்டிருக் கிற பெண் புதுமையாக மலரப்போகிறாள் என்று எண்ணி வருகிறான். அவனை ஏமாற்றமடையச் செய்ய இந்தப் பெண்ணுக்குப் பைத்தியமா என்ன? நிஜமாகவே உண்டோ இல்லையோ அவள் காதல் அனுபவத்தைப் பாசாங்கு செய்ய வேண்டியிருக்கிறது.

“மூன்றாவது விஷயம் இது. நீயேதான் சொன்னாயே! இப்படிக் குச்சுக்காரியாக நீ வாழ ஆரம்பித்தது ஏன்? யார் உன்னை முதலில் கற்பழித்தது? அது எப்படி, எந்த மாதிரி

சந்தர்ப்பத்தில் நடந்தது என்று யார் அவனைக் கேட்கச் சொன்னது? கேட்டதற்கு மரியாதையாகச் சொல்லித்தானே பணம் பறிக்க வேண்டும். உண்மையைச் சொன்னால் யாருக்கும் ஏற்காது. உன்னைப் போல் ஒரு மகாமூடன்தான் முதலில் அவளைக் கற்பழித்திருப்பான். அதை உன்னிடம் சொல்ல முடியுமா? அதற்காக நீ எதிர்பார்க்கிற மாதிரி ஒரு கதையைச் சொந்தமாகக் கட்டிச் சொல்லிவிடுவாள். கண்ணீர்த் துளிவர உள்ளுருக்குகிற கதையாகச் சொல்லிவிடுவாள்."

ஒரு வினாடி பேசாதிருந்தான் பிளாடனோவ். பிறகு "நீ என்றால் நீயில்லை; நீ மற்றவர்களைப் போல இல்லை. உன் உள்ளம் பண்பட்ட உள்ளம். நீ அசாதாரணமான உணர்ச்சிகள் படைத்தவன்" என்று முடித்தான்.

இருவரும் மௌனமாக மது அருந்தினார்கள்.

"மேலே சொல்லட்டுமா? அல்லது சொன்னது போதும் போதும் என்றிருக்கிறதா? அல்லது தலையை வலிக்கிறதா?"

"சொல்லு! மேலே சொல்லு!" என்றான் லிக்கோனின்.

"இந்த வியபசாரவிடுதிப் பெண்கள் இதை எல்லாம் பற்றி மட்டுமல்ல, மற்றெல்லா விஷயங்களையும் பற்றிக்கூட அனாவசியமாகப் பெருமை பாராட்டிப் புளுகுவார்கள். எவ்விஷயம் பற்றி எப்படிப் புளுகுவார்கள் என்பது எப்படிப் பட்ட கட்சிக்காரன் கூட இருக்கிறான் என்பதைப் பொறுத்தது. நீ எது சொல்கிறாயோ அதற்குச் சம்மதித்து நடப்பவர்கள்தான் இங்கு இருக்கிறார்கள். இது அரசியல் விஷயங்களைப் பற்றிய வரையில் முற்றிலும் உண்மை. நீ எந்தக் கட்சியோ அந்தக் கட்சிதான் அவர்களும். நான்தான் ஏற்கெனவே சொன்னேனே – அவர்கள் குழந்தைகள் – அவர்களுடைய பொய்கள் குழந்தை களின் பொய்கள்.

"பதினாலு வயதில் கற்பிழந்தவள்; கற்பிழப்பதையே பதினாறு வயசில் தொழிலாக்கிக்கொண்டுவிடுகிறாள். படிப்பா – பண்பா எது உண்டு அவளுக்கு? அவசியம் என்கிற விதியும், ஆண்கள் என்கிற அனுபவமும்தான் அவர்களுக்கு உண்டு. வழக்கமாகிவிட்டதே தவிர, இந்தக் கலவி இப்போதெல் லாம் இனிப்புக்கூடத் தருவதில்லை அவர்களுக்கு. அவர் களுடைய வாழ்வு என்ன? விலை பேரம் பேசுவது; ஒரு இரவில் பத்து மனிதர்களுக்குக் காண்பிப்பது; சுத்தமாக இருப்பதற்கு நகர சுகாதார அதிகாரிகள் விதித்திருக்கும் விதிகளைக் கூடியவரையில் தழுவுவது; டாக்டர் சோதனைக்கு உட்படுவது; சற்றுநேர இன்பத்திற்காக லெஸ்பியன் (பெண் களிடம் பெண்கள்) காதல் காமம் புரிவது – இதுதான்

அவர்களது வாழ்க்கை. இந்தப் புண்ணைச் சமூக வாழ்க்கை என்கிற நமது உடம்பில் வைத்து மூடிவிட்டு குடும்ப வாழ்க்கை, சமூகம் என்று லக்ஷியங்கள் பேசிப் பயன் என்ன? நேர்த்தியான வார்த்தைகளுக்கு அர்த்தமே கிடையாது என்றுதான் எனக்குத் தோன்றுகிறது. தாய்நாடு, கிறிஸ்தவ அன்பு, முன்னேற்றக் கடமை, புனிதமான காதல் உறவு இதெல்லாம் அர்த்தமற்ற வெறும் புரட்டு நிறைந்த வார்த்தைகள் என்றே நான் நினைக்கிறேன்.

“யார் பொய் சொல்கிறார்கள்? யார் அயோக்கியர்கள்? யார் வெறுக்கத்தக்கவர்கள் என்கிறாய் நீ? இந்த வியபசார விடுதியில் வசிக்கும் ஏழைப்பெண்கள் அல்ல. இங்கு வருபவர்களும், வெளியுலகில் பிரமாதமாக கோஷமிட்டுப் பேசும் அரசியல்வாதிகளும் லக்ஷியவாதிகளும்தான் பொய்யர்கள், அயோக்கியர்கள்.”

ஒரு நிமிஷம் கழித்து “எனக்கு நினைக்கநினைக்க அலுப்பாகவும் வெறுப்பாகவும் இருக்கிறது லிக்கோனின்” என்றான் பிளாடனோவ்.

லிக்கோனின் சிந்தனையில் ஆழ்ந்தவனாகப் பதில் சொன்னான். “நான் புரட்சிக்காரன். ஆகவே நீ சொல்லுவது கொஞ்சம்கொஞ்சம் புரிகிறமாதிரி இருக்கிறது. ஆனால் இது சாக்கடை என்று தெரிந்தும் நீ ஏன் இந்தச் சாக்கடையிலேயே கிடந்து உழலுகிறாய்?” என்று கேட்டான். அவன் மனசிலே புதுமையானதோர் சிந்தனை உதயமாகி இருப்பது போல ஒரு தேஜஸ் தோன்றியது.

“தெரியாது! எனக்கே தெரியாது! நானும் இந்தச் சாக்கடைப் புழுக்களில் ஒன்றுதானோ என்னவோ, எனக்கே தெரியாது. எல்லாவற்றையும் தெரிந்துகொள்ள வேண்டும் என்கிற ஆசை எனக்கு எப்போதுமே உண்டு. இந்த இடம் எனக்கு இன்னும் சரிவரப் புரியவில்லை . . .” மதுவெறியிலிருந்து நாடக நடிகன் சுயப்பிரக்ஞை பெற்று அவர்கள் சம்பாஷணையில் குறுக்கிட்டான். விதவிதமான சப்தங்கள் எழுப்பிக்கொண்டே அவன் தன்னுடைய துயரமான ஆத்ம கதையைச் சொல்லிக்கொண்டேயிருந்தான். மூக்கைச் சீந்திக்கொண்டே அநுதாபம் எழுப்பக்கூடியவகையில் நடிகனின் உத்திகளுடன் சொன்னான் கதையை. தன் மனைவியின் குணாதிசயங்களைப் பற்றிக் கவிதை நிரம்பிய வார்த்தைகளைக் கொட்டிக்கொண்டிருக்கும்போது சின்ன மங்கா குறுக்கிட்டாள். குடிவெறியில் “உன் மனைவியோ! நீயோ! நீ இங்கே குட்டிகளைத் தேடிக்கொண்டு வந்தது போல உன் மனைவி எவனையாவது வீட்டில் அழைத்துப்போட்டுக்கொண்டு . . .” என்றாள்.

"போடி, குச்சுக்காரி" என்று நடிகன் தொடங்கினான். இருவரையும் அடக்கப் பத்து நிமிஷம் பிடித்தது.

எல்லோருக்குமே களைப்பாகத்தான் இருந்தது. வெவ்வேறு அறைகளில் காமக் கலவியில் ஈடுபட்டிருந்த மாணவர்கள் ஒவ்வொருவராக அந்த அறைக்குத் திரும்பினார்கள். அவர் களுடைய டெம்பரரிக் காதலிகளும் ஆடைகளைச் சரிப்படுத்திக் கொண்டு ஒவ்வொருவராகத் திரும்பினார்கள். சேர்ந்து வந்தபோதிருந்த உத்ஸாகமோ நட்புணர்ச்சியோ அவர்களி டையே இப்போதில்லை. விடை பெற்றுக்கொள்ளும்போது ஒரே குற்றத்தில் ஈடுபட்டுள்ள சகக் குற்றவாளிகள் போல ஒரு வெறுப்புடன், ஒரு நட்பின்மையுடன் ஒருவரை ஒருவர் பார்த்துக்கொண்டார்கள்.

லிக்கோனின் பத்திரிகை நிருபனை "நீ இங்கிருந்து எங்கே போகப்போகிறாய்?" என்று கேட்டான்.

"உண்மையில் எனக்கே தெரியாது. ஒரு நண்பன் வீட்டுக்குப் போகலாம் என்று எண்ணினேன். ஆனால் இந்நேரத்தில் தூங்குவானே – பொழுதுதான் விடியப்போகிறதே! குளித்து விட்டு, ரயிலேறி, எனக்குத் தெரிந்த குடிகாரச் சாமியாருடன் கவிதையைப் பற்றிப் பேசப் போகலாம் என்று எண்ணுகிறேன். ஏன்?"

"இரு, மற்றவர்களும் போகும்வரையில் இரு. உன்னிடம் ஒரு விஷயம் தனித்துப் பேச இருக்கிறது."

"சரி."

கடைசியாகப் போனது யார்ச்செங்கோதான். அவன் தலையை வலிக்கிறது என்றான். தூக்கம் வருகிறது என்றான். ஆனால் அவனும் அந்த விபசார விடுதியை விட்டுக் கிளம்பிய தும் நேரே எதிரிலிருந்த டிரெப்பெல் விடுதிக்குள் இன்னமும் கலவி நாடிப் புகுந்தான். அதை லிக்கோனின் கவனித்தான் – பத்திரிகை நிருபனின் தூண்டுதல்பேரில்.

"பேராசிரியனின் காமப்பசி தீரவில்லை என்று கவனித் தேன்" என்றான் பிளாடனோவ்.

"சரி, நான் சொல்லவந்தது – போவோம், அதிக நேரம் பிடிக்காது" என்றான் லிக்கோனின்.

13

அவர்களுடைய பிரத்யேக அறையில் அவர்களைத் தவிர வேறு யாரும் ஆண்களில்லை. பெண்களிலும் இருவர்தான்

இருந்தார்கள். ஜென்னி அலங்கோலமான இரவு ஆடையுடன் ஸோபாவில் சாய்ந்திருந்தாள். லியூபா வெகுநேரத்துக்கு முன்னாடியே தூங்கிவிட்டாள். தூங்கும்போது அவளுடைய முகம் உண்மையிலேயே குழந்தையின் முகம் போலத்தான் இருந்தது. அவள் முகத்திலே கறை காணாக் குழந்தையினுடைய புன்னகை போலப் புன்னகை அரும்பிப் படர்ந்திருந்தது. சுருட்டுப்புகையும் மது வாசனையும் கலந்து பரவியிருந்தன. அந்த அறையிலே, மெழுகுவத்திகள் உருகி ஓடி மேஜைகளின் மேல் உறைந்திருந்தன. சிகரெட் காலிப் பெட்டிகள், ஆரஞ்சுப் பழத்தோல், கீழே சிந்தி ஓடித் தேங்கிய மதுவும் காப்பியும் – வியபசார விடுதியின் காலை நேரத்திய அறைதான் அது.

ஜென்னி தூங்கிவிடவில்லை; விழித்துக்கொண்டுதானிருந் தாள். கால்களைக் கட்டிக்கொண்டு, லேசாக ஆடிக்கொண்டு உட்கார்ந்திருந்தாள். அவள் கண்களிலே ஒரு வேக ஒளி படர்ந்திருந்தது. அவள் முகத்தில் உள்ள அசாதாரணமான ஒரு பாவம் பிளாடனோவைக் கவர்ந்தது.

“விளக்குகளை அணைத்துவிடுகிறேன்” என்றான் லிக்கோனின்.

காலைச் சந்திநேர வெளிச்சம் அறைக்குள் வந்தது. அணைத்த மெழுகுவத்திகளின் திரிகள் புகையத் தொடங்கின.

“நல்லது, நான் சுருக்கமாகத்தான் விஷயத்தைச் சொல்ல விரும்புகிறேன். ஆனால் எப்படித் தொடங்குவது என்றுதான் தெரியவில்லை” என்றான் லிக்கோனின்.

ஜென்னியையே பார்த்தான் அவன்.

அவள் அதிக சிரத்தையில்லாமல் “நான் வேண்டுமானால் வெளியே போய்விடுகிறேன்” என்றாள்.

பத்திரிகை நிருபன் லிக்கோனினுக்குப் பதிலளித்தான். “நீ இரு, சும்மா இரு. நீ இருப்பதால் ஒன்றுமில்லை. நாம் வியபசாரத் தொழிலைப் பற்றித்தான் பேசப்போகிறோம், இல்லையா!” என்றான்.

“ஆமாம்... ஒருவிதத்தில் அப்படித்தான்.”

“அப்படியானால், அவளுடைய அபிப்பிராயங்களையும் நீ கேள். அது நல்லது. அவள் வியபசாரக் கிடங்கைச் சேர்ந்த பெண் என்றாலும் அவள் அபிப்ராயங்களுக்கும் மதிப்புக் கொடுக்கலாம். அவை மதிப்பிற்கு உகந்தவை.”

கையால் தன் முகத்தைத் தடவிக்கொண்டே சிந்தனையில் ஆழ்ந்தான் லிக்கோனின். பிறகு விரல்களை மடமடவென்று

ஒன்றன்பின் ஒன்றாகச் சொடுக்கினான். தயங்கினான். ஏதோ ஒரு பெரிய விஷயம் பற்றி அவன் சிந்தித்து ஒரு முடிவுக்கு வந்திருக்கிறான் என்பது தெரிந்தது.

பிறகு கோபமாகப் பேசத் தொடங்கினான்: "ஓ! என்ன சொல்லி என்ன பயன்? நீ இந்தப் பெண்களைப் பற்றிப் பேசியது பூராவும் கேட்டுக்கொண்டிருந்தேன். உண்மைதான்; நீ புதிதாக எதுவும் சொல்லவில்லை. ஆனால் என் கண்கள் புதிதாகத் திறந்து முதல் தடவையாக இதைப் பார்க்கிறமாதிரி இருந்தது எனக்கு. வியபசாரம் என்பது என்ன? சரித்திரத்தில் அழியாத ஒரு உண்மை; இன்றைய நகரங்களின் சமூகத் தேவை. என்றாவது அது முடிவடையுமா? மனித குலம் உள்ள வரையில் இந்த வியபசாரத் தொழில் நிலைக்குமா? யார் சொல்ல முடியும்?" அரைக்கண் மூடியபடி நெற்றியில் சுருக்கம்விழ, பிளாடனோவ் அவன் சொல்வதைக் கவனித்தான். இரண்டு ஆதாரமான கொள்கைகளை அறிய அவன் விரும்பினான். லிக்கோனின் உள்ளத்தில் என்ன இருந்தது என்று அவனுக்குப் புரியவில்லை.

"இத்தொழில் எப்போது முடிவடையும்? முடிவடையுமா என்று யார் சொல்ல முடியும்? லக்ஷியவாதிகளின் மற்றக் கனவுகள் பலிக்கத் தொடங்கும்போது சதை வியாபார முடிவு என்கிற கனவும் பலிக்கலாம். அதுவரையில்..." என்று ஆரம்பித்தான் பத்திரிகை நிருபன்.

பொறுமையிழந்தவனாக லிக்கோனின் குறுக்கிட்டான். "அதுவரையில்! இப்போது இங்கே என்ன என்பது பிரச்னை! கைகளைக் கட்டிக்கொண்டு நான் பார்த்துக்கொண்டிருப்பதா? என் பொறுப்பல்ல அது என்றிருந்துவிடுவதா? கையலம்பி விட்டுவிட முடியுமா? தவிர்க்க முடியாதது என்று அதில் நானும் பங்குபோட்டுக்கொள்வதா?"

"இது தவிர்க்க முடியாததல்ல – ஆனால் தவிர்க்கப்படாதது. அவ்வளவுதான். ஆனால் நீ புரட்சிவாதியாயிற்றே! உனக்குத் தீமையும் நன்மையும் ஒன்றுதானே?" என்றான் பிளாடனோவ்.

"என்ன புரட்சியோ, என்ன வாதியோ எனக்குத் தெரியாது. வாழ்க்கை என்கிற எந்த உண்மை அனுபவத்தைப் பற்றிப் பேசத் தொடங்கினாலும் சரிதான் என்னைப் புரட்சிவாதத்தில்தான் கொண்டுபோய் விடுகிறது. கொள்கையளவில் சரிதான்; ஆனால் செயலளவில் வரும்போது கஷ்டமாக இருக்கிறது. கொலை, கொள்ளை, காமம், குடி எல்லாமே புரட்சிவாதியின் நோக்கிலிருந்து பார்க்கும்போது நல்லதுதான். எவ்வளவுக்கெவ்வளவு இது அதிகரிக்கிறதோ அவ்வளவுக்கவ்

வளவு புரட்சி வந்துகொண்டிருக்கிறது என்று அர்த்தம். தீமையும் அதன் சக்திகளும் சேரச்சேரத்தான் உலகம் உய்ய வழி ஏற்பட்டுக்கொண்டிருக்கிறது என்று புரட்சிவாதம் சொல்கிறது. 'மனிதகுலத்தின் உடல் எங்கும் சிறுசிறு கட்டிகள் தோன்றித் திரண்டு பெரிய கட்டியாகி உடையத் தயாராக வேண்டும். அந்த உடையும் தருணத்தில்தான் புரட்சி சாத்ய மாகிறது. பயங்கரமும் சகிக்கொண்ணாத வலியும் தோன்றித் தோன்றி உலகப் புரட்சியைச் சமைக்க வேண்டும். கட்டி உடைந்து பெருகுகிற சீழ் பிரளயமாக உலகை ஆழ்த்தட்டும், மனிதகுலம் அழியட்டும் அல்லது நீந்திக் கரை தப்பி ஏறிப் புதுவிதமாகச் சமையட்டும்.' இது புரட்சிக் கொள்கை."

ஆறிக்குளிர்ந்த கருப்புக் காப்பியைச் சாப்பிட்டுவிட்டு லிக்கோனின் தொடர்ந்தான். "ஆமாம் இப்படித்தான் நானும் என் போன்ற புரட்சிவாதிகளும் எண்ணுகிறோம். அவை நேரில் குழந்தை அடிபடுவதையோ அல்லது ஒரு பெண் அழுவதையோ பார்க்கும்போது எங்கள் ரத்தம் கொதிக்கிறது. கோபத்தால் என் முகம் சிவக்கிறது. என்னால் அதைத் தவிர்க்க முடிவதில்லை. வாதம் பிரதிவாதம் சரிதான். ஆனால் நாள் பூராவும் அடிமையாகக் குனிந்த முதுகு நிமிராமல் வேலை செய்கிற கூலிக்காரனைப் பார்க்கும்போது கொள்கை கள், வாதப் பிரதிவாதங்கள் என்ன செய்யும்? மனிதனுடைய வாதப் பிரதிவாதங்களுக்கு எட்டாத, அப்பாற்பட்ட அதீதமான மனுஷ்யத்தன்மை இருக்கிறது. அதுவும்... உதாரணமாக இன்று இங்கே என்னைக் கவனி! ஏதோ மூன்று வயதுக் குழந்தையைக் கட்டிப்போட்டுவிட்டு அதனிடமிருந்து எதையோ பறித்துவிட்டவன் போல உணருகிறேன். நான் ஏதோ அல்பத்தன மான லாபத்துக்கு மகத்தான பாபத்தைச் செய்துவிட்டவன் போல உணருகிறேன். இந்த பாபம் எதனால் என்று யோசிக் கிறேன். என் மௌனம், என் கோபமில்லாமை, என் அலட்சியம் – உலகத்திலுள்ள தீமைகளுக்கெல்லாம் இதுதான் காரணம் என்று எண்ணத் தொடங்கினேன்."

பிளாடனோவ் மௌனமாக இருந்தான். ஆனால் எதிர் பாராதவிதமாக ஜென்னி சொன்னாள்: "சர்க்கார் இலாகா சில சமயம் யாராவது பெரிய மனிதர்களை எங்களைப் பார்த்து வர அனுப்பும். ஆனால் பெரிய மனிதர் வருமுன் சர்க்கார் அதிகாரிகள், டாக்டர் எல்லோரும் வந்து உண்மையைச் சொல்லிவிடாதே, ஜாக்கிரதை என்று பயமுறுத்திவிட்டுப் போவார்கள். பெரிய மனிதர்களுடன் அவர்கள் வருவார்கள். பெரிய மனிதர்கள் எங்களில் ஆளுக்கொரு பைபிளைப் பெருமையாக வழங்கிவிட்டுப் போய்விடுவார்கள்" என்றாள்.

பிளாடனோவ் உரக்கச் சிரித்தான். லிக்கோனின் சிரிக்க வில்லை. அவன் முகத்திலே துக்கம் ததும்பியது. ஜென்னி கோபமாக இதைச் சொன்னாள் என்பதைக்கூட அவன் கவனிக்கவில்லை என்று கவனித்த பிளாடனோவ் சொன்னான்: "உன்னாலும் என்னாலும் எதுவும் செய்ய இயலாது லிக்கோனின். சொத்து என்று உள்ளவரையில் ஏழ்மையும் உலகில் இருக்கும். கல்யாணம் என்றுள்ளவரையில் விபசாரமும் உலகில் இருக்கும். விபசாரத்தைப் போற்றிக் காப்பாற்றுபவர்கள் யார் தெரியுமா? குடும்பத்தலைவர்கள்தான். தங்கள் குடும்பங்களைக் காப்பாற்றிக் கொள்வதற்காக அவர்கள்தான் வியபசார விடுதிகள் நடப்பதில் அக்கறை காட்டுகிறார்கள். இல்லாவிட்டால் காமப்பசி அவர்கள் வீட்டிலும் புகுந்து குடும்பம் என்கிற ஸ்தாபனத் தையே ஆட்டம் கொடுக்கச் செய்துவிடும். சொத்துரிமைக் காரணமாகத்தான் அவர்கள் வியபசார விடுதிகளைப் போற்றி வளர்க்கிறார்கள். அவர்களுக்கும் வீட்டில் அசௌகரியமான சமயங்களில் இது பிரயோசனப்படும். அனாதாஸ்ரமங்கள் கட்டப் பாடுபடுபவர்கள்தான் விபசார விடுதிகளையும் நடத்துபவர்கள்."

"அனாதாஸ்ரமம்!" என்று கேலியாகச் சொல்லி நகைத் தாள் ஜென்னி.

லிக்கோனின் ஒரு வேகத்துடன் சொன்னான்: "இதெல் லாம் சரியல்ல. அனாதாஸ்ரமங்கள் இந்தப் பெண்களுக்குப் பயன்படாது என்று எனக்குத் தெரியாதா? நான் வேடிக்கை பார்ப்பவனாக இருக்க விரும்பவில்லை. வெறும் பேச்சாள னாக இருக்க விரும்பவில்லை."

"குழந்தையின் பீச்சாங்குழலை எடுத்துக்கொண்டு நீ தீயணைக்க வருவாய் போலிருக்கிறதே!" என்றான் பிளாடனோவ்.

"அப்படியில்லை! என்னால் செய்யக்கூடியது எதுவோ அதைச் செய்ய நான் துணிந்துவிட்டேன். ஒருத்தியைக் காப்பாற்ற முடியுமானால் அவளை..."

"ஓ! இங்கிருந்து ஒருத்தியை அழைத்துப்போய் அவளுடன் குடும்பம் நடத்தப்போகிறாயா?" என்றான் பிளாடனோவ்.

"என்னைப் பரிகாசம் செய்யாதே! ஆனால் நான் முயற்சி செய்து பார்க்க உத்தேசித்தேன்."

"இங்கிருந்து வருகிற பெண் திரும்பிவிடுவாள்" என்றான் பிளாடனோவ்.

"நிச்சயமாகத் திரும்பிவிடுவாள்" என்றாள் ஜென்னி.

லிக்கோனின் எழுந்து அவளண்டையில் போய் நின்றுகொண்டு சொன்னான்: "ஜென்னோஷ்கா ... நீ, நீதான் வாயேன். கூத்தியாளாக நான் உன்னைக் கூப்பிடவில்லை. எனக்குச் சிநேகிதியாகக் கூப்பிடுகிறேன்" என்றான்.

அவன் கைகளிலிருந்து தன் கைகளை விடுவித்துக்கொண்டு சொன்னாள் ஜென்னி. கோபமாகச் சொன்னாள். உரக்கச் சொன்னாள். "நீ போ! போ! ஆற்றில், குளத்தில் விழு. தெரியுமே எனக்கு! உனக்குத் துணிதோய்த்துப்போட்டுச் சமைத்துப் போட்டுக் குடும்பம் நடத்த என்னை அழைக்கிறாய் நீ. ஆசை உனக்குக் கொஞ்சம்தான். அணைத்து ஆதரவளித்துவிட்டு வேறு ஒருத்தியை அழைத்துவந்து என்னை வீட்டைவிட்டுத் துரத்திவிட மாட்டாயா நீ! தெரியுமே எனக்கு!"

லிக்கோனின் வெட்கத்தால் முகம் சிவக்கச் சொன்னான்: "நான் கலவி வேண்டவே மாட்டேன்; சகோதரன் சகோதரி மாதிரி வாழலாம் ..." என்று தடுமாறினான்.

"சகோதரர்கள் ரொம்பப் பேரைத் தெரியும் எனக்கு ..." என்றாள் ஜென்னி.

பத்திரிகை நிருபன் சொன்னான்: "இரு, லிக்கோனின், யோசி. உன்னால் இந்தச் சுமை தாங்க முடியுமா என்று யோசி. லக்ஷியவாதிகள் பலரை எனக்குத் தெரியும். லக்ஷியவேகம் நீடிப்பதில்லை. அதுவும் குடும்ப வாழ்வில் லக்ஷியங்கள் புகைந்துவிடுகின்றன."

மூவரும் சிறிது நேரம் மௌனமாக இருந்தார்கள். லிக்கோனின் நெற்றியில் துளிர்த்த வியர்வையைத் துடைத்துக்கொண்டு உட்கார்ந்திருந்தான்.

அவன் பிடிவாதமாகச் சொன்னான்: "நான் செய்து பார்க்கிறேன். நீங்கள் சொல்வது எனக்கு நம்பிக்கைப்படவில்லை. லியூபா! லியூபோர்கா!" என்று தூங்கிக்கொண்டிருந்தவளை எழுப்பினான்.

விழித்துக்கொண்ட லியூபா "நான் தூங்கவேயில்லையே. நீங்கள் சொன்னதெல்லாம் காதில் விழுந்ததே" என்று சொல்லிக்கொண்டே கொட்டாவிவிட்டாள்.

லிக்கோனின் அவளுடைய கைகளைப் பற்றிக்கொண்டு சொன்னான்: "நீ என்னோடு வந்துவிடுகிறாயா? விபசாரக் கிடங்கைவிட்டுக் கிளம்பிவிடு. குடும்ப வாழ்வுக்கு வந்துவிடு" என்றான்.

லியூபாவுக்குப் புரியவில்லை. திகைத்து, ஜென்னியைப் பார்த்தாள், இது என்ன விளையாட்டு என்று பார்க்கிற மாதிரியில்.

"உனக்கு நல்லது, போயேன். ஆனால் நீயோ இப்போது மாணவன். எப்படி, எதைக் கொண்டு இருவரும் பிழைப்பது" என்றாள் ஜென்னி.

"இங்கிருந்து உன்னை வெளியேற்றிவிட்டால் பிறகு பார்த்துக் கொள்ளலாம். இந்த வாழ்க்கையில் சுகம் என்ன இருக்கிறது?"

"அது சரி. அதற்காக வெளியில் எப்படி இருக்குமோ என்று அறியாமல்" என்று முணுமுணுத்தாள் லியூபா.

"ஆறு மாதம் பார்ப்பது" என்ற லிக்கோனின் கெஞ்சினான்.

ஜென்னிதான் முடிவாகச் சொன்னாள். "நீ லியூபாவை அழைத்துப்போ. அது நல்லது. இந்த வியபசாரவிடுதி வாழ்க்கை இன்னும் அவளுக்குப் பூராவும் படிந்துவிடவில்லை. ஆகவே அவள் குடும்பவாழ்க்கைக்கு லாயக்கானவள்தான்."

"நீ சரி என்றால் நான் ஒத்துக்கொள்கிறேன்" என்றாள் லியூபா.

ஜென்னிக்குக் கோபம் வந்தது: "போடி! அசட்டுப் பெண்ணே! மூக்கு உள்ளேபோக முப்பத்தி எட்டாவது வயதில் தெரு ஓரத்தில் கிடந்து சாக வேண்டுமா? அல்லது அஸ்தமிக்கும் சமயத்தில் போலீஸ்காரன் வருகிறானா என்று பார்த்துக்கொண்டு யாரையாவது 'வா, கண்ணே' என்று கூப்பிடுகிற வாழ்க்கை வேண்டுமா? மண்டு! அவனைக் கட்டிக் கொண்டு கூத்தாடு பெண்ணே, களிபாடு!"

லிக்கோனினுக்குப் பரம சந்தோஷம். "நல்லது! நல்லது!" என்று குனிந்து லியூபாவிற்கு முத்தமிட்டான். "போய் அன்னா மார்க்கோவ்னாவிடம் சொல்லிவிட்டுக் கிளம்பு. உன் சாமான்களில் அவசியமானதை எடுத்துக்கொள்" என்றான்.

ஜென்னி சொன்னாள்: "அப்படிச் செய்வது தப்பு. சொல்லிக் கொண்டு கிளம்பினால் கலாட்டாவாகும். பத்து காசு செலவழிக்க நீ தயார்தானே!" என்று லிக்கோனினைக் கேட்டாள்.

"ஓ!"

"பத்து ரூபிள் கொடுத்தால் எந்தப் பெண்ணையும் நீ உன் அறைக்கு அழைத்துப்போய் ஒருநாள் வைத்துக்கொள்ளலாம். பிறகு மறுநாள் வந்து மற்றதை எடுத்துப்போகலாம். அதில் சிரமமிராது. அதற்குப் பிறகு போலீஸில் விபசாரவிடுதி இலாகாவில் தெரிவித்து அவளை விடுதலை செய்துகொள்ளலாம். பத்து ரூபிளை வாங்கிப்போய் அன்னாவிடம் கொடுத்துவிட்டுக் கிளம்பு லியூபா! கிளம்பு! தத்துபித்து என்று தலைகால் தெரியாமல் ஏதாவது உளறாதே!" என்று புத்திமதி சொன்னாள் ஜென்னி.

அரைமணி நேரத்திற்கெல்லாம் லியூபாவும் லிக்கோனினும் வெளியே வண்டியில் ஏறிக் கிளம்பினார்கள்.

கடைசியாக பிளாடனோவ் சொன்னான்: "நீ செய்வது தவறு லிக்கோனின்! ஆனால் இந்தச் செய்கைக்கு உன்னைத் தூண்டிய செய்கையை நான் மதிக்கிறேன். நீ தைரியஸ்தன், நல்லவன்" என்றான்.

"புது வாழ்வு வெற்றிகரமாக நடக்கட்டும்" என்று ஆசீர்வதித்தாள் ஜென்னி.

❍❍

VIII
பூலோகவாணி

ஜான் போனான்

பூலோகவாணி

1

விமான நிலையத்தில் உளவாளி

இராத்திரி காவல் ஜேக் ரீல்லியின் வேலை. எப்பொழுதும் போல் அர்த்தராத்திரி பாராவிற்காக சுற்றிவரும்பொழுது, அபாயம் ஏதும் ஏற்படுமே என்று சிறிதுகூட சந்தேகப்பட வில்லை. ரசாயன அறையில் இருந்து எழுந்து, விமான நிலையத்திற்கு வரும்பொழுது அவனுக்குக் கொட்டாவி வந்தது; தூக்கத்தில் கண் சுழன்றது. விமான நிலையம் ஓர் பெரிய ஹால். அதன் வாசற்படியில் வந்ததும் சிறிது தயங்கி னான். அவனுக்கு உள்ளே என்ன வேலை நடைபெற்று வருகிறது என்பது ஒரு சிறிதும் தெரியாது. அன்று அவன் அங்கு சற்று தயங்கி நின்று வேலை எவ்வளவு தூரம் நடந்திருக் கிறது என்று ஆச்சரியப்பட்டுக்கொண்டிருந்தான். எதிரில் இரண்டு கரும்பிண்டம் மாதிரி இருப்பதைக் கட்டுவதென்றால் லேசான காரியமா! சென்ற பல மாதங்களாகப் பார்த்து வருகிறான். வெளிப்பார்வைக்கு அதில் ஒரு மாற்றமும் காணப் படவில்லை.

ஜேக்கின் கண்பார்வை நிலையத்தினுள் அதிக தூரம் எட்டவில்லை. கோபுரம் மாதிரி உயர்ந்து நீண்டிருக்கும் அப்பொருளைச் சுற்றிலும் சாரங்கள் நெருக்கமாகக் கட்டப் பட்டிருந்ததினால், அது கண்ணுக்கு அதிகமாகத் தெரிய வில்லை. சாரங்களுக்கிடையில் உள்ள பொருள் மிகவும் மெருகு கொடுக்கப்பட்டு ஒளிவிட்டுப் பிரகாசிக்கும் ஏதோ ஒரு உலகத்தால் செய்யப்பட்டது. தூரத்தில் எங்கிருந்தோ வரும் வெளிச்சம் அதன்மீது பிரதிபலிக்கிறது.

புதுமைப்பித்தன் மொழிபெயர்ப்புகள்

'அதுக்கு உள்பக்கம் வேலை நடக்குது போல' என்று தனக்குள் சொல்லிக்கொண்டான். கையிலிருந்த மின்சார விளக்கை அழுத்தினான். ஓர் பிரகாசமான ஒளிக்கற்றை யந்திரத்தின் மீது விழுந்தது.

இந்த நிலையம் வட்டமாக அமைக்கப்பட்டிருந்தது. சுற்றுச்சுவர்களில் இரும்பைக் குடையும் ஆக்கர் முதலிய பல ஆயுதங்கள் பொருத்தப்பட்டிருந்தன. நடுமத்தியில் இருந்த பொருள் எதிர்ப்புறச் சுவரை மறைத்தது. ஜேக் ரீல்லி காவல் காரனல்லவா? அப்பக்கத்தில் யாரும் ஒளிந்து இருக்கின்றார்களா என்று ஜாக்கிரதையாகச் சுற்றிப் பார்த்து வந்தான்.

சுற்றுப்புறச் சுவர்களின் மேல்பக்கத்தில் வட்ட வடிவமாகச் சிறு தாழ்வாரம் விட்ட கிராதி வளையப்பட்டிருந்தது. தாழ்வாரத்திற்கு வர சுவர்களில் கதவுகள். அவை யாவும் சாத்தப்பட்டிருந்தன. ஜேக் கையிலிருந்த விளக்கை மேல்புறம் சரித்துப் பிடித்தான். தூரத்தில் எங்கோ கவிந்துமூடும் கூறையில் சென்று மறைந்தது. அங்கும் மங்கிய மின்சார விளக்குகள். மறுபடியும் விளக்கை நடுமத்தியிலிருக்கும் பொருளின் மீது திருப்பினான்.

"என்ன செலவு! என்றைக்காவது இவ்வளவு பெரிய இரும்புக் குழாய் பறக்குமா! வீண்! வீண்!" என்று சொல்லிக் கொண்டான்.

ஏதோ ஒரு சிறு சப்தம்!

"யாரது?"

பதில் இல்லை.

"யார் அங்கே?" என்றான் சற்று ... இரும்பு மோதும் 'கிளிக்' என்ற சப்தம் கேட்டது.

அபாயம்

விளக்கு கை மாறியது. ஜேக் ரீல்லியின் வலது கை துப்பாக்கியைப் பையிலிருந்து எடுத்தது.

"அங்கே, யாரது! வெளியில் வருகிறாயா இல்லையா? கையில் என்ன இருக்கிறது தெரியுமா?" என்றான்.

பதில் இல்லை.

வேறு வழியில்லை. அபாய அறிவிப்புப் பொத்தானை அமுக்கினால் போதும். விளக்கைத் துப்பாக்கிமுனையில் மாட்டிக்கொண்டு பின்பக்கமாகவே காலடி வைத்துச் சென்றான்.

நெருங்கிவிட்டான். அடுத்த நிமிஷம் கை பொத்தானில் பட்டுவிடும். அவ்வளவுதான்.

ஆனால் ஜேக் ரீல்லியின் கை பொத்தான்மீது படவில்லை. எங்கிருந்தோ 'பட்' என்று சிறு சப்தம் கேட்டது. அடுத்த நிமிஷம் அவன் பிணமாகக் கீழே சரிந்தான். கையிலிருந்த விளக்கும் துப்பாக்கியும் படபடவென்ற சப்தத்துடன் கீழே சரிந்தன.

உளவாளி

மரத்தினால் இணைக்கப்பட்ட சாரங்களில் ஒளிந்து கொண்டிருந்த ஒரு உருவம் அவனை நோக்கி ஓடிவந்து பிணத்தை எடுத்து இருண்ட இரும்புக் குவியல் பக்கம் போட்டுவிட்டு, கீழே விழுந்து கிடந்த துப்பாக்கியைக் கையில் போட்டுக் கொண்டது.

அந்த அன்னியன் சில நிமிஷங்கள்வரை பேசாமல் சுற்று முற்றும் பார்த்துக்கொண்டு நின்றான். யாரும் சப்தத்தில் விழித்து விடவில்லை என்பதை உணர்ந்தவுடன், நிதானமாக வலக்கையை உயர்த்தினான். முன்போல 'பட்' என்ற சப்தம் கேட்டது. உயரத் தொங்கிக்கொண்டிருந்த மங்கிய விளக்குகளுள் ஒன்று சுக்கு நூறாக உடைந்து விழுந்தது. அன்னியன் கையில் இருப்பது சப்தம் கேட்காத 'ஸைலன்ஸர் சுழல் துப்பாக்கி'. நான்கு முறை அது வேலை செய்தது. எங்கும் 'கும்' இருட்டு.

இருட்டிலே மறுபடியும் கேட்ட சிறு 'கிளிக்' என்ற சப்தம் அவன் துப்பாக்கியில் தோட்டாக்களைப் போடுகிறான் என்று அறிவித்தது. கையில் ஒரு மின்சார 'டார்ச்' விளக்கை எடுத்து ஜாக்கிரதையாக நிலையத்தின் நடுமத்தியை நோக்கிச் சென்றான்.

மேலிருந்த தாழ்வாரத்தின்புரம் இருந்த கதவு திறந்தது. நிலையத்தின் இருட்டை விசிறி போல் ஓர் ஒளிக்கற்றை ஊடுருவியது.

யாரது?

"யாரது? யாரங்கே? அரே ரீல்லி, ரீல்லி, நீ அங்கே என்ன செய்கிறாய்?" என்றது ஓர் குரல் உச்சஸ்தாயியில். கீழே நின்ற மனித உருவம் ஒரு நிமிஷந்தான் தயங்கியது. மறு வினாடி கதவுப் புரத்தில் நின்றவனை நோக்கித் துப்பாக்கியை நீட்டியது. மறுபடியும் சிறு சப்தம். கதவுப் பக்கம் இருந்தவன் 'படார்' என்று கதவை அடைத்துக்கொண்டான். கீழே கொலைகாரன் ஏதோ முணமுணத்துக்கொண்டு சாரக்கட்டைகளின் பக்கம் நோக்கி நடந்தான்.

அவன் பாதி வழிகூடச் செல்ல... பிரகாசமான 'ஆர்ச்' விளக்குகள் போடப்பட்டன. நிலையத்தின் ஒவ்வொரு இடுக்கையும் துருவியது அவ்வொளி. உளவாளியின் கண்கள் கூசின; ஆனால் இன்னும் அவனைத் தவிர வேறு யாரும் அங்கு வரவில்லை.

மறுபடியும் துப்பாக்கியால் 'ஆர்ச்' விளக்கு ஒன்றைப் பார்த்துச் சுட்டான். ஒன்று உடைந்தது. மறுபடியும்.

மற்றொரு பிணம்

மறுபடியும் என்ற வார்த்தைக்கு அங்கு இடமில்லை. சுற்றியிருந்த இருப்புச் சுவர்களுக்குள் இடிமுழக்கம் போல் பெரும் சப்தம் ஒன்று கேட்டது. இதில் திடுக்கிட்டு கை பதறியதால் குண்டு வேறு திசை சென்றுவிட்டது. அங்கு அதற்குள் மறுபடியும் ஒரு முழக்கம். அவன் பிணமாக விழுந்தான்.

"பயல் நல்ல வாட்டமாக அகப்பட்டுக்கெண்டான்" என்றது ஒரு குரல்.

மறுபடியும் உயரக் கதவுகள் திறக்கப்பட்டன.

"நல்ல காலம்! அவன் உன்னைச் சுடவில்லை" என்றது மற்றொரு குரல்.

"அவன் நின்ற இடம் அப்படி. இல்லாவிட்டால் முன்பேயே தீர்த்துவிட்டிருப்போம்" என்றது முதல் குரல் நிதானமாக.

அதற்குள் மறுபுறத்திலிருந்து... பலர் பேச்சு சப்தம் கேட்டது. பலர் துப்பாக்கியும் கையுமாகத் தூக்கத்திலிருந்து விழித்து ஓடி வந்திருக்கின்றனர் என்று தெரிந்தது.

"பயம் ஒன்றுமில்லை. பயலைக் கொதிக்க வைத்து விட்டேன்?" என்றது முதல் தாழ்வாரத்திலிருந்து ஒரு குரல்.

இருவர் தாழ்வாரத்திலிருந்து கீழே இறங்கினர். அதற்குள் கீழே ஒரு சிறு கூட்டம் கூடிவிட்டது.

இறந்தவனைக் குனிந்து கவனித்துக்கொண்டிருந்த ஒரு ஆசாமி, "ஆள் காலியாகிவிட்டான்" என்றார்.

"அதெப்படி டாக்டர்?"

"உமது குண்டு தோளில்தான் பட்டது. ஆனால் அவன் கீழே விழும்போது மண்டை இரும்புத் தூணில் இடித்துக் கொண்டது" என்றார் டாக்டர்.

"சீ! அவனைப் பிடித்து யார் என்று கேட்கலாம் என் றல்லவா இருந்தேன். அவன் யார் என்று கண்டுபிடிக்க முடியுமா? அந்தப் பயல் ரீலி எங்கே? யாராவது அவனைப் போய் இழுத்து வாருங்கள்."

அதற்காக அக்கூட்டத்தில் இருந்த ஒருவர் புறப்பட்டார். கதவுப் பக்கத்தில் பாதம் ஒன்று நீட்டிக்கொண்டு இருந்தது. சற்று குனிந்து பார்த்துவிட்டு, "ரீல்லி இதோ கிடக்கிறான். பாவம், அந்த ராஸ்கல் அவனைத் தீர்த்துவிட்டான்" என்றார்.

டாக்டர், முதல் பிணத்தருகிலிருந்தவர், எழுந்து உடனே இங்கு வந்து பார்த்தார்.

"பாவம்! நெஞ்சில் குண்டு" என்றார்.

பிறகு, தாழ்வாரத்தில் நின்றுகொண்டிருந்த ஒரு நெட்டை யான மனிதனைப் பார்த்து "டேல் கர்ட்டன்ஸ், இவர்களை என்ன செய்யச் சொல்கிறீர்கள்?" என்று கேட்டார்.

"என்ன செய்வது? என் அறைக்கு எடுத்துவரச் சொல் லுங்கள்" என்றார் ஸ்ரீ டேல் கர்ட்டன்ஸ்.

வேலைக்காரர்கள் இரண்டு பிரேதங்களையும் எடுத்துக் கொண்டு சென்ற பின்னர் டேல் கர்ட்டன்ஸ்சைப் பார் . . . த் ததைச் சொல்லுங்கள்" என்றார் டாக்டர்.

"உங்களுக்கு எவ்வளவு தெரிந்திருக்கிறதோ அவ்வளவு தான் எனக்கும் தெரியும். நானும் பூயூளரும் உட்கார்ந்து வேலை பார்த்துக்கொண்டிருந்தோம். எங்களிருவருக்கும் ஒரு சப்தமும் கேட்கவில்லை. பிறகு கொஞ்ச நேரம் கழித்து வெளியே தாழ்வாரத்தின் பக்கம் சென்றோம். அங்கு இருட்டிக் கிடந்தது. அச்சமயம் யாரோ ஒரு ஆசாமி ஸைலன்ஸர் ரிவால்வர் வைத்து என்னைப் பார்த்துச் சுட்டான். உடனே நாங்கள் இருவரும் உள்ளே சென்று ஆர்ச் லைட்டுகளைப் போட்டோம். பின்னர் நான் அவனைச் சுட்டு வீழ்த்தினேன்."

"அவன் யாரென்று தெரியாதா?"

"இதற்கு முன் நான் பார்த்ததே கிடையாது. நீங்கள் யாராவது பார்த்திருக்கிறீர்களா?"

அவர்களும் தெரியாதென்று தலையை அசைத்தனர். டாக்டர் அந்த அன்னியன் பிணத்தண்டையில் சென்று மறுபடியும் சோதனை நடத்தினார்.

"அவன் இந்த நாட்டுக்காரன் அல்லவென்று நினைக் கிறேன்; அப்படியில்லாவிட்டாலும் ஒன்று மட்டிலும் நிச்சயம். அவன் உடைகள் இங்கிலாந்தில் தைக்கப்பட்டவையல்ல."

யாவரும் சிறிது நேரமாக மௌனத்தில் ஆழ்ந்தனர்.

"இதை யப்படியே –" என்று தயங்கினார் டேல் கர்ட்டன்ஸ். அவரது முகத்தில் சிறிது கோபக்குறி தோன்றியது.

"அப்படியே அமுக்கிவிடவா? அது முடியுமா? எப்படியும் நம் ஆட்களுக்குத் தெரிந்துவிடும். அதற்கப்புறம் நம் நிலைமை கொஞ்சம் ஆபத்துத்தான். எப்படியும் வருகிறதை ஏற்றுத்தான் தீர்க்க வேண்டும்."

டேலுக்குக் கோபம் ஆறவில்லை. "அப்படியானால் நம் இரகசியம் எல்லாம் தெரிந்துவிடும். பத்திரிகைகளில் இதைப் பற்றிப் பத்திபத்தியாக எழுத ஆரம்பித்துவிடுவார்கள். நிருபர்கள் தொந்திரவு சகிக்கமுடியாது. இருக்கிறவனுக்கு எல்லாம் லஞ்சம் கொடுத்து விஷயத்தைக் கிரகிக்க முயலுவார் கள். இன்னும் சில மாதங்களுக்காவது நமது இரகசியம் வெளியாகாமல் இருந்தால் நல்லது என்று நினைத்தேன். 'சட்' எல்லாம் வெளியாகிவிடும்."

"இப்பொழுது நம் இரகசியம் வெளியானால் என்ன? வேலை எல்லாந்தான் முடிவடைந்துவிட்டதே. இன்னும் இரண்டுமூன்று மாதத்திற்குள்ளாக நமக்குப் போட்டியாக எதிரிகள் முளைத்து விடப்போகிறார்கள்? இதனால் நமக்கு அமைதிதான் கெடுகிறதேயொழிய வேறு பிரமாதமானதொன் றும் ஏற்படப்போகிறதில்லை" என்றார் காரியதரிசி பூயூளர்.

"நீங்கள் சொல்வதும் சரிதான். இருக்கிற காலத்திற்குள் நமக்குப் போட்டியாக ஒருவனும் புது எந்திரம் ஒன்றும் செய்துவிடமாட்டான். இனிமேல் ஒவ்வொருத்தனும் வந்து தொந்தரவு கொடுத்துக்கொண்டே இருப்பார்கள். நம்மால் அவர்களுக்குப் பதில் சொல்லி முடியாது."

டாக்டர் தம் கையிலிருந்த புகைச்சுங்கானைப் பற்ற வைத்துக்கொண்டு, "இரகஸியம் வெளியாகவில்லை என்று எப்படி திட்டமாகச் சொல்லுவது?" பிணத்தைச் சுட்டிக் காண்பித்துவிட்டு, "அவனைத் தற்செயலாக வந்த கள்ளன் என்று சொல்ல முடியுமா? கையிலே ஸைலன்ஸர் துப்பாக்கி,

அடையாளம் கண்டுபிடிக்கக்கூடாதபடி உடை, அவனுக்கு நம்மிடத்திற்கு வர வழி தெரிந்திருக்கிறது. அவன் உளவாளி என்பதில் சந்தேகம் இல்லை; நமது இரகஸியத்தைப் பற்றி இன்னும் சில விபரங்கள் அறிய அல்லது நமது யந்திரத்தை நாசமாக்க இவன் யாரோ ஒருவனால் அனுப்பப்பட்டிருக்க வேண்டும். இனி அவர்களால் ஒன்றும் செய்ய முடியாது. வருகிற செப்டம்பருக்குள் நாம் தயாராகிவிடுவோமே."

"ஆனால், அவர்களும் வேலை ஆரம்பித்து நடத்தி வருகிறார்கள் என்று நினைக்க வேண்டியிருக்கிறது. டேல்ஸ், உங்களைப் போன்ற பிரபல ஆசாமிகளுக்குத் தன்னைப் போல இன்னொருத்தனும் இருக்கலாம் என்ற ஞாபகம் உதய மாகிறதே இல்லை!"

டேல் கர்ட்டன்ஸ் பயமற்றவர் என்று சொன்னால் இயற்கைக்குப் பொருந்தாது. மேலும் அவரைக் கற்பனையற்ற முட்டாள் என்று கூறுவதாகும். பயம் இன்னது என்று தெரியா திருப்பவன் மூளை என்ற வஸ்து சிறிதும் வேலை செய்யாத ஜடம். ஸ்ரீ கர்ட்டன்ஸ் அப்படியல்ல. அவரது நண்பர்கள் 'கர்ட்டன்ஸா? அவனுக்கு உடம்பெல்லாம் மூளையல்லவா?' என்று கூறுவார்கள். அவர் பயத்தை வென்றவர் என்று சொன்னால் பொருந்தும்.

ஸ்ரீ கர்ட்டன்ஸின் வாழ்க்கையே ஒரு விசித்திரம். அவரது தந்தைக்கு அவர் மகனாயினும், அவர் உலகத்திற்கு, முக்கிய மாகப் பத்திரிகைகளுக்கு, பிறந்தது முதல் இன்றுவரை ஒரு 'செய்தி'.

பெரிய விமானத் தொழிற்சாலை நடத்திய தந்தையின் புதல்வன்; 21 வயதிற்குள்ளாகவே விமானப்பாய்ச்சலில் பெரிய பெரிய பரிசுகள் வாங்கியவர். நூதனமான விமான அமைப்பு கள் தயாரித்தவர். இன்னும் வேறு என்ன வேண்டும்? உலகத்தைப் பல தடவை விமானத்தில் பறந்து ரிக்கார்டு ஸ்தாபித்தவர். இப்பொழுது ராக்கெட் விமானங்களில் ஈடுபட்டிருக்கிறார். அவரது தொழிற்சாலையில் நூதனமான இயந்திரம் ஒன்று தயாரிக்கப்பட்டு வருகிறது.

2

இரகஸியம் வெளியாயிற்று

மறுநாள் 1981 மார்ச்சு மாதம் 10ந் தேதி என்று தலைப் பிட்ட பத்திரிகைகள்,

'கர்ட்டன்ஸ் விமான நிலையத்தில் இரட்டை மரணம்'
'உள்ளே நடந்த விபரங்கள் என்ன?'

என்ற பெரிய இரண்டு பத்தி, மூன்று பத்தி தலைப்புகள் இட்டு, மேற்கண்ட சம்பவத்தை ஏக தடபுடலாக வருணித்தன.

செவ்வாய்க்கிழமை காலையில் டேல் கர்ட்டன்ஸ், பத்திரிகை நிருபர் கண்ணில்தான் விழித்தெழுந்தார்.

"நீங்கள் தயாரித்திருக்கும் புதிய இயந்திரம் என்ன?"

"ராக்கெட் விமானம்."

"அப்படியென்றால்–?"

"வாண வேட்டு போல் உள்ளே அக்னி வாயு எரிவதால் பெற்ற சக்தியில் தானே இயங்குவது."

"அதை வைத்துக்கொண்டு என்ன செய்யப் போகிறீர்கள்?"

ஸ்ரீ டேல்ஸ் தலை குனிந்து சிறிது யோசித்தார். பின்பு சிரித்துக்கொண்டு "கூன்ட்ஸ் பரிசைத் தட்டப் பார்ப்பேன்."

அவருக்கென்ன பைத்தியம் பிடித்துவிட்டதா அல்லது நம்மைத்தான் கிண்டல் செய்கிறாரா என்று நிருபருக்குப் பலத்த சந்தேகம் தோன்றிவிட்டது. கூன்ட்ஸ் என்ற ஜெர்மனியர் ஒருவர் முதல்முதலில் கிரக யாத்திரை செய்து வெற்றிகரமாகத் திரும்புகிறவருக்கு ஒரு கோடி பவுன் பரிசு என்று அதை ஒரு நிதியாகப் பொது டிரஸ்டிகளின் கையில் விட்டுச் சென்றார்.

அவரது பரிசு சென்ற 50 வருஷங்களாக ஒருவராலும் கைப்பற்றப்படாமல் இருந்துவருகிறது. கிரகமாவது யாத்திரை யாவது என்று நினைத்தார் நிருபர்.

"செவ்வாய்க் கிரகத்திற்கு யாத்திரை செய்வதாக உத் தேசம். இயந்திரம் எல்லாம் தயாராகிவிட்டது. பிரயாணமும் சமீபத்தில்தான். வருகிற செப்டம்பரில்."

பின்னர் பத்திரிகைகளுக்குக் கேட்கவா வேண்டும்!

தந்தையும் மகளும்

அன்று மாலை நான்கு மணி சமயம்.
வேல்ஸ் மலைச்சாரலில் ஒரு சிறு பங்களா.

பத்தொன்பது வயது சிறுமியொருத்தி கையில் 'காமட்' என்ற ஒரு தினசரிப் பத்திரிகையை வைத்துக்கொண்டு "அப்பா! அப்பா! கூன்ட்ஸ் பரிசுக்காக டேல்ஸ் போட்டியிடு கிறாராம்" என்று உற்சாகத்துடன் சொல்லிக்கொண்டு உள்ளே ஓடினாள்.

"என்ன! நான் பார்க்கட்டும்" என்று அவள் கையிலிருந்த பத்திரிகையைப் பிடுங்கிக்கொண்டு பரபரப்புடன் அதை வாசிக்க ஆரம்பித்துவிட்டார்.

"இத்தனை காலம் கழித்து! – இத்தனை காலம் கழித்து! – இனியாவது நான் சொன்னது பொய்யல்ல என்று தெரிந்து கொள்ளுவார்கள். இனி கொஞ்ச காலத்தில் நாமும் நம் கட்சியை நிரூபிக்க இயலும்" என்றார்.

"அப்பா, அதெப்படி நம்மால் முடியும்? அவர் போய் விட்டு வந்த பிற்பாடுதானே எல்லாம். அதற்குள் அவசரப்பட் டால்?" என்றாள்.

"உலகத்திலே இந்த வேலையைச் செய்யக்கூடிய ஆசாமி யாராவது இருந்தால் அது டேல் கர்ட்டன்ஸ் ஒருவர்தான்" என்றார்.

"செவ்வாய்க் கிரகம் வருகிற ஏப்ரல் மத்தியில் பூமிக்கு நேராக வருகிறது. அவர் 'டிரைவர்' கணக்கைப் பின்பற்றுகிறார் என்று நினைக்கிறேன். அப்படியானால் போவதற்கு 12 வாரம், வருகிறதற்கு 11 வாரம்; அங்கே சில நாட்கள் தங்கி இயந்திரத்தைப் பழுதுபார்த்துக்கொள்ளவும் வசதியிருக்கும்" என்றார் அந்த கிழவனார்.

"அவருக்கு எழுத வேண்டும்" என்றார் மறுபடியும்.

"அப்படிச் செய்யக் கூடாது; ஒருவேளை பத்திரிகைக் காரர்களுக்கு அறிவித்துவிட்டால் . . ."

டெலிவிஷனில் டேல்

நாம் வருணிக்கும் அக்காலத்திய டெலிவிஷன் சாதாரண மாகப் பழக்கத்தில் இருந்துவரும் கருவியாகிவிட்டது. இப் பொழுது ரேடியோ இருப்பது போல.

மாலை 6 மணிக்கு சீதோஷ்ண அறிவிப்பும் செய்திச் சுருக்கமும் அறிவிக்கப்பட்டது. பின் டெலிவிஷன் ஸ்தாபன அறிவிப்புக்காரர் பின்வருமாறு சொன்னார்:

“கர்ட்டன்ஸ், கூன்ட்ஸ் பரிசுக்குப் போட்டியிடப்போவது நீங்கள் யாவரும் அறிந்த விஷயமே. அவரது உத்தேசங்களைப் பற்றிச் சுருக்கமாகப் பேசும்படி கேட்டுக்கொண்டதற்கு இணங்கி, உங்கள் முன் பேச வந்திருக்கிறார். இதோ டேல் கர்ட்டன்ஸ்.”

ஆயிரக்கணக்கான டெலிவிஷன் திரைகளில் கர்ட்டன்ஸின் புன்சிரிப்புடன் கூடிய முகம் தோன்றியது. பேச ஆரம்பித்தார்.

“எனது உத்தேசத்தைப் பற்றி சிற்சில தவறான வதந்திகள் உலாவுவதைத் தடுப்பதற்கு எனக்கு இன்று மாலை வசதியளித்ததற்கு நான் பி.பி.ஸிக்கு முதலாவது எனது நன்றியறிதலைச் சொல்லிக்கொள்ளுகிறேன். இப்பூமண்டலத்தைவிட்டு கிரக யாத்திரை செய்ய உத்தேசித்திருப்பது உண்மைதான். நான் சில காரணங்களை உத்தேசித்து செவ்வாய்க் கிரகத்திற்கு யாத்திரை போகிறேன். நான் மட்டிலும் தனியாகச் செல்லவில்லை. என்னுடன் ஐந்து பேர் வருகின்றனர்.

“ஒரு சில பகுதிகளில் நான் வேண்டுமென்று தற்கொலை செய்துகொள்ள முயற்சிக்கிறேன் என்று வதந்திகள் கிளப்பிவிட்டிருக்கின்றனர். தற்கொலை செய்துகொள்ளுவது உத்தேசமெனில் இதைவிட மிகவும் மலிவான பல வழிகள் எனக்குத் தெரியும்.

“இதில் அபாயமில்லை என்று நான் கூறவரவில்லை. அபாயம் இருக்கத்தான் செய்கிறது. இரண்டுவிதமான அபாயங்கள் இருக்கின்றன என்று சொல்ல வேண்டும். ஒன்று நாங்கள் எதிர்பார்ப்பவை. அதாவது தெரிந்தவை. மற்றது நாங்கள் அறியாதது. ஆனால் நாங்கள் பிரயாணம் செய்ய தவிக்கின்றோம்.

“1931ம் வருஷம் ஆசிரியர் பிக்கார்டு ஸ்டிரத்தாஸ்பியரில் செய்த ஆராய்ச்சியின் பயனாக நாங்கள் போகும்வழி கண்கட்டு பாதையல்ல. மேலும், உலகம் ரிச்சர்ட் டிரைவரின் சாதுரியத்தையும் விடாமுயற்சியையும் போற்ற வேண்டும். மூன்று முறை அவர்களது நண்பர்கள் சந்திரலோகத்தில் மோதி உயிரிழந்தும், அதைச் சுற்றி மிகுந்த துணிகரமாக பிரயாணம் செய்து வெற்றியுடன் திரும்பிய அவரது திறமையை யார்தான் போற்றாது இருக்க முடியும்? அவரது முயற்சி உலகத்தின் இறவாத காப்பியங்களில் ஒன்று. அவரது முயற்சிதான் எங்களது தூண்டுகோல்.

“இதிலிருந்து நாங்கள்தான் இம்மாதிரியான யாத்திரையைப் புதிதாகத் தொடங்குகிறோம் என்று நீங்கள் நினைக்க வேண்

டியதில்லை. அவர் சென்ற பாதையில் சென்று இன்னும் சிறிது தூரம் வழியைச் செப்பனிட முயற்சிக்கிறோம். எங்களது முயற்சி வெற்றி பெற்றால் கிரக மண்டல யாத்திரை ஆரம்ப மாகிவிட்டது என்று கூறலாம்."

டெலிவிஷன் திரையில் சிகப்பொளி தெரிந்தது. டேல் கர்ட்டன்ஸின் உருவம் மங்கியது.

கிரக யாத்திரையின் ஆரம்பம், பங்கு மார்க்கெட்டுகளில் பலத்த கலாட்டா. வெடிமருந்துப் பொருள்கள் யாவும் 'ராக்கட்டுகள்' போல் உயரப் பறந்தன. எவனோ ஒருவன், செவ்வாய்க் கிரகத்தில் ஏராளமான தங்கம் இருக்கிறது; இனி அது தண்ணீர் பட்டபாடுதான் என்று அவுட் கிளப்பி விட்டான். தங்க விலை தலை குப்புறக் கவிழ்ந்தது. பொருளா தார சாஸ்திரிகளின் துணைக்கு வானசாஸ்திரிகள் வந்து கரடியாய்க் கத்தியும் தங்கம் தலை தூக்க மறுத்துவிட்டது.

மற்றொரு வேடிக்கை. ராக்கட் விமானம், கிரக யாத்திரை இவை போன்ற விஷயங்களைப் பற்றி ஆதாரமற்ற வதந்திகள் மூலைக்கு மூலை புறப்பட்டது.

ருஷ்யர்கள் பல வருஷங்களாக டோவாரிட்ச் என்ற ராக்கட் விமானம் ஒன்றைச் செய்துவருகின்றனர். அது டேல் கர்ட்டன்ஸ் செய்துவைத்திருப்பதைவிட மிகவும் பெரியது என்ற ஒரு பெரிய வதந்தியை யாரோ கிளப்பிவிட்டனர். இது ஒன்றுக்குப் பத்தாகப் பூதாகாரமாக வளர்ந்துவிட, சோவியத் சர்க்கார் "அப்படிப்பட்ட ஒரு விமானத்தைச் செய்யவுமில்லை; செய்வதாகவும் எண்ணமில்லை" என்று உத்தியோக முறையில் ஒரு அறிக்கை வெளியிட்டு மறுத்தனர். இதைப் போல் இன்னும் எத்தனையோ வதந்திகள். ஜெர்மனி, அமெரிக்கா, ஜப்பான் இவையாவும் மேற்படி பரிசுக்குப் போட்டியிடப் போவதாக ஒரு அவுட் கிளம்பியது. ஆனால் அவையாவும் சிசு மரணமுற்றன. டேல் கர்ட்டன்ஸ் உடன் யார் யார் செல்லப் போகிறார்கள் என்ற விஷயம் பொது மக்களின் ஆசையைக் கிளப்பிவிட்டது. சந்தர்ப்பத்தைப் பயன்படுத்திக்கொள்ளத் தெரிந்த ஒரு பத்திரிகையொன்று அதற்கென்று போட்டிப் பரிசு ஒன்று ஆரம்பித்தது. பங்கு மார்க்கெட்டுகளும் இதில் பின்தங்கவில்லை. டேல் கர்ட்ட னின் வெற்றி *500*க்கு ஒன்றாக இருந்தது.

கர்ட்டன்ஸ் விமான நிலையத்தில் வேலை வெகு ஜரூராக நடைபெற்று வந்தது.

‘பூலோகவாணி’ புறப்படுகிறது

1981 அக்டோர் 12ந் தேதி! ‘பூலோகவாணி’ இப்பூமண்டலத்தைவிட்டு வான்வெளியைத் துருவ முயலும் தினம்!

அதற்கு முந்திய தினம் இரவிலேயே சில முரட்டு ஆத்மாக்கள் ‘இடம் பிடிப்பதற்காக’ ஸாலிஸ்பரி மைதானத்தில் வந்து படுத்துத் தூங்கினர்.

உதயசூரியனின் முதற் கிரணம் மைதான முனையைத் தொடுமுன்பே கூட்டம் திரள ஆரம்பித்துவிட்டது.

இதற்கு ஒரு வாரத்திற்கு முன்பே, ஏற்கனவே இருந்து வரும் உத்சாகமும் பரபரப்பும் ஜன்னி கண்ட நிலை போல் உச்சஸ்தாயியை எட்டியது. பத்திரிகைகள் பிரத்தியேக ‘பூலோக வாணி’ அநுபந்தங்கள் ராக்கட் விமானத்திற்கு அப்பெயரிடும் தினத்தில் வெளியிட்டன. ஒரு கிராமபோன் கம்பெனி டேல் கர்ட்டன்ஸ் திறமைகளைப் புகழ்ந்து பாட்டுக்கட்டி ரிக்கார்டு செய்து ஏராளமான பணம் தட்டியது.

12ந் தேதி திங்கட்கிழமை காலை முதல்முதலில் ஒரு டஜன் ‘பலூன்கள்’ வட்டமாக, மெதுவாக உயர எழுந்தன. அந்தச் சுற்றளவிற்குள் ஒருவரும் நுழையக் கூடாது. அவை யாவும் போலீஸ் பாராக்கள். இவற்றிற்கும் மேலாக, விமானத்தில் பறந்து பாராக் கொடுக்கும் ராணுவ உத்தியோகஸ்தர்கள்.

ராக்கட் விமானம் உயர எழுந்து செல்ல 5 மைல் வட்டமுள்ள தனி வெளி அவசியம் என்று நிபுணர்கள் ஆலோசனை கூற, அவ்வளவு தூரத்திற்கு வெளியிலேயே பொதுமக்கள் இருக்க வேண்டும் என்று சர்க்கார் உத்திரவு பிறப்பிக்கப் பட்டது.

காலை ஏழு மணி சுமாருக்குப் போக்குவரவு விமானம் முதல் முதலாக அங்கு வந்து வேடிக்கை பார்க்க வருவோர் கூட்டத்திலே ஒரு பகுதியை இறக்கிவிட்டு மறுபடியும் சென்றது. இப்படியே மறுபடியும் மறுபடியும்.

கூட்டத்தில் சிலருக்குப் பிரத்தியேகமான இடம். பிறப்பினாலும் வசதியினாலும் அப்பேறு பெற்ற பலர் அதற்குள் சென்றனர். வெறும் நாடோடிக் கூட்டத்திற்கு வேறு தனியமைப்பு.

கூட்டத்தின் உற்சாகத்தைப் பயன்படுத்திக்கொள்ள நினைத்த ஒரு பெரிய கம்பெனி டேல் கர்ட்டன்ஸ் பதுமை, ராக்கட் பதுமை முதலியன செய்து சிற்றாள் மூலம் விற்றது.

இதற்குப் பின்னடைந்தவர்களோ ஹோட்டல்காரர்கள்! டேல் கர்ட்டன்ஸ் போகுமுன் கடைசியாகப் பேசுவதற்கு ஒலி பெருக்கும் ஸானங்கள் அமைக்கப்பட்டிருந்தன. ராக்கட் மைதான வெளியைச் சுற்றி 2 மைல் வட்டத்திற்கு ஒரே கறுப்பு வட்டம் போல் மனிதக் கூட்டம் என்றால் பிறகு நெருக்கத்தைப் பற்றி விஸ்தரிப்பானேன்.

தூரத்திலே ஒரு விமானந் தெரிந்தது. அதுதான் டேல் கர்ட்டன்சும் அவரது சகாக்களும்.

ஆயிரக்கணக்கான குரல்கள் அவரை வரவேற்றனர்.

விமானம் மெதுவாக இறங்கியது. கர்ட்டன்சும் அவரது நண்பர்களும் முறையே இறங்கினர்.

இந்த யாத்திரையை சினிமாப் படமாகத் தயாரிக்க வேண்டுமென்று பிரபல கம்பெனிகள் அதற்கான வழிகள் செய்திருந்தன. அவர் இறங்கியதுதான் தாமதம். ஆயிரக்கணக் கான காமிராக்கள் தங்களது கண்ணாடிக் 'கண்'களை அவரது திசையில் திருப்பின.

இதனிடையில் பத்திரிகைப் புகைப்படம் எடுப்பவர்கள், நிருபர்கள் – இக்கூட்டங்கள் யாவரும் இன்னும் 'பூலோக வாணி'க்கு அரை மைல் தூரத்திற்கு அப்புறத்திலேயே நிறுத்தப் பட்டிருக்கின்றனர்.

"விமானத் திறப்பு விழாவையும் உங்களுக்குத் திரையில் காண்பிப்போம். ஒரு நிமிஷம் – லென்ஸ்களை மாற்றட்டும்" என்று கூட்டத்தினரைத் தாஜாப் பண்ணிக்கொண்டிருந்தனர் ஸினிமா புகைப்படக்காரர்கள்.

இது மட்டிலுமா? பி.பி.ஸி. கூட்டத்தினர் யாவருக்கும் திறப்புவிழா, ராக்கட் பாய்ச்சல் யாவையும் காண்பிக்க டெலிவிஷன் கண்ணாடித் திரைகள் அமைத்திருந்தனர்.

சிறிது பொழுதில் டேல் கர்ட்டன்ஸ் உயர்ந்த மேடைமேற் நிற்பது தெரிந்தது.

"கர்ட்டன்ஸ் பேசப்போகிறார்" என்று அறிவித்தார் ரேடியோ ஸ்தாபன அறிவிப்புக்காரர்.

அலைகடல் போல் ஒலித்துக்கொண்டிருந்த மனிதக் கூட்டத்தில் அமைதி நிலவியது. எங்கும் நிசப்தம்.

"மக்களது உத்ஸாகமான வரவேற்பிற்குப் பதிலளிக்க வார்த்தைகள் போதாது. என் சார்பாகவும் எனது நண்பர் சார்பாகவும் உங்கள் அன்பிற்காக வந்தனம் கூறுகிறோம்

என்று மட்டிலும் சொன்னால் போதுமென்று நினைக்கிறேன். உங்களது அன்பிற்கும் வரவேற்பிற்கும் பாத்திரமாகும்படி நடந்துகொள்ளுவோம் என்று எதிர்பார்க்கிறோம். மறுபடியும் வந்தனம்."

தொங்கிக்கொண்டிருந்த கயிற்றைப் பற்றி, "இதோ பாருங்கள் – இதுதான் என் பூலோகவாணி!"

கயிற்றை இழுத்தார். ராக்கட் விமானத்தை மூடியிருந்த பை அலைபோல் சுருண்டு விழுந்தது.

மறுபடியும் ஒரே ஆரவாரம். வானைப் பிளந்து அப்புறத் தண்டத்தை முட்டியது.

பூதாகாரமான வெடிகுண்டு போல 'பூலோகவாணி' சூரிய ஒளியில் பிரதிபலித்தது.

எல்லாம் எதிர்பார்த்தபடி நடைபெற்றால் ஒரே குதியில் வான்வெளியில் ஒரு சிறு கருப்புப் புள்ளியாக வானத்து நீலத்துடன் கலந்துவிடும்.

கூட்டத்தில் அமைதி நிலவியது. ஆனால் அடித்தொண்டை யில் யாவரும் பேச ஆரம்பித்துவிட்டனர்.

பூலோகவாணியின் உச்சிமுனையில் ஒரு சிறு கதவு. டேல் கர்ட்டன்ஸ், அவரது சகாக்கள் யாவரும் உள்ளே சென்றதும் கதவு மூடப்பட்டது. கீழே இருந்த வேலைக்காரர் கள் பிரத்தியேக நிருபர் முதலியோர் யாவரும் மோட்டாரில் ஏறி துரிதமாக அவ்விடத்தைவிட்டு ஓடினார்கள்.

மைதான வெளியில், தன்னந்தனியாக பூலோகவாணி சூரிய ஒளியைப் பிரதிபலித்து நின்றது.

"இன்னும் 20 நிமிஷம்" என்றார் டேல் கர்ட்டன்ஸ். அந்த இருப்பு அறையில் அவரைச் சூழ்ந்து நின்ற நால்வரும் என்ன நினைத்தார்களோ, அவர்களது உணர்ச்சியை இலகுவில் வெளியிட்டு வகுக்க முடியாது. மொட்டை மொழுக்கென்று பார்ப்பதற்கு அழகற்ற அம்மைதான வெளியே இயற்கை யழகின் பிறப்பிடம் என்று மயங்கியவர் மாதிரி குவார்ட்ஸ் கண்ணாடி சாளரத்தின் வழியாகப் பார்த்து நின்றனர்.

அவர்களில் மிகவும் இளையவன் ஜியாப்ரி டூகான். இதுதான் முதல் அனுபவம். மோஹினி பிடித்தவன் போல பெருமூச்சுவிட்டு நின்றான்.

பத்திரிகை நிருபர் ப்ரூட் அனுபவம் நிறைந்தவன்; செய்தி 'வேட்டைக்காக' பல இடங்களில் மரணத்தை எதிர்நோக்கி

நின்றவன். அவன் புன்சிரிப்புடன் டேல்லைப் பார்த்துவிட்டு ஜன்னல்புரம் தலையைத் திருப்பினான்.

அடுத்தவன் என்ஜினீயர் ஜேம்ஸ் பர்ன்ஸ். அவன் விரல்கள் படபடத்துக்கொண்டிருந்தன. புறப்படுமுன் இருக்கும் உணர்ச்சிக் கட்டுப்பாட்டை அவனால் தாங்க முடியவில்லை போலும்!

சகாக்களைப் பொறுத்தவரை, டேல் கர்ட்டன்சுக்குக் கடைசி மனிதரைப் பற்றித்தான் கவலை. டாக்டர் கிரேஸன்; அவர்தான். அந்த மனிதர். ஐம்பத்திரண்டு பேர்களில் அவரைத் தேர்ந்தெடுத்தது பற்றிப் பலர் பலவிதமான அபிப்ராயம் கூறினர். அவை ஒருவேளை உண்மையாகிவிடும் போலிருந்தது. இனி அதைப் பற்றிக் கவலை கொள்வதில் பயன் என்ன?

டாக்டர் கிரேஸனின் முகமும் கைகளும் வேர்த்தன. கண்கள் வெளிறிவிட்டன.

புரூட் ஜன்னல் வழியாகத் தூரத்தில் தெரியும் மனித வர்க்கத்தைப் பார்த்துக்கொண்டிருந்தான்.

"எத்தனை ஆயிரம்? உண்மையில் இங்கேயே நமது விமானம் சுக்குநூறாகப்போனாலும் திருப்தியடையக்கூடிய கூட்டம்" என்றார் நிருபர் புரூட்.

"ஆமாம், அப்படித்தான். விமானப் பாய்ச்சலில் யாரும் சாகாதுபோனால் கொடுத்த காசு ஜரித்துப் போனதாகக் கருதுவார்கள். யாராவது சாக வேண்டும். அப்பொழுதுதான் உத்சாகம்" என்றார் என்ஜினீயர் பர்ன்ஸ்.

"இந்தச் சமயத்திலா சாக்குருவி மாதிரி பேசுவது!" என்றார் டாக்டர்.

"நானும் அப்படித்தான் நினைக்கிறேன். புறப்பட்டால் தேவையில்லை என்று நினைக்கிறேன். இன்னும் எவ்வளவு நேரம்" என்றான் டூகன்.

"இன்னும் கால் மணிநேரம்" என்றார் டேல்.

"காற்றின் வேகம் 12 மைல்" என்றான் டூகன் ஜன்னலைப் பார்த்துக்கொண்டு.

"சரி, ஜன்னலைச் சாத்திவிட்டு உட்கார்ந்துகொள்ளுவது நலம்" என்றார் டேல். ஒரு மின்சார விளக்குப் பொத்தானை அமுக்கினார். ஜன்னல்கள் இறுகச் சாத்திக்கொண்டன. பின்னர் பந்தோபஸ்தாக இரும்பு ஆணிகள் கொண்டு தரையிடப்பட்டன.

உட்காருவதற்குக் கம்பிகளில் தொங்கும் ஊசல்கள். ஒவ்வொருவரும் உட்கார்ந்து இடுப்பைச் சுற்றி ஆசனத்தில் பாதுகாப்பு பெல்டுகளைக் கட்டிக்கொண்டனர்.

டாக்டரின் கைகள் பதறின. அவரால் கட்டிக்கொள்ள முடியவில்லை. பக்கத்திலிருந்த டூகன் உதவி செய்தான்.

"உட்காருவதற்குச் சரியான ஆசனங்கள். நாங்கள் நன்றாகத் தூங்காமல் ஏன் வேதனைப்பட்டுக்கொள்ள வேண்டும்?" என்றார் நிருபர்.

டேல் பேசாமல் பொறுமையாகக் கடிகாரத்தின் வினாடிக் கையைக் கவனித்துக்கொண்டு இருந்தான்.

அவனது வலக்கை விரல்கள் யந்திரத்தைப் புறப்பட வைக்கும் விசைக்கம்பியை மெதுவாகப் பற்றியிருந்தன. அவன் மனம் ஒன்றில் லயித்திருந்ததினால் முகத்தில் பயக்குறி தோன்றவில்லை.

"இரண்டு நிமிஷங்கள்!" துடிதுடிப்பு அதிகமாயிற்று. புரூட் நிமிர்ந்து உட்கார்ந்தான். டூகனுக்கு இருதயம் படபட வென்று அடித்துக்கொண்டது. டாக்டர் வினாடிகளை வாய் விட்டுரைக்க ஆரம்பித்தார்.

"அரை நிமிஷம்" என்றார் டேல்.

"அதற்கப்புறம் – என்ன?" என்றார் டாக்டர். டூகனின் கண்கள் அவருக்கு உற்சாகமூட்டின.

"15 வினாடிகள்!"

எப்படிப்போனால் என்ன என்ற மனப்பான்மை பிறந்து விட்டது டாக்டருக்கு. புறப்பட்டால் போதும்,

"ஐந்து – நான்கு – மூன்று – இரண்டு – ஒரு . . ."

வெளியே கூட்டத்தின் இரைச்சலும் படிப்படியாக ஓய்ந்தது. ஒலிபெருக்கிகள் மட்டும் காலம் அறிவித்து நின்றன.

எல்லோரும் ராக்கட் விமானத்தையே நோக்கினர். இமைகூட அசையவில்லை. அங்கிருந்த மிகவும் மந்த புத்தி உள்ளவனுக்கும் அந்தக் காட்சியைப் பார்க்கும்பொழுது பழைய கட்டுப்பாடுகளைத் தகர்த்துக்கொண்டு புறப்படும் மனித ஆசைகளின் புதுலட்சியம் உருவகப்படுத்தப்பட்டது போல் ஸ்பஷ்டமாகப் பதிந்தது.

கடைசி வினாடியும் முடிந்தது.

விமானத்தின் வாலிலும் பக்கத்திலும் ஒளி நாக்கு பாய்ந்து வெளிப்பட்டது. ராக்கட் உயர்ந்தது. அக்னியின் மீது அமர்ந்து நிற்பது போல் அந்தரத்தில் மிதந்தது. பேரிரைச்சலுடன் வானை நோக்கிப் பாய்ந்து புறப்பட்டது. உலகத்திலிருந்து புறப்படும் வால்வெள்ளியா?

அதோ தெரிகிறதே கருப்புப் புள்ளி...

அவ்வளவுதான்!

3
இவள் எப்படி வந்தாள்?

வானவெளியில்

டாக்டர் கிரேஸனின் கண்கள் இறுக மூடியிருந்தன; உதடுகளும் அப்படியே. டூகன் கண்களை விரியத் திறந்து டேலைப் பார்த்தவண்ணம் இருந்தான். டேலின் வலக்கை விரல்கள் கன்ட்ரோல் லீவரை இறுகப் பிடித்திருந்தன.

திடீரென்று ஒரு முழக்கம். அவன் நெஞ்சில் பார்வைக்குப் புலப்படாத ஒரு சுமை அழுத்தியது. விமானமே குலுங்கியது. உள்ளிருந்தவர்களை ஒரு ஆட்டு ஆட்டியது. டேல் தலை சுழன்றது. மண்டையோட்டிற்குப் பின் மூளைக்குப் பதிலாக ஈயத்தை வைத்து அடைத்தது போல் மண்டை கனத்தது.

விமானம் சுற்றுப்புறக் காற்றைக் கிழித்துக்கொண்டு பறந்தபொழுது பேய் ஓலமிட்டு அலறுவது போல் ஒரு புதிய பயங்கரமான தொனி பிறந்தது. சிறிது சிரமத்துடன் தலையைத் திருப்பி உஷ்ணமானியைக் கவனித்தான். விமானத்தின் வெளிப்புறத்தில் உஷ்ணம் அதிகரித்துக்கொண்டே வருகிறது. வினாடிக்கு ஒரு மைல் அதாவது மணிக்கு 3600 மைல் விகிதத்தில்தான் செல்கிறது. அவனுக்குப் பயம் தூக்கிவாரிப் போட்டது. இதை டேல் அறிவானா?

டேல் கண்கள் அவர் முன்பு இருந்த வினாடி முள் வைத்த அறிவிக்கும் கருவி மீதே ஒரே பார்வையாக இருந்தது. அவன் படிப்படியாக மெதுவாக வேகத்தை அதிகரித்துக் கொண்டு வந்தார். விமானத்தின் உள் இருப்பவர்களுக்கு மூச்சுவிடுவது மிகவும் சிரமமாயிற்று. அவர்கள் உட்கார்ந்திருக்கும் ஸ்பிரிங் வைத்த மெத்தைகளும் பாறாங்கல் போல் உறுத்தின. அடிவயிற்றை யாரோ அமுக்குவது போல் இருந்தது. வயிற்றின் உட்கருவிகள் யாவும் பாரம் தாங்க முடியாது

வலித்தன. தலையில் யாரோ இரும்புக் கம்பியை வளைத்து இறுக்குவது போல் இருந்தது. கண்கள் பிதுங்கின.

வெளியில் காற்றின் ஓலம் காதையடைத்தது. உஷ்ண மானியில் பாதரஸம் உயர ஏறிக்கொண்டே இருந்தது. ஆனால் சிகப்புக் குறியிட்ட அபாய எல்லைக்கு எட்ட வெகுதூரம். விமானத்தின் கதி அதிகரித்தது. வினாடிக்கு 4• மைல்வரை எட்டிவிட்டது. ஆனால் கணித்ததைவிடச் சிறிது குறைந்த விகிதத்திலேயே விமானத்தின் கதி அதிகரிக்கிறது.

டூகனால் பார்க்க முடியவில்லை. கண்கள் பார்க்கும் திறமையை இழந்தன. கண்கள் பிதுங்கிவிடுமோ? அவன் உள்ளம் 'வினாடிக்கு ஏழு மைல், வினாடிக்கு ஏழு மைல்' என்று அடித்துக்கொண்டது.

அதில் குறைந்தால் விமானம் பூமியின் ஆகர்ஷணத்தை விட்டு வெளிக்கடக்க முடியாது. டேல் வேகத்தை அதிகப்படுத்தி னான்! உள்ளிருப்பவர் உடல் நொறுங்கிவிடும் போல் இருந்தது ...டூகன் பிரக்ஞை இழந்தான்.

விமானக் கோஷ்டியில் மிகவும் இளம் பருவத்தினன் டூகன்; மேலும் பலமுள்ளவனும்கூட. அவன்தான் முதலில் விழித்தான். அவனுக்குச் சுய உணர்வு பூராவும் வரும்பொழுது மற்றவர்கள் சிறிது அசைய ஆரம்பித்தனர்.

உணர்வு வந்ததும் ஸ்பீட் மீட்டரைக் கவனித்தான். வினாடிக்கு ஏழு மைலுக்கும் சிறிது அதிமாகக் காண்பித்தது. சிறிது புரண்டு மேல் இருந்த இடத்தைக் கவனித்தான். மிஷினுக்கு தானே வேகத்தைக் கட்டுப்படுத்தும் கருவி ஒன்று கண்டுபிடித்து அமைக்கும்வரை ஆபத்துத்தான் என்று டூகன் கருதினான்.

ராக்கட் குழாய்கள் மூடப்பட்டு விமானம் தன் சுயவேகத் தில் பாய்ந்துகொண்டிருந்தது. காலில் மேக்னடிக் பூட்ஸை அணிந்துகொண்டு விமானத்தின் தரையில் கால் வைத்தான்.

என்ஜினியர் பர்ன்ஸ் சிறிதும் கவலைப்படாமல் காலைத் தரையில் வைத்தான். அப்படியே அவனைத் தூக்கியடித்து விட்டது.

"கொஞ்சம் மூளையை உபயோகிக்கக் கூடாதா?" என்று முனங்கினார், அப்பொழுதுதான் விழித்தெழுந்த டாக்டர்.

"இவ்வளவு சீக்கிரத்தில் ஆகர்ஷணமற்ற இடைவெளிக்கு வந்துவிடுவோம் என்று நினைக்கவில்லை" என்றான் பர்ன்ஸ்.

"ஜன்னல் கதவைச் சிறிது திறந்தால் என்ன?" என்றான் நிருபர் புரூட்.

டூகன், டேலைத் திரும்பிப் பார்த்து "அவர் எழுத்திருக் கட்டும், அவர் உத்தரவு வேண்டும்" என்றான் என்ஜீனியர்.

"சரி சரி, சன்னலைத் திறவுங்கள். அது உடையாமல் இருந்தால்தான் திறக்க வேண்டும். எனக்குக் கொஞ்சம் களைப் பாக இருக்கிறது. கொஞ்ச நேரம் கழித்து, எழுந்திருக்கிறேன்" என்றார் டேல்.

மூவர் மரைகளைத் திருப்பி ஜன்னல்களைத் திறக்க முயற்சித்தனர். டாக்டர் டேல் சோர்வை நீக்குவதற்கு 'ஊசி குத்த' மருந்துப் பெட்டியை நாடினார். ஆகர்ஷண சக்தியற்ற இடைவெளியில் விமானம் செல்வதால் மனிதர் சுய பலத்தை இழந்துவிடுவார்கள். இது விஞ்ஞான நுட்பம். இதன்படி ஜன்னல்களைத் திறப்பதற்கு முன் மரைகளைக் கழற்றுவது சிறிது சிரமமான காரியமாகவே இருந்தது. ஆனால் கடைசி யில் கதவுகளும் திறக்கப்பட்டன.

குவார்ட்ஸ் கண்ணாடி வழியாக வெளிவானம் புலப் பட்டது. கருங்குழம்பு போன்ற மைவானத்தில் அந்தரத்தில் தொங்கும் வைரகோளங்கள் கோடிகோடியாகப் பிரதிபலித் தன. அவை யாவும் எல்லையற்ற தனிமையிலே சுடர்விட்டுக் கொண்டிருந்தன. அவ்வொன்றுமற்ற வெளியில் காலம் என்ற எல்லை கிடையாது. ஒரு முழமும், ஒரு கோடி வருஷமும் அங்கு ஒன்று தான்.

அங்கே அணுக்கள் பரமாண்டத்தில் குழம்பி மருண்டன.

பூமி எங்கே?

சிறிது பொழுது ஒருவரும் பேசவில்லை. யாருக்குத்தான் பேசவரும்? முதல்முறையாக மனிதன் அதுவரை கண்டதில் ஓர் பெரிய அம்சத்தைக் கண்ட பின் யார்தான் பேச வாயெடுப் பார்கள்? . . .

"பூமி எங்கே?" என்றான் புரூட்.

"இன்னும் கொஞ்ச நேரத்தில் தெரியும். நமது பாதை சிறிது வளைந்தே செல்லுகிறது" என்றான் டூகன் மெதுவாக.

இருட்படலத்தில் பதித்த தழல் போன்ற நட்சத்திரங்கள் மறையும்வரை காத்திருந்தனர். பரந்து கிடந்த வானவெளியில் அவை மெதுவாக ஒருபுறம் சென்று மறைந்தன. மெதுவாக

ஒரு கருப்புப் பிறை வட்டம் முன்னேறி யாவற்றையும் மறைத்து அவர்களுக்கு மேல் பூதாகாரமாக ஓங்கி வளர்ந்தது.

"என்ன அழகு! முத்துப்போலச் சுடர்விடுகிறது?" என்றான் புருட்.

அதுதான் பூமி. முதல்முதலாக வான்வெளியில் நின்று கொண்டு, வானத்துத் தேவர் போல் பார்க்கும் மனிதன் கற்பனை வெறிபிடித்த கவியாவதில் அதிசயமில்லை.

அப்பெரிய பிறைச் சந்திரனைப் போல் கதிக்க அறுக்கப் பட்ட வட்டமல்ல; மேடும் பள்ளமும் மிகுந்த ஒழுங்கற்ற பிறை வட்டம். அதினின்றும் தண்மையான பச்சை நீல ஒளி பறந்தது, ஏதோ ஓர் ஆகாயத் தாமரை மெதுவான மங்கிய சுடருடன் மலர்ந்தது போல.

ஐரோப்பா பகுதிகளில் இரவு வந்துவிட்டது. இரவின் இருட்கோடு மெதுவாக அட்லாண்டிக் மகா சமுத்திரத்தில் முன்னேறிக்கொண்டு இருக்கிறது. அமெரிக்கக் கரைகளின் எல்லைகள் கோடுகள் போலத் தெரிந்தன. சிறிது கூர்ந்து கவனித்தால் மலைகளும் ஸ்பஷ்டம். அந்த மலைகளில் எத்தனை தூரதிருஷ்டிக் கண்ணாடிகள் இவர்கள் செல்லும் திசையில் இவர்களை நோக்கித் திருப்பப்பட்டு இருக்கும்! இந்த எல்லையற்ற அழகான தெய்வீக நாடகத்தில் இப்பிர பஞ்ச மூலாதார க்ஷணத்தில் ஆயிரக்கணக்கான 'மனிதக் கிருமிகள்' தங்கள் முக்கியமற்ற முக்கிய வேலைகளில் ஈடுபட் டிருப்பார்கள். என்ன வேடிக்கை – என்ன வித்தியாசம்! முதல் முதலில் பூமியின்மேல் ஒரு சிறிது தூரம் மட்டிலும் பறந்த ஆகாய விமானியின் நினைவு எப்படி இருந்திருக்கும்! விமானங்கள்! அவை கண்டுபிடிக்கப்பட்டு எத்தனை வருஷங் கள்! மனித மூளையின் ஓட்டந்தான் என்ன! ஆனாலும் இந்த வேடிக்கையில் அதுவும் ஒரு திவலைதான் . . .

டாக்டரும் டேலும் சன்னல் பக்கத்தில் வந்தனர். ராக்கட் விமானம் இன்னும் வளைந்த பாதையில் சென்றுகொண்டு தான் இருக்கிறது. திடீரென்று பூமி பார்வைக் கோட்டிலிருந்து விலகி மறைந்தது. திடீரென்று ஒரு ஒளிக்கற்றை சன்னல் வழியாகப் பாய்ந்து கண்களைக் கூச அடித்தது.

"சன்னலை மூடுங்கள் அல்லது நாம் உயிருடன் வெந்து போவோம்" என்று உத்திரவிட்டார் டேல்.

சூரியன் உதயமாகிவிட்டது.

சுற்றுப்புறத்தை நக்கி நிமிரும் அனல் கற்றைகளைப் போன்ற தீநாக்குகளுள் பொதிந்த சூரிய தேவன் உதயமானார்.

உஷ்ணமும் பிரகாசமும் சகிக்கக்கூடியதாக இல்லை. டூகனும் பர்ன்ஸூம் கதவை நடந்து சென்று மூடினர்.

டேல் யந்திரக் கருவிகளைக் கவனித்தான். உஷ்ணமும் வேகமும் சரியான நிலையில்தான் இருக்கின்றன. ஆனால் யந்திரத்தை இயக்க உபயோகப்படுத்தப்படும் விறகுப் பொருட்கள் ரசாயனப் பொருட்செலவு விகிதத்தை அளவு எடுத்துக் காட்டுங் கருவி யண்டையில் வந்ததும் திடுக்கிட்டார். முகம் சிறிது கறுத்தது. அவர் கணித்த உத்தேசத்திற்கும் இயந்திரம் காண்பிக்கும் அளவிற்கும் சிறிது வித்தியாசம் இருந்தது. அவருக்குக் காரணம் விளங்கவில்லை.

விசித்திரமான கனம்

"என்ன ஆச்சரியம்" என்றார் பக்கத்திலிருந்த டூகனைப் பார்த்து.

"அதென்ன பிரமாதமான வித்தியாசம்? மேலும் நமது வேகமும் வினாடிக்கு ஏழு மைல் கதியைத் தாண்டவில்லையே" என்றான் டூகன்.

"ஆமாம், அதெல்லாம் சரிதான். இந்தக் கணக்கு வெகு லேசானதல்லவா! இதில் தவறு ஏற்படாதே! பொறு! ஒரு வினாடி!" என்று சொல்லி மறுபடியும் கணக்குப் பார்த்தார்.

"130 அல்லது 140 பவுண்டுக்குள் வித்தியாசம். அது எப்படி அதிகமாகியிருக்கும்?"

"ஐந்தாவது வினாடியில் வேகத்தை அதிகப்படுத்தவில்லையா?" என்றான் டூகன்.

"ஆமாம்! அதற்கும் ஈடுகட்டியிருக்கிறேன்." மற்றவர்களைப் பார்த்து "நீங்கள் யாராவது அதிகச் சாமான்கள் கொண்டுவந்திருக்கிறீர்களா, ஜாஸ்தியாக?."

ப்ரூடும் பர்ன்ஸ்சும் இல்லை என்று தலையை அசைத்தார்கள். டாக்டர் கிரேஸன் மாத்திரம் அசட்டுத்தனமாக விழித்தார்.

"என்ன முழிக்கிறீர்?" என்றார் டேல்.

"உம், என் பேத்தி நமது அதிர்ஷ்டத்திற்காக ஒரு சின்ன சாமானை வைத்திருக்க வேண்டும் என்று கொடுத்தாள்" என்று ஒரு சிறு வெல்வெட் பூனைக்குட்டியை எடுத்து வெளியே வைத்தார்.

டேல் சிரித்துவிட்டு "மிஞ்சிப்போனால் ஒரு அவுன்ஸ் இருக்கும். அது பரவாயில்லை. நீங்கள் பூதக்கண்ணாடி

கொண்டுவந்தீர்களா? மேலும் நீங்கள் சொல்லிவிட்டுக் கொண்டுவந்திருந்தால் நலம். வேறு யாரும் ஒன்றும் அதிக மாகக் கொண்டுவரவில்லையே!"

யாவரும் 'இல்லை' என்று தலையை அசைத்தனர்.

"இது ஆச்சரியமான விஷயம்தான். மற்றதெல்லாம் அதிக்க நாம் உத்தேசித்தபடி நடந்துவந்திருக்கிறது" என்று சொல்லிக்கொண்டு இயந்திரத்தண்டை சென்றார் டேல்.

மற்றவர்களை வேண்டுமானால் சன்னலைத் திறந்து பார்த்திருக்கும்படி உத்திரவிட்டுவிட்டு டூகனிடம் கணிதப் படங்களைக் கொண்டுவரும்படி கட்டளையிட்டார்.

டூகன் சிறு கதவைத் திறந்து ஏணி மூலமாக இறங்கினான் என்று கூறக்கூடாது; விமானத்தில் அச்சமயத்தில் உயரமேது, பள்ளமேது. ஒரு அறைக்குச் சென்றான்.

'பூலோகவாணியின்' இயந்திர அறை, அதன் ஊசி முனைப் பக்கம். அதற்கடுத்த அறை சாமான்கள் முதலியன வைத்திருப்பது. அதற்கப்புறம் ராக்கட் இயந்திரத்தின் அக்கினி வாயு வெளிப்படும் இரும்புக்குழாய் முதலிய கருவிகள் அமைக்கப்பட்ட இடம்.

மேல்உத்திரவை ஏற்றுப் புறப்பட்ட டூகன் விசித்திரமாக நடத்தான். ராக்கட் விமானம் பூமியில் நின்றபொழுது நெட்டநெடுலான முனை வானத்தை நோக்கியவண்ணம் நின்றது. இப்பொழுது விமானம் கதியில் இருப்பதால் பக்க வாட்டாக இருக்கிறது. அதாவது முன்பு சுவர்கள் என்று கருதப்பட்ட இடங்கள் இப்பொழுது தரை. ஆகையால்தான் டூகன் அடுத்த அறைக்குச் செல்லும் ஏணியில் இறங்கமுடிய வில்லை; பழுவில் கால் வைத்து நடந்தான்.

மேலும் இன்னொரு வினோதம். ராக்கட் விமானம் பூமியின் ஆகர்ஷண எல்லையைக் கடந்துவிட்டதால் பொரு ளுக்குக் கனம் கிடையாது. வானவெளியில் எல்லாப் பொருள் களும் மிதப்புக்கட்டை மாதிரி மிதக்கும். இதைத் தவிர்க்கவே விமானிகள் காலில் மாக்னெட்டிக் அதாவது காந்த சக்தி யுள்ள பூட்ஸ் போட்டு நடக்கின்றனர்.

டூகன் சாமான் அறைக்குள் சென்று கணக்குப் படங் களை – கார்டுகளை எடுக்க அலமாரியைத் திறந்தான். அல மாரியில் ஓர் அதிசயம். அதில் ஒரு பூட்ஸ் கால் நீட்டிக் கொண்டிருந்தது.

அவன் திடுக்கிட்டான்; புத்தி தெளிந்து ரிவால்வரை எடுக்க இயந்திர அறைக்குத் திரும்பினான்.

"விமானத்தில் ஒரு அன்னியன் ஒளிந்திருக்கிறான்" என்று டேல் கர்ட்டன்ஸிடம் அறிவித்தான்.

மற்ற நால்வரும் திடுக்கிட்டு விழித்தனர்.

"அப்படியிருக்காது! விமானந்தான் மிகுந்த பந்தோபஸ்துடன் பாதுகாக்கப்பட்டதே!" என்றார் டேல் சிறிது கோபமாக.

"அதோ இருக்கிறானே! நான்தான் பார்த்தேனே!" என்றான் ரூகன் மறுபடியும்.

"திட்டமாகவா?"

"திட்டமாக!"

"அப்படியானால் ரிவால்வரை என் கையில் கொடு. பயலைத் தொலைத்துவிடுகிறேன். கனம் எப்படி அதிகமாயிற்று என்று இப்பொழுது தெரிகிறது."

டேல் கர்ட்டன்சுக்குக் கடுங்கோபம். விமானத்தில் கனம் அதிகமென்றால் அபாயக் குறி. சாமான் அறைக்குள் நுழைந்தான். மற்றவர்களும் பின்தொடர்ந்தனர்.

அலமாரியைத் திறந்துவிட்டு, "அடே! யாரது உள்ளே! இறங்கடா வெளியில்!" என்றார்.

பாதம் அசைந்தது; கால்கள், தோல் கால்சட்டை அணிந்த கால்கள், வெளிப்பட்டன. பிறகு அந்த உருவம் வெளிப்பட்டது.

"அட கர்மமே! பெண்!" என்றார் டேல்கர்ட்டன்ஸ்.

"ஸினிமா மாதிரியல்லவா இருக்கிறது! இதுவும் நல்ல வேடிக்கைதான்!" என்றான் நிருபர் புரூட்.

வெளியே வந்த பெண் காலில் காந்த பூட்ஸ் இல்லாததினால் தரையைத் தொடாது இடைவெளியில் தொங்கினாள்! மயக்கம் போட்டுவிட்டது.

"மயக்கம் வேறு கேடு! தெய்வமே, உனக்கு என்ன செய்துவிட்டோம், இப்படித் தண்டித்து சோதனை செய்கிறாய்!" என்றார் டேல்கர்ட்டன்ஸ்.

டாக்டர் அவள் கைநாடியைப் பரிட்சித்தார். "ஸ்பிரிங் ஆசனத்திலிருந்த நமக்கே சோகம் போட்டதே! அபாயம் இல்லாமல் எப்படித் தப்பினாளோ? அதுவும் நல்லகாலம் தான்."

என்ஜினியர் பர்ன்ஸ் பைக்குள்ளிருந்த ஒரு பாட்டிலை எடுத்து “கொஞ்சம் பிராந்தியைக் கொடுங்கள், சரியாகிவிடும்” என்றான்.

“இந்த இடத்தில் பிராந்தியை ஊற்றமுடியுமா முட்டாள்?” என்றார் டாக்டர். கனம் இருந்தால்தானே பிராந்தி வெளியில் வந்து விழும்!

“அவளை ஆஸ்பத்திரி அறைக்குக் கொண்டுபோங்கள்” என்று உத்திரவிட்டார் டாக்டர்.

டேல்ஸுக்குப் பிரமாதமாக கோபம்.

சிறிது நேரம் கழித்து டாக்டர் வந்தார்.

“மருந்து கொடுத்திருக்கிறேன். தூங்குகிறாள்” என்று அறிவித்தார்.

நாற்பத்தெட்டு மணிநேரம்வரை டாக்டர் கிரேஸன் ஒருவரையும் அப்பெண் பக்கத்தில் அனுமதிக்கவில்லை. பிறகும் சிறிது மனக் கஷ்டத்துடனேயே டேல் கர்ட்டன்ஸை அனுமதித்தார்.

அவருடன் நிருபர் புரூடும் உள் நுழைந்தான்.

“நீ அங்கே போ! உனக்கென்ன வேலை?” என்றார் டேல் கடுகடுப்புடன்.

“இந்த யாத்திரையைப் பற்றி ரிப்போர்ட் செய்யவேண்டிய நிருபர் என்ற ஹோதாவில் வருகிறேன். சுவாரஸ்யமான விஷயம் ஏதாவது ஏற்பட்டால் அது என் காதில் விழ வேண்டும்” என்றான் புரூட் சாவதானமாக.

“சரி வந்து தொலை! ஆனால் வாயை மட்டும் அலப் பாதே!” என்று சொல்லிவிட்டு உள்ளே சென்றான்.

பெண் நல்ல அழகுதான். வயது பதினெட்டு பத்தொன்ப திருக்கலாம். உதடும் முகவாயும் மனவுறுதியுள்ளவள் என் பதைக் காண்பித்தன.

“வாருங்கள்! என்ன வேண்டும்?” என்றாள் அந்தப் பெண்.

“நான்தான் டேல் கர்ட்டன்ஸ். நீ ஏன் எப்படி இங்கு வந்தாய்? முடிவில் உன் பெயர் என்ன சொல்?”

“ஜோன்.”

“உன் தகப்பனார் பெயர்?”

"அது இப்பொழுது அவசியமில்லை என்று நினைக்கிறேன்."

"அவசியம் என்று எனக்குத் தெரிகிறது. நீ யார்? இங்கே ஏன் வந்தாய் என்பது தெரிய வேண்டும்."

"அப்படி தெரிவது கட்டாயம் என்றால் பொய் சொல்லித் தான் ஆகவேண்டும். ஸ்மித் என்று வைத்துக்கொள்ளுங்களேன். அதுவும் சுமாராக நல்ல பெயர்தான்."

"அந்தப் பெயர் எல்லாம் எனக்கு வேண்டாம். ...நீ இங்கு வந்த காரணம் என்ன? நீ இப்படி ஒளிந்து நுழைந்ததால் பிரயாணம் ஆரம்பத்திலேயே தொலைந்திருக்கும் என்பது உனக்கு தெரியுமா? நீ வந்த காரணம் என்ன?"

"உங்களுக்கு உதவி செய்யலாம் என்று வந்தேன்."

"அட ..." என்று சிரித்தார் டேல். அவள் முகம் வெட்கத்தால் சிவந்தது. ஆனால் தலை குனியவில்லை. அவரையே பார்த்துக்கொண்டிருந்தாள். எங்கோ அவளை பார்த்ததாக நினைத்தார்.

"அப்படியா?" என்றாள் ஜோன்.

"உன்னை எங்கோ பார்த்த மாதிரி இருக்கிறது" என்றாள் புரூட்.

"எப்படி இங்கு வந்தாய்?" என்றான் டேல்.

"உங்கள் ஆட்களில் ஒருவரைத் தெரியும்" என்றான் ஜோன்.

"எப்படி?"

"என்னைப் பதுக்கிவிட்டு அந்த சமாசாரத்தை ஒரு பத்திரிகைக்குச் சொன்னால் நல்ல லாபமுண்டு என்று சொன்னேன்."

"அப்படியானால் அங்கு எல்லாருக்கும் தெரிந்துவிட்டிருக்கும்!"

"அப்படித்தான்."

"எதற்காக இப்படிச் செய்தாய்?" என்றார் மறுபடியும்.

"உங்களுக்கு உதவி செய்ய" என்றாள் ஜோன்.

டாக்டர் இச்சமயம் உள்நுழைந்து சம்பாஷணையைத் தடுத்துவிட்டார்.

புதுமைப்பித்தன் மொழிபெயர்ப்புகள்

ஜோன் யாத்திரைக் கோஷ்டியுடன் அதிகமாகப் பேசுவதில்லை. அவர்கள் இட்ட வேலையைச் செய்வாள். மற்ற சமயங்களில் சன்னல் பக்கத்தில் நின்று வானவெளியைப் பார்த்துக்கொண்டே இருப்பாள்.

ஒருநாள் பேச்சு யாத்திரையின் காரணமூலங்களைப் பற்றிய விஷயத்தில் விழுந்தது.

"ஏன் செவ்வாய்க் கிரகத்திற்குப் போக வேண்டும். சுக்கிரன் அதைவிடப் பக்கத்தில் இருக்கிறதே" என்றான் புரூட்.

ஜோன் சன்னல் பக்கத்திலிருந்து திரும்பினாள்.

"முதலில் நானும் அப்படித்தான் நினைத்தேன். பின் மனதை மாற்றிக்கொண்டேன்" என்றார் டேல்.

"இந்த தொந்திரவு பிடித்த யாத்திரைதான் எதற்காக? சுகமாக ஏன் வீட்டிலேயே இருக்கக் கூடாது?" என்றார் டாக்டர் பொதுவாக.

"ஏன்? வெல்ஸ் எழுதிருக்கிறாரே அந்த புஸ்தகம் – சந்திரலோகத்திற்குச் சென்ற முதல் யாத்ரீகர் என்ற புஸ்தகம் – அதைப் படித்ததில்லையா? அதில் சொல்லுகிறாரே, அறிவு எவ்வளவு விருத்தியாகும்!" என்றாள் ஜோன்.

அவள் வார்த்தை அவர்களுக்கு ஆச்சரியத்தை விளைவித்தது.

"ஜே.ஜே. ஆஸ்டர் எழுதிய 'கிரகலோக யாத்திரை' என்ற புஸ்தகத்தை நீங்கள் படித்ததில்லையா?" என்றாள் மறுபடியும்.

அவளது அபார அறிவு எல்லோரையும் திடுக்கிட வைத்தது. ஆச்சரியத்தில் மயங்கி ஓர் அபூர்வ பிராணியைப் பார்ப்பது போல அவளை எல்லோரும் பார்த்து நின்றனர்.

முதலாவது பேசியவன் புரூட்: "ஜோன், நாங்கள் எல்லோரும் 'பூலோகவாணி'யில் கிரக யாத்திரை தொடங்கியதற்குக் காரணம் உண்டு. அதோ அந்த டாக்டர் உயிர்நூல் சாஸ்திரி. செவ்வாய்க் கிரகத்தின் உயிர் ஆராய்ச்சி அவரது இலட்சியம். நான் செய்தி காட்டுபவன்; அதுதான் என் வேலை; அதுதான் என் நோக்கம்; என் இலட்சியம். உன் நோக்கம் என்ன? ஏன் எல்லாவற்றையும் ஒளித்துவைத்திருக்கிறாய்! எதிர்பாராத விதத்தில் இருக்கிறது. உன் ... அடேடே! ஷர்ரிங்கா மகளல்லவா! அந்த விசித்திரமான விஞ்ஞான

சாஸ்திரி உலகத்தை மூன்று நாள் பிரமிக்கவைத்து தன் செல்வாக்கையே நாசமாக்கிக்கொண்டான்!"... என்று மூச்சு விடாமல் அடுக்கிக்கொண்டே போனான்.

"இந்த ஷர்ரிங் என்பவர் யார்?" என்றார் டேல் வெகு நிதானமாக.

"உனக்கு தெரியாதா... 1926ஆம் வருஷத்திலே..."

"அப்பொழுது கோபி பாலைவனத்தில் அடிபட்டுக் கிடந்தேன். எனக்கு ஒன்றும் தெரியாதே. ஜோன் நீதான் சொல் – இவன் என்ன அளக்கிறான் என்று" என்றார் டேல்.

"அவரையே கேளுங்கள். அவர்தான் நிருபராச்சுதே, அவரே சொல்லட்டும்" என்றாள் ஜோன்.

(அடுத்த பகுதி "ஜோன் சொல்லிய விசித்திரமான வரலாறு.")*

தினமணி, 17.6.1936
24.6.1936
29.6.1936

○ ○

---

* எஞ்சிய பகுதிகள் கிடைக்கப்பெறவில்லை. – பதிப்பாசிரியர்

IX
தழுவல்கள்

நொண்டி

இந்தச் சம்பவம் எனக்குக் கொஞ்ச நாட்களுக்கு முன் நேர்ந்தது.

ரயிலில், ஒருவரும் இல்லாத தனி வண்டியாகப் பார்த்து, சௌகரியமாகப் படுக்கையை விரித்துவிட்டு, தொந்திரவில்லாமல் பிரயாணம் செய்யலாம் என்று நினைத்துக்கொண்டே உட்காருமுன், மறுபடியும் வண்டியின் கதவு திறக்கப்பட்டது.

"ஜாக்கரதையாக ஏறுங்கள்; தரையிலிருந்து படி வெகு உயரமாக இருக்கிறது" என்றது குரல்.

"அதற்கென்ன, நான் கெட்டியாகத்தான் பிடித்துக்கொண்டிருக்கிறேன்" என்றது ஒரு குரல்.

கதர்க்குல்லாய் அணிந்த தலை, பிறகு இரும்புக்கம்பியைக் கெட்டியாகப் பிடித்துத் தொங்கிக் கொண்டிருக்கும் இரு கைகள். மெதுவாகத் தடித்த சரீரத்தை அப்பிடியே உயர இழுக்கும்பொழுது, மரக்கட்டைகள் ரயில் வண்டியின் படிகளில் இடிபடும் சப்தம் கேட்டது.

மனிதனின் உடம்பு மேலே வந்ததும், தொளதொளவென்று பஞ்ச கச்சம் வைத்துக்கட்டிய வேஷ்டிக்கிடையில் இரண்டு மரக் கால்கள் தெரிந்தன.

"சரிதானே ஸார்" என்று வெளியேயிருந்த குரல் கேட்டது.

"ஆமாம் அப்பா" என்றார் வந்தவர்.

"இதோ இருக்கிறது. உங்கள் கைத்தடியும் மூட்டைகளும்."

வேலைக்காரன் உள்ளே வந்து கையிலிருந்த மூட்டைகளை மேற்பலகையில் ஒவ்வொன்றாக வைத்தான்.

புதுமைப்பித்தன் மொழிபெயர்ப்புகள்

“ஐந்து மூட்டைகள், பட்சணங்கள், விளையாட்டுப் பொம்மைகள், கொட்டு, விளையாட்டுத் துப்பாக்கி, புதிதாக வாங்கிய துணிகள்.”

“சரி! சரி”

“சௌகரியமாகப் போய்விட்டு வரணும்” என்று கும்பிட்டான்.

“உன் உடம்பையும் பார்த்துக்கொள்” என்று ஒரு ரூபாயை அவன் கையில் கொடுத்துவிட்டுச் சிரித்தார்.

அவனும் கதவைச் சாத்திக்கொண்டு போய்விட்டான்.

வந்தவருக்கு வயது முப்பது அல்லது முப்பந்தைந்திற்கு மேல் இராது; தலை பூராவும் நரைத்துவிட்டது, கதர் உடைதான். நல்ல கறுத்த அடர்ந்த மீசை. திடீரென்று வந்த ஊனத்தினால், உழைப்பு நின்றுவிட, அதனால் ஏற்பட்ட உடல் பருமன்.

வந்தவர் முகத்தைக் கைக்குட்டையால் துடைத்துக் கொண்டு, “பீடி குடித்தால் உங்களுக்குத் தொந்தரவாக இருக்காதே?” என்றார்.

“தாராளமாகக் குடியுங்கள்”

அந்தப் பார்வை, அந்தக் குரல் எங்கோ கேட்டமாதிரி இருக்கிறது. எப்பொழுது? அதுதான் ஞாபகம் வரவில்லை.

அவரும் என்னையே கவனித்துக்கொண்டு இருந்தார். அவருக்கும் பிடிபடவில்லைபோல் இருக்கிறது.

இப்படி மரியாதைக் குறைவாக வெறுகுபோல் விழிப்பதில் கூச்சமாயிருந்தால் முகத்தைக் கொஞ்சம் வேறு பக்கம் திருப்பினேன். ஆனால் இந்த மனம் இருக்கிறதே! மறுபடியும் கண்கள் அந்தத் திசையை நோக்கின.

“தங்களை எங்கோ பார்த்தமாதிரி இருக்கிறதே. எனக்கும் பிடிபடவில்லை” என்றேன்.

“அப்படித்தான் எனக்கும் இருக்கிறது” என்றார்.

“என் பெயர் ஹரிஹரமய்யர். ரெவினியு இன்ஸ்பெக்டர்” என்றேன்.

அவரும் கொஞ்சம் யோசித்தார். “ஆமாம் ஸார். நாம் சென்னையில் நான்கு வருஷங்களுக்கு முன் சந்தித்ததாக ஞாபகம் என்றார்.

“ஆமாம், ஆமாம், தாங்கள் தான் தொண்டர் ராம கிருஷ்ணனோ?”

"ஆமாம்! இந்தக் கால்கள் தடியடியில் போகும்வரை தொண்டனாக இருந்தேன்."

நினைவு வந்து விட்டது. நான்கு வருடங்களுக்கு முன் என்ன அழகு, என்ன வாலிபம்! மெலிந்ததாயினும் நல்ல கட்டுள்ள உடல். அவரைப் பற்றிய நினைவிருக்க வேண்டிய காரணங்கள் உண்டு. ஆமாம், அவரைப் பற்றிய ஒரு காதல் விஷயம். நன்றாக நினைவிற்கு வருகிறது. அந்தப் பெண் மனோன்மணி, மறியலுக்காக வந்த ஸ்திரீ தொண்டர்களில் ஒருத்தி. திருமணத்தை எதிர்நோக்கிக்கொண்டு இருந்தார்கள். என்ன காதல், என்ன குதூகலம்! அப்பொழுதுதான் அவர்களைச் சந்தித்தேன்.

எனது கண்கள் மேலே பலகையில் இருந்த விளையாட்டுச் சாமான்களில் சென்றன. ரயில் வண்டி தண்டவாளங்களில் சற்று குதித்துச் செல்லும்பொழுது, அந்த வேலைக்காரனது வார்த்தைகள் நினைவிற்கு வந்தன.

"ஐந்து மூட்டைகள், பக்ஷணங்கள், விளையாட்டுப் பொம்மைகள், கொட்டு, விளையாட்டுத் துப்பாக்கி, புதிதாக வாங்கிய துணி."

உடனே பளிச்சென்று எனது மனம், முடிவு பெறாத காதல் கதையின் கதைகளைத்தானே கட்டிக்கொண்டு போக ஆரம்பித்தது. உலகத்தில் எந்தப்பாகத்திலும் எழுதப்படும் காதல் கதைகளைப் போலத்தான். தேசவிடுதலைக்காகக் காலிழந்த காதலன், தனக்காகக் காத்திருந்த கன்னியை மணந்துகொள்வது.

நினைக்க நினைக்க அதன் அழகு, அதன் பொலிவு, அதன் தியாகம் எல்லாம் புஸ்தகத்தில் இருக்கிற மாதிரி வெகு எளிதாக நிறைவேறி விட்டன. இந்த மாதிரிச் சம்பவங்களைப் படிப்பதில் எவ்வளவு ஆனந்தம்! அப்படியே தன்னை மறந்து விடுகிறோம், அந்த உயர்ந்த லட்சியத்தில் – உலகத்தில் அப்படியிருக்கிறதா? ஏமாற்றந்தான்.

இதைவிட வேறு மாதிரி என் மனது கதை திரிக்க ஆரம்பித்தது. ஒரு வேளை அவன் கால்களை இழக்குமுன் திருமணமாகியிருக்கலாம். காலிழந்த கணவனின் பத்தினிப் பெண். அவனது சுகத்திற்காகவே தன்னை தியாகம் செய்து கொள்ளும் ஒரு பத்தினிப் பெண்ணின் உருவம் எனது மனக் கண்ணின் முன் தோன்றலாயிற்று.

அவனுக்கு வாழ்க்கை, சுகமா அல்லது இன்னலா? அதை அறியும் படி ஒரு சிறிய அவா வரவரப் பெரிய ஆசையாகிவிட்டது.

நான் பேசிக் கொண்டுதான் இருந்தேன். மனது அதிவேகமாக வேறு பக்கம் ஓடிக்கொண்டிருந்தது. "அவனுக்கு மூன்று குழந்தைகள் இருக்கலாம். இரண்டு ஆண்கள், ஒரு பெண், பொம்மைகள் பெண்ணுக்கு; மற்றவை ஆண்களுக்கு; புதிய துணி மனைவிக்கு"

திடீரென்று, "உங்களுக்குக் குழந்தைகள் இருக்கின்றனவா?" என்றேன்.

"இல்லை" என்றார்.

மரியாதைக் குறைவாக நடந்துகொண்ட மாதிரி என் மனதில் ஒரு குழப்பம் ஏற்பட்டது.

"மன்னிக்க வேண்டும், சாமான்களைக் கண்டவுடன் கேட்டேன். காதில் விழுவதைக் கேட்காமலிருக்கலாம். கண்டதை கேட்காமல் இருக்கலாம், கண்டதை வைத்துக்கொண்டு அனுமானிக்கலாம்" என்றேன்.

புன்சிரிப்புடன், "இன்னும் எனக்குக் கலியாணங்கூட ஆகவில்லை," என்றார்.

திடீரென்று ஞாபகப்படுத்திக்கொண்டவன் போல், "மன்னிக்க வேண்டும், மனோன்மணியம்மாள்...?"

"தங்களுக்கு நல்ல ஞாபகம் இருக்கிறது" என்றார்.

"மனோன்மணியம்மாள் யாரையோ கலியாணம் செய்து கொண்டதாகவும் ஒரு வதந்தி..."

"மிஸ்டர் பார்வதிநாதனை..."

"தங்கள் காயங்கள்தான் அதற்குக் காரணம் என்றும்..." முகத்தை நன்றாக கவனித்தேன். முகம் வெட்கத்தால் சிவந்தது.

தோற்றுப்போன கட்சியைத் தோற்றுவிட்டது என்று தெரிந்த பிறகும் வாதிப்பவர்போல், ஒரு பரபரப்புடன் பேசிக் கொண்டே போனார்.

"மிஸ்டர் பார்வதிநாதனுடைய பெயருடன் என்னையும் முடிச்சு போடுவது வெறும் அபத்தம். நான் ஆஸ்பத்திரியிலிருந்து வெளியேறியதும், அவள் என்னைக் கலியாணம் செய்து கொள்ள நான் அனுமதிக்கவேயில்லை. அனுமதிப்பேனா? அதுதான் செய்யலாமா? கருணையைக் காண்பிக்கவா ஒருவனைக் கலியாணம் செய்துகொள்வது? ஒவ்வொருநாளும், ஒவ்வொருமணியும், ஒவ்வொரு நிமிஷமும், ஏன், ஒவ்வொரு வினாடியும் கூடி வாழவே ஒருவனைக் கலியாணம் செய்து கொள்வது. அவனுக்கு என்னைப்போல் கால் இல்லாமலிருந்

தால் மரணம்வரை துன்பந்தான். தியாகத்தைப் போற்றுகிறேன். ஆனால் எனக்காக ஒரு பெண்ணின் வாழ்க்கையே தியாக மாக்க நான் சம்மதிக்கமாட்டேன். நான் நடக்கும்பொழுது எல்லாம் எந்த மரக் கால் 'லொட்டு லொட்டு' என்று இடியாக முழங்குகிறது. அவளை முத்தமிட நெருக்குமுன் இந்த சப்தந் தானே காதைத் துளைக்கும்? அதை அவள் சகித்துக்கொண்டு இருக்கும்படி செய்வேனா? அவள் வேண்டுவது புருஷன்; நான் வேண்டுவது அடிமை, பணியாள், அல்லது தாய். இது ஒத்து வருமா?"

பிறகு மௌனமாக இருந்தார். அவர் சொல்வது சரி என்று பட்டது. அவளைக் குற்றம் சொல்லமுடியுமா? ஆனால் எனக்கு என்னவோ சுவாரஸ்யமான கதையின் இறுதியைப் பியித்துவிட்ட மாதிரி பட்டது. எனது கதை உணர்ச்சி சாந்தி யடையவில்லை. என்னவோ ஏமாற்றப்பட்ட மாதிரிதான் இருந்தது.

"மனோன்மணியம்மாளுக்குக் குழந்தைகள் இருக்கின்றவா?" என்று திடீரென்று கேட்டேன்.

"ஒரு பெண்ணும் இரண்டு ஆணும்; இவைகள் எல்லாம் அவர்களுக்குத்தான். அவள் புருஷன் என்மேல் அதிகம் பிரியமாக இருக்கிறார்!"

அதற்குள் அந்தச் சிறு டன்னல் *(Tunnel)* வழியாக ரயில் சென்று பிளாட்பாரத்தில் நின்றது.

அவருக்கு உதவி செய்யும்படி நான் எழுந்தேன் அதற்குள் ஒரு மனிதனின் இரண்டு கரங்கள், திறந்த கதவின் வழியாக நீட்டப்பட்டன.

அந்த மனிதனுக்குப் பின், அவனுடைய மனைவி குழந்தை களுடன் நின்றாள் – அதரத்தில் புன்சிரிப்பு.

குழந்தைகள், வெளியில் வைத்த சாமான்களைத் தூக்கிக் கொண்டன. இந்த நொண்டி பிளாட்பாரத்தில் இறங்கியதும் குழந்தைகள் அவரைச் சுற்றிக்கொண்டன.

எல்லோரும் வெளியே புறப்பட்டார்கள். அந்தப் பெண் குழந்தை, அவர் அக்குளில் கொடுத்து ஊன்றி நடந்த தடிகளைத் தனது சிறிய விரல்களால் பிடித்துக்கொண்டே நடந்தது.

கூத்தன்
ஊழியன், 24.8.1934

○○

நல்ல வேலைக்காரன்

மார்த்தாண்டம் பிள்ளைக்குக் குடும்பக் கவலை என்ற தொந்திரவு ஒன்றும் கிடையாது. மனைவி இறந்து வெகு நாட்களாகிவிட்டது. பிள்ளைகள் குட்டி என்ற விலங்கு அவருக்குத் தெரியாது. பொழுது போக்காக ஒரு மருந்து ஷாப் வைத்திருக்கிறார். அத்துடன் கொஞ்சம் லேவாதேவியும் உண்டு.

அவருடைய வேலைக்காரன் ராமன் தம்பி – அவன் ஒரு மலையாளி – வேலைக்காரர்களுக்கு ஒரு இலக்ஷியம். சமையல் முதல் எல்லா வேலைகளையும் ஒரு தவறு வராமல் செய்து வைப்பதில் நிபுணன். அதிலே பிள்ளையவர்களுக்கு அவன்மீது ஒரு பற்றுதல், ஒரு பாசம். பிள்ளையவர்களின் கண்ணிற்குக் கண் ராமன் தம்பி. இத்துடன் மட்டுமல்ல. பிள்ளையவர்களின் லீலைகளுக்கு ஏற்ற... அமைத்து வைப்பதில் நிபுணன். இருவருக்குள் அந்தரங்கமே கிடையாது.

அன்று பிள்ளையவர்கள் ஏதோ கடிதம் எழுத உட்கார்ந்த பொழுது ராமன் ஒரு கடிதத்தைக் கொண்டுவந்து கொடுத்தான்.

அதைப் பிள்ளையவர்கள் வாசித்துவிட்டு, "ராமா, அந்த ராமசாமி அய்யர் கவலை ஒரு வழியாக ஓய்ந்தது. வக்கீல் பிள்ளையிடம் சொல்லிக் கேஸ் போடலாம் என்று இருந்தேன். நல்ல காலம், சாயுங்காலம் பணத்தைக் கொண்டுவந்து திட்டமாகக் கொடுத்துவிடுவதாக எழுதியிருக்கிறான். லாயர் நோட்டீஸ் விடவேண்டாம் என்று சொல்ல வேண்டும்" என்றார்.

"ஆமாம் ஸ்வாமி, ஒரு கவலை ஓய்ந்தது. கேஸென்றால் கொஞ்ச அலைச்சலா? எத்தனை வருஷம் இழுத்தடிப்பார்கள்" என்றான்.

"நம்மிடம் 1000ரூ. இருந்தால் எவ்வளவு சௌகர்யம். ஒரு சாயாக்கடை வைத்தால் கவலை இல்லாமல் முதலாளியாக இருக்கலாமே" என்று நினைத்தான் ராமன் தம்பி.

என்றும்விட அன்று அதிக உற்சாகமாக இருந்தான் ராமன். வேலைகள் எல்லாம் வெகு துரிதமாக நடந்தன.

"என்ன ராமா! இப்படி வேலை செய்தால் நாளைக்கு உனக்கு வேலை இருக்காது போலிருக்கிறதே" என்று சிரித்தார் மார்த்தாண்டம் பிள்ளை.

இரவு வந்தது.

எப்பொழுதும் போல் உள் அறையில் சென்று படுத்துக் கொண்டார்.

அன்று நெடுநேரமாக அவருக்குத் தூக்கம் வரவில்லை. என்ன கவலையோ?

இரவு பன்னிரண்டு மணி எங்கோ அடித்தது.

வீட்டில் யாரோ நடமாடும் சப்தம். என்ன திருடனா? மார்த்தாண்டம் பிள்ளை, பக்கத்திலிருந்த தீப்பெட்டியைத் தடவி விளக்கைக் கொளுத்த முயன்றுகொண்டிருந்தார்.

அப்பொழுது கதவு மெதுவாகத் திறந்தது.

ராமன் தம்பி உள்ளே நுழைந்தான். ஒரு கையில் கொளுத்திய மெழுகுவத்தி; இன்னொரு கையில் நீண்ட கத்தி.

மார்த்தாண்டம் பிள்ளை எழுந்தார். உடனே கையிலிருந்த விளக்கையணைத்துவிட்டு ராமன் கத்தியையோங்கிக் கொண்டு இருளில் பாய்ந்தான்.

மார்த்தாண்டம் பிள்ளைக்கு தோள்பட்டையில் ஒரு குத்து. அதைத் தடுக்க முயலுமுன் நெற்றியில் ஒன்று.

"ஐயோ!"

"அடிவயிற்றில் மற்றொன்று.

"இன்னும் பணம் வாங்கவில்லையடா பாவி . . . கொன்று விடாதே" என்று ஹீனஸ்வரத்தில் கதறினார் மார்த்தாண்டம் பிள்ளை.

"வாங்கவில்லையா?"

ராமன் கையிலிருந்த கத்தி நழுவிக் கீழே விழுந்தது.

"பொய் சொல்லுகிறாய்."

"சாயுங்காலம் தடிப்பயல் மாட்டேன் என்று காகிதம் எழுதிவிட்டான். மேஜையில் இருக்கிறது பார்!" என்றார்.

படுக்கையிலிருந்து வெகு கஷ்டத்துடன் மேஜையை அணுகினார். படுக்கை எல்லாம் ரத்தம். மேஜை எல்லாம் ரத்தம். ராமன் கையில் இருந்த கறை.

உடனே மயக்கம் போட்டுக் கீழே விழுந்துவிட்டார்.

விடியற்காலம்.

மார்த்தாண்டம் பிள்ளைக்குச் சுய அறிவு வந்தது. எழுந்திருக்க முடியாதபடி பலவீனம்.

மறுபடியும் வந்து உயிருடன் இருப்பதைப் பார்த்தால் கொன்று புழக்கடையில் புதைத்துவிடுவானோ?

என்ன செய்வது! எழுந்திருக்க முடியவில்லையே!

எங்கு பார்த்தாலும் இரத்தக் கறை. என்ன நாற்றம் நாறுகிறது! எழுந்திருக்க முடியவில்லையே!

மறுபடியும் கதவு திறக்கிறது. இருக்கிற கொஞ்சப் பிராணனும் போய்விடும் போலிருக்கிறது மார்த்தாண்டம் பிள்ளைக்கு.

உயிருடன் இருப்பதைக் கண்டால் திட்டமாகக் கொன்று புதைத்துவிடுவான். கண்ணை மூடிக்கொண்டு கிடந்தால் போய்விடமாட்டானா? என்ன நம்பிக்கை! என்ன ஆசை!

ராமன்தான் உள்ளே வந்தான். ஆனால் கொல்ல வரவில்லை. கையிலே பேஸின், மருந்து, இத்யாதி இத்யாதி.

இருந்த காயங்களுக்கு வைத்தியரின் கைத்திறனுடன் மருந்து வைத்துக் கட்டுகிறான்.

"செய்த குற்றத்திற்கு மன்னிப்புக் கேட்டுக்கொள்ளவில்லை. அதற்கு ஏற்ற ஊழியம் செய்கிறேன். என்னைக் காட்டிக் கொடாவிட்டால் நீர் பிழைத்துக்கொள்ளுவீர்."

2

குணமான பிறகு பயலைத் தொலைத்து விடுவது என்று எண்ணியிருந்தார் மார்த்தாண்டம் பிள்ளை.

ராமன் எப்பொழுதும், "காட்டிக் கொடுத்தால் என்ன தெரியுமா?" என்று பயங்காட்டி வந்தான்.

ராமனுடைய சேவையில் அவருக்குப் புண்கள் குணமடைந்து வந்தன. இப்பொழுது அவருக்கு எழுந்து உட்கார முடியும். அன்று ஒரு யோசனை, ஒரு தந்திரம், அவர் மனதில் பட்டது. நாமும் அவன்மீது பிடி வைத்திருந்தால்தான் குணமடையலாம் என்று பட்டது.

அன்று ராமன் வந்தவுடன் "ராமா, நானும் லாயருக்கு ஒரு ஸீல் போட்ட கடிதம் அனுப்பியிருக்கிறேன். எனக்கு ஏதாவது தீங்கு வந்தால் உன்னைப் பிடித்துக்கொள்வார்கள். எனக்குத் தீங்கு வராமல் இருக்கும்வரை உனக்குப் பயமில்லை" என்றார்.

இன்னும் சில நாட்கள் கழிந்தன. திடீரென்று வீட்டின் வெளிப்பக்கத்தில் ஏகக் கூச்சல்.

இரண்டு போலீஸ்காரர்கள் ராமனை உள்ளே தள்ளிக் கொண்டு வருகிறார்கள்.

"கடைசியாகக் காட்டிக்கொடுத்து விட்டீர்களே. உங்களை என்ன செய்கிறேன் பாருங்கள்" என்று போலீஸார் பிடியிலிருந்து திமிறினான்.

"அடே நீ என்னைக் கொலை செய்ய எத்தனித்ததை யாரிடமும் சொல்லவில்லையே?" என்றார் மார்த்தாண்டம் பிள்ளை.

"ஸார்! நீங்கள் பேசிக்கொள்வது எங்களுக்கு அர்த்தமாக வில்லை. பக்கத்து வீட்டிலிருந்து நகையைத் திருடியதாகக் கைதி செய்திருக்கிறோம். திருட்டுச் சொத்து அவன் பெட்டி யிலிருந்தது" என்று ராமனை வெளியே தள்ளிக்கொண்டு போனார்கள் போலீஸ்காரர்கள்.

அப்பொழுது ராமன் முகத்தைப் பார்க்க வேண்டுமே!

சொ.வி.
ஊழியன், 31.8.1934

○ ○

பயம்!

அன்று பொழுது போகவில்லை. தேகாரோக்கியத்திற்குக் கடல் காற்று நல்லதாமே! பீச் ரோட்டில் நடந்துகொண்டே போனேன்.

எவ்வளவு தூரம் போனேன் என்று எனக்குத் தெரியாது. கடற் காற்றும் மனவோட்டத்திற்குச் சாந்தியளித்தது. நானும் நடந்துகொண்டே போனேன். ஏறக்குறைய திருவல்லிக்கேணி ரேடியோ ஸ்டாண்டு கூப்பிடு தூரத்தில் வந்துவிட்டது.

காலும் வலித்தது.

பாதையின் பக்கத்திலிருந்த ஒரு பெஞ்சில் உட்கார்ந்தேன்.

நல்ல நிலா.

அடி வானத்திலே மெல்லிய பூப்பஞ்சை வைத்து ஜிகினா வேலை செய்தது மாதிரி வெண் மேகங்கள் – எனது வரையற்ற மனம்போல் – கடலையும் வானையும் பிரித்துக் கூட்டின.

மேலே சிதறுண்ட கனவுகள் போல், இலட்சியங்கள் போல், நட்சத்திரங்கள்.

பின்புறத்திலே கடல். ஆமாம்! கடல். எனது எண்ணங் களைத் தட்டிக் கொடுக்கும் பாவனையாக அலை எழுப்பி 'உம்' 'உம்' என்று ஒப்புக்கொள்ளும் கடல்.

மனதிற்குக் குதூகலம் வந்தது. கால்கள் நடப்பதற்கு மறுத்தன.

வீட்டிற்குச் சென்று என்னத்தைத் தூக்கி நிறுத்தப் போகிறேன்! இன்னும் சற்று நேரம் உட்கார்ந்துவிட்டுப் போனால் என்ன?

இருக்கும்பொழுது . . .

பெரிய ஆஜானுபாகுவான வெள்ளைக்காரன். குறுகக் கத்தரித்து விடப்பட்ட தலை, அகன்ற நெற்றி, நீண்ட நாசி, குறுகக் கத்தரித்து விடப்பட்ட மீசை, மெல்லிய, மனவுறுதியைக் காண்பிக்கும் உதடுகள், கிரேக்க சிற்பியின் கனவு போன்ற தேக அமைப்பு, மொத்தத்தில், புத்தியும் தேக பலமும் கூடிக் கலந்து பரிணமித்த மனிதன்.

அந்தக் கண்களில், எதிலும் ஆசை பூர்த்தியாகாத நோக்கு. அறியவேண்டிய அவா. ஐந்து நிமிஷம் சும்மாயிருப்பது சாவுக்கு நிகர் என்று உழைப்பில் நாட்டம் மிகுந்த தேகப் படபடப்பு.

பொதுவிலே, அந்தப் பிரிட்டிஷ் சாம்ராஜ்யத்திற்குத் தங்கள் இரத்தத்தையும் வாழ்க்கையும் அர்ப்பணம் செய்தார்களே, அந்த நாடோடிகள், அந்த மகத்தான கூட்டத்தின் தனிக் குணம் இந்த வெள்ளைக்காரனின் ஒவ்வொரு சலனத்திலும் தெரிந்தது.

வந்தவன் என் பக்கத்தில் நேராக வந்து உட்கார்ந்தான். அவனிடத்தில் அந்த மிடுக்கு, வெள்ளையரின் சாம்ராஜ்யப் பெருமையில் பிறந்த அந்த மிருகத்தனம், அது அவனிடம் காணப்படவில்லை.

கண்ணிலே நல்ல குணம்; கட்டுறுதியுள்ள உடல்.

எனக்கு அவனிடம் பேசவேண்டுமென்ற ஆசை. எப்படி யாரம்பிப்பது?

அவனுக்கு அந்தப் பிரச்னையே தோன்றவில்லை. சாதாரண மாக, இயற்கையாக மனிதனுக்கு மனிதன் பேசுவது மாதிரி என்னை வசப்படுத்திவிட்டான். புதிய, அன்னிய நண்பன் என்ற ஹோதா எங்களுக்குள் மறைந்துபோயிற்று.

பேசுவது ஒரு தனிக்கலை. அது அவனுக்குத் தெரிந்தது இருந்தது. சளைக்காமல் கேட்டுக்கொண்டே இருக்கலாம். பேசுவது என்றால் ஒரு மனிதனுடைய தனிப் பிரசங்கம் என்று நினைத்துவிடுகிறார்கள் பலர். அவன் அப்படியல்ல. பக்கத்தி லிருப்பவனைப் பதில் சொல்ல வைத்துச் சம்பாஷணைப் பந்தை உருட்டிவிடுவதில் நிபுணன்.

அன்று பல சங்கதிகள் பேசி வரும்பொழுது நான் முதலில் நினைத்தது சரிதான் என்று பட்டது. அவன் ஒரு மகத்தான நாடோடி. துருவங்களிலிருந்து, அக்னிப் பிழம்பான பாலை வனங்கள் வரை, உலகத்தில் அவனுக்குத் தெரியாத பாகம் கிடையாது. அதுமட்டுமல்ல. நல்ல ரஸிகன். அவன் மனம் ஒரு இலட்சிய உலகில் வசித்து வந்தது. அதனால், ஒரு

பூர்த்தியாகாத ஆசை, ஒரு ஆதர்சம், அவனைப் பிடர்பிடித்துத் தள்ளிக்கொண்டு சென்றது. அவன் இஷ்டப்பட்டாலும், அவனால் ஓரிடத்தில் நிரந்தரமாகத் தங்க அவனது மனம் இடங்கொடாது.

"நீங்களும் பயந்திருக்கிறீர்களா?" என்று அவரது தேக அமைப்பை உற்று நோக்கினேன். அவர் சொல்வதை நம்ப முடியவில்லை.

அவரும் சிரித்துக்கொண்டு, "நானும் பயந்திருக்கிறேன். நீங்கள் ஏன் சந்தேகப்படவேண்டும்?" என்று கொண்டே தன் பையிலிருந்த ஒரு சுங்கானை எடுத்து நிரப்பிவிட்டு வாயில் வைத்துப் பற்ற வைத்துக்கொண்டு ஒரு இழுப்பு இழுத்து, புகையை மிகுந்த ஆர்வத்துடன் ரஸித்தார். கண்கள் ஏதோ யோசிப்பது போல் கனவு கண்டன.

"ஆமாம், நான் பயந்திருக்கிறேன். நான் சொல்லுகிறதைக் கேளுங்கள். பயம் தைரியசாலிக்கும் அசையாத நெஞ்சு படைத்தவனுக்கும்தான் வரும் கோழைத்தனம், பயமல்ல. பயம் மனதில் தோன்றும் ஒரு நடுக்க நினைப்பு. உள்ளத்தையே, உயிரையே அப்படிக் குலுக்கிவிடுகிறது. சாவு நிச்சயம் என்று நாம் எதிர்பார்க்கும் சமயத்தில் பயம் தோன்றாது. ஆமாம். தெரிந்த அபாயத்தில் பயம் தோன்றாது. அது எதிர்பாராத சம்பவங்களில், இன்னதென்று அறியமுடியாத ஒரு சக்தியின் சூழ்ச்சியில், மிகவும் சாதாரணமான தொந்தரவுகளில் வந்து விடும். குண்டுக்கும் கத்திக்கும் அஞ்சாதவன், நள்ளிரவில் திடீரென்று பிசாசைக் கண்டால், பயம், புத்தியை வலிமையைச் சிதற அடிக்கும் பயம், இன்னதென்று தெரிந்துகொள்வான்.

"எனக்குப் பயம் என்றால் இன்னதென்று தெரியும். ஒரு தடவை பட்டப்பகலில் - அது பத்து வருஷங்களுக்கு முந்தி - அனுபவித்தேன். மற்றொருதரம் போன டிசம்பரில் ஓர் இராத்திரியில் அனுபவித்தேன்.

"ஆமாம்! நான் எத்தனையோ தடவை எமனுடன் போராடியிருக்கிறேன். மனிதனுடைய மிருகத்தனத்தின் பேரில் எனது சக்தியால் வெற்றி பெற்று இருக்கிறேன். எத்தனை சண்டைகள்! தரையிலும் கடலிலும்! அவைகளில் ஒரு தடவையாவது பயந்தேனா!

"நான் பத்து வருஷங்களுக்குமுன் ஆப்பிரிக்காவிற்குச் சென்றிருந்தேன். அங்கெல்லாம் உயிர் துச்சம்! சாவிற்கு எப்பொழுதும் தயார். அதுதான் மனிதனுக்கு வரும் தீங்கில் எல்லாம் லேசானது என்று நினைக்கிறார்கள் அந்தப் பிரதேசத்திலிருப்பவர்கள். அங்கு அந்தப் பாதுகாப்பாற்ற

இரவிலே கவலையற்ற தூக்கம். எங்களுக்கு, எங்கள் நாட்டிலே அப்படியல்ல. ஒவ்வொரு வினாடியும் செத்துக்கொண்டிருக்கும் கோழைத்தனம், நீங்களே பாருங்களேன், மேல்நாட்டு அரசியல்களின் சந்தேகத்தை! ஆயுதம்! படைகள்! ஆயுதம்! சந்தேகம்! சந்தேகம் . . .”

சற்று மௌனம்.

“அப்பொழுது நடந்ததுதான். நான் தெற்கு ஊர்க்காள் பாலைவனத்தைக் கடந்துவிட்டேன். உலகத்திலுள்ள பிரதேசங்களில் அது பார்க்கவேண்டிய இடம். பாலைவனம் என்றால், இந்தக் கடற்கரையோரத்திலே கோவணம் மாதிரி நீண்டு கிடக்கிறதே இப்படியிருக்குமென்றா நினைத்துக்கொண்டீர்! அது மணல் சமுத்திரம். எங்கு பார்த்தாலும், மணல், மணல், மணல். திடீரென்று ஒரு பேய்க்காற்று வந்தது என்று வைத்துக் கொள்ளுங்கள். அவ்வளவுதான். இவ்வளவு நேரம் செத்துக் கிடந்த மாதிரி இருந்த மணல் அலைமேல் அலையாக எழும்பிக் குவியும்.

“அந்த எல்லையற்ற மௌனத்திலே மணல் மலைகள் பெரியதும் சின்னதுமாக இருக்கும். அதில் ஏறி ஏறி இறங்க வேண்டும், பாலைவனத்தைக் கடக்க வேண்டுமானால் அங்கே நிழலா?

“குதிரைகள் முட்டளவு மணலில் புதைந்து புதைந்துதான் நடக்கும். களைப்பு என்பதற்கு அர்த்தம் அந்தக் குதிரைகளுக்குத் தெரியும். அதில் ஏறிச்செல்லவேண்டிய விதிபடைத்த மனிதனுக்குத் தெரியும்.

“அப்பொழுது நாங்கள் இருவர் சென்றோம். கூட நான்கு ஒட்டகங்கள், எங்களுடைய சாமான்களுக்கு, அதன் ஓட்டிகள். எங்களால் பேசமுடியாது. அவ்வளவு நாவறட்சி; கானலினாலும், களைப்பினாலும் மூச்சுத் திணறுகிறது. திடீரென்று எங்களில் ஒருவன் பயந்து ஓலமிட்டான். நாங்கள் திடுக்கிட்டு நின்றோம். ஆமாம்! திடுக்கிட்டுவிட்டோம்! அந்தப் பிரதேசத்தில் வழி தவறிய பிரயாணிகளுக்குத்தான் அந்தக் காரணம் சொல்ல முடியாத நிகழ்ச்சி தெரியும்.

“எங்கோ கிட்டத்தான், எவ்வளவு கிட்டவென்று எங்களுக்குத் தெரியவில்லை, ஒரு முரசொலி! அதற்குத்தான் பாலையின் முரசு என்று பெயர். முதலில் காதுகளைத் துளைக்கும்படியாக, மனது இடிந்து சுக்கலாகப் போகும்படியாகக் கேட்டது. சற்று நேரம் ஒன்றுமில்லை. பிறகு அந்தச் சாவின் அறிகுறியான, பயங்கரமான மௌனத்தை வெருட்டி, எல்லையற்ற வானத்தை நிறைத்து முழங்கியது அந்த முரசொலி.

“ஒட்டகைக்கார அராபியர்கள். ‘ஐயோ! மரணம் நெருங்கிவிட்டது’ என்று கூவினார்கள்.

“அவர்கள் கூவி முடியவில்லை, என்னுடைய நண்பன் குதிரையிலிருந்து விழுந்தான்; சூரிய கிரணத்தினால் அடிக்கப் பட்டு, அவனை உயிர்ப்பிக்க வெகு கஷ்டப்பட்டோம். முரசொலி, டம், டம், டம் என்று காதைத் தொளைத்தது. இறந்த எனது நண்பனைக் கூர்ந்து கவனித்தேன். பயம் தோன்றியது.

“பயம்!”

“நெஞ்சை அப்படியே அமுக்கி உயிரைக் கசக்கிவிடும் பயம்! அதற்குச் சந்தேகமில்லை. பயந்தான்.

“சுற்றி நாலுபுறமும் மணற்குன்றுகள். ஜனசஞ்சாரத்திற்கும் எங்களுக்கும் இடையே இருநூறு மைல். எனது நண்பன் இறந்துபோனான். நான் எப்பொழுதோ . . .?

“அந்த முரசு – அதன் காரணம் என்ன?” என்று நான் கேட்டேன்.

“பலர் பலவிதமாகச் சொல்லுகிறார்கள். காரணம் என்னவென்று சொல்லுவது? தூரத்திலுள்ள மேளங்களின் சப்தம் காற்றில் கலந்து எதிரொலிக்கிறது என்கிறார்கள். அங்கிருக்கும் ஒருவிதப் பனையின் ஓலை சலசலப்பதின் சப்தம் என்கிறார்கள். உண்மையில் அது கானல் இருக்கிறதே அது மாதிரி ஒலியின் சப்த மயக்கம். பிறகுதான் ஸயன்ஸ்படி அது எந்தக் காரணத்தினால் உண்டானது என்று தெரிந்து கொண்டேன். பயந்தது நிச்சயம் . . .

“இன்னொரு தடவை பயந்தேனே அது பிரான்ஸ் தேசத்துக் காடுகளில்.

“அன்று, இரவு வெகு சீக்கிரம் வந்துவிட்டது. அவ்வளவு மேகம். நல்ல மழைக்காலம். அப்பொழுது எனக்கு வழிகாட்டி யாக ஒரு குடியானவன் வந்தான். வானத்திலே மேகங்கள் ஒன்றையொன்று பிடர்பிடித்துத் தள்ளிக்கொண்டு ஓடின. காற்று சண்டனாக வந்துவிட்டது. மரங்கள் தலைவிரித்தாடின. மரக்கிளைகள் பரிபதாபகரமாக, பயங்கரமாக, முக்கி முனங்கிக்கொண்டு உறுமின. என்ன கம்பளிச்சட்டை போட்டுக்கொண்டு இருந்தும் குளிர் எலும்பைத் தாக்கியது.

“இனிமேல் செல்ல முடியாது என்று கண்டு, பக்கத்தி லிருந்த ஒரு காவல்காரனின் குடிசைக்கு அழைத்துச் சென் றான். அந்தக் காவல்காரன் இரண்டு வருஷத்திற்கு முன் ஒரு திருடனைச் சுட்டுக்கொன்றவன். அதிலிருந்து அந்தத்

திருடனுடைய பேய் வந்து அவனைத் தொல்லை செய்வது மாதிரி அவனுக்கு ஒரு பிராந்தி – பயம். அவனுடன் அவனுடைய இரண்டு புத்திரர்களும் அவர்களுடைய மனைவிகளுடன் வசித்து வருகிறார்கள். இது அந்தக் குடியானவன் எனக்குப் போகும்பொழுது கூறினான்.

“இருள் அதிகமாகி விட்டதால் எனக்கு ஒன்றும் தெரியவில்லை. கடைசியாகத் தூரத்திலே சற்று வெளிச்சம். நெருங்கினோம். ஒரு குடிசை. கொஞ்சம் பெரியதுதான். வழிகாட்டி கதவைத் தட்டினான். உள்ளிருந்து பயத்தினால் திக்குமுக்கடித்த ஒரு குரல், யார் என்று கேட்டது. குடியானவன் பதில் சொல்லக் கதவு திறந்தது. உள்ளே சென்றோம்.

“நான் உள்ளே கண்ட காட்சியை ஒருநாளும் மறக்க முடியாது. அந்த அறையின் நடுவில் பஞ்சுப்பெட்டிபோல் நரைத்த ஒரு கிழவன் கையில் குண்டு போட்ட துப்பாக்கியுடன் நின்றான். இரண்டு முரடர்கள் கையில் கோடரியை ஏந்தியவண்ணம் நின்றார்கள். சற்று தூரத்தில் வெளிச்சம் படாத இருட்டுப் பாகத்தில் இரண்டு பெண்கள் சுவரின் பக்கமாகத் திரும்பி முழங்காலில் நின்று கொண்டு இருந்தார்கள்.

“திடீரென்று கிழவன் பெண்களைப் பார்த்து எனது சௌகரியத்திற்கு ஒரு அறையைச் சுத்தம் செய்யச் சொன்னான். அவர்கள் அசையவில்லை.

“மறுபடியும் கிழவன் சொல்லுகிறான்: ‘முன்பு ஒரு மனிதனைக் கொன்றேன். போன வருஷ அவன் வந்தான். இன்றும் அவன் வருவான்!’

“அந்தக் குரலைக் கேட்டதுமே எனது மனம் கிடுகிடுத்துப் போய்விட்டது. இரத்தம் அப்படியே உறைந்துபோய் விட்டது . . . இருந்தாலும் அதைக் காட்டிக்கொள்ளாமலிருக்க முயன்றேன். முடியவில்லை.

“கதவுப் பக்கத்தில் ஒரு சடை நாய் படுத்துறங்கிற்று. அதற்கு இந்தப் பயம் தெரியுமா?”

“வெளியே சண்டமாருதம். மழையும் காற்றும் சொல்ல முடியவில்லை. திடீரென்று ‘சட்டச் சடசடா’ என்று ஒரு இடி முழக்கம். கண்ணை வெட்டும் மின்னல். சாத்தான் உடனே பிரசன்னமாயிருந்தாலும் ஆச்சரியப்பட்டிருக்க மாட்டேன்.

“அங்கிருந்தவர்கள் எல்லாம் ஏதோ மந்திர சக்தியில் கட்டுப்பட்டவர்கள் போல, எதையோ எதிர்பார்ப்பவர்கள் போலக் கவனித்துக்கொண்டு இருந்தார்கள். வெகுதூரம் நடந்ததினால் களைப்பு, இவர்களைத் தேற்றுவதற்கு எடுத்துக்

கொண்ட சிரமம் எல்லாம் சேர்ந்து எனக்குத் தூக்கத்தை வருவித்தது. படுக்கப் போக எழுந்தேன். அப்பொழுது அந்தக் கிழக் காவல்காரன், ஒரே பாய்ச்சலில் துப்பாக்கியை எடுத்துக் கொண்டு, 'அதோ வந்துவிட்டான்! வந்துவிட்டான்! காத்திருக் கிறேன்!' என்று கூக்குரலிட்டான். உடனே பெண்களும் ஓடிப் போய் முன்போல் சுவருடன் ஒட்டி நின்றார்கள். கிழவனுடைய புத்திரர்கள், மறுபடியும் கோடாலியைத் தூக்கிக்கொண்டார் கள். அவர்களைச் சமாதானப்படுத்த முயன்றேன். அப்பொழுது அந்த நாய் விழித்துக்கொண்டு பயங்கரமாக ஊளையிட்டது. அது ஏறக்குறைய மனிதனுடைய குரல் மாதிரி இருந்தது...

"எல்லாரும் அந்த நாயையே கவனித்தோம். அசையாமல் நின்றுகொண்டு, எங்கள் கண்களுக்குத் தெரியாத எதையோ எதிர்நோக்குவது போல் தெரிந்தது. அதற்கு மயிர் எல்லாம் சிலிர்த்து நின்றது.

"எனக்கு வழிகாட்டிவந்த குடியானவன், 'நாய்க்குத் தெரிகிறது, நாய்க்குத் தெரிகிறது!' என்று கூப்பாடு போட்டான். அந்தத் திருடனைக் கொல்லும்பொழுது அந்த நாயும் கூட இருந்ததாம்.

"என்னை யறியாமலே பயம் என்னைப் பிடிக்கத் தொடங் கியது... அங்கிருந்தவர்கள் பயத்தால் எதையோ எதிர் நோக்கி யிருந்தார்கள்... அந்த நாய் எதையோ பார்க்கத்தான் செய் தது... ஒரு மணி நேரம் இப்படி ஊளையிட்ட வண்ணமாக இருந்தது. அதன் குரல்! அதை நினைக்கும்பொழுதே குடல் நடுக்கம் எடுக்கிறது. காரணமில்லாத, அடக்க முடியாத பயம் என்னைப் பிடித்தது. எதற்குப் பயம்? எனக்குத் தெரியவில்லை. இருந்தாலும் ஏதோ பயப்படக்கூடியது ஒன்று இருக்கிறது என்று தெரிந்தது.

"என்ன செய்வது என்று தெரியாமல் திக்பிரமை பிடித்தவர் போல், ஒரு சின்னச் சத்தத்திலும் நெஞ்சு வெடித்துப்போகும் நிலைமையில் இருந்தோம். அந்த நாய் அறையைச் சுற்றிச் சுற்றி மோப்பம் பிடித்தது... எங்களுக்குப் பைத்தியம் பிடித்து விடும் போலிருந்தது.

"என்கூட வந்த வழிகாட்டிக்கு இதைத் தாங்க முடிய வில்லை. திடீரென்று எழுந்து ஓடி நாயைப் பிடித்து வெளியே தள்ளிக் கதவை யடைத்து விட்டான்.

"அதற்கு அப்புறம் நிசப்தம்! இந்த நிசப்தம் எங்களுக்கு இன்னும் அதிகப் பயப்பிராந்தியை உண்டு பண்ணிற்று.

"திடீரென்று ஏதோ ஒன்று சுவற்றருகில் நிற்பதாகத் தோன்றியது. தொடுவதுபோல் திறக்க முயற்சிப்பது போல்

தெரிந்தது. பிறகு... மறுபடியும் தெரிந்தது. இப்பொழுது ஜன்னலருகில். ஜன்னலருகில் ஒரு தலை தெரிந்தது. பிரகாசமான கண்கள்! ஏதோ ஒரு குரல், ஈனஸ்வரத்தில்.

"சமயற்கட்டின் பக்கம் ஏதோ அமளி. அந்தக் கிழவன் சுட்டான். அவன் புத்திரர்கள் ஓடிவந்து கதவையடைத்து அதன்மீது மேஜையைச் சாத்தினர். அந்தத் துப்பாக்கிச் சத்தத்தில் எனது உயிரே போய்த் திரும்பியது. பயம்! உளறியடித்துக் கொண்டு நின்றேன்.

"அன்று இரவு முழுவதும் அப்படித்தான். விடியும்வரை கதவைத் திறக்க எங்களுக்குத் தைரியம் வரவில்லை.

"வானம் வெளுத்தது.

"சிறு வெளிச்சம் சற்றுத் தைரியத்தைக் கொடுத்தது. வெளியே சென்றோம்.

"அந்த நாய்தான். வாயில் குண்டுபட்டுச் சுவற்றடியில் இறந்து கிடந்தது."

அந்த வெள்ளைக்கார நண்பர் சற்று மௌனமாக இருந்தார்.

பிறகு, "மனப்பிராந்தி இருக்கிறதே அதைப் போன்ற பயம் வேறு கிடையாது" என்றார்.

சொ.வி.
ஊழியன், 7.9.1934

○ ○

பித்துக்குளி

மாவேலிக்கரை என்றால் மனதில் என்ன என்னவோ எண்ணங்கள் எல்லாம் குவிகின்றன. இயற்கை அன்னை தன் எழில்களை எல்லாம் அந்த மேற்கு மலை மறைவிலே கொட்டிக் குதூகலித்து விளையாடுகிறாள். வாலிபனுக்கு காதல் தோன்றும், கவிஞனுக்கு கனவு தோன்றும், அறிவில் முதியவனுக்குச் சாந்தி தோன்றும், அந்த இடத்திலே.

சுற்றிலும் காயல் நீலவானைத் தழுவியது. அதன் ஓரத்திலே கமுக மரங்களைக் குழைந்து தழுவின காதற்கொடிகள் – மிளகுதான். அந்த மிளகுக்கொடி ... உள்ளத்தையும் உடலையும் ரகஸியமற்று அர்ப்பணம் செய்யும் கங்கையின் களங்கமற்ற அன்பு மாதிரி ...

காயலுக்கு வட பக்கத்தில் வடசேரி. அதில் வல்லியத் தம்பிரான் என்றால் பழைய அரச வம்சம். மலைநாட்டு வீரம் முதலிய இழந்த இலக்ஷியங்கள் எல்லாம் நினைவிற்கு வரும். அவருக்கு ஒரு மகள். சகுந்தலா. காளிதாசன் கனவில் கண்ட சாகுந்தலை இவளைப்போல்தான் இருந்திருக்க முடியும். இயற்கையின் மடியில் வளர்ந்த குயில் பழைய படாடோபத்தின் அம்சமான வல்லியத் தம்பிரானுக்கு உயிர். சமஸ்தான சம்பந்தத்தில் தமது இழந்த சிறப்புக்களைப் பெறவிருந்தார். அவளுடைய ரகஸிய நாடிகளை அவர் அறிவாரா? ...

மாவேலிக்கரைக்கும் வடசேரிக்கும் இடையில் காயல் ஒரு மைல்தான்.

மாவேலிக்கரையில் நீரருகில் ஒரு பிரையிடம் தம்பிரானைச் சேர்ந்ததுதான். அங்கே மார்த்தாண்டவர்மன் என்ற வாலிபன். ஓலைச்சுவடி, விவசாயம் இதுதான் அவனுடைய பொழுதுபோக்கு, வாழ்க்கை இலட்சியம்.

அன்று இரவு சற்று மழை தூறிக்கொண்டிருந்தது.

ஓங்கி வளர்ந்த தென்னங்கீற்றுக்களிலிருந்து சொட்டுச் சொட்டென்று நீர்த்துளிகள்.

நாளைக்கு சகுந்தலா புருஷன் வீடு சென்றுவிடுவாள்.

இன்றாவது கடைசிமுறை காண...

இருளிலே படகு வரும் சப்தம்.

மார்த்தாண்ட வர்மன் ஒரு மூலையில் மணையில் உட்கார்ந்திருக்கிறான்.

இருட்டு.

அவள் வந்தாள். தீபத்தை ஏற்றினாள்.

மூலையிலிருந்த கரியடுப்பில் பாலைக் காய்ச்சினாள்.

அதைக் கையில் எடுத்துக்கொண்டு, அவன் பக்கத்தில் வந்து உட்கார்ந்தாள்.

மார்த்தாண்ட வர்மன் நினைவற்றவன்போல் இருந்தான்.

பால் கிண்ணம் அவனது வாயண்டை வந்தது. குழந்தை மாதிரி அருந்தினான்.

பிறகும் . . . ?

மௌனந்தான்.

மெதுவாக அவன் கால்களை எடுத்து இடையில் சுற்றிக்கொண்டாள் . . .

அவளது மழையில் நனைந்த உடலை மறைத்த கேசத்தை ஒதுக்கி அவனது சிரத்தை தோள்மீது மெதுவாகச் சாய்த்தாள். அவனது உஷ்ணமான கன்னங்கள் அவன் கழுத்திலிருந்து முகம்வரை செக்கச்சிவப்பாக மாறியது . . .

மெதுவாக அணைத்த அவன் கரத்துடன் அவன் மடியில் கண்ணை மூடியவண்ணம் படுத்தாள்.

என்ன நம்பிக்கை அவள் கடைக்கண்ணில் சுடர்விட்ட இரண்டு துளிகள் எதை நினைத்தனவோ!

"ஆமாம் சகுந்தலா . . . என்னுடைய சகுந்தலா . . . அவள் என்னுடையவள் . . . அவள் கழுத்து, அந்த பிளவுபட்ட கேசம் எவ்வளவு அழகாக . . . இப்படியே என் பக்கத்தில் . . . எப்பொழுதுமே . . . ஆமாம். எப்பொழுதுமே . . . அதை அவள் கழுத்தில் அப்படியே சுற்றினால் . . ."

புதுமைப்பித்தன் மொழிபெயர்ப்புகள்

அவனது கரங்கள் இரு கூறாகப் பிளந்து கிடந்த சிகையை அவள் கழுத்தில் சுற்றுகின்றன, இறுக்குகின்றன.

"ஆமாம்! என்னுடையவள்" என்ற வார்த்தைகள் அவன் வாயிலிருந்து வருகின்றன.

அவள் கண்கள் மூடியபடிதான்... அதரத்திலும் அந்தப் புன்சிரிப்பு. அந்தத் தழுவல். அவனை தன்னுள் அழுத்திய கை இன்னும் அவளை இழுப்பதுமாதிரி அழுத்துகின்றது... அந்த நிலையில்...

அவ்வளவுதான்.

அந்த இரண்டு துளிகள் என்ன நினைத்தனவோ?

அன்று அவனை அணைத்தவண்ணமே இரவு கழிகிறது.

அவள் எப்படி விலகுவாள்? உயிர் இருந்தால்தானே.

அன்று இரவு அவள் விலகவில்லை.

அவன் மனதில் காதலின் வெறி! ஐக்கிய வெறி!...

அவள் எப்படி நீங்குவாள்.

அன்று இரவு அவள் நீங்கவில்லை?

உயிர் இருந்தால்தானே!

புதுமைப்பித்தன்
மணிக்கொடி, 30.9.1934

○ ○

தமிழ் படித்த பெண்டாட்டி
(மொப்பஸான் கதையின் தழுவு)

அன்று கப்பலில் வெகு கூட்டம். நான் சிங்கப்பூருக்குப் புறப்பட்டிருந்தேன். கப்பலும் ஏக கோஷம், இரைச்சலுடன் துறைமுகத்தை விட்டுப் புறப்பட்டது. நான் கப்பலின் மேல் தட்டிலிருந்து கப்பல் கடலுக்குள் செல்லுவதை கவனித்துக் கொண்டேயிருந்தேன்.

திடீரென்று என்னை யாரோ கூப்பிட்டார்கள். திரும்பிப் பார்த்தேன். எனது பழைய நண்பர் ஹரிஹரன்.

இருவரும் கை குலுக்கினோம். நண்பன் சீமையில் வக்கீல் பரிட்சை கொடுத்துவிட்டு, இலங்கையில் இருக்கிறான் என்று மட்டும் தெரியும். பார்த்து வெகு நாளாகிவிட்டது.

இருவரும் கை குலுக்கினோம்.

"எங்கு பார்த்தாலும் இந்த வெள்ளைக்காரக் கூட்டம்தானா என்ன வெறுப்பாக இருக்கிறது!" என்றான் என் நண்பன்.

"ஏன் இப்படி அவர்களை வெறுக்கிறாய்?" என்றேன்.

"நீதான் பார். சமுத்திரத்தையே தங்களுக்குப் பட்டா எழுதி வைத்த மாதிரி பார்க்கிறதை; அதில் என்ன மமதை. என்னமோ பெரிய சண்டைக் கப்பல்கள் இருந்துவிட்டால் பக்கத்தில் இருப்பவன் மனிதன் என்றுகூடத் தெரியாது போலிருக்கிறது. இவர்கள் இங்கே வராமல் விரட்டுவதற்கு வழியில்லையா?"

"ஏன்? அவர்களைப் பற்றி எனக்குக் கவலையே இல்லை" என்றேன்.

புதுமைப்பித்தன் மொழிபெயர்ப்புகள்

“உனக்கென்ன கவலை. எனக்குத் தெரியும். அந்த ஜாதியில் ஒருத்தியை நான் கலியாணம் செய்துகொண்டேன்” என்றான் வெறுப்புடன்.

நான் திடுக்கிட்டேன் . . . பிறகு . . .

“அதைப் பற்றி நன்றாகக் கூறு. ஏன்? அவள் என்ன, தொந்தரவு கொடுக்கிறாளா?”

“தொந்தவு கொடுக்கவில்லை.”

“பின் . . . அவள் என்ன . . . நடத்தை . . .”

“அதை ஏன் கேட்கிறாய். அவள் கற்புடையவளாகவே இருக்கிறாள். அப்படி ஏதாவது இருந்தால்தான் விவாகரத்திற் காவது வழியுண்டே?”

“பிறகு என்னதான் சொல்லேன். எனக்கு ஒன்றும் அர்த்த மாகவில்லையே.”

“கஷ்டம் என்னவென்றால் அவள் தமிழ் பேசப் படித்துக் கொண்டாள். சொல்லுகிறேன் கேள். கொஞ்ச நாட்களுக்கு முன் சீமைக்குப் போயிருந்தேனே அப்பொழுது அவளைச் சந்தித்தேன். நல்ல அழகி . . . அவள் அழகில் ஈடுபட்டேன். நல்ல குடும்பத்துப் பெண். அவர்களும் இங்கு இருந்தவர்களாம். அவளைப் பார்த்ததும் எனது இலக்ஷியம் கனவு என்றெல்லாம் நினைத்துக்கொண்டேன். இன்னொன்று உனக்குத் தெரிய வேண்டும். நம்முடைய ஆட்களுக்கு அன்னிய நாட்டுப் பெண் ணென்றால் அவ்வளவுதான். அவள் வெள்ளைக்காரியாக இருக்கட்டும், அல்லது மலையாளத்துப் பெண்ணாக இருக்கட் டும். அவள் நமது பாஷையில் ஒரு வார்த்தை குளறிவிட்டால் அவ்வளவுதான்.

“நான் அவளைச் சந்தித்தபொழுது அவளும் தமிழ் பேசினாள். எனக்கு அர்த்தமாகவில்லை. நானும் தமிழ் பேசி னேன். அவளுக்கு அர்த்தமாகவில்லை. ஆனால் அதுதான் சுவாரஸ்யமாக இருந்தது. அதனால் அவளைக் கலியாணம் செய்துகொண்டேன். பிறகு இங்கு வந்த பிறகு, தமிழ் வாத்தி யார் ஒருவரை வைத்தேன். இத்தனை நாள் அவள் இலக்க ணத்தைக் கிழித்து அகராதியைச் சிதைத்தாள். அது ரொம்ப வேடிக்கையாக இருந்தது. சுவராஸ்யமாக இருந்தது. கேட்ப தற்கு இன்பமாக இருந்தது. இப்பொழுதோ . . . ஐயோ கடவுளே . . . ‘நீவிர் வருக’ என்கிறாள் என்னைப் பார்த்து. நடமாடுகிற தமிழ் இலக்கணம்தான். இப்பொழுது அவள் பாஷை சீனத்துச் சரக்காக இருக்கிறது. ஒன்றும் புரியவில்லை. நான் ஒரு கிளியைக் கலியாணம் பண்ணிக்கொண்டேன். இந்தத் தப்பிதத்திற்கு எந்தக் குட்டிச்சுவற்றில் முட்டிக்கொள்ளுவது.”

சற்று மௌனம்.

"இப்பொழுது உமது மனைவி எங்கிருக்கிறாள்?"

"அவளை சென்னையில் விட்டுவிட்டு வந்திருக்கிறேன்."

"பிறகு நீ . . . ?"

"சிங்கப்பூருக்கு 'ரெஸ்ட்' எடுக்க (களைப்பாற)ப் போகிறேன்."

"பெண்கள் எவ்வளவு தூரம் முட்டாளாக இருப்பார்கள் சில சமயங்களில் என்று தெரிகிறதா?" என்றேன்.

"ஏன்? ஆண்களை ஏன் மறந்துவிட்டாய்?" என்றான் எனது நண்பன்.

புதுமைப்பித்தன்
மணிக்கொடி, 7 அக்டோபர் 1934

○○

அந்த முட்டாள் வேணு

"லட்சுமணா! ஏன் வேணுவைப் பற்றிப் பேசும்பொழுது எல்லாம், அந்த முட்டாள் வேணு என்று சொல்லுகிறார்கள்?" என்று கேட்டேன்.

"என்னப்பா? வேணுவைப் பற்றி உனக்குத் தெரியாதா? மாம்பலத்தில் இருந்துகொண்டு, வேணுவைப் பற்றித் தெரியாதென்றால் அதிசயமாக இருக்கிறது."

அவருக்கு அதிசயமாக இருந்தாலும் எனக்குத் தெரியா தென்று ஒத்துக்கொள்ள வேண்டியிருந்தது. உடனே உத்சாக மாகக் கதை சொல்லவாரம்பித்தார்.

"வேணுவைப்பற்றி உனக்குத் தெரியுமே. அவன் இங்குதான் ஒரு பெரிய ஷாப்பு வைத்துக்கொண்டிருந்தானே. அப்பொ ழுதும் மாம்பலத்தில்தான் குடியிருந்தான். அங்கிருந்துதான் கடைக்கு வருவதும் போவதுமாக இருந்தான்.

"ஒருநாள் சாயங்காலம் போர்ட் ஸ்டேஷனில் புறப்பட் டான். அப்பொழுது மின்சார ரயில் போடப்படவில்லை. டிக்கெட்டை வாங்கிக்கொண்டு பிளாட்பாரத்தில் உலாவிக் கொண்டிருக்கும்பொழுது, அவன் மனம் பித்தம் பிடித்தது போல் ஓடிக்கொண்டிருந்தது. அன்று ரயில் கூட்டமில்லை.

"பிளாட்பாரத்தில் உலாவிக்கொண்டிருக்கும்பொழுது ஒரு அழகான பெண் ரயிலில் ஏற வந்தாள். பார்த்ததும், அவன் மனம் பித்துப் பிடித்தது போலாயிற்று. அவனும் அவள் பின்னோடேயே தொடர்ந்தான். அவள் ஒரு தனி வண்டியில் ஏறினாள். அவன் பிளாட்பாரத்தில் அங்குமிங்கும் அசடு வழிந்து கொண்டு உலாவினான். அவளிடம் எப்படிப் பேசுவது? அதுதான் பெரிய பிரச்னை. அப்பொழுது வண்டியும் புறப்பட

மணியடித்தது. உடனே அவனும் முன்பின் யோசியாது அந்த வண்டியில் ஏறி அவள் உட்கார்ந்திருந்த பலகைக்கெதிரில் உட்கார்ந்தான்.

"அவள் அவனை ஏறிட்டுப் பார்த்துவிட்டு, கையிலிருந்த புத்தகத்தைப் படிக்க வாரம்பித்தாள். சில சில சமயம் அவள் கண்கள் அவனைத் தற்செயலாக நோக்கும். கையிலிருந்த புத்தகத்தைப் படித்துக்கொண்டிருந்தவள் திடீரென்று உள்ளுக்குள் நகைத்துக்கொண்டாள்.

"வேணுவிற்கு இவ்வளவும், அவள் தனது வடிவழகில் ஈடுபட்டதினால் ஏற்பட்டது என்று தோன்றியது. பேசுவதற்கு நாவோடவில்லை. வாய் அடைத்துக்கொண்டது.

"எழுந்தான். திடீரென்று முன்பின் யோசியாது அவளைக் கட்டித் தழுவி ஒரு முத்தமிட்டான்.

"அவள், ஒரு குதியில் தன்னை விடுவித்துக்கொண்டு, கூக்குரலிட்டுச் சங்கிலியைப் பிடித்து இழுத்தாள்.

"வண்டி நின்றது. கார்டுகள், போலீஸ்காரர்கள், எல்லாரும் அங்கு கூடினர். விஷயம் தெரிந்தது. வேணு கைது செய்யப் பட்டு ஸ்டேஷனுக்குப் போனதும் ரிமாண்டில் விடப்பட்டான்."

2

அப்பொழுது நான் ஒரு தினசரிப் பத்திரிகையில் இருந்தேன். வேணு மறுநாள், என்னைப் பார்க்க வந்தான். என்ன செய்வ தென்று அவனுக்குத் தெரியவில்லை. என்ன செய்வதென்று என்னைக் கேட்டான். "போடா முட்டாள்! இந்த விஷயங்களில் எல்லாம் இப்படியா நடந்துகொள்ளுவது?" என்று கண்டித்தேன்.

வேறு விதியில்லை. அவனைப் பார்த்தால் பரிதாபமாக இருந்தது. ஏதாவது ஒரு மாதிரியாக முடித்து வைக்கலாம் என்று மாஜிஸ்திரேட்டைப் பார்க்கச் சென்றேன்.

அந்தப் பெண்ணின் பெயர் சாந்தாவென்றும், அவள் ஜாதியில் பிராமணப் பெண் என்றும், அவள் பெற்றோர் இறந்துவிட்டதினால் சித்தப்பாவுடன் வசிக்கிறாள் என்றும் அவள் உபாத்தியாயனியாக இருக்கிறாள் என்றும் அறிந்தேன்.

மாஜிஸ்திரேட் அந்த பெண்ணின் சித்தப்பா ஒரு கேஸ் போட்டிருக்கிறார் என்றும் அதை அவர்கள் வாபஸ் வாங்கிக் கொண்டால் போலீஸ் கேஸைத் தள்ளுபடி செய்யலாம் என்றும் கூறினார்.

இதற்கென்ன செய்வது? அந்தப் பெண்ணின் சித்தப்பா எப்படிப்பட்டவரோ? அவரைப் போய்ப் பார்த்தால்தான் முடியும்.

அன்று மத்தியானம் மூன்று மணிக்கு அவரைப் பார்க்கச் சென்றேன். அவர் ஒரு பென்ஷன் உத்தியோகஸ்தர். தியாசபிப் பைத்தியம். அவருடைய சஹதர்மிணியும் அப்படித்தான்.

கதவைத் தட்டியதும் ஒரு பெண் வந்து கதவைத் திறந்தாள். நல்ல அழகி. ஆம், அவள்தான். அந்த முட்டாள் செய்த தவறில் ஒரு ஆச்சரியமும் இல்லை. "சித்தப்பா இருக்கிறாரா?" என்று கேட்டேன். அவள் உள்ளே அழைத்துச் சென்றாள். அவள் சித்தப்பாவிற்கு ஒரு பத்திரிகாசியர் தன்னைத் தேடி வந்திருக்கிறார் என்ற உத்ஸாகத்தில் தலைகால் தெரியவில்லை. அதிலும் எங்கள் பத்திரிகையில் அவருக்கு ஒரு பிரேமை இந்தது.

குசலப் ப்ரச்னம் நடந்த பின் நான் வந்த காரியத்தைக் கூறினேன். இந்தக் கேஸினால் விஷயம் அதிகமாக பிரபலமாகி பேச்சுக்கு இடமாகும் என்பதை சுருக்கமாகக் கூறினேன். அவருக்கும் அம்மாதிரிதான் பட்டது. ஆனால் அதைப் பற்றித் திடமாக ஒரு முடிவும் கூறவில்லை.

சகதர்மிணியைக் கேட்டு செய்ய வேண்டும் என்று கூறினார். ஆனால் கேஸ் மறுநாளே வருவதைக் குறிப்பிட்டேன். செய்வ தாக இருந்தால் இன்றே செய்விக்க வேண்டும் என்றேன்.

அவர் உடனே சென்று, திருவல்லிக்கேணிக்குச் சென்றிருக் கும் தமது மனைவியை அழைத்து வருவதாகச் சொல்லிவிட்டு தான் வரும்வரை இருக்கும்படிக் கேட்டுக்கொண்டு சென்று விட்டார்.

வீட்டில் என்னையும் அவளையும் தவிர வேறு ஒருவரும் கிடையாது.

அவளுடன் பேச ஆரம்பித்தேன்.

"இந்தக் கேஸினால் எவ்வளவு தொந்தரவு இருக்கிறது. கோர்ட்டின் முன்பு வரும்பொழுது எத்தனை பெயர் சிரிப் பார்கள். நமக்குள்ளாக, ஒரு பேச்சிற்காகச் சொல்கிறேன், அந்த முட்டாள் உன்னை முத்தமிட எழுந்தான். நீ அவனுக்கு புத்தி கற்பித்துவிட்டு வேறு வண்டியில் ஏறியிருந்தால், இந்தக் கூக்குரல் இடாமல்" என்றேன்.

அவள் சிரித்தாள். "நீங்கள் சொல்வதெல்லாம் சரிதான். அந்தச் சமயத்தில் நான் பயந்துவிட்டேன். பைத்தியக்காரன்

கொல்ல வருகிறானாக்கும் என்று பயந்தே போனேன். அந்த முட்டாள் ஒரு வார்த்தைகூடப் பேசவில்லை" என்றாள்.

நான் சிரித்துக்கொண்டே "மன்னிக்க வேண்டியதுதான் என்று ஒப்புக்கொள்ளுங்கள். எப்படி இருந்தாலும் தங்களைப் போன்ற... அதில் அதிசயம் ஒன்றுமில்லை."

அவளும் என்னைவிட அதிகம் சிரித்தாள். "ஆசைக்கும் செய்கைக்கும் எவ்வளவோ வித்தியாசம் இருக்கிறது."

"நான் திடீரென்று இப்பொழுது உன்னை முத்தமிட்டால் என்ன செய்வீர்கள்?" என்றேன்.

"அதற்கும் இதற்கும் வித்தியாசம் இல்லையா?"

நேராக எனது கண்களை நோக்கினாள்.

இரண்டும் ஒன்றல்லவென்று எனக்கும் தெரியும்.

"மேலும் நீங்கள், அவனைப் போல் முட்டாளா? மேலும் உங்களைப் போல்..." என்று கடைக் கண்ணால் நோக்கினாள்.

உடனே அவள் தடுக்க முயலுமுன் அவள் கன்னத்தில் ஒரு முத்தமிட்டேன்.

"மன்னியுங்கள் எனக்கும் அந்த வேணுவைப் போல் கோர்ட்டிற்குச் செல்ல வேண்டும் என்றுதான் ஆசை" என்று மிகவும் தாழ்மையாகச் சொன்னேன்.

"ஏன்?" என்று கேட்டாள்

"தங்களைப் போன்ற அழகியை நான் கண்டதே இல்லை. தங்களை முத்தமிட்டதே பெரிய வெற்றி. அதற்கு என்ன தண்டனை வேண்டுமானாலும் ஏற்பேன்" என்றேன்.

அவளும் சிரிக்க வாரம்பித்தாள்.

"நீங்கள் வேடிக்கைக்காரராக இருக்கிறீர்கள்" என்றாள்.

அவள் சொல்லி முடியுமுன் அவளை மறுபடியும் அணைத்து முகத்திலும் அதரங்களிலும் முத்தங்களைச் சொரிந்தேன்.

தன்னை விடுவித்துக்கொண்டு "நீங்கள் ஒரு மிருகம். உங்களுடன் பேசியதே தவறு" என்றாள்.

"மன்னியுங்கள், மன்னியுங்கள் நான் உங்களைக் காதலிக் கிறேன். தங்களைக் கண்ட ஒரு வருஷ காலமாக எனது காதல் வளர்ந்துகொண்டே வருகிறது" என்று மனமறிந்து பொய் கூறினேன்.

"தங்களை ஒரு வருஷத்திற்கு முன்பு சென்னையில் சந்தித்தேன். அப்பொழுதே காதல் கொண்டேன். நான்

வேணுவிற்காக இங்கு வரவில்லை. அந்தச் சாக்கை வைத்துக் கொண்டு தங்களைக் காணுவதற்காகவே வந்தேன்" என்றேன்.

அவளும் என்னைத் தழுவி எனக்கு முத்தமிட்டாள்.

○

இரவு ஏழு மணி இருக்கும். அவள் சித்தப்பா வந்து சேர்ந்தார். இருவரும் வழியிலேயே பேசி முடிவு கட்டி விட்டார்களாம். கேஸை வாபஸ் வாங்குவதாகச் சொன்னார்கள்.

அவர்களுடைய விடையையும் சாந்தாளின் ஆலிங்கனத்தையும் பெற்றுக்கொண்டு வெளியேறினேன்.

பிறகு சமீபத்தில் அவளைச் சந்திக்க நேர்ந்தது. அவள் டி.இ.ஓ. விற்கு வாழ்க்கைப்பட்டிருந்தாள்.

அவளுடைய கணவன் என்னை மிகுந்த மரியாதையுடன் வரவேற்றார். "தாங்கள் அந்த முட்டாள் விஷயத்தில் எவ்வளவு மரியாதையாக, பக்குவமாக நடந்துகொண்டீர்கள் என்று அடிக்கடிப் புகழ்ந்துகொண்டிருக்கிறாள்" என்று என்னை மரியாதையாக வரவேற்றார்.

நந்தன்
ஊழியன், 23.11.1934

○○

கொலைகாரன் கை

அப்பொழுது நாங்கள் கலாசாலையில் படித்துக் கொண்டிருந்தோம். அந்தக் காலமே குஷி; கேள்வி கேட்பார் கிடையாது.

நாங்கள் சாயங்காலம் எங்கள் ரூமில் உட்கார்ந்து பேசிச் சிரித்துக் கொண்டிருந்தோம். அப்பொழுது எங்கள் நண்பன் பரமேச்வரன், "எங்கிருந்து வருகிறேன் தெரியுமா?" என்று சத்தம் போட்டுக்கொண்டு உள்ளே நுழைந்தான்.

"எங்கிருந்து வருகிறாய் என்று சொல்லவும் வேண்டுமாக்கும்?" என்று அவனைப் பார்த்துச் சிரித்தோம்.

"போங்கடா முட்டாள்கள். ஊரிலிருந்து அதிசயம் ஒன்று கொண்டு வந்தால் முட்டாள்தனமாக என்னத்தையேனும் நினைத்துக்கொள்ளுகிறதா?" என்றான்.

"அதிசயத்தைச் சொல்லுமையா, கேட்போம்" என்றோம்.

பரமேச்வரன் வைத்திய கலாசாலை மாணவன். சத்திர வைத்தியத்தில் அபாரப் பிரேமை; கையில் ஏதோ ஒன்றைக் காகிதத்தில் சுருட்டி வைத்திருந்தான்.

"இதுதான் அதிசயம்" என்று பிரித்துக் காண்பித்தான்.

அது ஒரு பிணத்தின் வெட்டுண்ட கை.

வெகுநாள்பட்டது. தோல்கள் சுருங்கி நகங்களுடன் பார்ப்பதற்கு பயங்கரமாக இருந்தது.

"சீச்சீ! தூக்கி எறி" என்று நாங்கள் கூவினோம்.

"இதன் கதை ரொம்ப சுவராஸ்யமானது. கேளுங்கள்" என்று சாவதானமாக ஆரம்பித்தான்.

“நான் எங்களூருக்குப் போயிருந்தேன். அங்கே எங்கள் தெருவிற்கு மூன்றாவது தெருவில் ஒரு மந்திரவாதச் சாமியார் இருந்தார். அவர் இப்பொழுதுதான் இறந்து போனார். தனி ஆசாமி. அனாதை. பிரேத சமஸ்காரம் செய்ய அங்கிருந்ததை எல்லாம் ஏலம் போட்டார்கள். அப்பொழுது நான் இதை வாங்கினேன். இந்தக் கை இருக்கிறதே, அதன் கதை வெகு ஆச்சரியமானது. இந்தக் கையுள்ள மனுஷன் ஒரு வெள்ளைக் காரன். கையைப் பார்த்தால் அப்படித் தெரியாது. அதில் எண்ணெயும் தூசியும் படிந்து நிறம் மாறி இருக்கிறது. அவன் நூறு வருஷத்திற்கு முன்பு இங்கே வந்தவனாம். பொல்லாத படுபாவி. அவன் செய்யாத அக்கிரமம் கிடையாது. எத்தனை கொலைகள்! இங்கு வரும்பொழுது பட்டாளத்து ஸோல்ஜ ராக வந்தான். அதை விட்டுவிட்டு ஒரு ஜமீன்தாரின் கையா ளாக இருந்தான். கையாள் என்றால் என்ன, ஆள்களை உயர அனுப்பும் வேலைதான். சீமையிலேயே அவன் செய்த அக்கிரமங்கள் கொஞ்சமல்ல. கலியாணமான மறுநாள் தன் மனைவியைக் கிணற்றிற்குள் தூக்கிப்போட்டுக் கொன்றான். அதற்கு மறுநாள், தனக்குக் கலியாணச் சடங்கை நடத்தின அவன் இனத்து மதகுருக்களை மாதாகோவில் கோரியிலேயே கழுத்தில் சுருக்கு மாட்டித் தொங்கவிட்டுக் கொன்றவன். பிறகு இங்கு வந்து இருந்தானா. அப்பொழுது வெள்ளைக் காரர்களுக்கு அவன் செய்யும் அட்டூழியங்கள் பெருத்த அவமானமாக இருந்தது. ஒருநாள் இராத்திரி அவனைச் சித்திரவதை செய்து கொன்று புதைத்து விட்டார்கள். அப்பொ ழுது அவன் கையிலிருக்கிறதே, பல கொலைகள் செய்த அந்த வலது கை, அதைத்தான் முதலில் வெட்டினார்களாம். பிறகு அந்தக் கையைப் பதனிட்டு எங்கோ தொங்கவிட்டிருந்திருக் கிறார்கள். இந்த மந்திரவாதி இருந்தானே, அவன் காய சித்தி பெற்றவன் என்று சொல்லிக்கொள்ளுவான். அவனும் அந்த சமயத்தில் இருந்தானாம். எப்படியோ அந்தக் கையைத் திருடிக் கொண்டுவந்து ஒரு வெள்ளைக்காரப் பிசாசைத் தனக்கு அடிமையாக வைத்திருந்ததாகக் கதை. இந்தக் கதையைக் கேட்டதும் எனக்கு அதை வைத்திருக்க வேண்டுமென்று ஆசை உண்டாயிற்று. உடனே வாங்கி வந்தேன்” என்று கதையை முடித்தான் எங்கள் நண்பன்.

“இதை என்ன செய்யப் போகிறாய்?” என்றேன்.

“இதை அறையில் கட்டித் தொங்கவிட்டிருப்பேன்” என்றான் அவன்.

ராமராஜு என்ற நண்பன் பின்வருமாறு கூறவாரம்பித் தான். “இம்மாதிரியாகக் கையையிழந்து மரணமடைந்தவனுடைய

ஆத்மா, இழந்த கையைத் தேடும். அதை வைத்திருக்கிறவரைக் கொன்று போடும் என்று நான் கேட்டிருக்கிறேன்" என்றான்.

உடனே எல்லோரும் சிரித்தோம். 20ஆம் நூற்றாண்டிலும் இம்மாதிரி பைத்தியக்காரப் பேர்வழியுண்டாவென்று எங்களுக்கு ஆச்சர்யமாக இருந்தது. அதிலும் வைத்திய மாணவன்.

M.K. நாயுடு என்ற பெரிய சரீரி, எல்லாரையும் கோட்டா பண்ணுகிறவர். ஒருவரையாவது விட்டுவைக்க மாட்டார். "ஆமாம்! இந்தப் புலி சொல்லுகிறதைக் கேட்டு முடித்து வைத்துக் கொள்ளுங்கள். அந்தப் பரமேச்வரனுக்கு மாமிசத்தில் கிறுக்கு விழுந்திருக்கிறது. அலந்து போய் இதைக் கௌவிக்கொண்டு வந்திருக்கிறான்" என்ற ஒரு போடு போட்டார்.

சிறிது நேரம் எல்லோரும் சிரித்துப் பேசிக்கொண்டிருந்து விட்டுப் பிரிந்தோம்.

நானும் பரமேச்வரனும் ஒன்றாக அவன் ரூமிற்குச் சென்றோம்.

அவன் அந்தக் கையைத் தன் கட்டிலுக்குமேல் தொங்க விட்டு, வாழ்வாவது மாயம் என்று சுவற்றில் எழுதினான்.

எனக்கும் பக்கத்தறைதான். நேரமாகிவிட்டதென்று விடைபெற்றுக்கொண்டு சென்றேன்.

இரவு 2 மணி இருக்கும்.

நான் திடுக்கிட்டு விழித்தேன். எங்கோ கூப்பாடு, இரைச்சல்.

கண்ணை விழித்ததும் பரமேச்வரனின் வேலைக்காரச் சிறுவன் என் பக்கத்தில் நடுநடுங்கிக்கொண்டு எழுப்ப முயல்வதையறிந்தேன்.

முகத்தில் பயம் என்று எழுதியிருந்தது அவன் தோற்றம்.

"எஜமான், கொலை..." என்று என்னவோ உளறினான்.

நான் அவனைக் கவனியாது எனது நண்பன் அறைக்கு ஓடினேன்.

அறையின் நடுமத்தியில் என் நண்பன் தலை விரிகோலமாகக் கிடந்தான். கண்கள் உள்ளே சொருகிவிட்டன. வெள்ளை விழி மட்டும் பயங்கரமாக விழித்தது.

கைகால் தேகம் எல்லாம் முறுக்கிப் பின்னிக்கொண்டு கிடந்தன.

அவன் கழுத்தில் சிவப்புத் தடம், வளையம் மாதிரி. அதில் ஐந்து சிறு துவாரங்கள் அதன் வழியாக சிறிது

இரத்தம் வடிந்து காய்ந்து கிடந்தது. வாயிலிருந்து கடைவாய் வழிந்த சிறிது இரத்த ஓடை.

பக்கத்தில் போலீஸ் – இரவு பீட் கான்ஸ்டபிளும் அவன் கூப்பிட்டு வந்த ஒரு இன்ஸ்பெக்டரும் – என்னவோ எழுதிக் கொண்டிருந்தார்கள்.

நான் சுற்றுமுற்றும் பார்த்தேன். எனது நண்பன் தொங்க விட்டு வைத்திருந்த கையைக் காணவில்லை. பார்ப்பதற்கு பயங்கரமாகவும் அசிங்கமாகவும் இருக்கிறதென்று அதை எடுத்துவிட்டார்கள் போலிருக்கிறது.

போலீஸ் பின்வரும் ரிப்போர்டை எழுதியிருந்தார்கள்.

பரமேச்வரன் என்ற வைத்திய கலாசாலை மாணவன் தஞ்சையில் நல்ல பண்ணைக் குடும்பத்தைச் சேர்ந்த பிராமணப் பையன். அவன் இரவு வந்ததும், தனக்கு மிகவும் களைப்பாக இருக்கிறது என்று வேலைக்காரப் பையனை வெளியே அனுப்பிவிட்டு படுத்துக்கொண்டான். இரவு ஒன்று அல்லது இரண்டு மணி சுமாருக்கு அவன் அறையில், பெருத்த இரைச்சல் கேட்க, வேலைக்காரன் உள்ளே ஓடிச்சென்று பார்த்தான். தனது எஜமானர் தலைவிரிகோலமாகக் கிடப் பதைக் கண்டதும் வெளியே வந்து ஆள்களை உதவிக்குக் கூப்பிட்டான். உடன் போலீஸார் வந்து விசாரணை செய்யத் தொடங்கினார்கள். டாக்டர் வந்து பரிசோதித்து, கொலை செய்ய முயன்றவன் அமானுஷ்யமான பலம் பொருந்தியவ னாக இருக்க வேண்டும் என்று குறிப்பிட்டார். கொலை ஞனைப் பற்றி வேறு ஒரு புலமும் தெரியவில்லை.

எனது நண்பன் இறக்கவில்லை. ஆனால் அவனுக்குப் பைத்தியம் பிடித்துவிட்டது. பைத்தியக்கார ஆஸ்பத்திரிக்குக் கொண்டு போனார்கள்.

அங்கிருந்தும் ஒரே புலம்பல்தான், “கிட்ட வருகிறானே, விடாதே பிடித்துக்கொள்ளுங்கள்” – இதுதான் ஓயாமல்.

ஒருநாள் நான் அவனைப் பார்க்கச் சென்றேன். துரும் பாக இளைத்துப்போனான். ஆளோ அடையாளம் தெரிய வில்லை. அவனும் என்னை அடையாளம் கண்டுகொள்ள வில்லை.

அவன் எதிரில் உட்கார்ந்து அவனைப் பார்த்துக்கொண்டே இருந்தேன். அவன் என்னைக் கவனிக்கவே இல்லை.

திடீரென்று எழுந்தான். “கழுத்தை நெருக்குகிறானே! விடாதேயுங்கள், கழுத்தை நெருக்குகிறானே!” என்று சத்தமிட்டுக்

கொண்டு அறையைச் சுற்றிச்சுற்றி ஓடிவந்து மத்தியில் விழுந்தான். விழுந்தான், பிராணன் போய்விட்டது.

பிறகு பிரேத சமஸ்காரத்திற்குக் கொண்டுபோனோம். அவன் தகப்பனாரும் வந்திருந்தார். ஆஸ்பத்திரிக்குப் பக்கத்தில்தான் மயானம்.

அவனுக்குச் சிதை அடுக்கிக்கொண்டிருந்தார்கள். பக்கத்தில் சற்று தூரத்தில் இருவர் ஏதோ குழி வெட்டிக் கொண்டிருந்தார்கள். திடீரென்று அனைவரும் 'மனித எலும்பு' என்று கூவினார்கள். நான் பக்கத்தில் சென்று பார்த்தேன்.

உள்ளே ஒரு இடிந்த சமாதி. அதனுள் ஒரு பெரிய எலும்புக்கூடு. கண் குழியில் ஒரு புழு. அதன் வலது முழங்கையிலிருந்துள்ள எலும்பைக் காணோம்.

என்ன?

அந்த சமாதிக் குழியில் ஒரு ஓரத்தில், எலும்புக் கூட்டின் இடது கை சுருங்கித் தோல் ஒட்டிக்கொண்டிருந்த முழங்கைத் துண்டு கிடந்தது. இடக்கை விடமாட்டேன் என்ற பாவனையாக அதன் மீது கிடந்தது.

அதே கை!

குழி வெட்டிக்கொண்டிருந்தவன் அதைக் கண்டுவிட்டான். "அடேயப்பா. கையை விடமாட்டாயோ?" என்று எடுத்தான். அந்த எலும்புக்கூட்டின் கண் குழியிலிருந்து புழு நெளிந்தது.

"து! அதை அங்கேயே போட்டுவிடு" என்றேன்.

"அப்படித்தான் செய்ய வேண்டும், சாமி" என்றான்.

நந்தன்
ஊழியன், 14.12.1934

○ ○

சமாதி

மௌன்ட் ரோட் சாலையினருகில் இருக்கும் கல்லறைத் தோட்டக் காவல்காரன் குடிசையிலிருந்த நாய் அபாரமாகக் குலைக்கிறது. தோட்டக்காரன் நாயை அடக்கிப் பார்க்கிறான். அது கல்லறைத் தோட்டத்தைப் பார்த்துக்கொண்டே குலைத்தது.

ஜன்னல் வழியாக இருட்டிலும் ஒன்றும் தெரியவில்லை. உடன் கைவிளக்கை எடுத்துக்கொண்டு, நாயையும் அழைத்துக் கொண்டு வெளியே வருகிறான். நாய் கல்லறைகளின் பக்கமாகக் குலைத்துக்கொண்டே ஓடுகிறது.

அதோ அந்த கல்லறையின் பக்கத்தில் என்ன? யாரோ குனிந்திருப்பது மாதிரித் தெரிகிறதே.

ஓட்டமாக ஓடிச்சென்று பார்க்கிறான்.

லாந்தலின் மங்கிய வெளிச்சத்தில் ஒரு வாலிபன், பிரேதக் குழியைத் தோண்டி, அதனுள் இருந்த சவப்பெட்டியை யுடைத்து அதிலிருக்கும் பிணத்தை வெளியே இழுக்கும் பொழுது பிடித்துக்கொள்ளுகிறான்.

அந்தப் பிரேதம் நேற்றுப் புதைக்கப்பட்ட ஒரு வெள்ளைக் காரப் பெண்மணியின் பிரேதம். பிரேதத்தை இழுத்துக்கொண் டிருந்தவன் வாலிபன். நல்ல நிலைமையில் இருப்பவன்போல் தோன்றியது.

உடனே அவனைப் பின்கட்டாகக் கட்டி போலீஸ் ஸ்டேஷ னில் கொண்டுசேர்த்துவிட்டான்.

அந்த வாலிபன், ஒரு பிரபல வக்கீல். மல்ஹரிராவ் என்று பெயர்.

விசாரணை நடந்தது. மல்ஹரிராவ் செய்த கோரமான, வெறுக்கத்தக்க செய்கையைப் பற்றி விஸ்தரிக்கப்பட்டது.

விசாரணையைப் பார்க்க வந்தவர்களுக்கும், இந்த வக்கீலின் நடத்தை மனதைக் கொதிக்கவைத்தது. "தூக்கில் போட வேண்டும்" என்று பார்க்க வந்தவர்கள் தங்கள் இலவசத் தீர்மானத்தைக் கூவினார்கள்.

கோர்ட்டில் ஏற்பட்ட அமளியை ஒருவாறு அடக்கிய பிறகு, நீதிபதி, குற்றவாளியை "நோக்கி, உன் சார்பாகக் கூறவேண்டியவற்றைச் சொல்" என்றார்.

மல்ஹரிராவ் தனக்கு வாதிக்க ஒரு வக்கீலும் வேண்டாம் என்று முன்பே தடுத்துவிட்டார்.

மெதுவாக எழுந்து நின்றார். நல்ல அழகன்; கட்டுறுதியுள்ள வுடல், மனவுறுதி காண்பிக்கும் உதடுகள், களங்கமற்ற முகம்.

"மாட்சிமை தங்கிய நீதிபதியவர்களே, ஜூரர்களே!

"நான் அதிகமாகச் சொல்வதற்கு ஒன்றுமில்லை, சமாதியிலிருந்து என்னால் வெளியே இழுக்கப்பட்ட நங்கையை, நான் காதலித்தவன். நாங்கள் இருவரும் ஒன்றாக வாழ்ந்துவந்தோம்.

"நான் அவளைக் காதலித்தேன். எனது காதல் சரீர சம்பந்தமான வெறும் காமத்தீயல்ல. அது ஒரு தெய்வீகமான காதல். அது களங்கமற்ற தனிப்பெரும் உணர்ச்சி.

"இன்னும் கேளுங்கள்.

"நான் அவளை முதன்முதலாகச் சந்தித்தபொழுது எனக்கு ஏற்பட்ட உணர்ச்சிகள் ஆச்சரியமானது. கண்டதும் காதல் என்ற அழகின் மயக்கம் அல்ல. அவளைக் கண்டவுடன், எங்கோ கண்டது மாதிரி, மீண்டும் சந்திப்பது மாதிரி உணர்ந்தேன். அவளுடைய நடத்தைகளும், அவள் குரலும், எல்லாம் என்னை அவளுள் ஐக்கியப்படுத்திவிட்டன.

"அவள் எனது ஆத்மிக ஆசையின் பதில்போலும், நம்பிக்கையின் பயன்போலும் எனக்குப் பட்டது.

"சிறிது பழக்கம் அதிகப்பட்டது. அவள் என்னுடன் வாழச் சம்மதித்தாள். உலகம் தூற்றலாம். அதற்கு அதைத் தவிர வேறு என்ன தெரியும்? ஆனால் அந்தத் தெய்வத்தின் முன்பு அவள் எனது மனைவிதான். நான் அவளைப் பெற்றேன்; அவள்தான் என் வாழ்க்கை. இதற்குமேல் நான் ஒன்றும் விரும்பவில்லை.

"ஒரு நாள் சிறிது தூரம் உலாவச் சென்றிருந்தோம். அப் பொழுது ஒரு சிறு தூரல் வந்தது. அவளால் குளிர் தாங்க முடியவில்லை.

"நெஞ்சில் சளி பிடித்து, எட்டுநாள் கழித்து அவள் உயிர் நீத்தாள்.

"அவள் மரணபரியந்தம், எனது மனம் குழம்பியது மனம் இடிந்துவிட்டது.

"அவள் இறந்தாள். குருட்டு விதியின் கதை என் உள்ளத்தை ஒடித்தது, என் சிந்தனை நின்றது. நான் அழுதேன்.

"அவளது பிரேத சமஸ்காரத்திற்கு வேண்டி அவள் உடலத்தைத் துணியினால் சுற்றி, சவக்குழியில் புதைக்கும் வரை அவள் பக்கத்திலிருந்தேன். ஒவ்வொரு நிமிஷமும் பக்கத்திலிருந்தேன்.

"பிறகு ... பிறகு என் சித்தம் தெளிந்தது. உள்ளம் புழு வாகத் துடித்தது. என் காதலுக்கு அவள் கொடுத்த பணயம் அபாரமானது.

"பிறகு ஒரு நினைப்பு என் உள்ளத்தைக் கவ்வியது. இனி என்னால் ஒரு காலத்திலும் அவளைப் பார்க்க முடியாது என்பதுதான்.

"இப்படியே ஒருவன் ஒருநாள் பூராகவும் நினைத்துக் கொண்டிருந்தால் பைத்தியந்தான் பிடிக்கும். எண்ணிப் பாருங்கள். ஒருத்தி, காதல் பூராவையும் வசீகரித்த ஒருத்தி, உலகத்தில் ஈடு இணையற்ற ஒருத்தி, அவள் தன்னையே கொடுத்துவிடுகிறாள். காதல் என்ற அந்த அற்புதமான விளக்கை உள்ளத்தில் ஏற்றி வைக்கிறாள். அவள் கண்கள், வான வெளியிலும் பெரிய எல்லையற்ற கண்கள். களங்கமற்ற கனிவுடன் புன்சிரிப்புக் காண்பிக்கின்றன. அவள் காதலிக் கிறாள். அவள் பேசும்போது அவள் குரல் இனிமையிலே, இன்பவெள்ளம் உள்ளத்தில் பெருக்கெடுக்கிறது.

"பிறகு திடீரென்று மறைந்துவிடுகிறாள். எண்ணிப் பாருங்கள். எனக்கு மட்டுமல்ல, உலகத்திற்கே மறைந்து விடுகிறாள். அவள் இறந்துவிட்டாள். அந்த வார்த்தையின் அர்த்தம் என்ன தெரியுமா? இனி இல்லை, இல்லை, இல்லை, ஒரு இடத்திலும் அவள் இருக்கமாட்டாள். இனி அந்தக் கண்கள் ஒன்றையும் நோக்காது. இனி அந்தக் குரல், ஆம், அந்த இனிமையான குரல் கேட்காது.

"அவள் முகத்தைப் போல் இன்னொரு முகம் இருக்குமா? சிலைகள், படங்கள், அவளைப் போன்றதாகச் செய்துவிடலாம்.

ஆனால் அந்த உடல், அந்த முகம், இனி இப்புவியில் தோன்றாது. ஆயிரக்கணக்கான கோடிக்கணக்கான மக்கள் பிறப்பார்கள்; ஆனால் இனிப் பிறக்கும் அந்தப் பெண்கள் கூட்டத்தினுள் அவள் இனி வரப்போகிறாளா? அது முடியுமா? இதை எண்ணிக்கொண்டிருந்தால் ஏன் பைத்தியம் பிடிக்காது?

"அவள் இருபது வருஷங்கள் இருந்தாள். அவள் மறைந்தாள். ஒரேயடியாக மறைந்தாள்.

"அவள் சிந்தித்தாள்; சிரித்தாள்; என்னைக் காதலித்தாள், – என்னை! – இப்பொழுது அதன் சின்னம் என்ன இருக்கிறது? பிறந்து மடியும் ஈசலும் நம்மைப்போல்தான் சிருஷ்டிக்கப்படு கின்றன. எதுதான் இருக்கிறது, அவன் உடல், உஷ்ணமும் ஜீவனும் பொதிந்த உடல், அந்தப் பெட்டியில் சமாதியின் அடியில் அழுகும் என்று நினைத்தேன். அவள் ஆத்மா, அவள் சிந்தனை? அவளை எங்கே?

"அவளை இனி பார்க்க முடியாது! இனி அவளைப் பார்க்கமுடியாது!

"மண்ணாக மாறும் சவம், இனியும் அடையாளம் கண்டு கொள்ளக்கூடிய சவம், என் சிந்தனையில் அடிக்கடி எழுந்தது. அவளை ஒரு முறை பார்க்க ஆவல்கொண்டேன். ஒரே ஒரு தடவை.

"கையில் மண்வெட்டியும் விளக்கும் சம்மட்டியும் எடுத்துக்கொண்டு கல்லறைத் தோட்டத்திற்கு வந்தேன். சுவரேறிக் குதித்து உள்ளே சென்றேன். வெகு எளிதில் அவள் சமாதியைக் கண்டுகொண்டேன். இன்னும் சரியாகக்கூட கல் பதிக்கப்படவில்லை.

"தோண்டி, சவப்பெட்டியை எடுத்துத் திறந்தேன். தாங்க முடியாத துர்நாற்றம் வீசியது. பிணத்தின் அழுகி வாடை. ஆமாம்! அவள் பஞ்சணை எவ்வளவு சுகந்தத்துடன் கமழ்ந்தது!

"பிணத்தின் மேல் சுற்றிய துணியை விளக்கின் வெளிச்சத்தில் பார்த்தேன்... அவளைப் பார்த்தேன். அவள் முகம் நீல நிறமாகப் பருத்து, பயங்கரமாக இருந்தது. வாயிலிருந்து கறுத்த சீழ் வடிந்துகொண்டிருந்தது.

"அவள், அவள்தான். பயம் என்னைப் பிடித்துக்கொண்டது. அவள் தலைமயிரைப் பிடித்து முகத்தை நன்றாகப் பார்க்க என் பக்கம் தூக்கினேன்.

"அப்பொழுதுதான் என்னைப் பிடித்துக்கொண்டார்கள்.

"அன்று இரவு முழுவதும், – ஒவ்வொருவனும், காதலியின் ஆலிங்கனத்தில் ஏற்ற பரிமள கந்தத்தைப் பெறுவான் –

பிணத்தின் அழுகிய வாடையை, என் காதலியின் பரிமள கந்தத்தை முகர்ந்துகொண்டு இருந்தேன்.

"இனி நீங்கள் என்னை என்னவேண்டுமானாலும் செய்து கொள்ளலாம்."

கோர்ட்டு முழுவதும் நிசப்தமாய் இருந்தது. இன்னும் எதையோ கேட்கக் காத்திருப்பதுபோல் இருந்தது. ஜூரர்கள் முடிவு கட்ட உள்ளே சென்றார்கள்.

அவர்கள் திரும்பியும், குற்றவாளி பயமற்று, சிந்தனையற்று நின்றான்.

நீதிபதி கேட்க வேண்டியவற்றைக் கேட்டார்.

ஜூரர்கள், "குற்ற . . . குற்றவாளி" என்று முடிவு கட்டினார்கள்.

அவன் சிந்தனையற்று நின்றான்.

கோர்டில் ஒரு பெருமூச்சு வந்தது.

நந்தன்
ஊழியன், 21.12.1934

○○

பின்னிணைப்புகள்

பின்னிணைப்பு 1

மொழிபெயர்ப்புக் கதைகள்:
புதுமைப்பித்தன் குறிப்புகள்

புதுமைப்பித்தன் கதைகளை மொழிபெயர்த்து இதழ்களில் வெளியிட்டபோது பெரும்பாலும் சில குறிப்புகளையும் முன்னுரையாகச் சேர்த்திருக்கிறார். நூலாக்கம் பெற்றபோது அவை நீக்கப்பெற்றுள்ளன. அத்தகைய குறிப்புகள் – கிடைத்த அளவில் – இப்பின்னிணைப்பில் தரப்பட்டுள்ளன.

○

ஷெஹர்ஜாதி — கதைசொல்லி
ஹென்றி டிரெக்னியர்

பிரஞ்சு எழுத்தாளர்களில் தற்போது பிரபலமடைந்து வரும் சிறுகதை ஆசிரியர் கூட்டத்தைச் சேர்ந்தவர் ஹென்றி டிரெக்னியர் (1864 – ...). மொப்பாஸான் முதலிய எழுத்தாளர்களின் கதைகளை பிரெஞ்சுக்காரர் 'காந்தே' என்று கூறுவார்கள். இப்புதிய கூட்டத்தினர் எழுதுபவைகளுக்கு 'நொவாலே' என்று பெயர். தற்பொழுது இருந்துவரும் இந்த முறை அமெரிக்க முறையைத் தழுவியது; மொப்பஸான் தொகுதியினரின் கதைக் கூட்டத்தின் மறுமலர்ச்சியல்ல, அமெரிக்கக் கதையமைப்பு முறைதான் இவர்களுக்கு இலட்சியம். அதிலும் மனவோட்டங்களை நயமாகத் தீட்டுவதே முக்கியமான நோக்கம்.

பின்வரும் கதை 1925–26 வருஷங்களில் எழுதப்பட்ட மிகவும் சிறந்த கதைகளில் ஒன்று. கதையின் சம்பவம் அராபிய

இரவுகள் என்று கூறப்படும் அராபிக் கதைகளின் பிற்பகுதியாகக் கற்பனை செய்யப்பட்டிருக்கிறது. கதைசொல்லி பாக்தாத் சுல்தான் ஷாரியாரை மயக்கிய ஷெஹர்ஜாதியின் மனவோட்டங்கள் படம்பிடிக்கப்பட்டிருக்கின்றன. புகழை வென்ற இலக்கிய கர்த்தாவின் மனவோட்டங்களும் நிலைமைகளுமே பிரதானம். புகழுக்கும் பாசத்திற்கும் இருக்கும் நெடுந்தூரமும், வாழ்க்கை, மரணம் என்ற இரண்டு வகைப்பட்ட ஆனால் ஒன்றான சிருஷ்டியின் தோற்றங்களின் பல்லவி காதல் என்பதை ஷெஹர்ஜாதி அறிவதற்கு எவ்வளவு காலம் செல்லுகிறது என்பதும் சித்திரிக்கப்படுகிறது. கதையின் ஆரம்பமும் முடிவும் அவளுடைய மனவோட்டங்களில் பிணைந்த வாழ்க்கையின் பல்லவி. சிருஷ்டிகர்த்தாவுடன் போட்டியிடும் கற்பனை உள்ளத்தின் வாழ்க்கை அனுபவம்.

தினமணி, 23 நவம்பர் 1935

❍

நாடகக்காரி
ஷெக்காவ்

ருஷ்யச் சிறுகதை வளர்ச்சியை மூன்று காலமாகப் பிரிக்கலாம். ஆண்டான் ஷெக்காவ் *(1860–1904)* இரண்டாவது காலத்தைச் சேர்ந்த ஓர் பெரும் சிறுகதையாசிரியர். ருஷ்ய இலக்கியத்தில் பெரும்பான்மையாக எதார்த்தவாதி மனப்போக்குள்ள ஆசிரியர்கள்தான் இருக்கிறார்கள்; இவர்கள் மனதின் ஓட்டங்களை வர்ணிப்பதில் மிகவும் கைதேர்ந்தவர்கள். ஷெக்காவும் இதற்கு விதிவிலக்கல்ல.

கீழே மொழிபெயர்க்கப்பட்டிருக்கும் கதை ஒரு நாடகக்காரியின் – அதாவது மறைமுகமாக 'தாஸி'த் தொழில் செய்யும் ஒருத்தியின் – வாழ்க்கை. அவள் 'தாஸி'தான்; ஆனால் அந்த வர்க்கத்தின் பலவீனங்கள் கூடிய விதிவிலக்கு; அவள் மனம் வற்றி உலர்ந்துபோன பாலைவனமாகுமுன் நடந்த சம்பவம் இது. இக்கதையில் மூவரின் மனப்போக்கு தீட்டப்படுகின்றன. ஒன்று அந்த நாடகக்காரி; மற்றது அவளுக்காக ஆபீஸில் திருடிய பலவீனமான மனிதன்; இன்னொன்று அவனை மீட்க முயலும் ஒரு குலஸ்திரீ. சந்தர்ப்ப விபரீதத்தால் 'தாஸி'த் தொழிலைக் கைக்கொண்ட நாடகக்காரி உண்மையில் தியாகம் செய்தாலும் அதைப் பொருட்படுத்துகிறவர்கள் யார்?

தினமணி, 4 ஜனவரி 1936

❍

மார்க்ஹீம்
ஆர்.எல். ஸ்டீவென்ஸன்

சிறுகதையைக் 'கதை'யாக வைத்திருப்பது ஆங்கில இலக்கியந்தான். புதுத்தன்மைகளையும் புதுப் பரிட்சைகளையும் விலகிச் செல்வது ஆங்கில இலக்கியம். நவீன உற்பத்தியாயினும், பத்தொன்பதாம் நூற்றாண்டின் பரிட்சையாயினும் மிகவும் தீவிரமாகப் பலவித முறைகளைக் கையாண்டது சிறுகதைதான். ஆங்கில இலக்கியத்தின் அடிப்படையான போக்கு வைதீக மனப்பான்மை, சம்பிரதாய முறைகளில் அபார பற்றுதல் முதலியன. இருபதாம் நூற்றாண்டில், அதிலும் யுத்த காலத்திற்குப் பின்னரே, புதிய துறைகளில் புதிய எழுத்தாளர்கள் இறங்கினர். ஸ்ரீ ஆர்.எல். ஸ்டீவென்ஸன் *(1850–1894)* ஆங்கில இலக்கியத்தின் போக்கிற்கு விதிவிலக்கு. மனவோட்டங்களை வருணிப்பதில் நிபுணர். மிகவும் அற்புதமான பல கதைகளும் நாவல்களும் இயற்றி இருக்கிறார். நடை நயத்திற்கு இவருடைய இலக்கியங்களை உதாரணமாகக் கூறுவார்கள். கீழே மொழிபெயர்க்கப்பட்டிருக்கும் கதை ஒரு கொலைகாரனின் மனதை வருணிக்கிறது.

தினமணி, 11 ஜனவரி 1936

○

காரையில் கண்ட முகம்
இ.வி. லூக்காஸ்

ஆங்கில இலக்கியத்தில் தற்பொழுது நயமான நடையில் வியாசங்கள் எழுதுவதில் பிரசித்தி பெற்றவர் இ.வி. லூக்காஸ். அவரது நடை குதூகலமாகக் கொந்தளித்துச் சுழித்து ஒலிக்கும் வெள்ளைச் சிரிப்பு. அவரது நடை உலகத்தின் வசந்த ருதுவையும் சூரிய ஒளியையும் ஏற்று மனதை உற்சாகப்படுத்துவது. கீழே காணும் கதை ஓர் அற்புதமான கட்டுக்கோப்பு. கதையின் முக்கிய அம்சம் வாசகர்களை அதன் லாகிரியில் அமிழ்த்துவது. அதற்கு உதாரணம் 'காரையில் கண்ட முகம்.'

தினமணி, 18 ஜனவரி 1936

○

முதலும் முடிவும்
ஜான் கால்ஸ்வொர்த்தி

ஆங்கில இலக்கியத்தில் அதன் தற்போதைய சரியான பிரதிநிதியாக ஒருவரைக் குறிப்பிட வேண்டுமானால் ஜான்

கால்ஸ்வொர்த்தியைத்தான் (1867–1934) கூற வேண்டும். ஆங்கில இலக்கியத்தின் விதிவிலக்கான மேதை லாரன்ஸ், வாழ்வின் அமானுஷ்ய சோகங்களைக் கூறும் ஹார்டி இவர்களுடன் கால்ஸ்வொர்த்தியை ஒப்பிட முடியாது; ஒப்பிடவும் கூடாது. இங்கிலீஷ்காரனைத் தத்ரூபமாக அவனது மாறிவரும் சமுதாயத்துடன் படம்பிடித்துத் தந்தவர் கால்ஸ்வொர்த்தி. இவர் அரை நூற்றாண்டின் சமுதாயத்தைப் பகைப்புலமாகக் கொண்டு ‘போர்ஸைட் குடும்பம்’ என்ற ஓர் பெரும் நாவல் எழுதியிருக்கிறார். தலைமுறை தத்துவமாக நாவல்களை வளர்த்திக்கொண்டுபோவது தற்காலத்திய மேல்நாட்டு மோஸ்தர் என்றாலும், அதன் மிகவும் அழகான வேலைப்பாடு ‘போர்ஸைட் சாகா’ என்ற அந்தப் பெரிய நாவல். இவர் வெறும் நாவல், சிறுகதை ஆசிரியர் மட்டுமல்ல; ஆங்கில நாடகத் துறையில் ஓர் பெறும் ஸ்தானம் வகிப்பவர்; கவிதையும் சில எழுதியிருக்கிறார்.

கீழே தரப்படும் கதை முன்பே ஒருவரால் வேறு பெயரில் சிறு மாறுதல்களுடன் வெளியிடப்பட்டிருக்கிறது; ஆனால் இது மூலத்தின் உருவத்தை மாற்றாமல் அதன் சுவையை அப்படியே கொண்டுவர முயல்வது.

கதையை நீளமாக எழுதுவதில் ஆங்கில இலக்கியம் பேர்போனது. அதிலும் நீளத்திற்குத் தனிச்சிறப்பு அளிக்க வேண்டுமானால் கால்ஸ்வொர்த்தியைப் பார்க்க வேண்டும். கதை வெகுநீளமாக இருப்பதால் அடுத்த புதன்கிழமை ‘தினமணி’யில் முடிவுறும்.

தினமணி, 25 ஜனவரி 1936

○

ரோஜர் மால்வினின் ஈமச்சடங்கு
நதானியேல் ஹாதார்ண் (1804—1864)

சிறுகதைகளைப் பற்றிப் பூர்வாங்க பீடிகை பிடிக்க ஆரம்பிப்பவர்கள், அவை 19 நூற்றாண்டின் முற்பகுதியிலே, யந்திர நாகரிகத்தின் அடிவானத்திலே, முக்கியமாக அமெரிக்காவிலே தோன்றிய புதுப் பரிட்சை என்று கூறுவார்கள். அது என்னவாயினும் சிறுகதைத் துறையில் மிகவும் அற்புதமான வேலைகளைச் செய்தது அமெரிக்காதான். கீழே மொழிபெயர்க்கப்பட்டிருக்கும் கதையின் ஆசிரியர், துப்பறியும் கதைகளுக்குத் தந்தை என்று சொல்லப்படும் எட்கார் அல்லன் போ, பிரட் ஹார்ட், தமிழ்ப் பத்திரிகாசிரியர்கள் பெரும்பான்மையாக மொழிபெயர்க்கும் கதைகளின் ஆசிரியர் ஓ’ஹென்றி,

மார்க் ட்வெயின், இர்வின் காப், ஸின்கிளேர் லூயிஸ், தியடோர் டிரஸியர் முதலிய தற்கால ஆசிரியர்கள் – இவர்கள் யாவரும் சிறுகதை இலக்கிய வளர்ச்சியின் மைல்கல்கள் என்று கூறலாம். கீழே தரப்படும் கதை ஐரோப்பிய நாகரிகம் அமெரிக்காவில் அடிஎடுத்து வைத்தபொழுது அங்கிருந்த செவ்விந்தியர் என்று சொல்லப்படும் அந்நாட்டுப் பூர்வீக குடிகளுக்கும் புதிதாகக் குடியேறியவர்களுக்கும் நடந்த சண்டையைப் பகைப்புலமாகக் கொண்டெழுந்த ஒரு துயரக் கதை. ஆங்கில பாஷையில் (அமெரிக்காவில் பெரும்பான்மை யான பாகத்தில் ஆங்கிலந்தான் பேசப்படுகிறது) மிகவும் நல்ல கதைகளுள் ஒன்று.

தினமணி, 8 பிப்ரவரி 1936

○

தையல் மிஷின்
இவான் கூம்ஸ்

இவான் கூம்ஸ் அமெரிக்காவில் 'இளம் எழுத்தாளர்' கோஷ்டியைச் சேர்ந்தவர். அமெரிக்காவில் கதையாசிரியராக மிகவும் பிரபலம் வாய்ந்த ஓ' ஹென்றி என்பவருடைய ஞாப கார்த்தமாக ஒரு பரிசு வருஷாவருஷம் வழங்கி வருகின்றனர். ஸ்ரீ கூம்ஸ் எழுதிய முதல் கதை *1933* வருஷத்தில் ஓ' ஹென்றி பரிசு பெற்றது. அதற்கப்புறம் அவர் எழுதிய பல கதைகளில் மிகவும் திறமை வாய்ந்ததாகக் கருதப்படுவது கீழே மொழி பெயர்க்கப்பட்டிருக்கும் கதை. மானத சலனங்களைப் பின் பற்றுவது தற்கால மோஸ்தர். மின்னலையும் சூரிய கிரணத் தையும் வார்த்தையால் பிணிப்பது எவ்வளவு இலகுவோ அவ்வளவு மனதின் பாய்ச்சல்களைத் தொடர்ந்து பிடிப்பது. வெறும் தையல் மெஷின்தான். அதை வைத்துக்கொண்டு ஒரு மனிதனின் நினைவுச்சுழல்களை எவ்வளவு அற்புதமாக வருணித்துவிட்டான்!

தினமணி, 29 பிப்ரவரி 1936

○

மிளிஸ்
பிரட் ஹார்ட்

அமெரிக்கக் கதைகளைப் பற்றி நினைக்கும்பொழுது முதலாவது நம் மனதில் எழும் சிறுகதை ஆசிரியர் பிரான்ஸிஸ் பிரட் ஹார்ட் *(1836–1902)*. அவர் கதைகள் மனிதவர்க்கத்தில் விதியின் சுழலால் முறியடிக்கப்பட்டவர்களின் வரலாறு என்று

சொன்னால் உயர்வு நவிற்சியல்ல. அவர் சிரிக்கச் சிரிக்க எழுதுவார்; ஆனால் அவரது சிரிப்பு வெறும் அர்த்தமில்லாத, சிரிக்க வேண்டும் என்பதற்காக எழுதப்படும் ஹாஸ்யம் அல்ல. அவர் கதைகளில் மிகவும் உயர்ந்தது கீழே காட்டப் பட்டிருக்கும் மிளிஸ்.

தினமணி, 9 மார்ச் 1936

○

ஆசிரியர் ஆராய்ச்சி
ஸின்கிளேர் லூயிஸ்

தற்போதைய அமெரிக்க நாவலாசிரியர்களுக்குள் நோபல் பரிசு பெற்றவர் ஸின்கிளேர் லூயிஸ். 'பாபிட்', 'மெயினஸ் டிரீட்' என்ற அவரது நாவல்கள் பிரசித்தி பெற்றவை. ஸ்ரீ லூயிஸ் ஒரு வைத்தியரின் மகன். அவரது திறமையை விளக்கும் இக்கதையுடன் அமெரிக்கச் சிறுகதைகளிடம் செலவு பெற்றுக்கொள்ளுவோம்.

தினமணி, 16 மார்ச் 1936

○

இஷ்ட சித்தி
ஹான்ஸ் பலாடா

ஜெர்மனியை நினைப்பது தத்துவத்தையும் சங்கீதத்தையும் நினைப்பது என்று சொல்லிவிடலாம். அதைப் போலவே அவர்களது இலக்கியச் செல்வமும். இத்தனை காலமும் கற்பனையிலும் அதியாத்ம விஷயங்களிலும் தன்னை மறந்த ஜெர்மனியிலே யுத்த மேகங்கள் குமுறிப் பொருளாதாரச் சூழல் தகர்த்தெரியும் அடிவானத்திலே பிறந்த தற்போதைய எழுத்தாளர்களுள் மிகவும் சமீப காலத்தில் உலகப் பிரசித்தி பெற்றவர் ஸ்ரீ ஹான்ஸ் பலாடா. அவர் விவசாய ஆராய்ச்சி யாளனாக ஆரம்பித்து 1920 முதல் 1922 வரை நாவல்கள் இயற்றும் தொழிலில் ஈடுபட்டார். பிறகு பத்திரிகையில் சிறிது காலம் சேவை. நம் பாரதி பாடியிருக்கும் 'தேடிச் சோறு நிதந்தின்று சில சின்னஞ் சிறுகதைகள் பேசி கூற்றுக்கு இரையெனப் பின்மாயும் வேடிக்கை மனிதர்களான' வாழ்க்கை யின் எண்ணற்ற பலவீனங்கள் என்று சொல்லக்கூடியவர் களைப் பற்றி, 'சின்னவனே! இப்பொழுதென்ன?' என்று ஓர் அற்புதமான நாவல் எழுதியிருக்கிறார். இந்த நாவல் அவருக்கு உலகப் பிரக்கியாதியைத் தந்தது. கீழே தரப்பட்டிருக் கும் கதை பத்திரிகை உலகத்துச் சின்ன மனிதர்களைப்

பற்றியதுதான். அவரது பத்திரிகைத் தொழில் அனுபவம் இதில் புலனாகிறது என்று சொல்ல வேண்டும்.

தினமணி, 6 ஏப்ரல் 1936

○

நட்சத்திர இளவரசி

காளியின் சொரூபமான இயற்கைத் தாயின் மடியிலே பயத்தில் வாழ்ந்து அச்சத்தில் மடியும் காட்டுமிராண்டிகள், சங்கு வளையல்களையும் தோலாடையையும் உடுத்துத் திரியும் மக்கள், நாகரிகம் என்ற ஒளிப்பிழம்பு எட்டிப் பார்க்காத இருளுண்ட பிரதேசம் என்றெல்லாம் உலகத்தின் காடுகளில் ஒதுங்கி வாழும் மக்களைத் துச்சமாகக் கருதி நம்மில் நாம் பெருமைகொள்ளுகிறோம். நாகரிகத்திற்கும் இதய பரிணாமமான இலக்கியத்திற்கும் சம்பந்தம் உண்டா என்று நம்மை ஐயுறச் செய்கிறது இக்கதை. நாகரிகத்தில் சிறகடித்துப் பெருமை கொள்ளும் இலக்கிய கர்த்தருக்கு இக்கதையைக் கனவு கண்ட காட்டுமிராண்டி சற்றும் இளைத்தவன் அல்ல.

தினமணி, 15 ஏப்ரல் 1936

○

பூச்சாண்டியின் மகள்
லூயி கௌப்ரஸ்

நீலம் நமக்கு அழகைக் குறிக்கிறது. 'நீலமேகன்', 'மரகத மேனியான்' என்று நம் தெய்வங்களை அடைமொழியிட்டு மகிழ்கிறோம். நீலம் சிலரிடை பீதியைக் குறிக்கிறது. கற்பனைப் பொய்க் கனவுகளை சிருஷ்டிக்கிறது. சாதாரணமான, சாதுவான மனிதனுக்கு கோரத்தன்மை ஏற்றுகிறது. 'செம்பட்டை'த் தலை ராட்சதர்களை நம் நினைவுக்குக் கொண்டுவருவதைப் போல் நீலத்தாடி குரூரத்தன்மையுடைய, துன்புறுத்துவதால் காம இச்சையைப் பூர்த்தி செய்துகொள்ளும் ஒருவனை மேல்நாட்டுக் கதைகள் கற்பனை செய்கின்றன. காரணம் அவரது நீலத்தாடிதான். இந்த நீலத்தாடிவாலாவின் கதை பல பிரபல எழுத்தாளர்களை ஆகர்ஷித்திருக்கிறது. அந்த கோஷ்டியில் மாரிஸ் மாட்டர்லிங் என்ற பெல்ஜிய எழுத்தாளரும் ஒருவர். நீலத் தாடிவாலாவை வைத்து ஓர் அழகிய நாடகமே எழுதியிருக்கிறார். லூயி கௌப்ரஸ் அந்த ரகத்தைச் சேர்ந்தவரல்ல. இவருக்குக் கிண்டல் சுபாவம் மிகவுண்டு. நீலத்தாடி வாலாவின் புத்திரி என்று ஒரு கதை எழுதியிருக்கிறார். அதை மொழிபெயர்ப்பது என் உத்தேசம்.

பூர்வகதை: நீலத்தாடிவாலா ஓர் பெரிய சுல்தான். அவன் ஏழு முறை கலியாணம் செய்துகொண்டான். ஏழு முறையும் தன் மனைவிகள்மீது பூரண அன்பு செலுத்தி வந்தான். தன் நம்பிக்கைக்குப் பாத்திரமாக்கி, அரண்மனைச் சாவிகளை அவர்களிடம் ஒப்படைத்தான். ஆனால் ஒரு நிபந்தனை, மேலக் கோடியில் இருக்கும் அறையை மட்டிலும் திறந்து பார்க்கப் படாது. மனைவிகள் யாவரும் அதில் என்ன இருக்கிறது என்று பார்க்கும் ஆசைக்கு அடிமையாகி, அவன் கோபத்திற்குப் பலியானார்கள். இதுதான் பூர்வ கதை. லூயி கௌப்ரஸ் இதைக் கொஞ்சம் மாற்றி பின்வருமாறு கதை ஜோடித்திருக் கிறார்.

ஜோதி, ஆகஸ்டு 1938

❍

கலப்பு மணம்
கிரேஸியா டெலாடா

ஸ்ரீமதி டெலாடா இத்தாலிய நாவலாசிரியை. *1926*ஆம் வருஷம் நோபல் பரிசு பெற்றவர். பதினாலு வயதிலேயே எழுத்து வேலையில் பிரபலம் அடைந்தாள்.

தினமணி, வருஷ மலர் 1938

❍

பளிங்குச் சிலை
வாலரி புருஸ்ஸாப்

வாலரி புருஸ்ஸாப் *(1875–1924)* புரட்சியுகமான நவீன காலத்து ருஷ்ய புது எழுத்தாளர் கோஷ்டியைச் சேர்ந்தவர். இந்தக் கதை புரட்சிக்கு முந்திய காலத்தைப் பகைப்புலமாகக் கொண்டு எழுந்த கற்பனைக் கதை

பளிங்குச் சிலை, 1951

❍

ஓம் சாந்தி! சாந்தி!
எலியா எஹ்ரன்பர்க்

யுத்தம் மனித சமூகத்தின் ‘உடனுறை நோயாக’வே இருந்து வருகிறது. தனது தற்காப்புக்காக மனிதன் சமூகம் என்ற ஒரு ஸ்தாபனத்தை வகுத்தான். பிறகு அதனைக் காப்பாற்றத் தன்னைப் பலிகொடுக்கத் தயாரானான். அதாவது தன்னைத் தற்காத்துக்கொள்ளுவதற்காகத் தன்னையே பலிகொடுக்க வேண்டிய நிலைமையை ஏற்படுத்திக்கொண்டான்.

மனிதவம்சத்தின் 'உருப்படியான காரியாதிகள்' எனக் கொள்ளப்படுபவைகளில் ரத்தக்கறை படியாத சித்தாந்த மில்லை; கற்பனையில்லை; இலட்சியமும் இல்லை. நமது கவிதா சாகரத்தின் செம்பாதியில் ரத்த ஆறுகளே ஓடுகின்றன. கொலைத் தொழில் கலையின் நுட்பத்தையும் நயத்தையும் ஒருங்கே திரை கொள்ளுகிறது. கம்ப காவியத்தில் பாதிக்கு மேல் நாங்கள் ஓட்டிச் செல்லும் கற்பனைப்படகு ரத்தத்தில் தான் மிதந்து செல்லுகிறது. 'கால் தரைதோய நின்று' நம்மைக் காப்பாற்ற வந்த தெய்வங்களின் கைநிறைய ரத்தக்கறை பூசித் திருப்பியனுப்பாமல் நம் மனசு திருப்திகொள்ள மாட்டேன் என்கிறது.

மனிதவம்சம் தன்னைத் தற்காத்துக்கொள்ள தன்னையே பலிகொள்ளும் இம்முயற்சி ஒரு பெரும்புதிர்; ஆனால் அசட்டுத் தனமான புதிர்.

இதை எலியா எஹ்ரன்பர்க் ஒரு கதையாக ஜோடித்திருக் கிறார். சென்ற உலக மகாயுத்தத்தைச் சூழ்நிலையாகக் கொண்டு கதை எழுதப்பட்டிருக்கிறது.

கதையிலே சொல்லும் முறைதான் மகா அற்புதமாக அமைந்திருக்கிறது. மந்திரோச்சடனம் போல் திரும்பத்திரும்ப ... திரும்பத்திரும்ப ... திரும்பத்திரும்ப ... சொன்னதையே ... சொன்னதையே ... சொன்னதையே சொல்லிக்கொண்டு போகும் முறை வாசகன் மனதில் பூதாகாரமான கற்பனையை எழுப்புகிறது. உருண்டு தன் ஆகிருதியைப் பெருக்கிக்கொண்டு வந்து, கடைசியில் சப்தகோளங்களும் விண்டு விழும்படி பேரிரைச்சலுடன் தலைகுப்புறப் பாதாளத்தில் விழுவது போல ... விழுந்தபின் நிசப்தம் கூடுவது போல அமைந்திருக் கிறது, கதையின் ஜோரான, லேசான, மகா அற்புதமான வார்ப்பு ...

முதலும் முடிவும், 1951

○

பூலோகவாணி
ஜான் போனான்

வருங்காலத்தில் அதாவது இன்னும் 50 வருஷங்களுக்கப் புறம் உலகம் என்னவாக இருக்கும் என்பதைக் கற்பனை செய்யும் ஓர் அற்புதமான இக்கதை ஸ்ரீ ஜான் போனான் என்ற ஓர் ஆங்கில நாவலாசிரியனால் எழுதப்பட்டது. வருங்கால விவகாரங்களைப் பிரமிப்பைத் தரும் முறையில் சித்திரிக்கும் இக்கதை டேல் கார்ட்டன்ஸ் விமான நிலையத்தில்

ஓர் நள்ளிரவில் ஆரம்பமாகிறது. வருங்காலத்தில் உலகம் என்னமாக இருக்கும்? அறியவேண்டுமானால் இவ்வாச்சரியமான தொடர்கதையைப் பாருங்கள்.

தினமணி, 17 ஜூன் 1936

○ ○

பின்னிணைப்பு 2

மொழிபெயர்ப்புக் கதைகள்:
முதல் வெளியீட்டு விவரங்கள்

கதை	புனைபெயர்	இதழ்
(அ) மொழிபெயர்ப்புக் கதைகள்		
1. ஷெஹர்ஜாதி – கதை சொல்லி	புதுமைப்பித்தன்	தினமணி 23.11.1935
2. நாடகக்காரி	புதுமைப்பித்தன்	தினமணி 4.1.1936
3. மார்க்ஹீம்	புதுமைப்பித்தன்	தினமணி 11.1.1936
4. காரையில் கண்ட முகம்	புதுமைப்பித்தன்	தினமணி 18.1.1936
5. முதலும் முடிவும்	புதுமைப்பித்தன்	தினமணி 25.1.1936*
6. சுவரில் வழி	புதுமைப்பித்தன்	தினமணி 1.2.1936
7. ரோஜர் மால்வினின் ஈமச்சடங்கு	புதுமைப்பித்தன்	தினமணி 8.2.1936
8. சாராயப் பீப்பாய்	புதுமைப்பித்தன்	தினமணி 15.2.1936
9. தையல் மிஷின்	புதுமைப்பித்தன்	தினமணி 29.2.1936
10. மிளிஸ்	புதுமைப்பித்தன்	தினமணி 9.3.1936
11. ஆசிரியர் ஆராய்ச்சி	புதுமைப்பித்தன்	தினமணி 16.3.1936
12. துன்பத்திற்கு மாற்று	புதுமைப்பித்தன்	தினமணி 28.3.1936
13. இஷ்ட சித்தி	புதுமைப்பித்தன்	தினமணி 6.4.1936
14. நட்சத்திர இளவரசி	புதுமைப்பித்தன்	தினமணி 15.4.1936
15. சூன்யக்காரி	புதுமைப்பித்தன்	மணிக்கொடி 1.9.1937
16. தேசீய கீதம்	சொ. விருத்தாசலம், பி.ஏ.	மணிக்கொடி 1.11.1937

17. பூச்சாண்டியின் மகள்	புதுமைப்பித்தன்	ஜோதி, ஆகஸ்டு 1938
18. கலப்பு மணம்	(பெயர் இல்லை)	தினமணி வருஷமலர், 1938
19. சிரித்த முகக்காரன்	–	லோகோபகாரி
20. ஓம் சாந்தி! சாந்தி!	–	லோகோபகாரி
21. சித்திரவதை	–	லோகோபகாரி

குறிப்பு: 19—21 கதைகள் 'லோகோபகாரி'யில் வந்ததெனக் கமலா விருத்தாசலம் குறிப்பிட்டுள்ளார்.

(ஆ) தழுவல் கதைகள்

1. நொண்டி	கூத்தன்	ஊழியன், 24.8.1934
2. நல்ல வேலைக்காரன்!	சொ.வி.	ஊழியன், 31.8.1934
3. பயம்!	சொ.வி.	ஊழியன், 7.9.1934
4. பித்துக்குளி	புதுமைப்பித்தன்	மணிக்கொடி, 30.9.1934
5. தமிழ் படித்த பெண்டாட்டி	புதுமைப்பித்தன்	மணிக்கொடி, 7.10.1934
6. அந்த முட்டாள் வேணு	நந்தன்	ஊழியன், 23.11.1934
7. கொலைகாரன் கை	நந்தன்	ஊழியன், 14.12.1934
8. சமாதி	நந்தன்	ஊழியன், 21.12.1934

குறிப்பு: 'தமிழ் படித்த பெண்டாட்டி' முதலில் *அன்னை இட்ட தீயில்* (காலச்சுவடு பதிப்பகம், 1998) வந்தது. பிற தழுவல்கள் ஏழும் *புதிய ஒளி* (ஸ்டார் பிரசுரம், 1953) தொகுதியில் முதலில் இடம்பெற்றன.

(இ) நாவல்

1. பூலோகவாணி	சொ.வி.	தினமணி, 17, 24, 29 ஜூன் 1936*
2. பலிபீடம்	புதுமைப்பித்தன்	காதம்பரி, ஜூலை 1948 – ஜூலை 1949

* இவற்றின் தொடர்ச்சி வெளியான இதழ்கள் பதிப்பாசிரியர் பார்வைக்குக் கிடைக்கவில்லை

பின்னிணைப்பு 3

மொழிபெயர்ப்பு நூல்கள்: முதல் பதிப்பு விவரங்கள்

I உலகத்துச் சிறுகதைகள்
புதுமைப்பித்தன்

முதல் பதிப்பு : [1939]

வெளியீடு : (மணிக்கொடிப் பிரசுரம்: 4), நவயுகப் பிரசுராலயம் லிமிடெட், ஜி.டி., சென்னை.

அச்சிட்டோர் : பி.என்.பிரஸ், மவுண்ட் ரோடு, சென்னை.

அளவு : கிரவுன் 1 x 8; ப. xi + 276; விலை : ரூ. 1-0-0

1. கனவு
2. பொய்
3. நாடகக்காரி
4. சமத்துவம்
5. வீடு திரும்பல்
6. இஷ்ட சித்தி
7. துறவி
8. ஒரு கட்டுக்கதை
9. தந்தை மகற்காற்றும் உதவி
10. பூச்சாண்டியின் மகள்
11. பால்தஸார்
12. ஷெஹர்ஜாதி – கதைசொல்லி
13. பைத்தியக்காரி
14. துன்பத்திற்கு மாற்று
15. கலப்பு மணம்

16. மார்க்ஹீம்
17. சுவரில் வழி
18. காரையில் கண்ட முகம்
19. சூனியக்காரி
20. தேசீய கீதம்
21. ரோஜர் மால்வினின் ஈமச்சடங்கு
22. மிளிஸ்
23. சாராயப் பீப்பாய்
24. நட்சத்திர இளவரசி

II பிரேத மனிதன்
புதுமைப்பித்தன்

முதல் பதிப்பு : டிசம்பர் 1943

வெளியீடு : ஜோதி மலர் 12; ஜோதி நிலையம், திருவல்லிக்கேணி, சென்னை.

அச்சிட்டோர் : ராஜன் எலக்டிரிக் பிரஸ், ஜி.டி., சென்னை.

அளவு : கிரவுன் 1 x 8; ப.vi + 79; விலை : ரூ 1

இரண்டாம் பதிப்பு : அக்டோபர் 1945

வெளியீடு : ஜோதி மலர் 12; ஜோதி நிலையம், திருவல்லிக்கேணி, சென்னை.

அச்சிட்டோர் : ராஜன் எலக்டிரிக் பிரஸ், ஜி.டி., சென்னை.

அளவு : கிரவுன் 1 x 8; ப. 92; விலை : ரூ 1; பிரதிகள்: 1500

புதுமைப்பித்தன் வாழ்நாளிலேயே வெளியான இரண்டு பதிப்புகளில் பெரிய வேறுபாடுகள் உள்ளன. ‘விசாரணை’ என்ற இயல் புதிதாக இரண்டாம் பதிப்பில் சேர்க்கப்பட்டுள்ளது. மேலும், ‘பழியும் பாவமும்’ என்ற இயலின் கடைசியில், இரண்டாம் பதிப்பின் கடைசி மூன்று பத்திகளுக்குப் பதிலாகப் பின்வரும் பத்தி மட்டுமே உள்ளது.

> வில்லியம் கழுத்தில் கிடந்த சங்கிலி அவளிடம் இருந்ததாம். அவளைச் சிறையில் போட்டு அடைத்து வைத்திருந்தார்கள். விசாரணை நடந்தது. அவள் ‘தான் நிரபராதி’ என்று மன்றாடினாள். அவளது பையில் சங்கிலி கண்டுபிடிக்கப்பட்ட பின் நீதிபதிகளுக்கு வேறு அத்தாட்சி எதற்கு? வீட்டிலிருப்போரெல்லாம் அவள் நிரபராதி என்று நிரூபிக்கச் சாட்சி சொன்னார்கள்.

என்ன சொல்லி என்ன பயன்? தூக்கு மேடை ஜஸ்டினை உண்டு பசி தீர்த்தது.

இதைத் தவிர, அடிக்குறிப்புகளும் இரண்டாம் பதிப்பில் உள்ளன. இரண்டாம் பதிப்பே ஏற்புக்குரிய பதிப்பாகும்; இதுவே இப்பதிப்புக்கு மூலமாகக் கொள்ளப்படுகின்றது.

III உயிர் ஆசை : அமெரிக்கக் கதை
புதுமைப்பித்தன்

முதல் பதிப்பு : [1944]

வெளியீடு : சர்வதேசக் கதை மலர் : 9; ஜோதி நிலையம், திருவல்லிக்கேணி, சென்னை.

அச்சிட்டோர் : —

அளவு : கிரவுன் 1 x 8; ப. 51; விலை : ரூ. 0—8—0

1. உயிர் ஆசை
2. காதல் கதை

IV மணியோசை : ஜப்பானியக் கதை
புதுமைப்பித்தன்

முதல் பதிப்பு : 1945

வெளியீடு : சர்வதேசக் கதை மலர் : 13; ஜோதி நிலையம், திருவல்லிக்கேணி, சென்னை.

அச்சிட்டோர் : ஹஸன் அன் கோ., பத்ரியன் தெரு, சென்னை.

அளவு : கிரவுன் 1 x 8; ப. 64; விலை : ரூ. 0—8—0

1. மணியோசை
2. எமனை ஏமாற்ற
3. அஷ்டமாசித்தி
4. மகளுக்கு மணம் செய்துவைத்தார்கள்
5. சிரித்தமுகக்காரன்

V உலக அரங்கு : நாடகக் கதைகள்
புதுமைப்பித்தன்

முதல் பதிப்பு : மார்ச் 1947

வெளியீடு : ஸ்டார் பிரசுரம், பாலக்கரை, திருச்சி

அச்சிட்டோர் : சிட்டி பிரஸ், திருச்சி

அளவு : கிரவுன் 1 x 8; ப. vi +99; விலை : ரூ. 1–8–0; பிரதிகள் : 1000

1. டைமன் கண்ட உண்மை
2. ஆஷாட பூதி
3. மணிமந்திரத் தீவு
4. தர்மதேவதையின் துரும்பு
5. ராஜ்ய உபாதை

VI பளிங்குச் சிலை : ருஷ்யக் கதைகள்
புதுமைப்பித்தன்

முதல் பதிப்பு : ஆகஸ்ட் 1951

வெளியீடு : ஸ்டார் பிரசுரம், திருவல்லிக்கேணி, சென்னை 5.

அச்சிட்டோர் : நவபாரத் பிரஸ், சென்னை 3.

அளவு : கிரவுன் 1 x 8; ப. 64; விலை : ரூ. 1–0–0

1. பளிங்குச் சிலை
2. ஏ! படகுக்காரா
3. அதிகாலை

VII தெய்வம் கொடுத்த வரம்
புதுமைப்பித்தன்

முதல் பதிப்பு : செப்டம்பர் 1951

வெளியீடு : ஸ்டார் பிரசுரம், திருவல்லிக்கேணி, சென்னை 5.

அச்சிட்டோர் : நவபாரத் பிரஸ், சென்னை 3.
அளவு : கிரவுன் 1 x 8; ப. 95; விலை : ரூ. 1–8–0

1. ஒருவனும் ஒருத்தியும்
2. அந்தப் பையன்
3. தாயில்லாக் குழந்தைகள்
4. தெய்வம் கொடுத்த வரம்
5. யுத்த தேவதையின் திருமுக மண்டலம்
6. கிழவி
7. ஆட்டுக்குட்டிதான்
8. சகோதரர்கள்
9. பலி
10. இந்தப் பல் விவகாரம்

VIII முதலும் முடிவும்
புதுமைப்பித்தன்

முதல் பதிப்பு : அக்டோபர் 1951
வெளியீடு : ஸ்டார் பிரசுரம், திருவல்லிக்கேணி, சென்னை 5.
அச்சிட்டோர் : பொன்னி அச்சகம், சென்னை 21.
அளவு : கிரவுன் 1 x 8; ப. 85; விலை : ரூ. 1-4-0

1. முதலும் முடிவும்
2. யாத்திரை
3. தையல் மிஷின்
4. ஆசிரியர் ஆராய்ச்சி
5. ஓம் சாந்தி! சாந்தி
6. இனி
7. லதீபா
8. சித்திரவதை
9. அம்மா

IX பலிபீடம்
புதுமைப்பித்தன்

முதல் பதிப்பு : 1951

வெளியீடு : தமிழ்ச் சுடர் நிலையம்; சரஸ்வதி பிரசுரம், திருவல்லிக்கேணி, சென்னை.

அச்சிட்டோர் : மாருதி பிரஸ், சென்னை 14.

அளவு : கிரவுன் 1 x 8; ப. 192; விலை : ரூ. 3

o o

பின்னிணைப்பு 4

புதுமைப்பித்தன் வாழ்க்கைக் குறிப்பு

இயற்பெயர் சொ. விருத்தாசலம். பிறப்பு : 25 ஏப்ரல் 1906, திருப்பாதிரிப்புலியூர். தந்தை : வி. சொக்கலிங்கம் பிள்ளை. தாயார்: பர்வதத்தம்மாள். சிற்றன்னை: காந்திமதியம்மாள். உடன்பிறந்த தங்கை: ருக்மணி அம்மாள்.

தொடக்கக் கல்வியைச் செஞ்சி, திண்டிவனம், கள்ளக் குறிச்சி ஆகிய ஊர்களில் பெற்றார். தாசில்தாராகப் பணி யாற்றிய அவரின் தந்தை ஓய்வுபெற்றதும் 1918இல் சொந்த ஊரான திருநெல்வேலிக்குத் திரும்பினார். அர்ச் யோவான் ஸ்தாபனப் பள்ளியில் படித்தார். நெல்லை இந்துக் கல்லூரியில் படித்து, 1931இல் பி.ஏ. பட்டம் பெற்றார்.

1932 ஜூலையில் திருமணம். மனைவி : கமலா (1917–1995); திருவனந்தபுரத்தைச் சேர்ந்தவர்.

1933 அக்டோபர் 18இல் முதல் படைப்பு 'குலோப்ஜான் காதல்' *காந்தியில்* வெளியீடு. 1934 ஏப்ரலிலிருந்து *மணிக்கொடி*யில் பல கதைகளையும் கட்டுரைகளையும் வெளியிட்டார். 1934 மேக்குப் பிறகு சென்னைக்குக் குடிபெயர்ந்தார். 1934 ஆகஸ்டு முதல் பிப்ரவரி 1935வரை *ஊழியனில்* உதவியாசிரியர். மிகக் குறுகிய காலம் *சுதந்திரச் சங்கு*விலும் பணி. (சிறுகதை) *மணிக்கொடி*யில் பி.எஸ். ராமையாவுடன் நெருங்கிய உறவு. 1935 ஜூலை முதல் 1943 செப்டம்பர் வரை *தினமணி*யில் உதவியாசிரியர். நிர்வாகத்துடனான மோதலின் காரணமாக டி.எஸ். சொக்கலிங்கம் *தினமணி* ஆசிரியப் பொறுப்பிலிருந்து விலகியபோது பிற உதவியாசிரியர்களோடு புதுமைப்பித்தனும் விலகினார்.

1939இல் உலகத்துச் சிறுகதைகள், பேஸிஸ்ட் ஜடாமுனி, கப்சிப் தர்பார் ஆகியவை வெளிவந்தன. 1940இன் தொடக்கத்தில் முதல் சிறுகதைத் தொகுதி *புதுமைப்பித்தன் கதைகள்* நூலும் நவயுகப் பிரசுராலய வெளியீடாக வந்தது.

1944இல் டி.எஸ்.சொக்கலிங்கம் தொடங்கிய *தினசரி*யில் சேர்ந்தார். பின்பு அதிலிருந்தும் 1945இன் தொடக்கத்தில் விலகித் திரைப்படத் துறையில் நுழைந்தார். 1946இல் ஜெமினியின் 'அவ்வையார்' மற்றும் 'காமவல்லி' படத்துக்காகவும் பணியாற்றினார். பின்பு 'பர்வதகுமாரி புரொடக்ஷன்ஸ்' என்ற திரைப்படத் தயாரிப்பு நிறுவனத்தைத் தொடங்கி 'வசந்தவல்லி' என்ற படத்தை எடுக்க முயன்றார். 1946 ஏப்ரலில் மகள் தினகரி பிறப்பு. எம்.கே.டி. பாகவதரின் 'ராஜமுக்தி' படத்திற்காக 1947 அக்டோபரிலிருந்து 1948 மே தொடக்கம் வரை புனே வாசம். அங்குக் கடுமையான காசநோய்க்கு ஆளானார். 5 மே 1948இல் திருவனந்தபுரத்திற்குத் திரும்பினார். ஜூன் 30இல் மறைந்தார்.

திருமதி தினகரி சொக்கலிங்கம் தொடர்பு முகவரி: 'புதுமைப்பித்தன் இல்லம்', 16, 5ஆம் பிரதான சாலை, இராஜா அண்ணாமலைபுரம், சென்னை 600028, தொலைபேசி: 24355176.